கரிச்சான் குஞ்சு சிறுகதைகள்
முழுத் தொகுப்பு

# கரிச்சான் குஞ்சு சிறுகதைகள்
முழுத் தொகுப்பு

**கரிச்சான் குஞ்சு** (1919 – 1992)

கரிச்சான் குஞ்சு என்று அழைக்கப்பட்ட ஆர். நாராயணசாமி 10.7.1919இல் தஞ்சை மாவட்டம் நன்னிலம் வட்டம் சேதனீபுரத்தில் பிறந்தவர். 17.1.1992 அன்று கும்பகோணத்தில் இறந்தார்.

கு.ப.ரா.வோடு நெருங்கிய உறவுகொண்டிருந்தவர். அப்போது கரிச்சான் என்ற புனைபெயரில் எழுதிவந்த கு.ப.ரா.மீது கொண்ட அன்பினால் கரிச்சான் குஞ்சு என்ற புனைபெயரில் எழுதலானார்.

பெங்களூரில் எட்டு வயது முதல் பதினைந்து வயதுவரை வடமொழியும் வேதமும் பயின்றார். மதுரை – ராமேஸ்வர தேவஸ்தானப் பாடசாலையில் 17 வயது முதல் 22 வயதுவரை தமிழும் வடமொழியும் கற்றார். சென்னை, மன்னார்குடி, கும்பகோணம் முதலான ஊர்களில் தமிழாசிரியராகப் பணியாற்றினார்.

100க்கும் மேற்பட்ட சிறுகதைகளை எழுதியுள்ளார். சுமார் பத்துச் சிறுகதைத் தொகுதிகள் வெளிவந்துள்ளன. 'பாரதி தேடியதும் கண்டதும்' (1982), 'கு.ப.ரா.' (1990) ஆகியவை இவரது கட்டுரை நூல்கள். இவர் எழுதிய ஒரே நாவல் 'பசித்த மானிடம்' (1978). இரு குறுநாவல்கள் நூல்வடிவம் பெற்றுள்ளன. இரு நாடகத் தொகுதிகளை எழுதியுள்ள இவர் சமஸ்கிருதம், ஆங்கிலம், இந்தி மொழிகளிலிருந்து சில முக்கிய நூல்களைத் தமிழாக்கியுள்ளார். தமிழிலிருந்து சமஸ்கிருதத்துக்கும் ஆங்கிலத்துக்கும் சில மொழிபெயர்ப்புகளைச் செய்துள்ளார்.

ராமாமிருத சாஸ்திரிக்கும் ஈஸ்வரியம்மாளுக்கும் இரண்டாவது மகனாகப் பிறந்த கரிச்சான் குஞ்சுவுக்கு ஒரு அக்கா (ராஜலக்ஷ்மி), இரு தங்கைகள் (ருக்மணி, நாகராஜம்), ஒரு தம்பி (சுந்தர்ராமன்). வாலாம்பாள் என்கிற முதல் மனைவி இறந்ததும் சாரதாவை 1946இல் மணந்தார். இவருக்கு நான்கு மகள்கள் – லக்ஷ்மி பேபி, பிரபாவதி, விஜயாள், சாந்தா.

**ராணிதிலக்** (பி. 1972)

தொகுப்பாசிரியர்

இயற்பெயர் ரா. தாமோதரன். பிறந்தது வேலூர். தற்போது வசிப்பது கும்பகோணம். அரசுப் பள்ளித் தமிழாசிரியர், *பாலி* என்ற சிறுபத்திரிகையின் ஆசிரியர்.

'நாகதிசை' (2004), 'காகத்தின் சொற்கள்' (2006), 'விதி என்பது இலைதான்' (2009), 'நான் ஆத்மாநாம் பேசுகிறேன்' (2012), 'கராதே' (2016), 'ப்ளக் ப்ளக் ப்ளக்' (2019), '27 கவிதைகள்' (2021), நவீன கவிதைகள் குறித்த கட்டுரைத் தொகுப்பு 'சப்த ரேகை' (2011) ஆகியவை இவரது நூல்கள். எம்.வி. வெங்கட்ராம் 'ஒரு வாசகப்பார்வை' (2021), 'கொனஷ்டை படைப்புகள்' (2021) ஆகியவற்றின் தொகுப்பாளர்.

தொடர்புக்கு: raanithilak@gmail.com


**ஏ. தனசேகர்** (பி. 1988)

சென்னையில் பிறந்தவர். ராணிமேரிக் கல்லூரியின் முழுநேர முனைவர்பட்ட ஆய்வாளர். தம் ஆய்வின் ஒரு பகுதியாகக் க.நா.சு. படைப்புகளைத் தேடித் தொகுத்து வருகிறார். புனைவுத்தடத்தில் இயங்கும் உழைப்பும் உத்வேகமும் கூடிய நவீன இலக்கிய ஆய்வாளர். தீவிர வாசிப்பாளர்.

தொடர்புக்கு: thamizh.thana@gmail.com

# கரிச்சான் குஞ்சு சிறுகதைகள்

முழுத் தொகுப்பு

தொகுப்பாசிரியர்கள்
**ராணிதிலக், ஏ. தனசேகர்**

காலச்சுவடு பதிப்பகம்

அன்பார்ந்த வாசகருக்கு,

வணக்கம்.

காலச்சுவடு நூலை வாங்கியமைக்கு நன்றி.

நூலின் உள்ளடக்கம், உருவாக்கம், அட்டைப்படம் இன்ன பிற அம்சங்கள் பற்றிய உங்கள் கருத்துகளையும் ஆலோசனைகளையும் காலச்சுவடு வரவேற்கிறது. தகவல், எழுத்து, வாக்கியப் பிழைகள் தென்பட்டால் கட்டாயம் தெரிவித்து உதவுங்கள். நூல் தயாரிப்பில் கடும் குறைபாடு இருப்பின் மாற்றுப் பிரதி உங்களுக்குக் கிடைக்கக் காலச்சுவடு ஏற்பாடு செய்யும்.

**மின்னஞ்சல்:** publisher@kalachuvadu.com

காலச்சுவடு நாகர்கோவில் தலைமையகத்துக்கும் கடிதம் அனுப்பலாம்.

தங்கள்
எஸ்.ஆர். சுந்தரம் (கண்ணன்)
பதிப்பாளர் — நிர்வாக இயக்குநர்

கரிச்சான் குஞ்சு சிறுகதைகள் (முழுத் தொகுப்பு) ✶ ஆசிரியர்: கரிச்சான் குஞ்சு ✶ © நா. விஜயாள் ✶ முதல் பதிப்பு: செப்டம்பர் 2021, இரண்டாம் பதிப்பு: ஆகஸ்ட் 2022 ✶ வெளியீடு: காலச்சுவடு பப்ளிகேஷன்ஸ் (பி) லிட்., 669 கே.பி. சாலை, நாகர்கோவில் 629001

**kariccaan kuncu ciRukataikaL** Complete Collections of Karichan Kunju's ShortStories ✶ Author: Karichan kunju © N. Vijayal ✶ Language: Tamil ✶ First Edition: September 2021, Second Edition: August 2022 ✶ Size: Demy 1 x 8 ✶ Paper: 18.6 kg maplitho ✶ Pages: 880

Published by Kalachuvadu Publications Pvt. Ltd., 669 K.P. Road, Nagercoil 629001, India Phone: 91-4652-278525 ✶ e-mail: publications@kalachuvadu.com ✶ Printed at Mani Offset, Chennai 600077

ISBN: 978-93-90802-57-9

08/2022/S.No. 982, kcp 3763 18.6 (2) 9ss

# பொருளடக்கம்

*தொகுப்புரை – ராணிதிலக்* 11

*முன்னுரை: ஆழ்மன அலைகள் – கல்யாணராமன்* 15

*முன்னுரை – கரிச்சான் குஞ்சு* 59

1. விஷ வேகம் 61
2. சிருஷ்டி கர்த்தா 67
3. யாருக்குக் கவலை? 73
4. அஞ்ஞானம் 79
5. உபாசனை 85
6. தீர்ப்பு 92
7. ரகசிய மனிதன் 98
8. சஞ்சீவினி 103
9. ரயிலில் போனபோது 116
10. மாக கவி 123
11. மனஸ்ஸாக்ஷி 130
12. பிரளயம் 138
13. சித்திரம் 144
14. மன்மதன் 152
15. தண்டனை 160
16. சின்னத்தனம் 169
17. தெய்வீகம் 178
18. டீ ஸார் 186
19. உயிர்ப் போர் 195

| | | |
|---|---|---|
| 20. | கண் திறப்பு | 206 |
| 21. | செல்லாக்காசு | 211 |
| 22. | முளையிலே அழிந்தது | 216 |
| 23. | பித்தப் பசி | 224 |
| 24. | எது நிற்கும்? | 232 |
| 25. | வந்த பெண் | 240 |
| 26. | சுருதி சேர்ந்தது! | 250 |
| 27. | யார் சமத்து? | 256 |
| 28. | காதல் கல்பம்! | 264 |
| 29. | குபேர தரிசனம் | 272 |
| 30. | ராஜ வம்சத்து மண் | 286 |
| 31. | இளவரசு | 298 |
| 32. | ஞானோதயம் | 305 |
| 33. | சாமியும் ஸ்வாமியும் | 319 |
| 34. | அன்றிரவே! | 327 |
| 35. | ஒட்டாத செருப்பு | 337 |
| 36. | குசமேட்டுச் சோதி | 346 |
| 37. | குடும்பச் சிதைவு | 360 |
| 38. | பாவம் வெறும் வெகுளி | 369 |
| 39. | காதம்பரி | 376 |
| 40. | பெண்சாதி | 389 |
| 41. | உறவு முள் | 394 |
| 42. | மருந்து உண்டா? | 407 |
| 43. | ரத்தச் சுவை | 417 |
| 44. | பிஞ்சுகளா இவை! | 424 |
| 45. | நஷ்டஈடு | 431 |
| 46. | தங்கக் கழுகு | 436 |
| 47. | நடந்ததென்ன? | 445 |
| 48. | பிரதாப முதலியார் | 454 |
| 49. | மங்கள ஸ்னானம் | 459 |

| | |
|---|---|
| 50. வம்சரத்தினம் | 466 |
| 51. அண்ணிக்குத் தெரியுமா? | 475 |
| 52. பேனாவும் ஏதுக்கடி | 482 |
| 53. வாயில்லாச் சீவன்கள் | 491 |
| 54. கணவதியும் கணபதியும் | 502 |
| 55. ராசாவாம்டோய்... | 510 |
| 56. உயிராசை | 518 |
| 57. சம்பாத்தியம் | 529 |
| 58. குடும்பமும் கலியாணமும் | 537 |
| 59. ஔரங்கசீப் சிரித்தார் | 544 |
| 60. "லகூடிப் பாட்டி" | 549 |
| 61. பால் பிச்சை | 556 |
| 62. அம்மா தாயே! | 568 |
| 63. அம்மா | 577 |
| 64. வித்தியாசம் | 586 |
| 65. காதல் காவியம் | 592 |
| 66. அக்கம், பக்கம், அண்டை, அயல் | 599 |
| 67. படித்தவர்கள் | 606 |
| 68. புதிய நசிகேதன் | 614 |
| 69. நூறுகள் | 622 |
| 70. அம்மா இட்ட கட்டளை | 629 |
| 71. பதினொன்றும் பன்னிரண்டும் | 634 |
| 72. இடம் | 640 |
| 73. தவிப்புத் தணிய | 652 |
| 74. மன்னிப்பா! கேட்கணுமா? நானா? எதற்கு? | 660 |
| 75. பரிசா, பந்தமா? | 670 |
| 76. நல்ல சகுனம்தானா? | 676 |
| 77. பேசாத காரணம் | 686 |
| 78. தேச காலம் | 691 |
| 79. சட்டம் சாத்திரம் சம்பிரதாயம் | 698 |

| | | |
|---|---|---|
| 80. | அந்தப் பயங்கர இரவுகள் | 705 |
| 81. | முழுமை | 714 |
| 82. | "சொரணை" | 723 |
| 83. | நீல ஊமத்தை | 732 |
| 84. | கதவு திறந்தே இருக்கும் | 740 |
| 85. | பெரியவாள் சொன்ன சிறுகதை | 747 |
| 86. | கண் தெரிந்துவிட்டால்... | 753 |
| 87. | ஆண்கள் | 757 |
| 88. | மானுடம் வென்றதம்மா | 763 |
| 89. | அடுத்த தடவைக்கு அது! | 773 |
| 90. | யாரும் தூங்கவில்லை | 779 |
| 91. | தலைச்சன் பிள்ளை | 787 |
| 92. | பாவம்தான் இருந்தாலும்... | 795 |
| 93. | அன்று புதிதாய்ப் பிறந்தான் | 801 |
| 94. | திரிசங்கு | 809 |
| 95. | தெளிவு | 815 |
| 96. | பானுமதி | 822 |
| 97. | எட்டுக்குடி ஞானி | 830 |
| 98. | பேச்சு... பேச்சு... எல்லாம் பேச்சு | 833 |
| 99. | பருவம் பாழ்க்கிறது | 844 |

*பின்னிணைப்புகள்*

1. நேர்காணல்: 'இலக்கியத்தால் மனித மனங்களைப் பண்படுத்த முடியும்' — 851
2. அன்றிரவே தொகுப்பின் முன்னுரை – ஆதவன் — 857
3. கரிச்சான் குஞ்சு கதைகளின் பிரசுர விவரம் — 861
4. கரிச்சான் குஞ்சு கதைகள்: காலவரிசை — 868
5. தலைப்பகராதி — 875

# தொகுப்புரை

மகாமகக்குளத்தின் மேற்குக் கரையில், கவிஞர் மருதம் கோமகன் நின்றுகொண்டிருந்தார். மிக எதேச்சையாக அவரைப் பார்த்துப் பேசிவிட்டுக் கடைசியில், "என்ன வாசிக்கிறீர்கள்?" என்று கேட்டேன். "கரிச்சான் குஞ்சு" என்றார். அந்த வார்த்தையை அவர் சொன்னவிதம் என்னவோ ஒரு அர்த்தத்தை எனக்குள் ஏற்படுத்தியது? இரவே, அவரைப்பற்றி இணையத்தில் தேடிக்கொண்டிருக்கும்போது, 2019ஆம் வருடம் அவருடைய நூற்றாண்டு என்பதை அறிந்தேன். திருநல்லம் சாமிநாதன் (அமானுஷ்யன்), ஹைகூ கவிஞர் ஆடலரசன் ஆகியோருடன் இதைப்பற்றிப் பகிர்ந்தது மட்டும் அல்லாமல், சேர்ந்து கரிச்சான் குஞ்சு கதைகளைத் தொகுக்கத் தொடங்கினோம். என்னிடம் இரண்டு தொகுதிகள் இருந்தன. திருநல்லம் சாமிநாதன் தன்னிடம் இருந்ததைத் தந்தார். க.கு.வின் சிறுகதைப் பட்டியலையும் தந்தார். 'காதல் கல்பம்' தொகுதியைக் கும்பகோணம் சிவகுருநாதன் நூலகத்தில் படியெடுத்தோம். காலச்சுவடு பதிப்பித்த 'எது நிற்கும்?' என்ற தேர்ந்தெடுத்த தொகுதியிலிருந்து சில கதைகளைப் படி எடுத்தோம்.

என்னுடைய ஒருங்கிணைப்பில், 'கரிச்சான் குஞ்சு வாசகர் வட்டம்' ஒன்றை உருவாக்கி, கரிச்சான் குஞ்சு நூற்றாண்டு விழா ஏற்பாடு நடக்கத் தொடங்கியது. விழாவிற்கு முன்பாகக் கரிச்சான் குஞ்சுவின் மகள் பிரபாவதி, திருநல்லம்

சாமிநாதன், ஹைகூக் கவிஞர் ஆடலரசன், நான் என நால்வரும் புதுக்கோட்டை ஞானாலயா சென்று, கரிச்சான் குஞ்சு கதைகள் தேடினோம். 'தெய்வீகம்', 'காதல் கல்பம்', 'வம்சரத்தினம்' கதைத்தொகுதிகள் கிடைத்தன. பெரியவர் ஞானாலயா கிருஷ்ணமூர்த்தி அவர்களை, நூற்றாண்டு விழாவிற்குப் பேச அழைத்தோம்.

விடுபட்ட கதைகளைத் தேடும் அவகாசம் இல்லாமல், கரிச்சான் குஞ்சு நூற்றாண்டு விழாவை, ஜெய்ஸ்ரீபுக்ஸ் ஆனந்த் உதவிக்கரங்களுடன் கும்பகோணம் ஓரியண்டல் பள்ளியில் *14-09-2021* அன்று நடத்தினோம். அன்று நிகழ்ச்சி தொடங்கி முடியும்வரை மழை பெய்தது. ஞானாலயா கிருஷ்ணமூர்த்தி, எழுத்தாளர் கல்யாணராமன், வெளி. ரெங்கராஜன், கடற்கரய், அமரந்தா, கரிச்சான் குஞ்சு மகள் பிரபாவதி, பேரா. அ. குணசேகரன் கலந்துகொண்டு உரையாடிய விழா அமர்க்களமாக முடிந்தது. அது சமயம், தி.ஜா. கதைகள் தேடப்படுவதாக எழுத்தாளர் கல்யாணராமன் சொன்னார்.

கரிச்சான் குருவியின் (கு.ப.ராவின்) இரண்டு சீடர்களான தி.ஜா.வும் கரிச்சான் குஞ்சுவும் 'அதர்மசங்கடம்' (நாடகம்) 'மங்களஸ்னானம்' (கதை) எனப் புதியதாகச் *சுதேசமித்திரனில்* கிடைத்தார்கள். தகவலைக் கல்யாணராமனுக்குச் சொன்னேன். விழா முடிந்த அடுத்தநாள் கும்பகோணம் சிவகுருநாதன் செந்தமிழ் நூலகம் சென்று அனைவரும் தேடினோம். தி.ஜா., கரிச்சான் குஞ்சு, க.நா.சு., எம்.வி.வி. என்று பலருடைய புதிய கதைகள் அங்கிருந்து கிடைத்தன.

பரந்துபட்ட அறிவு, செல்வாக்கு இருந்தாலும், கரிச்சான் குஞ்சு தன்னளவில் 'விட்டேத்தி'யாகவே இருந்திருக்கிறார். கரிச்சான் குஞ்சு பற்றித் திருநல்லம் சாமிநாதன், கவிஞர் ரவிசுப்பிரமணியன் ஆகியோரின் கட்டுரைகள், கும்பகோணத்தில் வாழும் கரிச்சான் குஞ்சுவின் மகள் பிரபாவின் நேர்ப்பேச்சு ஆகியவை இதைத்தான் சொல்கின்றன. பிரசுரமான தன் கதைகளையும் புத்தகங்களையும் ஒழுங்குபடுத்தி வைக்கும் எண்ணம் க.கு.விற்குத் துளியும் இல்லை. நிலையான தொழில் மேற்கொண்டதும் இல்லை, மன்னார்குடியில் ஆசிரியர் பணி தவிர. தன் கதைகளில் எந்தவிதச் சமரசமும் செய்து கொள்ளாமல் வாழ்ந்திருக்கிறார். தன் படைப்புகள் வழியே தனக்கும் தன் குடும்பத்திற்கும் ஆதாயம் தேடாமல், அன்பை மட்டும் யாவரிடத்திலும் எதிர்பார்த்திருக்கிறார். இப்படிப் பல குணவிசேஷங்களே, கரிச்சான் குஞ்சு கதைகள் தொகுக்க எனக்குக் காரணமாக இருந்தன.

கரிச்சான் குஞ்சுவின் முதல் தொகுதி, 'காதல் கல்பம்' 1955இல் வெளியாகியுள்ளது. கடைசித் தொகுதியான 'தெளிவு' 1989இல் வெளியாகியுள்ளது. காலச்சுவடு வெளியிட்ட 'எது நிற்கும்?' என்ற தேர்ந்தெடுத்த கதைத்தொகுதி நீங்கலாக, எட்டுக் கதைத்தொகுதிகள் வெளியாகியுள்ளன. இந்தக் கதைத்தொகுதிகளை வாசித்தபோது, புராணம், வரலாறு, வாழ்க்கை, தத்துவம் என்று எதையும் மீட்டுருவாக்கம் செய்வபராகவும், பரிசோதனை செய்பவராகவும், கேள்விக்கு உட்படுத்துபவராகவும் இருக்கிறார், கரிச்சான் குஞ்சு. அவரின் எழுத்தானது உரையாடலாகத் தொடங்கி, தனி மனமாக மாறிவிடுகிறது. இக்கதைகள் வழியாகத் தன் வாழ்வை எழுதிப் பார்த்திருக்கிறார் என்றும் சொல்லலாம்.

அவருடைய முதல் தொகுதியான காதல்கல்பம் மட்டுமே முழுமையான புதிய கதைத் தொகுதியாக உள்ளது. பின்பான கதைத்தொகுதிகளில் பழைய, புதிய கதைகள் என்ற தன்மை உள்ளது. மேலும் தொகுதிகளில் சேர்க்கப்படாத 25 புதிய கதைகள் காலவரிசையுடன் சேர்க்கப்பட்டுள்ளன. புதிய கதைகளில் ஆறு கதைகள் என்னால் கண்டடையப்பட்டவை. ஒன்று எழுத்தாளர் பெருமாள்முருகன் கண்டு தந்தது. மற்றவை தனசேகரால் கண்டுபிடிக்கப்பட்டவை. பழைய கதைகளை என் பெயரிலும், புதிய கதைகளைத் தனியாகத் தனசேகர் பெயரிலும் கொண்டுவர விரும்பினேன். ஆனால், ஒரே தொகுப்பாகக் கொண்டுவரும்படியும், தனசேகர் அவர்களைப் தொகுப்பாசிரியராகச் சேர்த்துக்கொள்ளும்படியும் கல்யாணராமன் விருப்பம் தெரிவித்தார். எனவே தனசேகரையும் தொகுப்பாசிரியராக இணைத்துக்கொண்டேன்.

ஏறத்தாழ 160 கதைகளைக் கரிச்சான் குஞ்சு எழுதியுள்ளதாக ஒரு குறிப்பும் உள்ளது. திருநல்லம் சாமிநாதன் தந்த சிறுகதைப் பட்டியலில் 120 கதைகள் உள்ளன. இரண்டுக்கும் பெரிய வேறுபாடு இருந்தாலும், தொகுப்பில் வராத, புதிய கதைகள் இன்னும் இருக்கின்றன என்பது வெளிச்சம்.

கரிச்சான் குஞ்சு கதைத் தொகுதிகள் சிலவற்றைத் தந்து உதவிய திருநல்லம் சாமிநாதன், 'சஞ்சீவினி' கதையைத் தந்த பெருமாள்முருகன், புதிய கதைகளைத் தனசேகருடன் தேடித்தந்த கல்யாணராமன் (முன்னுரைக்காக, பேட்டி மொழிபெயர்ப்பிற்காக), உடன் மொழிபெயர்த்த திருமதி கமலா கிருஷ்ணமூர்த்தி, பேட்டியைத் தந்து உதவிய பேராசிரியர் அ. அயோத்தி அவர்கள், கரிச்சான் குஞ்சு கதைகள் சிலவற்றைத் தந்த அண்ணன் ரவிசுப்ரமணியன், பழைய இதழ்களில் இருந்து

கதைகளை எடுக்க அனுமதிதந்த கும்பகோணம் சிவகுருநாதன் செந்தமிழ் நூல்நிலையம் மேலாண்மை இயக்குநர் தயாளன், முனைவர் இராம. குருநாதன் ஆகியோருக்கும் பதிப்புக்குரிய சிக்கல்கள் வரும்போது தீர்த்துவைத்த கவிஞர் சுகுமாரன், கரிச்சான் குஞ்சுவின் முதல் கதை 'மலர்ச்சி' என்பது தவறான தகவல் என்பதைச் சுட்டிக்காட்டிய ஆ.இரா. வேங்கடாசலபதி, அட்டை ஓவியம் வரைந்தளித்த ஓவியர் ஆதிமூலம், அட்டையை வடிவமைத்த பா. கலா முருகன், நகல்படிகளிலிருந்து கணினிக்கு மாற்றிய பிரேமா, தொகுப்பு முயற்சியைப் பற்றித் தெரிவித்ததும், பெருமகிழ்ச்சி அடைந்து அனுமதி அளித்த கரிச்சான் குஞ்சு புதல்விகள் பிரபா, விஜயா ஆகியோருக்கு நன்றி.

இத்தொகுதியில் 99 கதைகள் உள்ளன. 99 கதைகளில், புதிய கதைகள் 25. 'முன்கோபம்' (*கலாமோகினி*), 'வாழ வைத்த கனவு' (*குபேர தரிசனம் தொகுதி*), ***Obession*** (*ஆனந்தவிகடன்*) கதைகள் பற்றிய குறிப்பு கிடைத்திருந்தாலும், இன்னும் கண்ணில் சிக்கவில்லை. கண்ணில் சிக்காதும் காதில் படாதுமான சில புதிய கதைகளைக் கண்டுபிடித்துத் தருபவர்கள் பாக்யவான்கள். அப்பாக்யவான்கள் கொடையாக அளிக்கும் கதைகளை வாசிக்கும் நாமும் பாக்யவான்களே. மேலும் கண்டெடுக்கப்படும் புதிய கதைகள் அடுத்த பதிப்பில் சேர்க்கப்படும், அன்புடனும் நன்றியுடனும்.

கரிச்சான் குஞ்சு நூற்றாண்டு விழா கொண்டாட்ட மனதோடு, கரிச்சான் குஞ்சுவின் முழுமையான கதைத்தொகுதி கொண்டுவர விருப்பம் தெரிவித்தபோது, எந்த விளக்கமும் கேட்காமல், "கொண்டுவருவோம்" என்று ஒற்றை வார்த்தையுடன் சம்மதம் தெரிவித்து, பல்வேறு சிக்கல்களைத் தீர்த்துவைத்து, கரிச்சான் குஞ்சு கதைத்தொகுதியைக் கொண்டுவர வாய்ப்பு அளித்த கண்ணனுக்கு நன்றி.

கும்பகோணம் **ராணிதிலக்**
*14 ஜூலை 2021*

# ஆழ்மன அலைகள்

“ஆஹாஹா, பவபூதியே இப்படி அழும்படி இருந்திருக்கிறதே. ‘சிலர், நம் சிருஷ்டியையும் நம்மையும் பற்றி ஏளனமாய்ப் பிரச்சாரம் செய்கிறார்கள்; அவர்களுடைய அறிவைப் பற்றி என்னால் உறுதியாய் ஒன்றும் கூறமுடியாது. நாம் அவர்களுக்காக எழுதவில்லையே. நம்மோடு ஒத்த பண்புடைய ஒருவன் பிறக்கத்தான் போகிறான். காலமோ எல்லையற்றது, பூமியோ விசாலமானது...’ பாவம், பவபூதி... இவ்வளவு பெரிய கவி...”

பவபூதிக்கே இதுதான் நிலைமை என்றால், கரிச்சான் குஞ்சுவைப் பற்றிச் சொல்ல என்ன இருக்கிறது? ஆனால், இங்கிருந்துதான் தொடங்கி ஆக வேண்டும். ஆரம்பத்தில் பவபூதிக்கு நேர்ந்ததே தமிழில் கரிச்சான் குஞ்சுவுக்கும் முதலில் நேர்ந்திருக்கிறது. பின் வடமொழியில் பவபூதி நிலைபெற்றதுபோலவே, தென்மொழியில் கரிச்சான் குஞ்சுவும் நிலைபெறப்போவதன் அறிகுறியாகவே, இருபத்தியோராம் நூற்றாண்டின் இவ்விரண்டாம் தசாப்தத்தில், இப்பெருந்தொகுதி வெளிவருவதையும் பார்க்க வேண்டும். ந. பிச்சமூர்த்தி, கு.ப. ராஜகோபாலன், மௌனி, க.நா. சுப்பிரமணியன், எம்.வி. வெங்கட்ராம், நா. ரகுநாதன், ஸ்வாமிநாத ஆத்ரேயன், தி. ஜானகிராமன், கரிச்சான் குஞ்சு, பராங்குசம், கிருத்திகா, நகுலன், இந்திரா பார்த்தசாரதி, தஞ்சை பிரகாஷ், சா. கந்தசாமி, சி.எம். முத்து ஆகிய கும்பகோணம் சுற்றுவட்டாரத்தைப் பிறப்பிடமாக

அல்லது பூர்வீகமாகக் கொண்டிருந்த எழுத்தாளர்களில் பிறர் யாரைவிடவும் க.கு.வுக்கே உரித்தான தனிச்சிறப்பு ஒன்று உண்டு. அது அவரின் பன்மொழிப் புலமையாகும். தமிழ், வடமொழி, இந்தி, ஆங்கிலம் ஆகிய நான்கு மொழிகளிலும் பேச, எழுத, படிக்கத் தெரிந்தவர் என்ற வகையில் மகாகவியுடன் மட்டுமே ஒப்பிடத்தக்கவராகக் க.கு.வை மதிப்பிடுவது வெறும் ஓர் உபச்சார வழக்கன்று. (ஆனால், சமூகச் சீர்திருத்தத்தில் பாரதிக்கிருந்த தனிவேகம் ஒப்பற்றதாகும்). தமிழிலுள்ள அய்யர் படைப்பாளிகள் தமிழ் மரபுக்கு அந்நியமானவர்கள்; வடமொழி மரபுடனேயே அவர்கள் நெருங்கிப் பிணைந்தவர்கள் என ஜெயமோகன் இட்டுக்கட்டும் குற்றச்சாட்டைக் க.கு.வின் மீது யாரும் சுமத்திவிட முடியாது. 'பொறாமை' எனக் கு.ப.ரா.வால் தலைப்பிடப்பட்டுப் பெரும் புகழ்பெற்ற சிறுகதைக்குத் தமிழ் அகப்பொருள் மரபறிந்த க.கு.வே 'ஆற்றாமை' என்ற தலைப்பைப் பரிந்துரைத்தவர் என்பதையும், நம்பி அகப்பொருள் கூறும் தலைவியின் ஊடல் தணிக்கும் பதினேழு வாயில்களில் ஆற்றாமை ஒன்று என்பதையும் நினைவூட்டுகிறேன். இப்புலமை மரபின் மதிநுட்பத்தைச் சிறிதுகூடச் சமரசப்படுத்திக்கொள்ளாது, அதேவேளையில் ஒரு பெருங்கலைஞராகச் சமகாலத்துடன் தம்மைப் பொருத்திக்கொண்டும், நவீனக் கண்ணோட்டங்களைச் சிறப்பாக உள்வாங்கிப் பிரதிபலித்தவராகக் க.கு.வின் படைப்பியல்பை வரையறுக்கவியலும்.

ஆயிரமாண்டு நிலவுடைமை மரபின் பிதுரார்ஜிதத்தைப் பிராமணச் சமூகம் இழக்கத்தொடங்கிய இருபதாம் நூற்றாண்டின் முற்பகுதியில், ஆற்றங்கரையிலிருந்து மாநகரம் நோக்கிய புலம்பெயர்தல் வேகமடைந்தது. சொத்து சுகங்களைப் பரம்பரையாய்க் கட்டி ஆண்ட பெருங்குடி மனிதர்கள், தொடர்ந்து தம் நிலவுடைமையைத் தக்கவைத்துக்கொள்ள முடியாமல், அதிலிருந்து அவசர அவசியமாய் விலக நேர்ந்தபோது, அவர்தம் மனங்களில், தாம் விட்டாலும் விடாது தம்மை ஒட்டும் வாழ்ந்து சிதைந்த ஒருகாலத்தின் தழும்பு நிலைப்பட்டது. இழக்கக்கூடாத தனியுரிமையை இழந்துவிட்ட மேலாதிக்க உணர்வின் வெறுமையைத் தம் நியாய உணர்வால் வென்று, பொதுவெளியில் கலப்பதற்குப் பிராமண அறிவாளிகள் பெரிதும் முயன்றபோதிலும், அன்றாடத்திற்கே சிரமப்பட வேண்டியிருந்த சராசரிகள், நவீனக் காலத்தைச் சபித்துக் கோவிலையும் சடங்குகளையும் முன்னைவிடக் கெட்டியாய்ப் பற்றிக்கொண்டனர். வேதம், தமிழ், தத்துவம், கணிதம், அறிவியல், தர்க்கம், சோதிடம், இலக்கணம், இலக்கியம், கலை, மருத்துவம் எனப் பல துறைகளிலும்

தம் முன்னோர் ஈட்டிவைத்த பெரும் அறிவுச்செல்வத்தின் வாரிசுதாரர்களான இவர்களுக்குப் பழங்காலம்போல் மூளையுழைப்பைப் போஷிக்கும் தக்க ஜமீன்தார்களும் வேறு புரவலர் பெருந்தகைகளும் இல்லாதாயினர். ஜனநாயகம் மெல்ல மலரத் தொடங்கிய நாள்களில், சாதிப் பெருமையோ சமயத் தலைமையோ இவர்களுக்குக் கைக்கொடுக்கவில்லை. எல்லாரும் இந்நாட்டு மன்னராகிவிட்ட இந்திய யதார்த்தத்தின் நிகழ்காலத்தில், தம் வேர் தேடும் முற்காலம் நோக்கி இவர்கள் நகர்ந்துகொண்டிருந்தனர். சுதந்திரமும் சமத்துவமும் சகோதரத்துவமும் பேசாதோருக்குப் பொதுவாழ்வில் அனுமதியில்லாத காந்தி யுகத்தில், வழக்கறிஞராகவும் ஆடிட்டராகவும் இன்ன பிற கண்காணிப்பதிகாரிகளாகவும் இவர்கள் குப்பைகொட்டத் தொடங்கினர். பகுத்தறிவையும் தன்மதிப்பையும் கடவுள் மறுப்பையும் சாதியொழிப்பையும் வலியுறுத்திய பெரியாரின் மண்ணில், எதுவுமே நடவாததுபோல் பாவனை காட்டிப் பாரம்பரியப் புரோகிதத்தையும் காலட்சேபங்களையும் இவர்களில் ஒருசாரார் குலத்தொழிலாய்ப் பேணினர். சாணிப்பால் கொடுமைக்கும் கூலி ஏய்ப்புக்கும் எதிராகத் தோழர்கள் ஒன்றுதிரட்டிய பண்ணையெதிர்ப்புப் போராட்டங்களால், பாரம்பரியச் செல்வாக்குக் குலைக்கப்பட்ட இவர்கள், கணக்குப்பிள்ளைகளாய்ச் சாணக்கியர்களாய்ச் சமூகச் சமரின் போக்கைத் தமக்குச் சாதகமாகத் திருப்ப முயன்றனர். ஆனால், புத்தியை இவர்கள் எவ்வளவு கூர்ப்பாகத் தீட்டியபோதிலும், சிறப்புரிமை அனைத்தும் மதிப்பிழக்கத் தொடங்கிய காலத்தில், சமுதாய நிலைமைகள் எதுவும் இவர்களுக்குக் குடைபிடிக்க மறுத்தன.

வரலாற்றின் சக்கரங்களைப் பின்னோக்கிச் செலுத்த முடியாத அதர்ம சங்கடத்தைச் சரியாகப் புரிந்துகொண்ட இவர்களின் வழித்தோன்றல்கள், மருத நிலபுலங்களிலிருந்து வெளியேறி, அரசாங்கத்தின் உயர்பதவிகளுக்கும் தனியாரின் பெருநிறுவனங்களுக்கும் ஆங்கிலக் கல்வியின் உயரிய வாய்ப்புகளைப் பயன்படுத்திக் காலனி மேலாதிக்கத்தால் ஏற்றம் பெற்று வளர்ந்த நாடுகளுக்கும் தம்மைத் தாமே புலம்பெயர்த்துக் கொண்டனர். இவ்வகையில், பிறந்தமண் விட்டு வெளியேற முடிந்தோர் அனைவரும் வெளியேறினர். வெளியேறமுடியாத நடுத்தட்டினர் மட்டும், மாதச்சம்பளத்திற்கான உத்தியோகங்களைச் சம்பாதித்துக்கொண்டு, கலையிலக்கியங்கள் பக்கம் கரையொதுங்கினர். பள்ளியாசிரியர், காலேஜ் வாத்தியார், வங்கிக் குமாஸ்தா, அஞ்சலக அலுவலர், கோர்ட் மற்றும் கலெக்டர் ஆபீஸ் கிளார்க், ரயில்வே அதிகாரி, கட்டுமானத்

திட்ட நிபுணர், நிகழ்ச்சி அமைப்பாளர், வானொலி இயக்குநர், பத்திரிகை மற்றும் தொலைக்காட்சிச் செய்தியாளர், விளம்பர மேலாளர், கணிணி மென்பொறியாளர், இன்ன பிற பல பொதுப்பணிகளுடன் கூடுதல் தலைப்பொறுப்பாக எழுத்தாளர்களாகவும் இவர்கள் உருமாறினர். அன்றாட வாழ்வில் எவ்வளவோ சமரசங்களுக்காட்பட்டாலும், கலை இலக்கிய உலகில் ஒரு குறிப்பிட்ட காலம்வரை இவர்கள் உள்ளொளி, உன்னதம், தார்மீகம், கலைச்சுதந்திரம், சமரசமின்மை, காலாதீதம் எனப் பெரும்பேச்சுப் பேசினர். இவர்களில் க.கு.வும் ஒருவர். இவர்களின் கல்விப் பயிற்சியே இவர்களின் வாழ்வாதாரமாகும். இந்த அறிவாளிகள், கடந்தகாலத்தின் பொருத்தமற்ற எச்சங்களிலிருந்து தம்மை விரைவாகத் துண்டித்துக்கொண்டு, எதிர்காலச் சூழலை முன்யூகித்து இயங்கத் தீர்மானித்தபோதிலும், தம் சாதியின் சராசரிகளுக்காகத் தாமாடாவிட்டாலும் தம் தசையாடக் கண்டனர். மரபின் கண்ணிகளை முழுமுற்றாக இவர்களால் அறுத்தெறிய முடியாதபோதிலும், இவர்கள் ஒருபோதும் உளுத்துப்போன சாயம் பூசிய போலிகளாய்ப் பல்லிளித்ததில்லை. தம் காலத்தில் பெரிதாக எழுச்சியுற்ற கம்யூனிசத்தோடும் திராவிட இயக்கங்களோடும் மௌனமான உரையாடலை இவர்கள் இடையறாது நிகழ்த்திக்கொண்டிருந்தனர். இந்த உரையாடலைக் கலை இலக்கியங்கள் மூலம் இவர்கள் பூடகமாகச் செய்தனர். இதிலும் கம்யூனிஸ்டுகளோடு நட்பு முரணோடும், திராவிட இயக்கத்தாரோடு பகை முரணோடும் இவர்கள் விவாதித்து வந்ததை இவர்தம் படைப்புவழி அறியலாம். (சிலர், இரண்டோடுமே மோதினர்.) பிராமணப் போலிகளை இவர்கள் ஆதரிக்காதது போலவே, கம்யூனிஸ மற்றும் திராவிட இயக்கப் போலிகளையும் மிகக்கடுமையாக இவர்கள் விமர்சித்தனர். எனினும், தம் பாரம்பரியப் புலமை வாழ்வியல் சார்ந்த ஓர் இலட்சிய மயக்கமும், காந்தியின் ராமராஜ்யம்போல் இவர்களின் எண்ணங்களுக்குள் வேரோடி விழுதுவிட்டிருந்தது.

ஒட்டுமொத்தச் சமூக விடுதலையும் முழுமையான நவீனமயமாதலும் சாத்தியப்படாத ஒரு ரெண்டுங்கெட்டான் சமூகத்தில், க.கு. போன்றோர், எவ்வளவுதான் நேர்மையோடும் அர்ப்பணிப்புணர்வோடும் தம் சமகாலப் பிரச்சினைகளுக்குச் சாத்வீகத் தீர்வளிக்கத் தம் படைப்பிலக்கியங்களில் யத்தனித்தபோதிலும், இருத்தலியம் சார்ந்த அந்நியமயமாதல் சிக்கலுக்குள் தம்மையறியாமலேயே இவர்கள் போய்விழ நேர்ந்தது. இதன் தெளிவான தடங்களையே, க.கு.

சிறுகதைகளில் காண்கிறோம். ஒவ்வொரு கதையிலும், தம்மைத் தாமே உரசியும் கொளுத்தியும், இம்மண்ணின் சகலவிதமான சிடுக்குகளுக்கும் இந்தியப் பண்பாட்டு விழுமியங்களை மறுவரையறை செய்வதன் மூலம் வழியும் ஒளியும் காட்டக் க.கு. முயன்றார். நதியில் ஒருகாலும் கடலில் மறுகாலுமாகப் பழமையிலும் நவீனத்திலும் ஒருசேர நடுவழிச்சார்புடன் நின்றுகொண்டு, அக்கரையும் பச்சை இக்கரையும் பச்சை எனப் பேச முனைவதன் பகீரதச் சாதனையே க.கு.வின் கதைகள். ஆனால், இரண்டிலொன்றைக் கட்டாயமாகத் தேர்வுசெய்தாகவேண்டிய அகநெருக்கடி முற்றும் கணத்திலும், சமுதாயப் பொருளாதாரப் பண்பாட்டு அரசியல் அழுத்தங்கள் அதிகரிக்கும்போதும், பழமையைவிடப் புதுமையையே சார்ந்தும், ஆண்திமிர் புறந்தள்ளிப் பெண்மைக்குப் பரிந்தும், அதிகாரத்தை எள்ளி விளிம்பின் நியாயத்தைக் குரல் உயர்த்தி ஒலித்தும், வழி வரையறுக்க மறுத்துத் திசை அகலப்படுத்திச் சுதந்திரவெளியைக் குறுக்காது விரித்தும் க.கு. பயணப்பட்டார். இது வழிநடந்த வரலாற்றுச்சுவடுகளின் சுயத்தைப் பாதுகாத்துக்கொள்ளும் பழகிய பயணம் இல்லை; வழியல்லா வழியில் எதிரேறிவரும் எண்ணச்சுழற்சியின் சொல்வெள்ளமாகும்.

க.கு.வின் பரந்து விரிந்த படைப்புலகில், தமிழ் மரபின் விழுமியங்களும், உபநிடதத் தத்துவ ஒளியும், இடைக்கால இந்திய ஆட்சி அதிகார அரசியலின் பண்பாட்டு மோதல் வரலாறு தொடர்பான கூர்விமர்சனங்களும், ஆங்கிலம்வழி ஐரோப்பியக் கோட்பாட்டுப் புரிதல்களும் ஒன்றுகூடிப் பிரித்தறியவே இயலாத பல கூட்டுக்குரல்களாக ஆனால் ஒரு தான்தோன்றி அலட்சியத்துடன் அதாவது எதிர்ச்செவ்வியல் பண்புகளுடன் விரியும் பல்வண்ணச் சிதறல்களாக அணிவகுத்துள்ளன. விஷயக் கனம் கூடிய க.கு.வின் படைப்புகளைப் புரிந்துகொள்ளப் பொதுவாசகருக்குக் கவனமும் தீவிரமும் கட்டாய முன்நிபந்தனைகள் ஆகின்றன. பகடிக்கும் கிளுகிளுப்புக்கும் மூளைப்பயிற்சிக்கும் உணர்வு நெகிழ்ச்சிக்கும் ஆரம்ப நடுவு முடிவுகளுக்கும் ஆகிவந்த அறங்கூறல்களுக்கும் துக்க முடிவுக்கும் வெறும் பாவனைக்கும் பழக்கப்படுத்தப்பட்ட தமிழ் வாசகனுக்கு, வேறு யார் மாதிரியாயுமில்லாத க.கு.வின் தனிமாதிரிச் சிறுகதைகளைக் கிரகிப்பதில், தொடக்கக்காலத்தில் பல சிரமங்கள் இருந்திருக்கக்கூடும்.

கு.ப.ரா.வின் படைப்பாளுமையால் தூண்டப்பட்டவராயினும், தம் நாடக ஆக்கங்களில் கு.ப.ரா.வின் வரலாற்றுப்பார்வையை மேலும் விரித்து வளர்த்தெடுத்துச் செழுமையாக முன் நகர்த்தியவரானாலும், அவரே அளித்துள்ள ஒரு வாக்குமூலத்தின்

அடிப்படையில், கு.ப.ரா.வின் கதைகளைவிடக் ‘கரிச்சான்’ என்ற பெயரில் கு.ப.ரா. எழுதிய கட்டுரைகளாலேயே பெரிதும் ஈர்க்கப்பட்டுக் கரிச்சானின் குஞ்சுவாக மாறினார். மௌனங்களும் தவிப்புகளும் உரிய இடைவெளிகளும் நிறைந்த கு.ப.ரா. பாணிக் கதைகளைக் க.கு. எழுதவில்லை. சுழலும் கேள்விகளும் சிடுக்குகளும் அழுத்தங்களும் கனக்கும் அவிவேகத்தையே கதைகளாகப் புனைந்தார். இவர்மீது ந.பி.யோ, மௌனியோ எந்தத் தாக்கத்தையும் ஏற்படுத்தவில்லை. எம்.வி.வி.யைப் பெரிதும் மதித்துக் கொண்டாடியபோதிலும், அவரின் பார்வைப்புலத்திற்கு வெளியே நுணுகி மாறுபட்டுத் தனிப்பிரதேச வெளிகளிலேயே க.கு.வின் கதைகள் சஞ்சரித்தன. தி.ஜா.வின் தார்மீகப் பெண் நோக்கைக் கள யதார்த்த விலகலாகக் கருதிக் கடுமையாக விமர்சித்தாலும் (குறிப்பாக, ‘அம்மா வந்தாள்’), இறுகிவிட்ட குடும்ப நிறுவனத்தின் நீக்குப்போக்குச் சிறுமையைச் சகியாது எதிர்த்தெழுதினார். மேலோட்டமான சந்தர்ப்பச் சூழலின் பொங்கித் ததும்பும் வெளியடுக்குகளையல்ல; வெளிவரவே முடியாமல் உள்ளமிழ்ந்துபோகும் அகச்சிடுக்குகளின் விசித்திரக் கோணல்களையே துருவித்துருவி உசாவியவர் என்பதைக் க.கு. வின் படைப்பு விசேஷமாகக் கவனிக்கிறேன்.‘ரீதி புதிது’ என்ற சி.சு. செல்லப்பாவின் அற்புதச் சொற்கள், பி.எஸ். ராமையாவை விடவும் க.கு.வுக்கே அதிகம் பொருந்துவதாகும். அக்காலத்தின் பிற பல எழுத்தாளர்கள், வாசகர்களால் போற்றப்பட்டதற்கும், உரியவாறு வாசிக்கப்படாமலும் மதிப்பிடப்படாமலும் க.கு. கைவிடப்பட்டதற்கும், இந்த ரீதி புதிதே காரணம் என உறுதியாக நான் நம்புகிறேன்.

புனைவில் மட்டுமில்லை; சொந்த வாழ்விலும் தொடர்ந்து இந்த ரீதி புதிதால் க.கு. அலைக்கழிக்கப்பட்டார். பூணூல் இல்லை; கட்டுக்குடுமி உண்டு. வர்ணாசிரமம் போற்றும் சநாதனி இல்லை; காஞ்சிப் பரமாச்சாரியாரின் உள்வட்டக் குழுவில் முக்கியப் பங்காற்றியவர். சகஜமாய் நாக்கில் புரளும் கும்பகோணம் கெட்ட வார்த்தைகளுக்குக் கணக்கு வழக்கில்லை; வித்வத் சதஸில் பாராட்டப்பட்டுப் பரிசுகளை அள்ளிவருவார். வயிற்றுப்பாட்டுக்காகப் புரோகித வேடமணிந்தவர்; கொடிபிடித்துக் கம்யூனிஸ்ட் கட்சிக் கூட்டங்களில் முன்நடப்பார். இத்தகைய ஓர் அசாதாரண அபூர்வ மடிசஞ்சிப் பிறவியை, ஆஷாடபூதியாகவோ அரைவேக்காடாகவோ முக்கால் கிறுக்காகவோ பிரயோஜனமற்ற அசடாகவோ நம் சகஜீவிகள் புரிந்துகொண்டிருந்தால், அதில் ஆச்சரியப்பட என்ன உண்டு? இதே நிர்க்கதி, க.கு. கதைகளுக்கும் நேர்ந்திருக்கிறது. பழைமை ஏசிப் புதுமையுள் பாயாது, லௌகீகம் ஏற்றுப் போலி ஆன்மீகம் மறுத்து, தொனியை வலியுறுத்தி

எதிர்ப்புக் குரலை மௌனிக்காது, வரலாற்றை மீறியும் நிகழின் கீழ்மைகளை அனுசரிக்காதும் சதா தம் மூளைக்குள் தடதடத்த மண்ணூர்தியைச் சாத்தியமுள்ள அனைத்துத் திசைகளிலும் கொண்டுசெலுத்தியவராகக் க.கு.வை மதிப்பிடலாம்.

உணர்வுகளையும் சம்பவங்களையும் மனிதர்களையும் சிக்கல்களையும் மட்டுமே க.கு. விவரிப்பதில்லை. அவற்றுக்குப் பின்னுள்ள இறுக்கங்களையும் அதிர்வுகளையும் தூண்டல்களையும் விலகல்களையும் துளைத்துத் துருவுவதிலேயே அவரது படைப்புக் கலை தீவிரங்கொள்கிறது. மேல்பூச்சுகள் அவருக்கு முக்கியமேயில்லை; அடியாழத்தைத் தோண்டியெடுப்பதில்தான் அவருக்குப் பேரார்வம். இது வாசகர்கள் விரும்புவனவற்றைப் பேசிக்களிக்கும் கேளிக்கை எழுத்து இல்லை; நெஞ்சகம் குடையும் எதிர்மரபு எழுத்து. வாசகர்களின் தொடர் ஓர்மையைக் கோரும் இந்த அசவாமையே, க.கு.வின் எழுத்துக்குச் செவ்வியலின் எதிர்முகத்தைத் தீட்டுகிறது. இதனாலேயே இவ்வெழுத்து, வாசிப்பிலும் பாதுகாப்பின்மையை எதிர்கொள்ளச் சுணங்கி நெளியும் வழமையான வாசகர்களுக்கு, இனந்தெரியாத ஓர் அதிருப்தியை உண்டுபண்ணுகிறது. இந்த அதிருப்தியைத் தொண்ணூறில் இங்குப் புகுந்த பின்நவீன நோக்கின் பிறகே, படிப்படியாகக் க.கு. எழுத்துகள் கடந்து, உரிய வாசகக் கவனம் பெற்றன. இதன் தொடர்பில், நாற்பதிலேயே கு.ப.ரா. கூறிவிட்ட ஒன்றை, இங்குச் சுட்டுவது பொருத்தமுடையதாகலாம்.

*கிராம ஊழியனில்*, ‘தாழம்பூ’ என்ற தி.ஜா. கதையும், ‘சஞ்சீவினி’ என்ற க.கு. கதையும் வெளிவந்திருந்தன. இரண்டையுமே கு.ப.ரா. பாராட்டினார். ‘என்னுடையது சொந்தக் கற்பனை. ஆனால், நாராயணசாமி எழுதியது, வழிவழிக் கர்ணப் பரம்பரைக் கதையின் தழுவல்தானே?’ எனத் தி.ஜா. கேட்டதற்குக் கு.ப.ரா., ‘அப்படிச் சொல்லக்கூடாது. வான்மீகியைத் தழுவியதால், கம்ப ராமாயணத்தின் தரம் குறைந்துவிட்டதா என்ன?’ எனத் தி.ஜா.வை மறுத்துக் கூறியதாகக் க.கு. பகிர்ந்துள்ளார். மேலும் கு.ப.ரா., ‘நீ ஜானகிராமன் மாதிரி பாப்புலர் ரைட்டராக முடியாது. ‘சீரியஸ்’ எழுத்துதான் உனக்கு வரும்’ என்றும் கூறினாராம். (கு.ப.ரா.,*1990*). அக்கணிப்புப் பலித்துவிட்டது! க.கு.வைப் படித்த சிலர், அவர் செத்தபின், அதிலும் இரண்டாயிரத்துக்குப் பிறகே பலராகியுள்ளனர்! ‘சஞ்சீவினி’ கதையை, இப்போது படித்தாலும், கு.ப.ரா. கண்ட உண்மை, பளிச்செனப் புலப்படத்தான் செய்கிறது.

பண்டிதையான சஞ்சீவினிக்குப் பாமரரான மல்லிநாதர் புருஷனாகிறார். மெத்தப் படித்த சஞ்சீவினியின் சகோதரர்கள்,

மல்லிநாதரைக் கேலி செய்கிறார்கள். மாட்டு வண்டி ஓட்டும் கிழவன், செக்கச் சிவந்து காண்போர் கண்ணைக் கவரும் கொரட்டாம்பழத்தின் குடல் பிடுங்கும் துர்நாற்றத்தையும், வெறும் மண்ணாய்ப் புரசம்பூ வாசனையற்று வீணே கிடப்பதையும் சுட்டிக்காட்டுகிறான். தம்பதியருக்குச் சுருக்கென்கிறது. இருபத்து ஐந்து வயதுக்கு மேல், வெளியூர்ப் பண்டிதரிடம் காவியங்கள் படிக்கக் கிளம்புகிறார் மல்லிநாதர். இரண்டாண்டில், ஐந்து வருட உழைப்பைத் தந்து, வெறியுடன் படித்து முடிக்கிறார். பின் மகிழ்வோடு மீள்கிறார். ஆனால், கடுங்காய்ச்சலால் ஊமை ஆகிவிடும் சஞ்சீவினி, மல்லியைக் கண்ட அக்கணத்திலேயே இறந்துபோகிறாள். விபரீதமாகத் தம்மைப் புரட்டும் விதியை எதிர்கொள்ளக் காளிதாசனின் காவியங்களுக்குச் 'சஞ்சீவினி' என்ற தம் மனைவி பெயரிலேயே வ்யாக்யானம் வரைகிறார் மல்லிநாதர். வழக்கமான ஒரு சோகக் கதையாகக் க.கு.வால் இது எழுதப்படவில்லை. ஆணும் பெண்ணும் சேர்ந்து வாழப் படிப்பா முக்கியம்? இதைப் புரிந்துகொள்ள முடியாதவர்களின் கல்வியெல்லாம் எவ்வளவு வீண் எனக் க.கு. வேறு ஒரு புது வாயிலைக் கதையில் திறக்கிறார். இதுதான் இக்கதையைத் தழுவலிலிருந்து உயர்த்திக் க.கு.வின் தனிப்படைப்பாக்குகிறது. இதைக் கண்டுகொண்டமையாலேயே, இதைக் கு.ப.ரா.வும் முக்கியப் படைப்பாகப் பாராட்டினார் போலும்!

பட்டணத்துப் பத்திரிகைகளில் கதை எழுதிக் கொண்டிருந்தவர், வாழ்க்கையை அமைதியாக நடத்துவதற்காகக் கிராமத்திற்குத் தம் மனைவியுடன் வருகிறார். ஒரு குழந்தை பிறக்கிறது. புத்திர வாஞ்சைக்காட்பட்டுக் கதை எழுதுவதை நிறுத்திவிடுகிறார். 'இது என் சிருஷ்டி; என் இளமையின் நகல்; வாழ்க்கையின் அடையாளம்' எனப் பெருமிதப்படுபவர், கிராமத்துக் கணக்குப்பிள்ளையின் நான்கு வயதுப் பிள்ளை திடீர் எனச் சாவதைக் கண்டதிர்கிறார். 'பெரிய சிருஷ்டியின் பிரளயத்தில் பிரமன் மனக்கலக்கம் அடைவான் என்கிறது புராணம். கண்முன்னே ஒரு சிருஷ்டியின் பிரளயத்தைக் கண்ட அவரால், தன் சிருஷ்டிக்கும் பிரளயமுண்டு என்ற எண்ணத்தை அகற்றவே முடியவில்லை.' பின்னவர் அழியாக் காவிய சிருஷ்டியைப் பிரசவிப்பதில், நேரங்காலம் பாராது ஈடுபடுகிறார். அவர் பிள்ளைக்கு ஆறு வயதாகிறது. அப்பா எழுதிவைத்ததை, அவருக்குத் தெரியாது எடுத்துப் பேரீச்சம் பழக்காரனிடம் போட்டுப் பழம் வாங்கித் தின்கிறது. ஒருநாள் ஆற்றுப் படித்துறையில், தனியே பழம் தின்றுகொண்டிருக்கிறது. கைத்தவறி நீரில் ஒரு பழம் விழுகிறது. அதை எடுக்க இறங்கி, நதிக்குள் மூழ்கிப் பிள்ளை இறந்துபோகிறது. அத்துக்கம்

தாளாமல் மனைவியும் போய்விடுகிறாள்; இவர் மட்டுமே எஞ்சுகிறார். 'நிறையப் பூச்செடி போட்டுப் பூவைப் பறிக்காமல் யாரையும் பறிக்கவிடாமல் செடியிலேயே வாடிவதங்கப் பார்த்து மகிழ்கிறார். செடியிலிருந்து உலர்ந்து விழுவதையெல்லாம் ஒன்றுகூட விடாது பொறுக்கியெடுத்துச் சேர்த்துவைத்து எரிக்கிறார். மற்றபடி, தானே சமைத்துச் சாப்பிட்டுக்கொண்டு, ஊர்க் குழந்தைகளுக்குக் கதைகள் சொல்லிக்கொண்டு காலம் கழிக்கிறார். அவர் கட்டுரைகளை, இனி எந்தப் பத்திரிகையிலும் எதிர்பார்க்க முடியாது' என்கிறார். இக்கதைக்குச் 'சிருஷ்டிகர்த்தா' எனக் க.கு. தலைப்பிட்டுள்ளார். ஒருவகையில், செவ்வியலை மறுக்கும் பகடியே இது. ஆனாலும், வெறும் பகடியில்லை. 'அழிவை ஏற்றுக்கொள்ளாமல் வாழமுடியாது' என்ற அடிப்படையை உணராத சிருஷ்டிகர்த்தாவின் பேராசையால் நேரும் அகவெறுமையை, இக்கதையின் தொனிப்பொருளாக யூகிக்கமுடியும். அதையும் தாண்டி, அமரத்துவம் என்பதேயில்லை, வாழ்ந்தழிவதே அமரத்துவம் என்ற நடைமுறை ஞானத்தைப் பிரதியின் எதிர்நகையாகக் கண்டடைகிறார் க.கு. என்றும் கருதலாம்.

குறிப்பிட்ட சூழல்களில் குறிப்பிட்ட மனிதர்கள், எவ்வாறு அமுங்குகிறார்கள், அல்லது நீந்துகிறார்கள், அல்லது கரையேறிக் கொள்கிறார்கள் என்ற வாழ்வின் அகண்டத்தையே தம் கதைகளின் கருவாகக் க.கு. வரிக்கிறார். துண்டிக்கப்பட்ட பகுதிகளின் இணைவாகவும், இணைக்கப்பட்ட பகுதிகளின் துண்டிப்பாகவும் பிரதியைத் துடிக்கவைக்கிறார். இருவேறு முனைகளையும் சட்டெனப் பார்க்கும் குழந்தையின் கண்ணாமூச்சி பாவனையாகக் கதைகளை அவற்றின் மூலாதாரம் நோக்கி உந்திவிடும் அநாதி விளையாட்டைத் தற்கண நிகழ்தகவிலிருந்து சிலம்பச் சொற் சுழற்றி அந்தமற்ற ஆதியையும் அசைத்து நகர்த்தும் விசையோடு முடுக்கிவிடுகிறார். பூரணத்திலிருந்து அபூரணத்தை எடுத்துப் பின்னும் பூரணமேயாகும் செவ்வியலன்று இது; கைகூடாத பூரணத்திலிருந்து அபூரணத்தையும் இழுத்துச் சிதைத்துப் பின்னர் யாவற்றையும் ஓர் எண்ண ஊற்றாக்கிவிடும் செவ்வியல் மறுப்பாகும். வெறுமையைப் பேசும் விபரீதம் இல்லை; சாரம் இன்மையை நினைவூட்டிச் சந்தர்ப்பங்களின் இடக்குமுடக்குப் பிணக்கைக் கட்டுத்தெறிக்கவைக்கும் யதேச்சைகளின் வியர்த்தம் மீறும் கால விளைச்சலாகும்.

புதுமைப்பித்தனைத் தொடக்கமாகக் கொண்ட நவீனத் தமிழிலக்கியப் பாய்ச்சலில், மேலே குறிப்பிடப்பட்ட பேராளுமைகளான கும்பகோணம் எழுத்தாளர்களோடு, பின்னர்

கு. அழகிரிசாமி, தொ.மு.சி. ரகுநாதன், வல்லிக்கண்ணன், விந்தன், ஜெயகாந்தன், சுந்தர ராமசாமி, கி. ராஜநாராயணன், சூடாமணி, அசோகமித்திரன், ஜி. நாகராஜன், ஆ. மாதவன், ஆதவன், அம்பை எனப் படைபடையாய்ப் புறப்பட்டுவந்த பெருங்கலைஞர் நடுவில், க.கு.வைப் பொதுவாசகன் எப்படியோ கண்காணாமல் தொலைத்துவிட்டான். இதற்குக் க.கு.வின் ஒருபோதும் தன்னை முன்னிறுத்தாத பெருங்கூச்சம் மட்டும் காரணமன்று; முன்னோடிகளைப் பின்பற்றாத அவரது படைப்புலகின் குணவிசேஷ விசித்திரமும்கூடக் காரணமாகும். 1978இல், 'பசித்த மானிடம்' வந்தபின்தான், மெல்லக் க.கு. அவையத்து முந்திவந்தார். நாற்பதுகளில் எழுத ஆரம்பித்த ஒரு காத்திரமான எழுத்தாளர், பரவலான வாசகக் கவனம் பெற, நாற்பதாண்டுகள் காத்திருக்க வேண்டியிருந்தது குறித்து, என்ன சொல்ல? அக்காலத்தில், அவரது சக எழுத்தாளர்களான எம்.வி.வி.க்கு 'மணிக்கொடிக்காரர்' என்ற தனிமுத்திரையும், அனைத்துத் தரப்பினராலும் கொண்டாடப்படும் மகா மேருவாகத் தி.ஜா.வுக்குப் பெரும்புகழும் கூடிவிட்டிருந்தன. (பின் சாகித்திய அகாதெமி அமைப்பாலும் இருவரும் கௌரவிக்கப்பட்டார்கள்). இதற்கிடையில் க.கு., ஒரு பாடப்படாத கதாநாயகன் என்ற முகமூடியைச் சூழ்ந்தபடியே அலைந்துகொண்டிருந்தார்.

1950இல் வெளியான அவரது 'அன்றிரவே' என்ற அம்முதல் தொகுப்பிற்குப் பின், உரிய சிறு கால இடைவெளிகளில் அவரது பிற கதைத் தொகுப்புகள் வெளிவராததும், அப்படியே ஒன்றிரண்டு எப்போதோ வெளிவந்தாலும் அவற்றின் மீதும் தகுதியான ஒரு விமர்சன ஒளி விழாததாலும், ஆகப்பெரும் பல இலக்கிய ஜாம்பவான்களுக்கிடையில் அவர் தொழிற்பட வேண்டியிருந்ததாலும், மேதை க.கு., அவருக்குரிய சிறப்புடன், இங்கு வாசிக்கப்படவே இல்லை. ஓர் எழுத்தாளனின் முழு ஆயுட் காலமும் தீர்ந்தபின்னே, அவன் புத்தம்புதிதாய் மீள்கண்டுபிடிப்புச் செய்யப்படுதல் என்பதொன்றும் தமிழுக்குப் புதிதில்லை. ப. சிங்காரத்திற்கும் சம்பத்துக்கும் நேர்ந்ததே அது. இவர்களின் சாவுக்குப் பின், தவிர்க்கவியலாது கிடைத்த நியாயமான இலக்கிய அங்கீகாரம், நூற்றாண்டு கொண்டாடப்பட்ட பின்னும் முழுதாகக் க.கு.வுக்குக் கிட்டியதாகக் கூறமுடியாது. தமிழின் முக்கிய விமர்சகர்களால் பலகாலமாய்க் கண்டுகொள்ளப்படாமல் புறக்கணித்தொதுக்கப்பட்ட க.கு., தமது மொழியின் சமகாலத் தன்மையாலும், எதிலும் அடியாழம்வரை சென்று காணும் சுயமான பார்வை விரிவாலும், தீண்டப்படாதவைகளைத் தீண்டிய தம் சிருஷ்டித்திறனின் துணிவாலும், ஒடுங்கியுள்ள உணர்வுலகைக்

கிழித்து வெளிக்கிளப்பிவரும் பாசாங்கற்ற தொனிச்சிறப்பாலும், சுவை மழுங்காத உரையாடல் நுட்பத்தாலும், ஒருபக்கச் சாய்வின்றிக் காலவெளியில் வாழ்வைத் தோற்ற மயக்கங்கள் தாண்டி ஊடுருவும் துலாக்கோல் கூர்ப்பாலும் மரணத்திற்குப்பின் புத்துயிர்ப்புற்றுப் பெரும்படைப்பாளியாக மேலெழுந்துவருகிறார்.

க.கு.வின் கதைகள், குடும்பத்திற்குள்ளும் வெளியுலகிலும் நனவிலும் கனவிலும் நினைவிலும் நனவிலியிலும் அவதியுறும் எளிய ஜீவன்களின் சூடும் சொரணையுமாகப் பதிவாகியுள்ளன. ஆன்மீக மெய்த்தடங்களைக் காணமுடியவில்லை என்பதற்காகப் போலி வித்தைகாட்டிகளைச் சித்தர்களாகக் க.கு. ஏற்றுக்கொண்டுவிடுவதில்லை. குசமேட்டுச் சோதியிலும், பெரியவாள் சொன்ன சிறுகதையிலும் அவற்றின் கதை முடிவுக்கு அப்பால் க.கு. கேளாது கேட்கும் கேள்விகள் முக்கியமானவை. வைதீக மரபின் வைரம் பாய்ந்த வேர்களுக்குள் நெடுந்தூரம் பயணிக்கும் க.கு., கபடங்களிலும் தந்திரங்களிலும் உழன்று பணம் பெருக்கும் நடப்பியலில், அவற்றின் தொலைவான நிழலைக்கூடக் காணமுடியாத குரூர ஏமாற்றங்களையே, தம் ஆன்மீகக் கதைகளில் மீள மீளவும் எழுதினார். ரமணரும் பரமாச்சாரியாருமான தனிமனிதர்களை அல்ல; அத்தகைய யோக சாதனைகள் எனக் கூறப்படுவதன் பின்னணியில் ஒளிந்து, அவற்றை வெறும் சந்தைப்பொருளாக்கி லாபமடையும் கீழான மானுட மனநிலைகளையே திரைகிழித்துக் க.கு. தொங்கவிட்டார். இருபதாம் நூற்றாண்டில் யக்ஞவல்கியரையும் ஆதிசங்கரரையும் தேடும் அபத்தத்தை அறியாதவரா அவர்? அவர் பிரச்சனை, நிச்சயமாக அது இல்லை. பிராமணோத்தமரைத் தேடிக்கொண்டிருக்கவில்லை அவர்; சர்வம் மனுஷார்ப்பணம் என்ற பச்சை மெய்யை அறியாத அளவுக்கு அவர் ஒன்றும் தொட்டிலை விட்டிறங்காக் குழந்தையில்லை.

ஆன்றவிந்தடங்கிய செம்மையென்பதில்லை; அவியாக் கனலின் அடங்கா உக்கிரமே க.கு.வின் படைப்புலகம். இந்த உக்கிரம் இயலாமையின் விரக்தியிலிருந்தோ, அடிக்கசப்பின் திரட்சியிலிருந்தோ, கேலி கிண்டலுக்குக் கொள்கலமாகவோ, மேட்டிமை பறிபோகும் பயத்திலிருந்தோ பிறப்பதில்லை. நடப்புணர்ந்த கூர்மையிலிருந்தும், தார்மீகறிந்த பரமல்லாத இக உடன்பாட்டிலிருந்தும், சுயத்தை உதறிவிடாத தற்கண நெருக்கடியிலிருந்தும், பிறரைப் பழிக்காது தம்மையே நாணி நகைக்கும் ஞானச் செழிப்பிலிருந்தும் பிறப்பதாகும். 'ஞானோதயம்' கதை, இதையே நமக்குக் காட்டுகிறது. *சிவாஜியில் (1954)*

வெளிவந்த இக்கதை, எவ்வகையிலும் க.கு.வின் மேதைமையைக் காலத்தால் மழுங்கடிக்க முடியாமைக்குச் சான்றாகிறது. இனி, இது குறித்தாராய்வோம்.

அகமுடையாளை நகர்ந்து ஒதுங்கிச் சுருட்டிக்கொள்ளச் சொல்லிவிட்டுப் படுத்துப் புரள வேண்டியுள்ள பம்பாய்க்காரனுக்கும், காவிரியில் ஆனந்தமாய்க் குளித்துச் சாப்பிட்டுத் திண்ணையிலும் குறட்டிலும் கூடத்திலும் தாழ்வாரத்திலும் விச்ராந்தியாய்ப் பெருகிச் சிலிர்த்தவனுக்குமான தீவிர வாதப்பிரதிவாதங்களுடன் கதை தொடங்குகிறது. பகல்கள் முழுதும் பகலையே பார்க்காமல் உணர்ச்சிச் சுணக்கத்துடன் சுருங்கி அவிந்துகிடக்கும் பம்பாய்க்காரன், குமாஸ்தாவாகி வாழ்வையே இழந்துவிட்டேனே என்கிறான். குறிப்பிட்ட ஒரு துண்டம் தவிரப் பிறவற்றையெல்லாம் திரைபோட்டு மறைத்துவிட்டது மாதிரியான பாவனையில், குமாஸ்தாவாகாமலேயே வாழ்விழந்தேனே என்கிறான் காவிரிக் காரன். இது பம்பாய் முத்துவின் கதையில்லை. உள்ளூர் நாணா, சாமாவின் கதை! இவர்களைக் க.கு., எம்.வி.வி. என்றும் நாம் நினைத்துக்கொள்ளலாம். யார் என்பதொன்றும் அவ்வளவு முக்கியமில்லை; இது என்ன ஸ்திதி என்பதே இக்கதையின் ஆதார வினா.

பேரிலக்கியப் பேராசையிலும், முன்னோடிப் பத்திரிகை மயக்கத்திலும் ஈடுபட்டுச் சாமாவும் நாணாவும் விழுந்துவிட்டார்கள். வேறு எதற்கும் தாம் லாயக்குத்தானா என்ற வினா, தற்போது அவர்களுக்குத் தோன்றுகிறது. பெரிய பெரிய விஷயங்களைப் பற்றிப் பேசிக்கொண்டே, அந்த இறக்கையைக் கட்டிக்கொண்டே பறந்ததால், உப்புப் புளி உலகம் அவர்களுக்கு மறந்தும் மறைந்தும் போய்விடுகிறது. 'ஒரு சுபவேளையில் பம்பாய்க்கு உத்யோக வேட்டைக்குப் போய்விடலாமா?' என்னுமளவிற்குத் தம் மனோலோகத்தில் உந்திப் பறக்கும் தெம்பைச் சாமாவும் நாணாவும் இழந்துவிடுகிறார்கள். தம் ஆத்ம விசார ரசனையில் எவ்வளவு நாள்தான் இருவரும் பொழுது போக்கமுடியும்? வீட்டுக்கு வீடு மண்ணடுப்புத்தான்; பொன்னடுப்பு என்பது வெறும் பிரமை – வெறும் பொய் என்ற முடிவுக்கு வந்துவிடுகிறார்கள். 'வயிற்றைப் பசிக்காமலிருந்தால், நானும் காவியமும் தத்துவமும் படித்துக் கனவு கண்டுகொண்டேயிருப்பேனே; கடைசியில் இலை போட்டாய்விட்டதா என்றுதானே நீங்களும் கேட்கிறீர்கள்?' என்கிறாள் நாணா மனைவி. 'உங்களுக்குப் புரியாதும்மா; நீங்கள் எல்லாம் வெறும் அஞ்ஞானிகள்' என்கிறான் நாணா. 'இருக்கிறதை எல்லாம் விற்றுச் சுட்டுப் படிக்கச் செலவழித்துவிட்டேன் . . . பொன் தோய்த்த மணிகூடப் பாக்கியில்லையே . . . எங்கள் 'அக்கியானம்'தான்

உங்களையெல்லாம் உண்டாக்கி ஆளாக்கி விட்டு இருக்கிறது...' என்கிறாள் நாணாவின் தாயார்.

காசு பணம், பிள்ளை குட்டி என்ற லௌகீகத்தைக் காலத்தை வெல்லும் சிருஷ்டிக் கற்பனையாலும், எல்லாம் பொய் எனும் வேதாந்த மாயையாலும் விரட்டிவிட முடியாது என்பதைக் க.கு.வின் 'ஞானோதயம்' முன்வைக்கிறது. 'மெய்யில் வாழ்க்கையை மெய் எனக் கொள்ளும் இவ்வையம் தன்னொடும் கூடுவதில்லையான்' எனக் குலசேகரரையும், 'வெட்டவெளிதன்னை மெய்யென்று இருப்போருக்குத் தாவார மில்லை; தனக்கோர் வீடு இல்லை' எனக் குதம்பேய்ச்சித்தரையும் துணைக்கழைத்து நாணாவும் சாமாவும் தற்கணம் கடக்கிறார்கள். பண்டிகைக்கதையும் பைத்தியக்காரப் பச்சைவெட்டுக் காதலையும் எழுதி வயிறு வளர்க்க முடிவதில்லை; வாழையடி வாழைக்கு நேரெதிராக ஆலடி விழுதும் விழுதெழு ஆலும் பற்றிச் சிந்திக்கிறார்கள்; வெள்ளைப்பேச்சை வெறுத்துப் பொருள்விரிவில் கவனங்குவிக்கிறார்கள்; சுலபமாய் ஆத்மாவைக் கடைத்தேற்றும் வாய்ப்பேச்சு வேதாந்தியின் தீரா அதிருப்தியைக் கண்டும் கேட்டும் இளிக்கிறார்கள்! எதிர்ப்பாரம்பரியவாதி களான இவர்களுக்குக் கிடைத்த ஞானோதயம்தான் யாது? பரம் மாயை; இகம் மெய்!

மனிதக் காமத்தையும் கோபத்தையும் பணத்தாசையையும் பேய்த்தேவைகளையும் பற்றிக் க.கு. எழுதினார். பொடிப் பொடியாய் உதிரும் பல்வித மாயைகளைக் கண்டும்கூடப் பண்பட மறுப்போரையும், பக்குவப்படாத சேஷ்டைகளின் அற்பத்தனத்தில் நெஞ்சு பூரித்து நிற்போரையும், வண்டியில் பூட்டிய புதுமாடாய் வாழ்வின்முன் பேயடித்து அசந்து வாடி மிரள்வோரையும், எத்துக்கத்தையும் பழகிப் பழகித் தாமே சரி செய்துகொள்வோரையும், பொதுவில் ஒற்றையாகும் மனச் சுமை மனிதர்களையும் படம்பிடித்தார். இன்றுவரை இருந்து வந்த பழைய தொடர்புகள்... ஒப்பந்தங்கள் – ஒப்புக்கொண்டும் ஒட்டிக்கொண்டும் வாழ்கிற சம்பந்தங்கள் எல்லாமே அறுந்து போனாலும்... பிரமாதமாய் என்ன ஆகிவிடும் என்பதைத் 'திரிசங்கு' கதையில் ஆராய்கிறார். என்ன ஆகிவிடும்? உயிர் போகாமலேயே மனிதர்கள் செத்துப்போய்விடுவார்கள் என்கிறார். இவர்களுக்குச் சொந்தமாக வாழ என்று ஒன்றுமேயில்லை; உளுத்துப்போன மரபாலேயே இவர்கள் உயிர்க்கிறார்கள் என்கிறார். 'ஆன்மாவற்ற இந்த உலகின் ஆன்மா மதம்' என்பதைப் போலவே, இதையும் புரிந்துகொண்டாக வேண்டும். மரபின் இயங்கியலைக் க.கு. இப்படிப் புலப்படுத்தினாலும்,

அதன்மீது தீரா ஐயம் கொண்டவராகவும், மரபோடு உடன்பட மறுப்பவராகவுமே தம் கதைகளில் அவர் பெரிதும் வெளிப்பட்டார்.

இளம்வயதிலேயே விதவையாகிப் பிறந்தவீடு மீளும் தங்கை செல்லம்மாள், புதுக்கல்யாணம் முடித்த மாதவன் – ஆதியின் நிம்மதிக்குக் கேடாகிறாள். மாதவன் தாயும் தங்கை செல்லம்மாவோடு சேர்ந்துகொள்வதால், ஆதியின் வாழ்க்கை நரகமாகிறது. இது போன்ற கருவைக் கையாளும் பெரும்பாலான எழுத்தாளர்கள், தாயும் தங்கையும் கடைசியில் மனம் திருந்துவதாய்க் காட்டிச் செவ்வியல்ரீதியில் ஒரு சுபத் தீர்வையே தருவார்கள் அல்லது பிரச்சனை தீராமல் இப்படியேதான் தொடருமெனத் துன்பியல் தீர்வளிப்பார்கள். இந்த இரு எல்லைக்கும் க.கு. போவதில்லை. தாயும் தங்கையும்போல் மாதவனும் ஆதியைக் கடிந்தே அணுகுவதாய்ப் பாவனைகாட்டி, ஆதி மீது தாய்க்கும் தங்கைக்கும் அனுதாபமூட்டிச் சிக்கறுக்கிறார். மனிதன் நிம்மதியாக வாழ்வதற்குப் புரைதீர்ந்த நன்மைபயக்கும் தந்திரங்களும் தேவை என்கிறார். அதேவேளை, 'இந்திய அன்பு – அது அக்னி ஸாக்ஷி பெற்றது ஆயினும் சரி, வெள்ளையப்பன் விளைவு ஆயினும் சரி, பொட்டுக் கட்டின புனிதம் ஆயினும் சரிதான், பாரதப்பண்பில் வரும் அன்பு – இப்படிச் சந்தியில் சிரிக்காது' எனச் 'செல்லாக் காசு'வழி அநுமானிக்கிறார். இந்த அநுமானமே, தி.ஜா.வின் உணர்வுத் தடத்திலிருந்து க.கு.வை விலக்கித் தனிப்போக்கில் நடக்க வைக்கிறது. 'இடம்' கதையில், இதைக் குறிப்பாகக் காணலாம்.

மனிதர்கள் தவறு செய்யக்கூடியவர்கள்தாம்; ஆனால் எப்போதும் தம் தவறுகளைச் சரி என நியாயப்படுத்திக்கொண்டே இருக்கக்கூடாது. இதன் உருவகமாகவே, லில்லி புனையப்பட்டு உள்ளாள். லில்லி – கோமதி மட்டுமல்லாது, ராஜம் – சிதம்பரத்தையும், 'அம்மா வந்தாள்' அலங்காரம் – சிவசுவிடமிருந்து இதுவே வேறுபடுத்துகிறது. எது சரி, எது தவறு என்ற கேள்வியே வேறு. அதற்குள்ளே தி.ஜா.வும் க.கு.வும் செல்வதில்லை. தமக்குத் தாம் நேர்மையாயிருப்பது தி.ஜா.வுக்கு முக்கியமெனில், தமக்கு நேர்மையாயிருப்பது என்பது தம் குடும்பத்துக்கும் சமூகத்துக்கும் தாம் நேர்மையாயிருப்பதே என்பது க.கு. வின் புரிதலாகும். புறத்தை ஓரளவுக்குக் கண்டுகொண்டாலும் பெரிதும் அகத்தின் ஆழத்தையே பொருட்படுத்தியது தி.ஜா. உலகம்; அகத்தை ஓரளவே பொருட்படுத்தினாலும் புறத்தின் உக்கிரத்தையே பெரிதும் கண்டுகொண்டது க.கு. உலகம். அகப்புறத்தைத் தி.ஜா.ஆகவும், புறஅகத்தைக் க.கு. ஆகவும் சொல்வலைப்படுத்தலாம். இரண்டையும்

எதிர்க்கோடுகளாயல்லாது, வளைந்தும்நெளிந்தும் செல்லும் பிணையா இணைகோடுகளாகவே காணவேண்டும். குடும்பத்தில் புகும் சமூகத் தலையீட்டின் தவிர்க்கவியலாமை என்பதையே, க.கு. முதன்மைப்படுத்துகிறார். வெற்றிடத்தில் அவரது மாந்தர் இயங்குவதில்லை. யதார்த்தச் சாத்தியப்பாடுகளைச் செவ்வியல் இலட்சியங்களோடு க.கு. மோதிக்கொள்வதில்லை. ஓரெல்லைவரை விளையாடலாம்; நிறுத்தவேண்டிய இடத்தில் நிறுத்திச் சுதந்திரமாகிவிட வேண்டும் என்பதற்கே லில்லி சான்று ஆகிறாள். இச்சமூகக் குறுக்கீட்டின் மனசாட்சி உறுத்தலுக்கும், பாவக்கழுவாயாகக் காசியைச் சங்கல்பித்துக்கொள்ளும் அலங்காரத்தின் சுயேச்சை விலகலுக்கும் வேறுபாடுண்டு. இது பால்விழைவை முழுமையின் ஆதாரமாகக் காணும் தி.ஜா. வுக்கும், ஒரு வெறும் பகுதி உண்மையாக மட்டுமே காணும் க.கு. வுக்குமான அடிப்படை வேறுபாடாகும். ராஜமும் சிதம்பரமும் பயப்படுவார்கள்; அலங்காரமும் சிவசுவும் பயப்படமாட்டார்கள்! இது யாரை நாம் அனுதாபமாகப் பார்ப்பது என்பதிலும், ஒரு முக்கிய முரண்பாட்டைத் தோற்றுவிக்கிறது. இதனால்தான், காசுக்குத் தன்னுடலை விற்கும் ஒரு வேசியிடமும், இந்தியப் பெண்மையின் மேன்மையைக் க.கு. எதிர்பார்க்கிறார் போலும்! ரொம்பப் பளபளக்கும் செல்லாக்காசைத் தூற்றும்போது, அவளைப் பயன்படுத்தித் துய்த்த அந்த உயர்வகுப்பு ரயில் பயணியை, அப்படியே வெள்ளிக்காசுபோல் விமர்சிக்காது க.கு. விட்டுவிடுகிறார். ஆனால், இதன் மறுகோணமும் அவரிடமுண்டு.

ஒருநாள் மன்னார்குடி உயர்நிலைப்பள்ளியில் வகுப்பெடுத்துக் கொண்டிருந்தபோது, பாடத்தைச் சரியாகப் பிள்ளைகள் கவனிக்காததால் கோபப்பட்டுத் தம் நாற்காலியைச் சுவர்ப்பக்கமாய்த் திருப்பிப்போட்டுக்கொண்டாராம். இது ஒரு தீவிர எல்லைக்கோட்டு நிலை. இதேவகைத் தீவிரம், க.கு.வின் இலக்கியத்திலும் எதிரொலித்தது. படைப்பைச் சும்மா ஒரு வெறும் கதைசுூறலாகக் க.கு. எந்நாளிலும் கருதியதில்லை. ஆரம்பக்காலம் தொட்டே, நடுப்போரில் வைக்கும் படைப்புத்தீ அவரிடம் கொழுந்துவிட்டெரிந்தது. அவர் எழுதிய யாவற்றிலும், பொய்யையும் வழுவையும் சகித்துக்கொள்ளாத நியாயமான சமூகக் கோபமும், உளச்சிக்கலைக் கிண்டிக் கிளறும் பாதாளக் கரண்டியின் கூர்ப்பும் இருந்தன. 1. காதல் மற்றும் குடும்பக்கதைகள் 2. சமூக விமர்சனக் கதைகள் 3. உளவியல் கதைகள் 4. வரலாற்றுக் கதைகள் மற்றும் இஸ்லாமிய ஆட்சியாளர்களைப் பற்றிய கதைகள் 5. இதிகாசப்

புராணக் கதைகள் 6. ஆன்மீக அல்லது தத்துவக் கதைகள் 7. குழந்தைகளை மையமிட்ட கதைகள் 8. சீட்டாட்டம் மற்றும் குதிரை ரேஸ் கதைகள் 9. நினைவு மீட்டல் கதைகள் 10. மன உளைச்சல் கதைகள் எனக் க.கு. கதைகளைப் பலவாக வகைப்படுத்தலாம். இதில் ஒவ்வொரு வகைக்கும், ஓர் ஏழெட்டுக் கதைகளையேனும், க.கு.விடமிருந்து எடுத்துக்காட்டி விளக்கவும் விவாதிக்கவும் முடியும். பிராமணர்களை மட்டுமே கதாபாத்திரங்களாகப் படைத்தவரல்லர்; பல்சாதி உழைக்கும் மக்களையும் தம் கதாமாந்தர்களாகக் க.கு. படைத்துள்ளார். பிராமணர், இடைநிலைச்சாதியினர், கிறிஸ்தவர், இஸ்லாமியர், வெள்ளையர், இதிகாச மாந்தர், விளிம்பு நிலையினர், பெண்கள், குழந்தைகள், நோயாளிகள், முதியோர் எனப் பல தரப்பினரைப் பற்றியும் க.கு. எழுதியுள்ளார்.

இருநூறுவேலி நிலபுலங்களுள்ள ஒரு பணக்காரர். பரம்பரை பரம்பரையாய் ஏகபுத்திர வம்சத்தில் வருபவர். இவருக்கும் ஒரே குழந்தைதான். மனைவியும் தாயும் பெரும் பக்தைகள். இவரோ நண்பர்களின் சேர்க்கையால் நாத்திகராகிவிட்டார். ஆனால், தாயின் வேண்டுதலுக்காகக் குழந்தைக்கு முடியிறக்கத் திருப்பதிக்குப் போகிறார். பிறந்தது முதல் குழந்தைக்கு ஒரு நோய். அழுதால் மூச்சுக் கோளாறாகி மீண்டும் கேவி மூச்சு விடச் சில நிமிஷமாகும். அதற்காகக் குழந்தை எப்போதும் அழுதுவிடாமல் பார்த்துக்கொள்ள வேண்டும். ஒருமுறை உற்சவ யானையைக் குழந்தையின் அழுகையை உடனடியாக நிறுத்துவதற்காக, வீட்டுக்குள் கொண்டுவர வேண்டியதாகிறது. திருப்பதியில் குழந்தை, சுருள்சுருளாய் அடர்ந்த கிராப்புத்தலை டிரைவருடன், தோள்வரை முடிபுரளும் அப்பாவையும் தலை முடிதரவைத்துவிடுகிறான். வேறுவழியின்றிக் குழந்தை முடியைப் பெருமாளுக்குத் தராமலேயே ஊர் திரும்புகிறார்கள். 'அபசாரம் இல்லை. குழந்தைக்குப் பதிலாகத் தகப்பனாரே கொடுத்துவிட்டார். இது ரொம்ப விசேஷம் . . . தம் ஆஸ்திகத்தன்மையை மெய்ப்பித்துவிட்டார். முடி கொடுத்திருக்கிறார் ஐயா, திருப்பதிப் பெருமாளுக்கு முடி கொடுத்திருக்கிறார்' எனக் களிப்படைகிறார் கோவில் தீக்ஷிதர். இதற்காக வருந்தும் நாத்திக நண்பரிடையே ஒரு வேஷதாரி, 'வருங்காலத் தலைமுறைக்கு வழிகாட்ட இதோ நம் இளவரசு முடிகொடுக்க மறுத்துவிட்டார். அதுவே நமது வெற்றி' என்கிறார். இங்குப் பரிகசிக்கப்படுவது யார்? ஆத்திகர், நாத்திகர் என்ற இவ்விருவருமேதாம். இதுவே க.கு.வின் கலைப் பார்வையாகும். எதையுமே உறுதியாகவும் தெளிவாகவும் வரையறுக்க முடியாத ஒரு மனப்போக்கையே க.கு. கொட்டிக் கவிழ்க்கிறார்.

மகாகனம் பொருந்திய மயிலாப்பூர் வக்கீல் ராமய்யருக்கும் அவருக்கு வேதாந்தம் கற்பிக்கும் ஏழை சாஸ்திரிகளுக்குமான கடக்கமுடியாத இடைவெளியைத் ‘தங்கக் கழுகு’ வெளிச்சமிடுகிறது. எதையும் லக்ஷயம் செய்யாத சாஸ்திரிகள் எங்கே? கௌரவமும் கண்யமுமில்லாமல் அனுதாபம் காட்டும் வக்கீல் எங்கே? வக்கீலிடம் ஒருநாள், கழுகுப் படம் பொறித்த இரண்டு அமெரிக்கத் தங்க டாலர்கள் வருகின்றன. வீட்டினர் அனைவரும் மகிழ்ச்சிக் கூத்தாடுகிறார்கள். அவற்றைச் சாஸ்திரி முன்நீட்டுகிறார் வக்கீல். ‘சுவர்ணம் என்ற பெயருக்கேற்பச் சுடர்விடுகிறது, அப்படியே’ என வியந்து பார்த்தாலும், அவற்றைத் தொட மறுத்துவிடுகிறார். ‘ஏழை – பரம ஏழை; இவருக்கு இவ்வளவு அலக்ஷயமா?’ என, வக்கீல் அலுத்துக்கொள்கிறார். இது நடப்பது காலையில். மாலையில், கோர்ட்டிலிருந்து வக்கீல் திரும்பிவரும்போது, அந்தத் தங்க டாலர்களைக் காணவில்லை! மனைவியோடு குழந்தைகளும் வக்கீலும் சேர்ந்து தேடியும், அவை அகப்படவில்லை. ‘இதை வெறுமனே விடக்கூடாது. ஆமாம்; சொல்லிவிட்டேன். யாராயிருந்தால் என்ன? ஏழை பாழையென்றால் கேட்டு வாங்கிக்கொள்ள வேண்டும்; இதென்ன சின்ன புத்தி..?’ எனச் சாஸ்திரி மீது பாயும் வக்கீலின் மனைவி, தங்கக்காசைக் கொண்டுவந்து தந்துவிட்டு, மரியாதையாய் விலகிக்கொள்ளச் சொல்கிறாள். மனைவி நகைகள், தன் கை பவித்திர மோதிரம், பெட்டியில் கிடந்த பழைய தாயத்து, சிறிய கைத்தொகை... அனைத்தையும் பொறுக்கிப் பக்கத்துவீட்டுப் பாங்க் உத்தியோகஸ்தரிடமளித்து, மீதித்தொகையை அவரையே போடச்சொல்லி, அமெரிக்க டாலர்களை வாங்கிவந்து, வக்கீலிடம் போய்க் கொடுத்துவிடுகிறார்.

வெந்நீர் உள் அலமாரியை வக்கீல் மகள் ஒழிக்கும்போது, காணாமல் போனதாகச் சொல்லப்பட்ட டாலர்கள் கிடைத்து விடுகின்றன. ‘சாஸ்திரிகளே! மஹா பாவி நான்; மகா உத்தமர் தாங்கள். அவசரப்பட்டுவிட்டேன். இந்தக் குருத் துரோகியை மன்னிக்கணும்; காப்பாற்றணும்’ என விழுந்து, சாஸ்திரிகள் கால் பிடித்துக் கெஞ்சுகிறார் வக்கீல். ‘எழுந்திருங்கள் . . . எழுந்திருங்கள்; இதெல்லாம் வேண்டாம். நான் உண்மையான குருவாக இருந்தேனானால், என்னிடம் உங்களுக்கெல்லாம் இப்படி ஒரு சந்தேகமே உண்டாகியிருக்கக் கூடாது’ என்கிறார் சாஸ்திரிகள். மேலும், டாலர்களைத் திருப்பித்தரும் வக்கீலிடம், ‘இங்கே ஏன் போடுகிறீர்கள்? வாந்தி எடுத்த அசுத்தம் அது’ எனக் காய்கிறார். அதற்கு வக்கீல், ‘அப சகுனமான இந்தக் கழுகு . . .’ என்று ஏதோ ஆரம்பிக்கிறார். இந்த அபசகுனவாதத்தைச் சாஸ்திரிகள் ஏற்றுக்கொண்டிருந்தால், இது

ஒரு செவ்வியல் பிரதியாகியிருக்கும். எதிர்மரபுநோக்கைக் க.கு. உட்கொண்டவராதலால், 'அதெல்லாம் இல்லை. கழுகுக்கு அசுத்தம், அழுக்கெல்லாம்தான் ரொம்பப் பிடிக்கும். அது அவற்றைக் கவர்வதால் பூமி பரிசுத்தமாகிறது. என்னிடமிருந்த கொஞ்சநஞ்சம் பொன், என் ஞான பூமிக்கு அசுத்தமும் அழுக்குமாகும் அல்லவா? இந்தத் தங்கக் கழுகு, அதைக் கொண்டுபோச்சு' எனச் சாஸ்திரிகளைக் கூர்ப்புடன் பேசவைக்கிறார். கழுகுக்குக் க.கு. எதிர்ப்புக் காட்டவில்லை; தங்கக் கழுகான ஏகாதிபத்தியத்தையே அவர் எதிர்க்கிறார் என்றும் இதைக் கூடுதல் சுதந்திரமெடுத்து வாசிக்கலாம்.

தெய்வத்தை நிலைநாட்டும் சிவக்குடும்பப் பிரசங்கம் நடக்கும் கோயில் விழாவுக்குப் பழைய உப்பரிகையும் மாடமாளிகையும் இடிந்து விழுந்துகொண்டிருக்கும் சிதிலமடைந்த அரண்மனையின் ராஜா, டாக்ஸியில் வருகிறார். ஜரிகை உதிர்ந்துகொண்டேயிருக்கும் பட்டுடையையும் தலைப்பாகையையும் அணிந்திருக்கிறார். இறக்கிவிட்ட டாக்ஸிக்காரன் பணம் கேட்டுத் தகராறு செய்கிறான். பதினைந்து ரூபாயைக் கோவில் தர்மகர்த்தா எறிந்து ராஜாவை விடுவிக்கிறார். சந்நிதிக்கு ஒரு சவரன் வைத்துக் கும்பிட்ட ராஜவம்சத்தைச் சேர்ந்தவர், இப்போது தீபாராதனைத் தட்டில் வெறும் அரை ரூபாய் போடுகிறார். மயில்கண் பத்தாறும் வைரக் கடுக்கனும் நவரத்தின மோதிரமும் சொரியும் குருக்களுக்கு ராஜா இளக்காரமாகிறார். ஒரு சிறு பையன் ஓடிவந்து, 'வந்திருப்பவர் யார்?' என்கிறான். 'பகல் வேஷக்காரரா? இல்லை, கல்யாண மேளக்காரரா?' எனப் பையன்களுக்குள் பந்தயமாம். 'இப்போ இங்கே வந்தவர் நிஜமாக ராஜாவேதான்' என்பவர், இன்னும் ஏதோ கூற நினைக்கிறார். அதற்குள் அவன், 'ராசாவாம் டோய்' என இரைந்து கத்திக்கொண்டே ஓடுவதாகக் கதை முடிகிறது. அழகிரிசாமியின் 'ராஜா வந்திருக்கிறார்' கதையின் எதிர்ச்சுருதி, இதில் கூடிவந்துள்ளதைக் கவனிக்கலாம். '*Last Emperor*' சினிமா வருவதற்கு, வெகுகாலம் முன் எழுதப்பட்டது இது. கதைசொல்லி கூற நினைத்ததை யூகிக்கும் சுதந்திரத்தை வாசகர்களிடமே க.கு. விட்டுவிட்டுள்ளதைக் குறிப்புணர வேண்டும்.

உருவச் சுருக்கங்களையும் உயிர்க் குறைகளையும் ஆத்மச் சிறுமைகளையும் எழுதக் க.கு. அஞ்சுவதில்லை. அப்படியே அவர், விரிவையும் நிறைவையும் பெருமைகளையும் போற்றாமலும் விடுவதில்லை. இவ்விரு கோணங்களின் நூதனச் சேர்க்கையை, 'உயிராசை'யில் வாசிக்கிறோம். 'சுருதி சுத்தமான குரல்; ஸ்பஷ்டமான எழுத்துக்கள்; பொருள் முழுதும் விளங்கும்

ஸூகமான சொற்பிரிவு; அழுத்தமான ஓங்காரம்; பாவம் ததும்பும் பல ராகங்கள்; கமகப் பிரதானமான ஸஞ்சாரங்கள்; கச்சிதமான ஆலாபனை. கார்வையின் ரஞ்சகம் குறையாமல் ஒரு ராகத்திலிருந்து மற்றொரு ராகத்தைத் தழுவும் அழகான லாவகம். லலிதை முழுவடிவம் பெற்று நிறைந்து நிற்பதுபோல் இருந்தது. கானக் கலையில் தேவியின் நாத வடிவம் பொலிவு பெறுவதை உணர முடிந்தது' எனக் க.கு. எழுதுவதைப் படிக்கும் எவரும், அவரது மேதாவிலாசத்தை உணராதிருக்க இயலாது.

கோயில் பரிசாரகர் தீக்ஷித்தைப் பித்துக்குளியாகக் கருதுகின்றனர் மன்னார்குடியினர். ஆங்கிலம் மட்டுமா? 'அதுக்குத் தெரியாதது, ஒண்ணுமே கிடையாதே. சங்கீதம் தெரியும்; சமஸ்கிருதம் தெரியும்; சட்டம் தெரியும்; சாஸ்திரம் தெரியும் . . .' என்கின்றனர். மகன், ஒரு குழந்தை மேதை. கந்தர்வச் சாரீரமும் கற்பூர புத்தியும் படைத்த அவன் படிப்பைப் பாதியில் நிறுத்தி எடுபிடி ஆக்கிறார் தீக்ஷித். மேடையில் அவன், அற்புதமாய்ப் பாடிக்கொண்டிருக்கும்போது, திடீரெனக் குறுக்கிட்டு, 'ஏலே, எழுந்திருந்து தொலைடா பாவி. என் குடியைக் கெடுத்துவிடுவாய் போலிருக்கிறதே. படுபாவி, செத்துப்போய்விடுவாய். ஓடுடா, போய்த் தீபாராதனைத் தட்டைத் துடைத்துவை. போ . . . போடா பாவி' எனப் பிடித்திழுத்துக் கிளப்பிவிடுகிறார். ஏன்? 'பெருமையும் பெருவாழ்வும் ஒட்டாத வம்சம்; சுடர் அணைத்து வாழும் வாழ்வு; அழுக்கு ஜீவனம்; பாவத்தின் பிரதிபிம்பம்; பிரளயக்கூத்தின் சர்வநாசம்; குல மூத்தோன் சாபத்தின் பேரழிவு!' என்கிறார். பதினைந்து வயதில் சங்கீதக்கரை கண்ட தமையனையும், வீணையோடு பேசிய தம்பியையும், இருபது வயதில் காவியம் பாடிய தங்கையையும் அற்பாயுளில் பறிகொடுத்துவிட்டுப் புழுங்கி வேகிறார். மைசூர் ராஜாவின் ஆசிரியர், தம் வேலை உதறிப் பரிசாரகத்திற்குப் புழுக்கை வாழ்வுக்குப் புலம்பெயர்கிறார். 'புழுவாகவோ பூச்சியாகவோ எப்படியாவது இந்த மண்ணில் ஒட்டிக்கொண்டு கிடந்தால் போதுமென்ற உயிராசைதான் காரணம்' என்கிறார். 'கருமையும் கசப்பும் இன்பப்பூச்சில் மறைந்துவிடும் பிரமையாயிருந்தாலும், 'மண்வாடைக் குளிர்ச்சி', மற்ற எந்த இழிவையும் அழுக்கையும் துயரத்தையும்விடப் பெரிதில்லையா?' எனக் கேட்கிறார் தீக்ஷித். சுடுகாட்டு வெப்பம் தீர, உஷ்ணம் தணிய, மண்வாடைக்கு ஏங்கும் இம்மூலாதார உயிர் வேட்கையே க.கு. கதைகளெங்கும் துடிக்கின்றன.

'சட்டம் சாத்திரம் சம்பிரதாயம்' கதையில், 'ரொம்ப பிளெய்ன், ஃபிராங்க், ஆபத்து' என்று ஒருவரி! இது க.கு.வுக்கும் அப்படியே பொருந்தும். 'பிளெய்ன் மற்றும் ஃபிராங்க்'

எனக் க.கு.வின் எழுத்தை அடையாளப்படுத்துவதே சரியான மதிப்பீடாகும். இத்தகைய எழுத்து, ஆஷாடபூதிகளுக்கும் அரைவேக்காடுகளுக்கும் முற்றிலும் எதிரானதாகும். ஆகவே, பண்டிதருக்கு ஆபத்தளிக்கும் பாசண்டனின் எதிர்க்குரலாகக் க.கு.வின் ஞானச்செருக்கைக் கருதலாம். ஜனகனை வெல்லும் சுலபையின் பொல்லாத வசீகரம் சுடரும் 'மானுடம் வென்றதம்மா', இவ்வகை எதிர்மரபைப் பேசும் ஒரு கலகப்பிரதியே. 'யாருக்குக் கவலை?' என்ற கதையில், 'சில சமயம் மனது பழுத்த கிழமாய் விடுகிறது' என்றெழுதுகிறார். இதைத் திரும்ப இளமை ஆக்குவதெப்படி? அதைச் சாதிக்க, 'அஞ்ஞானம்' வேண்டும் என்கிறார். மேலும் அவர், 'அஞ்ஞானம் அன்பாயிருந்தால் அழகுதான். அஞ்ஞானம் பகட்டாசை பிடித்துக் கரியாக்குவதானால், அது தொலையணும்' என்றும் சீறுகிறார். மனமே பிரதானம் எனத் தூக்கிப் பிடிப்பதுமில்லை; மனம் என ஒன்றுமேயில்லை என்று முற்றுமுழுதாய் உதறியெறிந்து விடுவதுமில்லை. மனத்திற்குள்ளும் வெளியிலும் நடப்பனவற்றை உற்றுநோக்கித் தள்ளுவன தள்ளிக் கொள்ளுவன கொண்டு, பின்னும் புரியாது திகைக்கும் அஞ்ஞான இருளையே க.கு. கதை ஆக்குகிறார். 'மனத்தில் பலமட்டங்கள் இருப்பது உண்மை. அல்ப விஷயம், அதிமகத்தான விஷயம் இரண்டும் தோன்றிவிடும் ஒரே சமயத்தில். சில சமயம், அது நல்ல ஹாஸ்யம் ஆகிறது. ரொம்ப விரசமாய் விடுவதுமுண்டு, சில சமயம், பாயசத்தில் பெருங்காயம் போட்டதுபோல்' என்றெழுதுகிறார். பாயசத்தில் பெருங்காயம் என்பதைப் பாயசத்தில் முந்திரிப்பருப்பைச் சுவைத்து மகிழ்ந்த செவ்வியல்வாதிகள் எதிர்மறையாகக் காணலாம். எனினும், இந்த எதிர்ச்செவ்வியல் தன்மையே, க.கு.வின் எழுத்துகளுக்குத் தனிச்சிறப்பான இலக்கியத்தகுதியைச் சுயமான அடையாள முத்திரையாக்குகிறது என்பேன்.

புத்திக்கும் சித்தத்துக்கும் பைத்தியம் பிடித்துவிட்டால் என்ன ஆகும் எனக் க.கு. கதைகள் ஆராய்கின்றன. 'கடவுள், பூசை, படைப்புப் பண்டங்கள், பலி கொடுப்பது, தீ, தீயில் அதையே போடுவது இதெல்லாம் என்ன?... வெறும் கற்பனை விளையாட்டுகள்... மனித மனத்திருப்திக்காக' எனக் கண்டு கொண்டவை க.கு. கதைகள். பெரியோரைப் பார்த்துக் குழந்தைகளும், குழந்தைகளைப் பார்த்துப் பெரியோரும் உற்சாகம் ஏற்றியபடி வாழ்வின் ஆட்டம் தொடர்வதைக் 'குடும்பச் சிதைவு', 'குடும்பமும் கல்யாணமும்', 'பிஞ்சுகளா இவை!' முதலியவற்றில் காண்கிறோம். பழைய தருமம், புதுச் சமுதாயம், கால தர்மம், யுக்தி, விவேக வளர்ச்சி, சாஸ்திரம்,

சாஸ்திர விரோதம், விவாகம், விதவை விவாகம், புனிதம், தீட்டு, பிரகிருதி இயற்கை, சாசுவத மௌனம் முதலிய பிரமாணங்கள் க.கு. கதைகளில் அலசப்படுகின்றன. அவை, வாழ்வின் முன் ஈடு தந்து நிற்கும் வலுவற்றுப் பொருள் முன் மண்டியிடும் அபத்தத்தையே, 'நூறுகள்' காட்டுகிறது.

நூறு தோழிகளுடன் கூடிய செஞ்சுரிக்காகப் பார்ட்டி தரும் அண்ணன் ரங்கனிடமும், நூறாவது நாள் சுந்தரகாண்டம் பாராயணம் முடித்தமைக்காகப் பிரசாதம் சாதிக்கும் தம்பி சீமாவிடமும், ஆசிரியர் பயிற்சிப்பள்ளியில் தம் மகளைச் சேர்க்கக் கடன் கேட்கிறார் கதைசொல்லி. இரு புண்ணியவான்களும் கைவிரித்து விடுகின்றனர். கல்யாண வீட்டுச் சீட்டாட்டத்தில் வெறியோடிறங்கி, ஜென்மாவிலேயே முதல்முறையாக வெல்கிறார். வட்டிமேல் வட்டி வாங்கிப் பிறர் குருதி உறிஞ்சும் பரம்பரைச் செல்வர்கள் நடுவில், கடவுளும் பக்தியும்கூடச் சுரண்டலுக்குதவும் சமூகத்தில், சீட்டாட்ட அதிர்ஷ்டமே, திக்கற்றவருக்குத் துணை என்கிறார். தஸ்தயேவ்ஸ்கியின் சூதாட்டப் பார்வையோடு க.கு.வும் ஒத்துப்போவதை, 'நூறுகள்' காட்டுகிறது. வீட்டுக்கு வெளியே மயிரை எறிகிறாள் மனைவி; வீட்டுக்குள்ளே சட்டையோடு சேர்த்துப் பணத்தையும் உதறுகிறான் கணவன். க.கு. உத்தேசித்த அல்லது உத்தேசிக்காத உள்சாரம், பளீரெனப் புலப்பட்டுவிடுகிறது. தலையின் இழிந்த மயிரும் கையுதறிப் போகும் பணமும் மதிப்புக்குரியவையல்ல; மனிதர்களே மதிப்புக்குரியவர்கள்!

க.கு.வின் முக்கியக் கதைகளுள் ஒன்று, 'சின்னத்தனம்.' புதுப் பட்டுத்துணியைத் தையல்காரனிடம் தந்து, ஜம்பர் வைத்த ரவிக்கை தைத்துவரக் கணவனை ஏவுகிறாள் மனைவி. கணவன் ராமு, தன் நண்பன் கிட்டுவையும் சேர்த்துக்கொள்கிறான். அளவுக்குப் பழைய ரவிக்கையையும் கையிலெடுத்துக்கொள்கிறான். 'ஒரு பையில் வைத்துக் கொண்டாயேன்' என்கிறான் கிட்டு. 'கையில் சுருட்டிக்கொண்டால் போதாதாக்கும்' என்கிறான் ராமு. தெருவில் ஒரு நண்பர், 'என்ன துணி? எங்கே பார்ப்போம்' எனக் கேட்கப் பழசைக் கிட்டு கையில் தந்துவிட்டுப் புதுசை அவரிடம் தருகிறான் ராமு. அந்த நண்பர், விடாமல் பேசிக்கொண்டேயிருக்கிறார். பொறுக்கமுடியாத கிட்டு, 'ராமு! இதை வாங்கிக்கொள்ளடா' எனப் பரபரக்கிறான். பழசை வாங்கும் ராமு, கிட்டுவுடன் பேசாமலேயே, கொஞ்ச தூரம் மெல்ல நடக்கிறான். பின், 'அவரிடம் நான் இரண்டு வார்த்தை பேசுவதற்குள், இதை வாங்கிக்கொள், வாங்கிக்கொள்

என்று கழுத்தை அறுத்துவிட்டாயே... அப்போ நாமெல்லாம் நெருங்கிப் பழகலே... என்னமோ மாதிரி என்றாயே... சற்றே விளக்கமாகச் சொல்லேன்' என்கிறான்.

கிட்டுவால் சொல்லமுடியவில்லை. 'நீ ஏன் இதைப் பிரமாதப்படுத்துகிறாய் ராமு? அதோட விடேன்' என்கிறான். விடாமல், 'சும்மா சொல்லேன், மனோபாவம் புரிய வேணும் அல்லவா!' என்கிறான் ராமு. 'சரி, அப்புறம் மேலே போயேன். விஷயத்துக்குப் போயேன், சீக்கிரம்' என்கிறான் கிட்டு. ராமுவாலும் மழுப்புவதன்றித் தெளிவாக எதையும் கூற முடிவதில்லை; வார்த்தைக்குத் தவிக்கிறான். 'மனிதனுடைய மனத்திற்கு எத்தனையோ பலஹீனங்கள் உண்டு' என்கிறான் கிட்டு. 'சுத்த பேத்தல்... பொதுவா மனிதனுக்கு என்று பேசாதே. இது பலஹீனமில்லை, சின்னத்தனம்' என்கிறான் ராமு. இருவருக்குமிடையில் பெரிய சர்ச்சை மூள்கிறது. 'ஆழமாய்ப் போனால் விரசம் மீதிப்படும்' என்கிறான் கிட்டு. 'அப்போ எல்லாருமே, எப்பொழுதுமே மனஸில் கல்மிஷத்தோடுதான்... பழகுகிறார்களா? சுத்த காட்டுமிராண்டித்தனமல்லவா அது...?' என்கிறான் ராமு. 'நம்முடைய காலத்திலே, மேற்கத்தி நாகரீகம் மோதுகிற வேகத்தில், காட்டுமிராண்டித்தனம் ரொம்பக் கூத்தாடும் ஸந்தர்ப்பங்கள் ஏற்பட்டுவிடுகின்றன... நமக்கே தெரியும், நம் மனது விகாரமடையும்போது நாமேதான் அதை அமுக்குவோம்' எனக் கிட்டு பிரஸங்கிக்கிறான். தையற்கடை வருகிறது. கல்லூரி மாணவர்கள், ஐம்பர் வெட்டிய துணியைக் கீழேபரப்பி, ஒன்று இரண்டெனச் சாண் போடுகிறார்கள். நூற்கண்டால் கூச்சமின்றி அளந்து, 'அகலம் சரியாத்தாண்டாயிருக்கு' என்கிறான், ஓர் ஆபாச ராஸ்கல்! ஹோஹோவெனக் கொக்கரிக்கிறார்கள். 'சின்னப் புள்ளைத்தனத்தைக் காட்டிப்புட்டீங்களே' என்கிறான் டைலர். அளவு ரவிக்கை தராது திரும்பிவிடும் ராமு, 'நாசமாப் போனான்கள், வெட்கம் கெட்டவன்கள்' என்கிறான். 'ஒவ்வொரு ஸமயத்திலே, ஒவ்வொருத்தனும் இப்படியேதான், மனிதன் எவனுமே' என்ற கிட்டுவின் குரலோடு, 'சின்னத்தனம்' முடிகிறது. 'மனிதன் எவனுமே புனிதன் இல்லை; இதுவே அவனை மனிதனாக்குகிறது' எனக் க.கு.வை வாசிக்கலாம். இது சென்றுபோன நூற்றாண்டின் ஒரு பழங்குரலில்லை, இந்நூற்றாண்டின் கட்டுடைப்புக்குரல் என்பதே, க.கு.வின் சிறுகதைகளுக்குக் கரைமீறும் ஆழிப்பேரலையின் அசாதாரணமளிக்கிறது.

அகவாழ்வின் சிடுக்குகளைப் புறவுலகச் சம்பவங்களோடு கூட்டிக் கதை பின்னுவதில், பிரத்தியேகத் திறனைக் க.கு.

காட்டுகிறார். 'ஏந்துவதற்குப் பாத்திரமில்லாமல் கீழே கொட்டிச் சிதறிவடிந்த பாலைப்போலப் பத்மாவின் நிறைவு அவலமாய்ப் போயிற்று' என்கிறார். 'கழுத்திலும் கைகளிலும் நகைத்தழும்புதான் தெரிந்தது' என்கிறார். சூதாடியே வீழ்ந்த வெறுமையைப் பேசும் 'பிரதாப முதலியார்', 'மருந்து உண்டா?', 'பதினொன்றும் பன்னிரண்டும்' முதலிய கதைகளில், எதற்காகவோ எதையோ, வெறியோடு துரத்தும் சில சிக்கலான மனிதர்கள் வருகிறார்கள். 'எமக்கு விமர்சனமே வேண்டாம்; விமோசனமே வேண்டும்' எனச் சூதாட்டத்தில் இறங்கிய இவர்கள், பணம் சம்பாதிப்பதற்காக மட்டுமே சூதாடவில்லை. வாழ்வில் இழந்த எதையோ மீளப் பிடித்துவிடும் வெற்றியைத் தேடியே சூதாடுகிறார்கள். நிகழின் வெக்கை மறக்கச் சூதாட்டம் இவர்களுக்குத் தேவைப்படுகிறது. 'முற்றிலும் பிடிக்காதவரோடு இன்னொருவர் கட்டாயமாய்ப் பழகியாக வேண்டியிருக்கும்' வாழ்வைக் கணநேரங்கூடச் சந்திக்கவியலாதவர்கள் இவர்கள். இவர்களுக்கு வட்டிக்குப் பணம் கொடுத்துச் சொத்தும் வீடும் எழுதி வாங்கிக்கொண்டுவிடும் விபூதி ருத்ராக்ஷப் பிராணிகளைக் க.கு. எப்படி விமர்சிக்கிறார்? 'இவர்கள் எல்லோரும் இப்படியே இருந்தால், இன்னும் இரண்டொரு தலைமுறையில், இந்த ஊரில், பாழ் மனைகள் பலவும், மூணோ நாலோ மாடி வீடும்தான் இருக்கும்' என்கிறார். இந்தச் சாபத்திற்கும், கிராமத்துக் கிழவியின் மண்வாரித்தூற்றலுக்கும் எந்த வேறுபாடுமில்லைதான். ஆனால், இதையும் சொல்லி ஏசாவிடில், பின் மனிதன் என்ற பெயர்தான் எதற்கெனக் க.கு. கேட்கக்கூடும்!

சாகப்பக்ஷியான குரங்கு மாம்ஸப்பக்ஷியான குரூரத்தைப் பிராமணோத்தமர் வட்டிக்காரர்களாகும் இழிவைக் க.கு.வின் 'ரத்தச்சுவை' காறிக் கக்குகிறது. 'குரங்கை அப்படியே செய்ய அநுமதிப்பதைத்தான், தர்மம் என்று கூறுகிறது ஸமூஹம்... ரத்த வெறிகொண்டு திரியும் குரங்கை ஒடுக்குவது ஆஞ்சனேய சுவாமிக்கு அபசாரம் என்று கருதப்படுகிறதே, அந்த மனோ பாவத்திற்கும் ஸமூஹப் போக்குக்கும் ஒரு தொடர்பை உணர்கிறேன். வெற்றி அந்தப் போக்கிற்குத்தானா? என்று அறிவதில் ஆர்வத்தோடு இருக்கிறேன்' என்கிறார். 'ராமுவுக்குப் பைத்தியம் பிடித்துவிட்டது என்றார்கள், எல்லாரும்' எனத் தொடங்குவது, 'ராமுவுக்குப் பைத்தியம் பிடித்துவிட்டது என்கிறார்கள் எல்லாரும்' என்பதோடு முடிகிறது. ஒரே ஒரு 'கி'யில்தான் வித்தியாசம். 'பைத்தியம் ராமுவுக்கு இல்லை; ஊருக்கே' எனத் தொனியைக் கொண்டுவந்துவிடுகிறார். இதனால் நேர்வது யாது? 'அது சாத்திரமன்று; சதியென்று கண்டோம்' என்ற பாரதிக்குச் சற்றும் குறையாத ஒரு தர்மாவேசத்தைக்

க.கு.வின் 'ரத்தச் சுவை'யும் முரசறைகிறது. இப்படித்தான், 'எது நிற்கும்?' கதையும், 'ரயில், தண்டவாளத்தின்மேல், எப்பொழுதும் போல்தான் ஓடிற்று' எனக் குறிப்புணர்த்தலாகவே முடிகிறது. கூலிப் பயல் ஒருவன் கீழே விழுந்து மண்டை உடைந்து சிதறியதற்காகத் தன் பயணத்தை ரயிலா நிறுத்திக்கொள்ளும்? என்ற வினாவைத் தொனியாக வாசகரிடம் இக்கதை எழுப்புகிறது. ஆக எளியோரின் சாவுக்கு எந்த மதிப்புமில்லை என்ற தத்துவத் திறப்பே, மனசாட்சியுள்ள வாசகரின் குற்றவுணர்வைத் தொனி வழிக் கிண்டுகிறது என்றும் இதை வாசிக்கலாம்.

'மன்மதன்', 'பிரளயம்', 'வாயில்லாச் சீவன்கள்', 'பெண் சாதி' முதலிய கதைகளில் மிகப்பெரிய உள ஆராய்ச்சியைச் சுவையாய்க் க.கு. நிகழ்த்தியிருக்கிறார். இவற்றை ஊன்றிப் படிப்போர், மனித மனம் எவ்வளவு விசித்திரமானது எனக் கண்டு திகைக்கலாம். விதவை மறுமணத்தைப் பேசும் 'உபாசனை', ஓர் அருமையான கதை. 'குபேர தரிசனம்' கதையில், நண்பர் நடத்தும் குபேர பூஜைக்குத் தம்பியோடு கும்பகோணம் போகும் அண்ணன் பற்றித் தம்பி சொல்லுகிறான்: 'நீ தீபாவளி ஸ்நானம் செய்யவில்லை. ஸரஸ்வதி பூஜையன்றுகூடப் புத்தகம் படிக்கிறாயாம்; சுப்பிரமணிய ஸ்வாமி படத்துக்கு நமஸ்காரங்கூடச் செய்ய மாட்டேனென்கிறாய்; ஸ்ரீராம பட்டாபிஷேகப் படத்தின் உருவங்களில் அளவுப்பொருத்தமே இல்லையே என்கிறாயாம்...' எனக் குற்றஞ்சாட்டுகிறான் தம்பி. கவைக்குதவாத வேதாந்தமோ, தத்துவமறியாத இளமைத்துடிப்போ இல்லை... அழிவேயில்லாத சொல்லுக்குள்ள ஆழமும் அழுத்தமும் வேறு எதற்குமே இல்லை என்ற அகத்தெளிவே அண்ணனின் சமாதானமாகும். 'உபாசனையையும் பூஜையையும் பணம்காசோடு இணைப்பது என்று ஆரம்பமாயிற்றோ, அன்றுதான் நாம் நம் பெருமைகளை இழக்க ஆரம்பித்தோம். ஒவ்வொன்றாய்த் தோற்று ஆத்மாவையும் தோற்றுவிட்டோம்' என்கிறான் அண்ணன். தம்பிபோல் ஓடிப்போய் பஸ்ஸில் ஏற, அண்ணனால் முடியவில்லை. கீழே விழுந்துவிடுகிறான். பர்ஸோடு தம்பி பஸ்ஸில் போய்விடுகிறான். கையில் காசில்லாத அண்ணன், ஹோட்டல்காரரிடம், பிச்சையாய்க் 'காலணா' பெறுகிறான். அப்படியும் பசி பொறாது, அம்மாவாசை என்றும் பாராது, தலைமுழுகாமலேயே, வாழைப்பழம் தின்று, சோடா குடிக்கிறான். பஸ் சார்ஜ்க்கு, ஒரு பணக்காரனிடம் போய்க் கெஞ்சிக் கடன் கேட்கிறான்.

அந்தக் குபேரப்பிள்ளை விமர்சிக்கிறார்: 'இவ்வளவு பாசாண்டியா ஆயிட்டீங்களே... மழை எப்படிப் பெய்யும்?...

திதி, திங்கள் பார்க்காதவங்க வேறே எதைப் பார்க்கப் போறாங்க? எதைச் சொல்லமாட்டாங்க? எதுவும் செய்வாங்க. முருகா!' எனக் கைவிரிக்கிறார். அவருக்கு இவன் மனிதத்தனத்தை நினைவூட்டுகிறான். 'மனிதத்தனம் என்பது, குலம் கோத்திரம், சடங்கு சம்பிரதாயத்தை எல்லாம் குழிவெட்டிப் புதைப்பதில்லை ஐயா . . .' என்கிறார் குபேரப்பிள்ளை. குஷ்டம் தாக்கிய குபேரப் பிள்ளையின் விரல்களைப் பிடித்திறைஞ்சிப் பஸ் சார்ஜைப் பெறுகிறான். கும்பகோணம் வந்துசேர்ந்தவனிடம், 'அண்ணா, சிரிக்கச் சிரிக்கச் சொல்கிறாய் நீ. எனக்கோ அழுகை வருகிறது . . .'

என்கிறான் தம்பி. 'வாஸ்தவம்தான் . . . என்ன பிரமாதம்? ஆச்சு, இப்போ எல்லாம் சரியாய்விட்டது . . .' என்கிறான் அண்ணன். இக்கதை என்ன சொல்கிறது? 'குலம் கோத்திரம் சடங்கு சம்பிரதாயத்தையெல்லாம் மனிதத்தனத்தால் வேண்டுமானால் குழிதோண்டிப் புதைக்க முடியாதிருக்கலாம்; பணம் அதை எளிதாகச் செய்துவிடும்' எனக் க.கு. நகைக்கிறார். இது வேதம் ஓதும் ஒரு பண்டிதனின் இளிப்பில்லை; குபேரப்பிள்ளையால் இகழப்படும் பாசண்டனின் நகைப்பாகும்.

'முட்டுக்கு மூத்தாள், பயல் பஞ்சம் பத்து வருஷம், சுட்ட பானை ஒட்டாது, கோபுரத்திற்குக் கீழிருக்கும் பொம்மை, கடலில் மிதக்கும் துரும்பு, ஓடு காய்ந்து உடைந்துவிட்டது, நல்ல குடும்பத்தில் பிறந்து இப்படி நாயாய் அலையவேண்டாம், வயிறும் வாயும் வேறு, மூன்றாவது கல்யாணம் விருத்திக்கு வராது, பெரியம்மை பூட்டினால் எல்லா வியாதியும் பறந்துவிடும், பட்டாளத்து லாரி வந்தாலும் பாதை கிடைக்காது லேசில், ஒற்றைக் குரங்கு ஊரை அழிக்கும், மூன்று முழமும் ஒரு சுற்று முப்பது முழமும் ஒரு சுற்று, குழிப்பிள்ளை குதித்து வயிற்றுக்குள் வரும், பாவிக்கு ஆயுள் வளரும், நல்ல திறமை எல்லாம் அதிர்ஷ்டஹீனங்கள்தான்' எனப் பழமொழிகளைப் பயன்படுத்துவதிலும் க.கு.வின் தனித்திறனைக் காண்கிறோம். பொதுச்சொற்களைக்கூடச் சந்தர்ப்பங்களுக்கு ஏற்ப எவ்வளவு தந்திரோபாயமாகக் க.கு. கைக்கொள்கிறார் என்பதைப் படித்து ரசிப்பதும் வாசகர் கடனாகும்.

'நெருக்கம் நெருங்கிற்று' என்ற இரண்டே சொற்களில், மூர்த்தி – நீலா காதலைக் க.கு. ('டீ ஸார்') கௌரவித்துவிடுகிறார். 'இவளுடைய கூட்டுறவைப் பெறுகிற எவனுக்கும், இவள் பெரிய பக்கபலம் அல்லவா? இவள் பரிவும் இவளுடைய சுவாஸம் கலந்த சுற்றுவாடையும் கிடைத்துவிட்டால், ஒருவன் எதைத்தான் சாதிக்க முடியாது? அவன் புதிதாய் ஒரு பாஷையையே படைத்து, அதில் ஓர் அமர காவ்யம் பாடி விடுவானே!' எனக் 'காதல்

கல்பத்தில்' கிறங்குகிறார். ஆனால், காதல் என்ற பெயரில் பெண் மீது சுமத்தப்படும் பல விலங்குகளைத் 'தண்டனை'யில் வரும் மணிமேகலைக் கூற்றுவழி உடைத்தும் நொறுக்கிவிடுகிறார். 'உடல் மெலிந்தும் உள்ளத்தழுக்கை விடாது தவிக்கும் அரசர்' என்றும், 'படிதாண்டாத பெருமையும், கணமும் கணவனை விட்டகலாத கற்பும் குடிகொண்ட அரசி' என்றும், 'வெறிபிடித்த உதயகுமாரனுக்கு நான் அகப்பட்டு, ஆட்பட்டும் இருந்தால் அதைச் சந்தோஷமாக ஏற்றிருப்பீர்களல்லவா?' என்றும், 'இனி உயர்குலத்தின் ஒழுங்கீனங்களால் பிறர் தீராத் துன்பமடைவது முடியாது . . . என்ன செய்ய வேண்டுமோ . . . செய்யுங்களேன், ஏன், செத்துப்போங்களேன்' என்றும் கூர்வாள் வீசுகிறாள் மணி மேகலை. பின் இதையே, 'காலத்தின் குரல்' ('காலத்தின் படைப்பு') என்ற தலைப்பில், ஒரு சிறிய நாடகமாகவும் க.கு. புனைந்துள்ளார்.

முப்பது ரூபாய்க்காகக் கிட்டுவின் பட்டணப் பிரவேசத்திற்குத் துணைவந்த வாத்தியார், தன் உடலை விற்கும் செல்லம் வீட்டில், டவரா டம்ளரில் காபி குடிக்கத் தயங்குகிறார். 'ஹோட்டல்களில் அக்னி ஹோத்திரம் செய்தவர்கள்தான் பரிமாறுகிறார்கள்; பெரிய தீக்ஷிதர்கள்தான் சமைக்கிறார்கள் இல்லையா வாத்தியாரே?' என, அவரை இகழும் கிட்டு, செல்லத்துடன் நிற்காது சக்குவையும் தேடிச்செல்கிறான். வாத்தியாரிடம் படித்தவள் அவள். 'தன்னை விட்டுப் பிறருடைய கண்ணும் கவனமும் வேறு இடத்தில் திரும்பாதபடி பிணைத்தது அவளுடைய பெண்மை. ஆடை மறைத்திருந்த அவளுடைய அவயவங்கள் அலாதியான சோபையுடன் பொலிந்தன. அவற்றின் தொனிப்பொருளைக் குறிப்பால் உணர்த்தும் கவிதை போலிருந்தது அவளுடைய வெளிப்படை அழகு. விருந்திட்டுப் பசி ஆற்றின எங்களுக்கு. நான் ஏன் சங்கோசப்பட வேண்டும்? . . . எனக்கு வாயெல்லாம் பல். கிட்டு, திறந்தவாயை மூடவில்லை' என்கிறார் வாத்தியார். கிட்டு குடிக்கிறான்; ஜாலியாய் இருக்கிறான்; ஜாக்பாட் ரேஸில் பணம் கட்டித் தோற்கிறான்; மூன்றே நாளில் மூவாயிரம் வேட்டு விடுகிறான். ஊர் திரும்பியபின், குடும்பக்கஷ்டம் தீர, நூறு ரூபாய் கேட்பவருக்குக் கைவிரிக்கிறான். 'ஏகப்பட்ட செலவாகிவிட்டது. வேறு யாரிடமாவது கேட்டுப் பாரும். இல்லையென்றால், இன்னொரு வாத்தியாரையும் கையெழுத்துப் போடச் சொல்லும். பணம் தருகிறேன். இருநூறு ரூபாய்க்கு மாதம் நாலு ரூபாய் வட்டி. நாற்பது ரூபாய் முன்னாடியே எடுத்துக்கொண்டு, நூற்று அறுபது ரூபாய் தருகிறேன். மாதம் இருபது ரூபாய் வீதம் பத்து மாதத்தில் கொடும். இதுவே எனக்கு இப்போ ரொம்பக் கஷ்டம் . . .'

என்கிறான் கிட்டு. 'இவனை என்ன பண்ணினால் ஆகாது? ஒரு பெரிய மனிதனுக்குத் தகுந்த காரியமா இது? சேசே! உன் முகத்தில் விழிப்பதும் பாவம்!' என்கிறார் வாத்தியார். இவனே பணக்காரன்! கிட்டுவும் வாத்தியாரும் ஒரே சாதி; ஆனால் வர்க்கம் இவர்களைப் பிரிக்கிறது. அன்று டெல்டாக்காரர்கள் எப்படியிருந்தனர் என்பதற்கான வகைமாதிரிகளே, வாத்தியாரும் கிட்டுவும்!

'நான் கிட்டுவிடம் மன்னிப்புக் கேட்கமாட்டேன்' என்கிறார் வாத்தியார். சில மாத வாடகை பாக்கிக்கு நெருக்காத, 'வாத்தியார் குடியிருக்கும் வீட்டின் உரிமையாளரான ஜோசியர்', 'உம்மைக் குடிவைத்துக்கொள்வது உண்மையிலேயே தப்பு. சுவடிய சீக்கிரம், எத்தனை மாசமானாலும் ஆகட்டும். நான் நிர்ப்பந்தம் செய்யமாட்டேன். என் வீட்டைக் காலிசெய்துவிடும்! சேசே... நீர் ஒரு வாத்தியாரா?' என்கிறார். இதுவே நம் சமூகம். மேலிருப்பவனைத் தட்டிக்கேட்பதில்லை; கீழிருப்பவனையோ வாய்ப்பு நேரும்போதெல்லாம் உதைத்துக் கீழே தள்ளிக் கொண்டேயுள்ளது. 'மன்னிப்பா! கேட்கணுமா? நானா? எதற்கு?' என்ற இக்கதை, இன்னும் எத்தனை வருடமானாலும் பழசாகாத புதுக்கதையாகும். இத்தகைய கதைகளை எழுதியவர் எப்படிப்பட்டவர்? இதற்கும், க.கு. கதையிலிருந்தே, அவரை விளக்கும் ஒரு நீண்ட சான்றைக் கொடுக்க விரும்புகிறேன்.

'புதுமையில் மாசும் மருவும் மருளும் மயக்கமுமிருப்பதைப் புரிந்துகொண்டு வருந்தும் அறிவுடையவர். பத்தொன்பதாம் நூற்றாண்டிலேயே பிறந்து வளர்ந்து, புது யுகத்தின் குரலான ஆங்கிலத்தில் ஊறி முளைத்துக் கிளைத்துச் செழித்து நிற்கும் அறிவுச் சுமையைச் சுமப்பவர். சாத்திரங்களையெலாம் கற்பதிலும் கற்பிப்பதிலும் வேள்வியிலும் தவத்திலும் ஈடுபட்டுக்கொண்டே நூறு வருஷங்கள் வாழ்ந்த தாத்தாவின் பேரர் அவர். வீட்டில் இருந்தபடியே ஆறாம் வயது தொடங்கி நாற்பது வயதுவரை வேத சாத்திரக் கடலிலேயே திளைத்த தந்தையின் புதல்வர். ஏழாம் வயதிலிருந்து பள்ளிப்படிப்பும், வீட்டில் சாத்திரப்படிப்புமாய் இருபத்தைந்து வயதுவரை கல்வியிலேயே கழித்தவர். அவருக்கு ஆங்கிலத்தில் அருமையான எழுத்து வன்மை உண்டு. இங்கிலாந்தின் பத்திரிகைகளில் கட்டுரைகள் எழுதி ஈடில்லாத புகழ் சேர்த்திருக்கிறார். இளமையிலிருந்தே இலாவகமாய் வட மொழியைக் கையாளும் பயிற்சியோடு வளர்ந்து முதிர்ந்திருந்த கவிதை, இன்று கவித்துவம் என்பதன் எல்லையான நாடக உருவத்தில் கனிந்து நிற்கிறது. பாஸன், காளிதாஸன், பவபூதி, இவர் என்று விரல் விட்டு எண்ணுகிறார்கள்

படித்தவர்கள். விரிவான ஸங்கீத ஞானம். ராகத்தையும், அதில் பாடப்படும் பாட்டையும் நினைத்து நினைத்து உருப்போட்டு ஸங்கீதம் ரஸிப்பதுபோல் நடிக்கும் பெரிய மனித ஸங்கீத ஞானமோ, அல்லது டிசம்பரில் விசிறி மடிப்பு அங்கவஸ்திரப் பிரகடனம் செய்யும் நவீன வாலிப சங்கத்தின் ஞானமோ அன்று. சாத்திர, சம்பிரதாய சுத்தமான ஞானம். சுருதி, லய ஸ்வரங்களைத் துய்க்கும் தூய இசையறிவு. அவருடைய நகைச்சுவைகூட உயர்ந்ததொரு தனிப்பாணி. பத்திரிகைத் தமிழில் கதையெழுதிக்கூடப் புகழ்பெற்றிருக்கிறார்... அவரைக் கண்டு பேசிக்கொண்டிருப்பதே ஓர் உயர்ந்த அனுபவம்'.

'நல்ல சகுனம்தானா?' கதையில் வரும் இப்பெரியவரைப் போன்றவர் எனக் க.கு.வைக் குறிப்பிடலாம். அவர் அடிப்படைவாதி அல்லர்; கடவுளை ஏற்காத ஆனாலும் வேதத்தை மறுக்காத ஞானக் கன்மச் சமுச்சயவாதிகளான மீமாம்சகரைப் போன்றவர். 'இக்காலத்தில் தொனிப்பொருளே விளங்கவில்லையே! எல்லாவற்றையும் வெட்டவெளிச்சமாய்ச் சொன்னாலும் புரியாமலாகி, வெறும் வார்த்தைப்பந்தல் மயமாயிருக்கிறது இலக்கியம்' என்ற போக்கிற்கு எதிராகத் தொனி ஓர்மையுடன் கதைகள் செய்தவராகக் க.கு.வை மதிப்பிடலாம். 'நல்ல சகுனம்தானா?' கதையில் வருபவர் யார்? சிவப்பட்டை போட்ட நூல்களை அவை மலிவாய் வருவதற்கு முன்பே படித்தவர்; தத்துவ வறுமையின் விபரீதக்கலக்கம் தாண்டிப்பார்த்தவர்; ஆடும் கோபுரங்களையும் கலங்கும் கடல்களையும் குறித்தெழுதியவர். நியாயத்தையும் அநியாயத்தையும் மீறித் தலைமுறை தலைமுறையாய்க் கிராமத்தையும் நிலத்தையும், தோப்புத் துறவுகளையும், சாய்மானத் திண்ணையையும், ஊஞ்சலையும், காற்றுப்பந்தலையும் விட்டுப்பிரியாது வாழ்வோரைச் சொல்வெட்டுச் சித்திரங்களாய்ப் பார்வைப்படுத்தியவர்.

காவிரி ஜில்லாவில் நிலவிச் சிதைந்த நிலத் திமிங்கில வாழ்வின் உள்ளிருந்து கேட்கும் ஒரு குரல் இது. 'நாங்கள் பாரதப் பண்பாட்டிற்கு எவ்வளவோ நலம் சேர்த்திருக்கிறோம்; சேர்த்துக்கொண்டிருக்கிறோம்; சேர்க்கவும் போகிறோம். எங்களை அலைக்கழிப்பது நல்லதா? எங்கள் வாழ்வைக் குலைக்கலாமா?' எனக் கதாபாத்திரம்வழிக் க.கு. கேட்கிறார்.

லௌகீகக் குளிர்வாடையில் நடுநடுங்கும் இவரைப் பிற்போக்காளராய்ப் பட்டங்கட்டிக் குழிதோண்டிச் சுலபமாய்ப் புதைத்துவிடலாம். உண்மையான மதிப்புகளும் அளவீடுகளும் இனி வரவே போவதில்லை என்ற நம்பிக்கையின்மைக்கும்,

அவை இனித்தான் உருவாகிவரப்போகின்றன என்ற நம்பிக்கை நோக்குக்குமான இழுபறியை விவாதிக்கும் கதையாக, 'நல்ல சகுனம்தானா?' உருவெடுத்துள்ளது. எல்லாரும் எல்லாத் துறையிலும் பிக்மி (சிறு மனிதர்) ஆகிவருவதைக் கண்டித்துக் கத்துகிறது இக்கதை. இதைப் பிராமண நிலக்கிழார்களின் ஸீலிங் ஷாக்குக்கு எதிரான வெடிப்பாகவும் வாசிக்கலாம். 'சொத்தோடு பிறந்தது குற்றமா அல்லது பாவமா?' எனக் கேட்கிறார். அதுவா பிரச்சனை? எல்லாரும் எல்லாமும் பெறாமை என்பதுதானே பிரச்சனை? இதன் மறுபுறத்தையும் க.கு. சிந்திக்காமலில்லை.

நிலத்தைக் குடியானவனிடமிருந்து பிடுங்கிக் கோர்ட் டிகிரி காட்டிப் பண்ணை வைக்கும் திமிர் பிடித்த பிராமண முரடனைக் க.கு. ஆதரிக்கவில்லை. 'அவன் ரஷ்யாவைக் காப்பி அடிக்கிறான்; காலம் கடந்துவிட்ட கார்ல் மார்க்ஸைக் கட்டிக் கொண்டழுகிறான். சொந்தமான செயல் திறமையோ கொள்கை வளமோ இல்லையென்று சொன்னானே இந்தக் கெட்டிக்காரன்; இவன் அதேவழியிலும் அதைவிடப் பொருத்தமில்லாத வழியிலும் போகிறானே, இதை யார் சொல்வது? நான் சொல்கிறேன், இவன் புத்திசாலி இல்லை' என்கிறார். ஆனால், கீழே இருப்பவனை மேலே கொண்டுவர, மேலேயுள்ளவனைச் சிதைக்கும் புதுப்பொருளாதாரத் தத்துவத்தையும் அவர் சந்தேகிக்கிறார். அரைப்பிரபுத்துவ அரைமுதலாளித்துவ வர்க்கச் சமுதாயத்தில் வாழநேர்ந்த ஒரு கோடாலிக் காம்பின் வலித்திழுப்புத் தடுமாற்றத்தைக் க.கு.விடம் காண்கிறோம். இருப்பினும் இத்தடுமாற்றம், அவரை ஒருபோதும் வலதுசாரி ஆக்கிவிடவில்லை. முதலும் கடைசியுமாய் ஒரு மென்மையான மனிதாபிமானியாகவே க.கு. நிற்பதற்காக, நாம் நிம்மதிப் பெருமூச்சு விடலாம்.

தர்க்கத்தின் சர்க்கஸ் வித்தையைக் க.கு.வின் கதைகளில் காண்பதற்கில்லை. பெண் நோக்கின் ஓர் ஊடுருவும் கூர்மையே அவரிடமுள்ளது. பெண்களைப் பொருட்படுத்தாத ஆணின் சுயநல இழிவைக் கண்டிப்பதற்குக் க.கு. தவறுவதில்லை. 'எங்களை இரையாக மட்டுமே தின்னாத ஆண் விலங்குகளே கிடையாதா?' எனத் துப்பும் 'சொரணை' நீலா, 'அடே, சே! இந்த ஆம்பளைங்க அத்தனை பேருமே இப்படித்தானா?' எனப் பொரியும் 'ஆண்கள்' தங்கமணி, 'சம்பிரதாயம் எங்களைக் கைவிட்டுவிட்டது. இரையாகிக்கொண்டே இருக்கிறோம். தயவுசெய்து நீங்கள் மணம் செய்துகொள்ள வேண்டாம். மறுபடியும் என் தங்கை ஒருத்தி, உங்கள் விஷம் தீண்டி

இறப்பதை... நினைக்கக்கூட முடியவில்லை... உங்கள் கைப்பட்ட பெண்கள், குருத்துவாடி அழுகிப்போகும் வாழைமரம் போலாகி விடுகிறார்கள்' எனப் பதைபதைக்கும் 'அடுத்த தடவைக்கு அது!' லேடி டாக்டர் எனப் பலரையும், 'ஒரே குரல் பல்லுடல்' பெண்களாகத் தீட்டியுள்ளார். இவர்களைப்போல் இல்லாமல், உத்தமக் கணவனை விட்டு ஊர்சுற்றிப் போக்கிரியுடன் ஓடிய மனைவியையும், ஆறேமாதத்தில் கணவனிடமே அவள் மீளும்போது, அவளுக்குத் தந்தை வீட்டுக் கதவாய்க் கணவன் வீட்டுக் 'கதவு திறந்தே இருக்கும்' கண்ணியத்தையும் பதிவுசெய்துள்ளார். இதன் பெண் முகத்தைத் 'தலைச்சன் பிள்ளை' கதையில் தரிசிக்கிறோம். இக்கதையுடன், சுந்தர ராமசாமியின் 'கைக் குழந்தை'யை ஒப்பிட்டு வாசிப்பவருக்குக் கதைகளின் 'கண்ணுக்குத் தெரியாத சங்கிலித் தொடர்ச்சி' புரிபடக்கூடும்.

பேனாவைத் தேடியெடுத்துக் காகிதங்களோடும் மனத் தத்துவத்தோடும் போராடித் தன் கணவனால் உருவாக்க முடியாத ஒரு கதையைச் சாதாரண நடப்புச் சம்பவங்கள்வழி எழுதிவிடும் மனைவியையும், தாம்பத்தியச் சிடுக்குத் தவிர்க்கும் மனைவியைப் புரிந்துகொள்ளத் திணறும் பித்தப்பசி எடுத்த கணவனையும், மஹாவியாதி பீடித்த மாப்பிள்ளையின் சாவிற்காகப் பராசக்தியிடம் வேண்டும் மாமியாரையும், வியாதிப்பிண்டமான பெண்டாட்டியின் சாவுக்குப் பிரார்த்திக்கும் புருஷனையும், 'வரவர யாருமே செத்துப் போறது இல்லை – எங்கப்பாவுக்கும் வரும்படி இல்லை' எனப் புலம்பும் பள்ளிவிட்டு இடைநின்ற பிராமணார்த்தக்காரரின் சின்னஞ்சிறு மகளையும், 'உங்கள் பிள்ளை ரிட்டையரான பிறகும்கூட நீங்கள் ரிட்டையராக முடியாது' எனக் கசியும் மருமகளையும் புனைவு நிஜங்களாய்க் க.கு. பிரதிபலிக்கிறார். அண்டை அயலில் மண்டை வறண்ட தரித்திரங்களையும், தீராப் புண்ணின் தழும்பிலும் நடக்கும் தாக்குதல்களையும், தோற்கத் தோற்கச் சூதில் தீவிரம் காட்டும் மனங்களையும், பேச்சே அழுகையாகிவிட்டவர்களையும், தம்மையே அசிங்கப் படுத்திக்கொள்ளும் சுடக்குடிப்பவர்களையும், வேகங்குறைத்துப் பிரகிருதியை வென்று அடங்கி ஒடுங்க ஏலாதவர்களையும், கெட்ட கிரகங்களை அனுகூலமாக்க முடியாதவர்களையும், வேடம் மாறிவந்த ஆசிநலம் பெற்றவர்களையும், உறிஞ்சிக் கொல்லும் உறவுகளையும், உபசாரம் செய்தே கழுத்தை அறுப்போரையும், லோகக்ஷேமம் பேணும் எல்லாம் கடந்த அதீதாள்களையும், இறந்தோருக்குத் தண்ணீர் தரக் கண்ணீர் விடக்கூடாதோரையும், சஞ்சலக் காற்றில் சுழன்று சந்தேக ஈரத்தில் நனைந்து

பயப்பூஞ்சானத்தில் பூத்த ஆகச் சாதாரணரையும் பற்றிக் க.கு. எழுதினார்.

வைஷ்ணவனாயிருப்பவன், ஸ்ரீமந்நாராயணன் தவிரப் பிற தெய்வம் வணங்கக்கூடாது என்ற சம்பிரதாயத்திற்குப் புறம்பாகப் பிள்ளையாரைக் குழந்தை முதல் வணங்கிவரும் சாமி, பரம வைணவனான தன் மகனின் வற்புறுத்தலால், தங்கள் ஆசாரியரிடம் தன்னை ஒப்படைத்துப் பிரபத்திவழிப் பெருமாள் கிருபைக்காளாகிப் பரிசுத்தனாகப் பார்க்கிறான். 'பாவம், அவன் ஒரு சந்தேகப் பிராணி. சஞ்சலம் அவனுடைய முத்திரை. பயம் அவனுக்கு மூச்சுக் காற்று மாதிரி. காற்று சற்றுப் பலமாக வீசினால், நடுங்கிப்போய் வீட்டுக்கு ஓடுவான். குழந்தைகளை அணைத்துக்கொண்டு உட்கார்ந்திருப்பான். எழுந்துபோய் வீட்டுக் கூரையை நிமிர்ந்து நிமிர்ந்து பார்ப்பான்' எனக் க.கு. வால் காட்டப்படும் சாமி, ஒன்றில் மட்டும் திடசித்தனாய் உள்ளான். 'பிள்ளையாரே! விவரம் தெரிந்ததிலிருந்து, எத்தனை வருடங்களாக உம்மைச் சுற்றிக்கொண்டு வருகிறேன். நடுவில் இப்படி அபசாரம் செய்துவிட்டேனே என்பதற்காகக் கோபித்துக் கொண்டு, ஒன்றும் செய்துவிட மாட்டீரே? என் பெண்டாட்டியும் பிள்ளையும் வரவில்லை என்பீரோ? அவர்களை விட்டுவிடும்; எனக்கு அப்புறம்தானே அவர்கள்? எனக்காக அவர்களையும் காப்பாற்றத்தான் வேண்டும்; என்ன, நான் போய்வரட்டுமா? ஏதோ, உம்மைத்தான் நம்பியிருக்கிறேன்' என்கிறான் சாமி! இது 1955இல், எழுதப்பட்ட சிறுகதையாகும். இதே பாணியைப் பிற்காலத்தில் கையாண்டே, ('ஓ! நான் கன்னியாஸ்திரியான பாவம்!'), தம் 'சிலுவை'யை ஜெயகாந்தனும் முடித்துள்ளார். இவ்விரண்டிலும் பேசப்படுவது, பிரஷ்டர்களின் மீறல்தான்.

துவைத்தால் துவைத்துக்கொண்டேயிருப்பது, மாவு அரைத்தால் மாவரைத்துக்கொண்டேயிருப்பது, காசைக் கொண்டு வந்து வீட்டில் எறிந்துகொண்டேயிருப்பது, எண்ணெய் தேய்க்கச் சொல்லிவிட்டால் தேய்த்துக்கொண்டேயிருப்பது, தூங்கச்சொன்னால் தூங்கிக்கொண்டேயிருப்பது, பேசச் சொன்னால் பேசிக்கொண்டேயிருப்பது, 'இப்படியே செய்து செய்து, என்னை ஏன் உயிரோடு கொல்ல வேண்டும்? ஒரு வழியாய்க் கொன்றுவிடுங்களேன்' என்பவளின் கழுத்தை அப்படியே நெரிக்க ஆரம்பிப்பது, 'நீ சொன்னாய் – நான் செய்கிறேன்' என, ஒரே பதில் கூறிச் சதா சம்பாதிக்கத் தூண்டும் சம்சாரத்தை, சமூக அமைப்பை, சூழலை அழிக்கத் தோன்றும் ஆத்திரத்தைக் கட்டுப்படுத்திக்கொள்ளாமல் செயலில் கொட்டும் அப்பாச்சத்தைச் 'சம்பாத்தியம்' கதையில், உடலின்

ஓர் அதி வளர்ச்சியும் அறிவின் அதிமந்தமும் உள்ளூர்ந்த தேய்வும் கொண்டவனாகக் க.கு. புனைந்துள்ளார். எத்தனையோ தொழில்களில் புகுந்து புறப்பட்டும், ஒன்றிலுமே அப்பாச்சத்திற்கு வெற்றி கிடைக்கவில்லை. 'சோறு போடுமா, சும்மாத் தொழில்?' எனக் கேட்கிறார். உபரி மதிப்பை இழக்கும் எந்திர உழைப்பின் செக்குமாட்டுத்தனத்தால், தனக்குத்தானே அந்நியனாகிறான் அப்பாச்சம். ஆத்திரப்படும் மனைவி, 'இப்படிப் பைத்தியம் பிடித்துச் சந்தியில் நிற்பதைவிட, ஒருவழியாப் போயிடறது தேவலை... தொலைந்து விடுங்களேன்' என்கிறாள். உடனே பிணமாய் விழும் அப்பாச்சம், மறுபடியும் எழுந்திருப்பதில்லை. 'செத்துப்போ என்றாய் – செத்துப் போய்விட்டேன்' எனத் தானே அப்பாச்சமாய்க் கோர ஸ்வரத்தில் கதறுகிறாள் மனைவி. இதற்கு நிகரான இருத்தலியக் கதைகள், தமிழில் எத்தனை இருக்குமெனத் தெரியவில்லை. வாசகரின் ஆழ்மனத்தினுள் புகுந்து தொந்தரவுபடுத்தும் ஒரு கதையிது.

'பட்டு – ராமு – அத்தான்' என்ற ஒரு முக்கோணத்தைப் 'பாவம், வெறும் வெகுளி'யில் க.கு. வரைகிறார். இம்முக்கோணத்தில் யார் பாவம் என்பதும், யார் வெகுளி என்பதும்தான் கதை. இது கருத்து, வடிவம், தொனி, நடை, பார்வை என அனைத்திலுமே சிறந்துள்ள ஒரு சாதனைக்கதை. இதற்கு முதலில், 'முன்கோபம்' எனத் தலைப்புத் தந்திருந்தவர், பின் தலைப்பைப் 'பாவம், வெறும் வெகுளி' எனச் சிடுக்காக்கிவிட்டார். 'முன்கோபம்' என்பதில், அது ராமுவையே குறிப்பதாயுள்ளது. புதிய தலைப்பில், அது பட்டுவின் அகத்தையுமே கோடி காட்டிவிடுகிறது. 'கல்யாணமாகியிருந்தால் எப்படி இருப்போம் என்பதைப் பற்றி, இப்போது பேச்சோ நினைப்போ, எங்களுக்கு லவலேசமும் இல்லை. நாங்கள் இப்போது அண்ணாவும் தங்கையும் போலத்தான். உங்களுக்குப் புரியுமோ என்னமோ? கப்பலிலிருந்து இறங்கிவந்தவர்களுடைய மனோபாவங்களும் குலாசாரங்களும், நம் காலடிகளை மிதித்தவர்களுக்குக்கூட ஏற்படாது. நம் பழக்கவழக்கங்கள், சம்பிரதாயங்கள், கட்டுப்பாடுகள் எல்லாம் பவித்திரமானவை. நாமெல்லாம் மிருக ஜாதியைச் சேர்ந்தவர்கள் அல்லர். நல்ல வேளை, உங்கள் கோபம் வீட்டிலேயே ஆறிற்று. கோவிலில் முகத்தைத் தூக்கிவைத்துக் கொண்டீர்களே, அப்பொழுதே இதை எல்லாம் பேசியிருந்தால், அவமானம் யாருக்கு? நன்றாக யோசியுங்கள். காதல் கீதல் எல்லாம் புஸ்தகத்தோட சரி. எங்களுக்குப் பக்தியும் காதலும் ஒன்றுதான் என்பது ஞாபகம் இருக்கட்டும் . . . இனிமேலாவது தெரிஞ்சுக்கோங்க. ஒத்தருக்குக் கழுத்தை நீட்டின க்ஷணத்திலேயிருந்து, லோகத்துப்

புருஷாள் அத்தனை பேரும் எங்களுக்குத் தந்தை தமையன்கள் என்கிறதை. நாங்கள் ஒவ்வொரு நிமிஷத்திலேயும், இதை நிரூபித்துக் காண்பிச்சிண்டிருக்கோம்' என்கிறாள் பட்டு. இது சமூக உண்மை மட்டும்தான்; ஆனால் சித்தத்திலும் இது எந்த அலைமோதுதலுமற்ற சாட்சாத் உண்மையேதானா? 'முற்றிய உணர்ச்சிக்கும் போதைப் பொருளுக்குள்ள சக்தியுண்டு' எனில், இந்த உணர்ச்சி போதைக்குக் கப்பலில் ஏறுவதும் ஏறாமலிருப்பதும் இறங்குவதுமெல்லாம் என்ன செய்துவிடமுடியும்? இது ஓர் அடிப்படை உணர்வல்லவா! அதனால்தான், நன்கு யோசித்துத் தலைப்பைக் க.கு. மாற்றிவிட்டிருக்கிறார். இக்கதையை, ஆர். இராசேந்திரசோழனின் 'புற்றில் உறையும் பாம்புகள்' கதையோடு, ஒப்பிட்டு வாசித்தும், இதன் ஆழத்தைத் தெளிந்துகொள்ளலாம்.

இதில் யாரை நாம் குற்றம் சொல்வது? அட! அக்குற்றம்தான் என்ன? பட்டுவும் அத்தானும் நன்கு பொருந்துகிறவர்களாய் உள்ளார்கள். இவர்களுக்கு நடுவில், விதியின் சதியால் ராமு வந்துவிட்டான். உடலால் அண்ணனும் தங்கையுமாகப் பட்டுவும் அத்தானும் ஆகிவிட்டதும், வேறு நினைவின்றி மனத்தாலும் அப்படியே அவர்கள் ஆகிவிடுவதும் உண்மைகளே. ஆனாலும், அத்தானைக் கண்டவுடன், பட்டுவிடம் ஒரு பந்தம் இயல்பாகிறதே! அது அவளுக்கே தெரியாது, அவளிடம் தொற்றக்கூடியதாயும் இருக்கலாம். அந்த அகத்தை, எவ்வளவு தூரம் நீங்கள் விசாரித்துப் போய்விட முடியும்? சமூகக் குடும்பச் சரீர வரையறையை மீறாமல், நனவிலியில் நிகழும் இனம் தெரியா உணர்வுக்குப் பட்டுவா பொறுப்பு? 'அத்தானாம் அத்தான். பெரிய தேவாவதாரம் அவன். அவன் எது பண்ணினாலும், நன்னாயிருக்கும் உனக்கு. இல்லையா?' என்கிறான் ராமு. 'கிருஷ்ணன், சிசுபாலனைத் தொண்ணூத்தி ஒன்பது தடவைதான் மன்னித்தார். எங்க அத்தான் உங்களை முழுசா ஆயிரம் தடவை மன்னிப்பார்... மகா உத்தமன்' என்கிறாள் பட்டு. 'ராமு, நீ என்னை அடிச்சாக்கூட, என்னிக்குமே எனக்கு வலிக்காதுடா' என்கிறான் அத்தான். அத்தானுக்குக் கதையில் பெயர் தரப்படவில்லை. அவன் அத்தான் என்ற பெயரிலேயே கதை முழுவதிலும் உலவுகிறான்.

இப்பக்கம் பட்டு; அப்பக்கம் ஊஞ்சலில் ராமுவும் அத்தானும். 'நிறுத்தினால்தானே அவள் வைக்கமுடியும்?' என்று சொல்லிக்கொண்டே, கைநீட்டுகிறான் அத்தான். ஆடும் ஊஞ்சல் நிற்பதற்குள், பக்ஷணத்தட்டை அத்தான் கையில் தருகிறாள் பட்டு. 'தட்டைக் கொடுத்துவிட்டுக் கணவன் முகத்தைப் பார்த்ததில்,

பட்டுவுக்கு நோக்கமேதும் இல்லாமல் இருந்திருக்குமா?' எனக் கதை முடிகிறது. வாழ்வு ஓர் அலகிலா விளையாட்டு. கேள்வி – பதிலுக்கு, அதில் இடமேது? இது இப்படித்தான் என்ற புரிதலிருந்தால் போதும். 'அநு தினமுலுவைத் தினந் தினம் நான் பாடினாலும், அலுக்காதே பட்டுவுக்கு' எனத் தயங்கி யோசித்தாலும், பாடாமலா விடுவான் அத்தான்? கேட்டுப் பாராட்டாமலா இருப்பாள் பட்டு? கோபிக்காமல், பின் கொஞ்சுவானா என்ன, ராமு? நிற்காமல், ஊஞ்சல்தான் ஆடிக்கொண்டேயிருக்குமா? இதில் எந்தச் சுருதி, எப்போது பிசகுமோ? ஆனால் அது, அன்றாட வாழ்வின் மகிழ்ச்சிக்கு ஒவ்வாமையாகிவிடும். இந்த ஒவ்வாமையின் இன்னொரு கோணத்தைத் தத்ரூபமாய்க் க.கு.வின் 'விஷவேகம்' படம் பிடிக்கிறது.

'கண்ணுக்கெட்டிய தூரம்வரை மாக்கல் மலை – அல்ல, சுண்ணாம்பு – அதுவும் அல்ல, வெள்ளைச் சலவைக்கல். எதுவாயிருந்தாலென்ன, ஒரே வெண்மை!' என, 'விஷவேகம்' தொடங்குகிறது. இந்த ஆரம்பத்தையே, நெடுங்காலம் யோசித்துக் கொண்டிருக்கலாம். அவ்வளவு அடர்த்தியான வாசகங்கள். இக்கதையும் அப்படித்தான். சிறிய ஒரு கதை; ஆனால் ஆழமானது. கலங்காத சத்வக் குணத்தோடும் அளவிட முடியாத காம்பீர்யத்தோடும் ஓடிவருகிறாள் நர்மதை. 'உள்ளே எத்தனை வேகம் இருந்தாலென்ன, அதை வெளியில் காண்பிப்பார்களா, பெரியோர்கள்!' எனப் பரவசப்படுகிறார்கள் நண்பர்கள். பாரதத்தின் தென்கோடியிலிருந்து நடுமையம் வந்து, (இளங்குழந்தைகளிடம் விளையாடுவதுபோல் காவிரித்தாயிடம் பழகியவர்கள்), நர்மதையைப் பயத்துடனேயே கவனிக்கிறார்கள். கிராமத்தில் பிறந்துவிட்டால் மட்டும் போதுமா? பசுமையைத் தொலைத்துவிட்டுப் பசுமைப்போலியைக் கொஞ்சம் வளர்த்து மகிழும் நகரத்துச் சகவாசத் தோஷமுள்ளவர்கள், மலையை எப்படிப் புரிந்துகொள்ளமுடியும்? எனத் திகைக்கிறார்கள். இப்பீடிகைக்கும் கதைப்பொருளுக்கும் தொடர்புள்ளது. இதேபோல் தொனியைத் திறனுடன் நுட்பமாகப் பயன்படுத்தி வெற்றியடைந்த கதைகளைத் தமிழில் காட்டுவதும் எளிதில்லை. நர்மதை நதியின் உற்பத்தி ஸ்தானத்தையும், அரைமைலிலுள்ள அருவியையும் காண விழைகிறார்கள். 'ஊர்வசி நடனத்தைக் கண்டு களிப்பதா, அவள் ஆடையணியும் அறையை ஆராய்வதா, எது முக்கியம்?' என்கிறான் படகோட்டி. எனினும், அந்த ராம்சரண், அழகில் மோகமுற்று, எதையும் சிறிது அதிகமாகவே அனுபவிக்கும் மதராசிகளையும் புரிந்துகொள்கிறான். வழிகாட்டத் தன் தேவியையும் உடனனுப்புகிறான். அருவியோடு மதராசிகள் கட்டிப்

புரள்கிறார்கள். ஒரு பாறையில் சிங்காரமாய்ச் சமைந்திருக்கிறாள், அவயவ நிறைவின் தெய்வீகமான ராம்சரணின் மனைவி. அவள் தோளில், ஓர் இளம் மரக்கிளை துவண்டு, இலைகளால் ஸ்பரிசிக்கிறது. ‘எனக்கு எல்லாம் கண்ணனே; பக்தர்களுடைய கோஷ்டியில் அமர்ந்தமர்ந்து வெட்கத்தையும்தான் இழந்து விட்டேனே’ என்ற மீரா பஜனையைப் பாடுகிறாள். அதைத் தவறாகப் புரிந்துகொண்டு, முன்நகர்கிறான் மதராஸி. ஒரே கணத்தில் சுதாரித்து, நர்மதையின் மனுஷ்யாவதாரமான அவளை நோக்கிப் பதற்றத்துடன் கைத்தூக்குகிறான். சரீரம் நடுங்கத் துள்ளி எழுகிறாள் தேவி. உண்மை வேறு என்று உணர்த்தக் கண்ணீருடன் நமஸ்கரிக்கப் பார்க்கிறான். ஆயினும் என்ன? வியாதிக்காரிபோல் திரும்பி, குடிசைக்குள் நிழல்போல் புகுந்து மறைகிறாள் அவள். கண்ணில் புகுந்த திடீர் விஷ வேகம், என்ன பாடுபடுத்திவிட்டது, மதராஸியை! அந்தத் தேவி, எதை இழந்தாள்? சக மானுடரை நம்பும் மன வெண்மையை அல்லவா இழந்துவிட்டாள்! இதுவே இக்கதையின் தொனி. கணியன் பூங்குன்றன்போல், இந்த ஒரு கதைக்காகவே, காலாகாலத்துக்கும் க.கு.வும் நிச்சயமாய்க் கொண்டாடப்படுவார்.

சைவ மணம் கமழப் பக்திச் சொற்பொழிவாற்றும் நாற்பது வயது தமிழ்ப் பண்டிதப் புலவர் சம்பந்தம், வெற்றிகரமான ஒருமனிதராகப் புகழும் பொருளும் குவித்தாலும், மனைவியை இழந்தபின், ஒருகட்டுக்குள் அவரால் நிற்க முடியவில்லை. மனம் அலைபாய்கிறது; பாய்கிற அலையும் நன்றாயில்லை. கெட்டவளாகப் பொய்ப் பழி தூற்றப்பட்ட சிவகாமியை, மறுமணம் புரிய, ஐந்தாறு வருடம்முன் மறுத்துவிட்டவர், இப்போது அவளைத் தேடிச்செல்கிறார். கைவண்டிக்காரனுடன் சுவடிவாழத் தொடங்கிவிட்ட சிவகாமி, ‘நீங்க இப்படிப் படு குழிலே விழணுங்களா?... மட்டூர்குழல் மங்கையர் வலைப் பட்டு . . . சுவர்வேல்விழி மங்கையர் . . . அநுபூதி அலங்காரம் எல்லாம் நீங்க தினப்படி பாராயணம் செய்யறவங்க . . . பாட்டுங்களை வாய்விட்டுச் சொல்லிக்கிட்டுத் தெருவோடு நிமிர்ந்து தெளிவோடு போங்க!’ எனச் சைவச் சாரம் உபதேசித்துப் புலவர் சம்பந்தத்தைத் திருப்பிவிடுகிறாள். உள்ளொன்று வைத்துப் புறமொன்று ஒழுகும் மரபின் மீதான ஓர் எதிர்விமர்சனம்! ‘எட்டுக்குடி ஞானி’யிலும், இதைக் கேட்கிறோம். குடும்பத்தாலும் சமூகத்தாலும் பேணப்படாத மனிதர்களுக்கு, நிம்மதி எங்கேயிருக்கிறது? நிம்மதியற்ற மனிதர்களை உருவாக்கும் பணியைத்தானே குடும்பமும் சமூகமும் தொடர்ந்து செய்கின்றன? ‘ஆமாம் . . . என்னைத்தான் தேடறேன் . . .

என்னை எங்கேயோ தொலைச்சுப்புட்டேன்... காணும்... தேடறேன்... தேடறேன்... தேடறேன்... கிடைக்கலையே' எனக் கிழவர் புலம்புகிறார். இல்லையில்லை, அவர் எட்டுக்குடி ஞானி! யதார்த்தக் கதைகளில் மட்டுமில்லை; இதிகாசக் கதைகளிலும் இதேதான் நடக்கிறது. 'நான் செய்துள்ள பாவங்கள், இமய மலைபோல் என் தலையில் பாரமாகி, என் கழுத்தை இறுக்கி நெரித்துக்கொண்டிருக்கின்றன. அண்ணனைக் கொன்ற இந்தப் புதிய பாபத்தின் விந்தியச் சுமையையும் ஏற்றுகிறாயே... இத்தனை லக்ஷம் வாழைக்குலைகளைக்கூட வெட்டிச் சாய்த்திருக்க முடியாதே. அதைவிட எளிதாய்க் கொன்று குவித்திருக்கிறேனே' எனப் போருக்குப் பின் மனங்குமுறுகிறான் தருமன். இவன் வியாசனின் தருமனில்லை; க.கு.வின் தருமன். அதனால்தான் இவன், விந்தியச்சுமை என்கிறான். இந்தப் போர் எதிர்ப்பு மனநிலையை இதிகாசக் காலம், இந்து மன்னர் காலம், இஸ்லாமியர் காலம், விஜயநகரக் காலம், மராட்டியர் காலம், பிரெஞ்சுக்காரர் காலம், வெள்ளையர் காலம் என வரலாறெங்கும் க.கு. உயர்த்திப் பிடிக்கிறார். சாதி, இன, மத, மொழி, பால், பேதத் தீட்டு அவர் புத்தியில் ஒட்டவில்லை. 'அவனவனுக்கும் உள்ளே ஓர் ஆள் இல்லை? அவனை மறைக்கத் தெம்புண்டா யாருக்காவது?' – இது தருமனின் வினா மட்டுமா? இல்லை; க.கு.வின் வினாவே! 'பேச்சு... பேச்சு... எல்லாம் பேச்சு' என்ற கதைத்தலைப்பும்கூடச் செயல்படாத பண்பாட்டு மரபை விமர்சிக்கும் க.கு.வின் எதிர்த்தரிசனமேயாகும். இதே எதிர்நோக்கை ராமன்மீது அகலிகையும், துரியோதனன்மீது பானுமதியும்கூடச் சுமத்துவதைத் 'தீர்ப்பு', 'பானுமதி' ஆகிய கதைகள்வழி அறிகிறோம்.

வைதீக ஞான மரபை ஏற்றும், மனிதரைப் பிளவுபடுத்தும் அதன் அமனிதநோக்கைக் கண்டித்தும், மேலுலகப் பலன்களை முன்மொழியும் சாத்திர நம்பிக்கைகளை மறுத்தும், கோயில்களின் புனிதத்தைக் கேள்விக்குட்படுத்தியும் க.கு. எழுதினார். 'கோயிலுக்குக் குறைவா, இடறிவிழுந்துகொண்டேயிருக்கிறோமே கோயில்களில்' என்றார். 'அனாதைப்பிணம் எடுத்தால், அடுத்த பிறவிக்கு அடுக்கடுக்காய்ப் புண்ணிய மூட்டை சேருமாம்' என்பதைக் கேலிசெய்தார். 'நாரதருன்னு ஒரு தான்தோன்றி, தானாக என்னென்னவோ புதுசு புதுசாப் பாடறேன்னு ரொம்ப நாளாய் எங்களை இப்படிச் சித்திரவதை பண்ணிக் கிட்டேயிருக்காருன்னு ராகதேவதைகள் அழுவதாக'ப் புராணப்பாம்பால் பண்டிதத்தைக் கடித்தார். கணுக்கால் நனையா தேக்கக்குட்டை அலைகடலாகிவிட்ட விநோதத்தையும், கோழி ஏறும் குப்பை மேடு இராயர் கோபுரமாகிவிட்ட

விபரீதத்தையும் விமர்சித்தார். செருப்பைத் தொலைத்தவன், 'ஈசுவரன் மட்டும் சர்வ வல்லமை உடையவனானால் . . .' என்று இழுக்கிறான். 'செருப்பைக் கொண்டுவந்து, உன் காலில் மாட்டவேண்டுமாக்கும்! சிரிக்கப்போறான் எவனாவது? பேசாமே வா' என்கிறான் மற்றவன். இதே 'ஒட்டாத செருப்பு' கதையில், 'அட! என்னவோ கத்திக் கிழிக்கிறானுகள். பண்டரிபுர பஜனையாம். நாலரைக் கட்டையில் கூத்துக் கட்டிண்டு . . .' என்றும் பரிகசிக்கிறார். மூளை வளராத ஆதிமூலக்குடிகளாக ஆசாரக்காரர்களைப் பழிக்கிறார். 'சம்சாரியாயிருப்பவன், அறிந்துமறியாமலும் பாவங்களைச் செய்யாமலா வாழ்ந்துவிட முடியும்? பெண்டாட்டி பிள்ளை குட்டிகளை வாழ்விக்கும் பொறுப்பில்லையா அவனுக்கு?' எனப் பச்சை லௌகீகத்தைக் க.கு. கதையாக்கினார். மனிதர்களைவிட நாளா பெரிசு? என்றார். சாப்பிட அமரும்போது, நினைத்துக்கொண்டு ஓடிப்போய் வாங்கிவரும் இலைப்பஞ்சத்தைக் க.கு. அறிந்திருந்தார். அதனால்தான் அவர், 'உடலுக்கிருக்கும் வலிமை, ஆத்மாவுக்குத் தெரிவதில்லை' எனச் சரீரம் போற்றினார்.

இடைக்கால இந்திய அரசியல் குறித்த பல இஸ்லாமிய ஆட்சி அதிகாரக் கதைச் சம்பவங்களையும் க.கு. புனைந்துள்ளார். 'மதமும் மார்க்கமும் தேசியமல்ல; ரத்தமும் உடலும் உரமும் உள்ளப்போக்கும்தான் தேசியச் சின்னங்கள்' என்ற ஒரே நோக்குடன், வெள்ளையரை எதிர்த்து, இந்து – முஸ்லீம் ஒற்றுமையை வற்புறுத்துபவை அவை. ஔரங்கசீப்பைக் க.கு. (மனஸ் ஸாக்ஷி) விமர்சித்திருந்தாலும், இஸ்லாமியரைவிடப் பறங்கியரையே, நமது தேசத்தின் எதிரிகளாகக் க.கு. முதன்மைப்படுத்துகிறார். இந்து – முஸ்லீம் பிரிவினைச் சூதை வெற்றிகரமாக வாரன் ஹேஸ்டிங்ஸ் நிறைவேற்றியதை, 'முளையிலே அழிந்தது' காட்டுகிறது. 'இந்தத் தேசம் உனக்கு அடிமையாவதைக் காண, நான் உயிர் வாழ முடியாது' என்கிறான் கரீம்கான். 'உன் முட்டாள்தனம் உன்னைக் கொல்லப்போகிறது. தேசமாம் தேசம், பைத்தியம்' என்கிறான் ஹேஸ்டிங்ஸ். இங்கு இஸ்லாமியர் பக்கம் நின்று க.கு. பேசுவதும் குறிப்பிடத்தக்கதாகும்.

க.கு.வின் மொழி செறிவானதும் செழுமையானதுமாகும். புதிய பல பதங்களும், சிறிய சொற்களில் பெரிய அனுபவங்களும் அவர் மொழியில் வெள்ளமாய்ப் பெருகிவருகின்றன. சங்கக் கவிதையின் பொருள்விரிவும், வடமொழிக் காவியங்களின் பார்வைத் தெளிவும், பக்தியிலக்கியக் கம்பீரமும், மேல்நாட்டு நடையொழுங்கு நுட்பங்களும், உணர்வோடைத் தர்க்க

அழகுகளும் கூடிய ஒரு வளமான மொழியது. படிக்கப் படிக்கத் திறந்துகொள்ளும் மலைக்குகை வாயில்களாய்க் க.கு.வின் சொற்பிரயோகங்கள் உள்ளீர்க்கின்றன. ‘கண்ணன் என்னும் அந்தக் கருந்தெய்வம் கூடவேயிருந்தது’ (ஆண்டாள்) என்பன போன்ற நயமான தொடர்களைச் சாதாரணப் பேச்சு மொழியிலேயே கொண்டுவந்துவிடுகிறார். ‘அம்மா . . . உன் வயிற்றில் நான் அன்று பிறந்தது, எனக்குத் தெரியாது. இதோ இன்று புதிதாய்ப் பிறக்கிறேன்’ எனப் பின் கேப்டனான மூர்த்தி, ராணுவச் சிறையில் முனகும்போது, ‘அன்று நான் பிறந்திலேன்; பிறந்தபின் உன்னை மறந்திலேன்’ என்ற திருமழிசையாழ்வாரின் தொனியே, எனக்குக் கேட்கிறது!

தொண்டைச்சேதம், உள்ள அவமானம், நினைப்பின்பப் பரவசம், மகாஸ் மசானம், மனப்போர், உயிர்ப்போர், அசட்டுக் கெட்டிக்காரத்தனம், ரசிக ஹ்ருதயம், ஹ்ருதய சுத்தம், ஏகாந்தக் குதூஹலத்தின் அரட்டல், வேட்கையற்ற விஷய சுகம், எண்ணச் செதில்கள், எண்ண அடுக்கு, ஹிமவத்தைர்யம், கவலைவிசேஷம், நிறைவேறாத இச்சைத்தீயின் புகை, சித்தப்பிரளயம், சித்தச் செம்மை, சித்த விஸ்தாரம், பருவ ரத்தம், வழிவிளக்குகள், கைலாச வெண்மை, விரஹச் சுழற்சி, க்ஷணிக விவேகம், அத்யந்த விசுவாசம், இன்ப வறுமை, உயிர்க் கரிப்பு, புது இடறல், மூப்புப் பிசாசு, ஜீவ வதை, பேரிருளின் சூசனை, கிழக்கில் சூரியாஸ்தமனம், விக்ரகமில்லாத கர்ப்பக்கிரகம், மனராட்டை, லயச்சுத்தம், பெரியவாள் பைத்தியம், அபார சம்சாரம், அருள் வெள்ளம், குடியிருப்புத் தண்டம், இன்பப் பூச்சு, வாய் வம்பு, சந்தர்ப்பத் தோரணை, கேள்வி மாரி, ஊரார் ஓமல், அறுபதாம் கலக்கம் எனப் பல நூதனச் சொற்களைக் க.கு. புனைந்துள்ளார். இவற்றைப் பட்டியலாகப் படித்துக் கடந்து விடாமல், ஒவ்வொரு சொல்லையும் ஆழமாக நினைவில் வாங்கி, ஒருகணம் சிந்தித்தால், அவற்றின் அர்த்த பாவம், ‘உணர்ச்சி வாயில் உணர்வோர் வலித்தே’ என்பதுபோல், மேன் மேலும் விரிவதைக் கண்டடையலாம்.

‘அம்மா இட்ட கட்டளை’யில், ஒரு வித்தியாசமான தாயைக் காட்டுகிறார். பத்து மகன் பெற்றவள்! ஒவ்வொருவனும் சுய சம்பாத்தியத்தில் பத்துப் பவுன் கொண்டுவந்து தந்தால்தான், ‘கல்யாணம்’ என்கிறாள். கடைசிப்பிள்ளை, எட்டுப் பவுன்தான் கொண்டுவருகிறான். ‘பத்துப் பவுனில்லாம இந்த வீட்டுக் குத்துச் செங்கல் ஏறாதே. பாக்கி ரெண்டு பவுனையும் வாங்கிட்டுவா. அப்புறம்தான் உன் கல்யாணப் பேச்சு’ என்கிறாள். தன் பிள்ளைகளுக்குக் காசு பணத்தின் அருமை தெரிவதற்காகவே,

கருத்தாய்க் குடித்தனம் பண்ணும் வழிவகை அவர்களுக்குப் புரிவதற்காகவே, இப்படிச் செய்கிறாள். 'நான் பிச்சை கேட்கவில்லை. அதிகாரம் பண்ணிக் கேட்கிறேன்' என்கிறாள். கல்லுக் கல்லாய் நகையைத் தோத்தவள், அதுக்குப் பத்துப் பங்காய்ப் பூட்டிக்கொள்ளும் வைராக்கியத்தைப் பிள்ளைகள் நிறைவேற்றித் தரும் கதையிது. படித்தவர் எவராலும் மறக்கமுடியாமல், மனத்திற்குள் சுற்றிச் சுற்றி வருகிறது இக்கதை. இதன் முடிவில், சரிந்த குடும்பத்தை மீண்டும் நிமிர்த்திக் கர்வமாய் நிற்கும் மனைவியைக் கண்டு, 'இத்தனை வருஷமா, இப்படிப் பேசினதே இல்லையேடி நீ . . .' என்கிறார் கணவர். 'நீங்களும் இன்னிக்கு நிமிர்ந்து பேசினாப்பலே, என்னிக்காவது இரைஞ்சு பேசினதுண்டா?' என்கிறாள். 'சிரிக்கும் இருவர் கண்களும் கலந்தன' எனக் கதை முடிகிறது. 'வாழ்வு பொய்யானது; துக்கமயமானது' என்ற வேதாந்தக்குரலுக்கு எதிராகப் பூரணமான உள்ளநிறைவைக் க.கு. எதிர்நிறுத்துகிறார்.

ஒரு கவிஞருக்கு நிகராகப் பல இடங்களில் க.கு.வின் மொழி, பல்வண்ண ஜாலம் காட்டுகிறது. இதனை, 'அம்மா தாயே' கதையில் சிறப்பாகக் கண்டுணர்கிறோம். 'இந்த உன் சீரிளமைத் திறம் . . .' எனத் தனக்குப் பிடித்த பெண்ணைப் பார்த்து ஒருவன் சொல் வராது தவிக்கும்போது, தமிழ்த்தாய் வாழ்த்துச் சொல்லுக்கு இப்படி ஒரு விசேஷப் பிரயோகமா என வியக்கிறோம். 'படிக்கும்போது ஹாஸ்டல் பறவை; படிப்பு முடிந்ததும் ஹோட்டல் ரசிகன்' எனச் சில சொற்களில் கதை கட்டுகிறார். 'நம் முட்டாள்தனத்தை லாரியில்தான் ஏற்றவேண்டும்' எனக் குத்துகிறார். 'குங்குமம் செக்கச் சிவக்க ஸாக்ஷி சொல்லிற்று' என மெய்ம்மறக்கிறார். 'உண்மை செத்துப் பிணமாயிற்று' எனக் குமுறுகிறார். 'சுருதி என்பது தூய ஆகாய வெளிப்பரப்பு; தாளம் என்பது காலத்தின் விரிவு; இவையிரண்டுமே துண்டுபடாத அகண்டங்கள்' எனத் தத்துவார்த்தமேற்றுகிறார். 'ஆறு தாழம்பூ வைத்துப் பின்னும் கூந்தல்' எனக் கண்போடுகிறார். 'பொழுது பாரவண்டிபோல் நகர்ந்தாலும், உணர்ச்சி விஷவேகத்தில் ஏறியது' என அகந்திறக்கிறார். 'பூச்சி சிறகு அடித்துக்கொள்வதுபோல் பட படவென்று இமை கொட்டினாள்' எனக் காட்சி மொழிக்கு ஒயில் கூட்டுகிறார்.'கட்டிப்போட்ட மூட்டையாகிவிட்டிருந்தான்' என்றும், 'பழம் பிழிந்ததுபோல் அயர்ந்து ஓய்ந்து வருவாள்'' என்றும் மயர்கிறார். 'மூடிய நிலையில் மெல்லப் பூவிதழ்போலச் சற்றே துடித்த அகலமான அவளுடைய அழகான இமைகளின் சரிவில் சுவாமியின் விழிகள் சென்று மோதின' எனப் பாலியல் பொழிகிறார். 'நெருக்கடியின் நியாய அநியாய ஆராய்ச்சியில்

நேரங்கழிப்பதைவிட, நம்மை நாமே அழித்துக்கொள்வதைவிட ஒரு புதுவழி தேடுவோமே' எனச் சாத்வீகம் போதிக்கிறார். 'மலையையே நிமித்துப்புட்டேன்' என மலைக்கிறார். 'ஆச்சரியம் அஞ்ஞானத்தின் விளைவு; நிமிஷம்கூட நிலைக்காத நிலை' எனத் திரைவிலக்குகிறார்.

முற்றிலும் பிடிக்காத ஒருவரோடு இன்னொருவர் கட்டாயமாகப் பழகியாக வேண்டியிருக்கிறது; இதுவே முழுச் சூதை மேலும் சூதாக்கும் வாழ்க்கை விளையாட்டு எனக் க.கு. கண்டுகொண்டார். மனித அவலங்களுக்குத் தீர்வு கடவுளிடம் மண்டியிடுவதிலில்லை; சமுதாய மாற்றத்திலேயே உள்ளது என அவர் நம்பினார். 'பிணத்தைத் தழுவி மடியில் உட்காரவைத்துக்கொள்வது போலிருக்கிறதே இது... மனிதனுடைய மூளையும் செயல்திறனும் எப்படிப்பட்ட அபாரமான, அற்புதமான படைப்பு. அதைப்போய் இவ்வளவு அசிங்கப்படுத்துகிறீர்களே, இது நியாயமா?' எனக் கேட்டவர் அவர். 'பிணங்களுக்கு மேலேதான் அவனும் ஆடுகிறான்; அவன் பஞ்சமன்; சதாசிவன்; பெரிய வெட்டியான்யா அவன். கடைசியிலே அவனும் விழுந்துவிடுகிறான் . . . பிரம்மா, விஷ்ணு, ருத்ரன், ஈசுவரன், சதாசிவன் என்கிற இந்த அஞ்சு பிணத்தையும் போட்டடுக்கி, அதுக்கு மேலே ஒருத்தி கூத்து ஆடுகிறாளய்யா, அந்தப் பறைச்சி – சுடுகாட்டுப் பறைச்சி, அவள் தான் ராஜ மாதங்கி. அந்த ஆத்தாள்தான் உலகம் பூத்தாள்; ஸர்வ நாசம் வந்தாத்தான் சக்தி கிளம்பும்; உதயம் வரும்; உலகமும் உருப்படும்' எனக் கட்டுக்கடங்காப் பேராவேசமாய்ப் பொழியும் க.கு.வின் சொற்களினூடே வண்ணங்கள் தீட்டலாம் அல்லது வண்ணமழித்துங்கொள்ளலாம்.

பத்திரிகையாளர் பொன். தனசேகரனுக்கு அளித்த இன்னும் முழுதாக வெளிவராத ஒரு நேர்காணலில், தம் கதைகளில் தமக்கு மிகவும் பிடித்ததாக, 'உறவு முள்'ளைக் க.கு. குறிப்பிட்டுள்ளார். இருளை விரட்டித் தின்னும் சூரியக்கதிர்கள்போல் உடலைக் கரிக்கும் உள்ளத்தின் அனைத்தசைவுகளையும் கூர்ஞ்சொற்களால் அறுக்கும் 'உறவு முள்', சுய நசிவின் பெருங்கதையாகும். எந்த மதிப்பீட்டுக்கும் உட்படாது, தன்னிருப்பைக் கூச்சநாச்சமின்றிச் சகல சௌபாக்கியங் களோடும் போஷிக்கும் பதினெட்டாம் நூற்றாண்டுச் சராசரி இந்தியப் பண்பின் ஒரு குறியீடே இக்கதை. விதேசியின் ஆட்சியதிகாரம் பரவச் சுதேசியின் உட்பகைசூழ் தன்னலத்தையே க.கு. காரணமாக்குகிறார்.

‘உறவு முள்’ளில், வேசி பீகம் ஸம்ரூவுக்கும் அவளின் அடிமைத் தாதி சூலிக்குமான பேச்சில், ‘என் மனமே என்னைக் கண்டு கூசிக்கொண்டு சில சமயம் விலகிவிடுகிறது; இதுவும் ரொம்ப அபூர்வமாய்த்தான். ஆனால், அப்பொழுதெல்லாம் . . . எப்படியெல்லாமோ வாழ்ந்து பழகிவிட்ட எனக்கு, ஏதாவது மாறுதல் வருமானால் தாங்க முடியாதென்று தோன்றுகிறது. ஏதாவது செய்து தொலைக்க வேண்டுமே என்று நினைக்கிறேன். எப்பொழுதும் என்னிடம் விழித்திருக்கும் மிருகப்போக்கு அதை வற்புறுத்திவிடுகிறது’ என்கிறாள் பீகம். ‘இது (வெறும்) க்ஷணிக விவேகம்; (நீ என்ன) கங்கா ஸ்நானம் பண்ணிப் பிராயச்சித்த விரதமிருக்கவா போகிறாய்?’ என்றும், ‘பாசண்டன் வேதம் ஓதுவது போலிருக்கிறது, நீ வேதாந்தம் பேசுவது’ என்றும் ‘லண்டி சண்டி’ சூலி, பீகத்தைப் பிறாண்டுகிறாள். இப்பழங்கூப்பாடு இன்று இல்லை. எல்லாப் புனிதரும் கரன்சியின் அடிமையாகிவிட்ட இந்நாளில், மிகப்பெரும் நம்பிக்கையைப் பாசண்டர்களே அளிக்கிறார்கள். எதிர்ச்சவாலாகத் தொனித்தாலும், அதன் நிஜத்தைக் கொன்றுவிடாமல், சுடர் மழுங்கிய கூட்டுச் சூடு சொரணையைத் தம் கதைகளில் க.கு. புத்துயிர்ப்பித்தார்.

விடுதல் அறியாத விருப்பைத் தி.ஜா. ‘மோக முள்’ளாகக் கண்டதைப் போலவே, விடுதல் அறியாத வெறுப்பைக் க.கு. ‘உறவு முள்’ளாகக் கண்டுள்ளார். இதன் நீட்சியாகவே, ‘அம்மா வந்தாள்’ பற்றிய க.கு.வின் அதிருப்தியையும் காணவேண்டும். “நண்பன் மட்டுமா, ஜானகி, என் உறுப்புகளுக்குள் ஒன்றாய் இருந்தவன்” எனத் தி.ஜா.வுக்காக நெகிழும் க.கு., “பாபி, பாபி! சொந்தத் தாயாரைப் பற்றி, இப்படியெல்லாம் எழுதலாமா? அம்மாவைக் கேவலப்படுத்தும் தைரியம், உனக்கு மட்டும்தான் இருக்கு!” எனப் பொருமியதாகவும் ஒரு தகவலுண்டு. மேலும், ‘அம்மா வந்தாள்’ பற்றித் தம் அண்ணனும் க.கு. போன்ற ஜடங்களும் வாயை மூடிக்கொண்டிருக்க வேண்டுமெனத் தமக்கெழுதித் தி.ஜா. சினந்ததாகவும், அதற்குச் சாகித்திய அகாதெமி விருது ஏன் தரப்படவில்லை எனத் தாம் கேட்டதற்கு, *bad taste* எனப் பலரும் அபிப்பிராயப்பட்டதாகத் தம்மிடம் கி.வா.ஜ. கூறியதாகவும், தமக்கும் அவ்வுணர்வே ஏற்பட்டதாகவும் (*யாத்ரா*, இதழ் *40–41, 1983*) க.கு. பகிர்ந்துள்ளார். எனினும், ‘அம்மா வந்தாள்’ பற்றி, முடிவாகத் தி.ஜா. கூறியதே, அனைவர் மனதிலும் ஆழமாகச் சென்றிறங்கியிருக்க வேண்டும். ‘கலைப் படைப்பு என்ற ஒரு நோக்கோடு, அதைப் பார்ப்பது நல்லது. பலர் அதைத் தூற்றிவிட்டார்கள். நான் ‘பிரஷ்டன்’ என்றும் சொல்லிவிட்டார்கள். நம்முடைய நாட்டில் கலை,

பிரஷ்டர்களிடமிருந்துதான் பிறந்துவருகிறது என்று கூற விரும்புகிறேன்' (கல்கி, 1968) என்றார்.

'பசித்த மானிடம்' எழுதியபின், தி.ஜா.வுக்கு நேர்ந்ததே, க.கு.வுக்கும் நிகழ்ந்தது. ஓரினச்சேர்க்கையைத் தமிழில் முதலில் எழுதியதற்காக இன்றுபோல் அன்று யாரும் க.கு.வைக் கொண்டாடிவிடவில்லை. ஆனால், அன்றே தம்மைப் பசித்த மானிடத்திற்காகத் தி.ஜா. மெச்சிப் புகழ்ந்ததாக, ஞானாலயா கிருஷ்ணமூர்த்திக்கு எழுதிய கடிதத்தில், ('தேடலில் தெளியும் திசைகள்', 2015) க.கு. குறிப்பிட்டுள்ளார். இதன் பின்பே, 'அம்மா வந்தாள்' தி.ஜா.வைப் புனிதம் தாண்டிய மெய் வடிவில் 'பசித்த மானிடம்' க.கு.வும் கண்டிருக்க வேண்டும். தி.ஜா. கூறியபடி, பிரஷ்டர்களிடமிருந்து பிறந்துவரும் கலைக்குக் க.கு.வே சிறந்த உதாரணமானதும் காலத்தின் நகைமுரணே!

இங்குக் க.கு.வைப் பற்றிய ஸ்வாமிநாத ஆத்ரேயனின் மதிப்பீடும் நினைக்கத்தகும். "ஒருவிதமான அவநம்பிக்கையுடன் எப்போதும் வாழ்ந்தார் .... உலகியல் ரீதியான நெறிகளில் மதிப்பு வைக்காமல், உலகில் கஷ்டப்படுபவர்களுக்கு ஏற்படும் கஷ்டமெல்லாம் சமுதாய அமைப்பின் வரையறைகளில் ஏற்பட்டவை என்ற உறுதியையும், மனித உணர்வுகளில் ஏற்படுகின்ற அவலங்களெல்லாம் இயற்கையானவை, அவற்றைத் தவிர்ப்பதற்காகக் கூறப்படும் மனிதப் பண்புகள் எல்லாம் மேல்பூச்சே தவிர உண்மையானவை அல்ல என்ற தத்துவத்தையும் கொண்டிருந்தார்" என்கின்றார் ஆத்ரேயன். (கே.ஜி. சேஷாத்ரி, கரிச்சான் குஞ்சு, 2007)

சொந்த வாழ்விலும் பள்ளியாசிரியர் பணியிலும் க.கு. பட்ட பாடுகள் கொஞ்சநஞ்சமில்லை. வறுமையை அவர் எந்நாளும் வென்றதில்லை; தன்மானத்தை ஒருபோதும் விட்டுக் கொடுத்ததுமில்லை. தாயாருக்கும் அவருக்கும் பல வருஷம் பேச்சுவார்த்தையில்லை; குடும்பப் பொறுப்பற்றவராகச் சொந்தங்களால் நிராகரிக்கப்பட்டார். பாரம்பரிய வைதீகருக்கும் அவருக்கும் ஒத்துப்போனதில்லை; அவர் தரித்த ஆசார வேஷத்தால் பிறரிடமும் அவருக்குப் பெரிய ஆதரவில்லை. அறம் சீறும் தம் போர்க்குணத்தாலும் உழைக்கும் மக்கள் மீதான பரிவாலும் ஜில்லாப் பணக்காரர் பகைமையைச் சம்பாதித்திருந்தார்; சமரசமற்ற கொள்கைத் தீவிரத்தால் சக எழுத்தாளர்களாலும் கைவிடப்பட்டார். முப்பதாண்டு அவர் வேலை செய்த பள்ளியில் அவர் மகளுக்குப் பணி வாய்ப்பு மறுக்கப்பட்டது; புதுவைப் பிரெஞ்சு இந்தியவியல் ஆய்வு

நிறுவனத்திலிருந்து மனம் நொந்து அவர் ராஜினாமா செய்ய வேண்டியிருந்தது. ஒளிவட்டப் பின்னணியைக் கட்டியெழுப்பும் செயற்கை நுண்ணறிவில்லாததால் பொதுவாசகரால் உதாசீனம் செய்யப்பட்டார்; தஸ்தயேவ்ஸ்கிபோல் சூதில் (சீட்டு, குதிரைரேஸ்) முனைப்புடன் ஈடுபட்டுத் தொடர்ந்து அவரைப் போலவே தோற்றார். பத்திரிகை ஆதரவோ விமர்சகர் துணையோ பணமோ புகழோ விருதோ சமூகக் கௌரவமோ அரசின் ஏற்போ முற்றிலும் இல்லை. 'ஐயோ பாவம்! ஏழை மடிசஞ்சி முட்டாள் பிராமணன்! பைத்தியக்காரன்போல் ஏதோ செய்தலைகிறான்' என்ற பொதுஜனப் படிமத்துடனேயே, 'மகா பிரஷ்டனாக'க் க.கு. முடிந்துவிட்டார்.

'நமது தமிழ் உயர்தனிச் செம்மொழி என்ற செம்மாப்பில் நியாயமுண்டு, பகையும் வெறியும் தலைதூக்காதவரை' என்றும், 'பொதுமொழி என்று இங்குப் போர்முரசு கொட்டவைக்கும் இந்தி என்ற இந்தப் புதுமொழி, ஒரு வெறும் புத்தகமொழி, செயற்கைமொழி' என்றும், 'ஆங்கிலம் அந்நியமொழி என்றால், தேசியம், கம்யூனிசம், சனநாயகம், பார்லிமெண்ட், சட்டசபை, கட்சி அரசியல், சிறுகதை, நாவல், புதுக்கவிதை, ரியலிசம், சர் ரியலிசம், நாம் அணியும் உடை யாவுமே நமக்கு அந்நியம்தான் .... ஆங்கிலத்தை விட்டு விலகுதல், புதிய உலகம் புதிய சிந்தனை போன்ற அனைத்திலிருந்தும் விலகுதலாகும். அது நவீனக் காலத்தின் மீதிருக்கும் நம்மை நாமே கீழே தள்ளிக் கொள்ளலுமாகும்'(*அன்னம் விடு தூது*, ஜனவரி, 1985) என்றும், ஈ.வெ.ரா. பெரியார்போல் மொழி பற்றிப் புரட்சிகரமாகக் க.கு.வும் சிந்தித்தார். வடமொழித் தென்மொழிப் பண்டித சிரோன்மணி ஆன க.கு., சுக்ல யஜுர் வேதத்தின் ஒரு பகுதியான பிருஹ தாரண்ய உபநிஷத்தைக் கடினமான 'கனம்' என்ற வேத முறையில் சுரத்தோடு அத்யாயனம் செய்த ஸ்ம ப்ரதான வித்வானாயிருந்தாலும், தம் கதைகளில், பிரஷ்டன் அல்லது பாசண்டனின் எதிர்வேதத்தையே விரித்தார். இதுவே க.கு. படைப்புகளின் ஆதியும் அந்தமுமாகும். இக்கட்டுரையின் பிழிவாகப் பின்வருவனவற்றை நிரல்படுத்துகிறேன்.

வேத உபநிடதத் தோய்வும், பழந்தமிழ்த் திளைப்பும், இந்தி மற்றும் ஆங்கிலப்புலமையும் பூரணமாய்க் கூடியவர். வரம்பற்ற சிந்தனைச் சுதந்திரமும், ஜனரஞ்சகப்படாத தீவிர உணர்வோடைப் படைப்பாற்றலுமாய்ப் பொலிந்தவர். தேசகாலச் சமூக வரலாற்றுப் பண்பாட்டறிவும், நவீனக் கருத்தியல்களைத் தம் தேர்ந்த வாசிப்பு வழியே செரித்துக்கொண்ட நிகழ்கணப் பிரக்ஞையும் இவரின் பின்புலங்கள். 'கங்கையிற் புனிதமாய'

காவிரி ஊற்றைக் கதைகளில் துழாவும் அபூர்வமான எதிர்ச்செவ்வியல்வாதி. உரிக்க உரிக்க வெளிறும் வாழ்வின் சாரத்தைச் சொரணை அவியாத அகக்குழிவாலும், சூடு ஆறாத வெளிச்சீறலாலும் தளை அவிழ்த்துக் கலகப்பூச்சிகளுக்கு இரையாக்கி நகைத்தவர். ஒரு நிலைப்பட்டு உராய்வின்றிச் சமப்படுத்தும் மகா தரிசனமில்லை; சூசி நெளிந்து நாணும் வாழ்வின் ஆயிரங்கோணல் சிதிலமே க.கு.வின் தனித்துவம். உப்புப் புளி உலகில் உந்திப் பறக்கும் துண்டுபட்ட அகண்டத்தின் அல்லது அகண்டமான துண்டுகளின் ஜீவவதையைக் கலைத்தடுக்கிய எதிர்விவேகமே க.கு.வின் படைப்பறம். வாழும்போது பெரிதாகக் கண்டுகொள்ளப்படாத, ஆனால் சாவின்பின் புறக்கணிக்கப்பட முடியாத மறுவாசிப்பினால், புத்துயிர்த்துள்ள ஒரு சுயம்பிரகாச மேதையின் ஆழ்மன அலைகளே இக்கதைகள்.

**கல்யாணராமன்**

## முன்னுரை

வேதம் ஓதினான். வடமொழியில் தேர்ச்சி பெற்றான். வேதப் பொருள் படித்தான். பழந்தமிழ் கற்றான். புதுத்தமிழும் போற்றினான். 'கரிச்சான்' என்ற புனைபெயர் பூண்ட கு.ப.ரா, "நீயும் எழுதலாமே" என்று சொல்லி அவனை இலக்கியத்துறையில் இழுத்துவிட்டார். அவன் தான் 'கரிச்சான் குஞ்சு.'

அவன் கதையெழுதப் பிறந்தவன்தான்; ஆனால், அவன் பிறந்தவேளை, அதாவது முடிவற்ற காலப்பாழின் அந்தப் பரமாணுவின் பரமாணு, அவனை முழுமலர்ச்சி பெற விடாமலேயே முடக்கி வைத்திருக்கிறது. நாய்க்குரைப்பும் நரியூளையும் கேட்காத நாளும் நேரமும் நேர்ந்து அவன் எழுத முனையும்போது நூறு நினைக்கிறான்; ஒன்று வருகிறது சொல்லில்; அதுவும் நொண்டுகிறது; அதையும் நமது பத்திரிகைகளின் இடநெருக்கடி, கையைக் காலை ஒடித்துச் சப்பாணியாக்கிப் போடுகிறது. இந்தத் தொகுப்பின் பெயரைத் தாங்கும் கதையும் வேறு சிலவும் இப்படியானவை. நகல் வைத்துக்கொண்டு சந்தைக்கு அனுப்பும் சமத்தும் இல்லாதவன் க.கு. ஆகவே வருத்தப்பட்டுப் பயனில்லை.

நெடுநாள் சுமந்து, நொந்து, ஸுகப்பிரஸவமாய் வெளிவந்த சில கதைகள், இவனை அழ அழ

விட்டு விட்டுப் போன இடமே தெரியாமல் போய் விட்டனவே பெரிய இடங்களில்! கிடைத்தவற்றை வெளியிட முன்வருகிறார் நண்பர் கலைஞன் பதிப்பகத்து உரிமையாளர். நன்றிக்குரிய நனி நாகரிகர். வாழ்க. முன்னுரை கேட்டார்; க.கு. வைத் தேடிப் போய்க் கேட்டேன். நாய்க்குரைப்பு ஓயவில்லையாம்; நரியூளை அதிகமாகி விட்டதாம். இந்த அழகில், நிறைமாதமாகிப் பிறக்கத்துடிக்கும் நாவலை எழுதி முடிக்க, எங்கோ போக, யாரிடமோ நீட்டிய கையுடன் சிலையாகச் சமைத்த நிற்கிறான் அவன். 'கரிச்சான் குஞ்சு' கதை எழுதப் பிறந்தவன்தான். காலம் அவனைக் கனிவித்து எழுதுவிக்க.

மன்னார்குடி            **வித்துவான் R. நாராயணசாமி**
23.4.75

'அம்மா இட்ட கட்டளை' (ஜூன் 1975)
முதற்பதிப்புக்கு எழுதியது

# விஷ வேகம்

கண்ணுக்கெட்டிய தூரம்வரை மாக்கல் மலை – அல்ல, சுண்ணாம்பு – அதுவுமல்ல, வெள்ளைச் சலவைக் கல். எதுவாயிருந்தாலென்ன? ஒரே வெண்மை!

நர்மதையின் தலை நரைகூடிவிட்டதா? எங்கிருந்தோ ஓடி வருகின்றாள். வேகம் அவள் பண்பை மாற்றவில்லை. அவ்வளவு வேகத்திலும் கலங்காத ஸத்வகுணம்! அளவிட முடியாத காம்பீர்யம். நாங்கள் சென்ற சமயம் வெள்ளம் வரவில்லை. இருபுறமும் செங்குத்தான வெள்ளைப் பாறைகள், இருநூறு அடிகளுக்குக் குறைவில்லை. அடியிலே அவள் தேங்கி நிற்கிறாள். ஓடுவதே தெரியவில்லை. அதுவே அவளுடைய காம்பீர்யம். உள்ளே எத்தனை வேகமிருந்தாலென்ன, அதை வெளியில் காண்பிப்பார்களா, பெரியோர்கள்!

மேலிருந்து நர்மதையைப் பார்த்துக்கொண்டே சென்றோம்; அவளுடைய முடியைத் தரிசிப்பதற்காக. அடியில் பார்த்தால் அச்சம் எழுகின்றது. "அன்னை இயற்கை, தனக்கரிய கௌரவத்தை நிரூபிக்கிறாள்" என்றான் என் நண்பன்.

இயற்கையைக் கண்டு அனுபவிக்கச் சந்தர்ப்பமே இல்லாமல் போய்விட்ட எங்களுக்கு, மலையை எப்படிப் புரிந்துகொள்ள முடியும்? கிராமத்திலே பிறந்துவிட்டால் மட்டும் போதுமா? பசுமையைச் சிரைத்துவிட்டுப் பசுமைப்போலியைக் கொஞ்சம் வளர்த்து மகிழும் நகரத்துச் சகவாஸ தோஷம்

இருக்கிறதே! கிராமத்தில், கோடையில் காய்ந்து வெடித்துக் கிடக்கும் வயற்பாதைகளிலும் பிறகு நனைந்து பயிருடன் விளங்கும் வயல் வரப்புகளிலும் லாவகமாக நடந்ததை எல்லாம், இப்போது மறந்து போயிருந்தன எங்கள் கால்கள். அவை பட்டணத்துத் தார்ரோடுகளில் பனிரண்டு வருஷங்கள் தேய்ந்துவிட்டன.

பாரதத்தின் தென்கோடியிலிருந்து நடுமையத்தில் இருக்கிறோம்; வயிற்றுப் பிழைப்புக்காக, இளங்குழந்தையிடம் விளையாடுவதுபோல் காவிரியிடம் விளையாடிய நாங்கள் நர்மதையைப் பயத்துடனேதான் கவனித்து வந்தோம்.

தீபாவளி விடுமுறையை ஆனந்தமாய்க் கழிப்பதற்காக நர்மதையில் படகுப் பிரயாணம் ஏற்பாடு செய்திருந்தோம்.

மத்தியானமே கிளம்பிவிட்டதால் வெய்யில் தாங்க முடியவில்லை. தலைக்கும் காலுக்கும் பாதுகாப்பிருக்கிறது. கண்ணுக்குத்தான் இல்லை. மாலை வெய்யில் ஒன்றே போதும். வெள்ளை மலையிலிருந்து வீசும் அதன் எதிரொளியும் சேர்ந்துகொண்டது. துணியால் மறைத்துக்கொண்டும், ஏதேதோ செய்துகொண்டும் சென்றோம். படகுகள் கட்டப்பட்டிருந்த துறையை அடைந்தோம், படகோட்டி, எங்கள் பிரயாணத்தைத் தொடங்கி வைக்கத் தயாராய் விட்டான்.

அங்கு நடந்த சம்பாஷணைகள் எல்லாம் ஹிந்தியில். ஆகவே, அவற்றை மொழிபெயர்த்துக் கொடுக்கிறேன்:

"நதியின் உற்பத்தி ஸ்தானத்தைப் பார்க்க வேண்டுமே அப்பா," என்றேன் நான்.

"பாப்ரே" என்றான் அவன் ஆச்சரியத்துடன். பிறகு "எங்கே?" என்று முடியும் பல கேள்விகள் கேட்கத் தொடங்கிவிட்டான். "நீங்கள் என்ன, ராமலக்ஷ்மணர்களா? சீதை எங்கே? வில் எங்கே? அம்பு எங்கே? ஜடை எங்கே?" இப்படியே இருந்தன, அவனுடைய கேள்விகள். கடைசியில் கேட்டான். "ஏன் ஐயா, ஊர்வசி போன்ற ஒருத்தியின் நடனத்தைக் கண்டு களிப்பது முக்கியமா? அவள் ஆடை அணிந்துகொள்ளும் அறையை ஆராய்வது முக்கியமா? வாருங்கள். இப்பவே கிளம்பிவிட்டால் மெதுவாய்த் திரும்பிவர நேரமிருக்கும். இன்றைக்காவது ராம் சரண் (அது அவன் பெயர்) சீக்கிரம் ரொட்டியைப் பார்க்கட்டும்."

ஓர் எழுத்துக்கூட அபிநயமின்றிப் பேசாத அவனுடைய தோற்றம் இன்னும் மறக்கவில்லை. என்ன சுத்தமான பாஷை அவனுடையது. பச்சைத் தலைப்பாகையில் முட்டுகின்ற கோபி சந்தன நாமம், "ராம்" என்றொளிரும் குங்கும எழுத்துக்கள். இவை அவனுடைய அழுக்கு உடைகளைக்கூட மறைத்துவிட்டனவே.

ஏதோ ஓர் ஓசையைக் கேட்டோம். தூரத்திலிருந்து கேட்கும் தவுல் ஓசையைப் போல் லயமும் சுதியும் ஒத்திருந்தது. நாங்கள், "அது என்னப்பா ஓசை" என்று கேட்டதும், அவன் கீழே உட்கார்ந்துவிட்டான் அலுப்படைந்தவன் போல. நாங்கள் மறுபடியும் கேட்கவே, "அது ஒரு அருவி, இதோ அரைமைலில் இருக்கிறது, போய்ப் பார்த்துவிட்டுச் சீக்கிரம் வந்துவிடுங்கள்" என்றான் அவன்.

"ரொம்ப நன்றாயிருக்கிறது" என்று குரல் கேட்டது. குடிசையிலிருந்து, பெண் குரல். முனகித் தேய்ந்ததல்ல – நிறைந்த ஓசையுடையது. ஆரபியின் கமகம் போல அதிகாரம் தொனிக்கும் அழகான குழைவிருந்தது அதில்.

திரும்பிப் பார்த்தோம். ஓர் பெண், முகவாய்க் கட்டையில் வைத்த கை உள்படச் சரீரம் முழுவதையும் குலுக்கிக்கொண்டு பரிகாசச் சிரிப்புச் சிரித்தாள், தன் கணவனைப் பார்த்து. அவயவ நிறைவுக்குக் காரணமாய் ஆகாரத்தையும் சீதோஷ்ணத்தையும் சொல்லி நொண்டிச் சமாதானம் செய்துகொள்ளலாம். இந்த அபிநயம் – தெய்வீக அழகு கொண்ட அபிநயம் இவர்களுக்குப் பகவான் கொடுத்த ஏகபோக உரிமையா? மேடிட்டு விரிந்து கிடக்கும் கண்களில்தான் எவ்வளவு எகத்தாளம் தொனிக்கின்றது. ஆனால், லவலேசம்கூடக் கபடம் இல்லையே அவற்றுள். சிரிப்பில் மூக்கு மலரும்போது இமையைச் சுருங்கச் செய்து, உதட்டை இடித்து என்னவெல்லாமோ செய்கிற அந்த வளையம், அணியல்ல, அணி என்ற பெயரில் அமைந்த அங்குசம்; இதில்லாவிட்டால் பருவ யானையின் அட்டகாசம் தாங்க முடியுமா?

"இல்லையடீ ராணி..." என்று சிரித்தான் ராம் சரண். அவனுக்கது விளையாட்டு. உண்மையில் அது, அழகுக்கும் பருவத்திற்கும் தொட்டிலில் வைத்த பெயர். ஒய்யாரமாய் முறைத்துப் பார்த்த அவளை, ஸமாதானம் செய்வதற்காக அவன் கூறினான்.

"இவர்கள் எல்லாம் மதராஸிகள். எதையும் கொஞ்சம் அதிகமாகவே அநுபவிப்பார்கள். ஆயிரம் சொன்னாலும் அருவியைப் பார்க்காமல் இருக்க மாட்டார்கள். அழகில் ரொம்ப மோகமுடைய இவர்களை ஒண்ணும் பண்ணிக்க முடியாது. வழி தெரியாதே என்று நீ என்மேல் பாய்கிறாய். தேவிக்குத் தயவிருந்தால் வழி காட்டட்டுமே" என்று முடித்தான் அவன், பூர்ண அபிநயத்துடன்.

அவன் மதராஸியைப் பற்றிச் சொல்லியது என்னவோ, எங்களை வேதனைக்காளாக்கிவிட்டது. எங்கள் பார்வையில் ஏதேனும் அசடு தட்டிவிட்டதோ என்று நாங்களிருவரும்

ஒருவருக்கொருவர் விழித்துக்கொண்டோம். ஆனால், அதை வெளியில் காட்டுவது அடிமுட்டாள்தனம் என்று முடிவுகட்டி, அருவியைப் பார்த்துவிட்டு விரைவில் வருவதாய்ச் சொல்லி விட்டுக் கிளம்பினோம்.

"எங்காவது வழி தப்பிப் பழையபடி ஊருக்கே போய் விடுவீர்கள். அல்லது ஓஷதி* மிதித்ததுபோல் சுற்றிச் சுற்றித் தவிப்பீர்கள். பாபூமார்களே, நான் வருகிறேன்" என்று சொல்லிக் கொண்டு,

"மகாதேவீ, வெற்றிலை இருக்கும் இடத்தையாவது சொல்லி விட்டுப் போகக் கூடாதா" என்றான் ராம்சரண்.

"நாலாவது உப்பரிகையில் நகை உள் இருக்கே, அதன் பக்கத்திலிருக்கும் வாசனையுள்ளில் இருக்கிறது" என்று சும்மா ஒரு குலுக்கிக் குலுக்கிவிட்டு நடந்தாள் அவள்.

"ஏய், போருண்டா, இப்படியே படகிலே போவோமேடா?" என்றான் என் நண்பன்.

"சீ, சீ, என்ன ஏன்? இவ்வளவு பலவீனமான ஹிருதயமாடா உனக்கு? இந்த வெய்யலில் படகில் கிளம்பினால் உடம்பு என்ன ஆகும்?" என்றேன் நான்.

எங்களைத் திரும்பிப் பார்த்துக்கொண்டே பறக்கும் அவள் நடை, எங்கள் ஆண்மைத்தனத்தை ஊக்கிவிட்டது. நாங்களும் இரைக்க இரைக்க ஓடினோம். அருவியை நெருங்கிவிட்டோம்.

நான்கைந்து கண்ணாடித் தாரைகள் சாதாரண வேகத்தில் சமதளத்தில் விழுந்து மாக்கல் தரைகளில் தத்தித் தத்தி விளையாடிக் கைகொட்டிச் சிரித்து ஒன்றுகூடி ஒரு பாறைக்குள் புகுந்துவிடுகின்றன.

நாடக மேடையோ, என்று நினைத்தேன். அங்குப் பல பாத்திரங்கள், பல சம்பவங்களாயிற்றே; இங்கு அந்த ஒரே நிகழ்ச்சிதான். நமக்குத்தான் அலுக்கவேயில்லை; அவைகளுக்கும் அலுக்கவில்லையோ! தலையில் முண்டாசு கட்டிக்கொண்டு நாங்கள் இருவரும் விளையாட்டில் கலந்துவிட்டோம். வயது வந்த குழந்தைகள் கூச்சலிட்டுக்கொண்டு விளையாடும்போது வயதுவராத குழந்தையும் கைதட்டி, ஆ என்று கொக்கரித்து விளையாடுகிறதல்லவா, அதுபோலவே நாங்கள் இருவரும் அர்த்தமில்லாமல் மகிழ்ந்துகொண்டிருந்தோம்.

---

* "திசைப்பூண்டு மிதிப்பது" என்ற தமிழ் வழக்கை ஒத்த ஹிந்தி வழக்கு "ஓஷதி மிதிப்பது."

நாங்கள்தான் புதியவர்கள். அவளுக்குத்தான் பழக்கமாயிற்றே, அவளையும் விளையாட்டுக் கவ்விக்கொண்டது. ஓர் பாறையில் சிங்காரமாய் உட்கார்ந்துவிட்டாள் அவள்; ஜலத்தைக் காலால் அழுத்திக்கொண்டு. அவள் தோளில் ஓர் இளம் மரக்கிளை துவண்டு, இலைகளால் அவள் உடலை ஸ்பரிசித்து இன்பம் கொண்டது.

"அதனால்தான் அவை துவண்டனவோ ..." என்றது என் மனம்.

"சீ, சீ, நண்பன் மனத்தைப் பலவீனம் என்று பழித்ததற்கு ஏற்ற தண்டனைதான் இது" என்று நினைத்துச் சட்டென்று திரும்பிக்கொண்டேன்.

கண்களை அவள் பக்கம் திருப்பாமலிருப்பது பலவந்தமாகவாவது சாத்தியமாயிற்று. ஆனால் காற்றோடு மிதந்து வரும் சப்தத்தைக் கிரஹிக்காமல் இருக்குமா கர்ணேந்திரியம்?

"எனக்கு எல்லாம் கண்ணன்தான்; வேறொன்றுமே கிடையாது. உம் ... வெட்கம்; பக்தர்களுடைய கோஷ்டியில் உட்கார்ந்து உட்கார்ந்து அதையும்தான் இழந்துவிட்டேனே." என்ற மீராபாயின் பாட்டை ஏன் அவள் பாட வேண்டும்? என் மனம் சலிக்கலாயிற்று.

"மீராபாய் ராதையின் நகல். அவர்கள் இருவரும் நித்யாபிஸாரிகைகள். அபிஸரணம் அவர்களுக்கு மோக்ஷோபாயம். ஆனால் அந்த அபிஸாரகீதத்தை இவள் பாடுவதைப் பார்த்தால் ..."

ஏதோ வெற்றி கிடைத்ததுபோல் சிரித்துவிட்டேன். சட்டென்று மனத்தில் திகில் கவ்விக்கொண்டது. "சீ, சீ, என்ன அபசாரம் செய்துவிட்டேன். கங்கையையும் சாக்கடையையும் சேர்த்துவிட்டேன். கபடத்திற்குக் காத தூரத்திலுள்ள இந்தப் புனிதமூர்த்தி ராம்சரண் மனைவியல்லவா? நர்மதையின் மனுஷ்யாவதாரமல்லவா?" என்று நினைத்துக்கொண்டே, இமை கொட்டாமல் பார்த்துக்கொண்டு நின்றவன்,

அஞ்சலி செய்வதற்காகக் கைகளைத் தூக்கிக்கொண்டு நெருங்க நகர்ந்தேன். திரும்பினாள் அவள் தற்செயலாய். என்னைத் தவறாய்ப் புரிந்துகொண்டுவிட்டாள்.

ஹா ... என்று துள்ளி எழுந்தாள். அந்தத் தேவியின் சரீரம் நடுங்க ஆரம்பித்துவிட்டது. கண்கள் நிலைத்தபடியே நின்றன. வியர்வை பெருகிவிட்டது, அந்தப் புனித உடலில். என் கண்களிலும்தான். எவ்வளவுதான் பெருகட்டுமே, யௌவனத்தையும் விஷத்தையும் அலம்ப முடியுமா?

நமஸ்காரம் செய்தேன். உண்மை வேறென்று உணர்த்தக் கெஞ்சினேன், பெருமூச்சுடன். கண்ணீரோடு கலந்து ஹிருதயத்தைக் கொட்டினேன். அரைகுறை ஹிந்தி. அவள் அமைதியடைந்தாள் ஏதோ ஒருவகையில். ஆயினும் என்ன; திரும்பிப் போகும்போது வியாதிக்காரிபோல நடந்து சென்றாள். குடிசையைக் கண்டதும் நிழல்போல் அதற்குள் புகுந்துவிட்டாள்.

எங்களைக் கண்டதும் ராம்சரண் படகை அவிழ்த்துக் கொண்டே, தான் பாடிக்கொண்டிருந்த பாட்டை முடித்தான்.

ராமநாமவோ் கட்டிக்க – ஐயா,
கண்ணுக்கருகே கருத்திருக்குது,
கண்ணிலிருக்குது பொல்லாத விஷம்

என்று.

அன்று நாங்கள் படகில் செல்லவில்லை. அல்ல, எங்களால் செல்ல முடியவில்லை.

***கிராம ஊழியன்* அக்டோபர் 1, 1943**

**‘காதல் கல்பம்’**

●

## சிருஷ்டி கர்த்தா

கும்பகோணத்திலிருந்து திருவாரூர் செல்லும் பஸ்ஸை பிடித்துச் சென்று குடவாசலில் இறங்கினால் கிழக்கே இரண்டரை மைல். கோடை தான். ஆகவே வயல்களின் இடையே அமைந்த சுவட்டிலே நடந்து சென்றால், குடமுருட்டியாற்றின் கரையில் தென்னந் தோப்புகளுக்கு நடுவில் சிறு குளங்கள் மூன்று. துக்குணிக் குட்டைகள் இரண்டு, சிறு வாய்க்கால்கள் சில. சாண் நீளத்தாள்களுடன் ஆனியை எதிர்பார்த்திருக்கும் பத்துவேலி நிலம், இவைகளால் சூழப்பட்ட அந்தக் குக்கிராமம் இருக்கிறது.

பாழடைந்த, ஆனால் சுவர்கள் நிற்கும் கிராம சரித்திரச் சான்றுகளைத் தவிர, பதினேழு வீடுகள் உள்ள அக்ரஹாரம் கிழக்கு மேற்காய் அமைந்திருக்கிறது. இருசாரிகளுக்கும் கொல்லைப் பக்கத்தில், குடியானத் தெருக்கள் இருக்கின்றன. எல்லாம் சேர்ந்து மொத்தக் கணக்கில் 150 தலைக் கட்டுகள், பக்கத்தில் அரைமைல் தூரத்திலுள்ள பணக்காரக் கிராமங்கள்தாம் இந்த ஊர்த் "தலை"களின் உயிர்நிலை. அரைவேலி நிலமுடைய அக்ரஹாரப் பிரபுக்களின் பரம்பரைத் தொழில், பணக்காரர் வீட்டில் "காரியம்." மற்றவர்களுக்கு வீடுதான் சொத்து. அவர்கள் பணக்கார வீட்டுக் கலியாணங்களில் பங்கெடுத்து உழைப்பவர்கள். கர்ணம், பட்டாமணியம் இருவர் மட்டுமே ஆளுக்கு இரண்டு வேலி நிலமுடையவர்கள்.

காருண்ய கவர்ன்மெண்டாரின் பிரதிநிதித்துவமும் சேர்ந்ததால் அவர்களிருவருமே அவ்வூருக்கு அதிபதிகள். பட்டாமணியாரின் பிள்ளைதான் ஸ்ரீ. . . அவர்கள். அவர் தன் மாமன் வீட்டில் – மயிலாப்பூர் மாடத் தெருவிலேயே வளர்ந்து மாகாணக் கல்லூரியில் படித்துப் பட்டம் பெற்றுப் பத்திரிகையில் கதை எழுதி வந்தார். பாவம் – மாமன் இறக்கவே மனைவியுடன் (மாமன் மகள்தான்) கிராமத்திற்குச் சென்றுவிட்டார். உத்தியோகம் அவருக்கு ஜன்மசத்ரு. மிராசுதாராயிருந்துகொண்டு, மேன்மை அடைய நினைத்தார் அவர். தன் பாகத்திற்குக் கிடைத்த பத்துமா நிலம் தனக்கும் மனைவிக்கும் போதாதா? என்று அவர் நினைத்தது தவறில்லை. ஆனால் அங்குச் சென்ற பிறகுதான் ஏதேனும் மேல்வரும் படியும் வேண்டுமென்று தோன்றியது, பக்கத்துக் கிராமத்துப் பணக்காரக் குழந்தைகளுக்குப் "ப்ரைவேட்டு" வாத்தியாரானார். குடும்பம் நடந்தது. ஏன்? ஓடிற்று. இரண்டாவது வருஷ முடிவில் அவர் ஒரு குழந்தைக்குத் தகப்பனும் ஆனார்.

அப்பொழுது அடிக்கடி பத்திரிகைகளுக்கு அவர் கதை எழுதி வந்தார். எல்லாம் கிராமத்துச் சொற்கள் நிறைந்த விவசாய சுற்றுவாடைக் கதைகள். குழந்தை பிறந்த பிறகு கதை எழுதுவதை நிறுத்திவிட்டார். அவர் அபிப்பிராயப்படி சொல்வதென்றால், கதை எழுதும் கற்பனைச் சுடர் மங்கிவிட்டது. சில நாட்களில் அந்த இடத்தில் ஓர் பெரிய விளக்கு எரிந்தது. அதுதான் புத்திர வாஞ்சை.

குழந்தை வளர வளர, அவர் மனது எங்கும் குழந்தைக்கே வசமாய் விட்டது. குழந்தைக்கு மூன்று வயது. அவனைப் பற்றிய கற்பனைகளை எல்லைமீறி வளர்த்துவிட்டார் அவர். கற்பனைச் சாதனை நிறைந்த அவர் மனம், சடக்கென்று திரும்பி இப்படி நினைக்க ஆரம்பித்துவிட்டது.

'ஆகா! இது என் சிருஷ்டி; என் இளமையின் நகல்; வாழ்க்கையின் அடையாளம். எதற்கு இதை நான் சிருஷ்டித்தேன்; என்னை இரட்டிப்பதற்கா? அன்றிக் கவியையும், பிரமனையும் மிஞ்ச முயன்று கேலிக்கு ஆளாகவா?

'வாழ்க்கைப்புயலில் வேருடன் ஆடியும் விழாத சிருஷ்டிதானா இது? அல்லது ஸம்சார பலி பீடத்தில் இதுவும் ஒரு பலியோ?

'இது என் கிழத்தனத்தில் உதவும் உயிர்த்தடியா? அல்லது மூப்புப் பிசாசோடு கூடிக்கொண்டு கழுத்தறுக்கும் விஷமா?

'ஏன் எதற்காக இந்த யோசனைகள் எல்லாம்! எனக்கென்ன தெரியும்? இது என் சிருஷ்டி. யாராவது மறுக்க முடியுமா?' சிப்பி முத்துத் தருவதுபோல என்று சொல்லாவிட்டாலும்,

குயவன் பானை தருவதும் சிருஷ்டித்தானே? அதுபோதும். நான் சிருஷ்டித்தேன் ... சிருஷ்டித்தேன்' என்று அவர் மனம் உரக்கத் தன்னுள்ளேயே கூவிற்று, அவருடைய சிறிய முறுவலில் சிருஷ்டிக் கர்வம் நிறைந்திருந்தது. நேராகச் சென்று ஒரு தடவை கண்ணாடிக்குமுன் நின்று நிமிர்ந்து பார்த்துக்கொண்டார். 'கமலா' என்று கூப்பிட்டார். பதிலுக்குக் குரல் வரவில்லை. ஓகோ, வெளியில் சென்றிருக்கிறாளோ? வந்துவிடுவாள்; வரும்வரையில் காத்திருந்தால் – வெற்றிக்கருவம் ஆறிவிட்டால்? வெளியில் சென்று உரக்கக் கூப்பிட்டார். பொறுமை இழக்கும் சமயம் ஒரு பையன் வழி திறந்துவிட்டான். "கணக்குப்பிள்ளையாத்திலே இருக்கா மாமா அவாத்துப் பிச்சைக்கு உடம்பு ரொம்பலாம்."

"அப்படியா? நேத்திக்கிக்கூட கொஞ்சம் தேவலென்னு சொன்னாளெ! சரி, அம்பி. உள்ளே எங்கொழந்தை தூங்கறான் கொஞ்சம் பார்த்துக்கோ! இதோ வந்துவிடுகிறேன்" என்று வெளியே சென்றார்.

கணக்குப்பிள்ளை வீட்டின் ரேழியில் ஒரு தடுக்கின்மேல் நான்கு வயதுக் குழந்தை. மூன்று பிள்ளைக் குழந்தைகளைப் பறிகொடுத்த பெற்றோர்களுக்குப் பரமன் அளித்த பிச்சை கிடக்கிறது. கழுத்திலிருந்து கால்வரை துணி மூடியிருந்தது. சூடேற்றிய தவுட்டால் ஓர் கிழவி துடைக்குக் கீழே ஒத்தடம் கொடுத்துக் கொண்டிருந்தாள். நெடுஞ்சாங்குழையின் தோல் துடித்துத் துடித்துத் துணியைத் தொட்டுக் கீழே சென்றது. புருவங்களுக்கிடையில் ஓர் சூடு. கருகிக் கசியும் காயம் நீலம் பாய்ந்த உதடு இவைகளில் என்னதான் இருக்கிறதோ. தடுக்கத் தடுக்க ஈக்கள் அங்கேயே மொய்த்துக்கொண்டிருந்தன.

நம் சிருஷ்டி கர்த்தாவின் கண் முன் இந்தக் காட்சி தோன்றிய பிறகு, அந்தக் கர்வக்கோட்டை தூள்களாகச் சிதறிவிட்டது.

"பெரிய சிருஷ்டியின் பிரளயத்தில் பிரமன் மனக்கலக்கமடைவான்" என்கிறது புராணம்.

கண்முன்னே ஒரு சிருஷ்டியின் பிரளயத்தைக் கண்ட அவரால், "தன் சிருஷ்டிக்கும் பிரளயம் உண்டு" என்ற எண்ணத்தை அகற்றவே முடியவில்லை.

வீட்டுக்கு வந்தார். குழந்தை அழுதது. திண்ணைக்கு வந்துவிட்டார். கமலா ஓடோடியும் வந்து குழந்தையை எடுத்துவிட்டாள். தாயின் உள்ளம், என்ன நினைத்தாளோ கண்ணீர் வடிந்தது.

குழந்தை தூளியில் தூங்குகிறது. வெளியை வெறித்துப் பார்த்துக் கொண்டிருக்கும் கணவனைக் காண வந்தாள். கமலா

இருமுறை கூப்பிட்டாள். அவர் பார்வை திரும்பவில்லை. அவள் அவரையே பார்த்துக்கொண்டு நின்றுவிட்டாள்.

வீதியில் கணக்குப்பிள்ளை மனைவியின் அழுகுரல் கேட்டது. வெள்ளைத் துணியில் சிதறிய மஞ்சள் கரையுடன் ஓர் தூளியைப் பார்த்தார். எழுந்து உள்ளே ஓடினார். அங்கும் ஓர் தூளி, குழந்தையுடன் தொங்குகிறது. இரு கையாலும் கண்ணைப் பொத்திக்கொண்டு, கமலா ! கமலா !! என்று கத்தினார்.

கமலா ஓடிவந்தாள்.

"ஐயோ ! அந்தத் தூளியை அவுத்துடேன். ஐயையோ" என்று கத்தினார்.

சில மாதங்கள் கழிந்தன. வெளியே போக மனமின்றிக் குழந்தையையே சுற்றிவந்து கொண்டிருந்த அவர், குழந்தையைக் கண்டு ஒளிய ஆரம்பித்தார்.

அழியாத சிருஷ்டி ஒன்று சிருஷ்டிப்பதில் முனைந்துவிட்டார். "ஓர் காவியம், ஓர் காவியம்", இதே அவர் நினைவு. கதை எப்படி எழுதுவார், காவிய சிருஷ்டியில் முனைந்தவர் ?

ஆரம்பத்தில் எப்படியிருந்தாலும் இப்பொழுது அவருக்குக் கவிதை வெள்ளமாய் வருகிறது. என்ன காரணமோ, தனிக் காகிதங்களில்தான் எழுதுகிறார். புதியது நினைப்பதற்கே பொழுது போதவில்லை. பழையதை எப்படிப் புரட்டிப் பார்ப்பார் அவர். சிருஷ்டி நடந்து வந்தது.

குழந்தை இப்பொழுது ஆறு வயதுப் பையன். தனியே வீதியில் செல்வதும், உள்ளே வளையவருவதும் சகஜம்.

வாசலில் பேரீச்சம்பழக்காரன் தினந்தான் வருகிறான்: "யானைக் காலில் கட்டியது" என்ற பீபத்சமான பயமுறுத்தல் தின்பதை நிறுத்தாவிடினும், குறைப்பதற்குக் கருவியாக இருந்தது. ஓட்டை உடைசல் உலோகங்களை விலையாகக் கொண்டிருந்த அவனுடைய சரக்கு, பழைய காகிதங்களே போதும் என்ற அளவுக்கு மலிந்துவிட்டது.

சிருஷ்டிகர்த்தாவின் குழந்தை, தன் தகப்பனாரின் சிருஷ்டிகளைத் தாங்கிய ஒரு கத்தையை வீசிவிட்டுப் பேரீச்சம் பழத்தை வாங்கிக் கொண்டுபோய், வீட்டின் மறைவான இடத்தில் வைத்து ஒவ்வொன்றாய்த் தின்றுகொண்டிருந்தான்.

முதலில் அவன் எண்ணம், குறைந்தது ஒரு வாரத்திற்காவது இந்தத் திருட்டு அமிர்தத்தைத் தின்று சுவைக்க வேண்டுமென்பது; ஆனால், ஒவ்வொரு பழத்தையும் கொட்டை சுரண்டித் தின்னும்வரைதான் அந்த எண்ணம் நிறைவேறியது.

மொத்தம் இருப்பதே பத்துதானே. ஐந்து தின்றாய்விட்டது. நாக்கு இன்னும் நொட்டையிடுகிறது. இன்னும்தான் நிறையப் பேப்பர் இருக்கிறதே, நாளைக்கும் அப்பா வெளியில் போகமாட்டாரா? இருந்தால்தான் என்ன? குப்பைக் காகிதந்தானே. இந்த மாதிரி எண்ணங்களின் முடிவு, பொட்டலத்தோடு அவனைக் குளத்தங்கரை மண்டபத்தில் கொண்டு சேர்த்தது.

ஒன்பது பழங்கள் ஆய்விட்டன. இன்னும் ஒரே பழம், கொஞ்சம் நேரம் கழித்து, மெதுவாய் அதைத் தின்னவேண்டும், கையில் பிரித்த பொட்டலத்தோடு ஜலம் இருக்கும்படிக்கு மேல்படியில் உட்கார்ந்துகொண்டு, குனிந்து ஜலம் குடித்தான். (பத்தாவது பழத்தின் சுவையைப் பரிபூர்ணமாய் அனுபவிப்பதற்காக, வாயை அலம்பினானோ?)

காகிதம் ஜலத்தில் விழுந்து விட்டது. கையைத் தூக்கினான்; அலை அசைந்தது. பேரீச்சம்பழம் தாங்கிய ஓடம், ஓர் அடி நகர்ந்துவிட்டது, கீழே இறங்கிக் கையை நீட்டினான், எட்டவில்லை. அறியாத இளம் மனம், சுவையைக் கற்பனை செய்து தவித்துக் காத்திருந்த நாக்கு; அடுத்தபடிக்கும் போய்விட்டான். மத்தியானம் ஒன்றரை மணிக்கு நிர்ஜனமான படித்துறை. தடுமாறும் உயிரின் சூக்ஷமக் குரலின் அழைப்போ என்னவோ? ஒரு குடியானவன் எங்கோ வந்தவன் குழந்தையை எடுத்துவிட்டான். தலையில் வைத்துச் சுற்றினான். சிறிது ஜலம் வெளிப்பட்டது; ஆயினும் மூச்சு வரவில்லை. ஒரு பழத்தைத் தாங்கிய காகிதம் கதையை விளக்கிவிட்டுக் கைகொட்டிச் சிரிக்க வந்ததுபோல் கரையில் ஓரமாய் ஒதுங்கியது. சிருஷ்டி கர்த்தாவின் கண்ணில் பட்டது முதன் முதலில் அதுதான் என்பது பொருந்தாததுபோல் தோன்றும். ஆனால், அவருடைய அழியாத சிருஷ்டித்துண்டல்லவா அது. கையில் எடுத்துப் பார்த்தார். காவியத்தின் நடுப்பகுதி:–

“ஓவியனுள்ளக் கோவிலின் ஒளியே” என்று தொடங்கும் கவிதை நனைந்து, நைந்து, மங்கிக் கிடந்தது.

படித்துறையில் படபடக்கும் வெய்யிலில் மரத்த உடல் கிடக்க, ஊரார் அனைவரும் கூடிவிட்டார்கள். கமலா ஏனோ ஒதுங்கியே நின்றாள்: சிருஷ்டிகர்த்தா கையில் தாங்கிய கசங்கிய காகிதத்தோடு தனது பழைய சிருஷ்டியை நெருங்கினார்.

ஓர் சிறுபையன், “ஐயோ! கேட்டையளா மாமா; அம்பீ! இன்னிக்கிக் காத்தாலே, உங்க கையிலே இருக்கே இதுமாதிரி கொஞ்சம்தான் மாமா பேப்பர் போட்டான். சண்டை போட்டு, அவங்கிட்டே நெறையப் பழம் வாங்கிண்டுட்டான் மாமா.” என்று சமயமறியாமல் குழந்தையின் சாமர்த்தியத்தைப் புகழ்ந்து கொண்டிருந்தான். அப்படியா, என்று அலறிப் புடைத்துக்கொண்டு

வீட்டுக்கு ஓடினார் அவர். குழந்தை செத்துக் கிடக்க, இந்த வேடிக்கை அசம்பாவிதம்தான். ஆனால், அவருக்குத்தான் தெரியுமே, இது "பிரளயமுள்ள சிருஷ்டி" என்று.

பிரளயமில்லாத சிருஷ்டியைச் சென்று பார்த்தார். முக்கால்வாசியைக் காணவில்லை. அப்படியே எடுத்து வந்தார்; குழந்தையின் தலைக்குக் கீழ் வைத்துவிட்டார்.

எல்லாம் முடிந்தது. கமலாகூட இல்லை. அவளுக்கு, இனி என்ன வேலை? சிருஷ்டிகருத்தா மட்டும் இருக்கிறார். நிறையப் பூச்செடி போட்டுப் பூவைப் பறிக்காமல் யாரையும் பறிக்கவிடாமல் செடியிலேயே வாடி வதங்குவதைப் பார்த்து மகிழ்கிறார். செடியிலிருந்து உலர்ந்து விழுவதையெல்லாம் ஒன்றுகூட விடாமல் பொறுக்கி எடுத்துச் சேர்த்து வைத்து எரிக்கிறார். மற்றபடி தானே சமைத்துச் சாப்பிட்டுக்கொண்டு, ஊர்க் குழந்தைகளுக்குக் கதைகள் சொல்லிக்கொண்டு காலம் கழிக்கிறார். அவருடைய கட்டுரைகளை, இனி எந்தப் பத்திரிகையிலும் எதிர்பார்க்கமுடியாது.

*கிராம ஊழியன்:* நவம்பர் 1, 1943

புதிய கதை

## யாருக்குக் கவலை?

மிகுந்த உத்ஸாகத்தோடு சங்கிலியைப் பிடித்துத் தொங்கிக்கொண்டிருந்தாள் ஐயர்வாளின் பெண் நாகம். எங்கோ விருந்துக்குப் போய் விட்டு, அப்பொழுதுதான் வந்திருந்தார் அவர். "ஏழரை மணிக்கே தூங்கிவிடுவாயே, நாகம் இன்னிக்கென்னவோ, முழிச்சிண்டிருக்கே?" என்றார்.

அதற்குள் மழலை கலந்த ஓர் பச்சைக் குரல், "அத்திம்பேர்கிட்டேந்து லெத்தர் வந்திருக்கு அப்பா" என்றது. "ஏண்டா, நீ இன்னும் தூங்கலை? பாயைப் போடு. பாயைப் போடுன்னு தொளைச்சே, முழியைப் பாரு கொட்டுக் கூடை" என்று சலுகையாய் நாகம் வைததும், எல்லோரும் சிரித்தார்கள். ஐயர் மாத்திரம் கவலை கொண்டவர் போல, "யாரிடமிருந்து? கோபாலனிடமிருந்தா? மதுரையிலிருந்தா? எங்கே லெட்டரைக் கொண்டுவா?" என்றார்.

இவ்வளவு சந்தேகப்பட்டிருக்க வேண்டிய அவசியமே இல்லை. குழந்தை கொடுத்த சாட்சியம் போதாதென்றால், நாகத்தின் உத்சாகமும், தம்பியைக் கடிந்து கொள்வதுபோல் மகிழ்ச்சியைக் கொட்டிய அச்செய்கையும் போதாதா?

சில சமயம் மனது பழுத்த கிழமாய்விடுகிறது. திரும்பத் திரும்ப அங்கலாய்த்துக் கொள்வது, அது தனக்குத் தானே செய்துகொள்ளும் தேறுதல். "நாகம், மருந்து சாப்பிட்டுவிட்டாயோ? ஏண்டி, அந்த மாத்திரையைக் கொடுத்தாயோ அவளுக்கு? போம்மா, நாகம், கண்முழிக்காதே, தூங்கப்போ,"

என்று கவலையின் உச்சத்தை அடைந்துவிட்டார் ஐயர். நாகம் தட்டியிலிருந்து பாயெடுத்துக் கொண்டிருந்தாள்; அந்தத் தட்டி, இன்னும் கொஞ்சம் தாழ்வாய் இருந்தால்தானென்ன! மடியும், ஆசாரமும் அந்தத் தட்டியை ஏழரை அடி மேலே உயர்த்திவிட்டன. எழும்பிக் குதிக்கும் நாகம் அடித்தொண்டையால் கனைத்துக் கொண்டது, நான்காவது தடவையாக அக்கடிதத்தைப் படிக்கும் ஐயர்வாளின் கவனத்தைக் கவர்ந்தது.

"நான் வந்து ......" என்று சொல்லிக்கொண்டே, ஊஞ்சலி லிருந்து எழுந்தார் ஐயர். அதற்குள் மூன்றாவது தடவையாக எழும்பிப் பாயை இழுத்துவிட்டாள் நாகம். பாய் கீழே விழுந்த சத்தத்தையும் அடக்கி ஒலித்தது நாகத்தின் இருமல். சாகப்போகும் கிழவன், 'லொல், லொல்' என்று இருமுவதே பார்ப்பவர்களைக் கஷ்டப்படுத்துகிறது. பச்சைக் குழந்தை, இன்னும் பதினாறாக வில்லை. நாகத்தின் இருமல், பெற்றவனுக்கு எவ்வளவு கண்றாவியா யிருக்கும். குழந்தை நாகத்திற்குத் தெரியுமா, தன் நோய் இன்னதென்று. இரும ஆரம்பித்ததும் அழ ஆரம்பித்துவிட்டாள்.

குழந்தை நாகத்தைத் தன் இரு கைகளாலும் தகப்பன் தாங்கினார். பாவம், அவர் தன் தோளில் தொங்கும் துண்டில் கண்களைப் புதைத்துக்கொண்டுவிட்டார். தாயார் வந்து நாகத்தின் மார்பைத் தடவிக் கொடுத்தாள். இதற்குள் பாசாங்குத் தூக்கம் தூங்கிக்கொண்டிருந்த அம்பி எழுந்து வந்துவிட்டான். அவனுக்குத் தெரியாது. அக்காளுக்கு ஆஸ்த்மா என்று; ஆனால் தன் அக்கா அழக்கூடாது என்பது அவனுக்குத் தெரியும்; அவன் வந்து தன் குஞ்சுக் கையால் அக்காவின் கன்னத்தைத் துடைத்துக் கொண்டு, 'அயாதே அக்கா ...' என்று பெரிய மனுஷன்போல் தழுதழுக்க ஆரம்பித்துவிட்டான்.

அப்பொழுது அந்தக் காட்சி ரொம்பவும் அவசியமாயிருந்தது. வாழ்க்கை நாடகக் கவியான விதியின் திறமை நன்றாக வெளி ஆயிற்று. பெற்றோரிருவரும் சோக நகை அரும்பினர். நாகமும் தான்; கண்களில் தேங்கியிருந்த நீரும், சிரிக்கும்பொழுது அது கன்னத்தில் பாய்ந்து முகவாய்க்கட்டையில் தொங்கியதும் நாகத்தின் குழந்தைத்தனத்தைப் பன்மடங்கு பெரிதாக்கிக் காட்டிச் சோகத்தைக் கிளறியேவிட்டன.

குழந்தைகள் படுத்துக்கொண்டவுடன் பெற்றோரிருவரும் மகாநாடு கூடினர். ஊஞ்சல் ஆடுவதற்கு இடம் விட்டுச் சுவரில் சாய்ந்துகொண்டாள் தாய். காலைக் கீழே அழுத்திய ஐயருக்குக் காலை நகர்த்தக்கூடத் தோன்றவில்லை.

'ஏண்டி, என்ன இது? பாலுக்குக் குறைவா, நெய்க்குக் குறைவா? பச்சைக் குழந்தை? என்னடி பெரிய அக்ரமமாயிருக்கே?

டாக்டர் குணமாக்கிவிடலாம்னுதான் சொல்கிறார். ஆனால், இன்னும் கொஞ்சம் முன்னாடியே கவனித்திருக்க வேணும் என்றும் சொல்கிறார். என்ன செய்வது? உம் அவன் பெரியமனுஷன் வீட்டுப்பிள்ளை; ஏதாவது மூக்கறுக்கிறாப்போலப் பேசிவிட்டால், என்னடி பண்ணுகிறது?' என்றார் ஐயர்.

'மூணுநாளாய் அவள் பாட்டுக்கு நன்றாகத்தான் இருந்தாள். நாளைக்கு ராத்திரிதானே மாப்பிள்ளை வருகிறார்; காலையில் ஊசி போட்டுக்கொண்டு கொஞ்சம் ஜாக்கிரதையாக இருந்தால், இந்தப் பூட்டுக்குத் தப்பலாம். அதுவும் ஒரு கஷ்டமா? என்னத்தையோ பொத்துகிறாப்போல் பொத்த வேண்டியிருக்கிறதே என்று நினைத்தால், என் வயிறை என்னவோ பண்றதேன்னா–" என்று சொல்லும்போது, தொண்டை கம்மிவிட்டது தாய்க்கு.

உண்மைதான். தாயல்லவா? குழந்தைக்கு வரும் நோயைத் தவிர்ப்பதற்காக, தான் பத்தியமிருந்தவளல்லவா? நாகத்தின் உடம்பைப் பற்றி அவளுக்கில்லாத கவலையா, புதிதாய் நேற்றுப் பொறுப்பேற்றுக்கொண்ட கோபாலனுக்கிருக்க முடியும்? இருந்தாலும் உலக வழக்கம், இந்த இடத்தில் சட்டத்தை விபரீதமாக்கியிருக்கிறது.

காலையில் டாக்டரிடம் 'இன்ஜக்ஷன்' செய்துகொண்டாள் நாகம். டாக்டர் வீட்டிலிருந்து வண்டியில் வரும்போது, அவள் தாயார் பலமுறையில் சொன்னதின் சாராம்சம் இவ்வளவுதான்: – "ஜாக்கிரதையாய் இருக்கவேண்டும். சிரமமான வேலைகள் செய்யக்கூடாது. ஜலத்தில் நடமாடக்கூடாது."

சர்வ ஜாக்கிரதையாய் நடந்துகொண்டாள் நாகம். ஆனால், தன் இஷ்டத்திற்கு விரோதமாகத்தான். ஊஞ்சலில் உட்கார்ந்தவள் எழுந்திருக்கவேயில்லை. அம்பி கொஞ்சநேரம் அவளருகில் உட்கார்ந்திருந்தான். எங்கேயோ போய் மறுபடியும் திரும்பினான் ஊஞ்சலுக்கு. அவனுக்கு அக்காள் ஒரே இடத்தில் இருப்பது பிடிக்க வில்லை. கூப்பிடுவோமென்றாலோ அக்காவுக்கு உடம்புக்காகாது. அவனுக்குப் போதும் போகவில்லை, மகிழ்ச்சியுமில்லை. புறக்கடைப் பக்கம் போய் மிகவும் பாடுபட்டுக் காட்டாமணிக் காய்களைப் பறித்துவந்தான்; அவன் சப்பரம் பண்ணத் தெரியாமல், கோணல் மாணலாகக் குத்தியதில் சில காய்கள் உடைந்து போய்விட்டன. அவனுக்கு எட்டவேயில்லை; ஆகவே கம்பால் அடித்து, மிகச் சொல்பமான காய்கள்தான் சேகரித்திருந்தான். ஈர்க்குச்சிகள் வீணானதும், காய்கள் உடைந்ததும்தான் கண்ட பலன். சப்பரத்தின் அடிகூட உருப்படியாக உண்டாக்கியபாடில்லை. இதைப் பார்த்துக்கொண்டிருந்த நாகத்திற்குத் தாங்க முடியவில்லை. அதற்குள்–

"வந்து சப்பரம் கட்டிக்கொடுத்தாக்கூட வேத்துடுமோ" என்றான் அம்பி. அவன் குரலில் நிராசையில் ஊறிய சோகம் முளை கண்டிருந்தது. உதடுகளின் அடிப்பாகம் வரையில் வந்துவிட்டிருந்தது அழுகை. அதை மூக்குக் கொஞ்சம் ஏற்றுக் கொண்டது, தன் அளவிற்கு முடிந்தவரை.

நாகம் ஊஞ்சலிலிருந்து எழுந்தாள். தம்பியைத் துடையோடணைத்துக் கொண்டு, புறக்கடைக்குச் சென்றாள்.

நிறையக் காட்டாமணிக் காய்களைப் பறித்துக்கொண்டு இருவரும் திரும்பினார்கள். வரும் வழியில் கதவுக்கருகிலிருந்த செம்பருத்திச் செடியில் ஒரே ஒரு பூவை அடுத்தாத்துப் பாட்டி பறிக்காமல் விட்டிருந்தாள்.

"அம்பீ! அதோ பாரு, சப்பரத்துக்குக் கலசம்" என்று சொல்லிக்கொண்டே, கிளையை வளைக்கப் போனாள் நாகம். அது கெட்டியாயிருந்தது. முறிந்தாலும் முறிவேனேயன்றி வளையமாட்டேன் என்றது போன்ற அந்தக் கிளையின் ஓசையைக் கேட்ட நாகம், அம்பியைத் தூக்கிக்கொண்டு "அதைப் பறி, அதைப் பறிடா" என்று மூச்சுவாங்க உரக்கக் கூறினாள். அம்பிக்கு எட்டவில்லை; அதற்குள் இருமல் வந்துவிட்டது நாகத்திற்கு. அவள் மிகுந்த சிரமத்துடன் மூச்சை அடக்கிக் கொண்டு, தம்பியைக் கீழே இறக்கினாள். அது வரையில் பொறுத்திருந்ததே பெரிது என்று சொல்வதுபோல அதிவேகத்தில் ஆரம்பித்துவிட்டது இருமல். தலைக்கு எட்டிய பூவைக் கையால் பறிக்கத் தெரியாமல் விட்டுவிட்ட அம்பி, இந்திரப் பதவியை இழந்த நகுஷன் போலப் பூமியில் கிடந்தான்; நிராசையே உருக்கொண்டதுபோல, வேதனைப்பட்டது அவன் முகம். வெறித்து எதையோ பார்த்துக்கொண்டிருந்த அம்பியை, அக்காவின் இருமல் திடுக்கிடச்செய்தது. கோழையில் சிக்கிக்கொண்டு உள்ளேயும் போகாமல் வெளியேயும் வராமல் சுவாஸத்தைத் தடுமாறச்செய்த இருமலால், மடியப்போகும் கிழ உயிர் இழுத்துக்கொண்டு கிடப்பதுபோல், மன்றாடும் அக்காளைப் பார்த்தான் அம்பி. என்ன நினைத்தானோ? வெறி கொண்டவன்போல் அம்மா என்று கத்திவிட்டு, அக்காவின் கண்களைத் திறந்து நீரை அகற்றும் வேலையில் ஈடுபட்டான்.

உள்ளே இருந்து ஆறு கால்கள் பதறியடித்துக்கொண்டு ஓடிவந்தன. காரிலேயே கிளம்பியதால் இரவில் வருவதாயிருந்த மாப்பிள்ளை மத்தியானமே வந்துவிட்டார். அவருக்கு உபசாரம் செய்துகொண்டிருந்தார்கள் மாமனாரும் மாமியாரும். அந்தச் சமயத்தில்தான் அம்பி, அப்படி இரைந்து கூப்பிட்டான். மூன்று பேரும் ஓடிவந்தனர். இருமல் ஓய்ந்து அழுகை தலையெடுக்கும்

சமயம். கண்களைத் திறந்து எதிரே பார்த்த நாகம், தடுமாறி எழுந்து நின்றாள். தாயார் மகளை அணைத்துக்கொள்ள, தகப்பனார் மாப்பிள்ளையின் முகத்தைப் பார்த்தார். இருவரும் வாய்திறக்கவில்லை. மாப்பிள்ளை முகத்தில் என்ன பாவம் தோன்றப் போகிறதோவென்று ஆராய்கிறாரோ மாமனார்? பெண்ணைப் பெற்றவனுக்கே ஏகபோக உரிமையான அசட்டுச் சிரிப்புடனும், சட்டென்று கண்ணைத் துடைத்துக்கொண்டு சிரிக்கும் திறமையுடனும், "ஒண்ணுமில்லே... ... வந்து... ..." என்று ஆரம்பித்திருக்கலாமே! ஒன்றும் பேசவே முடியவில்லை அவருக்கு. மாமியார்தான் ஆரம்பித்தாள்; பெண்களின் திறமையைப் பயன்படுத்தினாள்.

"கரூருக்குப் போய் வரும்பொழுது கொஞ்சம் மழையில் நனையும்படி ஆய்விட்டது. குழந்தைக்கு அப்போ பிடிச்சு ஜலதோஷம்... விடவேயில்லை."

"அதனால் என்ன இப்போ" என்று உள்ளே சென்றுவிட்டார் மாப்பிள்ளை.

அதற்குப் பிறகு இரண்டு நாளைக்கு இருந்தார் மாப்பிள்ளை. உத்சாகம் எப்படியிருக்கும்? ஆனால், நாகத்திற்கென்று வாங்கி வைத்திருக்கும் மருந்துகளை ஆராய்ந்தார். அடிக்கடி அவளை உற்றுப் பார்த்தார். அணில் கடித்த மாம்பழம்போல் சோபையிழந்தும், சோபையின் மீதியிருக்கும் பகுதியால் அழகாகவும் இருந்தாள் அவள். திருட்டுத்தனமாய்ச் சந்திக்கவும், கடைக்கண்ணால் பார்த்து மகிழவும் வேண்டிய சந்தர்ப்பத்தில் ஸ்பஷ்டமாகவே பார்த்துப் பார்த்துப் பெருமூச்செறியும் மாப்பிள்ளையின் உண்மை எண்ணம் நாகத்தின் பெற்றோருக்குத் தெரியாமலில்லை.

மாப்பிள்ளை ஊருக்குக் கிளம்பப் போகிறார். சுந்தரம் ஐயர் பேசாமல் இருக்கிறார். அவருடைய மனைவிக்கு உள்ளுக் காரியம் ஓடவில்லை. பரவியிருந்த மௌனம் பயங்கர உருவத்தை அடையுமோ என்று ஐயர் அடிக்கடி கூட்டிவிழுங்கிக்கொள்கிறார்.

மாப்பிள்ளையின் பெட்டியும் படுக்கையும் காரில் வைத்தாய் விட்டது. 'நான் வரேன் வந்து' என்று மாப்பிள்ளை தொடங்கினார்.

"வைத்தியம் பண்ணிக்கொண்டுதானிருக்கிறேன்" என்று சுருக்கவே முடித்துவிட்டு, முகத்தில் கவலையையும் பிரார்த்தனையையும் தேக்கிக்கொண்டார் சுந்தரம் ஐயர். 'இருக்காதா உங்களுக்கும்? அம்மாமி சொல்வதுபோல் இது ஜலதோஷ இருமல் இல்லை, ஏதோ மருந்தெல்லாம் வாங்கி யிருக்கேள். ஏதாவது சொல்லணுமேன்னு அம்மாமி....." என்று மாப்பிள்ளை சொல்லிக்கொண்டிருந்தார்.

“எங்காத்துலேயே முன்னைப் பின்னை யாருக்கும் இது மாதிரி கிடையாது. தினம் கவலைதான்” என்றாள் மாமியார்.

“அப்படி ஒண்ணும் பிரமாதமில்லை, அப்பா கிட்டையும் சொல்லணும் நீங்க, வேறே ஏதாவது–” மாமனார் குரல் கம்ம ஆரம்பித்தது.

“நீங்க கவலைப்படறதெல்லாம் வெறுமனே இதுக்காக. ஆனால், கவலை யாருக்குன்னு தெரியல்லை உங்களுக்கு. சரி, அதெல்லாம் என்னத்துக்கு. கிணத்துலே ஜலம் சேந்தச் சொல்லாதீங்கோ, போன உடனே அழைக்க ஏற்பாடு பண்ணுகிறேன்” என்று சிறிது நகர்ந்து, முகவாய்க்கட்டையைத் தடவிக்கொண்டார் மாப்பிள்ளை.

“என்ன சொல்வேளோன்னு பயப்பட்டு, நான் புழுங்கினேன். ஆயிஸோடு இந்தக் குணத்திலே பெருமையா நீங்க நன்னாயிருக்கணும்” என்று மாமியார் தழுதழுத்தாள். வாசற்படி இறங்கிய மாப்பிள்ளை மறுபடியும் திரும்பி நின்று, “ஜலத்தில் ஜாஸ்தி அலையாதே, தம்பியோடே ஆத்துக்குள்ளே மெதுவாய் விளையாடு” என்று உள்ளே பார்த்துக்கொண்டு சொல்லிவிட்டுக் காரில் ஏறிக்கொண்டார்.

“எத்தனை கவலைப்பட்டேன். அது தன் கவலைன்னு சொன்னாரே, மாப்பிள்ளை தங்கக்கம்பி! இந்தக் காலத்துப் புள்ளையே இல்லை” என்று கண்களைத் துடைத்துக் கொண்டாள் மாமியார்.

***கிராம ஊழியன்:* ஜூலை 1, 1944**

**புதிய கதை**

•

# அஞ்ஞானம்

மனத்தில் பல மட்டங்கள் இருப்பது உண்மை. அல்ப விஷயம், அதிமகத்தான விஷயம் இரண்டும் தோன்றிவிடும் ஒரே சமயத்தில். சில சமயம், அது நல்ல ஹாஸ்யமாகிறது. ரொம்ப விரசமாய்விடுவதும் உண்டு, சில சமயம், பாயஸத்தில் பெருங்காயம் போட்டதுபோல்.

இலையில் இருக்கும் உணவே அதிகமாகி மனமில்லாமல் சாப்பிடும்போது, இலையில் எதையோ போட்டாள் தாயார். ஆத்திரப்பட்டேன். "என்னவோடப்பா எனக்கு அக்கியானம்" என்றாள். எழுந்து கைகழுவும்போது நினைவே அற்றிருந்தது. ஊஞ்சலுக்குச் சென்றதும் சற்று முன் தாயார் செய்த மற்றொரு அஞ்ஞானத்திற்குப் பாய்ந்தது மனது. நினைவும் தெளிந்திருந்தது. தொட்டிலில் தூங்கும் குழந்தையை எழுப்பிக் கொண்டிருந்தாள் தாயார். "எதற்கம்மா தூங்குகிறவனை எழுப்புகிறாய்?"

"பாரிக் கம்பெனியாத்துக்குப் போயிருந்தேன். பக்ஷணம் குடுத்தா, அதைக் கொண்டு வந்தேன், குழைந்தைக்குப் புடிக்குமேன்னு. என்னவோப்பா, எனக்கு அக்கியானம்" என்று சொல்லிக்கொண்டே, தூக்கக் கலக்கத்தில் இருக்கும் குழந்தையின் வாயில் ஊட்டினாள்.

அக்கியானம் – அக்ஞானம் – அறிவின்மை என்று சொல்லிக்கொண்டே, அதே பெயராலும் அழைத்துக்கொண்டே அதைச் செய்து மகிழும், பெருமை கொள்ளும் இதுகளெல்லாம் சுத்தப்

பைத்தியங்கள்' என்று தீர்ப்பு நிறைவேறியது மனத்தின் மேல்மட்டத்தில்.

'இந்தப் பாழும் அக்ஞானம் ஒழியாதா' என்று தலை கிளப்பிற்று ஓர் எண்ணம், இடைமட்டத்தில்.

"சே. சே, ரொம்பப் பெரியதனமாய் அன்புக்கல்லவா அப்படி செல்லப்பெயர் கொடுத்திருக்கிறார்கள் பெரியோர், அது போய்விட்டால், அப்புறம் ஆதரவேது, அமைதி ஏது" என்று அடிமட்டம் திருத்திற்று அதை. அதெல்லாமொன்றுமில்லை, அசட்டுத்தனமாய்ப் பெரியோர்கள் அப்யசித்த வேதாந்தம் அது' என்று ஓங்கி அடித்தது மேல்மட்டம்.

சர்ச்சையை வளர்க்க வேண்டுமென்று தோன்றிற்று. நவராத்திரிக் காலம். வீட்டில் எல்லோரும் கோவிலுக்குக் கிளம்பிக்கொண்டிருந்தார்கள். ஏகாந்தத்தை எதிர்பார்த்து அவர்களைத் துரிதப்படுத்தினேன். அவர்கள் கிளம்பும் சமயத்தில், லக்ஷ்மி அம்மாமி ஒரு பெண்ணோடு உள்ளே நுழைந்தாள். என் தங்கை கொலுவிளக்கைத் தூண்டிவிட்டாள். வாசற்படியிலேயே தயங்கி, கோணி நின்ற அந்தப் பெண்ணை, "வாடி, வா, சங்கோஜப்படாதே, உள்ளே வா" என்று, தானே உபசாரம் செய்துகொண்டாள் அம்மாமி.

லக்ஷ்மி அம்மாமி, என் தாயாரின் பால்யத்தோழி. அந்த அம்மாமியை, அதே பெண்ணோடு, சாயங்காலமே பெரிய தெருவில் பார்த்தேன். பதிமூன்று பதினான்கு வயதிருக்கும் பெண்ணுக்கு. கொஞ்சம் அதிகமாகவே பளபளக்கும் நகைகளை அணிந்திருந்தாள். முகத்தில் அடித்திருந்த 'எனாமல் பெயிண்ட்' ஒருமாதிரியாயிருந்தது; என்றாலும் வாயில் சித்தாடையும் ஒட்டியாணமும் சேர்ந்து உண்மையாகவே பணக்காரப் பிரமையை வளர்த்துவிட்டன என் மனத்தில். 'சரி, இந்த அம்மாமி வேலை செய்யும் வீட்டுக் குழந்தைபோல் இருக்கிறது, கோவிலுக்கு அழைத்துக்கொண்டு வந்திருப்பாள்' என்று நினைத்துக்கொண்டேன். ஆனால், அவர்களிருவரும் இரவு ஒன்பது மணிவரை ஊர் முழுதும் சுற்றிச் சேகரித்த காற்புழுதியோடும், கசங்கிய கைவெற்றிலையோடும் என் வீட்டிற்கு வந்ததைப் பார்த்ததும் பலவாறு யோசித்தேன்; அந்தப் பெண் யாரென்று.

"எங்கள் வீட்டுக்கூடத்திற்கு வரும்படி, அந்த அம்மாமியே உபசாரம் செய்து கூப்பிட்டுக்கூட அந்தப் பெண், குனிந்து கொண்டே உதட்டைப் பிதுக்கிப் பிசுக்காரம் செய்தது.

"அடியம்மா, இந்தப் பொண்ணு இப்படியே பண்றதுடீ அது படற சங்கோஜத்தைச் சொல்லி முடியாது" என்று தானாகவே

அஞ்ஞானம்

சமாதானம் சொல்லிவிட்டு, அந்தப் பெண்ணைப் பிடித்து இழுத்துக்கொண்டு வந்தாள் அம்மாமி.

அந்தப் பெண் வந்து, தூணில் சாய்ந்துகொண்டு, ஒய்யாரமாய் நின்றது. இது, இது, என்று சொல்லிக்கொண்டு அந்தப் பெண்ணுடைய பிரதாபத்தைச் சொல்ல ஆரம்பித்த அம்மாமி ஓயவேயில்லை.

“சிறுசுகள், சமத்தா சூடிகையா” என்று சுருக்கமாய் முட்டுக் கட்டையிட்டாள் தாயார்.

‘யார் இந்தப் பெண், என்று சந்தேகம் தீரும்படி ஒரு பேச்சுக்குப் பேசினால் என்ன, இவ்வளவு அளக்கும் இந்த அம்மாமி’ என்று தோன்றிற்று எனக்கு.

“வெளிச்சத்துக்கு வாயேன்டி” என்று பெண்ணை உந்தினாள் அம்மாமி.

ஜாடையாய் உள்பக்கம் சென்றேன். என் தங்கை அங்கு வந்து நின்றுகொண்டு வாயைப் பொத்திக்கொண்டு சிரித்தாள். “யார் இது? வேஷம் பொருந்தியிருக்கு அண்ணா” என்றாள்.

அவள் ஒரு மாம்பலத்துக்காரி. வேஷம் முற்றிப்போய், ஹாஸ்யத்திற்கு இடமான பிறகு, வேஷத்தை விட்டு இயற்கை நிலைக்கு வந்துகொண்டிருக்கும் ஒரு சமூகத்தின் அம்சம் அவள்.

நிமிஷங்கள் மௌனமாகவே கழிந்துகொண்டிருந்தன. என் தாயாரின் அநுபவத்தைத் தூண்டிவிட்டது. “கோந்தே, இவ பேரென்னடி லக்ஷ்மீ! உம் ஜயம்தானே? ஜயம், ஒரு பாட்டுப் பாடும்மா,” என்றாள்.

“சட்டுனு ஒரு கீர்த்தனை பாடுடீ கண்ணு, நாழியாச்சு, ஆத்துக்குப் போகணும்” என்றாள் அம்மாமி, அடுத்த கணத்திலேயே. எனக்கு ஆத்திரம் தாங்கவில்லை; என்ன ஆத்திரமென்றால் ஒரே நடிப்பு என்று அம்மாமியின் ஒவ்வொரு செயலும் காட்டியதுதான். பொய்ப் பெருமை என்று எழுதி ஒட்டியிருந்தது.

“இந்தப் பெண் யாரு” என்று இழுத்தேன் நான்.

“நன்னாத்தான் இருக்கு, ஏண்டீ ஈசுவரி, நீ அவ பேரைக் கேட்டே. உன் பிள்ளை அவ யார் என்று ஆரம்பித்துவிட்டானே. நானும் ஒரு மனுஷின்னு இருந்தா ...” என்று வெகு தீவிரமான ஆத்திரத்தில் இறங்கினாள் அம்மாமி. “அம்மாமி, இருந்தாலும் உங்களுக்கு இவ்வளவு ஆகாது” என்று சொல்ல, வாயைக்கூடத் திறந்துவிட்டேன். அதற்குள் என் தாயார், எதோ பேச ஆரம்பித்ததால் நிறுத்தினேன்.

“அசடு மாதிரி எதாவது சொல்லாதேடி லக்ஷ்மி, அவன் இந்த ஊரிலேயே ஜாஸ்தி இல்லாதவன். அம்பி, லக்ஷ்மியின் பொண்ணுதாண்டா இந்த ராஜாத்திக் கொழந்தை என்று சிரித்து மெழுகினாள் தாயார். நாற்பத்தி ஐந்து வருஷ வாழ்க்கை அநுபவமல்லவா? “ஊஹூம், இல்லேடீ ஈசுவரி. நானும் விளையாட்டாத்தானே சொன்னேன். என்னடீ இப்போ, பிரமாதமா வந்துடுத்து, பயல் பஞ்சம் பத்து வருஷம்னு கேட்டதில்லையோ, அம்பிக்கு அறுவது ரூபா சம்பளம், இதைக் கொஞ்சம் நல்ல இடத்தில் கொடுத்துவிட்டால் ஓடற ஓட்டம். என்ன நான் சொல்றது?” என்று அந்த அம்மாமி சமாளித்துக் கொண்டாள்.

“ஒரு பாட்டுப் பாடச் சொல்லுங்கோ அம்மாமி” என்று அவசரத்தை ஆதரவுக்குள் புகவிட்டாள் என் தங்கை. அதுக்கா மனசு வந்தாத்தாண்டீ பாடறது இது” என்று பெருமிதத்துடன் நிமிர்ந்தாள் அம்மாமி.

அந்தப் பெண், தொண்டையைக் கனைத்து, வாயைக் கோணிக்கொண்டு, தலைப்பை நெருடிற்று.

“சின்னதா ஒண்ணுபாடு. எல்லாராத்திலேயும் வேறே வேறே பாடினா, சிரமம்தான், அதனாலென்ன பாடட்டுமே, என்ன நான் சொல்றது?” என்றாள் அம்மாமி. யாருக்கும் பொறுமையில்லை, அவளைக் கவனிப்பதற்கு. என் தங்கை ஓய்ந்துபோய்விட்டாள். தாயார்கூடத் தலை ஆட்டவில்லை.

“அப்பனைப் பாடும் வாயால்” என்று பாடிக்கொண்டிருந்தது அந்தப் பெண். மாட்டுச்சலங்கை போல, பல அபசுருதிகளில் ஆரவாரித்தது, பீச்சாங்குழல் பீச்சுவதுபோல மூச்சுவிட்டது குரல். எல்லாப் பல்லையும் இளித்துக்கொண்டு, “நான் இருக்கேனே, அவாத்துப் புருஷன் இந்தக் கீர்த்தனையைக் கேட்டுட்டு, ஐயோ அதை ஏன் கேக்கறே ஈசுவரி, அப்படியே மாஞ்சு போய்விட்டார்” என்று எக்களித்தாள் அம்மாமி.

‘கீர்த்தனையா இது, ஐயய்யோ” என்று பல்லைக் கடித்தேன் நான். நல்லத்துக்கு வரலை இந்த அம்மாமி என்று தீர்மானித்தேன்.

என் தாயாரோ சிரித்துக்கொண்டே, “சரிதான், அப்படியா” என்று தலையாட்டிக்கொண்டிருந்தாள்.

அழகான முதல் கீர்த்தனை முடிந்துவிட்டது.

“அந்த இது பாடுவையே, அது பேரென்ன, அதாண்டீ அந்த” என்று காட்டில் தேடித் திரிந்தாள் அம்மாமி.

“எந்தனிடது தோளா?”

"இல்லேடீ"

"சி(த்)தையே இதுவா?"

"ஊம்ஹூம்"

"மன்னனுக்கே"

"அதுவும் நன்னாருக்கும் வந்து..."

"பூமியில் மா... னிடராய்..."

"ஆஆம், அதாண்டீ"

"எரெஞ்சுன்னா பாடணும் இதை?"

"அடி கீழேதான் பாடேன்"

நாங்கள் எல்லோரும் முள்ளுப்பாயில் ஏறிவிட்டோம். நல்லவேளை சுருக்கவே இறக்கிவிட்டது அந்தப் பெண். நான் கூடத்துப் பக்கம் சிறிது முன்னேறினேன்.

"ஜயம், குங்குமமிட்டுக்கோ, நாழியாச்சு" என்று எழுந்து நின்று தன் பெண்மேல் நிழல் படாமல் ஒதுங்கி நின்றாள் அம்மாமி. என் தங்கை அவசர அவசரமாகச் சந்தனம் நீட்டிக் குங்குமம் காட்டினாள்.

"இந்த நகையெல்லாம் பண்ணியிருக்கேண்டி ஈசுவரி, நீயே கேட்பாயென்று பார்த்தேன். ஒட்டியாணம் அரைப்பவுன்... அம்மாமி பேசினாள்.

அரைப்பவுனில் ஒட்டியாணமாவது! எனக்கு ஒன்றும் புரியவில்லை; 'ஓகோ, முலாம்' என்று முடிவுக்கு வந்து கொண்டிருந்தேன்.

"அம்பி ஐந்தாறு மாதமாய் அனுப்பினத்தைச் சேத்துக் கையிலிருந்தும் கொஞ்சம் போட்டும் பண்ணினேன், நாற்பதுக்கு மேலேயே போய்விட்டது தோடும் தொங்கட்டானும்" என்று பெண்ணின் காதை ஆட்டிவிட்டாள் அம்மாமி.

"எதோ பெண் குழந்தை வேண்டியதுதான் இந்தக் காலத்தில்" என்றாள் தாயார்.

திடீரென்று குறுக்கே போய் நின்றேன். "அம்மாமி, பெரிய தெருவில் பார்த்தேன். உங்கள் ரண்டு பேரையும், நகையெல்லாத்தையும் பாத்துட்டு, நீங்க காரியம் செய்யும் வீட்டுக் குழந்தைன்னுதான் நினைத்தேன்," என்று நிறுத்தினேன்.

"போறது, பொருந்தித் தானேடா இருக்கு" என்று சிரித்தாள் அம்மாமி.

"சிரிக்கிறேளே, அழ வேண்டிய இடத்தில். ஒருவேளைச் சாப்பாட்டுக்கும் நாலணாக் காசுக்கும் உடம்பைச் சாறு பிழிகிறீர்கள் ..?"

"என்னவோடாப்பா என் அக்கியானம்"

"அக்ஞானமாவது, அயோக்யத்தனம். வீட்டு வாசல்லே இருபத்தஞ்சு ரூவா சம்பாதிச்சிண்டிருந்தானே அம்பி, அவனைக் கண்காணாத தேசத்துக்கு அனுப்பிச்சேளே, வாரிக் குவித்துடணும்னு, அப்போ எங்கே போச்சு இந்த அக்ஞானம்? நாலு காசு நான் சம்பாதிக்கிறதனாலே பேசறதா நெனைப்பேள், பரவாயில்லை,முதலியார் ஜம்பம் விளக்கெண்ணைக்குத்தான் கேடு அம்மாமி, ராஜா வேஷம் போட்டுவிட்டால், ராஜாவாயிடலாமா?" இன்னும் பேச வேண்டும்போல் இருந்தது எனக்கு.

அந்தப் பெண் வாசலுக்குச் சென்றுவிட்டது. அப்பொழுதும், "என்னமோ என் அக்கியானம்" என்று சொல்லிக்கொண்டே சென்றாள் அம்மாமி.

என் தாயார் என்னைக் கண்டிக்கிறாள், நான் பேசியது தவறாம்.

"அஞ்ஞானம் அன்பாயிருந்தால் அழகுதான். அஞ்ஞானம். பகட்டாசை பிடித்துக் கரியாக்குவதானால், அது தொலையணும்," என்னையுமறியாமல் இரைந்து கத்தினேன்.

அடிமட்டம் மேல்மட்டம் எல்லாம் ஒரே ஆத்திரம். "நீ என்னத்துக்கு இவ்வளவு சிரமப்படுத்திக்கணும்னு சொன்னேன், என்னவோடாப்பா, என் அக்கியானம், ஆத்தைப் பாத்துக்கோ" என்று கோவிலுக்குக் கிளம்பினாள் என் தாயார்.

அவர்கள் சென்றபின், என் மனத்தில் அழகான சர்ச்சை நடைபெறவும் இல்லை. குழப்ப வேகத்தில் ஆத்மாவும் ஓய்ந்து தூங்க ஆரம்பித்துவிட்டது.

***கிராம ஊழியன்*: 16.07.1944**

**புதிய கதை**

•

# உபாசனை

அழகின் ஸ்தானத்தைப் பெற்று ஆடை ஆட்சி புரிந்து வரும் இந்தப் புது யுகத்தின் ஒரு நவீன ராஜ்யம் பெண்கள் பள்ளிக்கூடம். அதுவும் பணக்காரர்களின் நாலு மூலைச்சோனி வீடுகள் (பங்களாக்கள் என்று அவற்றிற்குப் புனை பெயர்) நிறைந்த பெரிய பட்டணத்தின் விஸ்தரிப்புகளில், ஒரு தாஜ்மகாலைவிடக் குறைந்துவிடாது பெண்கள் பள்ளியின் கௌரவம். அழகு நிலத்தின் நாற்றிலிருந்து கதிர் முற்றிய பயிர்கள் வரை, ஒரே சமயத்தில் கூட்டக் காட்சி தரும்போது, மனிதக் குலம் நிம்மதியாய்த் தலை நிமிர்த்தி முன்னே தள்ளலாம் மார்பை.

அத்தகைய ஒரு பள்ளிக்கூடம். பூ மணமும் பௌடர் மணமும் சுற்று வாடையையே மணக்கச் செய்தன. நகரிலுள்ள புத்தகக் கடைகளின் சரக்குகள் யாவும், பெண்களின் கைகளிலேறி பவனி வந்துகொண்டிருந்தன. மாணவிகளும் ஆசிரியைகளும் கூடிவிட்டனர். மாணவிகள் கல்யாண வீட்டில் திரிவதுபோலக் குதூக்கலமாய்ப் போய் வந்துகொண்டிருந்தார்கள். மணி அடிக்கும் நேரம் நெருங்கியும் இன்னும் தலைமை ஆசிரியை வரவில்லை. என்றும் யாருக்கும் முன்னதாக வந்துவிடும் அவள் இன்று வராதது, எல்லோருடைய கவனத்தையும் கவர்ந்தது. 'இன்னும் ஏன் வரவில்லை?' செல்லக்குழந்தை மாதிரி, இந்தக் கேள்வி ஒவ்வொருவரிடமும் பரவியது.

தாமதமாய்வருவதைப்பெரிய குற்றமாய்க்கருதும் தலைமை ஆசிரியை, இன்று காலையிலிருந்தே ஒன்றும்

ஓடாமல் மலைத்து உட்கார்ந்திருந்ததால் சிறிது நேரமாய்விட்டது. அவள் வரும்போது, எல்லோரும் 'பிரேயர் ஹாலிலிருந்து' திரும்பிக் கொண்டிருந்தனர். அதைப் பார்த்ததுமே வெட்கி வேதனைப் பட்டாள். அந்த வேதனையில் தாமதத்திற்குக் காரணமாயிருந்த நினைவு அதிகமாயிற்று. முதல் நாளின் நினைவு, இன்னும் பாரமாய் அழுத்திற்று, பாரத்தைத் தாங்கமுடியாதவள்போல, மெதுவாய் நடந்தாள்.

நேற்று ராத்திரிதான், டாகுர் இறந்ததற்காக லீவ் விடும்படி, செக்ரட்டரியிடமிருந்து கடிதம் வந்தது. தலைமை ஆசிரியை வழக்கம்போலவே மணியடிக்கச் செய்து, மாணவிகளைப் பிரேயர் ஹாலில் கூட்டினாள். மௌனமாய் வருத்தம் தெரிவித்த பிறகு, மாலை நாலுமணிக்கு நடக்கும் அனுதாபக் கூட்டத்திற்கு வரும்படி சொல்லி அனுப்பினாள். அதே போல மாலை நாலு மணிக்கு எல்லோரும் கூடினர். தனியாகப் போடப்பட்டிருந்த நாற்காலியில் கேதாரம் உட்கார்ந்திருந்தான். டாகுரின் பெருமையை மூலபாஷையில் உணர்ந்தவன் அவன். பெருத்த நஷ்டத்தை நினைத்துத் துன்ப நகையுடன் யோசித்துக் கொண்டிருந்தான். அவனுடைய மௌனச் சிரிப்பைக் கவனித்துக்கொண்டே, கூட்டத்தை ஆரம்பித்த தலைமை ஆசிரியை, "முதலில் ஸ்ரீமான் நம் ஆசிரியரையே பேசும்படி கேட்டுக்கொள்கிறேன்" என்று சொல்லிவிட்டு உட்கார்ந்தாள்.

"நான் என்னத்தை..." என்று கையை ஆட்டிக்கொண்டே எழுந்திருக்க முயன்றான் கேதாரம். "நீங்கள்தான் ..." என்று தன்னையுமறியாமல் எழுந்துவிட்டாள் தலைமை ஆசிரியை. உடனே ஏதோ தவறு செய்துவிட்டவள்போல, சுற்றும் முற்றும் பார்த்துக்கொண்டு தடுமாறி நாற்காலியில் உட்கார்ந்தாள்.

கேதாரத்திற்கு அன்று சரியாய்ப் பேச முடியவில்லை. டாகுரின் நினைவுகளைப் பற்றி மிகக்குறைந்த அளவில், ஹீனக்குரலில் உருக்கமாய்ச் சில நிமிஷங்கள் பேசினான். வேறு சில ஆசிரியைகளும் பேசினார்கள். கூட்டம் முடிந்து ஒவ்வொருவராய் எழுந்து சென்றார்கள். தலைமை ஆசிரியையும் கேதாரமும் பார்த்துக்கொள்ளக்கூட இல்லை. இருவர் மனமும் குழம்பியிருந்தது.

கேதாரம் எழுந்து நின்று, 'வருகிறேன்' என்று எல்லோருக்கும் பொதுவாகச் சொல்லிக்கொண்டு கிளம்பிச்சென்றான். இப்பொழுது தலைமை ஆசிரியைக்கு ஏற்பட்ட மனக்குழப்பம், இரவு முழுவதும் குறையவேயில்லை. காலையிலும் அவளைச் சோர்வு விட்டபாடில்லை. அந்தச் சோர்வுடனேதான், இன்று பள்ளிக்கூடம் வந்திருந்தாள். ஆபீஸ் அறைக்குச் சென்று, தன்

இடத்தில் உட்கார்ந்தாள். கையெழுத்துப் போடுவதற்காக அங்கு வந்த கேதாரம் திரும்பிப் போய்விட்டான். அதைப் பார்த்த தலைமையாசிரியைக்குத் தன்னிடத்திலேயே ஒரு வெறுப்புத் தோன்றிற்று. ஆனால் மறுகணத்தில் மாயமாய் மறைந்துவிட்டது. அவள் நிறுத்தவேண்டும் என்று நினைத்த எண்ணங்களேதான் வளர்ந்தன. ஆனால், தான் தினம் செய்வதுபோல், அன்றும் சந்தர்ப்பத்தை ஏற்படுத்திக்கொள்ளக்கூடாதென முடிவுசெய்தாள்.

அவள் ஓர் ஆந்திரமாது. பேச்சோ மற்றும் நடையுடை பாவனைகளோ விசேஷமாக ஆந்திரத்தன்மையைக்காட்டவில்லை. தமிழ்நாட்டுப் பழக்கம் அவளுக்கு அதிகம். இருபத்தைந்து வயதுகூட நிறையவில்லை. அவள் எம்.ஏ., எல்.டி. பட்டங்களுடன் தலைமைப்பதவியை ஏற்றுக்கொள்ளும்போது, இரண்டே வருஷத்தில் பள்ளிக்கூடத்தை வெகுவேகத்தில் முன்னுக்குக் கொண்டுவந்துவிட்டாள். கணவனை இழக்கும்போது பதினெட்டே வயதுதான் அவளுக்கு. காலேஜில் வாசித்துக்கொண்டிருந்தாள். படிப்பைத் தொடர்ந்ததன் மூலம், அந்த மகத்தான துக்கத்தைத் துடைத்துக்கொண்டே, இடைவெளியில்லாமல் தியாகத்தை அப்யசித்து வந்தாள். அழகும் இனிமையும் நிறைந்த அவளுடைய தோற்றத்தை எப்படிச் சொல்லலாம்? அந்தப் பள்ளிக்கூடத்தின் தற்பொழுதைய மகோன்னத நிலைக்கு அந்தத் தோற்றம்தான் காரணம்.

சென்ற வருடம் வரை, அவள் மனத்தில் பள்ளிக்கூடத்தைத் தவிர வேறொன்றும் இடமே பெறவில்லை. இந்த வருஷ ஆரம்பத்திலிருந்துதான், கேதாரம் வந்த பிறகுதான், அவள் தனக்குத் துணை வேண்டிய விஷயத்தை நினைத்து வருகிறாள். தன்னைவிட்டுப் பிரிந்து சென்ற துணையைப் பற்றி, அவள் மனம் நிதானமாய்ச் சிந்தித்து வருத்தமடைந்து சாந்திபெற்று வருகிறது. படிப்பு ஹ்ருதயத்தைப் போஷிக்குமே தவிரத் தின்றுவிடாதல்லவா? ஆங்கிலத்தை உயர்ந்த முறையில் ஆராய்ந்து படித்துத் தெரிந்த அவள், கீழ்நாட்டு மொழிகள் பலவற்றில் பாண்டித்யமுள்ள கேதாரத்திற்கு, அவனிடமிருந்து வந்த மனுவைப் பார்த்த உடனேயே தன் மனத்தில் ஓர் இடமளித்தாள். அவள் கொஞ்சம் நன்றாகவே வடமொழி பயின்றவள். எல்லையற்ற அவளுடைய இலக்கிய ரசனை, அவளைக் கீழ்நாட்டு மொழிகளிடத்தில் பற்றுள்ளவளாய்ச் செய்திருந்தது.

கேதாரம் நேரில் வந்தான். ஆழ்ந்த அறிவைத் தாங்கிய அகன்ற நெற்றியோடு, ஸ்படிகம் போன்ற அவனுடைய ஸ்வச்சமான தோற்றத்தைக் கண்டவுடன், அவள் மனத்தில் அவன் பெற்ற ஸ்தானம் நிலைத்துவிட்டது. தமிழ்ப் பண்டிதராகப் பதவி ஏற்றான் கேதாரம். நாட்கள் செல்லச் செல்லக் கேதாரத்தின் தோற்றம்

பள்ளிக்கூடம் முழுவதும் ஓர் விதமான பரபரப்பை ஏற்படுத்தி வந்தது.

கேதாரத்தை அந்தப் பள்ளிக்கூடத்திற்கு அழைத்து வந்தது, அதே பள்ளிக்கூடத்திலிருந்த ஸம்ஸ்கிருத ஆசிரியைதான். முறைப்படி வடமொழி பயின்ற அந்த அம்மையிடம் எல்லோருக்கும் மதிப்பு உண்டு. நாற்பத்தி ஐந்துக்கு அதிகமாகவே வயதான அந்த அம்மை, தன் தூய்மை நிறைந்த உருவத்தால் மாணவிகளின் பெற்றோர் கண்களுக்கு ஓர் புனிதம் நிறைந்த தெய்வம்போல் தோன்றிவந்தாள். அவள்தான் கேதாரத்தை அறிமுகப்படுத்திவைத்துத் தலைமை ஆசிரியையிடம் கூறினாள், அவனுடைய பாண்டித்யத்தைப் பற்றி. அவன் வந்த முதல் வாரத்திலேயே, வடமொழிச் சங்க ஆதரவில், காளிதாசனைப் பற்றிப் பேச ஏற்பாடு செய்தாள் அந்த அம்மை. அன்று தானே வந்தனோபசாரவி கூறுவதாய் முன்வந்த தலைமை ஆசிரியை, உணர்ச்சிப் பரவசமாய்ப் பெருமை தரும் சில வார்த்தைகளை, அன்பும் ஆர்வமும் கலந்து ஒவ்வொன்றாய் நழுவவிட்டு உட்கார்ந்துகொண்டாள். தலைப்பால் நெற்றியைத் துடைத்துக் கொண்டாள்.

அன்று ஒவ்வோர் ஆசிரியையும், ‘எங்கள் பாக்யம் நீங்கள் கிடைத்தீர்கள்’ என்ற கருத்தையே பலமுறைகளில் சொல்லிக்கொண்டு, கேதாரத்தைச் சுற்றி நின்றார்கள். தனது மனப்பூர்வமான ஆசியைச் சொரிந்தாள் ஸம்ஸ்கிருதப் பண்டிதை. வீட்டுக்குச் செல்லும் மாணவிகள் ஒவ்வொருவரும் கொஞ்சம் நின்று கேதாரத்தையே பார்த்துவிட்டுச் சென்றார்கள். கேதாரத்தின் தூய உடையும், சாஸ்திரோக்தமான குடுமியும், முக்கீற்றுச் சந்தனமும், தலைமை ஆசிரியை முதல் இரண்டாவது பாரச் சிறுமிவரை எல்லோருக்கும் ஒப்பற்ற மகிழ்ச்சி தருவனவாய் அமைந்துவிட்டன. அவன் ஒரு வகுப்பில் பாடம் நடத்தும்பொழுது, பக்கத்து வகுப்பு ஆசிரியைகள் இதைக் கவனித்துக்கொண்டே லயித்துவிடுவதுமுண்டு, சில சமயங்களில், மாணவிகளுக்குக் கேதாரத்தின் இலக்கண வகுப்புக்கூட பிரியமானதாய்விட்டது. “இலக்கணமென்பது இரும்புக் கடலை மெல்வது அல்ல,” என்று அவன் ஆரம்பித்த பிறகு, தாமாகவே படிக்க ஆரம்பித்தார்கள். போனது தெரியாமல் ஏழெட்டு மாதங்கள் சென்றுவிட்டன. கேதாரமும் தன் தனிமையுணராமல் கௌரவமாய் நடத்தப்பட்டுச் சந்தோஷமாகவே இருந்து வந்தான்.

இந்த ஏழெட்டு மாதமும் தலைமையாசிரியையின் மனதில் கேதாரத்தின் நினைவு பெரும் பிரச்னையாகவே இருந்து வந்தும்கூட, அவள் சமாளித்துக் கொண்டுதானிருந்தாள். இப்பொழுது அவளையுமறியாமல் மனம் சலித்துவிட்டது. புதிதாய்

இன்று கேதாரத்தை நினைக்கவில்லை. ஆனாலும், உள்ளத்தின் ஆழத்தில் இருந்து, அடிக்கடி தன் வேகத்தால் அவளை உள்ளூரக் குளிர வைத்துக்கொண்டிருந்த அந்த நினைவு, நேற்றிலிருந்து மேலே வந்து மிதந்து பூரா இடத்தையும் ஆக்ரமித்துவிட்டது. அதைக் கீழே கொண்டுசெல்ல அவள் முயன்றபோதெல்லாம், அது இன்னும் சற்று அதிகமாகவே மேலே வந்துகொண்டிருந்தது.

ஆபீஸ் ரூமில் இருக்க முடியவில்லை அவளுக்கு. ஏதாவது செய்யலாமென்று வெளியே வந்தாள். மாணவிகள் சிலர், ஓர் வகுப்பிலிருந்து மற்றோர் வகுப்புக்குப் போய்க்கொண்டிருந்தார்கள்.

'பத்மா, அந்த இங்லீஷ் சம்பாஷணையை ஒத்திகை பார்ப்போம்; நாளைக்கு ஸெகரட்டரி வருகிறாராம். மற்றவர்களையும் அழைத்துக்கொண்டு, பிரேயர் ஹாலுக்கு வருகிறாயா?' என்றாள், தலைமை ஆசிரியை.

"இல்லை டீச்சர், இப்ப வேண்டாமே, இது தமிழ் பீரிட்" என வேகத்தில் சொல்லிவிட்டு, சொல்லவே விரும்பாதவள் போல கூட்டிவிழுங்கிக்கொண்டாள் பத்மா.

'ஓகோ, அப்படியா, சரி அப்புறம் பார்ப்போம்' என்று சொல்லிவிட்டுத் தனக்குள் சிரித்துக்கொண்டாள் தலைமை ஆசிரியை. ஓர் மாணவியும், நிர்வாகத்தில் மகா தீரை எனப் பெயர் வாங்கிய தானும் ஒரே விதமான உணர்ச்சிக்கு ஆளானதை மறைக்க விரும்பி, அந்த உணர்ச்சியைச் சிரிப்பில் ஏந்தினாள். அன்று பள்ளிக்கூடம் முடியுமட்டும் இருப்புக் கொள்ளவில்லை அவளுக்கு. தனியாக இருப்பது பிரயாசையாய்த் தோன்றியது. என்றையும்விட அதிகமாக ஸம்ஸ்க்ருத பண்டிதையோடு அன்று பேசிக்கொண்டிருந்தாள்.

பள்ளிக்கூடம் முடிந்தது. எல்லோரும் சென்றுவிட்டார்கள். கடைசி வகுப்பு நேரத்தில், தன் அறையில் உட்கார்ந்த கேதாரம், இன்னும் வியாசம் திருத்திக்கொண்டிருந்தான். ஸம்ஸ்கிருத பண்டிதையும் தலைமையாசிரியையும் தோட்டத்தில் சுற்றி வந்துகொண்டிருந்தார்கள். ஏதோ பேசிக்கொண்டே, "கேதாரம் போய்விட்டாரோ, அவரைப் பார்க்க வேண்டுமென்றிருந்தேன்" என்றாள் பண்டிதை.

"வீட்டுக்குப் போய்விட்டாரல்லவா, ரொம்பச் சரி. நீங்கள் இருங்களேன், நானும் வருகிறேன்" என்றாள் தலைமையாசிரியை.

"செக்ரடரி வருவதாகச் சொன்னீர்களே" என்றாள் பண்டிதை.

"ஆமாம், நேரமும் ஆய்விட்டது. இனிமேல் வருவாரோ, ஆனால் அவசரமென்று எழுதியிருக்கிறார். இன்னும் கொஞ்சம் பார்ப்போம்" என்றாள் தலைமையாசிரியை.

‘ஸேவாஸதனத்தில் மீட்டிங்’

“அப்படியானால் தாங்கள் செல்லுங்கள், இன்னும் கொஞ்சம் பார்த்துவிட்டு, நான் போகிறேன்.”

பண்டிதை சென்றாள். தலைமையாசிரியை தோட்டத்தில் சுற்றிச் சுற்றி வந்துகொண்டிருந்தாள். கேதாரத்தைப் பற்றியே நினைத்துக்கொண்டு, எதையோ பார்த்து எங்கேயோ திரிந்து கொண்டிருந்தாள். எதோ நினைவு வந்து, கேதாரத்தின் அறையைப் பார்த்தாள். ஆனால், அங்கே ஆள் இருப்பது தெரிந்தது. கேதாரத்தின் பின்புறத் தோற்றம் அவளுக்குப் புரிந்துவிட்டது.

சடசடவென்று திரும்பி, ஆபீஸ் அறைக்கெதிரில் வந்து நின்றாள். மார்பைத் தடவிக்கொண்டாள். படபடப்பு அடங்கவே யில்லை. ஒருமணி நேரத்திற்கு முன்பு கலகலவென்றிருந்த பள்ளிக்கூடம், சிறிதும் சந்தடியில்லாதிருந்தது. அதுவே அவள் ஹிருதயத்தைத் துடிக்கச் செய்தது. கையெழுத்து மறைவதற்குச் சிறிது நேரம்தான் பாக்கியிருந்தது. கேதாரம் கிளம்பினாலும் கிளம்பிவிடுவான். அவன் அங்கிருப்பானென்று எதிர்பார்க்கவே யில்லை தலைமையாசிரியை. பள்ளிக்கூடத்து ப்யூன்கூட, வெளியிலிருந்த தன் குடிசையில் நுழைந்து, குழந்தையைக் கொஞ்சிக் கொண்டிருந்தான். அவனைக் கூப்பிட்டுச் சொல்லிவிட்டுப் போய்விடலாமென்று நினைத்தாள். எதோ ஒரு எண்ணம் அவளைத் தடுத்தது. மெதுவாய்க் கேதாரம் இருக்கும் அறையை நெருங்கலானாள்.

கேதாரம் வியாசம் திருத்திக்கொண்டிருந்தான். ‘பெண் மக்கள் பெருமை’ என்ற வியாசத்தில், காதலையும் அதன் சக்தியையும் பற்றிப் பிரமாதமாய் எழுதியிருந்தாள் ஒரு மாணவி. சில நிமிஷங்கள் அவன் மேலே திருத்தாமல் எதோ யோசித்தான். சாதாரணமாய்க் ‘காதல்’ என்று நினைக்க ஆரம்பித்த மனம், கடந்த சில மாதங்களின் ஏடுகளைப் புரட்ட ஆரம்பித்தது. முன்பெல்லாம் தானாகவே அவன் புரட்டியவைதான் அந்த ஏடுகள். அவற்றைக் கேலியாகவும், நடக்கக்கூடாதென – நடக்க முடியாதனவாகவும், பைத்தியக்காரத்தனமானவை என்றும் தீர்மானம் செய்து கட்டிப் போட்டுவிட்டிருந்தான். சில சந்தர்ப்பங்களில் தலைமையாசிரியை நடந்துகொண்ட முறைகளை, அவன் கவனிக்காமல் இல்லை. அவற்றின் ஆழத்தை அவ்வளவு அதிகமாய் மதிப்பிடவில்லை அவன். கால தேசவர்த்தமானங்களை நினைத்துச் சகஜமாய் முடிவு செய்திருந்தான். இப்பொழுது அந்த நினைவும் வந்தது. கேதாரமும் எப்பொழுதும்போல், கேலியாய்ச் சிரித்து, யோசனையை நிறுத்தி, “இந்தப் பெண் யார் என்றுதான் பார்ப்போம்” என்று அட்டையைப் பார்த்தான். மிகச்சிறுமியான மேனகாவின் நோட்டு

அது. "நாகரிகம் போகிற பாதை" என்று நினைத்த கேதாரம், வாய்விட்டே சிரித்துவிட்டான்.

அந்தச் சிரிப்பையே வரவேற்பாகக் கொண்டு, உள்ளே நுழைந்தாள் தலைமையாசிரியை. சடக்கென்று, கேதாரம் எழுந்து நின்று, "உம், நீங்களா...... உட்காருங்கள்' என்று சிறிது நகர்ந்தான்.

"நீங்கள்தான் உட்காரவேண்டும்" என்றாள் அவள். நிமிர்ந்து அவள் முகத்தைப் பார்த்த கேதாரம் உட்கார்ந்துகொண்டான். பட்டைக் கண்ணாடியின் வர்ணங்கள்போல, அவள் முகத்தில் பெண்மையின் குணங்கள் அவ்வளவும் பிரதிபலித்தன. அவ்வளவாகக் கோணிக் குறுகி நெளியாவிட்டாலும், அவளுடைய கண்களில் வெட்கம் தளும்பிற்று. "நீங்கள் சிரித்துவிட்டீர்கள், என்னை நீங்கள் புரிந்துகொண்டதில் நான் ஆச்சரியப்படவேயில்லை; நானும் இங்கிருந்து-நம்மிருவர் வாழ்க்கையும்-" என்று தடுமாறினாள் தலைமையாசிரியை. "நாம் இப்பொழுது சந்திப்பை முடித்துக்கொண்டு, வேறொரு சமயம் பேசிக்கொள்வோமே" என்றான் கேதாரம்.

"ஏன், அப்படிப் படவேண்டிய அவசியமே இல்லை, இது ஏதோ மதிமயங்கிய அறிவீனத்தின் ஆராயாத விளைவில்லை; முற்றித் தேர்ந்த, பண்பட்ட சித்தத்தின் பொறுப்புள்ள வெளியீடு, இந்த இருபத்தைந்து வயதுவரை புனிதமாய் வளர்ந்திருக்கும் என்னை, நீங்கள் ஏற்றுக்கொள்ள வேண்டும்; நீங்கள் வந்த முதல் நாளிலிருந்து, உங்களை என் மனத்தில் நிறுத்தி உபாசனை செய்து வந்தேன்; சில சமயங்களில் என்னையும் அறியாமல் என் மனம் வெளியாயிற்று, தாங்களும் அதைக் கவனிக்காமல் இல்லை" என்றாள் தலைமையாசிரியை. அவள் குரலில் ஏக்கமும் அறிவும், தெளிவும், தைரியமும், அழுத்தமாய்ப் புதைந்திருந்தன. மறுபடியும் அவள், "தாங்கள் எதற்கும் ஆலோசிக்கத் தேவையில்லை" என்று சொல்லிக்கொண்டே, காலைத் தொட்டு நமஸ்கரித்ததைக் கேதாரத்தால் தடுக்க முடியவில்லை.

*கிராம ஊழியன்*: 16.08.1944

புதிய கதை

•

# தீர்ப்பு

'ஸ்நானத்திற்கென்று கிளம்பிச் சென்றவர் திரும்பி வருகிறாரே' என்று பார்த்தாள் அகல்யை. ஏதேனும் வேண்டுமோ என்று கேட்க நெருங்கினாள். அழுத்தமான ஆலிங்கனத்தில் சிக்கினாள். அபூர்வமாய் – என்றுமே இல்லாத முறையில், 'சுந்தரி, சுகதாயினீ' என்றெல்லாம் தழுதழுத்துக்கொண்டே கூப்பிடும் முகத்தை ஏற இறங்கப் பார்த்தாள். 'தேவராஜன் நம்மைத் தேடிவந்து' என்ற கர்வம் தலையெடுத்தது, அவள் மனதில். இமையிலிருந்து உள்ளங்கால்வரை புல்லரித்துக்கிடந்த அவள் உடலுக்கும், புதுமையில் கலங்கியிருந்த அவள் மனத்திற்கும் இன்னும் ஒவ்வ ஆரம்பிக்கவில்லை. சிகப்பு உஷையும் சில்லென்ற காற்றும் மயக்கத்தை ஊற்றிக்கொடுத்தன. மங்கிய இளவெளிச்சத்தால், மயக்க இருளை விலக்கவே முடியவில்லை.

உதறிக்கொண்டு விலகி நின்றாள் அகல்யை. பசுவின் குரலும், பரத்வாஜ பக்ஷியின் பின்னல் ஸ்வரமும், தினம் மங்களமாய் ஒலித்த அவள் காதுகளில் இன்று அமங்கலமாய் ஒலித்தன. பிரம்ம சாரிகளின் வேதகோஷம், அவளைப் பயத்தால் நடுங்கச் செய்தது.

விஷமம் வழிந்தோடும் ஓரக்கண்ணால் சிரித்துக் கொண்டே பேசினான் இந்திரன்:

"பதறாதே அகல்யா, ஒரு க்ஷணத்தில் ஏன் இப்படிக் கலங்கிவிட்டாய்?"

"என்னை நானே தேற்றிக்கொள்கிறேன், உன் விருப்பம் நிறைவேறிவிட்டது; அல்ல, நீ உன் வெகு காலத்திய பழியைத் தீர்த்துக்கொண்டாய், சீக்கிரம் போய்விடு இங்கிருந்து..."

"போகத்தான் வேண்டி இருக்கிறது, வேறு வழியில்லையே; ஆனால் வழியும் உண்டாகலாம் அகல்யே, உனக்கு மனம் இருக்குமானால்..."

"இனி வழி என்ன? ஒரே வழிதான், சரி நீ போய்விடேன், கிழக்கு வெளுக்க ஆரம்பித்துவிட்டது, உன் முகம்போல்..."

"அகல்யே, கடைசியாக..."

"ஆமாம், இது கடைசிதான், முகத்தில் விழிக்கமுடியாதபடி செய்துகொண்டுவிட்டோம் இருவரும். இனி நினைவுகூடக் கசக்கும். நினைத்து நினைத்து இன்பம் அடைந்திருக்கலாம், இனி அதுவும் இல்லை..."

"அப்படித்தானா, இல்லவே இல்லை. இந்த நினைவு இன்னும் வெகுகாலம் தாங்கும் எனக்கு . . ."

"மயக்கத்தில் இருக்கும்வரைதான். ஆறாத புண் ஆய்விடப்போகிறது. சரி, பக்ஷிகள் நம் நடத்தையைத் தூற்ற ஆரம்பித்துவிட்டன, கிளம்பு கிளம்பு..."

"அகல்யே, பிராம்மணக் கோபம், பயனற்ற வெறும் முன் கோபம். தேவேந்திரனுக்கு இதையெல்லாம் தாங்கச் சக்தியுண்டு, அவனை அடைந்தவர்களுக்கும்..."

"அசுரர்கள் உபத்திரவமல்ல இதுவும். இந்திரா, சீக்கிரம் போ, எனக்குச் சுதாரித்துக்கொள்ள நேரம் வேண்டும். சூரியன் முகத்தில் விழிக்கிறேன், நீ போயேன்."

"மிகவும் ஸ்வல்ப சுகம் அகல்யே; எப்படியிருந்தாலும் நீந்தவேண்டும், சேர்ந்துதான் மிதப்போமே?"

"சூரியோதயத்திற்கு முந்தியே, அவருக்குப் பின்னாடி நிற்கவேண்டும் அக்னிசாலையில். சரீரத்தையாவது சுத்தம் செய்துகொள்ளவேண்டாமா? நல்ல முடிவுக்காக, நீ தாமதம் செய்யவில்லை. போயேன், போயேன்..."

"பொங்கும் கடலுக்கும் பொலிவுண்டு அகல்யா, இந்தச் சம்பிரமத்தில் நீ மிக மிக அழகாயிருக்கிறாய், இதோ போகப் போகிறேன். இப்படி வாயேன், ஒரு ஆலிங்கனம்."

“சூரியன் இருட்டுக்குச் சத்துரு. சூரியன் வந்துகொண்டே இருக்கிறான். இந்திரா, இருட்டோடு இருட்டாய் அகன்றுவிடு, அந்தணர் வந்துகொண்டேயிருக்கிறார்.”

“இப்படி வாயேன் அகல்யா, நினைவு வைத்துக்கொள்வதற்காக ஒரு…”

“விடியப்போகிறதே, நான் என்ன செய்வேன்? நீ போகப் போவதில்லை; தீர்த்தக்கரைக்குப் போய்விடுகிறேன்.”

‘அவள் ஓடிவிட்டாள். கிளம்பிச் செல்லத்தான் வேண்டும்; இனி, இந்த இன்பம் என்றைக்கோ! இந்திராணியிடம், ஏன் ஊர்வசி, திலோத்தமை இவர்களிடம்கூட இல்லாத எதோ ஒன்று… ஆகா, அகல்யை – அகல்யைதான்’ என்று நினைத்துக்கொண்டே, திரும்பாமல் வந்துகொண்டிருந்தான் தேவராஜன். ஆச்ரம வாசலில் கௌதமர், அவசர அவசரமாய் நுழைந்துகொண்டிருந்தார். ஆள் வருவதைப் பார்த்துக் கேட்டார்:

“யாரது, பின்புறமாகவே நடந்துகொண்டு? திரும்பிப் பாரப்பா…”

“வந்துட்டீரா?”

“இந்திரனா..? அடே! உன் முக விகாரமும் நீயும், கெடுத்து விட்டாயா? பாபி, பிரஷ்டா, இந்த அகாலத்தில்? ஆசிரமத்தில்..?”

“உம்மை யார் கூப்பிட்டார்கள், வருந்தி வருந்தி அகல்யையை மணந்துகொள்ள? நீராகத்தான் கெடுத்துக்கொண்டீர், ஆசிரமத்தின் புனிதத்தன்மையை.”

“வெட்கம் கெட்டது தவிர வீண் டம்பம் வேறா? நீ எதற்காக ஆணாக இருக்கவேண்டும்? உனக்கு வேண்டாம் ஆண்மை. அந்தப் பிரஷ்டை, இனி என் முகத்தில் விழிக்கவே மாட்டாள். இத்தனை நேரத்திற்குள், தானாகவே யார் முகத்திலும் விழிக்காமல் மறைந்தே போயிருப்பாள், இந்த விசாலமான காட்டில்.”

o o o

“குக்கூ… குக்கூ, க்ரீங்… க்ரீங் டுட்… டட், ஜோவோவ்…

ஜோவோ… வ்…”

“என்ன ஏகக் கொம்மாளமா இருக்கு? அடி குயிலீ, ஏடி சக்ரீ. என்னடீது, வசந்தம் வந்தாத்தான் என்ன? இப்படியா அமர்க்களப்படுத்தவேண்டும்?” என்று இரைந்தாள் அகல்யை. அப்படி அவள் உணர்ந்து செய்திருக்கமுடியாது. சித்தப் பிரளயத்தின் செயல் அது.

“குக்கூ... ளோவோ ... ளோவ்...”

“என்னைப் பற்றியா ..? அதெல்லாம் இல்லையே, உங்கள் சொந்த சுபாவம் கத்துகிறீர்கள், போனால் போகிறது, பாடுகிறீர்கள் என்கிறேன்.” பிடித்ததோ பிடிக்கவில்லையோ, மறைந்துவந்து தனிமையில் இருக்கிறாள் அகல்யை.

‘அவமானம், அபவாதமெல்லாம் பிறரைப் பார்க்கும் போதுதானே? இங்கு யார் என்ன சொல்லப்போகிறார்கள், என்னை? மனத்திற்குள் கூச்சமிருக்கிறது. அங்கு இருந்திருந்தாலும் உள்ளதுதானே அது, பார்ப்போமே, தனியாய் யார் கண்ணிலும் படாமல், எத்தனை நாள்தான் இருக்கமுடியுமென்று?’ இந்த நினைவில் தனிமையில் சுற்றி வரும் அகல்யைக்கு வரவரப் பேச்சுக்கூடக் குறைந்துவிட்டது. வெகு வேகமாய் இடம் விட்டு இடம் மாற்றிக்கொண்டிருந்தவள், இப்பொழுதெல்லாம் ஒரே இடத்தில் ரொம்ப நாள் தங்கவும் ஆரம்பித்துவிட்டாள். இப்படிச் சுற்றி வரும்போது கழிந்த வசந்தங்கள் எவ்வளவோ. கௌதமாசிரமத்தைவிட்டு எல்லோரும் கிளம்பிப் போய் விட்டார்கள் என்பதும், அந்த இடம் பாழடைந்து கிடப்பதும் தெரிந்தவுடன் அங்கேயே இருந்துவந்தாள் அகல்யை. பழைய ஞாபகங்கள் வரும் நிலையில் இல்லை அவள். கூத்தடிக்கும் இயற்கை அவளை ஒன்றும் பிரமாதமாய்க் கிளறவும் இல்லை. முன்பெல்லாம் வேடர்களைக் கண்டுவிட்டால் ஓடி ஒளிந்து கொள்வாள். இப்பொழுது சில சமயம், அவர்கள் முன்னிலை யிலேயே தென்பட்டாலும்கூட, அவ்வளவாய் உறைப்பதில்லை அவளுக்கு.

அன்று ஒருநாள் அந்த வழியாகப் போன அந்தணர் சிலர் அளந்தார்கள், பிரமாதமாய் ஒரு ராஜகுமாரனைப் பற்றி. அழகாம், பராக்ரமமாம். அதுவாம் இதுவாம், மிதிலைக்கு வேறே அவனை அழைத்துப்போகப் போகிறாராம் விச்வாமித்திரர். ‘இந்த விச்வாமித்திரர், அடேயப்பா இவரைவிட ஒரு மாதிரி. அந்த ராஜகுமாரன் பெரிய குணவான், சகல தர்மமும் தெரிந்தவன் என்றெல்லாம் சொன்னார்களே, வழிப்போக்குப் பிராம்மணர்கள். நாமும்தான் பார்ப்போமே, எப்படியும் இந்த வழியாகத்தான் போகவேண்டும், ஏதாவது என்னைப் பற்றிப் பேச்சு வராமல் போகாது. அந்த விச்வாமித்திரர் முன்னிலையில், அந்த மகாமகாராஜகுமாரன் தீர்ப்புச் சொல்லட்டுமே, என்னைப் பற்றி’ என்று காத்திருந்தாள் கௌதமருடைய பத்தினி, திரிலோக சுந்தரி, தேவேந்திரனிடம் நப்பாசைப்பட்டவள்.

o o o

"கௌதமர் அவசரப்பட்டுவிட்டார் குருவே! ஆலோசித்திருக்க வேண்டும் தீவிரமாய்!"

"எப்பொழுது? முதலிலேயே என்கிறாயா?"

"அப்பொழுதும்தான், இப்பொழுதும்தான்"

"தவறு தவறுதான் என்பதில் சந்தேகமில்லையே ராமா?"

"தவறும் நியாயமாகும் எவ்வளவோ சரித்திரங்களை, எனக்குச் சொல்லவில்லையா தாங்கள்? ஸ்த்ரீவதம் நியாயமென்று வாதம் செய்து தீர்மானித்தீர்களே!"

"அதற்காக..?"

"அநுதாபம் காட்டுங்கள் பேதையிடம்…"

"ராமா, நடந்து வாயேன், நின்றுவிடுகிறாயே பேசிக்கொண்டே."

தூரத்திலிருந்தே பார்த்தாள் அகல்யை.

"இதென்ன அழகா? ஆனந்தமே நடந்துவருகிறதா? ஆகா, என்ன கம்பீர புருஷன், மகா புருஷன், மகா புருஷன் தான்' என்று, மகாபுருஷனை அழகைக்கொண்டே அளந்து புகழ்ந்து கொண்டிருந்தாள். நெருங்கிக் கொண்டிருந்தான் அந்த அழகன், அவள் இருக்கும் இடத்தை. பேசிக்கொண்டேதான் வந்தான்: "அவள் செய்தது பிழையாய் இருக்கலாம் குரோ, அநுதாபப்படத்தக்க பிழை என்றுதான் நான் சொல்வது."

எழுந்து ஓடிவந்தாள் அகல்யை, பசுங்கொடிபோல் துவண்டு நெளிந்து. கண்களை விரித்துக்கொண்டு கைகளைச் சேர்த்துத் தூக்கி வர்ணிக்க ஆரம்பித்துவிட்டாள்: "அழகனே, மகாபுருஷா, ராஜகுமாரா, குணசீலா, உதார மனம் படைத்தவனே, பல நாள் பசி, தாகம், ஏக்கம் எல்லாம் தீர்ந்து பரிபூர்ண திருப்தி அடைந்துவிட்டேன்.

வா, வா, வரவேண்டும், வரவேண்டும். உன் எதிரே வரக் கூடாதென்று எத்தனை தடவை சபதம் செய்துகொண்டேன் தெரியுமா சற்று முன்பு? முடியவில்லையே, உன் வடிவழகு, என்னை இழுத்துவிட்டதே வெளியில்!"

ஒருமுறை தன்னைச் சுற்றிப் பார்த்தான் ராமன். தான் தனியாக இல்லை என்பதை நிச்சயப்படுத்திக்கொள்பவன் போல். கையைக் கூப்பிக் கொண்டு, "அகல்யே, அந்தணரின் தர்மபத்தினியே, நமஸ்காரம் செய்கிறேன்…"

"ராமா, நமஸ்காரம் செய்யும் வியாஜத்தில் என்னை, என் பெண்மையை, எனக்கு உணர்த்துவதாகத்தானே நினைக்கிறாய் நீ? நான் உன் வடிவழகைப் புகழ்ந்ததை வேறாகப் புரிந்துகொண்டு விட்டாய், ராஜகு ... ராமனல்லவா நீ; பயப்படாதே; கௌசிகர் போதாதென்றால் கூட தம்பி லக்ஷ்மணன் இருக்கிறார்" என்று நகைத்தாள் அகல்யை.

"வாருங்கள், கௌதமரிடம் போவோம், உங்கள் பழைய ஸ்தானத்தை ..." என்று நகர்ந்தான் ராமன்.

*கலாமோகினி:* டிசம்பர் 1, 1944

புதிய கதை

•

## ரகசிய மனிதன்

மத்தியானம் மூன்று மணி இருக்கும். மகாதேவனும் நானும் காலேஜுக்கெதிரே பேசிக் கொண்டிருந்தோம். அழுதுகொண்டு ஓடிவந்தான் கடைப்பையன். மகாதேவன் மகன் சந்திரன், எதிரில் குளத்தில் முழுகிப் போய்விட்டான் என்று சமாசாரம் கொண்டுவந்தான் அவன். ஓடினோம். அதற்குள் அங்குக் கூட்டம் கூடியிருந்தது. போலீசும் வந்திருந்தது. பையனுடைய சிவப்பான உடல், பூமியில் சரியாய்ப் பாவாமல், நீலம் பாய்ந்து விறைத்துக்கிடந்தது. வெளிறிப்போன நீலக்கண்கள் சோழிகள்போல, விகாரமாய்க் குத்திட்டிருந்தன. மூக்கையும் வாயையும் நுரை மறைத்திருந்தது. தலைப்பாகையை உதறிப் போர்த்திவிட்டேன் அதை. நானாகத்தான் மூடினேன்.

நான் வேறெங்கும் பார்க்க முடியாமல், திரும்பித் திரும்பி அதையேதான் பார்த்தேன். வந்து பார்த்தவுடன் கொஞ்சம் கலங்கினானே தவிர, மகாதேவன் பெரிய வேதாந்திபோல் ஆகிவிட்டான், அடுத்த கணத்தில். சமாதானம் செய்துகொண்டுவிட்டவன்போலக் கண்ணீரை விரலால் எடுத்து உதறிவிட்டுச் சுற்றுமுற்றும் பார்த்தான். பெரிய திட்டம் போடுகிறவன்போல் யோசனையில் ஆழ்ந்தான். கூட்டத்தில் யாரோ துக்கம் விசாரித்தார்கள். சாதாரணமாய் ஏதோ பதில் சொன்னான். மேலே ஆகவேண்டிய காரியங்களைப் பற்றி யோசிக்கிறான் என்று நினைத்துக்கொண்டேன்.

கூட்டத்தின் கலவரம் திடீரென்று குறைந்தது. திரும்பிப் பார்த்தோம். போலீஸ் இன்ஸ்பெக்டர் கிளம்பினார். கூட்டத்தின் முன்னிருந்து தந்தையின் வாக்குமூலம் வேண்டுமாம் அவருக்கு. மகாதேவன் என்னிடம் ரகசியமாய், இன்ஸ்பெக்டரைத் தனியாய் அழைத்துக்கூட்டம்கலைந்ததும்வாக்குமூலம்தருவதாய்ச்சொல்லச் சொன்னான். கூட்டம் கலையும் வழியாகத் தெரியவில்லை. யாரையும் கடுமையாய்ச் சொல்ல முடியவில்லை. அநேகமாய் மகாதேவனுக்கு வேண்டியவர்கள். என்னை ஊன்றி ஊன்றிப் பார்த்தான் அவன். ஏதோ சொல்லத் தவிப்பதுபோலிருந்தது. இன்ஸ்பெக்டர் கொஞ்சம் சந்தேகமாகப் பார்க்க ஆரம்பித்தார். மகாதேவன் வாக்குமூலம் கொடுத்தான். அவ்வளவும் பொய். மனைவி இறந்து பத்து வருஷங்கள் ஆகிவிட்டதாம், இவனும் பையனும் ஓட்டலில்தான் சாப்பிட்டுக் கொண்டிருந்தார்களாம். என் விலாசத்தைக் கொடுத்துவிட்டான் தன் ரூம் என.

மகாதேவன் காலேஜுக்கு எதிரில் கடை வைத்திருப்பவன். நானும் முதலில் ஆச்சரியந்தான் பட்டேன், லக்சரர்கள் எல்லோரும் அவனோடு ஒட்டிப் பழகுவதைப் பார்த்து. 'அவன் வராவிட்டால், எந்தக் கல்யாணமும் சுவாரஸ்யப்படாது சார்' என்று பண்டிதர் சர்மா, தன் வீட்டுக் கல்யாணத்தில் அறிமுகப்படுத்தியிராவிட்டாலும், நான் அவனோடு நெருங்கிப் பழகித்தான் இருப்பேன். நாங்கள் ரொம்ப நெருங்கிவிட்டோம், முதற் சந்திப்பிலேயே.

இன்ஸ்பெக்டர் கிளம்பிக் கொண்டிருந்தார். பரிசோதனை வேறு நடக்குமோ என்று பயந்தேன். நல்லவேளை ஒன்றும் நடக்கவில்லை. போலீஸ் பொறுப்பைக் கரித்துவிட்டு நகர்ந்தது. 'மகாதேவா, வீட்டுக்குச் சொல்லி அனுப்பு...' என்றேன்.

'அதெல்லாம் சரி... சரி அங்கேயே கொண்டு போய் விடுகின்றேன்.' என்று வழியில் நின்ற ரிக்ஷா வண்டியைக் கூப்பிட்டான். எனக்கு என்ன செய்வதென்றே தெரியவில்லை. சாவையும் சரி, கல்யாணத்தையும் சரி, பறைசாற்றி அறிவிக்கும் சமூகத்தைத்தான் எனக்குத் தெரியும். குழந்தையின் தாயார்கூட வராமலிருந்தது, என்னமோ போலிருந்தது. அங்கு வந்தாலும் வருவார்கள் ஒருக்கால் என்று, நொண்டிச் சமாதானம் செய்து கொண்டேன்.

ரிக்ஷா கிளம்பிவிட்டது, காட்டிற்கு. கொஞ்சத் தூரம் போனதும், 'நீ இங்கேயே தங்கிவிடேன்' என்றான். எனக்கு அழுகைதான் வந்தது. கூட்டத்திற்கும் பிணத்தைச் சுமந்து செல்லும் வண்டிக்குமிடையில் நின்றேன். குபுகுபென்று கண்ணீர் வந்ததே ஒழிய, விளக்கமாய் விஷயமொன்றும் விளங்கவில்லை.

ஒன்பது மாதமாய் நெருங்கிப் பழகியிருக்கிறேன் மகாதேவனுடன். தினம் ராத்திரி, என் ரூமுக்கு வந்து பேசிக் கொண்டிருந்துவிட்டுப் போவான். குடும்பத்தைப் பற்றி நான் கேட்ட சில சமயங்களில், அவன் நடந்துகொண்ட முறையிலிருந்து கொஞ்சம் ஊகித்திருந்தேன். நிச்சயமாய் இன்னதென்றில்லா விட்டாலும், ஏதோ ரகசியமென்று மட்டும் தெரியும். சினேகத்திற்குப் பங்கம் வதுவிடுமோவென்று, நானும் அதிகமாய்க் கிளறவில்லை. ஆனால், இப்பொழுது அப்படி இருக்க முடியவில்லை. வீடு, மனைவி, குழந்தைகள் என்று இப்படி எல்லாம்தானே பேசி வந்தான்? மூத்த பிள்ளை இறந்துகிடப்பதைப் பார்க்கக்கூட வராமல், அப்படி ஒரு மனைவியா?

வேகமாய் நடந்தேன். வேகத்தால் எண்ணத்தின் உருவத்தைக் குலைக்க முடியவில்லை.

அங்கு நின்ற காலேஜ் வாத்தியார் எதோ ஆங்கிலத்தில் சொன்னார். அதைத் தமிழாக்கிக் கொட்டை எழுத்தில் என் முன் யாரோ காட்டிச் செல்வது மாதிரி இருந்தது. 'காலித்தனம், காலிப் பயல், எடுபட்ட குடித்தனம். சீ! சீ! பாபம், பாபம்? சிவா...

என்றும்போல இரவு பத்து மணிக்கு, என் ரூமுக்கு வந்தான் மகாதேவன். என்னால், அவனிடம் சுமுகமாகப் பழக முடியவில்லை. வந்தவன் வெறித்துப் பார்த்துக்கொண்டு உட்கார்ந்திருந்தான். அழுவதற்குக்கூட வெட்கப்படுகிறவன்போல, அடிவயிற்றிலிருந்து பெருமூச்சுவிட்டான்.

அடக்கிப் பார்த்தும் முடியாமல் நான் கேவி அழுதுவிட்டேன். என்னவெல்லாமோ சமாதானம் சொன்னான் மகாதேவன். நான் அழுததற்குக் காரணம், அவனுடைய மகன் இறந்ததுதான் என்பதில் சந்தேகமில்லை. ஆனால், அந்தத் துக்கத்தை முறைப்படி அநுபவிக்கச் செய்யவில்லையே மகாதேவன். அவன் மனைவி யார், மற்ற குழந்தைகள் எங்கே என்று இதையெல்லாம் நினைத்துக்கொண்டுதான் நான் அழுதேன் என்று வெளியில் சொல்ல வெட்கப்படவேண்டும். என்றாலும் அதுதான் உண்மை.

'ஏய், நீ அழுவதில் அர்த்தமேயில்லை. அதிலும் இப்படி அழுவதற்கு ஒன்றுமே காரணம் கிடையாது. அது சரி, இப்பொழுது எதற்காக வந்தேன் என்று கேட்டாயோ நீ?'

மகாதேவனா பேசுகிறான்! எனக்கு நம்பிக்கை ஏற்பட வில்லை. குரலில்கூடத் தழுதழுப்புக் காணோமே! ஒருக்கால் இவன் பிள்ளை அல்லவோ? அப்படியானால், ஓகோ அதுதான் பொய்த்தகவல் சொன்னானோ போலீசுக்கு? அந்தப் பயல் அப்பா

என்று தானே கூப்பிட்டுக்கொண்டிருந்தான் இவனை? நூலறுந்த பட்டம் மாதிரிப் போய்க்கொண்டிருந்தது யோசனை.

'எதுக்கு வந்திருக்கேன் என்றாயே; நான் கேட்க வேண்டுமாக்கும்?'

'கேட்டாலும் கேட்காவிட்டாலும் சொல்லத்தானே போகிறேன்.'

'என்னத்தை? வீட்டிலிருந்து ஒருவரும் ஏன் வரவில்லை என்றா?

'அது ஒன்றுதானா? எவ்வளவோ சொல்லணும், சொல்றேன். முதலில், இதைக் கேளு. நாளை விடியற்காலை, மெயிலில் பாம்பே போகிறேன், உத்யோகமோ, வியாபாரமோ அங்கே போய்த்தான் தீர்மானம், உன்னிடம் சொல்லத்தான் வந்தேன்.'

'நீ மனிதன்தானா...?'

'மத்யானத்திற்குப் பிறகு இல்லை. அதற்கு முன் மனிதனாகத்தான் இருந்திருக்கிறேன். மறுபடியும் மனிதன் ஆவதற்குத்தான் முகமறியாதவர்களிடையே போகப் போகிறேன்.'

'மகாதேவா, ஒண்ணும் புரியல்லையேடா எனக்கு?'

'புரியும், புரியும், என் கதையைக் கேட்டால். சுமார் பதினைந்து வருடத்திற்கு முன்...

நீளமாய்ச் சொன்னான். சுருக்கம் இதுதான். தாய் தகப்பன் இல்லாத வாலிபன். கொஞ்சம் தாராளமாகவே இருந்த பணம். கல்லூரிப் படிப்பிற்குச் சென்னையில் ஓட்டல் வாசம். மனம் தான் அவனுக்கு வழிகாட்டி. பணம் ஒரு விசேஷத்துணை. எப்படியெல்லாமோ இருந்தான். சுயேச்சைக்கும் படிப்புக்கும் ஒத்துவரவில்லை. கல்லூரிக்குச் செல்வதை நிறுத்தினான். இதற்குள் அவனுடைய எக்கச்சக்கமான காதல், கால்கட்டு ஆய்விட்டிருந்தது. மூத்தது பெண்; இளையது ஆண், இவர்களைத் தனியாக ஒரு வீட்டில் குடிவைத்தான். வீட்டையும் வாசலையும் குடியையும் குடித்தனத்தையும் பற்றிப் பிரமாதமாகக் கவலைப்படும் சமூகத்திற்குப் பயந்துதான் அவன் கடை வைத்திருந்தான். படித்தவன் கடை வைப்பது ஒரு புதுமை, வியாபாரம் நன்றாய் நடந்தது. உயர்ந்த நண்பர்கள். கௌரவமாகவே இருந்துவந்தான். கல்யாணம் அது இது என்றால், எல்லார் வீட்டிலும் குறுக்கும் நெடுக்குமாய் வளைய வந்தான். மகாதேவய்யர் என்ற பெயரை, மகாசாமர்த்தியமாய்த் தாங்கினான். அவனுடைய குடும்பம்

மட்டும் இரகசியமாகவே இருந்திருக்கிறது. இவனுடைய மகன் வீட்டில் இறந்திருந்தால்கூட ஒருமாதிரியாய் இருந்திருக்கும். நடுச்சந்தியில் கிடந்த அந்தப் பிரேதம், இவன் ரகசியத்தை உடைத்துவிட்டது.

இப்பொழுது, அம்பலமாய்விட்ட குடும்பத்துடன், பம்பாய்க்குப் போகப்போகிறானாம்.

தவறு, தவறு அப்படிச் சொல்ல ஏதோ தடை எழுகிறது, என் மனதில். 'குடும்பமாவது குடியாவது, அவனுக்கேதுடா அதெல்லாம்? அவன் சமூகத் துரோகி, நழுவவிடு அவனை' என்று கொக்கரிக்கிறது, என் சமூக மனப்பான்மை.

'துரோகியாவது, பயந்து பயந்து எவ்வளவு செய்திருக்கிறான், கோழை! நடுங்கிச் சாகிறான் தைரியமிழந்து. உண்மையில் பிழையென்ன செய்துவிட்டான், இப்படி ஓடுவதற்கு? அவனைத் தேற்று. நீயும் தேறு...!' என்கிறது அனுபவ அறிவு.

'ஆம்! நெருங்கிப் பழகி இருக்கிறாய், அவனை நழுவவிடாதே, நழுவவிட்டால் நீதான் துரோகி என்று முணுமுணுத்து, அதை ஆமோதிக்கிறது மனசாட்சி. என்ன சொல்லலாம், என்ன செய்யலாமென்று யோசித்துக்கொண்டேதான் இருந்தேன்.

'சரி, நான் அங்கே போய்க் கடிதம் எழுதுகிறேன்' என்று சொல்லிவிட்டுப் போய்விட்டான் மகாதேவன்.'

*கிராம ஊழியன்:* டிசம்பர் 16, 1944

**புதிய கதை**

•

# சஞ்சீவினி

வெளியிலும் பெரியமழை பெய்து அப்பொழுது தான் ஓய்ந்திருந்தது. வீட்டிற்குள்ளும் பலமான விவாதமேற்பட்டு ஒருவர்க்கொருவர் இரைந்து பேசிக்கொண்டு, அப்பொழுதுதான் ஓய்ந்திருந்தார்கள். விளையாட்டு வினையாய்விட்டது. தன் கணவனைத் தன் தமையன்மார்கள் எல்லைமீறிப் பரிகாசம் செய்கிறார்கள், "அவர் எங்களைப் போலப் படிக்காதவர் என்பதற்காக, எவ்வளவு தூரம் பரிகாசம் செய்வது, அப்படிச் செய்து பிரயோசனம் தான் என்ன, இதில் என்னைத் துன்புறுத்துவதுதான் இவர்களுடைய நோக்கம்" என்று விபரீதமான ஒரு எண்ணம் தோன்றிவிட்டது சஞ்சீவினிக்கு. அவள் தன் பிறந்தகத்தைவிட்டுக் கிளம்புவதற்கு ஏற்பாடு செய்து ஒற்றைக்காலால் நின்றாள். இனி ஒரு க்ஷணமாவது இங்கு இருக்கமாட்டேன் என்கிறாள். அவளுடைய கணவன் மல்லிநாதருக்கும் அதுதான் சரியென்று பட்டது.

"நாளே சரியாயில்லை" என்றார்கள் தமையன்மார்கள்.

"சரியாயிருக்கவேண்டாம்" என்றாள் சஞ்சீவினி. "மழையில் பிரயாணம் செய்வது சுபமல்ல" என்றார்கள் மதனிகள்.

"எனக்கு எல்லாம் சுபம்தான்" என்று ஆத்திரப்பட்டாள் அவள்.

தம்பதிகள் வண்டியிலேற வாசலுக்கு வந்தார்கள். "சஞ்சீவினி ரொம்ப சமத்தாய்விட்டாள்" என்றான் மூத்த தமையன்.

முகத்தைத் திருப்பிக்கொண்டு, "நான் வரேன்" என்று சஞ்சீவினி தன் மதனிகளிடம் சொல்லிக்கொண்டாள். மல்லிநாதர் சொல்லிக்கொண்டதை மைத்துனர்கள் கவனிக்கவேயில்லை. வண்டியில் ஏறும்போது, மணமக்கள் தலையில் அக்ஷதை விழுவதைபோல, சிறு தூற்றல்கள் விழுந்தன அவர்கள் தலையில்.

"இப்படித் தூற்றலில், ஏன்னா" என்று மதனிகள் இழுத்தபொழுது, மைத்துனர்கள் முறைத்தார்கள். எப்படியும் பிரயாணம் நிற்கவில்லை.

வண்டிபோய்க்கொண்டிருக்கிறது. சஞ்சீவினி எதோ யோசித்துக்கொண்டிருந்தாள். மல்லிநாதர் ஏதாவது பேசலாமென்று ஆரம்பிப்பார். அவள் எங்கேயோ கவனமாயிருப்பதைப் பார்த்துவிட்டுப் பேசாமல் இருந்துவிடுவார்.

சஞ்சீவினி, ராமநாததீர்த்தர் என்ற மகாபண்டிதருடைய பெண். இன்றுவரை, அதாவது தன் பதினெட்டாவது வயது வரை, தந்தை வீட்டிலேயே இருந்தவள். தமையன்மார்களும் வெளியிலிருந்து வந்த வித்தியார்த்திகளும் தன் தகப்பனாரிடம் பாடம் கேட்கும்போதெல்லாம் அவளும் கூடவேதான் இருப்பாள். தாயில்லாக் குழந்தையான அவளிடத்தில் தீர்த்தர் உயிராயிருந்தார். தமையன்மார்களின் பத்தினிகள் குடும்பப் பொறுப்பை ஏற்றுக்கொண்டிருந்தார்கள். இவளுக்கென்ன வேலை இருக்கப்போகிறது! சதாஸர்வகாலமும் இலக்கிய இலக்கண சர்ச்சையிலேயே கழித்திருந்தாள். மல்லிநாதர் பக்கத்து ஊர்தான். பாகவத சிம்மம் என்று பெயர் பெற்ற பிரகலாத பட்டரின் ஏகபுத்திரர் அவர். அதுவும் பட்டருக்கு விருத்தாப்யதசையில் பிறந்த குழந்தை. அதிபால்யத்தில் தாயை இழந்த குலவிளக்கினிடத்தில் பட்டர் அதிகமான பிரியம் வைத்துச் செல்லம் கொடுத்தார் என்றால், யாரைக் குறைகூறுவது? பிரசித்தி பெற்ற சமகாலப் பண்டிதர்கள் என்ற முறையில் பட்டரும் தீர்த்தரும் சம்பந்தம் செய்துகொண்டனர். எல்லை கடந்த அவர்களுடைய சினேகம், மல்லிநாதருடைய படிப்பில்லாத் தன்மையை மறைத்துவிட்டது. தம் மக்களைக்கிருகஸ்தர்களாகப் பார்ப்பதையே லக்ஷ்யமாகக் கொண்டு பிறந்தவர்கள்போல், அது கைகூடிய உடனே இறந்துவிட்டார்கள் இருவரும். மாமனார் வீட்டிலிருந்துவந்தார் மல்லிநாதர். தான் படிக்காதவன் என்பதை அவர்கள் ஒரு க்ஷணமாவது மறக்காமல் ஏதாவது கிண்டல் செய்துகொண்டேயிருந்தது, அவருக்குத் தெரியாமலில்லை. தன் ஊரில் சொத்திருக்கிறது, வீடிருக்கிறது, அவளும் சம்மதித்துக் கிளம்பும்போது இங்கென்ன வேலை என்று நினைத்துக் கிளம்பினார். வரப்போகும் புதுக்குடித்தனத்தைப் பற்றி அவர் யோசித்துக் கொண்டிருந்தார், உருப்படியாய் ஒன்றும் புரியாமல்.

சிறிது தூரம் போன பிறகு, வண்டிக்காரக் கிழவன் யோசித்தான். மாட்டை அதட்டி அதட்டி, அவனுக்கும் வாய் வலிக்க ஆரம்பித்தது. சின்னஞ்சிறுசுகள் ஊருக்குப் போகும் போது எப்படி உற்சாகமாய் இருப்பார்கள் என்று அவனுக்கு நன்கு தெரியும். வண்டிக்குள்ளிருந்து வண்டிக்காரன் வரைக்கும் எட்டி, ஒரே சிரிப்பாய் இருக்கும் வழிமுழுதும். கிழவன் என்ற உரிமையில், ரொம்ப அதிகமாய்க்கூடச் சிரிக்கச் சிரிக்கப் பேசுவதுண்டு அவன். இதெல்லாம் ஞாபகம் வந்ததும் மெதுவாய் உள்ளே திரும்பிப் பார்த்தான். கொஞ்சம் விலகியே பேசாமல் உட்கார்ந்திருந்தார்கள் இளம் தம்பதிகள்.

“ஐயா, மாப்பிள்ளை சாமி, கொஞ்சம் உள்ளே வாங்க, முன் பாரம் வேணும்” என்றான் சாதாரணமாய். “அம்மா நீங்க நகரவேண்டாம்” என்றான் சிரித்துக்கொண்டு.

சிரிக்காமல் இருக்க முடியவில்லை சஞ்சீவினிக்கு. “ஏ, அப்பா, ரொம்பப் புதிசாயிருக்கே நீங்க விளையாடறது, கண்ணாமூச்சியா இது? யம்மா போவுது, கொஞ்சம் வெத்திலை பாக்குக் கொடுங்களேன்” என்று திரும்பி ஒருக்களித்து உட்கார்ந்து கொண்டு, கயிற்றைக் காலில் போட்டுக்கொண்டான் கிழவன்.

தன் கையில் சுருட்டிக் கசக்கி வைத்துக்கொண்டிருந்ததை, அப்படியே அவனிடம் கொடுத்தாள் சஞ்சீவினி.

“வெத்திலையே இவ்வளவு சுடுதே” என்றான் கிழவன், வெகண்டையாய்.

இந்தத் தடவை ஒலிக்கவே சிரித்தாள் சஞ்சீவினி. மல்லி நாதருக்கு மகா சந்தோஷம், “அம்மா கொளந்தே அவருக்கும் குடேன். சாமி வெத்திலை போடுங்க” என்று பொக்கை வாயால் அழுத்தமாய்ச் சிரித்தான் அவன்.

தாம்பூலம் தரித்துக்கொண்டார்கள் இருவரும். “எங்கே சாமீ, நல்லா செவந்திருக்கே, எங்கம்மாவுக்கும் அதிர்ஷ்டம் தான், பிரியமாவெச்சிப்பீங்க” என்றான் கிழவன்.

இருபக்கமும் பசுமை, எதிரிலும் பசுமை. நேரே செல்லும் வண்டி பசுமையில் முட்டிக்கொண்டு நிற்க வேண்டியிருக்குமோ, என்று தோன்றுகிறது பாதை. கிழவன் பறவைகளைக் காட்டிக் காட்டி அவற்றின் குலகோத்திரங்களையும் குண விசேஷங்களையும் வர்ணித்துக்கொண்டு வந்தான். கொச்சைக் கவிதையில் அவற்றின் குணங்களை வேறு சொன்னான் அவன். மழை இல்லை. மோடம் கலிந்திருந்தது, கிழக்கு நோக்கிப் போகும் பிரயாணம், எதிர் வெய்யிலின் தாபமில்லாமல் சுகமாயிருந்தது. மூவரும் வெளியே பார்த்துக்கொண்டிருந்தார்கள். சவுக்க காலக் கீர்த்தனை போல,

வண்டி சுவட்டில் மந்தகதியில் போய்க்கொண்டிருந்தது. 'இதென்ன கிழக்கில் சூர்யாஸ்தமனம்?' என்று வியப்புடன் கேட்டாள் சஞ்சீவினி. அந்த இடம் உண்மையில் அப்படியேதான் இருந்தது. நெருங்கி வளர்ந்திருந்த புரச மரங்களில், அடர்ந்து கொத்துக் கொத்தாய்ப் பூத்திருந்தன சிவப்புப் பூக்கள். தூரப்பார்வைக்கு இருபுறமும் கூடுவதுபோல் தோன்றிய பசுமைக்கிடையில் மிளிரும் அந்தச் சிவப்பு, அந்தி என்ற பிரமையை வளர்த்தது.

மூவரும் அதையேதான் பார்த்தார்கள். தெரிந்தோ தெரியாமலோ, மல்லிநாதரும் அதைக் கூர்ந்தே கவனித்தார். சஞ்சீவினி இயற்கையின் வசப்பட்டு அதன் அழகில் மோதித்திருந் தாள். விரிந்த கண்களுடன் வண்டிக்காரக் கிழவனும் பார்த்தான்; ஆனால், கேலியாய்ச் சிரித்துக்கொண்டு. சஞ்சீவினிக்கு, அவன் சிரிப்பது புரியவில்லை. கிழவன் சொன்னான், "பகட்டுச் சேப்பல்ல இது, கொரட்டாப்பழம், நல்ல மலையாளத்து அம்மானை கணக்கா, அப்படியே உரிக்காம விளுங்கிடனும் போலத்தான் இருக்கும், பறிச்சாலே நாறும், தோலை உரிச்சா கொடலைப் புடுங்கும், அதைப் போயி இம்புட்டு அளகாப் படைச்சிருக்கான் ஆண்டவன், இதே கதைதான் புரசம்பூவுக்கும். வெறும் மண்ணுல்ல இது, பார்க்க அளகாத்தான் இருக்கும், எல்லாருக்கும் பூவுன்னா வாசனையின்னுட்டுள்ள நினைப்புவரும். இதுலே என்னா இருக்கு, படிப்பு அறிவுன்னு இதெல்லாம் இன்னதுன்னே தெரியாத வெத்தாளு மாதிரி அம்மா இது" நிறுத்த மனமில்லாதவன்போல நிறுத்தினான் கிழவன்.

மல்லிநாதர் சஞ்சீவினி இருவருக்குமே சுருக்சுருக்கென்றது. ஒரு கணம் இருவரும் ஸ்தம்பித்துப்போய்ப் பார்த்துக் கொண்டார்கள். சஞ்சீவினி குனிந்துகொண்டாள். மல்லிநாதர் அவளையே பார்த்துக்கொண்டிருந்தார். கிழவன் இன்னும் புரசங்காட்டை விட்டுத் தன் பார்வை கவனம் இரண்டையும் திருப்பவில்லை, 'ம்ச' என்று ஒரு தடவை சிரித்துவிட்டு, "இதைப் பார்க்கும்போதெல்லாம் சிரிக்காமை இருக்க முடியறதேயில்லை, கொளந்தே" என்று சொல்லிக்கொண்டே திரும்பினான்.

தலைநிமிர்ந்து ஏக்கமாய் அவனைப் பார்த்தாள் சஞ்சீவினி. கலக்கம் புரண்டது அவள் கண்களில். எங்கேயோ மெதுவாய் அடங்கிக்கிடந்த வேதனையைக் கிளறிவிட்டாயே' என்று சிணுங்கின, அவளுடைய இமைமேடுகள். அவள் சஞ்சலப்பட ஆரம்பித்தாள். இஷ்டமே இல்லை, என்னவோ உறுத்தியது போல் இருந்ததால் கண்ணை மூடியவள் திறந்தபோது தானாய்ப் பெருக ஆரம்பித்தது உணர்ச்சி. அதிவேகமாய், தான் முன் தான் முன்னென்று பழைய ஞாபகங்கள் குவிய ஆரம்பித்தன, அவள் மனத்தில்.

மல்லிநாதருக்கும் ஒன்றும் புரியாமலில்லை 'என்ன செய்வது' என்று கவலைப்படும் அளவுக்கு, அவர் இதுவரை யோசித்ததில்லை, அவ்வளவுதான், ஆனால், இப்பொழுது அவர் தீர்மானத்திற்கே வந்துவிட்டிருந்தார். "சஞ்சீவினி, நீ என்ன செய்யச் சொல்கிறாயோ செய்கிறேன், நீ அழுவது எனக்கு என்னவோ போல," கெஞ்சும் முறையில் அவள் முகத்தைத் தூக்கினார் அவர், அவருடைய மணிக்கட்டு நனைந்தது. அப்பொழுதுதான், வாழ்க்கையிலேயே முதன்முதலாய் அவருடைய கண்களில் ஜலம் பெருகிற்று. "சஞ்சீ" என்று ஆரம்பித்ததார். ஆனால் ஒன்றும் பேச முடியவில்லை. முகத்தைப் பிடித்துக்கொண்டிருந்த அவருடைய கை நடுங்கிற்று.

சஞ்சீவினி கண் திறக்கவில்லை. முகம் துவள ஆரம்பித்தது. நடுங்கும் விரல்களால் இமையைத் திறக்க முயன்றார் மல்லிநாதர்.

வண்டியை நிறுத்திக் கீழே குதித்துப் பின்புறம் வந்து நின்ற கிழவன், "என்னாங்க, என்னாங்க", என்றதற்கு, இருவரும் பதில் சொல்லவில்லை. இரைந்து, "சாமி, கொளந்தே, கொளந்தே, அம்மா, சாமி" என்றான் கிழவன். "ஊ–ம்" என்று திரும்பிக்கொண்டே, உதடுகளை நனைத்துக்கொண்டார் மல்லிநாதர். சஞ்சீவினியும் மெதுவாய்க் கண் விழித்தாள். பிழிந்த துணிபோல் பாதி ஈரத்தில் முறுக்கிக்கொண்டிருந்தன அவளுடைய கண்கள். தன் தலையை அப்படியும் இப்படியும் அசைத்துக் கைகளைக் கூப்பிக்கொண்டு, இருவரையும் மாறி மாறிப் பார்த்தான் கிழவன். "கொளந்தே, சாமீ, சாதாரணமா அநுபவத்துலே பேசிக்கிற விஷயமின்னுட்டு, வேடிக்கையாச் சொன்னேனுங்க, வெத்தியாசமாயிருந்தா மன்னிக்கணும், வெவகாரத்துக்கு அடே போது போறதுக்கு, அநுபவத்துலே, அறிவாலே தெரிஞ்சுக்கிட்டத்தை" முடிக்க முடியவில்லை கிழவனுக்கு, குரல் நடுங்கிற்று. தான் ஒரு நோக்கமும் வைத்துப் பேசவில்லை என்பதை வெளியிடப் பாஷை கிடைக்காமல் குழறினான் அவன். தம்பதிகளை அழவிட்டதைத் தான் செய்த பெரிய பாபமென்று நினைத்துக்கொண்டு, அவன் தவியாய்த் தவித்தான்.

"வேறென்ன சொல்வது? அதெல்லாம் உன்னை ஒன்றும் சொல்வதற்கில்லை. சொல்லமாட்டோம்", என்று அழுத்தமாய்ச் சொன்னார் மல்லிநாதர்.

"வண்டி ஏன் நிற்கிறது" என்று கேட்டாள் சஞ்சீவினி, "ச... ஞ்... சீ..." நிறுத்தி நிதானமாய்க் கூப்பிட்டார் மல்லிநாதர்.

"ஒன்றுமேயில்லையே" என்று மெதுவாய்ச் சிரித்துக்கொண்டு உதடுகளை வாடிக்கொண்டாள் சஞ்சீவினி.

"என்ன ஒன்றுமேயில்லையே? மெதுவாய்ப் பல் வெளியே தெரிந்தால், அதற்குச் சிரிப்பென்றா... பெயர்? நான் ஒரு..."

"காரியமும் செய்யவேண்டியதில்லை, கிழவா, விடேன் ஏன் நிற்கிறாய்" சமாளித்துக் கொள்வதாய் எண்ணம் சஞ்சீவினிக்கு.

மல்லிநாதர் ஆரம்பித்தார் "நான் ஒரு பிரதிக்ஞை செய்யப் ..., செய்துவிட்டேன்."

"நான் ஒன்றும் தவறு –" அவள் கண் மறுபடியும் கலங்கிற்று. "ஒன்றுமில்லையே" என்று தழுதழுத்துக்கொண்டு, கைகளால் கால்களைப் பிடிக்கப் போனாள்.

மல்லிநாதர் அவள் கைகளைப் பிடித்துக்கொண்டார். குழைந்த கண்களால் கெஞ்சி உருகினாள் சஞ்சீவினி.

"நீ திரும்பி ஊருக்குப் போ, இன்னும் இரண்டே வருஷங்களில் ஞானத்தை சம்பாதித்துக்கொண்டு, உன்னை வந்து அழைத்துக் கொள்கிறேன். இது ஸத்தியம்" என்றார் மல்லிநாதர். அவர் கைகள், சஞ்சீவினியின் கைகளைப் பலமாய் அழுத்தின. அதைவிட அதிக அழுத்தம் தொனித்தது, அவர் குரலில்.

மறுத்துப் பயனில்லை என்று நினைத்தாளோ, அல்லது அவளுக்கே அது இஷ்டமாயிருந்ததோ, அவளுடைய கண்கள் ஒப்புக்கொண்டன, அந்தப் பிரதிக்ஞையை.

"ஊருக்கு நீங்களும் வந்துவிட்டு" என்று இழுத்தான் கிழவன். வேண்டாமென்றார் மல்லிநாதர். வண்டியைக் கிழவன் திருப்பினான். மூவருடைய மனத்திலும் மிக அழகிய தெளிவு ஒன்று ஏற்பட்டு, மூவருடைய முகமும் இயல்பில் பொலிந்தன.

"அவர்களிடம் எப்படிச் சொல்ல வேண்டுமோ, அப்படிச் சொல்" என்று கிழவனுக்குச் சொல்லிவிட்டு, "நான் வரேன் சஞ்சீவினி, கவலைப்படாதே" என்று கிளம்பினார் மல்லிநாதர். கோதாவரிக்கரையில் உள்ள ஒரு கிராமத்தில் ஒரு பண்டிதரிடம் வந்து சேர்ந்தார்.

ஆரம்பத்தில் பெண்கள் அந்த இடத்தைத் தாண்டும்பொழுது, சிரிப்புத் தாங்க முடியாமல் விரல்களால் உதட்டைப் பொத்திக் கொண்டு, குலுங்கி, நடந்து சென்று, பத்தடிக்கப்புறம் குடங்களை இறக்கிவைத்து மறுபடியும் கிளம்புவது வழக்கம், "இந்தப் பிள்ளையாண்டான் பொறுமையைப் பார்த்தால் கழுதைகூட" என்பாள் ஒருத்தி.

"பச்சைக் குழந்தையடி, இப்பதான் அரிக்குழி நோண்டறது. எல்லாப் பல்லும் விழுவதற்குள் சப்தமஞ்சரியை முடித்து விடுவான்" என்பாள், மற்றொருத்தி.

இன்னொருத்தி, "இதுக்கும் ஒருத்தி கழுத்தை நீட்டினாளே" என்று, அவருக்கு வாய்த்த அந்த அபாக்யவதியைப் பற்றிக்

கவலைப்படுவாள். தேர்ச்சிலைபோலச் சதா நெளிந்துகொண்டே இருக்கும் ஒருத்தி, அவருடைய தாயின்மேல் அனுதாபத்தை அபிஷேகம் செய்வாள், "பெத்தாளே" என்று.

இதற்குள் ஒரு துடுக்குக்காரி, "ஆள் நல்ல" என்று கிண்டலாய்ச் சிரித்துப் பக்கவாட்டில் முழங்கைகளைத் தூக்குவாள். ஆகப் போக, ஒரு குட்டிக் கதம்ப நாடகம் ஆடிவிட்டுத்தான் துறைக்குப் போவார்கள் பெண்கள். வரும்போதும், பழைய நாடகத்தையே மௌனமாய் அபிநயத்தோடு சுருக்கமாகவாவது நடத்திவிட்டுத்தான் நகர்வார்கள்.

இவ்வளவும் அவருக்குத் தெரிய வழியேயில்லை. தனக்கெதிரில் இருக்கும் மணலில் கையைத் தேய்த்து வர்ணமாலையை எழுதிக் கொண்டே இருப்பார், அழித்தழித்து. ஜீவன் முக்தனைப்போல, அவருக்குள்ளே, புறத்தில், செய்கையில், பேச்சில், பார்வையில் எங்கும் ஒன்றே ஒன்று, அதுதான் எழுத்துக்கள்.

கிருஹஸ்தனாய் விட்டிருந்த இருபத்தைந்து வயது யுவபுருஷன், அக்ஷராப்யாசம் ஆரம்பிக்கும் நிலையில் தன்னிடம் வந்தால், யார்தான் ஆச்சரியப்படாமல் இருக்கமுடியும்? நம்புவதற்கே முடியாமலிருந்தது, கிருஷ்ணப் பண்டிதருக்கு. உண்மைதானா இந்தச் சிரத்தை என்பதைப் பரீட்சிக்கவே, அவனைத் தன் வீட்டு வாசலில் – ஊர்ப் பெண்களெல்லாம் நதிக்குச் செல்லும் ஒரே வழியில் உள்ள தன் வீட்டு வாசலில் மணலைக் கொட்டி எழுதச் சொல்லி, யுவாவைச் சிசுவாக்கியிருந்தார். சாப்பிடும்போதுகூட எழுத்துக்களையே தியானிக்கும் அந்த அகால மாணவர், காலையில், 'க்வ, த்ய, என்று எழுதிக்கொண்டிருப்பார். அவர் ஏன் பெண்களை நிமிர்ந்து பார்க்கப் போகிறார். இரண்டாவது மாதத்திலேயே சிறு காவ்யங்களைப் படிக்க ஆரம்பித்துவிட்டார். கேலி செய்த பெண்கள் ஆச்சரியப்பட்டு மரியாதைகூடக் காட்டத் தொடங்கினர். இரவும் பகலும் படித்து வந்தார் அவர்.

கிருஷ்ணப் பண்டிதருடைய மனைவி, அவனிடமிருந்து சிச்ரூஷைகளை எதிர்பார்க்கவில்லை, என்பதே ஒரு ஹிமாலய ஆச்சரியம் என்பது அந்த ஊரார்கள் கருத்து. ஆனால், "அவள் அவனிடம் புத்திர வாஞ்சையை வளர்த்து விட்டிருக்கிறாள், இவனுக்கு அறிவு ஏற ஏற, இவனை விட்டுப் பிரிய வேண்டுமே என்று கவலைப்படுகிறாள்" என்கிறார் பண்டிதர்.

மல்லிநாதர் இப்பொழுது காவ்ய நாடகங்களைப் படித்து வருகிறார், நடுப்புதரில் மஞ்சளாய்த் தலைநீட்டும் தாழைபோல, அவர் மனத்திற்குள் ஒரு மலர்ச்சி தோன்றியிருக்கிறது. கவிஹிருதயத்தை அறிவதில் முனைந்து, சிந்தனை செய்யும் நிலையில் இருந்தார் இப்பொழுது. மிகப்பழைய கனவுகள், தேசலாய்

அரைகுறை உருவத்தில் ஞாபகத்திற்கு வந்து, விளங்காமலேயே மனதைச் சிந்தனைப்பாதையில் அழைத்துப் போகுமே சில சமயம், அதுபோலத் தன் மாமனார் வீட்டில் கேட்டதுபோல் உள்ள விஷயங்கள் ஞாபகத்திற்கு வந்தன, அவருக்கு. அவை, ஒரே தடவை கேட்ட அபூர்வராகத்தின் சஞ்சாரத் துணுக்குகள்போல, வாய்விட்டுச் சொல்ல உருவாகாதனவாயிருந்தன. அந்த ராக மூர்ச்சனை மட்டும் ஸ்பஷ்டமாய் ஞாபகமிருப்பதுபோல, 'தான் முழு மூடனாயிருந்தோம், மாமனார் வீட்டில் யாரும் அதை ஒரு கணமாவது மறக்கவில்லை' என்பது மாத்திரம் நினைவிருந்தது. அந்த நினைவிலேயே உக்ரமாக முயன்று வந்தார் அவர்.

அங்கு, அறுபது நாழியும் உத்ஸாகத்தோடு விளையாட்டும் கேலியுமாய் வளைய வந்துகொண்டிருந்த, தன் அதே பிறந்தகத்தில், மல்லிநாதரை எதிர்பார்த்துக்கொண்டு, தேய்பிறையின் இரவுகள் போலக் குழம்பிச் சோர்ந்து ஊர்ந்து கொண்டிருந்தாள் சஞ்சீவினி. வியாதியுற்ற குழந்தையை இடுப்பில் தூக்கிக்கொண்ட தாய்போல, தனது ஏக்கம் பிடித்த மனத்தோடு, ஒன்றிலும் பரவாமல் ' என்னவோ' இருந்துவந்தாள்.

அவளுடைய விரகம் உலகச் சரித்திரத்திலேயே புதுமை யானது. சந்திரனையும் சந்தனத்தையும் வெறுத்துக் கரித்துச் சுடும் விரக வேதனையை வர்ணிக்கும் பதினாயிரம் சுலோகம் தெரியும் அவளுக்கு. அவற்றில் எல்லாம் உண்மை என்ன என்பதும் அவள் அறிவாள். அவளுக்கு அந்த பாவமில்லை. அவளுடைய பருவமும் விரகத்திற்குப் பாத்திரம் ஆகக்கூடாததில்லை. அவள் கணவனைக் காணுவதற்குத் துடித்துக்கொண்டிருந்தாள். விரகத்தால் அல்லவே அல்ல; விசனத்தால், பகீரப் பிரயத்தனம் என்று சொல்வார்கள், வெறும் பேச்சிற்கு. உண்மையிலேயே பகீரதப்பிரயத்தனமல்லவா செய்து, ஞானக் கங்கையைக் கொண்டுவரக் கிளம்பியிருக்கிறார் அவள் கணவர்; அது சாத்தியமாகி வெற்றியோடு திரும்பிவரவேண்டுமே அவர். வெற்றி கிடைக்காவிடில் பிரதிக்ஞைக்குப் பங்கம் வருமே என்று அவள் பயப்பட்டதாயிருந்தால் அது புராணம்; அவர் வெற்றி அடையாவிட்டால் இருவர் வாழ்க்கையும் வறண்டுவிடுமே என்றுதான் அவள் கவலையெல்லாம். அவளுடைய அறிவொளி தான் வழிகாட்டிற்று. கட்டாயம் வருவாரென்று நம்பிக்கையில் இருந்துவந்தாள் சஞ்சீவினி.

இரண்டாவது வருஷம் ஆரம்பித்துச் சில மாதங்களும் கடந்தன. கிருஷ்ணப் பண்டிதர் கணக்குப்படி இது ஐந்தாவது வருஷம். அவ்வளவு வேகத்தில் படித்திருக்கிறார் மல்லிநாதர். பாஷா ஞானம் முதிர்ந்து, பாஷையின் நயங்களை ஆராய்ந்து

அறிந்த அவர், இலக்கணத்தை விரும்பவில்லை என்பதில்லை. பண்டிதரும் இலக்கண நூல்களின் போக்கைச் சிறிது காண்பித்துக் கொடுத்துவிட்டு அனுப்பத்தான் எண்ணியிருந்தார். மல்லிநாதருக்கும் சிரத்தை குறைந்துவிடவில்லை; ஆனால் சம்பளம் பையில் ஏறிய உடனேயே வீட்டுக்கு ஓடிவிடும் தன் மனத்தைப் பின்பற்றித் தானும் ஓட விரும்பும் உத்தியோகஸ்தப் போல, தன் அறிவைச் சஞ்சீவினிக்கும் காட்டி அவள் மனம் பொங்குவதைக் காணவேண்டிப் பறக்கும் மனத்தோடு அவர் ஆவல்கொண்டார்.

இரண்டாவது வருஷ ஆரம்பத்திலிருந்தே சஞ்சீவினிக்கும் தைரியம் குறைய ஆரம்பித்தது. சொந்தத் தேறுதல்கள் போதவில்லை மனத்திற்கு. அடிக்கடி தைரியம் தேய்ந்து அதன் பிடியிலிருந்து விலகிச் சஞ்சரித்த சிந்தனை, சுருதியிலிருந்து விலகிய சங்கீதம் மாதிரி விரசமாய்க் கொண்டிருந்தது அவளுக்கு. மதனிமார்கள் அடிக்கடித் தேற்றுவார்கள். தமையன்மார்களும்தான். ஆனாலும் வரவரச் சஞ்சீவினி பலஹீனமடைந்து வந்தாள். எப்பொழுதாவதுதான் அவள், தமையன்களும் வித்யார்த்திகளும் இருக்கும் இடத்திற்கு வந்து தனியாய் நிற்பாள். அவர்களுடைய சர்ச்சைகளிலும் கலந்துகொள்வதில்லை, விக்ரகமில்லாத கர்பக்கிருகம்போல வெறிச்சென்றிருந்தது சர்ச்சைக்கூடம். அவர்களுக்கும் அன்றிலிருந்து இன்றுவரை வேதனையாய்த்தான் இருந்தது. மல்லிநாதர் எங்கு. யாரிடம் படிக்கிறார் என்பதும் அவர்களுக்குத் தெரியவில்லை. யாரிடம் படித்தால்தான் என்ன, இனிமேலா அவருக்குப் பாண்டித்யம் ஏற்படப்போகிறது? "எது எப்படியிருந்தாலும் சஞ்சீவினி இப்படி ஆகவேண்டாம், வருத்தப்படுத்த வேண்டுமென்றா, இவ்வளவு தூரத்திற்கு வருமென்று தெரிந்துகொண்டா பரிகாசம் செய்தோம்? வெறும் வேடிக்கைக்கு, இவள் பிரமாதப்படுத்திவிட்டாள். இப்பொழுது எல்லோரும் புழுங்கிச் சாகிறோம்" இப்படித்தான் பரிசீலனை செய்தார்கள் நிலைமையைத் தமையன்கள். "சரி, தானே வந்து அழைத்துக்கொண்டு போவார், நாம் என்ன செய்யலாம்" என்று தீர்மானித்திருந்தார்கள் அவர்கள். புருஷர்கள், அவர்களியல்பிற்கு அது பொருந்திவிட்டது. மதனிகளுக்குத்தான் பெரிய சுமையாய்க் கனத்தது இந்த விஷயம். நாத்தி என்றில்லாமல், சகோதரிப் பெண்போல இப்படியெல்லாம் நினைத்துத்தான் அவர்கள் முன்பும் ரட்சித்தார்கள் சஞ்சீவினியை. ஏன் தீர்த்தர் இருக்கும்போது, அவரே இதை வாய்விட்டுச் சொல்லி, தன் மாட்டுப்பெண்களைப் போற்றியிருக்கிறார். இப்பொழுதும் அவர்கள் இருவரும் பலவந்தம் செய்தாவது சஞ்சீவினிக்கு வேண்டியதைச் செய்துவந்தார்கள், உடம்புக்காகாது, பட்டினி கிடக்கக்கூடாது, தலைகாயக் கூடாது' என்று இதையெல்லாம் சொல்லலாமே தவிர, தாங்கள்

செய்துகொண்டா அவளைப் போஷிக்க முடியும்? தானாகக் கெடுத்துக்கொண்டுவிட்டாள் உடம்பை.

அவளோடு மதனிகளும் பட்டினி கிடக்கவேண்டி ஏற்பட்டது ஒருநாள். சூரியன் உச்சிக்கு வந்த பிறகுதான், தனக்காக அவர்கள் பட்டினி கிடப்பது தெரிந்தது சஞ்சீவினிக்கு. அன்று, தானே எழுந்து சென்று, சாப்பிடுவதுபோல ஏதோ பாவனை செய்து, அவர்களைச் சாப்பிடச் செய்தாள். பிறகு, பல தினங்களாக அந்தப் பக்கமே போகாதவள், சுவடிகள் இருந்த முன் பக்கத்து அறைக்குச் சென்று, ஏதோ புஸ்தகங்களைப் புரட்டிக்கொண்டிருந்தாள். கவனம் அதில் செல்லவில்லை. பட்டினி கிடக்கும் நிலை வரைக்குமா போய்விட்டது, தன் அதைரியம்? என்று நினைத்துப் பார்த்தாள். அவளுக்கே வெட்கமாய்ப் போய்விட்டது. 'ஆச்சு, இன்னும் கொஞ்சநாளில் அவர் வந்துவிடப்போகிறார், அதற்குள்..?" இந்த நினைவே சற்று ஊக்கிவிட்டது அவளை. முனைந்துவிட்டால் மனிதனுக்கு முடியாததென்றா ஒன்று இருக்கிறது. "அப்பொழுது நாங்கள் இருவரும் ஒரு சோகம் அனுபவித்தோமே வண்டியில், அது சோகநிலை தாண்டி மூர்ச்சைக்கும் அப்பால் போய் மரணமாகவல்லவா ஆய்விட்டிருந்தது, அந்தச் சில வினாடிகள் எங்கள் ஆத்மாவே ஓய்ந்து, அப்படியே மரத்தல்லவா போய்விட்டிருந்தோம், பிறகு ஞாபகமாய் வரவில்லையே, மறுபடியும் புதிய உயிரல்லவா பெற்றோம், அந்தப் புதுப்பிறப்பில் செய்த பிரதிக்ஞை நிறைவேறாமலா போகும்," இந்தச் சமாதானம் துவண்டு போயிருந்த அவள் ஜீவவதையை நிமிர்த்திற்று. அவள் நினைவும் மெதுவாய்ச் சிலிர்த்து விரிந்து படர ஆரம்பித்தது.

"அவர் வருவார், கட்டாயம் ஞானத்தோடு வருவார், நான் புதிதாய் இப்பொழுதுதான் அவரைச் சுயம்வரமாய் மணக்கப் போகிறேன், வாஸ்தவம்தான். எனக்கு இப்பொழுது வாசனை ஏது, அவர் வந்த பிறகுதான் நான் மணம் பெறுவேன். சீதை ராமனுடைய கணையாழியைப் பார்த்தபோதே ராமனை அடைந்துவிட்டாள் என்கிறார் வால்மீகி, இருக்கட்டுமே, எல்லாம் பழைய ராமன்தானே. எனக்கு அப்படியில்லை, பின் எப்படி, அவரிடமே கேட்டுப் பதில் வாங்கவேண்டும், அசோகவன சர்க்கத்தையெல்லாம் நிறுத்திப் படிக்கவேண்டும் நான்தான் படிப்பேன், சீதையைப் பற்றி அவர்' என்ன சொல்கிறார் என்று பார்க்கவேண்டும், அண்ணாவோடு சேர்ந்துகொண்டு முன்பெல்லாம் செய்வதுபோல அவர் வாயைக் கிண்டலாமா, சீ, சீ, தவுட்டு வியாபாரி தங்க வியாபாரி ஆனபிறகும்கூட அவனிடம் தவுடு தண்டியது போலத் தங்கம் தண்டுவதா, வாயைக் கொடுத்துவிட்டு விழிக்கக்கூடாது. அப்புறம்" இப்படி இழைத்து நூற்றுக்கொண்டிருந்தது அவளுடைய மனராட்டை. சற்றே அவள் உதடுகள் விரிந்து மறுபடியும் கூடின.

நூற்ற இழையைக் கதிரில் சுற்றுவது போல், நினைப்புகளைக் கூட்டி இணைக்கப் பார்த்தாள்.

பக்கத்து வீட்டுக் குழந்தை படித்துக்கொண்டிருந்தான். "ஐந்தில் வளையாதது ... இளமூங்கிலை ..." சிந்தனை இழை விடுபட்டது. மனமும் காரியமில்லாமல் சுழன்றது. பழையபடி புது இழை தொடங்கவேண்டும், சிருஷ்டிகளைப் பிய்த்தெறிந்துவிட்டு, குழப்பம் அடங்குவதற்குள் அவள் மனத்தில் சோகமும் வெறுப்பும் சுரந்தன. கல்யாணக் கனவு கலைந்தெழுந்த வயதான கன்னிகை போல், அவள் மனம் நிராசையால் அயர ஆரம்பித்தது. வாய்விட்டு ஏதோ அதிர்ச்சி ஏற்பட்டதுபோல் இருந்தது. மார்பு கலகலத்ததுபோல உணர்ந்தாள். உடல் பூராவிலும் ஓர் ஓய்ச்சல் பரவி முழுவதும் வியர்த்தது. தூணைப் பிடித்துக் கொண்டு தள்ளாடிக்கொண்டே நின்றாள். கால்கள் பூமியில் படுவதுபோலவே தோன்றவில்லை. தேய்த்துக்கொண்டே நடந்து சென்று படுத்துவிட்டாள். அன்றிரவு படுக்கையில் முக்கிமுனகி உடம்பை முறித்துக்கொண்டாள். புரண்டு புரண்டு அருகில் நெருங்கக்கூட முடியாதபடி உடம்பு அனலடித்தது. நாலைந்து நாட்களுக்கு இறங்கவேயில்லை ஜுரம்.

ஜுரம்போல் வந்ததே தவிர, என்னவெல்லாமோ படுத்தி விட்டுக் கடைசியில் வாய் பேசமுடியாமல் செய்துவிட்டது நோய். எவ்வளவோ முயற்சி செய்யாமலா இருப்பார்கள், ஒன்றும் பயனில்லை. படுத்த படுக்கை, பேச்சில்லை, சைகைகூட மிகச்சிரமப்பட்டு, என்றாகிவிட்டாள் சஞ்சீவினி.

ஊரெல்லையில் வரும்போது சிலர் தன்னை வருத்தமாய்ப் பார்த்ததை அதிகமாய் கவனித்துப் புரிந்துகொள்ள முயலவில்லை மல்லிநாதர். சண்டை போட்டுக்கொண்டுபோய்த் திரும்பி வருவதால் அப்படிப் பார்த்தார்கள், அதனாலென்ன என்று நடையை வரவர வேகமாக்கிக்கொண்டு வந்தார். மாமனார் வீட்டை நெருங்கும்போது மூத்த மைத்துனனைச் சந்தித்தார். அவர் ஓடிவந்து தன்னைக் கட்டிக்கொண்டு துக்கப்படும்போது மல்லிநாதருக்குப் பறந்துபோய்விட்டது. "என்ன, என்ன" என்றார். மைத்துனர் ஒன்றுமே பேசாமல் அவரை இழுத்துக்கொண்டு சஞ்சீவினியின் படுக்கைக்கருகில் விட்டார்.

பாய்ந்து சென்று, ஹர ஹர, ஹரங் என்று அவள் கையை, காலை, முகத்தை, இடுப்பைத் தொட்டு, "சஞ்சீ, சஞ்சீ" என்று குழந்தைபோல் விசித்தார் மல்லிநாதர். மெல்லக் கண் திறந்தாள் சஞ்சீவினி. தமையன்மார்கள் ஒருபுறம் பெருமூச்சு விட்டார்கள்; மற்றொருபுறம் மதனிகள் கண்ணைத் துடைத்துக்கொண்டு நின்றிருந்தார்கள். எல்லோரையும் சுற்றிப்பார்த்துவிட்டு, தன் கன்னங்களை மெதுவாய்த் தடவும் மல்லிநாதரைப் பார்த்தாள்

அவள். பக்கத்தில் துவண்டு கிடக்கும் தன் கைகளை மெல்ல அசைத்து நகர்த்திக்கொண்டே, பஞ்சடைந்த கண்களால் கணவன் முகத்தை ஏற இறங்கப் பார்த்தாள்.

“சஞ்சீ, படித்துவிட்டேன், சஞ்சீ, நன்றாய்ப் படித்திருக்கிறேனே, இன்னும் என்ன, சந்தோஷமாயிரு, குணமாய்விடும்” என்று கண்களை மலர்த்திக்கொண்டு தேற்றினார் மல்லிநாதர்.

அவருடைய முகப்பொலிவைப் பார்த்து, அவளுடைய முகத்திலும் சோபையின் நிழலொன்று படிந்தது. நெற்றி வியர்த்தது, துடைமேல் ஏறமுடியாமல் அவள் கைகள் தவித்ததைப் பார்த்துக் கொண்டிருந்த மூத்த மதனி, அருகில் ஓடிவந்து அவற்றைச் சேர்த்துக் கொடுத்தாள். கணவன் முகத்தைத் தன்கைகளில் தாங்கினாள் சஞ்சீவினி. தன் கைகளால் அவற்றுக்குப் பலம் கொடுத்துக் கொண்டு ஒட்டித் தொய்ந்திருந்த அந்தக் கைகளில் முகத்தைப் புதைத்துக்கொண்டார் மல்லிநாதர். சஞ்சீவினியின் மார்பில் போர்த்தியிருந்த போர்வை ஏறி இறங்கிற்று கொஞ்சம் துரிதமாய். அவர் கண்களிலிருந்து ஜலம் பெருகிற்று. அவர் மூச்சுவிடும் வேகத்தில் சஞ்சீவினியின் வகுடு நெளிந்தது. அழகாய்ப் பார்த்துக்கொண்டிருந்த அவளுடைய கண்கள் சொருகிக்கொண்டே மூட ஆரம்பித்தன. மதனிமார் அவள் மார்பைத் தடவினர். தமையன்கள் அவள் முகவாய்க்கட்டையைத் தொட்டார்கள். இதை எல்லாம் கவனிக்காமல், அவளுடைய கைகளையே கண்ணில் இழுத்து இழுத்து ஒத்திக் கொண்டிருந்தார் மல்லிநாதர் “ஐயோ சஞ்சி,” என்று மைத்துனர்கள் அலறியதும்தான், அவர் தன் முகத்தைத் தூக்கினார். கைகளை விட்டார். அவற்றை மார்பில் சேர்த்து வைத்தார்கள் மதனிகள். எல்லோரும் அலறினர். மல்லிநாதர் முக்கி முனகிக்கூடச் செய்யவில்லை. வெறித்துப் பார்த்துக்கொண்டிருந்தார் அவ்வளவுதான்.

எல்லாமாயிற்று, மகா விசனத்தில் இருந்தார் மல்லிநாதர். பம்பையில் ராமர் கதறுவதையும், இந்துமதிக்காக அஜன் பிரலாபித்ததையும் புரிந்துகொள்ளமுடியாமல், பாமர யுவனா யிருந்த நிலையில், அவர் மகா பண்டிதையான சஞ்சீவினியை அடைந்துவிட்டார், அட்சரம் தெரியாத அந்தணன் மகா சாம்ராஜ்யத்தை அடைந்ததைப்போல. மந்திரிகள் ஆலோசனை கூறும்போது அந்தப் பிராமணன் விழிப்பது போலத்தான், அவர் விழித்தார், அவளும் அவள் சகோதர்களும் காவ்ய சர்ச்சை செய்யும்போது, அப்பொழுது அவருக்கே தெரியாமல் ஊமைக்காயம்போல் பட்டிருந்த மனப்புண்தான் வண்டியில் உடைந்தது. எங்கோ சென்று அறிவுடன் திரும்பிவந்தார், பரம சுகத்தை எதிர்பார்த்து.

இங்கு, விபரீதமாகப் புரட்டிவிட்டது விதி. நிழல்கள் மாதிரி நடமாடும் மைத்துனர்களையும் அவர்கள் மனைவியையும் பார்க்கப் பார்க்க, அவருடைய சோகம் எல்லை மீறிப் பொங்கியது. மிகச் சங்கடமான நிலை. யாருக்கு யார் தேறுதல் சொல்வது. சஞ்சீவினியின் சுவடிகளை விரிப்பதும், புரட்டுவதும், கண்ணில் ஒத்திக்கொள்வதுமாய், நீண்டுகொண்டேயிருக்கும் அந்த சோகங்களைக் கழித்தார். அழவும் இல்லை, ஒன்றுமே செய்யவில்லை. ஒருவித உணர்ச்சியுமின்றிச் சருகாய்ப் போன அவருடைய தோற்றமும், சிறிதும் சப்தமில்லாத அவருடைய செயல்களும் அந்த ஊரையே அயரச்செய்திருந்தன. அயர்ச்சியும் மௌனமும் அவர்கள் வீட்டை, ஊமை ஆவிகளின் இருப்பிடமாக்கிவிட்டது.

நடுப்பகல், இரைந்து தன் மைத்துனர்களைக் கூப்பிட்டார் மல்லிநாதர். அப்பொழுது, ஏட்டுச் சுவடிகளைத் தலையில் வைத்துக்கொண்டிருந்தார். ஒன்றும் தெரிந்துகொள்ள முடியாத மைத்துனர்கள், அவரைப் பேசவாவது வைப்போமென்று, "என்ன, என்ன சொன்னீர்கள், எங்கே சொல்லுங்கள்" என்று ஒருமிக்கக் கூவினார்கள், "சஞ்சீவினி வந்துவிட்டாள், இதோ பாருங்கள், இங்கே என் இருதயத்தில் தங்கியிருக்கிறாள். அவளுடைய சங்கேதங்கள் நிறைந்த காவியங்கள்தான் இவை, இவற்றுக்கு அவளே வியாக்கியானம் எழுதப்போகிறாளாம்." என்று சாந்தமாய்ச் சொல்லிவிட்டுக் கிளம்பி நேரே தன் ஊருக்குச் சென்றார். இரவும் பகலுமாய் எழுதினார். காளிதாஸனுடைய காவியங்களுக்கு முதலில் வியாக்கியானமெழுதினார். அதன் பெயர் "சஞ்சீவினி."

கிராம ஊழியன் — ஆண்டு மலர்: 1944<br>புதிய கதை

•

# ரயிலில் போனபோது

ரயில்வண்டியிலிருந்து இறங்குகிறவர்களுக்குக் கூட இடம்விடாமல், நெருக்கியிடித்து மோதிக் கொண்டு ஏறுகிறது கூட்டம்; ஆண் பெண் என்றுகூட யாரும் பார்க்கவில்லை; ஒரே கூச்சல்;

"அடே, எறங்கிறவங்களை விடுங்க அய்யா . . !"

"அடேடே, வயசானவாய்யா, தள்ளாமை . . ."

"அடே ஓய், யோவ் யோவ், பொம்பிள்ளைன்னு பார்க்காமே மோதுறீங்களே . . ."

"அடே, போங்கையா, இதான் இங்கே தொங்கிக் கிட்டு நிற்கிறமே, சின்னப் பொண்ணுங்களை அளைச்சுக்கிட்டு, இந்தப் பொட்டியிலேதான் ஏறணுமாங்காட்டி, இந்தம்மா . .!"

கூட்டத்தின் நடுவில் அலமுவும் அவளுடைய அத்தைசேதுவும் திக்குமுக்காடினார்கள். காலுக்கிடையில் துணி மூட்டையைப் போட்டுக்கொண்டு தன் அண்ணன் மவள் அலமுவை அணைத்து நிற்கப் பார்த்தாள் சேது, அது முடியுமா அந்தக் கூட்டத்தில்? அலமுவின் முகத்தில் எல்லாம் வியர்வை. முன் வகுட்டுக் கூந்தல் பிரிந்து சரிந்து நெற்றியில் ஒட்டிக்கொண்டது. சாந்து கரைந்து, புருவத்திற்குக் கீழே குதிக்கப் பார்த்தது. தலையைக் கோதிக்கொள்ளக்கூடக் கையைத் தூக்க முடியாமல் தவித்தாள். புருஷர்களுக்கு நடுவில், அவ்வளவு நெருக்கமாய் நிற்கக் கூசிற்று அவளுக்கு; வேறு வழியுமில்லையா, அவள் நடுங்கிக் கலவரப்பட்டுக் கொண்டே இருந்தாள்.

கோலியாட்டத்தில் குழியைச் சுற்றிச் சுற்றி வரும் பளிங்கு ரவைகள் போல, அவள் விழிகள் நாலாபுறமும் பாவிப் பரவி ஆடின.

திடீரென்று குளிர்ந்தாள் அவள். நிமிரும்போது அவள் கண்களில் ஜலமிருந்தது.

பக்கத்துப் பலகையில் தொத்திக்கொண்டு உட்கார்ந்திருந் தான் கடமலை, அவனுக்குப் பரமனூர். அந்தவூர் ஐயாவு செட்டியார் ஜவுளிக் கடையில் இருக்கிறான் அவன். அதிகப் படிப்பில்லையானாலும், நாகரீகத்தின் உயர்ந்த அம்சங்களைத் தெரிந்துகொண்டவன். ரொம்ப அடக்கமுடையவன். அவனுக்கு என்னவோ ஆத்திரம் வந்தது. பெண்களுக்கு இடம் விடாததுடன் விஷமம் வேறு செய்கிறார்களே என்று. "ஏன் அலமு" என்று கேட்டாள் சேது. யாரோ ஒரு காலி தன் காலை மிதித்தான் என்று சொல்வதைக் காட்டிலும், உயிரையே விடலாம்போல் தோன்றிற்று அலமுக்கு. தலையைப் பக்கத்தில் மெதுவாய்த் திருப்பினாள். அவளோடு சேதுவும் திரும்பிப் பார்த்தாள். கோளாறான ஷில்க் சட்டையும், பட்டு அங்க வஸ்திரமும் போட்டுக்கொண்டு, புகையைக் கக்கிக்கொண்டிருக்கும் அந்த மிருகத்தைக் குறித்துக் காட்ட ஆரம்பித்தாள் அலமு. அதற்குள் அவள் கண்களில் மளமளவென்று அழுகை வந்துவிட்டது.

தோற்றமே ஒரு மாதிரியாயிருந்த அந்த ஆள்தான் மிதித்துவிட்டிருக்கிறானென்று தெரிந்துகொண்டான் கடமலை.

"ஏய்ய, ஓய் பட்டுக்காரரே, ஆணோடே பொண்ணோடே பொறந்தவனா நீ, இல்லே பலபட்டறையோ? ஆளைப் பார்த்தால் அரைக்கழுதை மாதிரி இருக்கே, நடு ரயிலில் நஞ்சறுக்க ஆரம்பிச்சுட்டையே" என்று இரைந்தான் கடமலை.

"நீ சும்மா இருந்துக்கப்பா, பெரிய தரும ராசால்ல, பல்லு பத்திரம்" என்றான் அந்தக் காலி.

"அண்ணே, ஒங்களைத்தானே, கொடைவெச்சிருக்கிற அண்ணே, கொஞ்சம் நகந்து இப்படி நில்லுங்க, என் இடத்தில், அந்தப் பொம்பளைங்க இப்படி வரட்டும். என் பல்லைப் பத்திக் கவலைப்படறாரு இவரு, பாப்பம்" என்று கொஞ்சம் நகர்ந்து சென்றான் கடமலை. அவன் இருக்கும் வேகத்தில் கலகம் வரும்போல் இருந்தது. சேதுவும் அலமுவும் தனியாய் இடிக்காமல் நின்றார்கள். கிரஹணத்திலிருந்து விடுபட்ட நிலா மாதிரி, அலமு விசேஷமாய்ச் சோபித்தாள். "சண்டை எதுக்குன்னு, இப்பறம் கூப்பிடு அத்தே" என்றாள்.

சட்டென்று அவளைத் திரும்பிப் பார்த்த கடமலை கொஞ்சம் ஸ்தம்பித்தான்; உடனே சமாளித்துக்கொண்டு, "ஆமாம், இவருகிட்ட சண்டைக்குப் போயி, என்னாத்தைப் பண்ண?" என்று சிரித்தான். அலமுவும் சிரித்துக்கொண்டே, கடமலையைப் பார்த்துவிட்டுக் குனிந்தாள். அவிழ்ந்துவிடும் நிலையில் இருந்த மூட்டையைச் சரிசெய்துகொண்டிருந்தாள் சேது. அலமுவும் கடமலையும் விட்டுவிட்டுப் பார்த்துக்கொண்டார்கள்.

"எந்த ஊர், என்ன வேலை?" இன்னும் எவ்வளவோ கேட்கவேண்டுமென்று மனது கிடந்து தவித்தது அலமுவுக்கு. எப்படிக் கேட்பாள்? கூட்டிவிழுங்கினாள். தலைப்பை இழுத்துவிட்டுக்கொண்டாள். ஒரு ஸ்டேஷனில் வண்டி நின்றதும் கூட்டம் கொஞ்சம் குறைந்தது.

"இப்படி வந்துடு தம்பி நீ" என்றாள் சேது.

"தம்பி" என்று சேது தன்னைச் சுவாதீனமாய்க் கூப்பிட்டது, கடமலைக்கு ரொம்ப சந்தோஷமாயிருந்தது, எதிரே சென்று உட்கார்ந்தான்.

"எந்த ஊரில் இறங்கணும் நீங்க?" என்றான்.

"ரெட்டிப்பாளையம்" என்றாள் சேது.

"அடே, ரெட்டிப்பாளையமா? என்று கண்களை விரித்து ஆச்சரியப்பட்டான் அவன். அவனும் அதே ஊருக்குத்தான் போகிறான். பெண் பார்ப்பதற்காகத் தன் மாமன் வீட்டுக்குப் போகிறான். அதை அவன் சொல்லாமல், தானும் அதே ஊருக்குத்தானென்று சொன்னான், மகிழ்ச்சி ததும்ப.

அலமு பேசவில்லையே தவிர, விம்மி விம்மிப் பெருமூச்சு விட்டாள். உதட்டைக் கடித்தாள். அவள் கண்களில் சந்தோஷம் பொங்கிற்று. கடமலையின் மாமாவைத் தெரியும் சேதுவுக்கு. போன வருஷம்தான் அவர், அந்த ஊருக்கு வந்து கடை வைத்திருக்கிறார்.

o o o

"அவரு, உங்க மாமா இருக்காரே, அவரு குணத்தை என்ன சொல்றதுபோ, அவரு தங்கச்சி மவனுல்ல நீ! அதான் இம்புட்டுக் குணவானாயிருக்கே/ஆமாம், ஊரில் என்ன தம்பி பண்ணிக்கிட்டிருக்கே?"

"ஏதோ கொஞ்சம் நிலம் இருக்குது, குத்தகைக்குத்தான் விட்டிருக்கேன், சும்மா இருப்பானேன்னு ஒரு சவுளிக் கடையிலே இருக்கிறேன்."

"வூட்டிலே யாரு"

“எங்க தூரத்துப் பாட்டிதான். வேறே யாரும் இல்லைங்க. பாவி நான் குடுத்துவைக்கலை, அப்பாருக்கும், ஆயாவுக்கும் . . .”

சம்பாஷணை வளர்ந்துகொண்டிருந்தது. அலமு எதிர்பார்த்த கேள்வியை இன்னும் கேட்கவேயில்லை அத்தை. அலமு அதை எதிர்பார்த்துக்கொண்டு. எல்லாவற்றையும் கேட்டுக் கொண்டிருந்தாள். கடைசியில் அத்தை, அதைக் கேட்டாள்.

“வூட்டுக்காரி வந்துட்டால்ல ?”

“இன்னும் இல்லீங்க” என்று சிரித்துக்கொண்டே, விரல்களைச் சொடுக்கினான் கடமலை. பெரிய லாபம் கிடைத்ததுபோல் சந்தோஷப்பட்டாள் அலமு.

ஸ்டேஷன் வந்தது. முதலில் அவர்களை இறக்கிவிட்டு, ஜன்னல் வழியாய் மூட்டையைக் கொடுத்துவிட்டுத் தானும் இறங்கினான் கடமலை. அரைமைல் இருக்கிறது ஊர். நடந்துதான் போகவேண்டும், மூட்டையைத் தானே கொண்டுவருவதாய் ரொம்ப சொல்லிப் பார்த்தான். அவர்கள் கேட்கவில்லை.

வழியில், தான் பெண் பார்க்க வந்த விஷயத்தைச் சொன்னான் கடமலை. நிச்சயமில்லை என்றும் சொல்லிவைத்தான்.

“நல்ல வெய்யல், என்னா தம்பி, எங்க வீட்டில் சாப்பிட்டு விட்டு, அப்புறம் போவையாம் மாமன் வீட்டுக்கு” என்றாள் சேது. வழியில் கொஞ்சம் கொஞ்சமாய்ச் சம்பாதித்துக் கொண்ட உரிமையாலும் துணிவாலும், “ரொம்ப சுருக்க ஆயிடும், உடனே போய்ப் பார்த்துக்கலாம்” என்று அலமுவும், பரியாசமாய்ச் சொன்னாள்.

“சாயங்காலம் இங்கேயே வந்துடறேன்” என்று சொல்லிவிட்டுச் சென்றான் கடமலை.

o o o

“யாரு வீட்டுப் பொண்ணைப் பார்க்க வந்திருப்பான் இந்தத் தம்பி ? ஏண்டி அலமு, அந்தத் தெருவுலே நமக்குத் தெரியாமை ஏது பொண்ணு, இந்த வருசம் கண்ணாலம் பண்ண ?” வீட்டுப் பூட்டைத் திறக்கும்போது சேது கேட்டாள். அலமுவும் யோசித்தாள். “ஒருத்தரும் இல்லை அத்தே, புதிசாவும் யாரும் வல்லையே, நம்ப ரண்டு நாளு ஊருக்குப் போய் வர்ரத்துக்குள்ளாரவா, யாராவது வந்திருப்பாங்க?” என்று சொல்லிக்கொண்டே வந்தவள், “ஏன் அத்தை, அத்தே, அப்படியா இருக்கும் ? அய்யய்யோ, அத்தே” என்று ஏதோ கலவரப்பட்டாள்.

“என்ன சொல்றே” என்றாள் அத்தையும்

“மணியக்காரரு வூட்டுப் பொண்ணு ஒண்ணு தானிருக்கு அத்தே, அப்படி இருந்துட்டா, அய்யய்யோ, நீ போ, அத்தே” என்று கண்ணீர்விட ஆரம்பித்தாள் அலமு.

“இந்தத் தம்பியோட மாமாவுக்குத் தெரியாதா, இந்த விஷயம்?”

“எப்படித் தெரியும் அத்தே? அவரும் புதிசுதானே? நீ போயி, அந்த மாமாவைப் பாரேன்”

“ராவுகாலம் போவட்டும், நான் போயிட்டுவரேன்” என்று சேது சொன்னாள். இருவருக்கும் கொஞ்சம் நிம்மதி ஏற்பட்டது.

சாயங்காலம் ஐந்து மணி இருக்கும், சேது கடமலையின் மாமன் வீட்டுக்கு வந்தாள். க்ஷேமமெல்லாம் விசாரித்துக்கொண்டு வெகுநேரம் பேசிக்கொண்டிருந்தார்கள். சம்பாக்ஷணையின் போது சேது, பல தடவை, “உங்க மருமவன் உங்களாட்டமே ரொம்பக் குணவானுங்க” என்று சொன்னாள்.

“ராத்திரி சாப்பாட்டுக்கப்புறம் அங்கைக்குப் போகணும்” என்றார் மாமா.

கீழே குனிந்துகொண்டு மெதுவாய்ச் சிரித்தான் கடமலை.

அவளைப் பார்த்துக்கொண்டே, “எங்கைக்குன்னு கேட்கப்படாதூம்பாங்க, ஆனா விஷயம் தெரிஞ்சக்கணும்னா?” என்றாள் சேது.

“ஆம், இப்பவே என்ன கௌம்பிப் போயிக்கிட்டா இருக்கம், பரவாயில்லை. மணியாரய்யாவுக்குப் பொண்ணு ஒண்ணு இருக்குதாமே, ஜாதவமெல்லாம் பார்த்தோம், சகுனமும் தேவலாம். இருந்தாலும், தாயிதொவப்பன் இருந்துட்டா அதுவேறே தினுசு. அப்புறம் நாளைக்கு என்னைச் சொல்லப்படாதல்லன்னுட்டு, நம்பள்ள வளக்கமில்லாட்டாலும், இவனை வரவளைச்சேன், பொண்ணைப் பார்க்கட்டுமென்று” என்று விள்க்கினார் மாமா.

“வெத்தியாசமா நெனைச்சுக்காதீங்க, நான் சொல்ல வேண்டியதைச் சொல்லிப்படறேன்” என்று சேது ஆரம்பித்தாள்.

“சும்மாச் சொல்லுங்க” என்றார் மாமா.

“என் வயித்துலே பொறக்கலைண்ணாலும், எங்க அண்ணன், தாயில்லாப் பொண்ணை வளர்த்து, அது வௌங்கறத்தைப் பார்க்காமை பூட்டாரு. போவச்சே எங்கிட்ட ஒப்படைச்சிருக்காரு ஒரு பொண்ணை. ஆக, நான் ஏதாவது கெடுதலா நெனைச்சா ஆண்டவன் ...”

“என்னதான் சொல்றீங்க நீங்க?”

“கடமலையை ரயில்லேதான் பார்த்தேன், முன்னைப் பின்னை தெரியாது, ஆளு அவன் குணம் ரொம்பப் பெரிசுன்னு தெரிஞ்சுபோச்சு, அவனுக்குக் கெடுதி வந்துடப் போவுதேன்னு, அலமுவேதான் துடியாத் துடிச்சு என்னை அனுப்பிச்சு.”

“என்னது, கெடுதியா, யாருக்கு? என்னம்மா, ஒண்ணும் வெளக்கமாயில்லையே, நீங்க சொல்றது?”

“சொல்றேன், ஆண்டவன் ஆணையா உட்டேன், எங்க அலமுவுக்காகப் பேசல்லை. இந்தத் தங்கம் கடமலைக்காகத்தான். மணியக்காரரு பொண்ணுக்கு வலிப்பு, ரொம்பநாளா என்னவெல்லாமோ பண்ணியும், அதிகமாயிருக்குது. எனக்கொரு பொண்ணிருக்குது, இன்னொரு பொண்ணு கண்ணாலத்தைக் கெடுக்கிறேன், பெரிய பாவம்தான். ஆனால், இதைச் சொல்லாமை இருக்க முடியலை எனக்கு, அலமுவும் புடுங்கினா போ போன்னு, இப்பவே தம்பியை ஊருக்கு அனுப்புங்க” என்று வேகமாய்ச் சொல்லிவிட்டு அழத்தொடங்கினாள் சேது, புழியப் புழிய.

“அப்படியா?” என்று திகைத்தார் மாமா.

“நான் வந்தேன்னு வெளியில் தெரியவேண்டாம். நான் வரேன், அப்பா கடமலை, நீ மவராசன், நல்லா இரு” என்று கண்களைத் துடைத்துக்கொண்டு கிளம்பிச் சென்றாள் சேது.

இரவு முழுதும் சேதுவும் அலமுவும் தூங்கவில்லை. பல யோசனைகள் செய்துகொண்டிருந்தார்கள். யோசனை வேகத்தில் அலமுவும் தன் கருத்தை அத்தையிடம் வியக்தமாகத் தெரிவித்து விட்டாள். இப்போ ஊருக்குப் போகட்டும். இன்னொரு தடவை பேசிக்கொள்ளலாமென்று முடிவு செய்தார்கள் அத்தையும் மருமவளும். மணியக்காரரைப் பகைத்துக்கொள்வதென்றால் லேசாகவா இருக்கிறது!

அங்கு மாமனும் மருமகனும் யோசனை செய்தார்கள். “பாக்கு வெத்தலை மாத்திக்கூட எவ்வளவோ கல்யாணங்கள் நின்று விடவில்லையா? பரிசம் கிரிசம் போட்டுடலையே. திருட்டுப் பசங்கள் பெரிய குழியால்ல தோண்டிப்பிட்டாங்க. சேது இவ்வளவு பேசினா, அலமுவைக் கட்டிக்கிறத்தைப் பத்திப் பேச்சே எடுக்கலையே, இதுவே சூது இருக்குமென்று தோன்றவில்லை எனக்கு” இது மாமாவின் அபிப்பிராயம்.

“இதோடே, என்னை ஊருக்குப் போன்னுட்டுன்னா சொன்னாங்க அந்தம்மா, தம் பொண்ணுக்காகப் பேசினதா தோணவேயில்லை எனக்கு” தன் மாமாவின் தீர்மானத்தை வலியுறுத்தினான் கடமலை.

மறுநாள் காலை மாமா, மணியாரரிடம் சென்றார், பேசித் தெரிந்துகொண்டு கண்டித்துவிடுவோமென்று. நல்லவேளையாய் இருவரும் வெவ்வேறு ஜாதியென்றே தெரிந்துவிட்டது. கலந்து விசாரித்துக்கொண்டதில் கடமலைக்கு இரட்டிப்பு சந்தோஷம். பகை ஒன்றுமில்லாமல் காரியம் நடந்தேறியது. மறுநாளே முகூர்த்தம் இருந்ததால் கலியாணம் ஆய்விட்டது.

ரயிலில் கடமலையும் அலமுவும் சேர்ந்து உட்கார்ந்திருந் தார்கள். அதே பெஞ்சின் கோடியில் இருந்தாள் அத்தை. ஜன்னலுக்கு வெளியே பார்த்துக்கொண்டிருந்த கடமலை, முகத்தை உள்ளே இழுத்துத் துணியால் கண்களைத் துடைத்துக் கொண்டான்.

"கரி விழுந்துட்டுதா?" என்று கண்ணை விரித்துப் பிடித்துக் கொண்டு ஊதினாள் அலமு. "ஆமாமாம், மணியக்காரரு நெனைப்புலே கரிதான் விழுந்திருச்சு. அத்தையும் மருமவளும் சேர்ந்துகிட்டு, பாவம் ஒரு –" என்று கிண்டல் செய்ய ஆரம்பித்தான் கடமலை. ஊதுவதை நிறுத்தி, "ஆமாம் பாவம். ரயில்லே சண்டை போடறவரைப் பிடிச்சு –" என்று அலமு எதோ சொல்வதற்குள், "என்ன தம்பி கண்ணுலே?" என்று அத்தை குறுக்கிட்டாள்.

"ஒண்ணுமில்லை, சும்மாத்தான்" என்று திரும்பி உட்கார்ந் தான் கடமலை. ரயில் கூட்டத்தில் இரண்டொரு குரல்கள் மெதுவாய்ச் சிரித்துக் கனைத்தன – அரைகுறையாய்ப் புரிந்து கொண்டு.

*சிவாஜி:* **ஜனவரி 21, 1945**

**புதிய கதை**

•

## மாக கவி

மழைக் காலத்து மேகம், வெறும் பிரயாணம் செய்யாது. காளிதாஸன், தான் தூது அனுப்பிய மேகத்தை, ஆங்காங்கே மழை பெய்துகொண்டுதான் போகச் சொல்கிறான். போஜராஜனிடமிருந்து மடிநிறைய வாங்கிக்கொண்டு செல்லும் கவிபத்தினி யும் வழிநெடுகக் கொடுத்துக்கொண்டே வந்தாள். முடிவில் வெறும் மடியைத் தான் உதறும்படி நேரும் என்பதை அவள் நினைத்துப் பார்க்கவே இல்லை. பஞ்சகாலத்து வறுமை, கூட்டம் கூட்டமாய்ப் பின் தொடர்ந்து வரும்போது, பொற்காசுகளை அப்படியே யாருக்கும் கொடுக்காமல் கொண்டுபோய்ச் சேர்க்க, மாககவியின் மனைவியாலா முடியும்?

அவர்கள் குடும்பத்தில் தானம் நடந்து வந்த விதமே அலாதி; அதிவிசித்திரமானது. வாங்குகிறவர்கள் பிறர் என்ற நினைப்பே போய், பல வருஷங்கள் ஆகிவிட்டன. பங்காளிகள் போலத் தான் அநுபவித்துவந்தார்கள். இது மாககவியின் பிதா ஏற்படுத்தி வைத்த சம்பந்தம். அவர்களிடம் குபேரச் செல்வம் குவிந்திருந்ததோடு, தெய்வீக வரம் பெற்றவை போல அந்தக் குடும்பத்து நிலங்கள் எல்லாம், மற்ற நிலங்களைவிட நான்கைந்து மடங்கு அதிகமாகவே விளைந்து வந்தன. தம் மகன் விஷயமாய்ச் சோதிடர்களை அவர் கலந்தாலும் கலந்தார்; நாட்டுக்கே பொதுவாக்கியதுபோலச் செய்துவிட்டார், அவர் தம் செல்வத்தை.

"அந்தியகாலத்தில் உன் மகன் மிக்க வறுமையடைந்து, மஹாரோகம் ஒன்று வருத்த,

அதனாலேயே இறப்பான்" என்றாராம் ஒரு சோதிடர். இவர் யுக்தியாய் யோசித்தார். பரிஹாரம் சொல்லும் பனையேடுகளைத் துருவித் துருவிப் பார்த்துக் கண்டுபிடித்தார் ஒரு பரிஹாரத்தை. 'கிரஹதோஷம்; தீர்த்துவிடுகிறேன் பார்' என்றார். வேதம் சொல்லுகின்ற மனிதப் பிராயம் நூறு; முப்பத்தாறாயிரம் நாட்கள்; இவ்வளவுதானே? அவ்வளவு பேர் பிராம்மணர்கள், அவ்வளவு கலசங்கள், பெரிய அளவில் தக்ஷிணைகள், ஹோமம், பூஜை என்ன என்ன உண்டோ அவ்வளவும் நடத்தத் திட்டம் போட்டார். நடத்தினார். 'இனி நம் புத்திரனுக்கு ஒரு பயமும் இல்லை' என்று நிம்மதியாய்த்தான் போய்ச் சேர்ந்தார் அவர். ஆனால் இங்கு இந்த மஹாதானத்தால் சுவை கண்டவர்கள், இந்த ஊரையும் மறக்கவில்லை; இந்த வீட்டையும் சுற்றாமல் இல்லை.

மாக கவியின் கைக்கு அதிகாரம் வந்தது. எந்த விதத்திலும் தர்மம் குறையக்கூடாது என்றார். அதிகமாகவும் ஆயிற்று. ஆரம்பத்திலிருந்தே தம் வாழ்க்கையைத் தேவகந்தர்வ வாழ்க்கை யாய்ச் செய்துகொண்டிருந்தவர் அவர். வெகு காலம் நடக்கவும் நடந்தது அது. பெரும் பஞ்சம் ஒன்று ஏற்பட்டது. கணவனும் மனைவியும் சேர்ந்துகொண்டு இரண்டு கையாலும் கொடுக்க ஆரம்பித்தார்கள்; அதன் விளைவுதான் இன்று . . .

அரசன்போல – அரசனுக்காவது சில சட்ட திட்டங்கள் இருக்கலாம் – அரசனைவிடச் சிறப்பாய் வாழ்ந்தவர் மாக கவி. அவர் தாராநகரத்தின் மதிற்புறத்தில் வந்து தங்கியிருந்துகொண்டு, பத்தினியை அனுப்பினார்; "அக்ஷரலக்ஷம் கொடுக்கும் போஜனைக் கண்டு வா" என்று, காணிக்கையாக அனுப்பியிருந்தார், பெரிய காவியமொன்றை. 'சிசுபாலவதம்' என்ற அந்தக் காவியத்தை, அளவாலும், கவிதையாலும், உள்ளூறையாலும் எந்த விதத்திலும் பெரிய அந்த மஹாகாவியத்தை முழுவதும் படிக்க நேரம் ஏது? ஏட்டை நடுவில் பிரித்துப் பார்த்தான்; சூரியோதய வர்ணனைக் கட்டம். கலியின் சுய சரித்திரம் சுருக்கி உரைக்கப்பட்டதுபோல இருந்தது ஒரு சுலோகம். "அல்லி குவிகிறது; கமலம் மலர்கிறது; பறவை ஒன்றுக்குப் பகல் வந்துவிட்டதே என்ற பயம்; மற்றொன்று 'ஆகா! பகல்! பகல்!' என்று கும்மாளம் போடுகிறது. நாட்டை விட்டு ஓடும் நளன்போலப் போய் மறைந்துகொண்டிருக்கிறான் சந்திரன்; தோற்றத்திலேயே தன் முழுப் பிரபாவத்தையும் காட்டி எழுகிறான் ரவி; அடேயப்பா! ஊழின் போக்கே மிகவும் விசித்திரம்!"

கவிதையை மற்றுமொரு முறை படித்து அநுபவிக்க முடியவில்லை அரசனுக்கு. சுபிக்ஷத்திற்கு எடுத்துக்காட்டாக இருந்த தாராநகரங்கூடப் பஞ்சத்தைக் கண்டதனால் கலங்கியிருந்தான் அவன். "இதைக் கொண்டு செல்லுங்கள். இதோ வருகிறேன்" என்று சொல்லிக்கொண்டே, கவிபத்தினியின் பிரித்த மடியில்

கொட்டினான் ஒரு பெரும் தொகையை.யோசித்தான்.இப்பொழுது என்ன செய்யவேண்டும் என்ற தீர்மானந்தான் போஜனுக்கு வேண்டியது; ஆனால் அவ்வளவு எளிதில் கிடைப்பதாயில்லை அது. படித்த கவிதையின் சில வார்த்தைகளை முனகிற்று வாய். இந்தக் காலத்திலும் அவனுடைய இருதயம் ரஸனையை விடவில்லை.

பக்கத்திலுள்ள புலவர்களுக்குப் பங்காளிக் காய்ச்சல் கண்டதோ என்னவோ, அரசனைத் தேற்றி முடிவு சொல்லாமல்; "மாகர் காவியம் செய்திருக்கிறாரா? அவருக்கு ஏன் இந்தப் பிழைப்பு? கர்ப்ப ஸ்ரீமான்; ராஜ ஜீவனம் நடத்தியவர். தம் முழுச் செல்வத்தையும் ஏழை எளியவர்களுக்கே கொடுத்துக் கொண்டிருந்தவர். தவிர, பஞ்சம் வெளித்தோற்றத்தில்தான். அவர் ஊரில் பஞ்சம் என்பதனால் வருந்துவாரே இல்லை என்று, நேற்றுத்தான் ராஜசபையில் பிரஸ்தாபம் வந்தது. அவராவது, போஜனிடம், அதுவும் பரிசு பெற, காவியத்தை அனுப்பவாவது! நடுவில் ஒரு வார்த்தையைப் பார்த்துவிட்டுப் போஜனுக்கு இந்தப் பைத்தியம் பிடிக்கவாவது!" என்று ஏதோ சிந்தித்துப் பேசிக்கொண்டார்கள்.

"ஏராளமான சம்மானத் திரவியங்களோடு வந்து சேருங்கள்" என்று மந்திரிகளிடம் சொல்லிவிட்டுக் கிளம்பினான் போஜன்.

"நகரத்திற்கு வெளியில் எங்கே தங்கியிருப்பார் கவி? மரத்தடியிலா? வெறும் தரையிலா? நடந்துவந்த களைப்புத் தீர்ந்தது என்று சொல்வாரோ? ஏதோ உணவு கிடைத்தது என்று ஏதாவது சொல்வாரோ? நான் அவர் சொல்லும் அந்த வார்த்தைகளைப் பொறுப்பேனோ?' என்று அவன் இருதயம் கற்பனை செய்துகொண்டு தவித்தது. பதறிக்கொண்டே உட்கார்ந்திருந்தான் அவன் ரதத்தில். பக்கத்தில் இருந்தவர் ஒரு புலவர்; பதறும் அரசனைப் பரிவுடன் பார்த்துக்கொண்டிருந்தார். ஆனால், நல்ல வேளையாய் அவருக்குக் கவிதை ஒன்றும் பிறக்கவில்லை. மதில் சீக்கிரம் வந்துவிடாதா என்று முன்புறம் தன் உடலை நீட்டிக்கொண்டு மிரண்டுகொண்டிருந்தான் அரசன். ரதம் ஓடிக்கொண்டிருந்தபோதே, நகர்வதாய் நினைத்துக் கொண்டிருந்தான். இப்பொழுது ரதமே கொஞ்சம் மெதுவாய்ச் சென்றது. பக்கவாட்டில் திரும்பினான். "பரதேவதை அவள் தந்தாள்; தர்மதேவதை, மஹாலக்ஷ்மிபோல, அவள், அதுபோல் இதுபோல்" என்று, அவள் சென்ற வழியைக் காட்டிக் காட்டிப் பார்த்துப் பார்த்துப் பரவசமாகிக்கொண்டிருந்த வறியவர் கூட்டந்தான் காரணம், ரதத்தின் தாமதத்திற்கு. 'அவள் யார்? கவிபத்தினிதானோ? இப்படித் தெரிந்திருந்தால் இன்னும்

கொஞ்சம் கொடுத்திருக்கலாமே’ என்று நினைத்துக்கொண்டான் போஜன்.

“இந்தத் தடவை என் முறை; எப்பொழுது அழைக்கலாம், எப்படி உபசரிக்கலாம் என்று திட்டம் போட்டுக்கொண்டிருந்தேன். என்ன ஆகுமோ தெரியவில்லை! இது என் முறை, இது என் முறை” என்று மறுபடியும் அலட்டிக்கொண்டான் அரசன். மிகவும் நிர்ப்பந்தமாய்ப் போய்விட்டதோ என்னவோ, புலவரும் விசாரித்தார்: “உங்கள் முறையோ? அப்படியென்றால்?”

இது வெறும் மேகம், நம் பிராணப்பிரியைக்குச் செய்தி சொல்லுமோ என்று யோசிக்கவில்லையாம், பூமிக்கு வந்துவிட்ட யக்ஷனுடைய விரகம். அரசன் புலவரிடம் சொன்னான்:

“வெகுநாளைப் பிரயாசைக்குப் பிறகு, என் விருந்தாளியாய்த் தங்கியிருக்க, அதுவும் இரண்டு தினக்களுக்கு இசைந்தார் அந்த மகாகவி மரகர். பதிலுக்கு என்னை அழைத்தார். நான் அவர் வீட்டில் தங்கி வந்தேன். இப்படிச் சில தடவை பரிமாறிக்கொண்டோம். சமீபத்தில் இரண்டு வருஷங்களுக்கு முன், அவர் வீட்டுக்கு நான் சென்றிருந்தபொழுது, மிகவும் பிரமாதப்படுத்திவிட்டார். பிரமித்துப் போய்விட்டேன். ஆஹாஹா . . .”

புலவருக்குப் பொருமி அரித்ததுபோலும். அசட்டுச் சிரிப்புச் சிரித்துக்கொண்டு ஆரம்பித்தார்: “தாங்கள், மஹா மஹா, ராஜாதிராஜ, ராஜ மார்த்தாண்ட . . . இப்பேர்க்கொத்த, தங்களைக்கூடக் கவி மாகர் ஆச்சரியப்படுத்துவதாவது! அதுவும் அதிதியுபசாரத்தில் . . . ஹ் ஹ் ஹ . . .”

ஒரு சின்னப் பூமி கண்டத்தையே திரிபுவனமாக்கிக்கொண்டு, மஹாவையும் ராஜாவையும் அடுக்கி அளக்கும் அவரை நினைத்துத்தானோ, எப்படியோ, சிரித்துக்கொண்டே சொன்னான் போஜன்: “வெறும் ஆஸ்தானக்கவி அல்ல, ஸ்வாமி! குபேர லக்ஷ்மீபதி அவர். கேளும், வசந்தத்தில் இங்கு என் விருந்தாளியாய் வந்திருந்த அவரை, பிரகிருதியன்னையை வசந்ததேவன் எவற்றால் அலங்காரம் செய்கிறானோ, அவற்றால் எல்லாம் உபசரித்தேன். ரஸித்துத்தான் வசித்தார். ஊருக்குக் கிளம்பும்போது, ‘எப்படி?’ என்று விசாரித்தேன். மிகவும் சாதாரணமாய்ச் சொன்னார், சௌக்கியமாய் இருந்ததென்று; என்னதான் செய்தால் இவரிடமிருந்து பரிபூர்ணத் திருப்தி அடைந்த பாவனையை எதிர்பார்க்கலாம் என்று யோசித்தேன். ஒன்றுமே புரியவில்லை!”

புலவர் இடைமறித்தார், தம் சிருங்கார ரஸவல்லமையை ராஜா மறந்துவிடப்போகிறாரே என்று நினைத்தவர்போல:

"ஏகபத்தினி விரதம் உண்டோ, கவி மட்டும் அல்ல என்று தாங்கள் கருதும் அந்த மாகருக்கு?"

இதனால் இருந்த கொஞ்சம் ஆறுதலும் போய்விட்டது அரசன் முகத்தில். சுமை இறங்கும் என்று நினைத்தவன் மாதிரி, வியப்பும் கவலையும், சோகமும் திருப்தியும், ஊக்கமும் அலுப்புமுமாகப் பல பாவங்களுடன் சொல்ல ஆரம்பித்தான்: "நான் அங்கே போயிருந்த பொழுது நல்ல பனிக்காலம். மார்கழிப்பனியில் நனைந்த வழியில்தான் சென்றேன். உடல் குளிர்ந்தது. உள்ளத்தில் சூடு இருந்தது. நினைத்துக்கொண்டே இருந்தேன், மாகர் செய்யப்போகும் உபசாரங்களைப் பற்றி. இறங்கி வீட்டிற்குள் சென்றேன். சூரிய தரிசனம் செய்துகொண்டு உப்பரிகைக்குப் போகும்வரையில்தான் ஹேமந்த ருதுவின் நினைவு இருந்தது. அவர் சேகரித்து வைத்திருந்த அரிய காவியங்களையும் ஓவியங்களையும் பார்க்கும் போதெல்லாம் கோடையின் ஆரம்பச் சுகங்களை உணர ஆரம்பித்தேன். மத்தியான்னம் போஜனம் செய்யும்போது முற்றிய கோடையில்தான் இருந்தேன். பதார்த்தங்கள் எல்லாம், பூமிதேவி கோடைக்காலத்தில் அளிப்பவை. இதையும் தவிர, வேறு தேசப் பொருள்கள் பல சுவைத்தேன். இந்தக் கோடைக்கால சுகத்தை இரண்டு நாள் அநுபவித்துக்கொண்டே இருந்துவிட்டு, மூன்றாம் நாள் விடிகையில், சங்கநாதத்தால் பிரபாத மங்களம் தெரிவிக்கப்பட்டதைக் கேட்டுத்தான் உணர்ந்தேன், 'நாம் நல்ல பனிக்காலத்தில்தான் இருக்கிறோம்' என்று. அந்த ஆச்சரியத்தில் முழுகி, 'சுகம் என்பது இதுதானா? இயற்கையாய் அந்த அந்த ருதுவுக்குத் தகுந்தபடி அநுபவிப்பதுதான் நமக்குத் தெரிந்த சுகம். ஆனால் தேசகாலவர்த்தமானங்களை மாற்றிவிட்டிருப்பதுதான் பரமசுகம். சுகம் என்பதே நம் பிரயத்தனத்தால் அரியதொன்றைச் சாதித்து அநுபவிப்பதுதானே . . .?' இவ்விதம் சுகாநுபவத்தை ஆராய்ந்துகொண்டே இருந்தேன். இதைவிட உயர்வாய் அவரை உபசரிக்கவேண்டும் நம் அரண்மனையில்; அதற்கு இப்போதிருந்தே ஏற்பாடு செய்யவேண்டும் என்று நினைத்துக்கொண்டு, அந்த நினைவில் சிரித்துக்கொண்டேன்.

"என்ன? தேசகாலங்களின் ஞாபகம் புதிதாய் வந்ததில் சிரிப்பா..? அல்லது இந்தச் சுகமொன்றும் தங்களுக்குப் புதியதில்லை என்ற சிரிப்பா?' என்று கேட்டுக்கொண்டே உள்ளே வந்தார் கவி. பதில் ஒன்றும் சொல்லத் தெரியாமல் இருந்துவிட்டு, திடீரென்று, 'சரி, நான் ஊருக்குக் கிளம்பலாமா?' என்று கேட்டேன். கவி மறுபடியும் சிரித்துக்கொண்டு, 'அலுத்துவிட்டதா அதற்குள்? அப்படியானால் வசந்தத்தில் கேரள சுகத்தை அநுபவிக்கலாமே கொஞ்ச நாள்' என்றார். பிடிவாதமாய்க் கிளம்பினேன். அன்றையிலிருந்து

யோசித்துக்கொண்டே இருந்தேன், அவரை அழைக்க. ஆனால் நாட்டில் ஏற்பட்ட பஞ்சத்தால் நிறுத்தவேண்டியதாயிற்று யோசனையை ... அதற்குள் என்ன ஆயிருக்கும்? அவர் ஏன் கிளம்பிவந்தார்?" வெகுநேரம் பேசிவிட்டது போல நினைத்து மௌனமானான் அரசன்.

புலவருக்கு இந்தப் பேச்சு முழுவதும் மனத்தில் பிடிபட வில்லை. உபபீடிகை, பிரபீடிகை, பீடிகை, அவையடக்கம், ஆரம்பம் என்று இந்த முறையில் சென்று, 'அது இருக்கே, அதாவது என்னவென்று கேட்டால்' என்று தொடங்கிப் பேனைப் பெருமாளாக்கும் அவர் முறைக்கு, இது முதல் வாக்கியம் முடிந்ததுபோலத்தான் இருந்தது. ஏற இறங்கப் பார்த்தார் அவர் அரசனை. இறங்கியே ஓடி விடுபவன்போல இறங்கும் இடத்தில் நின்றுகொண்டிருந்தான் அரசன்.

தூரத்தில் ஆஜானுபாகுவாய் மரத்தில் சிறிது சாய்ந்து கொண்டு, ஒரு மஹாபுருஷர் நின்றிருந்தார். உத்தரீயம் இருக்கவில்லை என்பது தவிர, ஆடையில் அவலமொன்றும் தோன்றவில்லை. அவரைச் சுற்றிலும் ஒரு சிறு கூட்டம், கந்தல் துணியும் பரட்டைத் தலையுமாய்ச் சுற்றிக்கொண்டிருந்தது.

சித்திரக்கூடத்து ராமனது நினைவு வந்தது போஜனுக்கு. ஜலத்திரை கண்களை மறைத்தது. சடாரென்று துடைத்துக் கொண்டு கூர்ந்து பார்த்தான்.

பசும் பொற்பாவை போன்ற அந்தப் பெண், அரசனிடம் காவியத்தைக் கொண்டுவந்த கவி பத்தினி, கால்நடையாய் வந்தவள், வழியில் அள்ளி அள்ளிக் கொடுத்துக்கொண்டு வந்ததால் ஏற்பட்ட தாமதம் வேறு, அப்பொழுதுதான் அந்த இடத்தை நெருங்கிக்கொண்டிருந்தாள். அவளை வந்து அங்கும் சுற்றிக்கொண்ட சிலருக்கு ஏதோ கொடுத்துவிட்டுத் தன் கணவனுக்கு எதிரில் வந்து தலைப்பை உதறினாள். ஒரு காசு தெறித்தோடியதை எடுக்கப் பலர் குனிந்தார்கள். அரசன் வரும் பக்கம் கையை நீட்டிச் சைகை செய்துவிட்டு, "ராஜா வருவார் இதோ. அவர் கொடுத்த பெரும் தொகை இருந்த மடிதான் இது" என்று உரைத்துக் கெஞ்சும் விழிகளைக் கணவரின் தோய்ந்த விழிகளில் புதைத்தாள் கவிபத்தினி. சோர்ந்திருந்த கவியின் முகம் கொஞ்சம் மலர்ந்தது. "என் காலைப் பார்" என்று சொல்லிக்கொண்டே உட்காரப் போனவர் தடுமாறினார். பாய்ந்தான் போஜன் ஹரஹரகாரத்தோடு. தன் தோளில் சாய்த்துக்கொண்டான். தன் உத்தரீயத்தை, எடுத்து அவர்மேல் போர்த்தினான். உட்காரவேணும் என்று கவி ஜாடை செய்ய, போஜன் அவரை மெதுவாய் அணைத்துக்கொண்டே உட்கார்ந்து, மடியில் கவியை

இருத்தி அவர் தலையைத் தன் மார்பில் சாத்திக்கொண்டான். மெதுவாய் அரசன் முகத்தைப் பார்த்தார் கவி. அவர் கண்கள் வேகமாய்ச் சுழல முடியாமல் சோர்ந்து நிதானமாய்ப் புரண்டு புரண்டு பார்த்தன.

"தங்களை இந்த நிலையில் உபசரிக்கலாமென்று கனவு கண்டால்கூட, என்னால் உயிர் வாழ முடியாதே, மகாகவியே..!

ஏன்..." அரசன் பேச்சு இடையில் நின்றது.

"நடப்பதை எல்லாம் முன்கூட்டியே தெரிந்து கொள்வ தென்றால்..." வார்த்தை முடியவில்லை. அரசன் தோளைத் தழுவிக்கொண்டிருந்த தம் கையைக் குதிகால் அருகே நீட்டினார் கவி. குனிந்து பார்த்த கவிபத்தினி, நிமிர்ந்து போஜனைப் பார்த்தபோது, அவள் முகம் முழுவதும் கண்ணாயிருந்தது. மஹாரோகம், தன் முழு வைபவத்துடன் பிரஸன்னமாகியிருந்தது. அந்த இடத்தில், சோதிடருடைய வார்த்தையின் நினைவு கவிபத்தினியைப் பிரமிக்கச் செய்திருந்த அளவு, அவள் சரீரம் முழுவதையும் மரக்க அடித்திருந்தது.

"சியவன வைத்திய விசாரதர்கள் இருக்கிறார்கள், என் சபையில். தாங்கள் ஸுவர்ணபாதம் தாங்கலாம். தங்களையும் அதையும் சேர்த்துநான் தாங்குகிறேன். சிறிதும் கவலைப்படாதீர்கள்" என்று கம்பீரமாய்த் திட உறுதியுடன்தான் சொன்னான் போஜன். ஆனால், மாக கவி, அதைக் கேட்டுத் தைரியம் கொண்டு உள்ளம் குளிரவில்லை.

அவர் உடல்தான் குளிர்ந்துகிடந்தது.

*கலைமகள்:* மார்ச், 1945
புதிய கதை

●

## மனஸ்ஸாக்ஷி

ஔரங்கசேப் ஆட்சியின் யௌவனப் பருவம், ஸாம்ராஜ்ய எல்லை விரிந்து விரிந்து அடிக்கடி புதிதாய்க் கொண்டிருந்தது. தந்தை ஷாஜஹான் பரிசளித்த 'அலம்கீர்' என்ற கத்தியாலும், அதைவிட ஒருவகையில் கூரிய தன் புத்தியாலும் ஔரங்கசேப், தக்ஷிணம் முழுவதையும் ஆக்ரமித்துவிட்டார். அதை நிலைநிறுத்திக்கொள்ளப் பல வேலைகள் செய்யவேண்டியிருந்தன.

பெரும் பிரச்னையாயிருந்த தக்ஷிணத்தில், ரகசிய வேலைகளைச் செய்யும் உத்தியோகஸ்தர்கள் பலர் இருந்தனர். அவர்களுள் ஒருவன் பகவன்தாஸ்.

"உங்கள் தாத்தாவின் அப்பாவிடம் உயிரை வைத்திருந்தார் அக்பர் சக்ரவர்த்தி. ராமாயண பாரதங்களைப் பாரசீகத்தில் மொழிபெயர்த்துக் கொடுத்தவர் உங்கள் தாத்தாவின் அப்பாதான். அவர்களெல்லாம் மந்திரி உத்தியோகம் பார்த்தது, இந்திரனுக்குப் பிருஹஸ்பதி பார்த்த மாதிரி அல்லவா? இப்போதுதான் என்ன? உனக்கு என்ன குறைவு? நீயும் ஒரு நாளைக்கு 'பிரதான்ஜீ' ஆகத்தான் போகிறாய்' என்று பகவன்தாஸுடைய தாயார், சில சமயங்களில் பழமை பாடிக் கோட்டை கட்டுவாள். உலகமறியாதவள், ஆனால், அன்பைப் பரிபூர்ணமாக அறிந்தவள் இவள் என்ற முறையில், இதைச் சிரித்துக்கொண்டாவது கேட்டுக்கொண்டிருப்பான் பகவன்தாஸ்.

இந்தப் பழைய பெருமையைப் பற்றி வேறு யாராவது ஞாபகப்படுத்தினால் கூட எரிந்துவிழுவான் அவன். ‘வீடொரு மாதம், காடு மற்ற மாதங்களில்’ என்று வயிற்றுப் பிழைப்பை நடத்திவரும் தனக்கு, ‘தானொரு மந்திரி வம்சத்தினனாக்கும்’ என்ற கவைக்குதவாத எண்ணம் எதற்கு என்று முடிவு கட்டி, அந்த நினைவை ஒழித்துவிட்டிருந்தான் அவன். அப்படி ஒழித்ததனால்தான், அவனால் இவ்வளவு சுகமாய், நிம்மதியாய் வாழ முடிந்தது.

ராஜாங்கத்தில் அவனுக்கு உத்தியோகமென்பது, அவன் வாழ்க்கையிலிருந்துதான் கொஞ்சம் தெரியும். நில புலன்களில்லை. தன் அழகிய மனைவியுடனும், ஒரு பெண் குழந்தையுடனும், தாயாருடனும் கண்யமாய் வாழ்கிறான் பகவான்தாஸ். ராஜாங்க விஷயமாய் வெளியூர் செல்வதில் சளைக்கமாட்டான். திரும்பி வந்து வீட்டிலிருக்கும் நாட்களைப் பரம சுகமாகக் கழித்துவிட்டுப் போவான். போன அவனும் சரி, வீட்டில் உள்ளவர்களும் சரி, மறுசந்திப்பை அமிர்தத்தை எதிர்பார்ப்பதுபோல் எதிர்பார்த்து மகிழ்ச்சியுடனிருப்பார்கள். ஏன் திகட்டப்போகிறது இந்த இன்பம்?

தக்ஷிணத்தின் எல்லைப்புறங்களில் கடல்வரை பரவி நிற்கும் மலையாரம்பங்களை, ராஜபாட்டையாக நினைத்து, மஹாராஷ்டிரர்கள் சஞ்சரிக்கலாம். கிழக்கத்தியானான டில்லிவாசி பகவன்தாசுக்கும், அவன் கூட்டாளி உத்தியோகஸ்தர் களுக்கும் மிகுந்த அசௌகரியங்கள் ஏற்படும். அங்குக் கடமை ஒன்றுதான் ஊக்கும் அவர்களை, அந்தச் சந்தர்ப்பங்களில். மார்வாரிலோ வேறிடத்திலோ அலுவல் ஏற்பட்டால்கூட, அவ்வளவாகச் சிரமம் இராது. ஆனாலும், வீட்டை விட்டுப் பிரிந்து வந்து, அபாயங்களைத் தாமே சென்று வரவேற்க வேண்டிய உத்தியோகஸ்தருள் ஒருவனாயிருந்தும், மனோபலத்தால் சில விஷயங்களைப் பற்றிச் சிந்திப்பதே இல்லை என்ற பிடிவாதத்தோடு உத்தியோகம் பார்த்துவந்தான் பகவான்தாஸ்.

ஒரு சமயம் வெளியூரிலிருந்து திரும்பிவந்தான், வழக்கமான முகப்பொலிவு இல்லாமல். இந்தப் புதுமையைப் புரிந்துகொள்ள முடியாமல், வழக்கமான தங்கள் மகிழ்ச்சியைக் காட்டிக்கொண்டு வரவேற்ற அவனுடைய குடும்பத்தினரை, அசடுகள் என்றா சொல்வது? வீட்டில் நுழைந்த பகவன்தாஸ் ரகசியவாளையும் இன்னும் ஒன்றையும் அலட்சியமாய்த் தூக்கி எறிந்தவுடன், மகிழ்ச்சியை நழுவவிட ஆரம்பித்தார்கள் வீட்டவர்கள். ஆனால், அவன்போல அதே உணர்ச்சியை வரவழைத்துக்கொள்ள முடியுமா என்ன? ஏமாற்றத்தில் தவித்தனர்.

அவனுடைய மனைவியும் மகளும் சுருக்கச் சுருக்க இமைகொட்டிக்கொண்டு, யூகங்களில் முனைந்திருக்க, தாயார் வந்து எதிரே நின்று, "வாடாப்பா, உடம்புக்கு என்ன? கோபம் மா ... திரி, ஏன் குழந்தாய்" என்று நயந்தாள்.

தாயாருக்குப் பதிலுரைத்தான் தாழ்மையாய்:

"கவலைப்பட வேண்டாம் அம்மா, நீ அடிக்கடி சொல்வாயே, பர்த்ருஹரி வாக்கியம் ஒன்று, 'ராஜாங்க சேவை வாளின் கூரிய முனை வாயில் நடப்பதுபோல' என்று, அது உண்மைதான் அம்மா.

"என்ன, இப்போ என்ன புதிதாய்த் தெரிந்ததா!"

"எப்பொழுதும் தெரிந்ததுதான், இப்பொழுது நன்றாய், அனுபவத்தால் புதுப்பிக்கப்பட்டுப் பிரகாசிக்கிறதம்மா ..." ரகசிய இலாகாவில் சேராமல், வேறு உத்தியோகத்தில் இருந்திருந்தால் கௌரவமும் இருந்திருக்கும் .. , வந்து ..."

"எதுவாயிருந்தால் என்ன, ராஜாங்க சேவை உயர்ந்ததுதான் பகவன், இப்பொழுது மாத்திரம் உனக்குக் கௌரவம் குறைவா?"

"கௌரவக் குறைவோ, இல்லையோ, அது கிடக்கட்டும் அம்மா, சாதாரண வெளி உத்தியோகமாயிருந்தால், மனசாட்சியை இப்படியெல்லாம்கொன்றுகொண்டே இருக்கவேண்டாமல்லவா?"

"இது என்ன பேச்சு பகவன், கடமையைச் செய்வதில் உன் மனசாட்சியைப் பற்றி ... சரி ஸ்நானம் செய்து சாப்பிடு, பிறகு பேசலாம் ..."

'ஆகட்டும்' என்று கிளம்பியவன் ஊர்ந்துகொண்டே யோசித்தான். திரும்பித் தன் தாயைப் பார்த்து, "அம்மா, இரண்டு மாதங்களுக்கு முன் என்னோடு தெற்கே கிளம்பி வந்தானே, அச்யுத், அன்று நம் வீட்டிலேயே சாப்பிட்டுவிட்டுச் சேர்ந்து கிளம்பினோமே இருவரும், ஞாபகம் இருக்கிறதா அவனை?" என்றான்.

"அதற்குள்ளாகவா மறந்துவிடுவேன் உன் சிநேகிதனை" என்றாள் தாயார், அவன் பொருமுவதை கவனித்துக்கொண்டே.

"அவன் இறந்துபோய்விட்டான் அம்மா .. !"

"ஏன் ... என்ன செய்தது .. !"

"சங்கடமான ராஜாங்கக் காரியமொன்றில் கொலையுண்டான் அம்மா அவன். அவனுடைய குடும்பம், சந்தியில் நிற்கிறதம்மா அனாதையாய். இந்தப் பாதுஷா, அந்தக் குடும்பத்திற்கு ஜீவனம் தர மறுக்கிறாரம்மா ..."

“இரு இரு குழந்தாய், ஏன் அப்படி ஆத்திரப்பட்டுப் பல்லைக் கடிக்கிறாய்? எடுத்துச் சொல்லுகிறவர்கள் சொன்னால் எல்லாம் நடக்கும். ஆத்திரப்பட்டு, அர்த்தமில்லாமல் ராஜத்துவேஷ ...”

“அம்மா, ராமராஜ்யமல்லம்மா இது, ராவணராஜ்யமுமில்லை, இது என்னவோ ஒரு ராஜ்யம். உன் ஸ்ம்ருதி வாக்கியங்களெல்லாம், அதோ பார் அந்த வாயு மண்டலத்தில் . . . ஏ அப்பா, எவ்வளவு செய்தான், இந்த ராஜாங்கத்திற்கு! கடைசியில் உயிரையும் கொடுத்துவிட்டானே. அவன் பெண்டாட்டி பிள்ளைகள் ... அது என்னத்திற்கம்மா ... ஊஹூம், நான் மாட்டேன் ... மாட்டேன் ...”

“பகவன், ஏய் பகவன், உன் மனைவியும் மகளும் கண் கலங்க ஆரம்பித்துவிட்டார்களடா, இதென்ன பைத்தியக்காரத்தனமான ஆத்திரம், உடம்பெல்லாம் வியர்த்து, அடேடே முகம் ரத்தம் கசிந்துவிடும் போலிருக்கிறதே, கொஞ்சம் ஆற்றிக்கொள், எனக்காகக் கொஞ்சம் ஆற்றிக்கொள்” என்று தாய் அடக்கினாள்.

ஸ்நானம், சாப்பாடு ஸ்வாரஸ்யப்படவில்லை. வீரமாகவும், கோபமாகவும், வைராக்கியமாகவும் தோன்றிற்றே தவிரக் கடைசியில் சோகமாகத்தான் பரிணமித்தது அவனுடைய அன்றைய அனுபவம். மிகவும் ஒன்றிப்போன ஜீவன்கள் ஆனபடியால், அந்தத் தாயார், கலங்கி நிற்கும் அவனுடைய மனைவி, மகள் அனைவரையும் ஒட்டிவிட்டது சோகம்.

படுத்திருந்த பகவன்தாசை நெருங்கி உட்கார்ந்திருந்தாள் தாயார். மனைவியும் மகளும் அவ்வளவு நெருங்காமலும் கொஞ்சம் நெருங்கியும் உட்காருவதும் நிற்பதுமாயிருந்தார்கள், புரண்டு புரண்டு படுப்பான் பகவன்தாஸ்; போர்வையைச் சரி செய்வாள் தாய்; குத்திட்டு நெட்டைக்கு நேர் பார்த்து விழிப்பான். ‘ஒன்றுமில்லை, பேசாதிரு’ என்று நெற்றியைத் தடவிப் பார்வைக்குத் தடங்கல் செய்வாள் தாய். பெருமூச்சு விடுவான், அசாதாரண சப்தத்துடன். மனைவியும் மகளும் பார்வையையும் உடம்பையும் வளைத்துக்கொண்டு கவனிப்பதற்குள், ‘ஏன் ஏன்’ என்று ஆதரவாய் மார்பைத் தடவுவாள் தாய். மாலை போய்க்கொண்டிருந்தது.

“விளக்கு வெளிச்சத்திலும் இதே கதைதானா? நிம்மதியாய்த் தூங்கப்போகிறானா இவன்?” என்று மூன்று பேரும் ஒரே விஷயத்தை ஆலோசித்துக் கொண்டிருந்தார்கள். கவியும் இருட்டுக்கு முன், மூன்று பேர் முகத்தையும் உற்றுப்பார்த்தான் பகவன்தாஸ். தாயாருக்கு வேறு என்னவோ தோன்றிற்று. நெற்றியை, உடம்பு பூராவையுமே ஒரு தடவை ஒத்தி ஒத்திப் பார்த்தான். கைக்கு ஒன்றும் விசேஷம் தென்படவில்லை. தேகத்தின் உஷ்ணம் சாதாரணமாய்த்தான் இருந்தது.

"அம்மா, என்னத்திற்கு இப்படித் துக்கம் கொண்டாடுகிறீர்கள்? நீ உடம்பைத் தடவுகிறாய், உன் பேத்தியும் மருமகளும் கண்ணைக் கசக்கிக் கொள்கிறார்கள். நான் ரொம்பக் குழந்தையாய் விட்டிருக்கிறேனல்லவா, இன்றைய காரியங்களில்? இப்படி நான் அலட்டிக்கொண்டதால் கொஞ்சம் ஓய்ச்சல் ஏற்பட்டிருக்கிறது, அதைத் தவிர வேறு ஒன்றுமில்லை. கவலைப்படாதீர்கள். இன்று இரவு நாம் வெளியூர் போகிறோம். சீக்கிரம் கிளம்புங்கள். முக்கியமான பண்டம் பாத்திரங்கள் போதும். மற்றவை இங்கேயே இருக்கட்டும், பிறகு பார்த்துக்கொள்வோம் . . . என்னம்மா இப்படிப் பார்க்கிறாய்? இவ்வளவு நேரம், நான் செய்தது தவறென்று எனக்குப் பட்டுவிட்டது. நான் இவ்வளவு அலட்டிக்கொண்டு வெளியில் கொட்டியது கொஞ்சம் தவறுதான். என் இத்தனை நாளைய அனுபவமும், இன்று என்னைக் காட்டிக்கொடுத்துவிட்டன அல்லவா? சமயத்திற்கு உதவாமல் என்னைக் குழந்தையாக்கி விட்டனவல்லவா? அவையேதான் என்னை மிகமிகப் பெரிய மனிதனாகவும் ஆக்கப்போகின்றன. நீயென்றும் தடுக்கவே கூடாது, உன்னால் முடியவும் முடியாது. சீக்கிரம் உணவு ஏதாவது தயாரிக்கச் சொல். நாம், நாளை விடிவதற்குள், ஐம்பது கல்லாவது தாண்டிவிடவேண்டும். விவரமெல்லாம் சொல்கிறேன், பிறகு . . ."

இந்த நீளமான பேச்சு, அதன் ஆழம், ரகஸ்யமான குரல், தெளிவான தன் மகனுடைய முகம் இவற்றாலேயே தாயாருக்குத் தைரியம் பிறந்து திடுதிடுவென்று வளர்ந்தும்விட்டது.

தன் அம்மாவின் முக விலாசத்தை அப்பாவுக்குக் காட்ட விரும்பிய மகன், அவன் கவனத்தைப் பேசித்திருப்பினான்: "அப்பா, ரொம்பப் பயமுறுத்திவிட்டீர்களே அம்மாவை . . ."

"இவ்வளவு நாளாய்த் தெரியாமல், இப்படியும் ஒரு விஷயம் வைத்திருந்தீர்களா? என்ன ஆத்திரம், கோபம், படபடப்பு, ஏ, அப்பா, நல்லவேளை இப்பொழுதாவது மலையேறிற்றே இந்த ஆவேசம் . . ." என்று இத்துணையும் தொனிக்கும் தன் மனைவியின் அடக்கமான சிரிப்புக்குத் தானும் ஒரு சிரிப்புச் சிரித்துச் சரிசெய்தான் பகவன்தாஸ். கடைசியாக நீண்ட நிருபமொன்றை நேரில் பாதுஷாவுக்குத் தரும்படி திட்டமாய் ஓர் ஆளை நியமித்துவிட்டுத் தன் குடும்பத்துடன் வழிநடக்க ஆரம்பித்தான்.

ஓ ரங்கா, ஓ ரங்கா என்று கூவிக்கொண்டு செல்வார்களாம், யாத்ரீகப் பக்தர்கள். பாதுஷாவிடம் இதைச் சொல்லி, 'ஜனங்களுடைய நித்ய சரியையே தங்களைப் புகழ்வதுதான்' என்பார்களாம் லோட்டா அதிகாரிகள். மகிழ்ந்து போவாராம் ஔரங்கசேப். சரித்திரமும் இந்த விளையாட்டைக் கொஞ்சமாவது

வினையாக்கத்தான் முயல்கிறது, அணைய இருந்த ஜோதியோ, அல்லது அதிர்ஷ்டம்தான் துளி ஒட்டிக்கொண்டிருந்ததோ, ராஜ்யம் பெருகிற்று. பிரஜைகளும் பயந்தார்கள். மொகலாயக் கெடுபிடிகள் குறையாமல் இருந்தன. சில்லறைக்கு எப்படியிருந்தாலும், மொத்தத்தில் ஔரங்கசேப் பாதுஷாவாகத்தான் இருந்தார். ஆனால் அவர், தன் மனத்தைத் தவிர, வேறு யாரையும் கௌரவிக்க வில்லை. பலரறியத் தன்னிடமிருந்த பலஹீனங்களையே கௌரவமாகக் கருதிவிட்டார் அவர்.

அந்த ஔரங்கசேப்கூடத் தலைகுனிந்து, அதாவது அவமானத்தையுணர்ந்து உயர்ந்த மனசாக்ஷியின் வாடையில் குளிர்ச்சியைக் கண்டு, சற்று யோசனையில் ஆழ்ந்தார். பகவன்தாசின் கடிதத்தைப் படிக்கக் கேட்டதும், விஷயம் தெரிந்து கொள்ளாமல் அந்தக் கடிதத்தை நடுதர்பாரில் படிக்கச் சொல்லி விட்டார். அந்த அதிகாரி படிக்கும்போது, பாதுஷா குறுக்கிட்டுத் தடுத்துக்கூடப் பார்த்தார்.

ராஜாதிகாரத்தைக் காண்பிக்க வேண்டாமென்று மெதுவாய்ச் சொன்னார். அவன் கேட்டும் கேட்காததுபோலப் பெருவேகத்தில் படித்து முடித்துவிட்டான். அவனுக்கும் ஆத்திரம் இருக்காதா, பாவம். பகவன்தாஸ் தனது முழு உணர்ச்சியையும் கொட்டியிருந்தான்.

'மனஸ்ஸாக்ஷி . . . தெய்வத்தை நீர் ஒப்புக்கொள்வதானால், உமக்கு இருந்துதான் ஆகவேண்டும் அது, மனஸ்ஸாக்ஷி இருக்குமானால், இதைச் செய்யும்' என்று அவன் படித்து முடித்தபோது, அங்கிருந்த சில அறிவாளிகள், மற்ற பலர், லோட்டாக்கள், ஏன் பணியாட்கள்கூட, அப்படியே ஸ்தம்பித்துப்போய் நின்றார்கள். அசரீரி வாக்கு ஏதாவது உண்டானாலொழிய, வேறு யாரும் பேசுவதாயில்லை.

கடுமையான சொற்களை உட்கொண்டுவிட்ட ஔரங்கசேப், இரையுண்ட பாம்பு மாதிரி நெளித்துக்கொண்டான் உடலை.

ஜீரணமாகாத உணவுகள்போல, அவரை அயர்த்தி விட்டிருந்த வார்த்தைகள் ஒவ்வொன்றாக ஞாபகத்துக்கு வந்து வதைத்துக் கொண்டிருந்தன அவரை.

'மனஸ்ஸாக்ஷி . . . மனஸ்ஸாக்ஷி' என்ற கிசு கிசு குரல் சபையில் ஆங்காங்கே உண்டாயிற்று. செல்லக் குழந்தைபோல ஒவ்வொருவரிடமும் தாவிற்று. அவ்வளவுதான். மூச்சுப்போல் கேட்டுக்கொண்டிருந்த சிற்றொலி, நல்ல முழுச் சொற்களாகக் கேட்க ஆரம்பித்தது.

“என்ன தைரியம், ராஜாங்க ரகஸ்யங்கள் அம்பலத்தில் . . . ஏன், சம்பளம் வாங்கித் தின்பது போதாதாமோ?”

“ரொம்ப வேதனைப்பட்டுத்தான் எழுதியிருக்கிறான், செத்துப்போன அச்யுத்தின் குடும்பத்திற்குப் பாதுஷா ஏதாவது செய்யத்தான் வேண்டும் . . .”

“எத்தனை பேருக்கென்று செய்வார் பாதுஷா?”

இதெல்லாம் கிடக்கட்டும், இதற்கென்ன அர்த்தம்? சீக்கிய குரு தேஜைக் கொல்ல நாங்கள் தோது சொல்லியிருக்காவிட்டால், ஷாஜஹான் பாதுஷா கட்டிய டில்லியில் சிந்து மதக் கொடி பறக்குமாக்கும் என்று எழுதியிருக்கிறானே?” மேற்கண்டவாறு அபிப்ராயங்கள் வெளியிடப்பட்டன.

இதிலிருந்து சிலருக்குக் கடிதத்தின் வாசகங்களின் மேல் ஞாபகம் செல்லத் தங்கள் தங்களுக்கு விசேஷமாய்த் தோன்றியதைச் சொல்லில் ஆரம்பித்துவிட்டார்கள்.

“தங்களுக்காக எத்துணை தடவை நாங்கள் மனஸ்ஸாக்ஷியைக் கொன்றிருக்கிறோம்.”

“கத்தி வீச்சு வேணுமா, குல்லாய் வேண்டுமா என்று கேட்டதை அநுமதித்திருக்கிறோம்.”

“சூறையாடவென்று தெரிந்தும் கோயில்களின் நிலைமையைத் தெரிந்துவந்து சொன்னானாம்.”

“தலைவரி கொடுக்காமலிருக்கும்படி ஜனங்களைத் தூண்டிய எங்கள் ஸகோதரர்களைச் சிறைபிடித்தோம் —”

சபையில் பேச்சு வெள்ளம் ஓடத் தொடங்கியது. நிமிர்ந்து உட்கார்ந்துகொண்டு சபையைப் பார்த்தார் பாதுஷா. தன் கண்ணெதிரேயே, தன் ஆணை மஹிமையிழப்பதுபோல் உணர்ந்து துள்ளிக் குதித்தார். இரைந்து கத்தினார்:

“வாயைத் திறந்து, இனி யாராவது இங்கே பேசினால் உயிரிழப்பார்கள். இது என் உத்திரவு.” மேலும் தொடர்ந்து,

“அடே, என்ன கடிதம் . . . நாட்டைவிட்டுச் சென்றுகொண்டே, இதை எழுதுகிறேன். என் உடம்பு இருக்கும் நிலையில், இந்த அதிர்ச்சி என்னை இறக்கச் செய்தாலும் செய்துவிடும். நான் இறந்தாலும் என் குடும்பத்திற்கு ஜாகீர் வேண்டும்.”

“அச்யுத் என்ற காலஞ்சென்ற என் கூட்டாளியின் குடும்பத்திற்கும் ஜாகீர் வேண்டும். நான் இறக்காமல் பிழைத்தாலும் ஜாகீர்தார் என்ற ஹோதாவில் நான் மறுபடியும்

வரவேற்கப்பட்டால்தான் உம் மனஸ்ஸாஷி மதிப்புப்பெறும். இல்லாவிட்டால், உம் மனஸ்ஸாட்சியைப் பற்றி உம் கடவுள் தீர்ப்புச் சொல்வார்" ஏறக்குறைய அவன் எழுதியிருந்த வார்த்தைகளையே ஞாபகத்தோடு சொல்லியிருக்கிறேன், பிரதான்ஜீ, என் மனஸ்ஸாட்சிக்கு ஸவால் விடும் அவனை உயிருடனோ பிணமாகவோ கைது செய்துகொண்டு வாருங்கள். அச்யுத்துக்குப் பரிந்து பேசுகிறானே, அந்த அச்யுத்தின் குடும்பத்தைப் பிச்சைக்காரக் குடும்பம் ஆக்கிவிடுங்கள். நாளை இரவுக்குள், இந்த என் உத்திரவை நிறைவேற்றவேண்டும்" என்று முழு மனஸ்ஸாக்ஷியுடன் பொழிந்துவிட்டு, ஸபை கலையும் அடையாளத்தையும் செய்துவிட்டுப் போய்விட்டார் ஔரங்கசேப்.

*சிவாஜி:* மார்ச் 4, 1945

புதிய கதை

## பிரளயம்

"சரி, புதுசா ஒண்ணும் நீ சொல்லிவிட வில்லையே, இது வந்து ராமு, நான் என்னத்தைச் சொல்கிறது" என்று நான் மிகுந்த அலுப்புடன் சொன்னேன். அவன் தன் கதையை என்னிடம் ரொம்பத் தடவை சொல்லிவிட்டான். நாம் ஏதாவது உபாயம் சொல்லி உதவலாமே என்பதும் அசாத்யமாயிருந்தது ராமு விஷயத்தில். அவனே கேள்வி கேட்டுக்கொள்வான். சமாதானமும் செய்து கொண்டு விடுவான்.

ராமு என்னிடம் பேசிக்கொண்டிருக்கிறான்: "ஏய், நான் அன்னிக்கி சொன்னேனே; மாமா பெண் சாந்தியின்போது நடந்தது என்று, அது இந்தப் பாடு படுத்துமென்று, அன்றைக்கே எனக்குத் தெரியும்டா. ஏய்! அன்னிக்கி படுத்த படுக்கை. நான் சொன்னேனாம் கோபத்தில். அதே வார்த்தையை, 'நான் சாகணுமாமே, நான் சாகணுமாமே' என்று அலட்டுகிறதடா அது. நான் என்னடா பண்ணுவேன். ஓரளவுக்கு அந்த வார்த்தைகளில், அந்த ஜீவன் கண்ட கிலியும் வெறுப்பும் இருக்கத்தானேடா செய்கிறது, ஏய், நான் பாவிடா ..."

இந்தச் சந்தர்ப்பம்தான், நான் பேசுவதாயிருந்தால் பேசக்கூடிய இடம். ஆனால், என்னத்தைப் பேசமுடியும் நான்; அடுத்தபடி, அவனே ஆரம்பித்து விடுவானே!

"இதுக்காக நான், என் ஆசையைக் கொன்று விடுவதா? அது சாத்யமா, ஏய், நான் படிக்கிறபோது

'ரஸிகன்னு' பட்டம் வாங்கினேனே, அந்த வயிற்றெரிச்சலைச் சொல்வதா, ஊரான்தானே என்றுகூடப் பார்க்காமல், உரிமையென்று வேறு சொல்லிக்கொண்டு, சிநேகிதர்களுடைய பெண்டாட்டிகளைப் பற்றியெல்லாம் விமர்சனம் செய்வேனே, அந்தப் பழியா? ஏய்! என் தலையிலே எழுத்துடா, நான் கல்யாணம் பண்ணிக்கப் போகிறேன், இந்த 'ஸீஸனில்.' என்ன சொல்கிறாய் நீ. . ?"

நான் என்ன சொல்வது, எதற்காகச் சொல்வது?

"ஏய், என் எண்ணத்தைப் பார்த்தாயல்லவா, இந்த ஆண் ஜாதி, மஹா க்ரூர ஜாதிடா. நம்முடைய அற்பச் சபலம்தானே, நமக்குப் படுகிறது. அடே! எனக்கு வந்துவிட்டது வியாதி, குறுகிச் சுருங்கிப் பாயோடு ஒட்டிக்கொண்டு கிடக்கும்போதுகூட, எந்தப் பயலாவது நம்ம ஆம்படையாளை வெறுமே பார்த்தால்கூடப் பேசாமல் இருப்போமென்று நினைக்கிறாயா நீ? ஆக, அந்த ஜீவன் இருக்கும்வரைக்கும்..."

"பேசாமல் கிட" என்று சொல்லவேணும்போல் தோன்றுமெனக்கு. அதற்குள் அவன் பேச்சு காதில் விழுந்துவிடும்.

"இது இரண்டுமே பைத்தியக்காரத்தனம்டா, ஏன்னு கேள். சபலத்தை எப்படி விடமுடியாதோ, அதே மாதிரி, மனஸ் ஸாக்ஷிக்குப் பயந்து கடமையைக் காப்பாற்றுவதும் முடியாது. நாசமாப் போக, ஏய் இதெல்லாம் என் கிரஹ சாரம்டா, இல்லாவிட்டால், இது ஏன் நமக்கு லபிக்கணும்? நம்ப லிபி, நான் ஒழிந்துபோய்விட வேண்டியது தாண்டா, சரியான முடிவு, நான் போயிடறேண்டா, ஏய்! நான் போயிடறேன்."

இந்த இடம் எனக்கு மஹா அலுப்புத் தோன்றி ஆத்திரமாகப் பரிணமித்துவிட்டது. ஒருநாள், "போகிறவன் சொல்லிக்கொண்டு போகமாட்டான். ராமு, ஸஹிக்கவேயில்லைடா எனக்கு. போயேன், போயேண்டா! போய்விடு. ஏண்டா பைத்தியம் பிடித்து அலையறேள் இப்படி, உங்களை யாருடா, கன்னாபின்னான்னு படிக்கச் சொன்னது?" என்று குறுக்கே இறங்கிவிட்டேன். இன்னும் கொஞ்சம்கூடப் போயிருக்க வேண்டும். அதற்குள்ளே விசிக்க ஆரம்பித்துவிட்டான் ராமு. உண்மையாய், அவனுக்கு ஆறுதல் சொல்ல ஆரம்பித்தேன்.

"ராமு, எல்லோருக்கும்தான் உண்டு என்றாலும், உன்னைப் போல சஞ்சலபுத்தி, அடே எதைக் கண்டாலுமேயா பிரமாதமா மனதைப் போட்டுக் குழப்பிக்கிறது? உன் பெண்டாட்டிக்கு, அவ வந்த நாளா சீக்கு, எனக்குத் தெரியாதோ இது? எந்தப் பாவமோ, உன் தலையில் கட்டிவிட்டது, இந்த

சவத்தைக் கொண்டுவந்து. பேசாமல், இன்னுமொரு கல்யாணம் பண்ணிக்கொள்ளடா என்றாலும், மாட்டேன் என்கிறாய், அப்புறம் நீயே, இந்தப் பசி, பைத்தியம் பிடிக்கக்கூட வைத்துவிடுமே என்கிறாய், சீச்சீ! என்னடா, இது சுத்த ...”

என் குரல் தணியப்போகிறது. அவன் எதையோ சொல்லிக் கொண்டு எழுந்துவிட்டான்:

“அதுதான் சொல்லிவிட்டேனே. நான் போய்விடவேண்டும், ‘நான் போயிடணும்’!” வாசற்படி தாண்டுவதற்குள், நீட்டி நீட்டி இரண்டு தடவை சொல்லிவிட்டான்.

நாலும் தெரிந்த முழு ஸ்திரீ, அவனுடைய தாய் மாமன் மனைவி. பால்யத்தில் அவளிடமே வளர்ந்தவன் ராமு. ராமுவை அவள் கனிவாய்ப் பார்த்துக் கரிசனமாய் உணர்ந்தாள், அவனை அந்தச் சமயத்தில். அதாவது தன் மாப்பிள்ளை, தன் பெண்ணைக் கையில் பிடித்துக்கொண்டு கேலிகளுக்கிடையில் சாந்திக் கல்யாண அசட்டு அழகோடு உள்ளே போகும்போது, திரும்பி ராமுவைப் பார்த்தாள். ராமுவை ஏமாற்றம் சஞ்சலப் படுத்திக்கொண்டிருப்பதின் நியாயம், அவளுக்குத் தெரியும். அதனால்தான், அவ்வளவு குறிப்பாய் முகத்தைப் பார்த்தாள். இருந்தாப்போலிருந்து, திடீரென்று வெட்கத்தை விட்ட யுவதி மண்டலம் பாட ஆரம்பித்ததும், ரேழிப் பக்கம் போன மாமி, “அம்பி, ஏய் ராமு! இங்கே வாயேன்” என்று கூப்பிட்டாள். தலையைக் கோதி, அவன் மார்பைத் தடவிக்கொண்டு சொன்னாள்.

“என்னடா வந்துடுத்து இப்போ? நம்ப பாப்பாவைத் தரேண்டா உனக்கு, அழகா இருக்கலாம் ...”

“சாந்திக் கல்யாணப் பெண்ணின் தங்கை, இந்த வருஷத் திற்குள் அவசியம் வாழ்க்கைப் படவேண்டியவள், என்ற இந்த அடுத்த யோசனைகளில் செல்லவில்லை ராமு. ‘ஸ்த்ரீ ஹிருதயமொன்று, தன்னைப் புரிந்துகொண்டு ஆற்றுவித்ததில் அவனடைந்த திருப்தியால் அவன் கண்ணீர் விட்டான். அதை அவன் என்னிடம் சொல்லும்போதும், இந்த உணர்ச்சிதான் அதிகமாய்ப் பிரதிபலித்தது, ஆனாலும், ராமுவின் ஸ்வபாவத்திற்கேற்ப, அதில் சுருதி பேதமும் இருந்தது. “இப்படி நம்மைப் பார்த்து ஒருவர் அநுதாபப்படும்படி ஆய்விட்டது பார்த்தாயா” என்றான் ராமு. அவன் ஹிருதய சூலம், ஓரளவுக்கு அவனே அகாரணமாய் எடுத்துக் குத்திக்கொண்டதுதான். முடிச்சுப் போட்டது விதிதான் என்றாலும், அந்த ஜீவன், இழவு மஹா கோரம். கிழித்துக்கொண்டு கிளம்பிவிடுமோ என்ற எலும்புகளும், பிரம்புக்கூடை மார்பும், பூஞ்சைக் காளான் பூத்த சருகு போன்ற

தோலும், ரொம்பக் கண்றாவி. இத்துணை வைபவத்தோடே, அதன் பூவிழுந்த கண்ணும் செவிட்டுக்காதும், அதன் புத்தியைப் பொட்டையாய் அடித்திருக்கின்றன. அப்பா அம்மாக்களைப் பார்த்துவிட்டு, அதுவாக நினைத்துக்கொண்ட வயிற்றெரிச்சல் ஒன்று, அதாவது தன் ஆம்படையான் தன்னிடம் எப்படியோ இருக்க வேண்டுமென்ற ஒரு கொக்குமதி. அன்றைக்கொருநாள், அது கிடக்கும் கிடையையும் போய்ப் பாத்துவந்தேன். பழங்கந்தலை உதறிப்போட்டு அது கலைந்துகிடப்பது மாதிரி, தரையோடு தரையாய்க் கிடந்தது, அந்த அப ஜீவன். க்ஷீணித்திருந்தாலும், அது முனகிப் பேத்திக்கொண்டிருந்தது. “நான் சாகணுமாமே...” என்ற அபத்தப் பல்லவி கொல்லுவதுபோலத்தான் இருந்தது, கேட்போரை.

தானே, போய்விடவேண்டும், போய்விட வேண்டுமென்று பேத்தும் ராமு, இந்த அபதார்த்தத்தை, ‘நீ செத்துப்போயேன்’ என்று சொல்லியிருந்தால், அதில் தவறு என்ன, ஆச்சரியம்தான் என்ன?

இந்த ராமு, தன் மனஸாக்ஷியைக் காப்பாற்றி, அதனால் நிலைகுலைவதைவிட, இயற்கையோடு ஒத்து வாழ இரண்டாம் கல்யாணம் செய்துகொள்வதுதான் விவேகம் என்று முடிவு செய்தேன். சாயங்காலம் போய் ராமுவைப் பார்த்துக் கொஞ்சம் தீவிரமாய்ப் பேசி ஒரு முடிவு பண்ணவேண்டும் என்று நினைத்துக்கொண்டேன். ராமு ஆறப்பொறுக்காதவன், எதற்கும் ‘ஹா’ன்னு மாய்ந்துபோகிற பேர்வழி என்று தெரிந்தாலும், இன்றைக்கு இவன் இருக்கும் தினுசு நன்றாயில்லை என்று, முன்கூட்டியே ஏதோ அரைமுடிவுக்கு வந்துவிட்டது என் மனது.

மாலை ஐந்து, ஐந்தரை மணிக்கு அவன் வீட்டிற்குப் போனேன். அவன் வெளியில் போனதாகச் சொன்னாள் அவனுடைய அம்மா. “சுத்தப் போறேன்னு கிளம்பிப் போனான் வந்து...”

தொனியில் கண்ட தேசலையும், வந்து... என்ற நீட்டலையும் அறிந்த நான், இன்னும் ஏதாவது அந்த அம்மாள் பேச விரும்புகிறாளோ என்று யோசித்துக்கொண்டிருந்தேன். அதே போலத் தயங்கித் தயங்கிப் பின் பேசினாள். “இன்னிக்குக் காலம்பற ராமு உன் வீட்டுக்குத்தான் வந்திருந்தானோ? இன்னிக்கி முழுக்கவும் பிரமைதட்டினது மாதிரி உட்கார்ந்திருந்தான்.”

“அம்மா உங்களை... யாரையும் எதுவும் சொல்வதற்கில்லை, ஆமாம், ஏன் மறுபடியும் கல்யாணம் செய்யக்கூடாது!”

இந்த என் கேள்வி வழிதிறந்துவிட்டது போலும். ராமுவின் தாயார் சொன்னாள்,

"எங்க ராமுவுக்கு இன்னும் முதற்கல்யாணத்திற்குக் கூட நாளாகலை, இருபத்தஞ்சு வயசுகூட ஆகலையே, என் ராஜாவுக்கு. அதுக்குள்ள எல்லாம் ஆகி. . . அவனைப் போய் அழைத்துக்கொண்டு வந்துவிடுகிறாயா, நீயும் வாயேன் கூட, நீ. . ." சிரமப்பட்டு முடித்துக்கொண்டு உள்ளே போனாள்.

'அவனை அழைத்துக்கொண்டு வா' என்று அந்த அம்மாள் சொன்னதில், அவள் நினைத்தாளோ நினைக்கவில்லையோ, உட்கருத்து இருப்பதாகவே தோன்றிற்று எனக்கு. வீட்டில் இருந்த பொழுதே ராமுவின் மனத்தில், பிரளயத்திற்கு முன் ஏற்படும் தேக்கம் ஏற்பட்டு, அது அவன் முகத்தில் பிரதிபலித்திருக்க வேண்டும் என்றே பட்டுவிட்டது எனக்கு.

ரஸ்தாவிலுள்ள குளத்தினருகே சென்றேன். ராமு குளத்தடி வாய்க்கால் மதகின் மேல் உட்கார்ந்திருந்தான். தொடர்ந்து பேச்சுவார்த்தை நடக்கக் கொஞ்சம் நேரமாயிற்று. மிதமான காற்று அடித்துக்கொண்டிருந்தது. குளத்துக்கு ஸந்தியா வந்தனம் செய்ய வரும் சிலர், படித்துறையில் கூடினர். எங்களைத் தாண்டிச் சென்றிருந்த இரண்டொருவர்கூடப் படித்துறைக்குப் போய்விட்டார்கள். தலை கால் இல்லாமல், என்னத்தையோ பேசிக்கொண்டிருந்தான் ராமு. நான் பேசவே முடியவில்லை, அவ்வளவு வேகம், என்னென்னவோ சம்பவங்கள்.

"நான் தொரையன் மகன், கந்தப்பய ஊமை இருக்கான் பாருடா, அவனும் பெண்டாட்டியும், இப்படிப் போனார்கள் சற்று முன்னே. ஊமைப்பய நடையைப் பார்க்கணுமே, அவளை இடிச்சு இடிச்சுண்டு. . ., ஆமாம் சனி பீடை இதெல்லாம் சுத்தப் பேத்தல், நம் தலையில் எழுதிவிட்டான் மொட்டையாய், ஏய் இதெல்லாம், எனக்கு அதை விட்டா வேறு கதியில்லை, தாலி கட்டின அவல ஜீவன், அதைச் சொல்வானேன், நான் வந்து. . ." வர வர அவன் பேச்சு, சித்தப் பிரளயத்தின் முழு வேகத்தில், உள்ளூர ஓடும் அழிவு உருவாகும்படியான தோரணை காட்டிற்று.

பகல் முடிவின் சோர்வும், வெளிச்சம் சற்று இருந்தும் ரஸ்தா மரங்களின் பசுமைக் கருப்பில் குழம்ப ஆரம்பித்திருந்த பேரிருளின் சூசனையும்தான் எங்கள் பின்னணியாய் நின்றன. சுருட்டி எழும் அலைகள்போல், அவன் மனத்திலிருந்து புரண்டுகொண்டே வெளிவந்த நினைவுகள் என்னை மோதின. அந்த மோதுதலில், என் தனிநினைவு மங்கிவிடாமல், மனத்தைத் திடப்படுத்திக்கொண்டு, அவன் பேசுவதைக் கேட்டுக்கொண்டிருந்தேன். அந்திச் சிவப்பு மங்கும் நேரம். கிளம்பலாமா என்ற யோசனையுடன், காலை இன்னும் சற்றுக் கீழே தொங்கவிட்டுக்கொண்டிருந்தேன். ராமு பேசி ஓய்ந்து ஸ்தம்பித்திருந்தான். இருவரும் காலூன்றி நின்றோம்.

தாழங்காட்டில், அடி தொடங்கும் கொன்னை மரத்தடியிலிருந்து, பாம்பொன்று நெளிந்து வந்தது. ஆளரவம் கேட்டு, அது வேகமாய் ஊர ஆரம்பித்தது. ஒரே நேர்க் கோடாய். மிகச்சிறிதே மீதியிருந்த சிவப்புப் பகலில் அது சற்று அதிகமாகவே கலவரப்படுத்திற்று. "இப்படி வா ராமு. . ." என்று நான் விலகிப் போய்க்கொண்டே திரும்பினேன். அந்த விஷ பயத்தில், ராமுவினுடைய சித்தப் பிரளயத்தை மறந்துவிட்டேன். ராமு நகராதது திரும்பிப் பார்த்தபோதுதான் தெரியும் எனக்கு. பாம்பு வயலில்தான் இறங்கப்போகிறது; ஆனாலும் பக்கத்தில். . . "ஏய், மடையா, இப்படி வாடா" என்று கொண்டிருந்தேன் உதறிக்கொண்டு. ராமு திடுதிடுவென்று போனான். பாவி, அந்த நமனைப் பிடித்துவிட்டான். அதுவும் தலைவிரியும்படி, வாலில் அழுத்திப் பிடித்துவிட்டான், படுபாவி.

***கலாமோகினி:* ஜூன் 12, 1945**

**புதிய கதை**

# சித்திரம்

தேசதேசாந்திரங்களுக்கெல்லாம் சென்று, அவற்றின் சித்திரக்கலை நுணுக்கமறிந்தவன்; அவற்றின் நயமறிந்து, கலந்து, புதிய முறையில் எழிலுறும் ஓவியங்கள் தீட்டும் வல்லமையுடையவன் மித்திரகுப்தன். செல்வம் மிகுந்த ஒரு குடும்பத்தின் தோழனாகியிருந்தான். அவன் ஆக்ஷயித்த அந்தப் பிரபு குடும்பத்து யுவ யுவதிக் கூட்டம் முழுவதுமே கலையை ரஸித்துப் பரவசமாகும் ரஸிக ஹ்ருதயம் பெற்றிருந்தது. தீர்க்க சிந்தனை செய்வதும் சித்திரிப்பதும், அதை அவர்களிடம் காட்டுவதுமாய் உலகத்தையே மறந்திருந்தான் குப்தன். ஊதியமென்று ஒன்றும் பெற அவசியமில்லை; அவர்களுள் ஒருவனாகவே இருப்பதும், வம்பளப்பதும், விளையாடுவதும், சிந்தனைக்கும் அதன் சிருஷ்டிக்கும் மட்டும் தன் வாசஸ்தலம் போவதுமாய் இருந்து வந்தான்.

இன்று அவன் வருவது ஒருவார இடையீட்டுக்குப் பிறகு. கையில் சுற்றிய ஒரு சித்திரத்தோடு வேகமாய் வந்துகொண்டிருந்தான். வாட்டத்திலும் வசீகரம் குறையவில்லை அவன் முகத்தில். உண்மையான சிருஷ்டி கர்த்தாவின் கர்வத்தைப் புன்னகையில் சுமந்து வந்துகொண்டிருந்தான்.

எப்பொழுதும் இருக்கும் சந்தடி இருக்கவில்லை அந்த மாளிகையில். பல பாட்டுக்களின் அடியை இழுத்துக்கொண்டிருந்த மெல்லிய பெண் குரல் ஒன்று மட்டும் கேட்டது. சித்திரக்கார குப்தன் நினைத்தான்:

"ரோஹிணி ஒருத்தியின் குரல் மட்டுமே கேட்கிறது. மற்றவர்களெல்லாம் எங்கே..? முட்டாள் பசங்கள், முழுப் போக்கிரிப் பெண்கள், நல்ல படத்தோடு வரும்போது எங்கேயாவது தொலைந்துவிடும். சரி இவள் போதும். இவள் ஒருத்தி ரஸித்துவிட்டால் எல்லோரும் ரஸித்த மாதிரிதான். இருந்தாலும், ... எல்லோருமிருந்தால் உத்ஸாஹமாய் விவாதம் ஒன்று கிட்டுமே..?" மொச்சுக் கொட்டிச் சிரித்துக்கொண்டான். புருவத்தை நெளித்துக்கொண்டு மாளிகையை நெருங்கினான் குப்தன். அவன் வந்துகொண்டிருக்கும் போதே "வாருங்கள் மஹா சைத்ரிகரே, வாருங்கள்! சைத்ரிக ஸம்ராட், வாருங்கள்! வாருங்கள் அபர பிரம்மாவே..." என்றெல்லாம் பலவிதமான குரல்களில் தான் ஒருத்தியே கத்தினாள் ரோஹிணி. காட்டாற்றின் புதுவெள்ளம் மாதிரி, உத்ஸாஹம் முழுவிசையும் முடுக்கப்பட்டு மோதிப் புரண்டது அவளுடம்பின் வளைவுகளில்.

பழகினவனாயிருந்தும் குப்தனுக்கே ஒரு மாதிரியாய் இருந்தது. இருந்தாலும், பிரபு வீட்டு யுவதி சைத்ரிகனுக்காகவா விநயத்தைக் கற்பாள்? யுவதியின் இந்த ஏகாந்தக் குதூஹலத்தின் அரட்டலோ என்னவோ, படத்தைக் காட்ட அவன் எவ்வளவு படபடப்போடு வந்தானோ அந்த வேகம் தானாகவே தணிந்து விட்டது. ரோஹிணி மாத்திரம் இருக்கிறாள். மற்றவர்கள் வெளியில் எங்காவது போயிருந்தால்கூட இனிமேல் கூப்பிட்டு ஆள் சேர்த்து சித்திர ரஸனை ஆரம்பமானால், 'மேளம் கட்டாது' என்பது மாத்திரமல்ல, அடிபிடிக்கட்டாயத்தின் வாக்குமூலம் மாதிரி ஆய்விடும் சித்திரத்தைப் பற்றிய தீர்ப்பும் விவாதமும் என்று பட்டது குப்தனுக்கு. ஆகவே வேறு பிரஸ்தாபத்திற்கு அவன் அடிகோலத் தொடங்கினான். அவன் விடுவதற்கு முயன்றுகொண்டிருந்த அதிலேயே தலைப்பை எடுத்தாள் அவள் ஸம்பாஷணைக்கு.

"ஏது குப்தரே, நேற்றிலிருந்து இந்தப் பக்கமே திரும்பவில்லையே! அன்னை கலாதேவி ஆட்கொண்டாளா... அன்றி அன்னையாக ஒரு..."

"உஸ்... உஸ்..." என்றான் குப்தன்.

"ஓ, மன்னிக்கவேண்டும். சரி எதோ உயர்ந்த சிருஷ்டி ஒன்று நடந்திருக்கவேண்டும்..? அதோதான் இருக்கிறதே, சிருஷ்டியின் ஆதாரம், ஹிரண்யாக்ஷன் சுருட்டிய பூமி மாதிரி, எங்கே... எடுங்கள்..."

பணக்கார சகவாஸம் பேயோடு போல என்பது நல்ல அநுபவத்தீர்ப்பு. அதுவும் பணக்கார ஸ்திரீயோடு என்னும்போது, நல்ல மோஹினியுடன் பழகுவது போலத்தான். சந்தர்ப்பத்தின் பிடியில் சிக்கிய குப்தன் தவித்தான். அவனையும் அறியாமல் நெகிழ்ச்சி பரவிற்றுச் சுற்றுவாடையில்.

“அது இருக்கட்டும் . . . எங்கே மற்றவர்கள்?” என்றான்.

“ஏன், நான் மனுஷியாகப் படவில்லையா . . . ஆமாம், தங்களைப் போன்றவர்களின் . . .”

“ரோஹிணி, வீணாய் ஏதாவது விஷமம் பண்ணாதே பேச்சில் ...”

“பின்னே எடுங்களேன் அந்தச் சித்திரத்தை . . .”

“அந்தச் சித்திரம் . . .”

“என்ன, அந்தச் சித்திரம் . . . என்று இழுக்கிறீர்கள்? என்னதான் நீங்கள் ரகஸ்யத்தை எழுதிவிட்டு, அதை மறைக்க வெட்கப்படுவது மாதிரி நடித்தாலும், நான் ஒன்று சொல்கிறேன் . . .”

“நீ ஒன்றுமே சொல்லவேண்டாம், வெட்கமென்ன? அதெல்லாமில்லை. நீ எதாவது . . .”

“ஒன்றுமில்லை, என்னதான் பச்சையாய்க் கவிகளும் சைத்ரீகர்களும் எழுதினாலும், உண்மை அகப்படுவது ரொம்பச் சிரமம் என்று சொல்ல வந்தேன். கிடக்கட்டும், இந்தச் சித்திரமென்ன, சிருங்கார ரஸமா அல்லது சோகமா?”

“ஏன், வேறு ரஸமே கிடையாதோ?”

“யதேஷ்டமாக இருக்கிறது. உங்களுக்கெல்லாம் சுலபமும், அதனாலேயே பிடித்ததும் ஆய்விட்ட இந்த இரண்டு தவிர . . .”

“ரோஹிணி, ரொம்பப் படித்திருக்கிறாயே, படித்துவிட்டாயே ரஸசாஸ்திரத்தை! இதோ படம் பார்க்கலாம். முதலில் சொல், பதியின் அழிவை மறைத்துவிட்ட மூர்ச்சை உபகாரமாகும் சந்தர்ப்பம் கேள்விப்பட்டிருக்கிறாயா?”

“ஆஹாஹா! பெரிய ஸந்தர்ப்பம் கண்டுபிடித்ததாக மகிழாதீர்கள். இது எனக்கு ரொம்ப நாளாகத் தெரியும், காலேஜில் புரோபஸரிடமும், வீட்டில் பண்டிதரிடமும், பிரளயமாகயிருக்கிறேன் இதைச் சர்ச்சை செய்து, எடுங்கள் சித்திரத்தை . . .”

“எனக்குப் பதில் . . .”

“நான் வெறும் குண்டு போடுவதாக ஸந்தேகமா? ஆஹாஹா சைத்திரிகர் சந்தேகியாயிருப்பது ஆபத்தல்லவா? குப்தரே, மன்மத தகன சந்தர்ப்பம். நீங்கள் வரைந்திருக்கும் படத்தையும் சொல்லிவிடட்டுமா பார்க்காமலேயே . . .”

பேசாமல் சித்திரத் துணிச்சுருளை நீட்டினான் குப்தன். ஒரே துணியில் மேலும் கீழுமாய் இரண்டு தனித்தனிப் படங்கள்.

முதற்படம்:

மன்மதனும் ரதியுமான அந்த ஆதர்ச மிதுனம். மேலும் கீழும் பக்கவாட்டிலும் முழுவைபவத்துடன் வரவேற்கும் வஸந்தத்தின் குதூகலம். அந்த மகிழ்ச்சியில் மாந்தித்துவளும் ரதியை அணைந்து தாங்கிக்கொண்டு அசைந்துவருகிறான் மன்மதன். தூரத்தில் வைராக்ய மூர்த்தி; தவம்செய்யும் ஹரன்; ஆமாம், கற்பனைக்கே பயங்கரமான பிரளய ருத்திரமூர்த்திதான். (தூண்டும் இயற்கையின் துணைகொண்டு வைராக்யத்தின் எதிரே வேட்கை, வருகிறது ஸுகத்தைத் தழுவிக்கொண்டு)

அதற்குக் கீழே இரண்டாவது படம்:

தூரத்தெரியும் தபஸ்வியிருந்த மேடை. அதன் பரப்பில் அலங்கோலம் தொனிக்கிறது. ரதி மட்டும் இருக்கிறாள். அவளெதிரே ஒரு வெறும் முட்டு. அணைந்த கை அப்படியேயிருக்க, முன்னிருந்த ரதியின் முகவிலாஸம் மாறவேயில்லை.

ஓரக்கண்ணில் மட்டும் அப்பொழுதுதான் ஆச்சர்யத்தின் ஒரு ரேகை, சற்றேனும் சோகச் சுருக்கமின்றிப் படர ஆரம்பித்திருக் கிறது. அதே நிலையில் மூர்ச்சித்துச் சாய்ந்த ரதி மரத்தினடியில் இருந்தாள். கணத்திற்குமுன் பரவியது போன்ற வெளிச்சம்கூடத் தொனிக்கிறது ஒரு வர்ணக் குழைவில்.

கனலில் வதங்கிய கொடிகளின் பெரிய இலைகள் கொழுந்துகள்போல் துவண்டிருப்பதும், கொழுந்துகள் சுருட்டிக் கொண்டிருப்பதும், கனல் வீசியதைக் காட்டின. (வேட்கையை அவித்துவிட்டுச் சுற்றுவாடையையும் உதறிவிட்டுக் கிளம்பி விட்டது வைராக்யம். வேட்கையற்ற விஷய சுகம் விதவையான அழகுபோல் வீணே கிடக்கிறது.)

ரோஹிணி சித்திரத்தில் லயித்துப் பிரமை தட்டிப்போய் விட்டதென்னவோ உண்மையென்று, சுவடு போட்டுக்கொண்டு மேற்படத்திற்கும் கீழ்ப்படத்திற்கும் ஸஞ்சரித்துக் கொண்டிருந்த அவளுடைய கண்கள் கூறின. மெல்ல மெல்லத் துணியைச் சுருட்டி வைத்தாள். கண்களைத் துடைத்துக்கொண்டாள், ஆடையை இழுத்துவிட்டுக்கொண்டு வாதத்திற்கு அஸ்திவாரம் போட்டாள்: "அபாரமான கற்பனை! ஆஹா என்ன வர்ணஜாலம்! ஒவ்வொரு அணுவிலும் பாவம் பொங்குகிறது... ஆனால்..."

"ஆனால், உம்... ஆனால்?"

"ஆனால்..."

"ஆனால், உம், வெளிவரட்டுமே மஹாமேதை . . ."

"அவசரப்படாதீர் குப்தரே. நான் மஹாமேதையோ இல்லையோ. ஆனால்..."

"ஆனால் என்பதற்கு அர்த்தம் போய் வெகுநேரம் ஆய்விட்டது ரோஹிணி மேலே . . ."

"குப்தரே, காளிதாஸனுடைய அசட்டுத்தனத்திற்கு, கலைச் சாதரா போர்த்தி, நாமும் முட்டாளாக வேண்டாம்..."

"நான் அசடானது போதாதா உங்களிடம்? கவிகுல தீபம் கூடவா?"

"தீபம் சுடல் தண்டி அசடு வழியாதா, எண்ணெய் அதிகமாய் விட்டால்?"

"இதற்கு அர்த்தமென்ன ரோஹிணி..."

"அர்த்தமென்ன? திடீரென்றேற்பட்ட மன்மத தகனத்தில், அந்த அதிர்ச்சி தாக்கி, உடனே சோகம் கிளறவில்லை ரதியை. அத்துணை கடும் வேகத்தில் நெற்றிக்கண்ணின் கனல் வேலை தீர்த்துவிட்டது. தன்னைத் தழுவிக்கொண்டிருந்த மன்மதன் மின்னல்போல் பளீரென்று ஜ்வலித்து, அடுத்த கணத்துளியில் மறைகிறான்; சம்பவத்தின் வேகத்தில் ரதி மூர்ச்சை போட்டு மயங்கினாள். பதி மரணம் உடனே தெரிய வகை கவி, சின்ன விருத்தத்தில் வளத்த முடியாமல் சுருக்கமாய்ச் சொல்ல முனைந்து கொஞ்சம் அதிகப்படுத்திவிட்டான், 'அந்த மூர்ச்சை ரதிக்கு உபகாரமே செய்ததுபோலும்' என்று. இதைத் தாங்கள் தத்ரூப சித்திரமாக்கியதில், படமும், ரதியின் மூர்ச்சை முகத்தில் காண்பித்திருக்கும் பாவமும் ரொம்ப உயர்ந்ததுதான்; ஆனாலும் அசட்டுத்தனம் ஒன்று ராஜக்காம்பீர்யமானது போல . . .

"ரோஹிணி, ரொம்ப அழகு. என்ன ரஸனை!"

"நேர்மையாய்ப் பதில் சொல்லாமல் கிண்டல் ஏன்?"

"காளிதாஸன் அசட்டுத்தனம் போனான், அதுவும் குமார ஸம்பவத்தில், அதிலும் இந்த மன்மத தகனக் கட்டத்தில் என்றால்..."

"என்றால் என்ன, குடியொன்றும் முழுகிவிடாதே, இது என்ன பிடிவாத ரஸனை... கற்பனைக்கு..."

"கற்பனை வெறும் கட்டுப்பொய்யே அல்ல ரோஹிணி. உண்மையின் மிக உயர்ந்த நிலைதான் அது."

"அதனாலேயே, வாழ்க்கைக்கு ஒவ்வாமல் போவதில் ஆச்சரியம் என்ன குப்தரே? கவிகளின் உள்ளம் எதையும் பெரிதாக்கவே முனைகிறது..."

ரோஹிணியும் குப்தனும் இருவருமே சற்று அமைதியா யிருந்தார்கள். மௌனம் முழுக் காம்பீர்யத்துடன் இருவர் மனத்தையும் மேலே அழுத்திக்கொண்டிருந்தது. உள்ளே திணிந்து குமையும் எண்ணச் செதில்கள்.

"அம்மா, அம்மா" என்று கூப்பிட்டான் ஆள் ஒருவன்.

"உள்ளே வரலாம், யாரது" என்றாள் ரோஹிணி.

"ஐயா மோட்டாரில் லாரி மோதிவிட்டது; காயத்துடன் ஆஸ்பத்திரியில் இருக்கிறார்" என்றான் வந்தவன்.

ரோஹிணியின் கணவனைப் பற்றித்தான் இந்தச் செய்தி வந்தது. சம்பாஷணை போன வழியை நினைத்துப் பார்த்துக் கொண்டிருந்த குப்தன், இந்தச் செய்தியைக் கேட்டதும் குழம்பிப் போய்விட்டான். 'அபசகுன சித்திரமாகவா வந்து சேரவேண்டும் என் அரிய சித்திரம்' என்று நினைத்துக்கொண்டே, ரோஹிணியைப் பார்த்தான். ஏதோ யோசிக்கிறாள் என்று தெரிந்தது அவள் முகத்தில். ஆனால் திறந்திருந்த வாயிலிருந்து பேச்சோசை காணவில்லை. 'இவள் என்ன சொல்லப்போகிறாள்?' என்ற யோசனையில் குப்தன் மூளை கொதிக்க ஆரம்பித்தது. 'நல்லதோ கெட்டதோ, காலம் பார்த்து வந்தால்தான் அநுபவிக்க முடியும். காலா காலமில்லாமல் இப்படித் திடீரென்று வந்தால், மலைப்பைத் தவிர வேறு என்ன. ரோஹிணியின் உணர்வு நீர்த்து விட்டதா? இப்படியெல்லாம் தோன்றிற்று குப்தனுக்கு. தன்னை அவள் பார்க்காவிட்டாலும் இமைக்காமல் ரோஹிணியைப் பார்த்துக்கொண்டிருந்தான் அவன்.

"போகலாம் வாருங்கள்" என்று சொல்லிக்கொண்டே, வாசலுக்குக் கிளம்பினாள் ரோஹிணி. அவள் குரல் சுத்தமா யிருந்தது. எந்த பாவத்தின் கார்வையும் இருக்கவில்லை அதில்.

காரில் ஏறினார்கள். ஆஸ்பத்திரிக்குப் போனார்கள். பெரிய டாக்டர் உள்ளே இருந்தார் போலிருக்கிறது. ஆபீஸ் அறையில் சின்ன டாக்டர் இருந்தார். ரோஹிணியும் குப்தனும் போய் விசாரித்ததும் "காயம் ஒன்றும் பெரிதில்லை, பயப்பட வேண்டிய அவசியமேயில்லை. நீங்கள்?" என்றார் சின்ன டாக்டர்.

"இந்த அம்மாதான் காயம் பட்டவருடைய மனைவி. நான் குடும்பத் தோழன். இந்தம்மாவைச் சற்று உள்ளே போக..." என்றான் குப்தன்.

"ஒருவரையும் உள்ளேவிட வேண்டாம் என்றார். இருந்தாலும் அவரைக் கேட்டுக்கொண்டு –"

சின்னவர் பேசிக்கொண்டிருக்கும்போதே, "யார் அங்கே" என்றார் பெரியவர்.

"மோட்டாரில் லாரி மோதி சற்று முன் . . . அவருடைய மனைவி" என்றான் குப்தன்.

"அப்படியென்றால் கட்டாயம் உள்ளே வரக்கூடாது. காயம் ஒண்ணும் பெரிதில்லை. ரொம்ப லேசு, ஆனால் ரத்தமும் அதுவும் இதுவும் பார்க்கச் சற்று பயமாகவே இருக்கும். இதோ ஐந்து நிமிஷம் . . ." பெரியவர் மறுத்தேவிட்டார்.

டாக்டர் 'ரத்தம், அது, இது' என்னும்போதே ரோஹிணி கூட்டி விழுங்கினாள்; உதட்டைக் கடித்தாள்; பெரிதாய்ச் சுவாசித்தாள்; கண்கொட்டினாள் . . . என்னவோ செய்தாள். கற்பனையால் ரத்தத்தையும், அதையும், இதையும் பார்த்தேதான் விட்டாளோ என்னவோ அப்படியே நாற்காலியில் சாய்ந்தவள் ஸ்தம்பித்துப் போய்விட்டாள். அங்குக் கிடைத்த அட்டை ஒன்றால் விசிறிக்கொண்டே, வேறு ஒன்றும் செய்யாமல், ஹிமவத் தைர்யமய் இருந்துவிட்டான் குப்தன்.

ரோஹிணி, கண்ணைத் துடைத்துக்கொண்டு விழித்து நிமிர்வதும், நர்ஸ் வந்து உள்ளே கூப்பிடுவதும் உடன் நிகழ்ந்தன.

தூயவெள்ளைத் துணியால் சீரான பட்டையாய்க் கட்டுக்கட்டி இருந்தது அவர் தலையிலும் மார்பிலும், மற்றபடி தெளிவாய்ப்பேசிக்கொண்டு வரவேற்றார், ரோஹிணியின் கணவர். ரோஹிணியும் அவரைத் தொட்டுத் தொட்டுப் பார்த்துக்கொண்டு சுமுகமாய்ப் பேசிக்கொண்டிருந்தாள்.

"காயம் சின்னதுதான் ரோஹிணி. நீ அப்பொழுதே பார்த்திருந்தாயானால், அப்பப்பா எவ்வளவு ரத்தம் கொட்டி விட்டது! தெரியுமோ, எலி அடித்த ரத்தத்தைப் பார்த்துவிட்டு, கண்ணையும் பொத்திக்கொண்டு கூசிக் குறுகிவிட்டாயே முன் ஒரு தடவை. நல்லவேளை குப்தரே, இவளை இவ்வளவு நேரம் வெளியே வைத்துக்கொண்டார் ..." என்றார் ரோஹிணியின் கணவர்.

"அப்படியென்ன வெகு நேரம் காத்திருந்தோமா என்ன, வெளியில் . . ?" ரோஹிணியின் இந்தக் கேள்வியில், அவளுடைய ஆச்சரியம் த்வனித்த அளவு, அவள் கணவரின் கண்களை ரொம்பச் சுழலச் செய்தது.

குப்தன் மெதுவாய்ச் சிரித்தான்; கனைத்துக்கொண்டான்; சொன்னான்:

“ஸ்தம்பித்துப்போய், தன்னை மறந்திருந்தாள் இவள்; நியாயமாய் மூர்ச்சையென்று அழைக்க வேண்டும் அதை, நான் அதற்குத் தூக்கம் என்று பெயர் வைத்துவிட்டுப் பேசாமல் இருந்துவிட்டேன்.”

ரோஹிணியின் கணவர், ஓசையில்லாமல் சிரித்துக்கொண்டு, அவளுடைய கைகளைத் தடவிப் பிசைந்தார். கையைத் தூக்கிக் கன்னத்தை, நெற்றியைத் தடவினார்.

மெல்லச் சாய்த்துப் பார்த்துக்கொண்டு, “குப்தரே ...” என்று கூப்பிட்டாள் ரோஹிணி.

“அந்த மூர்ச்சை ரதிக்கு உபகாரமே செய்தது போலும்” என்ற காளிதாஸனுடைய வாக்கை நிதானமாய் நீட்டிச் சொன்னான் குப்தன்.

***சந்திரோதயம்:* 22.7.1945**

**‘குபேர தரிசனம்’**

•

# மன்மதன்

அவனுக்கும் ஒரு பெண் கிடைத்து, அவளை அழைத்துக்கொண்டு தெரு நடுவே போகிறான். அவன் வழியில் வரும் வாகனங்களையே கவனிக்க வில்லை. மனிதர்களையா கவனிக்கப்போகிறான்? இவன் பரபரப்பையும், வகையில்லாமல் மாறி மாறி இவன் வளைந்து நடப்பதையும் கவனித்தவர்கள் சிலர்தான். அவன் அந்த ஊருக்குப் புதியவன். வந்து இரண்டொரு மாதங்கள்தான் ஆகியிருந்தன. அதிகமாக அவன் வெளியில் கிளம்புவதில்லை. மிக அரிதாய்க் கிளம்பும்போது குறிப்பாய்ப் பார்த்தவர்கள் தான், இப்பொழுதும் கவனித்தார்கள். "மன்மதன், ஏன் இப்படிக் கால் பாவாமல் நடை பழகுகிறான்? கண்ணுக்குத் தெரியாத அந்த வெள்ளைக் குதிரை சவாரியோ?" என்று பேசிக்கொண்டார்கள். விசேஷக் கவனிப்பால், அவனுக்கு 'மன்மதன்' என்ற பட்டத்தையும் கொடுத்திருந்தார்கள். அவன் இதையும் கவனிக்கவில்லை. திரும்பித் திரும்பிப் பார்த்துக்கொண்டே சென்றான். திரும்பும்போது அவன் ஸ்வரூபம் மன்மதத்தனத்தை இரட்டித்தது. அடிவயிறு உள்ளே சென்றிருக்கும் அளவை இவ்வளவென்று அளந்து காட்டும் முதுகுத் தண்டின்மேல், ஜோரான பட்டுச் சட்டை கும்பாசியாய்க் கவிந்திருந்தது. ரோமங்களை முறியடித்து 'வி' கொண்டாடும் சொட்டைகள் முற்போக்காகியிருந்தன, முன்தலையில். அமுங்கி இருந்த கழுத்திற்கு மேலிருக்கும் விவரம், முதுகு

முண்டின் உன்னதியில் மறைந்தாப்போலிருந்தது. கருப்பு வழியும் கன்னம் ஒட்டியிருந்ததே தேவலையென்றாலும்,தாழ்வாய்க்கட்டை. நிமிர்ந்திருப்பது ரொம்ப எடுத்துக்காட்டிவிட்டது. இருந்த கொழுப்பெல்லாம் புருவத்திலும் இமையிலும் ஏறிக்கொண்டு கண்ணை அனுமான தசையில் வைத்தது. உள்ளங்கையின் அரக்குச் சிவப்பிற்கும் கரிய உடல் நிறத்திற்கும் பொருந்த வில்லை. இடுப்புக்குக் கீழ் பூட்டு மாட்டு இல்லாதவை போலவே, கால்கள் இருந்தன. முன்கால்களின் ஸ்வல்ப ஆதார முறையில் அநுகூலமாகவே இருந்தது. இந்தப் புதிய ஆளுக்கு அந்த ஊர்க்கார ரஸிகர்கள் அளித்த பட்டம்தான் மன்மதன் என்பது. மன்மதன் திரும்பித் திரும்பிப் பார்த்துக்கொண்டு போகிறான். அவன்பின் ஒரு பெண் வருகிறாள். அவனைத் தொடர்ந்து வருகிறாள்.

துடைத்துவிட்டதுபோலிருந்த அவளுடைய மாநிறம் ஒன்றைத் தவிர, அவளிடம் வேறு மிகச்சிறிய அலங்காரம்கூட இல்லை.

வாய் திறந்து, இன்னவிதமாய் அவளைக் கூப்பிடலாமென்று தெரியாமல், "அம் . . . இம் . . . ஏய் . . . ஏ . . ." என்று தவித்தான் மன்மதன். அவள் நின்றாள். அதுதான் அவன் வீடிருந்த திருப்பம். அந்த இடத்தில் வெளிச்சம் குறைவாயிருந்தது. ஏதோ நினைத்த மன்மதன், வீட்டு வழியில் திரும்பாமல் நேரே சென்றான்.

"இன்னும் எங்கே, எம்மாந் தூரம் போவணும்?" என்று சற்று இரைந்தே கேட்டாள் அந்த ஸ்திரீ. "என்னைப் பார்த்துக்கிட்டே இதைக் கேட்கப்படாதா?" இதோ வந்திடும் என் வீடு, என்னைப் பாரேன் சத்தே . . . என்றான் அவன்.

அவள், அவனைப் பார்த்தாள். உற்றுப்பார்த்தாள். அவனுடைய குரலில் இருந்த கெஞ்சலுக்கும், ஏக்கத்திற்காகவும் அல்ல. தன்னை விற்றுக்கொண்டு–புதிய பழக்கமாய் ஏகபோக உரிமையாய்த் தன்னை விற்றுக்கொண்டு, பெரிய அதிகாரி களுக்கு நிறைந்த பணம் கொடுத்து விடுதலை பெற்றாளே, அதற்காகப் பார்த்தாள். வெளிச்சக்குறைவு, இருவர்க்குமே ஸஹாயமாய்த்தானிருந்தது.

இன்று அவன் இறந்து, எத்தனையோ நாட்கள் ஆகியிருக்க வேண்டும். அவன் உயிர் வாழ்வதில் அவனுக்கே வெறுப்புத் தோன்றி வளர்ந்து முற்றியிருந்த காலமுண்டு. இதுவரை அவனிடமிருந்த குறைவற்ற பணத்தால், அவனுடைய பசி, தாகங்களும், ஆடையலங்காரங்களும், கவலையில்லாமல் திருப்தியடைந்த அளவுக்கு ஏற்பட்டிருக்க வேண்டிய ஆத்ம திருப்தி, இதுவரை ஏற்பட்டதேயில்லை. நிறையப் பணம் செலவழித்தால்கூட

அவன் நிழல் கூடவேதான் இருந்து வந்திருக்கிறது. எல்லோரும் குடிக்கும் ஊருணிநீர், குலத்திழிவால் மறுக்கப்படும் ஜாதிபோல்... பொதுமகளிரால்கூடப் பஹிஷ்கரிக்கப்பட்டவன் மன்மதன். துயரம் அவனை இதுவரை கொன்றிருந்தால் அது ஸர்வ ஸஹஜமாய்த்தான் போயிருக்கும். அழகு இல்லாவிட்டால் ஆண்மையுமா புதைந்துவிடும்? ஆனால், இவ்வளவும் இப்பொழுது பழங்கதை. அவனுக்கென்ன? அவனுடன், அவனுடையவளாகவே ஒருத்தி இருக்கிறாள் இப்பொழுது.

பல லக்ஷங்களுக்கு ஏகபோகாதிகாரியாயிருந்தும், பெண்ணின வாஸனையும் அரிதாய் விட்டிருந்த அவனுடைய பர்மா வாழ்க்கை – விவரமறிந்து பத்து வருஷமாகியும் பிரஹ்மச்சரியம் கழியாத அந்த வறட்டு வாழ்க்கை அவனைச் சாக அடிக்க இருந்த அந்தக் கடைசிப்போதில், அவனுக்கு உரிமையாய் ஒரு பெண்ணுருவம் கிடைத்தது. சிரமப்பட்டுத்தான் அதைப் பெண்ணென்று ஒப்புக் கொள்ள முடியும் என்றாலும், பெண்தான் என்ற ஸித்தாந்தம் மன்மதனைத் திருப்தி செய்தது. பர்மாவை விட்டு யுத்த வெளியேற்றமென்று ஓடிவரும்போது அவள் இறந்துபோனாள். துரதிர்ஷடவசமாய் இவன் பிழைத்துக்கொண்டான். எல்லாம் போனாலும் லக்ஷத்திற்குக் குறையாத இந்திய ரூபாய்களுடன், இந்த ஊரில் ஒரு ஒதுக்குப்புறத்தில் குடியிருந்தான். கையில் பணம் காசு உள்ளவனுக்கு, எந்த ஊரிலும் ஸௌக்கியக் குறைவு ஏன் ஏற்படப்போகிறது? ஹோட்டல் பையன் வேளை தவறாமல் உண்டிகளை வீட்டுக்கே கொண்டுவந்து கொடுக்கிறான். ஒரு குறைவுமில்லை. ஆனால் பாவி . . . மனிதனுடைய வேட்கை, பசி தாகங்களோடு மட்டும் நிற்கிறதா? எவ்வளவானாலும் செலவழிக்கத் தயார். வாழ்வு நிரம்ப வேண்டும் அவனுக்கு. இந்த ஊருக்கு வந்து ஜாகை ஏற்படுத்திக்கொண்ட நாள் முதலே, இந்த முயற்சியும் ஆரம்பமாகியிருந்தது. அன்று அவன் அகஸ்மாத்தாய்க் காலையில் எழுந்து, வெகுதூரம் நடந்ததில் வந்த லாபம்தான், அந்த ஸ்த்ரீ. தரித்திர தோஷம்தான் முந்தைய இரவுவரை அவளுடைய ஜீவிகை. வழக்கப்படி பின்னிரவில் குச்சுக்குள் அயர்ந்து படுத்துக்கொண்டவள் மரத்துத் தூங்கும்போது, எங்கிருந்தோ ஒரு பிணம் அவள் குச்சுக்குள் வந்துவிட்டது. அவள் விழித்துக்கொண்ட உடனே, ஒரே ஸமயத்தில் சூரியனையும் – சுள்ளென்று சுட்ட சூரியனையும், குடலைக் கலக்கிய அதிகாரிகளையும் பார்த்தாள். அதிகாரிகளைப் பார்ப்பது அவளுக்குப் புதிதல்ல; ஆயினும் காலை நேரமும் கசங்கிக் கிடந்த உடையும் உடலும் அவளுடைய பெண்மைக்கு வெட்கம் தந்துவிட்டன. எழுந்தாள்; சரிசெய்துகொண்டாள். பக்கத்தில் பார்த்தவள் வெட்கிக் குன்றினாள். முகம் கோணி நகர்ந்து நின்று,

“இது. . . யாரய்யா இது, யோவ் . . . உச் . . . உச் . . . எழுந்திரய்யா” என்று முனகி எழுப்பினாள். “எளவு, நல்லாப் போத்திக்கிட்டு வேறு உறங்கறதே . . .” என்று தலையில் அடித்துக்கொண்டாள்.

“ஆமாண்டியம்மா தெக்கித்தியா . . . என்கிட்டவே வேலையைக் காட்டுகிறாயே, அவனைத்தான் ஒரேயடியாக எழுந்திருக்கவே முடியாமெ தூங்கப்பண்ணிவிட்டாயே, எஹ்ஹஹ் . . .” என்று ‘ஏட்டையா எகத்தாளம் ஊத, பெரிய அய்யா – அதுதான் இன்ஸ்பெக்டர் அய்யா, சவுக்கைச் சொடுக்கிக்கொண்டு உள்ளே வந்துவிட்டார். இதற்குள் தெற்கித்தியாளுக்கு – தூங்கியெழுந்த தொழில் மங்கைக்குப் பாதி உயிர் போய்விட்டது. ‘ஏட்டையா’ பூட்ஸுக் காலால் போர்வையை இழுத்தார். விழி பிதுங்கி விகாரமாய்க் கிடந்த சவம் வெளிப்பட்டது போர்வையிலிருந்து. அந்த விகாரம், அப்படியே தெற்கத்தியாளின் முகத்தில் பிரதிபலித்தது. “ஐயய்யோ, எவளோ கெடுத்துப்பிட்டாளே என்னை. . .” என்று அலறிக்கொண்டு விழுந்துவிட்டாள் அவளும்.

ஸத்யத்தைக் கக்க வைப்பதற்காக எடுத்த எடுப்பில் நான்காவது உபாயம் ஆரம்பிக்கப்பட்டது. முதலிலிருந்து தொடங்க வேறு வேலையில்லையா என்ன?, அந்த ஒழுங்கு காக்கும் அதிகாரிகளுக்கு. ஆக நான்காவது உபாயம் ஆரம்பமாகி, முதற்காலம் இரண்டாம் காலம் நடந்து, மேற்காலத்தில் போய்க்கொண்டிருந்தது வியவஹாரம். உலாவ வந்த மன்மதன், அதிகாரிகளும் கூக்குரலும் சேர்ந்து தெரிவித்த அழைப்பால் உள்ளே நுழைந்தான். அவனுக்குக் கருணை இருக்கக்கூடாது என்பதில்லை. அம்மியையும் நகரவைக்கும் அரியவழியைத் தன் கருணையால் தடுக்கப்பார்த்தான். அதுவாகவும் சற்று நின்றது. விவரமாய் விஷயமறிந்ததும், தெற்கித்தியாளைப் பார்த்தான். கூர்ந்து பார்த்தான். நோக்கம் கற்பித்து உற்று உற்றுப் பார்த்தான்.

‘இவனைக் கெஞ்சினால் பயன் உண்டு என்று அவள் நினைக்க முடியாமல், இவன் ஸ்வரூபம் குறுக்கே நின்றது. ஆனால், இவன் தானாகவே தன் கருணையை நிறைவேற்றத் தெற்கித்தியாளின் கணிசமான ஸ்வரூபம் தூண்டிற்று. ஸந்தர்ப்ப நெருக்கடியும், தண்டாதிரிகாரிகளின் இங்கிதமும் ஊக்கமளித்தன. காதும் காதும் வைத்ததுபோல் கைகள் பரிமாறிக்கொண்டன. அதே கவலையாய் அவன் தேடும் சரக்குக்கான பணம் மன்மதனிடம் எப்பொழுதும் தயார். அதிகாரிகளின் அசட்டுச் சிரிப்புடன் வியவஹாரம் முடிந்தது. பங்கும் போட்டுக்கொண்டு, பிணத்தையும் அப்புறப்படுத்திக்கொண்டு, ஸுகமான மந்தஹாஸத்தோடு அதிகாரிகள் அகன்றனர்.

ஸாயங்காலம் தன்னுடன் வந்துவிடவேண்டுமென்ற தாராள நிபந்தனையுடன் மன்மதன் வெளியே கிளம்பினான். அபரிமிதமான களிப்பில் வீட்டுக்கு வந்தான். ஹோட்டல் பையன் கொண்டுவந்த சாப்பாட்டைக் குத்திப் பிடிங்கி எச்சிலாக்கினான். என்னென்னமோ செய்தும்கூட அழாத குறையாய்த்தான் பொழுதைக் கழிக்கவேண்டியிருந்தது. மணிகளை மிதித்துத் தள்ளி மாலை ஆரம்பமாகு முன்னமேயே, தெற்கத்தியாள் குச்சுக்குச் சென்று விட்டான். அழைத்துக்கொண்டு கிளம்பவும் செய்தான். அந்தி மயங்கவும், அவனும் அவளும் சேர்ந்து நடக்கவும், கடைசியாய் அவள் அவனைப் பார்க்கிறாள். அதை அவன் பார்க்கிறான். சற்று நேரம் நின்றனர். மௌனம் சிறு இருட்டு நிழலைப்போல் குழம்பிப் பரவிற்று. இறந்தகால நினைவு விஷமம் செய்யத் தொடங்கியும்கூட, அதை நிகழ்காலக் காரியத்தால் முறியடித்துவிட்டு ஸந்தோஷத்தில் மிதந்துகொண்டிருந்தது மன்மதன் மனம். முந்தியநாள் இரவுகூட அவன் வாய்விட்டு வைது வெறுத்த பழமொழிகள், இப்பொழுது அவனுக்கு உண்மையாய்ப் பட்டன. காசினால் ஆகாதது காசினியில் ஒன்றுமில்லைதான். ஸந்தேகமென்ன, ஒரு அழகான பெண்ணை என் காசு எனக்குக் கொடுத்துவிட்டதே! இதோ உரிமையுடன் வைத்துக்கொண்டு உலகிற்கும் காட்டிவிட்டேனே! இந்த அழகான பெண் எனக்கே எனக்குத்தானே என்று நினைத்துப் பெருமிதம் அடைந்தான் மன்மதன். அவள் தனக்கு உரிமையானவள் என்ற எண்ணம் மட்டும் போதுமா? தன்னை எப்பொழுதும் அவமதித்துக்கொண்டே வந்திருக்கும் தன் மனத்திற்கு, அந்த உரிமையை முழுதும் பெற்றுக் காட்ட வேண்டாமா? மெல்லத் தொட்டான் அவளை. அவள் கூசவில்லை. உடலை ஒப்படைக்கவும் செய்தாள். அதற்கு மன்மதன் கொடுத்த விலையின் நினைவு, பச்சை வெட்டுக்காயம்போல் இன்னும் புதுமைக்கருக்குக் கெடவில்லை. மெல்லத்தான் தொட்டான் மன்மதன். பிரதிக்ஞை ஒன்று செய்தவன், அதை முடிக்கும்போது அடையும் அந்த மனோவேகத்துடனும், ஓட்டப்பந்தயம் ஓடுகிறவன் தன் முன் உடலை நீட்டிக்கொண்டு இறுதியிடத்தைத் தொடும் அந்த ஸூக்ஷ்மத்துடனும்தான் இருந்தான் மன்மதன். ஆகவே சும்மா அப்படி ஸ்பர்சித்தான்; அவ்வளவுதான்.

“வீட்டுக்கு . . .” என்று இழுத்து நிறுத்தினாள் அவள். “இதோ. . .” என்று ஓடினான் மன்மதன். வீட்டுத் திண்ணையில் ஹோட்டல் பையன் சாப்பாட்டுடன் காத்திருந்தான். கதவைத் திறந்து உள்ளேபோய் விளக்கும் ஏற்றியாய்விட்டது, அவள் தாராளமாய் உள்ளே செல்லாமல் முன்வாசல் நிலையருகிலேயே நின்றுவிட்டாள். உள்ளேபோய் இரண்டு மூன்று தடவை

உட்கார்ந்து எழுந்து சுற்றிச்சுற்றி வந்த மன்மதன், உள்ளே வந்தும் வாசற்படியிலேயே தயங்கி நின்ற அவளைப் பார்த்தான்.

வார்த்தை வராமல் வாயைக் குதப்பிவிட்டு, "வாடி, வாடி... என் கண்மணியே வா" என்றான். அப்படிச் சொல்லிவிட்டு, ஹோட்டல் பையனைப் பார்த்தான். அந்த பையன், வைத்த கண் வாங்காமல் அந்த ஸ்த்ரீயையே பார்த்துக்கொண்டிருந்தான்.

"சரி, தம்பி நீ இலை போடு, போ ..." என்றான் மன்மதன். அந்தப் பையன் சென்று இலை போடும்போதும், தண்ணீர் வைத்தபோதும்கூடத் தெற்கித்தியாளைப் பார்க்காமல் இருக்க வில்லை. மன்மதனுக்கும் இது தெரிந்தது. "ஏய், நீ சாப்பாடு போட வேண்டாம், போ, நாளைக் காலையில் இரண்டு ஸெட் டிபன் கொண்டுவா, போ, உம் போய்விடு, போடா ..." என்று கடுமையாய்ச் சொன்னான். அந்தப் பையனும் போய்விட்டான்.

கதவை இழுத்து மூடிக்கொண்டு, அவள் தாராளமாய் உள்ளே வந்தாள். ஒரு தடவை வாய்விட்டுச் சிரித்துவிட்டுச் சாப்பாட்டுப் பாத்திரத்தின் அருகில் உட்கார்ந்துகொண்டு, "உம் வாருங்கள் மவராசா, நான், வைக்கிறேன், நீங்க சாப்பிடுங்க" என்றாள். வாட்டமாய் அவனைப் பார்த்துக்கொண்டு ஸரஸமாய்ச் சொன்னாள்.

தாங்கமுடியாத குதூஹலத்தோடு, அவளை இடித்துக் கொண்டு உட்கார்ந்தான் மன்மதன். அவளும் ஸரஸம் குறையாமல் அப்படியே இருந்தாள். நெருக்கத்தில் வந்துவிட்டதால், யஜமானனை அவள் கூர்ந்து கூர்ந்து பார்த்தாள். பார்வையில் பரிவும் பாவனைக்குச் சிரிப்பும் தொனித்தாலும், அவள் மனம் தனக்குத்தானே வினாவிடை செய்துகொண்டு, அவளை ஸந்தர்ப்பத்திற்கு அடிமையாகத் தூண்டிக்கொண்டிருந்தது. இன்று ஏற்படும் நெருக்கம் இனி நிரந்தரமாவதும், அது தனக்குப் பொருந்தத்துவதைத் தவிர வேறு வழியில்லாதிருப்பதும் உறுதியான உருவம் அடைந்துகொண்டிருந்தன அவளுடைய சிந்தனையில். இலையில் பதார்த்தங்களை வைக்க ஆரம்பித்தாள். "சேர்ந்தே சாப்பிடுவோமே..." என்று முதுகில் தட்டிக் கேட்டான் மன்மதன். "நீங்க – ஆகட்டும்" என்றாள் அவள். "அதுவும் சரிதான், பின்பு நான் உனக்கு வைக்கிறேன்" என்னும்போது, மன்மதனுக்கு இருப்பே கொள்ளவில்லை.

மனைவியின் பொறுப்புடனும் விலாசம் ததும்பும் பிரேமையுடனும் தெற்கத்தி பரிமாறிக்கொண்டிருந்தாள். மன்மதனுடைய கண், அவளுடைய கையுடன் பாத்திரத்துக்கும் இலைக்கும் போய்வந்தது.

‘இவள் நம்மிடம் உண்மையாகவே திடமாய் ஈடுபட்டு விட்டாள். ஆரம்பமே இவ்வளவு ஸுகமாய் அமையுமென்று எனக்கே தெரியாது; நம் உடம்பின் குறைபாடுகள் பட்டுச் சட்டையில் மறைவன அல்ல. இப்பொழுதே – இவள் நம்மை நிறைந்த ஆசையோடு நடத்தும் இந்த க்ஷணத்திலேயே மூடுமறைவில்லாமல் நம் உடலைக் காட்டிவிட்டால், பின்னாடி கண்ணில் பட்டாலும் இவளுடைய மனம் மாறுபடாது. வரவர ஸஹஜம் ஆய்விடுமல்லவா என்று யோசித்துத் தீர்மானமும் செய்துகொண்டு எழுந்திருந்தான். அவனைக் கையில் பிடித்து, “ஏன், சாப்பிடுங்களேன்.” என்றாள் அவள். “அடி தங்கம், அடி பவழமே, ஆண்டவன் ஆணையா நாம் என்னென்னிக்கும் சேர்ந்திருப்போம், என்ன, நீயும் அப்படித்தானே, இதோ வந்துட்டேன், சட்டையைக் கழற்றிவிட்டு” என்று எழுந்துபோய்ச் சட்டையைக் கழற்றிவிட்டு வந்தான். தெற்கத்தியாள் திடமான முடிவுக்குத்தான் வந்திருந்தாள்; ஆயினும் அவள் பெண்மை, சட்டைத்துணித் திரை நீங்கியதும் தேமலும் கும்பலுமாய் பல மடங்கில் அதிகமாய்க் கண்ணை உறுத்திய அந்த ஆணுருவத்தைப் பார்க்கவே மறந்துவிட்டது. கையிலிருந்த கரண்டிப் பாத்திரத்தைக் கணகணவென்று ஓசைப்படுத்தும்படி கூசி உதறிற்று அவள் உடல். வெறுப்பும் அது தந்த மறுப்பும் தவிர, வேறு முனையில் செல்லவேயில்லை அவள் சிந்தனை. வழக்கம் பந்து சுமையாகிக் கட்டாயக் கடமையாய்ச் செய்யும் வேலைக்காரிபோல் பறிமாறினாள். அவளுக்கே தெரியாமல் நெருக்கம் குறைந்துவிட்டது. சாப்பாடு முடிவதற்குள் மன்மதனுக்கு எத்தனையோ தோல்விகள். அவனுடைய தைரியம் வரவரக் குறைந்துகொண்டே வந்தது. ஆசைகளும் ஆவல்களும் துடித்த அவன் நாடிகள், சாகப் போகிறவனுடையவைபோலத் தளர்ந்து ஓய்ந்துவிட்டன. வியர்வை தாரை தாரையாய் ஓடிற்று. அதன் குளுமையுணர்ச்சி அவனைப் பயப்படச் செய்து, இன்னும் சற்று அயர்த்திற்று. நோவும் வெறுப்பும் அங்கொன்றும் இங்கொன்றுமாய் ஆரம்பித்து, அயர்ச்சி கவிந்த அந்திவானத்து நக்ஷத்திரங்கள்போல் குபீரென்று மனப்பரப்பு பூராவிலும் வியாபித்துவிட்டன.

‘சரி, இதுவும் தனக்கு ஒட்டப்போவதில்லை . . . என்ற தீர்மானம் வேரூன்றியதில், அவனுடைய உயிர் உட்கார்ந்து போய்விட்டது. ‘தன்னுடைய ஆண்மை தன்னுடன் பிறந்த சாபக்கேடு’ என்று நிரூபணம் ஆய்விட்டது. தள்ளாடி எழுந்திருந்து தேய்ந்து நடந்து சென்று, கைகழுவி வந்தான். ‘தன் மனத்தின் தீவிரப் பற்றையே கழுவி விடுவதுபோல் நினைத்துக்கொண்டான். அவனுடைய கண்களின் ஓரம் சிணுங்கிக் கசிந்தது. உள்ளே வந்து உட்கார்ந்தான். அரைமனதுடன் நுனி நாக்கால் சொன்னான்.

“நீ சாப்பிடுவதானால், சாப்பிடு,” அவளுக்கும் சிறிதும் உள்ளே செல்லவில்லை. அவளும் கைகழுவிவிட்டு முன்நின்ற அதே வாசற்படியில் நின்றுவிட்டாள். அவனும் அவளைக் கூப்பிடவில்லை. கால் கடுக்க அங்கேயே நின்றாள். வீட்டுக்கு வந்ததும் அவள் அங்கேயே தயங்கி நின்றதற்குக் காரணம், அவளுக்கே தெரிந்த அவளுடைய தகுதியின்மை. ஆனால், இப்பொழுது அங்கு நின்றது, இந்த ஸம்பந்தம் நமக்கு ஒட்ட வில்லை, அறுகப்போகிறது என்ற தீர்மானத்தால்.

மன்மதன் அவளைப் பார்க்காமலேயே சொன்னான்: “நீதான் ஒண்டியாய்ப் போவாயே... நீ போகலாம்...” தெற்கத்தியாள், இதைக் கேட்டுவிட்டுப் பல்லைக் கடித்துக்கொண்டு, “நீங்க. உனக்கு –” என்றாள்.

“நீ போ” என்றான், குனிந்த தலை நிமிராமல்.

மறுபடியும், “நீங்க இன்னைக்கு . . .” என்று அவள் ஆரம்பித்ததுமே, எழுந்து திரும்பி நின்றுகொண்டான் மன்மதன். கன்னங்கரேலென்று கும்பலும் தேம்பலுமாய் முதுகு முண்டு, அவள் கண்ணுக்குத் தெரிந்தது. அப்படி நின்றுகொண்டு, “நீ போ, நீ போ. . .” என்று விகாரமாய்க் குதித்தான்.

அவள் கிளம்பிக்கொண்டே, “நீங்கள் நல்லா. . .” என்றாள். வாக்கிய முடிவான “. . . இருக்கணும். . .” என்பது, தழுதழுப்பில் தொண்டைக்குள்ளேயே சிக்கிக்கொண்டுவிட்டது. மன்மதனுக்கு வாக்கிய முடிவு வேறுவிதமாய்ப் பட்டது.

“நல்லா. . . நல்லா இல்லை, நானு நல்லாத்தான் இல்லை...” என்று திருப்பித் திருப்பிக் கேவினான். கண்ணீர் கீழே கொட்டிற்று. அடுத்த கணத்தில், அவனுடைய முழுச் சோகமும் ஆத்திரமாய்க் கிளைத்தது. ஆட்டி அலற்றி வைத்து நரம்புக்கு நரம்பு பிடித்து இழுத்தது. “என் குரூபத்துக்கு என் ஆண்மைத்தனம் காவு, நானு குருபீதானே குருபீதானே. . .” என்று கீச்சுக்குரலில் கத்திக்கொண்டு, முகத்தில் ஓங்கியோங்கி அறைந்துகொண்டு, கீழே விழுந்தான் மன்மதன்.

குரூபம், அவனுடைய ஆண்மையை அவித்துக் கரியாக்கி, அவனுடைய உடலையும் குளிரவைத்துவிட்டது.

*கலாமோகினி:* **நவம்பர் 1, 1945**

**புதிய கதை**

•

# தண்டனை

பூகம்பம் ஏற்பட்ட பின் இருப்பதுபோல், அன்று தமிழுலகம் பூராவிலும் அயர்ச்சியும் துக்கமும் பரவிக் கிடந்தன. கண்ணகி தெய்வ வடிவம் பெற்று, உக்ரம் குறைந்த பிறகும், தமிழ்நாட்டு அரசர்களுக்கு மன அமைதி ஏற்பட வில்லை. ஏற்பட்டிருந்த நாசமும் அதிர்ச்சியும், அவற்றையே கண்கூடான சான்றாகக் காட்டி, நிலையாமைப் பிரச்சாரத்தில் தெய்வீகமுணர்த்திய புத்தமதத்திற்குக் கைகொடுத்தன. புகார் மன்னன் நலங்கிள்ளி, தாங்கமுடியாத கவலைகளுடன் அயர்ந்திருக்கும்போது, அவனுக்குப் புத்திரசோகம் வேறு நேர்ந்துவிட்டது. அதுவும் வெட்கத்தைத் தந்துகொண்டே வந்தது. உலக வாழ்வை வெறுத்து, துறவுக்கோலத்தில் இருந்த மணிமேகலையிடம் போய் விபரீதமாய் நடந்துகொண்டதால், வெட்டுண்டு இறந்துவிட்டான் கிள்ளியின் மகன்.

ஒரே மகன், பட்டத்திற்கு வர வேண்டியவன், இப்படித் துர்மரணம் அடைந்துவிட்டான். அரசரோ அல்லது பெற்ற தாயான பட்டமகிஷியோ, யாரும் பிணத்தைப் பார்க்கக்கூடப் போகவில்லை. அங்கிருந்தே எங்காவது கொண்டுபோய் வெகு தொலைவில் ரஹஸ்யமாய் அடக்கம் செய்யும்படி சொல்லிவிட்டான் அரசன்.

மாதவியின் கலைக்குத் தன்னையும் தன் செல்வத்தையும் அர்ப்பணம் செய்துகொண்டான் கோவலன், அவனுடைய தர்மபத்தினி கண்ணகி வீட்டின் ஓதுப்புற அறையில் விழுந்து கிடந்தாளாம்.

'ஏன், என்ன' என்றுகூட விசாரிக்கவில்லையாம். பிரிவில் நலுங்கித் துன்புற்றுத் தனக்குத்தானே புழுங்கினாள், கொல்லன் உலைக்களத்துத் துருத்தி போல் வீங்கிச் சுருங்கிற்றாம் அவள் வயிறு. அதே கண்ணகிதான், "இந்த ஊரில் தர்மமுண்டா? பத்தினிகள் இருக்கின்றார்களா? "தெய்வம்கூட இருக்கிறதோ இந்த ஊரில்..?" என்று ஊரே நடுங்கும்படி கோஷமிட்டுக் கொண்டு மதுரை நகரின் வீதியில் சென்றாள். ரத்தம் சிந்தும் விழியுருட்டலும், அவிழ்ந்து சிதறிப் புகையும் கூந்தலுமாய்ச் சென்றாள். அவள் பேச்சும் தோற்றமும் பாண்டியனுடைய மானத்தையும் உயிரையும் வாங்கிக்கொண்டன. முன் சொன்ன கண்ணகிதானா இது? அறம் கிடந்து இறையும் அவள் வாழ்வு, அகாரணமாய் பாழ் படுத்தப்பட்டதில் அவளுக்கு வந்த சோகம் மகா கோபமாய் முற்றி மதுரையை எரித்துவிட்டதைவிட, அதன் நினைவில் புகாரில் நடந்ததுதான் பெரிய ஆச்சரியம்.

மாதவி – ஆமாம் கணிகைதான், தன் குபேரச் செல்வத்தைச் சூறையாடிவிட்டு, ஓட்டை எடுத்துக்கொண்டு ஸந்நியாசினி ஆனாள். அவள் ஆய்விட்டாள். ஆனால், ஊரார்களால் அதை ஏற்க முடியவில்லை. பொது ஜனங்களை மகிழ்விக்கும், பொது ஜனங்களின் உரிமையான கலைகள் வீண் போவதை யாரும் ஆதரிக்கவில்லை. மாதவியாவது போகட்டும்; மாணிக்கம் போல் சுடர் விடும் அவள் மகள் மணிமேகலை, யுவதிப் பருவத்து முன்வாசலில் இளங்காலையின் உஷைபோல் ஸௌந்தர்ய போதையைப் பரப்பிக் கொண்டிருந்த மணிமேகலையையாவது நாட்டியம் ஆட அநுமதித்தால், குலத்தொழிலைக் காப்பவளாகச் செய்தால், அது போதும் என்று பொதுஜனங்கள் கிளர்ச்சி செய்தனர். மாதவி சொன்னாள்: "தெய்வபத்தினி, வீரபத்தினி கண்ணகியின் மகள், அவள் அந்தத் தீத்தொழிலுக்குப் பலியாகமாட்டாள்" என்று. கண்ணகியின் மகளாம் மணிமேகலை. மாதவி சொல்கிறாள். மணிமேகலைக்கு மாதவி செய்வித்திருந்த கோலத்தைச் சொல்லவே கூச்சமாயிருக்கிறது. அசல் பிக்ஷுணியாக்கி விட்டிருந்தாள். ஓய்வும் ஒழிவும் இல்லாதபடி, காலை முதல் இரவு வரை, அவளுக்குப் பல கடமைகளையும் ஏற்படுத்தியிருந்தாள் மாதவி. குறிப்பாகப் புத்தமடத்து விக்ரஹாராதனைக்கு வேண்டிய பணிவிடைகள் யாவையும் மணிமேகலைதான் செய்துவந்தாள். பூக்கொய்யவும், ஜலம் கொண்டு வரவும் அவள் தெருவழியே போகும்போதெல்லாம் ஊர்க்காரர்களில் சிலர் துக்கித்தனர். சிலர் நல்ல மகிழ்ச்சி அடைந்தார்கள். சிலர் அசட்டுக் களிப்பில் வாயிளித்தனர்.

ஆனால் ரஸிகத்தனமும் போக ஆசையும் மிகுந்த வாலிபச் சமூகம் வெகுண்டெழுந்தது. மணிமேகலையைப் பழையபடி அலங்காரம் செய்வித்து, ஆடல் பாடலில் ஈடுபடுத்தி, கலைகளை

உத்தாரணம் செய்ய வேண்டுமென்று கிளம்பினார்கள் யுவர்கள். அரசன் நலங்கிள்ளியின் மகன், யுவராஜா உதயகுமாரன், வாலிபர்களின் தலைவனாய் நின்று, மணிமேகலையைத் தன் வசப்படுத்தத் தீவிரமாய் முயன்றான். பலாத்காரத்தை உபயோகப்படுத்தினான். வெட்டுண்டு இறந்து வீழ்ந்தான்.

குலக்கௌரவத்திற்கு இழுக்காய் வந்து சேர்ந்த புத்திர சோகத்தால் ஏங்கிய அரசன், புகாரின் மற்ற சூழ்நிலைகளிலும் அபாயத்தை எதிர்பார்த்தான். “என் இம்மையும் மறுமையும் பாழாகும்படி புத்திரனும் இறந்துவிட்டான். சோழநாட்டுக்கு வரிசையாய்த் தீமைகளே நேர்ந்து வருகின்றன. இன்னும் என்னென்ன நேருமோ? ஒரு பெரிய ராஜ்யத்தின் அழிவைக் காணவும், ராஜவம்சம் நிர்மூலமாகப் போவதையும் காணத்தானா நான் சிம்மாசனம் ஏறினேன்?” என்றெல்லாம் நினைத்து உருகிக்கொண்டிருந்தான் அரசன். நாட்டு மக்களின் கஷ்டங்களுக்கெல்லாம் காரணமாயிருந்த தீயகுணங்களைப் போக்கி எல்லோரையும் நல்வழிப்படுத்துமென்ற நோக்கத்தோடு அவன் அநுமதித்த புத்தமதம், நாட்டின் பாமரமக்களைத் தன்னகப்படுத்திக்கொண்டு பெருத்த அளவில் பரவுவது தெரிந்தும், அரசனால் மாற்று ஒன்றும் செய்ய இயலவில்லை. மன எழுச்சியும் இல்லை. தன் குடியைத் தானே எதிர்த்து ஒடுக்கும்படி நேர்ந்துவிடுமே என்ற அதர்மபயம் வேறு இருந்தது. அதற்காகக் கவலையும் குறைந்துவிடவில்லை. அரசன் தேகம் நாளுக்கு நாள் தேய்ந்து வந்தது. முகப்பொலிவெல்லாம் மறைந்துவிட்டது. இடமாற்றமாவது அரசனைச் சற்றுத் தேற்றட்டும் என்று மந்திரி மகன் யோசனை செய்து, உறையூரைத் தலைநகராக்கி அரசனை அங்கு அழைத்துச் சென்றனர்.

அரசன் உறையூரில் இருக்கிறான். தாயாதிகள் வீட்டிலிருந்து ஒரு சிறுவனை எடுத்து அரண்மனையில் வளர்த்துவர ஏற்பாடாயிற்று. அந்தச் சிறுவனை ஸ்வீகாரம் செய்துகொண்டு தன் வம்சத்தை ஸ்தாபிக்கவும், தானிறந்த பிறகு எள்ளும் தண்ணியும் இறைக்கவும் இதைச் செய்துகொண்டான் அரசன். இது மிகக் குறைவாகத்தான் ஆற்றுவித்தது அவனை. துக்கமும் கவலையும் சற்றும் குறையவில்லை. புகார் நகரத்து அமைதியின்மை உறையூரிலும் தொடர்ந்தது. அழ ஆரம்பித்துவிட்ட குழந்தை, தாயின் மடிமேல் இருந்தாலென்ன? தோளில் இருந்தால் என்ன? விசித்து விசித்துத்தானே ஓய வேண்டும், வளர்ந்து வாலிபன் ஆகியிருந்த மகனைப் பறிகொடுத்துவிட்டு, அரசனை இப்படிக் காணப் பொறுக்காமல் அடித்துப் போட்டதுபோலிருந்தாள் பட்டமகிஷி. ஸ்வீகாரப் பிள்ளையை எடுத்துக் கொஞ்சும்படி அவ்வளவு நாட்களும் ஆகவில்லை. செவிலியின் அரவணைப்பு

ஒன்றினால் மட்டும் வளர்ந்த அந்த தாயாதிச் சிறுவனைக் காணும்போதெல்லாம், அவள் வேறுபுறம் திரும்பிக்கொண்டு, தன்னையே நொந்துகொள்வாள்.

இதைக் கவனித்த அரசன் மனமும் சாம்பிச் சோர்ந்து விடும். இருவரும் சேர்ந்து கண்ணீர் விடுவார்கள். 'நான் செத்துப் போகக்கூட நிம்மதியில்லையே. தவிர, என் சாவுகூடக் கெடுதல்தானோ? அரண்மனைச் சூழ்நிலை எப்படி உருவெடுக்குமோ? ஸ்வீகாரமாய் வந்துவிட்ட இந்தச் சிறு ஜீவன்..." என்று புதியதொரு கவலையும் வாட்டத் தொடங்கிவிடும். இந்த நினைவை மாற்றவேண்டி வேறெங்காவது சென்றால், மக்கள் கூட்டம் கூட்டமாகப் புகாருக்குச் செல்லும் பாதையில் போவதும், வருவதும் போவாரும் வருவாரும் இரைந்து புத்த ஸ்துதி செய்வதுமாயிருப்பதும் கண்ணில் படும். காதில் விழும். உடனே மனம் பிய்த்துப் பிடுங்கிக்கொள்ளும்.

ஆக, நாளடைவில் அரசனுடைய தேகம் உளுத்துவிட்டது. புலவர்களும் மற்றவர்களும், கூடவே இருந்து ஆறுதல் சொல்லி வந்தனர். அரண்மனையின் உட்புற உத்தியானத்தில், தாமரைக் குளத்துக்கு முன் இருந்த விசாலமான மண்டபத்திலேயே நிரந்தரமாய் இருந்து வரலானான் அரசன். அரசியைத் தவிர, அரண்மனையைச் சேர்ந்த யாரும் இங்கு வரவேண்டாமென்று சொல்லிவிட்டான். புலவர்களை மட்டும் எப்பொழுதும் கூடவைத்துக்கொண்டு, மனம்விட்டு அளவளாவிப் பொழுது போக்கிக்கொண்டிருந்தான். அரசன் நிலையைக் காணும்தோறும் விம்மி விம்மி மஹிஷியின் சோகம் முற்றி ஆத்திரமாய்விட்டிருந்தது. அவளுடைய ஒவ்வொரு சுவாசமும் உஷ்ணமாயும் நீளமாயுமிருந்தது. அரசனும் புலவர்களும் அவளிடம் அநுதாபம் காட்டக் காட்ட, அவளுடைய எளிய நிலை, அவளை மிகவும் ஆத்திரமூட்டிக்கொண்டிருந்தது.

ஒரு சமயம் அரசனும் புலவர்களும் பேசிக்கொண்டிருந்த போது, விசேஷ அநுமதியுடன் அங்கு வந்த மந்திரி, நிலைமை மிகவும் முற்றிவிட்டதாகத் தெரிவித்தார். அவர் சொன்ன செய்திகள் அரசனைப் பிரமாதமாகக் கிளறிவிட்டன. உறையூரிலும் புத்தபள்ளி ஏற்பட்டுவிட்டதாகவும், முக்கால்வாசி உறையூர் மக்கள் புத்த சங்கத்தைச் சேர்ந்த பிக்ஷுக்களுக்குச் சிஷ்யர்கள் ஆய்விட்டதாகவும் மந்திரி வருத்தத்துடன் தெரிவித்தார்.

"ஜாதிகுல ஏற்றத்தாழ்வை உடைத்ததன் மூலம், ஸமுதாயக் கட்டுப்பாட்டிலிருந்து தம்மை விடுவித்து சுயேச்சை தந்த புத்தமதத்தினிடம் தாமாகவே போய்ச் சரணடைகிறார்கள் என்றுதான் கருதவேண்டியிருக்கிறது" என்றனர் புலவர்.

அரசனுடைய கோபம் மிகுந்தது. ஆனால் பேசும்போது சோகம்தான் தலையெடுத்தது. உடல் பூராவும் நடுங்கப் பேசினான் அரசன். "இந்தப் பாழும் பௌத்தம் சீர்குலைத்துவிட்டதா நாட்டை? இந்த அநர்த்தத்தை அறிவிக்கத்தான் அதெல்லாம் நடந்ததோ? தொலைத்து அறவே ஒழிக்கவேண்டும், இந்தப் பிரசாரகர்களை! துராத்மாக்கள்! சங்கத்தையே நிர்மூலமாக்கும் இந்தத் துரோகிகளுக்குச் சங்கம் வேறா? அந்தணர்களெல்லாம் எங்குப் போய்விட்டார்கள்? அவர்களுடைய வேத சாஸ்திரங்களெல்லாம் பொய்த்தா போய்விட்டன? ஐயோ, நல்லது செய்பவர்கள்போல் வந்து, மஹா கருணை படைத்தவர்கள் போல் எங்கிருந்தோ முளைத்து, தூமகேதுகளாகி அழிக்கிறார்களே, இவர்களைத் தொலைத்து ஒழிக்க வழிதேடுங்கள். வழியே இல்லையாயின்..." படபடப்பும் பதட்டமும் அரசனை ஓய்ந்து உட்காரச் செய்தன.

"முயற்சி செய்துகொண்டுதான் இருக்கிறோம் அரசே, ஆயினும் மிகச் சில நாட்களுக்குள், திடமாய் வேரூன்றிவிட்டன புத்த சங்கங்கள். இனி எங்கள் முழுமுயற்சியும் செய்கிறோம், சற்றே தண்டோபாயத்தைக் கைக்கொள்ள அநுமதி தந்தால்..." என்றார் மந்திரி.

அடக்கியும் முடியாமல், "நான் சொல்வதைக் கேளுங்கள்..." என்று பல்லைக் கடித்துக்கொண்டு அரசி முன்வந்தாள். இறைந்து சொன்னாள்; "அந்த ஒழுக்கம் கெட்டவளுடைய மகள் மணிமேகலையைச் சிறை செய்து இங்குக் கொண்டுவாருங்கள். பிறகு எல்லாம் சுலபமாய்விடும். அவளுக்குக் கொடுக்கும் தண்டனையில், இந்த மற்ற சோம்பேறிச் சந்நியாசிகள் தாமே ஓடிவிடுவார்கள். உடனே அந்த அடங்காப்பிடாரியைச் சிறைசெய்து இங்குக் கொண்டுவாருங்கள்."

அரசனுக்கிருந்த ஆத்திரத்தில் அவரும் பேசாமல் இருந்துவிட்டார்.

"வெகுநாட்களாகத் தான் நினைத்திருந்தது நிறைவேறி விட்டது; தன் மகனுக்கு யமனாய் வந்து முளைத்த அந்தப் படுகாளி மணிமேகலையைப் பழிவாங்கவேண்டும் என்ற வேகத்தில், மணிமேகலையைப் பிடிக்கப் புகாருக்குக் கிளம்பிய அதிகாரிகளோடு அரசியும் கிளம்பிவிட்டாள். அவர்கள் ஊரெல்லையைத் தாண்டுவதற்குள், மணிமேகலை உறையூருக்கே வரப்போவதாய்க் கேள்விப்பட்டனர். "அரண்மனை புத்த மதத்தைப் புறக்கணிக்கிறது என்று மணிமேகலைக்குச் செய்தி சென்றதாம். உடனே வருகிறேனென்று சொல்லியனுப்பினாளாம் அவள். அநேகமாய் அவள் வந்துகொண்டேயிருக்கலாம்..." என்றார்கள் தூதுவர்கள்.

சற்றுத் தூரத்தில் ஒரு கூட்டம் வருவது தெரிந்தது. அந்தக் கூட்டத்தின் புத்தக் கோஷங்கள் வானத்தில் பரவி, தெளிவில்லா விட்டாலும் காதுக்குக் கேட்டது.

அரசி பல்லைக் கடித்தாள். ஓடிப்போய் அங்கேயே மணிமேகலையை மானபங்கப்படுத்திவிடவேண்டும் என்று புருபுருத்தது அவளுடைய உணர்ச்சி. "பரமசத்ருவான அவள் வரும் வரை காத்து வேறு நிற்கவேண்டுமா?" என்று அதிகாரிகளிடம் குமைந்தாள்.

பிக்ஷுக்கள் சிலருடன் வந்தாள் மணிமேகலை. நிற்கும் அதிகாரிகளைப் பார்த்துச் சிரித்துக்கொண்டே, "இங்கு நிற்பதில் உங்கள் நோக்கம் . .?" என்று கேட்டாள். தொடர்ந்து அவளே சொன்னாள்: – "உங்கள் முகங்களே கூறுகின்றன, நல்ல நோக்கம் இல்லை என்று. ஆனாலும், படிதாண்டாத பெருமையும், கணமும் கணவனை விட்டகலாத கற்பும் குடிகொண்ட அரசியார் இருப்பதைப் பார்த்தால், உடல் மெலிந்தும் உள்ளத்தழுக்கை விடாமல் தவிக்கும் அரசரை அங்கு விட்டுவிட்டு அரசியார் இங்கு வந்திருப்பதைப் பார்த்தால், ஒருக்கால் மனம்தான் மாறி விட்டதோ? எங்களை எதிர்கொண்டழைக்கத்தான் வந்தீர்களோ என்று பார்த்தேன்." இப்படிச் சொல்விட்டு அலக்ஷியமாய் வாய்விட்டுச் சிரித்தாள் மேகலை. அவளுடைய அங்கமெல்லாம் குலுங்கிற்று.

அங்கங்களின் அணுவணுவிலும் பருவமும் லாவண்யமும் பெருக்கும் அதேபோல் தலையிலிருந்து கால்வரையும் நிறைந் திருந்த ஸந்நியாஸக் கோலமும் கலந்த அவளுடைய முரட்டுக் கலப்புத் தோற்றம் அதிகாரிகளைத் தூரத்திலேயே நிற்கச் செய்தது.

மேகலையின் கூரிய சொற்கள் அரசியைத் தைத்தன; ஆயினும், "நீசை, இவள் எல்லாம் சொல்வாள் ..." என்ற தோரணையோடு, அதை அவ்வளவாகப் பொருட்படுத்தவில்லை அரசி. "தேவி, தேவி" என்று கூப்பிட்டுக்கொண்டு, அரசியை அணுகினாள் மேகலை. அரசி கூசிக்கொண்டு அப்பால் சென்று, "இந்தப் பிசாசைக் கையைச் சேர்த்துக் கட்டுங்கள், பின்கட்டுமுறையாய்" என்று கத்தினாள்.

மேகலை அலக்ஷியமாய்ச் சிரித்துவிட்டு, "இது என்ன கட்டு, இதைவிட எவ்வளவோ பெரிய கட்டுக்களை அறுத்து விட்டேன். இது ஒன்றும் செய்யாது என்னை, வாருங்கள் எங்குக் கூப்பிட்டாலும் வருகிறேன்." என்று அவர்களுடன் கிளம்பினாள்.

எல்லோரும் நகர்ந்தார்கள். "இருக்கிறபடி இருந்தாலுமே உடம்பைப் போர்த்தாத ஜாதிதானே, நாலையும் விட்டுக் கிளம்பிவிட்டாள், பாவி, துரோகி" என்றாள் அரசி.

“யார், நானா பாவி, துரோகி எல்லாம், உங்கள் மகன், வெறிபிடித்த அந்த உதயகுமாரனுக்கு நான் அகப்பட்டு, ஆட்பட்டும் இருந்தால் அதைச் சந்தோஷமாக ஏற்றிருப்பீர்கள் அல்லவா?” என்று நிதானமாய்க் கேட்டாள் மணிமேகலை. அவளுடைய நிதானக் குரலில், எதற்குமஞ்சாத அவளுடைய சித்த நிறைவு தெறித்தது. அவளுடன் வந்திருந்த பிக்ஷுக்கள், கவலை தோன்ற மிரண்டு விழித்தார்கள். அவர்களுக்கு அறிவிக்கும் பாவனையில், “அரசனுக்கும் தான் கட்டுப்படமாட்டாள், பயப்படமாட்டாள்” என்பதைப் பறைசாற்றிக்கொண்டே சென்றாள் மணிமேகலை.

அரசன் இருந்த இடத்திற்கே எல்லோரும் சென்றனர். உத்யானத்துக் குளக்கரை மண்டபத்தில்தான் இருந்தான் அரசன். அரசியும் அதிகாரிகளும் ஒதுங்கி வணங்கி முன்னே வர, பின்னே மணிமேகலை வந்தாள். விரிந்து நோக்கிய கண்களுடன் நிமிராமல், குனியாமல், சித்தச் செம்மையைச் செய்கையிற் காட்டுபவள்போல் நெட்டைக்கு நேர் கம்பீரமாய் நடந்துவந்தாள் மேகலை – முரட்டு ஸந்நியாஸினி. அடக்க வொடுக்கத்தால் தம்மைத் தாமே கீழிட்டுக்கொண்டு, அவளுக்குப் பின்னே புகுந்தனர் பிக்ஷுக்கள்.

அரசன் மேகலையைக் கூர்ந்து பார்த்துக் கேட்டான். “அந்தக் கணிகை மகள் நீதானா? குலத்தொழிலல்லவா, வேஷம் வெகு நன்றாய் அமைந்திருக்கிறது. புத்த மதத்தை மிக மிகத் தெரிந்து கொண்டுவிட்டாயா நீ? ஆஹா ஸாக்ஷாத் புத்த பகவானின் பெண்ணுருவோ?”

கண்ணகி பாண்டியனிடம் வழக்குரைத்த குரலில் ஆரம்பித் தாள் மணிமேகலை. “ஆஹா, காமக்குரோதங்கள் அப்படியே பச்சையாய் உதிர்கின்றனவே? அரசே, அதிகம் வேண்டாம். சுருக்கமாய்ச் சொல்கிறேன். இனி உயர் குலத்தின் ஒழுங்கீனங் களால் பிறர் தீராத் துன்பமடைவது முடியாது. காலம் மலையேறி விட்டது. இப்பொழுதாவது தாங்கள் உணர்ந்தால்தான் ...”

“சீ, வாயை அடக்கு, எதை, எதற்கு நான் உணர்வது? கழுதை களின் உபதேசத்தையா, வம்சவிளக்கை இடிப்பதற்கா? ஏனடி என் மகனைக் கொன்றாய்?” அரசன்தான் பேசினான். அறிந்தறிந்தும் இப்படித்தான் பேச முடிந்தது அவனால்.

“அரசே, உன் மகனுடைய தீய ஒழுக்கம்தான் அவனைக் கொன்றது, வீணே பதறவேண்டாம்...”

“கணிகையை விரும்புவது தீய ஒழுக்கமா? நீ எங்கள் உடைமை, தெரியுமா? பரம நீசையான நீ உபதேசம் செய்யக் கிளம்புவது மஹாசன்மார்க்கமோ?”

"இந்தக் குல கர்வமும் மதமும், படைத்துக்கொண்ட தங்களைச் சேர்ந்த உத்தமர்கள், தர்மமென்ற பெயரில், ஸம்பிரதாய மென்ற ஆடம்பரத்தோடு செய்துவந்திருக்கும் அநீதியின் கருவில்தான் புதுமதமும் புது ஸமூகமும் ஜனித்திருக்கிறது. ஆதலால் அரசே..." நிறுத்தி அழுத்தி அஸ்திவாரத்தைக் கவ்விக்கொண்டே போனாள் மேகலை. அரசனும் மற்றவரும் மலைத்துப்போய் இருந்தனர். காரணவாதமும் பிரத்யக்ஷ சான்றுகளும் அனைவரை யும் ஸமாதானப்படுத்திக் கொண்டிருந்தன.

இது நீள்வது அரசிக்குப் புரியவில்லை. பொறுக்கவும் இல்லை. பாய்ந்து முன்னே வந்து நின்றுகொண்டு, "இவளுடன் ஏன் வீண் பேச்சுப் பேசிக்கொண்டிருக்கிறீர்கள். அடி பாவி, என் மகனைக் காவுகொடுத்துவிட்டாயே அந்நியாயமாய், நாங்கள் என்னடி செய்வது?" என்றாள்.

"என்ன செய்யவேண்டுமோ அதைச் செய்யுங்களேன், ஏன், செத்துப் போங்களேன்..." என்றாள் மணிமேகலை. தைரியம் ஒவ்வொரு எழுத்திலும் ததும்பிற்று.

"சண்டாளி..." என்று அவள் மேல் பாயப்போனாள் அரசி. அரசன் தடுத்தான். மேகலையின் தீரப்பேச்சும், அவள் கண்கள் கொட்டிய ஒளியும் அரசனுக்கு வியப்பளித்தன. வியப்பென்ன, அது பயமாய் முற்றிப் பணிவாய்க் கனிந்தது. வந்தது முதல் அவள் பேசிய விஷயங்களை, மற்றுமொரு முறை நினைவுக்குக் கொண்டுவந்தான். உண்மையின் ஒளியில் எல்லையற்ற அர்த்தங்கள் தொனித்தன. அவற்றிலிருந்து ஆர அமர மேகலையின் முகத்தைப் பார்த்தான். ஸத்யமென்று அவற்றை ஏற்க அவனுடைய ஸம்பிரதாய அறிவு ஒப்பவில்லையே தவிர, மறுத்துரைக்க மாற்றமொன்றும் தோன்றவில்லை. கோபமெல்லாம் மறைந்து, முகத்தில் அயர்வு தோன்ற, ஏதோ சிந்தித்துக்கொண்டிருந்தான்.

"யோசனையென்ன, இருப்பதிலெல்லாம் கடுமையான தண்டனை கொடுங்கள், இந்தச் சண்டாளிக்கு" என்று ஊக்கினாள் அரசி.

மணிமேகலையைப் பெயரிட்டு அழைத்து ஏதோ பேச ஆரம்பித்த அரசன், மறுபடியும் சற்று மௌனமானான். தனக்குத் தானே ஏதோ ஜாடை செய்துகெண்டான். பிறகு பேச ஆரம்பித்து, "கணிகை மகளே..." என்று கூப்பிட்டான் மேகலையை.

"சொல்லுங்கள், சங்கைப்படாமல் ஹ்ருதயத்தைக் காட்டுவது அவ்வளவு ஸுலபமாயிருக்க முடியாது உயர்ந்த குலத்தவர்களுக்கு, அதுவும் தாங்கள் அரசர். சொல்லுங்கள்" என்றாள் மேகலை.

கரிச்சான் குஞ்சு சிறுகதைகள்

"எது எப்படியானாலும் என்குலம் மிக நீசமானது. ஆனால் இப்பொழுதைய உன் தோற்றத்தையும் பேச்சையும் பார்த்ததிலிருந்து வருங்காலம் ரொம்பப் பயங்கரமாய்த் தோன்றுகிறது எனக்கு. புத்திரசோகம் வியர்த்துத் தின்றுவிட்ட என் உடலில் ஒட்டிக் கொண்டிருக்கும் உயிரை அந்தப் பயம் நெருங்கிவிட்டது. ஆனாலும் என் ஆத்திரம் இன்னும் எங்கோ பொங்கிக் கொண்டிருக்கிறது. இப்பொழுது தண்டனை மிக அவசியமாய்த் தோன்றுகிறது. உன்னை நான் என்ன செய்யலாம், நீயே சொல்லிவிடு. இது என் கடைசி ராஜ்யாதிகாரம். சீக்கிரம் சொல்..." என்றான் அரசன், குழப்பமும் படபடப்பும்தான் இருந்தது அவன் பேச்சில். காம்பீர்யமும் விறுவிறுப்பும் இருக்கவில்லை.

மணிமேகலை சொன்னாள்: –

"அரசே, உங்கள் எளியநிலைமை கண்டு கருணை கொள்கிறது என் மனம்; சோகம் குழும இந்த வாழ்வின் கடைசிப் போதிலும், உங்கள் பேச்சில் அஹங்காரமும் ஆணவமும்தான் ததும்புகின்றன. விசால மனமும், பரவசமான சிந்தனையும் துளிக்கூட இல்லையே. தங்களுக்கே திருப்தி ஆகட்டும். தங்கள் இஷ்டப்படி என்னைத் தண்டித்துவிட்டே உயிர்விடுங்கள். ஆனால் ஒன்று மட்டும் நிச்சயம். புது எழுச்சியில் நான் ஒரு மிகச் சிறிய அம்சம். இதோ தங்கள் கண்முன்னாடியே புத்தெழுச்சி தாண்டவமாடியதைப் பார்த்துவிட்டீர்கள். இனி இதுதான் உலகப் போக்கை நிச்சயிக்கப் போகிறது. புத்திரசோகத்தால் மடியும் தங்கள் பெயருக்கு இந்தக் களங்கத்தையும் சேர்த்துக்கொண்டு இறப்பதானால் செய்யுங்கள். யோசித்துப் பாருங்கள். இது யாருக்குத் தண்டனை என்று. எனக்கு மரணம் தாய்மடிபோல், தங்களைப்போல் புத்திரசோகமோ, வேறு எந்தச் சோகமோ எனக்குக் கிடையாது. வேறு எவ்வித மோஹமும், மயக்கமும் கிடையாது எனக்கு. இனி, தங்கள் இஷ்டம்" என்று துளிக்கூடச் சலிக்காமல், தேய்தல் தழுதழுத்தல் இல்லாத ஸுஸ்வரத்தில் பேசி முடித்தாள் மணிமேகலை.

அரசன் ஒன்றுமே பேசவில்லை. என்றுமே பேசாத சாசுவத மௌனம், அப்பொழுதே, அங்கேயே கவிந்தது அவன் ஜீவனில்.

*சந்திரோதயம்*: டிசம்பர் 15, 1945

புதிய கதை

•

# சின்னத்தனம்

(ஒட்டுக் கேட்கிறோம். வீட்டிற்குள் தம்பதி)

“அளவுக்கு இந்தப் பழைய ரவிக்கையை எடுத்துண்டு போகட்டுமா . . ?”

(சிரித்துவிட்டு) “அந்த ஒட்டுப்போட்ட ரவிக்கையை வேணுமானா கொண்டு போங்களேன், நன்னாயிருக்கும் முழங்கைக்குக் கீழே தொங்கிண்டு...”

“கொடுப்பதைக் கொடேன். இல்லாத கதையெல்லாம் பேசிண்டு . . .”

“இந்தாங்கோ, இந்த ஜம்பரைக் கொண்டுபோங்கோ, இதே அளவுதான். ஆனால் இன்னும் நெருக்கமா ‘பஃப்’ வைக்கணும். பாடி கொஞ்சம் ஜாஸ்தி, ‘ஸில்க்’கோன்னோ, நனைச்சால் சுருங்கும் . . .”

“இவ்வளவு வக்கணைக்கு, நீயே போய்விட்டு வந்துவிடுவதுதானே . . ? சே, என்னெல்லாம் . . .”

“இவ்வளவு அலுத்துண்டு வேண்டாமே, வெச்சுடுங்கோ . . .” (மூக்கில் கோபம்)

(வெளியிலிருந்து) “ராமு, ஏய் ராமு . . .”

“வா வா கிட்டு, வாயேன் உள்ளே வா . . .

எப்படி எப்படி ? கோவமா ? ஹும், சேவகம் பண்ணுவதில் அலுப்பு வேறே காட்டக்கூடாதோ . . .”

*கிட்டு:* என்னடாப்பா விஷயம்?

*ராமு:* ஸம்ஸாரம் விஷயம்தான் . . .

*கிட்டு:* என்ன ஏதாவது சாமான் வாங்கிண்டு வரணும் அவ்வளவுதானே . . ?

*ராமு:* சாமானில்லை இதைப் பாரு. தெருவிலேயே இருக்கான் ஒரு தையற்காரன், அவனுக்கு ஜம்பர் தைக்கத் தெரியாதாம். கடைத்தெருவில் கொடுத்துத் தைத்துக் கொண்டுவா என்று என் கழுத்தை அறுக்கிறாள் . . .

*கிட்டு:* இது என்னடா பெரிய சிரமம்? சரிதான் எடுத்துண்டு வாயேன் . . .

*ராமு:* நீ ஒருத்தன் சுத்தப் பயந்தாங்கொள்ளி போடு. தோப்புக் கரணம்னா எண்ணிக்கொள் என்கிறவன். சரி, அந்தப் புதுத் துணியைக் கொண்டு வாங்கோம்மா எஜமானி அம்மா . . .

*கிட்டு:* ராமு பழசையும் புதிசையும் ஒரு பையில் வைத்துக் கொண்டாயேன் . . .

*ராமு:* ஆமாம் கையில் சுருட்டிக்கொண்டால் போதாதாக்கும், இம்மே, பை, அது இது . . .

தெருவில் ஒரு நண்பர் எதிர்ப்பட்டார்: "எங்கே ஸார் . . .

கையிலே . . . அடே, துணியா? எங்கே ஸார் குடுக்கிறான்? என்ன துணி? எங்கே பார்ப்போம் . . ." என்றார்.

*ராமு:* இது புதிசே தவிர, தைக்கவில்லை. அவ்வளவுதான். வாங்கி ரொம்ப நாளாச்சு. இப்போ துணி ஏது ஸார்?

*நண்பர்:* அதைத்தான் எடுங்களேன் . . . என்ன ஸார்?

*ராமு:* பொய்யா சொல்லுவேன் கிட்டு, இதைக் கொஞ்சம் வெச்சுக்கோ, இந்தப் பழசை. இவர்கிட்ட அந்தப் புதுத்துணியைக் காட்டறேன்.

*நண்பர்:* அடே ஸில்க்குன்னா, அப்போ சரி வாஸ்தவம். முன்னையேதான் வாங்கியிருக்கணும். ஏன் ஸார், இந்தத் துணிக் கடைக்காரர்கள் பண்ணுகிற அக்கிரமம் . . .

"ராமு இதை வாங்கிக்கொள்ளடா," என்றான் கிட்டு. அவன் குரல் மாறுபட்டிருந்தது. அசாதாரணமான ஒரு பரபரப்பும் தெரிந்தது. நண்பர் பேசிக்கொண்டேயிருந்தார். "இவர்களை யார் ஸார் கேட்கிறது. ஒரு கஜம் கிடைக்கவில்லை ஸார் . . ."

*ராமு:* அதையேன் கேட்கிறேள் போங்க. சட்டையெல்லாம் கிழிஞ்சுபோச்சு. நானும் ரெண்டு மாசமாப் பார்க்கிறேன் . . .

"ஏய் இதை . . . இந்தப் பழந்துணியை வாங்கிக்கொள்ளடா என்கிறேன். ஏய் இந்தா இதைப் பிடி ..." என்றான் கிட்டு, முன்னிலும் அதிகப் பரபரப்போடு.

ராமு கைநீட்டி அதை வாங்கிக்கொண்டான். ஒன்றும் பேசாமல், கிட்டுவின் முகத்தைப் பார்த்துக்கொண்டே. கிட்டு, வேறு எங்கேயோ பார்த்துக்கொண்டிருந்தான்.

"உங்கள் ஸ்நேஹிதர்கள் கிட்டையாவது சொல்லிக் கொஞ்சம் மில் கிளாத் பாருங்கோ ஸார், ரொம்ப முடையாயிருக்கு," என்று நண்பர் நகர்ந்தார்.

சற்றே நடந்தனர் ராமுவும் கிட்டுவும். இருவர் முகமும் எங்கேயோ இருந்தன. மெதுவாய் இருவரும் திரும்பியபோது முகங்கள் பார்த்துக்கொண்டன. பிறகும் பேச்சு வார்த்தை ஆரம்பமாக, ஒரு நிமிஷம் ஆயிற்று.

*ராமு:* ஏண்டா, பழைய ரவிக்கையை உன்னிடம் எதற்காகக் கொடுத்தேன்?

*கிட்டு:* அவரிடம் புதுத்துணியைக் காண்பிப்பதற்காக.

*ராமு:* பின்னே அவரிடம் நான் இரண்டு வார்த்தை பேசுவதற்குள், இதை வாங்கிக்கொள், 'வாங்கிக்கொள்' என்று கழுத்தை அறுத்துவிட்டாயே . . .

*கிட்டு:* சரி, அதனால் என்ன இப்போ?

*ராமு:* என்ன இப்போவா? ஏன் அப்படித் துடித்தாயென்று கேட்கிறேன்.

*கிட்டு:* நான் ஒன்றும் துடிக்கலை. அடே, என்னவோ மாதிரி இருந்தது. ஏதோ நினைவு வந்து தொலைந்தது; சடக்கென்று உன்னிடம் அதைக் கொடுத்துவிட வேண்டுமென்று தோன்றிவிட்டது.

*ராமு:* அதுதான் என்ன என்கிறேன் நான்? அப்போ நாமெல்லாம் நெருங்கிப் பழகலே. என்னவோ மாதிரி என்றாயே, அதைச் சற்றே விளக்கமாகச் சொல்லேன்.

*கிட்டு:* அது வந்து . . . உம் . . . இப்போ . . . சரி . . . நீ ஏன் இதைப் பிரமாதப்படுத்துகிறாய் ராமு, அதோடே விடேன்.

*ராமு:* எதோடே விடறது. இப்போ நான் ஒண்ணும் பிரமாதப்படுத்தலை, சும்மா சொல்லேன், மனோபாவம் புரிய வேணுமல்லவா! அடே, ஒரு சர்ச்சை என்று வைத்துக்கொள்ளேன்.

*கிட்டு:* இதெல்லாத்தையும் போய் . . . நமக்குள்ளே.

*ராமு:* அதனால்தான் கேட்கிறேன். நமக்குள்ளே என்ன வித்யாஸம். சும்மா பேசுவோமே, முடிவு தெரியட்டும்.

*கிட்டு:* சரி, இப்போ நீ இதை ஆக்ஷேபிக்கிறாய் அல்லவா?

*ராமு:* ஆக்ஷேபிப்பதாய் அர்த்தமில்லை . . . வைத்துக் கொள்ளேன். இது அசட்டுத்தனம் என்கிறேன்.

*கிட்டு:* சரி, அதையாவது தெளிவாப் புரிந்துகொண்டு புரியும்படியாச் சொல்லேன் நீ. எது அசட்டுத்தனம்? ஏன்? சொல்லேன்.

*ராமு:* இப்போ, நாமெல்லாம் ரொம்ப நெருங்கிப் பழகுகி றோம். உன் வீட்டுக்கு நான் வர . . . என் வீட்டுக்கு நீ வர . . .

*கிட்டு:* சரி, அப்புறம் மேலே போ, விஷயத்துக்குப் போயேன், சீக்கிரம் . . .

*ராமு:* நீ இப்போ சற்று முன்னாடி வந்து . . . ஆம் . . . வந்து, என்னவோ மாதிரி என்றாயே, அப்படியானால் நாமெல்லாம் நெருங்கிப் பழகுவதே அஸாத்தியம் என்றல்லவா ஆகிறது?

*கிட்டு:* மழுப்பாதே, தெளிவாகச் சொல் என்றேன். அதற்காகத்தான் அப்படியானால் என்கிறாய்! எப்படியானால் . . .

*கிட்டு:* எப்படின்னா . . ?

*ராமு:* இப்போ அடே, தெளிவாச் சொல்லப்போனால், வந்து வந்து . . . இப்போ . . . நீ இருக்கே . . . வந்து . . .

*கிட்டு:* ராமு, இதைப் பார், சிரமப்படாதே. ஒரு வார்த்தைகூட அகப்படாது. வார்த்தைக்குத் தவிக்கிறாய் பார்த்தாயா. மனிதனுடைய மனத்திற்கு எவ்வளவோ பலஹீனங்கள் உண்டு.

*ராமு:* சுத்தப் பேத்தல் . . . பொதுவா மனிதனுக்கு என்று பேசாதே, இது பலஹீனமில்லை, சின்னத்தனம்.

*கிட்டு:* சரி, சின்னத்தனமென்றே வைத்துக்கொள். இது எல்லா மனிதர்களுக்கும் உண்டு. மனிதனோடு கூடவே பிறந்திருக்கிறது இதுவும் . . .

*ராமு:* இது மஹாப் பேத்தல், உன்னைப்போல் எவனுக்காவது . . .

*கிட்டு:* ராமு, பெரிய சர்ச்சை இது. தவிரவும், இது பொது பொது என்று நாம் நிமிஷத்திற்கு நிமிஷம் சொல்லிக்கொண் டிருப்போமே தவிர, முழுக்க முழுக்க ஸொந்த விஷயம் ஆய்விடும். ஆழமாய்ப் போனால் விரஸம் மீதிப்படும் . . .

*ராமு:* ஒரு விரஸமும் இல்லை, நான் கேட்கிறேன். பதில் சொல். நமக்கெல்லாம், ஆயிரம் வருஷத்து ஸம்பிரதாயம், ஸமூஹப்

பழக்க வழக்கங்கள் உண்டு. நம்முடைய பெரியோர்கள் பழகிக் கொண்டிருந்த அதே மாதிரிதான் நம்ம குடும்பங்களுக்குள்ளும்...

*கிட்டு:* ராமு, சர்ச்சையை நீ இன்னும் பெரிதாக்குகிறாய்...

அடே அன்னிக்கும் சரி, இன்னிக்கும் சரி, மனிதனுக்கு இந்தச் சின்னத்தனம் எப்பவுமே உண்டுடா.

*ராமு:* அப்போ எல்லாருமே, எப்பொழுதுமே மனஸில் கல்மிஷத்தோடுதான் . . . பழகுகிறார்களா? பேத்தல் . . .

*கிட்டு:* இல்லவேயில்லை. நாகரீகம். அடே, பண்பட்ட பழக்க வழக்கங்களாலே மனிதன், இந்தச் சின்னத்தனத்தை அமுக்கி மூடிக்கொண்டே வந்திருக்கிறான் . . . இருந்தாலும் சில ஸந்தர்ப்ப விசேஷங்களில் . . .

*ராமு:* சின்னத்தனம் தலையெடுத்துவிடுகிறது என்கிறாயாக்கும்? காட்டுமிராண்டித்தனம் அல்லவா அது...

*கிட்டு:* வாஸ்தவம். அதுவும், இந்தக் காட்டுமிராண்டித்தனம் தன்னிடம் தலைகாட்டி அல்லது வேண்டியவர்களிடத்தில் தலைகாட்டித் தனக்கு விகாரமாய்த் தோன்றிவிட்டாலும் அந்த ஸந்தர்ப்பம் மஹா நரகமாய்விடும் . . . இதுக்காக அது பேசாமலிருக்கிறதா? இப்போ, நம்முடைய காலத்திலே, மேற்கத்தி நாகரீகம் மோதுகிற வேகத்தில் காட்டுமிராண்டித்தனம் ரொம்பக் கூத்தாடும் ஸந்தர்ப்பங்கள் ஏற்பட்டுவிடுகின்றன. அடே, சின்னப் பிரஸங்கமே செய்துவிடுகிறேன்போல் இருக்கிறது. பரவாயில்லை. விஷயத்தை யோசி. மனிதன்தான் பெரிய யோகத் தத்துவங்களை அநுபவத்தோடு ஸித்தாந்தம் செய்தவன். அதே மனிதன்தான், தனியறையிலும் தேவாலயத்திலும், நண்பர் உறவினர் வீட்டிலும், பள்ளியிலும். பஸ்ஸிலும், ஒரு ரோட்டிலும். நாய் மாதிரித் தன் மனதை ஓடவிடுபவன். நமக்கே தெரியும் நம் மனது விகாரம் அடையும்போது, அப்புறம் நாமேதான் அதை அமுக்குவோம்... ஆக...

*ராமு:* நீ எதையோ பேசுகிறாயே? உன்னை நான் கேட்டதற்கு, இதெல்லாம் பதிலில்லையே . . .

*கிட்டு:* அடேடே, சற்று முன்னே என் அசட்டுத்தனம் இன்னது என்று சொல்லமுடியாமல் தவித்தாயே, மறந்தாவிட்டாய்?

*ராமு:* என்னால் சொல்ல முடியவில்லை, சரி . . . நீதான் சொல்லேன் . . .

*கிட்டு:* முடியவே முடியாது. அதைப் பற்றிப் பேசினாலேயே அசடு வழியும்... அப்புறம்...

ராமுவுக்குப் பழக்கமான தையற்கடை பத்தடி தூரத்தில் இருந்தது. கடைக்காரன் சிவராவ் பழக்கத்திற்கு மிகவும் தகுந்தவன். ராமு அவனோடு விளையாட்டாய்க்கூடப் பேசிக்கொண்டிருப்பது வழக்கம். இவர்கள் அந்தக் கடையை அடைவதற்குள் தூற்றல் ஆரம்பமாயிற்று. "நல்லவேளை, கடை வந்துவிட்டது." என்று சொல்லிக்கொண்டே, கடையில் ஏறினர் இருவரும்.

"வாங்க, வாங்க!" என்று கூப்பிட்டான் சிவராவ்.

கடையில், இதற்கு முன்னமேயே சிலர், மழைக்காக ஒதுங்கி இருந்தனர். ராமுவும் கிட்டுவும் வெளிப்புறமாகவே நின்றிருந்தனர்.

"வாங்க ஸார். மழை வந்ததும் நல்லதுதான். இல்லாட்டீ, நீங்களெல்லாம் நம்மைத் தேடியா வரப்போறீங்க..." என்றான் சிவராவ்.

"சிவராவ், இப்படிப் பேசிப் பேசியே..." என்றான் ராமு.

"இப்படிப் பேசுகிறபோதே, மறந்துடுறீங்களே. வாயும் இல்லாட்டா, அப்புறம் மேலே உள்ள வந்துடுங்க ஸார், நனைய வேண்டாம்..."

"அதனாலென்ன, சும்மா இப்படியே இருக்கோம், உள்ளேயும் . . ."

"எல்லாம் நமக்கு வேண்டியவங்கதான். வாங்க. அதிலேயும் எல்லாம் வாலிபப் பிள்ளைங்கதான். காலேஜ் மாணவங்க..." என்று சிரித்தான் சிவராவ்.

காலேஜ் மாணவர்களில் ஒருவன் ஆரம்பித்தான்.

"அப்போ. உன்னிடம் வயதானவங்கதான் வரணுங்கிறாயா? ஏன் சிவராவ்?"

சிவராவ் "பார்த்தையா. நான் அப்படியா சொன்னேன்? இதைப் பாரு..."

*காலேஜ் மா.:* "எதைப் பார்க்கிறது? காசு கொடுத்துக் கஷ்டமும் பட்டு வாங்கி வந்த துணியைக் கண்டபடி வெட்டுகிறாயே, இதையா..?"

*சிவராவ்:* "ஆம், அதுதான் நம்ம வேலை."

*கா. மா.:* "சரி சரி, நல்ல வேலை. பார்த்து வெட்டு. பேச்சுப் பராக்கில் . . . துணி நல்ல துணியா இருக்குது."

மற்றுமொரு கா. மா.: "இந்தத் துணி இவங்களுக்கு இப்போ எப்படிக் கெடச்சுது? ஏன் சிவராவ்?"

*சிவராவ்:* "தம்பி! நானு தைக்கிறேன். விற்கவில்லையே!" என்று சிரித்துவிட்டு, தன் கடைப்பையனிடம், துணியை விட்டு எறிந்துகொண்டே சொன்னான் சிவராவ் டேய், கையைத் திருப்பி அடி. 'பஃப்பை' (Buff) நெருக்கிக்கிட்டு, 'பாடி' இப்படி 'கர்வு' ஆவணும், சீக்கிரம் செய்."

*கா. மா.:* "என்ன கெடுபிடி? ஏது? நீகூட இவ்வளவு அவஸரமா செய்யறையே . . ?"

மற்றுமொரு *கா. மா.:* "அடே, அது பெரிய மனுஷர் வீட்டு வேலையாயிருக்கும், அதுவும் துணியைப் பார்த்தால் ..."

*சிவராவ்:* "சொல்லேன், துணியைப் பார்த்தால், என்ன தெரியுது?"

*கா.மா.:* "பணக்காரங்கன்னு தெரியுது. அதிலேயும் இது ஜம்பர், ஸ்திரீகளுக்காக ..."

*சிவராவ்:* "எப்படிப்பா கண்டுபிடிச்சே? பெரிய மூளைக்காரன் நீ! போவுது. இன்னும் அரைமணியிலே, ரண்டு ஜம்பர், வேலையாவணும் ..."

*கா.மா.:* "ஜம்பருக்கும் சிவராவுக்கும் என்ன ஒற்றுமை! அந்தக் கிராக்கிதான் நிறைய வருது, உனக்கு. சரி, இது ஏன்? இவ்வளவென்ன அவஸரம்?"

*சிவராவ்:* "காலேஜ் நாளைக்குத்தானே திறக்கிறாங்க?"

*கா.மா.:* "ஆமாம், நாளைக்குத்தான் திறக்கிறாங்க. இது காலேஜிலே ..."

*சிவராவ்:* "காலேஜிலே படிக்கிற அம்மாவுக்குத்தான், இது தைச்சு ஆவுது."

*கா.மா.:* "பேத்தாதே சிவராவ் ..."

*சிவராவ்:* "என்ன? பொய்யா சொல்றேன். இப்போ வருவாங்க பாருங்களேன்"

"சிவராவ், என்ன இவ்வளவு அகலமா? இப்படி ஒரு பெண் எங்கள் காலேஜில் இருந்தால்... ஏ அப்பா, காலேஜுக்குப் போகவே பயமா இருக்குமே, எங்களுக்கு ..."

"அடேயப்பா, எவ்வளவு பெரிசு. பெரிய பெண்பிள்ளைக்கு வேண்டிய ..."

"போதும், அப்பா தம்பிகளே ..." சிவராவ் சொன்னான். மஹாபுத்திசாலிகள் ஆளுக்கு ஒண்ணு சொல்றீங்களே புதுசு நனைச்சாத்தானே சுருங்கும்?"

"இருந்தாலும், இவ்வளவு பெரிசா?"

"சிவராவ், அதை எடேன். கிட்டத்தில் பார்த்துத்தான் விடுவோமே அதை ..."

"வேணும்னா பாருங்களேன். டேய், அவருகிட்டே போடுடா, அந்த ஜம்பரை ..." என்றான் சிவராவ். போடச் சொல்லிவிட்டு வேறு எதிலோ கவனமாயிருந்தான்.

ஜம்பர் கைக்கு வந்ததும் மாணவர்கள் அதை அப்படியே பிரித்தாப்போல் கீழே போட்டு, ஒன்று இரண்டு என்று "சாண்" போட்டுக்கொண்டிருந்தார்கள்.

இடையிடையே சிவராவைக் கூப்பிட்டார்கள். ஆனால் அவன், "எனக்கு வேலை இருக்கு. முடிவு செஞ்சு வையுங்க. இந்தச் சட்டையைக் கத்திரிச்சிட்டு வரேன்." என்று இருந்துவிட்டான்.

காலேஜ் மாணவர்களில் ஒருவன் கடைப்பையனை மெல்லக் கூப்பிட்டான் "தம்பி, அதோ கிடக்கே, பெரிய நூற்கண்டு, அதை எடேன்." என்றான். பையன் எடுத்துக் கொடுத்தான் கீழே சிவராவின் காலண்டை ஒரு பெரிய நூற்கண்டிருந்தது. அதையும் எடுத்துக்கொண்டான் மாணவன் "அகலம், சரியாத்தாண்டா இருக்கு," என்றான். திடீரென்று, "ஸபாஷ்! பலே அச்சா!" என்று, ஹோ ஹோ சத்தமும் கொக்கரித்தது. இரண்டு மூன்று பேரின் குரல்தான். இருந்தாலும் இரைந்து கேட்டது.

சிவராவ் தலை நிமிர்ந்து பார்த்தான். மீசை துடிக்கக் கண்ணை உருட்டினான்.

"ஆபாசம் பிடிச்சவண்டா இவன், ஸில்லி ராஸ்கல் ..." என்றான் ஒரு காலேஜ் மாணவன்.

"இறங்குங்க கடையை விட்டு, சின்னப் புள்ளைத்தனத்தைக் காட்டிப்புட்டீங்களே ... போங்கப்பா, இருக்கிறவங்க எதினா நினைச்சுப்பாங்க." என்றான் சிவராவ்.

காலேஜ் மாணவர்கள் கீழே இறங்கிக்கொண்டிருந்தனர்.

"வாடா, நனைஞ்சாலும் போயிடுவோம்."

"சே ... அன் ஹேப்பி எண்ட் ..."

ஸில்லி ராஸ்கல்

எல்லை தாண்டிப் போச்சுடா ... சே. சே.

சும்மா அளக்காதங்கடா, என்னடா பெரிய விஷயம்? பிரமாதப்படுத்தறீங்களே, சும்மா சின்ன விளையாட்டு, நான் விளையாடினதிலே துளிக்கூட தப்பு இல்லே. கிளாஸிலே

அக்கிரமம் பண்றீங்க. அடே கோவிலுக்குப் போய் கும்மாளம் போட்டுக் கூத்தடிக்கிறீங்க. பிரமாதமாப் பேசறீங்களே, போங்கடா. சேர்ந்து சிரிக்க முடியல்லைன்னா. அது உங்க பலஹீனம். செய்யக் கூடாததை நான் செஞ்சுட்டது மாதிரி வெறுத்துக்கறீங்களே." என்றான்.

இவ்வளவும் சிவராவ் காதில், ஏன் கடைக்கு வெளிப்புறம் நின்றிருந்த கிட்டு, ராமு இவர்களின் காதிலும் விழுந்தது.

"பார்த்தீங்களா ஸார்! புள்ளைங்க போகிற போக்கை . . ." என்றான் சிவராவ்.

"ஊம் . . . ஊம் . . ." என்று இழுத்தாற்போல் முக்கிக்கொண்டு ராமு கீழே இறங்கினான். கிட்டுவும்கூட இறங்கிவிட்டான். ராமுவின் முகத்தில் ஈயாடவில்லை.

"என்ன ஸார் கிளம்பியாச்சா, கையிலே ஏதோ துணி கொண்டுவந்தீங்க . . . தைக்கலையா?" என்று கேட்டான் சிவராவ்.

"ஆம் . . . ஆமாம் . . . கொண்டுவந்தேன். அப்புறம் வருகிறேன் . . ." என்று கிளம்பிச் சென்று கொண்டே சொன்னான் ராமு.

கிட்டுவுக்குத் தெளிவு குறையவே இல்லை. ராமு வேதனைப்பட்டது போலிருப்பது அவனுக்குத் தெரிந்தேதான் கேட்டான். "ராமு, ஏன் தைக்கக் கொடுக்காமல் கிளம்பி வந்தாய்? மெனக்கெட்டுக் கொண்டுவந்துவிட்டு . . ."

"ச்சீ . . ." ராமு சொன்னான்: "இந்தப் பசங்க காலித்தனத்தைப் பாரேன் . . . நிமிஷத்துக்குள்ளே . . ."

"நினைத்தா செய்தார்கள், வேடிக்கை! போகிற போக்கிலே கடைசியிலே . . . இது இருபதாம் நூற்றாண்டின் சின்னத்தனம், புராணத்தில் இருக்கும் ரிஷி மூலங்களைப் போலவேதான் இதுவும் . . . சும்மா வேடிக்கை . . . உள்ளுக்குள்ளே சின்னத்தனம் . . . 'தர்மஹால்பயம்' என்ற புதிர்!" என்றான் கிட்டு.

"நாசமாப்போனான்கள் வெட்கம் கெட்டவன்கள்!" என்றான் ராமு.

"ஒவ்வொரு ஸமயத்திலே, ஒவ்வொருத்தனும் இப்படியேதான், மனிதன் எவனுமே!" என்றான் கிட்டு.

*கலாமோகினி:* **மே 1, 1946**

**புதிய கதை**

●

# தெய்வீகம்

"ஜோஸ்யர் என்னடா சொன்னார்? உனக்கு இரண்டாவது தாரம் உண்டு என்றாரா, இல்லையா..?"

"என்னவோ சொன்னார்... போயேன்..."

"ரொம்பச் சமத்தாப் பேசுவதாக எண்ணமாக்கும்? ஆயிரம் சொல்லும், கிரஹத்தை நம்பாமல் இருக்க, உங்கள் தாத்தாவாலேயும் முடியாது..."

"நான் என்ன, கிரஹத்தை நம்பவில்லையென்றா சொன்னேன்? கிரஹம் இல்லாமலா என்னை இந்த ஆட்டம் ஆட்டி வைக்கிறது..?"

"பின்னே உளறுவானேன்? விஷயத்தைச் சொல்லேன்..."

"அது இப்படியே, வியாதிப் பிண்டமாகவே, எலும்பும் தோலுமாகப் போனாலும் சரி, இழுத்துக் கொண்டாவது கிடக்குமே தவிர, இப்போதைக்குச் சாகாது என்று சொல்லிவிட்டார் ஜோஸ்யர்..."

"சரி, வேறு பெண்ணைக் கல்யாணம் பண்ணிக் கொள்வதைப் பற்றி என்ன சொல்கிறார்?"

"அடுத்த சித்திரை மாஸம் வரைக்கும் பார்த்துக் கொண்டு, அப்புறம் செய்யலாம். ஒருக்கால் இந்தக் கேது புக்தியிலே ஏதாவது நடந்தாலும் நடந்துவிடும் என்கிறார்..."

"அது எப்போ கேது புக்தி..?"

"இப்போ நடக்கிறது; முடியப்போகிறது! இன்னும் ஐந்தாறு மாஸம்; எப்பவுமே இந்தக் கேது

எனக்குச் சத்ரு ... போதாதற்கு ... சுக்கிரனுடைய பலம் வேறு இருக்கு அவனுக்கு ...”

“அதுவும் சரி என்றுதான் படுகிறது .., அப்புறம் இப்போ அத்தனை வியாதியோடே அவளுக்குப் பெரியம்மையும் பூட்டியிருக்கிறது என்று சொன்னாயோ?”

“அப்படிக் கடிதம் வந்திருக்கிறது என்று சொன்னேன். அப்படியானால், ஆபிஸிலே லீவை எழுதிப் போட்டுவிட்டு உடனே போ, பெரியம்மை பூட்டினால் எல்லா வியாதியும் பறந்துவிடும் என்று இப்படி ஆரம்பித்துவிட்டார் ஜோஸ்யர்.”

“அப்படியாவது செய்து பார், இதைப் பாரு, உலகத்திலே எத்தனையோ தெய்வீக அற்புதங்கள் நடக்கிறது, நாம் கேட்டதில்லையா? வியாதி நீங்கி அவள் சொஸ்தமாய் வந்துவிட்டால் ...”

“ஆறு வருஷமாகப் படுத்த படுக்கையாய்க் கிடக்கிறவள், இனிமேலாவது பிழைப்பதாவது? என் மனதுக்குப் பட்டுவிட்டது; அவள் இனித் தேறமாட்டாள்; ஆனால் ... கவலையும் அதே நினைப்பும் மட்டும் என்னைக் கொல்கிறது .., உண்மையாகச் சொல்கிறேன், அவள் காரியம் ஆனால்தான் நான் மீள முடியும் ...”

“போதும், கன்னா பின்னா என்று பேத்தாதே; படித்தவன், உத்யோகம் பார்க்கிறவன், இப்படியெல்லாம் அசட்டுப் பிசட்டென்று நினைக்கிறான் என்றால் நம்பக்கூட மாட்டார்கள் யாரும் ...”

“கிடக்கட்டுமே, பிறத்தியானுக்காக நாமொன்றும் செய்ய முடியாது ... நான் செத்துப்போக வேணுமா, இல்லாவிட்டால் ...”

“என்னவோடாப்பா, நீ இப்படிக் குழம்பிக் குழம்பிக் கொண்டிருந்தால் ...”

“இன்று வியாழக்கிழமையல்லவா, சனிக்கிழமை அன்றைக்கு, நிம்மதியாய் விடும் என் மனது.”

“அது என்னது? அவ்வளவு கணக்காக ..?”

“சிவபுரத்தில் ‘பெரியவா’ ஒருத்தர் இருக்கா; தெரியுமல்லவா ..?”

“ஆமாண்டா, நாளைக்குத் தை வெள்ளிக்கிழமை, அங்கே தடபுடல் படுமே பூஜை. தேவி, அப்படியே பிரத்தியக்ஷம் அந்தப் பெரியவருக்கு ...”

“நமக்கு வேண்டியதை அப்படியே சொல்கிறாராம், விபூதி வாங்கிக்கொண்டால் போதுமாம் ... அவரிடம் நான் இதைத்தான்

வேண்டிக்கொள்ளப் போகிறேன், நீ வேணுமானால், என்னை ராக்ஷஸன் என்று நினைத்தாலும் சரி... இவள் போய்ச் சேரட்டும் ...”

“நான் ஏன் நினைக்கப்போகிறேன். அவரவர்களுக்கு எவ்வளவோ சுகம் துக்கம் ... என்ன இருந்தாலும் ... அடே, நீ தொட்டுத் தாலிகட்டினவள்தானே ... என்று சொல்கிறேன் ... ஆனாலும் ... அப்போ நாளைக்கு அங்கே போகிறாய் ஊம் ...”

“லீவுக்குக்கூட, அப்ளை பண்ணியாச்சு ...”

“சரி, போய்விட்டு வா. எப்படியாவது, நீ சஞ்சலப்படாமல் இருந்தால் சரி .., கிட்டு, இன்னுமொரு விஷயம், நாளைக்கு அங்கிருந்து வரும்போதே தீர்மானத்தோடு வா ... ஆமாம், அப்புறம் அதைப் பற்றி நினைக்கவே கூடாது ... அடே, கிரஹத்தையும் விதியையும் வெல்ல நீ யாரு? நானாரு?”

பராசக்தியை வசப்படுத்திக்கொண்டு பக்தர்களுக்கு அவளால் ஆகவேண்டியதையெல்லாம் திருப்திகரமாய்ச் செய்துவித்துவந்த ‘பெரியவா’ இருக்கும் சிவபுரம் பக்கத்தில்தான் இருந்தது. வியாழக்கிழமை சாயங்காலமே அவ்விடம் போய்ச் சேர்ந்தான் கிட்டு. கிராப்புத் தலையைக் கோதிவிட்டுக்கொண்டு, தட்டுச்சுற்று வேஷ்டியுடன், சட்டையின் மேல் இடுப்பில் சுற்றிய மேல்துண்டுடன், மடத்துப் பூஜை அறைக்கு முன்னிருந்த கூடத்தில் நின்றான்.

உள்ளே வெள்ளி விமானத்தில் ஏராளமான பூக்களுக்கு இடையில், ஸர்வாபரண பூஷிதையாய்த் தெரிந்த சிறு அம்மன் விக்கிரஹத்தைப் பார்த்துப் பார்த்து பக்தி செய்தான் – அதாவது தன் துக்கங்களை நினைத்துப் பொருமினான். வாத்திய ஆடம்பரமும் மணியோசையும், சேமக்களாம் சங்கு எக்காளங்களும் ஒலிக்க அந்தி பூஜை முடிந்தது. ‘பெரியவா’ வரவில்லை, பகலில்தான் தரிசனம் தருவது வழக்கமாம். விபூதி குங்குமம் தந்தார்கள். கண்மூடிச் சிரம்வணங்கி நெற்றியில் தீட்டிக்கொண்டான் குங்குமத்தை. மீந்ததைப் பத்திரமாய் மரியாதையோடு காகிதத்தில் கட்டி ‘மணிபர்ஸில்’ வைத்துக்கொண்டான். கையில் ஒட்டிக் கொண்டிருந்ததைக்கூடத் துணியில் துடைத்துக்கொண்டான். கூட்டம் வரவர அதிகமாயிற்று. ஸந்நிதியை விட்டு, மெதுவாக – மனமில்லாதவனாகவே ஒதுப்புறமாய்ச் சென்றான். பத்தடி தாண்டிப் பலர்கூடிச் சிறுசிறு கூட்டமாய்ப் பேசிக்கொண்டிருந்த இடத்திற்கு வந்தான். காதில் விழுந்த பேச்சுக்களைக் கேட்டுக் கொண்டே, அதிலேயே ஆழ்ந்திருந்தான். மனது முழுக் கவனமும் குறையாமல் நிம்மதியின் அரங்கத்தில் சோர்ந்தாப் போலிருந்தது. வக்கீல்களும் வியாபாரிகளும்,கிராமத்து ஜனங்களும் பட்டணத்துப் பணக்காரர்களும் பேசிக்கொண்டிருந்தார்கள்.

“ஏது, ஏகப்பட்ட கூட்டம் கூடியிருக்கிறதே, சரிதான் நாளைக்குச் சாப்பாடு சாயங்காலத்துக்கு மேலேதான் ...”

“இத்தனை பேருக்கும் பிரச்னை சொல்லிப் பிரஸாதம் கொடுத்தாக வேண்டுமே, பெரியவாளுக்கு ...”

“எத்தனை நாழி ஆனால்தான் என்ன? ‘பெரியவா’ துளிக்கூட அலுத்துக்கொள்ளமாட்டார்கள் ... தவிர அங்கே இருக்கும்வரை பெரியவாதான் தன்னை மறந்துவிடுகிறாரே, தேவி ஸாந்நித்யம், அப்படியே நேரே பேசுகிறது போலத்தானே. மனஸில் இருக்கிற குறையைச் சொன்னால் போதும்; உடனே நிவர்த்தி ...”

“சாமி, அதை ஏங் கேக்கிறீங்க, இது ஒரு அவதாரமுங்க, சொன்னாச் சொன்னது ...”

“ஆஹா, ஒவ்வொரு ஊரிலே ஒவ்வொரு அதிசயமாக் காண்பிச்சுக்கிட்டு வந்திருக்காருங்க ...”

“பிறவி ஊமைங்க, பட்டவாய்த் தலைகிட்டே பெரிய மிராசுதாரு . . . முதலியாரு இல்லே, அவரு மகன், ஒரே மகனுங்க, அஞ்சாறு லச்சம் கொட்டிக் கிடக்குது. முதலியாரு வந்து, மகனைப் பெரியவரு காலிலே விளச்சொல்லி, தானும் கூடவே விளுந்தாங்களாம்; ஒண்ணுமே பேசக்கூட இல்லையாம். ஊமைப்பிள்ளை இருந்தாப்புலே இருந்து, ‘அப்பா, அப்பா பெரியவரு முகத்திலே ஒரே வெளிச்சமா இருக்குதே, அதில் என்னவோ தெரியுதே? அப்படீன்னுச்சாம் . . .”

“ஆஹாஹா முதலியார் மனது எப்படி இருந்திருக்கும்? ஒரு லக்ஷம் ரூபாயைச் சமர்ப்பிக்க வேண்டும் என்று தோன்றி இருக்குமே!”

“அந்தப் பேச்சுத்தானே கிடையாது. ஆயிரம் ஆயிரமாகத் தட்டில் வைத்து நீட்டினாரு நம்ம முதலியாரு. பெரியவரு, அப்படியே முறைத்துவிட்டுக் கண்ணை மூடிக்கிட்டாராம் ...”

“அப்படித்தான்னு பேசிட்டாங்க. அப்புறம் முதலியாரு தவிக்கிற தவிப்பைப் பார்த்துவிட்டுப் பெரியவருக்கே இரங்கிப் போயிற்றாம்; அம்மனை வச்சுப் பூசை செய்ய, வெள்ளியாலே விமானம் செய்யச் சொன்னாங்களாம் ...”

“அது ஒண்ணுதானா? சாமரம், குடை, குடவிளக்கு, இப்படியே அவங்கவங்க பண்ணிவச்ச வெள்ளிச் சாமானுங்க ஏராளமா இருக்குங்க . . .”

“வருஷா வருஷம் தை வெள்ளிக்கிழமை தோறும் ஏராளமா வந்துக்கிட்டேதான் இருக்கு ...”

“அதுக்கென்னாங்க, பெரியவரு கையாலே திருநீறு கிடைத்தால் போதுமே, என்னதான் கொடுக்கக்கூடாது ...”

“இதைப் பாருங்களேன் ஸார்! இந்தப் பெரியவர் இந்த ஊருக்கு வரும்போது, ஸாமான்யமாகப் பூஜைச் சாமானோடு வந்தவர்தான்; நாலு வருஷத்துக்கு முன்னே, தை வெள்ளிக்கிழமையில் சின்னதாகப் பந்தல் ஒன்று போட்டுப் பூஜை நடந்தது. இதோ, இப்போ தேவ விமானம் மாதிரி இந்த மடம் இருக்கிறதே, எப்படி உண்டாயிற்று? அம்பிகையல்லவா பேசுகிறாள், செய்கிறாள் ...”

“மூன்றாம் வருஷம் நான் வந்திருந்தேன். தை மாசக் குளிரில், ராத்திரி படுக்கைக்கு இடமில்லாமல் சிரமப்பட்டேன். இப்போ பாருங்களேன். சகல செளகரியத்துடன் எத்தனை பேர் வந்தாலும், குடும்பத்துடனேயே இருந்து தரிசனம் பண்ணும்படியாகக் கட்டடம் இருக்கிறது ...”

“எத்தனையோ ஆசிரமம் மடமெல்லாம் இருப்பதாக எல்லாரும் சொல்கிறார்கள் ஸார், இப்படி சர்வசமமாக, ஜாதிபேதமில்லாமல் அனுக்ரஹம் பண்ணுவது இவர்தான் ...”

“குடும்ப விஷயங்களில் வரும் பெரிய சிக்கல்களைக்கூட இவரிடம் சொல்லலாம் ஸார், உடனே பரிஹாரம், மனுஷ்யன் என்றால் எவ்வளவோ இருக்கிறது .... என்ன ...”

“ஆ...ம், அதுதான் விஷயம். நாமெல்லாமென்ன, காஷாயம் கட்டிக்கொண்டு போகிறவர்களோ? இல்லையே? வாழ்க்கைக்கு வேண்டிய சுகதுக்கங்களைக் கேட்டு அநுக்ரஹம் செய்தால்தானே ஸார் தெய்வீகம் ...”

“பாருங்களேன், எங்கிருந்தெல்லாம் ஜனங்கள் வந்து கூடியிருக்கிறதென்று. இது போதுமே ஸார், தெய்வீகத்தை நாம் புரிந்துகொள்வதற்கு ...”

“இந்த இடத்தை மிதித்து விட்டாலே வந்துவிடும் ஸார் எல்லாம். மூணாம் வருஷம் வந்துவிட்டுப் போனேன். ‘பிராக்டிஸ்’ ஏறிற்று. போன வருஷத்தில் வீடு வாங்கினேன். இந்த வருஷம் சொந்தக் காரில் வந்திருக்கிறேன். இருக்கிறது ஸார் என்னவோ ...”

“பெரியவா ஆஹாரம் ஆயிருக்குமே, இலை போடுகிற ‘டயம்’ ஆகியிருக்குமே ... இங்கே அதல்லவா ஒரு விசேஷம்! காபி, சாப்பாடு எல்லாம் பங்க்சுவல் ...”

“இல்லாவிட்டால் அப்புறம் என்ன ஸார்? நாம் செளக்யமாக இருக்கத்தானே தெய்வீகமெல்லாம் ...”

"அதுதான் தத்துவம், மந்திர தந்திரங்கள். கவசம், அது, அது . . . கடைசியாக இந்தத் தேவி பூஜைதான் இருக்கிறதே, இதெல்லாம் 'பெரியவா' எதற்கு வைத்துக் கொண்டிருக்கிறார் . . ? அவாளோ எல்லாம் கடந்த அதீதாள். லோக க்ஷேமத்திற்காகத் தானே ஸார் . . ."

கிட்டுவுக்கு அப்படியே புல்லரித்தது. 'பெரியவா அநுக்ரஹகத்தில் இந்தத் தேவி ஸந்நிதான விசேஷத்தில் அவன் துயரமெல்லாம் தீர்ந்துவிடப் போகிறது. அவன் செய்ய நினைத்த பிரார்த்தனை நியாயம் என்பதில் அவனுக்குப் பரம நம்பிக்கை. அவன் ஐந்தாறு வருஷமாய் அவ்வளவு சிரமப்பட்டிருக்கிறான். அவன் வாழ வேண்டாமா?

"வாழ வேண்டும், கட்டாயம் வாழ்வாய், உன் சிரமம் நீங்கிவிடும் . . . என்று 'பெரியவா' வரம் கொடுத்துவிட்டதாகவே நினைத்துவிட்டான். விஷயமும், தத்துவமும், தெய்வீகமும் கலந்தறிந்த பக்தர் கூட்டம் அவனை அவ்வளவு தூரம் பரவசப்படுத்திவிட்டது.

பக்தர்கள் பலர் எங்கிருந்தோ வந்து கூடியிருப்பவர்கள். மடத்துக் கட்டடத்தில் இரவைக் கழிக்கப் படுத்திருக்கிறார்கள். புதுக்கட்டடம். இன்னும் கதவுகள் போட்டாகவில்லை. அறை அறையாகத் தடுத்திருக்கிறது. ஓர் அறையில் இன்னும் சிலருடன் கிட்டு படுத்திருந்தான். எதிர்ப்பக்கத்து அறை ஸ்திரீகளுடையது. அங்க யாரோ இருவர் பேசிக்கொண்டிருந்தார்கள்.

"ஏம்மா, நீங்கள் ரண்டு மூணு வருஷமா வருகிறாப் போலிருக்கே . . ."

"ஆமாம், என்னவோ. அவள் நினைத்தால் எல்லாம் சரி ஆய்விடும் . . ."

"யாரைச் சொல்றேள்? அலுத்துண்டாப்போலப் பேசறேளே . . ."

"அம்பிகையைத்தான் சொன்னேன். வருஷம் ஏழாச்சு இப்போ. எது எப்படி இருந்தாலும் ரண்டுலே ஒண்ணு பண்ணடி தாயே என்று கேட்க வந்திருக்கிறேன் . . ."

"ஒண்ணும் புரியவில்லையே அம்மா . . ."

"நம்பக்கூடமாட்டேள், சொன்னேனானால் –"

"அப்படியென்ன . . –"

"என் பக்கத்தில் இருக்கிறாளே இவள் என் பொண்ணு . . , சவரணையா இரட்டைச்சீர் எடுத்து வாழ்க்கைப் படுத்தினேன். என் ஆத்துக்காரர் 'கண்ராக்ட்' எடுத்து வாழ்ந்தார். விமரிசையா,

பொண்ணுக்கு வாரிச் செய்தார். அம்பிகை என்னைச் சோதிச்சுட்டா . . . செப்பாலடித்த காசுக்கு வழியில்லாமெ வைத்துவிட்டு அவர் போய்விட்டார்."

"ஐயோ, பாவம் உங்கள் பெண் புக்ககத்துக்குப் போயாச்சோன்னா? குழந்தை குட்டி –"

"இருக்கு. ஒரு பிள்ளை இருக்கு."

"ஏனிப்படி வருத்தமாகச் சொல்றேள்? உங்கள் மாப்பிள்ளை ..?"

"அந்த வயிற்றெரிச்சல்தான் என்னை இப்படி ஆட்டி வைக்கிறது; மாப்பிள்ளைக்குப் பெரிய வியாதி. ரொம்ப நாளா குணமாகவே இல்லை. என் பெண் என்னிடம் வந்துவிட்டாள். வருஷக்கணக்கா என்னோடுதான் இருக்கிறாள், அங்கே மாப்பிள்ளைக்குச் சொந்தத் தாயார் கிடையாது. இளையாக்காரி இருக்கிறாள். அவள் புடுங்கல் தாங்காமெதான், என் பெண் வந்துவிட்டாள். மாப்பிள்ளை பித்துப் புடிச்சாப்போலே எங்கேயெல்லாமோ சுத்திக் கொண்டிருக்கிறார். இங்கே என்கிட்டே சோத்துக்குக்கூட வழியில்லை. அங்கே கொட்டிக் கெடக்கு ..."

"பாவம், பெரியவாகிட்டே சொல்லுங்கோ விவரமா. மாப்பிள்ளைக்குக் குணமாய்விடும். கவலைப்படாதேங்கோ. அம்பிகைமேல் பாரத்தைப் போடுங்கோ ..."

"ஆமாம், ஏழு வருஷமா ஆகாத குணமா? இனி மேலா? எனக்குத் தோணலை. அவர் நல்லபடியாப் போய்ச் சேர்ந்தாலாவது . . ."

"சிவா, சிவா, இது என்னம்மா எக்கச்சக்கமா, கேட்க சஹிக்கலையே, நன்னா இல்லையே, ஐயோ அம்பிகே . . ."

"அவ்வளவு தூரம் கஷ்டப்பட்டுவிட்டோம் அம்மா உங்களுக்குத் தெரியுமா? இந்தப் புள்ளை படிச்சாகணும், என்னவோ, நாம் கொடுத்து வைத்தது அவ்வளவுதான்னுட்டு, சோறு துணிக்காவது கஷ்டப்படாமெ இருப்போமே என்கிறாள் என் பெண்."

"அழறேளே, இந்த அழுகைக்கு அர்த்தமே தெரியவில்லை எனக்கு; வியாதி சொஸ்தம் ஆகட்டும் என்று திடமா வேண்டிண்டு, அப்படி ஏதாவது செய்வேளா? நன்னா இப்படி விபரீதமா வேண்டிக்கிறேள்? சிவா சிவா ..."

மஹா வியாதி பிடித்துவிட்ட மாப்பிள்ளையின் மரணத்தைப் பராசக்தியிடம் வேண்டிக்கொள்ள வந்த அம்மாளின் வேண்டுகோளைக் கேட்டான் கிட்டு. அதை எதிர்த்துரைத்த மற்றொரு ஸ்திரீயின் குரலும் உடனே விழுந்தது காதில். வெறுப்பு – அருவருப்பு – கொடிய பாதகத்தை நேரில் காண்பது போன்ற

துடிதுடிப்பும் இருந்தது – அந்தக் குரலில். அந்தக் குரல் சுரீரென்று சவுக்கால் அடித்ததுபோல் இருந்தது கிட்டுவுக்கு. படுத்திருந்தவன் எழுந்து உட்கார்ந்துவிட்டான். உஸ்ஸென்று நாக்கை உறிஞ்சினான்.

தலையைச் சொறிந்துகொண்டான். அவனிடமே அவனுக்கு வெறுப்பு ஏற்பட்டதுபோல் என்னவோ பண்ணிற்று.

ஆனால் நிமிஷம்கூட நிலைக்கவில்லை இந்த நிலை. தெய்வீகத்தைப் பொன்னிலும் வெள்ளியிலும் புனிதமான ஆத்மக்ஷேமத்திலும், பரம பக்த சிகாமணிகள் பிரத்யக்ஷமாக உணர்ந்திருந்த உணர்வில் பரவசமாகிக் கிடந்த கிட்டு இந்த ஸந்தர்ப்பத்தை லேசாகச் சமாளித்தான். அந்த ஆஸ்திக சிகாமணிக்குச் சவுக்கடியைக் கொசுக்கடியாக நினைக்கத் தெம்பளித்தாள் தேவி பராசக்தி. உட்கார்ந்தவன் படுத்துவிட்டான்.

கலக்கம் தீர்ந்து, மனம் புடைபெயர்ந்தது. 'சிவா சிவா . . . என்று பிரமாதப்படுத்தினாளே ஒருத்தி. இவள் இங்கு எதற்காக வந்திருக்கிறாள்? எதோ ஒரு பிரார்த்தனை இல்லாதவர்களுக்கு, இங்கென்ன வேலை? அவரவர்களுக்குத் தெரியாதா நியாயமும் அநியாயமும்? அவரவர்கள் பாடு அவரவர்களுக்கு . . .' என்று ஒரு ஸமாதானம் கிடைத்தது கிட்டுவுக்கு. அதை அமுத்திப்பிடித்தான். மனது நிலைக்கு வந்தது. 'எதோ, நம் கையில் உள்ளதைப் பெரியவாளுக்கு ஸமர்ப்பிப்போம். அவா அநுக்ரஹம்தான் நமக்குப் பெரிது; இத்தனை பேருமா – வக்கீல்கள் டாக்டர்கள் உள்பட இத்தனை பேருமா முட்டாள்கள்? தெய்வீகம் இல்லாமலா இங்கு வந்து . . ?' என்று விரிந்து அமைந்தது சிந்தனை. அந்த அமைதியில் நிம்மதியாய்த் தூங்கினான்.

மறுநாள் காலை பெரியவாள் சந்நிதியிலிருந்த தாம்பாளத்தில் – கலகலவென்று ரூபாயும் நோட்டும் கிடந்த அநுக்ரஹப் பாத்திரத்தில், தன் காணிக்கையையும் பக்தி சிரத்தையுடன் ஸமர்ப்பித்தான். ஸாஷ்டாங்க நமஸ்காரம் செய்து, தனது பிரார்த்தனையை – வியாதிப்பிண்டமான பெண்டாட்டி தேவியின் நிழலை அடையட்டுமென்ற பிரார்த்தனையை – ஒரு குறையும் ஸங்கோசமும் இல்லாமல் சொல்லிக்கொண்டான். தன் நெஞ்சத்தைப் போலவே, கைகளையும் விரித்து விபூதிப் பிரஸாதம் வாங்கிக்கொண்டான். அவன் மனத்தில் நிம்மதி மணத்தது போலவே, கையிலும் சாம்பல் சிரித்து மணந்தது. குங்குமம் செக்கச் சிவக்க ஸாக்ஷி சொல்லிற்று.

**சந்திரோதயம்: ஜுலை 15, 1946**

**'காதல் கல்பம்'**

•

# டீ ஸார்

மூர்த்தி ஒரு தென்னிந்தியன். வடக்கே ஒரு ஊரில் ஒரு தொழிற்சாலையைச் சார்ந்த விஞ்ஞான ஆராய்ச்சி சாலையில் அவனுக்கு உத்யோகம். ஊர் தான் வடக்கத்தி ஊரே தவிர, அங்கே வயிற்றுப் பிழைப்பை நடத்தும் தென்னிந்தியக் குடும்பங்கள் அநேகமிருந்தன. குடும்பமில்லாக் கூட்டமும் உண்டு. இவற்றிற்கு அங்கமாய் ஒரு அய்யர் ஹோட்டல், இட்லி சாம்பார், கும்பகோணம் வெற்றிலை, சிவபுரிப் புகையிலை, அசல் காவிரிக்கரை சாஸ்திரி உள்பட அங்கு ஒரு குறைவுமில்லை.

இருந்தாலும் என்னவோ அடிக்கடி சென்னையைக் கண்டால்தானே மனம் சும்மா யிருக்கும். மூர்த்தி இதற்கு விலக்கல்ல. அங்கிருந்து கிளம்பினான். சென்னை ஸெண்ட்ரலில் இறங்கியும் விட்டான். விசித்திரமான 'மதராஸ் பாஷை' காதில் விழுந்தது. கர்ணாம்ருதமாய் இருந்தது. மூர்த்திக்கு மதராஸ்தான் சொந்த ஊர் போல. அங்கேயே இருந்தவன் அவன் வெகு நாளாய், நெருங்கிய உறவினர் யாருமில்லை. படிக்கும்போது 'ஹாஸ்டல் பறவை.' படிப்பு முடிந்ததும் ஹோட்டல் ரஸிகன். ரூம் வாசி, எங்குப் போகலாமென்ற யோசனையே கிடையாது அவனுக்கு. வடக்கே ரயில் ஏறும்போது மதறாஸ் ஹோட்டல் ரூம் நினைவிருந்தது. ஆனால், ஸெண்ட்ரலில் இறங்கியதிலிருந்து, வேறொரு யோசனை வந்து விட்டிருந்தது.

'அடே, இங்கு வந்துமா ஹோட்டலுக்குப் போவது? எத்தனையோ சிநேகிதர்கள் நமக்கு ரொம்ப ரொம்ப நெருங்கிப் பழகிய எவ்வளவோ இடங்கள், அப்படி எங்கேயாவது போவோமே' என்று போய்க் கொண்டிருந்தது யோசனை.

‘எதற்கும் திருவல்லிக்கேணிக்குப் போவோம் . . . ரொம்ப நாள் இருந்த இடம் அது . . . அங்குப் போனால் ஒரு யோசனை புரியும்’ என்று தீர்மானத்திற்கு வந்தான் மூர்த்தி. ரிக்ஷாவைக் கூப்பிட்டான்.

“எங்கே ஸார் போணும் . . ?”

“திருவல்லிக்கேணி போகணும் . . .”

“சரிதான் வா சாமீ . . .”

“என்னடா, சாமானைத் தூக்கிட்டே? எவ்வளவுன்னு சொல்லு . . .”

“சும்மா குடு சாமி, உனக்குத் தெரியாதா, ஏளைக்குக் குடுக்க . . ?”

“டேய், கதையெல்லாம் ஏன்?”

“ஒன் ரூபீ குடு ஸார் . . , அம்மாம் தொலவு போவணும் . . , வெயிலு வேறே சுட்டுக் கொளுத்திக்கினுக் கீது . . .”

“சாமானைத் தூக்கி வைடா, முக்கால் ரூபா தரேன் . . . வேகமாப் போகணும் . . .”

ரிக்ஷா கிளம்பிற்று. ஸ்டான்லி பாலம் தாண்டிற்று. இறக்கமும் ஆயிற்று. ரிக்ஷாவின் வேகம் குறைந்தது. “டேய், வேகமாப் போகணும்னு சொன்னேனே . . ?” என்று அவசரப் படுத்தினான் மூர்த்தி. சற்று வேகமாய்ப் போய்க்கொண்டே சொன்னான் ரிக்ஷாக்காரன்:

“ஏன் ஸார், இம்புட்டுப் பறக்கிறீங்களே, ‘ஒய்பு’ வூட்டுக்குப் போறீங்களோ? அவங்க இஸ்கூல் காலேஜுக்குப் போறவங்களோ? கிளம்பிடுவாங்கன்னாட்டுத்தானே? நீ சும்மா இரு ஸார் . . . நேரம் ஆயிப்புடலை . . .”

“மடையா, கதையெல்லாம் பேசாதேன்னு சொல்லலை நான் . . .” மூர்த்தியின் இந்த வார்த்தைகளில்தான் கோபம் இருந்தது. தொனி சாதாரணமாய்த்தானிருந்தது. அது மட்டுமல்ல. சிரிப்பும் ஓடிற்று அதில்.

“என்னா ஸார், நான் ஸொன்னது ரைட்தானே?” என்றான் ரிக்ஷாக்காரன்.

அப்பொழுதிருந்த மனோநிலையில் சற்றே சிரித்தான் மூர்த்தி. சொன்னான், “நீ சொன்னது சரிதாண்டா, ஆனால் நீ சொன்ன உறவு . . .”

“என்ன ஸார், உறவுன்னு இஸுக்கிறீங்களே? சரிதான் இம்மே தான் கட்டிக்கப் போறீங்க? இப்ப ரைட் தானா . . ?”

இதைக் கேட்டதும் ரகுவின் மனம் சுமந்து பருத்து விடவில்லை. ஆனால் சற்று முன்னிருந்த எளிமையும் அதனுடன் பிறந்த சிறு சிரிப்பும் இருக்கவில்லை. 'தான் இன்ன இடத்திற்குப் போகலாமா?' என்று அவன் ஒரு இடத்தைப் பற்றி யோசித்துக் கொண்டிருந்தான். அவனுக்கே முடிவு கிடைக்கவில்லை. இந்தச் சந்தர்ப்பத்தில் ரிக்ஷாக்காரன் சொன்ன உறவும் – அதுவும் – எங்கேயோ இட்டுச் சென்றன' மூர்த்தியின் மனதை. மூர்த்தி, மிஸ். நீலா என்ற யுவதியைப் பற்றி நினைத்துக்கொண்டு, அவள் வீட்டுக்குப் போகலாமா என்று யோசித்துக்கொண்டிருந்த சமயத்தில்தான், ரிக்ஷாக்காரன் தான் சொன்ன உறவை விளக்கியும் சொன்னான். மூர்த்தியால் பழைய நினைவுகளுக்குப் போகாமல் இருக்க முடியவில்லை.

## II

மிஸ். நீலா ஒரு உபாத்தியாயினி. அவளும் அவளுடைய தாயாரும் குடியிருந்த வீட்டின் முன்புறத்து அறையை மூர்த்தி வாடகைக்கு எடுத்துக் கொண்டிருந்தான். சென்னையிலிருந்தபோது, அப்பொழுது அவன் பி.ஏ. பட்டதாரி. ஹோட்டலில் சாப்பாடு. ஒரு பெரிய விஞ்ஞான நிபுணன் ஆகவேண்டுமென்பது, அவனுடைய வாழ்வின் பெரு லக்ஷ்யம். ட்யூஷன் சொல்லிக் கொடுப்பதில் போதுமான வருமானம் வந்தது. உணவுச் செலவு போக மீதியெல்லாம் ஏதாவது கண்ணாடிக் குழாய், ரப்பர், சீசா ... இப்படிச் செலவழிப்பான். உலோகம் – திராவகம் – அது இது இப்படி வேறு வாங்குவான். அவனிருந்த ரூமிலேயே ஏதோ மருந்து நாற்றம் அடித்துக் கொண்டிருக்கும்.

அவனை அந்த ரூமில் – அதுவும் ஆராய்ச்சி வேளையில் பார்த்துவிட்டால் ஹாஸ்ய ரஸம் தானாகத் தோன்றிவிடும். இளகிய மனமாயிருந்தால் அநுதாபம்கூட வந்துவிடும். திடீரென்று அப்படி ஒருநாள் மூர்த்தியை அந்த அறையில் பார்த்துவிட்டதால்தானோ என்னவோ, அவன் விஷயமாய் மிஸ். நீலா அனுதாபம் கொண்டாள். காலக்கிரமத்தில் சிநேகமாய் மாறி முற்றிக்கனிந்துவிட்டது அது. மூர்த்திக்கு 'டீப் பைத்தியம்' உண்டு. அதாவது அரை மணிக்கொரு தடவை டீ சாப்பிடுவான். அவன் ரூமில் எப்பொழுதும் குமுட்டி எரியும். சிநேகம் வளர ஆரம்பித்தபோது, சனி ஞாயிறு போன்ற லீவ் நாட்களில் மிஸ். நீலா மூர்த்திக்கு டீ கொடுப்பாள். கூட அவளும் குடிப்பாள். மூர்த்தியைப்போல் அவ்வளவு தடவையல்ல. ஆயினும், மிஸ். நீலாவுக்கும் டீப் பைத்தியம் கண்டுவிட்டது.

மூர்த்தியின் ரூம் வாசலுக்கு வந்து நின்றுகொண்டு, "டீ ஸார் . . . டீ . . . ஸார் . . ." என்பாள் நீலா. "நீங்கள் ஏன் சிரமம்

எடுத்துக்கொள்ளவேண்டும்?” என்பான் மூர்த்தி. “பரவாயில்லை சாப்பிடுங்கள் . . .” என்பாள் நீலா.

மூர்த்தி அதை வாங்கிக்கொண்டு தன் ரூமுக்குள் செல்வான். “வாருங்களேன் உள்ளே . . .” என்று அழைப்பான் நீலாவை.

சிரித்துக்கொண்டு, “ஐயய்யோ, நான் மாட்டேன், ஏதாவது வெடிக்கும், எரியும், அப்பா . . .” என்பாள் நீலா. இது ஆரம்ப நாட்களில்.

பிறகு “டீ ஸார் . . . டீ ஸார்” என்பாள், டீயைத் தன் வீட்டிற்குள்ளேயே வைத்துவிட்டு.

“தேங்க் யூ” என்று உள்ளே வருவான் மூர்த்தி. உட்கார்ந்து கொண்டு, சுவைத்துப் பேசிக்கொண்டே, இருவரும் டீ சாப்பிடுவார்கள். மறுபடியும் சற்று வேடிக்கைப் பேச்சு. அரட்டைப் பேச்சு நடக்கும்போதெல்லாம் குலுங்கிக் குலுங்கிச் சிரித்துக்கொண்டேயிருப்பாள் நீலா. பத்துக்கு ஒரு தடவை சத்தமில்லாமல் சிரிப்பான் மூர்த்தி.

அடிக்கடி டீக்கு அழைக்கும் தோரணையில், “டீ ஸார், டீ ஸார் . . .” என்று நீலா கூறி வந்ததால், நாளடைவில் நீலா சம்பந்தப்பட்டவரை ‘டீ ஸார்’ என்பதே மூர்த்திக்குப் பெயராய்விட்டது. இருவருக்கும் அதில் மகிழ்ச்சிதான். “டீ ஸார், இன்று எங்கள் ஸ்கூலில் ஒரு வேடிக்கை…” என்று ஆரம்பித்துத்தான் பேசுவாள் நீலா.

தாயாரும் டீக் கிண்ணங்களும் மட்டுமே சாக்ஷியாய் இருக்க, நீலா – மூர்த்திகளின் அந்தரங்கங்களிரண்டும் ரொம்ப நெருக்கமுற்றன. சம்பாஷணைகளின் நேரம் அதிகமாய்க் கொண்டிருந்தது. எவ்வளவோ விஷயங்கள் வரும் பேச்சில். ஒரு நாள் விவாகத்தைப் பற்றி – அதாவது பொதுமுறையில்தான் – பெருத்த விவாதம் வந்தது. பழைய தர்மம் புதுச் சமுதாயம், காலதர்மம், விவேக வளர்ச்சி, யுக்தி, சாஸ்திரம், சம்பிரதாயம் இதுபோன்ற பிரமாணங்களையெல்லாம் அலசி இருவரும் சளைக்காமல் தர்க்கம் செய்தார்கள்.

இடையிடையில், “டீ ஸார், உங்களுக்கு டீயையும் விஞ்ஞானத்தையும் தவிர இதெல்லாம்கூட இவ்வளவு தூரம் தெரியுமா? ஆச்சரியம்தான் . . .” என்பது போலெல்லாம் சலுகையாகப் பரிகாசம்கூடச் செய்தாள் மிஸ். நீலா. மலர்ந்த சிரிப்போடு அதை வரவேற்றான் மூர்த்தி. விவாதம் பொதுவானாலும் உதாரணங்கள் தானே வாதத்தை நிரூபிப்பன? இவர்களிருவருமறிந்த உதாரணங்கள் எங்கே கிடைக்கும்?

வாதப்போக்கில் மிஸ். நீலா சொன்னாள்: "ஆச்சு, இருபத்தெட்டு வயது ஆய்விட்டதெனக்கு. இதுவரைக்கும் பூர்ணத் தெளிவாய் தூய வாழ்க்கை நடத்தி விட்டேன் . . . இனி மேல் என்ன . . ?"

"எப்படி? எப்படி . . ." மூர்த்தி சொன்னான். "இனி மேல் என்னவா? எவ்வளவு கிழவி ஆய்விட்டார்கள் மிஸ். நீலா அவர்கள். இருபத்தெட்டு வயது ஆய்விட்டதாமே? மிஸ். நீலா, நான் சொல்லுவதை கவனித்துக்கேளுங்கள். இருபத்தெட்டுத் தான் ஆகியிருக்கிறது உங்களுக்கு இனிமேல்தான் சிரமம். அதனால்தான் நான் வற்புறுத்துகிறேன். நீங்கள் கட்டாயம் விவாகம் . . ."

நீலா சிரித்தாள். "ஆஹாஹா! அறுபது வயதுக் கிழவர் ஆய்விட்ட டீ ஸார் தாத்தா சொல்லும்போது கேட்கவேண்டாமோ? அவசியம் கேட்கிறேன். கல்யாணமும் செய்துகொள்ளுகிறேன் . . ." என்றாள்.

"நான் அப்படிச் சொல்லவில்லையே? எனக்கு முப்பது வயதாகிறது. ஆனால், உங்களைப் போல நான் விவாகத்தைக் கண்டு பயப்படவில்லையே? என் மனப்போக்கு இப்பொழுது அதைப் பற்றிச் சிந்திக்கவில்லை என்றுதானே சொல்றேன் . . ." என்றான் மூர்த்தி.

"ஆமாம், இப்படிச் சமாளித்துக்கொள்ளப் பார்க்கிறீர்கள்? டீ ஸார், தேவலையே நீங்கள்?" உள்ளே சென்றாள். டீயோடு வந்தாள். "டீ ஸார், இந்தாருங்கள், உங்கள் ஜீவா" என்றாள். மூர்த்தி சுவாரஸ்யமாய் டீ அருந்தினான். அடுத்த ஒரு வாரத்திற்குள் விஞ்ஞான ஆராய்ச்சி வேலைக்கு வரும்படி உத்தரவு வந்தது மூர்த்திக்கு. வாழ்வின் பெருலக்ஷியமே கிட்டிவிட்டதுபோல் கிளம்பிவிட்டான்.

மிஸ். நீலாவுக்கு இது என்னவோ போலத்தான் இருந்தது. மூர்த்தி இதை அப்படிப் பெரியதொன்றாய்க் கருதவில்லை. சிநேகம் ரொம்ப உயர்ந்ததுதான். மனதிற்குள் வேரூன்றியதுதான். ஆனால், தன் வாழ்வின் லக்ஷியத்திற்கு முன்னிலையில், இது அதிகம் பாதிக்கவில்லை அவனை. மிஸ். நீலாவும் அதிகம் என்ன செய்யமுடியும்? ஆனால், அவளை இது ரொம்பப் பாதித்தது. மூர்த்தி கிளம்பும்போது தழுதழுத்துக்கொண்டே "டீ ஸார் மறந்துவிடாதீர்கள்" என்றாள், எவ்வளவோ கருத்துக்கு இடமாகும் படி, வேறு வார்த்தையும் அகப்படாமல் தவித்துக்கொண்டு.

"நன்றாயிருக்கிறது, மறக்க முடியுமா?" என்று ஸர்வ சாதாரணமாய் விடைபெற்றான் மூர்த்தி.

இப்பொழுது பதினெட்டு மாதங்களுக்குப் பிறகு, சென்னைக்கு வந்திருக்கிறான். மூர்த்திக்குக் கடிதம் எழுத

நேரம் கிடைக்கவில்லை. மிஸ். நீலாவினால் கடிதம் எழுத முடியவில்லை. ஆனால் டீ ஸார் என்று அழைத்தும், அரிய நண்பர் என்று அழைத்தும் எழுத ஆரம்பித்ததுண்டு. கடிதங்கள் முடிக்கப்படாமல் கிழித்து எறியப்பட்டதுமுண்டு. மூர்த்தி சில சமயம் நினைத்துக்கொண்டிருக்கிறான். அதுவும் டீ சாப்பிடும் போது மிஸ். நீலா, அந்தப் பேச்சுக்களுடைய டீ ஸார் . . . என்ற வினோதமான தன் பெயர் இதெல்லாம் ஞாபகத்திற்கு வரும், சுவைத்துச் சிரித்துக்கொள்வான். அதோடு சரி.

ஸென்ட்ரல் ஸ்டேஷனில் இறங்கிய பிறகு – திருவல்லிக்கேணிக்கு ரிக்ஷா பேசிய பிறகு வந்திருந்த பல நண்பர்களின் நினைவில் யார் வீட்டுக்குப் போகலாமென்று யோசித்துக்கொண்டிருந்தபோது ரிக்ஷாக்காரனுடைய அசட்டுக் கெட்டிக்காரத்தனம் மூர்த்தியின் மனதில் மிஸ். நீலாவை நிரப்பிவிட்டது. நீலாவைப் பற்றி நினைத்துக்கொண்டேயிருந்தான் மூர்த்தி. வேறு ஒன்றுமே நினைவில்லை. அங்கேதான் போவோம் என்றது மனது. ஆம் என்றும் அதுவே ஆமோதித்தது.

## III

சடக்கென்று ரிக்ஷாவைக் கீழே விட்டான் ரிக்ஷாக்காரன். "சாமி ஒன் மினிட்லே இதோ வந்துக்குனேக்கிறேன். காலமே புடிச்சு நாஸ்தா பண்ணலை. டீ அடிச்சுக்கிட்டு . . ." என்று நகர்ந்தான்.

"ஹும், நல்ல பெயர் கொடுத்தாள் . . . டீ ஸார் டீ ஸார் என்று" சிரித்துக்கொண்டான் மூர்த்தி. சரிப்பில் குனிந்தான். ரிக்ஷா கீழே இருந்தது.

"என்னடா, பாதி வழியிலேயே" என்றான் மூர்த்தி.

"நாயரு இதோ வந்துக்குனேக்கிறானே . . . டீ ஸார்" என்றான் ரிக்ஷாக்காரன்.

வாய்விட்டே சிரித்துவிட்டான் மூர்த்தி. "நாம் முணுமுணுத்தோமே? அது இவன் காதில் விழுந்திருக்குமோ? சே சே, இவனுக்குத் தெரிந்திருக்க நியாயமில்லை" என்று தேற்றிக்கொண்டான். மறுபடியும் ரிக்ஷா ஓடியபொழுது, இந்த விஷயம் மனத்தை ரொம்ப உல்லாசப்படுத்திற்று. "டீ ஸார்! இந்த ரிக்ஷாக்காரனும் இதையே சொன்னது, என்ன அழகாகப் பொருந்திவிட்டது! டீ ஸார்! போய் இறங்கியதும் நீலாவிடம் டீ ஸார் வந்திருக்கிறேன் என்று சொல்லவேண்டும்" என்று நினைத்துண்டான் மூர்த்தி.

நீலாவின் வீட்டு வாசலை நெருங்கினான். விசாரித்தான்; வேலைக்காரிதான் இருந்தாள். நீலா பள்ளிக்கூடம் போய்

விட்டிருந்தாள். வேலைக்காரிக்கு அலுப்பு. கண்டிப்பாகவே பதில் சொன்னாள் மூர்த்திக்கு.

"அம்மா பள்ளிக்கூடம் போயிட்டாங்க. அது மாம்பலத்திலே இருக்குது. பெரிய அம்மா ஊரில் இல்லை. ஐயா ஆபீசும் ரொம்பத் தொலைவு. ராத்திரி வந்து பாருங்களேன்."

நீலா இல்லாதது பெரும் பாரமாகப் படவேயில்லை மூர்த்திக்கு. ஏனென்றால் வேலைக்காரி சொன்ன 'ஐயா' என்ற சொல், அவன் மனதில் சந்தோஷத்தை விதைத்தது.

'சரி, நீலா — மிஸ். நீலா அல்ல, கல்யாணம் செய்துகொண்டு விட்டாள் போலிருக்கிறது! என்று தீர்மானித்துக்கொண்டான். அதுவும் சந்தோஷமாகத்தான் பட்டது மூர்த்திக்கு. 'கடைசியில் என் வாதம்தான் ஜயித்தது. நீலாவைப் பரிகாசம் செய்ய, நல்ல சந்தர்ப்பம் கிடைத்தது' என்று நினைத்துக்கொண்டான். நேரே ஒரு ஓட்டலுக்குச் சென்று ரூம் எடுத்துக்கொண்டான். உத்சாஹம் குறையவேவில்லை. குதுகுதுப்பும்கூட இருந்தது.

'கேலியும் பரிகாசமுமாகச் சந்தோஷமாயிருக்கலாம், விவாகம் ஆகி அதிகநாள் ஆகிவிடவில்லை. என்ன இருந்தாலும், ஒன்றரை வருஷத்துக்கு மேல்' இல்லையே..? என்று நினைத்துக் கொண்டேயிருந்தான்.

மாலை நேரத்தை எதிர்பார்த்தான் அவன். மனதில் புதியதாய் ஒரு யோசனை உதித்தது. அழகு, கேலி, புனிதத்தன்மை எல்லாம் சேர்ந்த ஒரு விவாக வெகுமதி கொடுக்கவேண்டும் நீலாவுக்கு. அந்தப் பொருள் அநேக முறைகளில் அன்பின் அடையாளமாகவும் இருக்கவேண்டும். என்ன தரலாம்? இந்த யோசனையில், மூர்த்தியின் மனம் அமைதியாய் மகிழ்ந்துகொண்டிருந்தது. மாலை நெருங்க நெருங்க, ஒரு சிறு சங்கையும் தோன்றிற்று.

நீலாவின் கணவன் சுபாவம் எப்படியோ? இந்த வெகுமதி விஷயமும், என் ஸ்நேக வெளியீடும் அவருக்குப் பிடிக்குமோ பிடிக்காதோ என்று சங்கித்தான். ஆனால், கடைசியில் மூர்த்தி தேற்றிக் கொண்டுவிட்டான். அவர் எப்படியிருந்தால் என்ன? வெகுமதியில் தவறு கண்டுபிடிக்கும் ஒரு ஹிருதயமற்ற புருஷர் வாய்த்திருக்கமாட்டார் நீலாவுக்கு. வேண்டுமானால் அதிகப் பரிகாசம் இல்லாமல் நடந்துகொண்டுவிட்டால் போகிறது. நீலா நடந்துகொள்ளும் தோரணையை ஆரம்பத்திலேயே புரிந்துகொண்டுவிட முடியாதா என்று நினைத்துக்கொண்டான்.

## IV

மிஸ். நீலா அப்பொழுதுதான் வந்திருந்தாள் பள்ளிக்கூடத்திலிருந்து. யாரோ வந்து விசாரித்ததைச் சொன்ன வேலைக்காரியிடம்,

என்னெல்லாமோ அடையாளம் கேட்டாள். அவ்வளவு தூரம் தான் கவனிக்கவில்லை என்று வேலைக்காரி சொன்ன பிறகும் நீலா விடுவதாயில்லை. ரயிலிலிருந்து வந்தது மாதிரி இருந்தது என்ற வேலைக்காரியின் குறிப்பை வைத்துக்கொண்டு, திருப்பித் திருப்பி கேட்டாள் நீலா:

"ஏண்டீ? எப்படி இருந்தார்? கண்ணாடி உண்டோ"

"இல்லீங்கம்மா . . ."

"கருப்பா சேப்பா?"

"ஆமாம், நல்லாச் சொன்னீங்க, ஆளு ராஜா மாதிரி இருந்தாரு . . !"

"யார் வந்திருப்பார்கள்? வடக்கேயிருந்து டீஸார்தான் வந்திருப்பாரோ? ஆமாம், அவர் ஏன் வரப்போகிறார்? விஞ்ஞான ஆராய்ச்சி நடந்துவிட்டால் அப்புறம். உலக ஞாபகமே இருக்காதே . . ?

இருந்தாலும் வேறு யாரும் . . .' யோசித்துக்கொண்டே "நீ சுத்த இவடி, யாருன்னு கேட்டுவச்சுக்க மாட்டே? மூளை இருந்தால்தானே? சரி சரி குமுட்டியை மூட்டு, டீ போடவேண்டும்" என்றாள் நீலா. 'வந்தவர் மட்டும் டீ ஸாராயிருந்தால்' என்ற நினைவிலேயே, ஒரு மகிழ்ச்சி பிறந்தது நீலாவுக்கு. டீ தயார் செய்துகொண்டிருந்தாள்.

"நீலா, நீலா . . ." என்று குரல் கொடுத்துக்கொண்டே, உள்ளே நுழைந்தான் மூர்த்தி.

"ஸார் . . . ஸார் . . ." என்று ஓடி வந்தாள் நீலா. அவள் ஹிருதயமடைந்த மலர்ச்சி, அவளுடைய கண்ணிலும் மெய்மறந்த சிரிப்பிலும் பிரதிபலித்தது. இரண்டொரு கணத்திற்கு இருவரும் பேசவில்லை. பிறகுதான் ஆரம்பித்தது சம்பிரதாயமான உபசாரம். ஆனால், அப்பொழுதும் கண்கள் நிலைத்துப் பார்த்துக் கொண்டேதான் இருந்தன. பொங்கி வழிந்த நீலாவின் மகிழ்ச்சி சற்றே நிலைக்கு வந்தது, நெஞ்சை நிறைத்து நின்றது.

"தங்கள் சிநேகத்தின் பலனாய்த் தங்கள் நினைவைச் சற்றும் மறக்க முடியாமல் – அதனாலேயே இன்பமும் தந்து வருகிறது டீ. தயாராகிறது. அது என் காணிக்கை. என்னைத் தேடி வந்த . . ."

முடிக்க வார்த்தை தேடினாள் நீலா.

"அது வரட்டும் மெதுவாய், அதற்கு முன் என் காணிக்கையைப் பெற்றுக்கொள் . . ." என்றான் மூர்த்தி.

"எங்கே? எனக்கா! என்ன கொண்டுவந்திருக்கிறீர்கள்? ஏதாவது விஞ்ஞானச் சித்தாந்தம் சொல்லும் கணக்குத்தாளா?" என்று சிரித்தாள் நீலா.

பையிலிருந்து ஒரு பொட்டலத்தை எடுத்துக்கொண்டே, "வந்து . . . ஆமாம், அவர் வர இன்னும் . . ." என்று இழுத்தான் மூர்த்தி. அவன் குரல் இழுத்த முறையில் அழுத்தமிருந்தது.

"யாரைக் கேட்கிறீர்கள்? டீ குடிக்காத மயக்கமா? இது என்ன பொட்டலம்? ஏதாவது உலோகத்துண்டோ . . ?" இப்பொழுதும் சிரித்தாள் நீலா.

மூர்த்தியும் சிரித்துக்கொண்டு, "ஆமாம், உலகத்துண்டு ஒன்றை ஊட்டி வளர்க்கும் உலோகம்தான்" என்று சொல்லிக் கொண்டு ஒரு வெள்ளிப் பாலோடையை நீலாவின் கையில் தந்தான் மூர்த்தி. மிரண்டு விழிகொட்டினாள் நீலா. தானும் அதுபோலவே செய்துகொண்டு சிரித்தான் மூர்த்தி.

"இதற்கு அர்த்தம் . . ?" என்று கேட்டாள் நீலா. உடனே அவளே, "எனக்குத் தெரிந்துவிட்டது உங்கள் பழைய வாதத்தின் தொடர்ச்சியா? தாய்மை எனக்குத் தெரிந்துவிட்டது ஸார் . . . ஸார்" என்று பாலோடையை மார்போடு அணைத்துக் கொண்டாள். அடுத்த க்ஷணத்தில் அவளுடைய பேச்சையும், மற்ற ஒவ்வொரு செய்கையையும் வெட்கம் கவ்விற்று. நிமிர்ந்தும் குதித்தும் சிரித்தும் நொடித்தும் கூத்தடிக்கும் நீலா, குனிந்து நாணி ஒடுங்கிக்கொண்டு நடந்து சென்று டீயைக் கொண்டுவந்தாள். புத்தம் புதியதொரு அடக்கத்துடன் வாய்க்குள்ளேயே சிரித்துக்கொண்டு மூர்த்திக்குக் கொடுத்தாள். அதை வாங்கிக்கொண்டே, "அவர் எப்போ வருவார் . . ?" என்றான் மூர்த்தி.

"வந்தது முதல் யாரைப் பற்றி இப்படிக் கேட்கிறீர்கள்? இங்கு ஒரு 'அவரும்' இல்லையே? என் தம்பி இருக்கிறான், ஒரு பத்திரிகை ஆபீஸில். அவராமே அவர் . . ." என்று சலுகையிலும் பதுவிசாய்ச் சிரித்தாள் நீலா. "ஒரு லட்டர் எழுதக்கூட நேரமில்லையாக்கும் உங்களுக்கு . . ?" என்றாள்.

"உங்களுக்கு?" என்றான் மூர்த்தி, இயல்பான புன்சிரிப்போடு.

"எழுதினால்தானா . . ." என்று தம்மிருவரையும் விடுவித்தது போல் சொன்னாள் நீலா. மேலும் 'நீங்கள்' வேண்டாம் இனிமேல் – என்னை நீ என்று சொல்லுங்கள்" என்றாள் நீலா. நெருக்கம் நெருங்கிற்று. டீஸாரை மறந்துவிட்ட நீலா, மூர்த்தியிடம் புதியதொரு முறையில் நெருங்கினாள். மூர்த்தி திகைக்கவில்லை. "நீலா . . . நீலா . . ." என்றே அழைத்துப் பழகிக்கொண்டான் சில தடவை.

***சந்திரோதயம்:* 30.9.1946,**

**'குபேர தரிசனம்'**

●

# உயிர்ப் போர்

*(கதையில் வரும் அரசர் புராணப் பாத்திரம். அவருடைய 'குமாரிகள்' என்று பன்மையில் வரும் பாத்திரங்களின் எண்ணுக்கு எல்லை நூறு. வாசகர்கள் இந்த எண்ணைக் குறைத்துக் கொண்டாலும் இழுக்கொன்றும் இல்லை.)*

**1**

தன் வாழ்நாளில் தான் செய்த தீரச் செயல்களின் சின்னமாய்த் தன் புத்திரர்களுக்கு நாட்டைப் பிரித்துக்கொடுத்துவிட்டார் அரசர். தன் கண்ணெதிரே புத்திரர்கள் தீரமாய்ச் செய்யும் அரசாட்சியைப் பார்த்துப் பார்த்துப் பூரித்துக் கொண்டுதானிருக்கிறார். ஆனால் அந்தப் பூரிப்பில் கவலையின் அநுஸ்வரமொன்றும் தொடர்ந்து கொண்டிருக்கிறது. வாத்தியமொன்று கட்டும் பிரதானஸ்வர மாளிகையில், அநுஸ்வரம் தொடர்ந்து ஒலிப்பதால் பாவ அழகு நிரந்தரமாவதுபோல், அரசரின் பூரிப்பும் இந்தக் கவலை விசேஷத்தையே அடைகிறது.

ஒரே வயதுடைய அவருடைய கன்னிகைப் பெண்கள் – நடமாடும் லாவண்ய சாம்ராஜ்யங்களால் அரசருடைய சிந்தனைப் பாதைகளிலும் உலாவி வருகின்றனர். பெண்களைப் பெற்ற அரசருடைய உள்ளம், இது விஷயத்தில் மிகுந்த கவலைகொண்டது. அந்தப் பெண்களை நல்ல இடத்தில் ஒப்படைத்து அவர் அடைய விரும்பும் அந்த நிம்மதி, ராஜ்யத்தைப் புத்திரர்களிடம் ஒப்படைத்து அவரடைந்த நிம்மதியைவிட விசேஷமுடையது.

அடிக்கடி ஒருசேரத் தன் கண்மணிகளைக் காண்கிறார் அரசர். குழந்தைப்பருவம் முதல் தான் பார்த்து வருகிறார். ஓடிமறைந்துகொண்டிருந்த இளமையோடு சலுகையும் மறைந்து விட்டிருந்தது. அங்கங்களோடு அறிவும் யௌவனத்தோடு நாணமும் அரும்பிப் பூத்தன. அழகும் ஒழுக்கமும் கனிந்தன. இதையெல்லாம் பார்த்துக்கொண்டேதான் அரசரும் நரைத்துச் சுருங்கியிருக்கிறார்.

ஆனால் இந்த மூப்பிலும் – அந்தக் காலத்தில் வருஷா வருஷம் நாட்டின் எல்லைமிகுந்து, தனக்கும் மதிப்பு மிகுந்த நாட்களில் இருந்தது போலவே – இந்த மூப்பிலும் அவர் நெஞ்சம் இந்தப் பெண்களின் அங்க நிறைவையும் அழகையும் பார்க்கும் போதெல்லாம் பெருமிதத்தால் விம்மிற்று. அந்த விம்மலின் இடையே நாட்டிலுள்ள அரசகுமாரர் அத்தனை பேர்களின் நினைவும் வரும். உடனே 'வர வர ... ராஜகுலத்தோன்றல்கள் ஒழுக்கப்படியில் இறங்கிக்கொண்டே வருகிறார்களே ...' என்று பிரியும் சிந்தனை.

'ஆமாம், நல்ல பிராஹ்மண யுவர்களைத்தான் தேடுவோமே ...'

என்று இப்படிச் செல்லும். இந்த விசாரத்திற்கும் தன் நிலைக்குமாகச் சேர்த்துச் சாந்தமாய் ஒரு தடவை சிரித்துக் கொள்வார். இதுவே நித்தியப்படியாய் இருந்தது. 'நல்ல வரன் தேடி ஆகவேண்டுமே' என்ற இதே கவலையில், பயனின்றி நாட்களைக் கடத்திவிட்டார் அரசர். ஆனால் அவர் கவலையின் நியாயம் பருவத்திற்குத் தெரியாது போலும். அது அதிவேகத்தில் குமாரிகளை நிறைவித்துக்கொண்டே வருகிறது. அதிக நிறைவை முதிர்ச்சி என்று சொல்வதும் உணர்வதும் சொல்லளவில் உசிதம் தான். அதற்காக முதிர்ச்சியின் நயம் மணமாகாத குமாரிகளுக்குக் குணமாகாது; நலமும் ஆகாதே! வரவரக் கிழ அரசர் இதையும் உணர ஆரம்பித்திருந்தார். இதற்கு முன் அவர் பட்டிருக்கும் கவலையின் பயனாக, இந்த உணர்வுக்குப் பிறகும் அவரால் வேகம் காட்ட முடியவில்லை.

## 2

அரசர் பார்த்துக்கொண்டேயிருந்தார். ஒரு நாள் பிற்பகலின் இறக்கத்தில் உத்யானத்திற்குக் கிளம்பினார்கள் குமாரிகள். வெய்யில் இன்னும் சற்றுத் தாழட்டுமே என்று சொல்ல நினைத்துக் கொண்டே முன்னால் வரும் பெண்களின் வரிசையைப் பார்த்தார். சொல்ல நினைத்ததை மறந்துவிட்டார். பெண்களைப் பார்த்துக் கொண்டே இருந்தார். இனிச் சற்றுக்கூடத் தாமதிக்கக்கூடாது. குழந்தைகளுக்கு வரன் தேட வேண்டியதுதான் என்றது மனது.

‘ஆமாம்’ என்று முணுமுணுத்தார் வாய்க்குள்ளேயே. இதற்குள் இருவரும் மூவருமாய் வரிசை வரிசையாய் அவரைத் தாண்டிச் சென்று கொண்டேயிருந்தார்கள் பெண்கள். அத்தனை பேரும் அவருடைய சொந்தப் புத்திரிகள். அத்தனை பேருக்கும் வரன் தேடியாக வேண்டும்.

பெண்கள் மெல்ல நிமிர்ந்து லேசாய்ச் சிரித்துவிட்டு நகர்ந்துகொண்டேயிருந்தார்கள். அரசர் ஒன்றுமே பேசவில்லை. பழையபடி விசார அலைகள் அவருள்ளத்தில் அசைந்தன.

தமக்காகத் தந்தை விசாரப்படுவதைப் புரிந்துகொண்டு, தன் மனத்திலும் கவலையைப் பாவிவிட்ட பெண்கள் ஒரு விதத்தில் பருவத்தை இழந்துவிடுவார்கள். அவர்கள் பெரும் புது வாழ்வில் குதுகுதுப்பும் புதுமையும் அவ்வளவாய் இராது என்பது அரசனுக்குத் தெரியும். ஆகவே ஸர்வ ஜாக்கிரத்தையாய் இருந்தார் அரசர்.

உத்யானத்தில் புகும்போது சற்றே உஷ்ணமாய் உடலைத் தொட்ட காற்று அவர்களைத் தடாகக் கரைக்குக் கொண்டு சேர்த்தது. வியர்வையைத் துடைத்துக்கொண்டு அப்படியே கூட்டமாய்ப் புல்தரையில் அமர்ந்தார்கள் குமாரிகள். சிலர் கையை உயர்த்திக்கொண்டு சாய்ந்தார்கள்.

ஏகாந்தம் அவர்கள் உடையையும் இருப்பையும் ஸ்வாதீனம் ஆக்கியிருந்தது. ஏதோ பேசிக்கொண்டிருந்தார்கள். அந்த உத்தியானத்தின் ஜல வாயுக்களோடு அவர்களுக்கு ஏற்பட்டிருந்த தொடர்புதான், அன்றைய அவர்கள் பேச்சுக்கு முக்கிய விஷயமாய் அமைந்தது. ஒருத்தி ஆரம்பித்த விஷயத்தை மற்றொருத்தி வளர்ப்பதும், இன்னொருத்தி கலந்துகொள்வதும் மற்றவர்களும் சேர்ந்து பெருக்குவதுமாகப் போய்க் கொண்டிருந்தபொழுது ஒரு தீர்மானம் வந்தது. அதுவும் எல்லோருக்கும் ஒப்ப முடிந்தது. அதாவது, தங்களுக்குக் கல்யாணமாகிக் கணவனகம் புக்க பிறகும், அடிக்கடி இந்த ஜலவாயுக்களை நுகர வந்து போக வேண்டும்’ என்பதுதான்.

கல்யாண சம்பந்தம் பெற்ற நினைவோடு நினைவாய்ப் பலவற்றை நினைத்துக்கொண்டார்கள். இன்னும் அவர்களுக்குத் தோழியாய் இருந்தவர்கள், இன்னும் அவர்களுக்குத் தெரிந்து பழகிக்கொண்டிருந்த குமாரிகள், பின்னர் ஸ்திரீ பதவி அடைந்தவர்கள் எல்லோரும் மணமாகிக் கணவனிடம் சென்றதும் அப்பொழுது அவர்களிடம் தென்பட்ட மாறுதலும் – சென்று திரும்பிய பின் அவர்கள் போக்கும் – அதில் இவர்கள் உணர்ந்த ஏதோ ஒன்றும் ஞாபகத்திற்கு வந்தன.

இன்னும் நெருங்கிய அவர்களுடைய மதனிமார்கள் – தமையன்கள் விஷயமும் கலந்துகொண்டது. இவர்கள் அண்ணன்மார்கள் கல்யாணங்களுக்கெல்லாம் போயிருக்கிறார்கள். கல்யாணத்திற்கு முன்னும் பின்னும், இப்போது தங்களரண்மனையிலும் மதனிமார்களைக் கவனித்திருக்கிறார்கள். அந்தந்தச் சந்தர்ப்பங்களில் அண்ணன், மதனிகள் கண்ணால் குலவுவது முதல், அரைகுறை ஸ்பரிசத்தில் பரவசமாவதையும் பார்த்திருக்கிறார்கள். இன்னதென்று புரியாமல் இவர்கள் மனத்திலும் கிளர்ச்சி பிறந்திருக்கிறது. கூச்சமும் வெட்கமும் அவர்களை ஊமையாக்கிய எவ்வளவோ சந்தர்ப்பங்களுண்டு. காதால் கேட்ட விஷயங்கள் சில – அரைகுறையாகத் தேசலாகப் புரிந்த அவற்றிக்குக் கண்ணால் கண்டவை சில ஸ்பஷ்டமில்லாத வியாக்யானங்களைக் கூறின.

இதெல்லாம் கலந்து மெல்லப் பேசிக்கொண்டிருந்தார்கள். பேச்சுக்கிடையிலேயே அவரவர்கள் உள்ளத்தில் தனித்தனியே சில எண்ணத் துண்டுகள் சிக்கிக்கொண்டன. மெல்ல மெல்ல ஒவ்வொரு குரலாய் ஒடுங்கி வந்தது. கூடத்தில் கம்பளம் விரித்ததுபோலிருந்த விஸ்தாரமுள்ள புல் தரையில் எல்லோருமே நன்கு படுத்துவிட்டிருந்தார்கள். கலந்து பேசிக்கொண்டிருந்தது நின்றுவிட்டது.

சிந்தனையின் ஆழம் தனித்தனியே ஒவ்வொருத்தியையும் முழுக்கிவிட்டது. அதில் ஏற்பட்ட ஒரு பரவசத்தில் ஓய்ந்து கிடந்த கை கால்களுடன், காதும் கண்ணும் சேர்ந்து கொண்டன. பாஞ்சாலியின் சேலைகள் போல விசித்திரமான சிந்தனைச் சல்லாக்கள் குமாரிகளின் உள்ளத்தில் உதித்த வண்ணமிருந்தன. புத்துணர்ச்சியும் ஆச்சரியமும் விரிந்துகொண்டேயிருந்தன.

## 3

ஸாத்வீக ரஸனைபோல் மெல்லச் சிரக்கம்பம் செய்து கொண்டிருந்த மரங்கள் ராஜஸமாய் ஆட ஆரம்பித்தன. பிடிவாதக்காரக் குழந்தைகள்போல் வளைந்தன செடிகள். நாணம் குமையும் இளம்பெண்கள்போல் துவண்டன கொடிகள். வியர்வும் அயர்வும் போக்கிச் சீராட்டிக்கொண்டிருந்த காற்றுக்குத் திடீரென்று ஆவேசம் பிடித்துவிட்டது. உடலில் வியர்வை கசிகிறது, காற்று எங்கேயோ அடிக்கிறது.

பிரகிருதியின் இந்த ஆர்ப்பாட்டம் குமாரிகளை நினைவுக்குக் கொண்டுவந்துவிட்டது. படுத்தபடியே கையை – நெற்றியை – கழுத்தைத் துடைத்துக்கொண்டார்கள். வாயால் ஊதிக் கொண்டார்கள். புடவைத் தலைப்பால் ஒத்திக் கொண்டார்கள்.

தாங்கவில்லை. எழுந்து நடக்கத் தோன்றிற்று. ஆனால் எழுந்து அடி பெயர்க்கும் பலம் அவயவங்களில் இருப்பதாய்த் தோன்றவில்லை. மரத்துக் கிடந்த அவயவங்களை மெல்ல அசைத்துப் புரட்டி நிமிர்ந்து முன் உடலைத் தூக்கினார்கள். கையை ஊன்றி உட்கார்வதற்குள் போதுமென்றாகிவிட்டது. சிரமப்பட்டு உட்கார்ந்தார்கள் சிலர். மற்றவர் படுத்தே கிடந்தனர். குமாரிகளுக்கு ஒன்றும் தோன்றவில்லை.

அகாலத்தில் வந்த இந்த வாயுவேகம், அவர்களுக்கு சாதாரணமாய்ப் படவில்லை, அதையொட்டி – அவர்களடைந் திருந்த சரீர மாறுபாடு (மெய்ப்பாடு), இது எங்கோ ஒரு விபரீத விகாரத்திற்கு அறிகுறி எனக் காட்டிற்று. அவர்களுடைய ஆடை – ஆழ்ந்த அன்புடையவை போல் அப்பிக் கொண்டிருந்த ஆடை ஆகாசத்தில் பறந்தது. அது தன்னுடன் இந்தக் குமாரிகளின் மனோ தைரியத்தையும் பறித்துக்கொண்டு பறப்பது போலிருந்தது. ஏகாந்தமான பிரதேசம்தான்; ஆயினும் என்ன? அப்பியாசத்தால் (இடைவிடாது பழகியதில்) அவர்களுடைய கைகள் பல தடவை இழுத்து இழுத்துச் சொருகிச் சோர்ந்துவிட்டன. நெறி மீறிப் போகும் ஜீவன்களைப்போல் முன் கூந்தற் கொழுந்துகள், வகுட்டைவிட்டுப் பிரிந்து துள்ளிக் கொண்டேயிருந்தன. நலத்தை மறைப்பது போலக் கண்களை வந்தும் மறைத்தன. இரண்டு கைகளுக்கும் அவற்றைச் சரி செய்யும் வேலை வேறு நேர்ந்து கொண்டிருந்தது.

"இது என்ன காற்று..?" என்றாள் ஒருத்தி. "என்ன காற்றாவது... காற்றுதான்..." என்றாள் மற்றொருத்தி. இப்படியே அவர்களுக்குள் தொடர்ந்து மறுபடியும் சம்பாஷணை நடந்தது. "அவள் கேட்டது வேறு, அகாலத்தில் அர்த்தமில்லாமல் இருக்கிறதே வேகம் என்று அவள் அபிப்ராயம்..."

"அர்த்தமிருந்தால் வேகமே வராதே..."

"ஏன்? மனிதர்களில் அர்த்தமில்லாமல் வேகம் கொள்கிறவர்கள்..."

"வேகம் கொண்ட பிறகு, மனிதர்கள் என்று சொல்லாதே..."

"வேகங்களைக் குறைத்துக்கொண்டு அடங்கி, ஒடுங்குவதில் தான் மனித உயர்வு உண்டு..."

"காற்றில் நல்லதனத்தைக் காணோம்.., நாம் அரண்மனைக்குச் செல்வதுதான் உசிதம்."

"அப்படிப் பிரமாதமான வேகமொன்றுமில்லை. இது கூடப் பொறுக்காமல்..."

“நானும் அப்படித்தான் நினைத்தேன். உங்கள் எல்லோரையும் பார்க்கிறேன். என்னையும் பார்த்துக்கொள்கிறேன், சோர்ந்து தான் படுத்துக்கொண்டிருக்கிறோம். நம் மனத்திலிருக்கும் கிளர்ச்சிக்குத் தக்கபடி நம் அவயவங்களில் எழுச்சி இல்லை; சோர்விலும் தெளிவு காட்டும் இந்தப் புது . . . புது இன்ப அநுபவம் . . .”

“அடி . . ! இவள் எப்படியோ இதைச் சொல்லிவிட்டாளே . . !

நானும் அப்படித்தான் அதைத்தான் நினைத்தேன் . . .”

“நானும் . . .”

“நானும் . . .” இப்படிப் பல குரல்களும் ஆமோதித்தன.

“அவள் உள்ளே போகலாமென்று சொன்னாளே தவிர, எழுந்திருக்கக் காணேனே . . .”

“அதுதானே . . . அதுதானே” என்றார்கள் எல்லோரும்.

“வாஸ்தவம் . . . என்னாலும் எழுந்திருக்க முடியவில்லை தான்” என்றாள் ஒருத்தி பெருமூச்சுடன். அவள்தான் முதலில் உள்ளே போகும் யோசனையைத் தெரிவித்தவள்.

“இந்தக் காற்றில், இங்கு உத்யானத்தில் ஏற்பட்டுள்ள மாறுதலைப் பாரேன், பிரகிருதியில் இப்படியும் ஒரு நிலை இருக்கிறதே . . !”

“உத்யானத்தில் மட்டுமல்ல, பிரபஞ்சத்திலேயே ஒரு மாறுதல்.”

“இதோ, நம்மிடத்திலேயே மாறுபாடு . . .”

“நாமென்ன ? பிரபஞ்சத்திற்கு வெளியிலா இருக்கிறோம் ?”

“அப்பா சொல்வதுண்டு, ஒவ்வொரு மனுஷ்யச் சரீரமும் ஒவ்வொரு தனித்தனிப் பிரபஞ்சமென்று. பூத பௌதிக விஷயத்தில் இது முற்றிலும் சரிதானே . . ?”

“பிரகிருதியின் மாறுதலில் நாமும் மாறுகிறோமோ ?”

“நாமல்ல, நம் உடல்தான் மாறுகிறது . . .”

“உடலென்ன ? மாறுதலை உணர்வது நம் உள்ளம்தானே . . ?”

“ஆக பிரகிருதி மாறுதல் நம் மனோ விகாரம் இரண்டையும் இணைக்கிறாயோ ?”

“நான் சொல்கிறேன்; சவத்திற்கு உணர்வு இல்லை. ஆகையால் உடலும் உணர்வும் எல்லாம் பிராணனைப் பொறுத்திருக்கிறது . . .”

“சந்தேகமென்ன ? பிராணன் அதாவது அநுபவ தசையில் காற்று என்கிறோமே . . . அதுதான்.”

“அதுதான், அதோ பாரேன், இப்பொழுது நடப்பது காற்றின் கூத்துத் தான் . . .”

“ஆமாம், பஞ்ச பூதங்கள் நம்மை மகிழ்விக்கும்போது, பிரகிருதியைப் போற்றுகிறோமல்லவா? இப்பொழுது நடப்பது போல், காற்றோ வேறு பூதமோ நம்மைப் பயமுறுத்தினால், அன்னை பிரகிருதியைப் பயமும் பக்தியும் செய்து பணிகிறோம். பணிய வேண்டியதுதானே . . ?”

“அதுதான் இல்லையென்கிறார் அப்பா. பிரகிருதியை ஜெயித்துவிட முடியும், ஜயிக்கவும் வேண்டுமென்கிறார் . . .”

“நம் அநுபவத்தில், நமது உடல் உயிர் சம்பந்தப்பட்ட மட்டில் நம் நிலையென்ன?”

“நாம் அவற்றை அடக்கியிருக்கிறோம். அதாவது பிரகிருதியை நாம் ஜயித்திருக்கிறோம் . . .”

“முன் எப்பொழுதுதாவது நமக்கு அவை அடங்கி இருந்தனவோ? இப்பொழுதில்லை. இந்த க்ஷணத்தில் நாம் பேசிக்கொண்டிருந்ததும், அதில் பிரதிபலித்த நம் எண்ணமும் நம்மைத்தான் பிரகிருதிக்கு அடங்கினவர்களாகத் தீர்மானிக்கின்றன.”

குமாரிகளின் விவாதத்தில் பட்டும் படாமலும் அவரவர்கள் மனநிலை பிரதிபலித்துவிட்டது. பிரகிருதி அவர்களை ஆட்படுத்தி இருப்பதைப் புரிந்துகொண்டிருந்தார்கள். விவாதம் நின்றது. மறுபடியும் அதே நிலையில் தனித்தனியாய் யோசனை செய்யத் தொடங்கிவிட்டார்கள்.

## 4

பிரகிருதியென்ற வார்த்தை அவர்களுடைய சிந்தனை வட்டத்தின் நடுவாய் அமைந்தது. கற்றும் கேட்டும் அவர்கள் சேகரித்திருந்த அறிவு – திட்டமா. பழக்க வழக்கங்களால் நிலைத்திருந்த அறிவு – ஏதோ ஒரு விஷயத்தைப் பிரகிருதிக்கு மூலாதாரமென்று அப்படியே சொன்னது சொன்னபடியே ஏற்றுக்கொண்டிருந்தது. அதாவது ஸம்பந்தம் – தொடர்பு – இரண்டின் இணைப்பு. இந்த இணைவுதான் பிரகிருதிக்குக் காரணம் என்பது அவர்களுக்கு நன்கு தெரியும். பூவும் கனியும் – தாயும் கன்றும் அவர்களுக்குத் தெரியாதன அல்ல. இந்த அளவுக்குப் பிரகிருதி விளங்கிவிட்டது. பிரகிருதிக்கு மேற்பட்டுப் பின் பிரகிருதியில் இணைந்து மறுபடியும் அதை வென்று மேம்பட வேண்டியதுதான் மனுஷ்ய ஸாதனை, தபஸ் என்பதும்

அவர்களுக்குத் தெரியும். அந்த மேம்பாட்டின் மஹிமைகளை நிறையத் தெரியும். அதுதான் மனித வாழ்வின் முறை என்பதும் தெரியும்.

ஆனால் இரண்டு வெற்றிக்கும் இடையில் வரும் இடம் மட்டும் இன்றும் அவர்களுக்கு ரகஸ்யமாகவே இருந்தது. அதனால்தானோ என்னவோ, அவர்களுடைய சிந்தனை, திரும்பத் திரும்ப அந்த ரகஸ்யத் திரையிலேயே சென்று மோதித் தவித்தது. தவிப்பு மனத்தைச் சுழற்ற – மனச்சுழற்சி போலித் தெம்பையடைந்தது. அந்த ரகஸ்யத்திரையை எப்படியாவது விலக்க முயற்சித்தது.

குமாரிகள் அவ்வளவு பேருடைய மனச்சுழற்சியும் ஒன்றாயிருந்தது, அப்பா எப்படி . . . அப்புறம் அம்மா அவர்கள் இரண்டாவது வெற்றி கண்டவர்கள். அப்புறம் அண்ணா மதனிகள் . . , அவர்களெல்லோரும் அந்த நடு இடத்திற்குப் போய்விட்டார்கள். அப்படித்தானிருக்க வேண்டும். முதலில் பிரகிருதியை அடக்கினார்கள் – நம்மைப்போல் . . , இப்பொழுது அவர்கள் பிரகிருதியோடு உடன்பட்டு, தாங்கள் இணைந்துவிட்டார்களோ? ஆமாமாம் . . . அந்த அதிகாரம் அவர்களுக்கிருக்கிறது; அந்தப்புரத்து வாசலில் மதனிகள் ஏங்கி நிற்பதும் . . . ராஜ்ய காரியங்களுக்காகப் போவதுபோல் இன்னும் புதிய உத்ஸாகத்தோடு அண்ணன்மார்கள் அங்குச் செல்வதும் . . . இதெல்லாம்தான் எல்லோருக்கும் தெரியுமே . . .

இனி நாமும் . . . அந்த இணைப்புக்கு உடன்பட்டால் நாமும் இரண்டாம் நிலைக்குப் போகலாம். பிரகிருதியோடு வாழலாம். மதனிகள்போல் – அந்த அவளைப்போல் – இந்த இவளைப்போல் . . ? என்று பிரகிருதியோடு ஒன்றுவதைத் தீர்மானித்தார்கள் எல்லோரும்.

இணைப்பைத் தீர்மானித்துக் கொடுத்த பிரகிருதி இணைப்பின் ‘இரட்டைத்தன்மையை ஞாபகமூட்டியது. அண்ணன்மார்கள் மதனிகளுக்கும், மணமான தோழிகளுக்கெல் லாம் அவர்களுடைய கணவர்களும் ஆதாரமாயிருக்கின்றமை புலப்பட்டது. கல்யாண வைபவங்களில் இவர்கள் பார்த்திருக்கும் எத்தனையோ வர புருஷர்களின் ஞாபகத்தோடு, புருஷ இனம் பூராவும் வராதா நினைவுக்கு? தமக்கு வரப்போகும் புருஷர்களின் நினைவு, உருவும் பேரும் ஒன்றுமில்லாத வெறும் புருஷ நினைவு வந்தது குமாரிகளுக்கு. அதிகச் சந்தடியில்லாமல் அவர்கள் எல்லோருடைய மனமும் அந்த ‘நாம ரூபங்கள் இல்லாத’ நினைவில் மட்டும் சஞ்சரித்தது.

உத்யானத்தில் காற்றுவேகம் இன்னும் தணிந்தபாடில்லை. இவர்கள் உடம்பிலும் உயிர் ஆவேசம் பிடித்து எங்கேயோ இழுத்துச் சென்றது குமாரிகளின் மனத்தை.

முதலில் ஒருத்தி எழுந்திருக்க முயன்றாள். மெல்ல உட்கார்ந்து கால்களை நீவிக்கொண்டாள். கெட்ட கனவு கண்டதுபோல் அவள் முகம் மாறுபட்டது. மெல்லத் திரும்பி மற்றவர்களைப் பார்த்தாள், "எழுந்திருங்களடி, போவோம் ..." என்றாள், மிகவும் மெல்லிய குரலில் – அதுவும் தேய்த்துத் திரிந்து.

ஒருத்தியாவது, அதைக் கேட்டதாகத் தெரியவில்லை. அசையாமல் புரளாமல் கிடந்தனர். இவளுக்கும் அயர்வு நீங்கவில்லை. மறுபடியும் சாய்ந்துகொண்டு . . . சற்று இறைந்து கூப்பிட்டுக் கொண்டேயிருந்தாள். ஒவ்வொருத்தியின் பெயரையும் சொல்லிச் சொல்லி. இவள் இப்படி இடைவிடாமல் கூப்பிட்டதால் எல்லோரும் சற்று விழித்துக்கொண்டனர். மெல்ல மெல்லப் பார்த்துக்கொண்டனர். நல்ல விழிப்படைந்த பிறகும் மனம் நிலைபெறவில்லை; ஆனால் –

மனத்தை இப்படி ஓடவிட்டதும் நிறைவழிந்து தடுமாறுவதும் தவறென்று புலப்படுத்திக்கொண்டு எழுந்து நின்றது அறிவு.

சற்று முன்னடைந்த இன்ப நினைவை நினைத்துக்கொண்டு ஓடப் பார்த்தது மனம். குறுக்கே நின்று தடுத்தது ஒழுக்க நிறைவு.

உயிர் எதையோ நாடுகிறது. அதன் சபலத்தைத் தூண்டியும் ஆய்விட்டது. புத்தி அதை எதிர்த்து நிற்கிறது.

உயிரின் வேட்கை இன்பத்தைக் காட்டிக் கூறிற்று:–

'குமாரிகளே' பிரகிருதியோடு ஒத்து வாழுங்கள். உங்கள் அழகும் கனிவான பருவமும் வீணாவது சகிக்க முடியாதது. உயிரின் இச்சைக்கு உடன்படுங்கள். மேனியின் வயதின் பயன்களையடையலாம். இதோ உங்கள் உடலில் வியர்ப்பது உயிரின் ரத்தம். வியர்த்து வதங்கி உடலின் நிறம் மாறுபடுகிறதே, அது உயிரின் தேய்வு.

அதோ வெறும் வெறுமையில் (ஆகாசத்தில்) விசிறிச் சீறுகிறதே – உங்கள் பெருமூச்சு, அது நிறைவேறாத இச்சைத் தீயின் புகை. அது நீடித்தால் உங்கள் உடல் உலர்ந்துவிடும். இந்தத் தேய்வும் தேமலும் காய்வும் கன்னலும் உங்கள் அழகை அதிகமாக்கி அம்ருதமாக்கும், எப்பொழுது தெரியுமா? இச்சை நிறைவேறினால்தான். ஆக, உயிரின் இச்சைத் தீக்கு உணவிட்டு அதைச் சமனப்படுத்துங்கள் . . !

குமாரிகளின் அறிவோ – லக்ஷயத்தைக் காட்டிக் கூறிற்று:

"உடலும் உணர்வும் உயிருக்கு உரியவை என்பதற்காக உயிரின் கட்டளைக்கா பணிவது? அதன் இச்சைக்கா உடன்படுவது? உடலையும் உணர்வையும் ஒடுக்கி வெற்றி கொள்வதுதான் மனிதத்தன்மை. உயிரின் கட்டளைகளே இல்லாமல் செய்து . . .

இச்சைகளையே ஒழித்து உடலை விட்டு அதைக் கிளப்பி விடுவதென்ற உயர்ந்த லக்ஷயமும் உண்டு மனிதர்களுக்கு. மனிதருக்கேற்பட்ட தவம். அந்த இனம் வளர்ந்திருக்கும் அறிவு, ஒழுக்கமென்ற உயர்ந்த அஸ்திரம் இவைகளுள்ள மனித ஜீவனை உயிரின் ஆவேசம் ஒன்றும் செய்ய முடியாது. அநாவசியமாய்க் கலங்கி அமைதி கெட்டுப் போகாதீர்கள் குமாரிகளே . . ."

உயிரோ இன்னும் மிகுந்த பலத்தோடு இடித்துரைத்தது. தூண்டிற்று:

"பெண்களே, நீங்கள் உயிரோடு வாதாடுகிறீர்கள் ஞாபகமிருக்கட்டும். உயர்ந்த லக்ஷயமென்று வானளாவப் புகழ்ந்துவிடுவதால் அழிவின் அவலம் குறையாது. முரட்டுத்தனமாய் அழிவைப் பெறுவதற்காக, இவ்வளவு பாடுபட்டு அறிவைத் தேட வேண்டாம். ஒழுக்கமென்று சொல்லிக்கொண்டு தன்னையே அழித்துக்கொள்ள அஸ்திரங்களையும் சேர்க்கவேண்டாம். ஹூம் இசையுங்கள் . . . ஆழ்நிலைக்கும் சுற்றுவாடைக்கும் உங்கள் உடல் நிறைவுக்கும் . . . ஆஹாஹா . . ?

உயிரின் வேட்கை உச்ச நிலை அடைந்தது. படுத்திருந்த குமாரிகளின் மனம் பழைய பாதையில் சோடு பிடித்தன. அறிவின் எதிர்ப்புச் சக்தியும் குன்றவில்லை. மனத்தைப் பற்றத் தீவிரமாய் முயன்றது. தோற்று போகவேண்டிய தருணம்தான்.

காற்றுத் தணிந்தது. மெல்லக் குமாரிகளின் உடலை ஸ்பர்சித்துச் சுகத்தைப் பூசிற்று. அறிவும் மனமும் உள்ளேயோ எங்கோ போராட, வெளியுடலின் நிலை விசித்திரமாயிற்று. மனத்தோடு சார்ந்து – சிந்தனைத் திரையில் ஊர்ந்த புருஷா – கிருதிகளோடு சார்ந்திருந்த உணர்விற்கேற்ப இருந்தது உடல். நரம்புகள் புடைத்தன. புடைத்தே கிடந்தன. கன்னமும் உதடும் சிவந்து சுருங்க, நெற்றியும் புருவமும் ஏறிக் கூடின. இமைகள் குழைந்தன. உள்ளங்கையும் விரலும் விரைத்து விரியத் தோளும் மார்பும் விம்மித் துடித்தன. கால்கள் நிலத்தில் பம்மிப் பதிந்தன. வயிற்றின் மடிப்புகள் 'அடிக்கடி மேடிட்டன. அடிவயிறு சுழித்துச் சுருங்கி நிமிர்ந்தது. புல்லரித்துக் கிடந்த குமாரிகளின் உடல்கள் யாவும் சந்திரகாந்தச் சிலைகள்போல் ஈரமுதிர்த்தன.

இருந்தாற் போலிருந்து உள்ளத்தில் ஏதோ வேகம் தோன்றிற்று. சுரீரென்று உடலை ஒடித்துக் கொண்டனர் குமாரிகள். நரம்புகள் – வெகு நேரமாய் ஏதோ முன் பின்னறியாத உணர்ச்சியில் துடித்தெழுந்து – எதையோ நாடி, நாடிய திருப்தியும் அதாவது உண்மையான திருப்தியும், சுகப்பூச்சும் கிட்டாததால், இயல்புக்கு மாறுபட்ட முறையில் – நிராசையில் முடங்கும் மனம்போல் முடங்கிக் கிடந்த நரம்புகள் பிசகிச் சுருகித் தளர்ச்சி அடைந்தன. உதறிக்கொண்டு எழுந்திருக்கப் பார்த்தார்கள் குமாரிகள். இயலவில்லை. சிரமப்பட்டு எழுந்த பிறகுதான் தெரிந்தது. வாயு முடக்கம் என்பது.

வாயுதேவனுக்கு – இச்சை கொண்ட உயிருக்கு இசையாத தனி விளைவா இந்த விபரீதம்.

சீர்குலைந்துவிட்ட இந்த லாவண்ய – சாம்ராஜ்யங்களைக் கிழ அரசர் பார்த்தார். மிகுந்த கவலையடைந்தார். ஆனால் யுக்தியால் சரியான முடிவுக்கும் வந்தார். பதினாறு வருஷப் பிரம்மசரியமும் – பெரிய தோள்களும் விரிந்த மார்பும் வீறுகொண்ட வாலிபமும் விளங்க, வழியிலேயே வந்த ஒரு யுவபுருஷனிடம் ஒப்படைத்தார் தன் குமாரிகளை. பழைய நிலைமைக்கு வந்துவிட்டன லாவண்ய – சாம்ராஜ்யங்கள் என்று மங்களமாய் முற்றுகிறது புராணம்.

*சந்திரோதயம்:* நவம்பர் 30, 1946
'குபேர தரிசனம்'

# கண் திறப்பு

சீமா ஒரு சின்னப் பையன், இரண்டு வருஷமாய்க் கண் தெரியாமலிருந்து, வைத்தியம் செய்து இன்று கட்டை அவிழ்த்திருக்கிறார்கள். பக்கத்தில் அவனுடைய சொந்த அண்ணனும் தாயும் இருக்கிறார்கள். சீமா மெல்லக் கண்திறந்து அம்மாவைப் பார்த்தான்; அண்ணாவையும் பார்த்தான்; சற்றுப் பிரமித்துவிட்டு அழுதுகொண்டு கத்த ஆரம்பித்துவிடுகிறான்.

"இதுக்குத்தானா, எனக்கு வைத்தியம் பண்ணினேள்? ஐயையோ, அம்மா! அண்ணா!" – சீமா கத்தினான்.

"சீமா! அழாதேடா, பேசாமே இருடா" என்று அண்ணனும் தாயும் கண்களில் ஜலம் தளும்பச் சமாதானப்படுத்திக் கொண்டிருந்தார்கள்.

சீமா கேட்கவில்லை. "நான் மாட்டவே மாட்டேன். ஐயோ சாமீ! எங்கம்மாவை முன்னே இருந்த மாதிரி பண்ணேன்..."

"என்னடா சீமா இது? வந்த இடத்திலே..? யாராவது எதாவது நினைச்சுக்கப் போறாடா... பேசாமே இருடா" என்றாள் அம்மா. அவள் அழுத கண்ணைத் துடைத்துக்கொண்டு, போலியாய் ஒரு தெம்பையும் கோபத்தையும் காட்டிக் கொண்டிருந்தாள்.

பக்கத்தில் இருந்த அண்ணனோ, ஊன்றிய கைகளில் கன்னத்தைப் புதைத்துக்கொண்டு, பேசாமல் இருந்தான்.

சீமா அழுததை விடவில்லை. வரதானம் போல் வந்திருந்த புதுப் பார்வையைச் சாபக்கேடாய் நினைத்தவன்போல, இறுக மூடிக்கொண்டிருந்தான் கண்களை. மெல்ல மெல்ல விழித்துக் கொண்டு தனக்குத் தானே கேள்வி கேட்டுக்கொண்டிருந்தான்.

'நம்ம அம்மாதானே இது? குரலைப் பார்த்தால் அப்படித் தான் இருக்கிறது! ஊஹும் . . . இல்லை போலிருக்கு! நம்ப அம்மா எப்படி இருப்பா? தங்கச் சேப்பா, பெரிய பின்னல் பின்னிண்டு, பெரிய குங்குமம் இட்டுண்டுன்னா இருப்பா? இப்போ என்னடான்னா–தலையெல்லாம்... ஐயையோ இல்லவே இல்லை; சாமீ பிள்ளையாரே, எங்கம்மாவைக் கொண்டாயேன்!"

"சீமாக்கண்ணு . . ." ஆரம்பித்த அம்மா, விக்கிக் கொண்டு அழ ஆரம்பித்துவிட்டாள்.

"சீமா, சமத்து இல்லையா நீ?" என்று தழுதழுத்தான் அண்ணன்.

சீமா, முனகினான். "அண்ணாவைப் பார்த்தால் அப்படியே இருக்கே! அண்ணா, நம்ப அம்மாவா இது!"

"ஆமாண்டா கண்ணு. நம்ப அம்மாதாண்டா."

"இல்லவே இல்லை. நான் மாட்டேன், அண்ணா. என் கண்ணைக் கட்டிடு" என்றான் சீமா.

சீமாவுக்கு இரண்டுங்கெட்டான் வயசு; குழந்தையும் அல்ல; பெரியவனும் அல்ல. சிறிய பிராயத்திலிருந்தே வெகு சூடிகை, ஐந்து வயதிலேயே அபரிமிதமான பேச்சும் அறிவும் வாய்த்து அருமையாய் வளர்ந்தவன். அவனைப் பார்க்கும் அத்தனை பேரும் அவனுக்கு முத்தமிட்டுத் தட்டிக் கொடுப்பார்கள். அப்பொழுதெல்லாம். அத்தனை பேருடைய திருஷ்டியின் பயனோ என்னவோ, இருந்தாற்போலிருந்து அவன் கண்ணில் ஏதோ கோளாறு ஏற்பட்டுப் பார்வை சற்று மறைந்து விட்டது. கைவைத்தியமும் உள்ளூர் வைத்தியமும் நடந்தும் உருப்படியான பயன் தெரியவில்லை. இதற்கிடையில் சீமாவின் தந்தை காலகதி அடைந்துவிட்டார். அந்த அதிர்ச்சியும் அயர்வும் அவலமும் நீங்க ஒரு வருஷம் ஆயிற்று. சீமாவின் கண் வைத்தியம் தடைப்பட்டது. வேணுமென்றா விடுவார்கள்? என்னவோ பார்க்க முடியவில்லை. வீட்டில் அழுகையும் மாரடிப்புமாய்க் கிடந்த நாட்களில் சீமாவின் பிஞ்சு மனம் சாம்பித் தேய்ந்தது. மரணமென்ற மகா விஷயத்தைப் பற்றி அரையும்குறையுமாய் அங்கொன்றும் இங்கொன்றுமாய், சம்பிரதாயங்களும் சம்பிரமங்களும் அவனுக்கு அறிவித்திருந்த அவல உணர்ச்சிகள் அவனைத் திக்பிரமை கொள்ளச் செய்தன; அதிலும் அப்பாவின் சாவு; பாடையும் பானையும், சட்டியும்

வறட்டியும், காசும், சுவட்டமும், கட்டையாகிக் கிடந்த அப்பாவின் உடலும் அவனுடைய கூசும் கண்களில் பட்டுக் கண்ணையும் மனத்தையும் உறுத்தவில்லையே தவிர, அவன் அன்று செய்த அந்த அகால ஸ்நானமும் அவக்குரலும், யாராரோ வந்ததும், அழுகை ஓங்கியதும், அடுத்தபடி அடங்கியதும், அவ்வப்போது அவனுடைய அம்மா பொருமிப் பெருமூச்சுவிட்டு "ஐயோ ராமா!" என்று கேவியதும், அவனுடைய உடலையும் மனத்தையும் அலங்கோலப்படுத்தி அழுக்கடையச் செய்தன. அப்பொழுதும் பின்னரும் அன்னையின் அணைப்புக்குள் இருந்தும் அவன் நிம்மதியின்றி, நிமிர்தலின்றி, அலமந்து அங்கம் குன்றிக் கிடந்தான். கண் பார்வை அடியோடு போய்விட்டது; தவிர ஏதாவது வியாதி அவனைப் பிடுங்கிக் கொண்டேயிருந்தது. அன்றிலிருந்து இன்று வரையில் அதன் தொடர்ச்சியாகவே இருந்து வந்திருக்கிறது அவனுடைய நிலை.

குழந்தைத்தனத்தினிடையே குமுறும் அவனுடைய அதிகப்படியான மனவளர்ச்சி, அவனையும் அந்தக் குடும்பத்தையும் அதிகமாகவே வேதனைப்படுத்திய எவ்வளவோ சந்தர்ப்பங்கள் உண்டு.

ஒருநாள் வழக்கம்போல் அன்னையருகில் படுத்திருந்தான் சீமா. முதிராத் துன்பம் – என்றுமே முதிராமல் பச்சையாகவே இருப்பது – முதிராத் துன்பத்தில் மூடாமல் ஏங்கும் கண்களுடனும், கிரீடமிழந்து தரையில் உறுத்தித் தன் உயிரையே உறுத்திக் கொண்டிருந்த தலையுடனும் தவித்துப் புரண்டு புரண்டு தன்னை நொந்துகொண்டு கண்ணீரில் நனைந்துகொண்டிருந்தாள் அன்னை. சீமாவாலும் தூங்க முடியவில்லை. நெளிந்துகொண்டிருந்தான். மெல்லக் கையைத் தூக்கினான். ஆறுதல் சொல்ல வக்கணை அறியாத பருவம். ஆகையால் அன்னையை அணைத்துக் கொண்டு, அவளுடைய துக்கத்தைப் பகிர்ந்துகொள்ள நினைத்தான். அணைத்தான். அவன் கை அன்னையின் தலையில் இடித்தது. "ஐயோ!" என்று உதறிக்கொண்டான். "அம்மா!" என்று நீட்டி விளித்து எழுந்து உட்கார்ந்தான். அம்மாவும் எழுந்தாள். சீமா நீட்டி நிறுத்தியிருந்த குரலில், ஆராய்ச்சி எஞ்சி நிற்பதை உணர்ந்தாள். மெல்லச் சமாளிக்கப் பார்த்தாள். 'தலையைக் கொண்டா இப்படி...'

என்று ஆரம்பித்தான், பல்லவி பாட. அம்மா துக்கிப்பாளா, இவனுடைய இந்த விலக்ஷணமான – அஸாதாரணமான, வேறு எங்கும் பொதுவில் காணமுடியாத ஆர்வத்தைத் தணிப்பாளா? சகிக்க முடியவில்லை. கடைசியில் அதட்டி அரற்றித் தூங்க வைத்தார்கள் அன்று. மறுநாள் முதல் சர்வ ஜாக்கிரதையுடன்

நடந்துகொண்டாள் அம்மா. சவரிக்கட்டையைக் கொண்டு அந்தப் பிஞ்சுமனத்தைச் சில சமயங்களில் ஏமாற்ற நேர்ந்த வயிற்றெரிச்சல் போன்றவை எல்லாம் இப்பொழுது நினைக்கவும் பயங்கரமானவையாகும்.

மாயையோ மடத்தனமோ மனித மனோபலக் குறைவின் சப்பைக்கட்டோ, எந்தத் துக்கமும் நிலைப்பதில்லை. எத்தகைய மனப்புண்ணும் காலகதியில் தழும்பேறிக் காய்த்துப் போய்விடுகிறது; ஆனால் தீராப் புண்ணின் தழும்பிலும் தீவிரத் தாக்குதல் நேரும்போது வலி கண்டுவிடுகிறது.

அபார சூடிகையுடன் இருந்த சீமா கண் இழந்துவிட்டான். கண் இல்லாவிட்டாலும், பழைய நினைவுக் கோவைகள் தொங்கும் மனத்தால் ஒரு பெரிய துயர நாடகத்தை அநுபவித்தறிந்து நடித்தும் விட்டான். கண் கெட்டுவிட்டதால் – மனத்திற்குப் பெரும்பகுதி வேலை கொடுத்து வந்த ஒரு புலன் அவிந்ததால், அவன் மனம் சற்று ஓய்வுற்றது; ஆனால், நாளாக ஆக, சீமா தன் மனத்திற்குத் துளிக்கூட ஓய்வில்லாமல் செய்துவிட்டான். பன்னிப் பன்னி எதையாவது நினைத்துக்கொண்டிருப்பான். வரவர அவன் பேச்சும் குறைந்தது. வெளியுலகுக்குச் சஞ்சாரம் குறைந்தது. கட்டிப்போட்ட மூட்டையாகிவிட்டிருந்தான். அவனுடைய இந்த நிலை, அந்தக் குடும்பத்தை மட்டுமன்றி முன்னம் அவனை முத்தமிட்டுத் திருஷ்டி வைத்த மூன்றாம் மனிதர் கூட்டத்தையும் வேதனைப்படுத்திக் கொண்டிருந்தது.

## 3

பத்திரிகைச் செய்தியொன்று பரவிற்று. கண் வைத்திய உதவிக்காக, எண்ணற்ற நிபுணர்கள், ஏராளமான வசதியுடன் எல்லோரையும் அழைத்தார்கள், பத்திரிகைகள் மூலம்.

‘பலநாட்பட்டதாக இருந்தாலும் பழுதுபட்ட பார்வை திரும்ப அமைக்கப்படும்’ என்று உறுதி கூறினார்கள்.

“நெடுந்தூரமில்லை; இதோ இந்த டால்மியாபுரந்தானே? சீமாவைக் கொண்டுபோய்க் காட்டுவோமே?” என்றாள் அம்மா. அண்ணாவுக்கும் அவா பொங்கிற்று.

சூடிகையுடனிருந்து, பிஞ்சுமனம் பழுத்ததுபோல் வெம்பிவிட்டிருந்த அந்த இளங்குருடனுக்கு அவாவும் இல்லை; ஆக்ஷேபமும் இல்லை. அந்த அளவுக்கு முற்றியிருந்ததோ, அல்லது மழுங்கிவிட்டிருந்ததோ அவனறிவு. அலுத்துக்கொண்டான்; புறப்படவும் செய்தான்.

டால்மியாபுரத்தில் வைத்தியம் நடந்தது. மிகவும் வெற்றிகரமான 'கேஸ்களில்' ஒன்றாயிற்று சீமாவினுடையது. சில நாட்களில் சீமாவின் கட்டுகளை அவிழ்த்துவிட்டனர்.

"தம்பி, திடீர்னு பார்க்காதே ..." என்று சீமாவுக்கும், "நீங்களும் மெல்ல மெல்லக் காட்சி அளியுங்கள்" என்று அண்ணனுக்கும் அம்மாவுக்கும் உபாயம் சொல்லி உதவினார் டாக்டர்.

காட்சிப் படலம் மெல்ல மெல்ல ஊர்ந்தது. அம்மாவைப் பார்த்தான் சீமா. அவனுடைய கண்கள் பார்வையிழந்தபோது, அவன் பார்த்தவளாக இருக்கவில்லை அம்மா. அவளுடைய ஆடையும் நிறமும் அணியின்மையும் அதுவும் இதுவும் அவனை அதிரச் செய்தன. அவனால் நம்ப முடியவில்லை.

நம்பித்தான் ஆகவேண்டுமென்று உலகம் உளறும்.

அதற்காக? தன் அம்மாவின் அந்த அலங்கோலத்தால், அருவருப்படையாமல் இருக்க முடியவில்லையே அவனால். அதுதான் அவன் கதறினான்; "சாமி, எங்கம்மாவை முன்னிருந்த மாதிரி பண்ணேன்!" என்று.

***கலைமகள்***: **மே, 1947**

**'தெய்வீகம்'**

●

## செல்லாக்காசு

"என்ன ஆசை, ஆஹா என்ன அன்பு! இதுதானோ பாரதியார் சொல்லும் 'ஒட்டும் இரண்டுளத்தின் தட்டு!' பாவம், என்ன பாடு படுகிறாள் இந்தப் பெண், அவனை விட்டுப் பிரிவதற்கு; ஆச்சு, ரயில் கிளம்ப இன்னும் சில நிமிஷங்கள்தான் பாக்கி ...நிமிஷம் கழியக் கழிய இவளுடைய மனசு படும் பாடு, இவளுடைய சேஷ்டைகளில் தெரிகிறதே. அவனுடைய கழுத்தை, மார்பை, நெற்றியை, முன் கைகளையெல்லாம் நீவுகிறாளே, விலாவை இணைக்கிறாள்! சேச்சே என்ன பாடு படுகிறதோ, அவளுடைய மனம்; அப்பா, பெண்கள் ரொம்ப மெல்லிய படைப்புகள்" என்று என் நண்பன், தன் வியப்பையும் அநுதாபத்தையும் வளர்த்துக்கொண்டே போனான். பாவம், 'வெள்ளை மனத்தவன்' அவன்.

"ஏய்! இது செல்லாக் காசுடாப்பா; வெறும் செல்லாக்காசு. அதற்கு, அடையாளம் என்ன தெரியுமோ; ரொம்பப் பளபளப்பதுதான். உண்மை அன்பும் பிரிவுத்துயரும் எந்த மனத்திரையிலும், அடங்கி கம்பீரமாய்த்தான் பக்குவப்பட்டுக் கொண்டே வரும்; மலைக்காதே..." என்றேன் நான்.

நான் சொன்னேன், அவன் கேட்கவில்லை. மிதமிஞ்சி வெளுப்பேறிக் கிடக்கும் காலணாவை, பிரமையால் வெள்ளியாக்கிவிட்டான் திடுதிடு வென்று.

ஆனால், அந்த யுவதியும் அந்த யுவனும் இருந்த நிலை, யாரையுமே அப்படித்தான் நினைக்கச்

சொல்லும். இரவு பனிரண்டரை மணி ரயில் வந்து நின்றது; நாங்கள் போகவேண்டிய வண்டி இரண்டுமணிக்கு. வேடிக்கை பார்க்கச் சுற்றிவந்தோம்.

வந்த ரயிலின் உயர்தர வகுப்பிலிருந்து இருவர் – ஓர் ஆணும் ஒரு பெண்ணும் – குதித்தார்கள். பக்கத்திலிருந்த மூன்றாம் வகுப்பிலிருந்து ஒரு அம்மை, நரைத்தவள், குதித்தாள். எல்லாம் குதிதான். பெண்ணின் கையில், 'கலா புலா'வென்று கசக்கிச் சுருட்டிய படுக்கை இருந்தது. அதைக் கீழே எறிந்தாள். உடனே அம்மை, அதைச் சுற்றி இடுக்கிக்கொண்டாள். அம்மையின் முகத்தில், அப்படியே வெறிச்சோடியிருந்தது. படுக்கையை எடுத்துக்கொண்டு, அந்த ஆணைப் பார்த்தாள். அவன் முயன்றும் முடியாமல் சிரிப்பை நழுவவிட்டான். அம்மை அசட்டுச் சிரிப்புச் சிரித்தாள். அந்தப் பெண்ணின் முன்தலை கலைந்திருந்ததாவது, பிரயாணச் சின்னமாகலாம்.

குதித்த மூவரும் நெருங்கியும் விலகியும் ஒருநிமிஷம் கழித்தனர். அம்மை சிரித்துக்கொண்டே ஒதுங்கிச் சென்று ஒரு தூணில் சாய்ந்துகொண்டு, பொதுவில் ஒற்றையானாள்.

ஆணும் பெண்ணும் தனித்து நின்று அளவளாவ ஆரம்பித்தனர். அன்பின் செயல்களை அம்பலத்தில் கொட்டியவர்கள், சற்று இரைந்தே பேசியிருக்கலாம். ஆனால், அப்படிச் செய்யவில்லை. நெருக்கம் மேனாட்டுத் தம்பதிகளை ஞாபகப்படுத்திற்று எனக்கு: ஆனால், அதன் பொருத்தமின்மை ரொம்பப் பிரத்யக்ஷமாயிருந்தது. இந்திய அன்பு – அது அக்னி ஸாக்ஷி பெற்றதாயினும் சரி, வெள்ளையப்பன் விளைவாயினும் சரி, பொட்டுக்கட்டின புனிதமாயினும் சரிதான், பாரதப்பண்பில் வரும் அன்பு – இப்படிச் சந்தியில் சிரிப்பது என்னை உறுத்திற்று. அந்த உறுத்தல் அறிவை நிரப்பி நீட்டிற்று; அறிவு படர்ந்து அநுமானத்தைத் தழுவிற்று. 'இது செல்லாக்காசு. . . அதிலும் அற்ப மதிப்பும் அற்றது' என்று முடிவு கட்டியது அநுமானம். 'ஆமாம், ஆமாம் என்று அலறின, அங்கு நடந்த சேஷ்டைகள்.

என் நண்பனுடைய வியாக்யானம், ரொம்ப ஸாதுவாய்ச் சென்றது. அவன் சொன்னான்:

"இவர்கள் தம்பதிகள்: அவன் எங்கோ தூரதேசம் போகிறான் போலிருக்கிறது. அதற்குத்தான் இந்தப் பெண் ஏங்குகிறாள்; ஏக்க மிகுதியால்தான் சூழ்நிலையும் மறந்துபோச்சு. . . இது ஏன் இப்படி இருக்கக்கூடாது? அவள் உடம்பின் சோர்வைப் பாரேன்! அடே! அவள் இன்னலே இல்லாத, ஏக்கமே தெரியாத இளமையை

இழந்துவிட்டு, பாவம் எக்கச்சக்கமான வயதிற்கு வந்துவிட்ட அவள், தன் ஆடைகுலைந்து பறப்பதைக்கூடக் கவனிக்காமல்...”

“உடம்போட ஒட்டியிருக்கவேண்டிய ஆடை மட்டும் குலைந்து பறக்கவில்லை; பெண்மையின் பெரிய அழகுகளான இன்னும் சிலவற்றையும் குலைத்துச் சேர்த்துக்கொண்டுதான் பறக்கிறது; துளிக்கூட சந்தேகமில்லை” என்று நினைத்துக் கொண்டேன். என் நண்பன் சொல்லும் லக்ஷணமெல்லாம் ரொம்பசரி; லக்ஷியத்தைத்தான் மாறுபட்டுக் காண்கிறான். “சரி, ரயில் போகட்டும், சொல்கிறேன் ...” என்றேன்.

ரயில் கேவிவிட்டுத் தம் கட்டிற்று; ஆண் ரயிலில் தொத்திக் கொண்டான், இறுதியாய் ஓர் இங்கிதமில்லாத செய்கையுடன். அதை இன்னும் விரசம் ஆக்கிய பெண், ரயிலுடன் தொடர்ந்து சென்று கேட்டு வாங்கிக்கொண்டாள்.

தூணோடு நின்ற அம்மை, பெண்ணுடன் வந்து சேர்ந்து கொண்டாள். பெண்ணோ களுக்கென்று சிரித்து வரவேற்றாள்.

என் நண்பனுக்குத் தூக்கிவாரிப்போட்டது; விழித்தான்.

“விழிக்காதே, செல்லாக் காசெல்லாம் அப்படித்தான் இளிக்கும். இன்னும் வெளிச்சத்தில் பார். அதன் சாயம் இன்னும் வெளுக்கும், வா என்னோடு” என்றேன்.

அம்மையும் பெண்ணும் அப்படிச் சும்மா, அலங்கார நடை போட்டுக்கொண்டு ஒயிலாய் நகர்ந்தார்கள். நான் நிர்ப்பயமாய்த் தொடர்ந்தேன். நண்பன் சற்றுப் பின்தங்கினாலும் வந்துகொண்டிருந்தான்.

அரைத் தூக்கத்தில் டிக்கட்டுகளை அடுக்கிக் கொண்டிருந்து விட்டு, கூட்டமெல்லாம் போன பிறகு, தூக்கம் கலைந்து உட்கார்ந்திருந்தார் ரயில் உத்யோகஸ்தர்.

பெரிய மனுஷத் தோரணையாய்த் தேய்த்துக்கொண்டும், ஆடிக்கொண்டும், அலக்ஷயமாய்ப் பார்வையைச் சுற்றிக் கொண்டும், இன்னும் என்னவெல்லாமோ செய்துகொண்டும்தான் வந்தார்கள் அம்மையும் பெண்ணும். ‘ஐயோ, இவ்வளவு தோரணைக்கும் துளிக்கூடப் பொருத்தம் இல்லாத அந்தப் பைத்தியக்காரப் படுக்கையும், அதையும் அந்த அம்மையே தூக்கிக்கொண்டு வந்ததும், “சே, சே,” என்று நினைத்துச் சிரித்துக் கொண்டேன். ரயில் உத்யோகஸ்தர், இதைக் கவனித்தாரோ என்னவோ, அந்தப் பெண்ணைக் கவனித்துவிட்டார். அந்தப் பெண்ணுக்கென்ன; நவீன மோஸ்தரின் நிலையம். அதி நாகரிக விலாஸமுடையவள்; பார்த்துக்கொண்டிருந்தார் அவர். அம்மையும்

பெண்ணும் அந்த வாசற்படியில் சென்று, ஒரு பெ.ம.தோரணையை அசடு வழியக் காட்டிக்கொண்டு தாண்டிவிட்டார்கள்.

நான் உத்யோகஸ்தரை முறைத்துப் பார்த்தேன். 'டிக்கட்' கேட்காததற்காக அல்லவே அல்ல; அவருடைய சித்தம் அவர் முகத்தில் சிவத்துக் கசிந்ததை ரஸித்தேன். அவ்வளவுதான்; ஆனால் அது எதிர்பாராமல் அவருடைய கடமையுணர்ச்சியை ஞாபகப்படுத்திவிட்டது.

டிக்கட் இருந்தும் கொடுக்காமலேயே போகலாம் அல்லவா? டிக்கட் கேட்கும் வியாஜத்தில், அந்த விலாஸவதியின் பேச்சும் நெருக்கமும் வாய்க்கலாம். அதை விடுவானே என்றுதான் நினைத்திருக்கட்டுமே அவர்; பரவாயில்லை; கூப்பிட்டார்.

"அம்மா ... அம்மா ..."

அவசரமாய்ச் செல்வது சந்தேகம் தருமே என்று ஓயில் நடை போட்ட இருவரும், அவருடைய முதற்குரலுக்குத் திரும்பிப் பார்க்கவில்லை. இன்னும் சற்று அழுத்தி அவசரமாய்க் கூப்பிட்டார்; அலட்சியமாகத் திரும்பினார்கள் இருவரும்.

"என்னப்பா ..." என்று குலுக்குச் சிரிப்பும் கோணற் பார்வை யும் மிடுக்கு நடிப்புமாய்க் கேட்டுக்கொண்டே, நெளிந்து வந்து, நேரே நின்றாள் பெண். "டிக்கட்" என்றார். யோசித்தாள் சற்று.

இதற்குள் அம்மை படியிறங்கிச் சென்றுவிட்டாள்; 'இதை ஜயிக்கமாட்டாளா ஒருத்தி ...' என்று யுவதியைப் பற்றி, முழு நம்பிக்கை மூத்தவளுக்கு.

யுவதி யோசனை செய்தது, ஒரு பிடிப்பாயிற்று உத்யோகஸ்தருக்கு. கடமைக்குக் கடமை; திருப்திக்குத் திருப்தி என்று உல்லாஸம் கலந்த அதிகாரத்தொனியில் கேட்டார், "டிக்கட் எங்கேம்மா..."

"இப்போதுதானே போனோம் நாங்கள் ..."

"யாரிடம் சொன்னீர்கள்? பிளாட்பாரம் டிக்கட் எங்கே?"

"அவசரமாய்ப் போனோம்; செகண்ட் கிளாஸிலே ..."

இதற்குள் நேரமாகவே அம்மை வந்துவிட்டாள்; பெண் சொன்னதையே தொடர்ந்து, "ஆமாம் ஸெகண்ட் கிளாஸிலே தான் வந்தோம் ..." என்று இழுத்தாள் அவள்.

"நீ பேசாம இரேன்; ஆமாம்ப்பா நாங்க ... ஸெகண்ட் கிளாஸிலே ... ஒருத்தர் போனாங்க, அவங்களை அனுப்ப வந்தோம் ..., இப்போ என்னப்பா, வேணுமானா காசை வாங்கிண்டு

செல்லாக்காசு

விடேன்...” என்று யுவதி பூவாட, விழியாடப் பேசியது ரொம்ப அழகாயிருந்தது; அதற்குள் அம்மை பேசுவானேன்.

“அவ்வளவுதானே, அந்தக் காசை நீ வாங்கிக்கொள்ளேன். அந்தப் போர்ட்டர் எங்கே, எங்கள் பெட்டியைத் தூக்கிண்டு ... அந்த வண்டிக்காரனும் இங்கேதான் ...” என்று பந்தல் விரித்தாள் அம்மை.

“என்னம்மா, நாங்கள் போகனுமே... இந்தா ...” என்று இரண்டணாக்களை அவர் கையில் தொட்டு வைக்க முன்வந்தாள் அந்த யுவதி.

எதிரே நாங்கள். என்ன நினைத்தாரோ அவர்!

“என்னம்மா, விளையாடறீங்களா? நாக்கை அடக்கிப் பேசுங்க; உங்கள் இரண்டு பேருக்கும் ஜங்ஷனிலிருந்து இரட்டிப்புத் தொகை ரூபா பத்து கொடுத்துவிட்டுத்தான் நகரவேண்டும். இல்லையென்றால், போலீஸில் ஒப்படைப்பேன். . .” என்று குறுக்கே இறங்கினார் உத்யோகஸ்தர்.

அம்மை திடுக்கிட்டாள். அதிபாதாளக்குரலை ஆயாஸத்தோடு கிளப்பி, “கோபிச்சுக்காதீங்க ஸார், சின்னக் குழந்தை, அவள் உளறிவிட்டாள். பணமே இல்லை; பொம்மனாட்டிகள்; பெரிய மனசு பண்ணி...” என்று கெஞ்சினாள்.

“உங்களுக்குக் கோடிப் புண்ணியமுண்டு; இப்படி என்னைச் சற்றுப் பாருங்களேன். ஸார், என்னைப் பாருங்கோ. தயவு பண்ணி, . . . ஸார். . . ஸார். . . இதைப் பாருங்களேன் . . .” என்று கெஞ்சினாள் யுவதி.

“அடே பீடை, சீச்சீ. . . பெண்மை இப்படியுமா – சேச்சே!” என்று வேதனைப்பட்டான், என் நண்பன்.

“புரிந்ததா, செல்லாக் காசின் பவிஷு?” என்றேன்.

**வசந்தம்: டிசம்பர் 1, 1947**

**‘காதல் கல்பம்’**

●

# முளையிலே அழிந்தது

வியாதியே அறியாதவனுக்கு மருந்தையும் மருத்துவனையும் பற்றிய சிரத்தையும் தேர்ச்சியும் இருப்பதில்லை. விவகாரத்திற்கே போகாதவன், கோர்ட்டுக் கச்சேரி பந்தாக்களை அறியமாட்டான். இதே போலத்தான், சுதந்திரம் பறிபோகாதவரை – சமுதாயத்தின் வாழ்வில் சிக்கல் விழாதவரை – தேசீயம் என்பதே கிடையாது.

ஆதி முகம்மதியர்கள் அகப்பட்டதைச் சுருட்டிக்கொண்டு ஓடிவிட்டனர். மிகுந்ததை வைத்துக்கொண்டு நடக்க ஆரம்பித்துவிட்டது, நம் சமுதாயம்.

அடுத்து வந்த முகம்மதியர், உள்ளே வந்து உருப்படியாய் ராஜ்யம் கண்டு தங்க ஆரம்பித்தனர். நம்மவர் பாடு சற்றே ஆடிற்று. ஸமரஸமும் சமாளிப்புமாகக் காலம் தள்ளினர். நடக்காது போலத் தோன்றிற்று. 'நாடு நமதல்லவா...' என்ற உணர்வும் உதித்தது. 'உங்களுடையதேதான்...!' என்று ஒத்து வாழ்ந்தான், ஒண்ட வந்தவன். ஓடிற்று சற்றே.

ஒண்ட வந்தவன் பரம்பரை, ஊராரையும் சேர்த்துக்கொண்டு நல்வாழ்வு வாழ்ந்தது. உயர்வெல்லாம் வாய்த்தன. வந்தவனும் பாரத வர்ஷத்தைத் தன்னுடையது என்றே வளர்த்து விட்டான் மனோபாவத்தை; வேற்றுமை மறைந்து விந்தைகள் நேர்ந்தன. தலைமுறைகள் மூன்று தடையின்றிச் சென்றன.

நடையுடைகளிலும் சாதாரண பாவனை களிலும் ஊர்க்காரரையெல்லாம் தன்போல் கண்டும் திருப்தியில்லாமல், அசாதாரணமான

பாவனைகளிலும் தன்னைப்போல் காண வேண்டுமென்ற பிடிவாத ஆசை கண்டது, ஔரங்கசீப்பிற்கு. அது எளிதாகாமையின், துவேஷத்தால் அவர் போக்கு அக்கிரமமாயிற்று. 'மாட்டோம், வல்லோம்' என்றது பாரதம். தேசீயம் தானாய்த் தோன்றிற்று. (வலுவின்றி) எதிர்த்து எழுந்தது. இருதரப்பும் அழிந்தன என்பதுதான், இந்த மோதுதலின் விசித்திரம். ஒருமைப்பாடு இரு மருங்கிலும் மறைந்தது. அதன் மறைவு, தேசீயத்தின் பலஹீனத்தால்தான் என்கிறது இறந்தகாலம். படிப்படியாய் இறங்கி இல்லாமலேயே வற்றிவிட்டது தேசீயம். வற்றிய ஓடையின் நீர்வாழும் வர்க்கம் துள்ளி விழுவது போல் சமுதாயம் இருந்தது. அந்த நிலையில் வந்த கழுகினமே, மேற்கத்தியவேகமும் விசையும். அரிய இரை வாய்த்தது அவற்றிற்கு. நுண்ணிதாய் முளைவிட்ட தேசீயத்தையும், அந்த மேற்கத்திய விசையும் வேகமும் அடியோடு கிள்ளி எறிந்துவிட்டன என்ற முடிவுக்குச் செல்லும் சம்பாஷணை ஒன்று இது. கவர்னர் ஜெனரல் ஹேஸ்டிங்ஸும் பிண்டாரித்தலைவன் ஒருவனும் பேசிக்கொள்கின்றனர்.

குமுறல் அல்ல, இதன் நோக்கம். சரித்திரம் இதுவரை திரித்துரைக்கப்பட்டிருக்கிறது. மாற்றி எழுத வேண்டும் மெய்யாக என்பதே, இதன் கருத்து.

*(கி.பி. 1817ஆம் ஆண்டில்)*

"கரீம்கான், இனியும் நீ திமிராய்ப் பேசுவதில் அர்த்தமில்லை; பிண்டாரிகளுக்கு நீ தலைவனாய் இருக்கலாம்; இப்பொழுது நீ என்னுடைய – ஆமாம், கவர்னர் ஜெனரலுடைய கைதி. . ."

"ஆங்கிலேயனே, நானாக உன்னிடம் சரணம் அடைந்தேன்... சரண்கூட அல்ல இது; மஹா வஞ்சகனான உன்னிடம் சரணமாவது; நானாக மாட்டிக்கொண்டேன்."

"ஏன் மாட்டிக்கொண்டாய்? தப்பப் பார்ப்பதுதானே?"

"என்ன கேட்டாய்; நான் ஏன் மாட்டிக்கொண்டேன் என்றா கேட்கிறாய்? ஹும் . . . வெள்ளைத் தோல்கார ஜாதியின் அதிர்ஷ்டம், இந்தியரின் துரதிருஷ்டம்; ஆனால், நீ என்றென்றைக்கும் அந்நியன்தான் இந்நாட்டிற்கு. நிலைத்து விடலாம் என்று நினைக்காதே!"

"அடேடே, நீயும் உனக்கு இடம் கொடுக்கும் இந்த அமீர்கானும் இந்நாட்டு மண்ணிலேயே பிறந்து வளர்ந்தவர்கள் அல்லவா? ஆஹா, என்ன தேசீயம். . .!"

"இதில் சந்தேகமென்ன? சிரிக்கிறாயே? எனக்கு எரிகிறது. என் தலைமுறைக்கு முன்னிருந்து, நான்கு தலைமுறைக்கு என் ஜாதியின் மூத்தோர்களுடைய உடல்கள் கலந்திருக்கின்றன, இந்த

மண்ணில். மதமும் மார்க்கமும் தேசியமல்ல; ரத்தமும் உடலும் உரமும் உள்ளப்போக்கும்தான் தேசியச் சின்னங்கள்."

"கரீம்கான்! உன் ஹிந்துத் தோழன் சிட்டு உன்னைத் தனியே விட்டு ஓடிப்போய் விட்டானே? இன்னுமா நீ ஹிந்துவை நம்பிச் சீரழியப் போகிறாய்?"

"ஹா... பிரித்துப் பேச ஆரம்பித்து விட்டாயா? எத்துணைப் பாடுபட்டோம் இந்த நாட்டில், இந்தப் பிரிவுணர்ச்சி இல்லாமற் செய்ய? துரோகி, உன் கையில் இந்த ஆயுதம் சிக்கிவிட்டதா? சரி சரி, பிண்டாரிகளை வெல்வது மட்டுமல்ல, இந்த நாடு முழுவதையும் வெல்லப் போகிறாய். ஆனால், இந்தப் பிரிவினைச்சூது மிகப் பொல்லாதது; வெற்றி தரும்; ஆனால் ஒரு முழு யுத்தத்தையும்விட அதிகமாய்க் கொடூரக் கொலைகள் விழப்போகின்றன இதனால் . . ., நடத்து நடத்து ..."

"அடேயப்பா, கொலை கொலையென்று இவ்வளவு கருணை கொள்வதாய், ஏன் வேஷம் போடுகிறாய், கரீம் . . .?"

"ஆங்கிலேயனே, தெரிகிறது உன் விஷமம். ஆனால், உன் சாமர்த்தியத்தை வியக்காமலும் இருக்க முடியவில்லை. நீ எங்களைப் பற்றி இந்நாட்டினரே சந்தேகிக்கும்படி, எங்களை வெறுக்கும்படி செய்ய, நீங்களே செய்துவிட்டுக் கட்டிய கதையைத் தைரியமாய் என்னிடமே சொல்கிறாயே?"

"ரொம்ப வாஸ்தவம்; அருளே உருவெடுத்தவர்கள் பிண்டாரிகள். . .!"

"அல்ல, பிண்டாரிகள் தயா தாக்ஷண்யமின்றிக் கொலை செய்வார்கள். பெரிய தர்மமென்று நினைத்துக் கூட்டம் கூட்டமாய் வாசஸ்தலங்களைக் கொளுத்துவார்கள். என் கையால் நானே செய்திருக்கிறேன்; ஆனால், இதெல்லாம் யார் விஷயத்தில் தெரியுமா?"

"கூடப் பிறந்து, கூட வாழ்ந்துவந்த சகோதர ஜாதியாரின் விஷயத்தில்தான்."

"நீ அப்படித்தான் சொல்லவேண்டும். வியாபாரம் செய்து பிழைக்க வந்து, இன்று அதிகார ஆணவத்தில் துள்ளுகிறாயல்லவா? சொல் சொல்..."

"அப்படியானால் பிண்டாரிகள் ..."

"நான் முடிக்கிறேன் கேள். பிண்டாரிகள் அயல் நாட்டானை அதிலும் இந்த ஆங்கிலேயனைப் பூண்டோடு அழிக்கப் பிரதிக்ஞை செய்துகொண்டவர்கள். அப்படிச் செய்வது பிண்டாரிகளுக்கு மோக்ஷோபாயம். இத்துடன் இந்நாட்டில் பிறந்தும், ஈனமான மனப்போக்கோடு, எச்சில் இலைக்குப் பறக்கும் நாய்போல்

ஆங்கிலேயர் எறியும் காசுக்குப் பறந்துகொண்டு, எங்களைக் காட்டிக் கொடுக்கும் பதர்களையும் கருணையின்றி அழிப்போம். இது எங்கள் கடமை ...”

“கரீம்கான்! அசட்டு உணர்ச்சிவேகம் கொண்டு கடமை யென்று சொல்லிக்கொள்வதால், கொலையும் கொள்ளையும் நல்ல செயல்கள் ஆகா ...”

“நல்ல செயல்கள் ஆகாவா? சிண்டுகளை முடிந்து மோதவிட்டு வேடிக்கை பார்த்து, அயர்வில் ஆளை அமுக்கி, அக்கிரமமான உடன்படிக்கைகளைச் செய்துகொண்டு, எங்களை அழிக்க முயலும் உங்களுடைய செயல்கள்போல் – விற்றுப் பிழைக்க வந்து மனச்சாட்சியையும் சேர்த்து விற்றுவிட்ட உங்கள் செயல்கள்போல் – எங்களுடையவை நல்லவை ஆகமாட்டா... கலப்பற்ற உண்மை சொல்கிறாய் நீ ...”

“கரீம்கான், ஆங்கிலேயனுக்கும் கோபம் தாபம், மானம் அவமானம் எல்லாம் உண்டு ...”

“அப்படியா, பாவம், நீ சொல்லித்தான் அதை நான் தெரிந்துகொள்ள வேண்டியிருக்கிறது. இந்த வார்த்தைகளே உங்கள் ஊரில் கிடையாதோ என்று நினைத்ததுண்டு நான் ...”

“ஆங்கிலேயன் மனப்பெருமை படைத்தவன், உன்னை இத்துணை நேரம் பேசவிட்டுக் கொண்டிருப்பதே, ஒரு பெரிய சான்றல்லவா ஆங்கிலேயக் கம்பீரத்திற்கு? சரி, என்ன சொல்கிறாய் இப்போது?”

“எது விஷயமாய் ...?”

“இந்தப் பிண்டாரிகள் விஷயமாய்த்தான்; இனி ஒரு முடிவு ஏற்படவேண்டும் ...”

“முடிவா, உன்னால் செய்யமுடியுமா?”

“இந்திய மண்ணில் இருக்கும் எங்கள் படையுறுப்பு ஒன்றுகூட விடாமல் கூட்டி வைத்தாவது பார்த்துவிடுகிறேன், கடைசியாய். இனியும் உங்கள் ஜம்பம் சாயாது ...”

“செய்யேன், என்னிடம் ஏன் கேட்கிறாய்?”

“பின், நீ என்னிடம் சரண் புகுந்ததின் நோக்கம்?”

“உனக்குச் சில விஷயங்களைச் சொல்லிவிட வேண்டும்; உன் மனிதத்தன்மையைப் பார்க்க வேண்டுமென்று வந்தேன்...”

“மெத்த சந்தோஷம், கரீம், இதைத்தான் நான் எதிர் பார்த்திருந்தேன். சொல், சொல் நண்பா, எங்கெங்கே உன் கூட்டாளிகள் வசிக்கிறார்கள்? இதைப் பார், இந்தப் பிராந்தியத்திலேயே, உனக்கொரு ஜாகீர் கொடுக்கிறேன்;

ஒளிக்காமல் எல்லா விவரமும் சொல்லிவிடு . . ., காட்டு மிராண்டிகள் இருப்பது ஒரு நாட்டுக்கு நல்லதல்ல; அவர்களை ஒழித்து நாட்டில் சாந்தியும் சுபிட்சமும் நிலவச்செய்து வாழ்வோம். ராஜாபோல் இருக்கலாம் நீயும். உனக்கேன் இந்த மிருகக் கூட்டத்தோடு பழக்கம்?. . ."

"ஆங்கிலேயனே, இப்பொழுதும் உன் சாமர்த்தியத்தை வியக்கவும், இந்த நாட்டின் துரதிர்ஷ்டத்தை நொந்துகொள்ளவும் தான் தோன்றுகிறது . . ."

"நீ சொல்வதற்கு அர்த்தம்?"

"நீ செய்திருக்கும் பிரசாரம் நானறிந்ததுதான். நாங்கள் முப்பதினாயிரம் பேரும் மிருகத்தனமான கொடுமைகளுக்கஞ்சாத கொள்ளைக் கூட்டத்தாரென்ற வதந்தியைப் பரவவிட்டிருக்கிறாய் நீ. இப்போது என்னை ரொம்பப் பெரிய ஆளாக்கிப் பேசுகிறாய். . . தவிரவும் எங்களுக்குள் ஒருவித ஒற்றுமையுமில்லை. எங்களை இணைக்கக்கூடிய பொது விஷயமொன்றும் இல்லையென்றும் கதைகட்டி விட்டிருக்கிறாய். கண் காணாத உங்கள் சீமைக்கும் எழுதிவிட்டாய். என் நாட்டு மக்கள் இதை நம்பியும் விட்டார்கள். இதில் ஆச்சரியமில்லை. ஆனால் நானே இதை நம்பியிருப்பேன் – நம்ப வேண்டுமென்று தீர்மானமாய்ப் பேசுகிறாயே, இதில்தான் உன் ஜாதியின் நெஞ்சழுத்தம் இருக்கிறது."

"நீங்கள் கொள்ளைக்காரர் அல்லவா?"

"யார் நாங்களா? உங்களைவிடவா?"

"கரீம், என் பொறுமைக்கும் எல்லை உண்டு."

"அது எல்லையைத் தாண்டத்தானே, நான் பேசுகிறேன்! உன் துப்பாக்கி, இந்தக் கணத்திலேயே என்னைச் சுட்டு வீழ்த்தட்டுமே . . . நான் அஞ்சவில்லை; என் கூட்டாளிகளின் ரகசியங்கள், என்னோடு புதைக்கப்பட வேண்டியவைதான். . ."

"அப்படியானால், உங்கள் கூட்டம் இப்படியே அட்டூழியம் செய்துகொண்டே இருக்கவேண்டுமா? கரீம், மஹாராஷ்டிரத் தலைவர்களை நம்பியிருக்கிறாய். இன்று இருக்கும் ஸிந்தியாவும் பான்ஸ்லேயும் பேஷ்வாவும் ஹோல்காரும் சிவாஜிகளல்ல என்பது ஞாபகமிருக்கட்டும். ஒவ்வொருவராய் அவர்களுடைய பல்லையும் பிடுங்கிக்கொண்டு வருகிறோம், தெரியுமா?"

"தெரியும், ஆங்கிலேயனே! தெரியும். ஸிந்தியா என் தோழன். வஸீலைக் காட்டிக் கொடுத்துவிட்டான் என்பது தெரியும். தெய்வம் இன்று உங்கள் பக்கத்தில் நின்று ஆடுகிறது. உங்கள் ஜாதி இந்திய மண்ணைக் கட்டியாளப்போவது புலப்பட்டுவிட்டது; அதனால்தான் உன்னிடம் ஒன்று சொல்ல வேண்டுமென்று வந்தேன்; கேட்பாயா?"

"இவ்வளவு தூரம் கேட்டேனே, இனியும் கேட்பேன்; எனக்கு எதையும் கேட்கும் ஆற்றல் உண்டு..."

"அந்த ஆற்றல் இதற்குமுன் இல்லாமல் இருந்திருந்தாலும் இனி வந்துவிடும்; ஏனென்றால் இந்திய வாடையில் நன்கு ஊறிவிட்டீர்கள்; இறங்கிக்கொண்டே வரும் இந்திய ஒழுக்கத்தைக் கண்டுகொண்டீர்கள்..."

"கரீம், திரும்பத் திரும்ப உன் வாய் எதையோ அடைகிறது..."

"ஆமாம், மறக்க முடியாத தீம்பாக முளைத்துவிட்டீர்களே, எங்கள் கூட்டத்தைப் பற்றிய உண்மையைச் சொல்கிறேன் கேள், உனக்கே தெரிந்திருக்கும். ஆனால், விவரம் தெரிந்துகொள். உனக்கு முன்னிருந்தவன் செய்ததும் தெரிந்துகொள். எங்கள் கூட்டம் என் போன்ற சிலரால் திரட்டப்பட்ட ராணுவம்..."

"ராணுவமா..."

"ஆமாம், திட்டங்களும் முறைகளும் கொண்ட பெரிய ராணுவமிது. மதமும் சமயமும் இல்லை என்றோம்...இந்துக்களும் இஸ்லாமியர்களுமாய்ச் சேர்ந்தோம். எங்கள் பெண்களின் பெண்மையை மறக்க அடித்தோம்; ஆமாம் தாங்க முடியாத துயரத்தோடுதான் செய்தோமிதை; ஏனென்றால் எங்களுக்குப் பின்னும் ஒரு சந்ததி சந்தியில் நிற்கவேண்டாம் என்றுதான் செய்தோம். பெண் ஜாதிகளின் மெல்லிய உள்ளத்திலும் இரத்தத்திலும் ஆண்மையை ஏற்றினோம். எங்கள் மூல பலம் பெண்கள்தான். எங்கள் எண்ணிக்கை முப்பதாயிரத்துக்கு மேலும் உண்டு. இவ்வளவு பேரும், யார் தெரியுமா?"

"அறிவே இல்லாத மிருகப் பிராயமான மனித மந்தை..."

"நீ ஆத்திரப்படுகிறாய்... அதனால், இந்த அவமானத்தை மன்னிக்கிறேன்; இத்துணைபேரும் ஆங்கிலேயன் வந்ததால் வாழ்விழந்து புண்பட்ட ஜீவன்கள்."

"அவர்கள் நல்வாழ்வு வாழ்வதை நாங்களா தடுத்தோம்?"

"பேசாதே பாவி, வயிற்றெரிச்சலைக் கிளப்பாதே! சூழ்ச்சியும் களவாணித்தனமும் செய்து மஹாராஷ்டிரத் தலைவர்களுக்குள் உட்பகை விளைவித்தீர்கள். மத்தியஸ்தர்போல் நடந்து மஹாநாசத்தைத் தேடினீர்கள். தலைவர்களின் அரசியலைத் தகர்த்து, அவர்களைத் துணைப்படையென்று பெயர் வைத்து அடிமைப்படுத்தினீர்கள். முக்கியமாய் உங்கள் கை ஓங்க உதவியாய் அவர்கள் வைத்திருந்த ராணுவத்தையெல்லாம் கலைத்தீர்கள்! அந்த ராணுவங்களில் இருந்தவர்களின் பெண்டாட்டி பிள்ளை குட்டிகளை நினைத்துப் பார்த்தீர்களா, அந்த மனிதத்தன்மைகூட இருக்கவில்லையே உங்களிடம்?"

“உழுதுண்பதும் வியாபாரமும் அல்லது எங்களிடமே மறுபடியும் சிப்பாய் ஆவதும்... இப்படி எத்தனையோ வழிகள் இருந்தனவே? எத்தனை பேர், எங்களிடம் வேலைக்கு அமர்ந்திருக்கிறார்கள் தெரியுமா உனக்கு? உன் கூட்டாளிகளே விரும்பமாட்டார்களே, ஒழுங்கான வாழ்க்கையை!”

“அதுவும் சரிதான். ஆனால், அதையும் பயன்படுத்திக் கொண்டீர்கள் நீங்கள். உங்களுக்கு நியாய புத்தி இருந்திருந்தால், வேறு வழி இருந்திருக்காதா என்ன? நீங்கள் வந்ததால்தான், எங்கள் தலைவர்களும் தலைப்பு மாறினர்.”

“கரீம், போதுமே பிரதாபம்? அஞ்சு நாழியும், அண்ணன் தம்பிப் பகையும், அரசர் மந்திரிப் பகையும், ராஜா ராணிப் பகையுமாய் இருந்துவந்த உங்கள் இராணுவங்களில்...”

“நிறுத்து ஆங்கிலேயனே, நான் முடிக்கிறேன் மேலே. உங்களுடைய சகவாசத்தால், தூண்டுதலால், கோள் சொல்லும் துர்க்குணத்தால் – நீ மேலே சொன்னபடியெல்லாம் சீர்கெட்டுக் கிடந்த தலைமைகளில் ராணுவத்தில் சேர்ந்த யாருமே, கண்யமான தொழிலுக்கோ, உடல் வருந்தும் உழைப்புக்கோ, உணர்வு தரும் கல்விக்கோ எதற்கும் பயிற்றப்பட்டவர்கள் அல்ல; சண்டையும் சூறையும் வழிப்பறியும் வம்புமாய்க் காலம் கழித்தவர்கள். வீரமென்று சொல்லும் மிருக பலமொன்றையே நம்பிக் கிடந்தவர்கள். அவர்களைச் சீர்திருத்தப் பழைய தலைவர்களையே ஏற்படுத்திக் கொள்வோம். பிறகு எல்லாம்தானே திருந்தி விடுமென்று திட்டம்போட்டு, இவர்களை – திடீரென்று வருமானம் குறைந்து வறுமையுற்றிருந்தவர்களை ஒன்று திரட்டினோம்: எங்களைச் சேர்ந்தவர்களாலேயே எங்கள் லக்ஷ்யம் அதல பாதாளத்திற்குப் போய்விட்டது. இனி நிச்சயம் உங்கள் காலம். உங்கள் பாக்கிய சக்கரம் சுற்றட்டும்...”

“வருங்காலத்தை அறிவிக்கும் ஜோஸ்யம் தெரியுமா உனக்கு? அதை அறிவிக்கவா வந்தாய்? கரீம், வீணாய்க் காலம் தாழ்த்தாதே, இந்த வீண்பேச்சு எனக்கெதற்கு? சிட்டு ஒளிந்திருக்கும் இடத்தைச் சொல்லிவிடு, ஜாகீர்தாராக வாழ்வாய். இதைப் பார், இந்த நாட்டுப் பிராணிகளை ஒடுக்கி நாம் வாழ்வோம். நீயும் வேற்றாள், நானும் வேற்றாள், நாமிரண்டு பேரும்...”

“துரோகி...”

“கரீம், வயிற்றுக்குப் பறப்பாய் அல்லது வீணே இறப்பாய்... மறுபடியும் கூறுகிறேன்... சிட்டு இருப்பிடம் சொல்... மறுகணம் நீ ஜாகீர்தாராகி வாழ்வாய்...”

“பக்கீராகி வெட்டுண்டு விழுவேன்; என் நாக்கு ஒழுங்கு தவறாது...”

“கரீம், நீ கெட்டிக்காரனே அல்ல; உன்னைப்போல் ஒழுங்கு தவறாத நாக்கு இந்நாட்டில் ...”

“பலருக்கில்லை. வாஸ்தவம் அது. என் நாட்டின் இந்தப் பலஹீனம்தான், உங்கள் பாக்கிய சக்கரத்தின் அச்சு; போகட்டும், நான் சொல்லவந்ததைச் சொல்லிவிடுகிறேன், கேள் ...”

“நீ வைது பேசும் இழிசொற்களையா?”

“உங்களுக்குத்தான் எதையும் பொறுத்துக்கொள்ளும் சக்தி உண்டென்று பெருமைப்பட்டாயே நீ? கேள், செய்வது செய்யப் போகிறாய், செவ்வையாய்ச் செய். இந்நாட்டில் யாருக்கும் எங்கும் துளிகூடத் தலைமை கொடுக்காதே; தலைமை தாங்கும் மனிதக் குணம் எங்கள் நாட்டினரிடமிருந்து போய்விட்டது எங்கோ. அக்பருடைய அரிய லக்ஷ்யம் அவரோடு போய்விட்டது. ஔரங்கசீப்போ அடாபிடியால் அழிந்தார். அவருடைய சந்ததிகள், அவமானத்தையும் கூட்டி வந்த அழிவுக்குத்தான் சாட்சியானார்கள். இராஜபுத்திரரோ மூர்க்க ராஜாங்கத்தை மூடபக்தியுடன் நடத்தி மங்கினர். மஹாராட்டிரரோ, இனத்தான் வாழச் சகிக்காமல் அநியாயம் செய்து, அறிந்தறிந்து அந்நிய நாட்டானை நம்பித் தாமும் கெட்டுத் தம்மைச் சேர்ந்தவர்களையும் கெடுத்துவிட்டார்கள். இந்த வகையில் எங்கள் நாடு உளுத்துக் காய்ந்து உடைந்து சிதறிக் கிடக்கிறது. கெட்டதில் ஒரு நல்லது என்பதுபோல் உங்கள் காலத்திலாவது ஒருமைப்பாடு தோன்றி உருப்படட்டும் இந்த நாடு. மறுபடியும் சொல்லுகிறேன், நிச்சயமாய். இந்நாட்டினர் யாருக்கும் எங்கும் துளிக்கூட அதிகாரம் கொடுக்காதே, தலைமையும் தராதே ...”

“கரீம், பிண்டாரிகள் ஒளிந்துகொண்டிருக்கும் இடத்தைச் சொல்லமாட்டாயல்லவா?”

“என் உயிரைப் பலியிடுவதானாலும் அது முடியாது. பின்னால் யார் எது செய்வதாலும் சரி; இந்தத் தேசம் உனக்கடிமை ஆவதைக் காண நான் உயிர் வாழமுடியாது.”

“உன் முட்டாள்தனம் உன்னைக் கொல்லப்போகிறது. தேசமாம் தேசம், பைத்தியம் ...”

*சிந்தனை:* **டிசம்பர் 1, 1947**

**புதிய கதை**

•

# பித்தப் பசி

“ராஜு, சாப்பாட்டுக்கோ வேறே எதுக்குமோ அவளைக் கஷ்டப்படுத்தாதே, பச்சைப் புள்ளைத்தாச்சி, போடுவதைச் சாப்பிட்டுவிட்டுப் பேசாமை கிட. நான் கட்டாயம் ரண்டே நாளில் ஓடி வந்துவிடுகிறேன். அப்புறம் இன்னொரு விஷயம், குழந்தைகளையெல்லாம் விஷமம் பண்ணாமல் பார்த்துக்கொள். நான் வரட்டுமா?”

“ஆகட்டுமே அம்மா, நீ கிளம்பு, திருப்பித் திருப்பிச் சொன்னதையே சொல்லிக்கொண்டிருக்கிறாயே. அப்புறம் பஸ்ஸும் கிடைக்காது ஒண்ணும் கிடைக்காது. இப்பவே அஸ்தமிக்கப் போகிறது. அப்புறம் அகாலத்திலே ...”

“அடியே பத்மா, நான் வரட்டுமா? மூத்தது ரண்டையும் பள்ளிக்கூடத்துக்கு அனுப்பித்துவிடு, முன்னணை ரண்டையும் ராஜு பார்த்துக் கொள்வான். கைக்குழந்தை பத்திரம்.”

“அம்மா ... நாழி ஆகிறது.”

“பத்மா, கவலைப்படாதே, இதைப் பார், ஏதோ ஒரு சாதத்தை வடித்துக்கொண்டு இப்படி பூப்போல இரு, போட்டது போட்டபடியே கிடக்கட்டும். நான் வந்து எல்லாம் பண்ணிக்கிறேன் நான் வரட்டுமா?”

“அம்மா! நீங்க கட்டாயம் போய்த்தான் ஆகணுமா?”

"அடி அசடே, நீ என்ன பண்ணுவாய் பாவம். நீயோ பூஞ்சை; பகவான் குஞ்சும் குழந்தையுமா உன்னைப் பெருக்கியிருக்கார். ஏண்டா ராஜு, அப்போ நான் போகாம இருந்துடட்டுமா? பத்மா ரொம்ப மலைக்கிறாளே ..."

"மூளைகீளை இருந்தால் இப்படிக் கேட்கமாட்டாய்; அப்புறம் நம்ம வீட்டுக் காரியமென்றால் யார் வருவார்கள்? ரண்டு நாளில் என்ன ஆய்விடும்? நீ கிளம்பம்மா, இவள் கிடக்காள் ... மலைக்கிறாளாம் ... கிளம்பம்மா சுருக்க."

"அதுவும் சரிதான். ரண்டே நாளில் ஓடிவந்துவிடுகிறேன் பத்மா, எப்படியோ பார்த்துக்கொள்."

அம்மா கிளம்பி ஊருக்குப் போய்விட்டாள். ராஜு தான் பஸ்ஸில் ஏற்றிவிட்டு வந்தான். சற்றே கடைத்தெருவில் நடந்தான். ஏதோ சாமான் வாங்கினான். அப்படியும் இப்படியுமாய் அந்தியைப் பிடித்துத் தள்ள ரொம்பச் சிரமப்பட்டான். அந்தி முற்றி இரவு வந்தது.

ராஜு கூடத்தில் நிலைகொள்ளாமல் நடமாடிக் கொண்டிருந்தான். அடியும் நுனியுமாய்ச் சில பாட்டுகளை முக்கால் தொண்டையிலும் முனகலிலும் பாடிக்கொண்டிருந்தான். பெயர் சொல்லி, பத்மாவைக் கூப்பிட்டுக் கூப்பிட்டு, ஏதாவது கேட்டுக்கொண்டிருந்தான்:

"பத்மா, பௌடர் டப்பாவும் பூவும் வாங்கிக்கொண்டுவரச் சொன்னாயே, வாங்கிக்கொண்டு வந்தேன் பார்த்தாயோ, எடுத்து வைத்தாயோ?"

"பத்மா, அந்தக் கதைப் புத்தகம் எங்கே? எடுத்தாயா?"

பத்மா சமையலறையில் இருந்தாள். ஆலோசனையி லாழ்ந்தவளாய் மெல்ல மெல்ல அடி பெயர்த்து ஏதோ காரியம் செய்துகொண்டேயிருந்தாள். தலைப்பை இழுத்தும் காலைக் கட்டிக்கொண்டும் கூடவே வந்த குழந்தைகளையும் அவள் மெல்லவே இழுத்துவிட்டுக் காரியம் செய்துகொண்டிருந்தாள், சிறு பேச்சும் இல்லாமல். ஆனால் குழந்தைகள் முனகிக்கொண்டே சுற்றின அவளை; கூடத்திலிருந்து பேசிக்கொண்டே இருக்கும் ராஜுவுக்கு ஏதாவது அரைகுறையாய்ப் பதில் சொல்லித்தான் ஆகவேண்டும் என்று நினைத்தாள். இதுவரையில் போகட்டும்; அடுத்தபடியாக ராஜு ஏதாவது கேட்டால் பதில் சொல்லி விடுவோமென்று நினைத்துக்கொண்டாள். கூடத்தில் இருந்த ராஜுவின் கேள்விகளும் காரியங்களும் பத்மாவுக்குச் சிரிப்பூட்டின என்றாலும், அந்தச் சிரிப்பு நெஞ்சுக்குள்ளேயே மறைந்து விட்டது. சந்தர்ப்பத்தின் தோரணை நகைச்சுவையை மழுங்கச்

செய்துவிட்டது, பத்மாவின் நெஞ்சில், பயத்தால் உண்டாகுமே அதுபோன்ற சங்கையும் சங்கடமும்தான் தோன்றின. அவற்றையே பிரதிபலித்தது அவளுடைய புற உடலும்.

"பத்மா, அதுகளுக்குச் சுருக்கச் சாதம் போட்டுப் படுக்க வை. ஙை ஙைஞு, அப்பா, அதுகள் குரல்..." என்று சொல்லிவிட்டு ஏதோ பாட ஆரம்பித்தான் ராஜு.

சற்று நேரம் சென்றது. குழந்தைகளை உட்கார வைத்துத் தள்ளாமையால் தானும் உட்கார்ந்தபடியே பத்மா குழந்தைகளுக்குச் சாதம் போட்டுக்கொண்டிருந்தாள். அவளுடைய கைகள் வழக்கத்தினால் காரியம் செய்துகொண்டிருந்தன. கூடத்திலிருந்து ராஜுவின் பாட்டுக்குரல் கேட்டுக்கொண்டேயிருந்தது. கைக்குழந்தைக்கு அடுத்த, முன்னணையென்று கூறப்படும் சவலைக் குழந்தை, நோஞ்சைக் குரலில், ஆனால் புத்திசாலித்தனமான பல கேள்விகளைக் கேட்டுக்கொண்டே இருந்தது. வழக்கமாய்ப் பத்மா ஏதாவது பதில் சொல்வதுண்டு. இப்போது மூத்தவன் ஏதோ பதில் சொல்லியும் சின்னதிற்குத் திருப்தி ஏற்படவில்லை. அது அம்மாதான் சொல்லவேண்டுமென்று பிடிவாதம் பிடித்து அழுதது. திரும்பிப் பார்த்தாள் பத்மா "சொல்ல மாத்தையாம்மா . . ." என்றது குழந்தை.

"என்ன சொல்லணும் . . !"

"அப்பா ஏன் இன்னிக்கு வெளியிலே போகலேன்னு கேக்கறான் இவன்" என்று மூத்தவன் கூறினான். அதுவும் சற்று இரைந்தே சொல்லிவிட்டான். ராஜுவின் காதில் அது விழுந்தது. சிரித்துக்கொண்டே, "அட படுவா ..." என்று சொல்லிக்கொண்டே வந்து நின்றான். அவன் உள்ளே வந்தது இது இரண்டாம் தடவை. மெல்ல எழுந்திருந்தாள் பத்மா. குழந்தைகளுக்கு என்ன பதில் சொல்வது?

"பாட்டி ஊருக்குப் போயிருக்கிறாளல்லவா, அதனாலே நமக்குத்துணையாக அப்பா ..." என்று பாதியிலேயே நிறுத்தினாள்.

அர்த்தத்தோடு சிரித்துக்கொண்டே ராஜு, மறுபடியும் கூடத்துக்குப் போய்விட்டான்.

"தட்டில் போட்ட சாதம் அப்படியே இருக்கு . . . சாப்பிடு ... ஊம், சுருக்கச் சாப்பிடு . . ." என்று குழந்தைகளை அவசரப்படுத்தினாள் பத்மா. பேசிக்கொண்டே சாப்பிட்டுக் கொண்டிருந்தார்கள். ராஜுவுக்குக் கூடத்தில் இருப்புக் கொள்ள வில்லை. உள்ளே வந்தான் மறுபடியும். வெறுமெனவாவது. அவன் வரும்போதெல்லாம் எழுந்து நிற்பது பத்மாவுக்குச்

சிரமமாய்த்தானிருந்தது. ஆனால் அவள் தன் சிரமத்தை ஜாடையாய்க்கூட வெளிக்காட்டவில்லை.

"நீ உட்கார்ந்தே இரேன் இதில் என்ன . . ." என்றான் ராஜு.

மெல்லச் சிரித்துக்கொண்டே நின்றாள் பத்மா.

"சரி, நீ உட்காரமாட்டாய்..." என்று கூடத்துக்குச் சென்றான் ராஜு. சோனியும் சவலையுமாய் இருந்த குழந்தைகள், கொரித்தது காலும் கொட்டினது முக்காலுமாய்ச் சாப்பிட்டு எழுந்தன. உள்ளேயே தன் கையை அலம்பிக்கொண்டு அலுப்பாய் உட்கார்ந்துகொண்டிருந்தாள் பத்மா. இதற்குள் கைக்குழந்தை அழ ஆரம்பித்தது. எழுந்துபோய் அதை எடுத்துக்கொண்டாள். கங்காளத்துக்கருகில் சென்ற குழந்தைகள் ஏதோ சச்சரவிட்டன. மூத்தவன் மற்ற மூன்றுக்கும் கையலம்ப உதவினான். கடைசி வாண்டு, "அம்மாதான் வரவேண்டும்" என்று பிடிவாதம் பிடித்தது.

"நான் – அப்பா அலம்பலாமா .. ?" என்று கேட்டுக்கொண்டே வந்த ராஜு, அதன் உடம்பையெல்லாம் அலம்பினான். துண்டால் துடைத்தான். அழைத்துக்கொண்டு கூடத்துக்கு வந்தான். பாயையெல்லாம் உதறிப்போட்டுக் குழந்தைகளைப் படுக்கவைத்தான். 'சமத்தா தூங்கறேளா ... ஊம்.. ? ...தூங்குங்கோ" என்று தட்டிக்கொண்டிருந்தான்.

சமையலறையில் வெளிச்சம் இருந்ததே தவிர, இருண்டு போய்விடவில்லை. புகையேறிய சுவர்களும் பிறைகளும் அந்தச் சிறு வெளிச்சத்தை அலக்ஷ்யம் செய்துவிட்டுத் தூங்கின. கூடத்தில் இருந்தபடியே உள்ளே உற்றுக் கவனித்தான் ராஜு. பத்மா குழந்தையுடன் உட்கார்ந்திருந்தாள். அவளுடைய உடலின் சிவப்பு நிறம் வெளுப்பாகிவிட்டிருந்தது. அதுவும் அழகாகவே பட்டது ராஜுவுக்கு. தலை வகிடுகூடப் பளிச்செனத் தெரிந்தது. நெற்றியிலிருந்த குங்குமம் முகத்தின் வெளுப்பை எடுத்துக் காட்டிற்று. உடுத்திருந்த புடவையின் பெரும்பாகம் உடம்பில் படாமல் ஏதோ போர்த்திருந்ததுபோல் தோன்றும்படி இளைத்திருந்தாள் அவள். கையிலிருந்த குழந்தைக்கு உறுத்தாமல் இருக்கும்படி வளைகளை மேலே ஏற்றிவிட்டுக்கொண்டிருந்தாள். கையில் குழந்தை தூங்கிக்கொண்டிருந்தது. 'நம்முடைய பிறந்தகம் நன்றாயிருந்து, இன்னும் ரண்டு மாசமாவது அங்கே இருந்துவிட்டு வர முடியவில்லையே' என்ற வேதனை – அவள் மனத்தை விட்டு எப்பொழுதும் நீங்காமலிருந்த குறை, இந்த வேளையில் அதிகமாய் உறுத்திற்று, ராஜுவைச் சாப்பிடக் கூப்பிட வேண்டுமென்ற ஞாபகம் ஒரு கணமும் மறக்கவில்லை அவளுக்கு. ஆனால் வாய்விட்டுக் கூப்பிடத்தான் இல்லை. கூப்பிட வேண்டும், கூப்பிடவேண்டுமென்று நினைத்துக்கொண்டே

உட்கார்ந்திருந்தாள் கூப்பிடாமலேயே; அதற்குக் காரணம் மற்றச் சில நினைவுகளும் கூடவே தொடர்ந்து சுற்றியதுதான். "பிரஸவித்து மூன்று மாதங்கூட ஆகாமல் புக்ககம் வந்திருந்த தன் நிலை ... குழந்தைகள் ... ராஜு ... கூடம், காமரா உள் ... அம்மாவோ இல்லை ... இன்னும் இரண்டு மூன்று நாட்கள் ..." என்பவைதான் அந்த நினைவுகள்.

குழந்தைகளைத் தூங்கப் பண்ணிக்கொண்டிருந்த ராஜு தட்டிக் கொடுத்துக்கொண்டே இருந்தான். அந்தத் தட்டுதல் களின் சீரான கோவையில் தோன்றிய ஒருமைப்பாட்டினால் குழந்தை தூங்கியது போலவே, அவனுடைய மனமும் அவனைய றியாமலேயே ஒருமைப்பாடடைந்தது. 'பாட்டி ஊருக்குப் போயிருக்கிறாளல்லவா, அதனாலே நமக்குத் துணையாக அப்பா ...' என்று குழந்தைக்குப் பத்மா சொன்ன பதிலையும், அதைச் சொல்லும்போது அவளுடைய உள்ளும் புறமும் தெளிவாய்த் தெரியும்படி தோன்றிய குறிப்பையும் நினைத்தான். அந்த நினைவிலேயே நேரம் சற்றுக் கழிந்தது. பத்மாவின் அந்தப் பதிலில் தனக்கு அநுகூலம் தொனித்ததாகத் தீர்மானம் செய்துகொண்டு எழுந்தான்.

அவன் எழுந்துவிட்டது பத்மாவுக்குத் தெரிந்தது. 'சரி, குழந்தையைத் தூளியில் போட்டுவிட்டுச் சாப்பாட்டை முடிப்போம் ...' என்று கிளம்ப நினைத்துக் கையைக் கீழே ஊன்றி எழுந்திருக்க முயன்றுகொண்டிருந்தாள் பத்மா. இதற்குள் கூடத்திலிருந்து ராஜு பேசினான், சிரிப்பும் கேலியுமாய்.

"குழந்தைகள் தூங்கிவிட்டார்கள். சரி, பத்மா, அம்மாவை ஊருக்குப் போக வேண்டாமென்று தடுத்தாயே, நிஜமாகவா? சும்மாச் சொல்லி வைப்போம், போவது என்னவோ நிச்சயம் என்றுதானே? என்ன இருந்தாலும் ..."

பத்மா எழுந்திருக்க இருந்தவள் ஊன்றிய கையை எடுத்து மறுபடியும் இரு கையாலும் குழந்தையை அணைத்துக்கொண்டு உட்கார்ந்தேவிட்டாள். மறைய ஆரம்பித்திருந்த சங்கையும் பயமும் மறுபடியும் தலையெடுத்ததால் அவள் திகைத்தாள்.

பதில் பெறாமல் ஏமாந்த ராஜு, "பத்மா, பத்மா தூங்கிப் போய்விட்டாயா என்ன?" என்று கேட்டுக்கொண்டே, சமையலறைக்குள் வந்துவிட்டான்.

"இல்லையே ..!" என்று மெல்ல எழுந்தாள். வாசற்படியை அடைத்துக்கொண்டு நின்ற ராஜுவின் மேல் படாமல் வளைந்து நெளிந்து ஓசிந்துக்கொண்டு கூடத்துக்குச் சென்றாள். சென்று குழந்தையைத் தூளியில் இட்டுத் திரும்பினாள்.

கூடவே வந்திருந்தான் ராஜுவும். மெல்லச் சென்று இலை போட்டாள். ராஜு உட்கார்ந்தான். சாப்பாடு நடந்தது. ராஜு ஏதோ பழைய – பழக்கமான ஹாஸ்யங்களைச் செய்தான். பத்மா ஒரு அரைச்சிரிப்பை – அதுவும் மெல்ல உதட்டு நுனியில் அரும்பவிட்டுக்கொண்டே பரிமாறினாள்.

"மோரை என் பக்கத்தில் வைத்துவிட்டு நீயும் உட்காரேன் சாப்பிட..." என்றான் ராஜு.

பத்மா ஒன்றும் சொல்லவில்லை. அவளேதான் மோர் வார்த்தாள். சாப்பிட்டு எழுந்தான். கைகழுவிக்கொண்டவன் கூடத்துக்குப் போகாமல், "உனக்கு நான் சாதம் போடுகிறேன்..."

என்று சொல்லிக்கொண்டே உள்ளே வந்தான். பத்மா பேசாமல் நின்றாள். ராஜுவும் நின்றான். தலை நிமிராமலேயே பத்மா சொன்னாள், "போய் வெற்றிலை போட்டுக் கொள்ளுங்களேன், நான்..."

"சரி, சீக்கிரம் வா, சாப்பிட்டுவிட்டு, பத்தெல்லாம் அப்புறம் ஒழிச்சிக்கலாம்..." என்று கூடத்துக்கு வந்தான் ராஜு. வெற்றிலை போட்டுக்கொண்டான். பாட்டுகளை முணுமுணுத்தான். இடையிடையே, "பத்மா, ஆச்சா... ஆச்சா..." என்றும் வேறு பல கேள்விகளும். "அதைப் பார்த்தாயோ..? இது சொன்னாயே வேணுமா..? இந்த அது வாங்கப் போறேன். வாங்கட்டுமா..?"

உண்டு – இல்லை என்ற குறிப்புக்களைக் கொண்ட "உம் ஊம்" என்பன போன்ற முக்கல்களாலேயே, அந்தக் கேள்வி மாரியைச் சமாளித்து வந்தாள் பத்மா.

"எத்தனை நாழி..." என்று அலுத்துக்கொண்டான் ராஜு. பத்மா சாப்பிட்டு இலைகளை எறிந்துவிட்டுக் கைகழுவுவதற்குள் ராஜு சொன்னான்:

"என்ன பத்மா... எல்லாக் காரியத்தையும்..."

அவன் முடிப்பதற்குள்ளேயே, "...நீங்க வாணா தூங்குங்களேன்" என்று அழுத்தமாகவும், "...பாவம், தூக்கம் வந்துவிட்டது உங்களுக்கு..." என்று சிரித்தும் கூறினாள் பத்மா.

"ரொம்ப சமத்தா பேசறதா எண்ணமாக்கும்... சேச்சே... சீக்கிரம், பத்மா, விளையாடாதே.., எல்லாக் காரியமும் நீ செய்யக்கூடாதுன்னு அம்மா உத்தரவு..." என்று சிரித்தான் ராஜு.

"அம்மா சொன்னது..." சொல்ல வாயெடுத்ததை விழுங்கிவிட்டுச் சாப்பிட்ட இடத்தைச் சுத்தம் செய்து எழுந்தாள்.

கையில் விளக்கை எடுத்துக்கொண்டு சமையலறைக் கதவைச் சாத்தினாள். அவள் வருவதையறிந்த ராஜு, கூடத்து விளக்கைச் சற்றுத் தணித்தான். தூங்கிக்கொண்டிருந்த குழந்தைகளையெல்லாம் கவனித்துக்கொண்டே தயங்கித் தயங்கி வந்த பத்மா, தூளிக்கருகில் குனிந்து பார்த்தாள். ராஜு தாம்பூல உபசாரம் செய்தான் – தானே எழுந்து சென்று, அவன் எவ்வளவு சொல்லியும் பத்மா உட்காரவில்லை. தவிர நெருக்கத்தையும் தவிர்த்தாள். பேச்சற்ற, ஆனால் கூரிய அர்த்தம் நிறைந்த செயல்கள் நடந்தொழிந்தன – கேட்பதும் மறுப்பதும் அணுகுவதும் உதறுவதுமாய். பொழுது பாரவண்டிபோல் நகர்ந்தாலும் உணர்ச்சி விஷ வேகத்தில் ஏறியது. ரத்தம் சில மடங்கு அதிக விசையோடு எழுந்து பரவிற்று. ராஜு அமைதி இழந்தான். கதகதத்திருந்த உடற்சூடு, அவனுடைய ஆர்வம் புறக்கணிக்கப்பட்டதால் மிகுந்தது. மிகுதியில் அவன் எப்படியோ ஆகிவிட்டான்.

பத்மாவும் செயலற்றுத்தான் இந்தத் தவிர்ப்பு முறையைப் பிரயோகித்தாள். இதைச் செய்கிறோமே என்ற வேதனையும் கூச்சமும் அவள் முகத்தில் கூத்தாடின. அவள் முகமெல்லாம் அறுந்து தொங்கியது. கண்ணெல்லாம் சோர்ந்து பஞ்சடைந்தன. அவற்றையெல்லாம் கவனிக்கும் அமைதி இல்லை ராஜுவினிடம். எல்லாம் சேர்ந்து அவனை ஆத்திரமடையச் செய்தன. ஆத்திரத்தில் ஏதோ கத்திவிட்டு வீட்டை விட்டு வெளிக்கிளம்பினான்.

சாதாரணமான பிரணயக் கலகங்களிலோ தாம்பத்யச் சிடுக்குகளிலோ செய்வது போல, 'அவள் தடுப்பாள், சமாதானம் கூற நெருங்குவாள்' என்று அவனும் எதிர்பார்க்கவில்லை. அவளும் அப்படிச் செய்யவில்லை. ஒரே சூன்யத்தில், தன் இருக்கையையும் மறந்திருப்பதுபோல் இருந்தாள் பத்மா.

போகும் வேகத்தில் படாரென்று கதவை அடித்துச் சாத்திக்கொண்டு போனான் ராஜு. அதிர்ச்சியில் திறந்து கொண்டு, மறுபடியும் சாத்தவந்த கதவுக்குப் பழைய வேகம் இல்லை; ஆகவே ஒருக்களித்த நிலையில் நின்றுவிட்டிருந்தது.

எங்கேயெல்லாமோ சுற்றிவிட்டுத் திரும்பி வந்தான் ராஜு. உடம்பில் விறுவிறுப்போ வியர்வோ இல்லாமல் – படபடப்பெல்லாம் அடங்கிப் பதவிசாய் வந்தான். கதவோ ஒருக்களித்துத் திறந்திருந்தது. தானே சாத்தித் தாழ்ப்பாளும் இட்டுவிட்டு உள்ளே சென்றான்.

ராஜுவுக்குச் சொல்ல வேண்டுமென்று சில வார்த்தை களைத் தீவிரமாய் யோசித்துக்கொண்டேயிருந்த பத்மாவுக்கு அரைத்தூக்கம்; அயரும் பக்குவம்.

உள்ளே வந்தவன் ஜலத்தை எடுத்துத் தேய்த்துத் தேய்த்துக் காலை அலம்பினான். கை நிறைய ஜலம் எடுத்துக் கண்ணையும் கன்னத்தையும் அழுத்தித் துடைத்துக்கொண்டு கூடத்துக்கு வந்தான். குழந்தைகளுடைய போர்வைகளையெல்லாம் சரி செய்துவிட்டுப் பத்மாவின் பக்கத்தில் வந்து உட்கார்ந்தான். அவளுடைய தலையணையின் ஓரத்தில் துளி இடம் இருந்தது. அதில் தன் தலையைப் புதைத்துக்கொண்டான். இடம் சற்றே அதிகமாயிற்று. பத்மாவின் வெளிறிய துவண்ட முன் கைகளை வருடிக்கொண்டே சாந்தமாய் உடம்பைக் கிடத்தினான். பத்து நிமிஷங்களில் அயர்ந்து தூங்கிவிட்டான்.

*தேனி*: மார்ச் 1, 1948

'காதல் கல்பம்'

# எது நிற்கும்?

சாமியின் கண்களைத் தூக்கத்தின் பாரம் அழுத்திற்று. தூசி விழுந்ததுபோலக் கடுப்பு, கண்களை அறுத்தது. உடம்பெல்லாம் வலி, பூட்டுகள் கெஞ்சின. பகலில் எரித்த வைகாசி வெய்யில் முழுவதும் சாமியின் தலைமேல்தான். சுற்றிச் சுற்றி வசூல் செய்த பணம் பையில் இருந்தது. அடிக்கடி அதைத் தொட்டுப் பார்த்தான். ரயிலடி மேடையில் நடந்தான். மேல்வகுப்புப் பிரயாணிகள் தங்குமறையில் சுழலும் விசிறிக்கடியில் சாய்மானத்திலும் பலகையிலும் நிம்மதியாய்த் தூங்கிக்கொண்டிருந்தவர்கள் தென்பட்டனர். சாமி, வேறு என்னவோ நினைக்கப்போனவன், '...கொடுத்து வைத்தவர்கள்... சுகமாய்...' என்று நினைத்தான். மெதுவாய்ப் பாதியிலேயே அந்த நினைவு நகர்ந்தது. நடந்துகொண்டேயிருந்தான். வேதனைப்படும் உடம்பின் அயர்வால் நின்று கொட்டாவி விட்டான். திறந்த வாய் சுளுக்கிக்கொண்டதுபோல் திறந்தபடி நின்றது. மெல்ல இசைத்து அசைத்து, வாயை மூடினான். கண்ணில் ஊறிய தூக்க ஜலத்தைத் துடைத்தான், நின்றபடியே. மேலுடலை நிமிர்த்திக் குதிகால்களை அழுத்தி ஊன்றி முறித்தான். உறுப்பெல்லாம் சொடுக்கின.

"சேச்சே, என்ன பொளைப்பு இது. கடையிலேயே இருந்து கணக்குக் கிணக்கு எழுதினாக்கூடச் செரமம் தெரியலை, இந்த எளவு ஊர்சுத்திப் பொளைப்புலே உசிரேல்ல ஆடுது...,

மணி பனிரண்டாவது, இந்த எளவு வண்டி மூணுக்குத் தானே வரப்போவுது, நின்னுக்கிட்டே எம்புட்டு நாளிதான் ... சேச்சே, இப்படியும் வயிறு வளக்கணும்னு ...' இந்த எண்ணப்போக்குப் போய்க்கொண்டேயிருந்தது. முட்டித் திரும்பிற்று. சிரித்துக்கொண்டே தன் நிலையை, எண்ணத்தை ஏசினான் சாமி. 'நமக்கும்தான் எல்லாம் இருக்கு, சத்தே அலுத்துக்கறம், அழுதுக்கறம், உடனே சிரிச்சுக்கறம் ...'

'அடே, அவுங்களைப்போலே நமக்கு ஈசிச்சேர் வேணாம், பலகை வேணாம், விசிறி வேணாம், நிம்மதியாய்ச் சிமிட்டுத் தரையிலே இந்தக் கட்டையைப் போட்டுப் புரட்டலாமுல்ல, இந்தப் பாளும் பணப்பளுவு, அதைக்கூட செய்யவிடலையே நம்மை. நம்ம பணமா இருந்தாலும் போனாப்போவுது போன்னு படுத்துடலாம். இது முதலாளி வூட்டுப் பணமுல்ல ...' சிரித்தான் மெல்ல.

'நம்ம பணமா இருந்தா, நாம் ஏன் இந்த அவஸ்தைக்கு ஆளாகப் போகிறோம். சம்முனு கால்மேலே கால்போட்டுக் குட்டு ...' மறுபடியும் சிரிப்புத் தாங்க முடியவில்லை அவனுக்கு.

'பொறத்தியாரைப் பாத்துப்பாத்து என்ன வேகமோ ஜோரா ப்ளான் போடுது, நம்ம மனசு. ம்ஹ் . . . ஹ், மனோ ராஜ்யத்தை ஆளும் தெம்பு அன்னக்காவடிவங்களுக்குத்தான் உண்டு' சிரிப்பு உள்ளுக்குள்ளாகவே பரவியது.

அவனுடைய பாட்டி ஒருத்தி இருந்தாள். இப்போதுதான் செத்தாள், தொண்ணூற்றாறு வயதில். அவள் சொல்லுவாள்: பிள்ளை, பேரன், கொள்ளுப் பேரன் மூன்று தலைமுறைக்கும் சேர்த்து உபதேசம் செய்வாள் அவள்; "இல்லாததைப்பத்தி நீங்க நினைக்காதீங்க. நீங்க நினைக்கிறதுக்கு ஒண்ணுக்குப் பத்தா குபேரனுக்குச் செல்வம் பெருகும், அதை அவன் தன் இனத்தவனாப் பார்த்துப் பூமியிலே இருக்கிறவங்களுக்குப் பணக்காரங்களுக்குப் பங்கு போடுவான். அதனாலேயே பொருளெல்லாம் அங்கங்கே குவிஞ்சு, பூமியிலே, இல்லாதவங்களே அதிகமாயிட் டிருப்பாங்க . . .' என்பாள் அந்தக் கிழவி. சாமியின் அப்பா அரையணாவுக்கு உப்பு, அரையணாவுக்கு மிளகாய் என்று சாமான் வாங்கி வந்ததெல்லாம் கிழவிக்குத் தெரியும்; ஆனாலும் அவள் மனம் நிறைந்த திருப்தியோடுதான் தன் கடைசி மூச்சை விட்டாள். குறைப்படவே தெரியாது அவளுக்கு. அந்தக் கிழவியின் நினைவு வந்தது சாமிக்கு. தெளிவாய்க் கண்ணையெல்லாம் நீவிக்கொண்டு, ஆறாவது தடவையாக, அந்தப் பெரிய கடியாரத்தைப் பார்த்தான். பனிரண்டேகால்தான் ஆகியிருந்தது. அவனால் நம்ப முடியவில்லை. 'ஒருவேளை நின்றிருக்குமோ ...'

நிச்சயம் அவனுக்குத் தெரியும், திருச்சிராப்பள்ளி ஜங்ஷன் கடியாரம் நிற்காது என்று. இருந்தாலும் கூர்ந்து பார்த்தான்.

கை காட்டிச் சட்டம் இறங்குவது மாதிரிப் பெரிய முள் இறங்கிற்று. இறக்கத்தின் துடிப்புக்கூடப் புலப்படுவதுபோலிருந்தது. ஒரு புள்ளியிலிருந்து மற்றொரு புள்ளிக்கு விழும் அந்த முள்ளின் சலனம் அவ்வளவு ஸ்தூலமாய்த் தெரிவதில் சாமிக்கு என்னென்னவோ கருத்துக்கள் மனத்தின் அடித்தளத்தில் சுரந்தன. தோன்றும்போது புரிவதுபோலிருந்தவை புத்தியில் பட்டுப் பரவுவதற்குள் மறைந்தும்விட்டன. 'துடித்து இறங்குகிறது. துடித்து ஏறுகிறது, இறங்கி ஏறி இறங்கி ஏறி ... இப்படியேதான் ...'

## 2

மேல்வகுப்புப் பிரயாணிகள் தூங்கும் அறையின் வெளிப் புறத்தில், சிமிண்டுத் தாழ்வாரத்தில், கையில் கோத்த பையும் பையைப் பிடித்துக்கொண்ட அதே கையும் தலைக்குயரமாகத் தூங்கிக்கொண்டிருந்தான் சாமி. பாராக் கொடுக்கும் போலீஸ் கான்ஸ்டபிள் அவனை எழுப்பினார். தொடாமல், ஆனால் முகத்தின் கிட்டே போய் இரைந்தார்; "யோவ், யாரையா இது ... எழுந்திரையா, போய் வெளியே போய்ப் படுமய்யா, இங்கெல்லாம் முதல் வகுப்புக்காரங்களும் ..."

சாமிக்கு விழிப்புக் கண்டுவிட்டது. சுற்றிப் பார்த்தான், தான் படுத்திருப்பது வெளிப்புறத்தில்தானே என்று உறுதி செய்து கொள்ளத்தான். போலீசுக்கு அவசரம். "என்னைய்யா ... முழிக்கிறே ... ஏந்திருந்து வெளியிலே ... அதோ அவங்கள்ளாம் இருக்காங்களே ..." என்று தொடர்ந்தார்.

எழுந்திருக்கச் சற்றுச் சிரமப்பட வேண்டியிருந்தது சாமிக்கு. சாமிக்குத் தலைக்குக் கீழிருந்து கையில் ரத்த ஓட்டம் ஸ்தம்பித்து அது மரத்துவிட்டிருந்தது. ஒருக்களித்த உடலின் சுமையை ஏற்று மங்கிக்கிடந்த மற்றொரு கையையும் புரட்டி ஊன்ற முடியவில்லை. முகத்தில் மட்டும் உடனே எழுந்துவிட வேண்டும் என்ற தவிப்பு, முதலிலேயே தோன்றிவிட்டிருந்தது. சிரமப் பட்டு எழுந்தான். ஏன், எதற்காக என்றெல்லாம் கேட்கத் தெரியும் சாமிக்கு. கேட்கலாம் என்றுகூடத் தெரியும். ஆனால் கேட்கத்தானில்லை. ஏனென்றால், இப்படி விரட்டப்படுவோம் என்பதும் அவனுக்குத் தெரியும். பேசாமல் கிளம்பினான். பையைத் தொட்டுப் பார்த்தான். பத்திரமாயிருந்தது. உடலைச் சொடுக்கிக்கொண்டு நடந்தான். புத்தியில் நிலைத்த – இப்பொழுது வெளிப்பட்டு வழிகாட்டுவதுபோல் முன்னே சென்ற உண்மை களை உணர்ந்துகொண்டே – மூன்றாம் வகுப்புப் பிரயாணிகள் இருக்கும் – இருக்கையென்ன, மந்தையாய் மனிதர் கிடக்கும் –

வெளிப்புறத்துக்கு வந்தான். உட்காரக்கூடிய இடமே சற்றும் தென்படவில்லை. தஞ்சைக்கும் இன்னும் கிழக்கேயும் ஈரோடுக்கும் மேலே மேற்கேயும் மதுரைக்கும் இன்னும் தெற்கேயும் சென்னைக்கு இன்னும் வடக்கேயும் பிழைத்துக் கிடந்தால் போய்ச் சேர வேண்டியவர்களும் வேறு தரையும் கூரையும் இன்றிப் பிழைப்பும் தூக்கமும் அங்கேயே நடைபெறுகின்ற அன்றாடக் கூலிகளுமான ஆன மனிதர் கூட்டம், தலைமாடும் கால்மாடுமாய், நீட்டியும் மடக்கியும் குப்புறவும் ஒருக்களித்தும் படுக்கையிலும் தரையிலும் பழந்துணியிலும் பேப்பரிலும் நிலை குலைந்த ஆடையணிகளுடன் விழுந்து கிடந்தனர்.

பெட்டிகளையும் பைகளையும் அணைத்தவர் சிலர். தலைக்கடியில் வைத்துக் கைகளால் பிடித்துக்கொண்டிருப்பவர் சிலர். எல்லோரும் அயர்ந்து மெய்மறந்து தூங்குகிறார்கள். யமனையறியாமல் உயிர் போகாது என்பதே, எல்லோருடைய முடிவும். தூக்கத்திலும் பிடி நெகிழாது போலும். பார்த்துக் கொண்டே வந்தான் சாமி. இவ்வளவு பேருக்கும் வீடு வாசல் என்று பெயருக்காவது இல்லாமல் இருக்காது. விளக்குமாறும் இருக்கும். பெருக்குவதும் தெரியும். பாயை உதறாமல் படுத்தே இருக்கமாட்டார்கள். இங்கும் படுத்திருக்கிறார்கள், சாமியும் இடமிருந்தால் படுத்துக்கொள்ளத்தான் நினைப்பான். இடமே இல்லை. கோழையும் குத்துப் புகையிலைச் சக்கையுமாய்க் காய்ந்தும் ஈரமாயும் கிடந்த தாம்பூல எச்சில்கள், சிமிட்டுத் தரையைப் பல இடங்களில் அலங்கோலப்படுத்தியிருந்தன. உரித்துக் களையப்பட்டு அழுகியும் மிதியுண்டும் பழத்தோல்கள் சிதறிக் கிடந்தன. எங்கும் எல்லாப் பொருள்களின்மீதும் மனிதர் மீதும் இடம் மாறி மாறிப் படுத்து, தொங்கும் நாக்கால் நீர்த் துளிகள் சொட்டும் ஒரு சொறி நாய் மீதும் நிஷ்பக்ஷபாதமாய் அமர்ந்தெழுந்து பறந்து விளையாடின ஈக்களும் கொசுக்களும்.

நின்றான். சுற்றிப் பார்த்தான், அலுத்துக்கொண்டான் சாமி. துப்ப வந்தது. முன்வாயில் நிறுத்திக்கொண்டான். கூட்டி விழுங்கத் தோன்றவில்லை. தூணோரத்தில் மணல் நிரப்பி வைக்கப்பட்டிருந்த 'துப்பு இங்கே'த் தொட்டி, சுத்தமாய் இருந்தது. அதிலும் துப்பவில்லை அவன். யாராவது பார்த்துச் சிரிப்பார்கள் என்று நினைத்தானோ என்னவோ, தாழ்வாரத்தை விட்டுக் கீழே இறங்கித் துப்பிவிட்டு நிமிர்ந்தான். கட்டடக் கடியாரம் ஒண்ணரையைத்தான் காட்டிற்று. "அட, எழவே..." என்றான் உதட்டு நுனியால். ரயிலுக்கு இன்னும் ஒண்ணரை மணி இருக்கிறது. டிக்கட்டை வாங்கிக்கொண்டால் மூன்றாவது மேடைக்காவது போய்விடலாம். ரொம்ப ஜாக்கிரதையாய், எச்சில், சொறி நாய், பெட்டி பேழைகள், தலைகள், கால்கள்

ஒன்றிலும் கால் படாமல் தாண்டித் தாண்டி டிக்கட் வாங்கும் குகைப்பக்கம் போனான் சாமி. குகையின் உள்ளேயும் வெளியேயும் உள்ள குறுகிய இடைவெளியில் அடக்கமாய்ப் படுத்துக்கொண்டிருந்தனர் இரண்டு மனிதர். ஜன்னல் திறந்தது. வெளிச்சம் தெரிந்தது. உத்தியோகஸ்தர், பெரிய புத்தகத்தின் நைந்து கறைப்பட்ட ஏடுகளைப் புரட்டிக்கொண்டிருந்தார். இரண்டு தலைகளுக்கு நடுவில் ஒரு காலைச் சாய்த்து ஊன்றிக் கொண்டு டிக்கட் கேட்டான் சாமி. இருபத்திநான்கு மணி நேரமும் டிக்கட் கொடுக்கும் அந்த ஜங்ஷனின் அடையாத வாயிலகம், அப்போது திறந்திருந்ததே சாமிக்கு ரொம்பத் திருப்தியாயிருந்தது. சாமியைப் பார்க்காமலேயே பதில் வந்தது உள்ளிருந்து. "ரண்டரை மணிக்கு வாய்யா ..."

"உட்காரக்கூட இடமில்லை சார், டிக்கட் கொடுத்துட்டா மூணா நம்பர் பிளாட்பாரத்துக்கே போயிடலாம்னு பார்க்கிறேன் . . .தயவு பண்ணி . . ." சாமி கெஞ்சினான்.

"அடே என்னய்யா தொந்தரவு பண்றீங்களே . . ., மூணு மணிக்கு வாங்க . . . உம் போங்க . . ." என்று அரைமணி ஒத்திப் போட்டார் புக்கிங் கிளார்க்.

"என்னங்க சார், மூணு மணிக்கு வண்டி கிளம்பணுங்களே ... இப்போதுதான் மணி ஆயிடுத்தே, உங்களுக்குத் தேதி மாற்ற . . ." என்று சாமி தன் அனுபவத்தை அறிந்தவர் பாணியில் சொன்னான், கெஞ்சுதலாகத்தான்.

"ஓய் . . . ரொம்பச் சட்டம் படிக்காதேய்யா, நாலு மணிக்குத் தான் டிக்கட்டு, வண்டி லேட்டு . . . போம் . . ." என்று முடித்தார். படீரென்று கதவையும் அடித்து மூடிவிட்டார் உத்தியோகஸ்தர்.

"அடே பேரழவே . . ." என்றான் சாமி. தேதி மாத்த டயம் ஆயிடுச்சேனதுக்கு, இந்த ஆளு இப்படி விளறாரே . . . திரும்பி வந்து ஒதுப்புறமான ஓர் இடத்தில் முடங்கி உட்கார்ந்துகொண்டான். 'இதுக்கெல்லாம் வழி பொறக்கத்தான் போறதா, இதுக்கெல்லாம் கதி மோச்சம் உண்டா, இல்லே இப்படியேதான் போயிடுமா காலமெல்லாம் . . .'

'இதுக்கெல்லாம் . . . ஆமாம், இந்தப் பொளைப்பு, என்னைச் சேர்ந்த இதோ இப்படிக் கிடக்கும் இந்தக் கூட்டம், இந்தச் சொறி நாய், அதோ அந்தச் சொறி தின்னும் அந்த நாலஞ்சு கூலிக்காரப் பயங்க இதுக்கெல்லாம்தான் கேக்கறேன் . . . விமோசனம் உண்டா, இல்லாட்டீ இப்படியேதான் போயிடுமா காலமெல்லாம் . . .' கேள்வி ரொம்ப அடிவயிற்றிலிருந்துதான் வருகிறது. ஆனால், அவனுக்குப் பதில்தான் தெரியவில்லை.

‘ஆமாம், இதெல்லாம் ஏன் இப்படிக் கிடக்கணும், இப்படி நடக்கணும், கிடக்குறதுனாலே நடக்குதா, இல்லே நடக்குறதுனாலே கிடக்குதா .. ? இதுக்கெல்லாம் எங்கே இருக்குது உசிர் நிலை .. ?’

விளங்கவே இல்லை. விளங்காமை நீண்டதில், வேறு முடிவு கிடைத்தது.

‘இதுலே விளங்க என்னா இருக்குது, விசயமே இல்லையே. இப்படியேதான் கிடக்கும், கிடக்கணும், நடக்கும், நடக்கணும் . . . இதுலே ஒண்ணும் மாத்தம் வரலை, வராது; இல்லாட்டீ இந்த இடம், இந்த சனங்க, இந்த ராத்திரி, இந்த டிக்கட் போடற ஐயா இதெல்லாம் வேறே எப்படி எப்படியெல்லாமோ இருந்துருக்கணும்; எப்போ இல்லையோ, எல்லாம் அப்படி யப்படியேதான் . . . வீட்டுக்கு வீடு வாசப்படி; வீட்டுக்கு வீடு மண்ணடுப்புத்தான், பொன்னடுப்பா வரும் . . . ஆச்சு மணியைக் கழிப்போம் . . .’

மரத்த கால்களை மாற்றிவிட்டான் சாமி. ஆச்சு, நேரம் நகர்ந்துகொண்டேதான் இருக்கிறது.

### 3

சொறியைப் பிராண்டிக்கொண்டே தூங்கிக்கொண்டிருந்த ஒரு கூலிப் பையன், கொசுவும் கடித்துவிடவே, உடம்பை அதி வேகமாய்ப் பிய்த்துக்கொண்டான். அந்த எரிச்சலில் எழுந்து முழங்காலைக் கட்டிக்கொண்டு உட்கார்ந்தான். இடுப்பிலிருந்து பாதித் தொடைவரை அற்றம் காத்துக்கொண்டிருந்த காக்கி நிஜாரைக் கயிற்றைப் போட்டுக் கட்டிக்கொண்டிருந்தான் அவன். மீதூர்ந்த மூப்புப் போலச் சுருங்கிக் கருத்து வரண்டு வெடித்திருந்த அவனுடலும் அதில் பரவியிருந்த சொறியும் சாமியின் கண்களுக்கு உறுத்தின. வேம்பு கசப்புத்தான். இது ரொம்பத் தெரிந்த விஷயம்தான். அதற்காகக் கசப்பின் வெறுப்பு இல்லாமலா போகும். வேம்பும் ஓர் உண்மை. சாமி உண்மையை நன்றாக உணர்ந்தவன். பார்த்தான்.

மொட்டையடித்து வளர்ந்து செம்பட்டை படிந்து பசையற்று முள்போல் நீட்டிக்கொண்டிருந்தன, கூலியின் தலைமயிர்கள். முகம் தெரியவில்லை சாமிக்கு. விகாரமாய் வளைந்து முடிச்சு முடிச்சாய் நடுவில் முண்டிக்கொண்டிருந்தது முதுகெலும்பு. வயதை நிதானிக்க முடியவில்லை. கழுத்தும் பிடரியும் முத்தவில்லை. முழங்காலைக் கட்டியபடியே சொறிந்து பிய்த்துக்கொண்டிருந்தான். சற்று எழுந்து நின்றான், கூனிக் கொண்டு. திரும்பினான். சாமிக்கு முகமும் தெரிந்தது. வெம்பிய பிஞ்சு முகம். அதிகமிருந்தால் பதினைந்து இருக்கும் வயது. மார்பு

கூடாய்க் குறுகியிருந்தது. வயிறு தோலாய் ஒட்டிச் சுருங்கியிருந்தது. உதடு ஓடாய் வறண்டு வெளிறி உடைந்திருந்தது. கடைவாயிரண்டும் வெந்து வெளுப்பாய்க் கிழிந்திருந்தன. கன்னம் பள்ளமாய்ச் சரிந்திருந்தது. நின்றவனுடைய குழிக் கண்கள் திறக்கவில்லை. கண்களில் மொய்த்த கொசுக் கூட்டத்தை ஒட்டிக்கொண்டே கண்களைத் துடைத்தான் சிறுவன். விரலில் பசைபோல் ஒட்டிக்கொண்டது. கையை முன்னே நீட்டிச் சூன்யத்தைத் துழாவினான். சுவரில்லை; தூணுமில்லை. அரை நிஜாரில் விரலைத் துடைத்தான். நூலாய் நீண்டது. மறுபடியும் துடைத்தான். முகத்தை இடுப்புவரை கவிழ்த்து நிஜாரை இழுத்தான். துணி கண்ணில் படவில்லை; ஏற்கனவே கிழிந்திருந்தது பெரிய கிழிசலாயிற்று. அற்றம் காவல் விட்டது. நின்றபடியே கண்ணை ஆனமட்டும் துடைத்துப் பார்த்தான். கண் திறக்கவேயில்லை. ரொம்பப் பாடுபட்டு முயன்றபோதும் வாய்தான் விகாரமாய்ப் பிளந்து பிளந்து மூடியதே தவிரக் கண் இம்மிகூடத் திறக்கவில்லை. மெல்ல அடி பெயர்த்தான். பக்கத்தில் படுத்திருந்தவன்மேல் தடுக்கி விழுந்துவிட்டான்.

"ஐயோ..." என்று சாமி இங்கே கெஞ்சுவதற்குள், அந்தப் பையன்மீது அடிகள் விழுந்தன. வசவும் தைத்தன. உட்கார்ந்தபடியே தடவிப்பார்த்து வெற்றிடத்தில் காலை ஊன்றி எழுந்து நின்றான். மறுபடியும் கண்ணைத் திறக்க முயன்றான்; முடியவில்லை. பிய்த்துக்கொண்டான்; ஆத்திரத்தில் நகர்ந்தான். இன்னொருவன்மேல் விழுந்துவிட்டான். அவனும் இரைந்து கண்டபடி வைதான். அடிக்கப்போகும் சமயம், பக்கத்திலிருந்த இரண்டொரு கூலிப் பையன்களும் விழித்துக்கொண்டு தடுத்தார்கள், ஒருவன் சொன்னான்: "கண் வலிடா இந்தப் பயலுக்கு, கண்ணு ஒட்டிக்கிடுச்சு, தடுமாடுறான்..."

"ஒரு வேடிக்கை பண்றேன்" என்று எழுந்த ஒருவன், "எலே மருதே, கொளாய்க்குப் போயி கண்ணைக் களுவிக்குட்டு வரையா..." என்று கேட்டான்.

"அதுக்குத்தான் அண்ணே, கிளம்பினேன். கண்ணு கெட்டிமாப் புடுச்சுக்கிச்சு, கொஞ்சம் கொளாய்க்குக் கொண்டு விடேன் என்னை..." என்று கெஞ்சினான் மருதை.

"சரி வா..." என்று மருதையோடு போனவன், பத்தடி சென்றதும் – கீழே இறங்கும் படிக்கட்டு இருக்கும் இடத்திற்கு நாலடி தூரத்தில் போனதும் நின்று, மருதையை அப்படியே – நின்ற நிலையிலேயே ஐந்தாறு தடவை விர்ரென்று சுற்றி விட்டுவிட்டுச் சிரித்துக்கொண்டே வந்துவிட்டான். கூட்டாளிகளும் விநோதம் துய்த்தனர். அந்தப் பயலை அறையவேண்டும் போலிருந்தது

சாமிக்கு. ஆத்திரம் ஆத்திரமாய்த்தான் வந்தது. ஆனால், டவுன் போக்கிரிகளிடம் வம்புக்குப் போகக் கூடாதென்பது அவன் வந்த வழி. எழுந்திருக்கப் போனவன் உட்கார்ந்துகொண்டே, “டேய் மருதை இப்படி வா, சோத்துக்கைப் பக்கம் போகாதே . . .” என்றெல்லாம் உஷார் கொடுத்துக் கொண்டிருந்தான் சாமி. மருதைக்கு வந்த கோபத்தைப் பார்க்க வேண்டுமே அப்போது. “எலே, கண்ணைக் கழுவிக்கிட்டு வந்து, செருப்பாலேயே அடிக்கிறேன் பாரு உன்னை . . .” என்று ஆத்திரத்தோடு முன்னும் பின்னும் அசிங்கமான சொற்களோடு இரைந்துவிட்டு வேகமாய்ப் போனான். சாமி, “டேய் டேய்” என்று எழுந்தான். கையைப் பிடித்து மருதையை இந்தப் பக்கம் கொண்டுவிடத்தான் எழுந்தான். கூச்சத்தோடு ஒருகணம் பின்தங்கி, அருவருப்பில் ‘ம்சம்ம்சம்’ என்று சாமி சமாளித்துக்கொள்வதற்குள், மருதை அம்மாடீ என்று கோரமாய்க் கூச்சலிட்டுக்கொண்டு படிக்கட்டில் உருண்டு செங்குத்தாய்க் கீழ்த்தளத்தில் விழுந்துவிட்டான். மண்டை உடைந்து ரத்தம் சிந்திச் சிதறிற்று. ஓடிப் பார்த்த சாமி, உடல் கூசிக் கண்கள் கூசிச் சிணுங்கினான். பலரும் விழித்தெழுந்து கோரத்தைப் பார்த்தார்கள். சாமி ஒதுக்குப்புறமாய் வந்துவிட்டான்.

கூட்டத்தில் புக முடியாதவர்கள் என்னவென்று விசாரித்ததற்கு, யாரோ பதில் சொன்னார்கள்: கூலிப் பயக யாரோ விழுந்துட்டானாம் என்று.

“இந்தப் பயங்க கூத்துத்தான் பெருங்கூத்து” என்றார் இன்னொருவர். விழித்து எழுந்து டிக்கட் குகைப் பக்கம் போய்வந்த ஒருவர், கூட்டத்தின் பக்கமிருந்த ஒருவரைக் கூப்பிட்டு அவசரபடுத்தினார்: “அதை என்ன பார்வை வேண்டிக்கிடக்கு, மாயவரம் வண்டிக்கு டிக்கட் கொடுக்கிறாங்க, உம் போங்க . . .” என்று.

“பின்னே வேறை வேலை . . . இதோ போறேன் . . .” என்று கிளம்பினார் அவர்.

“நாமும் போகவேண்டியதுதான்” என்று சாமியும் போனான், டிக்கட் வாங்க.

ரயில் வந்தது. எல்லோரும் ஏறினர். சாமியும் ஏறினான்.

ரயில் தண்டவாளத்தின்மேல் எப்பொழுதும்போல்தான் ஓடிற்று.

***சிந்தனை:*** **அக்டோபர் 1, 1948**

**‘தெய்வீகம்’**

●

# வந்த பெண்

## 1

“ஏனப்பா மாதவா, ஏன் என்னவோ போலே இருக்கிறே?”

“ஒண்ணுமில்லீங்க ...”

“என்ன ஒண்ணுமில்லை? புதுசா இப்பத்தான் வூட்டுக்குப் பொஞ்சாதியை அளைச்சிக்கிட்டு வந்திருக்கே, சும்மா, எப்படி இருக்கணும்? நீ என்னடான்னா, ஓஞ்சு, முகமெல்லாம் சுண்டிப் போயி . . .”

“ஆமாம். போங்கண்ணே, அவளை ஏன் இப்போ வீட்டுக்கு அளைச்சோம்னு தோணுது ...”

“ஏன் . . ?”

“என்னத்தைச் சொல்றதுங்க . . ! வீட்டுலே . . .”

“ஓகோ . . . தெரியுது, பாவம், உன் தங்கச்சி, புருஷனைப் பறிகொடுத்துட்டு வந்திடுச்சுல்ல . . . சின்னஞ் சிறிசு ... அதைப் பார்க்கிறபோதெல்லாம் மனசு உட்கார்ந்துதான் போவும் . ., ஆனா அதுக்கு உன் பொஞ்சாதி என்னா பண்ணும்?”

“அண்ணே, தங்கச்சி வந்த நாளா எங்க மனசுக்கு நிம்மதியுமில்லே ... அடே, வந்த பொண்ணுகிட்டே ...

அடே, நம்மை நம்பித்தானே வந்திருக்குன்னு அந்தப் பொண்ணுகிட்டே ... ஒரு வாய் வார்த்தை ...

சரிங்க . . . நான் . . .”

“ஏன் மாதவா ... கிளம்பிட்டையா ... வாயேன், போவையாம் மெதுவா . . .”

“மனமாரப் பேசணும்னு தாண்ணே வந்தேன், ஆனா . . .”

“சும்மாச் சொல்லு தம்பி . . . சுணங்காதே . . .”

“எம் பொஞ்சாதியை, இப்போ ஊருக்கு அனுப்பிடத் தீர்மானிச்சிட்டேண்ணேன். அதுக்குத்தான், உங்களை ரோசனை கேட்கறேன் . . .”

“தீர்மானம்தான் பண்ணிட்டையே, அப்புறம் ரோசனை என்ன? ஆமாம், ஏன் இப்படிச் செய்யணும்?”

“பின்னே என்னாங்க, அதுக்கு இங்கே சுகமில்லேங்கறது மட்டுமில்லீங்க . . . புடுங்கலும் அதிகமாய்க்கிட்டேதான் போவுது. அதுக்கு ஆதரவா நாம்தானேன்னு, நான் எதாவது . . . வார்த்தையிலேகூடப் பேச முடியலை . . . நான் சொல்றது தெரியுதுங்களா . . . வந்து . . . இப்போ . . .”

“மாதவா, தெரியுது . . . புரியுது எனக்கு, நீ என்ன நினைக்கிறே – சொல்ல முடியாமெ தவிக்கிறே – ன்னு, தெரிஞ்சிடிச்சு எனக்கு; இந்த இக்கட்டுலே சமாளிக்கிறதுலேதான் இருக்குது, புருசன் திறமையெல்லாம் . . .”

“ஒரு பக்கமும் போகமுடியல்லீங்கண்ணே . . .”

“பின்னே சும்மாவா குடித்தனங்கறது, கேட்டதில்லையா நீ, குடித்தனமோ துரைத்தனமோ என்பாங்களே, லகான் உன் கையிலேதான் இருக்குது; அந்தப் பொண்ணையும் பிரியமா வெச்சிக்கணும், உன் தங்கச்சி மனசுலே அது உறுத்தாமலும் பார்த்துக்கணும், அடே, தங்கச்சி துக்கம் ரொம்பப் பெரிசுதான் . . . விதிக்கு யாரு என்ன பண்ணுவாங்க . . ?”

“இப்போ நினைச்சாலும் அழத்தோணுதுங்க, ரண்டு நாள் முன்னே, கொஞ்சம் பூ வாங்கிக்கிட்டுப் போயிட்டேங்க வீட்டுக்கு, வேறே ஒரு குற்றமும் செய்யலை . . . ராத்திரி யாருமே சாப்பிடலைங்க. ஒரே சாவு வீடாப் போயிடுச்சுங்க; அழுகையும் அலறலும் . . .”

“ஐயோ பாவம், இதுலே யாரையும் குற்றம் சொல்றதுக்கில்லே மாதவா . . . நீதான் ரொம்ப உசாரா நடந்துக்கணும் . . . ஆமாம், உன் பொஞ்சாதி எதாவது சொல்லுதா?”

“எதைப் பத்தி?”

“உன் அம்மாவைப் பத்தி . . . தங்கச்சியைப் பத்தி . . .”

“பேசப்படுமா? இவ்வளவு நாளாச்சே, அது வாயைக்கூடத் திறந்ததில்லீங்க . . .”

“அதுதான் அழகு, பெண்ணுக்கு ...”

“ஆனா, அது முகத்துலே சந்தோஷமே இல்லீங்கண்ணே, இப்போல்லாம். ஆகா, வந்த புதுசுலே, அது முகத்துலே களையும் அழகும் பொங்கும் அண்ணே, லச்சுமி போலே மலர்ந்து மவராசி மாதிரி இருக்கும் அது ... இப்போ பாருங்க; பேயடிச்சாப்போலே அசந்து வாடிப்போயி, மிரள மிரள விழிக்குதுங்க ...”

“உங்கம்மா தங்கச்சி இவங்கள்ளாம் அந்தப் பொண்ணோடே பேசறாங்களோ, சல்லாபமா .. ?”

“சல்லாபமா ? சாதாரணப் பேச்சே கிடையாதுங்க; அதுதான் இவங்களைக் கண்டு நடுங்குதே . . . தன் பாட்டுக்குக் குனிஞ்ச தலை நிமிராமே எதோ வேலை செஞ்சுக்கிட்டே இருக்குது . . .”

“மாதவா, ஒண்ணு சொல்லி வெக்கிறேன். எங்கிட்டே சொல்றதுபோலவே, வீட்டிலேயும் இப்படி எதாவது எக்கச்சக்கமா பேசிடாதே, விபரீதம் முளைச்சிடும். அப்புறம் நிம்மதி அரைக்காசுக்குக்கூட இருக்காது வீட்டிலே . . .”

“பின்னே, அந்தப் பொண்ணை என்னதாங்க பண்றது ?”

“பைத்தியமே! உன் பொஞ்சாதி, உன் வீட்டுக்குப் ‘புது’சுதானே ? அப்படித்தான் இருக்கும் . . .”

“அப்படித்தான் இருக்குமா ?”

“பின்னே, புதுமாட்டை வண்டியிலே பூட்டினாப்பலேதான்”

“என்னங்கண்ணே . . .”

“அதுதான் விஷயம். மாட்டைச் சத்தே தட்டிக் கொடுக்கனும், அதட்டனும் சத்தே, அது இஷ்டம்போலே விடனும்”

“இடம் கொடுக்கக்கூடாதுங்கிறீங்க”

“அதுக்காக விரட்டவும் கூடாது . . .”

“அது சரிங்க, இங்கே என் வீட்டுக்காரங்களை . . .”

“சாமர்த்தியமா, அவங்களுக்குத் திருப்திகரமாத்தான் நடந்துக்கனும். இப்போ ஊருக்கு அனுப்பினா, நல்லா இருக்காது. பளகினா, எல்லாம் தானா சரியாப்போயிடும்.”

## 2

செல்லம்மாதான் மாதவனுடைய தங்கச்சி. அவள் வெளி யிலேயே வரமாட்டாள். துக்கம், சுபக்குறைவு இதெல்லாம் நீங்க இன்னும் கொஞ்சக் காலம் போகவேண்டும். மிகவும்

அகாலத்தில்தான் அவளுக்கு அந்தக் கதி வந்திருந்தது. கடவுளுக்கென்று இலைபோட்டு, பதார்த்தங்கள், பணியாரம் பருப்பு, பாயசம், நெய், சோறு எல்லாம் பரிமாறி வீணாய்க் கிடந்து உலரும் படைப்புப்போல் வீணாய்ப் போய்விட்டாள் அவள். பருவமும் புத்தியும் முதிர்வதற்குள் முதிராத்துன்பம் அடைந்துவிட்ட அவளுக்குக் கல்யாணத்தைப் போலவே துக்கமும் சடங்காய்விட்டதோ என்னவோ. அவள் அதை அதிகமாய்க் கொண்டாடினாள். குடத்தைப்போலவே நசுங்கிச் சிடுசிடுக்கும் முகத்தையும் தூக்கிக்கொண்டு, குழாயடிக்குத் தண்ணீர் எடுக்கக் கிளம்பினாள் செல்லம்மா. சுற்றுமுற்றும் பார்த்துக்கொண்டே வந்தாள். குழாயடியில் அவ்வளவாகக் கூட்டமில்லை. செல்லம்மா குனிந்தபடியே தண்ணீர் பிடித்துக்கொண்டிருந்தாள். ஒரு கிழவி, சற்றுத் தூரத்தில் வந்துகொண்டிருந்தவள், செல்லம்மாவை உற்றுப்பார்த்துவிட்டுக் கேட்டாள்.

"குழாயடியிலே யாரு? செல்லம்மாவா, ஏண்டி, செல்லம்மா தானே..."

"ஆமாங்க, என்ன வேணும்?"

"ஒண்ணும் வேணாம், பாவம், சந்திரமதி பொம்மை மாதிரி இருக்கையே, பாவிப்பய பூட்டானே, உன்னைத் தவிக்கவிட்டுட்டு..."

"என் விதி... நான் செஞ்ச பாவம்..."

காத்திருந்த அழுகை வெளிப்பட்டது, செல்லம்மாவின் கண்ணில்.

"அழாதேடி அம்மா, அந்த வழிக்கு நாம் வந்திருக்கம்; அங்கே உன் புருசன் வீட்டுலே, சோறு துணிக்குக்கூட ஒன்னும் வழியில்லையாமே, பாவம் என்னதான் பொறந்த வீடுன்னாலும்..."

"புடுங்கச் சோறுதானே..." என்று சிடுசிடுத்தாள் செல்லம்மா.

"ஆனா, உங்க அம்மா உள்ளவரைக்கும்..."

"எங்கண்ணனும்தான்..."

"நல்லாச் சொல்லு, உத்தமன் உங்க அண்ணன், உன்னைக் கண் கலங்கவிடமாட்டான்..., செல்லம்மா, உங்க அண்ணி...

அவ பேரென்ன... மறந்துட்டேனே..."

"ஆதி..."

"ஆதி வீட்டுலே இருக்கிறால்ல..?"

"இல்லாமே, எங்கே போறா?"

"பின்னே, நீ ஏன் வந்தே குளாயடிக்கு? உங்கம்மா வீட்டிலே இல்லையோ?"

"எங்கம்மாவுக்கு உடம்பு சொகமில்லை. அண்ணியும் காச்சலுன்னு சொல்லிக்கிட்டுப் போர்த்திக்கிட்டுப் படுத்துட்டா, சோகமா ..."

"இது என்ன கூத்து?"

"நான் ஒருத்தி இருக்கேனே தின்னுக்கிட்டு, எனக்கு வேலை வேணாமா?"

"வேலை கிடக்கு அடி; உங்கிற வீட்டுக்கு ஒளைச்சிட்டுப் போறோம். அதுக்காக நீயா குளாய்க்கு வரணும்..?

அதுக்குள்ளாற ..."

"வந்தாச்சு,ஆரை விடும் விதி ..." அலுப்பும் அழுகையுமாய்க் குடமும் கண்ணும் தளும்ப நடந்தாள் செல்லம்மா.

"ஆதீ . . . ஆதீ . . ." படுக்கையில் புரண்டுகொண்டே, மாமி (மாதவன் தாய்) கூப்பிட்டாள்.

ஆதி – மாதவன் மனைவி – மெல்ல உட்கார முயன்று கொண்டே, பதில் சொன்னாள்: "ஏம்மா . . . வரணுமா . . ."

"மாதவன் வல்லையா இன்னும்?"

"இல்லீங்கம்மா, அவுங்களைக் காணுமே இன்னும். செல்லம்மாளையானும் கூப்பிடேன் ..."

"இப்போதான் தண்ணி எடுக்கப் போச்சு, செல்லம்மா"

"என்னது? குளாய்க்கா போனா? ஏண்டி நாயே, என் பொண்ணை வேலை வாங்க ..."

"இல்லீங்கம்மா . . . வந்து . . ."

"என்னடீ இளுக்கிறே, உக்காந்துக்கிட்டே, ஏது ரொம்பத் துளுத்துப் போயிட்டே. சீ, சீ, போ, நீ போய் அவளை வீட்டுக்கு அனுப்பு . . ."

மெல்ல எழுந்திருந்தாள் ஆதி. தள்ளாடிக்கொண்டே கால் தேய்க்க நடந்தாள் வாசலுக்கு. செல்லம்மா வந்துவிட்டாள், இதற்குள். "செல்லம்மா வந்திடுச்சுங்க" என்றாள்.

"வராமே,வேறே போக்கிடம்? நீ போய்ப் படுத்துக்க அண்ணீ ...

சுகமா படுத்துக்க ..."

மெல்ல நடந்து ஆதி, செல்லம்மாவை அணுகிக் கெஞ்சும் குரலில் சொன்னாள். “செல்லம்மா, நான் ரொம்பப் பாவி, இப்போதானா எனக்குக் காய்ச்சல் வந்து தொலைக்கணும் . . .”

“எல்லாம் வரும் . . . உனக்கென்ன அண்ணி, குறைச்சல் . . .

நான்தான் பாவி. ஊர்லே உள்ளவங்க எல்லாம் பார்த்து . . . ஐயோ, தாளலையே அம்மா எனக்கு . . .” பெரிதாய்க் குரலெடுத்து அழத் தொடங்கிவிட்டாள் செல்லம்மா.

ஆதி பிரமை பிடித்து நின்றாள். “செல்லம்மா என்ன நடந்தது . . . சொன்னாத்தானே தெரியும் . . .” என்று தவித்தாள்.

எழுந்துவந்து பெண்ணிடம் உட்கார்ந்தாள் மாமி. ஆதியைப் பார்த்து உருட்டினாள் விழியை, அவள் பயந்துபோனாள். “போடி . . . ஆதி, நீ போகமாட்டே . . .” என்று அதட்டிவிட்டுப் பெண்ணிடம் கேட்டாள். “யாரு என்னடி சொன்னாங்க . . ? இந்தப் பாவி மக ஆதி, உன்னைப் போச்சொன்னாளாடி . . ?”

விசித்துப் பதில் சொன்னாள் செல்லம்மா. “அந்தக் கிழவி . . . அது தாம்மா, உப்புக்காரத் தெருவிலேந்து அடிக்கடி நம்ம வீட்டுக்கு வருமே, அந்த ஆயி.”

“குளாய்க்கு நீ ஏன் வரணும்னு என்னைக் கேட்டுக் கண்ணாலே ஜலம் விடுதும்மா, அந்த ஆயி. நான் குறைப்பட்டதுமில்லாமே, கேக்கறவங்களுக்கும் . . .” கேவினாள் செல்லம்மா.

ஆதிக்கும் அழுகை வந்துவிட்டது. செல்லம்மாவைப் பார்த்து, “ஐயோ, உண்மைதானே, நானே மெல்ல மெல்லப் போய்க் கொண்டுவந்திருக்கலாம். தெரியாமே போயிடுச்சு; என்னை மன்னிச்சுடுங்கம்மா . . .” என்றாள்.

“நீ பேசாமே போடி . . .” என்று சீறினாள் மாமி.

“இளக்காரத்தைப் பாரேம்மா, தெரிஞ்சுக்க அண்ணியை. நான் போறபோது சும்மா இருந்துட்டு . . .”

“நீ அளுவாதே செல்லம்மா, இதுக்கொரு வழி பொறக்கணும் கட்டாயம். இவளும் சதா உடம்பு சொகமில்லேன்னு வேசம் போடறாளே . . . இதுக்கு . . .”

“எல்லாம் சேரணுமுல்ல, ஒரு கூடைச் செங்கல்லும் பிடாரிதான் . . .” என்று சொல்லிக்கொண்டே, உள்ளே வந்தான் மாவதன். “அம்மா, உனக்காவது கொஞ்சம் குணமா இருக்கா உடம்பு?” என்றான்.

“இருக்குது . . . பாழும் உசிரு போகவும் மாட்டேங்குது . . . கசாயத்துக்குச் சரக்குச் சொன்னேனே, வாங்கி வந்திருக்கையா . . ?”

“ஏம்மா கசாயம், டாக்டரு மருந்து சப்பிட்டாத்தான் குணமாகும் . . .”

“சரக்கு, வாங்கி வல்லையா நீ?”

“வாங்கி வந்திருக்கேன் . . .”

“பின்னே பேசாமே இரு, டாக்டரு வைத்தியம் உன் பொஞ்சாதிக்குப் பண்றையே, அது போதும் . . .”

“அண்ணி, இந்தக் கசாயமெல்லாம் குடிக்கலாமா? இங்கிலீசு மருந்துதான் சாப்பிட்டுப் பளக்கம்” என்று சொன்ன செல்லம்மாவின் முகக்கோணலைப் பார்க்கவில்லை மாதவன்; ஆனால் அவளுடைய குரலின் கோணலும், அதில் தெறித்த இளக்காரத்தின் கோணலும் தைத்து வதைத்தன அவனை. உடன்பிறப்பு குத்தும் குதறும் என்றெல்லாம் அவன் எதிர் பார்த்ததே இல்லை. பொறுக்கமுடியாமல் சொன்னான், “தங்கச்சி, உனக்கேன் இதெல்லாம்? ஒண்ணும் இல்லாததுக்கு, நீ பாட்டுக்க . . .”

மாதவன் தாயார் மகாகோபம் அடைந்தாள்; சொன்னாள்: “அவ என்னடா சொல்லிட்டா இப்போ? அதட்டறையே? பொண்டாட்டி அருமையிலே உடன்பிறந்தவளும் கசப்பாளோ . . .”

“அம்மா . . . ஐயோ அம்மா . . .” என்று விசித்தாள் தங்கச்சி.

“பாவி மகளே, ஏண்டீ பொறந்தே நீ . . .” மாதவன் தாயும் அழுதாள்.

“என் தலைவிதியம்மா . . . இந்த வீட்டிலே . . .”

“ஆமாண்டியம்மா, இந்த வீட்டிலேதானே நீ கிடந்து புடுங்கப் படணும், இல்லாட்டி, அந்தப் பாவி ஏன் உருண்டு போறான்? உனக்கும் கதியில்லையே . . .”

“நாலு நாளா ஒருத்தியாக் கிடந்து சாகிறேனே, இன்னும் என் துக்கம் ஆறக்கூட நாள் ஆகலையே . . . ஐயோ அம்மா . . .”

மாறி மாறி, இருவரும் துளைத்தார்கள் மாதவனை. பெண்மையின் பேச்சுக்குள்ள விஷமும் வேகமும், அவனை அயரவைத்தன.

“அம்மா, தங்கச்சி, நீங்க பண்றது . . . நான் என்ன சொல்லி விட்டேன், அடுக்காமே? எந்த வார்த்தைக்கு என்ன பேச்சு? யாரையும் ஒண்ணும் சொல்றதுக்கில்லே . . . என் விதி . . . ரொம்பக் கெட்ட விதி, என் தலையிலே . . .”

“ஒரு விதியுமில்லே, உன் மதியைச் சரியா வெச்சுக்க . . .” என்றாள் தாயார்.

“என் மதியைத்தானே, ரொம்பசரி”, மாதவன் கிளம்பி விட்டான்.

தாயார் கேட்டாள் : “எங்கேடா போறே மாதவா!”

“வெளியிலே போயிட்டு வரேன் ...”

“வரப்போ ... ரண்டு சக்கரை நார்த்தம் பழம் வாங்கிக்கிட்டு வாயேன், வாயெல்லாம் எப்படியோ இருக்குது.”

மாதவன் வெளியில் கிளம்பினான்.

“அடே, வயிற்றெரிச்சலே, புதுசா இங்கே நுழைஞ்ச பொண்ணுக்கு, இவங்க போக்கெல்லாம் எப்படிப் புரியும்? நானே அசந்துபோனேனே ...” என்று சொல்லிக்கொண்டான், தனக்குள்ளேயே.

O O O

“அண்ணே, வீட்டுக்கு வாங்களேன் சத்தே”

“மாதவா, உனக்கு ஒண்ணும் . . !”

“எனக்கு எல்லாம் புரியும், நீங்க வாங்க”

“சரி, நீ போ, பின்னாடி நான் வரேன், கட்டாயம் வரேன் போ . . .”

“நாளைக் காலையே அந்தப் பொண்ணைக் கொண்டு போயி அவுங்க ஊரிலே விட்டுடுங்க, பார்த்துப்போம் பின்னாடி . . .”

“பைத்தியம் . . . போ, நான் வருகிறேன் பின்னாடி . . .”

மனைவியை ஊருக்கு அனுப்பிவிடத் தீர்மானித்த உடனேயே, மாதவனுக்குப் பெரிய பாரம் குறைந்துவிட்டது போன்ற நிம்மதி. முள்ளாய்க் குத்தின அம்மாவும் தங்கச்சியும் ரொம்ப மிருதுவாய், இதமாய்ப் பேசுவார்கள் நாளையிலிருந்து என்ற நினைவே, அவனை ஆற்றுவித்தது. கடைத்தெருவில் சர்க்கரை நார்த்தம் பழம் வாங்கினான், சிரித்துக்கொண்டே. கடைக்காரன் அந்தச் சிரிப்புக்கு அர்த்தம் கேட்கவில்லை. கேட்டாலும் மாதவனால் சொல்லியிருக்க முடியாது. மெல்ல வீட்டுக்கு வந்தான்.

“மாதவா, பளம் வாங்கிட்டு வந்தையா?”

“இந்தாம்மா, ரொம்ப தித்திக்குமுன்னு சொன்னான் கடைக்காரன் . . .”

“செல்லம்மா, ஒண்ணு உரியேன்”

"ஏம்மா, நானே உரிச்சுக் குடுக்கிறேன்..."

"செய்யேன், நீ நல்ல புள்ளேன்னு, இந்தத் தெருவெல்லாம் – ஏன், ஊரெல்லாம் சொல்லுமே . . ."

சுளையை உரித்து விதைகளை உதறி உதறிக் கொடுத்துக் கொண்டே, மாதவன் சொன்னான்: "அம்மா, என்னிடம் உனக்கு நம்பிக்கை இருந்தா, இதை ஒப்புக்கணும் . . ."

"எதை?"

"மேலத்தெரு அண்ணனை வரச் சொல்லியிருக்கேன். ஆதியை, நாளைக்கு ஊருக்கு அனுப்பிச்சுட்டு, அப்புறம் ஒரு நல்ல நாளாப் பார்த்து அளைச்சுப்போம், அது வந்த நாளா . . . உனக்கு உடம்பு, எனக்கு உடம்பு, அதுக்கும் உடம்பு, தங்கச்சிக்கும் கஷ்டம் . . . அதனாலே . . ."

"போடா போ, அவளுக்கு என்ன உடம்பு; நீ போயி . . . கொஞ்ச நாளிக்கெல்லாம் ஆதி எளுந்திரிச்சிட்டா, உள்ளாறப் போயி, வேலையும் செய்ய ஆரம்பிச்சுட்டா."

"ஐயய்ய, நல்ல காய்ச்சலோடே, மறுபடியும் ஜாஸ்தியா வத்தான் இது . . ."

"மாதவா, இப்படிப் பாரு, பனி தாங்காமே காய்ச்சல் மாதிரி இருந்தா . . . வயசுப் பொண்ணுக்கு, இது பிரமாதமா?"

"என்னம்மா இது? டாக்டரு சொன்னாரு, இன்னும் ஜொரம் இறங்கலேன்னு. சரி, நல்லத்துக்கில்லே இது"

செல்லம்மாவுக்குச் சிரிப்பு வந்துவிட்டது. சிரித்துக் கொண்டே சொன்னாள்: "கரிசனத்தைப் பாரேன், அண்ணியே சொல்லுது, உடம்புக்கு ஒண்ணும் இல்லேன்னு . . ."

"செய்யுங்க . . ." என்றான் மாதவன்.

ஆதி தன் காய்ச்சலைப் பொருட்படுத்தாமல், இவர்களுக்காக வேணுமென்றே எழுந்து வேலை செய்வதை நினைத்தான். சிரிக்கத் தோன்றிற்று; ஆனால், அழுகைதான் வந்தது. மெல்ல அடக்கிக்கொண்டு எழுந்திருக்கப் பார்த்தான்.

"ஆதி உள்ளாற இல்லே, கிணற்றடிக்குப் போயிருக்கா, மாதவா, இங்கே பாரு, செல்லம்மாவுக்கு மாற்றுச்சேலை இல்லே, அவளுக்கு அவசியம் ஒண்ணு வாங்கிடு . . . ரொம்ப அவசரம் . . ."

"அதுக்கென்ன வாங்கிடுவமே . . ."

"எப்போ?"

"ஆகட்டுமே, கையிலே பணமில்லே ... வந்ததும் வாங்கிடுவம் ..."

"பணம் இல்லையா ..." என்று ஆச்சரியப்படுவதுபோலக் கேட்டாள் தாயார்.

"எப்படி இருக்கும்..?" செல்லம்மா தொடர்ந்தாள். "இப்படிச் செலவழிச்சா, ரூபா எப்படி இருக்கும்? இப்போ அண்ணி, தானா எளுந்திருக்கலையா? ஜொரம் வந்து, என்னா பண்ணிப்புடும்? ஏம்மா, டாக்டருக்கு எவ்வளவு குடுத்திருக்கு அண்ணன்? அப்புறம், மருந்துத் தண்ணிக்கு வேறே ரூபா ..."

மாதவன், இதற்குப் பதிலை யோசிக்கவே இல்லை. இந்த அழகை அண்ணனல்லவா பார்த்துக் கேட்டு விதாயம் சொல்ல வேண்டும் என்று நினைத்துக்கொண்டிருந்தான். அண்ணனும் வந்தார், உள்ளே.

இதற்குள் அடுத்த வீட்டுக்காரர்கள், கொல்லைப்புறத் திலிருந்து மாதவனை இரைந்து கூப்பிட்டார்கள். மாதவன் போனான். அரை மயக்கத்தில் வேலியில் விழுந்துவிட்ட ஆதி எழுந்திருக்க முயன்றுகொண்டிருந்தாள். தள்ளாடும் விழிகள் சொருக, வெளுத்த நெற்றி வியர்க்கச் சாய்ந்திருந்தாள் அவள்.

மலர்ச்செண்டுபோல் அணைத்து, அலுங்காமல் தூக்கி வந்தான் மாதவன். கூடத்தில் படுக்கவைத்து விசிறினார்கள்.

முள் கீறிய காயங்களைத் துடைக்கவந்தாள் செல்லம்மா. மாதவன், அவளைத் தடுத்துவிட்டான். தானே துடைத்தான்.

சிடுசிடுத்துக்கொண்டு அம்மாவிடம் போனாள் செல்லம்மா. அம்மா கண்ணில் ஜலமிருந்தது. வாயடைத்து நின்றிருந்தாள் அவள். "அம்மா, ஆதியின் ஜாலத்தைப் பாரேன், உடம்பு குணமில்லேன்னு நடிக்கிறாம்மா இவ... வந்து பாரேன்" என்றான் மாதவன்.

"மாதவா, பலே, பலே. இனிமே ஜயிச்சே நீ, ஆதி எதுக்கா வ, இனிமே ஊருக்குப் போகணும்? என்றார் அண்ணன்.

*அமுதசுரபி:* டிசம்பர் 1, 1948

புதிய கதை

# சுருதி சேர்ந்தது!

அறை முழுவதும் புதுமை. அங்கிருந்த கட்டில், பஞ்சணை, ஆடைகள், துணிகள், தட்டுகள், மணம், பூ, குத்துவிளக்கு எல்லாம் புதியனதான்.

புருபுருத்துப் புதுமை காணவேண்டிய பத்மா – ராமு இருவருடைய மனமும் புதியனதான்; பாணிக்ரஹண பரிசயமும், ஸ்பர்சமும் பல மாதங்களுக்குமுன் இணைத்திருந்தும்கூட, இப்போது இருவரும் புதியவர்கள்தான்; ஆயினும் ராமுவைப் புதுமை கவ்வவில்லை; பரவசப்படுத்த வில்லை. ராமு அறையில் இருந்தானே தவிரச் சூழ்நிலையில் ஒட்டாமலேயே எட்டி நின்றான்; இலைகள் அடர்ந்து மறைத்து விட்டதால் மலர்ச்சி பெறாது, முதிர்ந்தும் விரியாமலுமிருக்கும் மொட்டைப் போலத் துடிப்பு வெளிப்படாமல் நின்றது அவன் மனம். அதை அந்தக் கடிதம் கவித்து விட்டிருந்தது.

கல்யாணம் முடிந்து இருவரும் பிரிந்து ஊர்போய்ச் சேர்ந்தபின், தான் பத்மாவுக்கு எழுதிய – அதைஎழுதியதால்ஒருபெரியபாரத்தைஇறக்கிவிட்ட நிம்மதியைப் பெற்ற – ஆனால் பத்மாவிடமிருந்து பதில் வராததால் இரு மடங்கான பாரத்தைச் சுமத்தி மனத்தை இறுக அழுத்திக்கொண்டிருந்த – அந்தக் கடிதத்தையே நினைத்தான் ராமு.

பத்மாவோ சுற்றிலுமிருந்த புதுமையோடு பொருந்தியே நின்றாள். அவளும் அந்தக் கடிதத்தை – படித்துச் சிரித்துவிட்டு மடித்து வைத்துவிட்டு,

மறந்தே போய்விட்ட அந்தக் கடிதத்தையே – நினைத்தாள். புதுமையில் சுவை கூட்டுமென்றுதான் அதை நினைத்தாள். 'இப்படியெல்லாமா கடிதம் எழுதுவது ..?' என்று தொடங்கினால், பரிசயம் கனியும் இனிப்பாய்ப் புதிய நெருக்கத்தை வரவேற்கப் பாந்தமாய் இருந்தது அவள் மனோநிலை. நெளிப்பும் சிரிப்பும் கலந்து நிறைவுபெற்று நின்றாள். அவளுடைய தோற்றத்திலும் இருக்கையிலும் வசீகரமும் மலர்ச்சியும் பரந்தன.

அவள் மலர்ச்சி அவனுக்குப் பொருந்தவில்லை. அவன் பார்வையில் சோர்வும் ஏக்கமும்தான் சுரந்தன. தோற்றத்திலும் விறுவிறுப்பும் எழுச்சியும் இருக்கவில்லை.

ஏந்துவதற்குப் பாத்திரம் இல்லாமல் கீழே கொட்டிச் சிதறி வடிந்த பாலைப் போலப் பத்மாவின் நிறைவு அவலமாய்ப் போயிற்று. வாட்டத்தைச் சற்று அதிகப்படியாகவே காட்டிற்று, அவளுடைய முகம். 'கடிதம் லேசானதல்லவா ...' என்று அவளால் ஊகிக்க முடிந்தது.

சீனுவைப் பற்றி முழு விவரமும் கேட்டு எழுதியிருந்தான் ராமு. சீனுவுக்கும் அவளுக்கும் உள்ள தொடர்பும் தெரிய வேண்டுமாம் அவனுக்கு.

'தொடர்பென்றால் . . . உறவுதானே?'

'சீனு எங்கள் அத்தையின் பிள்ளை; அத்தை செத்துப் போன பிறகு, இரண்டு வருஷங்கள் என் வீட்டில் தங்கியிருந்தான் . . .

அப்போது ...'

சிந்தனை அறுந்தது. பத்மாவுக்குப் பழைய நினைவு வந்தது. ராமு சீனுவைப் பற்றி விவரம் கேட்கும் காரணமும் சட்டென்று புலப்பட்டது.

'சரி சரி; விவரத்தை உடைத்துச் சொல்லிவிட வேண்டும் இவருக்கு ...'

O

பத்மாவின் கல்யாணத்திற்குச் சீனுவும் வந்திருந்தான். முகூர்த்தம் ஆன உடனேயே அவசரமென்று சொல்லிக்கொண்டு ஊருக்குப் போய்விட்டான். ராமுவிடமும் சொல்லிக்கொண்டுதான் கிளம்பினான். புதுவேஷ்டியும், பஞ்சக்கச்சமும், கண்மையும் கன்னத்துப்பொட்டுப்பொலிய மணையிலிருந்து அப்பொழுதுதான் எழுந்திருந்தான் ராமு. சீனு விடைபெற்றுக்கொண்டான். தடுத்துச் சொல்லி, இருக்கும்படி உபசாரம் செய்தான் ராமு.

“ஏதோ அவசரமாய் அவன் ரயிலுக்குப் போக வேண்டுமாம். அவன் வீட்டுக் கல்யாணம். நாமா உபசாரம் செய்யவேண்டும் . . .” என்று மத்தியஸ்தம் செய்தார் ஒருவர்.

சீனு சென்றபிறகு, ராமுவின் காதோடு எதையோ சொல்லிவிட்டுச் சிரித்தார் அந்த மத்தியஸ்தர். ராமுவோ முகம் சிணுங்கினான். “அப்படியா . . ?” என்று கேட்டான்.

“ஆமாம் . . . ஆமாம்” மத்தியஸ்தர் தொடர்ந்தார்: “இவன் இவர்கள் வீட்டிலேயே இருந்தான். இவர்களும் நிச்சயமாய் அவனுக்குத்தான் பத்மாவைக் கொடுப்பதென்று நினைத்திருந்தார்கள்; எங்களுக்கு ஏன், தெருவில் எல்லோருக்குமே தெரியுமே இது; சினிமாவுக்கோ, கடை கண்ணிக்கோ, எல்லோரும் சேர்ந்தேதான் போவார்கள்; பேச்சுவார்த்தை, பழக்கம், வழக்கம், அடே எல்லாமே அந்தத் தினுசில்தான்! கடைசியிலே அந்தப் பயல் சீனு, என்ன பண்ணிவிட்டான் தெரியுமோ . . ?”

ராமுவின் மனம் கரைந்து ஓடிவிட்டது. உடலின் ஒவ்வொரு அணுவும் வேதனையில் மரத்தது. முகத்தில் கசப்பை விழுங்கும் கோணல்கள் நெளிந்தன. கேட்கமுடியாமல் கேட்டான், தேசலும் தேய்ப்புமாய்.

“என்ன பண்ணிவிட்டான் . . ?”

“மூவாயிரம் வேண்டுமென்று உதறிவிட்டான். உன் மாமனாரும் மாமியாரும் தொங்கினார்கள்; கஜகரணம் செய்தார்கள். அவன் மசியவில்லை. கல்யாணமெல்லாம் ஆனபிறகு அவன் மறுத்திருந்தால் எப்படிச் சங்கடப்படுவார்களோ, அப்படிச் சங்கடப்பட்டார்கள். பெண்ணை இன்னொரு இடத்தில் கொடுக்கப் பிரயத்தனம் பண்ணவே கூச்சப்பட்டார்கள்! “நீ . . . இதற்காக ஒன்றும் பிரமாதமாய், நினைத்துக்கொள்ளாதே, சொல்லிவைத்தேன் சும்மா . . .” என்று முடித்தார் மத்யஸ்தர்.

ராமு சிணுங்கியது சிணுங்கியதுதான். தலைகீழாய் நிற்பது போலிருந்தது. அவனுக்கு. வாழ்க்கையில் ஒரே ஒரு தடவை நிகழும் அந்தப் பெரிய உத்ஸவத்தில், ஆயிரங்காலத்துப் பயிருக்கு வித்திடும் அந்த அரிய, பெரிய – குதுகுதுப்பும் பூரிப்பும் நிறைந்த நன்னாளில், துணைபெறும் அந்த மகத்தான தேர்வில் தான் சிறந்த வெற்றியைப் பெற்றுவிட்டதாக நினைத்து அவன் உள்ளம் பூரித்த பூரிப்பு அடங்குவதற்குள் அது துகளாய்ச் சிதறிவிட்டதில் நிலை கலங்கினான். வரதட்சிணைக்கும், வெள்ளிப் பாத்திரங்களுக்கும், உடல் மேலொளிரும் பொன்னுக்கும் கல்லுக்கும் நிறத்திற்கும் மேற்பட்ட ஒன்றை, அதாவது தனக்கெனவே உலகத்தில் தோன்றியுள்ள அழைப்பையும் அன்பையும் பத்மாவின்

கண்கள் காட்டியதாகக் கண்டுபிடித்த பிறகுதான், அவளை மணந்துகொண்டான் ராமு. பத்மா மாநிறம்தான். அவளுடைய தகப்பனார் அவளுக்காகச் சிரமப்பட்டுச் செலவழித்தது நானூறு ரூபாய்கள்தான். இதெல்லாம் ராமுவிற்குப் படவே இல்லை. பத்மாவின் தூய வெண்மைப் பற்களில், பரந்த சோபை நிறைந்த அவள் முகத்தில் – மோகமும், களிப்பும், காமமும் தளும்பச் சுழலாமல், திருப்தியும் சாந்தமும் கவடின்மையும் நிறைந்து நிர்மலமாய்ப் பார்க்கும் அவளுடைய கண்களிலே தனக்கெனவே தரையில் வந்த அழைப்பைக் கண்டான்; ஏற்றுக்கொண்டான். அதனால்தான் இதை மகத்தான வெற்றியெனக் கொண்டு, அவன் பூரித்தான். அது பொய்யாகிப் பேயாய்ப் பயமுறுத்துகிறதே! தான் அடைந்தது பெரிய ஏமாற்றந்தானா? பத்மா விவரம் தெரிந்தவளாகவா இருந்திருக்கிறாள்? ஆக, ஏமாற்றத்தால் அவள் அடைந்த சூன்யத்தை – அவசியம், எப்படியாவது யாரைக் கொண்டாவது நிரப்பியே தீரவேண்டிய வெற்றிடத்தைத்தான் ராமு நிரப்பினானா? படு தோல்விதானா தனக்கு? முடிவற்று முன்னே கிடக்கிற காலப் பாழில் முன்கூட்டியே நினைத்து. முனைந்து, தான் ஏற்படுத்திக்கொள்ள விரும்பிய முடிவுகள், வழிவிளக்குகள் எல்லாம் இனி இங்கே? காலப்பாழின் மறைகளும் திரைகளும் தனக்கு விலகவே போவதில்லை; இருளில் தடவித் தடவி நடந்தே எதையேனும் இடறி முடிய வேண்டிய பொதுவிதிக்கே தானும் ஆளாக வேண்டியதுதான்; என்னதான் இருந்தாலும் மனிதன் நோஞ்சைப் பிராணிதான். கடைசியில் அவன் அதிர்ஷ்டக்கட்டைதான். பத்மா எனக்காகப் பிறந்தவளில்லை? ஏதாவது வேண்டுமே என்று நான் அடைந்த ஒப்புக்குச் சப்பாணிதானா அவள்?'

பின்னர் நடந்த கல்யாணச் சடங்குகள், சடங்குகளாகவே நடந்தேறின. காலையில் மிகவும் அளவு பார்த்து, இடம் பார்த்து, அழகாய்ப் பத்மாவின் நெற்றியில் அக்னியின் பஸ்மக் காப்பை இட்ட ராமுவின் விரல், ஓரத்தில் எங்கேயோ கோணலாய்த் தீத்திற்று. அந்தியில் ஊர்வலம் தூக்கத்திற்குத்தான் கேடாய் நடந்தது. பத்மாவுக்கும் ராமுவுக்கும் – காரில் அவர்கள் உட்கார்ந்திருந்ததில் இடைவெளி அதிகமிருப்பதைக் குறைக்கப் பலர் செய்த வினோதங்களுக்குப் பதிலாய்ச் சிரிக்கக்கூடச் செய்யவில்லை ராமு. ஒரு சாண் இருந்த அந்த இடைவெளி வெகு தூரமாகப் பட்டு ராமுவுக்குத் தைரியம் அளித்தது. 'நல்லவேளை, நெருங்கிவிடவில்லை' என்று. எல்லாம் ஆயிற்று. ராமு ஊருக்கு வந்துவிட்டான். என்னவோ அரித்துப் பிடுங்கி அஸமஞ்ஜஸம் வழிந்தது ராமுவுக்கு. பத்மாவுக்கு அந்தக் கடிதத்தை எழுதினான். நிம்மதி ஏற்பட்டது போலிருந்தது; பத்மாவிடமிருந்து பதிலே வரவில்லை; இன்னும் குறைந்துவிட்டது நிம்மதி. தவியாய்த்

தவித்துக்கொண்டிருந்தான். மெல்லவும் மாட்டாமல் சொல்லவும் மாட்டாமல் சங்கடப்பட்டான்.

o

சங்கடப்பட்டுக் கொண்டிருந்ததனால்தான் ராமு, சூழ்நிலை யிலேயே ஒட்டாமல் எட்டிச் சென்று நின்றான்.

பத்மாவும் சங்கடப்பட்டாள். "சரி, சரி; விவரத்தை உடைத்துச் சொல்லிவிடவேண்டும் இவருக்கு. எப்படிச் சொல்வது . . ?" என்ற யோசனையில் அவளையும் விட்டுவிட்டது புதுமை. அவளும் சூழ்நிலையைவிட்டு எட்டிச் சென்றாள்; ராமுவை அங்கே சந்திக்க. மௌனம் லலிதமாய்த் தன் சக்தியை உபயோகித்தது. புருடைகள் மெல்லத் திரும்பின. மௌனம் வருடித் துடைத்து உந்தி அமுக்கி மீட்டிற்று. இருவருடைய சுவாசங்களும் சமநிலையடைந்தன. இருவருடைய மன அசைவுகளும் ஒரே அளவில் நிகழ்ந்தன.

"பத்மா . . . அந்த . . ."

"அந்த லெட்டர் . . ."

"லெட்டரில்"

"லெட்டரில் கண்ட விஷயமெல்லாம் . . ."

"எல்லாம் வெறும் . . ."

"வெறும் பிரமையால் . . ."

"பிரமையால் புரளியை . . ."

"புரளியெல்லாமே இப்படித்தானே . . ."

"பத்மா, உனக்குச் சீனுவிடம் . . ."

"சீனு எங்கள் வீட்டில் இருந்தவரைக்கும் சதா அவனுக்கும் எனக்கும் வாக்குவாதம், சண்டைதான்; அவன் பேச்சும் போக்கும் எனக்குக் கட்டோடு பிடிக்காது"

"உன் அப்பா அவனுக்குத்தானே உன்னை . . ?"

"அப்பாவா வாக்கப்படுகிறவர் . . ? நீங்கள் என்னன்னா இது . . ?"

"உங்கப்பா அவனைக் கேட்கும்போது, நீயும் தடுக்காமல் தானே இருந்தாயாம்?"

"அவன் ஒப்புக்கொள்ளமாட்டான் என்று தெரியும் எனக்கு; பன்னிப் பன்னி இதெல்லாம் என்ன கேள்வின்னா . . ?"

"பத்மா, பத்மா! அழுகிறாயா..?"

"இல்லையே..!"

"என்ன இல்லையே! வாயில் சிரிப்பு, கண்ணிலும் சிரிப்பு, ஆனால் ஜலமும்கூட..."

"ஒண்ணும் இல்லேன்னா..."

"பத்மா..."

"ஊம்..?"

"அப்பாடா, இப்போதான் எனக்கு..."

"இப்போதாவது உங்களுக்கு..?"

"அதெல்லாம் ஒண்ணுமில்லை... பத்மா... வந்து..."

". . . . . . . . . . "

"பத்மா... என்னடி இது..?"

". . . . . . . . . . "

"ஓடப்பார்க்காதே பத்மா; இதைப் பாரேன் – இங்கே இருப்பதையெல்லாம் பாரேன்; இவைகள் இப்போதுதான் என் கண்ணில் ஒவ்வொன்றாய்த் தென்படுகின்றன."

"எனக்கும்தான் – முதலில் எல்லாம் தெரிந்தன; திடீரென்று மறைந்தேபோய்விட்டன.இப்போதுதான் மறுபடியும் தெரிகின்றன; இருங்கோ, அதோ அந்தக் குத்துவிளக்கில் நாலுகரண்டி எண்ணெய் ஊற்றிவிட்டு வந்துவிடுகிறேன்..."

*அமுதசுரபி:* ஜூலை 1, 1949

புதிய கதை

•

## யார் சமத்து?

அக்கிரமமான சாவு; ரொம்ப அநியாயம் அந்தச் சாவு; அன்று யமனை நிந்திக்காதவர்களே இல்லை. ஊர் முழுவதும்கூடப் பேசி அழுது தீர்த்துக்கொண்டிருந்தது. அந்த ஊரிலேயே பெரிய பணக்காரர் – கிட்டத்தட்ட அறுபது வேலி நிலமும் ரொக்க வகையராக்களும் உள்ள பணக்காரர் ஒருவர். பெரிய தர்மிஷ்டர். அவருக்கு அதிகமிருந்தால் ஒரு முப்பத்தைந்து வயதுதான் இருக்கும். அவருடைய மூத்த மகன், பதினான்கு வயதுகூட நிரம்பாத சின்னக் குழந்தை – ராஜா மாதிரி வளர்ந்தவன், இருந்தவன், செத்துப்போய்விட்டான். தாங்குமா ஊர்? இந்த அக்கிரமத் துக்கத்தைக் குடிபடைகள் உட்பட ஊர் முழுவதும் கூடிக் கொண்டாடி அழுது தீர்த்தது. மகனைப் பறி கொடுத்தவர், மூன்று தடவை மூர்ச்சை போட்டு விழுந்துவிட்டார். ஊரார் யாவரும், சிறுசிறு கூட்டமாய் அழுவோரும் அங்கலாய்ப்போருமாக ஒவ்வொருவரும் ஒவ்வொன்றைக் கூறி வருந்திக் கலங்கினார்கள். இதுவே வேறு சாவாயிருந்தால்! "ஆகட்டும், ஆகட்டும், எடுக்கிற வழியைப் பாருங்கோ அய்யா, சாப்பிடணும், ஊர் முழுக்கப் பட்டினி . . ." என்று அவசரப்படுத்தியிருப்பார்கள். இந்தச் சாவு அப்படிப்பட்டதல்ல. ஊரில், முன்னே ஒரு கிழவியின் பாதி உயிர் போவதற்குள், "சரி, மேலே ஆக வேண்டியதைப் பாருங்கள்; கொஞ்சநஞ்சம் பாக்கியிருந்தால் அங்கே போய் வைப்பதற்குள் சரிப்பட்டுவிடும் . . ." என்று சொன்ன கிழவர்கூட, பொடி போடுவதையும் மறந்து துக்கப்பட்டுக் கொண்டே அங்கலாய்த்தார்!

"இந்தக் குடும்பத்துக்கு இப்படி வரலாமா? தர்மம் நிறைந்த குடும்பம் அல்லவா இது..?"

"இந்தக் குடும்பத்தின் ஆதரவில் எத்தனை குடும்பங்கள் பிழைக்கின்றன. இவருடைய தர்மத்தால், எத்தனை கோவில்களில்..."

"இந்தக் கிராமத்தில் ஒரு ஹைஸ்கூலை வைத்து ஆதரித்து வருகிறாரய்யா இந்த முதலாளி. எத்தனை ஏழைப் பையன்கள் படிக்கிறார்கள்; இது பெரிய – ஆயிரங்காலத்துத் தர்மமல்லவா? இந்த மகானுடைய பிள்ளை செத்துப் போகவாவது; இது அடுக்குமா..."

"ஏது, இனிமேல் இந்தப் பள்ளிக்கூடம் வளருமா? போன வாரம் முதலாளி, தன் சொந்தச் செலவில் ஸைன்ஸ் பாடத்திற்கு வேண்டிய சாமான்கள் எல்லாம் வரவழைத்துக் கொடுத்தார். இன்னும் எது வேண்டுமானாலும் செய்யக் காத்திருந்தாரய்யா; அதிர்ஷ்டமில்லையே பள்ளிக்கூடத்துக்கு..."

"பள்ளிக்கூடத்துக்காவது? நம் ஊர் ஏழைகளுக்குத்தான் அதிர்ஷ்டமில்லையென்று சொல்லவேண்டும். தர்மப்பிரபுவுக்குப் புத்திர சோகம் வந்துவிட்டதே..."

"தர்மம் செய்வதும் ஊராருக்கும் சுவாமிக்கும் யதேஷ்டமாய்ச் செய்வதும் இந்தக் குடும்பத்தின் பரம்பரை வழக்கமய்யா; நல்ல தெளிவான ஞானமும் ஸத்ஸங்கமும் மிகுந்தவர் முதலாளி. தர்மத்தைக் குறைக்கமாட்டார். இருந்தாலும் இந்த வயிற்று எரிச்சலை..."

"தர்மத்தை உடைப்பில் போடுமய்யா. தர்மச் சிந்தனை உள்ளவர்களைத்தான் தெய்வம் சோதிக்கிறது. அடாடா, இந்த மனுஷர் செய்திருக்கிற ஈசுவரக் கைங்கர்யம்..."

"அதுக்கா... சோதனையென்றால், சாதாரண சோதனையா இது..."

"நம்மாலெல்லாம் தாங்கவே முடியாது, இந்தத் துக்கத்தை. முதலாளி, அவருடைய ஞான பலத்தாலும் ஈசுவர பக்தியினாலும் தான் இதைப் பொறுத்துக்கொள்கிறார்..."

"இருந்தாலும் ஈசுவரனுக்கு இந்த அக்ரமம் அடுக்காது..."

பெரியவர்கள் அழுதார்கள்; சிறுவர்களும் அழுதார்கள்; வேண்டியவர்கள் கதறினார்கள்; வேண்டாதவர்களும் கண் கலங்கினார்கள்! குடியானவர்களெல்லாம் குப்புற விழுந்து அழுதார்கள்.

பிச்சைக்காரக் கிழவி ஒருத்தி தனியே உட்கார்ந்துகொண்டு பெரிய குரலெடுத்து ஒப்பாரியே சொல்ல ஆரம்பித்துவிட்டாள். அவலமும் ஆற்றாமையும் மிக்க ஆழக் குரலுடன் அவள் இழுத்தாள்:

"பழுத்தமட்டை பதிஞ்சிருக்க,
பச்சைமட்டை பாதிதொங்க,
பச்சைக்குருத்தை ஐயோ
படுபாவி புடுங்கிப் போட்டான் ..."

"நெத்திருக்க நீரிருக்க
நெறைகாயும் நெருங்கிநிக்க,
முட்டுக் குரும்பையதத்தான்
தொட்டறுத்தான தோசிப்பய ..."

என்று சொல்லி அழுதாள் பிச்சைக்காரி. தொண்டுக்கிழம்; பிச்சையரிசியில் பொழுதைக் கழித்துக்கொண்டு ஏதோ புதையல் எடுக்கக் காத்திருப்பதுபோல், பூமியில் செத்துக்கொண்டே உயிர் வாழும் ஒரு கிழவியின் பேச்சுத்தான் இது. வைராக்கியம் இன்னதென்றே தெரியாத பரம போகிகளும் வேதாந்தம் தெரிந்து கொண்டிருப்பார்கள், இதைக் கேட்டால்.

எடுப்பதற்கான ஏற்பாடுகள் நடந்துகொண்டிருந்தன. மகனுக்குக் கொள்ளியிட, முழுக்குப் போடக் கிளம்பிய முதலாளியை நாலைந்துபேர் தாங்கிவர, நடந்தும் விழுந்தும் வீட்டு வாசலுக்கு வந்தார். அவரிடம் நேரில் பேசும் அந்தஸ்து பெற்ற சிலரைத் தவிர மற்ற பலர், தூரத்திலிருந்து அவரைப் பார்த்தபடியே தமது துக்கத்தைக் காட்டினார்கள். கூட்டத்தில் அந்த ஊர்ப் பள்ளிக்கூட வாத்தியார் ஒருவர் நின்றிருந்தார். அவரைப் பார்த்ததும் முதலாளி, அப்படியே வாரி அடித்துக் கொண்டு ஓடிவந்து, அந்த வாத்தியாரைத் தழுவிக்கொண்டு 'கோ'வென்று அலறினார். முகத்தில் அறைந்துகொண்டார்; ஏதோ சொல்ல வாயெடுக்கிறார். வார்த்தையைக் காணவில்லை. விம்மி விம்மித் தேம்பினார். தேம்பலும் தேய்வும் மறைக்க, "சமத்து ... ஐயோ ... சமத்து" என்று கேவினார்; கேவலுக்கிடையே, "வாத்தியாரே, சமத்து மண்ணைப் போட்டுவிட்டதய்யா ..." என்று தழுதழுத்தார்.

அங்கிருந்தவர்கள் திகைத்தார்கள். 'சமத்தா ... சமத்தா! இதற்கு அர்த்தமென்ன? முதலாளி என்ன சொல்ல நினைக்கிறார்?' என்று அங்கிருந்தவர்களுக்குப் புரியவில்லை. அது மட்டுமல்ல! முதலாளி செய்யும் காரியமே பெரிய திகைப்பைத் தந்தது.

எத்தனை பெரிய சுக துக்கங்களாக இருந்தாலும், அவர்களுக்குரிய அந்தஸ்தை மறந்துவிட முடியுமா?

இந்த முதலாளி தங்கக் கம்பி. இழுத்த இழுப்புக்கு வரக் கூடியவர்; மிகவும் எளிய நடையுடை பாவனையுடையவர். இருந்தாலும், ஊர் நடப்பில் உலகத்து நடைமுறையில் ஓர் எல்லையும் அந்தஸ்தும் இருந்தாக வேண்டுமே.

இப்படியெல்லாமிருக்க, கேவலம் ஒரு ஸ்கூல் வாத்தியாரிடம், அதிலும் தன்னுடைய பள்ளிக்கூடத்தில் வேலைபார்த்துப் பிழைக்கும் ஒரு வாத்தியாரிடம் முதலாளி இப்படிச் சென்று கதறுவதைப் பார்த்த ஜனங்கள் திகைத்தே போய்விட்டார்கள். 'இதில் ஏதோ விசேஷம் இருக்கத்தான் வேண்டு'மென்றும் தீர்மானித்துவிட்டார்கள். "முதலாளியின் எளிய குணம் இல்லை, இதில் வேறு என்னவோ இருக்கிறது. இல்லாவிட்டால் இவ்வளவு பேரையும் விட்டு வாத்தியாரிடம் போய் அழுவானேன்?" என்ற ஆராய்ச்சியும் ஆலோசனையும் அரைநொடியில் அங்கிருந்த எல்லோர் மனத்திலும் பரவிவிட்டன. காட்டிலும் குளத்திலும் எங்கும் எல்லோரும் நினைத்துத் துருவித் துருவிப் பேசிய விஷயம் இதுவேதான்.

அன்று பிற்பகல்தான் எல்லாக் காரியங்களும் முடிந்தன. கலங்கிக் குழம்பி அயர்ந்துவிட்ட அத்தனை பேரும், குளம் கலங்கிக் குழப்பும்படி தலைமுழுகிவிட்டுக் கிளம்பினார்கள். அன்று மாலையும் அந்தியும் அழுதுகொண்டே ஊர்ந்தன. அந்த வாத்தியாரைப் பல பேர் பலவாறாகக் கேட்டார்கள்; அவர் பதிலே சொல்லவில்லை. தனக்கியல்பான சாந்த விழிப்போடு (அந்த அசட்டு முழி), "என்னவோ, என்ன காரணமோ ..." என்று பதில் சொன்னார். அவர் ஒரு மாதிரியான பேர்வழி; கிறுக்கில்லை. அவருடைய நடையுடை பாவனைகளால் கிறுக்குப்போலத் தோன்றும். நிறையப் படித்தவர்; படிப்பவர்; உண்மையான வைராக்கியம் உடையவர். உயிர் வாழ்வதை ஒரு கடமையாகச் செய்துவருகிறாரே ஒழிய, அவர் சோக மோகங்களே கொண்டாட மாட்டார். ஆசார ஆடம்பரங்கள் கிடையாது அவரிடம்; யாராவது கேட்டால், கண்டித்தால்கூட, "என்னவோ ..." என்று சாந்தமாய்ப் பதில் சொல்வார். அசட்டுச் சம்பிரதாயங்களும் ஆளை ஏமாற்றும் வித்தைக்காரர்களும் அவருக்குப் பிடிப்பதில்லை. அநாவசியமாக யாரையும் தூக்கி வைத்துப் பேசமாட்டார். அதனால் 'சமத்'தான ஆசிரியர்களுக்கும் வேறு சிலருக்கும் அவரைப் பிடிக்காது. அவரை விரும்புகிறவர்களும் சிலருண்டு.

அத்தகையவர்களில் நானும் ஒருவன். எப்பொழுதாவது அவரிடம் பேசப் போவேன். அன்றிரவும் சென்றேன். வேறு விஷயம் பேச முடியவில்லை அன்று. அவர் சொன்னார்: – "மனிதன் என்று தோன்றுகிறானோ, அன்றிலிருந்து மரணமும் உண்டு. மனிதனுக்கு விவரம் அறியும் அறிவு தோன்றி வளர்ந்த காலத்திலிருந்து மரணமும் பெரிய புதிராகிக்கொண்டே தானிருந்தது. மனித இலக்கியத்தில் காதலைப் போல் நிரந்தரமான விஷயம் மரணமொன்றுதான். மரணம் அன்றும் என்றும் புதிராகவே இருக்கிறது. அதன் புதுமையும் ரகசியமும் இன்னும்

துலங்கவில்லை. என்றும் துலங்கவும் போவதில்லை. துலங்கி விட்டால் உலகம் தேங்கிப்போய்த் தவிக்க ஆரம்பித்துவிடும்..."

அவர் சொல்வது புரிந்தது; பதிந்தது, அதைத் தெரிவிக்கும் பாஷைதான் என்னிடம் கிடையாது. நான் சொன்னேன்: – "மரணம் நேரும் க்ஷணத்தில், சாக்ஷிகள் போல் இருக்கும் நமக்கு, ஏதோ துலங்குவதுபோலத்தான் இருக்கிறது. ஆனால், உடனே எல்லாம் பழைய நிலைக்கு வந்துவிடுகிறது..."

"அது ஓர் இடம். ரொம்பத் தெரிவதுபோல் இருந்து ஒன்றுமே தெரியாத இடம் அது. மாவடுவைக் கடிப்பதுபோல் வெடுக்கென்று எல்லோரும் சொல்கிறார்களே ஒரு வார்த்தை, 'மாயை மாயை'யென்று, அதைப் புரிந்துகொள்ள மரணத்தை விடச் சிறந்த சந்தர்ப்பம் இருக்க முடியாது. இப்பொழுது தெரிகிறதா உனக்கு? மாயைதான் உலகத்தை ஓட்டிக்கொண்டு இருக்கிறது கண் மறைவு கட்டி" என்றார்.

"என்னிடம் ஒளிக்காமல் தயவுசெய்து சொல்ல வேண்டும். எல்லோருக்கும் சொன்ன பதில் எனக்கும் வேண்டாம்."

"உனக்கும் வந்துவிட்டதா அந்தப் பைத்தியம்..."

"தெரிந்துகொண்டாலொழிய தூக்கம் வராது எனக்கு. முதலாளி அழுதாரே, என்ன விஷயம்?"

வேறு வேறு விஷயங்களைச் சொல்ல ஆரம்பித்தாரே தவிர, அதைப் பிரஸ்தாபிக்கவும் தயங்கினார் அவர்.

"இவ்வளவு மறைக்கிறீர்களே, ஏன் பயமா?" என்றேன்.

"வாஸ்தவம்! ஓரளவுக்குப் பயம்தான் எனக்கு. அந்தப் பயம் எனக்காகவும் இல்லை. முதலாளிக்காகவும் இல்லை. ஆனால், மிக அமைதியோடு செல்லும் உங்கள் போன்றோரின் மனப்போக்கில், அதிர்ச்சியோ அல்லது அயலான போக்கோ ஏற்பட்டு விடக்கூடாதே என்ற பயம்தான் எனக்கு. அப்படி ஏற்படக் கூடாது என்பது இல்லை என் கருத்து. என்னால் ஏற்படாமல் அதுவாக ஏற்பட்டால் நன்றாயிருக்கும். நிலைத்தும் நிற்கும் என்பது என் கருத்து" என்றார்.

விடாமல் வற்புறுத்தினேன். சிரித்துக்கொண்டே தன்னுடைய 'டைரியை' எடுத்துப் புரட்டினார். இரண்டு மாதத்திற்கு முன் ஒருநாளும் ஒரு மாதத்திற்கு முன் ஒருநாளும் அவர் குறித்திருந்த குறிப்பை நிதானமாகத் தான் ஒரு தடவை படித்துவிட்டு, அடையாளம் வைத்து என்னிடம் தந்தார்.

## முதற்குறிப்பு

அடேயப்பா! மனித குணத்தில் எத்தனை சுழிப்பு? முரண் பாடுகள், இவ்வளவா! முதலாளி ரொம்பத் தர்மிஷ்டர்;

பரோபகாரி; பழமையில் பற்று மிக்கவர். ஈசுவரனிடம் அன்பைவிடப் பயத்தையே அதிகமாய்க் காண்பிக்கிறார். சமத்தாய் ஈசுவரனை வழிபட்டு வணங்கி, அந்தப் பயத்தைச் சமாளிக்கிறார்.

கிராமத்தில் இருந்தபடியே, விஞ்ஞானத்தில் இன்றைய அபிவிருத்தி வரையில் அநுபவபூர்வமாகத் தெரிந்துகொண்டு இருக்கிறார். சமத்தாய் அதை உபயோகித்துக்கொண்டு சுகமடைகிறார். மின்சாரம் உபயோகிக்கிறார், மோட்டாரில் போகிறார்.

வேதாந்தப் பாடம் கேட்கிறார். வேஷம் போட்டுக் கூத்து நடத்தும் பிரபஞ்சத்தின் பொய்மையை விளக்கும் ஞான வாதங்களை உணர்கிறார். ஐயனார் பிடாரிகளுக்கு அபிஷேகம் செய்துவைக்கிறார். சாம்பல் அணிகிறார், கட்டுக் கட்டாய்; சாம்பல்தான் முடிவென்று கூறும் பழைய உபநிஷத்துகளையும் சுலோகங்களையும் பாராயணம் செய்கிறார். சமத்தாய் உடலைப் பற்றியெல்லாம் தெரிந்துகொண்டு, மிகவும் ஜாக்கிரதையாய் இருக்கிறார்.

இன்று அவருடைய பிள்ளை, என் பக்கத்தில் அதாவது, மிகவும் நெருக்கத்தில் நின்றுகொண்டு, ஏதோ கேட்டுக்கொண்டு இருந்தான். எனக்கு இரண்டு நாளாய் வரட்டு முரட்டு ஜலதோஷம்; ஒரே கடுப்பு வலி.

"இதற்காக லீவ் எடுப்பானேன்?" என்றார் ஹெட்மாஸ்டர். தும்மலும் சளியும் கமரலும் கனைப்பும்தான் பொழுதெல்லாம். இதோடு போயிருந்தேன் பள்ளிக்கூடத்திற்கு. தும்மிக் கொண்டே முதலாளியின் பிள்ளைக்குச் சொல்லிக்கொடுத்துக் கொண்டிருந்தேன். இதை அவர் பார்த்துவிட்டார். என்னைக் கூப்பிட்டுச் சொன்னார்:

"வாத்தியாரே ஜலதோஷம் என்றால் லேசாக நினைக்காதீர்; நேற்றுத்தான் ஒரு ஜர்னலில் வாசித்தேன். 'இன்புளுயன்ஸா' 'நிமோனியா' முதலிய பிசாசுகள் எல்லாம் இந்த ஜலதோஷத் தின் பெண்ணும் பேத்தியும்தான். தவிர, ஜலதோஷம் ஓர் அபாயகரமான ஒட்டுவார் ஒட்டி, அதனாலே நீர், சற்றே விலகி இருப்பதுதான் நல்லது..." என்று எச்சரித்தார் முதலாளி. அவருக்குத் தன் 'சமத்'தில் எவ்வளவு உறுதியான நம்பிக்கை. மாயை, இவரை என்ன செய்ய முடியும்?

## இரண்டாம் குறிப்பு

இன்று ஒரு வேடிக்கை. முதலாளித்துவம் மனிதனுக்களிக்கும் மகத்தான உரிமைகளை ரஸிக்கும் வாய்ப்பு வாய்த்தது எனக்கு. நான் சிரித்தேன். ஆனால் பாவம், என் மனைவிக்கு இதெல்லாம் தெரியுமா? அவள் ரொம்ப வருத்தப்படுகிறாள்.

முதலாளி, அவர் வீட்டு வாசலில் நின்றிருந்தார். நான் பள்ளிக்கூடம் விட்டு வந்துகொண்டிருந்தேன். தற்செயலாய் என் மனைவியும் முதலாளி வீட்டின் எதிர்வீட்டுக்கு ஏதோ காரியமாக வந்திருக்கிறாள். முதலாளி தெருவோடு போன என்னைக் கூப்பிட்டார். நான் நின்றேன். அவளும் நின்று விட்டாள் போலிருக்கிறது. அசடு; அவள் தன் பாட்டுக்குப் போய்விட்டிருக்கலாம்.

நான் நின்றதும், முதலாளி மிகுந்த கோபத்தோடு படபடப்பாய்ப் பேசினார். "வாத்தியாரே! நீரோ, ஊர் விட்டு ஊர் போய்ப் பிழைக்க வேண்டியவர். உம்முடைய மனைவிக்கு இந்தப் பொல்லாத்தனம் கூடாது, இந்த வாயும் உதவாது. நீரோ ஒரு வெறும் அசடு; உமக்குச் சமத்தே போதாது. மனைவியை அடக்கத் தெரியாது. அதுக்காக எனக்கென்னய்யா வந்தது? நீர் பள்ளிக்கூடம் போனதும் கிளம்பிவிடுகிறாள் அரட்டைக்கு. அரட்டை என்னய்யா அரட்டை? என்னய்யா நிற்கிறீரே, பதில் பேசுமே?"

நான் நிதானமாய்த்தான் கேட்டேன்.

"என்ன ஸார் நடந்தது?"

"என்ன நடந்ததா? என்னய்யா கதை கேட்கிறீர்?" என்று பிரமாதமாய்க் கோபித்துக்கொண்டார். கடைசியில் விஷயம் இவ்வளவுதான்.

தெருவில் யார் வீட்டிலோ ஒரு பெண் பிரஸவித்தாளாம். தலைச்சன் பிரஸவம்; ரொம்ப ஆபத்தான நிலைமை ஏற்பட்டு ஆயுதம் உபயோகிக்கும்படி ஆகிவிட்டதாம். கூடியிருந்தவர்கள் எல்லோரும், "சின்ன உயிர் போனாலும் பெரிய உயிருக்காவது ஆபத்து இல்லாமல் இருக்க வேண்டும் என்றார்களாம் சமத்தாய். கடைசியில் உயிரில்லாக் குழந்தை பிறந்தது. இதைப் பற்றி அநுதாபத்தோடு எல்லோரும் பேசிக்கொண்டிருந்தார்கள். என் மனைவி எதிர்த்த வீட்டுச் செவிட்டுப் பாட்டிக்கு, இந்த விஷயத்தை இரைந்து சொன்னாளாம். முதலாளி வீட்டில் அவருடைய பெண்ணும் தலைச்சன் பிரசவத்திற்காக வந்திருக்கிறாள். என் மனைவி சொன்னதைக் கேட்டுவிட்டு, அந்தப் பெண் மனக்கலக்கம் அடைந்தாளாம். பயந்துபோய் முகம் சுளித்தாளாம். முதலாளியின் மனைவி தேர்ந்த சமத்துக்காரி. அவளும் தாமதமின்றித் தெய்வங்களுக்கெல்லாம் வேண்டிக் கொண்டு திருப்பதிக்குப் பணம் முடிந்து வைத்து விழுந்து விழுந்து வேண்டிக்கொண்டாளாம். இதைக் கேள்விப்பட்டதும்தான், முதலாளிக்குத் தாங்க முடியாத கோபம் வந்துவிட்டது. தன் மகளுக்கு அதிர்ச்சி தரும் விஷயத்தை

வாத்தியார் பெண்டாட்டி பேசியதால்தானே இவ்வளவும்? அவள் பேசலாமா? 'கர்ப்பிணிகள், அதிலும் நிறைமாதக் கர்ப்பிணி அதிர்ச்சியே அடையக்கூடா'தென்று அவர் புஸ்தகத்தில் படித்திருக்கிறார். இந்த வாத்தியார் பெண்டாட்டியின் அரட்டை, அவரை வெகு தூரம் சஞ்சலப்படுத்திவிட்டது. முதலாளி விஷயத்தைச் சொல்லி முடித்ததும் நான் சிரித்துவிட்டேன். அவருக்கு மறுபடியும் கோபம் வந்துவிட்டது.

"ஓய் வாத்தியாரே, உம்முடைய அசட்டுத்தனம் பிறருக்கு ஆபத்தாக ஆகாதவரையில் தொலையட்டுமென்று விடுவார்கள். அப்படி இல்லா..."

அவரை முடிக்க விடவில்லை நான்.

"சமத்து என்பது, நாம் செய்துகொள்வதில்லை; நாம் செய்து கொள்வதும் சமத்தில்லை. நம்முடைய சமத்தினால் ஆவதும் ஒன்றில்லை" என்று பதில் சொல்லிவிட்டேன். முதலாளி பேசியதற்காகத் துளிக்கூட நான் வருத்தப்படவில்லை. ஆனால், என் மனைவி ரொம்பத் துக்கப்படுகிறாள், அவர் பேசியதை நினைத்து நினைத்து.

o

வாத்தியாரின் இந்த டைரிக் குறிப்பைப் படிக்கும்போதே, எனக்கு அதன் தொடர்ச்சி ஞாபகத்திற்கு வந்துவிட்டது.

முதலாளி தன் மகளை, பிரஸவத்திற்கு ஒரு மாதம் முன் கூட்டியே டவுனுக்கு அழைத்துக்கொண்டுபோய், ஜாக்கிரதையாய்க் கவனித்துவந்தார். பிரஸவம் ரொம்பச் சிரமப்பட்டுப் போய்விட்டதாம். இப்போது குழந்தையும் இல்லை. அந்தப் பெண்ணும் தேறவில்லை. முதலாளியைச் சமத்து ஏய்த்துவிட்டது, ஜலதோஷக் காற்றுப் படக்கூடாது என்று சமத்துப் பண்ணினார். அந்தப் பிள்ளை செத்துக் கிடக்கிறான். சமத்து அவருடைய மண்டையில் அடித்துவிட்டது, அக்கிரமமான சாவு; ரொம்ப அநியாயம் அந்தச் சாவு. யமன் முட்டாள். அவனுக்குச் சமத்தே போதாது.

*சிந்தனை:* ஆகஸ்டு – செப்டம்பர், 1949
'தெய்வீகம்'

•

# காதல் கல்பம்!

இங்கிலாந்திலிருந்து கிளம்பிய பாய்மரக் கப்பலொன்று நடுக்கடலில் நகர்ந்துகொண டிருந்தது. அது கிளம்பி இரண்டு மாதங்கள் முடிந்து, மூன்றாவது மாதமும் பாதி ஆய்விட்டது. அது இந்தியாவுக்குப் போய்ச் சேர, இன்னும் நான்கு மாதங்களாவது செல்லும் குறைந்தபக்ஷம். அத்துணை நீண்ட பிரயாணம். காலம், தூரம் இரண்டிலும் நீண்டது. அதுவும், கரைக்கு வெகு தொலைவில், நடுக்கடலில், காற்றை மட்டுமே நம்பி, அசைந்து ஊர்ந்து தொலைக்கவேண்டியிருந்த அந்தத் தலை கிறுக்கும் தனிமையில், வினாடி ஒவ்வொன்றும்கூட விபரீதமாய் நீண்டுவிடும். விஸ்தாரமான இடமும் இருக்காது. பிரயாணிகள் எல்லோரும் ஒரே இடத்தில்தான் அடைத்துக்கிடக்க முடியும்; எப்போதும் ஏதாவது இரைச்சல் கேட்டுக்கொண்டே யிருக்கும். கூடி இருப்பவர்களோ எதற்கும் துணிந்த கட்டைகள். எந்த வகையிலும் தமது சொந்த நாட்டில் ஒட்ட முடியாமல் கிளம்பியவர்கள். ‘எதைச் செய்தாவது நிறையப் பணம் சேர்த்துக்கொண்டு திரும்ப வேண்டும்; அப்படி வந்தால்தான் வாழ்வு; வாழ்வென்றால் சாதாரணமான வாழ்வா, பெருமையுடைய வாழ்வு கிட்டும் என்பதை நேரில் பார்த்துவிட்டவர்கள்; நாதியற்றுக் கிடந்த வெறும் பயல்களும் சுத்த உதவாக்கரை ஆசாமிகளும்கூட ஒரு தடவை இந்தியாவுக்குப் போய்த் திரும்பியதால் பெரிய ஆட்களாய் விட்டார்கள், அதாவது பிரபுக்களோடு குடித்துக் கூத்தடிக்கும் உயர்தர வாழ்வுக்குத் தகுதி பெற்று விட்டார்கள் என்பதைத் தெரிந்துகொண்டவர்கள்.

போய்ப் பார்ப்போம்; பணம் கிடைத்தால் திரும்புவோம், இல்லாவிட்டால் இங்கென்ன, அங்கேயே செத்துப் போவோமே? என்ற மனநிலையில் எதற்கும் துணிந்து கப்பலேறியிருக்கும் பிடாரிக் கூட்டம். நடுக்கடல்; நாட்களோ தொலையாதவை; வெறிச்சென்று அலுப்பும் சலிப்பும் ஊறி உறைந்து கிடக்கும் அந்தத் தலைசுற்றும் பிரயாணம், சண்டையிலும் வெட்டுக் குத்துகளிலும்கூடக் கிளர்ச்சியைத் தரக்கூடியதாய்விடும். மும்மடங்கு நான்மடங்காய்த் தின்று குடித்துத் திமிரடைந்தால் வேறு என்னதான் செய்வது? பிரயாண நாட்கள் ஏற ஏற, அங்கே கண்ணியம் கட்டுப்பாடு என்பதெல்லாம் காணமுடியாதவை ஆய்விடும். பொதுவாக மனிதனை மனிதனோடு பிணைக்கும் பண்பாட்டு ரேகைகளே தென்படாத இருட்டுச் சமூகமாய் முற்றிவிடும் அந்தக் கூட்டம். அந்தக் கூட்டத்தைச் சேர்ந்தவனாயிருந்தும் அதில் சேராமல் ஓர் ஆங்கிலேயன் மட்டும் கப்பலின் ஏதோ ஒரு மூலை முடுக்கில் வெதும்பி முடங்கிக் கிடந்தான். அதற்குக் காரணம் அவனையுமறியாமல் உருவாகிக்கொண்டிருந்த அவனுடைய வருங்காலமோ அல்லது அவன் காலத்தில் மகத்தான . . . ஏன், அதிமகத்தான கதிகளை அடைய இருந்த அநாகரீக இந்தியாவின் விமோசன காலமோ, எதுவோ, சொல்ல முடியவில்லை. மனம் உடைந்து அவன் தன்னைச் சூன்யமாக்கிக்கொண்டு அவதிப்பட்டான். வியாதிக்காரனைப் போலக் கிடந்தான்; வைத்யமும் செய்துகொள்ளவில்லை. அவன் கிடந்த நிலையும் அவனுடைய முகத்தில் கொதித்த கோரமும் விகாரமும் தாங்கக்கூடியதாயில்லை; அந்தக் கப்பலின் தலைவனான 'கேப்டன்', பல நாட்களாகவே இதைக் கவனித்துவந்தான். ஒருநாள் இது மிகவும் முற்றிவிட்டதைப் பார்த்தான். தன் கப்பலில் ஒருவன் இப்படிக் கிடப்பது ஆபத்து என்பதை அறிந்தான். ஒரு தொத்து நோயைவிட இது பிரமாதம் என்று தோன்றிற்று. தொத்து நோயாயிருந்தால் வழக்கப்படி அவனைத் தூக்கிக் கடலில் எறிந்துவிட்டிருப்பான். இவனை எறியவும் முடியாது; என்ன கேட்டாலும் அந்த நோயாளி பதிலே சொல்வதில்லை; அவனைப் பார்க்கக் கப்பல் தலைவனுக்குக் கவலை மிகுந்தது. 'இப்படித் தனக்குத் தானே எதிரியாகித் தனிமையில் செத்துப் போகும்படி அவனுக்கு என்ன துக்கம் இருக்க முடியும்? முப்பது வயதுகூட ஆகியிருக்காதே இவனுக்கு' என்று நினைத்து மிகவும் வருந்தினான். இந்த அழகில், அந்த நோயாளி படித்தவன். கப்பலில் இருந்த இரண்டு மூன்று கௌரவமான பிரயாணிகளில் அவனும் ஒருவன்; ஆகவே கடுமையாகவும் நடவடிக்கை எடுக்க முடியவில்லை. கேப்டனுக்கு இது பெரிய பிரச்னையாய்ப் போய்விட்டது. மெல்ல அவனை நெருங்கினான்; நோயாளியும் வரவேற்றான். மிகவும் சிரமப்பட்டு உபசாரச் சிரிப்பை வரவழைத்தான்

உதடுகளுக்கு. அந்தச் சிரிப்பும் உதட்டு நுனியிலேயே உலர்ந்து உதிர்ந்துவிட்டது. அதற்காகத் தளர்ந்துவிடாமல் கேப்டன் வாய்விட்டுச் சிரித்துச் சமாளித்தான்: நோயாளியின் முகமும் தெளிவு பெற்றது. மலராவிட்டாலும் வெறுப்பின் வறட்சி குறைந்து சிறிதே உயிர்க்களைக் கண்டது. ஒன்றும் இரண்டுமாய்ப் பேசிப் பேச்சு வார்த்தை வளர்த்தான் கேப்டன்; சந்திப்பு நீண்டது. பிறர் கூறுவதைக் கேட்டு உணரும் அளவுக்கு நோயாளியின் புலன்கள் எழுச்சி பெற்றன. கேப்டன் சொன்னான்:

“ஐயா இப்படியே கிடந்தீரானால், நீர் மதறாஸ் போய்ச் சேர முடியுமென்று தோன்றவில்லை எனக்கு. அப்படியே சேர்ந்தாலும் நரைத்துத் திரைந்து நல்ல கிழமாய் விட்டிருப்பீர்!அப்புறம் ஏதாவது சிகித்ஸை செய்தால்கூடத் தேறமாட்டீர் . . ., உண்மையாய்ச் சொல்கிறேன், காயகல்பம் மாதிரி ஏதாவது அத்புதம் நேர்ந்தாலொழிய, நீர் ஒன்றுக்கும் உபயோகப்பட மாட்டீரய்யா. அப்படியெல்லாம் நடக்க நீரென்ன, தெய்வீகம் படைத்தவரா? நான் சொல்வதைக் கேளும்; கப்பலின் தளத்திற்குப் போய் எல்லோருடனும் கலந்துகொள்ளும், சண்டைபோடும்; அடிகொடும்; இல்லாவிட்டால் யாராவது அடி கொடுத்தால் வாங்கிக்கொள்ளுமேய்யா . . .” என்று சொல்லிக்கொண்டே கடகடவென்று, அதிரச் சிரித்தான் கேப்டன். அந்த நோயாளிகூடக் கிளர்ச்சி பெற்றான்; வாய்விட்டுச் சிரிக்கவில்லையே தவிர, அவனது மனம் நிமிர்ந்தது. நன்றாய் மெல்ல எழுந்து நகர்ந்தான். கேப்டனும் போய்விட்டான். ஆனால் அவன் சொன்ன வார்த்தைகள் நோயாளியின் காதில் ஒலித்துக்கொண்டே இருந்தன; இப்பொழுது அவன் நடக்க ஆரம்பித்திருந்தான்; அவன் சிந்தனை முழுவதும் கேப்டனுடைய வார்த்தைகளே நிறைந்திருந்தன . . .

“வாஸ்தவம்தான், நான் இப்படியே கிடந்தால் உருப்பட முடியுமா, காட்டை விட்டுக் கிளம்பியாய் விட்டது, இனிமேல் எதற்கும் துணிந்தால்தான் காரியம் நடக்கும் . . . கேப்டன் சொன்னதுபோல் தெய்வீகமா நிகழப்போகிறது? காயகல்பம் புனர்ஜன்மம் இவையெல்லாம் நடக்கிற காலம் இதுவல்லவே . . !! கிழக்கே போகிறேன், கிழவனான பிறகாவது என் நோக்கம் நிறைவேறாதா என்று பார்க்க. பேரேடும் பட்டியலும் என் ஆசைகளை நிறைவேற்றுவது சாத்தியமல்ல; ராபர்ட் கிளைவ் காட்டிய வழிதான் என் வழி. செத்தாலும் அந்த வழியில் சாக வேண்டும்; ஆனால் எப்படியும் என் எண்ணங்கள் நிறைவேறித்தான் தீரவேண்டும் . . .” என்றெல்லாம், தன் மனத்தைத் தூக்கி நிறுத்தினான். அவனுடைய மனமும் தலைதூக்கிப் பார்த்தது, வெகு தூரத்திலுள்ள இந்தியாவை.

அப்போதைய இந்தியா, இவனைப் போன்ற யாரும் நுழையும்படி திறந்தேதான் கிடந்தது. நுழைகிறவர்கள் எதையும் கவ்விக் கவர முடியும். நாடு முழுவதும் நாலாயிரம் துண்டாய்ச் சிதறியிருந்த காலம். நாய்க்குடைகள்போலக் கிளம்பிய பல தான்தோன்றி அரசுகள். வாரிசுச் சண்டையில் வீட்டுவாசலைக் கூடக் காக்க முடியாதிருந்த வக்கற்ற வம்பு நவாப்புகள் சிலர். மானத்தை விற்பதுபோலத் தன் பட்டங்களை (பட்டாக்களை) விற்றுக் காலம்தள்ளும் கபோதி ஒருவருண்டு. அவர் மாஜிப் பேரரசின் வாரிசு. அந்தப் பட்டங்களுக்கு அங்கீகாரம் தருவதோ மறுப்பதோதான் அந்தக் காலத்தில் ஆங்கிலேயர் விளையாடிய சூதாட்டம். சூதாட்டத்திலும் வரம்புண்டு. முழுச்சூதை மேலும் சூதாக்கும் ஆங்கிலேயரின் அந்த விளையாட்டை நடத்த நவநாகரிகப் பயிற்சி பெற்ற படை வசதி. இப்படிப்பட்ட பொன்னான காலம். ஆட்சி, அதற்கான நீதி போன்ற ஒன்றும் வேண்டாம்; மிருக பலம், கொள்ளை, நொண்டிக் கக்ஷி, குவியல் குவியலாய்ப் பொன், குருட்டு அதிகாரம், செவிட்டு அதிகாரிகள், 'கும்பினி' என்ற பெயர், குலம் கெட்ட தேசத்துரோகிகள் இப்படிச் சேர்ந்த அருமையான சந்தர்ப்பம். ஆகவே அவனுடைய எண்ணங்கள் நிறைவேறியே தீரும் என்று அவன் மனம் ஒத்துப் பாடியது. நோயாளி புத்துணர்ச்சியோடு நடந்து வந்து கப்பலின் ஓரத்தில் நின்றுகொண்டிருந்தான். வருங்காலத்தைப் பற்றித் திட்டங்கள் வகுத்தான். முகமும் உடலும் பொலிவுற்று கம்பீரமாய் நின்றுகொண்டிருந்தான். அவனுக்கு வயது முப்பதுக்கு மேல் ஒன்றிரண்டு ஆகியிருக்கும்; அவ்வளவுதான். முழு வாலிபனுக்குரிய மிடுக்கு இருந்தது அவனுடைய தோற்றத்தில். ஆனால் மிடுக்கிற்குத் தகுந்த உடல் வாளிப்பு இல்லை. பால்யத்தில் தகுந்த புஷ்டியில்லாமல் சோனியாயிருந்தே பெரியவனாகியிருக்கிறான். பிரபு குடும்பத்தில்தான் பிறந்தான்; ஆனால் அவன் விவரமறிந்தபோது குடும்பத்தின் பரம்பரைச் சொத்தெல்லாம் பறிபோய்விட்டிருந்தது. பால்யத்திலேயே தாய் தந்தையரை இழந்துவிட்டான். தூரபந்து ஒருவரின் கவைக்குதவாத கண்காணிப்பில் வளர்ந்தான். சிறுவர்களோடு ஊர்சுற்றித் திரியும்போது, ஊரிலிருந்த வயது சென்ற பலர் அந்த ஊரும் சுற்றுப்புறமும் அவனுடைய முன்னோர்களுக்குச் சொந்தமாயிருந்ததைச் சொல்வார்கள்; இன்னும் அவனுடைய குடும்பத்தினரின் வாழ்வுச் சிறப்பையெல்லாம் சொல்லி அநுதாபப்படுவார்கள். அதையெல்லாம் கேட்டு ஏமாந்த மனத்துடன் ஏங்கிப் போவான். யாருமறியாமல் தனியாய் அந்த ஊர் நிலங்களிலும் பண்ணைகளிலும் பாழடைந்து தரைமட்ட மாகி விட்ட மாளிகையிடங்களிலும் போய் உட்கார்ந்து பிஞ்சு

மனத்தில் பெரிய பெரிய எண்ணங்களை வளர்ப்பான். "நானும் பெரியவனாகிக் குதிரையேறிச் சண்டைகள் போட்டு நிறையச் செல்வம் சேகரிக்கவேண்டும், எப்பாடுபட்டாவது குடும்பச் சொத்துக்களை மீட்டுவிடவேண்டும், ஏழையாய்ப் பலரும் கண்டு பரிதாபப்படும் நிலையில் சுற்றித் திரிந்து நான் மனம் சுளிக்கும் இதே ஊரில், என் பரம்பரையின் அந்தப் பழைய இடத்திலேயே பெரிய மாளிகைகள் கட்டி மனம் களிக்க வேண்டும்; பிரபுப் பட்டம் பெற்றுச் சபைக்குப் போக வேண்டும்" இதெல்லாம் அவனுடைய இளமைப் பருவத்து எண்ணங்கள் தாம்; ஆனால் அவனோடு கூடவே அவையும் வளர்ந்தன. அவற்றை நிறைவேற்றத்தான் அவன் உயிர் வாழ்கிறான். அதற்காகவேதான் இந்தியாவுக்குக் கிளம்பியிருக்கிறான்; முன்பு ஒரு தடவை வந்துவிட்டுத் திரும்பிச் சென்றான்; இது இரண்டாவது பிரயாணம். இந்தத் தடவை எப்படியாவது முயன்று தன் நோக்கங்களை நெருங்க வகைசெய்துவிட வேண்டும் என்பதுதான் அவனுடைய திட்டம். அது கைகூடும் காலத்தை நெருங்கி இன்பமாய்ச் சென்றுகொண்டிருந்த நினைவு, திடீரென்று எங்கோ இடித்து இடறிவிட்டது... 'யாருக்காக இவ்வளவும்... பழைய உறவும் இல்லை; புதிய உறவும் இல்லையே...' என்று துவண்டு விழுந்து விட்டது; எவ்வளவோ முயன்று முட்டுக்கொடுத்தும் அது விழுந்தது; திருப்பித் திருப்பி அதே ஏக்கம் கவிந்தது; பொலிவும் புதுமையும் இழந்து முகம் சுண்டிப் போய்விட்டான். புளித்த ஏப்பம்போல் எதிர்த்தெதிர்த்துக் கிளம்பிற்று ஏக்கம். குனிந்து நீரைப் பார்த்தான்; கப்பலைச் சுற்றிப் பார்த்தான்; தன்னை யாரும் கவனிக்கவில்லை; யார் இருக்கிறார்கள், தன்னைப் பற்றிக் கவலைப்படுவதற்கு? தான் ஒண்டிதான் என்ற ஞாபகம் வந்ததும், அப்படியே தேம்பித் தேம்பித் தளர்ந்துவிட்டான். வேறொன்றுமே தோன்றாமல் தான் உயிர் வாழ்வதே வீணென்று முடிவு கட்டிக்கொண்டான். கிரஹணம் பிடித்ததுபோல் நிழல் தண்டிற்று முகத்தில். மீண்டும் குனிந்து கடலைப் பார்த்தபோது, அவனுக்குப் பயமோ தயக்கமோ ஒன்றும் ஏற்படவில்லை; அத்தனை விரைவாய் ஒடுங்கிவிட்டன எல்லாம். தீர்மானத்தோடு முன்னிலும் அதிக ஓரத்தில் நின்றுகொண்டு, திரும்பிப் பார்த்தான் கப்பலின் தளத்தை. அப்படிப் பார்த்தபோது மற்றோர் மூலையில் தன்னைப் போலவே அபாயகரமான ஓரத்தில் நின்றுகொண்டிருந்த ஒரு வெள்ளைக்காரி தென்பட்டாள். அவளை உற்றுப் பார்த்தான்; அவளும் இவனை அப்படியே பார்த்தாள். இருவரும் அப்படிப் பார்த்துக்கொண்ட அந்த க்ஷணம் காலத்தின் எல்லையையும் கடந்து எங்கேயோ சாசுவதமாய் அழியாத்தன்மை பெறுவது போலிருந்தது இருவருக்கும்.

காதல் கல்பம்!

மின்வெட்டும் நேரத்தில் அந்த ஆங்கிலேயன் அடியோடு மாறிவிட்டான். சற்று முன் அவனை அப்பிக்கொண்டு கிடந்த மரண நிழலும் அதன் அவலக் குழப்பமும் மறைந்துவிட்டன. அவன் பழைய நிமிர்வையும் காம்பீர்யத்தையும் பெற்றான்; அதோடு வயதின் முதிர்ச்சிகூடக் குறைந்து பருவத்திலும் ஒரு புது யௌவனத்தின் பொலிவைப் பெற்றான்.

இவனை உற்றுப்பார்த்துக்கொண்டே அவள் நினைத்தாள்.

'யார் இவன்: இவனுடைய தோற்றம் மனத்தைக் கவர்கிறதே! இவனுடைய உடம்பில் வாளிப்புமில்லை; குளிர்ச்சியான அழகுமில்லை. தலையும் கையும் காலும் பொருந்தாமல் வளர்ந்திருக்கின்றன. ஆனால் இந்தக் குறைவை யெல்லாம் நிறைவிக்கும் ஒரு வசீகரம் இருக்கிறதே! ஒரு மிடுக்கு வீற்றிருக்கிறதே! இவனுடைய கண்களில் தோய்ந்து அழைக்கும் இங்கிதம் இவனுடைய மனத்தின் அகலத்தை, அந்த அகலத்தில் பதிந்த நெடுங்கனவுகளைக் காட்டுகிறது. இவனுடைய நேரான நெற்றி மேடு உள்ளத்தின் ஆழத்தையும் அழுத்தத்தையும் எழுதிக் காட்டுகிறது. என்னைக் கனிந்து பார்க்கும் இவனுடைய பார்வை என்னை ஈர்க்கிறது. இமைகளில் இவன் வாழ்வின் உன்னதம் எட்டிப் பார்க்கிறது; அதற்கு என்னைத் துணை சேர்க்கத்தான் இந்த மகா புருஷனைக் காணும் வாய்ப்பு நேர்ந்திருக்கிறது . . .' என்றெல்லாம் இவ்வளவையும் ஏட்டைப் படிக்கிறவளைப் போலத் தெளிவாய்ப் புரிந்துகொண்டாள். அந்தத் தெளிவோடு மோஹனமாய்ச் சிரித்தாள். அந்தச் சிரிப்பில் மலர்ந்து விரிந்த அவளுடைய மனத்திலும் பெரிய கனவுகள் உருப்பெறத் தொடங்கின. அரும்பரும்பாகச் சிரித்து மலரவைத்து அவனுக்கு ஸமர்ப்பித்தாள் அவ்வளவையும். சம்பிரதாயத்திற்காகச் செய்துகொள்ளும் சிறுகூச்சம்கூட இல்லாமல், அவனைப் பார்த்துக்கொண்டே நின்றாள் அந்த யுவதி.

அசையாமல் அவளையே பார்த்துக்கொண்டிருந்த அவன் நினைத்தான்.

'இவளுடைய உடல் என்ன, இப்படித் தகதகவென்று பளபளக்கிறது! அவயங்களில்தான் என்ன,இப்படி ஒரு முழுமையும் செழுமையும்! தான் இருக்கும் திசையையே நிரப்புகிறாளே தன் இருக்கையால்; எந்த வெறுமையும் நிறைந்துவிடும் போலிருக்கிறதே இவளால்; என்ன நிறைவு! கொள்ளையடித்துச் சூறையாடினால் கூடப் பறிபோய்விடாத, குறைந்துவிடாத இயற்கை நலம் செறிந்து பொங்குகிறாளே! பொன்னும் மணியும் நீரும் விளையும் மலையும் சுனையும் காடும் சோலையும் எல்லாம்

சேர்ந்து விளங்கும் ஒரு ராஜ்யம்போல நிற்கிறாளே ... இவ்வளவு சோபையிலும் செழுமையிலும் ஒரு சிறு குறையின் ரேகை ஓடுவதுபோல் தெரிகிறதே, அது என்ன, அதுவும் மறைந்து இவள் திருப்தி அடைந்துவிட்டால், இவளுடைய கூட்டுறவைப் பெறுகிற எவனுக்கும் இவள் பெரிய பக்கபலமல்லவா? இவளுடைய பரிவும் இவளுடைய சுவாஸம் கலந்த சுற்றுவாடையும் கிடைத்துவிட்டால், ஒருவன் எதைத்தான் சாதிக்க முடியாது? அவன் புதிதாய் ஒரு பாஷையையே படைத்து அதில் ஓர் அமர காவ்யம் பாடிவிடுவானே! இவளுடைய தூண்டுதல் மட்டும் இருக்குமானால் ஒருவன் நான்கு 'ஸீஸர்'களின் ஊக்கமும் வீரமும் பெற்றுப் பெரிய ஸாம்ராஜ்யத்தையே உண்டாக்கி விடுவானே! இவள் ஏன் என்னை இவ்வளவு மயங்கச் செய்ய வேண்டும்? இப்படி லயித்துப் பார்க்கிறாளே, இது ஏன்? இது ஒரு ரஹஸ்யமா? இதில் ஏதாவது தெய்வீகமுண்டோ . . !!

அவன் நகர்ந்து முன்னேறிக்கொண்டிருந்தான்.

அவளும் நகர்ந்து நகர்ந்து இவனை வரவேற்றாள்:

"வரவேண்டும் வரவேண்டும்; இனிமையும் இன்பக் கிளர்ச்சியும் கப்பலை மட்டுமல்ல – கடற்பரப்பு ஆகாயம் எல்லாவற்றையும் பற்றிப் படர்ந்துவிட்டதாகத் தோன்றுகிறது; என் கசப்பெல்லாம் மறைந்தொழிந்துவிட்டன; இறந்தகாலம்கூட இன்பப் பசப்பைப் பூசிக்கொண்டுவிட்டது . . . வாருங்கள் . . ."

"இனி என் வாழ்க்கையில் கசப்பின் கலப்பே இருக்காதென்று உறுதி தந்து என்னை இழுத்தன. உனது தோற்றமும் பார்வையும்; உனது வெள்ளிச் சிரிப்பில் ஹிதமான கதகதப்பை உணர்கிறேன்; வரவேற்பு மிளிரும் உன் ரோஜா இதழ்க் கன்னங்களுக்கு, என் உடலும் உயிரும் காணிக்கை. தெய்வம்தான் நம்மிருவரையும் பிணைக்கிறதென்று என் மனத்தின் பரவசம் ஸாக்ஷி கூறுகிறது ..." என்று உருக்கத்தோடு கூறி முடித்தான் ஆங்கிலேயன்.

அவன் முகமும் உடலும் வியர்த்தன; பெருமூச்சுக்கள் சுழன்றன.

இருவருடைய ஸ்பரிசமும் ஒரு சுருதியில் சேர்ந்து செவிக்குப் புலனாகாத நாத எல்லையில் இன்ப ஸ்வரங்களை எழுப்பின.

நேரம் சென்றது; கப்பலின் ஞாபகம் வந்தது; பிறகுதான் தம்மிருவருடைய வெளியுடல்களையும் உணர்ந்தார்கள்.

"ஆமாம், உங்கள் உடம்பு ஏன் இப்படிக் கொதிக்கிறது? இளைத்துத் துரும்பாய்ப் போயிருக்கிறதே?" என்றாள் யுவதி.

"இனிமேல் எனக்கு என்ன கவலை இருக்கப்போகிறது?" என்றான் அவன்.

கப்பலில் இன்பமாய் நாட்கள் ஓடின. ஒருநாள் இவள் இருவரையும் நெருக்கத்தில் கண்டான் கேப்டன். ஒன்றுமே பேசாமல் கடகடவென்று சிரித்தான். மாஜி நோயாளி திரும்பிப் பார்த்து நன்றி தெரிவித்தான்.

"என்னய்யா இது! காயகல்பமா!!"

"அதைவிடப் பெரிதய்யா! காதல் கல்பம்" என்றான், யாரோ ஒரு பிரயாணி.

குறிப்பு: கதாநாயகன் சரித்திரப் பிரசித்தி பெற்ற வாரன் ஹேஸ்டிங்ஸ்; கதாநாயகி ஒரு ஜர்மெனிக்காரன் மனைவி.

*சிவாஜி:* நவம்பர் 5, 1950
'காதல் கல்பம்'

# குபேர தரிசனம்

"அண்ணா, என்னோடு நீயும் இன்று கும்பகோணத்துக்கு வரப்போகிறாயா?"

"ஆமாம். கட்டாயம் வரப்போகிறேன்."

"இல்லை; நீ லேசில் கிளம்ப மாட்டாயே! நாளைக்கு எனக்குக் காலேஜ் உண்டு."

"கவலைப்படாதே; கட்டாயம் நான் வர வேண்டும்."

"காரியம் ஒன்றும் இல்லையே என்று பார்த்தேன்."

"பெரிய காரியம் இருக்கிறது; குபேர தரிசனம் கிடைக்கப்போகிறது எனக்கு; இன்று நரகாசுரனைக் கொன்றுவிட்டோம் அல்லவா?"

"அண்ணா நீ வர வர, எங்கேயோ போய்க் கொண்டிருக்கிறாய். உன் பாதை ஒற்றையடிகூட அல்ல; அரையடிப் பாதை."

"நீ என்னதான் சொல்றே! உன்னைப் பார்த்து உன் அம்மாவுக்கு எவ்வளவு வேதனை தெரியுமா? அம்மாவுக்கும் விளங்கவில்லை. அவளே உன்னை நாஸ்திகன் என்கிறாள். நீ தீபாவளி ஸ்நானம் செய்ய வில்லை. ஸரஸ்வதி பூஜையன்றுகூடப் புத்தகம் படிக்கிறாயாம்; சுப்பிரமணிய ஸ்வாமி படத்துக்கு நமஸ்காரங்கூடச் செய்யமாட்டேனென்கிறாய்; ஸ்ரீராம பட்டாபிஷேகப் படத்தின் உருவங்களில் அளவுப் பொருத்தமே இல்லையே என்கிறாயாம். இப்படியெல்லாம் உன்னைப் பற்றி எல்லோரிடமும் குறை கூறுகிறாள்."

“இந்தக் குறையெல்லாம் அகலும்படி ஒரு சந்தர்ப்பம் வந்திருக்கிறது. அதற்காகவே நான் கும்பகோணம் வருகிறேன்.”

“கும்பகோணத்தில் என்ன?”

“அங்கே என் நண்பர் குபேர பூஜை செய்கிறார் வருஷந் தோறும். மூன்று வருஷமாய் என்னைக் கூப்பிட்டுக்கொண்டே இருக்கிறார்; நான் போகவில்லை. இந்த வருஷம் கட்டாயம் போகவேண்டும். குபேர தரிசனம் செய்யவேண்டும் என்று தீர்மானித்துவிட்டேன்.”

“ஓ, ராம்தாஸைப் பார்க்கவா? அந்தப் பத்திரிகையை நான்கூடப் பார்த்தேன், அண்ணா? ரொம்பப் புதுத் தினுசாக இருந்தது.”

“எது? பத்திரிகையா, பூஜையா? நான் அந்தப் பத்திரிகையை நன்றாகக்கூடப் பார்க்கவில்லை. அதைத் தேடு எடு, பார்ப்போம்.”

“மேஜை மேலேயே கிடந்ததே; பார்க்கிறேன்.”

தம்பி பத்திரிகையைக் கொண்டுவந்தான். அதோடு கட்டாயம் வரவேண்டுமென்று ஒரு கடிதமும் இருந்தது. போகத்தான் வேண்டும். அழைப்புக்காக அல்ல. அந்தப் பூஜையைப் பார்ப்பதற்காகவாவது போகவேண்டும்.

‘தனலக்ஷ்மி குபேர பூஜைப் புதுக் கணக்கு விழா அழைப்பிதழ்’ என்று இருந்தது.

என்றைக்கு? தீபாவளிக்கு மறுநாள் நல்ல அமாவாசை; நிறைந்த நாளென்று இதைச் சொல்வதுண்டு. அன்றைக்குத் தான் வடநாட்டு ‘ஸேட்’டுகள் விழாக் கொண்டாடுவார்கள். அந்தப் பத்ததியோ? ஆமாம், கீழே கையெழுத்தில்தான் போட்டிருக்கிறதே! ராம்தாஸ், சூரத் ஜரிகை வியாபாரம். சூரத்வாலாக்களின் பத்ததியில் நடக்கிறது குபேர பூஜை.

நண்பர் ராம்தாஸ் எழுத்துலகில் எனக்கு முந்திய தலைமுறையைச் சேர்ந்தவர். பரம்பரை வியாபாரிகளான இனத்தில் பிறந்துவிட்ட இலக்கிய மேதை அவர். ஆழமும் அழகும் நிறைத்து மிகப் பிரமாதமாய் எழுதினார்; அவருடைய எழுத்தைப் படிப்பதே ஓர் ஊக்கத்தை உண்டாக்கும்.

பரிணாமத்தின் விந்தையை என்ன சொல்வது? லலிதமாய் இருதய வீணையில் நாதம் எழுப்பிக்கொண்டிருந்தவர், திடீரென்று இடி இடிப்பதுபோல் புரட்சி முரசு கொட்டினார். அரசியல் முரசாக இருந்தாலாவது இதைப் புரிந்துகொள்ளலாம்; அதுவும் இல்லை. வேறு எங்கோ சென்றது அவர் வேகம். ‘எரிமலை’ என்று

பெயர் புனைந்து, எங்கிருந்தோ கக்கினார் நெருப்புக் குழம்பை. சம்பிரதாயங்களை உருக்கிவிடப் போகிறேன் என்றார்.

"அவை உருகி ஓடி மற்றோர் இடத்தில் படிந்து மேடிட்டு உறைந்து நிற்கும்; அங்கிருந்து மறுபடியும் வேறு பல சம்பிரதாயங்கள் உருவாகும். ஆகவே இது வீண் பிரமை; பைத்தியக்காரத் தனமான உணர்ச்சிக் கொந்தளிப்பு" என்று நான் பரிகாசம் செய்தேன்.

நண்பர் 'பிரளயம்' என்று புனைபெயர் பூண்டார்; பழமைகளை இடித்து நொறுக்கித் துகளெழுப்பிவிடுவதாய்க் கூத்தாடினார்.

"தத்துவம் அறியாத இளமைத் துடிப்பு இது" என்றேன். சிரித்தேன். நிதானமாய் என்னைக் கவைக்கு உதவாத வேதாந்தி என்று ஒதுக்கினார் ராம்தாஸ்.

பிறகு 'விநாசபாபு' ஆனார் ஒருநாள். சமுதாய ஏற்பாடுகளைச் சந்திக்கு இழுத்துப் பொசுக்கிப் புகை கிளப்பினார்.

நான் இதையும் என் இடத்தில் நின்று பார்த்துக்கொண்டே சிரித்தேன்.

"நீர் இன்னுமா மாறவில்லை? உம், தத்துவ ஞானம் உம்மை மறக்க அடித்துவிட்டது" என்றார் ராம்தாஸ்.

நான் ஆடாமல் அசையாமல் இவ்வளவையும் பார்த்துக் கொண்டுதான் இருந்தேன். பரிணாம சக்கரம் சுற்றி வந்தது. ராம்தாஸ் சுற்றி வளைத்துக்கொண்டு தம் பரம்பரைத் தொழிலில் புகுந்தார்; வியாபாரியானார். பரம்பரைச் சம்பிரதாயப்படியே புதுக் கணக்குப் போடுகிறார்; வருஷந்தோறும் குபேர பூஜையும் செய்து வருகிறார்.

நல்ல வேளை. இந்த வருஷம் தீபாவளியும் அமாவாசையும் சேர்ந்து வரவில்லை. மறுநாள்தான் அமாவாசை. கட்டாயம் போக வேண்டும். நாலு பேரோடு சேர்ந்து நாமும் அவருக்கு நல்லாசி கூறுவதுடன், இந்தக் குபேர பூஜையைக் கட்டாயம் பார்த்து ரசிக்க வேண்டும். ஆவல் கட்டுக்கு அடங்கவில்லை. அவசரமாய்க் கிளம்பினேன்; ஆனால் அவ்வளவு விரைவில் நடப்பதாக இல்லை, பிரயாணம். நான் இருக்கும் கிராமத்திலிருந்து எட்டு மைல் நடந்துதான் பஸ் ரோட்டைப் பிடிக்க வேண்டும். நான் அதிகமாக ஊருக்கே கிளம்புவதில்லை. அன்று அதிவேகமாய் நடந்தேன். என் தம்பிக்கு ஒரே ஆச்சரியம். போகும் வழியெல்லாம் ஒரே ஞாபகந்தான்: குபேர பூஜை பார்க்க வேண்டும்.

'பிள்ளையார் பூஜை, வரலக்ஷ்மி பூஜைகள் பார்த்திருக்கிறோம். கொழுக்கட்டையை மறக்க முடியுமா? ஸரஸ்வதி பூஜைதான் தெரியவே தெரியும். இந்தக் குபேர பூஜை எப்படி? இந்த இழவு

குபேரனுக்கு ரவிவர்மாகூடப் படம் எழுதவில்லையே. புராண ரீதியோ குபேரனைப் பெருவியாதிக்காரனாக்கி வைத்திருக்கிறது. செம்புக்குக் கண் காது மூக்கெல்லாம் வைத்து நெல் மேலே வைப்பதுபோல், குபேரனுக்கு என்ன செய்வது . . ?'

o o o

மாலை நாலு மணிக்கு நானும் என் தம்பியும் பஸ் வரும் ரோட்டை அடைந்தோம். அது காரைக்கால் ரோடு. நாங்கள் இருந்த இடத்திலிருந்து கும்பகோணம் பதினெட்டு மைல் என்று ஞாபகம். இரண்டு மணிக்கு ஒரு பஸ் உண்டு. நாலரை, ஆறரை இரண்டுக்கும் பிறகு, எட்டரை ஒன்று. அதுதான் கடைசி. காத்திருந்தோம். கைக்கடிகாரம் ஆறு மணி காட்டிற்று. பஸ் வரவில்லை; ஒருக்கால் தாமதித்து வரலாம். ஆறரை, ஏழும் ஆயிற்று; பஸ்ஸைக் காணவில்லை. இந்தச் சமயம் வேறொருவர் வந்தார். சற்றே அநுபவமுடையவர் போலிருக்கிறது. மணி எட்டானபோதும் அவர் கவலைப்படவில்லை. நாங்களோ பறந்தோம். எங்கே பறப்பது? பக்கத்தில் இரண்டு மைலுக்கு ஊரோ தெருவோ இல்லை. நாட்டான் வாய்க்கால் கரை அவ்வளவாக நல்ல பெயர் வாங்காத இடம்; இருட்டுச் சூழ்ந்துவிட்டது. மேகமூட்டம்; ஐப்பசி ஊதல் அடிவயிற்றில் போய்க் குளிர்ந்தது. பிசுபிசுவென்ற தூற்றல். நாங்கள் வேதனைப் பட்டோம். சாவகாசமாக வெற்றிலை போட்டுக்கொண்டு, பொட்டலத்தை மடித்துக்கொண்டிருந்தார் வந்த பிரயாணி. எழுச்சியே இல்லாமல் இருந்தோம். அந்தக் கூட்டாளியின் துணையில் சிறிது ஆறுதல் கண்டோம். அவர் சொன்னார்:

"அடேடே, ஆமாங்க ஐயா, எனக்கு இப்போதான் ஞாபகம் வருது. இன்னிக்குப் பஸ் சரியான நேரத்துக்கு வராதுங்க. தீபாவளில்ல. அவனுக ஒருத்தனும் நேரத்துக்குக் கிளம்ப மாட்டானே! இன்னிக்குக் காரைக்காலில் மஜாவா தண்ணி கிண்ணி போட்டுக்கிட்டு, ராத்திரி நினைச்ச நேரத்துலேதான் கிளம்புவான். அப்போ, நான் வரேன். ரோடு மேலேயே இருக்குது புளியமேடுன்னு ஒரு ஊரு. அங்கே போயிட்டு, காலையிலே கிளம்பறேன். நீங்க சும்மா இருங்க, கட்டாயம் காரு வந்துதானே ஆவணும்? நாளை விடியல்லே, கும்பகோணத்திலேருந்து 'டிரிப்' எடுத்துத்தானே ஆவணும்?"

"நீங்க இருக்கீங்களேன்னு, கொஞ்சம் பயமில்லாம இருந்தோம் . . ."

"சரியாப் போச்சு! நீங்க ஒண்ணு; என்ன பயம் இங்கே? சும்மா இருங்க, காரு வந்துடும். சேர்ந்தாப்போல வரும், இரண்டு காரு" என்று சொல்லிவிட்டுக் கூட்டாளி இருட்டிலே மறைந்துவிட்டார்.

நேரம், இடம், இது தவிரக் கையில் இருந்த பணம் எல்லாமாகச் சேர்ந்து தந்த பயம்; குளிர்; பற்றாததற்குப் பசி வேறு. ரேடியம் கடிகாரம், பூனைக் கண் மாதிரி ஒன்பதைக் காட்டிவிட்டது. அஸ்தி நடுங்க நின்றோம்; நிலை கொள்ள வில்லை. கை கோத்துக் கொண்டு நடக்க ஆரம்பித்தோம். மேற்கே நடந்தோம். கண்ணுக்கு ரோடு புலனாவதே சிரமமாக இருந்தது. மரங்களின் தழைப்பும் பயிர்களின் பரப்பும் கவிந்த இருட்டைக் கனமாக்கி நிறுத்தின; கால் தயங்கித் தயங்கித்தான் பெயர்ந்தது. மெதுவாக நடந்தோம். பிசுபிசுப்பித் தடித்து மழை ஆயிற்று. வழிந்து தேங்கிய இருட்டில் ஒரு கட்டடம் குழம்பித் தென்பட்டது. நடையை நிறுத்தி, ஒரு திண்ணையைக் கண்டு பிடித்து அதில் ஏறிக்கொண்டோம். ஆனது ஆகட்டுமென்று உட்கார்ந்தோம். மழை பெய்தது. மணி பதினொன்று. 'இனிமேல் பஸ் வராது; இரவுப்போது போகவேண்டும். நல்ல போதாய் விடியவேண்டுமே!' என்ற யோசனை.

பேசாமல் இருந்து பார்த்தோம்; முடியுமா? பேசினோம்; தூக்கமே வரவில்லை; குளிர் மட்டுமல்ல காரணம்; பையில் இருந்த தொகையுந்தான். நாங்களாக விலக்கவில்லையானாலும் பேய் பிசாசுப் பேச்சு வரவில்லை. திருட்டுப் பேச்சுத் தலைப்பட்டது; ஆனால், 'உடையது விளம்பேல்' என்று படித்திருக்கிறோமே; ஆகவே திருட்டுப் பேச்சை விலக்கிவிட்டோம். நாங்கள் பேசுவதில் அங்கே தூங்குகிறவர்கள் யாராவது விழித்துக் கொண்டால் என்ன செய்வதென்று சங்கோசப்படுவதற்குப் பதிலாக, 'அப்படி யாராவது விழித்துக்கொண்டால் நல்லது' என்றுதான் நினைத்தோம்; ஏனென்றுகூடக் கேட்க நாதியில்லை அங்கே. பயத்தைப் போக்கப் பேச்சைத் தவிர ஒன்றுமே இல்லை. இலக்கியத்தில் தொடங்கி, இஞ்சிக் கொல்லைப் பைத்தியம் வரையில் பேசியாகிவிட்டது. பஸ் வருமென்று நம்பிக்கையே இல்லை எங்களுக்கு. ஆனால் கிழக்கே சத்தம் கேட்டதும் சபலம் விடவில்லை. வெளிச்சத்தையும் வேகத்தையும் பார்த்தால் அது பஸ் என்றே தோன்றிற்று. பையை எடுத்துக்கொண்டு ரோடில் நின்றோம். வேகமாக வந்தது லாரி. அதிலிருந்து பல குரல்கள்: அழுகை, பாட்டு, சிரிப்பு, அதட்டல் எல்லாம் கேட்டன.

"உள்ளே என்ன, ஏக போதையாய் இருக்கே!" என்றான் தம்பி.

"உள்ளே என்ன! இருக்கிற மஜாவைப் பார்த்தால், லாரிக்கும் ஒரு சீசா ஊத்தியிருப்பானுக போலிருக்கு!" என்றேன்.

இந்த ஏமாற்றம் அலுப்புக்குச் சிறு பரிகாரமாயிற்று.

"அண்ணா, கல்யாணமென்றால்கூட நீ லேசில் கிளம்ப மாட்டாய்; குபேர பூஜைக்குக் கிளம்பினாயல்லவா ... விபரீதந்தான்..."

குபேர தரிசனம்

"குபேர பூஜைக்கு முன்னாடி இருளில் தவித்து இப்படி எல்லாம் அவஸ்தைப்பட வேண்டுமோ என்னவோ?"

"எவ்வளவு அவஸ்தைப்பட்டால்தான் என்ன? நீ குபேர பூஜை செய்யப்போவதில்லை; இந்த வேதனைக்கெல்லாம் ஏதாவது வேறு பெயர் வைத்துவிட்டு வேதாந்தமாய்ச் சொற்பந்தல் போட்டுவிடுவாய்; காற்றில் தறி போடும் கற்பனையைத் தத்துவம் என்கிறாய் நீ."

"அட அசடே, சொல்லுக்கு உள்ள ஆழமும் அழுத்தமும் வேறு எதற்குமே இல்லையேடா; தவிர, சொல்லுக்கு அழிவே இல்லை; தெரியுமோ உனக்கு..?"

"அதனால் சொல்லிலேயே பரம்பொருளைக் காண்கிறாயாக்கும்?" என்று கேட்டுச் சற்று நேரம் மௌனமானான், என் தம்பி. சிறிது நேரம் கழித்துச் சொன்னான்:

"அண்ணா, எங்கள் 'காலேஜ் மேகஸைனி'ல் நான் ஒரு கவிதை எழுதியிருந்தேனே, படித்தாயோ? அதன் தொடர்ச்சியாய் மற்றொன்று எழுதிக்கொண்டிருக்கிறேன். இதைக் கேள்."

"கல்லுருவில் கருவறையில்
காகிதத்தில் காணாமல்,
சொல்லுறவில் சுகம்கண்டு
சோம்புவதால் சொர்க்கமில்லை."

என் தம்பிக்குக் கவிதை கண்டுவிட்டது; பயந்தே போனேன்; இனி ஓய மாட்டானே பையன் என்று நினைத்து, "பேசிக் கொண்டிருப்போமே; இதெல்லாம் எதற்கு?" என்றேன்.

"அதில்லை அண்ணா; மனிதன் உணர்ச்சி வெள்ளத்தில் தான் முழுமை பெறுகிறான்; அதற்கு ஒரு மதகு வேண்டும்..."

"மதகு, வெள்ளம் போவதற்கா? அல்லது மோதித் திரிந்து குழம்புவதற்கா?"

"வரம்போடு போவதற்காக, இந்த வரம்பின் நிலைதான்..."

"மதகும் வரம்பும் வெள்ளத்தின் அளவைப் பொறுத்துத் தானே அமைக்கவேண்டும்?"

"மதகு வேண்டும் என்பதுதான் என் கட்சி; அண்ணா, நீயே பாரேன். இந்த ராம்தாஸ், முன்பெல்லாம் பெரிய புரட்சிக் காரர்போல் எழுதினார் அல்லவா?"

"நான் அப்பொழுதே அவருக்கு, ஓய் இதெல்லாம் வெறும் ஆவேசம் ஐயா" என்று சொன்னேன்.

"இப்போது பார், நல்ல வியாபாரம்; சௌக்கியமாய் இருக்கிறார்."

"நான், கடன் உடன் வாங்கிக் கஷ்டப்படுகிறேன்; உனக்கு யதேஷ்டமாய்ப் பணமும் அனுப்ப முடியாமல், படிப்பையும் நிறுத்த முடியாமல் அவஸ்தைப்படுகிறேன்; ஏனென்றால் நான் பூஜை விஷயத்தைப் புரிந்துகொள்ளவில்லை. கேட்டால்தானே கொடுப்பான் அவனும்? சரிதானா? இதுதானே உன் அபிப்பிராயம்?"

"கோபித்துக்கொண்டுவிட்டாய் அண்ணா நீ..."

"சீ சீ, அதெல்லாம் இல்லை, சும்மாச் சொல்லு..."

"இன்றைப் பிரயாணத்தைச் சொல்லண்ணா முதலில்; இந்த மழையும் இருட்டும் நம்ம பட்டினியும் பயமும்... இது ஏன் இப்படி நடக்க வேண்டும்? நமக்கும் வசதிகள் இருந்தால் ஆகாதோ? ஆக, நல்ல வாழ்வு, சுகமான வாழ்வுதான் நமக்கு வேண்டியது. இதற்குப் பதில் சொல்லத் தத்துவம் உதவாது. பூஜையைச் சொல்லு, உபாசனையைச் சொல்லு, எனக்குப் புரியும்..."

"நீ ஒரு குழந்தை. இன்னும் உனக்கு வயது ஆக வேண்டும். உபாசனையையும் பூஜையையும் பணம் காசோடு இணைப்பது என்பது என்று ஆரம்பமாயிற்றோ, அன்றுதான் நாம் நம் பெருமைகளை இழக்க ஆரம்பித்தோம். ஒவ்வொன்றாய்த் தோற்று ஆத்மாவையும் தோற்றுவிட்டோம்."

எவ்வளவு சொல்லியும் என் தம்பிக்கு ஒன்றும் ஏறவில்லை. காசு பணத்தின் பெருமையை அறியாத நான் பேசும் விஷயம் எல்லாம் அவனுக்கு வெறும் பசப்பலாகவே பட்டிருக்க வேண்டும் என்று தோன்றுகிறது. கடைசியில் சொன்னான்: "அண்ணா, என்றைக்காவது ஒருநாள் நீயும் தெரிந்துகொண்டுவிடுவாய்; ஈசுவரனை நான் கேட்பதெல்லாம் அதுதான்."

"சரி, உனக்காகவாவது அவன் என்னை மாற்றிவிட வேண்டும் என்கிறாய்?"

"கிழக்கு வெளுத்துவிட்டது; போவோமே அண்ணா."

"எங்கே போவது? வயிறோ பசிக்கிறது. மூணு மைல் நடந்தால் புதூர்; அங்கே ஒரு ஹோட்டல் உண்டு."

"விடிந்தால் அமாவாசை அண்ணா; தலையையாவது முழுகித் தொலைச்சால்தானே தேவலை..."

"தலை முழுகினால், அப்புறம் தர்ப்பணம், அதற்கு வாத்தியார், தர்ப்பை..? எல்லாம் கும்பகோணம் போய்ப் பார்த்துக்கொள்வோம்."

“சரி, அப்போது வயிற்றுப் பாடும் இல்லை. உபவாசம் நீள வேண்டியதுதான்.”

வயிற்றுப் பாட்டை நிறுத்த எனக்கு மனமில்லை. புதூரில் விடியற்காலையில் சுடச்சுட இட்லியையும் கொஸ்தையும் பார்த்தால், தம்பியும் தானே வந்துவிடுவான் என் வழிக்கு. காலையில் முதல் பஸ் ஏழரை எட்டு மணிக்குத்தானே வரப்போகிறது? அதற்குள் வயிற்றைக் கவனிக்கலாமென்று சிரமத்தோடு நடந்தோம். புதூர் வந்தது. ஆனால் அன்று ஹோட்டல் கிடையாதாம். ஆத்திரம் வந்தது. அடக்கிக்கொண்டிருந்தபோது பஸ்ஸூம் வந்தது. மகாநுபாவன் நிறுத்தவே இல்லை; கூட்டம் நெரிந்தது உள்ளே.

நாலு வசவு, நாலு தடவை தலையில் அடித்துக்கொள்வது எல்லாம் ஒரு நிமிஷத்துக்குள் முடிந்துவிட்டன. இன்னும் இரண்டுமணி கடந்தால் இரண்டாவது பஸ்.

அதுவும் வந்தது. நில்லாமல் ஓடிற்று. என் தம்பி கத்திக் கொண்டே ஓடினான்; நிற்பது போலிருந்தது. தம்பி தொத்திக் கொண்டான். நான் பிடிப்பதற்குள் நகர்ந்துவிட்டது. நான் தரையில் கால் தேய, கை சிவக்கப் பற்றிக்கொண்டே ஓட, அண்ணா, அண்ணா என்று தம்பி கத்த, கீழே விழுந்துவிட்டேன். பஸ் நிற்கவே இல்லை. “நீ போ, நான் வந்து சேருகிறேன்” என்று பதில் சொல்லும்போதே, கீழே விழுந்துவிட்டேன். துக்கம் தொண்டையை அடைத்தது. சமாளித்துக்கொண்டு எழுந்திருந்தேன். அப்போதுதான் தெரிந்தது நம்மிடம் ஒன்றும் இல்லை என்று. தெய்வத்தைச் சொல்ல வில்லை; என் தம்பியைத்தான் சொல்கிறேன். பை, பர்ஸ் எல்லாம் அவனிடம் இருந்தன. என்னிடம் ஒன்றும் இல்லை. புதூர் எனக்கு முற்றும் புதிய ஊர்; புதிய ஜனங்கள்.

‘கும்பகோணம் போவதா? திரும்பி ஊருக்கே போய் விடுவதா?’

‘சீ சீ, ஊருக்கா? கும்பகோணமே போவோமே. அடே, யாரிடமாவது ஒரு எட்டணாக் காசு வாங்கிக்கொண்டால், நாளைக்குத் திரும்பி வரும்போது கொடுத்துவிட்டுப் போகிறோம்!’

O O O

ஹோட்டலுக்கு எதிரில் நாலைந்து கடைகள். மளிகைக் கடைக்குப் போனேன். “வாங்க . . .” என்றார் முதலாளி.

“நமஸ்காரம்; நான் இன்ன ஊர்ப் பள்ளிக்கூடத்தில் வாத்தியார். மூணு மாசந்தான் ஆச்சு, இந்த ஊருக்கு வந்து. கும்பகோணம் போவதற்காகக் கிளம்பினேன். படுபாவி, பஸ்காரன் ஓட்டிவிட்டான். கீழே விழுந்துவிட்டேன். பணம்

எல்லாம் என் தம்பியிடம் தங்கிவிட்டது. தயவுசெய்து எட்டணா கொடுத்தீர்களானால், நாளைக்கு நான் திரும்பி வரும்போது கொடுத்துவிட்டுப் போகிறேன்."

முதலாளி சிரித்தார்; நானும் சிரித்து இன்னும் சற்று விவரம் கூறினேன். முதலாளி என்னவோ சொல்ல வாயெடுத்தார். மழுப்பி மறைத்துவிட்டு நாலணாவைக் கொடுத்தார். "இன்னிக்குப் பூரா நின்றாலும் பஸ்ஸிலே இடம் கிடைக்காது; இப்படியே குறுக்கே போயி, சாத்தனூர் வழியாக நாரசிங்கன் பேட்டை ரெயில்வே ஸ்டேஷனுக்குப் போய்விடலாம். ரெயில் கிடைக்கும்" என்றார்.

"எனக்கு வழியே தெரியாதே, எத்தனை தூரம் இருக்கும் இங்கிருந்து?"

"மூணே மைல்தான். எட்டிப் பிடிச்சாப்பலே போயிடலாம்; காலை நேரம்; நீங்க போயிட்டு வாங்க."

"நாளைக்குச் சாயங்காலமே நான் திரும்பிவிடுவேன். வரும்போது கொடுத்துவிட மாட்டேனா? நாலணாவுக்கு என்னை நம்பினீங்க."

"ஐயா, நம்பிக்கையைப் பத்திப் பேசணுமா? உண்மையாகச் சொல்கிறேன்; நீங்கள் கும்பகோணம் போவது நிசமானால், ரெயில்தான் நல்லது. வாங்க!" அவர் எனக்குப் பிச்சையாய்த் தரவில்லை என்பதைச் சொல்லிவிட வேண்டுமென்று தோன்றிற்று; "சரி, நாளைக்குச் சாயங்காலம் வரும்போது . . ."

நான் முடிப்பதற்குள் முதலாளி கும்பிட்டார்; கும்பிட்ட கைகளின் சத்தம் கேட்டதே தவிர, அவர் பேசவில்லை. எனக்கு எப்படியோ இருந்தது. இருக்கட்டுமென்று கிளம்பிவிட்டேன்.

குறுக்கு வழியில் நடந்தேன்; ஓடினேன். கீழே ஈரமிருந்தும் மேலே வெயில் சுள்ளென்று உறைத்தது; 'ஏதப்பா ஏது, இந்தக் குபேர பூஜை பிரமாத வேலை செய்துவிட்டதே!'

படபடவென்று வந்தது; உடம்பெல்லாம் நொறுங்கிவிட்டது மாதிரி ஓர் உணர்ச்சி: பசி, நடை; இரண்டையும்விடப் பிறரிடம் காசு வாங்கியதுதான் உள்ளும் புறமும் என்ன என்னவோ செய்தது. வெலவெலத்துவிட்டது; அப்படியே நடந்தேன். 'இவ்வளவுக்கும் குபேர பூஜைக்கும் சம்பந்தம் என்ன?' என்று கேட்க வாக்கில்லை; வக்கும் இல்லை. இரண்டும் இணைந்திணைந்து எதுக்களித்தது. ரெயில் வரும் சத்தம் கேட்டது; ஓடினேன், கும்பகோணம் போகிற ரெயில்தான். போய்விட்டது. ஸ்டேஷன் கடிகாரத்தில் மணி பன்னிரண்டு ஆயிற்று. அடுத்த வண்டி சரியாக இரண்டே காலுக்கு; உயிரே ஓய்ந்துவிட்டது. தள்ளாடிக்கொண்டே போய்

மரத்தடியில் உட்கார்ந்தேன்; கண் விழித்தபோது, வெகு நேரம் ஆகிவிட்டதுபோல் இருந்தது. ஓடிப்போய் மணி பார்த்தால் இரண்டே காலுக்குமேல் போய்விட்டது; இந்த வண்டியும் போய்விட்டதோ? இல்லை; வண்டி 'லேட்'; 129 நிமிஷம் 7 விநாடிகள் தாமதித்து வருமாம்.

'புதூரிலிருந்தே நடந்திருந்தால்கூடக் கும்பகோணம் போயிருக்கலாம்; குபேர பூஜைக்கு ஆரம்பத்திலேயே போயிருக்கலாமே.'

'நல்ல குபேர பூஜை; நமக்கு யமனாய் வந்திருக்கிறதோ!'

பசி பொறுக்க முடியவில்லை; கடைக்குப் போய் வாழைப் பழம் தின்று சோடா குடித்தேன்; நாலணா போய்விட்டது. யோசனைகள், வேதனை விம்மல்கள், வேடிக்கையாகக் கொள்ளும் மனஸ் தத்துவங்கள் – சற்று நேரம் கழிந்தது. பஸ் போகிற ரோடு பக்கத்திலேயே இருந்தது.

'சரி சரி, இதற்காகக் காத்து நிற்க முடியுமோ? இந்தப் புதிய ஊரிலும் ஒரு புதிய ஆளிடம் நம் புதிய அநுபவத்தைக் கொண்டு, பஸ் ஏறிவிடலாம்' என்று துணிந்துவிட்டது மனம்.

O O O

நாரசிங்கன்பேட்டை ரோட்டு மேலேயே தெரு; இரண்டு பேர்வழிகளைப் பார்த்தேன்; நடந்ததைச் சொன்னேன்; நாகரிகமாக விலாசமும் தந்தேன். அவர்களுக்கு அது கதையாய்த் தோன்றியதாம்; துரத்திவிட்டார்கள். அடி விழாத குறைதான். அப்படி இப்படி யோசித்தேன். வேறு வழி தோன்றவில்லை. கழிக்கப்பட்ட கட்டை தளிர்த்துவிட்டது; அநுபவம் முற்றித் தடித்துவிட்டது; ஆள் தேடி அலைந்தேன்.

அந்தத் தெருவுக்குள் பெரிதாய், செல்வக்களை நிரம்பித் தெரிந்தது ஒரு வீடு. பெருக்கி மெழுகிய திண்ணையும் வாசலும் அழைப்பது மாதிரி இருந்தது. போய்த் திண்ணையில் ஏறினேன். திண்ணைக் கோடியிலிருந்து பஞ்சாக்ஷரம் ஒலித்தது; சிவ சின்னம் ஜ்வலித்தது; பார்த்தேன்.

"நமச்சிவாயம் . . . யாரது . . . வாங்க, உட்காருங்க . . ." என்றார் ஒரு சைவப்பிள்ளை.

"நான்தான், அசலூரு."

"அப்படியா? முதல்லே தாகத்துக்குச் சாப்பிடுங்க. நல்ல வெயில் . . . நமச்சிவாயம்..." என்று ஏப்பமும் கனைப்பும் தொனிக்க எழுந்து வந்தார் அவர். அவர் பெயர்தான் தெரியாதே எனக்கு.

ஆனால் நல்ல நிலையில் இருக்கிறார் என்பதுதான் தெரிகிறதே; ஆகவே நானாய் நினைத்து அவருக்கு ஒரு பெயரை வைத்தேன், குபேரப் பிள்ளை என்று. அவரிடம் என் காரியம் வெற்றி பெற்றுவிட்டதாகவே நினைத்து நான் பிரமாதமாய்க் கோட்டை கட்டினேன். குபேரப் பிள்ளை மெல்ல நடந்து வந்தார். இரு கைகளும் மறையப் போர்த்திருந்தார் மேல் வேட்டியை. காலும் சரியாய்த் தெரியவில்லை. அவரும் சரியாய்ப் பதித்து நடக்கவில்லை. பிள்ளை என் அருகில், ஆனால் எதிரில் உள்ள ஒட்டுத் திண்ணையில் உட்கார்ந்து, "உள்ளே யாரு? அப்பா சாமிநாதா, அம்மா தேவானை, நீதான் வாயேன்; நீதான் வாயேன்; தாகத்துக்குக் கொண்டு வா செம்பில்" என்றார். இதற்குள் அவரைக் கவனித்துப் பார்க்க முடிந்தது. பாவம், பிள்ளையவர்கள் வியாதிஸ்தர்; இவ்வளவு பக்திக்கும் குணத்துக்கும் இவருக்குக் குஷ்டம் வருவானேன்? வந்திருக்கக் கூடாது. பக்தி, வியாதி: எது முந்தி வந்ததோ. ஜலம் வந்த பாத்திரம் மட்டுமல்ல; குழந்தை தேவானையும் பளபளவென்று தான் இருந்தாள்; குடிக்க எடுத்தேன்; பிள்ளையவர்களின் ஞாபகத்தோடு வாயில் ஊற்றிக்கொண்டேன். ஜலம் விஷமாக இருந்தது; இருந்தாலும் குடிக்காவிட்டால் நன்றாக இருக்குமா?

"இப்போ, சொல்லுங்க, என்ன சமாசாரம்? நீங்க யாருன்னீங்க..?"

"என் பெயர் நாராயணன்; இன்ன ஊரில் நான் வாத்தியாரா யிருக்கிறேன் ..." கதையாய்ச் சொல்லி முடித்தேன். அவர் ஒன்றுமே பேசவில்லை. கடைசியில் கேட்டார்: "ஏய்யா, இன்னும் பூசை ஆகவில்லை?"

"அதைப் பற்றிக் கவலைப்படாதீங்க பிள்ளைவாள். தாங்க முடியாமல் பழத்தை வாங்கித் தின்றுவிட்டேன். புதூரில் வாங்கிய நாலணாவும் செலவழிந்து போச்சு; இங்கிருந்து கும்பகோணத்துக்கு என்னங்க பஸ் சார்ஜ்?"

"ஆறே காலணாத்தான். அது சரி, ஏய்யா, மேல்சாதிக் காரங்க, அமாவாசையிலே இப்படி பாசண்டிக் கணக்கா . . ."

"அது இருக்கட்டுங்க; தயவு பண்ணி ஒரு ஆறே காலணாக் கொடுத்து ஒத்தாசை செய்ய வேணும். என் விலாசத்தைத் தருகிறேன். உங்கள் விலாசத்தையும் குறித்துக்கொள்கிறேன். பெரிய மனசு பண்ணி, என்னை நம்பி..."

"நம்பவாவது! நெம்பத்தான் வேண்டும்; இவ்வளவு பாசண்டியாயிட்டீங்களே . . . மழை எப்படிப் பெய்யும்?"

"அதுக்கும் இதுக்கும் இப்போ என்னங்க பிள்ளை?"

"திதி, திங்கள் பார்க்காதவங்க வேறே எதைப் பார்க்கப் போறாங்க? எதைச் சொல்ல மாட்டாங்க? எதுவும் செய்வாங்க. முருகா!"

"மனிதத்தனம் என்பது, என்ன பிள்ளைவாள், கொஞ்சம் கேளுங்க நான் சொல்வதை. மனிதத்தனம் என்பது ..."

"மனிதத்தனம் என்பது, குலம் கோத்திரம், சடங்கு சம்பிரதாயத்தையெல்லாம் குழி வெட்டிப் புதைப்பது இல்லை ஐயா. சரி சரி, நமக்கேன் ... ஐயா, வரீங்களா? வேறே இடத்திலே போய்ப் பாருங்க; இல்லாட்டாப் படுத்திருந்துவிட்டுப் போங்க ... நமச்சிவாயம்!"

பிள்ளை போக ஆரம்பித்தார்; அவரை நிமிர்ந்து பார்த்து விட்டுக் குனிந்தேன். நான் எதிர்பார்க்கவே இல்லை; என் கண்ணிலிருந்து பொலபொலவென்று ஜலம் கொட்டிவிட்டது; அவர் மறுபடியும் உட்கார்ந்தார். அவருக்கே தெரியாமல் அவருடைய கைகள் வெளியே தெரிந்தன; பத்து விரல்களும் குறைந்து போயிருந்தன; முடிச்சுப் போன்ற முன்பாகங்களைப் பார்க்கவே மிகவும் அருவருப்பாக இருந்தது. சில விநாடிகள் பார்த்தேன்: சட்டென்று எழுந்து அந்தக் கைகள் இரண்டையும் என் கைகளால் பிடித்துவிட்டேன். பிள்ளையும் விழித்தார்; அவர் தம் கைகளை உதறவேயில்லை முதலில். சற்று நேரம் கழிந்தபின், "சிவ சிவ சிவா! ஐயா, விடுங்கள்" என்றார்.

"பிள்ளைவாள், எனக்கு ஆறே காலணா வேண்டும்; நாளைக்கே அனுப்பி விடுகிறேன். இவ்வளவு துரம் சொல்கிறேனே. திரும்பி வரவே வேண்டாமையா; குபேரனாயிருக்கிறீர்; உம்மைப் பிடித்த பீடை தொலைந்ததென்று ஒரு ஆறே காலணாவை எறியுமே; என்ன ஆகிவிடும்?" என்று கேட்டபிறகு கையை விட்டேன்; உள்ளே போய்க் கொண்டுவந்தார்; கையில் கொடுக்க வந்தார்; நான் நீட்டுவதற்குள் கீழே வைத்துவிட்டார்.

"பேப்பர் எங்கே? உங்கள் விலாசம்?" என்றேன்.

"அதெல்லாம் வேண்டாம்" என்றார்.

"என் விலாசமாவது ..."

"அதுவும் வேண்டாம்; நீங்க பஸ் ஏறிப் போய்ச் சேருங்க."

பிறகு பக்கத்தில் அவர் பேரைத் தெரிந்துகொண்டேன். ஒரு வழியாய்க் கும்பகோணம் வந்தேன், மாலைக்குள். தம்பியின் ஜாகைக்குப் போய் ஸ்நான பானங்களை முடித்தேன்; நடந்ததைக் கேட்டு மிகவும் வருத்தப்பட்டான் தம்பி. ஆன மட்டும்

கேட்டானாம்; பஸ்காரன் நிறுத்தவே இல்லையாம். வந்தது முதல் இருப்பே கொள்ளவில்லையாம் அவனுக்கும். குளித்துக்கொண்டே சாப்பிட்டுக்கொண்டே, புதூர்க் கதை, குபேரப் பிள்ளை கதை எல்லாம் சொன்னேன். ஆச்சரியத்தோடு கேட்டான்.

"அண்ணா, சிரிக்கச் சிரிக்கச் சொல்கிறாய் நீ. எனக்கோ அழுகை வருகிறது. அதிலும் அந்த இழவுத் தொகை ஆறே காலணா. கஷ்டம் கஷ்டம்!"

"வாஸ்தவந்தான்; எனக்கும் வேதனையாகத்தான் இருந்தது. இன்பம் என்றா சொல்கிறேன்? உடம்பு உள்ளம் இரண்டுக்குமே சிரமந்தான். ஆனால் என்ன பிரமாதம்? ஆச்சு, இப்போ எல்லாம் சரியாய்விட்டது. இப்படித்தான் இருக்கும்; கிளம்பு; ராம்தாஸ் கடைக்குப் போவோம். பூஜையெல்லாம் ஆகியிருக்கும்."

o o o

இருவரும் ராம்தாஸின் கடைக்குச் சென்றோம். எனக்கும் கலகலப்பு வந்திருந்தது; பழைய உற்சாகத்தோடு சென்றேன்.

ராம்தாஸின் கடையில் ஏகக்கூட்டம்; பெரிய வியாபாரிகள் எல்லாம் வந்திருந்தார்கள். பூவும் மாலையும் தாம்பூலமும் பழமும் கிடந்து இறைந்தன.

"வாருங்கள் நாராயணன்! உங்களை நான் இந்த வருஷம் கட்டாயம் எதிர்பார்த்தேன், ரொம்பச் சந்தோஷம்!" கையில் கங்கணம் போன்ற மஞ்சள் கயிறு துலங்க, என்னை வரவேற்றார் ராம்தாஸ்.

குபேர பூஜை நடந்த இடம் எதிரேதான் இருந்தது. பணப் பெட்டி; அதன்மேல் கணக்குப் புத்தகங்கள்; அதன் மேலே பெரிய வெள்ளித் தட்டு; அது நிறைய வெள்ளி ரூபாய்கள்; புது நோட்டுக்கள்; சந்தன குங்குமம்; சுற்றிச் சார்த்தியிருந்த ஜரிகைப்பட்டு. வருகிறவர்கள் எல்லோரும் பணம் வரவு வைத்தார்கள்; அவர்கள் கொடுத்த பணமெல்லாம் தட்டில் சேர்க்கப்பட்டது. குபேரன் கொலுவீற்றிருந்தான். திவ்யமான ஸாந்நித்யம். ஜரிகைப் பட்டும் ரூபாய்க் காகிதங்களும் அவனைப் போர்த்து அணைந்திருக்க, சந்தனமும் குங்குமமும் பூவும் அவனை அழகுசெய்ய, வாசனைப் புகை கமழ, அவன் கம்மென்று மணமும் பெற்றுவிட்டான்.

குபேர சந்நிதியைக் கவனித்துப் பார்த்துக்கொண்டிருந்தேன். ராம்தாஸுடைய புரட்சி விளையாட்டைப் போலவே, பூஜை விளையாட்டும் அங்க புஷ்டியோடு பாந்தமாய் அமைந்திருந்தது. ஆறே காலணாவை இழவுத் தொகை என்று சொல்லிக் கூச்சம் அடைகிறார்கள். என் குபேரப் பிள்ளையின் வீடும் வாசலும்

நிலமும் நீச்சும் எல்லாமாகச் சேர்ந்துகொண்டு, அவருடைய கையை விரல்களோடு சேர்த்துப் பிடிக்க வைத்தன என்னை. தொகையில் அல்லவா இருக்கிறது சூட்சமம்? குபேர பூஜை மிகவும் ரஸிக்க வேண்டிய விஷயந்தான்.

நான் ரஸித்துக்கொண்டிருந்தேன். ராம்தாஸ் வந்து என்னைக் கைப்பிடியாய் அழைத்துச் சென்றார். பூஜைக்கு அருகில் நிறுத்தினார்; "நமஸ்காரம் செய்யலாமே" என்றார்.

"குபேரனுக்குத்தானே? ஆகா, அதற்கென்ன? செய்து விட்டால் போகிறது; ஆனால் நரசிங்கன் பேட்டையிலேயே எனக்குக் குபேர தரிசனம் ஆகிவிட்டது; இங்கேயும் வேணுமானால் . . ." என்று ராம்தாஸிடம் நான் பேசிக்கொண்டிருந்தபோதே, பல குரல்கள், "ஏன், நமஸ்காரம் செய்யலாமே. செய்யுங்கள்; அதுதான் இடம் இருக்கிறதே" என்றெல்லாம் தூண்டின. பார்த்தேன்; இடுப்பில் அங்கவஸ்திரத்தைச் சுற்றிக்கொண்டு, கை நிறையப் பூவெடுத்து அஞ்சலி சமர்ப்பித்துச் சாஷ்டாங்க நமஸ்காரம் செய்தேன். பணப்பெட்டிக்கு அருகில் ஊருக்கே பெரிய வியாபாரியான ஸ்ரீ . . . ஸ்ரீ அவர்கள் உட்கார்ந்திருந்தார். முதல் வரவு வைக்கும் கனப்புள்ளி அது. அவர்தாம் அன்று அங்கே குபேரப் பூசாரிபோல் இருக்கிறது. அவர் தம் வைர மோதிரக் கையால் பூவை எடுத்துக் கொடுத்தார்; 'இது வேறேயா!' என்று நினைத்துக்கொண்டே குனிந்தேன். அவருடைய புறங்கையும் வெளுத்திருந்தது. தயங்கிச் சற்றே என் கையைத் தணித்து வாங்கிக்கொண்டேன், அந்தப் பிரசாதத்தையும்.

ஏது, குபேரன் நமக்கு இப்படி எங்கும் பிரத்யக்ஷ தரிசனம் தருகிறானே என்று மனத்தைத் திடப்படுத்திக்கொண்டேன்.

***கலைமகள்:* ஏப்ரல் 1, 1951**

**'காதல் கல்பம்'**

•

# ராஜ வம்சத்து மண்

பிரம்மாண்டமான பேங்க் கட்டிடத்தையும் அதன் வாசலில் கம்பீரமாய்ப் பார்க்கும்போதெல்லாம் என் சோனி உருவமும் சின்னக் கைகால்களும் என் நினைவில் உறுத்துகின்றன. கட்டிடத்தையும் நாயுடுவையும் மறந்தாலாவது இது மறக்காதா என்று பார்க்கிறேன். மறக்கவே இல்லை வேரோடி நிலைத்துநிற்கிறது.

என் அண்ணனுக்குச் சோனியென்று பெயர் வழங்கினால், அதற்காக என்னை சோனிதம்பி என்றுதான் கூப்பிடவேண்டுமோ? ஊரில் சின்னக்குழந்தைகள் முதல் எல்லோருக்கும் நான் சோனி என்று வெளியில் சொன்னால் வெட்கம். நாயுடுவிடம்போய், 'நாயுடு, உன் உயரத்திலும் புஷ்டியிலும் கொஞ்சம் எனக்குக் கொடேன்? என்று கேட்கலாம்போலிருக்கும்; நல்லவேளை கேட்க வில்லை. ஆனால் காரியமிருந்தோ இல்லாமலோ பேங்கிற்குப் போகும்போதெல்லாம், இன்று சிதானமாய், விசித்ரமான எண்ணங்களுடன் நாயுடுவைப் பார்த்துக்கொண்டிருப்பேன். நாயுடுவுக்கருகில் இருக்கும் நேரம்முழுவதும் கோபுரத்திற்கடியில் நிற்பதுபோலிருக்கும் எனக்கு. அடர்ந்த மீசை, அசலமான கண்கள் நாயுடுவின் விசந்தமுகத்தில் மிகுந்ததொரு கம்பீரத்தைப் பொழியும். நாயுடுவின் நெற்றியில் தேர்ச்சீலை தொங்குவதுபோல் நீளப் பட்டையாய்த் தெரியும் நாமம். காக்கி உடையும் வெள்ளைத் தலைப்பாகையும் பச்சை டவாலியும் அணிந்து நிற்பான். துணியின் பரப்பைமட்டும் பார்த்தால் ரொம்ப அகலமும் நீளமும் தென்படும். அந்த

உடை அவன் உடலில் அளவாய்ப்பொருந்தியிருக்கும் அழகே அவாதி. பெரிய கோவிலில் நிற்கும் துவரபாலகன்போல், பேங்க் வாசலையே நிறைத்துக்கொண்டு நிற்கும் நாயுடு இந்த பேங்கிற்காகவே பிறந்தானோ என்றுகூட நினைக்கத்தோன்றும்; இவ்வளவிருந்தும் நாயுடு பரமசாது; அதட்டிப்பேசமாட்டான்; குளிர் காலத்துக் கணப்பு நெருப்பைப்போல் யாரும் அணுகும் எளிமை இருந்தது அவனிடம். அதற்காக அசடுதட்டிக்கொண்டு சில்லரைக்குக் குழைந்து நிற்கவும்மாட்டான்: கும்பிட்டுச் சிரிக்க மாட்டான். சம்பளமுண்டு, ஹோட்டலில் சாப்பாடு உண்டு பேங்க் நேரம்போக மற்ற நேரத்தில் பேங்கின் பின்புறமுள்ள அறையிலேயே இருப்பான். அவனைப்போலவே அவனுடைய பெயரும் இருந்தது. முத்துவீரப்பகிருஷ்ண நாயுடு. இருபத்தைந்து வயதில் மதுரையிலிருந்து அவன் வரும்போது எப்படி இருந்தானோ அப்படியேதான் இருக்கிறானாம் இப்போதும். உடலின் உறுதியோ முறுக்கோ சிறிதுகூடக் குறையாமல்தான் இருக்கிறானாம். முப்பத்தைந்து வயது ஆகிறதாம் இப்போது. இந்த விவரங்கள் தவிர வேறொன்றும் தெரியவில்லை. நாயுடு தனியாய் இருப்பது ஏன், அவனுடைய உறவினர்களைப்பற்றி ஒன்றுமே தெரியாதா என்றெல்லாம் விசாரிக்க நினைத்துக்கொண்டிருந்தபோது நான் மதுரைக்குப்போகும்படி ஆய்விட்டது; மதுரையில் நாயுடுவின் உறவினர்கள் யாராவது இருப்பார்களென்றும் அவர்கள் மூலம் இன்னும் பல விவரங்களும் தெரிந்துகொள்ளலாமென்றும் எதிர்ப் பார்க்கும் அளவுக்கு நான் கதைக்காரனாக ஆகவில்லை அப்போது. குள்ளமாயிருக்கிறோமே என்ற குறை – தீராக்குறை காரணமாக அங்கபாரமுள்ள யாரைப்பார்த்தாலும் மலைப்புத்தட்டும் மனோபாவம்தான் வளர்ந்திருந்தது; நாயுடுவின் பெயரும் அவன் மதுரைக்காரனாக இருந்ததும் அந்த மலைப்போடு வேறொரு எண்ணத்தையும் உண்டாக்கிற்று. திருமலை நாயாரும் சொக்ககாத நாயரும் மதுரையில் அரசாண்டு அழிந்த கதை ஞாபகமிருப்பதால், அந்த நாயுடு அந்த காலத்து மன்னராக இருக்கலாம். ஒருக்கால் என்று எண்ணினேன். இல்லாவிட்டால் இப்படி ஒரு உடல் இருக்கமுடியாது! அடேயப்பா என்ன கை, என்ன கால், எத்தனை அகலமுதுகு . . . கதவுமாதிரி இந்த மார்பு . . .

o o o

'அடேயப்பா, என்ன கை, என்ன கால், எத்தனை அகல முதுகு . . . கதவுமாதிரி இந்த மார்பு . . . !' என்று மலைத்தேன். மதுரையில் வைகையாற்றின் ஓடுகாலுக்கருகில் உட்கார்ந்திருந்தேன். வாலிபனொருவன் துணி துவைக்கவந்தான் அவனைப் பார்த்து அப்படி மலைக்கும் வழக்கம் ஏற்பட்டுவிட்டது. மலைப்போடு தோன்றும் என் விசித்திர எண்ணங்களும் வளர்ந்தன. இந்த வழக்கமும் மனதுக்குப்பிடித்துவிட்டது.

இரண்டு நாலுமுழ வேஷ்டிகள், இரண்டு மல் அரைக்கைச் சட்டை ஒரு வெள்ளை முழு நிஜார் இந்த ஐந்து உருப்படிகளையும் நான்கு நாட்களுக்கொருமுறை ஓடுகாலில் சவுக்காரம்போட்டு துவைத்துக் குருவி நிலம்போட்டு அலசி உலர்த்தி மடித்துத் தட்டிக் கலையாமல் சுருட்டி எடுத்துக்கொண்டுபோவான் அந்த வாலிபன்.

'வண்ணானுக்குப்போட வசதியில்லை.வெள்ளைவேஷ்டியோ வேண்டியிருக்கிறது . . . பாவம் . . .'

இந்தப்பாவத்திற்கு என்ன அர்த்தம்? அவன் மட்டும்தானா? இன்னும் எத்தனையோபேர்கள் துணிதுவைக்க வருகிறார்கள். அங்கே கடைவைத்திருப்பவனிடம் அரையணாவுக்கு எண்ணெய் அரப்பு எல்லாம் வாங்கி மங்கனஸ்னானம்செய்து போகிறவர்களும் உண்டு; ஆனால், அந்த வாலிபனிடம்தான் என் அக்கரையெல்லாம் "ராஜாமாதிரி இருக்கிறான்" என்று எல்லோரும் சொல்வார்கள். கல்யாணத் தரகர்களுக்கு இதுதான் மூலமந்திரம்; ஆனால் இந்த 'ராஜாமாதிரிக்கு,' ஊனம் ஒன்று வெளிப்படையாய்த்தெரிய வில்லை என்பதற்குமேல் அர்த்தம் இல்லை. என்னை வசீகரித்த அந்த வாலிபனுடைய சரிரம், உயரம், நிறம், முகக்களை, மேடு பள்ளங்கள். நீளங்கள் எல்லாம் சேர்ந்து அவனை ராஜாவாகவே ஆக்கின. பேங்க் நாயுடுவிடம் அங்க நிறைவுமட்டும் இருந்தது. இந்த வாலிபனிடம் அதற்குமேல் ஏதோ ஒரு வசீகரம், வார்த்தைக்கு எட்டாமல். அங்கத்தின் ஒவ்வொரு அசைவிலும் பொங்கித் ததும்பி நின்றது. அவனைப்பார்த்தபிறகுதான். 'ஆன்தகை புருஷோத்தமன்' என்ற சொற்கள் எனக்குப்புரிந்தன . . . 'இவ்வளவு உயர்ந்த அழகன் இப்படி ஏன் இருக்கவேண்டும் . . . எப்படி இருக்கிறான் . . . பதுங்கி ஒதுங்கித் தன்னைத் திரையிட்டுக்கொள்வதுபோல் வருகிறான் . . . துவைக்கிறான் . . . திரும்பிப்போகிறான். நிழல்போல் ஒரே அமைதி . . . அவனுக்கு முன்னாடி கொட்டு மேளங்களையும் சின்னங்களையும் பெரிய பரிவாரத்தையும் கற்பனை செய்துபார்க்கத்தோன்றும் எனக்கு. ஆனால் மரண அமைதியில் அவன் வருவதும் போவதும் நடக்கும். 'பாண்டவர்கள் துரியோதனன் சபையில் இப்படித்தான் இருந்திருப்பார்களோ . . . அரிச்சந்திரன் சடலைகாத்தபொழுது . . .'

அவன் தன்பாட்டுக்கு வந்துபோவான். நான் கிடந்து தவிப்பேன். "ஆஜானுபாஹும் அரவிந்தளாயதாக்ஷம்." என்றிருக்கும் இந்தப் புருஷோத்தமன், பவிசுகெட்ட பெண்மைபோல் இப்படி அவிந்து வாடுவது பாவம் . . . பெரும் பாவம் . . .' என்று துடித்தெழுவேன். உடனே மனத்தில் நூறு கருத்துக்கள் குருத்து விடும். அவை விரிந்து கரம்நீட்டிக் காற்றில் தவழும்படிசெய்யும் சொல்வலிவு இல்லாமல் ஊமைபோல் முணுமுணுப்பேன்.

புருஷோத்தம தரிசனமும் மனத்தில் கருணை அரித்துச் காப்பதும் நடந்துகொண்டேவந்தது. ஒருநாள் தாங்கமுடியாமல்

அவனருகே சென்றுவிட்டேன். அவனை அப்படியே வாரியணைத்துக் கொண்டு வாய்விட்டு அலறவேண்டுமென்ற போவா மேய்போல் ஆலோசித்துவிட்டது. கிட்டே போனேன். என் பரபரப்பு அவனை அலட்டியிருக்கும்போலிருக்கிறது. துணிகளை மணலில் உலர்த்திக்கொண்டிருந்தவன் பிரண்டு என்னைப்பார்த்தான். நான் குலுங்கியதுபோல் உதிர்ந்ததுபோல் வெலவெலத்தேன், தேவதையை அணுகிவிட்டதுபோல் கூச்சம்கொண்டு தழுதழுத்தேன்.

"அம்பி, என்னை மன்னிக்கவேண்டும் . . ."

"பரவாயில்லை ... என்ன .. ? எதற்காக மன்னிப்பது உங்களை ..."

"உனக்குத்தெரியாமல் ரொம்பநாளாய்க் குற்றம் செய்து வருகிறேன். அந்தக் குற்றம் எனக்கு மிகவும் பிடித்த குற்றமாய் விட்டது. அதை இனிமேல் என்னால் விடவும்முடியாது. உனக்குத்தெரிந்தே அந்தக் குற்றத்தைச் செய்யப்போகிறேன் இனிமேல் . . ."

"ஸார், எனக்கு நேரம் இல்லை. நீங்கள் சொல்வது எனக்கு ஒன்றும் விளங்கவுயில்லை தயவுசெய்து ..."

"பைத்தியம்போல் நடந்துகொண்டுவிட்டேன் அல்லவா? வித்தியாசமாய் நினைத்துக்கொள்ளாதே தம்பி, உன்னோட ஸ்நேகம் செய்யவேண்டுமென்று ஆசை எனக்கு. உன்னைத் தெரிந்துகொண்டு விட்டேன். சத்தியமாய்ச்சொல்கிறேன். உனக்கு உதவிசெய்ய முன்வரமாட்டேன் . . ."

"என்ன ஸார், சொல்கிறீர்கள் .. !"

"புதிர் கேட்பது போவரை பேசிவிட்டேன்? தம்பி, உன் மனம் புண்படாமல் நடந்து கொள்கிறேன் ... நீ என் ஸ்கேஹிதனாயிரு; வேறொன்றுமே வேண்டாம் . . . உன் பெயரென்ன?"

"திருமலை . . ."

"ரொம்பச்சரி . . . சரி புருஷோத்தமன்தான் . . ."

"அது எங்கள் அப்பாவின் பெயர் ஸார் ... அவரை உங்களுக்குத் தெரியுமா . . ."

"திருமலை . . . நீ நாயகர் வம்சத்து மண்ணா? உன் பெயரும் உடம்பும் இந்த இருபதாம் நூற்றாண்டுக் காட்டுமிராண்டி நாகரிகத்துக்கு ஒவ்வாதே அப்பா, சூதும் வாதும் தில்லுமில்லும் திரிசமனும் செய்து தேய்ந்து சுருங்கும் மனித ஜந்துக்களின் காலமாயிற்றே இது . . . திருமலை . . . தம்பி திருமலை . . ."

"ஸார் ... ஸார் ... அழுகிறீர்களா?"

"இல்லை தம்பி . . . ஒரு பைத்தியத்திடம் மாட்டிக் கொண்டோமே என்று நினைக்காதே. என் ஆவேசம் இனிமேல் மலையேறிவிட்டது. நிரந்தரமாய் இனி இப்படியெல்லாம் பேசவே மாட்டேன். நேரமாய் விட்டது. வீட்டுக்குப் போ. நம் ஸ்நேஹம் வளரட்டும் . . ."

O O O

"ஸ்நேகம் வளர்ந்தது. திருமலையும் மனம் திறந்து பேசுவான்; அவன் குடும்பத்துக் கதையெல்லாம் சொல்வான். இப்பொழு திருக்கும் சிரமதசையைக் கூட அவன் மறைக்கவில்லை; கம்பீரம் குலையாமல் எப்படியோ அதைச் சொல்லி விட்டான். தன் உடல் வலிவு உள்ளவரைக்கும் உழைத்துச் சாப்பிடும் உறுதி தளராமல் இருக்க வேண்டும் என்பதைத்தான் வற்புறுத்தினான் அடிக்கடி. தொடர்ச்சியாய் அவன் வீட்டில் நேர்ந்த விபத்துக்களை அவன் சொல்லும்போது இடிந்துபோய் உட்கார்ந்திருந்தேன்; இப்பொழுது அவனுடைய தாயாருக்குத் தீராத வியாதியாம். வெகு நாளாய்ப் படுத்த படுக்கையாய்க் கிடக்கிறாளாம். திருமலை உழைத்துச் சம்பாதிப்பது வைத்தியத்திற்கே சரியாயிருக்கிறதாம். இவ்வளவையும் சொல்கிறானே, அவன் பேச்சில் சிறிதும் தளர்ச்சி தென்படாது; பிறர் உதவியை நாடும் நெகிழ்ச்சியும் காண்பதில்லை. நான் ஆச்சரியத்தோடு அநுதாபப்பட முடிந்ததே தவிர, அநுதாபத்தைக் காட்ட முன் வரவே முடிய வில்லை; திருமலையின் கம்பீரமான எச்சரிக்கைகள் என்னைப் பயமுறுத்தின. அவனுடைய ஸ்லோகத்தையும் கூட்டுறவையும் பணயம் வைத்து அவனுக்கு உதவி செய்யத் துணிவில்லை எனக்கு. திருமலை என் உயிரின் ஓர் அம்சமாய் விட்டான்; இதில் ஓர் ஆச்சரியம்; பேங்க் நாயுடுவைப் பார்க்கும்போதும் அவனுடன் கூட இருக்கும்போதும் எனக்கு ஏற்பட்டுக்கொண்டிருந்த குறைவுணர்ச்சி இல்லவே இல்லை இப்போது. அடிக்கொருதடவை திருமலையை நிமிர்ந்து நிமிர்ந்து பார்த்துப் பேசிக் கழுத்து வலிக்கும் நிலையிலும் அந்த என் சோனியுணர்ச்சிதனை காட்டவே இல்லை; மனம் முழுதும் ஒரே வேதனைதான்; 'வறுமைக்கு மன்னனாய் வாழத்தானா இந்தத் திருமலை ராஜ சரீரம் படைத்திருக்கிறான் . . .' என்ற விம்மல் நிறைந்து வெடித்துக் கிடந்தது என் உள்ளமெல்லாம்.

மதுரை நாயகர் வம்சத்து மண்ணை அப்படியே பிடித்துச் செய்யப்பட்ட திருமலை, மதுரை மீனாஷி மில்லில் நாட் கூலி பெற்று நாட்களைக் கடத்துகிறான்; ஒருநாள் திருமலையின் வீட்டு வாசலில் நின்றேன். உள்ளே அவன் போனான். என்னைக் கூப்பிடவில்லை; நானும் போகவில்லை. மதுரையின் பிரதானமான வீதியில் இருந்த அந்தப் பெரிய வீடு அந்தக் குடும்பத்தின்

பிராசீனமான மாளிகைதான். ராஜ குடும்பம் ராப்பட்டினிக் குடும்பமாகப் பரிணாமம் அடைந்திருக்கும் நிலைக்கு அந்த மாளிகை வாயில்லாச் சான்று தருகிறது இன்றைக்கும். மூன்று கட்டுள்ள மாடி வீடு அது; பிரித்துப் பிரித்துச் சுவர் எடுத்தும், பலகை அடித்தும், மாற்றியமைத்தும் பல்வேறு கடைகளுக்கும் தொழில்களுக்கும் இடமாய் வீட்டிருக்கிறது. பெரும் பகுதி பராதீனமாய் விட்டது. வாடகைக்குக் கொடுத்து பக்தக போக்யங்கள் வைத்துப் பின் கிரய சரஸனம் செய்து இப்படிப் பல பருவங்களில் பராதீனமாய் விட்ட பாகங்கள் போக புறாக்கூண்டுபோல் ஆய்விட்ட ஒரு புறத்தில், வாசலுமில்லாமல் கொல்லையுமில்லாமல் பகலிலும் விளக்கெரிக்க வேண்டிய இடத்தில் நடக்கிறது குடும்பம்; அங்கே என்னை ஏன் அழைக்க வேண்டும் என்றுதான் திருமலை என்னை வாசலில் நிறுத்திவிட்டு உள்ளே போனான். அவனே சொல்லியிருக்கிறானே எல்லாக் கதைகளையும் அவன் தந்தை இருந்தவரையில் விற்கச்சட எதாவது இருந்து கொண்டே வந்ததாம். திருமலையில் தாத்தா வைத்திருந்த குதிரை லாயங்கள், கரடி கானாக்கள், கிட்டங்கி சவுக்கண்டி எல்லாம் ரொம்ப நாளைக்கு அந்தக் குடும்பத்தில் ஏற்பட்ட இழவுகளுக்கும், தூரத்திலிருந்து வந்து ஒட்டிக்கொண்ட ராஜ கன்யகைகளுக்குக் கல்யாணங்கள் செய்து வைக்கவும் இவனுடைய தாத்தா, பழைய காலத்துத் தங்கத்தை உருக்கி உருக்கி விற்பாராம்; இதைச் சொல்லிவிட்டு ஒருநாள் திருமலை ஒய்ந்து உலர்ந்து விட்டான் சில நிமிஷங்கள். பிறகு சொன்னான்.

“ஸார், என் அக்காவுக்குக் கல்யாணம் ஆகவில்லை ஸார் இன்னும்; அதே கவலையில் என் அம்மாவின் உயிர் மெல்ல மெல்ல கரைந்து வருகிறது . . . நான் மில்லில் வேலை . . .”

இதைச் சொல்லிவிட்டுத் திருமலையே உருக ஆரம்பித்து விட்டான்; அவனை அப்படியே தானாகவே ஸமாளித்துக் கொள்ள விட்டு விட்டேன். ‘திருமலைக்கு அக்கா வென்றால் அவள் . . . தவிர வயது ரொம்ப ஆகியிருக்குமே’ என்று எவ்வளவோ கிளை கிளையாய் உண்டான எண்ணங்களை அமுக்கிக் கொண்டேன். அப்புறம் அதைப்பற்றிப் பிரஸ்தாபமே வரவில்லை. “ஓவர் டயம்”யே சில தினங்கள் கழியும்; ஆவலாய்க் காத்திருந்து காண்பேன். சண்பகப்பூவில் மடிப்பு விழுந்ததுபோல் திருமலையின் உடம்பில் வாட்டம் தென்படும். அதிகவேலை: ராக்கண் விழிப்பு என்பான் அவன். வைகை மணலில் சாய்ந்து கிடப்பான். கண் வாங்காமல் அவனைப் பார்த்துக்கொண்டே இருப்பேன் இருட்டினதும் உதறிக்கொண்டு எழுந்து நிற்பான். வழியனுப்பிவிட்டு வருவேன்.

o o o

என்றுமில்லாத பரபரப்போடு திருமலை வந்தான். நிழல் தண்டியதுபோல் இருந்தது அவன் முகம். என் அருகில் வரும் போது ஒருதடவை கேவிமூடினான். நெஞ்சு ஏறி இறங்கிற்று துவண்டு நின்றான்.

"என்ன திருமலை . . ?"

"அம்மாவுக்கு உடம்பு ரொம்ப அதிகமாயிருக்கிறது; இன்று இரவு தாங்காது போலிருக்கிறது. இரண்டு நாளாய் நானும் படுக்கை; எனக்கு வயிற்றுக் கடுப்பு . . ."

"அப்படியானால் நீ ஏன் இங்கு நடந்து வந்தாய். சரி இரு, வண்டி கொண்டு வருகிறேன் வீட்டுக்குப் போகலாம்."

"வண்டி வேண்டாம்; வாருங்கள் போவோம்; அங்கே யாருமில்லை; அக்காவோ வயிற்றுக்குக்கூடச் சாப்பிடாமல் தவிக்கிறாள். டாக்டர் கடைசித் தடவையாய் வந்து போய்விட்டார். எனக்கு என்னவோ போலிருந்தது . . . வேகமாய்ப் போவோம் வாருங்கள் . . . அங்கே என்ன ஆய்விட்டதோ . . ?"

அவன் சொன்னது சரிதான்; நாங்கள் வீட்டுக்குப்போன போது, திருமலையின் அக்காள் ஒத்தைக் குரலில் அழுது கொண்டிருந்தாள். இருளடைந்து கிடந்தது. சிம்னி விளக்கு இருளை அதிகப்படுத்திற்று. திருமலையின் தாயார் அந்தி மச்சைகைகளைக் காட்டிக் கொண்டிருந்தாள். சைகையை நடுவில் நிறுத்திவிட்டு கைகள் தளர்ந்து நழுவிக் கீழே விழுந்தன. ஆயிற்று, மேலே ஆக வேண்டியவற்றைக் கவனித்தேன். உறவினர்களென்று யார்யாரோ வந்தார்கள். ஆண்கள் அதிகமில்லை; பெண்மணிகளே அதிகம், நான் குறுக்கும் நெடுக்கும் போகவேண்டியவனாய்விட்டேன். நிர்ப்பந்தமாய். நான் புதியவன்தான் என்பதற்காக என்னை அந்த உறவினர்கள் கூர்ந்து பார்த்ததில் தவறில்லை. காட்டுக்குக் கிளம்புவதற்குமுன் நான் ஏனோ அவர்களுக்கு உறுத்த ஆரம்பித்து விட்டேன். அது எப்படித் தொலைத்தாலும், அதை நான் உணர உணர அது அதிகமானது எனக்கு ரொம்பத் தாங்கமுடியாமல் போய்விட்டது. நான் எத்தையோ இரைந்தேன். திருமலை வேறு அந்தத்துக்கத்திடையே கத்திவைத்தான். உறவினர்களின் கிசுகிசுப்பு பெருத்து விட்டது. காட்டிற்குப் போய்த் திரும்பினோம். அந்தி மயங்கி விட்டது. திருமலை இரண்டு தடவை மயக்கம் போட்டது மாதிரி விழுந்துவிட்டான். வயிற்றுக் கடுப்பு கடுமையாய் விட்டது.

மறுநாட் காலையில் திருமலைக்கு மருந்து வாங்கிக் கொண்டு போய்க் கொடுத்தேன். அன்றும் மாலை வரையில் அங்கேயே இருக்க வேண்டியதாயிற்று. இரண்டு மூன்று நாட்களுக்குள் திருமலை தேய்ந்து நைந்து சுருங்கி விட்டான். பாயோடு ஒட்டிக் கொண்டு கந்தைத் துணிபோல் கிடந்தான். கஞ்சி கொடுக்க

வருவாள் அவன் அக்காள். நான் ஒதுங்கிக் கொள்வேன். நான் ஒதுங்காவிட்டால் அவள் வெளியில் வரமாட்டாள். அவளுடைய கேவலும் விசிப்பும் ஒரு வினாடிகூட ஓயவில்லை; இடையில் துக்கம் கேட்க வருகின்றவர்கள் வேறு. வந்தவர்கள் எல்லோரும் திருமலையின் நிலையைப் பற்றி விசாரிக்காவிட்டாலும் என்னைக் கூர்ந்து கவனிக்காமல் நகர்வதில்லை. ரொம்ப ஸங்கடமாயிருந்தது. என்னதான் செய்வது என்றும் தோன்றவில்லை. ஒரு வாரமாயிற்று. திருமலை மெல்லத் தேற ஆரம்பித்தான். டாக்டரை அழைத்து வந்தேன். அவர், "யாரும் அழுது கிழுது செய்யக் கூடாது. பிறர் அழுது, திருமலையும் அழுதால் அவன் பிழைப்பது சிரமம் என்று கண்டிப்பாய்ச் சொல்லிவிட்டுப்போனார். நானும் சற்று வெளியே போகமுடிந்தது. திருமலை தடுப்பான். நான் ஸமாதானம் சொல்லிவிட்டுப்போவேன்.

திருமலை தேறிவந்தான்; நான் வெளியூர் போகவேண்டி வந்தது. தவிர்க்கப் பார்த்தேன் முடியவில்லை அவனிடம் சொல்லிவிட்டுத்தான் போகவேண்டும். "டாக்டரிடம் சொல்லியிருக்கிறேன். அவர் அவனைக் கவனித்துக் கொள்வார். அந்தக் கவலையில்லை..? திருமலையிடம் எதாவது பணம் கொடுத்துவிட்டுப் போவதா இல்லையா..? கொடுக்கா விட்டால் அவன் என்ன செய்வான்..? எப்படிக் கொடுப்பது..? இன்றுவரை நடந்திருக்கும் செலவுகளைப்பற்றி அவன் அழுது சாம்பினாள். எவ்வளவு சிரமப்பட்டு அந்தநினைவை மாற்றினேன்... இப்பொழுது மறுபடியும் அதைக் கிளறுவதா..? ஒன்று செய்யலாமே... அவனக்காவிடம் கொடுத்து விடுவது... அவளிடம் எப்படிப் பேசுவது. எங்கே பேசுவது... தவிரவும்... அவளை நான் இதுவரை பார்த்ததுகூட இல்லையே... பார்த்ததுகூட இல்லையா... ஆமாம் நினைக்க நினைக்க எனக்கு இது ஆச்சரியமாகத் தானிருந்தது. அவள் இருப்பது தெரியும்; திருமலையின் வீட்டிற்குள் போவதற்கு முன்னமேயே தெரியும் அக்காள் ஒருத்தி இருக்கிறாளென்று. இத்தனை நாள் வீட்டிற்குள் போய் வந்துகொண்டிருக்கிறேனே இப்போதும் தெரியும் அவள் இருக்கிறாளென்று... அவளைப் பார்க்கவேயில்லையே. திருமலையைக் கவனிப்பதும், அவனுக்கு ஆறுதல் சொல்வதுமாய் இருந்திருக்கிறேன். அவள் பாட்டுக்கு இருந்திருக்கிறாள்... அவள் அழுது கேட்டிருக்கிறேன். விசித்து விம்பி முக்கியதெல்லாம் காதில் விழுந்திருக்கிறது. அவ்வளவுதான்; சரி எப்படியோ இங்கிதமாய் ஏதாவது செய்துவிட்டு ஊருக்குப்போய் விட்டு வருவோமென்ற நிச்சயம் செய்துகொண்டேன். திருமலை தேறி விட்டான். என் உயிரை உரிப்பதுபோல் அவனை அரித்துக் கொண்டிருந்த வியாதி தீர்ந்து விட்டது. இனிக் கவலை இல்லை.

o o o

இனிக் கவலை இல்லை. நீ மனதை எதற்கும் அலட்டிக் கொள்ளக் கூடாது. நான் பிரமாதமாய் ஒன்றும் செய்து விடவில்லை . . ? என்று திருமலையிடம் இங்கிதம் பேசவேண்டுமென்று திட்டம் போட்டுக்கொண்டே வீட்டிற்குள் நுழைந்தேன். அந்த வீட்டின் உள்ளே போகும் ஒவ்வொரு தடவையிலும் என்னையே குறி வைத்து மண்டையில் அடிக்கும் திட்டி வாசலைக் கவனித்துப் பார்த்துதான் நான் உள்ளேபுகுவது வழக்கம். 'எனக்கும் இடிக்கும் ஒரு வாசற்படியா . . ! என்று சிரித்துக் கொள்வதுகூட உண்டு; திட்டிவாசலைப் பார்த்துக்கொண்டே உள்ளேயும் பார்த்தேன். திருமலையின் தமக்கை உட்கார்ந்திருந்தாள்; அவள் ரொம்ப அழுது ஓய்ந்திருக்கவேண்டும். அவ்வளவு ஜலத்தையும் கொட்டி விட்டுக் கலங்கி வற்றிக்கிடந்தது கண். ஒரு கணம் தான். என் காலடிச் சத்தமே அவளை உள்ளே அனுப்பிவிட்டது. எழுந்து தேய்த்துக் கொண்டு மறைவுக்குள் நுழைந்து கொண்டாள். விளக்கைப்போல சிரமத்துடன் திரும்பி என்னைப் பார்த்தான் திருமலை; படீலென்று நெற்றியில் அறைந்துகொண்டு குப்புறக் கவிழ்ந்து விட்டான். ஓடிப்போய் அவனைத் தட்டிக் கொடுத்தேன்; அப்படிச் செய்தேனே தவிர அவனுக்கு ஆறுதல் கூற மனம் முன் வரவில்லை. வார்த்தைகளும் தென்படவில்லை. குத்து விளக்கை . . . பளபளவென்று தேய்ந்து மெருகிட்ட பெரிய குத்து விளக்கை எடுத்து மறைத்ததுபோல மறைந்துவிட்ட அக்காவுடனும் போய்விடவில்லை என் மனம். சற்று முன் உட்கார்ந்திருந்தவளையே மறுபடியும் மறுபடியும் காட்டிற்று எண் கண்கள்; ராஜ வம்சத்திலே அதிலும் கேரளத்தில் பிறந்த ரவிவர்மா சகுந்தலைக்கும், தமயந்திக்கும், மோகினிக்கும் உருவம் அமைத்தானே . . . அவன் கண்கள் அந்த உருவங்களைக்கண்டு உபாவித்திருக்கவேண்டும். திருமலையின் தமக்கையினுடைய சரீரம் என் ஆத்மாவை உலுக்கிற்று. அவளுடைய பெண்மையின் நினைவே தாக்காமல், அந்தச் சரீர வைபவம் என் உணர்வைச் சுண்ட வைத்தது. அதுவும் அந்தத் துயர நிலையும் வாடி வதங்கிய மனம் அங்கங்களிலும் ஆடையிலும் சோர்வு பரப்பித் தேங்கிக் கிடந்த கிடையும் என் உயிரை ஓய வைத்தன. கரைபுரள, சுழலும் குழிப்பும் நிறைந்து ஓடிய வெள்ளம் திடீரென மறைந்து, மனிதர் காலடி படாமல் வற்றிக்கிடக்கும் காட்டாற்றின் திட்டுக்கள்போல் தோன்றிய அந்த அவயவங்கள் அலை நினைவுகளை எழுப்பின; நிலையாமைத் தத்துவம் நேரே நின்று இடித்துரைப்பது போலிருந்தது. கூசிக் குறுகினேன். காலப்பாழில் கனத்த சூன்யத்தில் கரைந்துபோய் விட்டேன் போல் தோன்றிற்று. மீண்டும் என் உயிரைச் சூடேற்றி மரத்துக் கிடந்த நிலையை மாற்றுவது போல், திருமலையைத் தடவி நீவித் தட்டிக்கொண்டே சுய நினைவுக்கு வந்தேன். ஏங்கிப் பார்த்தான் திருமலை. கேவினான் ! இமை நுனியில் அழுகையும்,

சிவந்திருந்து இப்போது வெளிறிக்கிடந்த உதட்டு நுனியில் சோகமும் துடித்தன. ஆற்றினேன் ... ஆற்றினேன், "தாளவில்லை ... ஸார் ... தாளவில்லை" என்றான்.

"பேசாதே...வேண்டாம்...நானும் அழுது கொண்டிருக்கிறேன் திருமலை ... பேசாதே ... பொறு ... ஆற்றிக்கொள் ..."

மூச்சுக்கள் குமுறின. இருவருடைய கைகளும் ஆறுதல்களைத் தெளித்தன. நேரம் மெல்ல நகர்ந்தது. வாய்கள் பிரிந்தன. மூச்சுக்களின் நீளம் குறைந்தது.

விரிக்க முடியவில்லை. சுருங்கி விட்டான் திருமலை. குடும்பச் சிலவு கருமாதிச் செலவைப் பற்றியெல்லாம் பேச்சு வந்ததாம் உறவினர்களுக்குள் – உறவினர்கள் என இருக்கும் சத்துருக்களுக்குள் 'எவனோ ஒருத்தன், ஒரு குள்ளப்பயல், சோனிக் காஞ்சான் வந்திருக்கிறான். அவளைச் சுற்றிக் கொண்டு அலைகிறான்' என்று முடிவு கட்டி விட்டார்களாம். பல்லைக் கடித்துக்கொண்டு என் அக்காள் இனி பிழைக்கமாட்டாள் ஸார்" என்று பிரளயக் குழப்பமாய் முடித்துவிட்டான். உயிரைப் பற்றுவதுபோல் பற்றிக் கொண்டேன். வாயடைத்து விட்டது. பேசாமல் இருந்தேன். அப்படியே சிலையாய்ப்போய் விட்டால் என்ன என்பது அப்போதைய எண்ணம்.

ஜன்னி பிறந்தவன்போல் எழுந்து சென்றான் திருமலை. என் ஊமைக்கண்கள் அவனைத் தொடர்ந்தன; பேப்பர் எடுத்து என்னதோ எழுதினான்; எங்கேயோ கிளம்பினான். அவன் கால்கள் பின்னிக்கொள்கின்றன; தடுமாறுகிறான்: நானும் எழுந்து அவனைப் பிடித்துப் படுக்கையில் கொண்டு விட்டேன். அவன் உடல் முழுதும் முத்து முத்தாய் வியர்வு துடைத்தேன். உட்கார்ந்தவன் என்னைத் தொட்டான்; எனக்குப் புல்லரித்தது: ஒட்டிக்கொண்டிருந்த உதடுகளைப் பிரித்துப் பேசவேண்டும் போலிருந்தது.

"திருமலை ..."

"ஸார் ..."

"இந்த விபரீதமெல்லாம் ..."

"ஐயோ, எங்கள் துரதிர்ஷ்டம்...ஸார் ... உங்களையொன்றும் ... ஐயோ தெய்வம் போல ஸார் நீங்கள் ..."

"துர் தெய்வம் திருமலை ... ஆவேசத்தோடுதானே உன்னைத் தீண்டினேன் முதலில்"

"ஸார் ... நாங்கள் ரொம்பப் பாவம் செய்திருக்க வேண்டும் ..."

“இல்லவே இல்லை . . . சரி, கண்ணை ஏன் இப்படி உருட்டுகிறாய் . . ? நன்றாய் எப்பொழுதும்போல் பார் என்னை . . .”

“ஸார், கண் நிற்கவில்லை . . . என்னவோ செய்கிறது . . . மார்பு வலிக்கிறது ஸார் . . .”

“படபடப்பு பேசாமலிரு . . . அப்படியே இரு கொஞ்சம் . . .”

“ஐயோ . . . அவரை எங்கே தேடிப் பிடிக்கமுடியும் . . .”

“யாரை . . .”

“அவர்தான் . . . அவர் ஒருத்தர் தான் ஸார் எங்கள் உண்மையான உறவு . . . அவர் மட்டும் இப்போது இங்கே வந்து விட்டால் . . . அவஸரமாய் தந்திக் கொடுக்கப்போனேன்; ஆனால் எங்கே இருக்கிறாரென்று தெரியாதே . . .”

“திருமலை இவ்வளவு படபடப்போடு பேசக்கூடாது: பேசுவதானால் விவரமாகவாவது சொல் . . .”

“எங்கள் மாமா மகன்: எங்களுக்கு முன்னேயே ஏழையாய்ப் போய்விட்டார்களாம் அவர்கலெல்லாம். அப்பா அவருக்கு, என் அக்காவைக் கொடுக்க முடியாதென்று சொன்னாராம். உடனே கோவித்துக்கொண்டு பட்டாளத்தில் சேரப்போய் விட்டாராம், பத்து வருஷமாச்சு ஸார்: ஏன் ஸார், முத்து வீரப்ப கிருஷ்ண நாயுடு என்று பெயரைமட்டும் சொல்லி விசாரிக்க முடியாதா மிலிட்டேரியில் . . ?

“திருமலை பெயரென்ன ?”

“முத்து வீரப்ப கிருஷ்ண . . .”

“என்ன . . . என்ன செய்கிறது . . . மார்பில் ?” அப்பா . . . அப்பா . . . அங்கேதான் ஸார் . . .” “மெதுவா . . . மெதுவா . . .”

“ஐயோ . . . ஹா . . .”

“திருமலை, உன் மாமா மகன் பட்டாளத்தில் சேர்ந்திருக்க மாட்டாரென்று நினைக்கிறேன்; நான் நினைப்பது சரியானால், அவரைக் கையோடு அழைத்து வருகிறேன். டாக்டரை வரச்சொல்கிறேன். அக்காவையும் கவனித்துக்கொள்.”

“அவர் எங்கே ஸார் இருக்கிறார் ?”

“நான் நினைப்பது அவராயிருந்தால் என் சொந்த ஊரில் இருக்கிறார். இரண்டே நாட்களில் திரும்புகிறேன். உடம்பைக் கவனித்துக்கொள் திருமலை . . . உன் தைரியமெல்லாம் என்ன வாயிற்று . . . நீ ஒடுங்க ஒடுங்க நானும் ஒடுங்குகிறேனே . . . தைரியமாயிரு . . . நானும் தைரியமாய்ப்போவேன் . . .”

“அவராக மட்டும் இருந்து விட்டால் . . . ஸார் என் அக்கா பிழைக்க வேண்டுமானால், அவராகவே இருந்து விடவேண்டும் ஸார் . . .”

o o o

‘அவராகவே இருந்துவிட வேண்டும் நம் நாயுடு . . .’ என்று நினைத்துக்கொண்டேதான் ஊருக்குப் போனேன். அப்படி இருந்து விட்டால் நாயுடு இத்தனை வருஷமாய்ச் செய்துவரும் தவத்தின் ஹித்தியல்லவா அவனுக்குக் கிடைக்கும் தவம் ஹித்தியானால் நாயுடு இன்னும் பத்து வருஷம் வயது குறைந்து நித்யயௌவனத்தைப் பெற்று விடுவானே . . . கந்தர்வன்போல் நிற்பானே . . . அந்தப் பிரத்யக்ஷதேவனை உபாஹித்து அடுத்த ஜன்மத்திலாவது உடல் வளம்பெற்று நிமிரமாட்டேனா நான் . . . என்றெல்லாம் நினைத்துக் குதூஹலம் அடைந்தேன்.

நாயுடு நான் சொன்ன விவரத்தைக் கேட்டு விட்டு அதிர்ச்சி அடைந்தான்; என்னுடன் கிளம்பினான்; நடந்த கதைகளை அவன் சொல்லக்கேட்டேன்; கொந்தளிக்கும் சடலைத் தன் மனத்தின் ஆழத்தில் புதைத்துக்கொண்டு, தபஸ்விபோல் சுடர்விடும் சரீரத்தோடு இருக்கும் அவனுடைய சொற்களில் இருந்த ஆழம் என்னைப் பரவசப்படுத்திற்று. பத்து வருஷங்களை யுகங்களைப்போலக் கழித்தும் அவன் உள்ளத்தில் புதுமைக் கருக்கழியாமல் அவன் காப்பாற்றி வந்திருக்கும் பிரேமையின் விசுவரூபம் என்னைப் பரமாணு ஆக்கியது.

மதுரைக்கு வந்தோம். பறந்தோம் திருமலையின் வீட்டிற்கு. அங்கே ஒரே கூட்டம். கூட்டத்தை விலக்கிக் கொண்டு நுழைந்தோம். கூட்டம் நாயுடுவை வரவேற்றது. விசாரித்து விவரங்கள் சொல்லிற்று. கூட்டம் என்னை வெறுத்தது; குத்திற்று. பழிகள் கூறிற்று. கிழிந்த பாயில் அழகின் ஆணுருவமும் பெண்ணுருவமும் குளிர்ந்து கிடந்தன.

பெண்ணுருவைக் கண்ணீரால் கழுவினான் நாயுடு. என் பார்வை ஆணுருவில் வயித்தது. பார்வையைப் பிடுங்கக்கூடப் பார்வையில்லாமல் தட்டுத்தடுமாறி வெளியேறிவிட்டேன்.

மதுரை வெருட்டி விரட்டியது. ஊருக்குப் போனேன். மறு நாள் வந்துவிட்டான் நாயுடும்; அவனுக்கு திடீரென்று மூப்புக் கண்டு விட்டிருந்தது; பழம் பிழிந்ததுபோல நைந்து தொங்கலாடுகின்றன அவனுடைய அவயவங்களெல்லாம்.

***சிவாஜி:* அக்டோபர் 12, 1952**

**‘காதல் கல்பம்’**

●

## இளவரசு

"எல்லா விதமான செல்வத்தையும் கொடுத்துப் புத்திர சம்பத்தையும் கொடுத்துவிட்டால், உலகத்தின் கண்ணுக்குப் பொறுக்காது என்றுதான், பெருமாள் நம் பிள்ளையவர்கள் வம்சத்தை ஏகபுத்திர வம்சமாகச் செய்திருக்கிறார் என்று எங்களூர்க் கோவிலின் பெரிய தீட்சிதர் சொல்வார். இதை எல்லோரும் நம்புகிறார்கள். ஸ்ரீமான் சுப்பராயப் பிள்ளையும், முன்பெல்லாம் – அதாவது பத்து வருஷங்களுக்கு முன்புவரை – இதை நம்பிக்கொண்டுதான் இருந்தார். அப்போது அவர் அறிவு மலராதிருந்த காலமாம். இப்போது அவர் விஞ்ஞானயுகத்தின் மனிதராய்த் தன்மதிப்பு மிகுந்து விளங்கும் நிலையில், அதை நம்ப மறுக்கிறாராம். ஆனாலும் உண்மை என்னவோ மாறவில்லை; ஊரறிய நான்கு தலைமுறைகளாய் அந்தக் குடும்பத்தில் ஒரே பிள்ளைதான்.

இந்தத் தலைமுறையிலும் இருநூறு வேலி நிலத்தை ஏக தேசமாய் ஆண்டு அநுபவித்துவரும் எங்களூர் ஸ்ரீமான் சுப்பராயப்பிள்ளை, அவருடைய தந்தைக்கு ஒரே மகன். ஆயிரம் ஆயிரமாய்த் தெய்வங்களுக்குச் செய்து, காப்பாற்றப்பட்டு ஆளாகியிருக்கிறார். அப்படி இவரை ஆளாக்கப் பாடுபட்ட இவருடைய தாய், இன்னும் உயிரோடு இருக்கிறாள். நேரில் தெய்வங்களைக் கண்டு பேசாததாலும், தம் புதிய நண்பர் சிலர் ஆராய்ச்சி செய்து அந்தத் தெய்வங்களின் பேரில் பல குற்றங்குறைகளைக் காட்டிவிட்டதாலும், நம் பிள்ளையவர்களுக்குத் தெய்வங்களைக் கண்டால் பிடிக்காமல் போய்விட்டது. ஆனால், தாயைக் கண்டால், அவருக்குப் பய பக்தி விசுவாசங்கள் பொங்கிவரும். ஆகவே, அவளை மறுத்துப் பேசவோ,

அவள் இஷ்டத்திற்கு மாறாக எதுவும் செய்யவோ அவருக்குத் துணிவு கிடையாது. அதனால்தான் அந்தக் குடும்பத்தில் பரம்பரையாய் ஏற்பட்ட கோவில் கட்டளைகள், மண்டகப் படிகள், தான தருமங்கள் ஒன்றும் குறையாமல் நடந்து வருகின்றன. இவற்றோடு நின்றுவிடாமல் இன்னும் பல புதிய தெய்வக் காரியங்களும் தான தருமங்களும் ஏற்பட்டு நடக்க வேண்டும் என்றுதானோ என்னவோ, பிள்ளைகுட்டி விஷயத்தில் சுப்பராயப்பிள்ளை மிகவும் துர்ப்பாக்கியசாலியாக இருந்தார். பிறக்கும் குழந்தைகளையெல்லாம் மாதக் கணக்கிலும் இரண்டு மூன்று வயசிலுமாக வளர்த்துக் குழியிலிடும் கண்ணறாவிக் கதை நிரந்தரம் ஆகிவிட்டது. பிள்ளை கலங்காமல் இருக்க முடியுமா? கல்லாய்ச் சமைந்து போனார். தம் மனம் மட்டும் அறிய மிகவும் தவித்தும், தாய் மனைவி இவர்கள் வாயிலாக நாட்டிலுள்ள தெய்வங்கள் எல்லாவற்றின் பிரசாதங்களையும் பெற்றும் மக்களைப் பெறுவதற்கான திருவருளைச் சம்பாதித்து வந்தார்.

குழந்தையும் பிறந்தான், ராஜா மாதிரி. அருமை தெரிந்த பாட்டி, அவனுக்குப் பிச்சையப்பன் என்று பெயர் வைத்தாள். தரையில் படாமல் தாங்கி ஏந்தி வளர்த்தார்கள். மிகவும் பிடிவாதக்காரக் குழந்தையாகவே இருந்தான். செல்லம் கொடுத்து வளர்த்தது மட்டுமல்ல, அதற்குக் காரணம். பிறந்ததிலிருந்தே ஒரு கோளாறு அவனுக்கு. அழுது ஏங்கிவிட்டால், மறுபடியும் கேவி மூச்சுவிடச் சில நிமிஷங்கள் ஆகிவிடும். ஊரே கூடி ஒருமுறை அழுது புலம்பும்படி ஆகிவிடும். இதற்காக அவன், எக்காரணம் கொண்டும் அழாமல் இருக்க வேண்டி, எதற்கும் தயாராக இருக்கவேண்டிய நிலையில் அவனை வளர்த்து வந்தார்கள். எந்த வேளையில் குழந்தை எதைக் கேட்பானோ, என்ன செய்ய வேண்டுமென்று சொல்வானோ, தெரியாது. என்ன செய்தாவது அவன் கேட்பதைக் கொடுப்பார்கள். இதில் விசேஷம் என்னவென்றால், இது வரைக்கும் குழந்தை விபரீதமாக எதையாவது கேட்டுக் கொடுக்க முடியாமற்போய் அவனுக்கும் விபரீதமாய் ஒன்றும் நேர்ந்து விடவில்லை. குழந்தையின் விருப்பங்கள், அநேகமாகவே வேடிக்கையும் விநோதமுமாகவே இருந்து வந்திருக்கின்றன.

உற்சவத்தின்போது வந்த கோவில் யானையை வீட்டுக் கூடத்திற்குள் கொண்டுவர வேண்டுமென்றான் குழந்தை. மறுபேச்சுப் பேசாமல் சுவரை இடித்து நிலையை அப்புறப் படுத்தினார்கள். சாஸ்திரிகள் சொன்னதை ஒப்புக்கொண்டு, இது மகா கணபதியின் அநுக்கிரகம் என்று பாட்டி சொல்லிக் கொண்டாள். இதுபோன்ற விஷயங்களில் சுப்பராயப் பிள்ளையின் நண்பர்கள் நாசுக்காய் இருந்துவிடுவதுதான் வழக்கம்; அப்படியே இருந்துவிட்டார்கள்.

பிச்சையனுக்குப் பிடித்த விளையாட்டு அப்பாவைப்போல் நடிப்பது. அவருடைய சட்டையை எடுத்துப் போட்டுக்கொள்வான். ஆச்சு, அப்பா ஆகிவிட்டானா? அவனுக்கு ஒரு குழந்தை வேண்டுமே. அதுவும் அப்பாவேதான். குந்தி உட்கார்ந்துகொண்டு குழந்தையைப்போல் பேசி நடிக்கவேண்டும். இதில் சிரமமான பாகம் ஒன்று. குழந்தையின் சட்டையைப் பிள்ளை போட்டுக் கொள்ள வேண்டும். இல்லாவிட்டால் விடமாட்டான். சட்டை கிழிந்து தொலையட்டும்; அப்பொழுது பிள்ளை படுகிற சிரமம்... பாவம், ரொம்பக் கஷ்டம்! நல்ல வார்த்தை சொன்னாலும் நடக்காது; அதட்டினாலோ குடிமுழுகிப் போய்விடும்.

குழந்தைக்குத் தலையில் ஒரு புண் வந்தது. யாரும் தொடவோ பார்க்கவோ விடமாட்டான். பிடித்தாலோ வில்லாய் வளைந்து துள்ளுவான். தூங்கும் நேரம் பார்த்து மருந்து போட்டார்கள். அது ஆறவில்லை. பிடிவாதம். ஒருநாள்கூடக் குளிக்காமல் இருக்க மறுத்துவிட்டான். திருப்பதிக்கு விசேஷப் பிரார்த்தனை செய்துகொண்டாள் பாட்டி. இன்னும் பல பெரிய தெய்வங்களுக்கும் பணமெல்லாம் முடிந்து வைத்தார்கள். புண் ஆறாமல் இருந்தபோதே சுரம் வேறு வந்துவிட்டது. கவலையும் குழப்பமும் தாங்கமுடியவில்லை. பாட்டி கண்ணீரோடு சுப்பராயப் பிள்ளையிடம் வந்தாள். மகன்மீது அவளுக்குச் சந்தேகம். குழந்தையையும் அழைத்துக்கொண்டு தாமும் நேரில் மலையேறி வருவதாகப் பிள்ளை வேண்டிக்கொள்ள வேண்டும் என்பது அவள் விருப்பம். பிள்ளை ஒப்புக்கொண்டார்.

சில தினங்களில் புண்ணும் ஆறி, சுரமும் நின்றது. தலைக்கு ஜலமெல்லாம் விட்டாயிற்று. திருப்பதிக்குப் போகவேண்டும். ஆடம்பரமான ஏற்பாடுகள் நடந்தன. பிள்ளை எல்லாரையும் அடக்கிவிட்டுக் காதும் காதும் வைத்ததுபோல் ரகசியமாகத் தாம் மட்டும் குழந்தையை அழைத்துக்கொண்டு சொந்தக் காரிலேயே திருப்பதிக்குப் போனார். டிரைவர் வீட்டில்கூடத் தெரியக்கூடாதென்று கண்டிப்பாக மிகவும் ரகசியமாய் எல்லாம் நடந்தன.

திருப்பதிப் போய்ச் சேர்ந்தார்கள். மிகவும் இதமாய்ப் பேசிக் குழந்தையை உட்கார வைத்துக்கொண்டார்கள். முடியெடுக்கப் போகிற சமயத்தில், "இதெல்லாம் என்ன?" என்றான் குழந்தை. டிரைவர் விளக்கினார். அப்பாவும் நடுவில் இரண்டொரு வார்த்தைகள் சொன்னார்.

"ஊஹூம், மாட்டேன்" என்றான் குழந்தை.

நாமாக இருந்தால், "அப்படியெல்லாம் சொல்லக்கூடாது; சுவாமி கோபித்துக்கொள்வார்" என்போம்.

பாட்டி வந்திருந்தால், "உம்மாச்சி கண்ணைக் குத்திவிடும்" என்று பயந்து பயம் காட்டியிருப்பாள். பிள்ளை சொன்னார். அறிவு மலர்ச்சி, தர்ம சங்கடம் எல்லாம் தெரியும்படி சொல்ல நினைத்தாரோ என்னவோ, அவர் சொன்னதில் ஒன்றுமே புரியவில்லை. "பாட்டிக்காக, பாட்டி வந்து ... பிச்சைக் கண்ணு, நீ ரொம்பச் சமர்த்தல்லவா? இது அவசியமாய்..." முடிக்க முடியாமல் விழித்தார் சுப்பராயப் பிள்ளை.

டிரைவர், யஜமானுக்கு உதவி செய்ய முன்வந்தார். குழந்தையைத் தடவிக்கொடுத்துக்கொண்டே சென்னார்; "தம்பி, அப்பா உனக்கென்றே தனியாய் ஒரு மோட்டார் கார் வாங்கப் போகிறாரே. அதை வாங்கப் போகவேண்டும் சுருக்க. தலையைக் காட்டிவிடு, தம்பி. ஏழுமலையான் உங்கள் குலதெய்வமல்லவா? முடி கொடுக்கவேண்டும்."

இதெல்லாம் குழந்தைக்குத் தெரிந்ததோ தெரியவில்லையோ, நல்லவேளையாக அழுவதற்குப் பதிலாக அருமையான யோசனை ஓடிற்று பிச்சையப்பனுக்கு. டிரைவரையே பார்த்துக் கொண்டிருந்தவன், "அப்படீன்னா உன் முடியைக் கொடு முதலில்" என்றான்.

பிள்ளை விக்கித்துப் போய்விட்டார். டிரைவர் தம் அழகான சுருள் சுருளாய் அடர்ந்திருந்த கிராப்புத் தலையைத் தடவிக் கொண்டார். 'அப்பனே, வேங்கடாசலபதி, இதுவும் உன் லீலையோ!' என்றுதான் அவர் நினைத்திருக்கவேண்டும்.

"உம், உட்காரு." தான் எழுந்து நின்று டிரைவரை இழுத்தான் குழந்தை. யஜமான் பக்தி காரணமாய் ஈசுவர பக்திக்கும் உடந்தையாகி உட்கார்ந்தார் டிரைவர்; முடி கொடுத்துவிட்டார்.

"சமர்த்து! சர்க்கரைக் கட்டியல்லவா, எங்கள் பிச்சைக் கண்ணு? உட்காரடா, கண்ணு" என்று சொல்லி, மகனை உட்கார வைத்தார் பிள்ளை. நேரம் ஆகிக்கொண்டிருந்தது. சடசடவென்று எல்லாவற்றையும் முடித்துக்கொண்டு ஓடவேண்டும் என்ற அவசரம் அவருக்கு.

முடியெடுப்பவர்கூடச் சிரித்துவிட்டார். முன்னுக்கு நகர்ந்து குழந்தையைத் தடவிக்கொடுத்துக்கொண்டே ஆயுதத்தை எடுத்தார். அவ்வளவுதான்; துள்ளிக் குதித்தான் பிச்சை. நல்ல வேளையாய்க் காயம் படவில்லை.

"நான் மாட்டேன். ஐயோ, நான் இங்கே சவரம் பண்ணிக்கவே மாட்டேன். ஊருக்குப் போகவேண்டும். அப்பா கிளம்பமாட்டாயா? ஐயையோ!" என்று குதித்தான் குழந்தை. முகம் சிவந்து, அவன் மூக்கு மலர ஆரம்பித்தது. கண்ணும்

கலங்கிவிட்டது. டிரைவர் நடுங்கிப் போய்விட்டார். பிள்ளை தவித்தார். எக்கச்சக்கமான நிலை. பிச்சை அழ ஆரம்பித்து ஏங்கிவிட்டால், என்ன செய்வது? தெய்வங்களுக்கெல்லாம் வேண்டிக்கொள்ள, அம்மாகூட அருகில் இல்லையே?

"கண்ணே, முத்தே, இங்கே பார்" என்று பிள்ளையும் டிரைவரும் மாறி மாறிக் கெஞ்சினார்கள். குழந்தை அழுகை மாறிச் சிரித்தான்.

"நேரம் ஆகிவிட்டதே. போய்ப் பாயசமெல்லாம் சாப்பிட வேண்டாமா?" என்றார் அப்பா.

"சாப்பிட்டுவிட்டுக் கார் வாங்கப் போகவேண்டுமே!" என்று சொல்லிக்கொண்டே, குழந்தையை உட்காரவைத்தார் டிரைவர்.

"அப்பா செய்தால்தான் நானும் செய்வேன்; முதலில் அப்பா முடி கொடுக்கட்டும்" என்றான் பிச்சை.

தூக்கிவாரிப்போட்டது பிள்ளைக்கு. அதிர்ந்தே போய் விட்டார். பதில் சொல்ல யோசித்துக்கொண்டிருக்கும்போதே, "உம், உட்காரப்பா. இல்லாட்டி, நான் அப்படியே கீழே விழுந்து விடுவேன்" என்றான் குழந்தை.

டிரைவர் பிச்சையைக் கீழே விழாமல் தாங்கிக்கொண்டு, குழந்தையோடு பேசுவது போல் மேலே நடக்க வேண்டியதைத் தெரிவித்தார்: "அப்பா முடி கொடுத்தவுடனே நீயும் கொடுத்து விடுகிறாயா? அப்புறமும் தகராறு செய்யக்கூடாது; என்ன?" என்றார் டிரைவர்.

கிராப்பும் இல்லாமல் குடுமியாகவும் இல்லாமல் ராஜபார்ட் 'டோபா' மாதிரி, தோளில் புரளும் முடி பிள்ளையவர்களுக்கு. அந்த முடியில், அவருடைய தாயன்பு காப்பாற்றப்படுகிறது. 'புத்திர வாஞ்சையில் அந்த முடியைக் கொடுத்தாலும், அம்மா மிகவும் சந்தோஷப்படுவாள். பின்னால் அது வளரும்போது, நம் இஷ்டம் ஈடேறும். இதுவும் ஒரு வேடிக்கையா?' என்று நினைத்துக்கொண்டே இருந்தார். நாட்டின் அறிவு மலர்ச்சிக்குத் தலைமை தந்து தம்மை நம்பியிருக்கும் நண்பர்களின் நினைவும் அவருக்கு வந்தது. கசப்பு விழுங்குவது போலிருந்தது பிள்ளையவர்களுக்கு. டிரைவர் குனிந்தபடியே சிரித்தார்; முடியெடுக்க வந்திருந்த திருப்பதிக்காரரும் விழுந்து விழுந்து சிரித்தார். பாவம், அவருக்குப் பிள்ளையவர்கள் பெரிய பணக்காரர் என்றாவது, அவர் அடைந்திருந்த அறிவு மலர்ச்சியாவது தெரியாது.

"என்ன ஐயா, இப்படி விழுந்து விழுந்து சிரிக்கிறாயே!" என்று பாய்ந்தார் பிள்ளை.

"என்ன அப்பா, நீ சவரம் பண்ணிக்கொண்டால்தான் நானும் பண்ணிப்பேன். மாட்டியா?" என்று குரலைத் தேய்த்தான் பிச்சைக்கண்ணு.

குரல் தேய்வது பெரிய விபரீதத்திற்கு அஸ்திவாரம் என்பது தெரிந்த பிள்ளையவர்கள், முணுமுணுத்துக்கொண்டே உட்காரச் சித்தமானார். யார் யாரை நினைத்துக்கொண்டாரோ, வைதாரோ, மனத்தில் என்ன என்ன பண்ணிற்றோ, அல்லது ஆண்டவன் அருளைத்தான் வெடுக்கென்று தெரிந்து கொண்டு அப்படி வியந்து வாழ்த்தினாரோ, உதடு துடிக்கப் பொருமிக் கொண்டே பொத்தென்று உட்கார்ந்தார். ஒட்ட எடுத்து அர்ப்பணித்தார், ஆண்டவனுக்கு.

குழந்தையைக் கூப்பிட்டார்கள். ஓடினான் அவன். பிடிக்கப் போனார்கள். விழுந்து உதைத்துக்கொண்டான். கெட்டியாய்ப் பிடித்துக்கொண்டு, முடியெடுப்பவரை, அந்த இடத்திற்கே வரச்சொன்னார்கள். எம்பி எம்பிக் குதித்தான் பிச்சை. கத்தி வைக்க மறுத்துவிட்டார் அவர். நிர்ப்பந்தம் அதிகமாயிற்று. உதறிக்கொண்டு விழுந்தான் பிச்சை. உடம்பில்கூட நன்றாய்ச் சிராய்த்துவிட்டது. அழுதான்; ஏங்கிவிட்டான். அப்பாவும் டிரைவரும் வேதனையில் துடித்தார்கள். ஒரு நிமிஷம் குழந்தை திறந்த வாய் திறந்தபடி இருக்க, ஏங்கியழுத குரலும் மீளாமல், கண்கள் செருகப் படுத்துவிட்டான். அந்தத் திருப்பதிக்காரர், "ஐயோ, கோவிந்தா, வேங்கடாசலபதி!" என்று கதறினார்.

குழந்தைக்கு மூச்சு வந்தது. கேவி வாயை மூடிக்கொண்டான்; விசித்து அழ ஆரம்பித்தான்.

"வேண்டாம் சுவாமி, இந்தத் தண்டா" என்று கடையைக் கட்டினார் திருப்பதிக்காரர். கொஞ்சம் அதிகமாகவே, அவருக்குப் பணம் கொடுத்தார்கள். அவர் கிளம்பும் சமயத்தில், கடைசி முறையாய் இன்னுமொரு தடவை முயற்சி செய்து பார்த்து விடலாமென்று யோசனை செய்து, குழந்தையை மெல்லத் தாஜா செய்தார்கள். அவன் ஒப்புக்கொள்ளவில்லை.

"கீழே விழுவேன். கண்ணைக் குத்திக்கொள்வேன்" என்று, என்ன என்னவோ சொல்ல ஆரம்பித்துவிட்டான். முழுத் தோல்வி.

ஊருக்குத் திரும்பிவிட்டார்கள். பாட்டி மிகவும் கவலைப் பட்டாள். பேரன் முடிகொடுக்கவில்லையே என்று. உள்ளூர்க் கோயில் தீக்ஷிதர் வந்து ஆறுதல் சொன்னார்: "அபசாரம் எதுவும் இல்லை. குழந்தை முடிக்குப் பதிலாகத் தகப்பனாரே கொடுத்து விட்டார். இது ரொம்ப விசேஷம். கவலைப்படாதீர்கள். அடுத்த தடவை குழந்தைக்குத் தலை பண்ணும்போது கொஞ்சம் ஒட்ட

எடுக்கச் சொல்லிவிட்டு, நம்ம பெருமாளுக்குச் சகசிரநாமம் பண்ணிவிடுவோமே. அந்தப் பெருமாள் ஏற்றுக்கொள்கிறார், தம்மிச்சையாய்" என்றார்.

அவர் வெளியே சென்று காண்பவர்களிடத்திலெல்லாம் சந்தோஷத்தோடு, "இனிமேல் ஒரு குறைவுமில்லை; சுப்பராயப் பிள்ளையவர்கள் தம் ஆஸ்திகத்தன்மையை மெய்ப்பித்து விட்டார். முடி கொடுத்திருக்கிறார் ஐயா, திருப்பதிப் பெருமாளுக்கு முடி கொடுத்திருக்கிறார்" என்று சொல்லிக்கொண்டே போனார்.

ஊரெல்லாம் இதே பேச்சு. ஒருநாள் பிள்ளையார் கோவிலுக்குப் பக்கத்தில், இரவு ஒன்பது மணிக்குமேல் சிலர், இதைப் பற்றிப் பேசிக்கொண்டிருந்தார்கள். அநேகமாய் எல்லோரும் பிள்ளையவர்களின் நண்பர்கள்; அறிவு மலர்ச்சி யுகத்து ஆட்கள் எல்லோரும்.

அப்போதுதான் ரகசியமாய்ப் பிள்ளையாரைத் தரிசனம் செய்துவிட்டுத் திருநீறும் பூசிக்கொண்டு வெளியே வந்தார் பிள்ளையவர்களின் நெருங்கிய நண்பர் ஒருவர். கோவிலுக்கு அந்தப் பக்கத்தில், தம் நண்பர்கள் கூடியிருப்பதை அவர் பார்த்துவிட்டார். தம்மைத்தான் அவர்கள் கண்காணித்துவிட்டுப் பேசிக்கொண்டிருக்கிறார்களோ என்று அவருக்குச் சந்தேகம். மெதுவாய் மேல்துண்டை எடுத்து முகத்தைத் துடைப்பதுபோல் விபூதியை அழித்துவிட்டு, அப்போதுதான் வருபவர்போல் அவசர அவசரமாகக் கூட்டத்தில் கலந்துகொண்டார். அங்கு இருந்த நண்பர்கள், வருத்தத்தோடு திருப்பதிக் கதையைச் சொன்னார்கள். தலைமைக்கு நேர்ந்துவிட்ட இழுக்கை எண்ணிப் பொருமினார்கள்.

விபூதியை அழித்தவர் வீரமாய்ப் பேசினார்! "ஐயா, கவலைப்படாதீர்கள். ஆமாம், இனிமேல் சுப்பராயப் பிள்ளையைப் பற்றிக் கவலைப்படாதீர்கள். அவர் முடி கொடுத்திருந்தாலும் பரவாயில்லை. வருங்காலத் தலைமுறைக்கு வழிகாட்ட, இதோ நம் இளவரசு முடி கொடுக்க மறுத்துவிட்டார். அதுவே நமது வெற்றி. வாழ்க பிச்சையப்பன்! வாருங்கள், போவோம்."

கலைமகள்: செப்டம்பர் 1, 1954
'அம்மா இட்ட கட்டளை'

# ஞானோதயம்

**நாணாவும் முத்துவும்**

'என்ன நாணா, ஸௌக்யமா!'

'இருக்கிறேன் ஏதோ. பம்பாயிலிருந்து எப்போ வந்தாய்?'

'ஒரு வாரம் ஆகிறது.'

'எத்தனை நாள் லீவு?'

'நாலு வாரம்தான். ஆச்சு; ஓடிப்போய் விடும் ...'

'எப்படி இருக்கிறது பம்பாயெல்லாம்?'

'பம்பாய்க்கென்ன, இருக்கிறது, எங்களுக் கெல்லாம் பம்பாயே தெரியாதே! மட்டுங்கா தெரியும் கொஞ்சம்..; நன்றாய்த் தெரிந்தது ஆபீஸும் ஜாகையும்தான் ...'

'எப்படி இருந்தாலென்ன? அந்த மாதிரி இருப்பதே பிடித்துப் போய்விட்டது உங்களுக் கெல்லாம் . . .'

'வேறு என்னதான் பண்ணுவது?'

'வேறு என்ன பண்ண வேண்டும்; நாளும், மாதமும், வருஷமும் நிற்கிறதா? ஓடிக்கொண்டுதானே இருக்கிறது . . !'

'பறக்கிறது என்றுகூடச் சொல்லவேண்டும் நாணா.'

'அப்புறம் என்ன வேண்டும்?'

'இந்தக் காவேரியையும் பார்த்துவிட்டு, அலற ஸ்னானம் செய்து, ஆனந்தமாய்ச் சாப்பிட்டு,

நம்மூரையும் சுற்றிக் கொண்டிருந்தால், ஐயோ லீவ் ஆகிவிடுமே என்று திகில் என்றிருக்கிறது; நம்மூரில் இந்தத் திண்ணையும் குறடும், கூடமும் தாழ்வாரமும் . . . நாணா, என்னத்தைச் சொல்வது . . .'

'முத்து, நான் உளறுகிறேன் என்று நினைப்பாய் நீ . . .'

'யார் நீயா? உன்னால் உளற முடியாதே . . .'

'சரி, இருந்தாலும், இப்போதெல்லாம் உன் கூட்டாளிகளான உத்யோஸ்தர்களிடம் பேசும்போது, ரொம்ப யோசிக்க வேண்டியிருக்கிறது . . . போன வருஷம் நம்ம கோபாலன் வந்திருந்தான் . . .'

'ஒற்றைத்தெரு கோபாலனா? அவன் ஒரு வெறும் வறட்டு மனிதனல்லவா? பம்பாயிலேயே அவனை ஒருவரும் . . .'

'எப்படியோ . . . அவன் காசு பணம் வைத்துக்கொண்டு ஸௌக்கியமாயிருக்கிறான்; அவன் ஏதோ சொன்னான்; நான் பதில் சொன்னேன் சற்று ஆழமாக . . .'

'ஐயோ, அவனுக்கு அதெல்லாம் புரியாதே நாணா . . .'

'புரிந்ததோ – புரியவில்லையோ, என் மூளையே மழுங்கிப் போய்விட்டதென்று சொல்லிவிட்டுக் கிளம்பி விட்டான் அவன்; இதை ஏன் சொல்கிறேன் என்றால், நீ சற்று முன் சொல்லி வருத்தப்பட்டாயே, கூடம், தாவாரம், திண்ணை, குறடு, கொல்லை, வாசல் என்றெல்லாம், அதில் ஒரு ரஹஸ்யம் – ஒரு தத்துவம் உண்டு . . .'

'அந்த வயிற்றெரிச்சலைக் கேளேன்; படுத்தவன் புரள வேண்டுமானால் . . .'

'அகமுடையாளை நகர்ந்து ஒதுங்கிச் சுருட்டிக்கொள்ளச் சொல்ல வேண்டியிருக்கும் . . .'

'நாமே சுருங்கிப்போய் விட்டாற்போல ஒரு நினைவு. அதிலிருந்து தோன்றும் ஓர் உணர்ச்சிச் சுணக்கம் – உயிர் வாழ்வதே ரொம்பச் சுருங்கிப் போய்விட்டது மாதிரி; எனக்கு அதை நன்றாய்ச் சொல்லத் தெரியவில்லை . . .'

'அதைத்தான் சொல்ல வந்தேன் முத்து. நம்முடைய வெளிவாழ்விலே அதாவது வாழ்வின் விரிவில் இந்த இடமும் காலமும்தான் பெரிய ரஹஸ்யம்; எல்லையே இல்லாமல், முதலும் முடிவுமில்லாமல் கிடக்கும் இந்தப் பரப்பில் துண்டு போட்டுத் துண்டு போட்டு வெட்டி எடுப்பதாய் ஒரு பாவனை; குறிப்பிட்ட ஒரு துண்டத்தைத் தவிர மற்றவற்றையெல்லாம் திரைபோட்டு மறைத்துவிட்டது மாதிரி இன்னொரு பாவனை . . . போகட்டும் . . .

நான் தப்பு செய்கிறேன். ஸ்வாரஸ்யமில்லாத வெட்டிப் பேச்சு...

சரி, என்ன சேதி? ஸௌக்யமாயிருக்கிறாயா? குழந்தை குட்டிகள்..?'

'எல்லாம் சுகம்தான் போயேன்! தினம் ராத்திரி எட்டு மணியிலிருந்து ஓரிரண்டு மணி நேரம் வாழ்வதாகப் பாசாங்கு செய்யவேண்டிப் பகல் முழுவதும் – பகலையே பார்க்காமல் அவிந்து கிடக்கவேண்டியிருக்கிறது நாணா. குமாஸ்தாவாகி . . . வாழ்வையே இழந்துவிட்டேனே . . .'

'சரிதான் போ; நானோ குமாஸ்தாவாகாமலேயே வாழ்வை இழந்துவிட்டேன்; நமக்குள் இதுதான் வித்தியாஸம். இப்பொழுது நானும் அழுது உன் சுமையை இரட்டிப்பாக்க வேண்டாமென்று நினைத்தேன். நீ இழுத்துவிட்டாய் . . .

'ஏன் நாணா! உன் எழுத்தெல்லாம் என்ன ஆயிற்று? நீயும் சாமாவுமாக ஏதோ பத்திரிகையேகூட நடத்தினீர்களே?'

'பத்தாயிரம் ரூபாய் இருந்தவரையில் பத்திரிகை நடத்தும் நாடகம் நடந்தது, பிறகு அதுவாகவே திரையைத் தள்ளிக்கொண்டு விட்டது. எனக்கும் சாமாவுக்கும் ஸம நஷ்டம், எங்கள் இலக்கியங்களுக்குப் படு தோல்வி'

'சாமா என்ன செய்கிறான் இப்போது?'

'நாங்கள் இரண்டு பேரும் சும்மாத்தான் இருக்கிறோம். அடுத்தது என்ன என்பது இருவருக்கும் புரியவில்லை. வேறு எதற்காவது நாங்கள் இப்போது லாயக்குத்தானா என்றே தெரியவில்லை. சாமா ரொம்ப அலட்டிக்கொள்கிறான், பக்குவமில்லாமல்...'

'மேலே வழி...'

'அது தெரியாமல்தானே விழிக்கிறோம். குடும்பத்தையும் விழிக்க வைக்கிறோம். அடே இதெல்லாம் எதற்கு? அநேகமாய் நாங்கள் இரண்டு பேருமே ஒரு சுப வேளையில் பம்பாயிலே உத்யோக வேட்டைக்கு வந்து சேர்ந்தாலும் ஒருவரும் ஆச்சரியப்பட முடியாது. ஏனென்றால், வரவர மனோலோகத்திற்கு உந்திப் பறக்கும் தெம்பு குறைந்து வருகிறது இருவருக்கும்.'

'என்னது, உந்திப் பறப்பதா?'

'புரியவில்லையா? பெரிய பெரிய விஷயங்களைப் பற்றிப் பேசிக்கொண்டே, அந்த இறக்கையைக் கட்டிக்கொண்டே பறப்பதால் – உப்புப் புளி உலகம் மறைந்துவிடுகிறது. மறந்தும் விடுகிறது.

'அதாவது'

'அதாவது முத்து, சிரிக்கிறேனென்று நினைக்காதே...

அதாவது நான் பேசுவது உனக்கும் புரியாமல் போகவேண்டும், நீயும் என் மூளை மழுங்கிப் போய்விட்டது என்ற ஸ்தூல ஸத்யத்தை எனக்குச் சொல்லிவிட்டு, உத்திரவு வாங்கிக்கொள்ள வேண்டும்.'

'சே சே... இதென்ன பேச்சு நாணா! கொஞ்சம் விவரமாகத்தான் சொல்லேன்...'

'முத்து நானும் சாமாவும் பொய்யான ஒரு ஆறுதலில் நாட்களைக் கடத்தி வருகிறோம். இரண்டு பேருக்கும் தெரியும், என்ன செய்கிறோம் என்று, ஆனால், வேறு வழி இன்னும் தெரிய வில்லை. அதனால் கொஞ்சம் பெரிய பெரிய விஷயங்களைப் பேசுகிறோம். 'உலகம் பொய், ஆத்மாதான் அழிவற்றது' என்று கூறிப் பொன்னையும் பொருளையும் பழிக்கும் பாட்டுக்கள், சுலோகங்கள், கவிதைகள் எத்தனையுண்டு, ஏதேனும் ஒன்றைப் பற்றிப் பேச ஆரம்பிப்போம். ஆத்ம விசார ரஸனையில் பொழுது போக்குவோம். ஆனால், மொத்தத்தில் இரண்டுபேரும் நிறையப் படிக்கிறோம். வேறு வழி... ஆனால் ஒரு விஷயம், கூடிய சீக்கிரம் வேறு வழி தேடியாக வேண்டிய நிர்ப்பந்தம் உண்டு, பலவகையிலும்...'

'ஆறுதல் சொல்லுவாயென்று உன்னைப் பார்க்க வந்தேன். நீயோ...'

'ஏன்! ஆறுதல் சொல்றேன் கேளேன். பாட்டியம்மாள் என்று சிரிக்காதே. வீட்டுக்கு வீடு மண்ணடுப்புத்தான். பொன்னடுப்பென்பது வெறும் பிரமை – வெறும் பொய்...'

**நாணாவும் மனைவி தாயாரும்**

"மெய்யில் வாழ்க்கையை மெய்யெனக் கொள்ளும் இவ்வையம் தன்னொடும் கூடுவதில்லை யான்..? ஆஹா என்ன அருமையான வாக்கு...'மெய்யெனக் கொள்ளும் இந்தக் 'கொள்ளும்' என்ற சொல்... அள்ளுகிறது அப்படியே..."

'ஏன்னா பணம், ஏதாவது பாக்கி இருக்கிறதோ, தயிர்க் காரிக்குக் கொடுக்கவேண்டும்...'

'கொடுத்தால் போச்சு; இப்போதென்ன அதற்கு?'

'இப்போதென்னவா? இரண்டு மாதமாக ஒன்றுமே கொடுக்கவில்லையென்று அவள் இரைகிறாள்'

'சாரதா, உனக்குச் சமயமே தெரிவதில்லை; ஸ்வாரஸ்யமாய் வாசித்துக் கொண்டிருக்கும்போது'

‘ஆமாம், இந்த ஸ்வாரஸ்யம் இல்லாத நேரமேது, இந்த வீட்டில்? பேசாம புத்தகத்தையெல்லாம் ஒருநாள் வென்னீர் அடுப்பில்...’

‘அட ராக்ஷஸி! உனக்கு இந்தப் புத்தி எப்போ வந்தது!’

‘வராமே என்ன பண்ணும்? வயிற்றைப் பசிக்காமே இருந்தால் நானும் படிப்பேனே; காவியமும் தத்துவமும் படித்துக் கனவு கண்டுகொண்டே இருந்துவிட்டு, ‘இலை போட்டாய்விட்டதா’ என்றுதானே நீங்களும் கேட்கிறீர்கள்?’

‘பைத்தியம், கோபுரத்தைப் பொம்மைதான் தாங்குகிறதாக்கும்.’

‘ஆஹா, இந்த வேதாந்தத்திற்குக் குறைச்சலைக் காணும். பொம்மை தாங்காமல் வேதாளமா தாங்குகிறது? ஒரு வேதாளமும் நகையைக் கழற்றிக் கழற்றிக் கொடுக்காது ...’

‘சாரதா ... எங்கே? அழுகிறாயா? இதைப் பார்; காசு பணம் பொன் மண்ணெல்லாம் என்ன ரொம்பப் பெரிசோ?’

‘பெரிசோ இல்லையோ... அதுவும் வேண்டித்தான் இருக்கிறது.’

‘நான் ஸம்பாத்யம் செய்ய வேண்டுமென்றுதானே சொல்கிறாய் ... சம்பாதிக்கத்தான் போகிறேன் ... பார்த்துக் கொண்டே இரு ... இந்தத் தமிழ்நாட்டு ஜனங்களுக்கு இன்னும் நல்லது கெட்டது, மணப்பது மணமே இல்லாதது என்று தெரிந்து கொள்ளும் விவேகம் வரவில்லை. வந்துவிடும் ஒருநாள் ... அப்போது ...’

‘அப்போது உங்கள் கதைகளை அட்சரலக்ஷம் கொடுத்து ஆகாசத்தில் உயர்த்தப் போகிறார்கள்; இல்லையா? செய்யட்டும் ...

அதற்குள் இங்கே ஓடு காய்ந்து உடைந்துவிடும் போலிருக்கிறதே...’

‘அதெல்லாம் ஒன்றும் ஆகாது; எது ஆனால்தான் என்ன?’

‘பைத்தியம் முற்றித்தான் போய்விட்டது உங்களுக்கு’

‘ஆழ்வார் அடுத்த அடியில் அதைத்தான் சொல்கிறார் ...

‘மையலாய் ஒழிந்தேன் ...’

‘ஐயோ, என் அதிர்ஷ்டம் இப்படியா போகும் ... அதோ பாருங்கள் உங்களம்மாவை ... அவரும் கண் கலங்கி’

‘அம்மா, ஏனிப்படி இரண்டுபேரும் துவஜம் கட்ட வேண்டும்...’

‘இது என்னடா பிழைப்பு – கதையும் இன்னொன்றும்; இன்னும் என்னடா படிப்பு ... உன்னோடொத்தவர்கள் மாதிரி

ஒரு உத்யோகத்துக்குப் போவோம் – நாலு காசு சேர்ப்போம், இதைக் காணும் . . . படிக்கிறானாம் படிப்பு . . .'

'இந்த இழவு உத்யோகம் பார்க்கிறதும், வயிற்றை வளர்ப்பதும்தான் பெரிதா?'

'பின்னே எதற்காகடா நீ பி.ஏ. படித்தாய்? இருக்கிறதை யெல்லாம் விற்றுச் சுட்டுப் படிக்கச் செலவழித்துவிட்டேன் . . . பொன் தோய்த்த மணிகூடப் பாக்கி இல்லையே என்னிடம் . . .'

'அதற்கு என்ன செய்வது . . ?'

'என்ன செய்வதா? ஊரான் வீட்டுப் பெண் என்றுகூடப் பார்க்காமல் உன் அகமுடையாளையும் துடைத்துவிட்டது மாதிரி வைத்தால், நாளைக்கு உன் மைத்துனன் சிரிக்க மாட்டானா? அவளோ வாய் பேசாமல் ஒவ்வொன்றாய்க் கழற்றிக் கொடுத்துக் கொண்டே இருக்கிறாள்'

'இல்லவே இல்லை; அவளும் நன்றாகப் பேச ஆரம்பித்து விட்டாள். மாமியார் பாடம் நன்றாக ஏறிவிட்டது அவளுக்கும்.'

'இந்த வக்கணையெல்லாம் பேசாதே; உடையார் பள்ளிக்கூடத்தில் வாத்தியார் வேலை காலி இருக்கிறதாம். போய்ப் பார். மானமே போய்விடும் போலிருக்கிறது குடும்ப நிலைமை'

'போதும் எனக்கு . . . பள்ளிக்கூட வாத்தியாராய் . . .'

'எங்க மாமா பம்பாயில் இருக்கிறாரம்மா . . . அங்குப் போகச் சொல்லுங்களேன் . . . வருந்தி வருந்திக் கூப்பிடுகிறார் . . .'

'அம்மா, ஏது உன் மாட்டுப்பெண் என்னை இங்கிருந்து விரட்டிவிட்டுத்தான் மறுகாரியம் பார்ப்பாள் போலிருக்கிறது.'

'அவளுக்குதானேடா கவலை; நாளைக்கு இந்தக் குடும்பப் பாரம் முழுக்க அவள் தலையில்தானே கனக்கப் போகிறது. ஆச்சு . . . அவளும் மூன்றாவது உண்டாகிவிட்டாள் . . .'

'ஓஹோஹோ வித்தேஷணை ஆச்சு, இது புத்ரோஷணை'

'என்னடா சொல்கிறாய் என்ன?'

'உங்களுக்குப் புரியாதம்மா; நீங்களெல்லாம் வெறும் அஞ்ஞானிகள்'

'எங்கள் 'அக்கியானம்'தான் உங்களையெல்லாம் உண்டாக்கி ஆளாக்கிவிட்டிருக்கிறது; தெரியுமா . . .'

'காசு பணம், பிள்ளை குட்டி இதைத் தவிர வேறு ஞாபகமே இல்லையே அம்மா, உங்களுக்கெல்லாம் . . ?'

‘போதும்டா; பைத்தியம் மாதிரி ஏதாவது உளறாதே, சிரிக்கப் போகிறார்கள்; சாரதா சிறுசு . . .’

**நாணாவும் சாமாவும்**

‘நாணா என்ன புஸ்தகம்? பரவசமாய் இருக்கிறாயே . . .’

‘சித்தர் பாட்டுடா சாமா; அடேயப்பா என்ன ஆழம்! குதம்பைச் சித்தர் பாட்டு’

‘அது குதம்பேய்ச் சித்தர்; குதம்பையல்ல; சித்தர்கள் வழியே அலாதி அழகு . . . ஏக ரஹஸ்யம்’

‘அந்த ரஹஸ்யம் துலங்கிவிட்டால், என்ன தூய்மையான மகிழ்ச்சித்தூவானம்...‘வெல்ஸ்’ துள்ளிக்குதித்தானே பிரமாதமாய்க் காலம், தேசம் என்றெல்லாம் வெறும் மயக்கத்தில்; இங்கே பார் தெளிவை; வெட்ட வெளி தன்னை மெய்யென்றிருப்போர்க்கு!’

‘அடுத்ததுதான் ரொம்பப் பிரமாதம்; அநாயாஸமாய் அகண்டத்தைச் சொல்கிறான் பார் . . . தாவாரம் இல்லை; தனக்கோர் வீடில்லை . . !’

‘இல்லையா பின்னே: நம்ம தேசத்துச் சிந்தனை எவ்வளவு மூத்தது; ஹக்ஸ்லீ அப்படியே பிரமித்துப் போகிறானே’

‘அப்பேர்ப்பட்ட தேசத்தில்தான் அறிவுக்கும் ஆழத்திற்கும் இடமே இல்லாமல் போய்விட்டது. நம் காலம்டா . . . நம்ம காலம் . . .’

‘என்ன சமாச்சாரம்? ஏன் இப்படி அலுத்துக்கொள்கிறாய்; புதிதாக இன்றைக்கு . . . ஏதாவது . . .’

‘நாணா, ரொம்ப துக்கமாயிருக்கிறதடா, நான் நினைத்த படியே ஆய்விட்டது; உன்னைப்போல எழுத்தை நானும் மறந்துவிடப் போகிறேன்’

‘என்ன விஷயம் சொல்லேன் . . .’

‘கதை திரும்பி வந்துவிட்டது; மூன்று மாதம் கழித்து’

‘எந்தக் கதை?’

‘காலத் தறி’ என்று எழுதினேன் பார், அதை நான் மூன்று வருஷங்கள் யோசித்து உருக்கொடுத்தேன்; நல்ல கதை . . .’

‘பைத்தியமே, ஆசிரியருக்குப் புரிந்திருக்காது’

‘அன்பு பொங்க அந்தப் பிரபல ஆசிரியர் லெட்டர் ஒன்று எழுதியிருக்கிறார்; இதைப் பாரேன் இந்த வயிற்றெரிச்சலை . . .

நான் காதல் கதைகள் எழுத வேண்டுமாம் . . .’

‘கை நிறையத் தருவார்; எழுதேன்; பாவம், அவர் என்னடா பண்ணுவார் ...’

‘இலக்கியப் பத்திரிகையாம், தமிழை வளர்க்கிறார்களாம்’

‘இல்லையா பின்னே; மெய்யொற்று, வல்லொற்றெல்லாம் விடாமல் திருத்துகிறார்; ஒருமை பன்மைகளைக் கண்ணில் திரிபோட்டுக் கொண்டு கண்காணிக்கிறார்; கவலைப்படாதே தமிழ் வளர்கிறது!’

‘என்னடா அநியாயமாயிருக்கிறது; தமிழுக்குத் துரதிஷ்டமா? இது என்ன காதற் கதைப் பைத்தியம்! அல்லது நமக்குத்தான் பைத்தியமா?’

‘காலப்போக்குதான் இதற்கு நல்ல பதில் சொல்லப் போகிறது; ‘ஷா’ சொல்கிறாரே, ஞாபகம் வரவில்லையா உனக்கு ...’

‘எதைச் சொல்கிறாய்?’

‘காதற் கற்பனை, உல்லாஸக் கற்பனை – அதாவது இந்த ‘ரொமான்ஸ்’ இருக்கிறதே, இது உள்ளத்தை வீங்க வைத்து ...’

‘தத்துவத்தைத் தொலைத்துவிடும்’

‘இலக்கியத்தில் கவிதைக்கும் தத்துவ தர்சனத்திற்கும் இருந்த ஸ்தானத்தை அபூர்வக் கற்பனை அபஹரித்துக்கொண்டு விட்டது; ஆனால் இந்தக் கற்பனை ரொம்ப அழகான போலிச் சரக்கு; நல்ல புத்திசாலிகளைக்கூட ஏமாற்றிவிடும்; மெல்ல இது தத்துவ தர்சனத்தையும் மறைத்துக் கவிதையையும் அழித்து விடும் . . .’

‘நன்றாய்ச் சொன்னான், தமிழில் இலக்கியம் புகைந்து போய்விட்டதே; பண்டிகைக் கதையும் பைத்தியக்காரக் காதற் கதையுமாய்ச் சப்பென்று சந்தி சிரிக்கிறதே கதையெல்லாம் . . .’

‘வாசகர்கள் இதைத்தான் விரும்புகிறார்கள் என்று ஒரு பொய்ப் பேச்சு.’

‘வாசகர்களைத்தான் தேய்த்துத் தேய்த்துச் சோனிகளாக்கி விட்டார்களே.’

‘நாம்தான் தெம்பு ஊட்டவேண்டும். இப்போது இல்லையென்றாலும், காலம் வரும் சாமா. கவலைப்படாதே. நம்மொழியும் ஜனங்களும் விழிப்படைவார்கள். மீண்டும் அவர்களுடைய பழைய தெம்பும் உயர்ந்த ரஸனையும் துளிர்க்கும். அற்புதமான கலையும் காவியமும் தோற்றுவித்த பரம்பரையடா நம்முடையது’

‘நீ அத்புதம் என்றதும் எனக்கு ஞான குருவைப் பற்றிய அந்த அத்புதக் கற்பனை ஞாபகம் வருகிறது. சின்னஞ்சிறு கற்பனைதான்;

ஆனால் அதற்கு ஈடுகட்டப் பெருங்காப்பியங்கள்தான் போதுமா? ஆச்சரியம் என்றே ஆரம்பிக்கிறது அது.'

'ஆமாம்; ஆச்சரியம். ஆலமரத்தடியில் உபதேசம் நடக்கிறது. சீடர்கள் அனைவரும் மூப்பில் பழுத்த முதுகிழவர்கள். குருவோ ஒரு பருவ வாலிபன். அவர் நிகழ்த்தும் விரிவுரை என்ன தெரியுமா? வெறும் மௌனம்; சீடர்களுடைய ஸந்தேகச் சிக்கல்களெல்லாம் அறுந்து தெறித்துப் போய்விட்டதாம்...'

'ஆகாகா, இந்தக் கற்பனையின் பொருள் விரிவுதான் எவ்வளவு! இந்த ஆலமரப் பின்னணியால் தொனிக்கும் பொருள் எத்தனை?'

'ஸ்வாரஸ்யம் என்ன தெரியுமோ? வாழையடி வாழைக்கு நேர் எதிர் வாரிசுத் தத்துவம்தான் இந்த ஆலடி விழுதும், விழுதெழு ஆலும்.'

'அபாரம். இப்படிக் கதையும் தத்துவமும் பின்னிக்கொண்டு வளர்ந்த நாட்டிலே, வெள்ளைப்பேச்சும் பச்சை வெட்டுக் காதலும் கூத்தடிக்கும்படி ஆகிவிட்டதே...'

'போடா, கங்கையில் ஸ்னானம் பண்ணிவிட்டுச் சாக்கடையில் கால் கழுவ வருகிறாயே, நான் இன்னும் அந்த உயரத்திலேயே இருக்கிறேன்.'

'அது சரி மேலே என்ன? ஆற்றங்கரைப் பக்கம் போவோமா? அப்படியே மடத்திலும்'

'மடத்திலே என்ன?'

யாரோ வேதாந்தப் பிரஸங்கம் செய்கிறார்களாம்'

'ஆமாம், வெறும் பொய்யான – அநுபவமில்லாத பேச்சு – வேதாந்தம். 'உலகமெல்லாம் பொய் – பணம், காசு, மண், பொன் எல்லாம் பொய்' என்று உபந்நியாசம். லக்ஷக்கணக்கில் ஸம்பாதித்து விட்டு வந்திருக்கும் ஜட்ஜுகளும் வக்கீல்களும், பிரபுக்களும் வைரமலை போல் அலுங்காமல், வரும் அம்மணிகளும் கேட்க வேதாந்தப் பிரஸங்கம்.'

'பரம ஏழைகளும் மெய்மறந்து கேட்கிறார்கள். இதைக் கேட்பது ஒரு புண்யம் – சுலபமாய் ஆத்மாவைக் கடைத்தேற்றும் உபாயம் என்று அவ்வளவு பேரும் நினைக்கிறார்கள்.'

'பைத்தியக்கார ஜனங்கள். அதனால் ஆற்றங்கரைக்குப் போவோம். அங்கே போக வேண்டாம், சாரதா, விபூதி கொண்டு வா.'

'விபூதி'

'என்ன சிரிக்கிறாய்? கதையை ஆசிரியர் ஏற்கவில்லையே என்று நினைத்துக்கொண்டாயோ?'

'அதெல்லாமில்லை, விபூதி என்றால் ஆற்றல், ஆக்கும் திறமை என்றுதானே அர்த்தம்? சாம்பலுக்கு அந்தப் பெயர் வைத்திருக்கும் நம் முன்னோர்களுடைய அலங்காரப்பேச்சைப் பாரேன்.'

'ஆணித்தரமான சித்தாந்தம் அண்டாத ஆழம், அழியாத உண்மை.'

## நாணாவின் மனைவி சாரதாவும், சாமாவின் மனைவி ருக்குவும், நாணாவின் தாயாரும்

'மாமி ...'

'யார்? உள்ளே வாடியம்மா!'

'சாரதா இருக்கிறாளோ?'

'வாங்கோ, வாங்கோ, ஏது, ரொம்ப அபூர்வமாயிருக்கிறதே!'

'அபூர்வமாகத்தான் பிறந்திருக்கிறோம் நாமிரண்டு பேரும்; இதென்ன சாரதா, வாங்கோ போங்கோன்னு ...'

'வேடிக்கையாய்க் கூப்பிட்டேன் ருக்கு. அதற்குத்தான் நீ பதில் கொடுத்தாயோ, 'இரண்டு பேரும் அபூர்வமாகப் பிறந்திருக்கிறோம்' என்று; அதுவும் வாஸ்தவம்தானே ...'

'ருக்கு, சாமாவுக்கும் எங்கள் நாணாவுக்கும் நல்ல காலம் வரத்தான் போகிறது; நீ கவலைப்படாதே; ஏன் இப்படி என்னவோபோல வந்திருக்கிறாய் நீ?'

'இன்னிக்கு ரொம்ப சோதனை அம்மாமி; தாங்கமுடியாமல் போய்விட்டது. மளிகைக்கடைக்காரர் வந்து கண்டபடி இரைந்தார்; எனக்கா நாக்கைப் பிடிங்கிக் கொள்ளலாம் போலிருந்தது; அது என்ன படிப்போ – என்ன எழுத்தோ, இந்த அழகில் ஊரில் இருக்கிறவர்களை எல்லாம் மட்டம் தட்டிப் பேசுவது குறையவில்லை, மாமி. நீங்களாவது ஏதாவது சொல்லி ...'

'நன்னாச் சேர்ந்தானுகள் இரண்டு பேரும்'

'சாரதா விளையாட்டாகவே இருக்கிறாள் போலிருக்கிறது. ஆமாம், பெரியவாளாக நீங்கள் இருக்கும்போது.'

'நம்மாலே முடியுமானால் சரி. நீ என்ன செய்கிறாய் சொல்லேன்.'

'சாரதா, நம்மாலே என்னடி முடியும்? இன்றைக்குக் கடைக்காரர் இரைய, இவர் முகத்தைத் தொங்கப் போட்டுக்

கொண்டு அழாத குறையாய் இருந்தபோது, எனக்குத் தாங்கவே இல்லை மாமி.'

'ருக்கு, வேண்டாம்; கண் கலங்காதே; சாரதாவை அழவிட்டு விடாதே; அவள் சற்று முன்தான் சமாதானம் ஆனாள்.'

'ருக்கு, அங்கே அப்படியா? இங்கே எப்படித் தெரியுமோ? பணம் கேட்க வருகிறவர்கள் அம்மாவைப் பார்த்துவிட்டுக் கும்பிட்டுவிட்டுப் போய்விடுவார்கள். இங்கிதமாய் இன்றைக்கு அம்மாவே கூட இருந்து ஜவுளிக்கடை ராமய்யரை இவாளிடம் கொண்டுபோய் விட்டு இரையச் சொல்லியிருக்கிறார். எனக்குத் தெரியாது.'

'சமத்து என்ன பண்ணினாள் தெரியுமா? ராமய்யர் நாலு வார்த்தை பேசுவதற்குள், இவள் அழ ஆரம்பித்துவிட்டாள்.'

'எனக்குத் தாங்க முடியவில்லை ருக்கு.'

'நமக்கு மனசு கேட்கவில்லை சாரதா! இப்படியே இருந்தால் போகிற வழிதான் என்ன மாமி?'

'வழியெல்லாம் தானாப் பிறக்கும், ஸ்வாமியை வேண்டிக் கொள்ளுங்கள்.'

'நாழி ஆகிவிட்டது; நான் வரட்டுமா? உங்களையாவது பார்த்துவிட்டுப் போகவேண்டும் போலிருந்தது, வந்தேன். வரட்டுமா? போட்டது போட்டபடிக் கிடக்கிறது அங்கே'

'ருக்கு இரு; சாரதா, குங்குமம் கொண்டு வா; வெற்றிலைத் தட்டுக் கொண்டு வா.'

'வெற்றிலை போட்டுக்கொள்; என்ன அவசரம்'

'அவர் உங்கள் வீட்டுக்கு வரும் நேரம் இது; வெற்றிலையைப் போட்டுக்கொண்டு நான் கிளம்புகிறேன்.'

**நாணாவும் சாமாவும் – நாணாவின் தாயாரும்**

'சாமா, ஏன் இவ்வளவு நாழி உனக்கு இன்று?'

'ஒன்றும் கேட்காதே நாணா, இன்று ரொம்பப் பெரிய பரிபவம். ராமாயணத்தில் ஸீதை கேட்பதுபோல், 'பூமி பிளந்து நம்மை உள்ளே மறைத்துவிடக்கூடாதா' என்று கேட்கத் தோன்றுகிறது'

'ஏன் என்ன சமாசாரம் புதிதாய்?'

'உப்புப் புளி விவகாரம் பெரிய சோதனையாய் விட்டது.'

'என்னடாப்பான்னு பார்த்தேன்; இங்கே உடுத்தும் ஒரு முழம் பாம்பாய்ச் சீறி விழுந்தது; விட்டுத் தொலையப்பா,

பெரிய உலகம்; நாமும் படிச்சிருக்கோம், பேசாமை, உத்யோக வேட்டையில் இறங்கிவிடுவோம். கவலைப்படாதே. பூனா, பாம்பே எங்கேயாவது போய்த் தொலைவோம் வா, இது நான் சும்மா சொல்லவில்லை. ரொம்பத் தூரம் யோசித்துவிட்டேன்; இதைத் தவிர, வேறு முடிவே தோன்றவில்லை'

'முத்துவிடம்கூட, இதைச் சொன்னாயாமே'

'ஆமாம்; போய்த்தான் ஆகவேண்டும்; இனிமேல் இங்கே ஒன்றும் ஓடாது.'

'ஆமாம் நாணா, மனம் விழுந்து கிடக்கிறது, இடறி விழுந்து, எழுந்திருக்க மாட்டாமல் தவிக்கும் சோனிக்குழந்தை – கட்டி விழுந்த குழந்தை மாதிரி ஏங்கிக் கிரங்கிக் கிடக்கிறது; நான் என்ன நினைக்கிறேன் தெரியுமோ, எங்கேயாவது 'ஓடிப் போய்விட வேண்டும்.'

'ஏய் இரையாதேடா, அம்மா வருகிறாள். அவள் காதில் விழுந்திருக்குமென்று நினைக்கிறேன்; சிரித்துக்கொண்டே வருகிறாள்.'

'சாமா, தனியாகவா ஓடப்போகிறாய்!'

'ஒன்றுமில்லை மாமி'

'நானும் அதைத்தான் சொல்ல வந்தேன்; ஒன்றுமில்லை இப்போது; உடையார் பள்ளிக்கூடத்தில் நீங்க ரெண்டு பேரும் வாத்தியார் வேலையை ஒப்புக்கொள்ளுங்கள். குடும்பம் நடத்திப் பேர் சொல்லுங்கள்; அதுதான் புத்திசாலித்தனம். ரண்டு பேரையும் எடுத்துக்கொள்வதாய் ஹெட்மாஸ்டர் சொல்கிறார்.'

'ரொம்ப சரி மாமி; இருந்தாலும் உள்ளூரில் . . . அதுவும் பள்ளிக்கூட வாத்தியார் . . .'

'சாமா, நீயும் எனக்கொரு பிள்ளைதான்; ராஜாத்தி மாதிரி அகமுடையாளைப் படைத்திருக்கிறாய்; அவள் கண் கலங்கி வெதும்புவதைப் பார்த்தேன்; நான் சொல்வதைக் கேள்; இப்போதைக்கு இந்த வேலையை ஒப்புக்கொள், பின்னாடி நல்லதாய்க் கிடைக்கட்டுமே.'

'சரி மாமி . . . உங்கள் நாணா ஒப்புக்கொண்டால் எனக்கும் சம்மதம்தான்'

'நான் அப்ளிகேஷன் எழுதியே விட்டேன்'

'ரொம்ப சரி, வா போவோம்; ஹெட்மாஸ்டரைப் போய்ப் பார்ப்போம்'

'அவர் மடத்திற்கல்லவா போயிருப்பார், கீதை கேட்க.'

‘நாமும்தான் போவோமே; நல்ல பிரசங்கியாம், அங்கே கீதை சொல்லுகிறவர்.’

‘சரி. போவோம்; எனக்கென்னவோ, இந்த வேதாந்தப் பிரசங்கங்கள் ரஸிப்பதில்லை. வெறும் வாய்ப் பேச்சுத்தானே?’

‘ஏன் அப்படி? உண்மையாகவே உள்ளம் பண்பட்டு விட்டால், வாழ்வும் அதையொத்துத் தானே மலர்ச்சி பெறும்?’

‘வாஸ்தவம், உள்ளந்தான் பண்பட மறுக்கிறது’

‘நான் விசாரித்தேன். தோற்றத்தையும் பார்த்தேன். இந்தப் பிரஸங்கியார், அத்வைதத்தை அரைத்துக் கரைத்துக் குடித்திருக்கிறார். விபூதிப் பூச்சும், ருத்ராக்ஷமும், ஞானமயமான பேச்சும் பாந்தமாயிருக்கிறது. நல்ல கர்மானுஷ்டானம், எளிய வாழ்க்கை, காமமும் கோபமும், பணத்தாசையும் பேய்த்தனமான தேவைகளும் இருக்கும் இந்த நாளில் அவருடைய தோற்றமும் வாழ்வும் சிறந்த வழிகாட்டிகள் என்று நினைக்கிறேன்’
‘இருக்கலாம். இருந்தால் ரொம்ப உயர்வுதான் இருக்குமா என்பதுதான் சந்தேகம்.’

**பிரசங்கம் முடிந்தபின் சாமாவும் நாணாவும்**

‘நாணா எப்படிப் பிரசங்கம்? அநுபவத்தையே ஒட்டி, அத்வைதத்தை நிலைநாட்டி விட்டாரே மனுஷ்யர். அடேயப்பா, மாயை பொடிப் பொடியாய் உதிர்ந்துவிட்டதே. பாரதி கேட்டார், ‘தேகம் பொய்யென்றுணர் தீரரை, என்செய்வாய் மாயையே?’ நல்ல பிரம்மஞானி இவர்.’

‘சரி. ரொம்ப நாழியாகும் போலிருக்கிறது, ஸம்பாவனையெல்லாம் முடிந்தது...’

‘அதெல்லாம், முன்னாடியே சேர்ந்து முடிந்து வைத்திருக்கிறார்கள். நம்ம ஹெட்மாஸ்டர்தான் அந்தப் பொறுப்பை ஏற்றுக்கொண்டிருக்கிறாராம். வந்ததோ வந்தோம். இன்னும் கொஞ்ச நாழிதானே.’

‘அதோ கிளம்பிவிட்டார்கள். ஹெட்மாஸ்டரும் கூடப்போகிறாரே.’

‘அப்படியே பிரசங்கம் செய்பவரை ஜாகையில் விட்டுவிட்டுப் போவார், வீட்டிற்கு. நாமும் போவோம்.’

‘ஆமாம், ஹெட்மாஸ்டரையும் வீட்டில்தானே பார்க்க வேண்டும்.’

**வீட்டிற்குள் ஹெட்மாஸ்டரும் பிரசங்கம் செய்தவரும், திண்ணையில் நாணாவும் சாமாவும்**

'என்னய்யா, ஹெட்மாஸ்டர்வாள், மொத்தம் எவ்வளவு ஆச்சு?'

'எண்ணூத்திமுணேகால் ரூபா இருக்கு'

'நான் சொன்னது சரியாப் போச்சோன்னோ? நான் கீதை ஆரம்பித்து ஒரு மாசமாச்சு. சுத்த ... தரித்திரப்பய ஊரு.'

'அப்படிச் சொல்லப்படாது பெரியவாள்.'

'என்ன சொல்லப்படாது? ஏன் சொல்லப்படாது? எனக்கிருக்கிற செலவு தெரியுமோன்னோ உமக்கு? நாலாவது பெண்ணுக்கு ஸீமந்தம். மூணாவது பெண்ணைப் பிரஸவத்திற்கு அழைத்துக்கொண்டு வரவேண்டும். போன வருஷம் ஒரு கடையை வாங்கிப் போட்டேன். ஏதோ வாடகை வருகிறது. அதை இன்னும் சற்று நன்றாய்க் கட்டி, அந்தப் பயலை விரட்டி வாடகையைத் தூக்கியாகணும்.'

'ஆமாம், செலவு இருக்காதா பல விதத்திலும்? அடுத்தாப் போலவே பாகவதத்தை ஆரம்பித்துவிட்டால்.'

'போதும் போதும், அப்புறம் என் உடம்பு என்னத்துக்கு ஆகும்? மறந்துபோய்விட்டேனே, டாக்டர் எனக்கு ஏராளமாய் 'லிவர் எக்ஸ்ட்ராக்ட்' ஊசி போட்டிருக்கிறார். அந்தப் பணம் வேற கொடுத்தாகவேண்டும்.'

'வாஸ்தவம், செலவு ரொம்பத்தான் இருக்கிறது. நான் ஒரு ஆயிரமாவது வசூல் ஆகுமென்றுதான் நினைத்தேன்.'

'அடே, பார்த்தீரா, முக்கியமானது மறந்துபோயிடுத்தே. நம்ம பிள்ளையாண்டான், கான்பூரில் 'தோல் டெக்னிக்' படிக்கிறான். தெரியுமோல்லியோ உமக்கு? அவனுக்கு வேறே அனுப்பியாகணும் ... இந்த ஊரு ரொம்ப வறட்சிப்பய ஊருங்காணும்.'

'சாமா, ஏய் இரைந்து சிரிக்காதே. வெளியே போய்ப் பேசிக்கொள்வோம். நாளைக் காலையில் ஹெட்மாஸ்டரைப் பார்ப்போம்.'

'நாணா, இதென்னடா இது.'

'மாயை ... மாயை. தெரிந்ததா. லோக மாயை.'

*சிவாஜி*: அக்டோபர் 17, 1954<br>'அன்றிரவே'

# சாமியும் ஸ்வாமியும்

"சாமியின் பிள்ளை வந்திருக்கிறான்; பார்த்தாயோ? என்ன ஆசாரம், அனுஷ்டானம், பன்னிரண்டு திருமண், பாராயணம் ஆஹாஹா! சாமிக்குப் பிறக்கிற பிள்ளையா இவன்; ஆனால் அதுவும் சரிதான். இந்தப் பையன் பாட்டனாரைக் கொண்டு பிறந்திருக்கிறான். அந்த ஸ்வாமி இப்படித்தானிருப்பார். எனக்கு நன்றாய் நினைவிருக்கிறது . . ." என்றார் பக்கத்து வீட்டுப் பத்மநாபய்யங்கார்.

"ஆமாம், இத்தனை வைபவத்தோடு அவன் எப்படி ஸெக்ரட்ரியேட்டில் உத்யோகம் பார்க்கிறான். இந்தக் கோலத்தோடு, பட்டணத்தில் எப்படி நடமாடிக்கொண்டிருக்கிறான் இவன்?" என்றேன்.

"இந்த 'வெகண்டை', உன்னைவிட்டுப் போகவே போகாதோ? உத்தியோகம் ஜீவனார்த்தம்; அதற்கும் ஆத்மாவைக் கடைத்தேற்றுவதற்கும் என்ன சம்பந்தம்? விரோதந்தான் என்ன இருக்கிறது? இந்தப் பையனுக்குத்தான் பெண்ணைக் கொடுப்பேனென்று, பிடிவாதமாய் இவனை அருமை மாப்பிள்ளையாக்கிக் கொண்டாரே பாட்ராச்சாரியார், அவரைப் பார்த்தால் தெரியும் உனக்கு. காலேஜில் இங்கிலீஷ் புரொபஸர் அவர்; மடி தவறாமல்தான் காலேஜுக்குப் போய்வந்து கொண்டிருக்கிறார். அவர் ஆசாரத்தைச் சொல்லேன்; ஸந்நியாஸிகள்கூட அவ்வளவு பரிசுத்தமாய் இருக்கமுடியாதாம். அதனாலே படிப்பும் உத்தியோகமும் வேறே; ஆசாரம் வேறே" என்றார், உ.வே. பத்மநாபய்யங்கார் ஸ்வாமி.

"அது சரி, மாப்பிள்ளைக்கேற்ற மாமனார்; சுத்தப் பைத்தியங்கள். இன்னொரு விதமாய்ப் பார்த்தால், மூளையே வளராத ஆதிமூலக்குடிகள் மாதிரி" என்றேன்.

"இப்படிப் பாசண்டியாகப் போய்விட்டாயே நாணா? உன்னோடு பழகிப் பழகிச் சாமியும் ரொம்ப மோசமாய்ப் போய்விட்டான். கண்ட இடத்தில் கண்டதைத் தின்பதும்" என்று பத்மநாபய்யங்கார் முடிப்பதற்குள் சாமியே வந்துவிட்டான். என்ன பேசிக்கொண்டிருந்தோம் நாங்கள் என்றுகூட அவன் விசாரிக்கவில்லை; அய்யங்காருக்குப் பதில் சொன்னான்.

"வாஸ்தவம், ஸ்வாமி! ரொம்பத்தான் அநியாயமாய்க் கெட்டுப்போய்விட்டேன்; என் பிள்ளையோடு இத்தனை நாழி அதைத்தான் பேசிக்கொண்டிருந்தேன். கண்ணாலே ஜலம் விடுகிறான் என் குழந்தை. அவனைப் பார்க்கும்போது, என் தகப்பனார் ஸ்வாமி ஞாபகம் வந்துவிடுகிறது எனக்கு. அவன் சொல்வதைக் கேட்டு விடுவதென்று தீர்மானித்துவிட்டேன். ஸ்வாமி, என் பிள்ளையென்று சொல்லிக்கொள்ளவே யோக்யதை இல்லை எனக்கு. என்ன பரிபக்குவம் தெரியுமோ, அவன் மனசு?"

"போகட்டும், அந்த நிலையைப் புரிந்துகொள்ளும் அளவுக்காவது, உனக்குப் பக்குவம் வந்ததே, அதைச் சொல்லு!" என்றேன் நான்.

"நாணா, நீ பரிஹாஸம் செய்கிறாய். என்னுடைய தீர்மானங்களின் க்ஷணிகத்தன்மை எனக்கே தெரியும்; ஆனால் இன்று நான் செய்திருக்கும் முடிவு ... பார்த்துக் கொண்டேயிரு; இனிமேல் நான் புது மனிதன். புனர் ஜன்மம் என்றுகூடச் சொல்லப்போகிறாய் நீயே ..."

"முருகனுக்குத் தகப்பன்சாமியென்று ஒரு பெயருண்டு. ரொம்ப அழகான உண்மையுண்டு அந்தப் பெயரில்; ஆனால் முருகன் 'லெச்சர்' பண்ணிக் கண்ணைத் திறந்ததாகத் தெரியவில்லை ..."

"போடா, அவனிடம் சற்றே பேசிப் பாரேன்; அப்புறம் தெரியும் ..."

"என்ன தெரியும்? என்னதான் தெரியணும்? சாமி, உன்னை எனக்குத் தெரியாதா?"

"அதனாலேதான் உன்னிடம் சொல்கிறேன். நான் ஒரு தீர்மானத்திற்கு வந்திருக்கிறேன் இன்று."

“என்ன தீர்மானம்? இனிமேல் வேணுமானால் நிறையத் திருமண் சிலவு பண்ணு; முடிந்தால் நாக்கை அடக்கு. ராயர் கடைக்கு நோட்டு நோட்டாய் அழாமல் இருக்கலாம்.”

“அதைத்தான் சொல்லேன்; அதுவே பெரிய லாபமில்லையோ? நான் சொல்ல வந்தது வேறு.”

“சொல்லித்தான் தொலையேன்.”

“நாளைக்கே நான் கும்பகோணத்திற்குப் போகிறேன். அங்கே போய் எங்கள் ஆசாரியரிடம் ‘பிரபத்தி’ செய்துகொள்ளப் போகிறேன். அப்படியென்றால், உனக்குத் தெரியுமல்லவா இன்னதென்று ...”

“நமஸ்காரம் செய்வதுதானே?”

“நமஸ்காரம் மட்டுமல்ல; ஆயிரந்தடவை சேவித்துப் பிழைகளை என் பாவங்களையெல்லாம் சொல்லிச் சொல்லிப் பச்சாதாபத்தில் புழுங்கிப் புடமாகப் போகிறேன். பிறகு இந்தப் பிறவியின் பாரத்தையே ஆசார்யனிடம் ஒப்படைத்து, அவர் மூலமாகப் பெருமாள் கிருபைக்கு ...”

“சபாஷ் சாமி; சபாஷ். ஏது புத்திரன் உன்னை இப்பொழுதே கடைத்தேறச் செய்துவிட்டானே?”

“இல்லை நாணா. நானே அதை உணர்கிறேன். அவன் வழி ரொம்ப ஒசந்த வழி; நானும் மனப்பூர்வமாக ஒப்புக்கொண்டு விட்டேன், கும்பகோணம் போக – என்ன சொல்லுகிறாய் நீ ...”

“நான் என்னத்தைச் சொல்ல இருக்கிறது? பேஷாப் போய் பரிசுத்தனாய்த் திரும்பி வா. எனக்கு இப்படி ஒரு ஆசார்யன் இல்லையேன்னு தோன்றுகிறது; இருந்தால் நானும் ஒரு கைபார்க்கலாம்! ஆனால், உனக்கும் எனக்கும் இப்படித் திடீரென்று புனிதமாகிப் புது ஏடு புரட்டும் பாக்கியம் இருந்து நிலையாய்த் தரிக்கவேண்டுமே என்றுதான் கவலையாய் இருக்கிறது ...”

“உன் கிண்டல் கிடக்கட்டும்; நீயே பிரமித்து விழிக்கப் போகிறாய் என்னைப் பார்த்து” என்று சொல்லிக்கொண்டு, சாமி வீட்டுக்குக் கிளம்பினான். போகும் வழியில் அவனுடைய பெண் விளையாடிக்கொண்டிருந்தாள். அவளைக் கூப்பிட்டான்; குனிந்து கவனித்துப் பார்த்தான்; இமைகளை விலக்கிக் கண்களைப் பார்த்தான்; தட்டிக்கொடுத்து, “வெய்யிலில் ஏன் நிற்கிறாய்; போ, நிழலுக்குப் போ” என்று சொல்லிக்கொண்டே போனான்.

பாவம்! அவன் ஒரு ஸந்தேஹப் பிராணி. சஞ்சலம் அவனுடைய முத்திரை; பயம் அவனுக்கு மூச்சுக்காற்று மாதிரி. காற்று சற்றுப் பலமாக வீசினால், நடுங்கிப்போய் வீட்டுக்கு ஓடுவான். குழந்தைகளை அணைத்துக்கொண்டு உட்கார்ந்திருப்பான். எழுந்துபோய் வீட்டுக்கூரையை நிமிர்ந்து, நிமிர்ந்து பார்ப்பான்.

பிறந்த நாளாய் இப்படித்தான் இருந்து வருகிறான். ஐந்தாறு வயதிலிருந்து நாங்களிருவரும் சேர்ந்து விளையாடியிருக்கிறோம்; தெருப்புழுதியில் புரண்டிருக்கிறோம்; தேர்க்கடையில் மிட்டாய் வாங்கித் தின்றிருக்கிறோம். அரசமரத்தடிப் பள்ளிக்கூடத்தில் அனா, ஆவன்னா எழுதியிருக்கிறோம். ஹைஸ்கூல் படித்தோம் ஒன்றாக; 'டிரயினிங்' வாசித்தோம்; ஒரே பள்ளிக்கூடத்தில் வாத்தியார்களும் ஆனோம். வயது எங்களிருவருக்கும் நாற்பத்தைந்துதான். ஸந்ததி விருத்தியிலும் கிட்டத்தட்ட ஒன்றாகவே இருக்கிறோம்; சண்டைகள் போட்டிருக்கிறோம்; சமரஸம் செய்துகொண்டிருக்கிறோம்; சேர்ந்து சம்பளம் வாங்குகிறோம்; சேர்ந்தே பழங்கடன்களைத் தீர்த்துப் புதுக்கடன்கள் வாங்குகிறோம். பணக்காரர்களாவதற்குக் குறுக்குவழி தேடுவதிலும் இணைந்தே, குறுக்கெழுத்துப் போட்டிகளுக்கு எழுதுகிறோம்; சில்லரைக்குச் சேர்ந்து பறக்கிறோம் இருவரும். கஷ்டமும், சிரமமும் எல்லோருக்குமுண்டு; ஆனாலும் சாமியைப்போல யாரும் அவற்றை எல்லைமீறி மனத்தில் ஏற்றிக்கொண்டு ஏங்கித்தவிக்கமாட்டார்கள். சாமியின் கவலைகளில் நூற்றுக்குத் தொண்ணூற்றெட்டுக்கு அர்த்தமோ, அவசியமோ இருப்பதில்லை. மூன்றாந்தெருக்குளத்தில் குளிப்பது முதல், மூத்த குட்டிக்குக் கல்யாணம் செய்துகொடுத்தது உட்பட, எல்லாம் ஒரே மாதிரி. சஞ்சலக் காற்றில் சுழன்று, ஸந்தேஹ ஈரத்தில் சொட்டச் சொட்ட நனைந்து, பயப் பூஞ்சாணம் பூத்து நடக்குமே தவிர, அமைதியாய் நடந்ததில்லை. நடக்கவிடமாட்டான் சாமி. பகவானிடம் பக்தி வேண்டியதுதான். யாருக்குத்தானில்லை அது? பக்தியில்லாவிட்டால் வாழ்க்கையே 'வெறிச்சோடி' வரண்டுவிடுமே! ஆனால், சாமிக்கு அதிலும் அமைதி கிடையாது. அர்த்தமில்லாத பயமும், அறிவையே கேலிக்கூத்தாக்கும் அசட்டுச் சஞ்சலமும் கோவிலில்கூடச் சாமியை நிம்மதியாய் ஸ்வாமி தரிசனம் செய்யவிடுவதில்லை. இதுதான் ரொம்ப வேடிக்கை.

மேட்டுத்தெருப் பிள்ளையார், எங்கள் ஊரில் எல்லார்க்கும் பொதுவான குலதெய்வம். மிஷனரி ஸ்கூல் தாமஸ், இரும்புக்கடை இஸ்மாயில் உட்பட எல்லோரும் அந்தப் பிள்ளையாருக்கு மண்டகப்படி செய்வார்கள்; உண்டியல் செலுத்துவார்கள். "எங்கள் பிள்ளையாருக்கென்னய்யா, அவர் 'கெஸெடெட்

ராங்குக்கு' மேலேயல்லவா ஸம்பாதிக்கிறார்" என்பார், ஒரு பக்தசிகாமணி. அநேகமாக ஊரிலுள்ள யாரும் அவரைச் சுற்றாமல், கடைத்தெருப்பக்கம் போக முடியாது. அப்படிப்பட்ட இடம் கிடைத்திருந்தது, அந்தப் பிள்ளையாருக்கு; மஹா வரதர் என்று உலகப்பிரஸித்தி பெற்றவர். காளி கோவிலா அல்லது காட்டேறிக் கோவிலா? ஸுமுகர் என்று பெயர் பெற்ற விநாயகர் கோவில்தானே அது? ஆனால், சாமிக்கு அவரிடம் பக்தி அதிகமாக ஆக, ஏனோ பயமும் ரொம்ப அதிகமாகிவிட்டிருந்தது. கடன் வாங்கியாவது வெள்ளிக்கிழமை அவருக்கு உண்டியல் செலுத்தாவிட்டால், தூக்கம் வராமல் தவிப்பான் சாமி. அவன் பிள்ளையாரை வணங்கி வழிபடும் முறையே அலாதி! கோவிலுக்குச் சற்றுத் தூரத்திலேயே கும்பிட ஆரம்பித்து விடுவான். இரண்டு கைகளையும் குவித்து, கட்டை விரல்களைச் சேர்த்துக்கொண்டு, முகவாய்க்கட்டையில் தேய்த்துத் தேய்த்துத் தூக்குவான்; கோவில் வாசல் வந்ததும் நெடுஞ்சாண்கட்டையாக நமஸ்காரம்; உடனே நூற்றெட்டுக் குட்டுகள்; பதினாலு தோப்புக்கரணம்; நூற்றெட்டின் ஒருபாகமான இருபத்தேழில் பாதியை—அரையை முழுசாக்கி நூற்றெட்டுக்குச் சமமாக்கிக் கொண்ட ஸம்பிரதாய எண்ணிக்கை! குட்டோ கரணமோ போடுகையில் தவறிவிட்டால், மறுபடியும் முதலிலிருந்து தொடங்கியாக வேண்டும். வாஸ்தவம்தானே; பக்தி சிரத்தை குறைந்துவிட்டதென்று பிள்ளையார் பாராமுகம் ஆய்விட்டால்; அப்புறம் யாரால் இருக்கிறது, அதைச் சரிப்படுத்த?

பிறகு பிரதக்ஷிணம். கிழமையைப் பொறுத்தது இதன் எண்ணிக்கை; இடையில் யாருடனாவது பேச நேர்ந்துவிட்டால் வந்தது மோசம்; மறுபடியும் சுற்றவேண்டும். இதற்கப்புறம் தரிசன ஸம்பிரமம்; நேருக்குநேர் நிற்பான் ஒருக்ஷணம். பிள்ளையாருடைய வெள்ளிக்கண் தன்னையே பார்ப்பது போலிருக்கும். உடனே சட்டென்று திரும்பி ஒருபுறமாய் ஒதுங்கி நின்று மூலைப்பார்வை பார்ப்பான். நேருக்குநேர் நிற்கும் தகுதி உண்டா பாபிகளுக்கு? ஸம்ஸாரியாயிருப்பவன் அறிந்தும் அறியாமலும் பாபங்களைச் செய்யாமலா வாழ்ந்துவிட முடியும்? பெண்டாட்டி பிள்ளை குட்டிகளை வாழ்விக்கும் பொறுப்பு இல்லையா அவனுக்கு? ஆச்சு, தீபாராதனையாகி, விபூதியும் கைக்கு வந்துவிட்டால், விபூதியை இட்டுக்கொண்டும் இட்டுக்கொள்ளாமலும் ஒரு அபூர்வமான பாவனை செய்வான் சாமி! பிள்ளையாருக்காக இட்டுக்கொண்டாலும், சொந்த சமயத்தை உத்தேசித்துத் துடைக்க வேண்டியிருக்கிறது. துடைத்தாலோ, அது கணபதிக்கு அபசாரம். ஆகவே மேல்வேஷ்டியால் ஒத்தினாற் போலவும், அழிக்காதது போலவும்

செய்து, ஏதோ முணுமுணுத்து என்னவோ செய்வான். அவனுக்கு இதெல்லாம் இப்போது பாந்தமாய் ஸஹஜமாய் மனதிற்குத் திருப்தியளிக்கும் முறையில் அமைந்துவிட்டது. விபூதியை வாயிலிட்டுப் பக்தியோடு சுவைப்பதிலும், மிச்சமிருப்பதை 'மணிபர்ஸில்' போட்டுக்கொள்வதிலும் பரிபூர்ண கடாக்ஷத்தைப் பதிவு செய்துகொண்டு விடுவான். சாமி இவ்வளவையும் செய்யும்வரையில் கூடப்போகின்றவர்களால் பொறுமையாய் இருக்கமுடியாதல்லவா? அநேகமாக நாங்களிருவரும் சேர்ந்துதான் வெளியே கிளம்புவது வழக்கம். நான் பிள்ளையாரிடம், ரொம்ப விரைவில் விடைபெற்றுக் கொண்டுவிடுவேன். சாமி வருகிறவரைக்கும் குளத்து மதகில் உட்கார்ந்திருப்பேன், பொறுமையிழந்துகொண்டே.

வழக்கம்போல் நானும், சாமியும் பிள்ளையார் கோவிலிலிருந்து வெளியே வந்தோம். எதிரில் சாமியின் பிள்ளை போய்க்கொண்டிருந்தான். கோவிலை வலதுபுறத்தில் ஒதுக்கி, இடதுபுறமாய் ரொம்ப ஒதுங்கிப் போய்க்கொண்டிருந்தான். எங்களைக் கண்டதும், இன்னும் சற்று ஒதுங்கி, முகத்தைச் சுளித்துக்கொண்டு போனான். எனக்கு விவரம் புரியவில்லை; பிடிக்கவுமில்லை. சாமிக்கும் அப்பொழுது ஒன்றும் புரியவில்லையாம். மறுநாட் காலையில்தான் பிள்ளை அவனுக்கு விளக்கிச் சொன்னானாம். வைஷ்ணவனாயிருப்பவன், அந்தப் பெருமாளான ஸ்ரீமன் நாராயணனைத் தவிர வேறு தெய்வங்களை ஆராதிப்பது தர்மமல்லவாம்; அதாவது பக்திமார்க்கத்திற்கு விரோதமாம் அது, பிறவிச் சுமையை ஆசார்யரிடத்தில் நன்கு ஒப்படைத்துப் புனிதமாக்கிப் பெருமானின் கிருபைக்குத் தன் தந்தையைப் பாத்திரமாக்கியே தீர்வது என்று பிரதிக்ஞை செய்து வீட்டிருந்த அந்த உத்தமபுத்திரன் ரொம்ப ரொம்ப மன்றாடிக் கேட்டுக்கொண்டானாம் சாமியை; இருப்பது போதாதென்று புதியதொரு பிரச்னை – சோதனை – தாங்க முடியாத வேதனை வந்து சேர்ந்தது சாமிக்கு.

குடந்தைப் பிரயாணம் பத்துநாள் ஒத்திப்போடப்பட்டது. பக்தன் பக்குவம் பெறுவதற்கான பயிற்சி ஆகவேண்டுமே! சாமி என்னைப் பிடித்தான்! என் உதவியை நாடினான். ஏனென்றால், நான் அவனைப்போலப் போகும்போதும், வரும்போதும் பிள்ளையாருக்கு வந்தனை செய்யும் வழக்கமில்லாதவன். மேலதிகாரிக்கு 'ஸல்யூட்' அடிக்கும் போலீஸ், மிலிடரி ஒழுங்குபோல் என் கைகளும், காலும் பழக்கப்படாத குறைதான் அது! என் பாட்டுக்குப் போவேன், வருவேன். பிள்ளையார் கோவிலுக்கருகில் வரும்போது, சாமி என் முதுகில் முகத்தை மறைத்துக்கொண்டு விடுவான். கும்பிடுவதைத் தவிர்க்க

வேண்டித் தன் கையால் என் கையைப் பிடித்துக்கொள்வான். இது சாதாரணமாகப் போகும்போதும் வரும்போதும் நடப்பது. வழக்கமான சாயங்கால நேரத்தில் எக்காரணத்தைக் கொண்டும் வெளியிலேயே கிளம்பாமல் இருக்கப் பழக்கிக்கொண்டான் சாமி. ரொம்பச் சிரமப்பட்டது. வழக்கம் ரொம்பப் பொல்லாதது. அதிலும் வெகுநாளைய வழக்கம் – இருபது முப்பது வருஷங்களாய் நடந்துவரும் வழக்கம்; கைகள் தாமாகவே கும்பிடத் துடிக்கும்; தவிர்க்கவேண்டும். கண்கள் பயத்தோடு விரிந்து, மூஞ்சூறிலிருந்து முகத்தையடையப்பறக்கும்; வேண்டும். நாலைந்து நாள், ரொம்பச் சிரமப்பட்டான் சாமி. அப்புறம் சற்று எளிதாயிற்று. பத்து நாட்களும் போயின, பிள்ளையாண்டானிடம் நானே சாக்ஷி சொன்னேன்! சாமிக்குப் பக்குவநிலை சமைந்துவிட்டதென்று.

குடந்தைக்குக் கிளம்பினார்கள்; பிளந்த குறிப்பித்தாறு சேரமன் பஞ்சகச்சத்தில் பனிரண்டு திருமண்ணோடு; உண்மையிலேயே ஸ்ரீ வைஷ்ணவக் களை நிறைந்து விளங்கினான் சாமி; ரஸித்துப்பார்த்தேன்; சிரித்துக் கனைத்தான் அவன்.

கும்பகோணத்தில் அந்த விசேஷம் நடத்தத் தீர்மானித்திருந்த அன்றைக்குக் காலையில், காவேரி ஸ்னானத்திற்காகச் சாமி போனபோது, மாயை தன் முழு பலத்துடனும் அவனைக் கலக்கி விட்டாளாம். அப்பேர்ப்பட்ட விசுவாமித்திரரே ஏமாந்தாராம்; நாம் ஏமாறக் கேட்கவா வேண்டும், என்கிறான் சாமி. மடத்துத் தெரு மங்கள பவனிலிருந்து, கொஸ்து மணம் பரவிற்றாம், சுற்றுவாடை முழுவதிலும். ஒருதடவை இரண்டு தடவை காலை முறித்துத் திருப்பித் திருப்பிப் பார்த்திருக்கிறான் சாமி; முடியவில்லை. உள்ளே போனான். 'இட்லி, நெய் தோசை, இதமான மெதுவடை, முக்கா டிகிரி காப்பி' இவற்றில் இஹலோக இன்பத்தின் எல்லையைக் கண்டுவிட்டு, ஏப்பத்தோடு வெளியேறினான். வாசலிலேயே வாசனை விடயம்; வாகான புகையிலை வேறு விறுவிறுப்பூட்டியது. அப்பொழுது போய் ஸ்நானம் செய்வதென்பது, சுத்த அஸந்தர்ப்பமல்லவா? கடையில் தொங்கிய பத்திரிகையொன்றை வாங்கினான்; சற்றுப் படித்தான். நல்லவேளையாய், ஆசார்யஸ்வாமி வீட்டில் காத்துக் கொண்டிருப்பார்களே என்ற ஞாபகம் வந்தது. விர்ரென்று போனான். வாசற்குழாயிலேயே வாயைக் கொப்பளித்துவிட்டு, உள்ளே போனதும், அரங்கில் திருவாராதனம் (பூஜை) நடத்திக்கொண்டிருந்தார் ஸ்ரீமதாசார்யர். சாமியினுடைய ஸத்புத்திரன் பணிவும் குனிவுமாய்க் கைங்கர்யம் செய்து கொண்டிருந்தான்; திரும்பிப்பார்த்தான். குளிக்காமல் முழுகாமல் தன் தகப்பனார் நிற்பதைப் பார்க்க, அவனுக்குக் கண்கூசிற்றோ என்னவோ, "ஸ்வாமின் . . ." என்று கூப்பிட்டுக் கீழே விழுந்து

ஆசார்யரை ஸேவித்தான்; அவரும் திரும்பிப் பார்த்தார் சாமியை.

சாமியினுடைய கண்களில் ஜலம் தளும்பிற்றாம், "ஸ்வாமி, அபசாரம்; க்ஷமிக்கணும்; அடியேன் ரொம்ப நீசன்; இன்னும் பக்குவம் பெறவில்லை; இங்கே நிற்கவே வெட்கமாயிருக்கிறது" என்று சொல்லிவிட்டு, மறுபஸ்ஸில் ஓடிவந்துவிட்டான். ஆதியோடந்தமாய்ச் சொல்லி வருத்தப்பட்டான்; சிரித்தேன்; அவனும் சிரித்தான்.

ஆச்சு, வழக்கம்போல மாலையில் வெளியே போனோம். அன்று பிள்ளையார் கோவிலில், அநியாயமாய் நேரம் கடத்திவிட்டான் சாமி. நான் மதகில் போய் உட்கார்ந்து மணிக்கணக்காகிவிட்டது; அத்தனை நாளுக்கும் சேர்த்து வட்டி போட்டுக் குட்டு, தோப்புக்கரணம், பிரதக்ஷிண நமஸ்காரங்கள், கிட்டத்தட்ட காற்படி விபூதிப் பிரஸாதம், எனக்கு அலுத்து ஆத்திரம் வந்துவிட்டது. அறைந்து இழுத்துக்கொண்டு போக எண்ணி, உள்ளே போனேன். பிள்ளையாரை ஒரு ஓரத்திலிருந்து கொண்டு, ஓரக்கண்ணால் பார்க்கக்கூடப் பயந்துகொண்டு அழுவதுபோல முனகிக்கொண்டிருந்தான் சாமி. "பிள்ளையாரே, விவரம் தெரிந்ததிலிருந்து, எத்தனை வருஷங்களாக உம்மைச் சுற்றிக்கொண்டு வருகிறேன்? நடுவில் இப்படி அபசாரம் செய்துவிட்டேனே என்பதற்காகக் கோபித்துக்கொண்டு ஒன்றும் செய்துவிடமாட்டீரே? என் பெண்டாட்டியும் பிள்ளையும் வரவில்லை என்பீரோ? அவர்களை விட்டுவிடும்; எனக்கப்புறம்தானே அவர்கள்? எனக்காக அவர்களையும் காப்பாற்றத்தான் வேண்டும்; என்ன, நான் போய் வரட்டுமா? ஏதோ, உம்மைத்தான் நம்பியிருக்கிறேன் ..."

**சுதேசமித்திரன்: ஜனவரி 2, 1955**

**'தெய்வீகம்'**

•

# அன்றிரவே!

"உன்னைப் பற்றி வெங்கட்ராம் எழுதிய கதை முழுவதுமே உண்மையா?"

"ஆமாம், எழுத்துக்கெழுத்து அப்பட்டமான உண்மை, ஏன்? ரொம்ப ஆச்சரியமாயிருக்கிறதோ?"

"நம்பவே முடியவில்லையே; கல்யாணமாகி ஏழெட்டு வருஷங்கள் ஆகியிருக்கின்றன. நடுவில் சில மாதங்கள் அவளோடு கூடவே குடித்தனம் வேறு செய்திருக்கிறாயாம்..."

"வாஸ்தவம்; ஏதாவது சொத்து வாங்கி விடலாம் மாமனாரை ஏமாற்றி என்று என்னைச் சேர்ந்தவர்கள் விரித்த வலை அது; ஆனால் என்னால் அதை நீடிக்க முடியவில்லை?"

"அவளுக்குக் கூடமாட ஒத்தாசையாய் எடுத்துக் கொடுத்துக்கொண்டு அரவணைப்பாய் இருந்தாயாமே, கூட இருக்கிறவரையில்?"

"அது மட்டும் என்னால் எப்படிச் செய்ய முடிந்தது என்று கேட்கிறாயா?"

"அதைத்தான். வெங்கட்ராம் அப்படியே வார்த்தைகளில் வர்ணம் குழைத்து எழுதிவிட்டாரே; அந்த வார்த்தைகளைக்கூட என்னால் மறக்க முடியவில்லை; அப்பா, அவருக்குத்தான் என்ன லாவகம்; 'பிணத்தைச் சிதையில் வைத்து மூடும்வரை அதற்குச் செய்யும் கிரியைகளைப் போலவே, அந்த உயிர்ப் பிணத்திற்கும் பணிவிடைகள் செய்தான் அவன்' என்றல்லவா பேசியிருக்கிறார் அவர்."

“உண்மை, நான் சொன்னதால்தான் இவ்வளவையும் நம்ப முடிந்தது அவரால்.”

“என்ன பிரமாதமான இடம்; வெற்றிலையும் போட்டுக் கொண்டு, கலகலவென்று பேச்சும் சிரிப்புமாய்ப் போனாயாமே? வாசலில் நின்றுகொண்டு அவரைக் கூப்பிட்டாயாம்!”

“பின்னே என்ன? குஞ்சும் குளுவானுமாய் இருக்கிற வீட்டிற்குள் அப்பொழுது போகலாமோ? ஸம்பிரதாயம் இருக்கிறதே! வெளியிலே வந்தார்; விஷயம் என்னவென்று கேட்டார். ‘என் மனைவி சென்னையில் இறந்து போய்விட்டாளாம். இன்று மூன்றாவது நாள்; நாளை நான் போய்த்தான் சாம்பல் கரைக்க வேண்டுமாம், ஐம்பது ரூபாய் பணம் வேண்டும் . . .’ என்று கேட்டேன்; வெங்கட்ராம் விழித்தார். என்னை உற்று உற்றுப் பார்த்தார். நானோ சிரித்தேன். நான் சிரித்ததில் அவருடைய முகம் இன்னும் விகாரமடைந்தது. ‘பணத்தை எடுத்துக்கொண்டு வாருங்கள் ஸார், இப்படியே போவோமே பேசிக்கொண்டு, நிறைய விவரங்கள் சொல்கிறேன். எனக்கு எப்படியும் ராத்திரிதானே வண்டி . . .’ என்றேன். பிறகு இரண்டு மணி நேரம் அவருக்குக் கதை சொன்னேன். அப்போதுதான் என்னுடைய இல்லற விசேஷங்களையெல்லாம் விவரித்தேன் அவருக்கு. பயங்கரமான வியாதியோடு அவள் படுத்த படுக்கையாய்க் கிடந்ததைச் சொன்னேன்; எல்லாவற்றையும் கேட்டுவிட்டுச் சொன்னார். ‘இந்த உண்மையைச் சுமக்க மாட்டாமல் கற்பனைகூட நெளிந்து சுணங்கும் போலிருக்கிறதே! கற்பனையின் கழுத்தை அழுத்தி இறுத்துகிறதே இந்தப் பிரத்யட்ச உண்மை . . .’ என்று”

இவ்வளவிற்கும் அவரிடம் நான் சொன்னது அவள் இறந்து விட்டாள் என்ற செய்தி வந்ததற்கு முன் நடந்த விவரந்தான்; அந்தச் செய்தி வந்தபோதும், அன்று இரவு நான் சென்னைக்குக் கிளம்பிப் போனேனே அன்றிரவிலும், மறுநாள் பொழுதுவிடிந்ததும் நடந்தவற்றைக் கேட்டால் . . .

அன்றிரவு ரயிலில் போகும்போது பெண்ணைப் புரிந்து கொள்ளும் கண் இருந்திருக்கிறது எனக்கு; காதல் பண்ணுவதற்குத் தெம்பும் இருந்திருக்கிறது; காதலைக் காலூன்றி வேர் ஓடச் செய்யும் நெஞ்சு உரமும் இருந்திருக்கிறது.

முன் சமாச்சாரம் இன்னும் விவரமாய்த் தெரிய வேண்டிய அவசியமே இல்லை. எள்ளளவாவது இச்சையோ, இனிய நினைவோ, இன்பப்பாசமோ இல்லாமல், ஒருத்திக்குத் தாலி முடித்த க்ஷணத்திலிருந்தே, அவள் சாம்பலைக் கரைக்கக் காத்திருந்த ஒரு வாலிபனுடைய நிலையைப் புரிந்துகொள்ள முடிந்தால்

போதும். அவளைப் பற்றிய ஞாபகம்தான் மிஞ்சி இருந்தது. அதுவும் தேசல்மாசலாய்; எங்கேயோ . . . யாரோ மூன்றாவது மனுஷ்யாள் – மூன்றாவதுகூட அல்ல – முப்பதாவது மனுஷ்யாள் சாகக்கிடப்பது மாதிரி ஞாபகமுண்டு; அதுவும் ரொம்ப நாளாய் வருஷக் கணக்காய் இருந்ததால், அது ஒரு விஷயமே இல்லை என்ற அளவுக்குத் தேய்ந்துபோய்விட்டிருந்தது.

மார்கழி மாதத்தின் கடைசி நாட்கள்; ரொம்ப அசாத்யமான பனி; ஒரு ஞாயிற்றுக்கிழமை; காலை நேரம்; மணி எட்டுக்குமேல் இல்லையென்ற ஒரு பொய்த் தோற்றம்; காப்பி எல்லாம் ஆகிவிட்டது; சட்டைகளைக் கழற்றவில்லை; 'மப்ளர்' கட்டியபடியே இருந்தது. உடம்பெல்லாம் கதகதவென்றிருந்தது. தூக்கத்தில் மறைந்து போயிருந்த அசட்டுக் கனவுத் துண்டுகளின் அலங்கோலமான நினைவுகள். அவற்றால் ஏற்பட்ட அகால விம்மல்கள். சிரமப்பட்டு மீதூர்ந்து சமாளிக்கும் விவேகம். அதற்குத் துணை செய்யும் வரம்பும் வேலியும். 'அறிவுக்கு வேலை கொடுப்போம்; மனம் திசை பெயரும்' என்று நினைத்துப் பீரோவிலிருந்து ஒரு புஸ்தகத்தை இழுத்தேன். கீத கோவிந்தம் (அஷ்டபதி) வந்தது. ஒரே கணம் தயங்கிய பிறகு, "ரொம்ப சரி" என்று சாக்குத் தூளியில் சாய்ந்துகொண்டே பிரித்தேன். கண்ணன் ராதையிடம் கூறுகிறான். ஆதங்கம் தாங்காமலும், ஆனால் அவளுடைய முன்னிலையில் தானிருக்கும் ஆனந்தம் பொங்கவும் நாக்குழறி – நா மட்டுமா எல்லாம் குழம்பிக் – கூறுகிறான்.

'கையற்றுக் காய்கின்றேன்,
காமவிஷம் தலைக்கேறித்
தையல், உன் தளிர்க்கால் என்
தலைக்கணியாய்த் திகழட்டும்!
மெய்யெல்லாம் மீதூரும்
மன்மதனாம் வெங்கதிரோன்
வெய்யிலென எரிகின்ற
வெம்மையினை நீக்கட்டும்!'

படிக்கத்தான் தொடங்கினேன்; பாடிக்கொண்டிருந்தேன்; முகாரி அமைச்சலாய் விழுந்துவிட்டது. ஸுகம் சுரந்துவிட்டது. கார்வையிலும் கமகத்திலும்; தம்பியைக் கூப்பிட்டுச் சுருதி போடச் சொன்னேன்.

"இதென்னடா இது! ஒன்பது மணிக்குப் பஜனை . . ." என்று கேட்டுக்கொண்டே முத்து வந்து சேர்ந்தான். "பஜனையாவதுடா பேத்தல், கீதகாவியம் – அதிலும் சிருங்காரக் காவியம், படிக்கவே முடியவில்லை; பாடத்தான் வருகிறது. வாயேன் . . . நீயும் பாடு. பாடினால்தான் தீரும் போலிருக்கிறது . . . என்னவோ அரித்துப் பிடுங்குகிறது அடி உள்ளத்தில்", பாடினோம்; முத்து

அதிவிஸ்தாரமாய்ப் பிலஹரி ராகத்தை ஆலாபனம் செய்து கொண்டிருந்தான். அவன் புதிதாய்ப் பாடம் பண்ணியிருக்கும் கீர்த்தனையைப் பாடப்போகிறான். காலையில் இருந்த இருப்புக்கு... நல்ல வேளை நாதஸுகம் கிளர்ச்சி தந்துவிட்டது. தலையாட்டிக் கொண்டிருந்தேன். தபால் வந்து விழுந்தது, ஜன்னல் வழியாய். எடுத்துப் பார்த்தேன். சென்னையில் என் மனைவி இறந்து போய்விட்டாளாம். இரண்டு நாட்கள் ஆகிவிட்டன. நாளைக் காலையில் காடாற்றுக்கு என்னை எதிர்பார்க்கிறார்களாம். 'சரி, ராத்திரி வண்டிக்குக் கிளம்பிப் போகவேண்டும் . . .' என்று நினைத்துக்கொண்டே கடிதத்தைக் கிழித்தேன்.

"என்ன லெட்டர் அண்ணா?" என்றான் தம்பி.

"ஒன்றுமில்லை ..." என்றேன்.

"லெட்டரைக் கிழிப்பானேன், பின்னே?"

"இப்போ என்ன முழுகிப்போச்சு, கிழித்துவிட்டால்? முத்து, சுருக்க முடி கீர்த்தனத்தை ..."

"என்னடா இது? ஸ்வரம் பாடவேண்டுமென்று சட்டதிட்டமாய்க் கொண்டு வருகிறேன். காய்தாவா நிற்கிறது காலப் பிரமாணம் ..."

"அவள் காலம் ஆகிவிட்டாளாம் ..."

"யார் ... யாருடா?"

"யாரண்ணா?"

"பட்டணத்திலே, கோபாலய்யர் பெண் ..."

சுருதி நின்றது; முத்து விழித்தான். நான் வெற்றிலைப் பெட்டியை எடுத்து வைத்துக்கொண்டு பாக்குச் சீவ ஆரம்பித்தேன். உள்ளிருந்து அம்மா வந்தாள்; தங்கை வந்தாள். அவர்களையும் இந்த விஷயம் அப்படியொன்றும் தூக்கிவாரிப் போட்டுவிடவில்லை. சற்று நேரம் கழித்து, "சரி அம்பி, எழுந்திருந்து சட்டையைக் கழற்றி வை. கிளம்புவதற்கு ஏற்பாடு பண்ணு" என்றாள் அம்மா.

"இப்போ என்ன இருக்கிறது பண்ணுவதற்கு? இனிமேல் ராத்திரிதானே ரயில்? நாள் இன்னிக்கு மூணு; நாளைக்குத்தான் நான் வரவேண்டுமென்று கடிதம் . . ." என்றேன்.

சற்று நேரம் கழிந்தது. தெரு ஜனங்கள் வந்து கூடினார்கள்; பிரிந்தார்கள். அவர்கள் எல்லோரும் பெரிய சுமை – வினைச்சுமை நீங்கினது மாதிரி ஆறுதல் கேட்டு ஆசுவாசம் சொன்னார்களே தவிர, யாரும் துக்கம் கேட்கவில்லை. "ஆச்சு, காமா சோமான்னு

கருமத்தைத் தொலைச்சுப்பிட்டு, ஜாம் ஜாம்னு கல்யாணத்தைப் பண்ணுடி" என்று அம்மாவிடம் சொன்னார்கள்.

நேரம் சென்றது. "இப்படியே இருந்தால்? மணி என்ன ஆகிறது தெரியுமா? போய்ச் சமையலுக்கு ஆகவேண்டியதைப் பாருங்களேன் . . ." என்றேன்.

"பேசாம இருடா . . . போய் ஸ்நானத்தைப் பண்ணிவிட்டு வா; சாஸ்திரிகளைக் கூப்பிட்டுண்டு வரச்சொல்" என்றாள் அம்மா.

"ஒன்றும் வேண்டாம். இப்போது அவர் எதற்கு?" என்றேன்.

ஸ்நானம் ஆயிற்று; அடுப்புப் புகையவே இல்லை. அப்புறம் வெறும் சோற்றைப் பொங்கினாள் தங்கை. சகிக்கவில்லை எனக்கு. சட்டையை மாட்டிக்கொண்டு ஹோட்டலுக்குப் போனேன். சாப்பிட்டேன். தோய்த்த தயிர் கொண்டுவரச் சொன்னேன். பரிமாறும் பையன் தயங்கி விழித்தான். அவன் என் தெருவில் இருப்பவன். "கொண்டாடா சும்மா. என்னவோ முறைத்துப் பார்க்கிறாயே?" என்று அதட்டினேன். சம்பிரமமாய்ச் சாப்பிட்டு எழுந்தேன். அங்கேயே உட்கார்ந்து வெற்றிலை போட்டுக்கொண்டேன். வீட்டிற்குப் போய்த் தூங்கினேன். பிறகு மாலையில் கிளம்பி வெங்கட்ராமனிடம் போய்ப் பணத்தை வாங்கிக்கொண்டு விவரமாய்க் கதையையும் சொல்லிவிட்டு வந்தேன். ராத்திரியும் ஹோட்டல் சாப்பாடு. சேமியாப் பாயசம் வேறு போட்டான், ஞாயிற்றுக்கிழமை விருந்தாம். ரயிலேறினேன். கூட்டம் அதிகம். எப்படியோ ஓரம் கிடைத்துவிட்டது. வெற்றிலைப் பெட்டியில் நிறைய 'ஸ்டாக்' இருந்தது. கதைப் புத்தகம் படித்துக் கொண்டிருந்தேன். மாயவரம் வந்தது. வண்டியெல்லாம் நிரம்பிப் பிதுங்கிக் கொண்டிருந்தது கூட்டம். உட்கார்ந்திருப்பதே சிரமமாய்ப் போய்விட்டது. சிதம்பரம் வந்தது. கடலூர் வந்தது. கடலூரில் வண்டி நின்றதும் நான் உட்கார்ந்திருந்த ஜன்னல் ஓரத்தில் யாரோ ஒரு பெட்டியை வைத்துக்கொண்டு எம்பியது தெரிந்தது. நானாகவே அந்தப் பெட்டியை வாங்கினேன். கொடுத்த கை வளைக்கையாயிருந்தது. அதுவும் மெல்லிய இளம் கை, வசீகரமான விரல்கள். பூப்போல கன்றிச் சிவந்திருந்த உள்ளங்கை. நல்ல நிறமுடைய நேராய்த் துவண்ட அழகான கையை ரஸித்துக்கொண்டே, பெட்டியை வாங்கினேன்.

களை உள்ள முகமும், கலங்கிய கண்களும், ஏங்கிய இங்கிதங்களும் உடைய ஒரு யுவதிதான் பெட்டியைக் கொடுத்தவள். "பையையும் கொடு" என்றேன். 'கொடுங்கள்!' என்று சொல்லும் எண்ணமுண்டு. ஆனால் கொடு என்றுதான் வந்தது. பையை வாங்கும்போது கையைத் தொடாமல் வாங்க முடியவில்லை.

வேண்டுமென்றே செய்த நினைவில்லை. விரல்கள் உராய்ந்தது என்னவோ உண்மை. பையில் நூல் வேலை, பின்னல் வேலை சமாச்சாரங்கள், சீப்பு, கண்ணாடி, டப்பா, சீசா; ஏறி வந்தாள். கால் வைக்க இடமில்லாமல், தலைமாடும் கால்மாடுமாய்ச் சுருண்டு கிடந்தது கூட்டம். அப்படித் தூங்கி வழியும் வண்டியிலும் எல்லோரும் தூங்கிவிடவில்லை. அவளை என் இடத்தில் உட்காரச் சொல்லிவிட்டு நின்றேன். ஸ்வாதீனமாகவே உட்கார்ந்தாள் அவளும். வெற்றிலைப் பெட்டியை எடுக்கக் குனிந்தேன். எழுந்து என்னை இடித்துக்கொண்டே ஒதுங்கினாள். அதை எடுப்பதற்குள் உட்கார்ந்துவிட்டாள். மெதுவாய் அவளுடைய முதுகைத் தடவிக்கொண்டேதான் கையை எடுக்க முடிந்தது.

"பொம்மனாட்டி வரப்போகிறாளென்று தெரிந்து அவ்வளை எதிர்பார்த்துக் கொண்டுவந்த நீர், அங்கிருந்தே இடத்தைவிடாமல் அல்லவா வைத்துக்கொண்டு இருந்திருக்கணும்? நிற்கிறீரே பாவம்..?" என்றார், எதிர்ப்பலகையில் வசதியாய் உட்கார்ந்திருந்த ஓர் புத்திசாலி.

வந்தவள் துருதுருவென்று மேலும் கீழும் விழிகளை ஓட்டினாள். எழுந்துநின்று விடுவாளோ என்று நினைத்து, "பரவாயில்லை, சும்மா இரு" என்று கையமர்த்தினேன். இருவரும் பார்த்துக்கொண்டோம். ரொம்பவும் ஆழமான பரிச்சயம் போலவே இருந்ததே தவிர, எங்களுக்குள் புதுச் சந்திப்பின் வாடையே தெரியவில்லை. 'சாலிவாஹனன்' கவிதை நினைவுக்கு வந்தது; ரொம்ப ஸ்வாரஸ்யமான மனோபாவ விமர்சனம் உள்ள வரி:

> "கணப்பொழுதில் பல யுகங்கள்
> கலந்துறைந்தாற் போல் ஆனோம்!"

வண்டி எங்களைக் கவனித்தது. அதற்கு ஒரு இழவும் புரியாதுதான். இருந்தாலும் சங்கடமே வேண்டாம் என்று நினைத்தேன். பார்வைப் பாஷையால் என்னென்னவோ பேசிக்கொண்டோம். இடைவெளியே இல்லாமல் நெருங்கப் பிணைத்துக் கொண்டோம். வண்டி ஓடியதே நினைவில்லை. விழுப்புரம் வந்துவிட்டது. அங்கே இறங்கி, வேறு இடம் தேடினேன். ஒரே கூட்டம் எல்லா வண்டியிலும். ரயில் உத்தியோகஸ்தரைக் கேட்டேன். 'இண்டர்' வகுப்பில் இடம் கிடைத்தது. நல்லவேளை. கூட்டமாய் இறங்கினார்களாம் யாரோ புண்யவான்கள். "இண்டரில் தாராளமாகப் போவோம்' என்றேன்.

தயங்கிவிட்டு, ஏதாவது சொல்ல வேண்டுமே என்று, "எதற்காக வீண் செலவு? இன்னும் சில மணிகள்" என்றாள்.

"அதை பற்றி உனக்கென்ன?" என்று கடுமைப்படுத்தினேனே துணிச்சலாய்! ஸர்வ சகஜமாய்!!

சலுகையாய் முணுமுணுத்துக்கொண்டும், சிரித்துக் கொண்டும் இறங்கிவந்து, தோளோடு தோள் இடிக்க 'இண்டரில்' புகுந்தாள்.

"நல்லவேளை, இங்காவது இடம் கிடைத்ததே" என்றேன்.

"மூன்றாம் கிளாஸில் இடம் தேடினீங்களோ? சரியாப் போச்சு போங்க. இந்தக் கூட்டத்திலே . . . அதுவும் வீட்டுக்காரியோடு போறவங்க, அதில் ஏறுவாங்களோ இந்த வேளையில்?" என்றார் யாரோ ஒருவர், முகத்தை மறைத்துக்கொண்டு ஒருக்களித்துப் படுத்திருந்தவர். அவள் என்னைப் பார்த்துத் தயங்கினாள். அந்தப் பார்வைக்குப் பொருளாய் எத்தனையோ கருத்துக்கள் வட்டமிட்டன, என் நினைவைச் சுற்றி; சிரித்தேன்.

இரண்டு பேரும் உட்கார்ந்தோம். பிரிந்து கிடந்த அவளுடைய வகிட்டைக் கோதினேன். பட்டுப் போலிருந்த பூங்குழலை மெல்லத் தடவி மென்மையை உணரும் என் பரிவை வரைந்தேன். பெருமூச்சுடன் தோளில் சாய்ந்தாள். "தூக்கம் வந்தால் தூங்கு" என்றேன். "இல்லை" என்று தலையசைத்தாள். அவள் காதோடு சொன்னேன்; 'பக்கத்தில் இருக்கும் பேர்வழி தூங்குகிறார். குறட்டை விடுவார் போலிருக்கிறது. நிறையப் பேசலாம் . . ."

டிக்கெட்டை மாற்றிக் கொடுக்கும் உத்தியோகஸ்தர் வந்தார். பணம் கேட்டுவிட்டுக் குனிந்து எழுதிக்கொண்டிருந்தார். அவள் என்னிடம் முனகினாள். 'வீண் செலவு . . . என்னால்."

"பேசாம இரேன், எனக்குத் . . . . . ." நான் முடிப்பதற்குள் டிக்கெட் உத்தியோகஸ்தர் சிரித்துவிட்டுச் சொன்னார். அழுத்தி எழுதிக்கொண்டே; "அதுதான் ஸார், நம் நாட்டுக் குடும்ப முறையின் அழகும் உயிரும். மனைவிகளுடைய தியாகமும், ஜாக்கிரதையும்தான் ஸார் நமக்குப் பெரிய பாதுகாப்பு." அவர் எழுதி முடித்துவிட்டார். கலகலவென்று நான் சிரித்த அதே சுருதியில், கீழே மந்தரத்தில் சிரித்து நிறைத்தாள் இவள். அவர் இறங்கிச் சென்றுவிட்டார். நிறைந்த மனத்தோடு மலர்ந்து சிரித்துக்கொண்டு.

வண்டி பறந்தது. ஸ்டேஷன்கள் கடந்தன. தன் கதையைச் சொல்லி முடித்தாள் அவள்:

அவள் ஒரு உபாத்தியாயினி, பூப்பின்னல் வேலை டீச்சராம். அவளுடைய அண்ணன் ஒரு ஹோட்டலில் வேலை செய்கிறானாம். குடிகாரனாம். வேறு நாதியும் இல்லை. ஹோட்டல்

முதலாளி ஒரு பக்கா ரௌடி. அவளை யோக்யப் பொறுப்பாய்க் கல்யாணம் பண்ணிக்கொடுக்க வக்கில்லை அண்ணனுக்கு. அது சம்மதமும் இல்லை அவனுக்கு. அவளிஷ்டப்படியும் ஒன்றும் செய்துகொள்ள முடியாத இக்கட்டுகள். சகிக்காமல், மிகுந்த மானத்தோடு, எப்படியோ காலம் தள்ளிக்கொண்டே வந்திருக்கிறாள். அந்த உதவாக்கரை, ஏதாவது மட்டரகமான ஏற்பாடு செய்வதும், அவள் கிணற்றில் விழப்போவதும், அடியும் பிடியுமாய் அடங்குவதும்கூட இரண்டொரு தடவை நேர்ந்துவிட்டதாம். அன்று மாலை பலமான சில பந்தோபஸ்து ஏற்பாட்டோடு, அந்த ஹோட்டல்காரனும் அண்ணனும் –

எப்படியோ தப்பித்துக்கொண்டு, ரயிலுக்கு வந்து விட்டாளாம். அவள் கதை சொல்லி முடிப்பதற்குள், என் மேல்துண்டு நனைந்து, அவளுடைய தலைப்பும் நனைந்து விட்டது கண்ணீரால். இரைந்தும் பேச முடியாமல், தவித்துத் தண்ணீராய் உருகி, விம்மி வேதனைப்பட்டுச் சொன்னாள். முகமெல்லாம் சிவந்து போயிருந்தது. மூக்கு மலர்ந்து விரிந்தது. அப்படியே மார்பில் சாய்த்துக்கொண்டு குழந்தையைப்போலத் தட்டிக்கொடுத்தேன். வயிறு எக்கி எக்கி இறங்கிற்று. கேவிக்கேவி மூச்சு விட்டாள். தட்டித் தடவிக் கொடுத்துக் கொண்டேயிருந்தேன். பனியில் வண்டி முழுவதும் ஜில்லிட்டுவிட்டது. மூன்றாம் ஜாமத்தின் குளிர்க் காற்று கூசவைத்தது சுற்று வாடை முழுதையும். அப்பொழுதும் அவளுக்குக் குளிரவில்லை.

மெல்ல நிமிர்ந்து சட்டென்று மேல்தலைப்பையும், மடியையும் இழுத்துவிட்டுக்கொண்டாள். பூச்சி சிறகடித்துக் கொள்வதுபோல், படபடவென்று இமை கொட்டினாள். இமை முழுவதும் ஜலம் பட்டு, ரயில் வெளிச்சத்தில் பளபளத்தது. கண்கள் இரண்டிலும் ஸ்வச்சமாக நீர் தளும்பிற்று; அதற்கிடையில் கபடமில்லாமல் ஆடி அசைந்தன கண் பாவைகள். அவள் முகத்தில் மின்வெட்டுப் போன்ற புது ஒளியொன்று தோன்றியதைப் பார்த்தேன்; அத்துடன், ஆச்சரியமாய், அந்த ஒளி பரவி நிலைப்பதையும் நான் உணர்ந்தபோது, ஏதோ ஒன்று, அழகுமிக்க அழியாத இன்ப நிலையைக் காட்டி என்னை அழைப்பதுபோல் இருந்தது. அவள் முகத்தைக் குறித்து, அள்ளுவதுபோல் கைகளைத் தூக்கினேன்; தொட்டேனோ என்னவோ தெரியவில்லை; அதுவரை இல்லாத புளகம் பூரித்து, என் உடல் முழுவதுமே அலையலையாய்த் துடித்து இன்ப நாதமெழுந்தது; சர்ரென்று தன் முகத்தை மீண்டும் என் மார்பில் புதைத்துக் கொண்டுவிட்டாள். சற்று நேரம் கழித்து முகத்தைத் தூக்கினாள்; அப்போது நானும் நானாகிவிட்டேன்.

“நீங்கள் . . . உங்களை . . .” என்று இழுத்தாள், ஸங்கோசமாய்க் கொஞ்சிக்கொண்டு.

"என்னைப் பற்றியெல்லாம் அப்புறம் சொல்கிறேன். தவிர சொல்வதற்குத்தான் என்ன இருக்கிறது, பெரிதாய்? நானும் உத்தியோகம் பார்த்துச் சாப்பிடுகிறவன்தான்; நாளைக்குத் தாம்பரத்தில் இறங்கி நேரே மாம்பலத்துக்குப் போகிறோம்; அங்கே என் சிநேகிதன் வீட்டில் இருந்துகொண்டு பிறகு ஜாகை பார்ப்போம்; உனக்கும் எனக்கும் பட்டணத்திலேயே உத்தியோகம் கிடைக்கலாம்; பரவாயில்லை; எதற்கும் கவலைப்படாதே; உன்னை மாம்பலத்தில் விட்டுவிட்டு நான் திரும்பிப் பல்லாவரம் வரவேண்டும்."

"ஏன்?"

"அங்கே ஒரு காரியம்; நான் இன்று வந்ததே அதற்காகத்தான்..."

"அதெல்லாமில்லை; எனக்காகவே நீங்கள் வந்தீர்களென்று தான், நான் தீவிரமாய்..."

"இருக்கட்டுமே; அதனால் என்ன? ஆமாம், உன் பெயர் சொல்லவில்லையே? உனக்கு நானே ஒரு பெயர் வைக்கட்டுமா?"

"பேஷா வைத்துக்கொள்ளுங்கள்; ஆனால் என் பெயர் கமலா."

தாம்பரத்தில் இறங்கி, எலெக்டிரிக் வண்டிக்குக் காத்திருந்தேன். "ஏய் அம்பி..." என்று குரல் கேட்டுத் திரும்பினேன். கூப்பிட்டவர் என் அத்தை புருஷர்; அவர் ஒரு புரோஹிதர்; என்னை எதிர்பார்த்துக்கொண்டுதான் இருந்தார் போலிருக்கிறது; "ஏண்டா அம்பி, எப்போ கல்யாணம் பண்ணிக்கொண்டாய்? யார் பெண் இவள்?"

"சாவகாசமாய்ச் சொல்கிறேன்; பல்லாவரத்திற்குத்தானே வரவேண்டும்?"

"இல்லையேடாப்பா; அதுக்காகத்தான் நான் இங்கே வந்து காத்துக்கிடந்தேன்; தங்கச்சாலையில்தான்..."

"ரொம்ப சரி; ஏறுங்கோ வண்டியிலே; நான் இண்டர் வாங்கியிருக்கிறேன்; நீங்கள் நேரே போய்க் காரியத்தைப் பாருங்கள்; மாம்பலத்தில் இறங்கிவிட்டு, பஸ்ஸில் வந்துவிடுகிறேன். இவளை அங்கே என் ஸ்நேகிதன் வீட்டில் இறக்கிவிட்டு வரவேண்டும்..."

"சரி, நேரே என் வீட்டுக்கு வந்துவிடு, உனக்குத்தான் தெரியுமே வீடு?"

"நன்னாத் தெரியும்; வந்துவிடுகிறேன்."

அத்தை புருஷர் ரயிலேறிக்கொண்டே சொன்னார்: "அம்பி, எனக்குக்கூடத் தெரியாமல் கல்யாணம்தான் பண்ணிக்கொண்டு விட்டாய்; சந்தோஷம்தான், அவளை என் வீட்டுக்குக்கூட அழைத்துக்கொண்டு வரக்கூடாதா என்ன? உன் அத்தை என்ன சொல்வாளோ?"

"உங்களுக்குத் தெரியாமலா ... உங்களுடைய ஆசீர்வாதம் இல்லாமலா நடக்கப்போகிறது கல்யாணம்? ஜமாய்த்துவிடலாம் போங்கோ ..." என்றேன்.

"நடக்கப்போகிறதா ..." என்று இழுத்தார் அவர்.

*சுதேசமித்திரன்*: மே 15, 1955

'தெய்வீகம்'

# ஓட்டாத செருப்பு

ஆறு மாதங்களுக்கு முன் சாமா ஒரு செருப்பு வாங்கினான். ரொம்ப ஒஸ்திச் செருப்பு. எட்டு ரூபாய் விலை. அது எங்கோ காணாமற்போய் விட்டது. பத்து நாள்கூடப் போட்டுக்கொள்ளாமல் அது பறிபோய்விட்டதில், அவனுக்கு ரொம்ப வருத்தம். செருப்பைத் திருடுகிறவன்கூட இருக்கிறானா உலகத்தில் என்று அவன் ஆச்சரியப்பட்டான். அந்தச் செருப்பை வாங்குவதற்கு முன்னும், வாங்கிய பின்னும் சாமா காசுக்குப்பட்ட கஷ்டம் சொல்லி முடியாது. அப்புறம் செருப்பே வாங்க முடியவில்லை. பல நாட்கள் செருப்பே இல்லாமல் காலம் தள்ளினான். முடியவில்லை. விலை மலிவாக வாங்கினான் ஒரு ஜோடி. அது காலைக் கடித்துப் புண்ணாக்கிவிட்டது. புண் ஆறிய பிறகு அதைப் போட்டுக்கொண்டு இரண்டு, மூன்று நாள் நடந்தான். ஊருக்குள்ளேயே வீட்டுக்கும் கடைத்தெருவுக்கும் போய் வந்தான். அவ்வளவுதான். தையல் பிரிந்தது; ஆணி பிடுங்கிக் கொண்டது; அட்டைகள் உதிர்ந்தன!

"படுபாவிப் பய மவன், ஐயாவை இப்படி ஏமாத்திப் போட்டானே. எல்லாம் கடுதாசு அட்டையும் துண்டுத் தோலுங்க சாமி. அதுவும் பழைய குப்பைத் தோலு. நான் தர்றேன் பாருங்க. வருடம் ரெண்டானாலும் அசையாது. உம், இதைப் போடுங்க . . ." என்று பந்தலடி மூலையில் ஒருவன் பிரமாதமான உறுதியோடு இரண்டே ரூபாய்க்கு 'உயர்ந்த செருப்பை'க் கொடுத்தான். சாமாவுக்கு ரொம்ப சந்தோஷம். 'உலகத்திலே நல்லவனும் இருக்கிறான் எதிலும் . . .' என்று ஸமாதானப்படுத்திக் கொண்டான். ஆனால் அதைப் போட்டுக்கொண்டு

வீட்டுக்கு வரும்போதே என்னவோ சொத்தென்றும், பட்டென்றும் சப்தம் கேட்டது. காலில் இரண்டு மூன்றிடங்களில் சதையைக் கிள்ளிக் கசியவும் வைத்திருந்தது. மெதுவாய்ப் பக்குவம் பண்ணி உபயோகித்தான். பதினைந்து நாட்களுக்குள் நான்கு தடவை பழுது பார்க்க நேர்ந்தது. பன்னிரண்டணாவரை செலவு. கடைசியில் உருப்படவில்லை செருப்பு. ஆனால் ஒரு லாபம். பழுது பார்க்கும்போதெல்லாம் அருந்ததி பரம்பரையினரான அந்தத் தோல் தொழிலாளர்கள் செய்த விமரிசனங்களால், செருப்புச் சம்பந்தமான சில விஷயங்கள் தெரிந்தன சாமாவுக்கு.

அடிக்கடி யாருக்காவது வியாதிகள் வந்து டாக்டரிடம் போய்வந்தால் வியாதியின் பெயர்கள், மருந்து விவரங்கள் எல்லாம் தெரிவ்தைப்போலச் சில செருப்பு லட்சணங்கள் தெரிந்தன சாமாவுக்கு.

வாங்கினால் நல்ல செருப்பாய், அழுத்திப் பதமாக்கின 'கான்பூ'ரில், இங்கிலீஷ் பட்டையோடு, ஒரே ஸோலில் நைஸ் ஒட்டியும் தைத்தும் இருக்கும் நல்ல செருப்பாய் வாங்க வேண்டுமென்று தீர்மானித்தான். பொருளாதார வசதி கூடிவர வில்லை. காத்திருந்தான்; காலம் வந்துவிட்டது. எதிர்பாராத விதமாய் அந்த வருஷம் ஆறாவது சிறுகதையை எழுதிவிட்டான் சாமா. பத்திரிகாசிரியருக்குப் பரம சந்தோஷம். பதினைந்து ரூபாய் பணமனுப்பிவிட்டுப் பக்கம் பக்கமாய்க் கடிதம் விளாசி இருந்தார். சாமாவின் மனைவி அந்தப் பணத்தை அப்படியே கொண்டுபோய்ப் பெட்டியில் வைத்துவிட்டாள். "போன வருஷம் மாதிரி இந்த வருஷமும் ஐந்தே கதைகள்தான் எழுதினதாக நினைத்துக்கொள்ளுங்கள். இது ஆபத்து ஸம்பத்துக்கு இருக்கட்டும்" என்றாள் அவள்.

"அப்படியானால் நான் இன்னொரு கதை எழுதிவிடுவேன். இன்னும் இரண்டரை மாதம் இருக்கு. இந்த வருஷம் முடிய" என்று பயமுறுத்தினான் சாமா.

"செய்யுங்களேன், புண்ணியம் உண்டு. என்னாலானதை நான் உதவி செய்கிறேன். காப்பியா, டீயா என்ன வேண்டும்? பணமோ வேண்டியிருக்கு; எழுதக்கூடாதோ?"

"ஆமாம், என்னடி பணம் கொடுத்து விடுகிறார்கள். அதிகமாய் வேண்டாம். ஒரு ஐம்பது ரூபாயாவது கொடுக்கக் கூடாதோ ஒரு கதைக்கு?"

"அப்போ மட்டும் எழுதிக் குவித்துவிடுவீர்களோ? வருஷத்துக்கு ஐந்து எழுதுவது போய் இரண்டாய் விடும் . . . கொஞ்சம் தயவுபண்ணி மெனக்கிட்டுப் பாருங்களேன். செலவு ரொம்ப இருக்கிறது . . ."

“ரொம்பச் சரி, கட்டாயம் எழுதிவிடுகிறேன். ஒரு பத்து ரூபா கொடு. செருப்பு வாங்கணும், ரொம்பக் கஷ்டமாயிருக்கு.”

“இன்னும் ஒரு மாசம் பொறுத்துக்கலாம், கதையெழுதுங்கோ ...”

“நீ தரமாட்டாயா பணத்தை ...”

“உங்களிஷ்டம்” என்று பத்து ரூபாயைக் கொடுத்துவிட்டாள் மனைவி. ஆனால், தான் சொல்ல வேண்டியதைப் பின்னால் சொல்ல நினைப்பவள்போல் வெடுக்கென்று உள்ளே போய் விட்டாள்.

“பிய்ந்த செருப்புப் பிராணனை வாங்கிற்று; நல்லதாய் ஒன்று வாங்கினால் குடியா முழுகிவிடும். பிரமாதப்படுத்துகிறாளே ...” என்று தனக்குத்தானே சொல்லிக்கொண்டான் சாமா. சமாதானம் ஆகவில்லை. அவளைக் கூப்பிட்டான்; அவள் வரவில்லை. கிளம்பிச் சென்றான் கடைத்தெருவுக்கு. கரீம் சாயபு கடையில் நுழைந்தான். மேலே மின்சார விளக்கு ஜ்வலிக்க. விசிறி சுழல, நாற்காலியில் உட்கார்ந்தான், கடைப் பையன் போட்டுப் போட்டுக் கழற்றினான். கடைசியில் அழகே உருவெடுத்தது மாதிரி ஒரு ஜோடியைச் சாமா விரும்பினான். “எடுத்துக்கங்க சாமி, ‘ஸுபீரியர் குவாலிடி’!” என்று தொடங்கி, அதனுடைய உயர்ந்த லட்சணங்களைச் சொல்லிக்கொண்டே போனார் சாயபு. சமீப காலத்தில், ஓரளவு லட்சிய ஞானம் பெற்றிருந்த சாமா, அந்த உண்மை விவரங்களை அறிவதாகக் காட்டிக்கொண்டான். கிட்டத்தட்ட அரை மணி நேரம் பேரம் செய்து, அதை ஏழரை ரூபாய்க்கு வாங்கினான். கடைப் பையனைத் தண்ணீர் கொண்டுவரச் சொல்லிக் கால்களைச் சுத்தமாய்க் கழுவிக்கொண்டு, காய்ந்த பிறகு செருப்புகளை அணிந்துகொண்டு நேரே வீட்டுக்கு வந்தான். ரேழியில் கழற்றினான் மெல்ல. இரண்டையும் சேர்த்து வைத்தான்; பிரகாசமான வெளிச்சத்தின்கீழ்ச் செருப்பின் மெருகு பளபளத்து, பட்டை வாரெல்லாம் பட்டு மாதிரி இருந்தன. பொத்தான்களும், வெள்ளி போன்ற ஆணிகளும் மின்னின. குத்துவார்களின் அந்தக் கொத்தவரைக்காய்ப் பின்னல்தான் எவ்வளவு அழகு! சாமா ரஸித்துக்கொண்டிருந்தான். மனைவி வந்து பார்த்தாள். குழந்தைகளும் எட்டிப் பார்த்தார்கள். அவள் சிரித்தாள். அவனும் சிரித்துவிட்டு, “ரொம்ப அழகாய் இல்லை இது?” என்றான்.

“நன்றாயிருக்கிறது, என்ன விலை?”

“ஏழரை ரூபாய். ஆனால் ஒரு விஷயம்; தேயாது. அறுகாது, நல்ல அழுத்தம் . . .”

“கடைக்காரன் சொன்னானாக்கும். சரி, சாப்பிட வரலாம் அல்லவா?”

சாப்பாட்டுக்குப் பிறகு குழந்தைகள் தூங்கியதும், ஒரு வாக்குவாதம் வந்தது.

"குழந்தைகளுக்குப் பளிச்சென்று ஒரு நல்ல சட்டை இல்லை. நான்தான் அரைப்பழசைக் கட்டிக்கொண்டு நிற்கிறேன். ஒரு ஆறு கஜம் வாயில் வாங்கினாலும் உண்டு. ஏழெட்டு ரூபாய்க்குச் செருப்பு வாங்குவது அநாவசியம். அக்கிரமம் என்றுகூடச் சொல்வேன்" என்றாள் மனைவி.

"அதற்கென்ன, நிறைய வாங்குவோமே? வாங்கிக் கொடுக்காமலா இருக்கப்போகிறேன்?"

"அப்படித்தான் காசைக் கொட்டி வாங்கியாகிறதே, பத்திரமாக வைத்துக்கொள்ளத் தெரிகிறதா? இதையாவது கெட்டுப் போக்காமல் வைச்சுக்கணுமே!"

"அதைச் சொல்லு, வாஸ்தவம். நானும் ரொம்ப ஜாக்கிரதையாய் இருக்கப்போகிறேன்" என்றான் சாமா.

எங்கே போனாலும் செருப்பு ஞாபகம். கோவிலுக்குப் போகும்போது போட்டுக்கொண்டே போவதில்லை. யார் வீட்டுக்காவது போனால் கண்ணெதிரில் கழற்றி வைத்துப் பார்த்துக்கொண்டே இருப்பது. ரேழியில் போட்டால், உள்ளே இருக்கிறவரை செருப்பு ஞாபகம்தான். இப்படிக் கண்ணும் கருத்துமாய்க் காத்து வந்தான், செருப்பை. ஒரு மாதங்கூட ஆகவில்லை. ஊரில் பெரிய பிரமுகர் வீட்டில் ஸ்ரீ ராமநவமி உத்ஸவம் வந்தது. பஜனையும் உபந்யாசங்களும் நாட்டிய சங்கீதக் கச்சேரிகளுமாக ஏக தடபுடல். சாமாவுக்குப் பக்தி உண்டு கொஞ்சம். அதை இன்னும் திடப்படுத்திக்கொள்ளவும், இம்மை, மறுமை இரண்டுக்கும் சுகம் தேடவும், முழு உத்ஸவத்திலும் பங்குகொள்ள நினைத்தான். ஒரு நாள் பகலில் மூன்று மணிக்கே ஆரம்பித்து, உபந்யாஸம், பஜனை, நாட்டியம் எல்லாம் நடத்தினார்கள். நல்ல வெய்யில் நேரம்; போகாமல் இருக்க முடியாது. ஆனால் கூட்டத்தில் செருப்புத் தொலைந்துவிடுமே! முன்பும் இப்படித்தான் ஒரு உபந்யாஸத்திற்குப் போனபோது ஒஸ்திச் செருப்பு போய்விட்டது. அந்த ஞாபகம் வந்ததும் சற்றுத் தயங்கினான். இருந்தாலும் மனதைத் திடப்படுத்திக்கொண்டு செருப்போடு கிளம்பினான், மனைவியிடம் சொல்லிக்கொண்டு.

"சரி போயிட்டு வாருங்கள். கூட்டம் அதிகம். செருப்பு ஜாக்கிரதை. முன்பு இப்படித்தான்."

"சரிதான் போ, அபசகுனம் மாதிரி. பஜனைக்கு வருகிறவன் எவனும் செருப்பைத் திருட மாட்டான்."

“பத்திரமாக வைத்து ஞாபகமாய்ப் போட்டுண்டு வரணுமேன்னு சொன்னேன். எனக்கென்ன வேறே.”

“அப்படியானால் வெய்யில் தாழப் போகிறேன். ஒருவழியாய் ஆகாரமும் செய்துகொண்டு கிளம்பிவிடலாம் ...”

“சேசே, எம்மென் அய்யவர்வாள் ‘லெக்சர்’ இருக்கு இன்னிக்கு; ‘அத்வைதானுபவம்’ என்று எடுத்துக்கொண்டிருக்கிறார். வா சாமா போகலாம்” என்று இரைந்து பேசிக்கொண்டே வந்தார் ராமய்யா மாமா. சாமாவும் கிளம்பிவிட்டான் கௌரவமாய். ‘எப்படியாவது செருப்பைக் காபந்து பண்ணிவிட முடியாதா?’ என்று நினைத்துக்கொண்டே நடந்தான். மாமா இரைந்து பேசிக்கொண்டே வந்தார்:

“இன்னிக்கு ரொம்ப விசேஷம். மயிலாப்பூர் கோஷ்டி பஜனையாம். யார்யாரோ பெரிய மனுஷ்யாளெல்லாம் வந்திருக்காளாம். அந்தப் பஜனையே புதுச் சம்பிரதாயமாம். ஹைகோர்ட்டு ஜட்ஜுகளும் வக்கீல்களும் பண்ணுகிறார்கள் என்றால், அது விசேஷமாகத்தானே இருக்கணும்? என்ன நான் சொல்வது?”

‘தனியா ஒரு மூலையில் வைத்துவிட்டு, ஞாபகமாகப் போட்டுண்டு வரணும்’ என்று நினைத்தான் சாமா, மாமா சொன்னதும் காதில் விழுந்தது. திரும்பிப் பார்த்துவிட்டு அவரைக் கேட்டான்:

“யார் லெக்சர்? எம்மென் அய்யர்வாளா?”

“ஆமாம், தெரியாதோ உனக்கு? நம்மூர்ப் பக்கத்தில் எண்பது வேலி ஏகபோகக் கிராமம் வாங்கியிருக்கிறார், எஞ்சினியராயிருந்து ரிடையர் ஆனவர். மஹா பக்திமான். வேதாந்தமெல்லாம் வாசிச்சியிருக்கிறாராம். அவருடைய பிள்ளைகளும், மாப்பிள்ளைகளும் கலெக்டருக்குக் குறைஞ்சு உத்தியோகம் பார்க்கவில்லை இப்போ. எல்லாம் ஈசுவரானுக்ரஹம். வேதாந்த உபந்யாஸம் அவர் பண்ணிக் கேட்கணும்; அடாடா ... என்ன பேச்சு!”

உத்ஸவம் நடக்கும் தெருவில் நுழைந்தார்கள் சாமாவும் ராமையாவும். எதிரில் சாமாவின் பால்ய ஸ்னேஹிதனான முத்து வந்தான். பார்த்ததும் இருவரும் பேச ஆரம்பித்தார்கள், ஸ்வாரஸ்யமாய். ராமையா விடைபெற்றுக்கொண்டு போய் விட்டார்.

“ஏண்டா, எப்போ வந்தாய்? டாடாவில்தானே இருக்கிறாய்” என்றான் சாமா.

“டாடாவும் இல்லை, மண்ணுமில்லை. சும்மாத்தாண்டா இருக்கிறேன்” முத்து அலுத்துக்கொண்டான்.

“ஊருக்கு வந்து எத்தனை நாள் ஆச்சு? நீ வந்திருக்கிறதே தெரியாதே எனக்கு?”

“ஆடிப்பாடி அலைஞ்சு திரிஞ்சு திரும்பி வந்தேன். ஒரு வாரமாச்சு சாமா, நானும் வாத்தியாராயிடலாமென்று ...”

“பாக்கியெல்லாம் பார்த்தாய்விட்டது! வந்து தொலை! அதிருக்கட்டும், லெச்சர் நடக்கிறது அங்கே; நீ கிளம்பிவிட்டாயே?”

“இன்னும் லெச்சர் ஆரம்பமாகவில்லை. இன்னும் கால்மணி ஆகும்.”

“இப்போ என்ன நடக்கிறது அங்கே?”

“அட! என்னவோ கத்திக் கிழிக்கிறானுகள். பண்டரிபுர பஜனையாம். நாலரைக்கட்டையில் கூத்துக் கட்டிண்டு ...”

“அடே ரஸிகப் பிரபு, அப்படியே இருக்கையேடா. ஏதோ பகவந் நாமம்; பேத்தாதே. வாயேன் போவோம் ...”

“பறக்காதேடா, போவோம் ...”

“ஊருக்கு வந்துவிட்டாய். அரட்டைக்கு நேரமா கிடைக்காது? வாயேன் ...”

இருவரும் சென்றார்கள். உபந்யாஸம் நடந்தது. நன்றாய் இருட்டியும்விட்டது. சாமா உபந்யாஸத்தை உணர்ந்து கேட்கவில்லையென்று சொல்லமுடியாது. ஆனால் ரேழி மூலையில் விட்டு வந்திருக்கும் செருப்பின் ஞாபகம் மட்டும் மறக்கவில்லை. வாஸ்தவம்தானே. ஏகக்கூட்டம். மறக்காமல் அதை எடுத்துக்கொள்ள வேண்டுமே. எம்மென் அய்யர் முத்தாய்ப்பு வைத்துக்கொண்டிருந்தார், அத்வைதானுபவத்திற்கு.

“ஆதலால், பரம்பொருள் உருவான மஹாஜனங்களே, உலகில் எந்தப் பொருள் மேலும் எள்ளளவுகூடப் பற்று வைக்காமல், மனைவி, மக்களென்று பாசம் கொள்ளாமல், ஒட்டாமல் வாழக் கற்றுக்கொள்ள வேண்டும் நாமெல்லாம். பரமாசார்யர் இதைத்தான் உபதேசிக்கிறார். ‘பஜ கோவிந்தம் ... கோவிந்தம் பஜ முடமதே.’ ஓம் சாந்தி ...”

அத்தனை பேருக்கும் வாசலுக்குச் சென்றுவிடும் வேகம் தானே. ஆனால் அவசரமாய் எழுந்து சென்றான் சாமா. வைத்த இடத்தில் செருப்பைக் காணோம். சற்றே அதிர்ச்சி. கூட்டத்திலே யாராவது தள்ளி இருக்கலாம். சற்று அப்பால், இப்பால், எதிரில் எங்கும் பார்த்தான். கண்ணில் படவில்லை. இதற்குள் கூட்டம்

வேறு இடித்துத் தள்ளுகிறது. நெருக்கம் தாங்கவில்லை. புழுக்கம் வேறு.எல்லோருமே சற்றுச் சிரமப்பட்டுத்தான் தேடியெடுத்தார்கள், தங்களுடைய செருப்புகளை, சாமாவும் தேடினான், தேடினான்; அகப்படவில்லை. முத்து வாசலில் காத்துக்கொண்டிருந்தான். எட்டிப் பார்த்தான்; ரேழியில் சாமா தேடிக்கொண்டிருந்தான்.

"ஏண்டா, செருப்பைக் காணோமோ?"

"ஆமாண்டா, இருநூறு ஜோடி செருப்பைத் தள்ளித் தள்ளித் தேடியாச்சு. என்னுடையதைக் காணும் . . ."

"வேறெங்காவது போட்டிருப்பாய்."

"இல்லையே, ஞாபகமாய் இங்கேதானே வைத்தேன். அதே ஞாபகமாகத்தானே இருந்தேன் ..."

"ஏன்? புதுச் செருப்போ?"

"ஆமாண்டா இழவு. ஏழரை ரூபா விலை, இன்னும் புதுக்கருக்கு அழியவில்லை. எவனோ கொத்திக்கொண்டு போய்விட்டான்."

"சீச்சீ, உளறாதே சாமா. யாராவது மாற்றிப் போட்டுக் கொண்டு போயிருக்கலாம். தானே கொண்டுவந்து விடுவார்கள் ..."

"எப்படித் தெரியும் நமக்கு? எப்போ கண்டுபிடிக்கிறது?"

"அடுத்தாப்போல ராதா கிருஷ்ணா நாட்டியம் இருக்கு. புரொபஸர் ஜேயெஸ்ஸுடைய பெண்களாம். அதனாலே யாரும் போயிருக்க மாட்டார்கள். வந்துதானே ஆகணும்?"

"எனக்குத் தோன்றவில்லை. யோக்யர்களாயிருந்தால் உடனே இங்கே வரணும்."

"பீடை தொலைந்ததென்று விடேன் சாமா?"

"முடியாதுடா. அழுகை வருதுடா. ஒன்று செய்வோமே முத்து? இப்படியே போவோம் . . . யார் காலிலாவது ..."

"கிரஹசாரம்தான். ஊரில் இருக்கிறவன் காலையெல்லாம் ... அடே பித்து!"

"அதுக்கென்ன பண்ணுகிறது?"

"பண்றது என்னத்தை? இனிமேல் செருப்பே வாங்கப் போறதில்லை நான். நாசமாப் போறவனுக; பஜனைக்கென்று வந்து பஞ்சமாபாதகம் செய்கிறானுகளே?"

"சாமா உள்ளே கூட்டம் கூடிவிட்டது. அப்புறம் இடம் அகப்படாது. வா உள்ளே போவோம் . ."

"மண்ணாங்கட்டி! புத்தம் புதுச் செருப்புப் போய்விட்டது. ஏழரை ரூபாடா."

"பீடை போச்சு. வாடா உள்ளே."

"நீ உள்ளே போ. நான் முன் தாழ்வாரத்திலேயே உட்கார்ந்து..."

"வருகிறவன் போகிறவன் காலையெல்லாம் பார்க்கப் போகிறாயோ? சாமா... பைத்தியம்..."

"வீட்டுக்குப் போனால் அவள் வேறு கொல்லப் போகிறாள். தெய்வ பக்தியாம். திருட்டுப் புத்தி உள்ளவனுக்குத் தெய்வ பக்தி..."

"திரும்பிப் போகிறபோது, தானா வந்து கிடக்கும். அப்படியே தொலைஞ்சுதான் போகட்டுமேடா, குடியா முழுகிடும் ..."

"திரும்பி வந்து போட்டுவிடுவானுகளா? ஈசுவரன் மட்டும் சர்வ வல்லமை உடையவனானால்..."

"உன் செருப்பைக் கொண்டுவந்து உன் காலில் மாட்ட வேண்டுமாக்கும்! சிரிக்கப்போறான் எவனாவது? பேசாமே வா ..."

"நீ உள்ளே போயேன். எனக்கு ஒன்றும் ஓடவில்லை."

கடைசியில் இருவருமே முன் தாழ்வாரத்தில் உட்கார்ந்தார்கள். நாட்டியம் ஆரம்பமாயிற்று. முத்து லயித்துவிட்டான் நாட்டியத்தோடு. சாமாவோ மிக்க வேதனையோடு உள்ளே வருகிறவர்கள் காலையெல்லாம் பார்த்துக்கொண்டிருந்தான். சங்கடமான நிலைமை. வேறு யாராவது தன்னைக் கவனித்து விடக்கூடாதே என்ற வெட்கம். அரித்துப் பிடுங்கும் அவல நினைவுகள். பைத்தியம் பிடித்தது மாதிரி, கால்களையும் செருப்புகளையும் பார்த்துப் பார்த்து அலுத்துக்கொண்டிருந்தான். அலுப்பு அருவருப்பாயிற்று. அப்படியும் பித்துத் தீரவில்லை. அநேகமாய் வீடு நிரம்பிவிட்டது. வெளியே யாருமே மீதி இருக்க மாட்டார்கள். ரேழியிலேயே இரண்டொருவர் நின்று கொண்டிருந்தார்கள். ரேழி நிறையப் பழசும் புதுசும், மட்டமும் ஒஸ்தியுமாய் ஒரே செருப்பு மயம். கையால் துழாவிப் பார்க்கும் அவ்வளவு ஆர்வத்தோடு, சாமாவினுடைய கண்கள் ரேழியைத் துழாவின, அவனுடைய செருப்பைக் காணவில்லை. மெல்லத் தேய்த்தாற்போல் நடந்துகொண்டு யாரோ ஒருவர் உள்ளே வந்தார். சட்டென்று சாமா, அந்தக் கால்களைப் பார்த்தான். "ஹா" என்றான். உண்மையிலேயே அவனுடைய செருப்பே தான். சந்தேகமேயில்லை. கவனித்து உற்றுப் பார்த்தான். பின்னல், பித்தான், பாலிஷ் எல்லாம் அப்படியே இருந்தன. அகப்பட்டுவிட்டதென்று துள்ளிற்று மனம். காலைப் பார்த்தான் மறுபடியும். கால் – கால் – கால் ஒரு மாதிரியாய் இருந்தது. அப்பொழுது ஏற்பட்ட அருவருப்பில், ஒரு க்ஷணம் சாமா மரத்துப்போய்விட்டான். மெல்லக் கண்களை இழுத்தான். மனத்தைத் திடப்படுத்திக்கொண்டான். அது தன் செருப்பில்லை

என்று நினைத்துப் பார்த்தான்; நினைக்க முடியவில்லை. 'அது எப்படி முடியும்? அப்படியே அச்சு என் செருப்புதான் அது. வெகு நன்றாய்த் தெரிகிறது. சந்தேகமேயில்லை. என் செருப்புத்தான்' என்று உறுதிகொண்டது நினைப்பு.

வந்தவர், திண்ணையருகிலேயே செருப்பைப் போட்டு விட்டு, ரேழியில் வந்து ஓரமாய் ஒதுங்கி நின்றார். சாமா எழுந்து வாசலுக்குப் போனான். போகும்போது 'அது என் செருப்பாக இல்லாமல் இருக்க வேண்டுமே ஈசுவரா' என்று நினைத்துக்கொண்டே போனான். திண்ணையருகில்போய்க் குனிந்து பார்க்கும்போது, அந்தச் செருப்பைப் போட்டவர் ரேழியில் எதையோ தேடிவிட்டு, முன்போலவே தேய்த்துக் கொண்டு வாசலுக்கு வந்தார். சாமாவுக்கு உடம்பெல்லாம் கூசிற்று, அவரைப் பார்த்ததும்.

"இந்தச் செருப்பு உங்களுடையதா ஸார்' என்றார் அவர்.

"ஆமாம். ஆனால் ..." என்று இழுத்தான் சாமா.

"மன்னிச்சிக்கணும் ஸார். இது உங்கள் செருப்புத்தான். நானும் ரேழியில் போட்டிருந்தேன் சாயங்காலம். வீட்டுக்குப் போகிறபோது இந்த மூலையில் கிடந்தது. என்னுடைய செருப்பும் இதே அச்சு. ஆனால் இவ்வளவு புதிசு இல்லை. மாட்டிக்கொண்டு போய்விட்டேன். ரேழியில் இப்போ தேடினேன். அதைக் காணோம். ஒருக்கால் நீங்கள் .. ? எங்கே போட்டிருக்கிறீர்கள் .. ?"

"அதெல்லாமில்லை, கெட்டுப்போனதுதான் என் செருப்பு. இது உங்களுடையதுதான்" என்றான் சாமா. முத்துவிடம்கூடச் சொல்லிக்கொள்ளாமல் ராமையா மாமாவுக்குக்கூடக் காத்திராமல் நேரே வீட்டுக்கு வந்தான்.

மனைவி வந்து கதவை திறந்தாள். காலைப் பார்த்தாள். "செருப்பெங்கே?" என்றாள். அவளும் அதே ஞாபகத்தில்தான் இருந்திருக்கிறாள்!

"இனிமேல் செருப்பே வாங்கப் போவதில்லை நான். வேறொன்றும் கேட்காதே" என்றான் சாமா.

"இனிமேல் ஓஸ்தியாய் வாங்க வேண்டாம். சனியன் ஒட்ட மாட்டேனென்கிறதே!" என்றாள் மனைவி.

**சுதேசமித்திரன்–தீபாவளி மலர்: நவம்பர் 13, 1955**

**'தெய்வீகம்'**

•

# குசமேட்டுச் சோதி

**முன்னுரை**

முன்னுரை ஒன்று எதற்கு? சம்பந்தம் இல்லாமல்?

சம்பந்தம் இருக்க வேண்டுமென்று என்ன சாஸ்திரம்?

பின்னே என்ன? கதைக்குச் சம்பந்தமும் இல்லை, கதைக்குப் புஷ்டியும் கொடுக்கவில்லை. இதை எதற்காகச் சேர்க்க வேண்டும்?

கதையைப் படிக்க, அது பிடிக்க, இது வேண்டும் என்று நான் நினைக்கிறேன். படியேன்!

மாட்டேன். என்னை ஏன் சிரமப்படுத்துகிறாய்? நீ எழுதித் தொலைப்பதை நான் படித்துத் தொலைக்க வேண்டுமோ?

வேண்டாம் விட்டுவிடு; இதைப் படிக்காமல் என் கதையைப் படிக்காதே; குசமேட்டின்மேல் – குசமேட்டுச் சோதிமேல் ஆணை!

குசமேடா? அதன்மேல் ஆணையா? இது என்னடா பிதற்றுகிறாய்?

அதைத்தான் சொல்லப் போகிறேன். குச மேட்டின் பெருமை யாருக்குமே தெரியாது; குச மேட்டின் ஜாதகம் நம்மூர் சந்துரு ஜோஸ்யருக்குத் தெரியும். பூமியில் குசமேடு அமைந்திருக்கும் கோணத்திற்கு, அதிலிருந்து வேதை செய்து, நவாம்சம், துவாதசாம்சம், (உனக்குப் புரியாது; அது கணிதம். இப்படி வைத்துக்கொள்) 9,12,30,36 அம்சங்கள் கணித்து அவர் மிகவும் நுணுக்கமான விஷயங்களைக்

கண்டுபிடித்திருந்தார். இப்போது வெறும் குப்பைமேடாய் இருக்கும் இதற்கு ஒரு யோகதசை வரப்போகிறதென்று முன்னெல்லாம் அவர் சொல்லிக்கொண்டிருந்தார்; அந்தத் தசை இப்போது வந்தே விட்டது; பாவம் அவர்தான் இல்லை.

குசமேடென்பது எங்கள் டவுனுக்குக் கிழக்கே ஆற்றின் கரையில் உள்ள ஒரு மேடு; வெறும் தடல். குழி வெட்டி மண் எடுத்த பள்ளங்களும் அவற்றில் தேங்கிப் பாசி பிடித்து விட்டிருந்த ஜலமும் தனிமைப் பித்துக்குத் துணை செய்யுமே தவிரப் பார்க்க அழகாயிருந்ததில்லை. அறுவடைக் காலங்களில் அங்குக் களம் அடிப்பதுண்டு; இரண்டொரு மரங்களும் உண்டு நிழலுக்கு; அந்த நாளில் அதாவது நான் படித்துக்கொண்டிருந்த போது மாலை வேளைகளில் அங்குச் செல்வதுண்டு; அந்தப் பொட்டலில் தனிமையில் இருந்து பெரிய பெரிய மேதைகளின் அபிப்ராயங்களைப் பற்றிச் சிந்தனை செய்திருக்கிறேன்.

அந்த மேட்டை எங்கள் தமிழ்ப் பண்டிதர் குயமேடென்று சொல்கிறார். 'முக்கண்ணன்பால் முத்தமிழ்வாது செய்து மோதிய மாபேரறிவும் மதிவலியும் வாய்க்கப்பெற்ற தோலா நாவின் மாமேலோனாம் நக்கீரர்க்குத் தோற்ற வடமொழி வீணன் குயக்கொண்டானுடைய மேடு அது; இதற்கான தொன்மைச் சான்று பல உள' என்பது அவர் துணிபு.

அது குசமேடுதான் என்று சாஸ்திரிகள் சொல்கிறார். சூரிய வம்சத்து ராஜரிஷி குசன், ஸேது தர்சனார்த்தம் தண்டகாரண்யம் வந்த காலத்தில், துர்வாஸ சாபத்தால் தவளையாய் இருந்துகொண்டு தபஸ் செய்துகொண்டிருந்த ரிஷியை இடறிக் கொன்றதால், குசனுக்கு ஏற்பட்ட பிரம்மஹத்தி தோஷப் பரிஹாரத்திற்காக அசுவமேத யாகம் செய்த இடம் இது என்கிறார் சாஸ்திரிகள். பக்கத்தில் மண்டங்குடி என்ற கிராமம் இருப்பதைக் காட்டி, அது மண்டூக க்ஷேத்திரம்தான் என்று ஆதாரத்தோடு கோஷிக்கிறார் அவர்.

'இதெல்லாம் வெறும் பேச்சு' என்கிறார், எங்கள் சரித்திரப் பேராசிரியர். அவருக்கு அந்த மேட்டில் ஒரு ரகசியம் துலங்கிற்றாம். அதைக் கொண்டு கூறி, அரசாங்க உதவி பெற்று, ஒரு மூலையில் வெட்டிக்கொண்டிருந்தார் மேட்டை. இருநூறு அடி வெட்டிவிட்டால் ஊறும் ஜலத்தை இறைக்க வேண்டும். இங்கு 'ஹாரப்பா மோகஞ்சேதாரோ' நாகரீகத்தின் ரகசியப் பெட்டியைத் திறக்கப் பல சாவிகள் கிடைக்கும். இங்குப் புதையுண்டு கிடக்கும் விஷயம் வெளிப்படுத்தப்பட்டால், அது 'ஹாரப்பா – தாரோ' நாகரீகங்களின்மேல் கத்தைக் கதிர் வெளிச்சத்தை எறியும் என்று அவர் நம்புகிறார்.

நான் ஊரை விட்டுக் கிளம்பிப் போனபோது, அதாவது இருபத்தியாறு மாதங்களுக்குமுன், குசமேடு வெறும் தடலாகத் தான் இருந்தது. நான் ஊருக்குத் திரும்பிவந்த அன்று மாலை, பழைய பாசம் இழுக்கக் குசமேட்டுக்குச் சென்றேன். இடமே எனக்கும் புரியவில்லை. உண்மையாகவே சந்துரு ஜோஸ்யர் சொல்லிக்கொண்டிருந்த தசை வந்துவிட்டிருந்தது மேட்டுக்கு.

"குசமேட்டில் கட்டடமெல்லாம் கட்டியிருக்கிறதே, தோட்டம் போட்டிருக்கிறதே, அதெல்லாம் என்ன?" என்று என் வீட்டாரிடம் விசாரித்தேன். என் தாயாரும் தம்பியும் சேர்ந்து விவரம் சொல்ல ஆரம்பித்தார்கள்; அரை மணிநேரம் சொன்னார்கள். அங்கு இப்பொழுது ஒரு பெரிய ஆசிரமம் ஏற்பட்டிருக்கிறதாம். ஏராளமான பக்தர்கள், உலகத்தைத் துறந்தவர்கள் அல்லது குறைந்தபக்ஷம் துறக்க வழிதேடுகிறவர்கள், ஆண்களும் பெண்களும் அங்கேயே இருக்கிறார்களாம். தவிரத் தினம் வெளியூரிலிருந்து பலர் வந்து போய்க்கொண்டேதான் இருக்கிறார்களாம். மஹரிஷி பித்தானந்தா என்ற ஜீவன் முக்தர் (வாழ்வுடன் வீடுற்றவர்?) சுடர்விட்டு விளங்குகிறாராம் அங்கு.

"நம் வீட்டுப் பூஜையலமாரியில் படம் இருக்கிறதே, பார்க்க வில்லையா நீ?" என்றாள் தாயார்.

பார்த்தேன், சந்தனம் குங்குமம் விளங்கக் கௌபீனதாரியாய்ப் பூமாலை தரித்திருந்த உருவம் அது.

"இதைப் பாரண்ணா" என்று சில புத்தகங்களை, பொட்டிட்டுக் கொண்டு பூஜையில் இருந்த புத்தகங்களைக் கொண்டுவந்தான் தம்பி.

ஒரு கையாலே வாங்கப்போனேன்.

"சீச்சி இரண்டு கையாலேயும் வாங்கு" என்றாள் தாயார்.

வாங்கிப் பார்த்தேன். *(1) பித்தோபநிஷத்; (2) பித்தகீதை; (3) பித்தஞானக்கொழுந்து; (4) பித்தயோக ஞான சாரக் கண்ணிகள்; (5) பித்தானந்த நாமாவளியும் போற்றி அகவலும் . . .* இப்படியான புத்தகங்கள்.

"தாசில்தாரும் கலெக்டரும் ஜட்ஜும் மந்திரியும் யாராவது வந்துகொண்டேதான் இருக்கிறார்கள் அடிக்கடி. ஒரு நாளைக்குக் கலெக்டர் சம்சாரம் வந்தாளாம். பரவசமாய்ப் போய்விட்டாளாம். என்னவோ தெய்வீக சக்தி இருக்கு அங்கே. அந்த மேடு, இன்னும் சுற்றிலும் இருக்கிற இடம் எல்லாவற்றையும் ஆசிரமத்துக்கே எடுத்துக்கொள்ளும்படி சர்க்காரிலேயே உத்தரவு போட்டுவிட்டார்களாம். ஜே ஜே என்று தினம் உத்ஸவம்போல் இருக்கிறது. அங்கே எலெக்ட்டிரிக் லைட்

போட்டு, பம்பு வைத்து, ஏ அப்பா, கைலாசம் மாதிரி இருக்கிறது; நீயும் போய்த் தரிசனம் பண்ணிவிட்டு வா. வீட்டில்தான் எல்லாரையும் போதாத காலம் படுத்துகிறதே என்று நானும் ஆசிரமத்துக்குப் போய் வந்துகொண்டிருந்தேன். படத்தைப் பூஜையில் வைத்தேன். வந்த நாளாய் ஏதோ நல்லதாக இருக்கிறது; நம்முடைய சக்திக்குத் தகுந்தபடி ஏதாவது செய்வோமே ஆசிரமத்திற்கு; கட்டாயம் போய்த் தர்சனம் பண்ணு" என்றாள் தாய். தாயாருக்காக இல்லாவிட்டாலும் குசமேட்டுக்கு வந்த திசையை எனக்கு வந்ததாகவே நினைத்துக்கொண்டு, அங்குப் போய்ச் சேர்ந்தேன்.

மேட்டின் நடுவில் அழகான கட்டடம்; சுற்றிலும் குளுமையான தோட்டம். முன்பு இரண்டொன்றாய் இருந்த ஆலமரங்களுக்குப் பக்கத்தில், இன்னும் பல மரங்கள் வளர்ந்திருந்தன. அந்த மரங்களுக்கடியில் சின்னச் சின்னத் தென்னங்கீற்றுக் குடிசைகள் போடப்பட்டிருந்தன. மூங்கில் தட்டிகளால், கதவுகளும் ஜன்னல்களும் அமைக்கப்பட்டு, பார்ப்பதற்குத் தற்காலிகமான அகதிகள் முகாம்போல் இருந்தன அவை; அந்தக் குடிசைகளுக்குச் சுற்றிலும் முள்வேலி போடப்பட்டிருந்தது. உள்ளே போகும் வாயிலில் ஒரு கவைக்கொம்பு நடப்பட்டிருந்தது. அதைத் தாண்டித்தான் உள்ளே போகவேண்டும். வேலியில் ஒரு போர்டு தொங்கிற்று. அதில் தமிழிலும் வடமொழியிலும் 'தபோவனம்' என்றும், ஆங்கிலத்தில் 'தாபோபான்' என்றும் எழுதப்பட்டிருந்தது. தபோவனம், அந்த முள்வேலியைத் தாண்டுவதற்கு நடப்பட்டிருந்த கவைக்கொம்பு இதற்கெல்லாம் தத்துவார்த்தம் உண்டு என்று பின்னாடிதான் கேள்விப்பட்டேன். ஆனாலும் முதலிலேயே எனக்கும், அப்படி ஏதாவது இருக்கத்தான் வேண்டும் என்று புலப்பட்டு விட்டிருந்தது. உள்ளே போனேன். 'எக்ஸிபிஷன்' மைதானத்தில் சுற்றிப் பார்ப்பது போன்ற குதூகலமும் குறுகுறுப்பும் சுரந்தன என் மனதில். அது என்னைப் புனிதப்படுத்தி, என்னையும் ஞானியாக்க முயன்றுவிடுமோ என்றுகூடத் தோன்றிவிட்டது. எக்ஸிபிஷனில் கங்கா மங்கா என்ற ஒட்டுச் சகோதரிகளைப் பார்க்கும் இடத்தில் எப்போதும் கூட்டமாக இருக்கும். அதுபோலக் கூட்டம் அதிகமாயிருந்த ஒரு பர்ணசாலைக்கு நானும் போனேன். அங்கே ஒரு மேனாட்டு மனிதனும் அவனுடைய மனைவியும் இருந்தார்கள்; இருவரும் இந்திய உடை அணிந்திருந்தனர். பாவம், அந்த மனுஷனுக்கு வேஷ்டி பொருந்தவே இல்லை. எப்படியோ சுற்றிக்கொண்டு உட்கார்ந்திருந்தார்.

கண்ணை மூடிக்கொண்டு முழங்காலையும் முதுகையும் ஒரு தோல் பட்டையால் இறுக்கிக் கட்டிக்கொண்டு

யோகநிலையில் இருந்தார். அவருடைய மனைவியோ திறந்த அதாவது கீழ்நோக்கித் திறந்த கண்களுடன் மூக்கு நுனியைப் பார்த்துக்கொண்டு பத்மாசனத்தில் விளங்கினாள். இந்த யோகானந்தத்தைக் காணச் சென்ற பக்தர்களில் பலர், மெல்லச் சத்தமின்றித் தரையில் விழுந்து வணங்கிக் குனிந்து வாய்பொத்தி நின்றிருந்தனர். என்னைக்கூட யாரோ ஒருவர் ஜாடை காட்டி, மெல்லப் பேசி, வணங்கத் தூண்டினார். நானும் ஏதோ எதிர் ஜாடை காட்டினேன். அதற்கு அவர், "ஆய்விட்டதா, சரி. வருகிறவர்களுக்கு வழிவிடுங்கள்" என்று மறுபடியும் ஜாடை செய்தார்.

அடுத்த கொட்டகையில் ஒரே ஜரிகை மயம், தங்க வைர மயம்; நடமாடும் மாத்தாப்புகள்போல; யாரோ வடநாட்டு ராஜகுமாரியாம், அவள் ஏதோ மெல்லப் பேசிக்கொண்டிருந்தாள். பலர் கேட்பதாய்ப் பாவனை செய்துகொண்டிருந்தனர்.

இப்படி ஒன்றா? எத்தனையோ? பல ஞானிகளை, யோகிகளையெல்லாம் கண்டு கேட்டு எல்லாம் ஆனபின் கடைசிக் கொட்டடிக்குச் சென்றேன். நீண்ட ஜடாமுடிதாரியாய் இருந்த ஒருவர் நீட்டி முழக்கிப் பிரசங்கம் செய்துகொண்டிருந்தார். நடுத்தர வயதுள்ளவர்; அவர் குரலிலும் அவர் கொடுத்த உபமானங்களிலும் வாலிபம் பொங்கிற்று. நின்று கேட்டேன். குமாரிகளும் பேபிகளும் தாய்மார்களும் வாலிபர்களும் வயதானவர்களும் நின்று கேட்டுக்கொண்டிருந்தார்கள். அத்வைத நிலையைப் பற்றி விளக்கம் தருகிறார்.

"பகவான் அடிக்கடி சொல்வது இதைத்தான்; நான் எனது என்பதைப் பிய்த்துப் பிய்த்து ஆராயவேண்டும். பகவான் சொல்லும் (பகவான் என்று அவர் குறிப்பது மகரிஷி பித்தானந்தாவை) ஆத்மஞானம் வரும்போது, நான் எனது என்பதெல்லாம் கிடையாது. கிடையாதென்றால் இருக்காது; ஜீவனும் பிரம்மம் எனும் பரம்பொருளும் கலந்துவிட்டால் அந்தக் கலவையில் எல்லாம் மறைந்துவிடும்; இதை இன்னும் தெளிவாக்க வேண்டுமா..?" என்று அந்த ஞானி நிறுத்தினார்.

கணீரென்ற இனிய குரலில் ஒரு மாது சிரோன்மணி, 'நெக்லேசு' ஜொலிக்க, நகைகள் ஒலிக்கக் கேட்டாள். "இரண்டறக் கலக்கும் அந்த அத்துவித நிலைதான், இன்னும் சற்று விளங்க வேண்டும்."

"அதுதான் பேரின்பம்" ஞானி தொடர்ந்தார். அதை விளக்க, "லௌகிகமான சிற்றின்பமே சிறந்த உதாரணம்". விரிவான முறையில் அம்சம் அம்சமாய்ப் பொருத்திக்காட்டி விளக்கினார். ஞானியான அவர் தந்த விளக்கத்தை எழுத முடியவில்லை என்னால்; அதாவது அவ்வளவு தூரம் விகல்பமற்ற ஸமநிலையும்

இந்த அஞ்ஞானக் கட்டையாகிய எனக்கு இல்லை; ஒருபக்கமாய்ச் சென்று வெற்றிலை போட்டுக்கொண்டு துப்பிவிட்டு நின்றேன்.

தபோவனத்தில் இருந்த பக்தர் கூட்டம் வேலியைத் தாண்டிச் சென்றது. ஞானியாரும் வெற்றிலை போட்டுக்கொண்டு என்னிடம் வந்தார். "என்ன புகையிலை இருக்கிறது உங்களிடம்" என்று கேட்டார். நட்பு ஏற்பட்டுவிட்டது. அவர் காலேஜில் படித்தவராம். இருவரும் அறிமுகப்படுத்திக் கொண்டோம். அவர் பெயர் ராம சர்மா. அவர் கல்யாணமே செய்துகொள்ளவில்லையாம். இதெல்லாம் ஆன பிறகு, அவரிடம் விவரமெல்லாம் கேட்டேன்.

"மகரிஷி உபதேசமே செய்வதில்லையா வருகிறவர்களுக்கு?"

"அது ஆட்கொண்டால் ஞானம் தானாக வரும். அது நினைத்தால் நாம் உயர்கிறோம்."

"அது அது என்கிறீர்களே யாரை?"

"இங்கே பித்தானந்தாவை அது, இது, பகவான் வருகிறது என்றுதான் சொல்வது வழக்கம்; அது சுத்தப் பிரம்மத்தோடு லயமான உருவமோ அருவமோ ஒன்றும் அல்லாத இல்லாத பொருள்."

"அவரை ஒருவரும் பார்ப்பதே இல்லையா?"

"ஏன் பார்க்காமல் என்ன? ஆனால் அதுவல்லவே அது!"

"எனக்குப் புரியவில்லை!"

"நமக்கும் அதுதான் முடிவு; "நான் யார்" என்று கேட்டுக் கேட்டு விடை கண்டால் இந்த முடிவு வரும்."

"பகவானைப் பற்றி விவரமாய்ச் சொல்லுங்கள். சர்மா, நீங்கள் பார்க்கும் அந்த உடல், அவர் சாப்பிடுகிறாரே அது, ஆனந்தம் பொங்க போட்டோவுக்கு அவர் நிற்கிறாரே அது, இதெல்லாம் என்ன?"

"அவ்வளவும் பொய்; உங்களுக்குத் தோன்றுகிற பிரமை. அது பகவானுடைய சரீரமல்ல; பகவானுக்கும் அந்த உடலுக்கும் அது செய்கிற காரியங்களுக்கும் துளிக்கூடத் தொடர்பு கிடையவே கிடையாது. உடல் தன் பாட்டுக்கு ஏதோ செய்துகொண்டு போகிறது. அது பகவானை ஒன்றுமே செய்யமுடியாது."

"சரி நான் பகவானைப் பார்க்க வேண்டுமே. நீங்களே கொஞ்சம் கூட இருந்து தயவு பண்ணி..."

"இதோ, இப்போ பகவான் வந்துவிடும், தரிசனம் கொடுக்க. அந்தக் கட்டடம் இருக்கிறதே, அதுதான் ஆசிரமம்; நடுவில்

ஒரு பெரிய ஹால் இருக்கிறது. அங்கேதான் ஆசனமெல்லாம் போட்டிருக்கும். இன்றுகூட விசேஷத் தரிசனமெல்லாம் உண்டு. சென்னையிலிருந்து யாரோ பெரிய மனிதர் சினிமா முதலாளி வருகிறாராம். இன்னும் யாரோ சங்கீதக்காரர்கள் கச்சேரி செய்யப் போகிறார்களாம்; மானேஜர் வந்துவிடுவார் இப்போ; மானேஜர் வந்துதான் பகவான் வரும். நீங்கள் போய் இருங்கள். நான் வந்து எல்லாம் பார்த்துக்கொள்கிறேன்."

"ஏன் இங்கே ஏதாவது?"

"அந்தப் பக்கம் இருக்கிறார்களே ஒரு தம்பதி, அவர்கள் அமெரிக்கர்கள். அவன் பெரிய மிலிட்ரி ஆபீஸர்; ஆசிரமத்துக்கு இருபது ஆயிரம் ரூபா கொடுத்திருக்கிறான்; மானேஜருக்கு நல்ல கார் ஒன்று வாங்கிக் கொடுத்திருக்கிறான்; அது கிடக்கட்டும்; அவர்கள் இரண்டு பேருக்கும் பிராணாயாமம் சொல்லித் தர வேண்டும்."

"ரொம்ப நாழியாகுமோ!"

"ஏது, சும்மா ஒரு பத்து நிமிஷம்..."

"நான் இங்கேயே இருக்கிறேனே?"

"சரி, இன்னிக்குத்தான் வேண்டாமே, வாருங்கள் போவோம் ஆசிரமத்துக்கு."

போகும்போது நான் பேசிக்கொண்டே போனேன். ராம சர்மாவுக்குச் சங்கடமாய்ப் போய்விட்டதோ என்னவோ, அவர் சொன்னார்:

"நீங்கள் அங்கு வந்து ஒன்றுமே பேசக்கூடாது; குயுக்திக்கெல் லாம் இது இடமல்ல. அதெல்லாம் பேசுவதானால் நான் உங்களோடு வர மாட்டேன்" என்றார் கண்டிப்பாய்.

ஹாலுக்குச் சென்றோம். ஹாலின் ஒரு கோடியில் சுகமான சோபா ஒன்று; அதன்மேல் சொகுசான திண்டுகள்; முழு புலித்தோல் விரிப்பு; பக்கத்தில் அழகிய கருங்காலி மேஜை; தந்தச்சிமிழ்கள்; கீழே மெத்தை தைத்த கால்பீடம்; அதில் தங்கக் குமிழிட்ட இரண்டு பாதுகைகள். சுவரில் தொங்கிய வெண்சாமரங்கள்; மயில்தோகை விசிறிகள். ஹால் முழுவதும் ரத்ன கம்பள விரிப்பு; கமகமவெனக் கமழ்ந்து வெண்புகை பரப்பும் தூபக் கூண்டுகள்; பால் சாம்பிராணியும் மட்டிப்பாலும் அகரு தூபமும் தெய்வ மணம் பரப்பின. சாந்தியின் இருப்பிடம் போன்ற மௌனம்; பலர் அசையாமல் பலவிதமாய் அமர்ந்து நிஷ்டை பயின்றனர். ஹாலின் வாயிற்படியில் அழகிய பீடத்தில் கொலுவின் காட்சி சாந்தியைச் சித்திரிப்பது. புலியும் மானும்

சிங்கமும் யானையும் கீரியும் பாம்பும் சேர்ந்திருந்து களிக்கும் காட்சி. நானும் சர்மாவும் ஹாலில் மெல்ல நடந்தோம். எனக்குப் பேசவேண்டும்போல் புறுபுறுத்தது. நாக்குத் துறுதுறுத்தது. மெல்ல, "சர்மா" என்றேன்.

அவர் வாயைப் பொத்தினார். நானோ பேசிவிட்டேன். அவர் சாமர்த்தியமாய் என்னை அழைத்துக்கொண்டு வெளித் தாழ்வாரத்துக்கு வந்துவிட்டார். அங்கே நூற்றுக்கணக்கான போட்டோப் படங்கள் தொங்கின.

"எல்லாம் பகவானுடையவை" என்றார் சர்மா.

ஒவ்வொன்றாய்ப் பார்த்தேன்; அந்த உருவம் எனக்குப் பரிச்சயம் உள்ளதாகப் புலப்பட்டது. ஊன்றி ஊன்றிப் பார்த்ததில் அதன் பரிச்சயம் உறுதிப்பட்டது. ஆனால், தெளிவாய் இன்னாரென்று சொல்ல முடியவில்லை.

இதற்குள் பரபரப்பு ஏற்பட்டது.

"மானேஜரும் மதராஸ்காரர்களும் வந்துவிட்டார்கள்" என்றார் ஒருவர்.

"அப்போ, போய் பகவானை அழைத்துக்கொண்டு வா ..." என்றார் சர்மா.

"தபோவனத்தைச் சுற்றிக்கொண்டு அவர்கள் வரப் போகிறார்கள். அதற்குள் பகவான் வந்துவிடாதா ..." என்றார் அவர்.

இரண்டு புதுக் கார்கள் கம்பீரமாய் ஊதிக்கொண்டு ஒய்யாரமாய் வளைந்து நழுவி ஓடின, தபோவனத்தைப் பார்க்க. சர்மா என் அருகிலிருந்து கிளம்பினார். நான் கேட்டேன்:

"சர்மா, கடைசியாக ஒரே ஒரு கேள்வி: இந்த மகரிஷி பித்தானந்தா, என்னதான் உபதேசம் செய்கிறார்?"

"அது உபதேசம் செய்வதாவது? நான்தான் சொன்னேனே, பகவான் இல்லை இல்லையென்று. இங்கு உள்ளவர்கள், வருகிறவர்கள் எல்லோருக்கும் பகவானைப் பார்த்தால் ஞானம் வருகிறது. அதைக்கொண்டு நாங்கள் பிழைக்கிறோம். அதாவது, இந்த உலகத்தின் துயரங்களுக்கு ஆளாகாமல் தப்புகிறோம். அதுக்குத்தான் லோகப் பிரக்ஞையே கிடையாதே."

"எதுக்கு?"

"அதுதான் பகவானுக்கு."

"உங்களுக்கு வரும் ஞானம், இந்தப் பிழைப்புத்தானா?"

“சார், இதைப் பாருங்கள். உங்கள் குயுக்திக்கு இது இடமில்லையென்று முன்பே ஒருதடவை சொல்லிவிட்டேன். உங்களை இங்கு யாரும் கூப்பிடவில்லையே, உபதேசத்திற்கு.”

“எனக்கு ஞானம் வரவேண்டாமா?”

“அப்போ நாங்கள் சொல்வதைக் கேளுங்கள். பகவானைப் பற்றிய முடிவு இதுதான்; அது நாசமற்றுப் போய்விட்டது; அது அறிவுமயமானது; களிப்பே நிலையாகப் பெற்றது; அதுக்கு இந்த உலகமே இல்லை; உடலும் இல்லை. இதெல்லாம் அதுக்குத் தீப்பட்டு எரிந்து கருகிப்போன கயிற்றைப்போல; எரிந்த கயிறு கீழே கிடந்தால், அதன் உருவம் முறுக்குக்கூடப் பிரியாமல் அப்படியே இருப்பதுபோலத் தென்படும். ஆனால் அதைக்கொண்டு எதையாவது கட்ட முடியுமோ? இதுதான் ஞானம் . . . அதோ மானேஜர், அந்தப் பக்கமாய் வருகிறார், சென்னைக்காரர்களோடு. இதோ பாரும், இந்தப் பக்கம் பகவானும் வருகிறது. நான் வருகிறேன் . . .”

கட்டடத்தின் அந்தப் பக்கத்தில் மானேஜர் வருவது எனக்குத் தெரிந்தது. வந்தவருக்கும், கூட வந்த சர்வாலங்கார பூஷிதையான சுந்தரிக்கும் வழிகாட்டிக்கொண்டு மானேஜர் வந்தார். நான் நின்றிருந்த இந்தப் பக்கத்தில் மகரிஷி பித்தானந்தா வந்துகொண்டிருந்தார். இளித்த வாயுடன் அக்ஞானிகளைக் கண்டு சிரித்துக்கொண்டு வந்தார் பகவான். இதுவே அவருடைய ஆனந்தமயம் போலிருக்கிறது. குறியற்றுக் குறிப்புமற்று இங்கிதமற்று விழிக்கும் தன் விழிகளால் தனது அறிவான தன்மையை அம்பலப்படுத்துகிறார் போலும். அளவாய் உரோமம் அகற்றப்பட்டு அரிய உணவால் அருமையாய்ப் போஷிக்கப்பட்டு, அங்கம் முழுவதும் வெண்பூச்சுப் பூசப்பட்டு அற்றம் காக்கும் சிற்றுடையோடு வந்த அந்த அழகிய உருவம் அது அழிவற்றுவிட்டதை அகிலத்திற்கு அறிவித்தது. பகவான் வரும் வழியிலெல்லாம் சேஷ்டைகள் பிரமாதமாயிருந்தன. குனிந்து குனிந்து வெறும் தலையிலிருந்து வெறுமையைப் பொறுக்கி வெட்ட வெளியில் வீசிக்கொண்டே வந்தார். இடையிடையே வெறும் கையால் வெறும் இன்மையை வாயில் போட்டு வெறுமையாய் மென்று கொண்டு வந்தார். பார்த்தேன். கூர்ந்து கவனித்தேன். உற்று நோக்கிச் சிந்தித்தேன். உறுத்த ஆரம்பித்த நெஞ்சில் உண்மை கண்டுவிட்டது. அந்த உருவம் யாரென்று, ஸ்பஷ்டமாய்த் தெரிந்துவிட்டதெனக்கு. சிரிப்பு வந்தது. அடக்கிக்கொண்டு, மேலும் கவனித்தேன். வழியில் கீழே படுத்துக்கொண்டுவிட்டார் பகவான். படுக்கையின் அமைதியில் என் உறுதி திடப்பட்டது. அந்த மனிதனுடைய பூர்வோத்தரமெல்லாம் விளங்கிவிட்டது.

O

நாற்பத்தொன்பது பிறந்துவிட்டதா? நாற்பத்தாறின் மே மாதத்தில், நான் வயிறு வளர்க்க வட நாட்டுக்கு ஓடுவதற்குச் சில நாட்களுக்கு முன், கோவிலில் கோபுரத்தடி மேடையில் 'அதிகம் படித்த' நாங்கள் நாலைந்து பேர், பெரிய விஷயங்களைப் பற்றிப் பெரிய பேச்சுப் பேசிக்கொண்டிருந்தோம். ஆயிரம் ஆயிரம் ஆண்டுக்கு முன்னே எங்கோ யாரோ எண்ணிய எண்ணங்கள், செய்த செயல்கள் இவற்றையெல்லாம் அலசிக் கொண்டிருந்தோம். காலவெள்ளத்திலே நீந்திப் பழமைக்கரைக்குப் பிரயாணம் செய்யப்போய், கை சளைத்துக் காலும் தரை தண்டாமல், மல்லாந்து மிதந்து வந்தோம். இருபதாம் நூற்றாண்டின் தெய்வீகக் கரையில், அந்த ஈரத்தோடு உட்கார்ந்து சிந்தித்தோம். மனித சக்தியைப் பற்றியும் நம்பிக்கையைப் பற்றியும் மனக்கணக்குகள் தொடுத்தோம்.

"மனித குலத்தினுடைய அறிவு மிகுதியும் ஆற்றலின் குறைவும் இணைந்து போட்ட கரைகளே நம்பிக்கைகள்; ஆகக் கரைகளெல்லாம் கரைந்து கரைந்துபோய் மறுபடியும் போடப்பட வேண்டியவைதானே ..." என்று ஒரு கக்ஷி.

"அஸ்திவாரமும் அணைப்பும் பலமாய்ப் போட்டுவிட்டால், கரையாத கரை ஆகுமல்லவா?" என்று ஒரு வாதம்.

"கரையிருந்து பெரிதாய் என்ன சாதித்துவிட்டது? கரைகள் கரைந்துவிடட்டுமே! காண்போமே அந்தக் கரையற்ற காட்சியை" என்று ஒரு நிர்வேதம். எதுவும் பிடிக்காத ஓர் ஏமாந்த மனநிலை.

"கரையாவது சிறையாவது ஒன்றுமே இல்லை; எல்லாம் வெறும் அடுக்கு; சொல்லடுக்கு; நாமாக வைத்துக்கொண்ட எண்ண அடுக்கு; எடுக்க மறந்துவிட்ட முட்டுக்களின் அடுக்கு; இந்த முட்டுக்களைக் கொடுத்துக் கட்டிய தத்துவப்படிகள் பலமாயிருக்கின்றன; அவற்றுக்கு மேலே உள்ள மாடியும் உறுதியாயிருக்கிறது; அவற்றில் ஏறிக்கொண்டவர்கள் முட்டுக் களைக் கவனிக்கவில்லை; பின்வந்த நாமோ முட்டுக்களை எடுக்கப் பயப்பட்டுவிட்டோம். அதனால்தான் நம்மால் மேலே செல்ல முடியவில்லை என்பது மட்டுமல்ல: பயம் நம்மை அறிவிலிகளாகவும் ஆக்கிவிட்டிருக்கிறது!" என்று ஓர் அங்கலாய்ப்பு. சமரசம் வேண்டித் திருத்தமும், வேண்டித் தைரியமாய்ச் செல்லமுடியாத தோல்விநிலை.

"இந்த விஞ்ஞான யுகத்திலும் வீண்பிரமைகள் நம்மை ஆட்டிவைப்பதைப் பாரேன்; நம்புவது நல்லது என்றால் நாயைக் கறந்தா நாட்டுக்குப் பால் தருவது? நான் ஒரு விநோதம் காட்டுகிறேன் பார், இதோ இப்போதே இங்கேயே" என்று

ஆவேசத்தோடு கிளம்பி, எங்களில் ஒருவன் நடத்திய கூத்து மறக்குமா எனக்கு?

கோவில் வாசலில் ஒரு பைத்தியம். அது நான்கு நாளாய் அங்கே இருக்கிறது; ஆடை இருக்காது. இருந்தாலும் பயனில்லை; செக்கச் செவேலென்ற உருவம்; எண்ணெய் காணாமல் இருந்து சடையாய் ஒட்டிவிட்டபோதிலும் சுருள் மாறாத தலைமயிர்; எப்பொழுதும் சிரிப்பு; எதையும் வாயிலிட்டுக் கடிப்பது; கல்லை மண்ணைக் கரியை எதையும் கடித்து மெல்வது; துப்புவது, எப்பொழுதும் எதையோ எடுத்து எறிவதுபோல எறிந்துகொண்டே இருக்கும் கையால்; கையில் ஒன்றும் இருக்காது; ஆனால் எறிந்துகொண்டேயிருக்கும்; படுத்தால் படுக்கை தான். பட்டாளத்து லாரி வந்தாலும் பாதை கிடைக்காது லேசில். நண்பன் – விநோதம் காட்டக் கிளம்பிய நண்பன், – இந்தப் பைத்தியத்தைக் கிளப்பிக் கடை வாசலுக்கு அழைத்துச் சென்றான். நாங்களும் தொடர்ந்தோம். கடைவாசலில் அதை நிறுத்திக்கொண்டு ஒரு சீப்பு வாழைப்பழம் வாங்கினான்; பைத்தியத்துக்கு ஒவ்வொன்றாய் உரித்துக் கொடுத்தான்; அந்தப் பைத்தியம் பழத்தைத் தின்னும்போது, அதன் வாயிலிருந்து நழுவி விழுவதை ஏந்துவதுபோல் தன் கையை நீட்டிக்கொண்டே நின்றான். அவன் தோற்றத்திலே ஒரு வணக்கம் குழைந்துகொண்டது; முகத்திலே ஓர் ஏக்கம் தொங்கலாடிற்று; பொதுவில், பக்திக்கு ஒரு விரிவுரைபோல இருந்தான் நண்பன்; பைத்தியத்தின் வாயிலிருந்து ஒரு துகள்கூட விழவில்லை. அந்தப் பைத்தியத்தின் குடல் எத்தனை நாள் பட்டினியோ? தின்றுகொண்டேயிருந்தது; ஒரு சீப்பு முடிந்து இரண்டாவது சீப்பும் ஆயிற்று. இவனுக்குப் பிரசாதம் கிடைக்கவில்லை; கைநோக நீட்டிக்கொண்டு கண் நோகப் பார்த்துக்கொண்டிருந்ததுதான் மிச்சம். "ஆண்டவா இன்னிக்கும் அருள் கிடைக்காதா. அப்பா …" என்று அலுத்துக்கொண்டான் வேதனையோடு. ஆனால் முகத்திலோ தோற்றத்திலோ பக்தியும் மரியாதையும் குறையவில்லை. மூன்றாவது சீப்பையும் வாங்கிக் கொடுக்க ஆரம்பித்தான். எங்களைச் சுற்றி, மெல்ல மெல்லப் பத்து இருபதாகி ஐம்பதுக்கும் மேலே கூடிவிட்டது கூட்டம். கடைக்காரனும் கீழே குதித்து வாய் புதைத்துக் கைகட்டி நின்றான்; இன்னும் நாலைந்து பழங்கள்தான் பாக்கியிருக்கும். கூட்டத்தினர் கேட்டார்கள் பழம் கொடுப்பவனை –

"என்னய்யா இது? இவரு யாருங்க?"

பக்திப் பரவசமாய்ப் பதில் சொன்னான் நண்பன்: "ஒரு துளி எச்சில் கேட்கிறேன். சாமி தரமாட்டேங்குதுங்க, நானும் இரண்டு நாளாய்ப் பார்க்கிறேன்."

“அது கிடைச்சுட்டா . . .” என்று கேட்கும்போது, பக்தியில் நடுங்கிக்கொண்டிருந்தான் கேட்டவன்.

“கிடைச்சுட்டாவா? ஹும் கிடைக்குமா? கிடைச்சுட்டா, நாம் என்னதான் செய்ய முடியாது அப்புறம்? உங்க பெரிய ஆசுபத்திரி டாக்டரு எதுக்காவ? ஊசிதான் எதுக்கு?” கூட்டத்தைப் பார்க்காமல் கையைச் சாமியிடம் நீட்டிக்கொண்டே சொன்னான் இவன்.

“அப்படீன்னா இந்தச் சாமி . . .” என்று வியப்புப் பயமாய்க் கனிந்த குரல் வந்தது கூட்டத்திலிருந்து.

“சாமி புகுந்த இடத்துலே பொன்னு தோணும் அய்யா, வந்துடுமா அது கூப்பிட்டால் . . .” என்று பக்தியைத் தெளித்தான் நண்பன்; இப்படி அவன் சொன்ன சில பதில்கள், கூட்டத்தை அப்படியே அயர வைத்துவிட்டன.

புதிதாய்க் கலந்துகொண்ட ஒருவர், “சாமி, இப்படி சீப்புச் சீப்பாப் பளத்தைத் திங்கறாரே; அவரு ஒடம்பு என்னத்துக்கு ஆகும் . . .” என்று கவலைப்பட்டார்.

பதில் சொன்னான் பக்தன்: “ஆமாம், அவருக்கு உடம்புக்கு வருது! கல்லைத் திம்பாரு, கரியையும் திம்பாரு, கண்ணாடியும் திம்பாரு, கருநாகத்தையும் கடிச்சுக் கடிச்சுத் திம்பாரே, அவரு பிறவி தெய்வப் பிறவிங்க. நமக்கெல்லாம் புரியுமா?”

“அப்போ, சாமி ரொம்ப சக்தி உள்ளவங்கன்னு சொல்லுங்க . . .”

“பின்னே? சும்மாவா மனிசன் ரண்டு நாளா, துளி எச்சலுக்கு ஏங்கிக் கிடக்கிறான்?”

கூட்டம் பெருத்துவிட்டது; நாங்கள் ஒதுங்கிப் போக வேண்டியிருந்தது. இதற்குள் ஒரு காலணா அளவு வாழைப் பழம் பைத்தியத்தின் வாயிலிருந்து நழுவி விழுந்தது; “ஆஹா ஆஹா, ஆண்டவனே அப்பா, ஆளவந்தானே, அரோஹரா” என்று கூச்சலிட்டுக் கும்பிட்டு விழுந்து, கூட்டத்தை விலக்கிக் கொண்டுவந்து சேர்ந்தான் நண்பன்.

கூட்டம் பைத்தியத்தை மொய்த்துக்கொண்டுவிட்டது; பக்கத்திலுள்ள கடைகளில் எல்லாம் பழங்கள் காலியாகிப் பிஸ்கோத்து டப்பாக்களும் காலியாகி ஒரே அமர்க்களம்; நாங்கள் நகர்ந்தோம்.

குழாயடியில் கையைத் தேய்த்துத் தேய்த்து அலம்பிக் கொண்டே சொன்னான் நண்பன்:

“எப்படிக் கூத்து? கூட்டம் பார்த்தீர்களா? ஆச்சு. இனி இந்தப் பைத்தியத்தின் வயிறு நிரம்பிய வண்ணம்தான். ஜனங்கள் பைத்தியத்தை லகுவில் விட்டுவிட மாட்டார்கள். குறைந்தபட்சம் இன்னும் ஒரு மாதத்திற்கு இந்த கலாட்டா பிரமாதப்படும்; அப்புறம் ஒரு மஹா பக்தன் வருவான்; இதை வெளியூருக்கு அழைத்துக்கொண்டு போய்விடுவான்; இது பெரிய தெய்வீக உருவானாலும் ஆய்விடும்.”

வழியில் படுத்துக்கொண்டு சும்மா எதையோ பொறுக்கி எறிவதுபோல் சேஷ்டை செய்துகொண்டிருந்த உருவம் எனக்குப் புலப்பட்டுவிட்டது; நான் ஏதோ நினைத்து ஒரு முடிவுக்கு வருவதற்குள் சிஷ்யர்களும் ஞானிகளும் பக்தர்களும் சற்றுத் தூரத்தில் நின்று பகவானைத் தரிசனம் செய்து வணங்கினர். இருபாலாரும் சேர்ந்து பித்தானந்த ஸ்தோத்திரம் செய்ய ஆரம்பித்தார்கள்; சங்கீதத்தை வேணுமென்றே, புனித முறை என்று அலங்கோலப்படுத்துவதுபோலப் பாடினார்கள்.

பித்தா சுத்தா நித்தா முத்தா
அத்தா சித்தா சத்தா புத்தா
பித்தானந்தன் பெயரே போற்றி
சித்துருவான சிவமே போற்றி
நித்திய சோதி நேயா போற்றி
அத்துவிதத்தின் அடியே போற்றி!!!

பாட்டெல்லாம் முடிந்ததும் பகவானுடைய சேஷ்டைகளுக்குப் “பொறுக்குவதென்ன, எறிவதென்ன? வெறுமை என்ன? மெல்வதென்ன” என்றெல்லாம் விளக்கமாய்த் தத்துவம் சொல்லிக்கொண்டிருந்தார் ராமசர்மா. மானேஜரைக் காணோம்: அவர் மதராஸ்காரர்களோடு ஹாலில் இருந்தார் போலிருக்கிறது. அங்கிருந்து யாரோ வந்து சர்மாவிடம் என்னவோ சொல்ல, சர்மா பகவானிடம் போய்க் குனிந்து எதையோ செய்ய, பகவான் பித்துச் சிரிப்புச் சிரித்துக்கொண்டிருந்தது. அதைக் கிளப்ப முடியவில்லை.

குறுக்கும் நெடுக்குமாக ஓடிக்கொண்டிருந்தார் சர்மா; அவரைப் பிடித்து நிறுத்திக்கொண்டேன். அவர் தாமாகவே நான் கேட்காமலேயே எனக்கு விஷயம் சொன்னார்.

“பகவான் சமாதியிலே படுத்துவிட்டது; மானேஜரோ அவசரப்படுத்துகிறார்; ஜீவன் முக்தருக்கும் லௌகீகத்திற்கும் ஒத்துக்குமோ? என்னை விடுங்கள்; இதோ மானேஜரிடம் போய்விட்டு ...” என்று பறந்தார் சர்மா.

நான் அவரை விடாமல் நிறுத்திக்கொண்டு கேட்டேன்.

"சர்மா இதுவா, இதுதானா பகவான்? இது ஒரு பைத்தியம் அல்லவா? இந்த வெறும் பைத்தியத்தை...?" என்று நான் முடிப்பதற்குள், பின்னாலிருந்து என் தோளை யாரோ பிடித்து அமுக்கினார்கள்; அதோடு, உஸ், உஸ், என்று அடக்கினார்கள்; நான் திரும்புவதற்குள் ராமசர்மா கேட்டார்.

"சார், மானேஜரை உங்களுக்குத் தெரியுமா?" மானேஜர் என் தோள் தொட்டுப் பழகுவதில் சர்மாவுக்கு ஒரே வியப்பு.

"நாணா, பம்பாயிலிருந்து எப்போ வந்தாய்? நாம் அப்புறம் பேசிக்கொள்வோம். பேசாமல் இரு; இல்லாவிட்டால் ஒன்று செய்; கார் அனுப்புகிறேன்; இப்போ வீட்டுக்குப் போ; சாயங்காலம் நான் வந்து உன்னைப் பார்க்கிறேன்" என்றார், என் தோளைப் பிடித்து என்னை வாயைப் பொத்தச் சொன்ன மானேஜர்.

அந்த மானேஜர் வேறு யாருமல்லர்; அன்று கோயிலுக்கு எதிரில் எனது நண்பன் இன்னொருவன் நடத்திய அந்தக் கூத்தைக் கண்டுகளித்த எங்களில் ஒருவனே அவன்.

1955<br>'காதல் கல்பம்'

•

## குடும்பச் சிதைவு

குடும்பத்திற்குள்ளே பகை வந்துவிட்டால் அப்புறம் என்ன இருக்கிறது. கோபம் பொங்கிற்று. வீடு கிடுகிடுத்தது. பாத்திரங்கள் உருண்டன. பண்டங்கள் சிதறின. எல்லார் கண்ணிலும் ஜலம். ஒருவர் முகத்தை ஒருவர் பார்க்க முடியவில்லை. அப்பாக்கள் விரைத்துக்கொண்டு சென்றார்கள். அம்மாக்கள் மனமுடைந்து, கண்ணில் தளும்பிய ஜலத்தைக் கொட்டமாட்டாமல் வியாதிக்காரிகள் போல ஊர்ந்து சென்றார்கள். அற்ப விஷயத்தில் ஆரம்பித்தது; இவ்வளவு தூரம் வந்துவிட்டது.

மீனு, பாட்டு வாத்தியாருடைய மூத்த பெண். அவள் தாயாருக்குப் பிறந்தகத்து உறவினர்களே அதிகம் கிடையாது. ஆகையால் பிரஸவ சமயங்களில் கூடத் தன் சின்னஞ்சிறிய பெண் மீனுவைக் கொண்டே எப்படியோ நிர்வாகம் செய்துவிடுவாள். குடும்பக் காரியங்கள் ஓரளவில் அத்துபடியாய் இருந்தது மீனுவுக்கு. அம்மாவின் பொறுமை அநேகமாய் இந்தச் சிறிய உள்ளத்திலும் நிறைந்திருந்தது. இப்பொழுது மீனுவுக்குத் தம்பி பிறந்து இரண்டு மூன்று மாதங்கள் ஆய்விட்டன. ஆகவே, வீட்டுப் பொறுப்பு அவ்வளவாக இல்லை. கொஞ்சம் சாவகாசமாய் அவள் விளையாடலாம்.

எதிராளாத்து சீனு, ஹோட்டல் முதலாளி ராமய்யருடைய செல்லக்குழந்தை. சீனு குழைந்து குழைந்து பேசிக்கொண்டு, சாவதானமாய் எல்லாவற்றையும் கவனிப்பவன் – அவன் காரியமும் கவனிப்பும் தாமதம்போல் தெரியுமே தவிரச்

சூடிகையும் உண்டு கொஞ்சம். அவனுடைய விளையாட்டுக்கூட ஓரளவுக்குச் சாந்தமாகத்தான் இருக்கும். அவனுக்கு ரொம்பக் கோபம் வந்துவிட்டதென்றால், ஒரே ஒரு தடவை வாயைக் கோணிக்கொண்டு, 'உவ்வவ்வவ்வே'; அவ்வளவுதான், பழையபடி குழைந்துவிடுவான்.

கிட்டு அடுத்த வீட்டிலிருக்கும், தாசில்தார் ஆபீஸ் ஹெட் கிளார்க் சுந்தரத்தின் பிள்ளை. தனக்கு முந்தியே மூன்று பேர் பிறந்து, தன் அப்பாவையும் அம்மாவையும் ஆட்டி வைத்து அலுப்படையச் செய்துவிட்டார்கள் என்பதையும், தனக்குப் பிந்தியும் ஒரு பெண் குழந்தை நை நை என்று அழுது அவர்கள் கழுத்தை அறுத்துக் கொண்டிருப்பதையும் அவன் தெரிந்துகொள்ளாமல் பிடிவாதம் பிடிப்பான். அப்பாவும் அம்மாவும் அடிப்பது போதா தென்று, மூத்தவன்களுடைய குட்டையும் கைக்குழந்தையின் கிள்ளையும் பொறுத்துக்கொள்ள வேண்டுமென்றே பொறி போட்டுக்கொண்டவன். வீட்டில் செல்லாத தன் அடத்தை, பிடிவாதத்தை, நையாண்டியைத் தன் தோழர்களிடத்தில் காட்டிச் சந்தோஷப்படுகிறவன் அவன்.

இவர்கள் மூன்று பேரும் பஜனை மடத்துத் திண்ணையில் சேர்ந்தார்கள்.

மீனுவின் கையில், எந்திரம் கல்லுரல் கிணறு உள்பட சமஸ்தமும் அடங்கிய ஒரு சிறிய மஞ்சள் பெட்டி. கிட்டுவின் கையில், அப்பாவினுடைய ரைட்டிங் பேட், இரண்டு மெல்லிய பலகைத் துண்டுகள். சீனு கையில் ஒரு பக்ஷணப் பொட்டலம். தன் கையில் இருக்கும் பக்ஷணத்தை நல்ல வழியாய் உபயோகித்து ரசித்துத் தின்ன வேண்டுமென்றால், அதற்குத் தகுந்த விளையாட்டு, அம்மா, அப்பா விளையாட்டுத்தான் என்பது அவனுடைய அநுபவச் சித்தாந்தம்.

விளையாட்டு ஆரம்பித்தது. அட்டையையும் பலகைகளை யும் சுவரில் சாய்த்துவைத்து வீட்டுச் சுவர்கள் எழுப்பப்பட்டன. வீட்டிற்கு வெளியே ராட்டினம் போட்டு வாழைநாரில் தொங்கும் குடத்துடன் கிணறு. உள்ளே அடுப்புகள், எந்தரம், கல்லுரல், கவிழ்த்துவைத்த பாத்திரங்கள், ஈர்க்குச்சி விறகுகள்.

சீனு விளையாட்டை ஆரம்பித்தான், குழைந்துகொண்டே. ஆனால், கம்பீரமாய்ப் பேசுவதுபோல;

"மீனா, இம்மே காலம்பர ஆயிடுத்து. கடைக்குப் போகணும் நான். ஏன்னா நான் அப்பாவோல்லியோ?"

"சீனு நீ அசடுடா, அதற்குள்ளே போவாளோ அப்பா? பத்து மணிக்குன்னா ஆபீசுக்குப் போகணும். மணி இப்பத்

தானேடா பன்னண்டாரது. ஓனக்குத் தெரியாது அப்பாவாய் இருக்க, நான் இருக்கேன் பாரு. எங்கே காப்பி குடு, குடிச்சிட்டுப் பேப்பர் பார்க்கிறேன்" என்று சண்டைக்குப் பிள்ளையார் சுழி போட்டான் அழுகுண்ணிக் கிட்டு.

"அப்பாவைப் பாரு கொப்பா! நான்தான் அப்பா. எங்கப்பா காத்தாலையே கடைக்குப் போறாளே, மீனு நீ சொல்லுடி, யாரு அப்பாவா இருக்கணும்? நீதானே அம்மா" என்று சீனு குழைந்தான், மீனுவிடம் போய்.

"ஏய் கெஞ்சராண்டோய், பொம்மனாட்டியைப் போய்க் கேக்கறாண்டோய், மீனு, கொய்யாக்காய்ப் பறிச்சுத் தரமாட்டேன், சீனுவைச் சொல்லாதே" என்று கிட்டு கொக்கரித்தான்.

"மீனு, காலம்பர நான் கொரனாப் பட்டையும் பூந்தியும் குடுத்தேனே, கிட்டுவைச் சொல்லிவிடாதடி, இன்னும் ஜிகினா தருவேன், பாதாம் அல்வா, அப்பறம், வந்து... என்னைச் சொல்லடீ" என்று பல்லைக் காட்டிக்கொண்டு கெஞ்சினான் சீனு.

"சரி, ரெண்டு பேரும் பேசாமே ஆத்துலே இருந்துடுங்களேன். இன்னிக்கி நாத்திக் கிழமைன்னு வச்சிப்பமே, லீவு. புருஷாள்ளாம் ஆத்துலே இருக்கா" என்று விவாதத்தை நிறுத்த முயன்றாள் மீனு. அது முடிவதாய் இல்லை. "எங்கப்பாவுக்கு, அன்னிக்கும் கடை உண்டே" என்றான் சீனு.

"டோடோ டேய், லீவே இல்லாமை வேலை செய்யற அப்பாடோய், டேய் சீனு, சிரிப்பு வரறதுடா எனக்கு" என்றான் கிட்டு.

உடனே சீனு, "ஏண்டா, எதுக்காகச் சிரிப்பு வரது? லீவு இருந்தாத்தான் ஒஸ்தியோ" என்றான்.

"பின்னே இல்லையா, தினம் வேலை செஞ்சா, சினிமாக்கும் கச்சேரிக்கும் என்னிக்கிப் போறதாம்? அதான் ஓங்கப்பா, எங்கப்பா மாதிரி எங்கேயுமே வரதில்லை" என்றான் கிட்டு.

"ஊம். வராட்டா என்ன? எங்க கடையிலே வந்து பாரேன். எங்கப்பாவுக்கு எவ்வளவு பேரைத் தெரியும்னு" என்று கொஞ்சம் நிமிர்ந்தான் சீனு.

"ஆமாம் போடா, ஓங்கப்பா, யாரு வந்தாலும், வாங்கோ, வாங்கோன்னு, நாற்காலிலேந்து ஏந்துக்கிறாளே! எங்கப்பா ஆபீஸிலே பாரு, 'யாரு அங்கேன்னு' உக்காந்தே அதிகாரம் பண்றாளே" என்று கண்களை விரித்தான் கிட்டு.

"எனக்குத் தினம், எங்க மாமா, பக்ஷணம் கொண்டு குடுத்துட்டுக் கடைக்குத் தூக்கிண்டு போறாளே, ஒன்னை அந்த

வீரையன்தானே நடத்தி அழைச்சிண்டுபோறான்" என்று தலையை உயர்த்தித் தாழ்த்தினான் சீனு.

"மூஞ்சியைப் பார்ரா, எதையோ கேட்டா, வேறெதையோ இழுக்கிறான். அறெஞ்சுடுவேன். சீனு, கீனு." என்று கொஞ்சம் நகர்ந்தான் கிட்டு.

மீனு வந்து, சீனுவை நகர்த்தினாள்.

"கிட்டு, கொட்டு, உவ்வவ்வே. மீனு, இவனோடே டூ விட்டுட்றீ," என்றான் சீனு.

மீனுவுக்குச் சடக்கென்று யோசனை தோன்றிற்று.

"ஏய், என்னடா நீங்க ரண்டுபேரும் எப்பப் பார்த்தாலும் சண்டைப்போட்டுண்டே, அப்புறம் எப்ப விளையாடரதாம்? யாராவது போயி சாலியைக் கூப்பிண்டு வந்தா, இன்னுமொரு ஆம், அந்த ஆத்துக்கு ஒரு அப்பா வேணுமோல்யோ? அப்போ ரண்டு பேரும் அப்பாவா இருங்களேன்" என்று சிக்கலைத் தீர்த்துவைத்தாள் மீனு.

"சீனு போயேண்டா, போயி சாலியை அழைச்சுண்டு வா" என்றான் கிட்டு.

"நீந்தான் போயேன், சாலீ கிட்டு, நன்னா இருக்கும்டா. சாலி கிட்டு, மீனு சீனு" என்று விரலை ஆட்டினான் சீனு.

"ஏன், மீனு கிட்டுன்னா நன்னா இருக்காதோ? அப்பறம் விளையாட்டெல்லாம் கிளையாட்டாப் பூடும். போடா! போறையா இல்லையா" என்று முறைக்க ஆரம்பித்துவிட்டான் கிட்டு.

"மீனா, இதைப் பாரேண்டீ, இந்தக் கிட்டுவை, நான்தானே சாப்பிட பக்ஷணம் கொண்டுவந்தேன் மொதல்லே" என்று மீனுவைத் துணை கூப்பிட்டான் சீனு.

"சீனு, இப்பப் பாரு, வீடெல்லாம் என்ன ஆறது பாரு, பலகையும் அட்டையும் இல்லாட்டா, ஊம்" என்று வீட்டுக்குள் நுழையப் போனான் கிட்டு.

"ஐயய்யோ கிட்டு, உள்ளே போகாதேடா, தீட்டாப் போயிடும், மெழுகித் தேச்சு மடியா வச்சிருக்கேண்டா" என்று மீனா கிட்டுவுக்குச் சொல்லிவிட்டுச் சீனுவைப் பார்த்து, "நீந்தான் போயி சாலியை அழைச்சிண்டு வரப்படாதா?" என்று கெஞ்சினாள்.

"பார்ரீ மீனு, நீயும் அவனோடே சேர்ந்துண்டாயாக்கும், நான் வரவரைக்கும் விளையாட்டை ஆரம்பிக்கப்படாது, நான்

சுருக்க வந்துட்ரேன்” என்று கொஞ்சம் நகர்ந்த சீனு, திரும்பித் தயங்கி நின்றான்.

“ஊம் போயேன், சுருக்க வந்துடு” என்றாள் மீனு.

“அந்தப் பக்ஷணத்தைக் குடு, நான் கொண்டு போயிட்டுக் கொண்டு வரேன்” என்றான் சீனு.

“எதுக்கு, போடா நீ இப்படித்தான் ஏதாவது அசடாப் பேசறே, அதான் நீ வந்தப்பறம்னு சொல்லியாச்சே” என்று மீனா கடிந்து கொண்டதுபோல் கூறினாள்.

அவள் கடிந்து கொண்டதும் சீனு “நான் போயிட்டு வரேன்” என்று கிளம்பினான்.

‘சாலி’ என்னும் விசாலி, சாமா சாஸ்திரிகளுடைய பெண். வயசு ஏழு ஆய்விட்டதே தவிர, அவ்வளவாகச் சமர்த்தில்லை. அரச மரத்தடிப் பள்ளிக்கூடத்திற்குப் போய்விட்டு, அரைமணி நேரத்திற்கெல்லாம் அவிழ்ந்த பாவாடையைக் கையில் பிடித்துத் தரையில் புரளவிட்டுக்கொண்டு, சிலேட்டை அடிக்கொருதரம் கீழே போட்டுவிட்டு, எட்டிப் பார்க்கும் மூக்குச் சளியை இடது கையால் தேய்த்துக்கொண்டு, பராக்குப் பார்த்துக்கொண்டே வருவாள் சாலி.

சாஸ்திரிகளுடைய மருமகன் சம்புதான், அவளுக்கு உயிர்த் தோழன். அழ அழ விட்டாலும் அத்தான் அல்லவா? அவன் வீட்டோடு இருந்தான். சாஸ்திரிகள் வீட்டுக் கூடத்தில் சாலி மாக்கல்லால் கோணா மாணாவென்று கோடு கிழித்துக் கொண்டு இருந்தாள். அத்தான் சம்பு பக்கத்து உள்ளில் தமிழ்ப் புத்தகத்தில் உள்ள படங்களுக்கெல்லாம் மீசை, நாமம் இப்படி எதோ பிரமாதமான வேலை செய்துகொண்டிருந்தான்.

சீனு மெதுவாய் எட்டிப் பார்த்துக்கொண்டே, உள்ளே நுழைந்தான்.

“சாலி, விளையாட வரையா?” அரைமனதுடன் கேட்டான்.

“ஈ” என்று சிரித்தாள் சாலி.

“பஜனை மடத்திலே நாங்கள்ளாம் விளையாடரம், வரையாடீ சாலீ” என்று மறுபடியும் ஒரு தடவை கேட்டான் சீனு.

“எங்க அத்தான்?” என்று எழுந்திருந்தாள் சாலி.

“ஐயோ, அத்தான் வாண்டாம், நீ மாத்திரம் வாயேன், பாவாடை கட்டிண்டு” என்று அலுத்துக்கொண்டான் சீனு.

“ஏண்டா அப்பாவோ? நான் வரத்தான் வருவேன்” என்று சொல்லிக்கொண்டே வந்து நின்றான் சம்பு.

சீனு யோசனை செய்தான்: “ஈ ஈ என்று சிரிக்கிறது இந்தச் சாலி அசடு. சம்பு வராட்டா இதுவும் வராது. எப்படியாவது விளையாடி ஆகணுமே, மீனு வந்திருக்கிறாளே என்ன செய்வது?” என்று, “நாங்க சொன்னபடி கேக்கறதா இருந்தா நீயும் வரலாம்” என்று இழுத்தான்.

சம்பு எட்டு வயதுப் பையன். முரட்டாத்மா, அவன் கன்னத்தில் ஒரு துளி இடம்கூடக் கிள்ளுக் காயம் இல்லாமல் இருக்காது. இவன் போகுமிடத்தில் அநேகமாய் ஆபத்தான சண்டையில்தான் முடிவது வழக்கம். போகாமலும் இருக்க மாட்டான்.

“சரிடா” என்று சம்புவும் கிளம்பினான்.

பஜனை மடத்துக்கு வந்துசேர்ந்தார்கள்.

சீனு மீனுவிடம் போய் நின்றுகொண்டு, “மீனு, இப்ப இருக்கே, இதுதான் நம்ப ஆம். கிட்டுவும் சாலியும் வேறே வீடு கட்டிக்கட்டும்” என்றான்.

கிட்டு, ஒரே பாய்ச்சலாய்ப் பாய்ந்து சீனுவைப் பிடித்து இழுத்து, “இது என் வீடு, நீயும் சாலியும் வேறே வீடு கட்டிக்கணும்” என்றான்.

“இந்த அசடோடயா, நீயே விளையாட்டுக்கு வாண்டாம், ஓடிப்போயிடு. ஒன்னோடே நாங்கள்ளாம் டூ! கிட்டு, கொட்டு, உவ்வவ்வவ்வே” என்றான் சீனு இரைந்து.

“சீனு, எலே பல்லை உடைச்சுடுவேன், நீ ரொம்பச் சமத்தோ? கொழைஞ்சாந் தாத்தா, போடா பொக்கே” என்று சம்பு சாலிக்காகப் பரிந்து பேசினான்.

சாலி, ஈ என்று சிரித்துக்கொண்டே, பாவாடையை மாற்றி மாற்றிக் கட்டிக்கொண்டிருந்தாள். மீனாவுக்கு அழுகை வந்துவிடும்போல் இருந்தது. சமாதானத்திற்கு ஷரத்துக்கள் யோசனை செய்துகொண்டிருந்தாள் அவள். நேரம் போய்க் கொண்டிருக்கிறது. இன்னும் குடும்பம் அமையவில்லை. சாலியைப் பிடித்து இழுத்துப் பாவாடையை அழகாய்க் கட்டி விட்டாள். “சீனு, இங்கே வாயேன்” என்று கெஞ்சும் குரலில் கூப்பிட்டாள். தான் சொன்னால் சீனு தட்ட மாட்டான் என்பது அவளுக்குத் தெரியும். சீனுவின் காதோடு சொன்னாள் மீனு. “சீனு எனக்காக, சித்தெ நாழிக்குச் சாலியை வச்சிண்டு

விளையாடுவோம். யாராவது வந்துடுவா. வாணாப்பாரு, அவன் தான் அழுகுண்ணின்னு நமக்குத் தெரியுமே, இப்ப நமக்கு விளையாடணுமா வாண்டாமா, நான் இந்தாத்திலே இருந்தா மாத்திரம், நம்ப பிரியம் போயிடுமா?"

"மீனு, . . . உம்" . . . என்று வேதனைப்பட்டான் சீனு.

"இன்னும் சித்தே நாழிலே நம்ப ரண்டு பேரும் இந்தாத்துலே இருக்கப்போறம், நான் சொல்றத்தைக் கேளேன்!"

"சரி, சாலி நீ வா" என்று வெறுப்பாய்ப் பக்கத்து அங்கணத்துக்குச் சென்றான் சீனு.

சம்புவின் நிலைமை, இன்னும் ஸ்திரமாய் நிச்சயமாகவில்லை.

கிட்டு, சம்புவை வெளியே அனுப்ப, யோசனை செய்து கொண்டிருந்தான்.

அவனை அனுப்புவது லேசல்ல, அனுப்பித்தால் இங்கு ஒரு ஆள் குறைந்துவிடும் குடும்பத்தில். என்ன செய்வது என்று சீனுவுக்கும் பெரிய யோசனையாய் இருந்தது. சம்பு பார்த்தான்; இன்னும் ஒரு அம்மாக்காரியைத் தேடிப்பிடித்து அப்பாவாகிறதைக் காட்டிலும், பெரியப்பா ஆகிவிடுவதாகத் தீர்மானித்தான். சீனுவாத்தில் ஒரு பெரியப்பா இருக்கிறார். வியாதிக்காரர், படுத்துக்கொண்டேயிருப்பார். வீட்டிலுள்ளவர்கள் வேளாவேளையில் அவரைக் கவனித்து உபசாரம் செய்வதைப் பார்த்திருக்கிறான் அவன்.

"ஏய் சீனு, நான் பெரியப்பாடா, நான் படுத்துக்கொண்டே இருப்பேன், தெரியுமோல்யோ. நீங்கள்ளாம் நான் சொல்றபடி கேக்கணும்" என்று நீட்டிப் படுத்துக்கொண்டான். அவன் படுத்துக்கொண்டதைப் பார்த்ததும் கிட்டுவுக்கு ஆத்திரமும் சிரிப்பும் வந்தது. சீனுவுக்குச் சந்தோஷம். அவன் ஏதாவது செய்யவந்தால், 'ஒனக்கு உடம்புடான்னு சொல்லித் தண்டா இல்லாமல் படுக்க வைத்துவிடலாமே' என்று சீனு ஆறுதலடைந்தான். 'பொட்டை ஓல்டர், ஏந்துர்ரா' என்று சம்புவை உதைக்கப்போனான் கிட்டு,

அதற்குள், வீட்டையும் வீட்டுக்காரர்களையும் சண்டையை யும் பார்த்துச் சிரித்துக்கொண்டே விமலா வந்து சேர்ந்தாள்.

விமலா வாத்தியாரம்மாவின் பெண். அவள் நடையுடைகள் மற்ற குழந்தைகளைக் காட்டிலும் கொஞ்சம் புதுதினுசாகவே இருக்கும். அவளைப் பார்த்தவுடன் சண்டை நின்றது. சீனுவும் மீனுவும் பார்த்துச் சிரித்துக்கொண்டார்கள்.

"விமலா, வா, வா"வென்று, சம்புவையும் சாலியையும் தவிர, மற்றவர்கள் கொக்கரித்தார்கள்.

"சீனு, நீ இங்கே வந்துட்றா, நானும் விமலாவும் அந்தாத்துலே இருக்கப்போறம்" என்றான் கிட்டு. "மீனு கிட்டு என்றால் நன்னா இல்லையோ?" என்று வம்பு செய்து, மீனுவையும் சீனுவையும் ப்ரேமத்யாகம் செய்ய வைத்த கிட்டு, காளிங்கராயன் மாதிரி, விமலாவிடம் ஓடினான். கிட்டு சொல்வதற்கு முன்னையே கண்ணை மலர்த்திக் காத்துக்கொண்டிருந்த சீனு, ஓடிவந்து மீனுவைக் கட்டிக்கொண்டான்.

விமலாவுக்கு, இந்த அம்மா அப்பா விளையாட்டுக் கொஞ்சம் புதிது. தன்னிடம் ஓடி வந்த கிட்டுவைச் சரியாய் வரவேற்று உபசரிக்கவில்லை அவள்.

தான் வியாதிக்காரப் பெரியப்பாவானது பெரிய தவறென்று தோன்றிற்று சம்புவுக்கு. எழுந்துவந்து ஏமாந்த கண்களுடன் விமலாவை விழித்துப் பார்த்தான்.

சாலி, பலகைச் சுவர்களுக்கு வெளியே வந்து நின்றாள்.

குடும்பங்கள் குழம்பியிருந்த நிலையில், விமலாவைச் சமாளிக்கத் தொடங்கினான் கிட்டு;

"நாம் ஒரு ஆம், அவா ஒரு ஆம். என்ன விமலா, இந்தாத்துக்கு நான் அப்பா, நீ அம்மா, என்ன?" என்று விமலாவின் கையைத் தொட்டான் கிட்டு. விமலா புரியாமல் நின்றுகொண்டிருந்தாள். கிட்டு அவள் கையைப் பிடித்து ஆட்டிக்கொண்டே, "சாலி ரண்டாத்துக்கும் வேலைக்காரி" என்றான்.

சடேலென்று கையை உதறினாள் விமலா.

அடுப்படியில் குனிந்துகொண்டிருந்த மீனு, நிமிர்ந்தாள்.

"ஐயோ பாவம்" என்றான் சீனு.

கிட்டுவின் துடுக்குத்தனம், சிறு உள்ளங்களை வேதனை செய்துவிட்டது.

"படவா, ராஸ்கல், சாலி வேலைக்காரியா" என்று கிட்டுவின் மேல் பாய்ந்தான் சம்பு.

இருவரும் அடித்துக்கொண்டிருந்தார்கள். இருவருக்கும் காயங்கள்.

"ஐய்யய்யோ" என்று மீனு கத்தினாள்.

சீனு பக்ஷணப் பொட்டலத்தை எடுத்துக்கொண்டு ஒதுங்கி நின்றான்.

கிட்டுவின் ஜம்பம் சம்புவிடம் சாயவில்லை. கிட்டு எல்லோரையும் வைதுகொண்டு, வீட்டைக் காலால் குலைத்தான். உள்ளே இருந்த பாத்திரங்கள் எல்லாம் இறைந்தன. கிணற்றை எட்டி ஒரு உதைவிட்டான். எந்திரத்தைத் தூக்கி விட்டெறிந்தான். மீனுவின் நெற்றியில் பட்டிருக்க வேண்டியது. நல்லவேளையாகப் படவில்லை. சீனு பொட்டலத்தை எறிந்துவிட்டு, மீனுவை நகர்த்தி இழுத்தான்.

சம்புவின் ரத்தக் காயத்தைத் துடைத்தாள் சாலி; "பேசாமே இருடீ. இந்தப் படவாவை" என்று மறுபடியும் சம்பு, கிட்டுவின் மேல் பாய்ந்தான்.

"சம்பு, சம்பு" என்று மீனு அவனைத் தடுத்தாள். சீனு, சொப்பையெல்லாம் பொறுக்கிப் பெட்டியில் போட்டு, மீனுவிடம் தந்தான்.

சிதைந்த குடும்பம் மெதுவாய்க் கலைந்து பிரிந்து சென்றது.

**1955**

**'காதல் கல்பம்'**

●

# பாவம் வெறும் வெகுளி

## 1

“அத்தான். அந்தப் பிடியை மறுபடியும் பிடியுங்களேன்; நாட்டைக் குறிஞ்சி அவரோஹணத்திற்கு நீங்கள் தனியாய் ஒரு மெருகு கொடுக்கிறேளே..!” உணர்ச்சி வசப்பட்டு இப்படி உளறிவிட்டாள் பட்டு. மொச்சுக் கொட்டிக்கொண்டே மெதுவான குரலில் ரஸித்துக் கொண்டிருந்தவள், இப்படி எதற்குப் பேசி இருக்கவேண்டும்?

“பிரமாதமாகக் கண்டுவிட்டாய், பீடை! மூஞ்சியைப் பாரு. இனிமே வீட்டிலே பாடவே கூடாது ...” கை சொடுக்கும் நேரத்தில் அவளுடைய கணவன் ராமு இதை ஏன், இப்படி, இவ்வளவு கடூரமான குரலில், கடினமான அக்ஷரங்களுடன் கொட்டினான்?

காரணம் ரஸித்த பட்டுவுக்கும், ரஸிக்கப்பட்ட அவளுடைய அத்தானுக்கும் தெரியும். ராமு முன் கோபி. இந்தச் சமயத்தில் முன் கோபத்தில் மற்றொரு வேண்டா உணர்ச்சியும் புகுந்துவிட்டதால் வார்த்தை வேலை செய்யத் தொடங்கிற்று. ‘அடடே இவன் பேச்சும் தொனியும் ரொம்ப நன்றாயில்லை. விபரீதம் நாறுகிறது. இப்படி ஒருவன் இருப்பானா, அர்த்தம் இல்லாமல் வார்த்தைகளைக் கொட்ட, முன் கோபம் பைத்தியமல்லவே, வெறும் முட்டாள் ...” என்ற இது, அத்தான் வாய்விட்டே சொல்ல ஆரம்பித்த, சொல்லியிருக்கவேண்டிய விஷயம்தான்; ஆனால், விவேகம் சுவர்போல் தடுத்ததால் மனதிற்குள் நினைத்துக்கொண்டான் இப்படி: ‘சரி, மேற்கொண்டு என்ன செய்ய வேண்டும். எழுந்திருந்து

போனாலும் இன்னும் விரஸமாய்விடும். இருந்து உணர்த்திவிட்டுப் போவதுதான் உசிதம். எப்படி உணர்த்துவது என்று யோசித்தான் அத்தான். இடையில் கடந்து சென்ற நிமிஷங்களை மணிகள் ஆக்கின, அங்கு ஏற்பட்டிருந்த பொல்லாத அமைதியும் அயர்ச்சியும். எதிரில் இருந்த பட்டு, நிலைகலங்கி உதட்டைக் கடித்துப் பொருமிக்கொண்டிருந்தாள். அவளை அப்படிக் கலக்கிய ராமுவோ, சிவந்த முகம் வெளுக்காமல் தரையில் அறைந்த தன் கையைப் பார்த்துக் கொண்டிருந்தான்.

பேச ஆரம்பித்த அத்தானுக்கு வாய்திறந்து மூடிற்று. குளறிவிட்டுப் பேசினான்: "ராமு, நீ கொஞ்சம் ராகம் பாடறையா, கீர்த்தனை வாணா . . ."

ராமு ஒன்றுமே பேசவில்லை.

"இன்னொரு நாளைக்கு ஆகட்டும் அத்தான்", பட்டு நிமிராமல் சொன்னாள். இப்பொழுதும் ராமு பேசவில்லை.

கைக்குட்டையை உதட்டால் கவ்விக்கொண்டு எழுந்திருந்தான் அத்தான்; தடுமாறித் தேய்த்துக்கொண்டே வாசலுக்குப் போய்விட்டான்.

எதிர் பட்ட ராமுவின் தாயாரைப் பார்க்காமல் முகத்தைத் திரும்பிக்கொண்டு ஓடினான் அத்தான். இந்தப் புதுமையைப் புரிந்துகொள்வதற்காக அந்த அம்மாள் கூப்பிட்டதற்குக்கூட, அவன் திரும்பிப் பார்க்கவில்லை.

பாதிப் புரிந்துவிட்டதுபோல், 'சரி' என்று உள்ளே வந்து பார்த்தாள். முழுவதும் புரிந்துவிட்டது, ராமுவின் பக்கத்தில் சென்று சொன்னாள்.

"இந்தச் சனி, ஞாயிறும் வரவேண்டாம். இவனுக ரண்டு பேரும் இப்படி அழாத குறையாகக் கசந்துகொள்ளவும் வேண்டாம். ஏண்டீம்மா, பட்டு, என்னையும் நிஜ மாமியாராக்கத்தானே நீ இப்படிப் பண்ணுகிறாய்? பாட்டுன்னா, விளையாட்டுப் போது போக்குன்னு இல்லாமே, ஒத்தருக்கொத்தர் மனஸ்தாபம் வரும்படியாகவா . . . ராமு, இந்தப் பாழும் முன் கோபம் உன்னை விடாதாடா? ஊரான் வீட்டுப் பிள்ளையடா அவன்? அடிக்கடி இப்படி நீ ஏதாவது செய்கிறதும், அவன் பொறுத்துக்கிறதும், அப்புறம் நீயே அவனிடம் போறதுமா . . . போதும் . . ."

மாமியார் வந்தது நல்லதாயிற்று பட்டுவிற்கு; எழுந்து வளையை வருடிக்கொண்டு நின்றாள்; சுருதிப் பெட்டியை நகர்த்தி வைத்துவிட்டுத் தானும் நகர்ந்துவிட்டாள்.

பட்டுவும் அவளுடைய அத்தானும் ராமுவின் அசட்டு முன் கோபத்திற்குப் பலியாகி வருத்தப்படும் எத்தனையோ

சந்தர்ப்பங்களில் இது ஒன்று. இது சாதாரணம் என்று சொல்ல வேண்டும். மற்றவற்றைவிட. இப்படி ஏதாவது நடக்கும். ஒருநாள் ராமுவும் அத்தானும் பேசாமலிருப்பார்கள். மறுநாள் நட்புத்தான்; ஒரே பள்ளிக்கூடத்தில் இருக்கும் இரு ஆசிரியர்கள். ஸம வாலிபம். ஸமமான ஸங்கீத ரஸனை, பயிற்சி. பாந்தவ்யம் என்ற பல தொடர்புடைய அவரிருவரும் இத்தனை மனஸ்தாபங்களையும் துடைத்துவிட்டனர். "இந்த ரீதியிலேயே போய்க்கொண்டிருந்தால் சரியல்ல. பின் என்னதான் செய்வது . . ." என்ற எண்ணம் தோன்றும் ஆனால், விரைவில் மறைந்தே போய்விடும். மறுபடியும் ஒரு சம்பவத்தால் புதிப்பிக்கப்படும்.

## 2

கார்த்திகைக்கு மறுநாள் ராமுவும் அத்தானும் சேர்ந்து புறப்பட வில்லை பள்ளிக்கு. அன்று ஏற்பட்டிருந்த பிரிவை நிரந்தரமாக்க முனைந்துகொண்டிருந்தான் அத்தான். எப்பொழுதும் இல்லாதவிதமாய் இந்தப் பிரிவில் நாட்கள் கடந்துவிட்டன. சாதாரணமாயிருந்தால், ராமு தானாகவே நெருங்கிவிடுவான். இந்தத் தடவை அவன் செய்திருந்த – அவன் செய்ததல்ல – அவனுடைய முன் கோபம் செய்திருந்த தவறு, ரொம்பக்கனம். அதைச் சுமப்பதில் ராமுவுக்கே பெரிய சிரமம் ஏற்பட்டிருந்தது சுலபமாக அத்தானை நெருங்க முடியாமல் தவித்துக்கொண்டே அவன் ஒன்று, இரண்டு, மூன்று நாட்களைக் கழித்திருந்தான். நெருங்கும் வகையும் தெரியவில்லை. கார்த்திகை அன்றிரவு கோவிலிலிருந்து திரும்பும்போது, ராமுவும் பட்டுவும் வீட்டுக்குள் சென்ற பின்பு, வாசலில் இருந்தான் அத்தான் எதையோ எதிர்பார்ப்பவன் போல. உள்ளே சென்ற ராமு, கன்னாபின்னாவென்று கத்தினான். ரொம்பத் தாங்க முடியாமல் போகவே, தன் வீட்டுக்கு ஓடிவிட்டான் அத்தான்.

"அத்தான் பெரிய இவனோல்யோ, இந்த அதிமேதாவிக்கு அவன் பேச்சுத்தான் ரஸிக்கும். இந்தப் பிறந்த வீட்டு உறவு மாத்திரம் போறதில்லை; பீடை!" வீட்டிற்குள் நுழைந்ததும் நுழையாததுமாய் இப்படிக் கத்தினான் ராமு.

"பேசாமல் இரேன். யாராவது சிரிக்கப்போறா, வரவர சமத்தாப் பேசறையே" என்று சிரித்துக்கொண்டே சமாதானப் படுத்தினாள் அவனுடைய தாயார். ராமுவின் முன் கோபம் அவளுக்கும்தான் தெரியுமே!

இந்த விசித்திரக் கோபம் இப்பொழுது ஆடக் கிளம்பியதற்கு மூலக்காரணமாயிருந்தவள் அவனுடைய சிறு மனைவி பட்டு. அவள் அடுத்த கட்டுக்குப் போய் அடக்கமாய்ச் சிரித்துக் கொண்டிருந்தாள். "ஆச்சு, இரண்டரை நிமிஷம் இன்னும்

எத்தனை நிமிஷம் பாக்கி கோபத்தில்?" என்பது அவள் யோசனை. மெதுவாய் அவள் முன்கட்டுக்கு வந்தபோது ராமுவின் கோபம் மலையேறிவிட்டது போலிருந்தது. ஊஞ்சலில் உட்கார்ந்து வீசி வீசி ஆட்டிக்கொண்டிருந்தான். "போடீம்மா, போயி பாயைப் போடு" என்று சொல்லிக்கொண்டே, பின்கட்டுக்குப் போய்விட்டாள் தாயார்.

"பாலைக் கொட்ட விடுவானேன், அனாவசியமாய்' என்ற முன் யோசனையுடனேயே, வெறுங்கையாய் ஊஞ்சலருகில்

வந்தாள் பட்டு. ரொம்ப நாழியாய் நினைத்து வைத்துக் கொண்டிருந்த பழைய சினிமாப் பாட்டைப் பாடினாள்: 'பாழான முன் கோபம் ஆகாது காண்; படுகுழியில் தள்ளும் பரம வேதனை செய்யும் . . . பாழான."

"இதைப் பாருங்களேன்; கொஞ்சம் இந்தக் கமாஸுக்கு ஸ்வரம் பாடுங்கோ, இந்தக் கோபத்தைப் பறந்து போகச் சொல்றேன்" என்று பரமார்த்தி பட்டு, தூபம் போடுகிறோம் என்று தெரியாமல் சரஸமாடினாள்.

"பல்லை உடைத்துவிடுவேன், மூதேவி" என்று வெற்றிலைத் தட்டை வீசி எறிந்தான் ராமு. ஊசிவெடிக்கட்டு கொளுத்தியதுபோலப் பேசிக்கொண்டே போனான்:

"முன் கோபமா . . . மானம் கெட்டவளே, அத்தான்னா எந்த மட்டும்? அத்தானாம் அத்தான். பெரிய தேவாவதாரம் அவன். அவன் எது பண்ணினாலும் நன்னாருக்கும் உனக்கு, இல்லையா?"

வார்த்தை மழையாகப் பெய்துகொண்டிருந்தது. பட்டு குறுக்கிடவேயில்லை. ஆனால், கூர்ந்து கவனித்து வந்தாள். நன்றாய் ஓய்ந்ததும், சிறிது முன்னாடி வந்து நின்றுகொண்டு கேட்டாள்:

"ஆச்சா, இன்னும் ஏதாவது பாக்கி உண்டா? எங்க அத்தான் உங்களிடம் இத்தனை வார்த்தை கடன்பட்டிருக்கிறாரா?"

"நீ . . . செய்வது . . ." பேச வரவில்லை ராமுவுக்கு. மலைத்தாற்போல் இருந்தான்.

"ஏன், வார்த்தை ஆயிடுத்தா? கிருஷ்ணன் சிசுபாலனைத் தொண்ணூத்தியொன்பது தடவைதான் மன்னித்தார். எங்க அத்தான் உங்களை முழுசா ஆயிரம் தடவை மன்னிப்பார். ஆனால் அவமானம் யாருக்கு. யோசித்தேளா . .?"

ராமு நிமிரவில்லை "நீ . . ." என்று ஏதோ குளறினான்.

"இனிமேல், பேச முடியுமா உங்களாலே. என்ன பேசுகிறோம் என்றுகூடப் புரியாமல் இருந்ததெல்லாத்தையும்தான்

கொட்டியாச்சே, இப்படியுமா கோபம் வரும்?" தொடர்ந்தாள் பட்டு. இந்தச் சந்தர்ப்பத்தை முழுதும் பயன்படுத்திக்கொள்ள நிச்சயித்துவிட்டாள். மேலும் பேசினாள்:

"எனக்கே பொறுக்கவில்லையே, பிறத்தியார்க்கு எப்படி? இதோ பார்த்தேளா, நீங்கள் கொட்டினதிலிருந்து குறிச்சு வைத்திருக்கேன். இதை வேறே யாராவது கேட்டால்..." கடிதத்தைப் பார்த்துக்கொண்டு கூனிக்கொண்டவன் ஏக்கமாய் நிமிர்ந்து பார்த்தான். அந்தப் பார்வையில் தொனித்த பலஹீனத்தைக் கண்ட பட்டு, தாமதமே செய்யாமல் 'திடு, திடு'வென்று சென்றுவிட்டாள் வெகுதூரம்.

"அத்தானுக்குக் கொடுப்பதாய்த் தானிருந்தார், எங்க அப்பா. ஜாதகம் பொருந்தாமல் இருந்ததால், 'மாட்டவே மாட்டேன்' என்று சொல்லிவிட்டாள் அத்தை. கல்யாணம் ஆகியிருந்தால் எப்படியிருப்போம் என்பதைப் பற்றி, இப்போது பேச்சோ, நினைப்போ எங்களுக்கு லவலேசமும் இல்லை. நாங்கள் இப்போது அண்ணாவும் தங்கையும் போலத்தான். உங்களுக்குப் புரியுமோ என்னமோ? கப்பலிலிருந்து இறங்கி வந்தவர்களுடைய மனோபாவமும் கலாசாரங்களும், நம் காலடிகளை மிதித்தவர்களுக்குக்கூட ஏற்படாது. நம் பழக்க வழக்கங்கள் சம்பிரதாயங்கள் கட்டுப்பாடுகள் எல்லாம் பவித்ரமானவை. நாமெல்லாம் மிருக ஜாதியைச் சேர்ந்தவர்கள் அல்ல. நல்லவேளை, உங்கள் கோபம் வீட்டிலேயே ஆறிற்று; கோவிலிலே முகத்தைத் தூக்கி வைத்துக்கொண்டீர்களே, அப்பொழுதே இதையெல்லாம் பேசியிருந்தால், அவமானம் யாருக்கு? நன்றாக யோசியுங்கள். காதல் கீதலெல்லாம் புஸ்தகத்தோட சரி. எங்களுக்குப் பக்தியும் காதலும் ஒன்றுதான் என்பது ஞாபகமிருக்கட்டும்." பட்டு சற்று நின்றாள்.

"அதெல்லாமில்லை. எப்பப் பார்த்தாலும் அவனை நீ ..." என்று சமாளிக்க ஆரம்பித்தான் ராமு. படபடவென்று இன்னும் ஆழமான குரலில் பட்டு தொடர்ந்தாள். ராமு அவள் முகத்தைப் பார்த்தவன்தான். திரும்பவோ குனியவோ தைரியமில்லை.

"எங்கத்தான் நன்னாப் பாடறார்னு, ரஸமாப் பேசறார்னு, யார்கிட்டே நான் சொன்னேன், உங்களிடம்தானே? சரி, எங்கத்தானுடைய குணத்தையும், மற்றதையும், நான் கொண்டாடக்கூடாது என்று நினைக்கிறதே ஒரு பலஹீனம் அல்லவா உங்களுக்கு? நான்தான் சின்னவள். உங்கம்மா இருக்காரே, அவருக்குத் தெரியாதா உசிதம்? என்னிக்காவது இது மாதிரி அவர் சொல்லியிருக்காரா? கடைசியாச் சொல்றேன்; எங்க அத்தான்

மகா உத்தமன். இன்னொருத்தராயிருந்தால் உங்களை முகாலோபனம்கூடச் செய்திருக்கமாட்டா. நீங்கள் முன் கோபி என்கிற விஷயம் எனக்குத் தெரியலையா, தெரியும். ஆனால் அசட்டுப் பிசட்டுன்னு எதாவது நீங்கள் நினைத்து விட்டால் விபரீதம்னுதான் சொல்ல வந்தேன். இனிமேலாவது தெரிஞ்சுக்கோங்கோ.

ஒத்தருக்குக் கழுத்தை நீட்டின க்ஷணத்திலே இருந்து, லோகத்துப் புருஷாள் அத்தனைபேரும் எங்களுக்குத் தந்தை தமையன்கள் என்கிறதை நாங்கள் ஒவ்வொரு நிமிஷத்திலேயும் நிரூபித்துக் காண்பிச்சிண்டிருக்கோம்."

மனைவியின் உணர்ச்சியில் ராமுவின் க்ஷணிகக் கோபம் வெட்கி மறைந்தது. முற்றிய உணர்ச்சிக்கும் போதைப் பொருளுக்குள்ள சக்தி உண்டு. அதிவேகத்தில், ஆனால் ஆழ்ந்த மெதுவான குரலில் பேசி முடித்ததும், அயர்ந்து பின்னுக்குச் சென்று சுவரில் சாய்ந்தாள் பட்டு. பிறகு தலைப்பால் முகத்தைத் துடைத்துக்கொண்டு உள்ளே சென்றாள். பால் அவ்வளவாய் ஆறிவிடவில்லை. பாலைக் கொண்டுவந்து ராமுவின் கையில் கொடுத்தாள். அவள் முகத்தைப் பார்த்துக்கொண்டே குடித்தான் ராமு.

"பட்டு, நாளைக்கு எப்படியாவது சாயங்காலம், அத்தானை அழைச்சிண்டு வரேன். இனிமேல் பாரேன் நீ", ராமு குழந்தை மாதிரிக் கொஞ்சிப்பேசினான்.

மெதுவாய்ப் பின் கட்டுக்குச் சென்ற பட்டுவை, பொட்டைத் துடைத்துச் சொடுக்கிக்கொண்டாள் மாமியார். "என் பிள்ளையைப் பத்தி இனிமே எனக்குக் கவலையே இல்லேடி கண்ணு" என்றாள்.

பட்டு, மாமியாரின் கைகளுக்கு இடையிலிருந்தாள் சலுகையாய். "அம்மா, உள்ளே வந்து இவா கத்தினபோது, அத்தானும் வாசலில் இருந்திருக்கார். அவர் என்னாலே..." என்று பட்டு சொல்லும்போதே இடைமறித்து மாமியார், "அவனும் அப்படியெல்லாம் வித்தியாசமா நினைக்க மாட்டாண்டி" என்றாள்.

## 3

ராமுவும் அத்தானும் சேர்ந்து பள்ளியிலிருந்து திரும்பினார்கள். தன் வீட்டிற்குள் அத்தானை அழைத்தான் ராமு. போய்விட்டுச் சில நிமிஷங்களில் வருவதாகத் தன் வீடு சென்ற அத்தான் ராமுவின் வீட்டிற்கு வந்தான். வாசற்படி நுழையும்போது, உள்ளேயிருந்து பாட்டுச் சத்தம் கேட்டது. படபடப்பை அடக்குவதற்காகத்தான் ராமு பாடிக்கொண்டிருந்தான். ஆயினும்

சுகபாவம் குறையவில்லை பாட்டில், ராஜா பவனி வருவதுபோல் கம்பீரமாய் நகர்ந்துகொண்டிருந்தன, பியாகடையின் ஸ்வரங்கள். கொஞ்சம் நின்று கேட்டான் அத்தான். 'நான் வரப்போகும் நிச்சயத்திலேயே பாடுகிறானே, என்னையும் இழுத்துவிடுவானே பாடுவதற்கு. பியாகடை கீர்த்தனம் 'அநுதினமுலு'வைத் தினம்தினம் நான் பாடினாலும் அலுக்காதே பட்டுவுக்கு' என்று தயங்கி யோசித்தான் அத்தான். பிரமாதமென்ன, பாடினால் போச்சு, என்று தீர்மானமாய் உள்ளே போனான்.

வேகமாய் ஆடும் ஊஞ்சலை நிறுத்திக்கொண்டே, "வா, வா, வா" என்று மகிழ்ந்துபோய்க் கூப்பிட்டான் ராமு. அத்தான் உட்கார்ந்ததும், மறுபடியும் ஊஞ்சல் வேகமாய் ஆடிற்று. தன் உணர்ச்சி வேகத்தையெல்லாம் பிடிகயிற்றில் காட்டிக்கொண்டு ராமு பேசினான். "அத்தான்! நான் ஒண்ணுமே சொல்றதுக்கில்லை. இந்தக் கோபம், உனக்குத் தெரியாதா? காலேஜில் ஒரு பையன் மேல் பெட்டியை எறிந்துவிட்டுச் சந்தியில் நிற்கவில்லையா நான். இப்போதெல்லாம் அவ்வளவா கோபம் வராது. அறவே ஒழிச்சுடறேன்" ஊஞ்சல் வேகத்தில் சற்று மறைந்தது அவன் மனநெகிழ்ச்சி. சமாளித்துக்கொண்டு, "சரி பியாகடை பாடு. விசுவநாதய்யர் பிடி ஒன்று பிடிப்பாயே... எங்கே" என்றான். உடனே, "யாரது, உங்கத்தானுக்கு பக்ஷணம் கொண்டு வா" என்றான். ராமுவின் பேச்சில் குழந்தைத்தனம் சுத்தமாய் வெளிப்பட்டது. அந்த ஹிருதய சுத்தத்தில் அத்தானும் தாபமடங்கிப் பேசினான்.

"ராமு, நீ என்னை அடிச்சாக்கூட, என்னிக்குமே எனக்கு வலிக்காதுடா நான் பாடணுமா? சுருதி . . . சரி, பட்டு வந்து போடுவாள்." பெரிய அஸ்திவாரமாய்ப் போட்டான் பியாகடையில். ராமு இன்னும் உணர்ச்சிப் பரவசத்தை விடவில்லையோ என்னவோ, ஊஞ்சலின் ஆட்டம் நிற்கவில்லை. நிறுத்தச்சொல்லி ஜாடை செய்துகொண்டே பாடிக்கொண்டிருந்தான் அத்தான்.

கையில் பக்ஷணத் தட்டுடன் நின்றிருந்தாள் பட்டு. இதைக் கவனித்த அத்தான், 'நிறுத்தினால்தானே அவள் வைக்க முடியும்' என்று சொல்லிக்கொண்டே கையை நீட்ட, ஊஞ்சல் நிற்பதற்குள் பட்டு அவன் கையில் கொடுத்துவிட்டாள் தட்டை. கொடுத்துவிட்டுக் கணவன் முகத்தைப் பார்த்ததில், பட்டுவுக்கு நோக்கம் ஏதும் இல்லாமலிருந்திருக்குமா?

**1955**

**'காதல் கல்பம்'**

•

# காதம்பரி

**1**

"காதம்பரி, நாகரீக ஸமூஹத்திற்குள்ளே புகப்போகிறோம்... இதுவரை நீ அறியாத அனுபவங்கள் நேரப்போகின்றன. இப்பொழுதே நீ அறிவாய் என்றாலும் இது போதாது...நாமிருவரும் ஸமூஹத்தில் உரிய ஸ்தானம் பெற முயலும்போது தான் அவை அதிகமாக உறைக்கும்...

சிலவற்றில் விருப்புத் தட்டும், பலவற்றில் வெறுப்படிக்கும்; என்ன?" என்றான் கவி.

"எங்கும் எப்பொழுதும் நம்மை ஆள்கிறவர்கள் நாமேதானே..? ஏன் கவலைப்பட வேண்டும்?" என்றாள் அவள்.

அந்தக் கவி, தன் ஊரைவிட்டுப் போய்ப் பல வருஷங்கள் ஆய்விட்டன. நாடோடியாய்ச் சுற்றிக் கொண்டிருந்தவன் திரும்பி வந்திருக்கிறான்; பிறந்த ஊரில் பிரதிஷ்டை பெற விரும்பி வந்தான். தன் நாட்டில் ஸமூஹ வாழ்வு அடைந்திருக்கும் மாறுதல்கள் தெரியும் அவனுக்கு. புத்த மதம் பரவி என்னவெல்லாமோ செய்திருந்தது நாட்டில்; ஆரம்பத்தில் புது மதம் பரவுவதைக் கண்டித்து, அதனாலேயே தண்டனையடைந்து நாடு கடத்தப் பட்டவன் இந்தக் கவி. அப்பொழுது அவனுக்குத் தன் மதமும் தெரியாது. புது மதமும் தெரியாது. ஒரு பிடிவாதம் இருந்தது; அரைகுறைக் கல்வி இருந்தது; எதிர்த்தான்; ஆம், அதே போலத் தன் மூதாதையர்களால் ஏற்படுத்தப்பட்டு

நடைமுறையிலிருந்த ஸம்பிரதாயங்களையும் அவன் எதிர்த்ததுண்டு; இதுவும் வேண்டாம், அதுவும் வேண்டாம்; பின் வேண்டியது எது? இதுவும் தெரியாது. அதெல்லாம் பழைய கதை; திரும்பிவரும் கவியின் நோக்கமும் அறிவும் முன்பிருந்தது போலில்லை. எவ்வளவோ மாறுதல்; எவ்வளவோ வளர்ச்சி இப்போது.

கவியுடன் வந்த அப்பெண் . . . ஆமாம். பெண் என்று சொல்வதைத் தவிர வேறு வார்த்தை கிடையாது, அவளைச் சொல்ல! அவளுடைய அங்க வாளிப்பும் பெருக்கெடுத்தோடும் எழிலும் தெரியும்படி செய்ய வழியே இல்லை; வர்ணித்தால் ஸம்பிரதாயமான வர்ணனை ஆய்விடும். சொல் என்பது குறிப்பிட்ட ஒரு எல்லைக்குப் பிறகு நொண்டி ஆய்விடுகிறது. அவள் ஒரு காட்டுப் பெண்! வேடர் குலமோ, தேவர் குலமோ, இயற்கையின் மடிமேல் கட்டற்று வளர்ந்தவள்; சொற்களென்ற ரத்தினங்களைப் பரீக்ஷை செய்து செய்து, சாணை பிடித்துச் சேர்த்து வைத்துப் பாடம் பார்த்துப் பார்த்து ஊறிய அந்தக் கவிக்கே அவளைச் சொல்ல வார்த்தை அகப்படாமல் கள் என்று பொருள்படும் 'காதம்பரி' என்ற பெயரைச் சூட்டியிருந்தான் அவளுக்கு. கவிக்கு அகப்பட்ட புதையல். ஹிமாலயச் சாரலிலும் கண்வருடைய ஆசிரமத்திலும் இருந்த அற்புத யுவதிகள் போலவே ஒரு காட்டுப்புறத்தில் – நகரத்தின் அதிகள் (மிகைகள்?) இல்லாத இயற்கையின் கோவிலில் – இருந்த அவளை அடைந்தான் கவி. நாடோடியாயிருந்த கவிக்கு நல்ல துணையாய், அவனுடைய மனத்தை மலர்த்தும் அழகுகளின் உருவாய் அவனோடு கூடவே வந்தாள் அவள். அனுபவங்களை அறிமுகப்படுத்தும் வகையிலேயே அவளுடைய அறிவை அகலமாக்கிக் கொண்டு வந்தான் கவி. நிர்மலமாய் இருந்த அவளுடைய உள்ளத்தில் தன் அனுபவங்களையும் – அவற்றால் ஏற்பட்ட அறிவையும் – அது தந்த தீர்ப்புக்களையும் பதித்து வைத்தான். நெருக்கம் மிகுந்து நாள் ஆக ஆகக் கவியின் மற்றொரு ஹிருதயமாய் அமைந்தாள் அவள். தன் வாழ்க்கையின் முதற் பருவத்தில், நகர வட்டத்து மனிதர் கூட்டத்தில் பழகியதால் உருவாகி, உள்ளத்தில் அப்பிக்கொண்டிருந்த ஸம்பிரதாயம் அது இது என்ற சில அசடுகளை மட்டும் அவளுள்ளத்தில் புக விடாமல் வைத்திருந்தான் கவி. ஏகாந்த வாஸத்தில் அது ஸாத்தியமாகவும் இருந்தது; ஆனால், . . .

இப்பொழுது சில காலமாய், ஜன்ம பூமிக்குத் திரும்பி வரும் வழியில் சில ஊர்களில் தங்கித் தங்கி வந்திருப்பதால், அவளும் கூட்டு வாழ்க்கையைப் பற்றிச் சற்றுத் தெரிந்துகொண்டிருந்தாள். ஸமூஹம் அவளுக்குப் பரிசயம் ஆய்விட்டிருந்தது. தயங்கித் தயங்கிச்

சில ஊர்களில் அதிகமாகவே தங்கி வந்தான் கவி. எப்படியோ நடந்துவந்தது வயிற்றுப்பாடு. தர்ம சாலைகளில் வாஸம் செய்ததில் ஏழ்மையும் எளிமையும் என்ன என்பது சொல்லாமலேயே தெரிந்துவிட்டது அவளுக்கு. ஏற்றத்தாழ்வுகளைக் கண்கூடாகக் கண்டாள்; இது கூடாது, உயர்தரமாய் வாழவேண்டுமென்று தோன்ற அதிக நாள் வேண்டுமா? கவியை அவசரப்படுத்த ஆரம்பித்தாள். அவனும் கிளம்பினான். ஆக முடிவில், ஸமூஹ நியதிக்குட்பட்ட மனைவி ஆய்விட்டிருந்தாள் அவளும். இது தவிர்க்க முடியாத நிலைமையென்பது கவிக்கும் தெரியும். ஸம்மதித்தான். தீர்மானித்தான், சமூஹத்திற்குள் புகுந்துவிட வேண்டுமென்று.

ஊர் எல்லைக்கு வந்துவிட்டார்கள். "அப்பாடா... ஆஹா, இந்த இடத்துக் காற்றுப் பட்டவுடனேயே பழைய நினைவுகள் வருகின்றன ..." என்றான் கவி.

"இதுதான் உங்கள் ஊரா..?" என்றாள் அவள்.

"ஆமாம், இந்தத் தோப்பு மரங்களெல்லாம் என் தலைமுறை யின் சமகாலத் தோன்றல்கள்... என் தோழன் அந்தக் காயகன் இப்போது கூட இருந்தால்..."

"எதற்கு... இப்போது அந்த ஞாபகம்?"

"இப்பொழுது எனக்கொன்று தோன்றிற்று; அதை அவனிடம் சொல்லியிருந்தால்..."

"என்னால் அதைப் புரிந்துகொள்ள முடியாதோ?"

"புரிந்துகொண்டால் போதுமா? ஹிருதயம் பூரித்து அனுபவிக்க வேண்டாமா? உன்னை உன் குலத்தார் நன்றாகப் புரிந்துகொண்டுதான், 'அழகி' என்று உன்னை அழைத்தார்கள்; ஆனால் ரஸனை என்பது..."

"நினைத்ததைத்தான் சொல்லுங்களேன்..."

"ராகமொன்றை ஆலாபனை செய்யும்போது, அதன் ஸ்வரங்களைப் பல கிளையும் காட்டிப் பிரஸ்தாரம் செய்தபின், அந்த ராகத்தின் ஜீவஸ்வரத்தை அடையும்போது ஒரு பரவசம் ஏற்படும்; அதுபோல..."

"எங்கெங்கேயோ சுற்றிவிட்டு ஜன்ம பூமியை மிதித்தவுடன், உங்களிடம் ஒரு பரவசம் பிறந்திருக்கிறது."

"ஆமாம் பிரியே, தாய் மடியை நான் அறிந்தவனில்லை. இந்த ஊரின் மர நிழல்களில் அந்தச் சுகத்தைக் கண்டவன் நான். மனிதர்களில் என்னைத் தேற்றுவாரைச் சந்தித்ததேயில்லை

நான்! மாமா அடித்து வைத்து அல்லற்படுத்திய போதெல்லாம் இந்த ஊர் ஓடைகள், அங்கு வரும் பறவைகள் இவை என்னைத் தேற்றியிருக்கின்றன. பிரிந்துபோக மனமில்லாமல் அவற்றிடம் விடைபெற்று வீட்டுக்குத் திரும்பியிருக்கிறேன் பல தடவை. ஆஹா. . . அந்தக் காலத்தில் . . .”

“இப்படியே பழைய நினைவுகளைப் பருகிக்கொண்டு இருப்பதில் எனக்கொன்றும் ஆக்ஷேபணை இல்லை. ஒரு கவியின் பழைய நினைவில் பொக்கிஷத்தில் இருப்பதைவிட அதிகமாகவே இருக்கும் முத்தும் பவளமும் பச்சையும் சிகப்பும்; ஆனால் . . .”

“ஆனால், என்ன காதம்பரி . . . நாகரிகம் உன்னை அவஸரப் படுத்துகிறது; நாடு நகரங்களைக் கண்டதால் நாம் இருவருமே வழிமாறிவிட்டோம்; உனக்குப் பொறுப்புக்கள் பிறந்துவிட்டன. நானும் எப்படியோ ஆய்விட்டிருக்கிறேன் ...”

“எனக்கும் அது தெரிகிறது; ஆரம்பத்தில் என்னை நகர்ப் புறத்துக்கு அழைத்துவர நீங்கள் சொன்னதுபோல ...”

“வாஸ்தவம், குற்றம் என்னுடையதுதான்.”

“குற்றமென்ன இதில்? அரண்யத்தில் நிலா அழகாயிருக்கலாம், அனுபவிப்பார் யார்? உங்கள் கவித்வம் தனியுரிமையாயிருப்பதில் பயன்? அதனால் ...”

“இனி நானாகச் சென்று என் கவித்வத்தைப் பறையறைந்து கொள்ளவேண்டும் ...”

“வேடிக்கை செய்கிறீர்களே? கஸ்தூரியும் ஜவ்வாதும் போன்றவை, ஆணையிட்டால்கூட அந்நியரைக் கவராமல் இராவே?”

“நீ சொல்கிறாய், ஊர் நிலை எப்படிக் கிடக்கிறதோ? புத்த மதம் எந்தத் தாமரைக் குளத்தை எப்படிக் குழப்பி வைத்திருக்கிறதோ? காவ்ய ரஸமெல்லாம் காஷாய ரஸம் ஆய்விட்டிருக்கிறதோ என்னவோ? நாடக நிலையங்கள் எல்லாம் பிக்ஷுக்கள் நிலையங்கள் ஆய்விட்டனவோ என்னவோ?”

“அப்படியொன்றும் ஆயிருக்காது. காவ்ய ரஸானுபவமும் நாடகக் கோஷ்டியும் மனித குலத்தின் ஜீவாதாரப் பிரச்னையல்லவா? தவிரப் புத்த மதம் பல விதமாய்ப் புதுப்புதுப் படிகளில் மாறிவருவதையும் வருகிற வழியிலெல்லாம் சொல்லி வந்தீர்களே? . . .”

“அதுவும் வாஸ்தவம்தான்; பார்ப்போம் . . . காதம்பரி, ஹர்ஷன் கம்பீரப் பிரகிருதியென்பது எனக்குத் தெரியும்.

அவன் காம்பீர்யத்தில் ஸிம்ஹத்தைப்போல் இருந்தானானால், நான் நிலைத்துவிடுவேன் தானேச்வரத்தில். ஒருக்கால் அவன் யானையின் காம்பீர்யத்தில் பண்பட்டிருந்தால், நடந்ததை மறக்காமல் வைரம் பாராட்டித் திரும்பி இறந்தகாலத்தைப் பார்ப்பானானால் நான் ஒட்டுவதற்கில்லை ... வா போவோம் ...”

## 2

தன் ஜன்ம பூமிக்குள் புகுவதற்கு இந்தக் கவி இத்தனை தயங்கினான்; ‘ஊருக்குள் போய்விடலாம்; ஆனால் ஒட்டாமல் திரும்ப நேரிடுமானால்? என்பதை நினைக்கவே என்னவோ போலிருந்தது அவனுக்கு. தனக்கிருப்பது போல் சித்த விஸ்தாரமும் பெரிய தனமும் உலகத்திற்கிருக்கும் என்று தீர்மானிப்பது சிரமமல்லவா?

இன்று அவன் ஒரு கவி. அன்றும்தான். அதாவது பிறந்த நாட்டை விட்டுப் போனபோதும் கவிதான். அன்று கவிதை ஒரு விளையாட்டு. பாஷையோ தெருவீதி போல. சொற்கள் தெருவில் கிடக்கும் சல்லிகள் போல. எடுத்து வீசவேண்டியது தான். நாள் பூரா எடுத்தாலும் குறையுமோ? இன்று அப்படி அல்ல. இப்பொழுது இவனுக்குக் கவிதை யோக ஸாதகம்போல. பாஷையோ துரூஹமான ஞான மார்க்கம்போல. சொற்கள் அபூர்வமான ஸித்திகள்போல. தெரிந்து தேர்ந்தெடுக்க வேண்டும். இடமறிந்து உபயோகிக்க வேண்டும். ஏகாந்தம் வேண்டும். ஏக சித்தம் வேண்டும். இன்று அவன் கவிதையின் லக்ஷ்யம் அமரத்வம்.

அன்று அப்படியல்ல. கூட இருப்பவர் கொம்மாளம் போட்டால் போதும். அந்த க்ஷணத்திற்கு நிலைக்கும் யோக்யதைப் போதும் கவிதைக்கு. அன்றன்றிருக்கும் ஜன மனோபாவத்தை, விருப்பு வெறுப்புக்களைக் காட்டிக் கொட்டி அளக்கும் கருவியாயிருந்தது பாஷை. அதுவும் பிறரைக் கேலி செய்ய உதவிற்றுக் கவிதை. அரசனை, அரசாங்கத்தைப் பரிஹாஸம் செய்ய வேண்டும்; உத்தியோகஸ்தர்களை அழ வைக்க வேண்டும்; புத்த மதத்தை இகழ வேண்டும்; போதித் தத்துவத்தைத் தூற்ற வேண்டும்; இதே நோக்கம். அப்படியொன்றும் பெரிய மதப் பற்றும் கிடையாது. என்னவோ பருவ ரத்தம் கூத்தடித்தது.

அரசன் ஹர்ஷன் புத்த மதத்தை ஆதரிக்கிறானாம். அது நாட்டில் பரவுகிறதாம். அது கூடாது. ‘புத்த பிக்ஷுக்கள் ஒழிக. சைவம் ஓங்குக, வைஷ்ணவம் தழைக்க .. ?’ இப்படிப் பிரமாதமான கோஷங்களைக் கத்திக்கொண்டு ஒரு வாலிபர் கூட்டம் தலை நகரத்தில் கிளர்ச்சி செய்தது. அந்தக் கூட்டத்தில் தலைவன் ஒருவன் மஹா புத்திசாலி. படிப்பும் உள்ளவன். அவனுக்குப் பாஷை

வசப்பட்டிருந்தது. அவனுடைய தாய்மாமனுக்கு அரசாங்கத்தில் உத்தியோகம். அவரிடம் வளர்ந்தான் இவன். தாய் தந்தை இருவரும் அவனுடைய இளமையிலேயே இறந்துவிட்டனர். மாமாவுக்கு அடங்கமாட்டான். ஊராருக்கே அடங்காப்பிடாரி அவன். அவனுக்கு யாரும் ஒரு பொருட்டல்ல. கணீரென்றுதான் பேசுவான். நெஞ்சுத் துணிவோ அபாரம். பேச்சோ தாங்க முடியாத துடுக்கு; எதிராளியின் நெஞ்சைத் துளைக்கும். பால்யத்திலிருந்தே இப்படி. "பாவி, பாணம்போல் விடுகிறானே வார்த்தைகளை, பிளக்கின்றனவே அப்படியே ..."

என்பார்களாம் எல்லோரும். வரவர, 'பாணன்' என்பதே பெயராய்விட்டது அவனுக்கு. அவனால் தன் உத்தியோகத்திற்கே ஆபத்து வந்துவிடுமோ என்று பயந்தார் மாமன். ரொம்பச் சொன்னார். அவனா கேட்பான்? "வயிற்றுக்குத்தானே கவலைப் படுகிறீர்? செத்துப்போய்விட்டால் அடியோடு போய்விடுமே அந்தக் கவலை ..?" என்றான் மருமான். பாணனை வீட்டை விட்டே துரத்திவிட்டார். சுவட்டாளிகளோடு சேர்ந்துகொண்டான்.

அல்லும் பகலும் அதே வேலையாய் அரசனுக்கெதிராய்ப் பிரச்சாரம் செய்தது வாலிப கோஷ்டி. வேறு ஒரு வழியுமில்லாமல் முக்கியமானவர்களைப் பிடித்துத் தண்டித்து, நாடு கடத்த உத்திரவிட்டது அரசாங்கம். நாடு கடத்தப்பட்டதில் ஒரு கோஷ்டி ரொம்ப விசித்திரமாய்ச் சேர்ந்தது.

பாணன் ஒரு கவி. சித்திரக்காரனொருவன். ஸங்கீதத்தில் கரை கண்ட காயகன் ஒருவன். ஒரு நாட்டுப் பாட்டுக்காரன். தாவர சாஸ்திரி ஒருவன். தர்க்கமும் மீமாம்ஸையும் படித்த பண்டிதன் ஒருவன். ஒரு நடிகன். நட்டுவன் ஒருவன். எல்லோரும் காளைகள். அஞ்சாமை அவர்களுக்கு ஒரு உறுப்பு ஆய்விட்டிருந்தது. அண்டுவோர் அடக்குவோர் அற்ற ஸ்வாதீன ஜீவன்கள். போனார்கள்; பருவமும் புத்தியும் போன போக்கில் போய்க்கொண்டே இருந்தார்கள். பல நாடுகள் சுற்றிப் பல நகரங்களைக் கண்டு நதிகளில் திளைத்து நினைத்த இடத்தில் தங்கினர். மலைகளேறி மலை வளமுண்டு காடுகளில் புகுந்து கானகத்து வழி அறிந்தார்கள்.

களைப்பில்லை. சளைப்பில்லை. கலையும் அறிவும் நிறைந்த அவ்வாலிபர் தமக்குள் பேசிப் பேசிப் பலமுறையும் சர்ச்சை செய்து தங்கள் அறிவைப் பெருக்கிக்கொண்டார்கள். ரஸனை வளர்ந்தது. பண்பட்ட அவர்களுடைய உள்ளங்கள் பரவிப் பரவிப் பலதிறப்பட்ட உண்மைகளும் உயர்ந்த நோக்கங்களும் நிறைந்து விசாலமாயின. பாணன் விசேஷமாய் முதிர்ந்தான் அறிவில். உலகத்துப் பொருள்கள் ஒவ்வொன்றின் இயல்பும்

உருவமும் அருவமும் மலர் வகையும் மணமும் பருவமும் பருவத்து இளமையும் முதிர்ச்சியும் . . . யாவும் அவனுக்குத் தெரிந்தன. நாளடைவில் கூட்டம் கலைய ஆரம்பித்தது. அவரவர்கள் தனிப்போக்கில் எங்கெங்கோ தங்கினர். காயகனும் பாணனும் வெகு நாட்கள்வரை பிரியவே இல்லை. கடைசியில் அவனும் கேரள நாட்டில் தங்கிவிட்டான். பருவத்தின் மோஹனக் குரல் அவனை அங்கு நிறுத்திவிட்டது. பாணன் எதையோ தேடுபவன் போலச் சுற்றிக்கொண்டே இருந்தான். ஸௌந்தர் யோபாஸனையை விரதம்போல் அநுஷ்டித்துக் கொண்டிருந்தான். அந்த உபாஸனையின் சித்திபோல ஒரு பெண் கிடைத்தாள் வழியில். பாணனுடைய ரஸிகத் தன்மை அந்தப் பெண்ணுருவத்தில் துணையாய் அமைந்தது. இத்தனை நாளும் எங்கெங்கோ சுற்றி, எதெதையோ கேட்டு, உணர்ந்து, சுவைத்து, அனுபவித்த பிரபஞ்சத்தின் அம்சங்கள் எல்லாவற்றையும் ஸௌந்தர்ய சித்தாந்தத்தின் எல்லா மஹாவாக்கியங்களையும் அவளிடத்திலேயே ஒருமிக்கக் கண்டுகொண்டான்.

அவள் தோற்றம் ஒரு ராஜாங்கம். அவளுடைய மிடுக்கில் குதிரையில் உன்னதமும் நடையில் யானையின் அசைவும் இருந்தன. நீர் நிலைகளின் தெளிவும் ஆழமும் நிறைவும் விரிவடையும் அவளுடைய கண்களில் தெரிந்தன. கீழ் நோக்கும் அவள் கண்களின் இமைகளில் மலைச்சரிவும் மஹாசாந்தமும் தென்பட்டன. அவள் குரலில் வீணையின் இனிமை கேட்டது. அவளுடைய சொல்லடுக்குகளில் சுருதி சுகமான கமகங்கள் மிதந்தன. நெற்றியும் நிறை கூந்தலும் கந்தர்வ லோகத்தை நினைப்பூட்டின. முன் கூந்தற் கொழுந்துகளின் சுழற்சியில் விரஹச் சுழற்சி தொனித்தது. அவளுடைய புன்சிரிப்புக்கள் சிருங்கார ரகஸ்யங்களை விளக்கின. கபடமற்ற முத்துச் சிரிப்புக்களில் கைலாச வெண்மை காட்சியளித்தது. மறைந்த அவளுடைய இடை, மனித மனத்தின் மர்மங்களின் ஸூசகமாய் இருந்தது. நீண்ட அவளுடைய கைகள் புவனத்தின் நீளத்தைத் துலக்கின. ஒன்றும் புரியாமல் திகைக்க வைத்த லாவண்யம் செல்வ மதத்தையும் அரசியற் சிடுக்கையும் குறித்தது. அவளுடைய இருக்கை ஒன்றே யாரையும் மயக்கும் போகப் பொருள்களின் லாகிரியை உணர்த்திற்று. இன்னும் என்னென்னவோ கண்டான் பாணன். இவ்வளவையும் ஒரு காவ்யமாக்க வேண்டுமென்று லக்ஷ்யத்தை வரையறுத்துக் கொண்டான்.

வருஷங்கள் பல கழிந்தன. அதாவது சாதாரண அரசனா யிருந்த ஹர்ஷன், சாம்ராஜ்யம் கண்டு சக்கரவர்த்தியான பின், தன் நாட்டுக்குத் திரும்பி வந்தான். முன்பிருந்த வரட்டு வாலிப முறுக்கும் வெடுக்கென்று விடும் சொல்லம்புகளும் அவனிடம்

இருக்கவில்லை. அதற்குப் பதில் ஆழ்ந்த உணர்ச்சியும் அகன்ற மனமும் அமைதியான போக்கும் இருந்தன. பால்யத்தில் படித்த பாஷை வளம்பெற்று நின்றது. சாஸ்திர அறிவும் பூத பௌதிக ஞானமும் அவன் அறிவின் அஸ்திவாரத்தைப் பலப்படுத்திக் கொண்டு நின்றன. உலக அனுபவம் உணர்ச்சிகளின் ஆழத்தைக் காட்டிவிட்டது. புத்தி, சக்திக் கற்பனையின் சிகரத்தில் உலாவிற்று. கவிதை பிறக்க வேண்டும். கற்பனை கிளைத்தெழுந்தது. அவனுடைய அழகுணர்ச்சிகளையெல்லாம் தேக்கி வைத்திருக்கப் பாத்திரமாயிருந்த அத்துணைவியுடன் தன் ஊரில் வந்து தங்கினான் பாணன். அவனுடைய பேச்சிலும் தோற்றத்திலும் கவிதை மணந்தது. நடையிலும் இருக்கையிலும் கருத்தழகு கார்வை கொடுத்தது. எண்ணத்திலும் செய்கையிலும் எழிலூற்றுப் பெருகிற்று.

வந்தவளைப் பார்த்துக்கொண்டே பார்வையின் பரப்பில் பல மாறுதலைச் செய்துகொண்டான் பாணன். கூர்ந்தும், குறுக்கியும் விரித்தும் வளைத்தும் சுற்றியும் நிலைத்தும் ஏற்றியும் தாழ்த்தியும் பார்த்தான்.

அவளும் மெல்லச் சிரித்தாள். கவியின் பார்வை பதியும் இடங்களையெல்லாம் தானும் பார்த்துக்கொண்டாள். ஆடை அணிந்ததிலோ மற்ற அலங்காரங்களிலோ எங்காவது தவறு இருக்கிறதோ என்று நினைத்தாள். முன்பு எப்போதும் இயற்கையோடு உறவாடிக்கொண்டிருந்த அவளுடல் இப்பொழுது நகரத்துப் புடவையையும் நாடாப் பாவாடையையும் நீண்டதொரு மேலாடையையும் சுமந்துகொண்டிருந்தது. முன்பு கூடைபோலச் சொருக்கிட்டுக் கூடைப்பூவை உள்ளே சொரியும் அவள் கூந்தல் உருட்டித் திரித்துச் சுருக்கப்பட்டிருந்தது. அந்தப் புதுமையை ரஸித்தான் கவி.

“இதென்ன, இப்படிப் பார்க்கிறீர்கள் ?” என்றாள். “ஒன்றும் இல்லை . . . உன்னுடைய நாகரிக வளர்ச்சி. . .–! ஏது, முழுக்க முழுக்க நகரத்து யுவதி ஆய்விட்டாயே! ஆனால் இந்த ஆடம்பரம் உன் லாவண்ய ஒளியை மறைக்கவில்லை. சொற்சித்திரம் போலிக் கவிதையைச் சோபிக்கச் செய்யும்.”

“இது வேண்டாமென்கிறீர்களா ?”

“இருக்கட்டுமே. ஏன் வேண்டாம் ? என் லக்ஷ்யத்திலிருக்கும் கவிதை ஆடம்பரத்தில் குறைந்திருக்க விரும்பவில்லை நான்; ஆனால், அழகை அது அமுக்கிவிடக் கூடாது என்றுதான் நினைக்கிறேன். அது ஸாத்யம்தான் என்று நிரூபித்துவிட்டாய்.”

“யாரோ வரப்போவதாய்ச் சொன்னீர்களே . . ?”

"யாரோ என்ன? ஹர்ஷனுடைய தம்பிதான் வரப் போகிறான். சற்றே ரஸனை உள்ளவன்தான் இவனும் . . ."

"பின் என்ன? நீங்கள் பேசத் தகுந்த ஆத்மாதான் . . ."

"அப்படியிருந்தால்தான் நல்லது; அரசனுறவும் அசட்டுக் கௌரவமும் இரவல் பெருமையும் இயல்பை விட்ட நடையுடை பாவனைகளும் உள்ளவன். இந்த நாகரிகச் சூழ்நிலையில் ரஸனை கூட ஆடம்பர ஸாதனமாகப் போய்விட்டதே; இவர்களிடம் ஸத்யமான ஸௌந்தர்ய பக்தியைப் பார்க்க முடியாது . . ."

"அதோ யாரோ வருகிறார்கள் . . ."

"ஆமாம், அவர்கள்தான். அரசியலின் ஆரவாரம்தான் நம்மை நெருங்குகிறது. அமைதி குலையாமல் அகல வேண்டுமே இது . . ."

அவர்கள் வந்தார்கள். காதம்பரி உள்ளே சென்று நின்றாள். வந்தவர்கள் அமர்ந்தார்கள். வழக்கமான சில உபசாரங்கள் நடந்தன. குசலப் பிரச்னம் ஆயிற்று. ஹர்ஷனுடைய தம்பி பேச ஆரம்பித்தான்.

"பாணரே, உமது பால்ய நினைவுகளில் நானும் இடம் பெற்றிருப்பேனே? நான்தான் . . ."

"மறக்கவில்லை நண்ப, ஹர்ஷவர்த்தனருடைய தம்பியாரை என்னால் மறக்க முடியுமா?"

"இன்று நம் நகரம் ஒரு ஸாம்ராஜ்யத்தின் தலைநகரம். வெகுதூர நாட்டினரை வியக்க வைக்கும் சக்கரவர்த்தி, என் தமையனார்."

"க்ஷத்திரிய பரம்பரையில் பல தலைமுறைகளுக்கு ஒருமுறை யாவது மஹாவீரர் தோன்ற வேண்டாமா? மிக்க சந்தோஷம்: ஜயம் பெறட்டும் . . ."

"இனி ஜயிப்பதற்கொன்றுமே இல்லை. எதிரிகளே இல்லையே! இன்று ஹர்ஷ சக்கரவர்த்தியின் குடையின்கீழ் குளிர் நிழலும் நிலவும்தான். தவிர, ஹர்ஷருடைய கவித்வம் அற்புதமான ஸ்ருஷ்டிகள் செய்துவருகிறது . . ."

"அப்படியா? காவ்யமா? பௌத்தச் சூறாவளியில் காவ்யப் பயிர்கூடவா . . ?"

"இதெல்லாம் வெறும் துவேஷம், பாணரே, இதுபோல் எத்தனையோ பொய்கள் கட்டப்பட்டன; உண்மையில் பௌத்தத் தத்வங்கள் நம் அடிப்படையை ஒன்றுமே செய்யவில்லை. நாம் மறந்துவிட்ட சில ஸத்யங்களை ஞாபகப்படுத்தி

நிலைநாட்டியிருக்கிறது பௌத்தம். புத்தரின் சரித்திரத்தில் மக்களுக்கு ஏற்பட்டிருக்கும் ஈடுபாடு அவற்றை சாசுவதமாக்கும் வேகத்தையும் அதைச் சித்திரங்களில் அழியாமல் வரைந்து வைக்கவும் தூண்டியிருக்கிறது. அதனால் சித்திரக்கலை அற்புதமாய் வளர்ந்திருக்கிறது. மனித ஹிருதயங்களைத் தொட்டு, அவற்றின் நுண்ணிய நரம்புகளை நளினமாய் அசைத்து, ஜனனத்தின் சிடுக்குகளை அகற்றி இன்ப அலைகளை எழுப்பிய புத்தருடைய சரித்திர நிகழ்ச்சிகளைப் புரிந்துகொண்டுவிட்டது மனித வர்க்கம். ஆகவே இன்று ஜனங்கள் ஹிருதய பாவங்களை அறிந்து ரஸிக்கின்றனர். சில புதிய சொற்கள், சில புது முறைகள் புகுந்திருக்கின்றன. நம் நிலை கண்கூடாய் உயர்ந்திருக்கிறது. தேவனாய் வாழ்ந்த மனிதன் காலப்போக்கில் மிருகமாய் விட்டிருந்தான். மிருகத்தை மனிதனாக்கித் தேவனாகும் லக்ஷயத்தைக் காட்டிற்றுப் புத்த மதம்; அவ்வளவுதான் . . .”

“நானும் இதை இப்பொழுது உணர ஆரம்பித்துவிட்டேன் ...”

“பாணரே, இனிமேல்தான் இன்னும் விரிவாய் அறியப் போகிறீர்கள். கேளுங்கள். ‘மனிதனாயிருக்கும் தகுதி ஒன்றே போதும்; அவனுக்கு எதுவும் உண்டு, என் ஆட்சியில்’ என்று சாஸனம் செய்திருக்கிறார் ஹர்ஷர். இப்பொழுதிருக்கும் பக்குவமான மனநிலையில் நீங்கள் இருவரும் சந்தித்தால், அந்த மஹாராஜனுக்கு இந்த மஹா கவியின் அங்கீகாரமும் இந்த மஹா கவிக்கு மகாராஜனின் ஆஸ்தானமும் உரிமையாகி விட்டால் . . . ஆஹா . . .”

“ஹர்ஷர் சக்கரவர்த்தியாயிருப்பதில் பெருமை யதேஷ்டமாயுண்டு; அவர் காவ்ய லோகத்தில் இன்னும் கவனமுடையவராயிருப்பதில்தான் அந்தப் பெருமையை நான் உணர முடியும் . . .”

“நாளைக்கே ராஜாங்க மரியாதைகளுடன் சக்கரவர்த்தியின் ஆஸ்தானத்திற்குத் தங்களை அழைக்க ஏற்பாடுகள் செய்தாய் விட்டது. நலம் பெருகட்டும். நான் உத்தரவு பெற்றுக்கொள்கிறேன்.” வந்தவர்கள் நகர்ந்தனர்.

“காதம்பரி, காதம்பரி ...” என்று இரைந்து கூப்பிட்டார் கவி.

“நான் இங்கேயேதான் இருந்தேன்; நீங்கள் நினைத்தபடி இதுவரை ஒன்றும் விபரீதப்போக்கைக் காணோம்; எல்லாம் சீராகவேதான் போகிறது . . . நானும் வெளியில் கவனித்தேன் ஸமூகத்தை. நீங்கள் சொன்னபடியே . . .”

“பார்த்தாயல்லவா? மக்களின் வெளி வாழ்வில் இப்பொழுது ஒரு களை தென்படுகிறது; அதிலும் குறிப்பாய் ஸாதாரண

மக்கள் – எளிய பிறவிகளும் ஸமுதாயத்தில் ஸ்தானம் பெற்றுப் புரிந்துகொண்டு வாழ்கிறார்கள்; ஹர்ஷன் திறமையுடன் ஆள்கிறான்."

"தவிரவும், காவ்ய ரஸம் பெருகவும் பருகவும் மதம் குறுக்கே நிற்க முடியாது என்றே எனக்குத் தோன்றுகிறது . . ."

"ராஜரங்கப் பசையில் நான் ஒட்டப்போகிறேனா? அது எனக்கு ஒற்றுமைப்படுமா . . ."

"ஒட்டுவதும் ஒதுக்குவதும் பிறருக்காகப் பிறருடைய பலாத்காரத்தால் நடப்பதா? போகிறோம்; வேண்டாமென்று பட்டுவிட்டால் அடுத்த க்ஷணம் விட்டுவிடுவதும் முடியும் அல்லவா? கவித்வம் ராஜ சம்பந்தம் பெறுவது நம் விஷயத்தில் நல்லதாகவே முடியட்டுமே . . ?"

"நானும் அப்படித்தான் தீர்மானித்திருக்கிறேன். காதம்பரி, நீ என் ஹிருதயத்தின் பிரதிபலிப்பு. உன்னுடைய நலம்தான் என் நலம். ஹர்ஷனைச் சந்திக்கக் கட்டாயம் போகிறேன் நாளை."

O O O

"பிரியே . . . என்ன சொல்வேன்? அழைப்பும் நகரப் பிரதக்ஷிணமும் வரவேற்பும் . . . அடேயப்பா! ஹர்ஷன் சக்கரவர்த்தித்தனத்தை மிக அழகாய்ப் புரிந்துகொண்டிருக்கிறான்."

"இந்த வைபவத்தின் நாயகராய் இருந்த உங்கள் பெருமையை நினைத்தால் எனக்கு . . ."

"காதம்பரி, இவ்வளவு நாகரிகம் கற்றிருந்தும் இன்னும் இந்தக் கபடம் புரியவில்லையா உனக்கு? நல்லதுதான் அதுவும்; புரியவே வேண்டாம் உனக்கு."

"இதில் கபடமென்ன?"

"இதுதான் மாயை. பிறரைப் பெருமைப்படுத்தும் வியாஜத்தில் ஆடம்பரத்தைக் காட்டித் தன் செல்வச் செழுமையை அல்லவா காட்டிக்கொள்கிறார்கள் நாகரிகர்கள்?"

"சக்கரவர்த்தி ஸுமுகமாய் வரவேற்றாரா? உங்களுக்குப் பிடித்ததா எல்லாம்?"

"பிடிப்பதும் பிடிக்காததும் கிடக்கட்டும். நாட்கள் ஆக ஆகத்தான், என்னுடைய சில சந்தேஹங்கள் தீரும் . . ."

"இதுவரை ரஸபங்கமொன்றும் நேரவில்லையே?"

"அதெல்லாமில்லை. ஸுமுகமாய் வரவேற்றான் ஹர்ஷன். பேசிக்கொண்டிருந்தேன். எங்கள் மனோகீதம் முழுநேரமும் ஸுஸ்வரத்திலேயே ஸ்தாயிகளைத் தழுவி நின்றது. கூட

இருப்போரும் வழக்கம்போல ராஜ மரியாதைக்குத் தாளம் போட்டனர். நல்லவேளை. அங்கிருந்தவரைக்கும் லயம் வழுவாமலேயே இருந்தது . . .”

“அங்கிருந்தவரைக்கும் என்கிறீர்களே? பிறகு . . ?”

“அதைத்தான் நினைக்கவே அருவருப்பாய் இருக்கிறது; வெளியே வந்ததும் ஹர்ஷனுடைய தம்பி அபஸ்வரத்தை வாசிக்க ஆரம்பித்துவிட்டான். பாவம் உருக்குலைந்து என்னை இன்னும் வேதனைப்படுத்துகிறது . . .”

“ஏன், அவமதிப்பாய் ஏதேனும் . . ?”

“அப்படியிருந்தாலும் அடியோடு அறுத்துவிடலாமே? அநுகூலமாய், எதிர்த்துச் சொல்ல முடியாத வகையில் புகுத்தி விட்டான் . . .”

“சொன்னதுதான் என்ன?”

“பேசிக்கொண்டே வந்தோம். ‘ஹர்ஷன் சக்கரவர்த்தி என்பது நினைவிருக்கட்டும்; பகைத்துக்கொள்ளாதே; பார்த்துப் பழகு’ என்ற தோரணையில் ஏதோ ஆரம்பித்தான்; ஆனால் இது அவனுடைய பழக்கம் விளைத்த கொடுமை. அவனுடைய பாஷையிலேயே கசப்பு உறைந்து போயிருக்கிறது . . . அதிகார ஆணவமல்லவா?”

“எனக்கும் இது பெரியதாய்த் தோன்றவில்லை. இதனால் இனிமைக்குப் பங்கம் இல்லை. கட்டி மாம்பழம் தின்னும்போது தவறிப் போய்க் கொட்டையைச் சிறிது கடித்த கசப்புப்போல் இது; மிக லேசானது . . .”

“நானும் இப்படித்தான் கருதவேண்டும் இதை.”

O O O

நாட்கள் ஓடின. வேரூன்றிப் பரவவில்லையென்றாலும் ஹர்ஷ சக்கரவர்த்தியின் ஆஸ்தானத்தில் அக்கிராஸனத்தில் அமர்ந்துவந்தார் பாணர். ஆஸ்தானம் கௌரவம் பெற்றது என்று ஹர்ஷனும் அவன் தம்பியும் அகமகிழ்ந்தனர். பாணர் சமீபத்தில் இருப்பதைப் பயன்படுத்திக்கொள்ள யோசனைகள் நடந்தன. ஹர்ஷனை உயர்த்தி அவனுடைய சரித்திரத்தை எழுத வேண்டுமென்று பிரார்த்தனை உருவத்தில் கட்டளை பிறந்தது.

மஹா கவி பாணருக்குப் பொங்கிற்று ஆத்திரம். காம்பீர்யத்தின் பிடியில் அதை அடக்கிக்கொண்டார். அடங்கிய ஆத்திரம் மெல்ல ஹாஸ்யமாய் வெளிவந்தது. அழகான புன்னகையால் அந்த ஹாஸ்யத்தைத் தட்டிக் கொடுத்தார் கவி. தனிமையில் சிரித்துக்கொண்டார். ‘ஸ்துதிப் பாடகன் ஆகவேண்டுமா நான்?

ஆகட்டும், ஆகிறேன். காதம்பரிக்கு இடையூறொன்றும் ஏற்பட வேண்டாம். ஒரு வேடிக்கை செய்வோம்' என்று நிச்சயித்துக் கொண்டு எழுத ஆரம்பித்தார் ஹர்ஷன் சரித்திரத்தை.

ஹர்ஷனைத் தெய்வீக அம்சத்தோடு இணைப்பதில் பிரமாதமான கற்பனை வேடிக்கை காட்டி, அவன் செயல்களை வானுக்கு மேலும் உயர்த்தி, தேவாஸுர யுத்தங்களின் சாயையைப் புகுத்தி எழுதிக்கொண்டே போனார். மிகைப்படக் கூறுவதின் எல்லையையும் தாண்டினார். சக்கரவர்த்தியின் ஆடம்பரத்திற்குச் சற்றும் குறையாத எழுத்துக்கள் – சொற்கள் – சொற்றொடர்கள். சரித்திரத்தில் ஒரு பகுதி முடியும் தறுவாயில் இருந்தது. என்னவோ நினைத்துக்கொண்டு, எழுதியதை எங்கேயோ பிரித்துப் படித்தார். "சீச்சி . . . சீச்சி . . ." என்று அலுத்துக்கொண்டார். ஹாஸ்யத்தின் சாயம் நீங்கிற்று. ஆத்திரத்தின் மறுவேஷம் பகலுக்கு வந்துவிட்டது. "சீ, சீ சுட்டு எரி . . ." என்று இரைந்துகொண்டு தூக்கி எறிந்தார். காதம்பரி வந்தாள். "என்னது" என்றாள். அவள் வந்தவுடனேயே பாணர் முகத்தில் தெளிவும் நம்பிக்கையும் கதிர்விட்டன.

அவர் எறிந்ததை எடுத்துப் படித்தாள் காதம்பரி. சிரித்து விட்டு, "இதென்ன கேலிக்கூத்து?" என்றாள்.

"இதுதான் ஸ்துதி. கூலிக்குப் பிரதி பலன். ஹும்... சக்கரவர்த்தி தீனிபோட்டு வளர்க்கிறாரல்லவா நம்மை . . ." என்று நிறுத்தினார் கவி. அவர் குரலில் இருந்த நிதானத்தின் குளுமையிலும் அவருடைய ஹிருதயச் சோகம் புகைந்தது.

அரசின் ஆணவம் மஹாகவியை ஸ்துதிப் பாடகன் ஆக்கியதை அறிந்தாள் அவள். தீர்மானத்திற்காகக் காக்கவில்லை. உடனே முடிவு செய்தாள். தன் பிழையின் முழுப்பங்கையும் அறிந்தாள்.

"கிளம்புங்கள்" என்றாள் காதம்பரி. காதம்பரியின் லக்ஷ்ய வேகம், பாணரை மறுபடியும் ஸ்வதந்திரக் கவி ஆக்கியது.

ஸ்வதந்திரச் சிந்தனையின் அமுதத்தை வடித்துப் படைத்தார் ஒரு மாபெருங் காவியத்தை.

அதுதான் காதம்பரி.

காதம்பரி, பாணர் உபாஸித்த பிரத்யக்ஷ எழிலரசி.

**1955**

**'காதல் கல்பம்'**

●

# பெண்சாதி

## 1

"நாலு நாளாச்சு, நானும் பார்க்கிறேன், உறுமி கிட்டே இருக்கிறீங்களே! விவரமாய்ச் சொல்லப் போறீங்களா இல்லையா? இல்லாட்டீ ..."

என்றாள் எல்லம்மை.

"இல்லாட்டீ ... உம், இல்லாட்டீ, கிளிச்சுப் புடுவையோ? இந்தாப் பாரு, இதுக்கெல்லாம் அஞ்சறவன் இல்லை நானு. ஜாதியிலே அம்பலக்காரன். அம்பலக்காரன் அரிவாள் தெரியுமில்ல உனக்கு ..?" என்றான் அவள் புருஷன்.

"ஆமாம், உங்க அரிவாள், எனக்குத் தெரியாதா? என்கிட்ட, கட்டின பொண்டாட்டி கிட்டே, பள பளன்னுடுமாக்கும் உங்க அரிவாள்? ஆம்பிள்ளை யைப் பாரு ... மீசை வெச்ச அம்பலகாரருல்ல ..."

"இந்தாடீ, களவாணீ, ஊரான் கிட்டெல்லாம் நீ பளகறது ..."

"தூ, ஆம்பிள்ளை ... என்னா சொன்னீங்க? வீச்சு வாளை வாங்கினாலும் வாங்கிடும், பேச்சு வாளு வாங்காது எங்க குலம். என்னா சொல்றீங்க, கயத்தை அறுத்துக் கையிலே கொடுக்கணுமா ..?"

"பெரிய பத்தினீல்ல ..."

"பாக்கிறீங்களா அதையும்? பத்தி எரிஞ்சிடும் அப்புறம் ..."

“அடே, துடிக்கறையே கெடந்து, உம் . . . நீ என்ன செய்வே? உன் கூட்டத்து வழி. லிங்கத்தேவன் கூட்டம் தானே . . ?”

“ஏன்? என் கூட்டத்துக்கு என்னவாம்? நாங்க நின்ன இடத்தைக் குழைச்சுப் பொட்டுப் போட்டுக்கணும் உங்க கூட்டம்! வகை தெரியாமை எதாவது பேசாதீங்க . . .”

“ஆஹா, பெரிய வகை தெரிஞ்சவல்ல நீ. எவண்டி அவன், நானில்லாதபோது, உன்கிட்ட ரகசியம் பேச? ஏண்டி இங்கே வந்தான்? கிரிசை கெட்ட நாயே, குலைக்கிறையே . . .”

எல்லம்மை பொறுமை இழந்துவிட்டாள். அவள் இரைய அம்பலக்காரனும் இரையப் பிரமாதமாய்ப் போய்விட்டது. எல்லம்மை கயிற்றை அறுத்தே எறிந்துவிட்டாள். மஞ்சள் கயிறு கீழே கிடந்தது. கருமணிகள் தெறித்தோட, குண்டும் திருமாங்கிலியமும் கயிற்றின் நுனியில் நழுவிக்கொண்டு கிடந்தன.

அம்பலக்காரனோ, நரம்பெல்லாம் புடைக்க, “மானம் போனப்புறம் வாழணுமா” என்று கத்திக்கொண்டு அரிவாளோடு கையை ஓங்கிக்கொண்டு கிளம்பினான்.

“அதைத்தான் நானும் கேட்கறேன்” என்று எல்லம்மையும் எதிர்த்துக் கிளம்பினாள். நல்லவேளை. தெருவில் இருந்த நாலைந்து பேர் உள்ளே வரவே விபரீதம் ஒன்றும் நேரவில்லை. மத்தியஸ்தத்திற்கு வந்தவர்களிடமும் இருவரும் இரைந்து கத்தினார்கள். ஒருவரையொருவர் ஏசிக்கொண்டார்கள். இருவருக்கும் படபடப்பு அடங்கவில்லை. இன்னது பேசுகிறோம் என்று அறியாமல் கத்தினர்.

“ஆமாம், குடும்பமின்னா எல்லாந்தான் இருக்கும். பேசாமை இருங்க . . .” என்பதுடன் நகர்ந்துவிட்டார்கள் மத்தியஸ்தர்கள். அவர்கள் வந்துவிட்டுப் போனதே கெடுதலாய்விட்டது இருவருக்கும். அவர்கள் மனத்திற்குள்ளேயே குமைந்தார்கள். சற்று நேரம் பல்லைக் கடித்துக்கொண்டு இருந்தார்கள். ‘ஊர் சிரிக்கும் படி ஆய்விட்டதே . . .’ என்றுதான் இரண்டு பேருக்கும் ஆத்திரம். மாறி மாறிப் பெருமூச்சு விட்டுக்கொண்டு விறைந்தார்கள் தம்பதிகள். இப்படி ஊமைச் சேஷ்டைகளுடன் சந்தர்ப்பத்தில் முறுக்கேற்றிக்கொண்டிருந்தது மௌனம்.

## 2

நாலு நாளைக்கு முன் ஒருநாள் அஸ்தமித்து ஒரு நாழிகைப் பொழுதிருக்கும்; எங்கோ போயிருந்த அம்பலக்காரன் வீட்டுக்கு வந்துகொண்டிருந்தான். தூரத்தில் வரும்போது தன் வீட்டுக் கொல்லை வழியாக ஆள் ஒருவன் வேகமாய் இறங்கிப் போவது

தெரிந்தது அவனுக்கு. வீட்டுக்கு வந்தான். வந்ததும் மனைவியிடம் கேட்டான், "யாராவது வந்திருந்தார்களா?" என்று. ஒரு மாதிரியாய், "ஒருவருமில்லை . . ." என்று சொல்லிவிட்டாள் எல்லம்மை. ஆனால், ஆள் வந்து போனது என்னவோ உண்மை. அவளுடைய சொந்த அண்ணன்தான் வந்துவிட்டுப் போனான். அவள் பிறந்த வீட்டிற்கும் அம்பலக்காரனுக்கும் 'வெட்டுப்பழி, குத்துப்பழி' என்ற அளவுக்குச் சண்டை முற்றியிருந்த சமயம் அது. போக்குவரத்து நின்றுபோய், முகத்துக்கு முகம் பார்க்காமல் ஆகியிருந்தது. இவளும் தன் பிறந்த வீட்டிற்குப் போய்வந்து வருஷக் கணக்கு ஆயிருந்தது. "அங்கே போனாயோ, பிறகு இங்கு கால் வைக்கக் கூடாது, இது ஸத்யம், பிடாரி மேலாணை" என்று ஆணை போட்டிருந்தான் அவள் கணவன். இந்த லக்ஷணத்தில் அண்ணன் வந்துபோன விவரம் சொன்னால், வம்பு வந்து, வீம்பாகப்போய், வீண் சங்கடம் முளைக்குமே என்றுதான் அவள், "ஒருவரும் இல்லை" என்று சொல்லி வைத்தாள். ரொம்ப அவசியம் நேர்ந்தால், அண்ணன் வந்து போனதைச் சொல்லி ஒப்புக்கொள்ளச் செய்துவிடலாம், அப்படியெல்லாம் தன்னை நம்பாமல் இருப்பவனல்லன் தன் புருஷன் என்றுதான் நினைத்திருந்தாள் அவள்.

3

ஆத்திரம் இருவரையும் பைத்தியம் ஆக்கிவிட்டிருந்தது. ஒருவராவது சிந்தனை செய்யும் நிலையில் இருக்கவில்லை. தன் அண்ணன்தான் வந்திருந்தான், சண்டை வருமே என்று தான் அதைச் சொல்லவில்லை என்ற விஷயத்தைச் சொல்லி விட்டதாகவே எல்லம்மை நினைத்துக்கொண்டுவிட்டாள். கோபம் வாயை விரித்து நெஞ்சில் வார்த்தைகளைக் குவியல் குவியலாகக் கொண்டுவந்த வேகத்தில், அவள் என்னவெல்லாமோ கொட்டினாளே தவிர, அண்ணன் பேச்சே வரவில்லை. ஆனால் சொல்லிவிட்டதாய் நினைத்துக்கொண்டவள், நினைத்துக் கொண்டவள்தான். 'இதைச் சொல்லியும், கேட்காமல் மானத்தை வாங்குகிறானே தன் கணவன்' என்று மூர்க்கத்தனமாய்ச் சீறினாள். 'அண்ணனோடு பேசிக்கொண்டிருந்ததை அசம்பாவிதமாக நினைத்துக்கொண்டுவிட்டான்; தன் குல கௌரவம் தெரியாத இந்தப் புருஷன் எப்பவுமே இது மாதிரி ஏதாவது நினைக்கத்தானே செய்வான், இவனோடு வாழ்வதைவிட . . .' என்று பல்லைக் கடித்தாள். அடக்க வேண்டுமென்ற எண்ணம் துளிக்கூட இல்லை அவளுக்கு; அங்கு யாரும் இல்லவும் இல்லை அடக்க. கர்வமும் கலந்துவிட, ஆத்திரம் மூண்டு கொண்டே இருந்தது.

இதற்குக் குறையுமா அம்பலக்காரன் துடிப்பு? ஆண்பிள்ளை, அதிலும் ஊர்த் தலைமை உள்ளவன். 'சற்று நேரத்திற்குள் ஊர்

சிரித்துவிட்டதே, ஊரில் தலை காட்ட முடியாதே இனிமேல், செய்ததையும் செய்துவிட்டு இந்தச் சிறுக்கி இருக்கிற இருப்பு, இவளை என்ன செய்தால் என்ன . . ?' என்று அவனுடைய ஆத்திரம் வளர்ந்தது. முகமெல்லாம் சிவந்து, சிவப்புக் கறுத்து, நெற்றி எலும்பும் நரம்புகளும் உச்சி மண்டைக்கு ஏறிவிட்டன.

சூரியன் மலைவாயில் விழும் சமயம். அம்பலக்காரன் எழுந்திருந்தான். "தொலை களுதை, இன்னிப் போதேடே தொலைஞ்சிடு. உங்கப்பன் ஊருக்கே போயி, உன் சந்தத்தைச் சொல்லி, காத்துட்டுக்கு இல்லாமை உங்க மானத்தைப் போக்கி, தீத்துக் கட்டிக்கிறேன், வம்பு ஏதாவது செஞ்சான், அவன் பொறக்கவேயில்லைன்னு செஞ்சிட்டு வந்துடறேன் . . ." என்று மூச்சுவிடாமல் உறுமிக்கொண்டே கிளம்பினான்.

"நீங்க ஏன் அங்கே போவணும்? அந்தச் சோலியே நானு வைக்கலையே. அதோ கெடக்கு, உங்க கயிறும் தாலியும். அங்கே போயி வேறே, நீங்க சிறுமைப்பட்டு வராதீங்க. நானே போய்க்கிறேன் . . ." என்றாள் எல்லம்மை.

அவள் குரலில் இருந்த 'எகத்தாளம்' வேறு, அம்பலகாரன் ஆவேசத்தை உசுப்பிவிட்டது.

"பேசினையோ, போட்டுப்புடுவேன், போக்கத்த நாயிக்கப் புல்லாம் பேச்சு வேறையோ..." என்று வெளியே கிளம்பி விட்டான்.

எல்லம்மை, என்ன செய்யலாம் என்று யோசித்துக் கொண்டு, திண்ணையில் இருந்தபடி அவன் போவதைப் பார்த்துக்கொண்டிருந்தாள்.

அவன் வீட்டை விட்டுப் பத்தடி தூரம் போயிருப்பான். எதிரே மலைமாதிரி ஒரு மேற்கத்திப் பொலிகாளை அறுத்துக் கொண்டு ஓடி வந்தது.

"சகுனத் தடையாயிருக்குது, வாங்க வீட்டுக்கு" என்று இரைந்து சொல்லிக்கொண்டு கீழே இறங்கி நடந்தாள் எல்லம்மை.

"ஆஹா, என்ன கரிசனம் . . ?" என்று ஆத்திரத்தைக் கேலியாகக் கொட்டிக்கொண்டே, அந்த முரட்டுக் காளையைத் துரத்தக் கையை ஓங்கினான் அம்பலக்காரன். மனைவியின் முகத்திலிருந்து அவன் பார்வை திரும்புவதற்குள், தலையை நட்டுக்கொண்டு காளை பாய்ந்தது.

"ஐயோ . . ." என்று வீரிட்டுக்கொண்டு எல்லம்மையும் பாய்ந்தாள். இதற்குள் மாடு அம்பலக்காரனைக் கீழே கிடத்தி, முன்காலால் அழுத்திற்று. அடுத்த க்ஷணம் மார்பையோ எதையோ கிழிக்கவேண்டியதுதான்.

பாய்ந்த எல்லம்மை, ஆவேசம் கொண்டவள்போலக் காளையின் கொண்டையை முறுக்கித் தள்ளினாள். அவனும் சமாளித்துக்கொண்டு எழுந்தான். யாரோ கோலை எறிந்ததும், பிரமை பிடித்ததுபோல் குறுக்கே தோப்பில் ஓடிற்று காளை.

கையை ஏந்திப் பிடித்துத் தாங்கினாற்போல் கணவனை வீட்டுக்கு அழைத்துவந்தாள் எல்லம்மை. வரும்போதே, தழுதழுப்பும் கேவலுமாய், "எங்க அண்ணன் வந்துட்டுப் போன முஹூர்த்தமா இது ..? ஆனா ஆண்டவன் காப்பாத்தினாரே?" என்றாள்.

"உங்க அண்ணனா வந்துட்டுப் போனான்?" என்று தயக்கமாய்க் கேட்டான் அவன்.

மூக்கும் கண்ணும் மலர நெஞ்சு உலர்ந்தது; உதடும் ஒட்டிக்கொண்டது எல்லம்மைக்கு. ஒன்றும் பேசாமல் தலையை மட்டும் அசைத்தாள், 'ஆமாம்' என்று தோன்றும்படி.

**1955**

**'காதல் கல்பம்'**

•

# உறவு முள்

## 1

முரட்டுக் கம்பளிதான்; உடம்பில் பட்டால் உறுத்துகிறது; சிவக்கிறது; ஆனாலும் குளிர்காலம் படுத்துகிற பாட்டில் இந்தக் கம்பளியின் ஹிம்ஸைக்கும் ஏதாவது மாற்றுச் செய்துகொண்டு போர்த்துக் கொள்ளத்தான் வேண்டியிருக்கிறது. மனித வாழ்க்கையில் இப்படிச் சில ஸம்பந்தங்கள் ஏற்பட்டு விடுகின்றன. முற்றிலும் பிடிக்காத ஒருவரோடு இன்னொருவர் கட்டாயமாய்ப் பழகி ஆகவேண்டியிருக்கிறது.

"இந்தப் பாவி சூலியைத் தவிர்க்க முடிய வில்லையே என்னால் . . ." என்று வாய் விட்டுச் சொல்லிக்கொண்டே, "சூலி . . . பாதகி சூலி . . . நாசகாரி சூலி . . ." என்று கத்திக் கூப்பிட்டாள் பீகம் ஸம்ரூ.

பீகம் கூப்பிட்டது காதில் விழும் தூரத்தில் சூலி இல்லை. மற்றொரு வேலைக்காரி சூலியைத் தேடிக்கொண்டு சென்றாள். சூலி யாரோ ஒரு ஸ்திரீயோடு பேசிக்கொண்டு – பேச்சென்ன, தன் யஜமானியைப் பற்றி வம்பளந்துகொண்டிருந்தாள்:

"ஸம்ரூவாம் ஸம்ரூ, குலம் கெட்டவளுக்கு ஏற்றாப் போல, அர்த்தம் தெரியாத பெயரொன்று வாய்த்ததே, ஹூம் வயிற்றெரிச்சலம்மா, பரம்பரை யாய் வந்த ஆட்டம் போச்சு, பாட்டும் போச்சு, வேசியாகத்தான் பிறந்துவிட்டோம், ஒழுங்காய்

ஒருவனைச் சேர்த்துக்கொண்டு கண்யமாய்க் காலம் தள்ளலாமல்லவா? சொல்லுங்கம்மா, வாயைத் திறக்காமல் நிற்கிறீர்களே ... அம்மா, வந்தவன் பொருந்தவில்லை, இன்னொருவனைப் பார்க்கட்டும். நம்ம நாடு நம்மூரைச் சேர்ந்தவன், நாலு காசுள்ளவனாய் நல்ல மனுஷ்யனாய் நாணயமுள்ளவனாய் அகப்பட மாட்டானா – என்னைப் போலென்ன இவள் அழகு இல்லாதவளா? ஆளானாள், அன்றைக்கே எவனோ வெள்ளைக்காரனைப் பிடித்தாள்; அவன் ஆச்சு இன்னொரு வெள்ளைக்காரன். அவனுகளோ நாடு விட்டு நாடு வந்தவனுக, ரஜா கிடைத்தால் ஓடுகிறவனுக, இல்லாவிட்டால் அவனவனுடைய சொந்தப் பெண்டாட்டிகள் விடுவார்களோ..? அதிலும் வெள்ளைக்காரிகள் ... கட்டி வைத்துக் கறந்துவிடுவார்களே ஸம்பாத்யத்தை ... என்னம்மா, நான் சொல்வது புரிகிறதல்லவா? நம்ம நாட்டுப் பித்துக்கள் தான் வெள்ளைத்தோலைக் கட்டியழுதுவிட்டு வயிற்றில் வந்ததற்குக்கூட வாழ வழிவைக்காமல் வாயை இளிக்கும். சீமைக்காரி ஏமாறுவளோ? ... அட இழவே நான் ஒருத்தி ஸம்பந்தமில்லாம வளத்துகிறேன் ... திரும்பத் திரும்ப அயல் நாட்டானோடு பழகுகிறாள் இவள். ஹூம், ஜாதி போச்சு ஸம்பிரதாயம் போச்சு ... நானும் வேசியைக் குலத்தில்தான் பிறந்தேன் ... எனக்கு இவள் லீலை கட்டோடு பிடிக்கவில்லை ... சட் சட்" சற்றே மூச்சு விட்டாள் சூலி.

"சூலி, உன்னைப் பீகம் கூப்பிடுகிறார்கள்" என்றாள் வேலைக்காரி.

"ஏன், என்ன இழவு புறப்பட்டுவிட்டது அதற்குள் ..." என்று கிளம்பினாள் சூலி. பீகத்திடம் வந்தாள்.

"எங்கேடி சூலி தொலைந்திருந்தாய்?"

"என்ன அதற்குள் இங்கே வாரிக்கொண்டுபோய்விட்டது?"

"எனக்கும் உனக்கும் அப்படி எதாவது வந்துவிட்டால் தான் ரொம்பத் தேவலையே ..."

"எனக்கு எதுக்கு வரணும்? உடலை விற்கப் பிறந்தேன்; நல்லவேளை, உடல் பருத்துவிட்டதால் பகவானே என்னைக் காப்பாற்றிவிட்டார். என் உடம்பை நானே வெறுக்கும்படி ஒன்றுமே நேரவில்லையே ..!"

"சூலி, உன்னைக் கொன்றுவிடப் போகிறேன் நான், ஒரு நாள் இல்லாவிட்டால் ஒரு நாள் ..."

"முடிந்தால் செய்துவிடு; நானும் இதை எதிர்பார்த்துக் கொண்டேதானிருக்கிறேன். இல்லாவிட்டால் வேறு எனக்குப்

புண்ய மரணம் வரப் போகிறதா என்ன? சரி இது கிடக்கு நித்தியப் பிலாக்கணம்; சொல்லித் தொலை ... இப்போ என்ன செய்யணும்?"

"அந்தப் பாவி, கம்பெனியின் புது ஜெனரல் டெல்லிக்கு வந்துவிட்டானாம்: ஜாகீர் ஜமீனெல்லாம் பறிபோகிறதாம். என் சொத்தையும் கிரஹணம் பிடிக்குமே . . ."

"சரி, மேலே புரிந்துவிட்டது. அதற்காக அவனிடம் உடம்பை ஒப்படைத்து உயிர் வாழ ஏற்பாடு செய்கிறாய்; போ போ; அந்தத் தடியனும் சீமையை விட்டு வந்து ரொம்ப நாளாகி இருக்கும் . . ."

"சூலி ... என் வெந்த புண்ணில் வேகும் தணல் கொட்டாதே ... ஆமாம் . . ."

"உனக்கே குமட்டுகிறதல்லவா, எது வந்தாலும் வரட்டும் என்று பேசாமலிரேன் . . ?"

"உன் போன்ற விஷ ஜந்துக்களுக்கு இரை போடவேண்டும் ..."

"நம்முடைய சொந்த ஆட்டமும் பாட்டும் எங்கே போச்சு? நம்மூர் ஐயாமாரும் ஆண்கள்தானே? ஆட்டத்திலே அண்ணாந்து போகிறவர்கள்தானே? சந்திக் கூத்துக்கும் தெருக்கூத்துக்கும் நான் போய் அச்சாரம் வாங்கித் தரேன் . . ."

"அடி பேய் நாயே, பழக்கம் விட்டுப்போய்ப் பல வருஷங்கள் ஆய்விட்டதேடி, அதற்கான தெம்பும் இல்லையேடி . . ?"

"தெம்பில்லாமலா ஜெனரலைப் பார்க்க இப்படி அணிந்து கொண்டிருக்கிறாய்?"

"அடி பிசாசே, வெளித்தோற்றம் தெருக்கூத்துக்குப் பற்றுமா? தவிர நம்மூர்க்காரர்கள் பிராந்தி குடிக்க மாட்டார்களே, மயக்கத்தில் எதையும் ஏற்க . . ?"

"சுட்ட பானை ஒட்டாது . . . எக்கேடும் கெட்டுப்போ, எனக்கென்ன, நான் இதில் என்ன செய்ய வேண்டும் சொல் . . ."

"டெல்லிக்கு என்னோடு வரவேண்டும் . . ."

"ஐயய்யோ கண்றாவியே, தனியாத் தொலையேன் ..."

"சூலி, அப்பவே சொன்னேன். நானே நொந்து போய் இருக்கிறேன். நீ வேறு குளறாதே. இந்தத் தடவை என்னால் தனியாய்ப் போக முடியாது போலிருக்கிறது ..."

"ஏன்? பயமா? சிரிப்பு வருகிறதடி எனக்கு ..."

"சூலி . . . சொல்லணுமா . . . சொல்கிறேன் . . . பயமில்லை, அருவருப்பு; நீ நம்ப மாட்டாய். நீ ஒரு வறண்ட மனுஷி; என் மனமே என்னைக் கண்டு கூசிக்கொண்டு சில சமயம்

விலகிவிடுகிறது; இதுவும் ரொம்ப அபூர்வமாய்த்தான்; ஆனால் அப்பொழுதெல்லாம் . . . சரி, எப்படியெல்லாமோ வாழ்ந்து பழகிவிட்ட எனக்கு, ஏதாவது மாறுதல் வருமானால் தாங்க முடியாதென்று தோன்றுகிறது. ஏதாவது செய்து தொலைக்க வேண்டுமே என்று நினைக்கிறேன். எப்பொழுதும் என்னிடம் விழித்திருக்கும் மிருகப் போக்கு அதை வற்புறுத்திவிடுகிறது . . .”

“இந்த உன் க்ஷணிக விவேகத்திற்குப் பொருளே கிடையாது . . . நானே மலைத்து நிற்கிறேனே . . . உன்னைச் சொல்வானேன் . . . சரி மேலே சொல்லு . . .”

“இந்தத் தடவை இந்த ஜெனரலை ஒரு மாதிரிச் சமாளித்து விட்டேனானால் அப்புறம் வேறு நினைத்திருக்கிறேன்.”

“என்ன நினைத்திருக்கிறாய்? கங்கா ஸ்னாநம் பண்ணிப் பிராயச்சித்த விரதம் இருக்கவா? அதற்கும் வழியில்லாமல் மதத்தையும் விட்டு மாறித் தொலைந்திருக்கிறாயே?”

“சரி விடு அதை; . . . கிளம்பத் தயாராய் இரு; போ.”

“அங்கே வந்தால் என் வயிற்றுக்கு வழியென்ன? நீ அந்தப் பாளையத்தோடு மண்டிவிடுவாய் ஆட்டையும் மாட்டையும். எனக்கு எதாவது ரொட்டி சுடத் தனி இடம் கிடைக்குமா?”

“அடி ஆசாரக்காரக் குலவதி, ஆத்திரத்தைக் கிளப்பாதே, உன் வயிற்றுப் பாழைப் பழத்தால் தூர்க்கிறேன், அந்தப் புற்றில் ஒரு குடம் பாலை வாங்கி ஊற்றுகிறேன், கூட வந்துதொலை சனியனே . . .”

“நீ அவனைத் தனியாகத்தானே பார்க்கப் போவாய் . . . அவனும் தனியாயிருக்க வேண்டும் . . . இனிமேல் . . . பார்த்துப் பேசி . . . அப்புறம் . . . சரி இரண்டு நாள் என் வாயில் மண்தான் . . .”

“அப்புறம் முழுக்கவே மண் விழுந்துவிடும். கிளம்படி சும்மா . . .”

“பீகம் தாயே . . . வந்து . . .”

“லண்டிச் சண்டி . . . சூலி, சற்று இதோ பார், நாம் தனிமையில்தான் அந்தப் பாவி ஜெனரலைப் பார்க்கப் போகிறோம் . . ., ஆனால் நீகூட இருந்தால் . . . அவன் இருந்த இடத்திலேயே இருக்க ஒருவாறாக ஏதாவது ஸமரஸம் செய்து கொண்டு திரும்பிவிடலாமென்று நினைக்கிறேன். சூலி, ஆச்சுடி . . . எனக்கும் நாற்பது வயதுக்கு மேலே போய்விட்டது . . .”

“போறுமே; பாசண்டன் வேதம் ஓதுவதுபோல் இருக்கிறது நீ வேதாந்தம் பேசுவது . . . கிளம்பித் தொலை, பல்லாக்கா? இல்லாவிட்டால் . . ?”

“பல்லாக்கிலேயே போவேமே.”

“சரி, உனக்குத்தான் புத்தி சற்றே திரும்பியிருக்கிறதே, எதற்காக இப்படிப் பிரமாதமாய் அலங்கார ஆடம்பரங்கள் செய்துகொள்கிறாய் . . .”

சூலியின் இந்தக் கேள்விக்குப் பதிலாய்ப் பீகம் ஸம்ரூ சிரித்துவிட்டான்.

சூலி கேட்டாள். “அடியம்மான்னேன், ஆளை அழிக்குமே இந்தச் சிரிப்பு? பதினைந்து வயது சின்னவளாய்ப் போய் விட்டாயேடி . . !”

“அடி மூதேவி! நிஜமாகத்தான் சொல்கிறாயா? சொல்லித் தொலையடி . . .”

“உண்மையாகத்தான் அழுகிறேன்; நீ இப்படியே செய்து செய்துதானே பாழாக்கினாய்; பாழாகவும் ஆனாய்.”

“அடி நாசமாப் போறவளே! நீ எங்காவது குடும்ப ஸ்திரீயாய்ப் பிறந்திருக்க வேண்டுமடி. பக்கப்பதியக் குங்குமமும் மஞ்சளும் தாலியும் கருமணியுமாய் ஜ்வலிப்பாய்; பொதிபோல் கிடந்தாலும் சோபனமாய்க் கிடப்பாய்.”

“வேசியையாயிருந்தாலும் யாரும் உன் மாதிரி ஜாதி ஜனம் குலம் கோத்திரம் தெரியாத சீமைக்காரன் மேலே பட மாட்டார்கள் . . ., ஹும் பிறந்தாயே . . .”

“சூலி . . . பல்லை உடைப்பேன் . . .”

“பின்னே பேசாமை போ, என் வாயை ஏன் கிண்டுகிறாய்? ராத்திரி வேளையிலே தங்குவதற்கு இடமெல்லாம் ஏற்பாடாகி இருக்கிறதா? ராத்திரி பிணமாகப் போய்விடுவாயே. இந்த மானங்கெட்ட சூலி ராப்பூராவும் உயிரைக் கொடுத்தால்தானே, விடிந்தெழுந்து வீராப்புப் பேசிக்கொண்டு கிளம்புவாய் வெள்ளையனிடம் . . .”

“எல்லா இழவும் அங்கே போய்த்தான் ஏற்பாடு செய்ய வேண்டும். குளிகை அது இது எல்லாவற்றையும் மறக்காமல் எடுத்து வைத்துக்கொள் . . .”

## 2

பீகம் ஸம்ரூவின் கதையே விசித்ரமானது. சூலிக்கும் அவளுக்கும் இருக்கும் மேற்கண்ட உறவோ அதி விசித்திரம். சூலி சொன்னது வாஸ்தவம்; ராத்திரி வேளைகளில் ஸம்ரூ முழுக்க முழுக்கப் பிணமாய்த்தான் கிடப்பாள். மருந்தும் மாயமும் உபசாரமும்

உருவுதலுமாய்ச் சூலி இரவு முழுதும் உயிரைவிட்டுச் சிகித்ஸை செய்தால்தான் ஸம்ரூ போது விடிவதைப் பார்க்க முடியும். இது வெகு நாளைய பழக்கம். ஸம்ரூ நடுநிசி வரை அடிக்கொரு தடவை போதைப் பொருளை உபயோகித்து உபயோகித்துத் தன் பதவியை – வாழ்க்கைத் தரத்தைக் காப்பாற்றி வரும் தன் உடலுக்கு விறுவிறுப்பேற்றுவாள். இனி முடியாதென்னும் நிலையில் உணர்விழந்து ஓய்ந்து அவயவமெல்லாம் போட்டது போட்டபடி கிடக்க வந்து சேருவாள். அந்தக் காலத்திலிருந்த அரசியல் சூழ்நிலை அவளை ஓய்வு எடுக்க விடுவதாயில்லை. ஒருநாள் அவளுடல் நிம்மதி தேடுமானால் அவளுடைய ஜாகீர் நிலைப்பது நிச்சயமில்லை. இவளென்ன மான்யமாய்ப் பெற்றாளா? எதனால் இவள் பீகம் ஆனாளோ, அது இல்லையென்றால் அப்புறம் ஜாகீர் ஏது? ஆகவே இது வழக்கமாய் விட்டது அவளுக்கு. 'சூலி சொல்லுவதுபோல் ஆரம்பத்திலிருந்தே குலத்தொழிலைச் செய்துகொண்டு பழைய மாலினியாகவே இருந்திருந்தால் எவ்வளவோ தேவலை; சிறு வாழ்வு வாழ்ந்தாலும் சற்றும் கவலையில்லாமல் காலம் தள்ளலாமே' என்று சில ஸமயம் நினைத்துக்கொள்வாள் பீகம் ஸம்ரூ.

அவளுடைய பழைய பெயர் மாலினி என்பது. காச்மீரத்தில் பிறந்தாள். கடைந்தெடுத்த கணக்காகக் கணுக்கால் முதல் வகுடு வரை கணிசமான அவயவங்களும் கனமும் மெலிவும் கரவும் சரிவும் காத்திரமும் அமைந்த கம்பீரத் தோற்றமும் உடைய முழு ஸ்திரீ அவள். அவளுடைய இருக்கையே, கார்வையும் கமகமும் பிருவும் சொகுவுமுடைய ராக விந்யாஸம் போல் நிறைவும் பாவமும் கொண்டு பரவசப்படுத்தும் தன்மையோடு இருந்தது. கவனத்தைக் கவரும் பருவத்தில் கவனிப்பாரில்லாமல் இருக்கும்படி ஊரில் ஒரே கலஹம்; மாண்டவர் போக மீதி இருந்தவர்கள் ஊரைவிட்டே ஓடிவிட்டனர். இவளும் கிளம்பி விட்டாள். வழியில் சில கசப்பான அநுபவங்கள் – முறைப்படி நேர்ந்திருந்தால் புதியதொரு இன்பவுலகத்தைத் திறந்திருக்கக் கூடிய அனுபவங்கள் – கிடைத்தன. ஒருவாறு இடர்களைத் தாண்டிக்கொண்டு நலிந்துபோய் ஒரு நகரத்தையடைந்தாள். அங்கும் கலஹம். பிரெஞ்சுக்காரனும் இங்கிலீஷ்காரனும் மோதுகின்ற மோதுதலில் இந்தியச் சிற்றரசன் இங்கிதம் புரியாமல் எதையோ செய்தான். இடையில் ஊர்க்காரர்களுக்கு ஓய்வில்லாத தொல்லை. இந்த நேரத்தில் மாலினி தனியே மாட்டிக் கொண்டாள். மலைத்து மலைத்து ஓரத்திலும் ஒதுங்கலிலுமாய்ச் சுற்றி வந்தாள். ஸம்ரூ என்றொருவன் அவளை ஸந்தித்து விட்டான்; கழுகு மாமிசத் துண்டைக் கண்டுவிட்ட கதைதான். அவன் பிரெஞ்சுப் பட்டாளத்தைச் சேர்ந்தவன். மாலினிக்கு ஓரளவு இதுபோன்ற

அநுபவம் புதிதாயிருக்கவில்லை. புரிந்தும் புரியாமலும் அவனோடு சில நாட்களைக் கழித்தாள். 'ஊர் நிகா புரியு மட்டும் வேறு வழியென்ன ...' என்று தீர ஆலோசித்துத் தான் இருந்தாள். நாட்கள் மாதமானதும் மாதங்களானதும் இடையில் வந்த இந்தத்துணையை விடக்கூடாதென்று ஒரு வழியாய்த் தீர்மானித்துவிட்டாள் மாலினி. அந்த வாழ்க்கையும் பொருந்த ஆரம்பித்துவிட்டது. அந்த ஆள் ஸம்ரூவுக்குத் தெரியாத விஷயங்களைவிடத் தெரிந்தவற்றைச் சொல்வதுதான் ஸுலபம். அவையும் மூன்றே. தான் ஆண் என்ற உணர்ச்சி ஒன்று. இரண்டாவது தின்ன வேண்டும், குடிக்க வேண்டும் என்பது, நிர்தாக்ஷிண்யமாய் ஸர்வஸகஜமாய் யாரையும் எப்போதும் கொன்று போடக்கூடிய விவேகமற்ற தன் திமிர் மூன்றாவது; அவனுடைய கூட்டாளிகளே அவனை மிருகம் போல நடத்துவார்கள். அவனும் அப்படியே மகிழ்ந்து போய் விடுவான்.

மாலினி, நடை, உடை, பாவனை, ஆகாரம், குடி, கூத்து மற்றவை எல்லாவற்றிலுமே அந்தக் கூட்டத்தாரோடு ஒன்றி விட்டாள். உதைத்தல், கடித்தல், முகத்தில் உமிழ்தல் முதலிய மூர்க்க விளையாட்டுக்களில் முதற்பரிசு பெறத்தக்க திறமையும் பெற்றுவிட்டாள். மாதங்கள் ஓடி ஆண்டுகள் நிறைந்தன. மாலினி உடலிலும் உள்ளத்திலும் பரிபூர்ண மிருக வளர்ச்சி பெற்று மேற்கத்திக் கூட்டத்திலிருந்து பிரித்தறியவே முடியாதபடி மாறி விட்டாள். ஸம்ரூவுக்கு அவளைப் பற்றி மஹா ஸந்தோஷம். பிரமாதமான கர்வம் வேறு.

நாட்டின் நிரந்தர ரகளையில் மற்றொரு கட்டம் வந்தது. பிரஞ்சுக்காரர் ஓடினார்கள். ஸம்ரூ நிலைத்திருக்கும்படி ஆயிற்று. மாலினிதான் காரணமோ என்னமோ? ஆங்கிலேயர் நடமாட்டம் வந்தது. மாலினியோடு மறைந்து இருந்தான் ஸம்ரூ. அப்போது வங்காளத் தலைவன் மீர்காஸிம், எங்கேயோ வந்தவன் ஸம்ரூவைக் கண்டுபேசித் தன்னுடன் அழைத்துக்கொண்டு போனான். மீர்காஸிம் வைத்த கண் மாறாமல் மாலினியைப் பார்த்துக்கொண்டிருந்தான். காட்டாறு போல் கொந்தளிக்கும் மாலினி மௌனமாய் என்னென்னவோ சொல்லிக்கொண்டு இருந்தாள். உச்சி குளிர்ந்தது மீர்காஸிம் நவாபுக்கு. அதற்குச் சற்றும் தான் குறையாமல் ஸம்ரூவும் மகிழ்ந்தான். அதே வியாஜத்தில் நவாபும் தன் அசடு வழியும் சிரிப்பைக் கொட்டி ஸம்ரூவுக்கு ஜாகீர் கொடுத்துவிட்டார். அந்தக் காலத்தில்தான் யார் விரும்பினாலும் யாருக்கு வேண்டுமானாலும் ஜாகீர் கொடுக்கலாமே! நாடெல்லாம் பிளவுபட்டு நாயும் நாடாண்ட பொற்காலம் அது! காஸிம் ஸம்ரூவைக் கேட்டதெல்லாம் இவ்வளவுதான்:

"ஸம்ரூ, நீ என் பிராண ஸ்நேகிதன்; பாட்னாவில் தங்கிப் பிராணனை வாங்கும் அந்த ஆங்கிலேயக் கூட்டத்தை அழித்து விடு,

உறவு முள்

ஆள் தருகிறேன் யதேஷ்டமாய். அது முடிந்த பிறகு இன்னுமொரு ஜாகீர் உண்டு உனக்கு; அழகான பெண்களை அடிமைப்படுத்தித் தருகிறேன் உனக்கு. நான் அதுவரை வங்காளத்தை விட்டு விலகி எங்கேயாவது ஒரு மூலையில் உள்ள கோட்டையில் பத்திரமாய் இருந்துகொள்கிறேன். இப்பொழுதே நீ பாட்னாவுக்குப் போய்விடு. மாலினியைப் பற்றிச் சற்றும் கவலைப்படாதே, நான் இருக்கிறேன் ...”

ஸம்ரூ ஜாகீர்தார் ஆய்விட்டான்; இன்னும் மேற்பதவி காத்திருக்கிறது. இனி பாட்னாவுக்குப் போவதோ படுகொலை நடத்துவதோ பெரிய பிரமாதமில்லை அவனுக்கு; தயாராய்க் கிளம்பினான்; ஆனால் பெண் துணையில்லாமல் போவதா என்று தயங்கினான். மாலினி அவனுக்குச் சாக்குப்போக்குகள் சொல்லி மிருக உத்ஸாகம் காட்டி அணைத்துக் கிள்ளித் தள்ளி அனுப்பிவிட்டாள்.

மாலினி பீகம் ஸம்ரூ ஆனாள்; கோட்டைக்குள் பரம தார்மிகன் மீர்காஸிமின் கண்காணிப்பில் பஹு ஸௌக்யமாய் இருந்தாள்.

ஸம்ரூ பாட்னாவில் படுகொலைகளை நடத்திவிட்டுத் தானும் இறந்துவிட்டான். ஆங்கிலேயர் வங்கத்தை விழுங்கினர். நவாப்பு காஸிம் பக்கீர் ஆனார். பீகம் ஸம்ரூவென்று ஆகியிருந்த மாலினி ?

அவளுக்கென்ன ? அவள் பாடு யோகம்தான். பெண்மையை, பொன்போன்ற தோற்றத்தைப் பலமாய்க் கொண்டு, ஆங்கிலேய ஜெனரல் ஒருவனை வென்று அவனுடைய அநுதாபத்துக்குப் பாத்திரமானாள் பீகம் ஸம்ரூ. அந்த ஜெனரல், மஹாராஷ்ட்ர ஸிம்ஹம் ஸிந்தியாவை ஒப்பந்தத்தின் ஒரு ஷராவில் இழுத்து மாட்டி அவளுடைய ஜாகீரை நிலைநிறுத்தினான். அவளை ஆராதித்துப் பிரஸாதம் பெற்றுப் புளகாங்கிதம் அடைந்தான். இங்கிலாந்துக்குப் போகும் கப்பல் கிளம்பிற்று. அனுமதி கிடைத்தது. ஓடிப்போய்விட்டான்.

பீகம் ஸம்ரூ ஸ்வதந்திரப் பறவையாய் ஸிந்தியாவின் பரிவாரத்தில் பளப்பளத்தாள். ஆச்சு, ஸிந்தியாவுக்கு விமோசனமே இல்லாத கிரஹணம் பிடித்துவிடும் போல் இருந்தது. வந்த விலைக்கு ஜாகீரை விற்றுவிட்டு ஆக்ரா பக்கம் சென்றாள். அங்கு டெல்லியில் முகலாய ஸந்ததியொன்று மூலையில் கிடக்க மஹா மேதாவிகளான ஆங்கிலேய வாலிபர்கள் முகலாய இன்பத் துறைகளையெல்லாம் எச்சிலும் மிச்சமும் வீண்போகாமல் ரஸித்துக் கொண்டு அட்டஹாஸ அரசியல் நடத்திக்கொண்டிருந்தார்கள். புலனும் அதன் வசப்பட்ட புத்தியுமே அவர்களுக்கு மந்திரிகள். பீகம் ஸம்ரூ நிலாப் புறப்பட்டதுபோல் நடமாடினாள் அங்கே. பீகம் என்ற பட்டத்தையும் சுட்டிக்காட்டிக்கொண்டு ஸுபோதை

பரப்பினாள்; அந்தப் பக்கத்திலேயே ஜாகீரொன்றைக் கட்டிக் கொண்டாள். ஆங்கிலேயருக்கு அருமைத் தோழி ஆனாள்.

ஆநந்தமாய் இருந்துவந்தாள். ஆனால், இதற்குள் ஆன வருஷமென்ன? அவளும் அயர்ந்தாள். அயர்ச்சியைப் போக்க ஆநந்த லாகிரி சேர்க்க ஆரம்பித்தாள். அயர்ச்சி அதிகமாயிற்று. அந்த அளவுக்கு லாகிரியும் மிகுந்தது. இந்த ரீதியில் நாட்கள் செல்லச் செல்ல அவளுடைய உயிரே குடியைப் பொருத்தது ஆயிற்று. இரவு பூராவும் பிணமாய்க் கிடப்பாள் என்றோமே இதனால்தான். சூலிக்கும் அவளுக்கும் ஏதோ தூர பாந்தவ்யம் வேறு உண்டாம். தற்போது தாதிபோல் இருந்து வந்தாள் சூலி. அவளுக்கு ஸம்ரூவைக் கண்டால் எரியும்; ஆனாலும் அத்புதமாய்ச் சிகித்ஸை செய்து எழுப்புவாள். நேர்ந்தபோது எல்லாம் ஸம்ரூவைக் குத்திக் கிண்டி வேதனைப்படுத்துவதையும் நிறுத்த மாட்டாள். இப்பொழுது டெல்லியில் ஒரு கலக்கம். முகலாய குலத் தோன்றலை மஹாராஷ்டிர வழித் தோன்றல் அரவணைத்து வளைத்து அந்நியனை அகற்றுவதாய் ஆரம்பித்து அவலத்தில் முடிந்து அவனும் இவனும் சேர்ந்து அம்பலத்தில் நிற்கும்படி ஆய்விட்டது. ஆங்கிலேயே அகோரப் பசிக்கு அரிய இரை வாய்த்தது. அகப்பட்டதை எல்லாம் அடிமையாக்கிக் கொண்டே வந்தான் ஒரு ஜெனரல். அவனை ஸமாளிக்கத்தான் ஸம்ரூ சூலியுடன் கிளம்பினாள்.

## 3

உடலுக்குள் ஒரே ரணம். ஆனால் ஸம்ரூவின் தோற்றம் இன்னும் பழைய வசீகரத்தை இழக்கவில்லை. எடுப்பான அந்தத் தோற்றம் ஏகப்பட்ட முயற்சியால் விறுவிறுப்பும் வெளியலங்காரமும் ஏற்றப்பட்டவுடன் எவரையும் மயக்கும் சக்தி பெற்றுவிட்டது.

ஜெனரலின் வாஸஸ்தலத்திற்குச் சென்றனர்; ஸம்பிரதாயப் படி அறிவிப்பெல்லாம் நடந்தது. தனிமையில்தான் ஸந்திப்பது வழக்கமென்பதைச் சொன்ன பிறகும், அந்த ஜெனரல் இசையவில்லை. அவன் எதிரே சில அதிகாரிகளுமிருந்தனர். எது வந்தாலும் வரட்டுமென்று துணிந்து அங்கேயே அவனைக் காணப் புகுந்தாள் ஸம்ரூ. சூலியும் கூடவே இருந்தாள். சூலியும் ஒரு பெண் பிறவி; அவள்கூட இருக்கும்போது ஆண் மனிதன் எவனும் திடீரென்று மிருகாவதாரம் எடுக்க முடியாதென்பது பீகத்தின் யுக்தி. பீகம் உள்ளே நுழைவதற்கு முன்னமேயே பரவிய மணம், கண்ணும் முகமும் சிவந்து கதகதப்பு ஏறியிருந்த ஜெனரலின் உடலையும் உள்ளத்தையும் நெகிழவைத்தது.

தேவதைபோல உள்ளே நுழைந்தாள் ஸம்ரூ. ஜெனரல் அறிந்து செய்திருக்க முடியுமோ என்னவோ, எழுந்து ஓடிவந்து இறுக அணைத்துக்கொண்டு கண்களை விரித்துப் பெருமூச்செறிந்தான். மெல்லத் தன் உள்ளங்கைகளை நடத்தினான். சற்றே இமைகள் சரிந்தன. சூலிக்குப் பற்றி எரிந்தது; ஏன் ஸம்ரூவே பதறிப் போனாள்; ஆனாலும் அநுபவசாலியல்லவா? ஜெனரலைப் பிடித்து மெல்ல நாற்காலியில் கிடத்தினாள். கடைக்கண்ணால் சூலியைப் பார்த்துப் புரிந்துகொண்டு, பார்வையாலேயே அடக்கி அதட்டினாள். நெகிழ்ந்து போன ஸந்தர்ப்பம் உருவாவதற்குச் சற்று நேரமாயிற்று. ஒழுக்கப்படியில் அதலப் பாதாளத்திலிருந்தது அந்தப் புனிதத் திருக் கூட்டத்திலும், அதனையுமறியாது ஏதோ ஒரு மனித இயல்பு வெளிப்பட்டு அனைவரையும் ஸங்கடத்தில் அயர்த்திவிட்டது.

நிஷ்களங்கமென்று வர்ணிக்கப்படும் ஆங்கிலச் சிரிப்புச் சிரித்தான் ஜெனரல். ஸம்ரூ எதிருக்குச் சிரித்தாள். கூட இருந்த ஆண்களும் கரகரத்துக் கலந்துகொண்டனர். சூலி மிரண்டு விழித்து முள் மேல் இருந்தாள்.

“தந்தை போன்ற உங்களுடைய இந்தப் பரிசுத்தமான கிருஸ்துவ அன்பு பரவசப்படுத்துகிறது என்னை ...” என்றாள் ஸம்ரூ.

“ஆமாம் . . . ஆ . . . மாம் அன்புடைய மகளே” என்றான் ஜெனரல்.

ஆங்கிலேய ஸாமர்த்தியமும் இந்திய அசட்டு ஸமரஸமும் அவர் இருவரையும் மதத்தால் இணைத்துத் தந்தையும் குமரியு மாய் ஆக்கிவிட்டது.

“நான் அயல் நாட்டாரிடம் அத்யந்த விசுவாஸம் கொண்டவள் ...” என்றாள் ஸம்ரூ.

“ரொம்ப ஸந்தோஷம், உன்னைத் தொந்தரவு செய்ய மாட்டோம் ...” என்றான் ஜெனரல். மோஹனாஸ்திரம் அவனை இளக்கிக்கொண்டிருந்தது. அதைக் காருண்யத் திரவமாக்கிற்று அவன் சாதுர்யம்.

வந்த காரியம் வெற்றியென்பது புரிந்துவிட்டது ஸம்ரூவுக்கு. அன்றைய ஸந்திப்பை அத்துடன் முடித்துக்கொள்ள விரும்பி முத்தாய்ப்பு வைக்க ஆரம்பித்தாள். ஜெனரல் ஒப்பவில்லை.

“சற்று நேரம் மன்னிக்கவேண்டும். என் வேலைக்காரிக்குச் சொல்ல வேண்டியதைச் சொல்லி அவளை அனுப்பிவிட்டு ...”

என்றாள் ஸம்ரூ.

பறந்தனர் ஆட்கள். சூலி மிகவும் வசதியான ஜாகைக்குப் போய்ச் சேர்ந்தாள். ரொட்டி சுட்டுக்கொண்டே பீகத்திற்குச் சாபம் கொடுத்தவண்ணமிருந்தாள். நேரம் கழியக் கழியத் தூங்கி வழிந்து கொண்டே படுக்கை போட்டுச் சிகித்சைக்கு வேண்டியதை எல்லாம் தயாராய் வைத்துக்கொண்டு காத்திருந்தாள்.

ஜெனரலுக்கு அன்று ஏகக்களிப்பு. நடுநிசி ஆயிற்று. அவனும் மயங்கி அயர்ந்தான். அரை ஞாபக தசையில் ஸம்ரூ கிளம்பி விட்டாள்; பல்லக்கில் ஏறிச் சாய்ந்தாள். பிரக்ஞை இழந்து விட்டாள்.

சத்தம் கேட்டு எழுந்து வந்தாள் சூலி. வெளிச்சத்தைக் கண்டுவிட்டு, "பிணம் வந்துவிட்டதா?" என்று கேட்டாள். "பிடியுங்கள் காலை; தடிப்பசங்களா கொடுத்து வைக்கணுமே தொடுவதற்கு? பீகம் பிரக்ஞையோடிருந்தால் உங்கள் கைக்கேது அந்தப் பாக்கியம்? உம், மெல்லப் பிடியுங்கள்" என்று ஹாஸ்யத்தை வேறு கொட்டினாள் சூலி. அவள் தலைப்புறம் பிடித்தாள். படுக்கையில் கிடத்திவிட்டுச் சிகித்சைக்கு ஆரம்பித்தாள்.

இப்படி இரண்டு நாள் ஆயிற்று. மூன்றாம் நாள் புறப்பட்டு விட்டார்கள். சூலிக்குப் பேச ஸந்தர்ப்பம் கிடைத்தது. ஆரம்பித்தாள்:

"பீகம் ஸம்ரூ இனிமேல் பரிசுத்தை ஆய்விடப் போகிறாளாக்கும் . . ."

சிரித்துவிட்டாள் ஸம்ரூ. சொன்னாள்: "கட்டாயம் அப்படித்தான் உத்தேசம்; ஆனால் இந்தப் பாவி சீக்கிரம் கிளம்பமாட்டான் போலிருக்கிறதே. இவன் தொலைந்து விட்டால் அப்புறம் . . ."

"ஆஹாஹா, மூஞ்சியைப் பாரு . . ., இவன் போனால் இன்னொரு தடியன்; . . . வெட்கம் இல்லாமல் இப்படி விழுவனோடி; சீச்சீ . . . நல்ல சீமை . . . நல்ல ராஜ்யம் நீ போடி போ, உன் சந்தம் இப்படியே நாற வேண்டியதுதான் . . ."

"அதெல்லாமில்லை சூலி, பாரேன் . . ."

"ஆஹா ஆஹா, பார்க்கிறேன், ஸம்ரூ, எனக்குத் தெரியாதோ? மறுபடியும் அங்கே போகப் போகிறாயல்லவா?"

"அவனே இங்கு வருவான் . . ."

"வரட்டும் வரட்டும்; நல்ல பாடம் கற்பித்து அனுப்புகிறேன் . . ."

"இப்பொழுதே சொல்கிறேன் சூலி, அவனிடம் ஏதாவது வாயைத் திறந்தாயோ வெட்டிவிடுவேன்; துஷ்டி . . ."

“யாரு? நானா துஷ்டி? அடி ராக்ஷஸி . . .”

“சூலி, உனக்கு நல்ல காலமில்லை.”

“என்றைக்கும் இருந்ததில்லையே?”

“அவன் வந்தால் நீ வாயைத் திறக்கக்கூடாது; சுட்டுப் போடுவேன் ஆமாம்; அவனுக்கு நாட்டு பாஷை நன்னாத் தெரியும்!”

“நல்லதாப் போச்சு; முழு மானத்தையும் வாங்கிவிடுகிறேன் அப்படியானால் . . .”

“சீ தொலை . . . ஞாபகம் வைத்துக்கொள்; ஏதாவது விபரீதம் பண்ணி வைக்காதே பிசாசே . . .”

“பார்த்துக்கொண்டே இரேன் சொல்கிறேன் . . .”

ஜெனரல் வந்தான்: பீகம் ஸம்ரூ குதிரை ஸவாரி செய்து கொண்டு வெகு தூரம் போயிருந்த ஸமயம் அது. சூலி ஜெனரலை உள்ளே அழைத்து உள்ள அவமானமும் செய்து கண்டபடி பேசினாள். விஷயம் கிரஹிப்போமென்று அவள் பேச்சைக் கேட்க ஆரம்பித்த ஜெனரல், சரமாரியாய் அவள் சொரிந்த சொற்களால் தாக்குண்டு பிரமை பிடித்ததுபோல ஆய்விட்டான். தவிர அவன் வந்திருக்கும் தோரணைக்கும் எண்ணத்திற்கும் அவனிடம் தற்காப்பு ஆயுதம்கூட இருக்கவில்லை. அவன் செய்வது தெரியாமல் விழி பிதுங்கிக்கொண்டிருந்தான். சூலி பேசிக்கொண்டே இருந்தாள்:

“வெட்கம் கெட்ட பிறவிகளா, உன்னோடு எத்தனை பேர்? இன்னும் எவனெவனோ?” என்றெல்லாம் எக்கச்சக்கமாய், இசைகேடாய் அவள் கேட்டுக்கொண்டிருக்கும்போதே ஸம்ரூ உள்ளே நுழைந்தாள். ஜெனரல் தலைகுனிந்து சவம்போல் இருந்தான். ஸம்ரூவின் ரத்தம் கொதித்துவிட்டது. வாளை எடுத்து சூலியின் மேல் வீசினாள். கோரமாய் வீரிட்டு முடிந்தாள் சூலி. நிமிர்ந்து எழுந்து நின்ற ஜெனரல் செயலற்று வாயமூந்தி நின்றான். நிகழ்ச்சி நடந்த விரைவில் – அதில் அதிர்ந்த அதிர்ச்சியில் அவன் நினைவு நிலை கலங்கியது. சூழ்நிலை மறந்து மறந்தொழிந்தது. மனித உலகத்தை விட்டு எங்கோ வந்தவன் போல அலெளகிகமான எதையோ கண்டு அஞ்சி ஜடமானவன் போல நின்றான். அவனுடைய கண்கள் சுழன்றன. சுழல முடியாமல் அயர்ந்து நிலைத்துப் பஞ்சடைந்தன.

சூலியை வாரியெடுத்தாள் ஸம்ரூ. எதிரே மைதானத்தில் ஏதோ குழி இருந்தது. அதில் கொண்டு போட்டாள் சவத்தை. கையாலும் காலாலும் மண்ணைத் தள்ளினாள். மிதித்தாள்.

இன்னும் சற்று மூடினாள். அதன் மேல் உட்கார்ந்து ஹுக்காவைப் புகைக்க ஆரம்பித்தாள், வியர்வையைக்கூடத் துடைக்காமல்.

ஸாக்ஷியாயிருந்து சொந்த மனத்தையிழந்து திகில் கொண்டு விட்டிருந்த ஜெனரல் குதிரையின் மேல் தாவிக் குந்திக் கொண்டான். நடுக்கும் கைகளால் கடிவாளத்தை எம்பிப் பிடித்துக்கொண்டான். குதிரையை உதைத்துக் கிளப்பினான். பறந்தது அந்தப் பிராணி.

அந்த வேகத்தில் எழுந்த புழுதியைப் பார்த்துக்கொண்டே, சூலியின் சமாதி மீது சாய்ந்தாள் ஸம்ரூ. சாய்ந்தவள் சாய்ந்தவள் தான்.

முள்ளை அகற்றியதில் உள்ளம் சற்றுக் குளிர்ந்தது போலிருந்தது, அந்த அதி உஷ்ண வேகத்திலும். ஆனால், முள்ளை அகற்றிய புண் விர்ரென்று புரையோடி, அவளையே குளிரச்செய்துவிட்டது.

**1955**

**'காதல் கல்பம்'**

•

# மருந்து உண்டா?

சம்பளம் வந்தது. கைமாற்றுக் கடன்களை மட்டும் கொடுத்தேன். அனேகமாய் ஆய்விட்டது. ஏழாவது தடவையாகப் பாக்கி இருந்த பணத்தை எண்ணிப் பார்த்தேன். பத்து ரூபாய் மூன்றணா தான் மிச்சம். சிரித்தேன். இப்பொழுதெல்லாம் இந்தச் சிரிப்பு எனக்கு மிகவும் ஸஹஜமாய்ப் போய்விட்டது.

அறிவு தலைகாட்டி இடிக்கும்போதெல்லாம் இந்தச் சிரிப்புத் தானாய் வருகிறது. ஆசை – அவலாசை என்னை முழுக அடிக்கும்போது எல்லாம் இதைக் காணவே காணேன். எட்டாவது தடவையாக எண்ணிப் பார்த்தேன். பத்து ரூபாய் மூன்றணா. மீண்டும் சிரித்தேன். சிரித்துக் கொண்டே சாப்பிட உட்கார்ந்தேன். வழக்கப்படி ருசி சொல்லவும் வக்கணை பேசவும் வாய் வந்தது. சாரதாவுக்குப் பிடிக்கவில்லை என் பேச்சு. முகத்தைச் சுளித்தாள். அவள் அழமாட்டாளென்பது எனக்குத் தெரியும். ஆனால் கட்டாயம் வருத்தப்படுவாள். அவள் கக்ஷியும் ரொம்ப நியாயமானதுதான். தன் நகைகளை அடகிலிருந்து மீட்பதாவது அப்புறம் ஆகட்டும், சாப்பிடும் தட்டையும் வெள்ளி டவரா டம்ளரையும் மீட்டாலும் போதும். இந்த இலைப் பஞ்சம் – சாப்பிட உட்காரும்போது நினைத்துக் கொண்டு ஓடிப்போய் இலை வாங்கி வருவதும், சமயம் பார்த்து இரண்டு ஏடுகூடத் தேறாமல் ஒரு அணாவுக்கு இலை வருவதும் – ஸஹிக்கலையே . . . என்பதுதான் அவளுடைய கக்ஷி.

"என்ன வேண்டியிருக்கு? இந்த மாசமும் இலைப் பஞ்சம் தானே ..." என்றாள் என்னைப் பார்க்காமலேயே.

"போடி பைத்தியமே, சம்பளம் வந்ததே ... ஜம்னு போய் ... விச்ராந்தியா பீட்டைப் போட்டு, நாலே ஆட்டத்தில் விட்டதை எல்லாம் சேர்த்துப் பிடிக்கணும் என்று பார்க்கிறேன்; அதற்கு வழியில்லையே என்று நான் யோசிக்கிறேன் ..."

"சரி சரி, சீக்கிரம் எழுந்திருங்கள் ... அங்கே போய்ச் சிரியுங்கள் ... எனக்குப் பிடிக்கவில்லை ..."

வெற்றிலை போட்டுக்கொண்டிருந்தேன். வாசல் பக்கமாய்க் குப்பு வந்து நின்றான். எட்டிப் பார்த்தேன். என் காதோடு சொன்னான் அந்தப் புண்ணியவான். "ஓய் மேலத் தெருவில் நடக்கிறது ஆட்டம். நல்ல முரட்டுக் கைகள். முன்னியூர் மைனர் வரான். நோட்டைப் போட்டால் சில்லரை எடுக்க மாட்டான். நல்ல சான்ஸ்ங்காணும்."

"கையில் பணமில்லையேடா குப்பு?"

"அடே என்னங்காணும்; இன்னிக்குத்தான் சம்பளம் வாங்கியிருக்கீர் ..?"

"சம்பளம் வந்தது. ஆனால் பத்து ரூபாதான் பாக்கி. இதில்தான் வீட்டு வாடகை, அரிசிக்காரி, பால் தயிர் பணங்கள் இவ்வளவும் கொடுத்தாகணும் ..."

"இருப்பதை எடுத்துக்கொண்டு வாருமேங்காணும். அங்கே ஏதாவது புரட்டிப் பார்க்கலாம் ..." என்று குப்பு பேசி முடிப்பதற்குள் சாரதா வந்துவிட்டாள். குப்பு தானாகவே நழுவினான்.

"என்ன? தூதன் வந்துவிட்டுப் போகிறானோ?" என்றாள். அவள் குரல் அன்று அதிகப்படியாகவே தேம்பிற்று.

"அது சரி, நீ சாப்பிடாமல் ஏன் இங்கே வந்தாய்? ..."

"சாப்பிடத் தோணலையே எனக்கு."

"என்ன இது, அழ ஆரம்பித்துவிட்டாய்."

"நான் அழவே இல்லையே, என் பேச்சே அழுகையாய் மாறியிருக்கிறதோ என்னவோ?"

"நீ எதுக்கோ துவஜம் கட்டிக்கொண்டு வந்திருக்கிறாய் ..."

"துவஜம் கட்டத் தெரிந்திருந்தால், இந்த வீடு எப்பவோ உருப்பட்டிருக்குமே. பணம் எவ்வளவு பாக்கி இருக்கு? குழந்தைக்கு மருந்து வாங்க வேண்டுமே. நாலு நாளாகவே மருந்து கொடுக்கவில்லை. குழந்தை வயிறு ரொம்ப உப்பிக் கிடக்கிறது ..."

“இதுதானே? பிரமாதம். சாயங்காலம் வரும்போதே கேட்டேன். மருந்து ஸ்டாக் இல்லையாம். நாளைக்குத் தருவதாய்ச் சொன்னான். பணம்கூடக் கொடுத்துவிட்டேன் . . . வந்து . . . குழந்தை ரொம்ப சிணுங்கறானோ?”

“குழந்தை என்ன ஆனால் யாருக்குக் கவலை? அவனும் பிழைத்துக் கிடக்கணும், உங்களுக்கும் நல்ல புத்தி வரணும், ரெண்டும் நடக்குமென்று எனக்குத் தோணலை . . .”

அவள் படபடப்பாய்ப் பேசினாள். எனக்குச் சிரிக்க வேண்டும்போல் வந்தது. ஆனால் சிரிக்கவோ முடியவில்லை. இதற்குள் சாரதா மறுபடியும் வார்த்தைகளைத் தூவ ஆரம்பித்தாள்: “நகை, பாத்திரம், தட்டு என்று ஒவ்வொன்றாக ஸ்னானம் பண்ணியாய் விட்டது . . . அதோடு குழந்தைக்கும் . . .” சாரதா தழுதழுத்தாள்.

“போறும் . . . ரொம்பச் சமத்தாய்ப் பேசறே. சரி சரி, போய்ச் சாப்பிடு . . .” என்றேன். பேசினேனே தவிர, உள்ளுக்குள்ளே என்னென்னவோ செய்தது. இதற்குள் தூளி நெளிந்தது; முக்கலும் முனகலும் கேட்டன. அவள் குனிந்து குழந்தையை எடுத்தாள். எனக்கும் ஏதாவது பேசித் திரை விழுவிக்க வேண்டும் என்று தோன்றிற்று.

சிரித்துக்கொண்டு, “திருட்டுப் பயல், தன்னைப் பற்றித் தான் பேச்சு நடக்கிறதென்பதைப் புரிஞ்சுண்டு கூப்பிடுகிறான். எலே நாயே, கள்ள நாயே . . .” என்று கொஞ்சுவதற்குக் குனிந்தேன்.

குனிந்ததுதான், உடனே என் மனம் துவண்டு விழுந்தது. என் முகம் சுருங்கிக் கருகி, கண்ணிரண்டும் மருண்டு கூம்பின. குழந்தையின் கண்களில் ஜீவ களையைக் காணவில்லை. அவனுடைய இரண்டு தோள்களும் கழுத்தும் பார்க்க ஸஹிக்கவில்லை. வேண்டா வெறுப்பாய்ச் சற்றே உடல் முழுதும் பரந்த என் பார்வைக்குக் குழந்தையின் வயிறு தென்பட்டதும் என் உயிரும் உணர்வும் கூச ஆரம்பித்தன. அவனைத் தொடாமலேயே – தொட முடியாமலேயே – திரும்பி நாற்காலியில் ஓய்ந்து விழுந்தேன். சில நிமிஷங்கள் என் புலன்களெல்லாம் ஸ்தம்பித்துக் கிடந்தன.

குலைக் கட்டி வியாதிக்கு இவ்வளவு பயங்கரமான அறிகுறிகள் உண்டென்பதே எனக்குப் புதியது, அதிலும் என் குழந்தையை உயிர்ப் பிணமாக்கிவிட்டதே இந்தப் பாவிக் கட்டி . . !

மருந்து கொடுத்தால் எல்லாம் சரியாய்ப் போய் விடும்! . . .

சரியாகுமோ? இந்தப் பைத்தியம் சாரதா ஒருத்தி . . . கண்டபடி உளறுகிறாள் . . . அவள் சொன்ன வார்த்தைகள் . . .

“ஒவ்வொன்றாக ஸ்னானம் பண்ணி ஆய்விட்டது; அதோடு குழந்தைக்கும்.” ‘வெறும் பைத்தியம்; எல்லாவற்றையும் முடிவு கட்டிப் பேசுகிறாள் ...அதெல்லாம் அப்படி ஒன்றும் வராது . . . வராது . . .’

மெல்லத் திரும்பிப் பார்த்தேன், சாரதாவின் மடியில் கிடந்தது . . . கிடந்தான், குழந்தை. அவன் குழந்தையாய் லக்ஷணமாய் உருப்பட வேண்டும். அவள் இரண்டு கைகளையும் ஊன்றிக்கொண்டு உச்சிமேட்டைப் பார்த்துக்கொண்டிருந்தாள். கண்கள் தேங்கித் ததும்பி நின்றன. ஏந்திய முகவாயும் அழுந்தப் பதிந்திருந்த உதடுகளும் அவளுடைய துக்கத்தைப் பூட்டி அடைத்திருந்தன. திடப்படுத்திக்கொண்டு குழந்தையைப் பார்க்க நினைத்தேன். குழந்தையோடு எழுந்திருந்து சாப்பிடச் சென்றாள் சாரதா. குழந்தையை இடுப்பில் வைத்துக்கொண்டிருந்தாள். இடுப்பில் பொருந்தாமல் எப்படியோ இருந்தான்; அவள் விளக்குப் பக்கமாய்ச் சென்றபோது விபரீதமாய்ப் பளபளத்த குழந்தையின் வயிறும் வயிற்றின் மீது தெரிந்த நீலக்கோடுகளும் கண்ணில் பட்டுக் கண்ணை அறுத்தன. மனம் வெடித்துவிடும் போல் பொருமிற்று; ‘படுபாவிக் கட்டி நாலுநாள் மருந்து கொடுக்காததால் இந்த நிலைக்கா முற்றிவிட வேண்டும்? நாளைக்காவது கட்டாயம் மருந்தை வாங்கிவிட வேண்டும்; எது எப்படிப் போனாலும் குழந்தைக்கு மருந்து வாங்கித் தீர வேண்டும் நாளைக்கு; மருந்துக்குப் பணம் கொடுத்துவிட்டதாகப் பொய் சொல்லிவிட்டேன் சாரதாவிடம்; அந்த ஞாபகமே வரவில்லையே எனக்கு. கையில் பாக்கியிருக்கும் பணம் மருந்துக்குக் காணும்’ என்றெல்லாம் நினைத்தேன்; எண்ணி எடுத்து மருந்துக்கு வேண்டிய தொகையைத் தனியாய் ஒரு பொட்டலம் கட்டினேன். பாக்கி இருந்ததை மடியில் வைத்துக்கொண்டேன் . . . பிறகு இரண்டு தொகைகளையும் எத்தனை தடவை அலமாரியில் வைத்து வைத்து எடுத்திருப்பேன் ... அப்புறம், மருந்துத் தொகையை மட்டும் அலமாரியில் உள்ளே தள்ளித் தள்ளி எத்தனை தடவை வைத்திருப்பேன் . . . வெட்கக் கேடுதான் ... மனது நான் சொல்வதைக் கவனிக்கக்கூட மறுத்து விட்டது. சாட்டையால் அடித்ததுபோல் அடித்து அடக்கி விட்டதே! கடைசியில் இரண்டு தொகைகளையும் அலமாரியில் இருந்து எடுத்துக்கொண்டேன். ஆனால் மருந்துப் பணத்தை மட்டும் மேல் வேஷ்டியின் ஒரு தலைப்பில் நாலைந்து முடிச்சுகள் போட்டுச் சொருகிக்கொண்டேன். பத்திரமாய் இருந்தது முடிச்சு. பாக்கி மடியிலிருந்தது. மடியையும் தலைப்பையும் தொட்டுப் பார்ப்பதும் தட்டிப் பார்ப்பதுமாய் ஆயிரம் ஆக்ஷேபணைகள் ஸமாதானங்கள் செய்துகொண்டாய்விட்டது. சாரதா சாப்பிட்டு உள்ளே வரும்போது தூங்கும் குழந்தையை மூடி எடுத்து வந்தாள். என் படுக்கையை எடுத்துத் திண்ணையில் எறிந்தேன். அவள் ஒரு

வார்த்தைகூடச் சொல்லவில்லை. வெற்றிலைப் பெட்டியைக் கொண்டுவந்து திண்ணையில் வைத்துவிட்டு வழக்கம்போலவே, அடக்கமாய்ச் சிறிதும் ஓசையில்லாமல் கதவைச் சாத்தி, நிதானமாய்த் தாழிட்டுக்கொண்டு உள்ளே போனாள். நான் கிளம்பினேன் மேலத் தெருவிற்கு.

முதல் இல்லை. கடன் வாங்கி ஆட வேண்டும். சூதாட்டக் கடன், அதற்கான வட்டி நிபந்தனைகள் எல்லாம் விஷ ஜந்துக்கள் போன்றவை. ஆனாலும் எனக்குத் தண்ணி பட்ட பாடு; 'என்ன பிரமாதம்? நாலு சீட்டுப் பேசினால், தூக்கி எறிந்துவிடப் போகிறோம், இல்லே பார்த்துக்கொள்கிறோம் பின்னாடி . . . இன்றைக்கு மட்டும் நான் ஜயிக்காமல் இருந்தேன், அப்புறம் இந்த ஆட்டத்தின் முகத்திலேயே விழிக்கக் கூடாது. இன்றைக்கு நான் கட்டாயம் ஜயிச்சே ஆகணும். கொஞ்சம் நிதானமாய் ஆடி, சீட்டுப் பேசும் சமயத்தில் ஆட்டத்தைப் பெருக்கி... சரி இன்று நமக்கு நல்ல மிச்சம் . . . இது உறுதி'; என்றெல்லாம் பலமான யோசனைகள் ஓடின. பணம்தான் புரளவில்லை. உன்பாடு என்பாடென்று ஒரு மாதிரியாய்ப் பணம் கிளம்பிற்று. ஆடுகிறவர்களில் ஒருவன் கொடுப்பதாய் ஒப்புக்கொண்டான். மறுநாள் ராத்திரிக்குள் தராவிட்டால் திருப்பிக் கேட்பதில்லை என்ற நிபந்தனையோடு, என் கைக்கடியாரத்தை வைத்துக் கொண்டு முப்பத்தைந்து ரூபாய் கொடுத்தான் ஒரு பரம தர்மிஷ்டன்; அதன் விலை நூற்றிருபது. அதைப் பற்றி என்ன? ரூபாயை மடியில் வைத்துக்கொண்டு, 'பதினைந்தும் சில்லரையுமே பெருகிவிடப் போகிறது நூற்றுக்கணக்காய்' என்று திடப்படுத்திக்கொண்டு சகுனமெல்லாம் பார்த்து, இடம் பார்த்து உட்கார்ந்தேன். 'நாலு சீட்டு, நாலு கலவை, பணத்தை முகத்தில் எறிந்துவிட்டு, கடியாரத்தைக் கட்டிக்கொள்ள வேண்டும் முதலில். பனிரெண்டு மணிக்குள் ஜயிப்பது போதும் இன்றைக்கு. கடியாரம் மணி பனிரெண்டு காட்டிய உடனே கிளம்பிவிட வேண்டும்' என்று நான் தீர்மானம் செய்ததற்கேற்ப, நல்ல சீட்டுகள் கட்ட ஆரம்பித்தன. இதுதான் சமயமென்று ஆட்டத்தைப் பெருக்கினேன். சீட்டைத் தொடாமல் விசிறினேன் பீட்டை; ஒரு சீட்டு இல்லை; இன்னொரு சீட்டு சின்னது; . . . இப்படியே இருந்தது.

சில்லரையும் பதினைந்தும் போய்விட்டது. மடியிலிருந்து எடுத்தேன். மேல் வேஷ்டித் தலைப்பைத் தொட்டுப் பார்த்தேன். அது பத்திரமாகவே இருந்தது. மடிப்பணம் கரைந்துகொண்டே வரும்போதெல்லாம், அந்த மருந்துப் பணத்தையும் அவிழ்க்க நேர்ந்துவிடுமோ என்று தோன்றிக்கொண்டே இருந்தது. அதோடு கூடக் குழந்தையின் நோயும் பயங்கர நிலையும் நினைவுக்கு

வராமல் இல்லை. உள்ளம் கூசும்; கை கூசும். அந்தப் பணத்தைத் தொட்டு நெருடுவதுகூடப் பயமாய் அருவருப்பாய்த் தோன்றும். 'தொடமாட்டேன். தொடமாட்டேன்' என்று தீர்மானம் செய்து கொண்டேன். தொடாமலேயே இருந்துவிட்டேன். அநேகமாய்க் கடன் வாங்கிய தொகை முடிய இருந்தது. அதற்குள் மருந்துப் பணமும் மறந்துபோய்விட்டது. அந்த முடிச்சு இருக்கிறதென்பதே மறந்துபோய்க் கையிலிருந்ததில் கடைசி அணாவையும் தொலைத்தேன். எல்லாம் ஸ்வாஹா; சில்லறை, கடன் வாங்கிய முப்பத்தைந்து எல்லாவற்றையும் அடியோடு ஊற்றிவிட்டுத் தொடைத்துவிட்டேன்; முகம் அறுந்து தொங்கிற்று; கடன் கொடுத்த அதே ஆஸாமியிடம் மேலும் ஒரு பத்து ரூபாய்க்காகப் பல்லைக் காட்டி முகவாயைப் பிடித்துக் கெஞ்சி அவன் வைய, ஆடுகிறவர்கள் அத்தனை பேரும் அடிக்காத குறையாய் ஏச, அசடு வழிய அவலம் பொங்க அங்கேயே சுற்றிச் சுற்றி வந்தேன். வெற்றிலை சீவல் போட நினைத்து வெற்றிலையைத் தொட்டேன்.

"இப்போ எதற்கு வெற்றிலை சீவல், இருப்பது, ஆடுகிறவர்களுக்கே போறாது; வீட்டுக்குதானே போகிறாய், போய்ப் படுத்துக்கொள்ளேன் சிவா, ராமான்னு" என்று இடித்தார்கள் இரண்டொருவர்.

அழுகை வரவேண்டும் அப்போது. ஆனால் வரவில்லை; வராது; இது ஸகஜமான பரிபவம்;

'சரி, கிளம்பிவிட வேண்டும். இனிமேல் அங்கே வேலை இல்லை. மணி என்ன ஆகியிருக்கும்.' கால உணர்வு வேண்டி இருந்தது ... நாளைக்கு ஆக வேண்டியதற்கு என்னென்னவோ செய்தாக வேண்டுமே. என் கடிகாரத்தைக் கட்டிக்கொண்டிருந்த அந்த உபகாரியின் அருகே உட்கார்ந்தேன், மணி பார்ப்போம் என்று.

"அடே சனியன், தரித்திரம், இங்கே வந்துவிட்டாயா? இனிமேல் எனக்கு மண்தான் சீட்டு" என்று வள்ளென்று விழுந்தான் அவன்.

அதிலேயே ஊறி, மரத்து, அழுகியும் போய்விட்டிருந்த எனக்குக்கூடச் சுள்ளென்று பட்டுவிட்டது அந்தத் தீச்சொல். விழித்துப் பார்த்தேன். பார்வையில் கோபமே காணவில்லை. கண்களுக்குத் தைரியமோ எழுச்சியோ ஒன்றுமில்லை. ஒதுங்கி நின்றுகொண்டு, "டயம் பார்க்க வந்தேனய்யா ... என்னவோ ரொம்பத் தாண்டிக் குதிக்கிறே" ... என்றேன். அலக்ஷ்யமாய்ப் பேசுவதாக என் எண்ணம். மெல்ல மெல்ல நான் செத்துப் போய்க்கொண்டே இருப்பது மாதிரி, எல்லாம் ஒடுங்கிவர ஆரம்பித்தன. 'நான் செத்துப்போய்விட்டேனோ' ... என்று

கூட நினைத்ததுபோல் ஒரு ஞாபகம். தூதனாய் வந்து என்னை அழைத்த அதே குப்பு, கதவைத் திறந்து, தள்ளாத குறையாய் என்னை வெளியே இழுத்துவிட்டான். வாசற்படி இறங்கினேன். இதற்குப் பிறகு தேசலாய்க்கூட ஒன்றுமே நினைவில்லை.

நான் அந்த க்ஷணத்திலிருந்து சூன்யமாய் இருந்திருக்க வேண்டும். பழக்க வசத்தால் என் கால்கள் நடந்துகொண்டே இருந்திருக்க வேண்டும். மனத்தில் பரவியிருந்த சூன்யம் மறைந்து நான் என்னை உணரும் அளவுக்கு ஞாபகம் வந்ததும் முதலில் நான் உணர்ந்தது, 'நடந்துகொண்டே இருக்கிறேன்' என்பதுதான். அடுத்தபடி இடது கை மணிக்கட்டை உயர்த்திப் பார்த்தேன், மணி தெரிந்துகொள்ள; வாழ்வில் எப்படியோ படிந்து ஊறிவிட்ட இந்தக் கால உணர்வு, உயிருக்கோர் அங்கம்போல் அமைகிறது. மணி தெரியவில்லை . . . கையே தெரியவில்லை. கும்மிருட்டு; தேய்பிறையின் கடைசி நாட்கள், மணிக்கட்டைக் காதில் வைத்தேன். கடிகாரம் உறுத்தவில்லை. மனத்தில்தான் உறுத்திற்று. 'கடிகாரம் ஏது? அதுதான் அவன் கையில் ஏறிவிட்டதே . . . அதை நாளைக்கு வாங்கிவிட்டுத்தான் மறு காரியம் பார்க்க வேண்டும் . . .'

இந்த நினைவுக் கோவையில் ஒன்றன்பின் ஒன்றாய் இறந்த காலம் முழுவதும் சிக்கிக்கொண்டன. புலன்கள் ஸ்வாதீனம் ஆயின. மெல்ல, வீரசோழனாற்றின் கரையில் இருப்பதை அறிந்தேன். இடம் . . . எந்த இடம்? கிழக்கே. நீரின் இரைச்சல் கேட்டது. 'ஓஹோ, இது கூத்தூர்க் கலுங்கின் சத்தம்; மிகச் சமீபத்தில் கேட்கிறதே, சரிதான் கூத்தூருக்கே வந்துவிட்டேன்.' ஒரு மைல் தூரம் நடந்திருக்கிறேன். இட உணர்ச்சி வந்ததும் பயந்தே போய்விட்டேன். கூத்தூர்க் கலுங்கு பகலிலேயே நிர்ஜனமாயிருக்கும்; பயம் தானாகவே தோன்றும் அங்கே. கலுங்கையும் மதகையும் அந்தச் சூழலையும் பார்த்துவிட்டால் குலைநடுங்கும் அப்படியே. இந்தக் கும்மிருட்டில் எனக்குத் தெரியாமலேயே அந்த இடத்திற்கு வந்துவிட்டிருந்தேன். நினைவு வந்ததுமே நடுங்க வைத்தது பயம். நடக்க ஆரம்பித்தேன். கலுங்குக் கரையில் வெளிச்சமுண்டு. நேரே அங்கே போய்விடத் தோன்றிற்று. இருட்டை உணர்வதிலேயே என் ரத்தம் சுண்டி வருவது போலிருந்தது. உதடு, நாக்கு தொண்டையெல்லாம் வறண்டு வெடித்துவிட்டன. கால்கொண்ட மட்டும் வேகமாய் நடந்தேன். இடதுபுறம் ஆறு. வழிந்தோடும் வெள்ளப் பெருக்கு. வலது புறமெல்லாம் சவுக்கு; கருமை மண்டிய தழைப்பு. இந்தப் பக்கம் நாணல் உராயும் சரசரப்பு. அந்தப் பக்கம் சவுக்கையின் கணகணப்பும் ஹூங்காரமும்; முன்னும் பின்னும் தலையிலும் காலிலும் அப்பிக்கொண்டு கனக்கும் இருட்டு, கலுங்கு வெளிச்சம் தெரிந்தது. ஒரு தடவை வியர்த்துவிட்டது உடம்பு. மதகில் போய்

உட்கார்ந்துவிட்டேன் தொப்பென்று. குனிந்து பார்த்தேன். நுரைச் சுழல்கள்; படபடப்புக் குறைந்தது. ஆனால் உள்ளங்காலிலிருந்து உச்சி மண்டை வரைக்கும் ஜ்வரம் போலப் பரவியிருந்தது பயம். ஆடாமல் அசையாமல், ஆடவும் அசையவும் தெம்பில்லாமல் உட்கார்ந்திருந்தேன். தனியாய் எப்படி இங்கே வந்தேன். சீட்டாடும் வீட்டிலிருந்து வெளியே கிளம்பும்போது உலகமே மாய்ந்து நானும் மாய்ந்து போய் விட்டிருக்க வேண்டுமென்று தோன்றுகிறது. ஆத்மா தானாகவே நினைத்து என் உடலை இங்கே கொண்டுவந்திருக்க வேண்டும். ஆமாம், கலுங்கில் தள்ளி உடலை மாய்க்கத்தான் என் ஆத்மா இந்த உடலை இங்கே கொண்டு வந்திருக்கிறது.

'சரி இப்போதென்ன செய்வது? ஆத்மா முட்டாள்தனம் பண்ணிவிட்டது. உடலுக்கு இருக்கும் வலிமை அதற்குத் தெரியவில்லை. உயிர் இப்போது விழித்துக்கொண்டு முழு பலத்தோடு உடலைக் கட்டிக்கொண்டு நிற்கிறதே!'

'என்ன குடி முழுகிவிட்டது? இவ்வளவு நாளாய் இல்லாமல் புதிதாய் இன்று என்ன பிரமாதம்? அதெல்லாமொன்றுமில்லை ...

அடே யாரிடமாவது கேட்டுப் பணம் வாங்கினால் தானாய் ஓடுகிறது எல்லாம் . . . இல்லையென்றால் நாளைக்கே கிளம்பி ஊருக்குப் போனால், அங்கே பாக்கி இருக்கிற எத்தையாவது விற்றுச் சுட்டுச் செய்தோமானால் போகிறது. தொலையட்டும் ...

இப்போ மணி என்ன இருக்கும்? திரும்பிப் போக வேண்டுமே இந்தக் கரை வழியாக; ரொம்பப் பயமாயிருக்குமே . . .'

'கிரஹசாரம், இப்படி ஒருவன் வருவானா . . ? கஷ்டகாலம்; நம்முடைய முட்டாள்தனத்தை லாரியில்தான் ஏற்ற வேண்டும் ...'

சிரிப்பு வந்துவிட்டது, சிரித்தேன். ஸ்ங்கோசமே இல்லாமல் சிரித்தேன். ராத்திரி வீட்டின் பணத்தை எண்ணிப் பார்த்து விட்டுச் சாப்பிட உட்காரும்போது வந்ததுபோல் சிரிப்பு வந்தது.

'என்ன வேடிக்கை; ஒரு கதை எழுதுகிறவன்கூட இவ்வளவு சீக்கிரமாய் ஒருவனை இந்த நிலைக்குக் கொண்டுவர மாட்டானே. நமக்கென்னடான்னா திடீரென்று இப்படி வந்து விட்டதே. நான், அந்தி ஆனால் என் நிழலைக் கண்டுகூடப் பயப்படும் நான், ஏன் இங்கே வந்தேன் . . . இந்த ஏனெல்லாம் தொலையட்டும்; இப்போது இங்கிருந்து திரும்பி எப்படிப் போவது? . . . விடியும் வரையில் இங்கேயே . . .; அடேயப்பா நினைத்தாலே குலை நடுங்குகிறது . . . இப்படியே எத்தனை நேரம்தான் உட்கார்ந்திருப்பது? நீர்த்துளிகள் மேலே தெறித்துத் தெறித்து ஈரமாய்விட்டது. உடம்பெல்லாம் குளிர்ந்தது . . .; எழுந்திருப்போமா? . . . அடேயப்பா வேண்டாம் . . .'

கரையில் கட்டை வண்டி வரும் சத்தம் கேட்டது. மெல்ல, ஆயிரம் யோசனைக்குப் பிறகு சற்றே திரும்பிப் பார்த்தேன். வைக்கோல் வண்டியொன்று ஊர்ந்து வந்துகொண்டிருந்தது . . . இரண்டு மூன்று தடவை முயன்று எழுந்து நின்று வண்டிக் காரனைக் கூப்பிட்டேன். அவன் விழித்து முறைத்துப் பார்த்துக் கொண்டே கயிற்றை இழுத்தானே தவிரப் பேசவில்லை.

"என்னப்பா . . . உன்னைத்தான்; நான்தான் கூப்பிடுகிறேன். வண்டி எங்கே போகிறது?"

"சாமி நீங்களா? இதென்னங்க, இந்த வேளையிலே?"

"கூத்தூர்க்குப் போயிருந்தேன். அவசரமான காரியம். கிளம்பி வந்துவிட்டேன். பயமாகவும் இருந்தது. நல்ல வேளையாய் நீ வந்தாயே . . ."

"அப்போ வண்டிக்கு முன்னாலேயே வெளிச்சத்தோடே நடங்க . . . நான் மெதுவா ஓட்டியாறேன் . . ."

"என்னத்துக்கு? வண்டியிலேயே . . ."

"அது சரிப்படுங்களா? நடுவிலே போய் . . . கூரை மேலே குந்திக்கிட்டாப்பலே இருக்கணுங்களே . . . இந்தாங்க முன்னாடி குந்திக்கிட்டு நீங்களே வண்டியை ஓட்டுங்க அப்படின்னா; நான் நடந்தே வர்றேன் . . ." என்றான் வண்டிக்காரன்.

சரி என்று கயிற்றைப் பிடித்துவிட்டேன். வண்டிக்காரன் பேசிக்கொண்டே பக்கத்தில் நடந்து வந்தான். நானும் ஏதோ பேச்சுக் கொடுத்துக்கொண்டே வந்தேன். "யார் வீட்டுக்குப் போவுது வைக்கல்" என்று கேட்டேன்.

"மேலத்தெரு அய்யா வீட்டுக்குத்தானுங்க, கருக்கலோட திரும்பி வரனுங்க . . . வயலு வேலை இருக்கு . . . அதனாலேதான் சாமத்தோடே வண்டி கட்டினேன் . . ." என்றான் அவன்.

"அதுவும் சரிதான்" என்றேன். வண்டி மேலத் தெருவில் நின்றவுடன் வண்டியிலிருந்து குதித்தேன். குதித்தபோது மேல் வேஷ்டித் தலைப்பு விண்ணென்று முழங்கையில் இடித்தது . . . 'ஓ . . . முடிச்சா' இப்போ என்ன பிரமாதம்? இரண்டு சீட்டு நன்னாப் பேசினால் . . . ஒரே ஆட்டத்தில் கொன்றுவிட மாட்டேனா?' நின்று அண்ணாந்து பார்த்தேன். விடிய இன்னும் நான்கு நாழிகைக்குமேல் மிச்சமிருக்கும் கட்டாயம்; சென்று கதவை இடித்தேன். குப்பு வந்து கதவைத் திறந்தான்.

மேல் வேஷ்டியின் தலைப்பை அவிழ்க்க முடியாமல் அவிழ்த்து, மருந்துப் பணத்தையும் எடுத்து வைத்துக்கொண்டு

உட்கார்ந்தேன், "போடுமைய்யா எனக்கும் ஒரு கை..." என்றேன் அதிகாரத்தோடு.

உதறிவிட்டு வீட்டுக்கு வந்தேன். திண்ணையில் இருந்தேன். கிழக்கோடு சேர்ந்து வெளுத்துவிட்டிருந்த என் முகத்தைப் பார்த்தாள் சாரதா. ஒன்றுமே பேசவில்லை. விடிந்தது. அன்றும் மருந்தில்லை.

1955

'காதல் கல்பம்'

# ரத்தச் சுவை

ராமுவுக்குப் பைத்தியம் பிடித்துவிட்டது என்றார்கள் எல்லோரும். நானும் அவனைக் கவனித்தேன். அவன் சரியாயில்லை. நான் ஊருக்கு வந்து இரண்டு நாள்கள் ஆய்விட்டன. ராமுவை அழைத்து வரச்சொல்லிப் பலரை அனுப்பினேன். அவன் வரவில்லை நான் போய்க் கூப்பிட்டேன். அவன் பேசவில்லை; ஆனால் என்னைப் பார்த்துச் சிரித்தான். 'வீட்டுக்குப் போ வருகிறேன்' என்று ஜாடை காண்பித்தான். உடனே திரும்பிக் குரங்கைப் பார்க்கப் போய்விட்டான். ராமு அந்தக் குரங்கினிடம் என்ன கண்டானோ, அதையே கவனித்துக் கொண்டும் அது போகுமிடங்களுக்கெல்லாம் தானும் போய்க்கொண்டும் இருந்தான். வீட்டுக்கு வந்தேன். என் வீட்டாரிடமும் ராமு வீட்டாரிடமும் விசாரித்தேன்.

அவனுடைய குடும்பம் நொடித்துவிட்டது. ஒரு கல்யாணத்துக்கு வாங்கின கடனைத் திருப்பிக் கொடுக்காமலேயே பல வருஷங்கள் கழிந்து விட்டன. கடன் கொடுத்திருந்த கோபாலய்யர் வியாஜ்யம் நடத்தி ராமுவின் சொத்து முழுவதையும் கட்டிக்கொண்டு விட்டார். வீடு உள்படப் போய்விட்டது. ஆறு மாதத்தில் வீட்டைக் காலி செய்து தரவேண்டும் என்று கோர்ட்டில் தீர்ப்பு ஆகியிருந்தது. அந்தக் கெடுவில் இன்னும் இரண்டே மாதங்கள் பாக்கி. மனுஷன் என்ன பண்ணுவான். கலங்கிப் போய்விட்டான். பேச்சிலோ செய்கையிலோ வேறு ஒரு விபரீதமும் கிடையாதாம். பிரமை பிடித்தது

போல் அந்தக் குரங்கைச் சுற்றிக்கொண்டு அலைகிறானாம். அதுவோ இவனைப் பாய்ந்து பாய்ந்து கடிக்க வருகிறதாம்.

குரங்கோ ஒற்றைக் குரங்கு. நானும் பார்த்தேன். அதன் பரிமாணம், நீளமும் சரி பருமனும் சரி அஸாதரணமானது தான். கொழுத்து வீறாந்து கிடந்தது அது. ஊரில் அதன் ரகளை இல்லாத நாளே கிடையாதாம். எங்கு வேண்டுமானாலும் ஏறி இறங்கி எதையும் எடுத்துத் தின்றுகொண்டு திமிர்பிடித்து அலைந்துகொண்டிருக்கிறது அது. எல்லோரும் அதைக் கண்டு பயப்பட்டார்களே தவிர, அது யாரைக் கண்டும் எதைக் கண்டும் பயப்படவில்லையாம். நாய்களையெல்லாம் அது பலபடித்துன்புறுத்திற்று. நாய்க்குட்டிகளைக் கொன்று போடுகிறதாம். 'ஒற்றைக் குரங்கு ஊரை அழிக்கும்' என்பது ஹனுமானைப் பற்றிய பழமொழியாம். அவர் லங்கையை அப்படி அழித்ததால்தான் நம்முடைய தெய்வமானார். ஆனால் இந்தக் குரங்கு எங்கள் ஊரில் இப்படி அட்டூழியம் செய்து வருகிறது. ஊரில் எல்லோரும் புராதனக் குடிகள். உலகத்தின் அணுவணுவிலும் தெய்வத்தைக் கண்டு போற்றும் புராதனக் கொள்கைகளை உடையவர்களின் வம்சப் பரம்பரை. ஆகவேதான் அந்தக் குரங்கைப் பிடிக்கவோ, அடிக்கவோ, அன்றிச் சுடவோ அவர்கள் அனுமதிப்பதே இல்லை. 'நாம் ஜாக்கிரதையாக இருக்க வேண்டுமே ஒழிய, ஆஞ்சநேய ஸ்வாமிக்கு அபசாரம் செய்யலாமோ' என்கிறார்கள், இப்படியெல்லாம் விவரங்கள் தெரிந்தன.

ராமு கடன்பட்டுப் புண்பட்டதற்கும் இந்த வானர லீலைக்கும் என்ன ஸம்பந்தம்? இது யாரும் சொல்லவில்லை. எனக்கும் புரியவில்லை.

"ராமு சில சமயமாவது நல்லபடி ஒழுங்காய்த் தொடர்ச்சியாய்ப் பேசுகிறான் அல்லவா?" என்றேன்.

"அதெல்லாம் ஒன்றம் குறைவில்லை. குரங்கைக் கண்டு விட்டால் இந்தப் பிரமை வந்துவிடுகிறது. அதிசயம்தான் இது ..." என்றார்கள்.

'பாவம், ராமு. அவனை எப்படியாவது என்னுடன் வடக்கே அழைத்துக்கொண்டுபோய் ஒரு உத்தியோகம் தேடிக் கொடுத்து விட வேண்டும். அப்புறம் இந்த ஊரையே மறந்துவிடட்டுமே அவன்' என்று தீர்மானித்துக்கொண்டேன்.

நானே போய் ராமுவை அழைத்துவந்தேன். பார்வையில் பைத்தியத்தின் கோணல் இருக்கிறதா என்று ஆராய்ந்தேன். சற்றும் இல்லை. நடை, உடை, தோற்றம் எதிலும் கோளாறு

இல்லை; ஆனால், அவன் மனத்தில் ஒரே ஒரு விதமான போக்கு ஒன்றையே பற்றிய ஒரே எண்ணம் தொடர்ந்து இருப்பதுபோல் இருந்தது அவன் பாவனை. இதை ஊஹித்தேன். அதாவது அவன் மனம் அதிர்ச்சியில் அயர்ந்து குறிப்பிட்ட ஒரே துடிப்பை மட்டும் தொடர்ந்து துடித்துக்கொண்டிருக்க வேண்டும் என்று தோன்றிற்று.

அவன் போக்கிலேயே ஆரம்பித்தேன் பேச்சை.

"ஏண்டா ராமு, இப்போ எப்படி இருக்கு குரங்கு? ஆமாம், பிராணி விக்ஞானத்தில் எப்போதிருந்து உனக்கு இவ்வளவு ஈடுபாடு?"

"அந்த ஒரு விக்ஞானம் மட்டும் அல்ல; இன்னும் பல விக்ஞானங்களும் இதில் தெரிகின்றன ..."

"எதில்? ஊரில் தனியரசு செலுத்தும் இந்த ஒற்றைக் குரங்கினிடமா ..?"

"இந்தக் குரங்கு மட்டுமா? நம்மூரில் இதே மாதிரித் தனியரசு செலுத்தி அட்டூழியம் செய்யும் பல பிராணிகள் இருக்கின்றன. இந்தக் குரங்கைப் புரிந்துகொண்டுவிட்டதால் இந்த ஊர்ப் புண்யவான்களை, விபூதி ருத்ராக்ஷப் பிராணிகள் எல்லோரையும் பற்றிப் புலப்பட்டுவருகிறது. நாணா, இவனுகள் எல்லோரும் இப்படியே இருந்தால் இன்னும் இரண்டொரு தலைமுறையில் இந்த ஊரில் பாழ்மனைகள் பலவும், மூணோ நாலோ மாடி வீடும்தான் இருக்கும் ..."

"ராமு, அந்தக் கோபாலய்யர் ..."

"அவன் மேலே குற்றமில்லை ... இருக்கிற சம்பிரதாயம் சட்டத் திட்டம் ..."

"கோபாலய்யர் உனக்கு ரொம்ப வேண்டியவர். நெருங்கிய உறவினர்கூட ... இல்லையா?"

"அதனால்தான் என்னை இப்படி உறிஞ்சிக் கொன்றார் ..."

"கடைசியில் அவருக்குக் கொடுக்க வேண்டிய கடன் போக என்ன மிச்சம் உனக்கு?"

"பசை காய்ந்து வறட்சி குத்தும் இந்த மனமும் வாழ்ந்த ஊரில் ஓடு எடுக்க ஆன இந்தத் தீனத் தசையும்தான் மிச்சம்."

"வட்டியையாவது வருஷா வருஷம் கட்டியிருக்கலாம் நீ."

"அந்த வயிற்றெரிச்சலை ஏன் கேட்கிறாய்? முதலிலேயே ஒரு பகுதியை அடைத்திருப்பேனே? இவன் பண்ணின யுக்தியால்..."

"என்ன யுக்தி ..?"

"வட்டி அதிகமாய் எழுதுவதற்கென்றே தன் தங்கையின் பெயரால் பந்தகம் எழுதினார். அவள் எங்கேயோ பம்பாயில் இருக்கிறாள் பெண்ணோடு; வரவு வைக்க வழியே இல்லை. பத்திரம் அவளிடம் இருக்கிறதென்று தள்ளிக்கொண்டே வந்து விட்டார் அவர். நம்ம செய்திதான் தெரியுமே உனக்கு, மூணு முழமும் ஒரு சுற்று, முப்பது முழமும் ஒரு சுற்று . . ."

"உண்மையில் பணம் யாருடையது?"

"இவரதுதான்."

"பின்னே ஏன்?"

"அதுதான் அதிக வட்டிக்கும் ஆளை ஒழித்து ஸொத்தை அப்படியே கட்டிக்கவும் யுக்தி. இது இந்த ஊரான்களுடைய வெகு நாளைய சம்பிரதாயம்."

"சரிதான், பஞ்சாபிகள் எல்லாம் தவணைக்கடை . . .

"அதுவாவது நேரடியாகத் தெரியும். கத்தியைப் பார்த்துக் கொண்டே கழுத்தை நீட்டுகிறார்கள். இங்கே. அப்படியே வெளியிலே குளுமைப் பேச்சைப் பூசிப் பூசி உபசாரம் பண்ணியே பணத்தைக் கொடுத்துவிட்டு நோகாமல் கழுத்தை அறுத்து விடுவானுக. பின்னே ஏது இந்த ஸொத்தெல்லாம்? கலெக்டர், திவான் உத்தியோகம் பார்த்தானுகளா, இல்லே பெரிய வியாபாரம் பண்ணினானுகளா? தொன்றுதொட்டு இதுதானே அவர்களுடைய குல தர்மம்."

"கோபாலய்யர் ஏதோ உத்தியோகம் பார்த்து 'ரிடெயர்' ஆனவர்தானே?"

"அதுதான் சொல்லணும், வந்த புதிதில் அவர் வட்டி வாங்காமல் ஏழைகளுக்குக் கைமாற்றுக் கொடுத்துக் கொண்டிருந்தார். வரவர, இந்த ஊர் ராக்ஷஸனுகளைவிட ரொம்ப மேலே போய்விட்டார். என்னோடு சேர்ந்து மொத்தம் ஐந்து குடும்பங்களை நிர்மூலமாக்கியிருக்கிறார் இதுவரை. இன்னும் அவரிடம் கடன்பட்டு வரவே வைக்காத இரண்டு ஜீவன்கள் துடித்துக் கொண்டிருக்கின்றன. சூழ்நிலையும் சுற்று வாடையும் அவரை . . ."

"கோபாலய்யரா? அவர் ரொம்ப நல்லவர். ஆசார அனுஷ்டானம் தவறாதவர். நல்ல வம்சத்தில் பிறந்தவர் . . ."

"வம்சமும் இனமும் என்னப்பா செய்யும்? நான் குரங்கோடு சுற்றுகிறேனே. ஏன் தெரியுமா? எல்லோரும் . . ."

"எல்லோரும் உன்னைப் பைத்தியம் என்று சொல்லத்தான்."

“அதை நான் லக்ஷ்யமே பண்ணவில்லை. இதைக் கேள், குரங்கு இனம் சாக பக்ஷி ...”

“யார் இல்லையென்றது? ஈச்வர சிருஷ்டியே அப்படி.”

“அதுதான் தப்பு; ஸ்ருஷ்டியில் குணம் கிடையாது. குரங்கும் மாம்ஸ பக்ஷி ஆய்விடும். சூழ்நிலை, அப்யாஸம், வெறி இவை போன்ற காரணங்களால் ...”

“இதுதான் நீ பைத்யப் பட்டம் வாங்கிக்கொள்ள நடத்திய ஆராய்ச்சியோ?”

“இது ஸத்யம் நாணா, ஊராரைக் கேள், சொல்லுவார்கள் ...”

“என்ன சொல்வார்கள்?”

“... இந்தக் குரங்கு எத்தனை நாய்க்குட்டிகளைத் தூக்கிச் சென்று கொன்றிருக்கிறது தெரியுமா? ஆரம்பத்திலே தாய் நாய்கள் குரைத்துத் துரத்தியதால் இதற்கு ஏற்பட்ட கோப வெறியில் குட்டிகளைத் தூக்கிச் சென்றது; கொன்றது; இவ்வளவு தான் ஊராருக்குத் தெரியும். எனக்கு அதுக்கு மேலே தெரியும். குட்டிகளின் கழுத்தை நெறித்துக் கிழித்துக் கையால் குதறி எறியும். கையெல்லாம் ரத்தமாய் விடும். துடைக்கத் தெரியாமல் நக்கும். ரத்தம் நாக்கில் படும். தணிந்த வெறிக்கும் இந்தச் சுவைக்கும் ஒரு தொடர்பு ஏற்பட்டு இது அடிக்கடி ஏற்படுவதால் நினைவில் அழுந்தும். பிறகு அதே செய்கைக்குத் தூண்டும். வெறி வந்தவுடன் நாக்குச் சுவையும் நினைவுக்கு வரும். வெறியும் தணியும். சுவையும் கிடைக்கும். இப்படியே வழக்கமாகி இன்று இந்தக் குரங்கு ரத்த வெறி மிகுந்து கிடக்கிறது. நேற்று ஒரு ஆட்டைக் கிழித்துக் காயப்படுத்திவிட்டது. கதையெல்லாம் எதற்கு? இன்று இந்தக் குரங்கு பரிபூர்ண ரத்தவெறி பிடித்துப் பக்கா மாம்ஸ பக்ஷியாய் மாறிவிட்டிருக்கிறது. அந்தக் குரங்கை அப்படியே செய்ய அநுமதிப்பதைத்தான் தர்மமென்று கூறுகிறது ஸமூஹம். இதேதான் கோபாலய்யர் கதையும். ஆரம்பத்தில் வட்டி இல்லாமல் உபகார நோக்கத்தோடு, உதார சிந்தையோடு ஏழைகளுக்குக் கடன் கொடுக்க ஆரம்பித்தவர், இப்போ குடும்பங் குடும்பமாய் அழித்துத் துடைத்துக்கொண்டு வருகிறார். அதையும் கடமையைப் போல் செய்கிறார். வழக்கமும் சட்டமும் அதை ஒப்புக்கொள்ளவும் செய்கின்றன. ஸ்வாமி தரிசனம் செய்வது போலவும் கல்யாணச் சடங்கு செய்வது போலவும் அதாவது அவ்வளவு அநுஷ்டானப் பொருத்தத்தோடுதான் இதைச் செய்கிறார். ஸமூஹம் தான் நலமுற்று வளரத் தானே செய்து கொண்ட கடன் கொடுக்கும் ஓர் உதவிமுறை இன்று இப்படிப் பரிணமித்திருக்கிறது. வளர்கிறது. ரத்த வெறிகொண்டு திரியும் குரங்கை ஒடுக்குவது ஆஞ்சனேய

சுவாமிக்கு அபசாரமென்று கருதப்படுகிறதே, அந்த மனோபாவத்திற்கும் ஸமூஹப் போக்குக்கும் ஒரு தொடர்பை உணர்கிறேன். வெற்றி அந்தப் போக்கிற்குத் தானா என்று அறிவதில் ஆர்வத்தோடு இருக்கிறேன். நான் போகிறேன் நாணா, குரங்கின் கதையில் இன்று விசேஷ கட்டம்.”

“என்னடா ராமு, நான் வெகு தூரத்திலிருந்து வெகுநாள் கழிந்து வந்திருக்கிறேன்.”

“எனக்குத் தெரியவில்லையா இருந்தாலும் ...”

“என்னைவிட உனக்கு ...”

“நாணா என் மனம் என் வசத்தில் இல்லை. அதோ ஓடுகிறது. காலையில் நம்மூருக்கு ஒரு குரங்காட்டி வந்தான். அவனுடைய குரங்கை நம்மூர் தடிக்குரங்கு இழுத்துக்கொண்டு ஓடிவிட்டது. பாவம், அந்தப் பிச்சைக்காரனுடைய பிழைப்புக்கு ஆதாரமாயிருந்தது போய்விட்டது. ரொம்பப் பாடுபட்டான். ஒன்றும் முடியவில்லை. மகா ஆத்திரம் அவனுக்கு. எப்படியாவது அதைப் பிடித்துவிட வேண்டும். அல்லது தடிக்குரங்கைக் கொன்றுவிட வேண்டும் என்று இருக்கிறான். போய் என்ன ஆகிறதென்று பார்க்க வேண்டும் ...”

ராமு கிளம்பினான். இதற்குள் தெருவில் ஒரே சத்தம். பெரியவாள் எல்லோரும் இரைந்து கத்தினார்கள்.

“பிச்சைக்காரப் பயலைக் கட்டிப் பிடியுங்கடா, பந்தக் காலில் கட்டிப் போடுங்கள் படவாவை. குரங்கைப் பிடிக்கவாவது இவன் . . .” என்றார் ரொம்ப பெரியவர் ஒருவர்.

ராமு வேகமாய்ப் போனான். நானும் பின்னே சென்றேன்.

பிச்சைக்காரன் கையிலிருந்த கயிற்றுச் சுருக்கில் தடிக் குரங்கு மாட்டிக்கொண்டு படாதபாடு படுத்திற்று. பிச்சைக்காரனைப் பிராண்டிற்று; கடித்தது. அவனும் அதை அடித்து இரத்தம் பீறப்பித்து விட்டிருந்தான். இதற்குள் ஊர்ப் பெரியவாள் எல்லோரும் பல ஆட்களைக் கூட அழைத்துக்கொண்டு வந்துசேர்ந்தார்கள். குரங்கை விடுதலை செய்யப் பிச்சைக்காரன் இசையவில்லை. அடிக்கக் கட்டளையிட்டார்கள் ஊரார்கள்.

அவன் அடிபட்டுக்கொண்டே கதறினான், சொன்னான்:

“சாமி, அழகான பெண் குரங்கு என் குரங்கு; ரொம்ப சாதுங்க. என் குரங்கின் கழுத்தை முறிச்சுப் போட்டு, இரத்தம் உறிஞ்சிடுச்சுங்க. இது, இது குரங்கா ? குரங்கு ஜாதியில்லீங்க

இது! அந்த ஜாதியிலே வந்துட்ட எதோ பிசாசுங்க இது…" என்று சத்தியத்தைச் சொன்னான்.

ஸத்யம் யாருக்கு வேண்டும். அதையும் இந்தப் பிச்சைக்காரப் பயலா சொல்வது.

"சீச்சீ நாயே, வாயை மூடு. ஆஞ்ஜநேய ஸ்வாமிக்கு அபசாரம் பண்ணிவிட்டுப் பேசறையேடா …" என்றார் ஒருவர்.

"ஏண்டா நிற்கிறீர்கள்? அவனை உதையுங்களடா, கயிற்றை அறுத்துக் குரங்கை விடுவியுங்கள், ஹும்" என்று ஆட்களுக்கு உத்திரவு பிறந்தது.

"சாமீ சாமீ, இந்தக் குரங்கு இருப்பது ஊருக்குக் கெடுதல் …" என்று பிச்சைக்காரன் முடிப்பதற்குள் அவனுக்கு அடி விழுந்தது.

ராக்ஷஸக் குரங்கு யதேச்சையாய்த் தன்னரசு நடத்த ஆரம்பித்தது பழையபடி.

பழையபடியே ஐயாமாரும் தன்னரசு செலுத்த ஆரம்பித்தார்கள். பிச்சைக்காரனுடைய பிழைப்புக்கு ஆதாரமாய் இருந்தது போய்விட்டதுடன் அவனும் ரத்தம் சிந்தினான், அடிபட்டு. எல்லாம் ஆஞ்ஜநேய ஸ்வாமிக்கு அபசாரம் செய்ததன் பலன்.

ஸ்வாமியும் தர்மமும்தான் எல்லாம்.

பல ராமுகளுடைய ஸொத்துக்கள் போயின. இன்னும் பலர் ராமுகள் ஆக இருக்கிறார்கள்.

ஊரில் ஸ்னான ஸந்தியா, ஜப ஹோமங்களுக்குக் குறைவே இல்லை.

ஊர்க்காரர்களோடு ஒப்பிட்டு ஒப்பிட்டுக் குரங்கைப் பார்த்துக்கொண்டு இருப்பதை ராமு நிறுத்தவில்லை. ஊரில் இருந்தவரைக்கும் நானும் ராமுவை அதிகம் விட்டுப்பிரிய வில்லை.

ராமுவுக்குப் பைத்தியம் பிடித்துவிட்டது என்கிறார்கள் எல்லோரும்.

**1955**

**'காதல் கல்பம்'**

•

# பிஞ்சுகளா இவை!

*சீனுவின் கண்களுக்கு மணியிடம் ஏதாவது குறைகள் அகப்பட்டுக்கொண்டேயிருந்தன. ஆதலால் அவன் தன் படபடப்பு சுபாவத்தில் மணியை ஏதாவது வம்பு செய்துகொண்டேயிருந்தான். உண்மையாகவே இப்போது கொஞ்ச நாளாக மணியும் அவ்வளவு உற்சாகமாகயில்லைதான். தொட்டாற்சிணுங்கி மாதிரி எதற்கெடுத்தாலும் சோர்ந்துபோவதும், துக்கப்படுவதுமாய் இருந்தான். உற்சாகமான கோலியாட்டத்தில் மணி துக்கம் கொண்டாடுவது சீனுவுக்குப் பிடிக்கவில்லை, இதனால் . . .*

"சுத்த அழுமூஞ்சிடா நீ. எப்பப் பார்த்தாலும் 'நொய் நொய்'னு சீச் சீ; நீ போயிடு. டேய் எல்லாரும் இவனோடே 'ஷேம்' விடுங்கடா. இவன் இருந்தாலே உருப்படாதுடா" என்று குதித்துக்கொண்டு படபடத்தான் சீனு.

அவன் பேசி முடிக்கும்வரை அழுகையை நிறுத்திவிட்டுக் கண்களில் நீர் மாத்திரம் தேங்க நின்றிருந்த மணி, மறுபடியும் விசித்துக் கொண்டே பேச ஆரம்பித்தான்:

"அதுதான் தெரியுமேடா உனக்கு, எதுக் கெடுத்தாலும் சுருக்க எனக்கு அழுகை வந்துடறதுன்னு. நீயேதான் ஏதாவது சொல்றே நான் அழும்படியா. தினம் 'ஷேம்' விடறதும், அப்புறம் சேர்த்துக்கிறதும், எனக்கே வெக்கமாயிருக்கு,

இனிமே அழவேமாட்டேன், வேணுமானாப் பாரு" என்று கண் மூக்கு எல்லாவற்றையும் உள்ளங்கையால் துடைத்துக்கொண்டு கோலியுடன் மலைக்குச் சென்றான்.

'ஏய் மணி, அதான் இருட்டிப் போச்சே, இனிம்மே நாளைக்குத்தான் ஆட்டம், நாளையிலேந்து நீ எத்தனை தடவை அழுதாலும் 'ஷேம்' விடறதேயில்லை. ஐயோ பாவம்டா, எலே சீனு, சும்மா அவனையே ஏண்டா ஏதாவது சொல்லிண்டேயிருக்கே நீ' என்று சீனுவின் மேல் கோபித்துக்கொண்டு மணியின் கையைப் பிடித்துக்கொண்டான் ஒரு பையன்; அவனோடு ஒட்டிக்கொண்டு ஏக்கம் நிறைந்த கண்களால் அவன் முகத்தைப் பார்த்தான் மணி. மணியின் வாடித் துவண்டுகொண்டிருந்த குருத்து மனம் கொஞ்சம் நிமிர்ந்தது.

அந்தச் சிறு மனிதர்களின் கூட்டத்தில் சில நிமிஷங்கள் மௌனம் நிலவியது. பக்கத்துத் தெருப் பையன் ஒருவன் வீட்டுக்குக் கிளம்பினான்.

"பாவம், மணி ஒண்டியாய்ப் போறதுக்குப் பயப்படுவாண்டா, இவனையும் அழைச்சுண்டு போடா" என்றான் சீனு. 'அடே, சீனுவா இப்படிப் பேசுகிறான்' என்று ஆச்சரியப்படுகிறவன் மாதிரி சீனுவையே பார்த்துக்கொண்டு சென்றான் மணி.

மணி விஷயத்தில் தான் நடந்துகொண்டிருந்த முறையில் சீனுவுக்கே ஒரு பச்சாத்தாபம் தோன்றிவிட்டிருந்தது.

மணி சென்றதும் மீதியிருந்த நாலைந்து பையன்கள் ஒரு வீட்டின் ஆலோடியில் உட்கார்ந்தார்கள். சம்பாஷணை ஆரம்பமாயிற்று.

"மணி வீட்டில் எல்லாரையும் தெரியுமோ உனக்கு."

"நான் மணியின் பாட்டியைப் பார்த்திருக்கேன்; மணியைக் காவேரியிலேந்து அடிச்சு இழுத்துண்டு போனா அன்னிக்கு ஒருநாள் ..."

"ஏய், நான் அவன் அப்பாவைப் பார்த்திருக்கேண்டா, உங்களுக்கும் தெரியுமே ..? மொதல் நாளைக்கு மணியை நம்ப பள்ளிக்கூடத்துக்கு அழைச்சிண்டு வந்து சேர்த்தாரே ... சேப்பா ஒசரம்மா ஒரு மாமா ..."

"டேய் ஆமாண்டா, ஞாபகமிருக்குடா எனக்கும். ஆமாம், அவரை ஏன் இப்பக் காணும் ..? ஏதாவது உடம்போ ..?"

"அது வந்து, ரொம்ப ரகசியம். நீங்க எங்கேயாவது ... சொல்லிப்பிட்டால், வந்து வந்து ..., நான் மாட்டேண்டா ...,

எங்கப்பா கொன்னுடுவார் ...”

“எலே, சும்மா சொல்றான்னா, டேய் யாரும் பள்ளிக்கூடத்தில் எல்லாம் சொல்லக்கூடாது, கண்டிப்பா. டேய் சீனு, நீ பெரிய ஆளாட்டமா அவங்கிட்டவே போய்க் கேட்பாயே, அதெல்லாம் கூடாது ...”

“சீ, சீ, அதெல்லாம் மாட்டேன், சும்மா சொல்லட்டும் . . .”

“வந்து எல்லாரும் கிட்ட வாங்கடா, மணி அப்பா . . . இருங்கடா, அந்த அம்மாமி விளக்கு வைச்சுட்டுப் போகட்டும் . .,

அவப்பா வந்து, நெறையா பணம் திருடிட்டாராம், ஊம், அதுக்குன்னு வந்து, ஊம் . . . போலீசுக்காரர்கள் வந்துடுவாளோன்னு எங்கேயோ போயிட்டாளாம் . . !”

“அங்கே மாத்திரம் வரமாட்டானோ போலீசுக்காரன், செத்துப் போயிருப்பாரடா . . .”

“சீசீ, ஐயோ மணி பாவம்டா, அதெல்லாம் ஒண்ணுமில்லை, ஏதாவது ஒளர்ராண்டா இந்தப் பயல், சீனுவும் இந்தப் பயலும் சுத்த இவங்கடா . . .”

“மணி அம்மாவுக்குக்கூடச் சீனு மேலேதாண்டா கோவம், இந்தப் பசங்களுக்கு மணின்னா தொக்கு, இவன் பெரிய இவனோல்லியோ, எலே சீனு இனிம்மே மணியைச் சீண்டினே . .,

ஒனக்கு விழும் தப்பல் . . . ஜாக்கிரதை . . !”

“முந்தாநாள் சண்டையில் சீனுவை அதட்டினாளே, அந்த மாமிதானே மணி அம்மா ?”

“ஆமாண்டா, அந்த மாமி, தினம் அழுதுண்டே மஹமாயி கோவிலைப் பிரதக்ஷிணம் பண்ராடா.”

“பாவம் இனிம்மே மணியோட எப்பவுமா சிநேகமா யிருக்கனும்டா நம்பள்ளாம்.”

இளம் மனங்களைச் சந்தர்ப்பம் இளக்கிவிட்டது. தண்ணீரில் எண்ணெய் பரவும் அத்துணை வேகத்தில், அவர்கள் எல்லோருடைய மனத்திலும் ஒரு சிறப்பான பரிவுணர்ச்சி பரவிற்று. அதில் உருவான உண்மை அனுதாபத்தைத் தன் கூட்டாளிகளிடமிருந்து பெற்றுவிட்டான் மணி.

“பாவம் தேமேன்னு, அவன் மூஞ்சியைப் பார்த்தாலே பரிதாபமாயில்லை ?”

“அவனை அழவிட்டா, சாமி நம்மைச் சும்மா விடமாட்டார்ரா” என்றெல்லாம் நனைந்த குரலில் பேசினார்கள் பையன்கள்.

“எல்லாரையும்விட நான் ரொம்ப ரொம்ப சிநேகமா இருக்கப்போறேன் மணியோடே. ஏன்னா, ஒண்ணும் தெரியாம அவங்கிட்ட எரைஞ்சிண்டிருந்தேன் நான்.” என்றான் சீனு, தலையைக் குனிந்துகொண்டு. இதைச் சொல்லும்போது அவன் கண்களில் நீர் வந்துவிட்டது. கண்ணீரைப் பார்க்காவிட்டாலும் அவன் குரல் கம்மியதைக் கவனித்தார்கள் பையன்கள். சீனுவை மன்னிப்பதுபோல் மௌனமாய் இருந்தார்கள் எல்லோரும். இரண்டொருவர் பெருமூச்சு விட்டார்கள். கொஞ்சம் விவரமறிந்த ஒருவன் பேச ஆரம்பித்தான்; பேச்சை மாற்ற வேணுமென்று அவன் நினைத்திருந்தாலும் அதில் ஆச்சரியமொன்றுமில்லை.

“ஏண்டா சீனு, உங்க மாமா வரப்போறார்னு சொல்லிண்டிருந்தாயே?”

“ஆமாண்டா, நாளைக் காத்தாலை வந்துடுவர். பந்து, பப்பர்மெட்டெல்லாம் வாங்கிண்டு வருவர். சாயங்காலம் உங்களுக்கெல்லாம் தரேன்” என்றான் சீனு. உற்சாகம் குரலில் செயற்கையாகத்தான் தொனித்தது. முகம் மலரவேயில்லை.

படுத்துக்கொள்ளும்போது நிம்மதியேயில்லை சீனுவுக்கு. மாமா வரப்போகிறார் என்ற நினைவு கொஞ்சம் நிம்மதியளித் திருக்க வேண்டும். புரண்டு புரண்டு படுத்துக்கொண்டாலும் மாமா தரப்போகும் சாமான்கள்தான் அவன் கற்பனையில் இருந்தன. இடையிடையே, “அம்மா, மாமா எனக்கு நிஜார் வாங்கிண்டு வருவாரோன்னோ?” என்று கேட்பான்.

“ஊம் . . . எல்லாம்” என்பாள்.

சில நிமிஷங்களுக்கெல்லாம் மற்றுமொரு முறை இன்னுமொரு சாமானைப் பற்றி, “ஊம், ஊம் . . .” என்பாள் அம்மா.

கடைசியாக, “சரி, மாமா விடியக்காலை போட்மெயில்லே வந்துவிடுவாளோன்னோ, தூங்குடாப்பா” என்பதோடு முடித்துவிட்டுத் தூங்க ஆரம்பித்துவிட்டாள் அம்மா.

சீனு, ஏதாவது நினைத்துக்கொண்டே, உதைத்து உதைத்துப் புரண்டதில் போர்வை கலைந்து சுருங்கி, காலுக்குக் கீழே கிடந்தது. இப்பொழுது மணியின் யோசனை, தட்டான்பூச்சி பறப்பதுபோல, ஒன்றுவிட்டு ஒன்றுக்குத் தாவிக்கொண்டிருந்தது. ‘சாயங்காலம் . . .

காலம்பர மாமா . . . புது நிஜார் . . . கோலி விளையாட்டு, மணி . . . அழு . . . அழவிட்டது’ என்று இந்த இடத்திற்கு வந்ததும் திரும்பத் திரும்ப அதிலேயே வந்து மோதிக்கொண்டது. கண்ணாடி விளக்கில் பூச்சி மோதிக்கொள்வது போலவே. ‘மாமா வருவார்,

எல்லாம் தருவார் . . . பாவம், மணி என்னைப்பத்தி என்ன நெனச்சிருப்பனோ, என்னைப் பாத்தாலே, அதான் நாலஞ்சு நாளா ஒரு தினுசாயிருந்தான், பாவம்தானே ... ஐயோ பாவம் பண்ணினா சாமி சும்மா விடமாட்டாரே ...”

கண்ணைத் துடைத்துக்கொண்டு திரும்பிப் படுத்தான். மறுபடியும் போர்வையை இழுத்துப் போர்த்துக்கொண்டான். கொஞ்ச நேரத்திற்கெல்லாம் மறுபடியும் போர்வை காலடியில் சுருங்கிக் கிடந்தது. பழையபடி யோசனைகள்தான். இருந்தாற்போலிருந்து, “அப்படீன்னா” என்று சொல்லிக்கொண்டு எழுந்து உட்கார்ந்துவிட்டான்.

சற்றே விழிப்புக் கொடுத்துக் கண்ணைத் திறந்த அம்மா, சீனு உட்கார்ந்திருப்பதைப் பார்த்துவிட்டு, “இன்னுமா தூங்கலை. படுத்துக்கோடா . . .” என்றாள்.

சீனு படுத்துக்கொண்டான் போர்த்துக்கொண்டு. மனது அடித்துக்கொண்டேயிருந்தது. முதிர்ந்த இரவு தானாகவே தூங்கப் பண்ணிற்று அவனை.

சீனுவின் மாமா ராமையா பூனாவில் இருப்பவர். லீவில் வந்தார். வந்தவர் காப்பி சாப்பிட்டுவிட்டுப் பேசிக்கொண் டிருந்தார். சீனு, பிஸ்கோத்துகளை வாயில் திணித்துக்கொண்டு பந்தை அங்குமிங்கும் அடித்துக் கொண்டிருந்தவனுக்கு மணியின் ஞாபகம் வந்துவிட்டது. “மாமா, இதோ ஓடி வந்துவிடுகிறேன்” என்று கிளம்பினான்.

அப்பொழுதே மணியின் தாயார் மணியையும் அழைத்துக் கொண்டு, தலைகுனிந்துகொண்டே உள்ளே நுழைந்தாள்.

“ஏய் மணி, வாடா வாடா, உன்னைத்தாண்டா நெனைச்சுண்டு கிளம்பினேன்; இந்தா பிஸ்கோத்து, ஆப்பிள் தின்னுடா . . .”

சீனுவுக்கு ஒண்ணுமே புரியவில்லை. எல்லையற்ற சந்தோஷத்துடன் மணியை வரவேற்று உபசரித்தான். மணி வித்தியாசமே தெரியாத பிரகிருதி. சீனுவும் ரொம்ப அந்தரங்கமாய் உபசரிக்கிறான்; மறுதலிக்காமல் ஏற்றான் உபசாரத்தை. மணி பிஸ்கோத்தையும் பழத்தையும் தின்னும்போது சீனுவின் உடம்பு புல்லென்று பூரித்தது. கண்கள் விரிய, மனதார மணியைப் பார்த்துக்கொண்டிருந்தான் – பாவ மன்னிப்புப் பெறும் உண்மைக் கிறிஸ்தவன்போல சீனு தன் பிழை தீரும் மகிழ்ச்சியில் பரவசமாயிருந்தான்.

சீனுவுடன் மணியை விட்டுவிட்டு உள்ளே சென்றாள் தாயார். ராமையர் அவளைப் பார்த்துவிட்டு, ஞாபகப்படுத்திக்கொள்கிறவர்

போலவும் ஏதோ ஆச்சரியப்படுபவர் போலவும் புருவங்களைச் சுழித்துக்கொண்டார். "நம்ம விஜயம் . . . அதான் கிச்சான் அகமுடையாள்தானே இது? என்ன இப்படி துரும்பு மாதிரி . . ? ஏதாவது உடம்பா . . ?" என்று கேட்டார் சீனுவின் தந்தையிடம்.

"ரொம்பக் கஷ்டம் . . . என்னத்தைச் சொல்றது . . ." என்றார் அவர்.

"அப்படின்னா, விஷயம் என்ன? கிச்சான் . . ?"

"அதெல்லாம் ஒண்ணுமில்லை, போறாத காலம் பேங்கில் இருந்தான் அல்லவா, கொஞ்சம் விளையாடிவிட்டான் . . ."

"அப்புறம் . . ?"

"அப்புறம் என்ன? இருப்பதையெல்லாம் விற்றுச் சுட்டுப் பணத்தைக் கட்டி வெளியிலே வந்தான்; இப்போ ஆளையே காணும் கொஞ்ச நாளா, விதியைத்தான் சொல்லணும் . . ."

"அட ஈச்வரா, நன்னா இருந்தவனுக்கு, ஊம் என்னத்தைச் சொல்றது" என்று வருத்தப்பட்டுக் கொண்டிருந்தார் ராமையர்,

"கிச்சான் பிள்ளையைத் தெரியுமல்லவா?" என்று கேட்டுக்கொண்டே, "ஏய் மணி, இங்கே வாயேன்" என்று கூப்பிட்டார் சீனுவின் தகப்பனார்.

"நாலு வருஷம் ஆய்விட்டது இந்தப் பயலைப் பார்த்து. அம்மா மாதிரியேதான் இருக்கான்" என்று மணியைத் தடவிக்கொண்டே, "ஊம் என்ன சோதனை" என்று கொண்டிருந்தார் ராமையர்.

அவர் முகம் மாறுபடுவதைக் கவனித்தான் மணி. அவனுக்கு நேற்றைய ஞாபகம் வந்துவிட்டது. அதே மாதிரி சில பேர் தன்னைப் பார்த்துப் பார்த்து அழுததினால்தான், தனக்கும் அழும் பழக்கம் வந்ததும், அதனால் சீனு தன்னை 'ஷேம்' விட்ட ஞாபகமும் வந்துவிட்டது அவனுக்கு. சடக்கென்று உதறிக்கொண்டு, "வெறும்மே அழாதேங்கோ மாமா" என்று சொல்லிக்கொண்டே சீனுவிடம் போய்விட்டான்.

"அடே படுவா" என்று திரும்பினார் ராமையர். சமையலறை வாசலில் மணி, சீனு இரண்டு பேருடைய தாயார்களும் நின்றிருந்தார்கள்.

"அண்ணா, விஜயத்தின் ஆத்துக்காரர் அந்தப் பக்கம் வந்தாரோ? விஜயத்துக்கு ரொம்பக் கஷ்டம் வந்துடுத்து அண்ணா" என்று கேட்டாள் சீனுவின் தாயார்.

"என்னுடைய 'அட்ரஸ்' அவனுக்கு நன்னாத் தெரியுமே. ஆமாம், வேலைக்குப் போகிறேன் என்று சொல்லிவிட்டுத் தானே

கிளம்பினான்?” என்று கேட்டுக்கொண்டு இருவரையும் மாறி மாறிப் பார்த்தார் ராமையர். தாங்கவில்லை அவருக்கு. “விஜயம்... வியாதிக்காரி மாதிரி ...” என்று அவர் குரல் கம்மிற்று.

அம்மாவுக்குப் பின்புறம் ஓடிவிட்ட பந்தை எடுக்க வந்த மணி, அவளை நகர்த்தினான் கொஞ்சம். அவள் கீழே குனிந்து பார்த்தாள். “அழறையாம்மா?” என்று இரைந்து கேட்டான். அவனுக்கும் அழுகை வரும்போல் ஆகிவிட்டது. எதிரே சீனு இருப்பதைப் பார்த்துவிட்டு, பலவந்தமாய் அழாமல் இருந்தான். சீனுவுக்கெதிரில் தன் அம்மா அழுவதுகூட, அவனுக்குக் கௌரவக் குறைவாய்த் தென்பட்டது. கொஞ்சம் அதட்டும் குரலில், “அம்மா அழாதே, அழுதா ‘ஷேம்’ விட்டுடுவேன் நானே” என்றான். சுவர்ப்பக்கம் திரும்பிக்கொண்டு, அவன் முகத்தோடு முகம் புதைத்துக்கொண்டாள் தாயார். உலர்ந்து போய்விட்டிருந்த உதட்டை ஈரமாக்கிக்கொண்டு, ராமையரிடம் ஏதோ பேச ஆரம்பித்தாள். ஒன்றும் பேச முடியாமல், குனிந்துகொண்டு ராமையரின் சகோதரிக்குப் பின்புறம் சென்றாள்.

“விஜயம், என்னுடன் பேசவா வெட்கம்? நாமெல்லாம் சேர்ந்து பாண்டியாடினதுகூட மறக்கவில்லையே, இன்னும். என் தங்கை வேறு, நீ வேறா? பயப்படாதே, கிச்சான் எங்கும் போயிருக்கமாட்டான். குழந்தை முகத்தைப் பாரம்மா” என்று தேற்றினார் ராமையர். ‘மணி’ என்று கூப்பிட்டான் சீனு, வேறு எதற்காகவோ.

“இல்லேடா, இல்லவேயில்லை. இதோ பாரு, நானும் அழலை, எங்க அம்மாவும் அழலை; உங்க மாமாதான் அழவிடறார்... மாமா, எங்கம்மாவை எதுக்காக அழுகை மூட்டறேள்; உங்களோடே ‘ஷேம்’ நான். வாம்மா, இங்கேயிருந்தா நீ அழுதுடுவே,” என்று தாயைப் பிடித்திழுத்தான் மணி.

சீனு ஓடி வந்து, மணியின் கையைப் பிடித்துக்கொண்டு, “யார் அழுதாலும் நீ அழாதேடா மணி” என்று தழுதழுத்துக் கெஞ்சினான்.

**1955**

**‘காதல் கல்பம்’**

•

# நஷ்டஈடு

பளிச்சென்று வந்து பஸ்ஸில் ஏறினாள் அந்தப் பெண். முகமும் மூக்கும், கையும் காலும், துணியும் மணியும் எல்லாமே பளிச்சென்றிருந்தன; ஏறி வந்த மிடுக்கும் பளிச்சென்றிருந்தது. பஸ்ஸிலிருந்த எல்லோரும், ஆண் – பெண் அடங்கலாக, அவளைப் பார்த்தார்கள். அவள் போய் உட்கார்ந்த பிறகும் அவளையே பார்த்துக் கொண்டிருந்தார்கள். அவள் போய் ஜன்னலோரத்தில் நின்றதுமே, அங்கிருந்த ஸ்திரீ மறுக்காமல் நகர்ந்து; ஓரத்தை விட்டுக் கொடுத்தாள். உட்கார்ந்து, கம்பியில் முகத்தைப் புதைத்துக்கொண்டு, குனிந்துகொண்டாள் அந்தப் பெண். இடையில் ஒரு க்ஷணம் என்னையும் பார்த்துவிட்டாள். நான் அவளுடைய கண்களைச் சந்திக்காமலேயே இருக்க முயன்றும் முடிய வில்லை. திகீலென்றது எனக்கு. 'ஐயோ . . . ஈசுவரா ... ஈசுவரா ...' மனதிற்குள்ளேயே சொல்லிக் கொண்டதாகத்தான் நினைத்தேன்; ஆனால் வாய்விட்டும் சொன்னேனோ, என்னவோ? என் பக்கத்தில் என்னோடு வரும் ராமய்யரும், வேறு சிலரும், ஸ்திரீகளில் இரண்டொருவரும், உம் ... உம், என்று வேதனைப்பட்டுச் சூள் கொட்டினார்கள்.

பெண்களின் பலகையில் இருந்த நாலைந்து பேருமே வயதானவர்கள்; ஒரே வெள்ளையும் சொள்ளையும். ஒரு கோடியில் அந்தப் பெண்; யௌவனத்தின் முன்வாசலில், முதற்படியில் இருக்கும் பெண். செடில் போல் சுடர்போல் என்றெல்லாம் சொன்னாலும் பற்றாத வனப்பும்

வாளிப்பும், நிறமும் நிறைவுமுடைய பெண். பொட்டு இல்லை. பூவும் இல்லை. மற்றபடி பட்டும் பவழமும், பொன்னும் மணியும் நிறையப் பூட்டிக்கொண்டு, பௌடர் மணம் பஸ் முழுவதிலும் பரவ உட்கார்ந்திருந்தாள். ஜனங்களின் கவனம் அவளை விட்டு இன்னும் நகரவில்லை. அந்தப் பரபரப்பும் – அவள் பஸ்ஸில் ஏறியதிலிருந்து ஏற்பட்டிருந்த பரபரப்பு–அடங்கின பாடில்லை. என் பக்கத்திலிருந்த ராமய்யருக்கு மணம் விரஸமாய்ப் படும் வயது. அதிலும் பரிச்சயம் உள்ள இடத்துப் பெண். அவர் அலுத்துக்கொண்டார்; 'என்ன இழவு வேண்டிக் கிடக்கு இதுக்கு இதெல்லாம்? பதினேழு வயதில் குறைப்பட்டு நிற்கவா, இது இப்படி டில்லி மட்டக் குதிரை மாதிரி வளர்ந்து தொலைச்சுது? இதிலே இந்தக் கண்ணராவியெல்லாம் வேறே...'

அவருக்காவது, அந்தப் பெண்ணின் தகப்பனாரைத் தெரியும். அவ்வளவுதான். ஆனால், என் தொடர்பு இன்னும் சற்று நெருக்கமானது. அவள் என் மாணவி, அவளுடைய அண்ணனும், தங்கையும் என்னிடம் படித்திருக்கிறார்கள். அவள் தந்தையோடு எனக்குச் சிநேகம் உண்டு. அவள் இந்த மார்ச் மாதத்தில்தான் எஸ்.எஸ்.எல்.ஸி. பரீக்ஷை எழுதினாள்; நிறைய மார்க் வாங்கக் கூடியவள். பரீக்ஷை எழுதி முடித்தவுடனேயே அவளுக்கு விவாஹம் ஆயிற்று. மாப்பிள்ளைக்கு டில்லியில் உத்தியோகம். முன்னூறோ நானூறோ சம்பளம் என்று சொல்லிக்கொண்டார்கள். இரண்டு மாதங்களுக்கு முன்னால், அந்தப் பையன் வந்து பெண்ணைப் பார்த்தவுடனேயே கல்யாணம் நிச்சயம் ஆகிவிட்டது. மூன்று மாதம் லீவ் எடுத்துக்கொண்டு, தகப்பனாரோடு மன்னார்குடிக்கே வந்துவிட்டான் மாப்பிள்ளை. தாயார் இல்லையாம்; தூரத்து உறவினர் யாரோ கும்பகோணம் பக்கத்தில் இருக்கிறார்களாம். கல்யாணம் செய்துகொண்டு, பெண்ணையும் அழைத்துக் கொண்டு டில்லிக்குப் போக வேண்டுமென்ற திட்டத்தோடு வந்துவிட்டான்.

இந்தப் பெண் பரீக்ஷைக்கு வரும்போதே, கூடப் படிக்கும் பெண்கள், அவளைக் கிண்டலும் கேலியும் செய்து கூத்தடித்துக் கொண்டிருந்தார்கள். பெண்ணைப் பெற்றவரான கிட்டுவை, அந்தத் தெரு முழுவதும் அதிர்ஷ்டக்காரரென்றும், கொடுத்து வைத்தவரென்றும் சொல்லிக்கொண்டார்கள். ஊரில் எல்லோருமே பல வகையிலும் இந்தச் சம்பந்தத்தைப் பற்றிப் பேசித் தீர்த்தார்கள். இத்தனை பேருடைய கண்ணும் படாமல் இருக்க வேண்டுமேயென்று கிட்டுவின் குடும்பத்தார் சங்கையும் கவலையும் கொண்டு தவித்தார்கள். ஆச்சு, ஒரு வழியாய் பரீக்ஷை முடிந்தது. கல்யாணத்திற்குத் தேதியும் வைத்தாகிவிட்டது நகை செய்யவும், துணிமணிகள் வாங்கவும் பாத்திரம் பண்டம்

வாங்கவும் என்று அடிக்கடி கும்பகோணம் போவார்கள். மாப்பிள்ளையாகப் போகிறவனும் பெண்ணும் கூடவே செல்வார்கள்.ஒரு தடவை கிட்டு,தயக்கத்தோடு இதை மறுத்தாராம். 'ஊரில் எல்லார் கண்ணும் ஒரே மாதிரி இருக்காதே' என்றாராம். அதற்கு அந்தப் பையன் மிகவும் கோபித்துக்கொண்டானாம். மூடத்தனம், குருட்டுப்பழக்கம் என்றெல்லாம் இரைந்தானாம். கிட்டுவும் பேசாமல் அனுமதித்தாராம். சித்திரை பிறந்ததுமே கல்யாணம் நடந்தது.தம்பதியை மணக்கோலத்தில் பார்த்தவர்கள், அப்படியே பிரமித்து நின்றார்கள். அழகுத் தோற்றம், அன்பின் பிணைப்பு எல்லாவற்றிலும் ஓர் மகத்தான அற்புதக் காட்சியா யிருந்தது அது.

கல்யாணம் ஆனதுமே இல்லறமும் தொடங்கிவிட்டார்கள். ஊரில் எங்கும், எப்போதும் இந்த வைபவத்தைப் பற்றியேதான் பேச்சு. நல்ல வேளையாய்ப் பெண்ணை அழைத்துக்கொண்டு டில்லிக்குப் போய்ச் சேர்ந்தான் மாப்பிள்ளை. பெண்ணின் தாயாரும் கூடவே போய்க் குடித்தனம் வைத்துவிட்டு ஊருக்கு வந்தாள். ஊரிலும் அந்த ஓமல் சற்று மறைந்திருந்தது.

விதி விபரீதமாய் விளையாடிற்று. ஒரு மாதத்திற்குள் மறுபடியும் ஊரெல்லாம் அவர்கள் பேச்சு அடிபடும்படி நேர்ந்தது. ஊராரின் ஓமலுக்கு இரையாகிவிட்டனர் தம்பதிகள். ஏதோ மோட்டார் விபத்தில் மண்டை சிதறி மாண்டுவிட்டா னாம் மாப்பிள்ளை. தந்தி வந்து, புடைபுடைத்துப் போய் ஊரே அல்லோலகல்லோலப்பட்டது. விமானத்தில் ஏறி மருமகளோடு வந்த மாமனார், பிறந்த வீட்டில் பெண்ணைச் சேர்த்தார்; புலம்பிப் புலம்பிப் பைத்தியம் பிடித்து அலைந்தார்; கடைசியில் இறந்தும் போய்விட்டார். ஊரார் அனைவரும் காண இந்தச் சோக நாடகம் மூன்று மாதம் நடந்து முடிந்தது; இந்த அவலத்தைப் பற்றியும் பேசிப் பேசி அலுத்துச் சலித்துப் போயிற்று ஊர். கிட்டு ஒருவர் முகத்திலும் விழிக்காமல் வீட்டில் புழுங்கிக் கொண்டு கிடந்தார். ஆறுதல் சொல்லி ஆற்றும் துக்கமா இது? தவிர, இது யாருடைய துக்கம்? இதற்கு ஆறுதல் சொல்ல என்ன இருக்கிறது நம்மிடம்? அந்தப் பெண்ணை நிமிர்ந்து பார்த்தேன்; குனிந்தபடியே இருந்த அதன் கண்களிலிருந்து நீர் கொட்டிற்று. என்ன நினைத்துக் கொண்டதோ என்னவோ? 'இந்த வருஷமே காலேஜில் சேர்ந்து மேலே படிக்கிறேன்' என்றாளாம் அவள். 'குடி கெட்டுவிடும்; படிப்பும் வேண்டாம் பட்டமும் வேண்டாம். ஒருவர் முகத்திலும் விழிக்காமல் இப்படியே அடைந்து கிடந்து உயிரை விடுவோம்' என்றாராம் கிட்டு. என்னைக் கூப்பிட்டனுப்பினார்கள். 'படிக்கட்டுமே, துக்கம் மறக்கும்;

நீங்களும் சற்று ஆறுதல் கொள்ளலாம்' என்றேன். பிரமாதமாய் வேதாந்தம் பேசி, உலகமே இப்படி அழிந்து போகிற உலகம்தான் என்றெல்லாம் சொல்லி மறுத்துவிட்டார் கிட்டு. மேலும், நிர்ப்பந்தமாய்ச் சொல்ல நான் யார்? பேசாமல் வந்துவிட்டேன்; ஆனால், இப்போது இந்தப் பெண் எங்கே கிளம்பிப் போகிறாள்? துணையாக ஒருவருமே வரவில்லையா? அப்படியிருக்க நியாயமில்லையே? எனக்கு என்னவெல்லாமோ தோன்றிவிட்டது. இதற்குள், 'அடே, ஸாரா?' என்ற கிட்டுவின் குரல் கேட்டுத் திரும்பினேன். கீழே நின்றபடியே பெண்ணிடம் ஏதோ சொல்லிவிட்டு, என்னிடம் வந்தார் கிட்டு, 'எதுவரைக்குமோ?' என்றார்.

'புட்டணத்திற்குப் போகிறேன்; கும்பகோணம் போய் திருவனந்தபுரம் பாஸஞ் ...'

'ரொம்ப சரி; துணை கிடைச்சுது. இவாளும் பட்டணம் தான் போறா; என் பையனும் பெண்ணும் ...'

'எங்கே இருக்கிறான் அவன்?'

'முன்னாடி உட்கார்ந்திருக்கான்.'

'என்னவோ போம் கிட்டு; எல்லாம் கண்ணறாவிதான். 'போனது போகட்டும்; படிக்கவே வைத்து விடலாமென்று' தீர்மானித்து விட்டீராக்கும் கடைசியில்?'

'யார் சொன்னது? அதெல்லாமில்லை, ஸார். மானத்துக்குக் கீழே குடியிருக்கோம்; எதுக்கும் ஆளாகத்தானே வேணும்? நம்ம செயலில் என்னதான் இருக்கு? ஏதோ போகிறவன் போய்விட்டான்; இருக்கிறவா இருந்துதானே ஆகணும்? படிப்பும் மற்றதும் நம்ம குடும்பங்களுக்கு சரிப்பட்டு வருமோ? செலவு என்ன ஆகும்; மற்ற சிரமங்கள் எவ்வளவு இருக்கு? அதெல்லாம் வேண்டாமென்று தீர்மானம் ஆயிடுத்து. டெல்லிக்குப் போய், நஷ்டஈடு கேட்கலாம்னு சொன்னா. அதுக்குத்தான் இவா இரண்டு பேரையும் அனுப்பறேன் . . .'

கிட்டு பேசிவிட்டார்; என்னால் அந்தப் பேச்சைச் சுலபமாய்ச் சீரணம் செய்துகொள்ள ம்டியவில்லை.

பஸ் கிளம்பிற்று. 'அடியம்மா, பத்திரமாப் போயிட்டு வாங்கோ. ஏய்! உடனே கடுதாசு போடுடா' என்றார் கிட்டு.

என்னவோ நினைத்துக்கொண்டிருந்தேன்; பக்கத்தில் இருந்த ராமய்யர், என்னை நிமிண்டினார். திரும்பினேன். அவர் கேட்டார்:

'என்னய்யா சொல்கிறீர்?'

'எதற்கு?'

'கிட்டுவுக்கு மூத்த பெண் ஒருத்தி இருக்கிறாள் வீட்டோடு; அவள் புருஷன் ரயில் விபத்தில் செத்து, அவள் ஒரு பதினாயிரம் கொண்டுவந்து சேர்த்தாள்; அதற்கும் வியாஜ்யமெல்லாம் நடத்தினான் இந்தக் கிட்டு. இதோ இது இரண்டாவது 'சான்ஸ்' இருக்கிற பிள்ளைக்குச் சொத்துச் சேர்க்கிறான் ஸார், சொத்துச் சேர்க்கிறான்' என்றார் ராமய்யர்.

*சுதேசமித்திரன்*: ஜூன் 30, 1957

'தெய்வீகம்'

# தங்கக் கழுகு

ஆங்கிலம் படித்து, அதிலும் சட்டப்பரீக்ஷையில் தேறியவர்கள், நிச்சயமாக ராஜ போகத்தை அனுபவிக்கக்கூடிய காலம் அது; வெள்ளைக்கார ஜட்ஜுகளிடம், பாரதத்தின் பழைய தரும சாஸ்திரங்களை எடுத்துக்காட்டிப் பெரிய வழக்குகளை வென்று பெயரும் பொருளும் பெருகி வாழ்ந்தார்கள் ஒரு சிலர்; அப்படி வாழ்ந்த மயிலாப்பூர் வக்கீல்களில் ராமய்யர் ஒருவர். முக்கியமானவரும்கூட. அவரை நேரில் காண ஐ.ஸி.எஸ். ஜட்ஜுகள், அவர் வீட்டுக்கே வருவார்களாம். காத்திருந்து பார்த்துப் பேசிவிட்டுப் போவார்களாம்; காலை வேளைகளில் அவர் பூஜையும் பாராயணமும் முடித்து, அரைமணி நேரம் ஒரு சாஸ்திரிகளிடம் வேதாந்தப் பாடம் கேட்டுவிட்டுத்தான் வெளியில் வருவாராம்; வெள்ளைக்காரனாயிருந்தாலும் அப்பொழுதுதான் அவரைப் பார்க்க முடியும். கக்ஷிக்காரர்கள் வந்து கைகட்டிக் காத்திருப்பார்கள்; வேதாந்தப் பாடம் சொல்லும்சாஸ்திரிகளும் முன்னாடியே வந்து காத்துக் கொண்டிருக்கவேண்டும் என்பது வழக்கம். ஒரு நிமிஷம் தாமதம் ஆய்விட்டால்கூடப் பிரமாதமான கோபம் வந்துவிடும் வக்கீலுக்கு. சாஸ்திரிகளுக்கு இவர் ஏழெட்டு வருஷமாய்ச் சிஷ்யனாயிருந்து வருகிறார். ஆகவே, சாஸ்திரிகளுக்கெதிரில் ஒன்றும் சொல்லா விட்டாலும் வேறு யாரிடமாவது எதாவது இரைவார்; சாஸ்திரிகளும் கம்பீரமாய்ச் சிரித்துக்கொண்டு, அந்த அளவு மரியாதையாவது மிச்சம் இருக்கும்

நிலையில் விலகிக்கொள்ள வேண்டுமென்று நினைப்பார். ஆனால், வெகு நாளைய பழக்கம்; திடீரென்று முடித்துக்கொள்வதில் எவ்வளவோ சிரமம் இருக்கிறது; சாஸ்திரிகள் எதையுமே லக்ஷ்யம் செய்யாதவர் தான்: ஆனால் சுடக் குடிக்கும் ஆத்திரம் கிடையாது அவருக்கு.

சாஸ்திரிகள் எதையுமே லக்ஷ்யம் செய்யாதவர் என்பது வக்கீலுக்கு நன்றாய்த் தெரியும். அவரிடம் உட்கார்ந்து பாடம் கேட்கும்போதும் பேசும்போதும் அடக்கமும் ஒடுக்கமுமாய் நடந்துகொள்வார் ராமய்யர். சாஸ்திரிகளுடைய மேதையைக் கண்டு வியப்பார். வணங்குவார்; கூடவே அவருடைய அலக்ஷ்ய புத்தியை மட்டும் ரஸிக்க முடியாமல் மென்று விழுங்குவார். அதற்காகச் சாஸ்திரிகளை அலக்ஷ்யம் செய்யவும் முடிவதில்லை இவருக்கு; இவருக்கென்ன, யாருக்குமே அது முடியாது; உணர்ச்சிகளுக்கே இடமில்லை என்பதுபோன்ற ஆழமும் அழுத்தமும் வெளிப்படும். சாஸ்திரிகளின் பரந்த முகமும் ஒளிவீசும் கண்களும் மேதை வீற்றிருக்கும் அகலமான நெற்றிமேடும் எதிரிலுள்ள யாரையுமே கோபுரத்தடி பொம்மையாக்கும். சபலமே இல்லாத அவருடைய சுபாவம் அவரை எதற்காகவும் ஏங்க வைக்காமலிருந்தது. தேவைகள் விரிவடையாமலிருந்த அவருடைய இல்லறம், தாம் ஏழையென்றுணரும் சந்தர்ப்பத்தையே தரவில்லை அவருக்கு. வேதாந்தம் என்பது பண்டிதர்களுக்குப் படித்துப் பட்டம் பெறுவதற்காக; பணக்காரர்களுக்கோ அது பொழுதுபோக்கு என்று நாமெல்லாம் அனுபவபூர்வமாய்த் தான் கூறுகிறோமென்றாலும் அது முக்காலும் பொய்க்காத சத்தியமல்லவே?

சாஸ்திரிகள் ராமய்யருக்குப் பாடம் சொல்ல ஆரம்பித்து ஏழெட்டு வருஷங்கள் ஆகிவிட்டன. அய்யர் காலேஜில் படித்த அரைகுறை வடமொழி, இன்று நிறைந்து வழிந்து, பெரிய வேதாந்த நூல்களில் ஓடிப் பாய்கிறது. அவருடைய லௌகிகச் செல்வமும் பன்மடங்கு பெருகி, மண்டிக் கிடக்கிறது; சாஸ்திரிகளோ எல்லாவற்றிலும் ஏழெட்டு வருஷங்களுக்கு முன்பிருந்த அதே நிலையில்தான் இருக்கிறார்; பழைய ஒற்றையறைக் குடித்தனம்தான்; இழைகள் நைந்து பழுப்பேறிய வேஷ்டிதான்; ஆனால், இவற்றைக் கூறும்போது, நம்முடைய சிறுமையைக் கொண்டு அவரை அளக்க முயல்வதுபோலத் தோன்றுகிறது எனக்கு; அவருடைய பழைய முகமலர்ச்சியிலோ, மலைபோன்ற நிமிர்ந்த கம்பீரத் தோற்றத்திலோ மாறுபாடு இல்லை; வக்கீல் இதை உணராமலிருக்க மார்க்கமில்லை; ஆனாலும் அந்த நிலையின் உயரத்தை எட்டிப் பார்க்கும் உயர்வு இல்லாததாலோ என்னவோ இதை அலக்ஷ்ய புத்தியென்று எடுத்துக் கொண்டார்: ஏற்கனவே

சாஸ்திரிகளின் அலக்ஷ்யத்தில் சற்று ஆத்திரப்படுகிறவர், அந்த எண்ணத்தை மேலும் உறுதிசெய்து கொள்ளும்படி நேர்ந்தது ஒரு விஷயம். அவருக்கு மாதம் பதினைந்து ரூபாய் கொடுத்து வந்தார்; ஒரு மாதம் இரண்டு பத்து ரூபாய் நோட்டுக்களை நீட்டினார்; அவற்றை வாங்கிக் கொள்ளாமலேயே, 'ஏன்? சில்லரை இல்லையோ?' என்று கேட்டார் சாஸ்திரிகள்.

'இந்த மாதத்திலிருந்து இருபது ரூபாயாக உயர்த்தியிருக்கி றேன்' என்று சொல்ல வாயெடுத்த வக்கீல், தைரியமில்லாமல் பேசாமலே இருந்தார்; இந்த நேரத்தில் அங்கு வந்து சேர்ந்த வக்கீலின் தர்ம பத்தினி, ரொம்பப் பெருமையோடு சிக்கலைத் தீர்த்தாள்; ஏழையாச்சேன்னு, அஞ்சு ரூபா கூடக் கொடுத்து இருக்கா போலிருக்கு . . ." என்று அனுதாபத்தை வீசினாள் அந்தம்மாள்; வைரமும் மணியும் அந்த அனுதாபத்திற்குத் தாளம் போட்டன. செல்வத்தின் முறுக்குப்பட்டில் முடமுடக்க நடந்து அப்பால் போய்விட்டாள் அம்மாள். தேள் கொட்டியது போலிருந்தது வக்கீலுக்கு; கையைப் பிசைந்தார்.

"அவசியமில்லாத அனுதாபம்; அனுதாபத்திற்கு வேண்டிய கௌரவமும் கண்யமும் இல்லை; தவிர எனக்கு இப்போது அபேக்ஷயும் இல்லை; நாமிரண்டு பேரும் . . ." சாஸ்திரிகள் முடிக்கவில்லை.

வளர்த்துவானேன்? "மன்னிக்கணும்" என்றார் ராமய்யர். அதே கணத்தில் மறந்துவிட்டார் சாஸ்திரிகள்.

'என்ன இருந்தாலும் இவருக்கு இந்த அலக்ஷ்யம் உதவாது' என்று நினைத்துக்கொண்டார் வக்கீல்.

ஒருநாள் பாடம் நடந்துகொண்டிருந்தபோது, ஒருவர் இரண்டு பெரிய பொற்காசுகளைக் கொண்டுவந்து கொடுத்தார் வக்கீலிடம். கழுகுப்படம் பொறித்த அமெரிக்க டாலர்கள்; அவற்றைக் கடியாரச் சங்கிலிகளிலும் மாலைகளிலும் தொங்க விட்டுக் கொள்வது அந்தக் காலத்தில் ஒரு பெருமை. ராமய்யர் அவற்றைக் கையில் வைத்துக்கொண்டு அழகு பார்த்தார்; நிறமும் கனமும் அகலமும் அசாதாரணமாயிருந்த அந்த நாணயங்கள், அவர் மனதைக் கவர்ந்தன என்பது அவர் அவற்றைப் பற்றோடு பார்த்த பார்வையில் தெரிந்தது; வேதாந்திகள் பொன்னை ஓர் மாயை என்று வர்ணிப்பதுண்டு; இந்த அமெரிக்கப் பொன் உண்மையிலேயே யாரையும் மயக்கும் மாயைதான்!

தன் கையில் வைத்துக்கொண்டபடியே, சாஸ்திரிகளிடம் காட்டினார் ராமய்யர்.

"சுவர்ணம் என்ற பெயருக்கேற்பச் சுடர்விடுகிறது அப்படியே . . ." என்றார் சாஸ்திரிகள்.

"நம்மூர்த் தங்கம், பவுன் இதெல்லாவற்றையும்விட இதற்கு ஒரு தனி நிறமும் அழகும் இருக்கிறது, பாருங்களேன்" என்று நாணயங்களை நீட்டினார் வக்கீல்.

"ஆமாம்; ஆமாம். மோஹம் இன்னும் அதிகமாக வேணுமல்லவா?" என்று சொல்லிக்கொண்டே, சாஸ்திரிகள் புத்தகத்தைப் பார்த்தாரே தவிர, நாணயங்களை வாங்கக் கையை நீட்டவில்லை; ஆவலோடு அதை அவர் பார்க்கவும் இல்லை. சாஸ்திரிகளின் இந்த அலக்ஷ்யத்தில் வக்கீல் குற்றமே கண்டுபிடித்தார். அவர் புத்தி இப்படிச் சென்றது: 'ஏழை –பரம ஏழை; இவருக்கு இவ்வளவு அலக்ஷ்யமா?' என்று அலுத்துக்கொண்டார்.

பிறகு சிறிது நேரம் பாடம் நடந்தது; இடையிடையே வக்கீலின் பிள்ளைகளும் பெண்களும் வந்து நாணயங்களைப் பார்த்தார்கள்; எறிந்து பிடித்தார்கள். குளிக்கும் அறையிலிருந்த வக்கீலின் ஸம்ஸாரம் இதைக் கேள்விப்பட்டாள். குளித்துவிட்டு வந்து பார்க்கும்வரை பொறுக்குமா? உடனே கொண்டுவரச் சொன்னாள்; எடுத்துக்கொண்டு ஓடினார்கள்; குழந்தைகள். சற்றுச் சந்தடி ஓய்ந்தது. பாடம் முடிந்து சாஸ்திரிகளும் கிளம்பிப் போனார்; வக்கீல் ஆபீஸ் அறைக்குச் சென்றார் வேகமாய், சின்ன வக்கீல்களுக்கும் கக்ஷிக்காரர்களுக்கும் உத்தரவுகள் போட்டார்; ஏதோ கடுதாசுகளைப் புரட்டினார். போது ஓடிற்று; அதிவேகமாகச் சாப்பிட்டுவிட்டுக் கோர்ட்டுக்கு ஓடினார். பிறகு மாலையில் வீட்டுக்குத் திரும்புகிறவரையில், அவருக்கு டாலர் நினைவு வரவே சந்தர்ப்பமில்லை; வீட்டுக்கு வந்து சட்டைகளைக் கழட்டிவிட்டுப் பையிலிருந்து சங்கிலியில் தொங்கும் கடிகாரத்தை எடுத்து மேஜைமேல் வைக்கும் போதுதான் நினைவு வந்தது. அந்தச் சங்கிலியில் கோக்கத்தான் அவர் டாலர் வாங்கியிருந்தார்.

"ஏய் யாரங்கே, காலையில் வந்த டாலர்களைக் கொண்டு வா . . ." என்றார்.

இதைக் கேட்ட மனைவிக்கும் அப்போதுதான் நினைவு வந்தது: "நீங்கள் எடுத்து வைக்கவில்லையா?" என்றாள்.

"நான் எங்கே எடுத்து வைத்தேன்? குழந்தைகள் எடுத்துப் பார்த்துக்கொண்டிருந்தார்கள்: நீகூடப் பார்த்தாயல்லவா? அப்புறம் என்ன ஆயிற்று?"

குழந்தைகளை விசாரித்தார்கள். ஒருவருக்கும் நினைவில்லை என்றார்கள் அவர்களும்.

"எங்கே போய்விடும்? நன்றாய்த் தேடு, போ."

"இங்கே இருந்தால், எங்கே போய்விடப் போகிறது?" என்று கேட்டுக்கொண்டே தேடப்போனாள் அம்மாள்.

இருவரும் தேடினர்: மேஜை, சட்டைகள், பீரோ எங்கு எல்லாமோ தேடினர்; அகப்படவில்லை. ஆத்திரம் ஆத்திரமாய் வந்தது, உள்ளே போய் எங்கெல்லாமோ தேடிவிட்டு, வெறுங் கையோடு வந்த அம்மாள், "என்னது, மோசமாயிருக்கிறதே, எங்கே போய்விடும்? மாயமாய் இருக்கிறதே; இங்கே யார் இருந்தது அந்தச் சமயத்தில்?"

"வேறு ஒருவருமே இல்லையே; சாஸ்திரிகள் இருந்தார்; குழந்தைகள் இருந்தார்கள். அப்புறம் இங்கே, உள்கூடத்திற்கு யார் வரப்போகிறார்கள்? இதென்ன அநியாயம்..."

"அநியாயமாவது, அக்கிரமம்; இதை வெறுமனே விடக்கூடாது; ஆமாம்; சொல்லிவிட்டேன். யாராயிருந்தால் என்ன? ஏழைபாழையென்றால் கேட்டு வாங்கிக்கொள்ளவேண்டும்; இதென்ன சின்ன புத்தி...?"

"ஏய், என்ன சொல்கிறாய் நீ?"

"என்னத்தைச் சொல்வேன்? வேறு, ஈ, காக்காய் இங்கே வரவில்லை. வயசு காலத்தில், இந்தப் புத்தியும் வேணுமோ அவருக்கு?"

"ஏய், அவர்... அவரா?"

"உங்களுக்கு என்ன தெரியும்? பளபளன்னு பார்த்ததுமே சபலம் தட்டும் யாருக்கும்; எனக்குச் சந்தேகமே இல்லை; கைப் புண்ணுக்குக் கண்ணாடி வேணுமா?"

"அப்படியிருந்தால் அது..."

"இருந்தால் என்ன? அப்படித்தான் அது போயிருக்க வேண்டும்; இன்னிக்கு இது; இன்னும் என்னென்னவோ? இதை வெறுமனே விடக்கூடாது; ஆமாம்; சொல்லிவிட்டேன்."

இரவு அவரவர் தூங்கப் போகும்வரை, அந்த வீட்டிலிருந்து அத்தனை பேரும், அதைப் பற்றியே சர்ச்சை செய்தார்கள். சர்ச்சையென்ன? வேறு யாருமே அப்போது வரவில்லையென்ற ஒரே காரணத்தைச் சொல்லிச் சொல்லிப் பல்லவி பாடினார்கள் எல்லோரும். குழந்தைகள் முதல் பெரியவர்கள் வரைக்கும், வேலைக்காரனிலிருந்து வக்கீல் வரைக்கும், சாஸ்திரிகள்தான் கொண்டுபோயிருக்க வேண்டுமென்று முடிவுசெய்தார்கள்; நீண்டநேரம் பேசியதால், வெறும் வார்த்தைகளே சந்தர்ப்பங்களாக

உருக்கொண்டு வளர்ந்து, எல்லோருடைய மனத்திலும் உறைந்துவிட்டிருந்தன; துளிக்கூடச் சந்தேகமில்லை என்ற முடிவோடு வக்கீல் உள்பட எல்லோரும் நிம்மதியாய்த் தூங்கி எழுந்தார்கள்.

மறுநாள் காலை, வழக்கம்போல் சாஸ்திரிகள் வந்தார். அந்த வீட்டிலிருந்த எல்லோருமே அவரை வெறுப்போடு உருட்டி விழித்து, ஊமை ஜாடை செய்துகொண்டனர்; எதிர்பாராத இந்த வரவேற்பில் சாஸ்திரிகளும் முகம் மாறுபட்டு விழித்தார்; வேகமாய் வந்து நின்ற வக்கீல், விசேஷமான தோரணையோடு, வெடிப்பான குரலில் ஆரம்பித்தார் – அவருக்குத்தான் விஷயம் நிச்சயமாய்த் துலங்கிவிட்டதே! பேச வேண்டியதுதானே, பேசினார்! "எனக்கு ரொம்ப வருத்தமாகத் தான் இருக்கிறது; உங்களிடத்தில் நான் இன்றுவரை ரொம்ப ரொம்ப மரியாதையோடு நடந்துகொண்டதாய்த்தான் நினைக்கிறேன்; ஆனால், இந்த அல்ப விஷயத்தில் நீங்கள், சபல புத்தியால்..."

நெஞ்சம் வெடித்துவிடும்போல் விம்ம, விழிகள் விரிந்து கலங்க, உதடு துடிக்கத் தவித்த சாஸ்திரிகள், இடைமறித்து ஏதோ சொல்ல முயன்றார்; இதற்குள் அம்மாளின் குரல் குறுக்கிட்டுவிட்டது.

"அவர் கிட்டே போய், நீட்டி முழக்குவானேன்? தங்கக் காசுகளைக் கொண்டுவந்து கொடுத்துவிட்டு, மரியாதையாய் விலகிக்கொள்ளச் சொல்லுங்கள். ஏழை பாவம் நமக்கு வேண்டாம்; அதோடு விட்டுவிடுவோம் தொலையட்டுமென்று..."

பேசத் துடித்த சாஸ்திரிகள், பேசவேயில்லை; விரிந்த விழிகளில் ஒளி எழுந்தது; சமாசாரம் புரிந்துவிட்டது. விர்ரென்று கிளம்பிச் சென்றார்.

அவர் சென்ற பிறகு வீட்டில் ஒரே கொம்மாளம். குழந்தைகள் அம்மாவை மெச்சிக் கொண்டார்கள்; ஆனால் வக்கீல் மட்டும், "பாவம், சபலப் புத்தியால் தவறிவிட்டார்" என்று அனுதாபப்பட்டுத் தம்மைத் தாமே உயர்த்திக்கொண்டு திருப்தி அடைந்தார். "எப்படியும் டாலர் வந்துவிடும்; அவரும் விலகிக் கொண்டுவிடுவார் தாமாக; நானும் ஏராளமாய் வாசித்தாகி விட்டது. வரவர நேரமும் கிடைக்கவில்லை" என்று நினைத்துக் கொண்டார். நிம்மதியாகிவிட்டது.

தெருவில் நடந்து தன் வீட்டிற்குப் போவதற்குள் சாஸ்திரி களின் முகம் பழைய அமைதியைப் பெற்றுவிட்டது; உள்ளத்திலும் உளைச்சல் நின்றது; "இதுவும் சரிதான்; வேண்டியதுதான்" என்று நினைத்துச் சுதாரித்துக்கொண்டார். மனைவியிடம் கேட்டு உடம்பிலிருந்த சிறு நகைகளை வாங்கினார்; தன் விரலில்

இருந்த பவித்திர மோதிரம், பெட்டியில் கிடந்த பழைய தாயத்து இப்படிப் பொறுக்கிச் சேர்த்துக் கையிலிருந்த சிறு தொகையையும் எடுத்துக்கொண்டு பக்கத்து வீட்டுக்குப் போனார்; அங்கு ஒரு பாங்கி உத்தியோகஸ்தர் குடியிருக்கிறார்; சாஸ்திரிகளிடம் பக்தியும் பிரியமும் உடையவர் அவர்; ஓடிவந்து விசாரித்தார்.

"கொஞ்சம் தங்கம், பணமும் இருக்கிறது இதோ; போறா விட்டால் நீங்களே போட்டுக்கொண்டு, இரண்டு அமெரிக்கக் கழுகு டாலர் வாங்கி, முடிந்தால் உடனே அனுப்புங்கள். சாயங்காலம் கொண்டுவந்தாலும் சரிதான். உங்களுக்கு இரண்டொரு நாளில் பணம் தந்துவிடுகிறேன்" என்றார் சாஸ்திரிகள்.

"திடீரென்று எதற்கு இப்போது டாலர்? வெள்ளிக்கிழமையும் அதுவுமாய் வீட்டில் இருக்கிறதையெல்லாம் துடைத்து . . ." – பக்கத்து வீட்டுக்காரர் குரலில் உருக்கம் கசிந்தது.

"ஆகட்டும்; அப்புறம் சொல்கிறேன், விவரமாய். தயவு பண்ணிப் பதினோரு மணிக்குள் கிடைக்கும்படி செய்தீர்களானால், ரொம்ப சந்தோஷப்படுவேன் . . ."

சரியென்று கிளம்பினார் அவரும்; டாலர்கள் வந்துவிட்டன. நல்லவேளையாய் வாசலிலேயே இருந்தார் வக்கீல். அவர் கையில் போட்டுவிட்டு, "நல்லது; நான் வருகிறேன்" என்று கிளம்பி வந்துவிட்டார்.

"ஏய், யாரங்கே, கொண்டுபோய்ப் பத்திரமாய் வை" என்று மனைவியிடம் கொடுத்தார். அம்மாள் கொண்டுபோய்ப் பூட்டி வைத்தாள்.

அன்று மாலை; வக்கீல் கூடத்தில் உட்கார்ந்து பேப்பர் படித்துக்கொண்டிருந்தார்.

"தெரிந்ததா சாஸ்திரிகள் சேதி: நான் சொன்னபோது, 'அவரா! அவரா!' என்று ஆச்சரியமாயிருந்ததே உங்களுக்கு?" என்றாள் வக்கீலின் தர்மபத்தினி.

"என்னவோ போதாத காலம்; அவரும் அப்படிப் போகிறவர் இல்லை . . ." என்று வருத்தப்பட்டார் வக்கீல்.

"அம்மா, அம்மா . . ." என்று பரபரப்போடு கூப்பிட்டுக் கொண்டு ஓடிவந்தாள் வக்கீலின் மகள்; அவள் குரல் நடுங்கிற்று. "அம்மா, வெந்நீர் உள் அலமாரியை ஒழிச்சு வைச்சேன்; அங்கே கிடக்கிறதம்மா இது!" என்று டாலர்களைக் காட்டிக்கொண்டே, "பாவம், சாஸ்திரிகளை அத்தனை பெரியவரைப் போய் . . ." என்று வருத்தப்பட்டாள் அந்தப் பெண்.

"ஆகா...என்னது? அடாடா..." என்று அதிர்ந்துபோனார் வக்கீல். துள்ளி எழுந்தார்; மார்பில் கையை வைத்துக்கொண்டார்; உதறினார்; வெலவெலத்து நடுங்கினார்.

"பெரிய துரோகம் செய்துவிட்டோம் ... தாங்க முடியாத கொடுமை இழைத்துவிட்டோம்; பாவம், எதை விற்றாரோ, என்ன சிரமப்பட்டாரோ, இதை வாங்க? மஹா மானி அவர். என் முகத்தில் விட்டெறிந்துவிட்டாரே, என் மானத்தைப் பறித்து. ஏய்! யாரங்கே, நாசமாய்ப் போக! இந்தக் காசு ... இந்தக் காசு" என்று புலம்பிக்கொண்டே கிளம்பிவிட்டார், சாஸ்திரிகள் வீட்டிற்கு. ஒரு வீட்டின் பின்கட்டிலும் பின்புறத்தில் ஒரே ஒரு உள்ளில் குடியிருக்கிறார் சாஸ்திரிகள்; தட்டுத் தடுமாறிக்கொண்டு ஓடினார் வக்கீல்.

"சாஸ்திரிகளே, மஹா பாபி நான்; மஹா உத்தமர் தாங்கள். அவசரப்பட்டுவிட்டேன்; இந்தக் குருத்துரோகியை மன்னிக்கணும்; காப்பாற்றணும் ..." என்று கீழே விழுந்து, அவர் கால்களைப் பிடித்துக்கொண்டு கெஞ்சினார் ராமய்யர்.

"எழுந்திருங்கள் ... எழுந்திருங்கள்; இதெல்லாம் வேண்டாம் ..."

"எப்படி வேண்டியிருக்கும் ஸ்வாமி, மஹா பாபி நான் ..."

குரல் தழுதழுத்தது வக்கீலுக்கு.

"அதெல்லாம் ஒண்ணும் சொல்லாதீர்கள் ..."

"என்னத்தைச் சொல்லப்போகிறேன்; குரு என்றுகூடப் பார்க்காமல் ..."

"உண்மையில் நான் குருவே அல்லன்; அந்தத் தகுதியே எனக்கில்லை; நான் உண்மையான குருவாக இருந்தேனானால், என்னிடம் உங்களுக்கெல்லாம் இப்படி ஒரு சந்தேகமே உண்டாகி இருக்கக்கூடாது. ஆகவே, என்னிடம் நிறையக் குற்றமும் குறையும் இருக்கிறதென்று தெரிகிறது ..."

இதைக் கேட்டதும் வக்கீல், குழந்தைபோல் தேம்ப ஆரம்பித்துவிட்டார்; நினைத்து நினைத்துப் பொருமினார்.

அடுத்த கணம். "இந்தப் பாழும் காசு ..." என்று டாலர்களை எறிந்தார் வக்கீல்.

"இதை, இங்கே ஏன் போடுகிறீர்கள்? வாந்தியெடுத்த அசுத்தம் அது" என்றார் சாஸ்திரிகள்.

"அபசகுனமான இந்தக் கழுகு ..."

"அதெல்லாமில்லை; கழுகுக்கு அசுத்தம் அழுக்கெல்லாம் தான் ரொம்பப் பிடிக்கும்: அது அவற்றைக் கவர்வதால் பூமி பரிசுத்தமாகிறது. என்னிடமிருந்த கொஞ்ச நஞ்சம் பொன், என் ஞான பூமிக்கு அசுத்தமும் அழுக்கும் ஆகும் அல்லவா? இந்தத் தங்கக் கழுகு அதைக் கொண்டுபோச்சு; நீங்கள் வருத்தப்படாதீர்கள். நல்லது; போய் வருகிறீர்களா? நேரமாகிறதே?" என்றார் சாஸ்திரிகள்.

*சுதேசமித்திரன்*: ஜூலை 14, 1957
'குபேர தரிசனம்'

•

# நடந்ததென்ன?

*கோபாலபுரம்*
*மதராஸ், 1–10–57.*

*அன்புள்ள பார்த்தாவுக்கு ராதை அநேக நமஸ்காரம். உபயகுசலம். தங்கள் கடிதம் கிடைத்தது. அப்பப்ப; மூன்று வருஷத்திற்கு முன்னால் முதல் தடவையாக உங்களைப் பிரிந்து, நான் என் பிறந்த வீட்டிற்கு வந்தேனே, அப்பொழுது எப்படி யெல்லாம் எழுதினீர்களோ, அதே போலத்தான் இன்றும் எழுதுகிறீர்கள். கடிதத்தில் இதையெல்லாம் எப்படித்தான் எழுத முடிகிறதோ, இந்த ஆண் பிள்ளைகளுக்கு. சாதாரணமாய் எழுதவே கூசுகிறது எனக்கு. இனிமேல் அப்படியெல்லாம் எழுதக்கூடாது, என்ன! நான் இங்கு வந்து மூன்று மாதந்தானே ஆகிறது? நீங்களும் என்னோடு வந்து பத்து நாள் இருந்து விட்டுத்தானே போயிருக்கிறீர்கள்? நீண்ட நாள் பசி மாதிரியெல்லாம் எழுதியிருக்கிறீர்களே. மிகவும் கணக்காய் நான் பிறந்த வீட்டிற்கு வருவது அதிகமென்றும், கல்யாணமாகி மூன்று வருஷத்தில் இப்போது வந்திருப்பது பதினோராவது தடவை யென்றும் அங்கலாய்த்துக் கொள்கிறீர்களே? இடையிடையே நான் அங்கே இருந்த நாட்களை எண்ணி எண்ணிச் சந்தோஷப்படவாவது, இப்படி அடிக்கடிப் பிரிந்தால் தேவலை போலிருக்கிறது எனக்கு. இதைப் படித்ததும், வேலை போனாலும்*

போகட்டுமென்று உடனே கிளம்பி, இங்கு வந்துவிடாதீர்கள். ஏற்கெனவேயே 'லீவ்' அதிகமெடுத்ததற்காக ஆபீசர் அலுத்துக்கொள்கிறார் என்று சொல்வீர்களே. நீங்கள் இங்கே வந்திருந்தபோது, எங்கள் வீடு எப்படியிருந்தது பார்த்தீர்கள் அல்லவா? எங்களுக்குப் பந்துக்களே அதிகம் கிடையாது. எல்லோரும் சிநேகிதர்கள். இவர்கள் எல்லாருமே எங்களுக்காக எதையும் செய்யும் சிநேகிதர்கள். எங்கள் அப்பா இறந்து போனபோது எங்கள் குடும்பம் மிகவும் சிரமப்பட்டது. 'எப்படிக் கௌரவத்தோடு காலந்தள்ளப் போகிறோம்' என்று அம்மா மிகவும் கவலைப்பட்டாள். என் அண்ணனோ கவலையே தெரியாமல் வளர்ந்தவன்; அவன் சொந்தச் செலவுக்கே மாதா மாதம் முன்னூறு ரூபா வேண்டும். எனக்கோ படிப்புச் செலவு, பாட்டு வாத்தியார் இப்படி ஏராளச் செலவு. அக்கா வேறு வீட்டோடிருந்தாள். எதற்காகவோ கோபித்துக்கொண்டு வந்தாள் அவள். அவளுடைய புருஷர் ஏனென்று கேட்கவில்லை; எட்டியும் பார்க்கவில்லை; எங்கேயோ போய்விட்டார். அண்ணனைவிட அதிகச் சலுகையோடு அவளை வளர்த்தார் அப்பா. அவளும் பட்டத்தரசிமாதிரி அழகாயிருந்தாளா? அவள் கண்கலங்கக்கூடாது என்பது சட்டம் வீட்டில். புருஷர் அவளை ஒதுக்கி வைத்தார் என்ற குறையே தெரியாமல் இருந்தாள் அவள். இப்பவும் அப்படித்தான் இருக்கிறாள். நேரில்தான் பார்த்தீர்களே? மன்னிக்கணும். ஒரே மூச்சில் கதையே சொல்ல ஆரம்பித்துவிட்டேன். எதற்குச் சொல்ல வந்தேனென்றால், என் அண்ணாவின் அருமைச் சிநேகிதர்களில் ஒருவர்தான் நம்ம கிருஷ்ணன். இதற்குமுன் நீங்கள் இங்கே வந்த இரண்டொரு தடவைகளைவிட, இந்தத் தடவையில்தான் அவரோடு அதிகமாகப் பழகியிருக்கிறீர்கள். அவர் எங்கள் குடும்பத்தில் ஒருவர் என்பதைத் தவிர, வேறு முறையே சொல்ல முடியாது. நாங்கள் எல்லாம் மூர்த்தி, மணி, நாதன், வாசன் எல்லாருமே வித்தியாசமே இல்லாமல் பழகி வருகிறோம். என்றாலும் கிருஷ்ணனோடு நானோ, அம்மாவோ, அக்காவோ, அண்ணனோடு பழகுவது போலவே பழகிவிட்டோம்; நல்லவேளையாக, நீங்களும் சகஜமாகவே எடுத்துக்கொண்டுவிட்டீர்கள். ஆனால், வேறு யாராவது அவ்வளவு சகஜமாக இருக்க முடியுமா என்பது சந்தேகந்தான். நீங்கள் அவரிடம்கூடச் சொல்லிக்கொள்ளாமல் கிளம்பிவிட்டீர்களே என்று அவருக்கு வருத்தம். அவருக்குக் கடிதம் எழுதுங்கள்; அநேகமாக அவரே உங்களுக்கு எழுதுவார். கோபமும் தாபமும் அசட்டுச் சந்தேகங்களும் பொய் உபசாரமும் போலி கௌரவங்களும் பாராட்டத் தெரியாத நல்லவர் அவர். தங்கள் கடிதத்தை இரண்டாவது தடவை படித்தபோது, ஒரு விஷயம் புலப்பட்டது. ரொம்பக் குறிப்பாய் எழுதியிருக்கிறீர்கள்.

அன்று நீங்கள், 'ஊருக்குக் கிளம்பவேண்டும். இனிமேல் லீவ் எடுத்தால் வேலைக்கு ஆபத்து ...' என்று அவசரப்படுத்தினீர்கள்; நான் உடனே ஆகட்டுமென்று சொல்லி, மூட்டை கட்டாமல் இருந்தது உங்களுக்குப் பிடிக்கவில்லை. மத்தியானம் எனக்கு வயிற்றுவலி வந்ததும், நான் சாப்பிடாமல் படுத்துக்கொண்டதும் உங்களுக்குப் புரியவில்லை; ஆகவே, அந்த வயிற்றுவலியே உண்மைதானா என்பதே உங்களுக்கு சந்தேகம் என்று ஜாடை காட்டியெழுதியிருக்கிறீர்கள்; எதை நினைத்துக்கொண்டாலும் சரி, நான் என்ன செய்ய முடியும்? தவிர, இங்கே எத்தனை நாள் எப்படி இருந்தாலும், என்றைக்கோ ஒருநாள் அங்கு வர வேண்டியவள்தானே – இந்த அடிமைக்காரி. கூடிய சீக்கிரம் வந்து சேர்கிறேன்; இனிமேல் வரவர நீங்கள் இழுத்த இழுப்புக்கெல்லாம் ஆட முடியாமல் நீங்கள் எனக்குள்ளேயே குடிபுகுந்துவிட்டீர்கள்; ஜாக்கிரதை! சிரிப்பைப் பார் . . . ரொம்ப விஷமக்காரர் நீங்கள். கூடிய சீக்கிரம் வருகிறேன்; உடம்பைப் பார்த்துக்கொள்ளவும். ஜன்னல்களைச் சாத்திவிட்டுத் தூங்கவும். ஹோட்டலில் சாப்பிடுங்கள். உங்கள் அத்தை வீட்டுக்கு அலைய வேண்டாம். அவர்களும் நீட்டி முழக்க வேண்டாம். ஆமாம், புனாவிலிருந்து உங்கள் அண்ணாவும் மதனியும் வருவதாக எழுதியிருந்தீர்களே? வந்தால் நம் ஜாகையில்தான் இருப்பார்களா? எத்தனை நாள்? அவர்கள் இருக்கும்போதே, நான் அங்கு வரத்தான் வேண்டுமா? உங்கள் அண்ணாவைப் பார்க்கவே பயமாயிருக்கிறது எனக்கு. அவர் என்னை ஏன் அப்படி உருட்டியுருட்டி விழித்துப் பார்க்கிறார் எப்போதும்? பல்லும் பனங்காயும் பாணலி மூஞ்சியுமாயிருக்காளே உங்கள் மதனி, அதற்காகவா? கோபிக்க வேண்டாம். எனக்கென்னவோ பயமாயிருக்கிறது, உங்கள் அண்ணாவிடம். சாந்தி கல்யாணத்திற்குப் பிறகு நாமிருவரும் பெங்களூருக்குக் கிளம்பும்போது, வழியனுப்பிவிட்டு, என்னவெல்லாமோ சொன்னார் அந்த மேதாவி அண்ணா. விவரமாய்ப் பதில் எழுதுங்கள்.

வேணும் நமஸ்காரம்.
இப்படிக்கு,
அடியாள் ராதை.

o

பெங்களூர்,
*2–10–57.*

ஸௌ. ராதைக்கு,

மிகவும் நீளமான கடிதம்; நன்றாகத்தான் எழுதுகிறாய். உன் பேச்சிலே பித்துக்கொண்ட என்னை, உன் எழுத்து இன்னும் மிக

அநியாயமாய் மயக்குகிறது. நான் ஆண், இது ஒரு மிகப் பெரிய பிரதிகூலம் என் கட்சிக்கு. எல்லாம் சரி; உன் குடும்பத்தின் சிநேகிதர்களை நான் கண்டதையும், கலந்து பழகியதையும் மற்ற விஷயங்களையும், உன் கடிதம் காட்டும் வெளிச்சத்தில் ஆராயவோ சமாதானம் செய்துகொள்ளவோ நான் விரும்பவில்லை. நூற்றுக்கு நூறு அதை அப்படியே எடுத்துக்கொள்வதில்தான், என் வாழ்வின் அமைதி உருவாகிறது. ஒரே வார்த்தை; ஏதோ கவர்ச்சியால் மட்டும் சொல்லவில்லை. வேறு உண்மை உண்டு; உடனே புறப்பட்டு வந்துவிடு. உன் தாய்மை இந்த வீட்டில் இன்பம் சுரக்க வேண்டுமானால், உடனே வந்துவிடு. என் மதனியும் அண்ணாவும் எனக்குத் தாய் தந்தையர்கள். கல்யாணத்திற்கு முன்னால் யாரோ அண்ணாவிடம், 'முகந்தெரியாத சம்பந்தமாயிற்றே' என்று கேட்டபோது, அவர் சொன்னதை நான் மறக்கவே முடியாது. 'அந்தப் பெண்ணின் முகமும் களையும், கண்ணும் கருத்தும் என் தம்பிக்காகவே பிறந்தவளென்று காட்டுகிறது. அந்தப் பெண் எங்கள் குடும்பத்திற்கு மஹாலக்ஷ்மி' என்று சொன்னார் அண்ணா. உண்மையிலேயே அவர் ஒரு மேதாவி, அதை நீ புரிந்துகொள்ளாமல் போனது ஏன், எப்படியென்பது எனக்கே ஆச்சரியமாக இருக்கிறது; ராதே, நீ உடனே இங்கு வாயேன்; பிறகு எல்லாம் சரியாய்விடும். அந்தக் கிருஷ்ணன் என்பவர் எனக்குக் கடிதம் எழுதியது தவறல்ல; ஆனால் அவர், நீ பிறந்த வீட்டில் ஓய்வு பெற்று உடம்பைப் பார்த்துக்கொள்வதில் இவ்வளவு சிரத்தை காட்டியிருக்கக்கூடாது, ஆனாலும் அவருக்கு என் நன்றி; உடனே புறப்பட்டு வரவும்.

இப்படிக்கு,
உன் வரவுக்கு ஏங்கும்
. . .

o

பெங்களூர்,
6–10–57.

ஸௌ. ராதைக்கு,

இரண்டு நாட்களுக்கு முன் ஒரு கடிதம் எழுதினேன். பதில் இல்லை. உடம்பு சௌக்கியம்தானே? கவலையாயிருக்கிறது. உடனே பதில்,

இப்படிக்கு,
. . . . . . . . . . .

o

பெங்களூர், 10–10–57.

மூன்றாவது தடவையாக உனக்கொன்றும் உன் அண்ணாவுக்கு ஒன்றுமாக இரண்டு கடிதம் எழுதினேன்; ஏன் ஒன்றும் இதெல்லாம் ஏதோ நல்லதற்கில்லையென்று தோன்றுகிறது. இங்கே எனக்குப் பைத்தியம் பிடித்துவிடும் போலிருக்கிறது. இன்னும் நீ வரவில்லையா என்று கேட்டு எழுதுகிறார் அண்ணா. அவர் வார்த்தைகளில் இதற்கு முன் இல்லாத கடுகடுப்புத் தொனிக்கிறது. என் அண்ணா முதலியவர்களுக்கு உங்களையெல்லாம் கல்யாணத்திற்கு முன்னால் தெரியாது. பின்னாலும் தெரிய வாய்ப்பில்லை. எனக்கும் உங்களொடெல்லாம் பழகியும் ஒன்றும் விளங்கவில்லை, விளங்கவே வேண்டாம் என்று நினைக்கிறேன்; என் மனத்திலோ ஊமைக்காயமாக நிறையப்பட்டிருக்கிறது. அவற்றை ஆற்றப்போனால் இன்னும் அதிகமாய் வலிக்கிறது; அந்தக் கிருஷ்ணன்தான் முதலில் என்னை வந்து பார்த்து உங்கள் வீட்டிற்கு அழைத்து வந்தார்; பெங்களூரில் அவர் சாமான்கள் வாங்கியதும், எங்கள் எல்லோருக்கும் ரயிலில் முதல் வகுப்பு டிக்கட் வாங்கியதும், மற்ற செலவுகள் செய்ததும் என்னை முதலில் பிரமை கொள்ளச் செய்து, கடைசியில் வசமும் செய்துவிட்டது. அதெல்லாம் சரி, விளக்கமே வேண்டாம். நீ உடனே இங்கு வரப்போகிறாயா இல்லையா? இன்னும் உன்னை நான், என் உயிரைவிட அதிகமாகவே நேசிக்கிறேன். உடனே புறப்படு.

இப்படிக்கு,

. . . . . . .

o

கோபாலபுரம்,
மதராஸ், 12–10–57.

அன்புள்ள பார்த்தாவுக்கு,

அநேக நமஸ்காரம். கண்ணில் ஜலம் ததும்பி மறைக்கிறது; விம்மி விம்மி கை சோர்கிறது. உங்கள் கடிதங்கள் மூன்றையுமே இன்றுதான் பார்த்தேன். மன்னிக்கவேண்டும். ஒரு பெரிய தவறு நடந்துவிட்டது. நம்ம கிருஷ்ணனுடைய கார் டிரைவர் செய்த பெருந்தவறுதான் இவ்வளவுக்கும் காரணம்; உங்களுக்குக் கொடுக்கச் சொல்லி நாங்கள் எழுதிவைத்த தந்தியை அவன் கொடுக்க மறந்துவிட்டான். இத்துடன் அந்தத் தந்தியையும் அனுப்பியிருக்கிறேன். இப்பொழுது எல்லாம் சரியாய் விடுமென்று நம்புகிறேன். எதிர்பாராமல் என்னென்னவோ எழுதி எனக்குத் தூக்கிவாரிப் போடச் செய்துவிட்டீர்களே, அதுவும் இந்தச் சமயம் பார்த்து? சாப்பாடே வெறுத்துவிட்டது; ஒட்டிக் கிடக்கிறேன்.

சொல்லவே வெட்கமாயிருக்கிறது, சிரிக்கிறீர்களாக்கும்; அவ்வளவு பொல்லாத்தனம்! உங்கள் கடிதங்களைப் பார்த்ததும் அப்படியே வயிறு கலங்கி விட்டதெனக்கு. ஏனோ உங்களுக்கு இப்படியெல்லாம் தோன்றுகிறது? நம்ம கிருஷ்ணன் வித்தியாசமே தெரியாதவர்; ஒருக்கால் அவர் இந்தக் கடிதங்களைப் படிக்க நேர்ந்தால், நன்றாயிருக்குமா? இதற்கெல்லாம் காரணம் தெரியாமல் இல்லை எனக்கு; அந்த அண்ணாதான் இல்லாததையும் பொல்லாததையும் சொல்லிவைத்திருப்பார் உங்களுக்கு; நான் குழந்தையாயிருந்த நாளிலிருந்து, அதாவது எனக்குப் பதினாலு வயதாயிருந்ததிலிருந்து, கிருஷ்ணன் என் வீட்டில் பழகி வருகிறார். நாளுக்கு நாள் நெருங்கி மனங்கலந்த சிநேகிதர்கள் ஆகிவிட்டோம், பல வருஷங்களாய். அவர்தான் உங்களை அழைத்துவந்தார் என்பது மட்டுமல்ல; இப்பொழுது சொல்கிறேன், ஓர் உண்மையை; உங்கள் அண்ணாவுக்குத் திருப்தியாக – உங்கள் படிப்புக்குச் செலவழித்த கடன் தீர ஆறாயிரம் ரூபாய் கொடுத்தவர் அவர்தான்; அதனால்தான் ...

அதனால்தான் ... சொல்கிறேன் அவர் என் அண்ணன் போலவென்று, இப்பொழுது கேளுங்கள்; நாளைக்கு வெள்ளிக்கிழமை; புறப்படக்கூடாது. சூலம் வேறிருக்கிறது. மறுநாள் சனிக்கிழமை; நாளும் நன்றாயில்லை. ஞாயிற்றுக்கிழமையும் சூலம். அதனால் திங்கட்கிழமை கிளம்பி வந்துவிடுகிறேன். உங்களைவிட நானும் பறந்துகொண்டுதானிருக்கிறேன், தெரியுமா? கடைசியில் சொல்லவந்ததை விட்டுவிட்டேனே? எனக்கு வயிற்றுவலியென்றேனே உங்களிடம் – நீங்கள் ஊருக்குப் போனதும் அதிகமாயிற்று. இங்கே இருக்கும் பல டாக்டர்களிடம் காட்டியும் குணமாகவில்லை. அம்மாவோ ஊரில் உள்ள தெய்வங்களுக்கெல்லாம் வேண்டிக்கொண்டாள். பம்பாயில் ஒரு 'எக்ஸ்பர்ட்' இருக்கிறார்; நம்ம கிருஷ்ணனுக்கு ரொம்ப வேண்டியவர்; அவரிடம் காட்ட வேண்டுமென்று அவசரமாய் புறப்பட்டு 'ப்ளே'னில் போனோம். வரும்போது நல்லவேளையாய் ரயிலில் முதல் வகுப்பில்தான் வந்தோம். எக்ஸ்ரே எடுத்து வைத்தியம் செய்த பிறகு, இப்பொழுது கலகலப்பாயிருக்கிறது; நல்ல பசியெடுக்கிறது; உடம்பே லாகவமாய் உல்லாசமாய் இருக்கிறது. அண்ணாவுக்கு 'டென்னிஸ்' ஆட்டத்தில் சறுக்கி விழுந்து காலில் கட்டு; அம்மாவுக்கு இழுப்பு; ஆனாலும், இருவரும் வந்து வழியனுப்பினார்கள். திரும்பி வரும்போதும் ஸ்டேஷனில் வந்து அழைத்துப் போனார்கள். பாவம், அம்மாவுக்கு, நான் உண்டாயிருப்பதில் ஏக அக்கியானம். வரும் வழியில் புனாவில் இறங்கிவிட்டு வரலாமா என்றுகூட நினைத்தேன். அப்புறம் வேண்டாமென்று நேரேயே வந்துவிட்டேன். இன்னும் மூன்று நாள்

பொறுத்துக்கொள்ளுங்கள்; வந்து சேருகிறேன். உங்களுக்கென்று ரொம்ப ஒஸ்தியாய் இரண்டு ஸூட்டுக்கும் கோட்டுக்கும் துணியெடுத்திருக்கிறார் நம்ம கிருஷ்ணன். ஆஸ்திரேலியக் கம்பளியும் காஷ்மீரத்துப் போர்வைகளும் வாங்கினோம். நானும் நிறையத் துணிமணிகள் எடுத்துக்கொண்டேன், புதிதாய். அப்புறம் இன்னுமொரு முக்கியமான விஷயம்; புனாவை விட்டு ரயில் கிளம்பியபோது கூட்டத்தில் உங்கள் அண்ணா மாதிரியிருந்த ஒருவரைப் பார்த்தேன். ரயிலோ ஓடுகிறது; எனக்குத் 'திக்'கென்றது; ஏதாவது எழுதினாரா உங்களுக்கு? திங்களன்று கிளம்பி வந்து சேர்கிறேன். நமஸ்காரம்.

இப்படிக்கு,
அடியாள் ராதை.

o

ராஸ்தாஸ்பேட்,
புனா, 13–10–57.

ஸௌபாக்கியவதி ராதைக்கு,

அநேக ஆசீர்வாதம். உன் அண்ணனுக்கோ அம்மாவுக்கோ எழுதாமல் உனக்கே நேரில் முதல் தடவையாக எழுதுகிறேன். அவர்களுக்கெழுத உரிமையில்லை யெனக்கு; உனக்கு எழுதும் உரிமை உண்டா என்று தெரிந்துகொள்ளவும், உண்டானால் அது நிலைத்திருக்க விரும்பியும் இதை எழுதுகிறேன்.

பம்பாயிலிருந்து, எனக்குத் தெரிந்த ஒருவர், நீ பம்பாய் வந்திருப்பதாக எழுதினார். வேறென்னவெல்லாமோ எழுதி விட்டார் அவர்; அறிவில்லாதவர்! அதோடு நீ ரயிலில் வருவதாக டெலிபோனும் செய்துவிட்டார், கர்ம சிரத்தையாக! நானும் நேரில் உன்னைப் பார்க்க வந்தேன். ஆனால், தயங்கித் தயங்கிப் புறப்பட்டேன்; தயங்கித் தயங்கி வந்தேன்; ஸ்டேஷனுக்கே தாமதமாகத்தான் வந்து சேர்ந்தேன். உள்ளே வரத் தயங்கினேன். ரயில் கிளம்பிவிட்டது; நல்லதாயிற்று என்று நின்றுவிட்டேன். ஆனால், நகரும் வண்டியில் முதல் வகுப்பில் உன்னைப் பார்த்தேன். நீ என்னைப் பார்த்திருக்க முடியாதென்றுதான் நினைக்கிறேன். உனக்குப் பக்கத்தில் யாரோ வடக்கத்திப் பெண்கள் உட்கார்ந்திருப்பதையும் பார்த்தேன். நிற்க.

என் தம்பியை நாங்கள் ரொம்ப அருமையாய் வளர்த்தோம். சூதுவாது தெரியாதவன் அவன். நீ அடிக்கடி ஊருக்குப் போய்விடுவதாக அலுத்துக்கொண்டு புகார் செய்தான் ஒருநாள். 'அனுப்பாமல் இரேன்' என்று அழுத்திச் சொன்னேன்;

உன் விருப்பத்திற்கு மாறாக நடக்க முடியவில்லையென்று கண்ணால் ஜலம் விட்டான். நீயும் அவனைக் கண்போலத்தான் பார்த்துக்கொள்கிறாய்; எனக்கு ரொம்ப நிம்மதியும் சந்தோஷமும் உண்டு இதில். உன் கையால் சாப்பிட்டுத் தம்பி உடம்பு நன்றாயிருக்கிறதென்று, என் வீட்டுக்காரி பூரித்துப் போகிறாள் அடிக்கடி. எது எப்படியிருந்தாலும் இருக்கட்டும்; எல்லோருடைய நன்மையையும் உத்தேசித்து ஒரே வார்த்தை சொல்கிறேன் உனக்கு. நீ உடனே புறப்பட்டுப் பெங்களூர் போய்ச் சேரவேண்டும். இனிமேல் நீ சென்னைக்கு எக்காரணம் கொண்டும் போகக் கூடாது. வளைகாப்பு, சீமந்தம், அதற்கப்புறம் எல்லாம் இங்கேயே நாங்கள் செய்து மகிழ விரும்புகிறோம். உங்கள் மனுஷ்யாள் தாராளமாக இங்கே வரட்டும்; இதை நான் ரொம்ப தூரம் ஆலோசித்த பிறகே எழுதுகிறேன்.

என் தம்பிக்கு உனது இந்த பம்பாய்ப் பிரயாணமோ மற்றதோ தெரியவே தெரியாது; நான் சொல்லப் போவதுமில்லை. இந்தச் சந்தர்ப்பத்தில் ஒரே ஒரு விஷயத்தை மட்டும் சொல்லிவிட்டு இந்தக் கடிதத்தை முடித்துவிடுகிறேன். என் தம்பியின் கல்யாணத்திற் காக நாங்கள் உன் ஊருக்குக் கிளம்பிக்கொண்டிருந்தபோது, உங்கள் உறவினர்கள் என்று அறிமுகப்படுத்திக்கொண்டு சிலர் எழுதிய கடிதங்கள் வந்தன எனக்கு. ரொம்ப மட்டமான கடிதங்கள்; கெடுதலான கடிதங்கள். சுருக்கமாகச் சொன்னால், உன்னையும் உன் தமக்கையையும் பற்றி நினைக்கவும் கூசும் பல அவதூறுகளை எழுதியிருந்தார்கள். நான் அதை யாரிடமும் பிரஸ்தாபிக்காமல் புழுங்கிப் புழுங்கி யோசித்தேன்; திரும்பத் திரும்ப உன் முகத்தையும் கண்ணையும் லக்ஷ்மி களையையும் மற்றதையும் நினைத்து நினைத்து ஒரு முடிவுக்கு வந்தேன். என் தம்பியைவிட நானே அதிகமாய் ஈடுபட்டேன் உன் அழகில். நீ என் தம்பிக்காகவே பிறந்தவள்; என் குடும்பத்தின் லக்ஷ்மி நீதான் என்று உறுதி செய்துகொண்டேன்; கல்யாணத்திற்குப் பிறகு தம்பிக்கும் பூனாவிலேயே உத்தியோகம் பண்ணி வைத்துக் கூடவே வைத்துக்கொள்ள வேண்டும். எக்காரணம் பற்றியும் உன்னை ஊருக்கே அனுப்பாமலும் இருக்க வேண்டுமென்று தீர்மானித்துக்கொண்டேன்; கல்யாணமும் ஆயிற்று; ஆனால், ஈசுவரன் தம்பிக்குப் பெங்களூரில் போட்டுவிட்டான் வயிற்றுப் பிழைப்பை; ஊமைக்கனவாகத் தவித்துக்கொண்டிருந்தேன்; என் தம்பியின் மனநிம்மதியும் இன்பவாழ்க்கையும்தான் எனக்குக் கோடி கோடிச் செல்வம்; ஆகவே, அது குலையாதிருக்க வேண்டி இதுவரையில் ஊமையாகவே இருந்து தவித்தேன்; இனிமேலும் தவிக்கமுடியாது; அதனால்தான் இதை எழுதினேன்; இந்த விவரங்கள் என்னைத் தவிர வேறு யாருக்குமே இதுவரை தெரியாது;

இனிமேலும் தெரியாது; இது சத்தியம். உடனே புறப்பட்டுப் பெங்களூர் போய்ச் சேர்ந்து எனக்கும் கடிதம் எழுது. உனக்கு ஸர்வக்ஷேமமும் ஸௌபாக்கியமும் வளரும். என் குடும்பம் வாழும். வேணும் ஆசீர்வாதம்.

இப்படிக்கு,
அன்புள்ள
உன் புருஷனுக்கு அண்ணா.

o

கோபாலபுரம்,
மதராஸ், 15—10—57.

அன்புள்ள பர்த்தாவுக்கு அநேக நமஸ்காரம்; நான் முந்தாநாள் எழுதியது போலத் திங்கள்வரை இங்கிருக்கவில்லை; இன்றே புறப்பட்டு வந்து சேர்கிறேன்; எனக்கு இருப்பாய் இல்லை இங்கே. மனிதர்களைவிட நாளா பெரிசு? இன்னுமொரு முக்கியமான விஷயம்; மதனிக்கு ஒரு பட்டுப்புடவையும் அண்ணாவுக்கு சோமன் ஜோடியும் கொண்டுவருகிறேன்; உடனே லீவ் எடுத்துக்கொண்டு பெங்களூருக்கு வரும்படி அவருக்குக் கடிதம் எழுதுங்கள். அண்ணாவும் மதனியும் உங்களுக்குத் தந்தையும் தாயும் என்கிறீர்கள்; எனக்கோ அவர்கள் தெய்வங்கள். அறியாமையால் இதுவரை அவர்களைப் புரிந்துகொள்ளாதிருந்த என்னை மன்னிக்கவும்.

வேணும் நமஸ்காரம்.
இப்படிக்கு
என்றும்
உங்கள் அடியாள் ராதை.

*சுதேசமித்திரன்*: நவம்பர் 3, 1957
புதிய கதை

●

# பிரதாப முதலியார்

"கண்ணெல்லாம் எரிகிறது; இடுப்பு வலிக்கிறது; கையில் சீட்டையே பிடிக்க முடியவில்லை; எனக்கு இதுதான் கடைசி ஆட்டம்; என்ன இழவுடா இது? நாள் கணக்காய்க் குளிக்காமல் முழுகாமல் . . . சீச்சீ . . . வீட்டுக்குப் போய்க் குளித்து உடையும் மாற்றிக்கொண்டுதான் மறுக்காரியம் பார்க்க வேண்டும் . . . என்று அலுத்துக்கொண்டார் ஒருவர்.

'ஆமாம் ஆமாம்; நல்ல மிச்சம்; கிளம்ப வேண்டியதுதான்' என்றார் இன்னொருவர்.

'பெரிய மிச்சம்; எத்தனையோ நாளைக்கு வெறுங்கையோடு போயிருக்கிறேனே, அன்றைக் கெல்லாம் . . .' இது எழுந்து போக விரும்புகிறவரின் முறையீடு.

'அது சரிதானே சார்; விடிய விடிய இதே வேலையா . . . கண் பூத்துப் போகிறது; ஆடுதன், கிளாவராத் தெரியுது . . .' இவரும் போக விரும்புகிறவர் கோஷ்டிபோலிருக்கிறது. இவருக்கும் ஏதாவது மிச்சம் இருக்கலாம்.

'வீட்டு ஞாபகம்கூட வருகிறதா? வரும் வரும்; கை ஏறிப்போச்சு; உம், போங்க் போங்க' என்றார் பிரதாப முதலியார். அவர் ஓர் அரசாங்க உத்யோகஸ்தர்; சீட்டாட்டத்தில் பணம் தோற்பதற்குப் பெயர் போனவர், அழாததுபோலப் பேசுவார்; ஆனால், குரலும் முகமும் அழுது வடியும்.

‘முதலியாருக்கென்னய்யா ? நோட்டே அச்சடிக்கிறாள்போல் இருக்கிறது. பணம் தண்ணீர் பட்ட பாடு அவருக்கு . . .’ என்றார் ஒருவர்.

‘பெரிய பணம் . . . எத்தனையோ ரூபாயைப் பார்த்தாச்சுய்யா . . . என்றார் பிரதாப முதலியார்.

ஏழெட்டுப் பேர் ஆடுகிறார்கள்; எல்லோருக்குமே கண் தூக்கக் கலக்கம். புகையும் புகையிலையும் தருகின்ற விறுவிறுப்பில் ஆடிக்கொண்டிருந்தார்கள். தொடர்ந்து இரவு பகலாய் இரண்டு நாட்கள் நடந்திருக்கிறது ஆட்டம்; கிண்டலும் கேலியும் நிறைந்த பேச்சுக்களுக்கிடையில், பணத்தைத் தோற்றவர்களின் பொருமலும் புகைச்சலும், ஜெயித்தவர்களுடைய பெருமிதமும் தொனிக்காமலா இருக்கும் ? பேச்சு தடித்தால், கடுமையும் வரும், கண்டிப்பும் வரும்; ஆனால், நல்லவேளை; ஆட்டம் நடக்கும் இடம் ‘டவுன் கிளப்’பாக இருந்ததால், பிரளயம் தட்டாமல் பேச்சு வார்த்தையோடு நின்றது.

மாதம் பிறந்து இன்னும் ஒரு வாரம் முடியவில்லை; டவுன் கிளப்பில் இரவு பகலாகச் சீட்டாட்டம் அமர்க்களப்படுகிறது. ‘சமூகத்தின் மேடு பள்ளங்களை நிரவும் ஒரு நல்ல நவீன ஸ்தாபனம், இந்தக் கிளப் வாழ்க்கை’ என்று யாரோ ஒரு மேதை சொன்னதாக ஞாபகம்; ஆனால், எங்கள் கிளப்பில் அப்படி யெல்லாம் ஒன்றும் அற்புதம் நிகழ்ந்துவிடவில்லை; சூதாட்டத்தைச் சட்டபூர்வமாகச் செய்யும் ஸ்தாபனமாக விளங்கிப் பலபேரை வசீகரித்திருந்தது எங்கள் டவுன் கிளப்.

நஷ்டம் வந்தால் தாங்கமாட்டாத கைகளையும் நல்ல பணக்காரர்களையும் ஒன்றாய்ச் சீட்டாட வைத்தது அந்த நிரவல் லக்ஷ்யம்தான் என்று உறுதியாய்க் கூற முடியுமோ முடியாதோ ? இரவு பகலாக அங்கே கூடும் கூட்டத்தில் ஏழைகளும் உண்டு. ஒருநாள் ஆட்டத்தில், பத்தும், இருபதும், நாற்பதும் இழக்கும் வாய்ப்பை எல்லார்க்கும் தந்து அழைத்தது அந்தக் கிளப். தன்னையும் தருமபுத்திரரையும் பற்றி நிறையக் காவியங்கள் செய்த பரம்பரையல்லவா ? தயங்காமல் நடத்தி வருகிறது ஆட்டத்தை.

ஒரு ஞாயிற்றுக்கிழமை; மாலை மணி மூன்று; முதல் நாள் சனிக்கிழமை பகலில் தொடங்கிய ஆட்டம், இன்னும் ஓயவில்லை. அந்த நிலையில்தான் சிலர் போக விரும்புவதும் சிலர் மறுப்பதுமாய்ப் பேச்சு வார்த்தைகள் வளர்ந்தன.

‘இன்றைக்காவது வேளையிலே போய்ச் சாப்பிட்டுப் படுக்கவேண்டும்; நாளைக்கு ஏக வேலை கிடக்கிறது’ என்றார் ஒருவர்.

'பெரிய வேலை; பெண்சாதி கோபித்துக்கொள்வாள் என்று உண்மையைச் சொல்லேன்' என்றார் பிரதாப முதலியார்.

'ஆமாமய்யா, நான் என் பெண்சாதியிடம் தோப்புக்கரணம் போடும்போது, இவருதான் எண்ணிச் சொல்லுவாரு' என்றார் முன்னவர்.

'அடே, ஏனய்யா வளவளன்னு, எல்லாம் வீட்டுக்கு வீடு வாசப்படிதான்' இது ஒரு குரல்.

'முதலியாரைப்போல நம்மாலே வீட்டை மறக்க முடியுமா, ஸார்?'

'என்னய்யா? மெதுவாய் ஊசி ஏத்துகிறீரே?'

'பொய்யா சொல்கிறேன்? மூணு நாளாச்சு, நீங்க வீட்டுக்குப் போய்...'

'முதலியார் வீட்டில் அவங்க ஒண்ணும் சொல்லமாட்டாங்க போலிருக்கிறது?'

முதலியார் கனைத்துச் சிரித்தார். 'மூச்சுப் பரியலாமா? பொம்புள்ளைன்னா அடங்கி ஒடுங்கி...'

'அதற்காக இப்படிக் காசைத் தொலைத்தால்... அது ரொம்ப அநியாயம் ஸார்... நானும் இரண்டு நாளாய்ப் பார்க்கிறேன். எத்தனை காசைத் தொலைச்சிருக்கீங்க..!'

முதலியார் முகம் சுண்டிற்று; கூட்டி விழுங்கினார்; வார்த்தை வர நேரமாய்விட்டது; 'ஆமாம், பெரிய்ய காசு; வெள்ளிக்கிழமை வந்தவன் நான் கிளப்புக்கு. அண்ணிக்கு அதிக நஷ்டமில்லை. பதினைந்து ரூபாய் தொலைஞ்சுது; நேற்று அறுபது; இன்று நாற்பது ஆய்விட்டது; இப்பொழுது எடுத்திருப்பது ஐந்தாவது பத்து ரூபா நோட்டு; இன்னிக் கணக்கு இது; அதற்காக என்ன, உயிரையா விடுவான் மனுசன்? எத்தனையோ தோத்தாச்சு, ஜயிச்சுமாச்சு; போய்யா, ஆம்புள்ளை சிங்கம்; சம்பாதிக்கத் திராணியா இல்லை?' இப்படிப் பேசி நிமிரப் பார்த்தார் பிரதாப முதலியார். முகம் நிமிர்ந்ததே தவிர, குரல் நிமிரவில்லை. வார்த்தைகளில் சத்தே இல்லாமல் சப்பிட்டுவிட்டிருந்தது அவர் பேச்சு.

'ரொம்ப அநியாயம் மிஸ்டர் முதலியார்; நான் சொல்லக் கூடாது; நானும் ஒரு சூதாடிதான்; இருந்தாலும் இப்படி ஒரே மூச்சில்' என்றார் ஒருவர்.

'தம்பி, யாரு, நீயா பேசுவது? அடே வாய்யா, எத்தனை நாளா இந்த உபதேசக் காண்டம்...' பிரதாப முதலியார் சிரிக்கச் சிரிக்க இதைச் சொல்வதாக நடித்தார்; நடிப்புப் பலிக்கவில்லை.

மாலை நகர்ந்து இரவு தோன்றி வளர்ந்துகொண்டிருந்தது. யார் யாரோ போனார்கள்; புதிதாய் யார் யாரோ வந்தார்கள். முதலியார் எழுந்திருக்கவேயில்லை. முன்போலப் பேசவில்லை; சோர்ந்து சுண்டி அசைந்துகொண்டே சீட்டாடிக்கொண்டிருந்தார். ஆடும் களத்தில் ஒரே புகை மயம்; புகையிலை மயம். சுற்றிலும் ஒரே குப்பை; சிகரெட் பீடித் துண்டுகள் புகைந்து கொண்டிருந்தன; ஆடுகிறவர்களில் எல்லோருடைய கண்ணும் பூப்பறக்கிறது; வெளியே ஒரே கும்மிருட்டு; இடியும் மின்னலும் தூற்றலுமாயிருந்தது, மின்சாரம்கூட ஒருமுறை நின்று ஒருகணம் கழித்து வந்தது. ஒருவருக்காவது பேசத் தெம்பில்லை; ஒரே அமைதி; யாரும் நிமிர்ந்துகூடப் பார்க்கவில்லை; சீட்டும் கையுமாய்க் குனிந்த தலை நிமிராமல் ஏழெட்டுக் குடும்பஸ்தர்கள் காசையும் பணத்தையும் எறிந்துகொண்டிருந்தார்கள்.

அமைதியைக் குலைத்துக்கொண்டு, யாரோ வேகமாய் நடந்துவருவது போலிருந்தது. நீண்டு ஒலித்த ஒரு முக்கலும், சீறும் ஒரு பெருமூச்சும் கேட்டன. நிமிர்ந்து பார்த்தார்கள். ஒரு பெண்மணி; முப்பது வயதிருக்கும்; ஒடிந்துவிழும் சிவப்பான உடல். கலங்கிய கண்கள். கன்னம் ஒட்டாத அழகிய நீண்ட முகம். புருவங்கள் சுழிந்து, சுருங்கியிருந்த அவளுடைய நெற்றிமேட்டில் கோபம் கனிந்துகொண்டிருந்தது. காதில் நகையில்லை; ஒரு மூக்குப் பொட்டு; இன்னொரு மூக்கில் சூன்யமான பொட்டுத் துளை, கழுத்திலும் கைகளிலும் நகைத் தழும்புதான் தெரிந்தது. ஏழ்மையைக் காட்டாத ஒரு புடவை. எல்லோரும் பார்த்துக்கொண்டேயிருந்தார்கள். ஒருவருக்கும் ஒன்றும் புரியவில்லை; பேசவும் வரவில்லை.

ஏதோ விகாரமாகக் கூச்சலிட்டுக்கொண்டு, ஆவேசம் வந்தவர்போல் எழுந்தார் பிரதாப முதலியார். நிற்க முடியாமல் தள்ளாடி, தடாலென்று உட்கார்ந்துவிட்டார். அரைகுறையாய் ஒருவாறு விஷயம் விளங்க ஆரம்பித்தது எங்களுக்கு. இதற்குள் அந்தப் பெண்மணி பேசினாள்;

'ஐயா, நீங்களெல்லாம் கௌரவப்பட்ட மனிதர்கள்தானா? இப்படி என் குடியைக் கெடுக்கலாமா? ஆனால், உங்களிடம் நான் பேசுவதே சரியில்லை, 'ஐயா, யஜமானரே, நீங்கள் தந்த குழந்தை வீட்டில் கிடக்கிறது; இனிமேல் கடன்காரர்களுக்குப் பதில் சொல்லிக்கொண்டு வீட்டில் காலம் தள்ள முடியாது; ஆறோ, குளமோ தேடிக்கொள்கிறேன். இந்தாருங்கள் நீங்கள் கட்டிய தாலி' என்று சொல்லிக்கொண்டே, படக்கென்று அறுத்து முதலியாரின் காலடியில் எறிந்துவிட்டு, ஓடினாள் அவள்; திடீரென்று மின்சாரமும் நின்றது; உடனே வரவும் இல்லை.

பக்கத்தில் பெரிய இரட்டைக் குளம்; அலைமோதிக் கரையில் வழிகிறது; ஆற்றிலும் வெள்ளம்.

முதலியார் கல்லாய்ச் சமைந்து கிடந்தார். கூட்டத்தில் ஒருவர் சைக்கிளில் பறந்தார்; அந்த அம்மாளை வளைத்து மறித்து நமஸ்காரம் பண்ணிச் சமாதானப்படுத்தி அழைத்து வந்தார்; எல்லோருமாகச் சேர்ந்து நூறு ரூபாய் சேர்த்தார்கள். பிரதாப முதலியாரிடம் தந்து, வீட்டுக்கனுப்ப நினைத்தார்கள். அவரோ பிணம்போல் வெளிறிக் கிடந்தார்; சொல்வதற்கெல்லாம் பேசாமல் இருந்தார். அவருடைய கண்ணும் மனமும் ரூபாயை விழுங்கின. கையும் வாயும் போலி கௌரவம் காட்டி, அசடு வழிந்தன. இரவோ விடிந்துகொண்டிருந்தது. கிழக்கு வெளுத்து ஊர் விழித்துக்கொள்வதற்குள், இந்த நாடகத்தை முடிக்க வேண்டுமே என்று பறந்தார்கள். எல்லோரும் சிரமப்பட்டு, அம்மாளையும் முதலியாரையும் வீட்டில் கொண்டுபோய் விட்டார்கள்.

*சுதேசமித்திரன்*: அக்டோபர் 26, 1958

புதிய கதை

•

## மங்கள ஸ்னானம்

வடக்கே துங்கபத்திரையாற்றிற்கும் அப்பாலிருந்து தெற்கே குமரிமுனைவரை, எங்கும் விஜய நகரத்தின் வெற்றிக் கொடி பறக்கிறது; இப்படிப்பட்ட ஒரு பேரரசின் சக்கரவர்த்தியாயிருந்தும் கிருஷ்ண தேவராயர் மனத்தில் நிம்மதி இல்லை. தன் குடையின்கீழ் வந்த அனைவரையும் ஒரு குறையும் இல்லாமல் வாழ்வித்த மன்னர் மன்னவனது மனத்தில் தீராத குறை. அன்பின் ஈரமும், அருளின் ஈரமும் கசிந்த அவருடைய உள்ளத்தில் இன்பத்தின் ஈரக் கசிவே இல்லை. வீரச்செயல்களும், தீரமான பெரும் போர்களும் செய்து புகழ்பெற்றவர், தன் மனத்தைத் தேற்றிக்கொள்ளச் சக்தி இல்லாமல் குன்றிக்குன்றிக் குமைந்தார்.

நல்ல வாலிபம்; இருபத்தைந்து வயதிற்குள் இத்தனை பேரும் புகழும் பெற்றிருக்கிறார்; தெய்வத்தின் துணையும் குருமார்களின் துணையும், நுண்ணறிவே உருவான மந்திரி திம்மரசுவின் துணையும் சேர்ந்து ராஜ்யத்தைப் பெருக்கின; புராதனமான மதத்தையும் பண்பாட்டையும் காத்து அது பேரரசாக வளர்ந்தது. தேன்போன்ற தெலுங்கு மொழியில் திறமை மிக்க கவிஞர்கள் தோன்றினர். தமிழ் வளர்ந்தது. கன்னடம் கவின்பெற்றது. வேத சாஸ்திரங்கள் தழைத்தன. சிற்பக்கலை சிறப்புறத் தென்னாடெங்கும் வானளாவிய கோபுரங்கள் எழுந்தன; சேர சோழ பாண்டிய நாடுகள் விஜய நகரத்தின் தண்ணிழலில் தம்பண்டைப் பெருமைகளை

மீண்டும் பெற்றுயர்ந்தன. எங்கும் கிருஷ்ண தேவராயருடைய புகழ் பாடப்பட்டது. இவ்வளவிருந்தும் அவர் மனத்தில் தீராத பெரிய குறை. எப்பொழுதாவது கிடைக்கும் அற்ப அவகாசத்தையும்கூட நிம்மதியாகக் கழிக்க முடியாமல் இளைப்பாறி இன்பமாய்ப் பொழுதுபோக்க முடியாமல் வேதனைப்பட்டுப் புழுங்கினார்.

மன்னரின் அந்தத் தவிப்பை மந்திரி திம்மரசு நன்கு அறிவார். அதன் பொருட்டு, அவருக்கு மன்னரையும்விட அதிகமான துயரமும் கவலையும் உண்டு. அவரும் அதை நினைத்து நினைத்துப் பொருமினார். இந்நிலையை மாற்றி, இன்பமளிக்க வேண்டுமென்ற எண்ணத்தை அவர் தூக்கத்திலும் மறந்தவரல்லர். இப்படி நேர்ந்த காரணத்தை நினைக்கவே அருவருப்பாயிருந்தது இருவருக்கும்.

தனக்குக் கப்பம் கட்டும் சிற்றரசனாகிய கஜபதி வேந்தன் மகளான துகாம்பாளின் அழகையும், கல்வித் தேர்ச்சியையும், கலைத் திறமையையும் கேள்விப்பட்ட கிருஷ்ணதேவர், தானே கேட்டு மணந்துகொண்டார் அந்த ராஜகுமாரியை; ஆனால், அவள் அடையவிருந்த பெருவாழ்வை, அவளுடைய தாயே பாழாக்கிவிட்டாள். பொய்யான ஜாதி கௌரவம் ஒரு ராஜகுமாரியின் வாழ்வைப் பாழ்ப்படுத்தியதோடு, சக்கரவர்த்தியின் மன அமைதியையும் குலைத்துவிட்டது. திருமணத்தன்று இரவில் நிகழ்ந்ததை நினைத்தால் . . .

இன்பமயமான நினைவுகளுடன் தன்னை அணைந்து கொள்ள அணுகிய கணவனை – மன்னர்மன்னவனான கணவனைக் கத்திகளால் குத்திக் குதறவிருந்த ஒரு பெண்ணை நினைத்தால், குலைநடுங்குகிறது; அருவருப்பு அயர்த்துகிறது.

அன்று அந்தக் கணத்தில் மன்னர் தன் உடம்பைப் பலவாறு நெளித்துக்கொண்டு, கட்டிலின் மேலிருந்து சிங்கக்குட்டி போலத் துள்ளிக் குதிக்காமல் இருந்திருந்தால், என்ன ஆகியிருக்கும்! ஆயினும், அந்த ராஜகுமாரியை மன்னித்து அகற்றிவிட்டார் மன்னர்; தன் தலை மண்ணில் உருளப்போவதை அறிந்து பதறிய அந்தப் பெண், மன்னிக்கப்பட்டாளே தவிர, அவள் மனம் துடித்துத் துடித்து உடைந்தது.

அவள் தன் பிறந்த வீட்டிற்கும் செல்லவில்லை. விலங்குகள் வாழும் வனத்திடையே வாழ்கிறாள். தனது விதியை நொந்துகொண்டும், பாழ்த்துப்போன தன் எழில்மேனியைச் சிதைத்துக்கொண்டும் இருக்கிறாள்; பாறைகளும் உருகும்படி சோகக்கவிதை பாடிக்கொண்டு காலம் கழிக்கிறாள். வழிப்போக்கர் களும் வேறு சிலரும் வந்து இதையெல்லாம் சொன்னபோது, மந்திரி மிகவும் துயருற்றார். பெற்ற தாயே தன் மகளுக்குப் பகையாகிவிட்டாளே!

கிருஷ்ண தேவராயர் வெற்றிக்கு மேல் வெற்றி பெற்று விளங்குவதைக் கண்டு பொறுக்காத தாயாதிகளில் சிலர், கஜபதியரசனின் மனைவியைக் கலைத்துத் துர்ப்புத்தி கொளுத்தி விட்டார்கள். 'தனது ராஜ்யம் நிலைப்பதற்காகவே, தன் மகளை மணம் செய்துதரச் சம்மதித்துவிட்டான் அரசன். ஆனால், கிருஷ்ண தேவராயன் என்னதான் சக்கரவர்த்தியாகிவிட்டாலும், ஜாதியின் குறைவு மறைந்துவிடுமா? திமிர் பிடித்து ஜாதி குலங்களையும் கெடுக்கத் துணிந்துவிட்ட அவனைக் கொன்று பழிதீர்க்க வேண்டும் என்று அவளைக் கிளப்பிவிட்டனர். பெண் புத்தி, அதை உறுதியாய்ப் பிடித்துக்கொண்டுவிட்டது.

அரசர் குலத்து வழக்கப்படி, ரத்தினங்கள் பதித்த வாளுக்கு மாலையிட்டு மணம் நிகழ்ந்தது. திருமணத்தன்று இரவில் மணமகளை அலங்காரம் செய்தபோது, அவளுடைய இடுப்பைச் சுற்றி ஒட்டியாணம் அணிவித்தபின், அதன் மீது வில் வைத்த சில சுருள் கத்திகளை மெல்லிய நூலால் இணைத்துக் கட்டினார்கள்.

'இவை எதற்கு' என்று ஆச்சரியப்பட்டாள் ராஜகுமாரி.

'இது அரசர் குலத்து வழக்கம்! காலையில் நீ வாளுக்குத்தானே மாலையிட்டாய், நினைவில்லையா?' என்றாள் தாய்.

பெண்ணை அனுப்பினார்கள். அணையவந்த அழகனது எழிலில் ஈடுபட்டு, மணப்பெண் அந்தச் சுருள் கத்திகளை மறந்துநின்றாளோ என்னவோ? கைப்பட்டு அழுத்தியதும் பல் நெகிழ்ந்து, பளபளவென்று பாம்புகளைப்போலக் கிளம்பின, உயிரைக் குடிக்கும் கத்திகள். லாகவமாய் நெளிந்து கொடுத்துத் துள்ளிக்குதித்தார் மன்னர். ராஜகுமாரிக்கு அப்பொழுதுதான் விவரம் விளங்கியிருக்க வேண்டும். 'என்னை, என் தாயாரே, இத்தகைய பழிக்கும் பாபத்திற்கும் ஆளாக்கத் துணிந்தாளே...' என்று கதறினாள்.

'பெண்மதியின் பெரும் பிழை; மன்னிக்க வேண்டும்' என்று வேண்டிக்கொண்டாள் கஜபதியும். மன்னரும் தயை காட்டி, அவளைச் சும்மா விட்டார்.

காலம் சிறிது ஓடிற்று. நாட்டின் மதவிரோதிகளின் கை ஓங்காமலிருக்க எவ்வளவோ பாடுபட்டனர், மன்னரும் மந்திரியும். வெற்றிக்குமேல் வெற்றியும் பெற்றனர். இருந்தாலும், இருவருடைய மனத்தையும் இந்தக் குறை அரித்துத் தின்றுகொண்டிருந்தது.

உத்கல நாட்டரசன் பகைவருடன் சேர்ந்துகொண்டு, சிறு தொந்தரவுகள் கொடுத்தான். அடிக்கடி; அவனை அடக்கி ஒடுக்க வேண்டிய அவசியம் எழுந்தது. படையெடுத்துப்போய் நாலே நாழிகைக்குள் அவனுடைய நாட்டைப் பிடித்துவிட்டார்,

கிருஷ்ணதேவராயர். மந்திரி திம்மரசு, மிகவும் கவனத்தோடு போர் செய்து, அந்தச் சிறு மன்னனுக்கு எந்தவிதமான நஷ்டமும், அழிவும் இல்லாமலேயே இதைச் செய்து முடித்துவிட்டார். அந்தச் சிற்றரசன் கையெடுத்துக் கும்பிட்டுக்கொண்டே வந்து, சரணடைந்து மன்னிப்புக் கோரினான். 'என்றென்றும் அடிமையாய் இருப்பேன்; கிருபை செய்யவேண்டும்' என்றான்.

அப்போது மந்திரி திம்மரசு, 'அரசே, உங்களை அடிமைப் படுத்தும் நோக்கம், எங்களுக்குச் சிறிதும் இல்லை. எங்கள் அரசரையே அடிமைப்படுத்தும் ஒரு வேண்டுகோள் உண்டு; மனமுவந்து அதை நிறைவேற்றுங்கள்' என்றார்.

உத்கல வேந்தன் புரிந்துகொண்டு சிரித்தான்; 'இரட்டிப்பு மகிழ்ச்சி' என்றான். அழகான மகள் இருந்தாள் அவ்வேந்தனுக்கு. அங்கேயே நிச்சயத்தாம்பூலம் செய்துகொண்டனர். 'எல்லா ஏற்பாடுகளையும் மிகுந்த ஜாக்கிரதையுடன் செய்யுங்கள். அந்தப்புரத்து ஸ்திரீகளுக்கு யாவற்றையும் எடுத்துக் கூறி, வம்பு வதந்திகளுக்குச் செவி சாய்க்காமல் இருக்கச் செய்யுங்கள். அரசே, ஊர்வாய்க்கு ஒழுங்குமுறைகள் இல்லை. கண்டதைப் பேசும் அது. ஜாக்கிரதை' என்று எச்சரித்தார் திம்மரசு.

ராஜமஹேந்திரபுரத்தில் ஆடம்பரமான திருமண ஏற்பாடுகள் செய்தான் அந்தச் சிற்றரசன். எல்லா நாட்டு மன்னர்களும் வந்து கூடிவிட்டனர். மந்திரி திம்மரசின் கட்டளைப்படி, முன்கூட்டியே ஒற்றர் பலர் விழிப்போடு கவனித்து வந்தனர், யாவற்றையும்.

உத்கல வேந்தனுடைய மகளான ஹம்ஸவல்லி, ஓர் ஒப்பற்ற அழகி. ஆனால், அறிவு வளரும் வாய்ப்பே இல்லாமல், அந்தப்புரத்திற்குள்ளேயே வளர்ந்தவள். ராஜ்யத்தைக் காப்பதை விட, நம் பெண் குலத்தின் கற்பையும் கௌரவத்தையும் காப்பது சிரமமாக இருந்த காலம். ஆகவே, பெரிய கோட்டைகளும் மதில்களும் சூழச் சூரியனைக்கூடக் காணாமல் வாழ்ந்தனர், அரசர் குலப் பெண்கள். அந்நிலையில் அரசியர், ராஜகுமாரிகளின் அறிவு குறுகிவிடுவது இயல்புதானே?

உத்கல நாட்டரசன் தானே நேரில் சென்று, இந்தத் திருமணச் செய்தியைச் சொல்லியிருந்தான். கிருஷ்ணதேவருடைய பெருமை களை எடுத்துக் கூறி, இந்தச் சம்பந்தம் தங்களுக்குக் கிடைப்பதே மிகவும் பெருமைப்படத்தக்கது என்றெல்லாம் சொல்லியிருந்தான். எனினும், அங்கே பெண்மையின் பிழைகள், விபரீதமான சூழ்நிலையை உண்டாக்கி வைத்தன. ஹம்ஸவல்லியின் மனத்தைக் குழப்பிவிட்டார்கள், எல்லோருமாகச் சேர்ந்து. ஒரு வயது

முதிர்ந்த பணிப்பெண், அபார அக்கறையுடன் ஆதியோடந்தமாக எடுத்துரைத்து, 'கஜபதி மகளின் கதி என்ன ஆயிற்று? இந்தக் கிருஷ்ண தேவரோடு வாழ்வதைவிட வன விலங்குகளோடு வாழலாம் என்று நினைத்துக் காட்டில் இருக்கிறாள்' என்று வத்தி வைத்தாள். அந்தக் கதை அந்தப்புரத்திற்குள் கையும் காலும் சிறகும் வாலும்கூட முளைத்து, இவ்வித விசித்திர உருவெடுத்துவிட்டது.

'துங்கபத்திரை நதிக்கரையிலுள்ள ஒரு பூதம், திம்மரசுவையும், கிருஷ்ண தேவரையும் விழுங்கி ஏப்பம் விட்டுவிட்டது. பல வருடங்களுக்குமுன்பே.யாரோ ஒரு அரண்மனை வேலைக்காரியின் கணவன் ஒரு பெரிய மந்திரவாதியாம்; அவன் அந்தப் பூதத்தை அடக்கி வைத்துவிட்டானாம். பிறகுதான் திம்மரசுபோல வேஷம் போட்டுக்கொண்டிருக்கிறான். அவளுடைய மகன் கிருஷ்ண தேவராயர்போல நடிக்கிறான். அவர்கள் பெறும் வெற்றிக்கெல்லாம் காரணம் வீரமும், தீரமுமல்ல. பெரிய வேதாளம் ஒன்றும் குட்டி வேதாளம் ஒன்றும் இவர்களிடம் இருக்கின்றன. அந்த வேதாளங்களின் கூத்துத்தான் இதெல்லாம். அடிக்கடி அந்த வேதாளங்களுக்கு அழகான ஒரு பருவப் பெண்ணை வெட்டிப் பலி கொடுக்க வேண்டுமாம். மூன்று நாட்களுக்கு அந்தக் கிருஷ்ண தேவ வேஷக்காரனோடு கூடி வாழ்ந்த பிறகு, நான்காம் நாள் நடக்குமாம், பலியும், பூஜையும். அதனால்தான் கஜபதி ராஜாவின் மகள் முதல் நாள் இரவிலேயே வெளியில் ஓடிவந்து காட்டில் வாழ்கிறாள்.'

அரசியும் ராஜகுமாரியும் உட்பட அந்தப்புரம் முழுவதுமே இதை அப்படியே நம்பிவிட்டது. இந்த நிலையில், இந்தத் திருமணத்திற்கு யார்தான் சம்மதிப்பார்கள்? எங்கே தன் ராஜ்யம் போய்விடுமோ என்ற பயத்தில், தன் மகளையே பலி கொடுக்கத் துணிந்து சம்மதித்திருக்கிறான், அரசன்; இப்போது அரசனையும் இந்த ஆபத்திலிருந்து விடுவித்து, நாட்டையும் அந்தப் பாவிகளிடமிருந்து காப்பாற்றியாக வேண்டுமே என்று கவலைப்பட்டாள், ஓர் முதியவள். அவள்தான் அரசிக்கு அந்தரங்கமான வேலைக்காரி. அரசியும் அவளும் சேர்ந்து மும்முரமாய் ஆலோசனை செய்து, ஒரு திட்டம் வகுத்தார்கள்.

திருமணத்தின்போது வாளுக்குத்தான் ராஜகுமாரி மாலையணிவிப்பது வழக்கம். அவள் அப்படி வாளுக்கு மாலையிடும்பொழுது, நாட்டின் க்ஷேமத்தை நினைத்து, தெய்வ சாக்ஷியாய் இந்தக் கயவனைத் தன் கையாலேயே குத்திக் கொல்வதாய்ப் பிரதிக்ஞை செய்துகொள்ள வேண்டியது. இரவில் தன்னை நெருங்கும் அந்த வேஷக்காரரைக் குத்திவிட்டு, யாரோ குத்திவிட்டு ஓடுவதாகக் கூச்சல் போட வேண்டியது.

இதுதான் அந்த ஏற்பாடு. இதற்குத் துணியாமல் மறுத்துரைத்த ராஜகுமாரிக்குப் பலவாறு சமாதானம் செய்து, குலதேவதையின் பெயரால் சத்தியமும் வாங்கிக்கொண்டனர்.

திருமணம் மிகுந்த ஆடம்பரத்தோடு நடந்தது. ஒரே கொண்டாட்டம் எங்கும் விருந்துக்கும் வேடிக்கை விநோதங் களுக்கும் குறைவேயில்லை உத்கல நாட்டரசனும் மற்ற ஆண் மக்களும் குதூகலமாக இருக்க, பெண்கள் கூட்டத்தில் மட்டும் ஒரே மௌனமும் சோர்வும் காணப்பட்டதைக் கவனித்தார் மந்திரி திம்மரசு. அவருக்கு ஏதோ சந்தேகம் தோன்றிவிட்டது. ஆனால், அதை வெளியே காட்டிக் கொள்ளாமல், சக்கரவர்த்திக்கு நல்ல பாதுகாப்பை ஏற்படுத்திவிட்டு, ரகசியமாய் வேறு பல காரியங்களும் செய்துகொண்டிருந்தார்.

அன்றிரவு ஏராளமான வாண வேடிக்கைகள், நாட்டிய விருந்துகள், எங்கும் தீபாலங்காரம். இரவு வெகுநேரம் கழித்து வந்த நல்லோரையில், மணப்பெண்ணை அழைத்துவந்து பள்ளியறையினுள் அனுப்பினார்கள். உள்ளே செல்லும் மணப்பெண்ணின் காதோடு, அந்த முதிய வேலைக்காரியும் அரசியும் என்னவோ சொன்னார்கள். சந்தேகம் வலுப்பெற்ற திம்மரசு, அப்போது ஓர் வயதான கிழவரை அனுப்பி, மன்னர் களைப்போடு உறங்குவதாகவும், சற்று நேரம் கழித்து எழுப்புமாறும் ராஜகுமாரியிடம் தெரிவிக்கச் சொன்னார். உடனே அந்த இடத்தைவிட்டுப் போய்விட்டார் அவர்.

ராஜகுமாரி உள்ளே வந்தாள். கதவை நன்கு தாழிட்டுக் கட்டிலை நெருங்கினாள். சுற்றுமுற்றும் பார்த்தாள். மங்கலாயிருந்த வெளிச்சமும், வேஷக்காரன் தூங்குவதும் தன் காரியத்திற்கு மிகவும் அனுகூலமாகவே தோன்றிற்று. இடையிலிருந்த கட்டாரியை எடுத்து, நடு மார்பில் பாயும்படி குத்தினாள். இரத்தம் பீறிட்டுக் கிளம்பி, அவள் உடலெல்லாம் தெறித்தது. அச்சத்தால் வாயைத் திறந்தாள். வாயில் விழுந்த இரத்தம் தேனாக இனித்தது. அப்புறம்தான் புத்தி வந்தது, அவளுக்கு. ‘ஐயோ, இரத்தம்கூட இனிக்கிறதே! இவருடைய குணங்கள் இன்னும் இனிக்குமே. இத்தகைய உத்தமரைக் கொன்றுவிட்டேனே! என்ன பாவம் செய்துவிட்டேன்’ என்று கதறினாள்.

திடீரென்று அறையில் வெளிச்சம் தோன்றிற்று. அதன் ஒரு மூலையிலிருந்து மந்திரி திம்மரசு வெளிப்பட்டார். அவரைக் கண்டதும் அழுதுகொண்டே போய்க் காலைப் பிடித்துக் கொண்டாள் ராஜகுமாரி. ‘சுவாமி, பெண் புத்தியாலே தகாத காரியம் செய்துவிட்டேன். இது பெண்களின் குலத்திற்கே பெரிய அவமானம். இதோ அதே கத்தியால் தாங்கள் என்னைக்

கொன்றுவிடுங்கள். இல்லாவிட்டால், நானே என்னை மாய்த்துக் கொள்கிறேன்' என்று ஓடினாள். இதற்குள் ஒரு பணிப்பெண் வந்து அவளைக் கட்டிப்பிடித்துத் தேற்றினாள்.

'அம்மா, ராஜகுமாரி, தெய்வசாக்ஷியாக நீ உன் பிழைக்கு வருந்தினால், உன் தவறான எண்ணத்தை மாற்றிக்கொண்டால், மன்மதன் போன்ற அழகனும், இராமனைப் போன்ற வீரனும் தூயவனுமான உன் கணவனைப் பெறுவாய். பெரிய ஸாம்ராஜ்யத்தின் சக்கரவர்த்தினியாய் இருந்து, ஸகல மங்களங்களும் பெறுவாய். இரத்தம் இனித்தது என்று சற்றுமுன் சொன்னாயே, அதைவிடப் பன்மடங்கு இனிக்கும் எங்கள் சக்கரவர்த்தியின் அன்பும் அருளும்' என்றார் திம்மரசு.

'அப்படியா சுவாமி, கட்டிலில் நான் குத்தியது ...'

'பஞ்சாலும் துணியாலும் செய்யப்பட்ட பொம்மைதான். உன் கத்தி கிழித்தது, தேன் நிறைந்த ஒரு குடுக்கையைத் தான்!' என்றார் திம்மரசு, சிரித்தபடி.

தன் உடலைத் தடவிப் பார்த்தாள் ராஜகுமாரி; வெட்கிச் சிரித்தாள். 'என் மங்கள ஸ்னானத்திற்குமுன் இந்த மதுர ஸ்நானமா' என்றாள், ஆனந்தத்தில் அமிழ்ந்தவளாய். அக்கணமே பணிப் பெண்கள் அவளை அழைத்துச் சென்று, பன்னீர் கலந்த தண்ணீரால் மங்கள ஸ்னானம் செய்துவைத்தனர். மங்கள வாத்யங்கள் ஒலித்தன. ராஜகுமாரி அந்தப்புரத்திற்குள் வலது காலை வைத்துப் புகுந்தாள். இனிமை மிகுந்த தன் உயிரை நாடிச் சென்றாள். விஜய நகர ஸாம்ராஜ்யத்தின் சக்கரவர்த்தியும் இனிமையை உணர்ந்தார். இனி அவர் ராஜ்யம் முழுவதும் ஒரு மாதத்திற்கு இனிய விருந்துகள், இனிய இசைகள், நாட்டியங்கள் எல்லாம் நிகழட்டுமென்று ஆணைகள் பிறந்தன. நாடே மகிழ்ந்தது.

**_சுதேசமித்திரன்_ – தீபாவளி மலர்: 1958**

**புதிய கதை**

•

# வம்சரத்தினம்

'தஞ்சாவூரின் கோட்டை வாயிலில் ரத்த ஆறு ஓடவேண்டும். சேவப்ப நாயக்கனின் வம்சம் அழிந்து மண்ணோடு கலந்துவிடவேண்டும். நாளையே புறப்படுவோம், போருக்கு' என்று முடித்தார், மதுரை மன்னர் சொக்கநாதர். கோபக்கனல் தெறிக்க அவர் கொட்டிய சொற்கள், தஞ்சாவூருக்கே கேட்கும்போல் ஒலித்தன. தர்பாரில் இருந்த பேஷ்காரும் தளவாயும், அமைச்சர்களும் வீரர்களும் அயர்ந்துபோய் நின்றார்கள். தர்பார் மண்டபத்தின் உப்பரிகையிலிருந்து இதைக் கேட்டுக் கொண்டிருந்த அந்தப்புரத்து மாதரும், சொக்கநாதருடைய தாயாரும் கலங்கிக் கண்ணீர் விட்டு நின்றனர்.

மதுரை மன்னரான சொக்கநாதருக்குப் பெண் பேசும் சாக்கில் முகம்மதியருக்கெதிராகத் தென்னாட்டு ஐக்கிய முன்னணி திரட்ட நினைத்துத் தஞ்சைக்குச் சென்று வந்த பேஷ்கார் சின்னத்தம்பி முதலியாரும், தளவாய் வேங்கட நாயகரும் கல்லாய்ச் சமைந்து நின்றார்கள்; பேசுவதாயிருந்தால், அவரிருவரில் ஒருவர்தான் பேசமுடியும் அப்போது; தஞ்சை மன்னரான விஜய ராகவநாயகர் தம்மிருவரையும் சபை நடுவில் அவமானப்படுத்தியதையும், மதுரை வம்சத்தையே இழித்துப் பேசியதையும் பொறுக்கமுடியாமல், வந்த வேகத்தில் அப்படியே கொட்டிவிட்டார்கள்,

எல்லாவற்றையும். சொக்கநாதருக்குச் சினம் வருமென்று தெரிந்துதான் சொன்னார்கள்; ஆனாலும் அதன் விளைவு இவ்வளவு விரைவில், பயங்கரமான போருக்கு அடிகோலிவிடும் என்று அவர்கள் எதிர்பார்க்கவில்லை.

'அரசே, தஞ்சை நாயகரின் செயல் ஆத்திரமூட்டுவதுதான்; இருந்தாலும் . . .' என்று இழுத்தார் தளவாய்.

'ஓகோ, பழைய பாசமோ? தளவாய் நாயகரே, அப்படிப் பார்த்தால், ஒருவகையில் நாயகர் கூட்டம் எல்லாமே ஒரு குலைக் காய்கள்தாமே? என் தந்தையார் காலத்தில் காரணமில்லாமலே மதுரைக்குத் துரோகமிழைத்தார்கள் தஞ்சாவூரார்; அது பொறுக்காமல்தானே நீர் எம்மிடம் ஓடிவந்தீர்? உம்மால் என் தலைமுறையில் தஞ்சாவூராருக்கும் மதுரைக்குமிடையே நல்லுறவை வளர்க்கமுடியுமென்று நானும் நம்பினேன். அதனால்தான் நாமே விட்டுக்கொடுத்ததாய் இருந்தாலும் பழுதில்லையென்று உம்மைத் தூதனுப்பினோம். அந்தக் கிழவருக்கு இதையெல்லாம் எடுத்துச் சொன்னீர்களா?'

'சொல்லாமலா இருப்பேன்? பேஷ்கார் முதலியாரும் என்னுடன்தானே இருந்தார்?'

'ஆமாம், அரசே, தளவாய் அவர்களின் பேச்சுத் திறமையும் மதி வன்மையும் கண்டு வியந்தேன். அறுபதாம் கலக்கம் என்பார்களே, அதுபோல முதுமையில் மதியையே இழந்து பேசினார் தஞ்சையரசர்' என்றார் பேஷ்கார்.

'அரசே, தஞ்சாவூரில் இப்பொழுது இருக்கும் சூழ்நிலையைக் கேட்டால், தாங்களே பரிதாபப்படுவீர்கள். விஜயராகவருடைய உடல் பழம் பிழிந்ததுபோல் ஆகி, கண்ணிமைகளைப் புருவச்சதை விழுந்து மூடுகிறது. நரையும் திரையும் பரவி முதுமை கவிந்து விட்டது அவரை. கணக்கில் அடங்காத ஸ்திரீகளைச் சேர்த்துக்கொண்டு, வல்லத்துக் கோட்டையில் அடைத்து வைத்திருக்கிறார். அவர்களில் பலருடைய முகமும் தோற்றமும்கூட அவருக்குத் தெரியாதாம்! சுத்தவீரனும் மஹா ரஸிகனுமான ராஜகுமாரன் மன்னார்தாசுவைத் தஞ்சை அரண்மனையில் சிறை வைத்திருக்கிறார். பரம்பரை அமைச்சரும், யாக யக்ஞங்கள் செய்பவரும், மன்னரைவிடச் சற்று அதிக வயதுடையவருமான கோவிந்த தீக்ஷதரின் சூழ்ச்சியே மன்னார் சிறை வைக்கப்படக் காரணம் என்று மக்கள் கூறுவதை நம்மால் நம்ப முடியவில்லை யென்றாலும், தீக்ஷதரின் முதிய தலைமையில் தஞ்சைக் காரியங்கள் சீர்கெட்டிருப்பது உண்மைதான். யாரோ இரண்டு பேர், வெறும் உதவாக்கரை – மன்னருடைய சமீப காலத்து மைத்துனர்களாம் –

அவர்கள் வேறு ராஜ்ய விஷயங்களில் தலையிட்டுச் செய்துவரும் தீமைகள், நாட்டு மக்களிடையே வெறுப்பை வளர்த்திருக்கின்றன.

'எந்த வழியிலும் நிம்மதி இல்லாமல் தவிக்கும் மஹா ராஜா விஜயராகவ நாயகர் 'ரங்கா, ரங்கா' என்று கதறுவதும், ஸ்ரீரங்கம் சென்று வருவதும், முடியாதபோது, மாடமாளிகை மீது அவர் கட்டி வைத்திருக்கும் நாமத்தூண் மீது ஏறி ஸ்ரீரங்க விமான தரிசனம் செய்வதுமாய்க் காலம் கழிக்கிறார்; நானே மிகவும் வருந்தினேன், அவர் நிலை கண்டு. எவ்வளவோ எடுத்துச் சொன்னேன்; மன்னாரையும் விடுதலை செய்து தங்களுக்கும் பெண்ணைக் கொடுத்தால் தஞ்சையின் கௌரவம் உயரும், அரசியலும் சீர்ப்படும் என்றெல்லாம் கூறினேன் விளக்கமாய்; ஒன்றையும் கேட்கவில்லை. தன் நிலைக்குத் தகாத வார்த்தைகளைக் கூறி, என்னையும் தங்களையும் இழிவாய்ப் பேசினார். என்றைக்கோ நடந்த பழங்கதையை நினைத்துக்கொண்டு என்னவோ வார்த்தைகளைக் கொட்டினார், ஆற்றாமையால் வந்த வீண் பேச்சுத்தான் இது. பாடம் கற்பிக்க வேண்டும், கட்டாயம். ஆனால், போர் தொடுத்தல்ல; வேறு முறையில்' என்றார் தளவாய்.

'இல்லை; வேறு முறையில் அது இயலாது; தஞ்சைப் பெண்ணை நான் மணக்க விரும்புகிறேன்; ஆனால், அந்த விருப்பம் மட்டுமே என்னைத் தூண்டவில்லை; அத்துடன் தஞ்சையைச் சீர்திருத்தி உயர்த்தவும், தென்னாட்டைப் பலப்படுத்தவும், அதன் பொருட்டுச் செஞ்சி, தஞ்சை, மதுரை ஆகிய மூன்றையும் ஒன்றுபடுத்திக் கோட்டைகளை இணைக்கவும் நினைத்தேன். முகம்மதியர்கள் வரவர ஆவேசமாய்ப் படையெடுத்து வருகிறார்கள்; நம்மை நாம் காத்துக்கொள்ள வேண்டாமா? இந்தக் கிழம் இப்படிக் கூத்தாடுகிறதே, ஒரு வழியும் போவிடாமல்? ஒன்று செய்வோமே? இன்றே நம் தூதுவர் இருவரை அனுப்புவோம்; அவர்கள் சென்று விஜயராகவரிடம் இப்படிக் கூறவேண்டும்: "ஐயா, ஆழ்வாரே, உமது அமைச்சர் தீக்ஷதரையும் அழைத்துக்கொண்டு, எங்காவது தவம் செய்யச் செல்லுங்கள்; இந்தக் கண்மூடி ராஜ்யம் அந்நியர் வசப்பட்டால், அது மதுரைக்கும் ஆபத்தாகவே முடியும். ஆகவே, தவம் செய்யச் சென்றுவிடுங்கள். அல்லது ஸ்ரீ வைகுண்டத்திற்கே அனுப்பி வைப்பார், எம் அரசர்" தூதர் போய் இப்படிச் சொல்லட்டும்; இதுவே கடைசித் தூது. கிழவர் கிடந்து துள்ளுவார்; இறுதியில் போர்க்களத்தில் வந்து குதிப்பார்; அவருடைய பிடிவாதம் எனக்குத் தெரியும். இனியும் நாம் பேசாமல் இருந்தால், நாடு நாசமாகும். தூதுவர் திரும்புகிறபோது திரும்பட்டும். நாளைக்கு எல்லாப் படையும் புறப்படச் சித்தமாயிருக்க வேண்டும். உறுதி உறுதி!" என்று உத்தரவு போட்டுவிட்டு, அரண்மனைக்குள் சென்றார் மதுரை நாயகரான சொக்கநாதர்.

“என்றோ ஒருநாள் இந்தப் போர் நேரவேண்டியதுதான். இதோடாவது முடியட்டும். சொக்கநாதர் தஞ்சைப் பெண்ணை மணந்துகொள்ளட்டும் போரின் முடிவில்; அதற்குப் பிறகாவது தென்னாட்டு முன்னணி உருவாகட்டும்; செஞ்சி – தஞ்சை – மதுரை மூன்றும் சேர்ந்து, சுல்தான்களை எதிர்த்து நின்று, ராயலு சமஸ்தானத்தின் பழைய கௌரவத்தைப் பெறட்டும், என்ற முடிவில் தளவாயும் பெரிய படையெடுப்புக்கு ஆயத்தம் செய்தார்; படையும் தஞ்சையை நோக்கி எழுந்தது.

விடிய இன்னும் ஐந்து நாழிகை மிச்சமிருக்கும் காலை வேளை. வல்லம் கோட்டையிலிருந்து குதிரையில் வந்த ஒரு சேனைத் தலைவன், தஞ்சை அரண்மனைக்குள் புகுந்தான் அவசர அவசரமாய். ஆனால் உள்ளே புகுந்ததும் அவனுடைய அவசரம் பயனற்றது என்பது அவனுக்குத் தெரிந்துவிட்டது. அரண்மனையின் முற்றத்திலும், தாழ்வாரத்திலும், எங்குப் பார்த்தாலும் ஏராளமான போர் வீரர்களும் வேறு பலரும் அயர்ந்து, ஆடை குலைந்து தூங்கிக்கொண்டிருந்தார்கள். அன்று வளர்பிறையின் ஏகாதசி; வானத்தில் பொழிந்த நிலா அத்தனை வீரர்களையும் கண்டு சிரித்தது; அரண்மனைச் சுவரிலும், மாடங்களிலும் இருந்த வீர அநுமனது வடிவங்கள் சிகப்புச் சாயக் குழம்பை அப்பிக்கொண்டு வாலை மேலே வளைத்துச் சுழற்றிக் கொண்டிருந்தன. அவ்வாறு வீரத்தை நினைவூட்டிய அவ்வடிவங்கள் அவர்களைக் கண்டு சிரித்தன. போர் வீரர்களும், படைகளின் அணித்தலைவர்களும், இரவு வெகுநேரம் வரை பஜனை செய்துவிட்டுப் பிரசாதமும் தின்றுவிட்டு, இரைந்து கிடந்த சுண்டல் கடலைகளுடன் கால்மாடு தலைமாடாய்ப் படுத்துக் கிடந்த பரிதாபத்தைக் கண்ட வல்லத்துச் சேனைத் தலைவன் அனைவரையும் எழுப்ப முயன்றான்; வாரெல்லாம் விட்டுப்போய், கண்ணும் கிழிந்திருந்த முரசை அடித்தான்; அது மேலும் கிழிந்ததே தவிர ஒலிக்கவில்லை. ஒருவாறு எழுப்பி நிறுத்தினான்; ஒருவரிடமாவது எழுச்சியே இல்லை; போருக்கான ஆயத்தம் செய்து, உத்தரவுகளும் பிறப்பிக்க வேண்டிய தளவாய்ப் பதவியைக் கோவிந்த தீக்ஷதரே வகித்துவந்த சமயம் அது; ஆகவே அவர் வீட்டுக்கு ஆள் அனுப்பப்பட்டது; ஆனால், அங்கிருந்து வந்த செய்தியோ விபரீதமாய் இருந்தது. மாசி மாதத்துக் காவேரி ஸ்னானத்திற்காகச் சென்ற தீக்ஷதர், அப்படியே துறவு பூண்டு நேரே கும்பகோணம் போய்விட்டாராம். வேறு யார் இப்போது தளவாய்ப் பதவியில் உள்ளவர்கள் என்பது புரியவில்லை.

எனினும், தஞ்சையின் எல்லையில், மதுரைப்படை கடல்போலப் பொங்கி வருவதை தீக்ஷதரின் குமாரர்களிடம் சொன்னார்கள். அவர்கள் இந்தச் சண்டை விவகாரங்களை

அறிந்தவர்கள் அல்ல; அவர்களுக்கு வீணையைக் கொண்டு இசைப் போர் புரியத்தான் தெரியும்; வார்த்தைகளைக் கொட்டித் தர்க்கப் போர் செய்யத்தான் தெரியும். ஆகவே, அவர்களுக்கு ஒன்றும் புரியவில்லை. 'சரி, ஏதோ கலகம் வருகிறது; நமக்கேன்?' என்று கிளம்பிவிட்டார்கள். விஜயராகவ மன்னருடைய புது மைத்துனர் இருவர் சற்றும் பொருந்தாத தளவாய் உடையணிந்து, போர்க்கோலமும் பூண்டு, அர்த்தமே இல்லாமல் ஆர்ப்பாட்டம் செய்துகொண்டிருந்தார்கள். எல்லாம் ஏதோ நகைச்சுவை நாடகம்போல் இருந்தது.

இவ்வளவும் அரண்மனைக்கு வெளியே நடக்கும்போது, உள்ளே ஒரே சோக நாடகம். சிறையிலிருந்த தன் வீர மகன் மன்னாருவைத் தருவித்து, அவனிடம் மதுரையார் செய்துவிட்ட துரோகச்செயலைச் சொல்லி அழுது கொண்டிருந்தார் விஜயராகவர். அப்போது வேலையாட்கள் அவருக்குப் போர்க்கோலம் பூட்டிக் கொண்டிருந்தார்கள்; தங்கக் கம்பிகளால் அவருடைய புருவங்களைத் தூக்கிக் கட்டி, இடுப்பில் வாரை வரைந்து, மார்பில் கவசமும், தோள்களிலும் கால்களிலும் சல்லடமும் அணிவித்தார்கள். இதற்குள் வீரபானு நாயகன்; அக்கிராஜா நாயுடு, கதிரப்ப மண்கொண்டார், சாமி முனைதிரியார் போன்ற வீரர்கள் ஆயுதம் தாங்கி அங்கே வந்தார்கள். மன்னாருவுக்கும் போர்க்கோலம் பூட்டப்பட்டது. எல்லோரும் அரண்மனை வாயிலில் வந்து கூடினர்.

ஒரு குதிரைவீரன் வந்து, மதுரைப்படை வல்லத்திற்குக் கூப்பிடு தூரத்திலேயே தங்கி நிற்பதாயும், தஞ்சைக்குள் வருவதற்கு ஏனோ தயங்குவதாயும் சொன்னான். மன்னருக்குக் கோபம் வந்தது. குதித்தார் கூத்தாடினார். 'என்ன தயக்கம், பயமுறுத்திப் பார்க்கிறானோ பாண்டியப்பயல்! மன்னாரு, முன்னணியில் நான் நிற்கிறேன். என்னுடன் அக்கிராஜாவும், வீரபானுவும் இருக்கட்டும். நீ பின்னணியைப் பாதுகாத்துக்கொள். அதற்குள் நீ மற்றொன்றும் செய்யவேண்டும். உடனே போய் வல்லம் கோட்டையைச் சுற்றிலும் வெடி மருந்து வைத்து எரிகாரனைத் தயாராக இருக்கச் சொல். இங்கிருந்து சங்கும், எக்காளமும் கேட்டதும் வெடி மருந்தைப் பற்ற வைத்துக் கோட்டையைத் தகர்க்க உத்தரவிடு. அங்குள்ள நம் பெண்டிர் அனைவரும் வீர சுவர்க்கத்தில் நம்மை வந்து அடையட்டும். அவர்களுடைய எலும்புகூடக் கிடைக்கக்கூடாது, அந்த மதுரை நாயகனுக்கு!' என்று உத்தரவிட்டார் விஜயராகவர்.

இவ்வளவிற்கும் மன்னாரு ஒன்றும் தோன்றாமலும், பேசாமலும் வாயடைத்து நின்றான். பல வருடங்களாய்ச் சிறையில்

கிடந்த அவன் உணர்ச்சியெல்லாம் குன்றி மரத்து விட்டிருந்தான். மெல்ல வாய் திறந்து பேசத் தொடங்கினான். பேச்சொன்றும் வரவில்லை. பதிலாக, நிலையாமைத் தத்துவத்தை விளக்கும் வடமொழிச் சுலோகங்களையும், தெலுங்குப் பத்தியங்களையும் அவனையும் அறியாமல் அவன் வாய் முணுமுணுத்தது.

விஜயராகவர் அவனை விரட்டினார். குதிரையில் ஏறிய மன்னாரு மெல்ல நகர்ந்தான். அவன் வல்லம் கோட்டையின் அந்தப்புரம் சென்று, எத்தனையோ வருடங்கள் ஆகிவிட்டன. அன்று அங்கே செல்லக் கிளம்பியபோது, அவனுக்கு என்னென்னவோ பழைய நினைவுகள் வந்தன. அந்த நினைவுகளின் சுமை அழுத்தியதில், மன்னர் கட்டளையிட்ட அந்தப் பிரளய ஏற்பாட்டை மறந்தேவிட்டான். அவன் சென்ற நிதானத்தைப் பார்த்த மன்னர், வேறொருவனை அனுப்பி, வெடி மருந்துத் திட்டத்தை நிறைவேற்ற முற்பட்டார்.

கூப்பிடு தூரத்தில் பெரிய படை அணிவகுத்து நிற்பதையறிந்த அந்தப்புரத்துப் பெண்டிர் அனைவரும், குலைநடுங்கி அழுது சாம்பிக்கொண்டிருந்தனர். அரண்மனையிலிருந்து என்ன உத்தரவு வருமோ என்று தவித்துக்கொண்டிருந்தார்கள். அந்த நிலையில் மன்னாரு வருவதைக் கண்டதும் அவர்களுக்கெல்லாம் சோகமும், வியப்பும், சிறுமகிழ்ச்சியும், அச்சமும் கலந்து தோன்றின; மன்னாருவின் தாய் அவனைத் தழுவிக்கொண்டு புலம்பினாள். அவனுடைய மனைவியும் கலந்துகொண்டாள் அந்தப் புலம்பலில். மன்னாருவின் சகோதரி மங்கம்மாளோ, பேசமாட்டாமல் கண்கலங்கிக் கல்லாய்ச் சமைந்து நின்றாள். அவ்வாறு ஓவியம்போல் அசையாமல் நின்ற தன் சகோதரியைக் கண்கொட்டாமல் பார்த்த மன்னாருவுக்குத் துயரம் தாளவில்லை. அதுவரை அடைத்துக் கிடந்த அவன் வாய் புலம்ப ஆரம்பித்தது; ‘மங்கம்மா! அழகோவியமே, உன் அழகு இப்படியொரு பிரளயத்தை உண்டாக்கிவிட்டதே!’

‘அண்ணா, என் அழகையா குறை கூறுகிறாய்? நமக்கு வந்திருக்கும் இந்தப் பிரளயம் இன்றைக்குப் புதிதாகவா வந்தது? பல வருடங்களாகவே உருப்பெற்று இன்று வெளிவருகிறது அண்ணா, பிரளயம். உன்னைச் சிறையிட்டது எது? உடலிலும் உள்ளத்திலும் முதுமை கவிந்துவிட்ட ஓர் அரசரும் அமைச்சருமாய்ச் சேர்ந்து தஞ்சாவூர்ச் சீமை முழுவதையும் திருமண்ணும் திருநீறுமாய், நாம பஜனையும், அன்ன சத்திரமுமாய் ஆக்கி வைத்திருக்கிறார்களே, இது எதனால் நேர்ந்தது? என் அழகினாலா? இல்லை அண்ணா, அறியாமை, கண்மூடித்தனம், கையாலாகாமை

–இவையே காரணங்கள். கோட்டையைச் சுற்றி வெடிமருந்து வைக்கிறார்கள். எங்கள் அனைவரையும் கூண்டோடு வைகுண்டம் அனுப்ப, இது வீரமா அல்லது வெறும் கோழைத்தனமா? அண்ணா சொல். உடனே சென்று, நம் தந்தையிடம் சொல்லிப் போரை நிறுத்தச் சொல். மதுரைப் படையோடு போர் செய்வதென்பது பஜனையல்ல; கீர்த்தனம் பாடுவதோ அல்லது ராதாகிருஷ்ண நடனமோ அல்ல என்று எடுத்துச் சொல். அதோ பார்; மதுரைப் படை குமுறிக்கொண்டு கிடக்கிறது. அதை இதுவரை நம்மேல் ஏவாமலிருக்கும் மதுரை மன்னன் எதிர்பார்ப்பது செந்தூள் பறக்கும் போரல்ல; சிந்தூரமிட்டு மணக்க வைக்கும் திருமணம்தான் கேட்கிறார், மதுரை மன்னன். கட்டிளம் காளை, வீரத்தோள் வாலிபர், காதற் சுவையறிந்த என் கண் நிறைந்த மணாளர் அவர். உங்கள் குலப் பெருமையறிந்து கௌரவிக்கும் உன் மாப்பிள்ளை அண்ணா அவர். விரைவாகச் சென்று நம் தந்தையின் கண்களை விளக்கிப் பிரளயத்தைப் பிரணயமாக மாற்று அண்ணா' என்று கெஞ்சினாள் மங்கம்மா.

'அருமைத் தங்கையே, சோழமண்டலத்தையே ஏன் பாண்டிய மண்டலத்தையும் சேர்த்து ஆளும் ஆற்றலும் அரிய பண்புகளும் நிறைந்தவள் நீ. சொக்கநாத நாயகன் கொடுத்துவைத்தவன். இதில் சந்தேகமே இல்லை. இளமையிலேயே பெண் சிங்கமாய்த் திகழ்ந்த உன்னை அறிந்துகொள்ளும் அந்த நல்ல புத்தி, நம் தந்தையாருக்கு இல்லையே, கண்ணே, நான் சென்று சொன்னாலும் கேட்கும் நிலையில் அவர் இல்லையே, பைத்தியம் பிடித்து நிற்கிறாரே அவர்!' என்று சொல்லும்போதே, சோகம் மன்னாருவின் குரலைத் தாழ்த்தித் தழுதழுக்க வைத்தது.

'அண்ணா, அரசர் குலப்பெண்களுக்கு அரசியலில் பங்கு உண்டு. நான் இந்தக் குலத்தின் மகள். நீ இந்தக் குலத்தின் ஆண் மகன். நாமிருவரும் அஞ்சாமல் கிளம்புவோம். போரை நிறுத்திச் சமாதானம் கேட்போம் அண்ணா, நம்மவரே எதிர்த்தாலும் ஆண் சிங்கமான நீ சமாளிக்க மாட்டாயா?'

'கண்ணே மங்கம்மா, நீ காண்பது பழைய மன்னாரு அல்ல. அந்த ஆண் சிங்கம் சிறைவாசத்தில் செத்தொழிந்து விட்டான். இப்பொழுது காண்பது அந்த உயிரின் நிழலாட்டம்தான். இனி சில நாட்கள்தான் இந்த நிழல் ஆடப்போகிறது. அது எங்கே எப்படி விழுந்தாலென்ன? சும்மா, பெயருக்காவது போரிட்டு மடிவேன் நான். பின்னால் பிணத்தைக் கீறமாட்டார்கள் அல்லவா, பிணச் சடங்கிற்காக? நான் வருகிறேன், நீயே புறப்படு' என்று சொல்லிவிட்டுக் கதறும் பெண்களிடமிருந்து பிரிந்து சென்றான் மன்னாரு.

வல்லம் கோட்டைக்குக் கூப்பிடு தூரத்தில் படைகளின் நடுவே மதுரை மன்னர் சொக்கநாதரும், தளவாயும், பிறரும் சிரித்துப் பேசிக்கொண்டிருந்தனர்.

‘தஞ்சைப் படையையும், சோனிக் குதிரைகளையும், தூங்கும் யானைகளையும் பார்த்தால் பரிதாபமாயிருக்கிறது. பழுத்த கிழமாய்ப் பட்டுச் சட்டையும், உருமாலும் தரித்துக்கொண்டு, பலத்த குரலில் ஸ்ரீரங்கநாதரை அடிக்கடி அழைத்தவாறு நிற்கும் மன்னரைப் பார்த்தால் போர் தொடுக்கத் தோன்றவில்லை, அரசே’ என்றார் தளவாய்.

‘போர் வேண்டாமென இறுதியாகத் தூதும் அனுப்பினேன்; ‘நான் பேடியா? பேடியா நான்?’ என்று பரிதாபகரமாகக் கத்துகிறாராம் விஜயராகவர்’ என்றார் அமைச்சர்.

‘இருக்கும் நிலையைப் பார்த்தால், தஞ்சை மன்னர், போர் வாளினால் தம்மைத் தாமே வெட்டிக்கொண்டு மடிவார் போலத் தோன்றுகிறது’ என்றார் தளவாய்.

‘அப்படியானால், நானும் அங்கு வருகிறேன்; நமது வீரர்கள் சிலர் என்னைப் போலவும் தளவாய் போலவும் உடையணிந்து விஜயராகவரோடு வாள் யுத்தம் செய்து அவருக்கு வீர சுவர்க்கம் அளிக்கட்டும்’ என்றார் மன்னர்.

அவர்கள் அவ்வாறே சென்றனர். சொக்கநாதரும் குதிரைமீது ஏறி மெல்லப் புறப்பட்டு வல்லம் கோட்டை வழியாகச் சென்றார்.

அப்போது, வல்லம் கோட்டையிலிருந்து ஒரு வெள்ளைக் குதிரை மீது பாய்ந்தேறிய ஓர் உருவம் வேகமாகக் கிளம்பியதைக் கண்டார் மதுரை மன்னர். அந்த உருவம் வெள்ளை நிறத் துணியால் உடல் முழுவதையும் மறைத்துக்கொண்டிருந்தது. கோட்டைக் காவலரை நோக்கி வாளை நீட்டிக்கொண்டே வந்தது அவ்வுருவம், சொக்கநாதர் மறித்ததுபோல் சென்று உருவத்தைக் கவனித்தார். சொக்கரைக் கண்டதும் கீழே குதித்து மண்டியிட்டு வணங்கிற்று அவ்வுருவம். மெல்லிய வெள்ளைத்திரைக்குள்ளே பீதாம்பரமும் பொன்னும் மணியும் துலங்க, ரத்தினாபரணங்கள் அணிந்த மூக்கும் காதும் உள்ள அழகிய பெண் முகத்தையும் மருண்டு கலங்கிய இரண்டு மான் விழிகளையும் கண்டார் சொக்கநாதர். உடனே தானும் குதிரையிலிருந்து குதித்து, ஏந்திய கைகளோடு, ‘கண்ணே, மங்கம்மா!’ என்றார்.

அவருடைய கைகளில் விழுந்த அவள், ‘அரசே உடனே போரை நிறுத்த உத்தரவிடவேண்டும்; என் தந்தையிடம் பேசிக் கொள்கிறேன் பறந்துபோய்ப் போரை நிறுத்த உத்தரவிடுங்கள்’ என்றாள்.

சொக்கநாதர் குதிரை மீது தாவிப் பறந்தார்; அவளும் பின்தொடர்ந்தாள். இருவரும் பத்து கஜம் போவதற்குள், இரட்டைச் சங்கும், எக்காளமும் ஒலித்தன. 'ஐயோ ...' என்று திரும்பினர் இருவரும். பூமியையே அதிரவைக்கும் வெடிச் சத்தம் கேட்டது.

மூர்ச்சையடைந்துவிட்ட மங்கம்மாளைத் தேற்றிக் கொண்டிருந்தார் சொக்கநாதர். வெற்றியோடு திரும்பிற்று படை; ஆயினும் அந்த வெற்றியைக் கொண்டாடும் வெறியைத் தரவில்லை தஞ்சைப் போர்.

மங்கம்மாளோடு மதுரைக்கு வந்த சொக்கநாதர், தாயாரிடம் சென்று வணங்கினார். பின்னர், 'அம்மா, தஞ்சையிலிருந்து புதையல் எடுத்ததுபோல் ரத்தினத்தைத் தேடியெடுத்து வந்திருக்கிறேன்; அது வீரரத்தினம், வம்சரத்தினமுங்கூட, ஆசி கூறுங்கள்' என்று சொல்லி, மங்கம்மாளைத் தன் தாயிடம் சேர்த்தார்.

*சுதேசமித்திரன்*: அக்டோபர் 31, 1959
'வம்சரத்தினம்'

•

## அண்ணிக்குத் தெரியுமா?

"அண்ணி காத்துக்கிட்டிருக்கும், நான் குளிக்கப் போகணுமே..." என்று அவசரப்பட்டாள் சாரதா. அத்தானை மணந்துகொண்டும் அன்பு குறையாமல் வாழ்பவள் சாரதா. அத்தான் ஒரு ஹாஸ்ய எழுத்தாளர்; அதிலும் எழுத்தறிவே இல்லாதவர்களும் புரிந்துகொள்ளும்படி எழுது வதில் ரொம்ப நம்பிக்கை கொண்டவர்; எதை எழுதினாலும் சாரதாவிடம் படித்துவிட்டுத்தான் அனுப்புவார்; முதல் நாள் எழுதியதைப் படித்துக் காட்டிக்கொண்டிருந்தார் மனைவிக்கு. அவளுக்கோ அவசரம். கடைசியில் கதை முடிந்து கிளம்பினாள்; உண்மையாகவே அண்ணியும் வாசலில் நின்று கொண்டிருந்தாள்.

"காலங்காத்தாலே, இவ்வளவு நேரம் பேசும்படியா, அது என்னடி அவ்வளவு முக்கியமா..." என்றாள் அண்ணி.

"அவரு வேற என்ன சொல்லப் போறாரு; கதை சொன்னாரு; நேத்து மளிகைக்கடை அய்யரு வந்தாரு; பணம் கேட்டாரு; ரொம்ப பாக்கி நிக்குதாம்; விளையாட்டாப் பேசிக்கொண்டிருந்தாங்க; வார்த்தை முத்திப்போயி மனஸ்தாபத்திலே முடிஞ்சிடுத்து; இவருதான் பேசுவாரே சிரிக்கச் சிரிக்க, அய்யருக்குச் சிரிப்பு வருமா? ஆத்திரம் வந்திச்சு."

"ஊரைப் பத்தியெல்லாம் அரட்டையா எளுதினீங்க. சாமான் வாங்கின பணத்தைக் கேட்டா விளையாடறீங்களேன்னு அய்யரு கொஞ்சம் இரைஞ்சு பேசினாராம்; அத்தானும் பேச அய்யரும் இன்னும் இரைய ரகளை ஆயிடும் போல இருந்திச்சு. அப்புறம் எதிர்த்த வீட்டுக்காரரு வந்து ஏதோ சொல்லி அய்யரை அனுப்பி வைச்சாங்க. எனக்கு நாக்கைப் பிடிங்கிக்கலாம்போல இருக்குது; இவரோ சிரிக்கிறாரு."

"நேற்று ராத்திரி எங்களைத் தூங்க விடாம வெளிச்சத்தை வெச்சுக்கிட்டு எளுதிக்கிட்டிருந்தாரு; காலையிலே எங்கிட்டே அதைப் படிச்சுப்பிட்டாரு. கடைக்கார அய்யருக்குப் பைத்தியம் பிடிக்கவெச்சு, தன்னோடு அவரு பேசினதாக வெச்சு எளுதியிருக்காரு; அய்யரு நல்லெண்ணெயிலே எப்படி லாபம் சம்பாதிக்கிறாரு, எந்தச் சாமானை வீட்டிலே வெச்சுக்கிட்டு நாலு பங்கு விலைக்கு விக்கிறாரு, இப்படியெல்லாம் எளுதியிருக்காரு ......"

இதைக் கேட்கும்போதே அந்த அண்ணிக்குப் பிடிக்க வில்லை. அவளுடைய முகம் விளக்கெண்ணெய் குடித்தது மாதிரி ஆகிவிட்டது; அண்ணி சொன்னாள், "ரொம்பச் சாமர்த்தியமா அது ? இதுக்குப் பதிலா நேரேயே வையலாமே, பணம் சம்பாதிக்க முடியாட்டீ, ஊரானை வம்பு பண்ணுவானேன் ?"

"நானும் சொல்லிவிட்டேன் அண்ணி, இப்படியெல்லாம் எளுதாதீங்கன்னு, முட்டிண்டு பார்த்துட்டேனே; இதையெல்லாம் போடறாங்களே அவுங்களைச் சொல்லணும் ..."

"படிக்கிறவங்களையும்தான் சொல்லேன். நாளைக்கு அதே அய்யரு வீட்டிலே எல்லாரும் இதைப் படிச்சுப்பிட்டுச் சிரிப்பாங்கடி சாரதா, ஏது என்னன்னுதான் யாருமே நினைக்கிறதில்லையே; பச்சைப் பிள்ளைகளைச் சற்றே கிச்சுக்கிச்சு மூட்டினா சிரிக்குதுங்களே, அதே மாதிரிதான் இவங்களும் சிரிக்கிறாங்க. எனக்கு இதுகளைக் கேட்டாலே குமட்டுது. மனசிலே போய் அப்பிக்கிடணும், அப்படியில்லாட்டிக் கதை என்னடி கதை! 'குழகுழ கண்ணே'ன்னு பிடிச்சு, ஈ கிட்டே போயி அது ஈ ஈன்னு சிரிச்சுதாம்னு முடிச்சுப்பிட்டா, நாம் சிரிக்கணும் . . . தலையிலே எழுத்து ..." என்றாள் அண்ணி.

படித்துறையில் பெண்கள் பலர் குளித்துக்கொண்டிருந் தார்கள். இருவரும் மூவருமாய்க் கூடிக்கூடிப் பேசிக்கொண்டே, தங்கள் தங்கள் காரியத்தைச் செய்துகொண்டிருந்தார்கள். அண்ணியும் சாரதாவும் ஒருபுறமாய் இறங்கிக் குளித்தார்கள்; கழுத்தளவு ஜலத்தில் விமலாவும் விசாலமும் சுற்றி நடப்பது எதையுமே அறியாமல் பேச்சில் ஈடுபட்டு மெய்மறந்தனர்;

அண்ணி சாரதாவின் காதோடு சொன்னாள், "இதைப் பாரேன், இந்த விமலாவும் விசாலமும் வீடு வீடாய்ப் போய் அதையும் இதையும் கேட்டு வாங்கிப் படிக்கிற வயிற்றெரிச்சல் உண்டே. பாரேன் ஆம்பிள்ளைங்ககூட இன்னும் கொஞ்சம் அடக்கமாகக் குளிப்பாங்க. அதுக பேசறது என்ன தெரியுதா, கதை சொல்லிக்கிட்டிருக்காங்க. ரொம்ப அவசியம் பாரு, அவன் இவன்னு ..."

விமலா முழு ஈடுபாட்டோடு, "காதல் சுடர்" என்ற தொடர் கதையைச் சொல்லிக்கொண்டிருந்தாள்.

"பத்மாவைத்தான் கல்யாணம் பண்ணிக்கணும்னு பசுபதி ரொம்பக் கஷ்டமெல்லாம் பட்டுப் பாத்தாண்டீ, முடியலை; பத்மாவுக்கும் இஷ்டம்தான்; ஆனால் பசுபதிக்குச் சொத்தே இல்லை; தவிரவும் பசுபதியின் அப்பா கணபதிக்கும் பத்மாவின் அப்பாவுக்கும் சண்டை. காரணம் என்னன்னா கணபதியிடம் ஒரு பசு இருந்தது; ரொம்ப ஓசந்ததாம். லக்ஷ்மி மாதிரி இருக்குமாம். கணபதிக்கு அது மேலே உயிராம். பத்மாவின் அப்பா அதைப் போய் விலைக்குக் கேட்டாராம். அவர் தரவில்லையாம்; ஆயிரம் ரூபாய் கொடுத்தாலும் பசுவை விடவே முடியாதுன்னாராம் கணபதி. இந்த வாரம் காதல் சுடரிலே இவ்வளவுதான் வந்திருக்கு ..."

"பிரேம ஜோதி போலவேதான் போகிறது. பொங்கும் இதயம் எந்த இடத்தில் நிற்கிறதுடீ, எங்கப்பா வாங்குவதை நிறுத்திவிட்டார். பணம் கொடுக்க முடியாம. மாடி வீட்டுப் பிள்ளை வந்திருக்கு. அதுகிட்டே இருக்கு, கண்ணாடியைப் போட்டுக் கிட்டு விரைப்பாப் போவுது அது. விட்டேனா, இன்னிக்குச் சாயங்காலம் அதுகிட்டவே வாங்கிடமாட்டேனா?"

"நல்லவன்டி அவன், நான்கூட என் தம்பியை அனுப்பி, அவனிடமிருந்துதான் வாங்கி வரச் சொன்னேன். வெள்ளிக்கிழமையன்னிக்கே பொங்கும் இதயம் படிச்சுட்டுத்தானே சோறு தின்னேன் ..."

"கதையைச் சொல்லுடி ..."

"போன வாரம் எங்கே நின்னது ... வந்து ..."

"நான் சொல்றேனே; நவம்பர் யோகி நாராயணன், சதானந்த நிலையத்திலிருந்து கிளம்பி, நீலாவின் நினைவு உந்தித் தள்ள, ஓடோடியும் வருகிறான் கிராமத்திற்கு. கிராமத்தின் வடகோடியில் பெருமாள் கோவில்; பக்கத்தில் ஒரு பாழ்மண்டபம்; வௌவாலும் ஆந்தையும் மரநாய்களும் காட்டுப் பூனைகளும் வாசம் செய்யும் பழமையின் வாசனை மிகத் தொலைவில் வருவோருக்கும்

தம் பழமையையும் பாழ்மையையும் அறிவித்தன. இடிந்து கிடந்த பாழ் மண்டபத்தை இன்னும் இடித்துக்கொண்டு வீரய்யன் வாய்க்கால் ஓடுகிறது; ஆகா, இந்த வீரய்யன் வாய்க்கால் தனக்குள்ளே எத்துணை பெரிய சரித்திர ரகஸ்யங்களைப் பதுக்கிக் கொண்டிருக்கிறது! எல்லாம் வல்ல இறைவன், இந்த வாய்க்காலுக்கும் வாயை அளித்துப் பேசும் வல்லமையையும் கொடுப்பானானால், ஆகா. தமிழ்நாட்டின் பழைய வரலாற்றுப் பெருமாளிகையின் ஆயிரம் ஜன்னல்கள் திறக்குமே, ஆகா அந்த வீரய்யன்! ஆகா! அவனுடைய அற்புத வீரம்! ஐயையோ, அவனுடைய ஆனந்த அழகு! அப்பப்பா! அவன் உள்ளத்தில் இருந்த அன்பின் ஆழம், கடவுளே, சோழ வம்சத்தில் அவனுக்கிருந்த அளவில்லாத பற்றுதல் இவ்வளவும் ஜ்வலிக்குமே இந்த வாய்க்காலின் வாயிலிருந்து. ஆனால் இதற்காக வாசகர்கள் கவலைப்படவே வேண்டாம்; காலப் பரப்பில் சிறகடித்துப் பறந்து திரியும் எமது கற்பனை உண்டு; இறந்த காலத்தில் நிகழ்காலச் சாயைக் காட்டிச் சித்திரித்துத் தள்ளும் திறமையும் உண்டிங்கு சரதம். இந்த வீரய்யன் யார் . . ."

"என்னடி இது! அப்படியே ஒப்பிக்கிறையே, பண்டிதரிடம் செய்யுள் ஒப்பிக்கறாப்பலே . . ."

"பின்னே 'பங்கி' எழுதும் தொடர்கதையல்லவா? என் உசிரே அதிலே இருக்கு. முழுக்க நெட்டுரு . . . ஆமாம் அதனாலேதான், முன்னாடி கதையைத் தெரிஞ்சுக்கணும்னு உன்னைக் கேட்டேன். அப்புறம் கதையைத் திரும்பத் திரும்பப் படிப்பேன். கதையும்தான் அதிகமா ஓடிப்போகிற வழக்கமே இல்லையே; மெதுவாகத்தானே அசையும் . . . சரி, இந்த வாரக் கதையைச் சொல்லு."

"அந்தப் பாழ் மண்டபத்துக்கிட்டே நீலா நாராயணனைச் சந்தித்துத் தன் மனத்தைத் திறந்து காட்டுகிறாள்; அதெல்லாம் ஒரே துக்க மயமாக. நீலாவின் அப்பா மணல்வெளி ஜமீன்தாருக்குத் தன்னைக் கொடுப்பதாய் நிச்சய தாம்பூலம் செய்துவிட்டதாய்த் தெரிவிக்கிறாள். நாராயணன் நிலைகுலைந்து தவிக்கிறான். இந்த வாரம் இதோடே சரி. பத்துப் பக்கம் வந்திருக்கிறது; ரொம்ப நன்னா வர்ணிச்சிருக்காரடி . . .; சரி வா, போய்ச் சோப்புத் தேச்சுப்போம் . . ."

"என்னடி அவசரம்? அப்புறம் இந்த வாரத்தில் வந்த சிறுகதை எதாவது சொல்லேன்; உனக்கு நன்னா சொல்லத் தெரிகிறதேடி, எனக்குச் சொல்லவே தெரியறதில்லையே. நேத்திக்கு ஒரு கதை படிச்சேன் மூணே பக்கந்தாண்டி; சிறுகதைன்னா அதைத்தான் சொல்லணும். பத்திரிகையின் ஆசிரியரே அதை எழுதியிருக்கிறார். வந்து எத்தனை பெரிய கதை தெரியுமோன்னோ, வரிக்குவரி கதை

ஓடிண்டே இருக்கு; ஒரு குடும்பத்தினுடைய தாத்தாவிலிருந்து பேரன் வரையில் வந்துவிடுகிறதடி ...”

“ஒரு ஜதை செருப்புன்னு வந்துதே, அதைத்தானே சொல்றே? ஒண்ணு தோலறுந்து போச்சு, அப்படீன்னு வருமே .. !”

“ஆமாண்டீ, ஆமாண்டி ...”

“மறந்தே போயிட்டேனே, நம்ம சாரதா வீட்டுக்காரர் இந்த வாரம் ஒண்ணு எழுதியிருக்கார்; ரொம்ப வேடிக்கையா இருக்கு. வீட்டிலே நடக்கிறத்தை அப்படியே, பேருகூடச் சாரதான்னு தன் பெண்சாதி பேரையே போட்டிருக்காரு, அப்பளத்து மாவிலிருந்து ஆரம்பித்து, அவுங்க வீட்டுச் சாப்பாடு டிபன் எல்லாத்தையும் எழுதியிருக்காரு ... தேவலை; நல்லா இருக்கு, வா போவோம்.”

இவ்வளவையும் கேட்டுக்கொண்டே குடத்தைத் தேய்த்துக் கொண்டிருந்த சாரதாவுக்குச் சிரிப்பு வந்துவிட்டது. ‘களுக்’கென்று சிரித்தாள். விமலாவும் விசாலமும் பார்த்தார்கள்.

இருவரும் சோப்புப் பெட்டியைக் கையில் எடுத்துக் கொண்டு சாரதாவிடம் வந்து சேர்ந்தார்கள். சாரதாவுக்குத் தன் புருஷன் அப்படியொரு கதை எழுதியிருப்பது, அப்போதுதான் தெரிந்தது. இவரு என்னத்தையெல்லாம் எழுதிப்புட்டாரோன்னு அவளுக்குப் பெரிதாய் யோசனை வந்துவிட்டது. தனக்கு எழுதப் படிக்கத் தெரியாதிருப்பது இப்போது அவளை ரொம்ப உறுத்த ஆரம்பித்துவிட்டது. இந்த அரட்டைக்கார விசாலமும் விமலாவும் ஒழுங்காய்ச் சொல்லவும் மாட்டார்களே என்று யோசித்தாள். இதற்குள் அந்த அரட்டை இரண்டுமாய் இவளைக் கேலி செய்து தீர்த்துவிட்டன. கதையில் படித்ததையெல்லாம் சரமாரியாகக் கேட்க ஆரம்பித்துவிட்டனர், இருவரும். சாரதாவோ ஒன்றும் புரியாமல் விழித்தாள். ஆனால் அவளும் சேர்ந்து சிரித்தாள்.

சாரதா குளித்துவிட்டு வீட்டுக்கு வந்தாள். அத்தானிடம் போய்க் கேட்டாள்.

“என்னங்க இது? என் பெயரையும் ஏன் சந்தியிலே இழுக்கிறீங்க? நீங்க கதை எழுதினதும் போதும்; குளத்திலே கேணியிலே கேக்கிறவங்களுக்கு என்னாலே பதிலே சொல்ல முடியலையே!”

“என்ன கேக்கிறாங்க?”

“நம்ம வீட்டில் நடக்கிறதை அப்படியே எழுதியிருக்கீங்களாம்! சாரதான்னே போட்டிருக்கீங்களாமே, வேறே ஒண்ணுமே கிடைக்கலையோ உங்களுக்கு?”

“சாரதா நீயோ சுப்பையா முதலியாரு பெண்; உங்கப்பாரு என்னடான்னா, பட்டிக்காடு, குக்கிராமங்கள் எல்லா இடத்திலும் பள்ளிக்கூடம் வைக்கணும்னு ராப்பகலா உழைக்கிறாரு. நீ என்னடான்னா ...”

“அத்தான், எங்கப்பாரு பேரைச் சொல்லாட்டீ, உங்களுக்குப் போதே போகாதோ? நான் படிக்காதததும் உங்களுக்குத் தினம் தினம் புதுசாவே தெரியுதா ..?”

“நீ படிக்காதது ரொம்ப அழகாகவேதான் இருக்கு . . . இருந்தாலும் ...”

“என்ன, இருந்தாலும்..? இதெல்லாம் ஊராருக்கு உலகத்தாருக்கு ஏன் தெரியணும்? வீட்டைப் பத்தியே எழுத வெட்கமில்லையா உங்களுக்கு?”

“வெட்கமா? அதுதான் பெரிய கௌரவம்; எழுதறவுங்க ரொம்பப் பெரியவங்களா ஆயிட்டா, இப்படித்தான் எழுதுவாங்க; இதுதான் பெருமை; தவிரவும், உலகத்திலே குடும்பத்தைவிட, புருசன் பெண்சாதிகளைவிட விந்தையா வேறே என்னதான் இருக்கு? கலை, புரட்சி, இலக்கியம் இதெல்லாம் வெட்டிப் பேச்சு; நான் சொல்கிறேன் கேளு. மனைவி காப்பி போடுவது, புளி அதிகமாய்க் குழம்பு ஆக்குவது, புடவை கேட்பது, பிறந்த வீடு போவது இம்மாதிரி சங்கதிகளில்தான் பெரிய பெரிய விஷயமெல்லாம் ஒளிஞ்சிருக்கு.

“அடுத்தபடியாக, நான் என்ன எழுதப் போகிறேன் தெரியுமோ? நம்ம பயல் கருப்பையனைப் பத்தித்தான். அவனுக்குக் கட்டி விழுந்திருக்கிறதே அது. நகராம, சிரிக்காம அவன் குந்திக்கிட்டே கிடந்துங்கூட வீட்டில் நடக்கிற விஷயத்தையெல்லாம் கூர்மையோடு கவனிக்கிறானே, அந்த அருமை, அவனைத் தூக்கிக்கிட்டு அண்ணி என்னென்னவோ செஞ்சும், அந்தப் பயல் முனகிக்கிட்டே முக்கினானே அந்த விடாப்பிடியின் அழுத்தம், இதையெல்லாம் வெச்சுக்கிட்டுப் பிரமாதமா எழுதப் போறேன் . . .”

“போறும் போங்க. அண்ணி சொன்னது சரியாப் போச்சு.”

“என்ன சொல்லுது அண்ணி?”

“அந்தக் காலத்திலே கதை எழுதினாங்க, ராமாயணம், பாரதம், அரிச்சந்திர நாடகம், குசேலோபாக்கியானம், நசிகேதன் கதை, ஞான வெட்டியான், இன்னும் எவ்வளவோ! அதெல்லாம் தலைமுறை தலைமுறையா அழியாமல் இருந்து, வந்துக்கிட்டே இருப்பானேன்? இந்தக் காலத்துலே இவங்களும்தான் கதை

கதையா எழுதுறாங்க; ஒருவாட்டி படிச்சுட்டா அப்புறம் இந்தக் கதைகளில் என்னா இருக்கு? உப்புச் சப்பில்லாமை போயி பொட்டலம் கட்டறமே, இதுதான் கண்டோம். இதெல்லாம் என்னடி கதை? ஒரு நல்லதங்கா கதைக்கு ஈடுகட்டுமான்னு கேக்குது அண்ணி..."

"அப்படியா சொல்லுச்சு அண்ணி? அண்ணிக்கு ஞானம் ரொம்ப முத்திப் போச்சு, எங்கள் கதையெல்லாம் வாழ்க்கையை அப்படியே படம்பிடிச்சுக் காட்டும், இதெல்லாம் அண்ணிக்குத் தெரியுமா?"

1964
'குபேர தரிசனம்'

•

# பேனாவும் ஏதுக்கடி

'உள்ளேயிருந்த அலமாரி. பெட்டி, புஸ்தகம், பீரோ எல்லாவற்றையும் குடைந்து பார்த்துவிட்டேன்; நான் தேடிய சாமான் அகப்படவில்லை; அவளிடம் கேட்கவும் தைரியமில்லை. கேட்டாலும் அவள் கைகொட்டிக் கேலி செய்வாள். அப்பொழுதிருந்த மனோவேகத்திற்கு அவளுடைய பரிகாசத்தைத் தாங்கும் பொறுமையும் இருக்காது. 'அவளுக்குத் தெரியாமலேயே அதைத் தேடி எடுத்து நினைத்த காரியத்தைச் செய்து முடித்துவிட வேண்டும்; அவளை ஆச்சரியப்படச் செய்வதுடன் அவளுடைய பரிகாசத்தையும் விரட்டியடிக்க வேண்டும்' என்றெல்லாம் திட்டம் போட்டிருந்தேன்; ஆகவே அவளிடம் சொல்லாமலேயே தீவிரமாய் முனைந்தேன் அதைத் தேடுவதில் இரண்டு தடவை துப்பிவிட்டு, மூன்றாந் தடவையும் புகையிலையைப் போட்டாய்விட்டது. அகப்படுவதாயில்லை. பீரோவிலிருந்த புஸ்தகமெல்லாம் கீழே இறைந்து கிடந்தன. எழுதுவதற்கென்று முன்கூட்டியே தயாராய் நான் கிழித்து வைத்திருந்த பேப்பரெல்லாம் பறந்து சிதறிக் கிடந்தன. அவள் எட்டிப் பார்த்தாள்; நான் அவளைத் திரும்பிப் பார்க்கவில்லை. ஒருக்கால் என் முகபாவம் அவளுக்கு விஷயத்தைத் தெரிவித்து விடுமோ என்று குனிந்து தேடிக்கொண்டிருந்தேன். அவள் சொன்னாள்:

"இதென்ன கூத்து? மறுபடியும் நீங்களேதான் எல்லாவற்றையும் அடுக்கிவைக்க வேண்டும். நான் தொடக்கூட மாட்டேன்; ஆமாம். என்னத்தை

இப்படித் தேடியாகிறது விழுந்து விழுந்து? வைரக்கல் பச்சைக்கல் கெட்டுப்போனது போல இடுக்கிலெல்லாம் தேடும்படியாக அது என்ன சாமான் ...?"

நல்லவேளையாய் என் வாய் முழுவதும் புகையிலை! பேசமுடியவில்லை; அதுவும் நல்லதாயிற்று. "ஹுக்கும் ... உக்குக்கும்... உம் உம்ம் ... சும் ..." என்று முக்கல்களை உதிர்த்தேன்.

"போறுமே ... போறும்; எனக்குப் பிடிக்கவே இல்லை. இந்த உக்கும்க்கும் பாஷை; எதுவானாலும் அப்புறம் நான் தேடி எடுத்துத் தருகிறேன்; சுருக்கச் சாப்பிட வாருங்கள்; எனக்கு வேலை இருக்கிறது அப்பளத்துக்கு மாவு இடித்தாக வேண்டும் ..."

"உக்கும் ... உம் ... ஊம் ... உம் ..." என்று முக்கினேன்; அவள் போய்விட்டாளா என்று பார்த்துக்கொண்டே எல்லாவற்றையும் அள்ளிப் போட்டேன். தேடியது அகப்படவில்லை; வாயைக் கொப்பளித்துவிட்டுக் கூடத்துக்கு வந்தேன். மீண்டும் தேடலாமா? எங்கே தேடுவது .. !" என்று யோசித்தேன்.

'அசோகவனம் ஒன்றுதான் பாக்கி; ஓஹோஹோ, அது தானே சும்பாதி சொன்ன இடம் ...' என்பது ஞாபகம் வந்ததும், ஹனுமான் குதித்தாரோ என்னவோ? என் மருமான் வைத்திப் பயலின் கள்ளிப் பெட்டி என் ஞாபகத்திற்கு வந்ததும், அந்த சந்தோஷத்தில் தாவிக்குதித்தேன் நான். காரியம் முடிந்து விட்டதுபோலவே நினைவிட்டேன். ஆனால் அந்தப் பெட்டி எங்கே இருக்கிறது; கண்ணில் படவே இல்லையே. அந்தப் பயல் இன்னும் ஊரிலிருந்து வரவில்லை; அவன் வந்த பிறகு எடுத்துக்கொள்ளலாமென்று இவள் அதை எங்கேயோ தூக்கிப் போட்டது நினைவு வந்தது. சுற்றிப் பார்த்தேன்; அதையும் காணோம். அவளைத்தான் கேட்டாக வேண்டும்.

"சாரதா ... சாரதா ... சா ... ர ... தா?" பதிலில்லை. உள்ளே எட்டிப் பார்த்தேன்; 'உம்'மென்று உட்கார்ந்திருந்தாள்.

"கூப்பிட்டால் பதில்கூடச் சொல்லாமல் ..." என்று நான் முடிப்பதற்குள், "உக்குக்கும் ... உம்ஹும்ம் ... உம் ... உம் ..." என்று சிரிக்காமல் முக்கினாள் சாரதா.

"சீச்சீ ... கேட்பதற்குப் பதில் சொல்லாமே, என்னவோ கிண்டல் பண்ணுகிறாயே ..."

"இன்னிக்கு உண்மையாகவே சுண்டல்தான் டிபன். நீங்கள் முக்கினால் எனக்கு மட்டும் புரியுமோ? இப்படித்தானே எனக்கும் ஆத்திரம் வரும்? என்னிடம் சொல்லாமல் எதைத் தேடியாகிறது?"

"சொல்லாமலென்ன ? இப்போ . . . வந்து . . . இந்த . . . ம் . . . வைத்திப் பயலுடைய...” பாதியோடு நிறுத்திவிட்டேன். வைத்தியின் பெட்டியில் தேடுவதென்றால் அவளுக்கு நிச்சயம் புரிந்துபோய் விடுமல்லவா ?

"பள்ளிக்கூடம் திறக்கப்போகிறது என்று சொல்ல வந்தேன் . . . சரி இலையைப் போடு . . . எனக்கும் கொஞ்சம் வேலையிருக்கிறது . . .”

"எனக்குத் தெரியுமே, உங்களுக்கு வேலையில்லாமல் இருக்குமா என்ன ? உங்களுக்கென்று அமெரிக்காவிலிருந்தல்லவா வந்திருக்கிறது சீட்டுக்கட்டு ? உங்களைப் போலே பத்து புருஷாளும் உண்டு; அதுக்கென்று வேலை மெனக்கிட்டுண்டு, காசு பணத்தைத் தொலைக்கிறதுக்கு . . .”

"போறும் போறும் . . . ஷட்டப் . . .”

"ஆமாம். அது சரிதான் நீங்கள் உழைத்து ஓடாகிச் சம்பாதிக்கிறேள் பணத்தை; கடன் கொடுக்க முடியாவிட்டால் கஷ்டப்படப்போறதும் நீங்கள். இருந்தாலும் வந்த கடுதாசுக்குக்கூடப் பதில் எழுத ஒழியாமல் இப்படியுமா சீட்டாடணும்?”

"சாரதா . . .”

"நான் ஒண்ணுமே சொல்லவில்லையே.”

"கதைதான் எழுதவே இல்லை; தொலைஞ்சுபோறது; ராக்கண் விழிப்பில்லை; உங்கள்கூட வருகிறவர் சொல்வது போல, பத்திரிகை படிக்கிறவாளின் அதிர்ஷ்டம் . . . என்று பார்த்தேன். இப்போ இரட்டிப்புக் கண்விழிப்பு . . . ; இல்லை, அதைப் பற்றிப் பேசவேயில்லை நான் . . . வந்த கடுதாசுகளுக்குப் பதில் எழுதாவிட்டால் பிறத்தியார் என்ன நினைப்பா . . .?”

"இனிமேல் நான் சீட்டாடப் போகவே போறதில்லை; அதுவும் இன்னிக்கு வீட்டிலேயேதான் இருக்கப்போகிறேன். நீ சொன்னதற்காக அல்ல. இன்றைக்கு என் திட்டமே அப்படி. ஆனால் உங்கண்ணாவுக்குக் கடிதம் எழுதமாட்டேன்; நீ எழுதினால் என்ன . . .”

"அதற்கு நீங்களென்ன; நான் எழுதிண்டுதான் இருக்கேன் . . .”

"சாரதா, உன்னிடம் இருப்பது முன்னே நான் கொடுத்தேனே அந்தப் பேனாதானே. கறுப்புப் பேனா. அது உனக்கு நன்றாய் எழுதுகிறதோ ?”

"எழுதறது, இல்லை; உங்களுக்கென்ன கவலை பேனாவைப் பற்றி ? நீங்கள்தான் சபதம் வெச்சதுமாதிரி பதினைஞ்சு மாசமா பேனாவையே தொடுவதில்லையே . . .”

"சாரதா தனிக் குடித்தனத்தில் வேறு ஒன்றுமே எனக்குப் புரியாவிட்டாலும், இரண்டு விஷயங்கள் நன்னாப் புரிகிறது; எனக்கு நாக்கு நீளம் குறைந்தேபோய்விட்டது; ருசி என்பது அடியோடு மறந்துபோய்விட்டது. உனக்கு நாக்கு நீளம் ரொம்ப அதிகம் ஆயிருக்கு; வர வர நீ எல்லையில்லாமல் பேசுகிறாய்."

"அப்போ நானும் 'உக்குக்கும்' பாஷை பண்ணிப் பார்க்கிறேன் . . ."

"போதும் கேட்டதற்குப் பதிலைக் காணோம். உன் பேனா நன்னா எழுதுமோன்னோ ..."

"எனக்கு எழுதுகிறது; உங்களுக்கு எப்படியோ? உங்கள் கற்பனையின் வேகத்தோடு பேனாவும் பறக்கணும்னா; பார்க்கக்கூடப் பிரயோஜனமில்லை; ஆனால், இப்போதான் உங்கள் கற்பனை ஓடவேயில்லையே! ஓட்டம் எங்கே? நடையை ... அசைவைக்கூடக் காணுமே!"

"சரி, நாக்கைக் கொஞ்சம் மடக்கிக்கொண்டு, மோர்க் கிண்ணத்தை என்கிட்டே வைத்துவிட்டு, நீ போய் அந்தப் பேனாவைக் கொண்டு வாயேன்; இன்னிக்கு அது எனக்கு வேண்டும்."

"ஓகோகோ, விஷயம் புரிந்தது; இன்னிக்கு உங்கள் கற்பனை இறக்கை கட்டிக்கொண்டு விட்டதாக்கும்? அதுக்குத்தான் தேடினேளா? எதைத் தேடினேள்? பழைய காகிதக் கந்தையில் ஏதாவது கிறுக்கிவைத்திருப்பீர்களே அதையா?"

"நீ போய்ப் பேனாவை ..."

"உங்க பேனாவே இருக்கு; இங்கேயே சமையலறையில் இருக்கு; நானே 'இங்க்' வேணுமானாலும் போட்டுத் தருகிறேன் ... எழுதுங்கள்; ஆனால் ஒரு நிபந்தனை. புரியும்படியா எழுதணும் ..."

"சீச்சீ ... ஏது ..."

"என்ன எழுதுவதாய் உத்தேசம்? நான் ஒண்ணு சொல்றேன் எழுதறேளா?"

"நீ பெண் பிறந்ததையா ..."

"இல்லாவிட்டால் நீங்க அப்படியே அற்புதமாகத்தான் கொட்டிப்புடுவேள் ..."

"சாரதா என் சிநேகிதன் முத்துவைத் தெரியுமா உனக்கு? சஞ்சனூர் ..."

"ஆமாம், தெரியுமே எனக்கு, அலக்குமாதிரி. உயரம்மா இருப்பாரே! தீர்க்கப் பிரம்மசாரி ... இப்போ அவருக்கு முப்பது ...

ஏன் முப்பத்தஞ்சு வயசுகூட இருக்குமே. இன்னும் அவர் கல்யாணம் பண்ணிக்கலையே?”

“அவனுக்குக் கல்யாணம் ஆய்விட்டது. நீ சொன்னதுதான் சரியான வார்த்தை அவன் கல்யாணம் பண்ணிக்கொண்டு விட்டான் கடைசியில் . . .”

“எப்போ? பெண் எந்த ஊர்?”

“எல்லாம் உங்க உறவுதான்; மாந்தை சுந்தரம் இருந்தாரே உங்கள் ஒன்றுவிட்ட மாமா, அவருடைய பெண் . . .”

“அவளும் சாரதாதான்; அவள் கொஞ்சம் கறுப்புன்னு பாவம் கல்யாணமே ஆகவில்லை. எத்தனை பேர் அவளைப் பார்த்துவிட்டுப்போன மாப்பிள்ளைகள்! ஆண் பிள்ளைகள் அத்தனை பேருக்கும் தான்தான் மன்மதன்னு எண்ணம்; உங்கள் சிநேகிதர் போலிருக்கு. உங்களைப் போலவே . . .”

“சீச்சீ, நீ கறுப்புன்னு நான் நினைச்சதேயில்லையே! அன்னிக்கும் சரி, இன்னிக்கும் சரி . . .”

“இனிமே நினைச்சுண்டுதான் பாருங்களேன் . . .”

“அதுக்குச் சொல்லவில்லை. பொதுவாகச் சொன்னேன். முத்து ஏன் இவ்வளவு நாள் பிரம்மச்சாரியாய் இருந்தான் என்பது உனக்குத் தெரியுமோ?”

“ஏன்?”

“தனக்கு வரும் பெண்டாட்டி அப்படி இருக்கணும் இப்படி இருக்கணுமென்று பிரமாதமாய் வர்ணித்துக் கொண்டிருந்தான்; குறைந்தது அறுபது எழுபது பெண்களையாவது பார்த்திருப்பான்; அவ்வளவு பேரையும் தட்டிக் கழித்துவிட்டான், கடைசியில் என்னடான்னா?”

“கறுப்பா குள்ளமா இருக்கும் எங்கள் அம்மங்காவுக்கு அடிச்சுது அதிர்ஷ்டம்.”

“இப்போ மட்டும் ஏன் உபமானம் கொடுக்காமல் இருந்துவிட்டாய்? உனக்கு அதிர்ஷ்டம் அடித்தது போலன்னு!”

“அவ்வளவு பட்டவர்த்தனமாகச் சொல்லிவிட்டால் ரஸமாயிருக்குமா? நீங்க என்னவோ சொல்லுவேளே . . . வந்து . . .”

“சீச்சீ, பெரிய கவி! தொனி வைத்துப் பேசுகிறாயாக்கும்?”

“நான் கவி பத்தினியோன்னோ? நானாக வைக்கவில்லையே தொனியை, அதுவா அமையறது . . .”

“சீச்சீ . . . போய்ப் பேனாவைத் தயார் பண்ணு . . .”

“உங்கள் சிநேகிதர் கல்யாணத்தைப் பற்றி, என்ன எழுதப்போறேள்?”

“என் சிநேகிதன், அந்தச் சாரதாவை மணந்துகொள்ள முடிவு செய்தது எப்படி? அந்த முடிவுக்கு அவனை வரச் செய்த மனத்தத்துவம் என்ன? அந்த ரகசியத்தை...”

“நீங்கள் எழுதுகிற கதை புரியலையேன்னா கோபம் வரது உங்களுக்கு; அவ்வளவு தூரம் ஏன் நீங்க சிரமப்படணும்? கல்யாணம் பண்ணிக்கொள்ள வேண்டும்; பார்த்தார் அவரும் வர்ணனையெல்லாம் பலிக்கவில்லை; அவருக்கும் வயசு ஆயிண்டிருக்கு. இப்போ பண்ணிக் கொண்டுவிட்டார்; அவருடைய மனக்குறைக்கு அனுபவம் ஈடுசெய்துவிட்டதே; எங்க சாரதாவும் பெரிய பொண்ணுதானே; அவர் சந்தோஷமா இருக்கார். இருப்பார்; இது போறாதோ இலக்கணமா எழுதணும்னு தோணினா, வார்த்தையெல்லாம் முழுசா எழுதிட்டு..., விதியின் விளையாட்டு . . . ன்னு வெச்சிடுங்களேன் ...”

“சீச்சீ, என்ன இது. கதையே எழுதிவிடுவாய்ப் போலிருக்கிறதே...”

பிரமாதமோ? இலக்கணமா எழுதவல்லையேன்னு பார்க்கிறேன் . . .”

காலை பத்து மணிக்குப் பேனா எடுத்தேன். எழுதிக்கொண்டே இருந்தேன். எண்ணம் வந்தபடியே எழுதிக்கொண்டு வந்தேன்.

ஆரம்பம் பிடிக்கவில்லை; என் மனத்திற்கும் பிடிக்கவில்லை; கதைக்கும் பொருத்தமில்லை; சிறுகதையின் நிறைவைப் பாதிக்காத ஆரம்பம் வேண்டுமே . . . ‘சரி, முடிப்போம்; பிறகு பார்ப்போம்’ என்று எழுதிக்கொண்டே போனேன். எழுதியிருந்த அளவுக்கு முடிந்திருக்க வேண்டும்; ஆனால் முடிவு நெருங்கியபாடில்லை; திரும்பப் படித்தேன்; தலையும் காலும் பின்னுக்குத் தள்ளி ஒதுங்கும்படி கதையின் உடம்பு உப்பிவிட்டது; இந்த அளவுக்குத் தலையையும் காலையும் ‘என்லார்ஜ்’ செய்து விடுவோமென்றால் பெரிய பூதாகாரம் ஆய்விடும். ஜீவனுக்குத் தகுந்த உடல் தானே நன்னாயிருக்கும்?

சரி, இருக்கட்டுமென்று முடிவைப் பற்றிச் சிந்தனை செய்தேன். முத்துவின் மனமாறுதல் எப்படிச் சாத்தியமாயிற்று? கற்பனைதான் விடைகூறவேண்டும். கற்பனை பல சம்பவங்களைப் படைத்தது, மனத்தத்துவம் கம்பீரமாய் வரவில்லை; அதன் படிகள் வெளிப்படையாய்த் துலங்கவில்லை, பொருத்தம் பயமுறுத்திற்று. சம்பவம் பொருந்த வேண்டுமே . . .

மணி இரண்டடித்தது; சாரதா டிபனுக்குக் கூப்பிட்டாள்; இவ்வளவு சீக்கிரமாய்க் கூப்பிடுவாளென்று நான் எதிர்பார்க்கவே யில்லை; அவள் யாருடனோ அரட்டை அடித்துக்கொண்டிருந்தது எனக்குத் தெரியும். ஆனால் சுண்டல்தானே? அதிக வேலையில்லை.

சுண்டலைத் தின்றுகொண்டே யோசித்துக் கொண்டிருந்தேன்; "யோசனை பலமாயிருக்கே இன்னும் எழுதி முடியவில்லை யாக்கும்? இன்னிக்கு ராத்திரி சிவராத்திரிதான்" என்றாள் சாரதா.

"ராத்திரிதான் முடியும், ரொம்பச் சிக்கலான பிரச்சினை"

"முறுக்கு அதிகமேறியிருக்கும். நீளமும் அதிகமோ?"

"உனக்கென்ன தெரியும்? முத்துவின் மனம் கறுப்புப் பெண்ணை குள்ளமான பெண்ணை ... மணக்கும் நிலைக்கு வந்த மனத்தத்துவம், அதன் படிகள் ..."

"படியுமில்லை. மரக்காலுமில்லை, என்னத்தை அளக்கணும் இப்போ? மாந்தைப் பாட்டி அதான்னா, எங்க அம்மாவுக்கு ஒன்றுவிட்ட பெரியம்மா, அந்தப் பாட்டி வந்திருந்தாள். சாரதா கல்யாணத்தைப் பற்றி அவள் சொல்வதைப் பார்த்தால் ..."

"என்ன சொன்னாள் ..?"

"உங்கள் சிநேகிதர் மாந்தைக்கு வந்திருந்தாராம். ஒரு நாள் குளத்தில் எல்லோரும் குளித்துக்கொண்டிருந்தார்களாம். மாந்தைக் குளம்தான் உங்களுக்குத் தெரியுமே, இரட்டைப் படித்துறை. ஒரு பக்கம் புருஷாளுக்கு, இன்னொரு பக்கம் நாங்கள் குளிப்போம், இங்கே பேசறது அங்கே காதிலே விழும். குளிக்கிற துறையிலே பொம்மனாட்டிகளெல்லாம் பேசவே பயப்படுவா ..."

"உன்னைத் தவிர ..."

"ஆமாம் வெச்சுக்கங்களேன் ... உங்களோடே பேசறத்தைவிட ..."

"கதையைச் சொல்லாமெ ... வேறே கதையெல்லாம் அளக்கிறாயே!"

"எதுக்காகச் சொல்றது? அதில் உங்களுக்கு ரகசியம். தத்துவம் அதெல்லாம் அகப்படாது; என்னைக் குத்தத்தான் ஏதாவது கிடைக்கும் ..."

"வேடிக்கைக்குச் சொன்னேன் ... மேலே கதையைச் சொல் ..."

"உங்கள் சிநேகிதரும் குளிக்க வந்திருக்கார் புருஷா துறைக்கு, எங்க துறையிலே சாரதா குளிச்சாளாம்."

"சரி, காதல் என்று கதை பண்ணுகிறாய் ..."

“காதல் என்பதே வெறும் பொய்; நான் கதை கிதை பண்ணலை; நிஜத்தைச் சொல்றேன். அது நன்னாவும் இருக்கு. சாரதா குடத்தைத் தேய்த்து அலம்பிக்கொண்டே இருந்தவள், எங்கேயோ ஞாபகமா குடத்தை விட்டுவிட்டாளாம் குடமும் குப்புற இருந்திருக்கிறது. அப்படியே மிதந்து நகர்ந்துவிட்டது. இவளும் ஜலத்தை அசைச்சு அடிச்சு என்னென்னவோ செய்தாளாம்; அடிச்ச அலையிலே இன்னும் கொஞ்ச தூரத்துக்கு மிதந்து போய்விட்டதாம். கூட இருந்த பொம்மனாட்டிகள், ‘ஏண்டி அசடே’ குடத்தை விடுவையோடி? அந்தண்டை யாராவது பயலுக இருந்தாலும் தேவலையேன்னு’ பேசிண்டு இருக்கிறபோதே, அந்தச் சாரதா திடுதிடுன்னு கீழே இறங்க ஆரம்பிச்சுட்டாளாம். ஐயய்யோ, ‘எட்டீ ஆழம் கொலையாழமடி, இறங்காதே’ன்னு இழுத்தாளாம் எல்லோரும்; சாரதா அழுதுண்டே சொன்னாளாம், ‘அப்படித்தான் நான் போயிடறேனே அம்மாமி; ஆனவயசுக்கு நான் யாருக்காக இருக்கணும் என்னை ஒருத்தருக்கும் பிடிக்கவில்லையே யாருக்கும் நான் வேண்டாம்; எங்கப்பாவும் போயிட்டார், எங்கண்ணாவோ வேதனைப் பட்டுக்கிறான்’ அப்படின்னு சொல்லிண்டு அழுதாளாம்; பாவம் அவளுக்கு எத்தனை நாள் ஆதங்கமோ; அங்கே இருந்தவா, விக்கிச்சு நின்னாளாம் அப்படியே …”

“ . . . . . . . . .”

“என்னான்னா நீங்களும் ஸ்தம்பிச்சுப் போயிட்டேள் …”

“மேலே சொல்லு சுருக்க.”

“உங்கள் சிநேகிதர் முத்து, விர்ருனு இறங்கி நீஞ்சிப் போய்க் குடத்தை எடுத்தாராம். சாரதாவுக்கு வெட்கம் தாங்கலையாம். அந்த வெக்கத்திலே அது மூஞ்சிகூடச் செவந்து போயிடுத்துடீன்னு ஆச்சரியப்பட்டுப் போனா அந்தப் பாட்டி. கண்ணைத் துடைச்சுக்கிறாளாம். குமைஞ்சுண்டு வரதாம். ‘நான் அழுதேன்னு சொல்லாதங்கோன்னு’ கெஞ்சிவிட்டுச் சுருக்கச் சுருக்கப் போயிட்டாளாம். போற போது அவள் என்ன செஞ்சான்னு

பாட்டி சொல்லலை. ஆனா, அவள் உங்கள் சிநேகிதரைத் தன் கண்ணாலே அள்ளிக் குடிச்சுட்டுப் போயிருப்பான்னுதான் எனக்குத் தோன்றது; மனசு கேக்காதோன்னா இல்லாட்டா . . .”

“முத்து என்ன பண்ணினானாம் பிறகு . . .”

“சாரதாவின் அண்ணாகிட்டே போய், தானே நேரில் பேசி முடிச்சாராம். ஜாம் ஜாம்னு மேளம் முழங்கிச் சாரதாவின் கழுத்தில் முடிச்சுச் போட்டாராம்.”

"ஆஹா…ம்…ம்…ம்…சாரதா…"

"என்ன மொச்சுக் கொட்டியாகிறது? புரிஞ்சுதா என்ன தத்துவம்னு? படிகள், கமான் வளைவுகள், மாடி மச்சுகள் என்று ஆரம்பிப்பேளே ஏதாவது..?"

"சீச்சீ … ஷட்டப்; நீ நேரே மேஜைக்கு வரவேண்டியது, இப்போ எனக்குச் சொன்னையே இதையே இப்படியே எழுத வேண்டியது. பாக்கி கதையெல்லாம் அப்புறம் வெச்சுக்கோ. உம் நான் போய் வெற்றிலை போட்டுக் கொள்வதற்குள் அங்கே இருக்க வேண்டும் … கிளம்பு."

சாரதா கதை எழுதிவிட்டாள். நான் பேனாவைத் தேடியெடுத்துத் தீட்டியதுதான் கண்ட பலன்; மனத்தத்துவமென்று ஏராளமான தூய வெள்ளைக் காகிதங்கள் மசிக்கறை படிந்து கிடப்பதுதான் மிச்சம்.

1964
'குபேர தரிசனம்'

# வாயில்லாச் சீவன்கள்

முத்து காளைக்குத் தீனி வைத்துக்கொண்டிருந்தான். அவன் ஒரு ஊமை.

அந்தக் காளை அவனை ஏக்கத்தோடு பார்த்தது. கொம்பு நுனியால் அவனைச் சொறிந்தது. முத்துவும் கண்ணீர் விடாத குறையாய் அதைத் தட்டிக் கொடுத்தான்.

வழக்கமாய் முத்துவோடு வரும் அஞ்சலை தென்படவில்லை. தனக்குத் தீனி வைக்கவும் தண்ணீர் காட்டவும் அவள் வரவில்லை, நாலைந்து நாட்களாய்த்தான் இப்படி நடக்கிறது, இந்த மாறுதல் பற்றி அந்தக் காளைக்கு என்ன தெரியும்? ஆனால் அஞ்சலை இல்லாமல் தனியே வரும் முத்துவின் ஆத்திரத்தையும் படபடப்பையும் அவை முற்றி அவன் முகத்தில் வேதனையாய்க் கனிந்திருந்ததையும் அந்தக் காளையால் உணர முடிந்ததோ? அதுவும் ஒரு வாயில்லாப் பிராணி. கண்ணாலும் கொம்பாலுமே தன் அனுதாபத்தைத் தெரிவிக்க முடிந்தது. முத்துவும் பலவிதமாய்க் குரல் எழுப்பித் தன் வேதனையைக் காளையோடு பகிர்ந்துகொண்டான். சொற்களைக் கொட்டி அளக்காமலேயே சோகக் கதை கூற முடியுமோ? முத்துவுக்குப் பேச்சில்லை என்ற குறையைப் பிரமாதமாக அது நினைக்கவேயில்லையோ? அப்படிப் பேச்சில்லாமல் இருந்ததால்தான், முத்துவின் ஹிருதயம் அந்தக் காளையினிடத்தில் பண்பட்டிருந்ததோ?

முத்து, ஊரில் நல்ல செல்வாக்கும் பெரிய தனமும் படைத்த மண் கொண்டாருடைய ஒரே மகன். வாட்டசாட்டமான ஆள். முரடன், மூர்க்கனும்கூட. காளைகளும் கிடாக்களும் மாடு கன்றுகளும்தான் அவனுக்கு ரொம்ப நெருக்கமானவை. அவற்றோடு பழகுவான். அவற்றைப் பழக்குவான். சாகுபடி காலத்தில் இரவோ பகலோ அயராமல் வயல் வெளியில் உழைப்பான். ஊராரோடு பழக அவனுக்கு நேரமும் இல்லை. நினைப்புமில்லை. அப்படியே யாரோடாவது அவன் பேசினால் தகராறுதான். மூஞ்சி மோரை தெரியாமல் அடித்துவிடுவான் யாராயிருந்தாலும். ஏன், எதற்கென்று காரணம் காட்டவோ, பிறர் சொல்வதைக் கேட்கவோ அவன் பழக்கப்பட்டதே இல்லை. காது வழி அடைத்துவிட்டதால், தொடர்பு அறுந்துவிட்டது. அவன் தன்னிச்சையாய் எப்படி எதை நினைக்கிறானோ, அதுவே அவன் முடிவு. ஆகவே அவனை ஊரார் நெருங்காமல் இருந்துவிட்டார்கள். அவன் வழிக்குப் போனால்தானே, அந்த மாதிரித் தகராறு? அவனாக யாரையும் ஒன்றும் செய்வதில்லை. அந்த மாதிரி ஸ்வபாவத்தாலும் அவன் பெரிய இடத்துப் பிள்ளை என்பதாலும் ஊரார் அவனிடம் ஜாக்கிரதையாகவே பழகினார்கள். அவனை, முத்து என்று பெயர் சொல்லிக் குறிப்பதே வழக்கமில்லை. 'மண் கொண்டார் சின்னவரு' என்றுதான் சொல்வது வழக்கம்.

மாடு கன்றுகளில் அவனுக்கு நிறைந்த அனுபவம். நல்ல கைராசி.

அது வம்சப் பரம்பரைவாசி என்பார்கள் எல்லோரும். அந்தச்சுற்று வட்டாரத்திலேயே மண்கொண்டார் வீட்டுக் காளை மிகவும் பிரஸித்தி பெற்றது. நல்ல ஜாதிக் காளையின் வழியாக வாகான கன்றுகளை வளர்த்து வளர்த்துத் தேர்ந்தவர்கள் அவர்கள். இரண்டு மூன்று தல்லமுறையாக, அவர்கள் வீட்டுக் காளையின் வழியில் வந்த கன்றுகளுக்குத் தனியான ஒரு 'மவுசு' உண்டு. வருஷா வருஷம் அவர்கள் கிடை சேர்ப்பதுண்டு. முத்துவின் மேற்பார்வையில் எல்லா மாடுகளும் 'கனஜோராய்' நிற்கும்.

கூடுமானவரை மாடுகள் இளைக்காமல் இருக்க என்னென்ன செய்ய வேண்டுமோ, எல்லாம் செய்வான் முத்து. கடும் வெய்யிலில் குளத்தங்கரைத் தோப்பில் கிடையை மறித்துப் போட்டுவிட்டு, வெய்யில் தாழ்ந்ததும்தான் ஓட்ட வேண்டுமென்று கண்டிப்பான் கிடைக்காரனை. வீட்டுக்கெதிரில் பிரம்மாண்டமாய்க் கிடக்கும் வைக்கோற்போர் தரைமட்டமாகிவிடும், கிடை கலைப்பதற்குள். மண்கொண்டாருக்கு இதில் அவ்வளவாகத் திருப்தி இல்லை. கடுமையாய் ஆக்ஷேபிக்கமாட்டார். 'ராப்பட்டு வைக்கோல் கிடைக்குமென்ற நினைவில், மாடுகள் நன்றாய் வறண்டி

மேய்வதில்லை' என்று சொல்வார் எப்போதாவது. 'முத்துவுக்குத் தெரியாதா' என்று அதோடு விட்டுவிடுவார். கிடையில் மற்றொரு பழுத்த காளையும் உண்டு. இருந்தாலும் சின்னக்காளைதான் முத்துவுக்குத் தோழன். இளவட்டமாய் மதமேறி நின்ற அதுவும் முத்துவும் சகோதர பாசத்தைவிடப் பலமடங்கு அதிகமான பாசத்தால் பிணைக்கப்பட்ட ஜீவன்களாய் இணைபிரியாமல் வளையவருவார்கள், மண்கொண்டார் வீட்டுக் குலவிளக்கு முத்து; அவர் வீட்டுக் கொட்டலின் விளக்குச் சின்னக்காளை.

இரவில் பெரிய காளைதான் கிழ அரசர் கிடப்பதுபோல் கிடையைக் காத்துக்கொண்டிருக்கும். இளங்காளை, கம்பீரமாய் எங்காவது போய், எந்தக் கொல்லையிலாவது மேய்ந்துவிட்டுத் திரும்பும். ஒரு முறை கிடையைச் சுற்றிவரும். அப்பொழுது பார்க்க வேண்டுமே அதன் ஒய்யார நடையையும் உல்லாசக் குலுக்கலையும்! இரவில் அது கிடையில் இருக்கிறதா என்பதைப் பார்த்துவிட்டுதான், முத்து தூங்கப்போவான். இருட்டு நாட்களில் கிடை இருக்கும் வயலருகே வந்து, ஒரு குரல் கொடுப்பான். காளை எக்காளித்துப் பெரிய சத்தம் கொடுக்கும், ஊரே கிடுகிடுக்கும். முத்து அதைச் 'சூசனையாய்'க் கேட்டுக்கொண்டிருக்கும்போதே, காளை ஓடிவந்து நக்கிக் கொடுக்கும் ஸ்வாரஸ்யமாய். கண்ணிமை கருத்த கிடாரியோடு முன்னடை பின்னடை போட்டுக்கொண்டிருக்கும் சந்தர்ப்பமாயினும், முத்துவின் குரலைக் கேட்டால் ஓடிவந்து விடும்.

நிலா நாட்களில், குளத்தங்கரைத் தோப்பில், அதோடு ஆசை தீர விளையாடுவான் முத்து. அவன் வீடு வரைக்கும்கூட வந்து வழியனுப்பிவிட்டுத் திரும்ப ஓடும், ஏகாந்தமாய். வயலில் பஞ்சுப் பொதிகள் கிடப்பதுபோல் கிடக்கும் நூற்றுக்கணக்கான மாடுகள் கிடக்கும் இடத்திற்கு அது போய்ச் சேரும் வரையில், அதைப் பார்த்துக்கொண்டிருப்பான் முத்து. பகலில் ஊருக்குள் அப்படித் தனியாய் அந்தக் காளையை யாராவது பார்த்துவிட்டால், அப்படியே குலைநடுங்கிப் போவார்கள். அரை மைலுக்குக் குடைபிடித்த ஆள் வரக்கூடாது. சாயம் பூசிய கூண்டு வண்டியைக் கண்டுவிட்டாலோ ஆபத்துத்தான். கொண்டை குலுங்க, மணி அலறப் புழுதிப் பறக்க நாலுகால் பாய்ச்சலில் ஓடி, வண்டியைக் குடை சாய்த்த பிறகுதான் திரும்பும். அப்பொழுதெல்லாம் அந்த வேகத்தைத் தணிக்க, முத்துவின் குரல் ஒன்றைத் தவிர, வேறு எதுவுமே பயன்படுவதில்லை. சாதாரணமாகவே அதை இருபுறமும் சங்கிலி போன்ற அழுத்தமான கயிறுகள் கட்டி மிகச்சுருக்கியே முளையில் கட்டியிருப்பார்கள்.

முத்துவைத் தவிர, வேறு யாரும் அதை அணுகித் 'தாஜா' செய்ய முடியாது. கிடையில் பெரிய காளையே, இதைக் கண்டு

ஒதுங்கிக் கொடுக்கும். சின்னது தொடரும் கிடாரியைப் பெரிது ஏறிட்டுக்கூடப் பார்ப்பதில்லை. மூத்ததற்குப் பரிந்துகொண்டு சின்னதைச் சலுகையாய்த் தாடையில் அறைவான் முத்து. ஊற்றுக் கன்றாய் இருந்ததிலிருந்து, முத்துவின் கையிலேயே வளர்ந்து சிங்கம்போல் வீரார்ந்து நிற்கும் அந்தக் காளைக்கும் அவனுக்கும் இருந்த நெருக்கத்தை, சிநேகப் பாசத்தைக் காட்டிக் கொண்டு பெருமூச்சு விட்டது காளை.

நாலைந்து நாட்களாய் அஞ்சலையைக் காணவில்லை. முத்துவின் மெய்மறந்த சிரிப்பும் கத்தலும் கேட்காமல், அதற்குத் தீனி தின்பது போலவே இல்லை. அந்தக் காளை லக்ஷியம் செய்த மனிதர்கள் மூன்றே பேர்கள்தாம். அஞ்சலை ஒருத்தி. முத்து ஒருவன். பெரிய மண்கொண்டார் ஒருவர். அவரும் அறிமுகம் என்பதோடு சரி, மற்றபடி அதன் தினசரி வாழ்வில் அஞ்சலையும் முத்துவும்தான் நிரந்தரமானவர்கள். அஞ்சலை

புதிதாய் வந்தவள்தான். அந்த வீட்டிற்கு வந்த புதுசில், பாவாடையைத் தூக்கிக் கட்டிக்கொண்டு, கொட்டிலைப் பெருக்க வருவாள். காளையினருகே வரும்போது முத்துவைக் கூப்பிடுவாள். ‘ஒன்றும் செய்யாது போ’ என்ற குறிப்பில் குரலெழுப்புவான், அவன் சிரித்துக்கொண்டே. காளையிடமும் வந்து சொல்வான். நாளடைவில் அவளுக்கும் தன்னை நெருங்கி வரும் உரிமை தந்தது. இப்பொழுதெல்லாம் சிற்றாடையை மடக்கிக்கூட வைத்துக்கொள்ளாமல் தீனி வைத்துவிட்டு, அதன் கொண்டை மேல் சாய்ந்து நிற்பாள். தீனிப் பெட்டியை அவள் குனிந்து எடுக்கும்போது சொறிந்துகொடுக்கும். அவ்வளவு தூரம் பழகிப்போன அஞ்சலையை நாலைந்து நாட்களாய்க் காணவில்லை. முத்துவும் வேதனைப்படுகிறான். காளையும் வேதனைப்பட்டு ஏங்கிப் பார்த்தது. கண்ணீர்விடாத குறையாய்த் தட்டிக் கொடுத்தான் அவன். தீனி தின்னாமல் முத்துவை முகத்தால் தடவிற்று. அதுவரை அடக்கி வைத்திருந்த துக்கம் பொத்துக்கொண்டு வந்தது முத்துவுக்கு. கடகடவென்று கண்ணீர் விட்டான். வீட்டிலே எல்லோரும் சாப்பிடுகிறார்கள். டீத்தண்ணீ, மோரெல்லாம் குடிக்கிறார்கள். தன்னுடைய வேதனையில் பங்குகொள்ளும் அனுதாபத்தை மனிதரிலே காணாத முத்து, காளையின் பரிவில் உருகிப்போய்க் கடகட வென்று கண்ணீர் விட்டான். சில நிமிஷங்களுக்குப் பிறகு, கண்ணீர் கலந்த தவிட்டை விரல்களால் எடுத்தெறிந்துவிட்டு, தீனியை அதன் வாயில் கொடுத்தான். தயங்கித் தயங்கி உட்கொண்டது மாடு. அதைத் தடவிக்கொடுத்துக்கொண்டே, முக்கலும் முனகலும் கேவலும் மூச்சுமாய் என்னென்னவோ சொன்னான்

கதையெல்லாம். அந்த ஈரக்குரல்களில் அஞ்சலையின் கதைகள்தாம் நிறைந்திருக்கும் அநேகமாய்.

o o o

மண்கொண்டாருடைய வெகு தூர உறவினன் ஒருவன், மனைவியையும் சொத்தையும் இழந்துவிட்டு, ஒரு பெண்ணோடு வந்துசேர்ந்தான். சில வருஷங்களுக்கு முன் மண்கொண்டார் வீட்டுச் சாகுபடி வேலையையும் செய்துவந்தான், வீட்டோடு இருந்துகொண்டு. அந்தப் பெண்தான் அஞ்சலை. திடீரென்று அவன் செத்துப்போய்விட்டான். அந்த இழவுக்கென்று வந்த அவனுடைய உறவுக்காரர்கள், அப்பொழுதே அஞ்சலையைத் தாங்கள் அழைத்துப் போவதாகக் கூறினார்கள். அவளுக்கு முறை மாப்பிள்ளையென்று சொல்லிக்கொண்டு ஒருவன் வந்திருந்தான். மண்கொண்டார், ஏதோ சாக்குப் போக்குச் சொல்லி அனுப்பிவிட்டார். வேறு இடத்திலிருந்து பெண் ஒன்றும் வராவிட்டால், அவளை முத்துவுக்கே கட்டிக்கொள்ளலாம் என்பது அவர் எண்ணம். அதனால்தான் அவளை மிகவும் நேசமாய்த் தன் வீட்டோடு வைத்துக்கொண்டார். அவள் வந்ததிலிருந்தே முத்துவும் சிரிப்பும் கொம்மாளமுமாய்த் தானிருந்தான். ஆனால், அஞ்சலை புத்தியறியும்வரை சும்மாக் கிடந்த அந்த உறவுமுறையான், அவளை அழைத்துப் போக வந்துவிட்டான். அவள் பிறந்தவுடனேயே அவனுக்குத் தான் என்று ஆணை வைத்தார்களாம். அப்புறமும் அடிக்கடிப் பரிசம் போட்டது மாதிரிப் பேச்சு வார்த்தைகள் நடந்திருக்கின்றனவாம். இதற்குப் பலபேர் சாக்ஷி சொல்கிறார்கள் கூடவந்து. அந்தப் பிள்ளை, அப்படியொன்றும் சொத்துக்காரனோ, பெரிய ‘ஜனக்கட்டு’ உள்ளவனோ அல்ல. இருந்தாலும், தன்னூர்ப் பெரியதனக்காரரையும் வேறு சிலரையும் அழைத்து வந்திருக்கிறான், நியாயம் பேச. இதற்கேற்றாற் போலவே அஞ்சலையும் முத்துவை மணக்க விரும்பவில்லை. தனக்கு அந்த எண்ணமே இருந்ததில்லை எப்போதும்; மண்கொண்டாருக்கு அந்த எண்ணம் இருப்பதாகவும் தனக்கு அதுவரை தெரியவே தெரியாது என்றும் ஒரேயடியாய்ச் சாதித்தாள். அவளுக்கு என்ன பதில் சொல்வதென்றே தெரியாமல், என்னவோ சொல்லப்போய், “அப்படியானா, நீ ஏன் அவனோடு அப்படிப் பழகினாயாம்?” என்று கேட்டுவிட்டார் மண்கொண்டார். அந்தக் கேள்விக்கு அர்த்தமென்னவென்று, அதைக் கேட்ட பிறகுதான், அவரே யோசித்தார். இதற்குள் அஞ்சலை, மளமளவென்று பேசித் தீர்த்துவிட்டாள்.

“எப்படிப் பழகினேனாம்? யாரு இதைச் சொன்னவங்க? காளைமாட்டோடும்தான் நெருங்கப் பழகினேன், கிடா ஒண்ணு

நிக்குதே, அதோடும்தான் பழகினேன் முத்துவோடும் அப்படித் தான் பழகினேன். முத்து காளைகிட்டே இளிக்குது, என்னை முதுகிலே தட்டிக் குடுத்திருக்கும். எப்பவாவது எங்கிட்டேயும் இளிக்குது. காளையைத் திமிலைத் தட்டிக்குடுத்திருக்கும். இதுலே என்னத்தைக் கண்டாங்களாம் பழக்கத்தை?"

"ஏ குட்டி! அதிகமாப் பேசாதே. தெரிஞ்சுதான் பேசறையா நீ?" என்றார் மண்கொண்டார். அவளிடம் கோபித்து, அவள் பேச்சுக்கு மதிப்பைத் தந்துவிடக்கூடாது, அவள் பேசுவதற்கு அர்த்தமில்லை என்று ஆக்கவேண்டும் என்பது அவர் எண்ணம். ஆனால், நியாயம் பேச வந்திருந்தவர்களில் ஒருவர், ரொம்ப இங்கிதமறிந்தவர்.

"அறியாப்பிள்ளையுங்க அது, தடபுடன்னு எதையெதையோ பேசுது" என்று முத்துவின் தகப்பனிடம் சொல்லிவிட்டு, "அஞ்சலை மண்கொண்டார் மாமாகிட்ட இப்படியா பேசுவாங்க? போ, போ, உன் மனசுலே கிடந்ததை ஒளிக்காமெ கொட்டிப்பிட்டே, போயி உன் துணிமணியெல்லாம் எடுத்து வைச்சுக்க, ஊருக்குப் போவணும்" என்று தீர்மானம் வைத்தார்.

மண்கொண்டாருக்குப் பேச முடியவில்லை. தனது பெரிய தனத்தையும் நாளைக்கு வேறு இடங்களில் தானே நியாயம் பேசவேண்டிய கண்ணியத்தையும் நினைத்து, நிர்ப்பந்தவசமாய் அவர் அஞ்சலையை அனுப்பித்தர ஒப்புக்கொண்டுவிட்டார். 'விட்டேனா பார்' என்று அவரே கிளம்பாதபோது, வேறு யார் என்ன செய்யமுடியும்? முத்து ஏதாவது முரண்டு செய்தால் தகராறு வரும். அப்பாவின் கௌரவம் அவனையும் கல்லாய்ச் சமைய வைத்துவிட்டது. அஞ்சலை, அவர்களோடு கிளம்பிப் போய்விட்டாள்.

அவள் தன் மகனுக்கு வாழ்க்கைப்படாமல் போவதில் கூட, அவ்வளவாய் வருத்தமில்லை மண்கொண்டாருக்கு. அவர் நினைத்தால் பொண்ணா இல்லை? போகிற போக்கில் அஞ்சலை

சொன்ன வார்த்தைகள்தாம், அவரை மிகவும் வருத்தின. முத்துவைக் காளையோடும் கிடாவோடுமல்லவா சேர்த்துப் பிடித்து எண்ணிவிட்டாள்! இதை வெளியில் சொல்லவும் முடியாமல் ஆத்திரப்பட்டு, "கிடக்குது போ, நன்னி கெட்ட கழுதை. அந்த 'ராங்கி' குடித்தனத்துக்கும் ஒத்து வராது" என்று அந்த எண்ணத்தையே ஒதுக்கிவிட்டார், ஆனால், முத்துவைப் பார்க்கும்போதெல்லாம், அவருக்கு அந்த நினைவு வந்துவிடும். மிகவும் அங்கலாய்ப்பார், முத்துவைப் பெற்றவளிடம்.

o o o

எழுச்சியே இல்லாமல் நாட்களைத் தள்ளிக்கொண்டிருந்தான் முத்து; ஒவ்வொரு நாளும் நீண்டு நீண்டு தன்னை வருத்துவதாகவே நினைத்திருக்கவேண்டும் அவன். ஒன்றும் ஓடாமல், இரவும் பகலும் ஒன்றாய்த் தூக்கம் பிடிக்காமல் துக்கம் கொண்டாடிக்கொண்டிருந்தான். காளை முன்போல் அவ்வளவு சீறுவதில்லை. எகிறி எக்காளம் போடுவதில்லை. வந்த மாடுகளைக்கூட நத்தி மோப்பம் பிடிப்பதில்லை. முத்து மிக முயன்று, அதைத் தாஜா செய்து பிடிக்கவைப்பான்.

ஆற்றில் ஜலம் வந்து வயல் வேலை தொடங்கிய பிறகுதான், முத்துவுக்கு எழுச்சி வந்தது. அப்பாவும் அம்மாவும் அவனுக்குப் பல ஆறுதல்களைச் சொன்னார்கள். அருமையான பெண்ணாய்ப் பார்த்துக் கல்யாணம் செய்துவைப்பதாய் உறுதி கூறினார்கள். முத்துவின் மனம் இழந்த தெம்பை மீண்டும் பெற்றது. ஒருவாறு பழைய முத்துவானான்; காளையும் அவனோடு ஒத்துப் பாடியது. வயலுக்கும் வீட்டுக்குமாகப் பம்பரம்போல் சுற்றிக் கொண்டிருந்தான். சாயங்காலம் வீட்டுக்கு வரும்போதெல்லாம் அருமையான புல்லாய் ஒரு பெரிய சுமை கொண்டு வருவான். கறவை மாட்டுக்கும் காளைக்கும் பிரித்துப்போட்டு, தூசி துப்பட்டையில்லாமல் ஆய்ந்து கொடுப்பான். போது பற்றவில்லை இப்போது அவனுக்கு. நாளெல்லாம் நிமிஷமாய் ஓடிற்று, மாதங்கள் போனதே தெரியவில்லை. ஆச்சு, தை பிறக்கப்போகிறது; அறுவடையெல்லாம் ஆக வேண்டும். இவ்வளவு மும்மரத்திலும் முத்துவுக்குக் கல்யாண ஞாபகம் ஊறிக்கொண்டேயிருந்தது. மண்கொண்டாரும் பெண் பார்த்துக்கொண்டுதானிருக்கிறார். மார்கழி மூட்டம் கலைந்து பளிச்சென்ற பகல்களைப் பார்த்த காளைக்கும் உத்ஸாஹம். அதற்குக் கிடை நினைவு வந்துவிட்டது. கிடைமறிக்கும் தோப்பைத் திரும்பத் திரும்பப் பார்த்தது. முத்து அதனிடம் போய்ச் சிரித்தான், கனைத்தான்; பல ஜாடைகள் செய்து கிடைசேர்க்கப் போவதைச் சொல்லிக்காட்டி, அதன் கொண்டையை வருடுகிறான். கொட்டிலை நிறைத்துக்கொண்டிருக்கும் கன்று தழுவிய தாய்ப் பசுவைப் போய்த் தழுவித் தழுவிக் காட்டுகிறான். மெய்மறந்து காளையும் எக்காளமிடுகிறது. ஏகக் கிளர்ச்சி இரண்டு உள்ளங்களிலும். தை பிறந்ததிலிருந்தே மாட்டுப் பொங்கலன்று தொடங்கிய ஒரு புது மிடுக்கோடு காளை மதாளித்து நின்றது. முத்து நல்ல வேஷ்டிகளெல்லாம் கட்டிக்கொண்டான்; உருமால், சொக்காயெல்லாம் போட்டுக்கொள்ள ஆரம்பித்தான்.

மண்கொண்டார் மிகவும் முயன்று, நயபயங்களை உபயோகித்துப் பெண்ணைப் பெற்ற ஒருவனைப் பிடித்துக் கலியாணம் நிச்சயம் செய்தார். முகூர்த்தம்கூட வைத்துவிட்டார்.

ஆனால், தை முடிந்து, மாசி பிறந்து, முற்றிக்கொண்டிருந்த நிலையிலும் கல்யாணம் ஒத்திப்போய்க்கொண்டேயிருந்தது. இதற்குள் இங்கே, கிடையெல்லாம் சேர்த்துப் பெருகிப் போயிருந்ததால், முகூர்த்தத்தை எதிர்பார்ப்பதைத் தவிர, வேறு கவலையில்லாமல் இருந்தான் முத்து. பெண் வீட்டுக்காரர்கள் ஏதோ உதவாக்கரைப் பேச்செல்லாம் பேசிக்கொண் டிருந்தார்கள். கடைசியில் ஆளை அனுப்பிப் பெண்ணின் அப்பனைக் கைப்பிடியாய்த் தன்னிடம் அழைத்துவரச் செய்தார் மண்கொண்டார். நிர்ப்பந்தத்தால் பெண் கொடுக்க ஒப்புக்கொண்ட அந்த மனிதன், மெல்லத் துணிந்து பணிவும் குழைவுமாய், முத்துவுக்கென்று ஏதாவது சொத்துகள் பிரித்து எழுதி வைத்துவிட வேண்டுமென்று பேச்சுவிட்டான்.

"வாயில்லாதவராய்ப் போயிட்டாரு உங்க மவன். அத்தோடே. நீக்குப் போக்கும் தெரியலை அடியும்பிடியுமா முரட்டுத்தனம் வேறே இருக்கு. நான் இப்படிச் சொல்றேன்னு ஐயா கோவிச்சிக்க மாட்டீங்கன்னு நெனைக்கிறேன்; ஒரு நல்லது – கெட்டது. தலையைக் காலை வலிச்சுதுதான்னு வையுங்க. அந்தப் பெண்ணுக்கு அரை வயித்துக் கஞ்சிக்கு வழி வேணும் இல்லீங்களா . . ?" என்று வாய்விட்டு உடைத்துப் பேசிவிட்டான் அவன். அன்றிரவு வீட்டில் அதைப் பற்றிப் பேச்சு நடந்தது. முத்துவின் மனம் மறுபடியும் உடையும்படி விடுவார்களா? மண்கொண்டாருக்கு, அந்த மனிதன்மேல் பெருத்த கோபம்தான். ஆனாலும் அடக்கிக்கொண்டுவிட்டார். சொத்து எழுதி வைப்பதாக ஒப்புக்கொண்டு, சித்திரை முற்பத்திலேயே முகூர்த்தத்தை நடத்திவிட வேண்டுமென்று சொன்னார். இரவு விருந்தெல்லாம் நடந்தது. எல்லோரும் வீட்டுத் திண்ணையில் படுத்துக்கொண்டே பேசிக்கொண்டிருந்தார்கள். முத்து உட்கார்ந்திருந்தான். மண்கொண்டார் பனிவாடை ஆகாதென்று வீட்டிற்குள் போய்த் தூங்கிவிட்டார். புது இடம், ஆகவே புதிய மாமனாருக்குத் தூக்கம் வரவில்லை. நல்ல நிலா; அன்று பகல் மாதிரி இருந்தது. திண்ணையில் இருந்து பார்த்தால் எதிரே குளமும் தோப்பும் பார்க்க ரொம்ப அழகாயிருந்தன. முத்து திண்ணையோரத்தில் உட்கார்ந்திருந்தான். நிமிர்ந்து நெட்டுக்கு நேராய், நிலவின் போதையில், குறைவான பனியின் இளங்குழப்பத்தில் மயங்கித் தெரிந்த குளத்திலும் தோப்பிலும் நிழல்களிலும் குளத்தில் நெளியும் கோடுகளிலும் ஈடுபட்டுப் பரவசமானவன்போல, சித்திரையை நினைத்து மௌனக் கவிதை பேசிக்கொண்டிருந்தான் முத்து. பெண்ணைப் பெற்றவன் அவனைப் பார்த்தான், வாட்ட சாட்டமான அந்த முழு ஆளிடம், ததும்பி நின்ற ஓர் நிறைவை அனுபவித்தான். குறை பற்றிய நினைவே எழவில்லை அவனுக்கு.

இப்போது, தனக்குக் கிடைத்திருக்கும் கண்நிறைந்த அந்த மருமகனை, அவன் மனமார ஏற்றுக்கொண்டுவிட்டான். தன் மகளிடம் அவனை வர்ணித்துச் சொல்ல நினைத்தோ என்னவோ, அவனுடைய அழகமைந்த மேனியின் கரவு செறிவுகளை அளந்து அள்ளிப் பருகிக்கொண்டிருந்தான்.

வீட்டிற்கருகில் குதூகலம் நிறைந்த காளையின் எக்காளம் கேட்டது. முத்து திண்ணையில் இருந்து இறங்கினான். காளை எதிர்கொண்டழைத்தது. வழக்கம்போல அதோடு விளையாடச் சென்றான் முத்து. பெண்ணைக் கொடுக்கப் போகிறவனும் கீழே இறங்கி அந்தக் காளையைக் கண்ணாரக் கண்டு சிரித்துக் கொண்டான் தனக்குள். நிம்மதியாய்ப் படுத்தான். தூங்கி விட்டான்.

குளத்தங்கரையில் ஒரு பின்னமரம். மிகவும் குட்டையாய் ஏராளமான கிளைகளோடு தழைத்து மண்டிக் கிடந்தது. அருகிலேயே ஓர் கொன்னை மரம். அதன் கிளைகளும் மிகத் தாழ்வு. எம்பிக் குதித்து, ஏறி உட்கார வாய்ப்பாயிருந்த ஓர் கிளையில் முத்து உட்காருவான். காளைமேல் தாவிக் குதிப்பான். காளை லாவகமாய் முன்னங்கால்களைத் தூக்கிக் கிளையில் போட்டுக்கொள்ளும். முத்து ஏறி இறங்குவான். இப்படி என்னென்னவோ விளையாட்டு. பொத்தென்று கீழே விழுந்தான் முத்து. நீண்ட ஓர் கிளை முறிந்து அவன் தொடை மேல் விழுந்தது, பொறிபறக்கும் நேரத்தில். முத்துவுக்கே இன்னது நடந்தது என்று தெரியாமல் எல்லாம் நடந்துவிட்டது. கிளையில் கால்களைப் போட்டுக்கொண்டே தானும் விழுந்த அதிர்ச்சியில் – பரபரப்பில் காளையும் இசைகேடாய் அவன் தொடையை மிதித்துவிட்டதோ என்னவோ? அதன்மீது ஈ உட்காரக்கூடப் பொறுக்காத முத்து, எதையோ எடுத்து அதன் மீது எறிந்தான். அது குதித்தோடிய வேகத்தில் புற்றுக்குள் காலைவிட்டு உதறிப் பிடுங்கிக்கொண்டது. அதற்குக் காலில் காயம். எலும்பும் பிசகிக்கொண்டது. முத்து நகரப் பார்த்தான்; முடியவில்லை. நிற்பதற்காகத் தூக்கிப் பார்த்தான்; அதுவும் முடியவில்லை. வலி பொறுக்காமல் கத்திவிட்டான். சத்தம் கேட்டு ஓடி வந்தார்கள். ரத்தத்தைத் துடைத்தார்கள். கொட்டிக் கொண்டேயிருந்தது. வீட்டிற்குத் தூக்கிக்கொண்டு வந்தார்கள். காலைத் தூக்கிவைக்க முடியாமல் தேய்த்துக்கொண்டே காளையும் வந்தது. தெருவே கூடிவிட்டது. நடக்க முடியாமல் நடந்துகொண்டு முத்துவைச் சுற்றியது மாடு. “இந்தச் சனியனைப் பிடித்துக் கட்டித் தொலை” என்று எரிந்து விழுந்தார் மண்கொண்டார். இதற்குள் அதுவே போய் ஒரு மூலையில் விழுந்துவிட்டது. நிற்க மாட்டாமல், காளை போனதும், பெண் கொடுக்க வந்த மனிதன்மேல் பாய்ந்தது அவர் கோபம்.

“பாவிப் பயல், சொத்தைப் பிரித்துக் கொடுன்னு கேக்க வந்து கன்னாபின்னான்னு கேட்டானே, அவசகுனம் பிடிச்சவன்” என்று கத்தினார்.

பொழுது விடிந்தது. அடித்துப் போட்டதுபோல் அயர்ந்து விழித்தார் மண்கொண்டார். அவருக்கு ஒன்றும் புரியவில்லை. யார் எதைச் சொன்னாலும் செய்ய நினைத்தார். உள்ளூர் வைத்தியன் வந்தான். தமிழ்ப் பாட்டெல்லாம் சொல்லிப் பற்றுப் போடச்சொன்னான். அப்புறம் கிழவிகள், பழைய கதைகளைச் சொல்லி ஒத்தடங்கள் கொடுக்கச் சொன்னார்கள். நாடாவி ஒருவர் வந்தார். அனுபவஸ்தராம், சிம்பு வைத்துக் கட்டினார். பத்து நாள் கழித்து, ‘டவுன்’ ஆஸ்பத்திரியில் பெரிய டாக்டர் கவனித்தபோது, ஆழமாய்ப் புரையோடி விட்டிருந்தது. அடி பட்டவுடனேயே கொண்டுவரவில்லையே என்று கோபித்துக்கொண்டே சோதனை செய்தார். தலையில் அடித்துக்கொண்டு கிராமவாசிகளின் அறியாமையை வன்மையாகக் கண்டித்தார். மண்கொண்டாரோ மனமுடைந்து கண் கலங்கி, “இப்போ என்ன ஆகுங்க, அதைச் சொல்லுங்களேன்” என்றார்.

“நொண்டி வேணுமா, அல்லது உன் மகனுடைய பிணம் வேணுமா?” என்று கேட்டார் டாக்டர்.

தொடைக்குக் கீழே முழுக்காலையும் எடுத்துவிட்டுப் பிழைக்க வைத்தார் டாக்டர். ஒரு கால் நொண்டியாகி முத்து ஆஸ்பத்திரியில் கிடந்தான். இங்கே வீட்டு வாசலிலேயே காளை நிற்க முடியாமல் படுத்தபடியே கிடந்தது. அதற்கு ஒரு முன்காலிலும் பின்காலிலும் புண்; நரம்பு பிசகல். குளம்புக்கு மேல் வீங்கிக் குதறிக் கிடந்தது. அதை யார் கவனிக்கப் போகிறார்கள்?

வெளிப் புண்ணெல்லாம் ஆறிய பின், முத்துவை அழைத்து வந்தார்கள். ஐங்காலன் மாதிரித் தாவிக் குதிக்கும் முத்துவை வண்டியிலிருந்து இரண்டு பேர் பிடித்து இறக்கினார்கள். அவன் ஒற்றைக் காலால் நொண்டிக்கொண்டே வந்தான். எழுந்திருக்க வேண்டுமென்று துடித்தது காளை; முடியவில்லை, அதன் கொண்டை துடித்தது. உடம்பெல்லாம் சிலிர்த்தது. தாளாமல் அதைத் தழுவிக்கொண்டு உட்கார்ந்தான் அவன். கண்ணீரால் அவனை நனைத்து மோந்து பார்த்தது. நொந்து கிடந்த அதன் கால்களைத் தடவினான் அவன். காணாமற் போய்விட்ட அவனுடைய காலைத் தேடி முகத்தால் உராய்ந்தது அது.

எல்லோரும் வந்து முத்துவைப் பார்த்துப் போனார்கள். தினமும் இந்தக் கண்ணறாவிக் கதையைப் பேசவும் பார்க்கவும் பிடிக்காமல், வீட்டிலேயே தங்காமல் எங்கோ போய்க்

கொண்டிருந்தார் மண்கொண்டார். அப்படிப் போய்விட்டு ஒருநாள் அவர் வீட்டுக்கு வந்தபோது, அஞ்சலையின் குரல் கேட்டது. 'அவள் எதற்கு இங்கே வந்தாள்? குடி கேடி' என்று நினைத்து, விர்ரென்று உள்ளே போனார்.

"அட ஆண்டவனே! இந்த ரெண்டு வாயில்லாச் சீவன்களையும் இப்படி முடக்கிப் போட்டையே, உன் கோவிலில் இடி விழாதா" என்று புலம்பித் தலையிலடித்துக்கொண்டு அழுதுகொண்டிருந்தாள் அஞ்சலை. மண்கொண்டார் உள்ளே வந்து இரைந்ததைக் கேட்க, அவள் அங்கிருக்கவில்லை. எழுந்து நடையைக் கட்டிவிட்டாள், அவரைப் பார்த்தவுடனேயே.

முடிவு:

'ஆரம்பம் – நடு – முடிவு என்ற பிரபஞ்ச நியதியில் விடாப்பிடியாய்த் தொங்கும்' என் நண்பர் கேட்கிறார், முடிவு என்னவென்று; கதையென்றால் துலாம்பரமாய் முடிய வேண்டும் அவருக்கு; அவர் குறைப்படுவானேன்! இதுதான் முடிவு:

முத்துவுக்குப் பின் மண்கொண்டார் வம்சம் இல்லை; அந்தக் காளைக்குப் பின் அவர்கள் வீட்டுக் காளை வழியில் வரும் 'மவுசு'க் கன்றுகளும் இல்லை.

1964
'குபேர தரிசனம்'

# கணவதியும் கணபதியும்

கணவதி என்பவர் 'கஸ்பா' பூலோகவாசி; சுத்த சைவப்பிள்ளை; பேசுகிற பசிக்கிற வயறும் உடையவர். கண்ணால் பார்த்தும் காதால் கேட்டும் நடக்க வேண்டிய உலக நியதிக்குக் கட்டுப்பட்டவர். பசி, பிணி, மூப்புத் துன்பங்களுக்கு விலக்கானவரல்ல.

கணபதியைத்தான் தெரியுமே நமக்கு; தொந்தி கணபதி; தோப்புக்கரணமும், குட்டும், குழக்கட்டையும் எண்ணி வாங்கிக் கொண்டு, எண்ணத்தை நிறைவேற்றுபவர். மனிதர்களுக்கென்றே, மரத்தடிகளிலும், மூலை முடுக்குகளிலும், சின்னக் கோயில்களிலும் பெரிய கோயில்களிலும் ஒண்டுக் குடித்தனமாகவோ, தனி ஜாகையாகவோ இருந்து கொண்டு நம்மையெல்லாம் நன்கு காப்பாற்றி வருபவர்.

ஒரு பெரிய டவுன்; அதில் ஐம்பது அறுபது வயது நிறைந்து விளங்கும் ஒரு பள்ளிக்கூடம்; பள்ளிக் கூடத்தை ஒட்டினாப்போல் ஒரு பிள்ளையார் கோயில்; பிரகாரம், மடப்பள்ளி, மண்டபம், அர்த்த மண்டபம், கர்ப்பக்கிருஹம் எல்லா அங்கமும் நிறைந்த கோவில் அது. அந்தப் பிள்ளையாருக்கு, மேளம், புறப்பாடு, வாகனம், உத்ஸவம் இதெல்லாம்கூட உண்டு; சாதாரண நாட்களிலேயே அவர் வெள்ளிக் கவசத்தோடுதான் இருப்பார்; மாதம் ஒன்றுக்கு முன்னூறு நானூறு ரூபாய் வருமானமுள்ளவர் அந்தப்

பிள்ளையார். ஆகவே, அந்த அந்தஸ்துக்குத் தகுந்த வகையில்தான் அவருக்கு அர்ச்சனை, அபிஷேகம், ஆறுகால பூஜைகள் எல்லாம் நடக்க வேண்டும்; அதற்கேற்ற பொருளாதார வசதிகள் பெற்றவர்கள் தான், அவருக்கு மேற்கண்ட உபசாரங்களைச் செய்துவைக்க முடியும்; ஆனால், அவரை அணுகிப் பார்க்கவோ, அழுது குறை வேண்டவோ அரைப்பைசாகூடச் செலவில்லை; இருந்தாலும் ஜனங்கள் மனசு கேட்குமா? 'பொன் வைக்குமிடத்தில் பூ' என்ற மாதிரி. செப்பும் நிக்கலுமாகவாவது காணிக்கைகளைச் செலுத்திவிட்டுத்தான் எல்லாரும் தரிசிப்பார்கள்.

மனிதனுக்கு என்றும் வரட்சைதான்; அதற்காகப் பிள்ளையார் காசையா குறைத்துவிடுவான்? பள்ளிக்கூடத்துப் பரீட்சைகளும், எஸ்.எஸ்.எல்.ஸி. பரீட்சையும் வரும் மாதங்களில் பிள்ளையாருடைய உண்டியல் வரும்படி கணிசமாய்க் கூடிவிடும்: இத்தனை பணம் வருகிறதென்றால், அவரென்ன லேசான கணபதியா? ஆகவே, ஆண் பெண் அடங்கலாகச் சிறியவர்களும் பெரியவர்களும் அவரை விடியற்காலை முதல் அர்த்தசாமம் ஆன பிறகும் விடாமல் சுற்றுவார்கள். எப்பொழுதும் நிறைய இருக்கும் கூட்டம்; அவ்வளவு கூட்டத்தையும் தாங்கக்கூடிய பெரிய கோவில். அது கோவில் கட்டடத்தோடு சேர்ந்த மேலண்டைப் பக்கத்து நீண்ட ஓட்டத்தில் நாலைந்து கடைகள் உண்டு; வாடகைக்கு விட்டிருந்தார்கள் அவற்றை; நல்ல வேளையாய் 'முடிதிருத்தும் நிலையம்' கடை வரிசையில் கோயில் தானிருந்தது. அதற்குப் பக்கத்தில் 'ஆடை வெளுக்கும் அகம்'; அடுத்தது ஒரு சின்ன 'ஷாப்புக்'கடை; அதற்கடுத்தது அதாவது கோவிலோடு ஒட்டிய முதல் கடை சூடம், சாம்பிராணி, வத்தி, தேங்காய், பழம், வெற்றிலை சீவல், பழனி விபூதி எனப்பட்ட அசல் உள்ளூர் நீறு முதலியன கிடைக்கும் 'பக்திக்கடை'; இந்தக் கடை வைத்திருப்பவர்தான் கணவதி. பட்டை பட்டையாய்த் திருநீறுகனிந்த பெரிய சந்தனப் பொட்டும், நடுவில் குங்குமமும் இட்டுக்கொண்டு இடுப்பில் சுற்றிய மேல்வேஷ்டியோடு உட்கார்ந்திருப்பவர்; அவருடைய முகம் காட்டிய சுத்த சைவமும், பக்திப்பெருக்கும் அவருடைய வியாபாரத்தில் அப்படியே பிரதிபலித்தன. அருச்சனைக்கு அவசியம் வேண்டுமேயென்று வெற்றிலை சீவலும் விற்கிறார்; ஆனால் கடையில் சுண்ணாம்பு கிடையாது; 'கண்டவன் கையை வைத்து எடுப்பான், எச்சிலும் துப்பலுமாய்' என்கிறார்; பலர் சொன்ன யோசனைக்கிணங்க, வேண்டா வெறுப்பாய்ப் புகையிலைப் பொட்டலம் வாங்கி வைத்திருக்கிறார், ஒரு மூலையில். யாராவது கேட்டால், தன் கையால்கூடத் தொடாமல், தகரத்தோடு கவிழ்த்து ஒரு பொட்டலத்தைத் தள்ளுவார்; தப்பித் தவறி யாராவது புது ஆள்

வந்து, பீடி இருக்கிறதா என்று கேட்டுவிட்டால், கணவதிக்கு எள்ளும் கொள்ளும் வெடிக்கும்; 'பீடி சுருட்டு வியாபாரத்தில் நல்ல லாபம் உண்டையா' என்று யாராவது சொன்னால், 'லாபத்திற்கு வேறு தொழிலா இல்லை; எனக்குப் பிள்ளையார் கொடுப்பது போதுமே' என்பார்.

பள்ளிக்கூடத்தில் படிக்கிற காலத்திலிருந்தே, கணவதிக்குப் பிள்ளையாரிடத்தில் எல்லையில்லாத பக்தி. இதற்குக் காரணம், படிப்பில் மந்தமாயிருந்த கணவதி. பரீட்சைக்குப் பரீட்சை பிள்ளையார் கிருபையை நாடியது மட்டுமல்ல; அவருடைய தந்தையாரான சிவஞானம் பிள்ளை இந்தப் பிள்ளையாரை, இடைவிடாமல் நந்திச் சுற்றிக்கொண்டே இருந்ததுதான் முக்கியமான காரணம். அவர் ஒரு சிறிய முதலோடு, (அதுகூடச் சொந்த முதலல்ல, தான் வேலை பார்த்த மாவன்னா செட்டியார் கொடுத்த முதலென்று, அவரே சொல்லக் கேட்டவர்கள் இருக்கிறார்கள்) ரொக்கக் கடை ஆரம்பித்துப் பிள்ளையார் திருவருளால் பெரிய முதலாளியாகிப் பல ஆயிரங்கள் சம்பாதித்தவர். அவர் சேர்த்து வைத்திருந்த 'மஹிமை' முதலிய பணத்தால் பிள்ளையார் கோவிலுக்குப் பல தருமங்கள் செய்திருக்கிறார்; அவரிடமிருந்து அவருடைய மகனையும் தொத்திப் படர்ந்திருந்த பக்தி இது.

கணவதி ஒவ்வொரு வகுப்பிலும் இரண்டு வருஷங்களுக்குக் குறையாமல் தங்கித் தங்கிப் படித்து வந்தார். இருபதாவது வயதில் நான்காவது பாரத்தின் மூன்றாவது வருஷத்தில் படிப்பை நிறுத்திவிட்டார்; அப்பாவோடு கூடமாட இருந்து தொழிலையாவது கற்றுக்கொண்டிருக்கலாம்; புத்தி அதில் செல்லவில்லை; அதற்காக அவர் வீண்பொழுதும் போக்கவில்லை; கோவில்களுக்குப் போவதும் சாமி கும்பிட்டு வருவதுமாய்க் கழித்தார் நாட்களை. தந்தையாருக்கு, இது ஒரு வகையில் சந்தோஷமாயிருந்தது.

ஆகவே, தன் மகனைத் தமிழ் நாட்டிலுள்ள சிவஸ்தலங்களுக்கெல்லாம் அனுப்பினார் அவர்; போகிற வழிக்குப் புண்ணியத்தைத் தன் மகன் மூலமாய் மூட்டைகட்டி வைத்துக்கொண்டே வியாபாரத்தைக் கவனித்து வந்தார். கணவதிக்குத் தெரிந்ததும் அவர் மனமுவந்து செய்ததும், இரண்டே காரியங்கள் தாம்; ஒன்று மணிக்கணக்காய் சாமி கும்பிடுவது; மற்றொன்று வஞ்சனை இல்லாமல் வயிற்றை நிரப்புவது. ரொம்ப ருசியாய்ச் சாப்பிடவேண்டும்; நிறையவும் சாப்பிடவேண்டும் அவருக்கு; பால்யத்திலிருந்தே காசு கொடுத்துக் 'காபி கிளப்பில்' சாப்பிட்டுச் சாப்பிட்டு ருசி கண்டவர்; ஸ்தல யாத்திரையாக வெளியூர்களுக்குப்

போனதெல்லாம், நன்றாய்ச் செலவு செய்து, நல்ல ஆகாரமாய், ஆசைதீர, வயிறு புடைக்கத் தின்று பழகிவிட்டார். கபடமில்லாத மனிதன்! கருணையுள்ள நெஞ்சு; ஆகவே எப்போதுமே பக்கத்தில் யாராவது இல்லாமல் சாப்பிடமாட்டார்; பரதேசிகளைக் கிளப்புக்கு அழைத்துச்சென்று ஆகாரம் செய்விப்பார்; உள்ளூரில் இருந்தாலும் அவருக்குச் செலவு குறைவதில்லை; சிவஞானம் பிள்ளைக்கு, மகனுடைய செலவுக் கணக்கைப் பார்க்கும் போதெல்லாம் ரொம்பக் கஷ்டமாயிருக்கும்; ஆனாலும் கெட்ட செலவு ஒன்றுமே செய்யமாட்டார் கணவதி என்பது தெரியும் அவருக்கு; ஆகவே அவ்வளவும் புண்ணியக் கொள்முதல் என்று நிம்மதி அடைவார்.

கணவதிக்கு இருபத்தைந்து வயது முடிந்ததும் திடீரென்று தந்தை சிவஞானம் சிவலோகம் போய்விட்டார்; அதற்குப் பிறகு சில மாதங்களுக்குள் தாயாரும் இறந்துபோகவே, தனிக்கட்டை ஆகிவிட்டார் கணவதி.

கடையிலிருந்த கணக்குப்பிள்ளை கிருஷ்ணய்யங்கார் என்பவர், என்னென்னவோ தப்பிலித்தனமெல்லாம் செய்து, தன் கையில் ஏராளமாய் இறுக்கிக்கொண்டு, நாணயமில்லாத புள்ளிகளாய்ச் சிலரைப் பிடித்து, உள்தரகுவேலை செய்து பணத்தை வாரிவிட்டுவிட்டார். ஒரு கடனிலாவது ஒன்றுக்குப் பாதிகூடப் பெயராதென்று தெரிந்தது. தந்தைக்குத் தலைத்திவசம் கொடுப்பதற்குள், தவணைக்கடை முழுகிப்போய்விட்டது. வரக்கூடிய வகையே இல்லை; சிவஞானத்திடம் நாணயம், செய்து பெருந்தொகை கொடுத்திருந்தவர்களெல்லாம் வியாஜ்யம் போட்டு, வீடுவாசல் பாத்திரம் பண்டங்களை ஜப்தி செய்ய வந்தார்கள். பணம் காசு விஷயமோ மற்ற லௌகிக விவகாரங்களோ லவலேசமும் தெரியாத கணபதி, வயிறு நிறையத் தின்னவும், கருணையோடு பிறர்க்குக் கொடுக்கவும். பக்தியோடு ஆண்டவனுக்குச் செய்யவும், இடையில் கோர்ட்டுக் காரியத்தைக் கவனிப்பதாகச் சொல்லும் வக்கீல் குமாஸ்தாவுக்கு அழவும், வீட்டில் இரும்புப்பெட்டியில் கிடந்த நகைநட்டு, கற்கள் மணிகள் முதலியவற்றையெல்லாம் விற்று விற்று வாரி இரைத்தார். இரண்டு மூன்று வருஷங்களில் காசுக்கு எந்த வழியும் இல்லாமல் கலங்கும் நிலை வந்துவிட்டது.

பழைய சிநேகத்தாலும் கணவதியின் ஸ்வபாவம் தெரிந்ததாலும் ஊரிலுள்ள எல்லாக் கிளப்புக்களிலும் அவருக்கு உபசாரம் நடந்தது; அவரிடம் பணத்தை எதிர்பார்க்காமலேயே, பேருக்குக் கணக்கென்று போட்டுக்கொண்டு, அவருக்கு வேண்டியதைக் கொடுத்தார்கள்; கணவதிக்கு இது பிடிக்கவில்லை;

மானமாய் வாழ்ந்தவர், அள்ளி அள்ளிச் செலவு செய்த கை; வேறு வழியே தெரியவில்லை. கண் கலங்கி மணிக்கணக்கில் பிள்ளையார் கோவிலில் சாமி கும்பிட்டுக்கொண்டே கிடந்தார்; கோவில் 'டிரஸ்டி'களுக்கெல்லாம் தெரியாததா அவரை? சிவஞானம் ரொம்பநாள் 'டிரஸ்டியா' யிருந்திருக்கிறார்; அந்தக் காலத்தில்தான் அவரும் இன்னும் மூன்றுபேர்களும் சேர்ந்து கோவிலை ஒட்டி முன்சொன்ன கடைகள் நான்கையும் கட்டினார்கள். ஒவ்வொரு கடையிலும் இன்னின்னார் உபயமென்று கல்லில் வெட்டி வைத்திருக்கிறது. முதற்கடை சிவஞானம் உபயம் இருக்கிறது; அப்பேர்ப்பட்டவருடைய மகன், இன்று சொத்தெல்லாம் போய் சிரமப்படுவதைப் பார்த்த புது 'டிரஸ்டி' ஒருவர், அந்தக் கடையில் வியாபாரம் செய்துகொண்டிருந்தவனை மெல்ல வெளியேற்றிவிட்டு, அந்த இடத்தைக் கணவதிக்குக் கொடுத்தார்; முதல் வேண்டுமே; நல்ல வேலையாக அடகு வைத்திருந்த சில தாயத்துகளையும் மோதிரத்தையும் விற்றதில் கடன் போக இருபது இருபத்தைந்து ரூபாய்கள் தேறின; அதை வைத்துக்கொண்டு வியாபாரத்தை ஆரம்பித்தார். ஏதோ வியாபாரமும் நடந்தது; நடந்தாலென்ன; லாப நஷ்டம். முதலீடு செலவு என்றெல்லாம் சற்றாவது கவனித்தாலல்லவா நீடித்து வருமானம் ஏற்படும். கணவதி கண்ணில் சில்லரை பட்டால், உடனே தானம், தருமம், காபி, டிபன் சாப்பாடு; நாளொன்றுக்கு இரண்டு ரூபாய்க்கு மேல் ஆகும் இதெல்லாம்; இந்த அழகில் வியாபாரத்திலும் தரும உணர்ச்சி தலையிடும்; இரண்டணா விலை அடக்கத்திற்குத் தேங்காய் வாங்கிப் போட்டிருப்பார்; ஒருவன் வருவான் ஓர் அணாவுக்குக் கேட்பான். 'ஐயோ, கட்டாது; கொடுக்க முடியாதய்யா' என்பார் கணவதி.

'புண்ணியம் உண்டுங்க: சதிர்க்காய் உடைப்பதாக வேண்டிக்கொண்டேன்; காசில்லை; சின்னதாயிருந்தாலும் போறுங்க' என்று கெஞ்சுவான் அவன்.

'அப்போ, இந்தா, பிடி. பிள்ளையாருக்கென்று கேட்கிறாய்; என்னுடையதும் கொஞ்சம் சேரட்டும் அதில்' என்று கொடுத்து அனுப்புவார் கணவதி.

பல பேர் சூடமும் பழமும் கடன் சொல்லி வாங்கிப் போவார்கள்; கணக்குமில்லை ஒன்றுமில்லை; வந்தால் வந்தது; வராவிட்டால் கேட்கமுடியாது; மறந்துபோகும். இப்படி எவ்வளவோ? நாளாக ஆக, முதலீடு செய்து சாமான்கள வாங்கவே முடியாமல் போய்விட்டது. கடனுக்குக் கொள்முதல், அல்லது ரொக்கக் கடன், இப்படிச் சில நாள் ஓடும். சில்லரை சேர்ந்ததும் கணவதி காப்பிக் கிளப்புக்குக் கிளம்பிவிடுவார்;

நிறையச் சாப்பிடுவார்; அப்படியே பிள்ளையாருக்கு ஒரு மாலை வாங்கிக்கொண்டு வருவார்; போடச் சொல்லி ஒரு அர்ச்சனை செய்துபார்த்துச் சந்தோஷப்படுவார்; கடையில் உட்கார்ந்திருக்கும் போதெல்லாம்கூட, ‘அப்பனே, கணேசா, ஆனை முகத்தானே, அருள்மிகுந்த கணபதியே’ என்று ஓயாமல் கூப்பிட்டுக் கும்பிடுவார். விடியற்கருக்கலில் ஆற்றிலோ குளத்திலோ அலற ஸ்நானம் செய்வார்; திருநீற்றை அள்ளிப் பூசி அப்பி இட்டுக்கொள்வார்.

சில்லரைக் காசு, ஈர வேஷ்டியில் முடிந்திருக்கும். காபி கிளப்பில் வயிற்றை நிரப்பிக்கொண்ட பிறகுதான், கடையைத் திறப்பார். காலை நேரத்தில் வியாபாரம் அவ்வளவாய் இருக்காது. பக்கத்துக் கடையில் சொல்லிவிட்டுப் பிள்ளையாரைத் தரிசிக்கப் போவார். அரை மணியோ, ஒரு மணியோ, பாட்டும் கதையுமாய்த் தரிசனம் நடக்கும். பனிரெண்டு மணிக்குச் சாப்பாடு; உடனே ஒரு தூக்கம். கடை வாசலில்தான் படுப்பார்; சாயங்காலம் நாலரை மணிக்குக் கடையைத் திறப்பார்; அந்தி ஆக ஆக, வியாபாரம் விறுவிறுப்பாய் இருக்கும். ஆனால், ஆறு மணிக்கு மேல் கணவதி கடையில் இருக்கமாட்டார்; அப்படியே போட்டுவிட்டுச் சாமி கும்பிடப் போய்விடுவார்; அப்போது யாராவது தேங்காய் பழம் கேட்டால் பக்கத்துக் கடைக்காரர்தான் கவனிக்கவேண்டும். சில சமயம் கடையில் தேங்காயோ பழமோ . . . .

‘ஸஹஜமாய்விட்டது; கடை எப்படி ஓடும்; கணவதியின் செலவும் கணக்கு காய்தா இல்லாத வியாபாரமும் சேர்ந்து தொழிலைத் தேங்கிச் சுணங்க வைத்தன. இதற்கேற்றாற்போல கோவிலுக்கெதிரில் ஒரு கீற்றுக்கொட்டகை போட்டுக்கொண்டு, தேங்காய்பழம் விற்க ஆரம்பித்தான் ஒருவன்; அவன் ஒரு முனிசிபல் கவுன்சிலரிடம் வண்டிக்காரனாய் இருந்தவனாம்; அந்தச் சலுகையில் இடம்பிடித்துவிட்டான். கணவதிக்கு இது வேறு இடையூறு; வாய்விட்டு இதைச் சொல்ல முடியாமல் முன்பைவிட அதிகமாய்,‘அப்பனே, கணேசா. ஆனை முகத்தானே, அருள்நிறைந்த கணபதியே . . .’ என்று கத்த ஆரம்பித்துச் சிரமப்பட்டுக்கொண்டிருந்தார். ஒருவேளை ஆகாரமும் ஒரு வேளைச் சாப்பாடும்கூட வயிறு நிறையச் சாப்பிட முடியாத நிலை; எப்படியோ காலம் தள்ளிக்கொண்டிருந்தார்.

ஒருநாள் இரவு கடை கட்டும்போது ஒரு ரூபாய்க்கும் குறைவாகவே சில்லரை சேர்ந்திருந்தது; காலையில் தேங்காய்கள் கொடுத்த ஒருவன் வந்து பணத்திற்கு நின்றான்; அவனுக்கு இரண்டு ரூபாய் கொடுத்தே ஆகவேண்டும்; முழுசாய் ஒரு ரூபாய்கூட இல்லை. காலையில் மிகக் குறைவாகவே இட்லி தின்றிருந்தார்

கணவதி; மத்தியானச் சாப்பாடு இல்லை; 'அப்பனே கணேசா' என்று கத்திவிட்டு இருக்கும் சில்லரையைத் தேங்காய்க்காரனிடம் கொட்டிக் கொடுத்தார். அவன் எண்ணிப் பார்த்தான்; விழித்தான்; அவனுக்கு விளங்காமலில்லை. தாங்க முடியாத வருத்தத்தோடு நகர்ந்தான்; திரும்பி வந்து கணவதியின் முகத்தைப் பார்த்துக்கொண்டு ஏக்கத்தோடு சொன்னான்: 'காலையிலிருந்து கஞ்சிக் காய்ச்சவில்லைங்க வீட்டில்; மணி அரிசிகூட இல்லை. குளந்தை குட்டிங்கல்லாம் பட்னிங்க. இல்லாட்டி உங்ககிட்டே ... தேவாரப் பாட்டு ஒன்றை முனகிக்கொண்டே, கம்பியில் கால்களிரண்டையும் அழுத்தமாய் ஊன்றிக்கொண்டார்; கொத்தாய்த் தொங்கும் மின்சார விளக்குக்கருகில். மின்சாரக் கம்பி செல்லும் குழாயோடு சேர்த்து அடிக்கப்பட்டிருந்த இரும்புக் கொக்கியில் பச்சைக் கதிர்களைக் கட்ட வேண்டும்; அண்ணாந்து பார்த்துப் பிடிமானத்திற்காக அங்கிருந்து குழாயைப் பிடித்தார்; அவ்வளவுதான், 'அப்பனே கணேசா' என்று குழறிக்கொண்டே கீழே சுருண்டு விழுந்துவிட்டார் கணவதி. துடிப்பது மாதிரித் தெரிந்தது; கிராமவாசி சத்தம் போட்டார். குருக்கள் வந்தார்; இன்னும் எல்லோரும் வந்தார்கள். 'மின்சாரம் தாக்கிவிட்டது; யாரும் கிட்டத்தில் போகவேண்டாம்' என்று இரைந்தார்கள். ஏகக் கூட்டம் கூடிவிட்டது; ஆச்சரியமும் அனுதாபமும் நிறைந்த குரல்கள் பல கிளம்பின.

'கணேசா, கணேசா என்று உயிரை விடுவார். கணவதி; உண்மையிலேயே பிள்ளையார் சந்நிதியில் உசிரை விட்டுவிட்டார்; நல்ல மனிதன் – நல்ல சாவு; யாருக்குக் கிடைக்கும்?

'உத்தமச் சாவுங்க ...'

'உயர்ந்த மரணம் ...'

'அவருடைய பக்திக்குச் சந்தோஷப்பட்டுப் பிள்ளையாரே அழைத்துக்கொண்டார்போல இருக்கிறதே!'

கூட்டத்திலிருந்த ஓர் அறிஞருக்கு இது பொறுக்கவில்லையோ, அல்லது பொருந்தத்தான் இல்லையோ? அவர் சொன்னார் ஆத்திரத்தோடு: 'இந்தப் பிள்ளையார் கணவதியைப் பிழைக்க வைத்திருந்தால் பக்திப் பெருமை தெரியும்? கடவுளா இருந்தால், உயிர்மூட்ட வேண்டுமய்யா.'

இதில் நெளிந்த புரட்சியைக் கண்டு படபடத்தார் மற்றொரு புத்திசாலி; "அந்த இடம்தான். உங்கள் கணணெல்லாம் மறைபட்டுப் போகிற இடம்; அதுதான் ஆண்டவன் லீலை; சோதனை செய்தார் பிள்ளையார்; கணவதி துளிக்கூட மாத்துக் குறையவில்லை;

கையிலேயே ஏந்திக்கொண்டு போய்விட்டார்' என்று அடித்து நொறுக்கிவிட்டார் புரட்சியை.

மேலே ஆகவேண்டிய காரியங்களைக் கவனித்தனர்: பக்கத்துக் கடைக்காரர் கணவதியைத் தூக்கி நகர்த்தினார். ஈர வேஷ்டியில் எட்டணா நாணயம் முடிந்தபடியே இருப்பதைப் பார்த்தார்; அவருக்கு என்னவோ நினைவுக்கு வந்தது; திடீரென்று கண்களில் நீர் சுரந்தது; 'நான் இதை எதிர்பார்க்க வில்லையே; தயங்கித் தயங்கித்தானே கொடுத்தேன் நானே... அதெல்லாமொன்றுமில்லை; கணவதி மானி..." என்று தன்னைத் தானே தேற்றிக்கொண்டார் பக்கத்துக் கடைக்காரர்.

மார்ச், 1964

'தெய்வீகம்'

# ராசாவாம்டோய் . . .

பக்கத்து ஊரில் பெரிய கோயில் திருவிழா நடக்கிறது. அன்று ரிஷப வாகனம்; அரண்மனை மண்டகப்படி. ஆகவே, அலங்காரமெல்லாம் விசேஷம். தவிர, தெய்வத்தை நிலைநாட்டும் சிறந்த தொண்டுக்காகத் தம்மையே அர்ப்பணித்துக் கொண்டிருக்கும் மஹாப்பிரசங்கிகளில் ஒருவர் அன்று பேசப் போகிறார், "சிவ குடும்பம்" என்பது பற்றி. அவரிடம் இந்தப் பிரசங்கம், ஒரு தனி 'ஸ்பெஷாலிடி'யாம், முருகனும் பிள்ளையாரும் சண்டை போட்டுக்கொண்டு, அம்மையப்பரிடம் போக, அவர் அதைச் சுவைத்த அழகை, அந்தப் பிரசங்கியாரிடம் ஆயிரம் தடவை கேட்டாலும் அலுக்காதாம். அவருக்கோ ஏக கிராக்கி; எங்கெங்கு இருந்தெல்லாமோ அழைப்புகள்! பம்பாயும் கல்கத்தாவும் கான்பூரும் டில்லியும் அவரை அடிக்கடி அழைத்துத் தெய்வத்தை நிலைநாட்டி மகிழ்கின்றனவாம். என்னவோ கொடுத்து வைத்தோம்; தர்மகர்த்தாவான பிள்ளைவாள், கோவிலில் தரும் நூற்றைம்பதோடு தாமும் ஒரு நூறு ரூபாய் சேர்த்துத் தருவதாகக் கூறி, அந்தப் பிரசங்கியாரை வரவழைக்கிறார். 'நாம் யோசனையே செய்யாமல் போய்த்தான் ஆகவேண்டும். ஈசுவரக் கிருபைக்குப் பாத்திரமாகியே தீரவேண்டும். இரவு பிரஸாத விநியோகம் வேறு இருக்கிறது; கட்டாயம் போகவேண்டும்' என்று தீர்மானித்தோம், நானும் சில நண்பர்களும்.

அன்று ஞாயிற்றுக்கிழமை. மாலை 4 மணி இருக்கும். என் வீட்டுத் திண்ணையில் நண்பர்கள் வந்து கூடினர். எல்லோருமாகப் பேசிக்கொண்டிருந்தோம். கூட்டமாயிருந்த எங்களைப் பார்த்துவிட்டுத் தெருவோடு போன பகல் வேஷக்காரர்கள் இருவர் எங்களிடம் வந்தார்கள். எனக்கு அவர்களைத் தெரியும். வருஷா வருஷம் வருகிறவர்கள் என்ற பரிச்சயம் மட்டுமல்ல; நான் அவர்களோடு பல தடவை பேசிப் பழகியிருந்தேன். அவர்களிடமிருந்து அற்புதமான, சுவையுள்ள நாட்டுப் பாடல்கள் சில எழுதி வாங்கி வெளியிட்டேன் ஒரு சமயம். ஆகவே, என்னைக் கண்டால், கொஞ்ச நேரம் என்னோடு பேசிவிட்டுத்தான் போவார்கள். அவர்களுடைய வேஷமும் நடிப்பும் சில நாட்களில் ரொம்ப நேர்த்தியாயிருக்கும். எல்லையில்லாத சுவையூட்டிச் சந்தோஷப்படுத்துவார்கள். சில சமயம் கற்பனையைத் தூண்டிவிடும் உயரத்திற்கும் சென்று திகைக்கவைத்து விடுவார்கள். அவ்வளவு ரஸிகர்கள், அந்த நடிகர்கள். வேஷப் பொருத்தம் தத்ரூபமாயிருக்கும், எந்த வேஷம் போட்டாலும். அதில்கூட அவ்வளவு பிரமையில்லை எனக்கு. சில சமயங்களில், அவர்களுடைய கொச்சைப் பாட்டும் பேச்சும் நாடகத்தின் ஜீவக்களையை அப்படியே கண்ணெதிரே நிறுத்தும். அயர்ந்தே போயிருக்கிறேன் பல தடவை.

அன்று அவர்கள், ராஜாவும் மந்திரியுமாய் உடை அணிந்திருந்தார்கள். தலைப்பாகையும் அங்கியும் மராட்டிப் பாணியில் இருந்தன. சிரித்துக்கொண்டே இருவரும் வந்தனர். நண்பர்களுக்கும், அது பகல் வேஷம் என்பது, ஏற்கனவேயே தெரிந்த செய்திதான்.

“சரி, எழுத்தாளர் இன்று பிரசங்கம் கேட்க வருவாரென்று நம்ப வேண்டியதில்லை; அவருடைய ஆப்தரான கலைஞர்கள் வந்துவிட்டார்கள்!” என்றான் ஒரு நண்பன்.

“அதெல்லாமில்லை; கட்டாயம் போகத்தான் போகிறோம். கரடி விடாதே சும்மா!” என்று நண்பனுக்குச் சொல்லிவிட்டு, “வேஷக்காரய்யா, ஐந்து மணிக்குத்தான் கிளம்பப் போகிறோம். இன்னும் ஒரு மணி நேரம் இருக்கிறது. நீங்களும் உடை கலைக்கும் நேரம். நிதானமாக ராஜ தர்பார் நடத்துங்கள்!” என்று அவர்களைக் கேட்டுக்கொண்டேன்; அவர்கள் ஆரம்பித்தார்கள்:

“மந்திரியாரே, என்ன ஆயிற்று அந்த இருநூறு வேலி கிராமத்து விஷயம்? ஆங்கிலேயத் துரைமகனார் கலெக்டர் மிரவி என்ன சொன்னார்?”

"மகாராஜா, அவர் சொன்ன வார்த்தைகளையும் அவர் எழுதியிருப்பதற்குத் துபாஷி சொல்லும் அர்த்தத்தையும் திருப்பிச் சொல்லவே கூசுகிறது எனக்கு. அது வேண்டாம்..."

"வேண்டாம்; யாருக்குத்தான் வேண்டும். அந்த விளங்காத பயல்களின் வரட்டுப் பேச்சு? முடிவு என்ன? அதைச் சொல்லுங்கள்."

"நிலத்தையெல்லாம் பிடித்துக்கொண்டு விட்டார்கள்; ஏலம் போடப் போகிறார்களாம்!"

"எங்கே ஏலம் போடப் போகிறார்கள்?"

"கிராமங்களிலேயேதான்: எங்கும் இப்பொழுது இந்த ஏலப் பேச்சுதான் மகாராஜா."

"அப்படியா? அச்சா, பலே சபாஷ்!"

"மகாராஜா. இதென்ன இப்படிக் குதிக்கிறீர்கள், சந்தோஷப் பட்டு?"

"ஆமாம்; இல்லையா பின்னே? கிராமத்து மணியக்காரர்களும் குடிகளும் எந்த வருஷம் கேட்டாலும் 'விளையவில்லை, விளையவில்லை' என்று அழுதார்கள். வரியும் வரவில்லை. நமக்கோ கடன் ஏறிப்போச்சு. நெல்லுதான் விளையவில்லை; ஏலமாவது நிறைய விளையட்டுமே, வண்டி வண்டியாய்..."

மந்திரி வேஷம் போட்டவர்தான், இருவரில் சற்று மூத்தவர். கலையிலும் அவரே அதிக வல்லமை காட்டுகிறவர். அவர், "தலையிலே எழுத்து! இந்தக் குலத்திலே பிறந்ததனாலே நீ முட்டாள் ஆனாயா, அல்லது, முட்டாளாய் இருந்ததால்தான் இந்தக் குலத்தில் பிறந்தாயா?" என்று கேட்டுக்கொண்டு, சற்று முன்புறத்திற்கு வந்தார். அப்போது தனியிடத்துப் பாவனை, தனிமொழி பேசவேண்டும். சிரித்துக்கொண்டே சொன்னார். "ஈஸ்வரா! இப்படியா என் தலையில் எழுதினாய்? இந்தப் புத்திசாலி ராஜாவைக் கட்டிக்கொண்டு...உம்...நானாவது தொலைகிறேன்! எக்கேடு கெட்டாலும் எனக்கென்ன குறைச்சல்? இந்த நாட்டுக்கு இப்படி ஒரு ராசாவைப் படைத்தாயே, உனக்கு எத்தனை கோயில், எத்தனை நிலம்; வண்டி வண்டியாய் வெள்ளியும் பொன்னும்! இந்தப் பாவம் உண்டோ? கேளுங்கள் சாமிகளே!"

> சூரியனைக் காணாத சொர்ணப்
> பதுமைகளாம்
> வாரியணைத்தாலும் உடல்வாடி
> வதங்குவராம்

பஞ்சணைமேல் கிடந்தமலர்ப்
பட்டுடலம் நோகுவராம்
கஞ்சக்கால் ஊன்றுவதேகடும்
வலியாய்க் கதறுவராம்!

"இம்மாதிரி இருந்த எங்க மகாராணியம்மா, 'சமுத்திரமே பார்த்ததில்லை; பார்க்கவேண்டும்' என்றார்கள், மகாராசாவிடம்! ராணியம்மாவுக்கு அப்போ மசக்கை வேளை. உடனே சமுத்திரத்தைப் பார்க்காவிட்டால், அப்புறம் என்ன இருக்கிறது? குடியே முழுகிவிடாதா? அப்பொழுதே மகாராசா உத்தரவு இட்டார்; 'அரண்மனை உப்பரிகையிலிருந்து பார்த்தால் எட்டின மட்டும் தண்ணீர்க் காடு ஒரே மாதிரியாய்த் தெரியவேண்டும், கரையே தெரியக்கூடாது; கடலாகவே தோன்றவேண்டும். மிக விரைவில் இதைச் செய்து முடித்துவிட்டு, மறு காரியம் பாருங்கள்!' என்று கடுமையான உத்தரவிட்டார்! ஆயிரக் கணக்கான ஆட்கள், ஒரு வாரத்திற்கு மேல் வெட்டினார்கள்! நூற்றுக்கணக்கான வேலி நன்செய் நிலங்களெல்லாம் பள்ளமாகி நீர்கொண்டு நின்றன! ராணியம்மா உப்பரிகை நுனியிலிருந்து ஒருகணம் பார்த்தார்கள். மயக்கம் மாதிரி வந்ததாம்; உடனே கீழே சாய்ந்துவிட்டார்களாம்! அன்றைக்கே அந்த உப்பரிகை வாசலையே அடைத்துவிட்டோம், கொத்தர்களைக் கொண்டு. ஆச்சு; இவ்வளவும் ஆவதற்குள் பொக்கிஷம் வரண்டு கிடந்தது! கடன் வாங்கினோமையா; மேலே மேலே கடன்தான்! கும்பினியானுக அதிர்ஷ்டவாசி; அவன் வாய்க்கு இரையாகிக் கிடக்கின்றன, கிராமமெல்லாம்! அதற்காக 'ஏலம் போடுகிறார்கள்' என்று சொல்ல வந்தால், வண்டிவண்டியாய் ஏலக்காய் விற்றுப் பொன் வரும், 'மங்கள விலாஸம்' பெருக்கலாம் என்கிறாரே, இந்த மகாராசா? எந்தத் தெய்வத்திடம் முறையிடுவது?" இதைச் சொல்லிவிட்டு ராசாவிடம் போனார் மந்திரி. அருமையான ஓர் உபதேசம் சொல்லியிருக்கிறார் அப்போது. அடாடா, கம்பனும் வள்ளுவரும் பின்னிக்கொண்டு வந்த அந்தப் பாடம் ரொம்ப அருமையாய் இருந்தது!

"உண்மையாகவே கலைஞர்கள்தாம் இவர்கள்" என்றார்கள் நண்பர்கள். எல்லோரும் கிளம்பிச் சென்றோம். கோவிலுக்குப் போகும்போது விளக்கு வைக்கும் நேரமாகிவிட்டது. இன்னும் பிரசங்கம் ஆகவில்லை. பிரசங்கியாரும் தர்மகர்த்தாப் பிள்ளைவாளும் இன்னும் பல பிரமுகர்களும் குழுமியிருந்தார்கள், மேடைக்கடியில். யாரையோ எதிர்பார்த்துக் கோவில் வாசலைப் பார்த்துக்கொண்டிருந்தார்கள் எல்லோரும். எங்களையல்ல என்பது நிச்சயம். ஏனென்றால், யாரும் எங்களை எதிர் கொண்டழைக்க முன்வரவில்லை! என்கூட வந்தவர்கள்,

என்னென்னவோ பேசிக்கொண்டே வந்தார்கள் வழி எல்லாம். என் நினைவெல்லாம் வேறெங்கோ இருந்தது.

வேஷக்காரர்கள், ராஜா – மந்திரி வேஷத்தில் பேசிய பேச்சு, என் நினைவு முழுவதிலும் ஓர் அவலத்தை அப்பிவிட்டது. அர்த்தமில்லாத துக்கம்தான்; ஆனாலும் அழுத்தமான துக்கம்! துக்கப்பட்டுச் செய்வதற்கும் ஒன்றும் இல்லை; இந்தக் காலத்தை நினைத்துக்கொண்டு, இனமே விளங்காமல், ஏங்கி விசிக்கும் உள்ளத்தை உணர்வதால் ஏற்படும் மெய்ப்பாடுதான் அது.

முன்னொரு தடவை, நான் ஒரு ராசா வாரிஸைச் சந்திக்க நேரிட்டது. அரண்மனையின் மாடிக்குப் போகும் படிக்குக் கீழே, கூடு மாதிரி ஓர் இடம். அந்தக் காலத்தில், சேனா வீரர்கள் தங்கியிருக்கும் இடமாம் அது! அங்கே குடியிருந்தார், இப்போதைய ராசா! மாடிப்படியெல்லாம் இடிசலும் விரிசலும் எருக்கும் ஆலும் வேரோடிய பொந்துகள்! விரியனும் நாகமும் கூடத் தென்படும் எப்போதாவது. உப்பரிகையும் மாட மாளிகைகளும் இடிந்து விழுந்துகொண்டேயிருக்கின்றன!

இப்பொழுதிருக்கும் ராஜாவின் பாட்டனார் பார்க்க ஆரம்பித்தார்; அரண்மனை இடிவதைத் தந்தையும் பார்த்தார்; மகனும் பார்த்துக்கொண்டிருக்கிறார். இவருடைய பேரன் பேத்திகளும் பார்க்கப் போகிறார்கள்! அரண்மனை மட்டுமா விழுந்துகொண்டு வருகிறது? என்ன வயிற்றெரிச்சல்! அயலூர் சாப்பாடு; அலைச்சல் வேறு. வயிறே சரியாயில்லை. "காலார ஆற்றங்கரைப் பக்கம் போய்விட்டு வருவோமே" என்று கூப்பிட்டேன், நான் தங்கியிருந்த வீட்டுப் பையனை. அவன் ரொம்ப உபசாரமாக, "ஏன் அவ்வளவு தூரம் அலையவேண்டும்? இதோ, இப்படியே அரண்மனைப் பக்கம் போனால் போச்சு!" என்றானே ...

இப்படி என்னென்னவோ யோசனைகள், என் மனத்தில். பழைய நினைவுகள்: "பரிதாபம் பரிதாபம்" என்ற தவிப்பு; 'ஐயோ' என்ற ஏக்கம். ஆனால், இவ்வளவையும் உணர்வதில், இன்பமென்றே சொல்லக்கூடிய ஓர் அபூர்வமான மனநிலை. திடீரென்று நண்பன் இடித்தான்; திரும்பி அவனைப் பார்த்தேன்.

"ராஜா வரவேண்டுமாம்; ரொம்ப நேரம் ஆகும்போல் இருக்கிறதே என்று கவலைப்படுகிறார்கள். பிரசங்கத்தைக்கூட ஆரம்பித்துவிடப் போகிறார்கள் போலிருக்கிறது" என்று செய்திகளைப் பொழிந்தான்.

"ராஜா வரவேண்டுமா? எந்த ராஜா?" என்றேன்.

இதற்குள் பிரசங்கம் ஆரம்பித்துவிட்டார்கள். கேட்க உட்கார்ந்தோம். ஆனால் ஆரம்பித்த பிரசங்கம் நிறுத்தப்பட்டது. "ராஜா வந்துவிட்டாராம்." எல்லோரும் எழுந்து ஓடினார்கள்; மேளதாளத்தோடு எதிர்கொண்டு அழைத்து வருவதற்காக; நாங்களும் எழுந்து சென்று பார்த்தோம்.

ஜரிகை உதிர்ந்துகொண்டேயிருக்கும் பட்டுடையும் தலைப்பாகையும் அணிந்துகொண்டு ராஜா வந்திருந்தார். ஜரிகை நன்றாகவே உதிர்ந்துபோய், கரைந்து போயிருந்த அதேமாதிரி ஓர் உடையைப் போட்டுக்கொண்டு, அவரோடு அரண்மனை வேலைக்காரர் ஒருவரும் வந்திருந்தார். இருவர் முகத்திலும் எழுச்சியே இல்லை. பேயறைந்ததுபோல விழித்துக் கொண்டிருந்தார்கள். கோவில் மேளம் அலாதியாய் ஊதித் தள்ள, மாலையோடு கிளம்பிய ராஜாவை, யாரோ ஒரு பையன் வந்து கூப்பிட்டு ஏதோ சொன்னான், அவர்கள் பாஷையில். வேலைக்காரர் பின்னுக்குச் சென்று, ஏதோ சமாதானம் சொன்னார். ஒப்புக்கொள்ளப்படாமல் பேச்சு வளர்ந்தது. அழைக்க வந்த கூட்டமும் மேளமும் ராஜா வருவதாகவே நினைத்துக்கொண்டு முன்னே போய்விட்டார்கள். ராஜாவும் வேலைக்காரரும் வேறொரு பையனும் இரைந்தும் இரையாமலும் தகராறு செய்துகொண்டிருந்த இடத்தில், நான் மட்டுந்தான் வேற்றாள்.

எனக்கு விஷயம் விளங்காமல் இல்லை. தகராறு செய்கிறது 'டாக்ஸி'க்காரன். அவனுடைய அந்தப் பெரிய 'தகர டப்பா' பக்கத்தில்தான் கிடந்தது; அதில்தான் ராஜா வந்திருக்கிறார். அவன் பணம் கேட்கிறான் அவசரமாம். இல்லாவிட்டால் திரும்பிப் போகமுடியாது என்கிறான். 'டப்பா'வில் நூற்றோராவது கோளாறு வந்துவிட்டதாம்! வரும்போது வழி முழுவதிலும் ஒழுகிப் போய்விட்டதால், பெட்ரோல் காலி. பட்டறையில் செய்ய வேண்டிய வேலையும் இருக்கிறது. அதற்கும் 'பெட்ரோல்' வாங்கவும் உடனடியாகப் பணம் வேண்டும் என்பது அவன் கட்சி.

"திரும்பி வந்த பிறகு கொடுப்பதாகத்தானே பேசினோம்; பாதி வழியில் கேட்டால் எங்கே போவது பணத்திற்கு?" என்கிறார்கள் அரண்மனைக்காரர்கள்.

ராஜாவோடு வந்தவர், தனியே அழைத்து, வேறு சமாசாரம் சொன்னார், 'டாக்ஸி'காரனுக்கு: "நீ என்னப்பா, கோவில் செலவுக்காக ஒரு நாலைந்து ரூபாய் தேற்றுவதற்குள் என்ன பாடுபட்டோம் தெரியுமா, இன்றைக்கு? உன் பணம் வராமலா போய்விடும்?"

"அதெல்லாம் ரொம்பச் சரி,'பெட்ரோல்' பிடிக்காமல் வண்டி எப்படிப் போகும்? எனக்கென்ன, இங்கேயே இருந்திடுங்களேன் இரண்டு பேரும்?" என்றான் அவன்!

இப்படியும் அப்படியும் பேச்சுவார்த்தை நீண்டது. இரைச்சல் தான் மிச்சம்; இரண்டு பேரும் வழி தெரியாமல் கத்தினார்கள். இதற்குள், ராஜா வராமல் நின்றுவிட்டதைப் பார்த்து, அங்கும் இங்குமாய் ஓடினார்கள் சிலபேர். தர்மகர்த்தாவுக்கு விஷயம் தெரிந்தது. "இதுவும் ஒரு தண்டா?" என்று சலித்துக்கொண்டே, பதினைந்து ரூபாய் பணத்தை 'எறிந்தார்!' அரசர் விடுதலை பெற்றார்! ஆனாலும் அவர் முகம் கிரஹணம் பிடித்ததுபோல் ஆகிவிட்டது! மேளத்தோடு வந்தாரே தவிர, அழுகுரலோடு வருகிறவனுடைய தயக்கமும் தளர்வும் தென்பட்டன, அவருடைய நடையில்!

எனக்கு ஒரே வேதனை, மனம் புண் மாதிரிப் பிடுங்கித் தின்றது. புண்ணைச் சொறியும் நிலையிலேயே ராஜாவைப் பார்த்துக்கொண்டு பின்தொடர்ந்தேன்.

அவசரமாய்க் கோவிலைச் சுற்றி வந்தார் ராஜா. மயில்கண் பத்தாறும், வயிரக் கடுக்கனும் நவரத்தின மோதிரமும் மத்தாப்பூம் சொரிய, குருக்கள் அதிவேகமாய்த் தீபாராதனை செய்துவந்தார், சந்நிதிகளில். முதல் சந்நிதியில் தீபாராதனை சிறிது மெல்லத்தான் நடந்தது. தீபாராதனைத் தட்டில் விழுந்த அரை ரூபாய் நாணயத்தைப் பார்த்ததுமே குருக்கள் எப்படியோ ஆய்விட்டார். ஆகவே, அடுத்த சந்நிதிகளில் ஒரே பரபரப்பாயிருந்தது எல்லாம்!

வாஸ்தவம்தான்; சந்நிதிக்கு ஒரு சவரன் வைத்துக் கும்பிட்ட வம்சந்தான் ராஜா. குருக்களும் சர்வசாதாரணமாய் அந்தச் சவரனை எடுத்து இடுப்பில் செருகும் பரம்பரைதான். அவருக்கு எட்டணா என்பது காசே இல்லை; ராஜாவுக்கோ அந்த அரை ரூபாய் கடன் வாங்கிய தொகையின் ஒரு பகுதி. எனக்கு என்னவோ செய்தது. காற்றாட வெளியே வந்தேன்.

இரைக்க இரைக்க ஓடி வந்தான் ஒரு சிறு பையன். எட்டி எட்டிப் பார்த்துக்கொண்டு 'துறுதுறு'வென்று விழித்தான்.

"என்னப்பா வேண்டும்" என்றேன்.

"உள்ளே வந்திருப்பது யார் சார்? உண்மையைச் சொல்லணும்!"

"ஏன்? இப்போ என்ன அவ்வளவு அவசரம் இதற்கு?"

“இல்லே சார், எங்களுக்குள்ளே ஒரு பந்தயம்; சற்று முன்னே ஒத்தை மேளத்தோடு யாரோ வந்தார்களல்லவா? நாங்கள் நாலைந்துபேர் விளையாடிக்கொண்டிருந்தோம். இதைப் பார்த்தோம். என்னவென்று யாருக்கும் சொல்லத் தெரியவில்லை. ஒருத்தன் சொன்னான்: ‘ஏதோ முறைக் கல்யாணம்’ என்று!

“இல்லவே இல்லை; பகல் வேஷக்காரர்கள் என்று இன்னொருவன் சாதித்தான்! ஆக, அவன் சொல்ல இவன் சொல்ல, கடைசியிலே பந்தயம் வைத்துவிட்டோம். தயவுசெய்து சொல்லுங்கள் சார். நிறையப் பட்டாணிக் கடலை தின்கிறோம் பந்தயக் காசில்!” என்று அவசரப்படுத்தினான் பையன்.

“அம்பி, அவர்கள் இரண்டு பேர் சொன்னதும் இல்லை; அப்படியெல்லாம் சொல்லக் கூடாதென்று சொல்லு. இப்போ இங்கே வந்தவர் நிஜமாக ராஜாவேதான்” என்று சொன்னேன். இன்னுமொன்று சொல்ல நினைத்தேன்; அதற்குள் அந்தப் பையன், “ராசாவாம் டோய்” என்று இரைந்து கத்திக்கொண்டே ஓடினான்!

**மார்ச், 1964**

**‘தெய்வீகம்’**

•

## உயிராசை

"அவரைச் சற்று இப்படி வெளிச்சத்தில் நிற்கச் சொல்லுங்களேன்" என்றேன் அர்ச்சகரிடம்.

"அது பித்து. சுத்தக் கோணங்கி. வெளியில் வராது. அதன் இஷ்டத்துக்கு விட்டுடணும்" என்றார் அர்ச்சகர்.

நான் மன்னார்குடிக்கு வந்து ஜாகை வைத்து ஒரு மாதம் இருக்கும். ஊரோ எனக்கு முற்றிலும் புதிய ஊர். தெரிந்தவர்களும் நண்பர்களும் அதிகம் பேரில்லை. ஏதோ சிலரைத் தெரியும். அவ்வளவு தான். நான் குடியிருந்த தெருவுக்குப் பக்கத்திலிருந்த சிவன் கோவிலில், அம்மனுக்கு லக்ஷார்ச்சனை நடந்துவந்தது. ஒருநாள் நான் ஒரு ஸஹஸ்ரநாமம் செய்வதாய் ஒப்புக்கொண்டேன். அன்று வெள்ளிக் கிழமை. மனத்திற்கு மிகவும் ஆறுதலாயிருக்கும். ஆயிரம் நாமங்களையும் நிதானமாகக் கேட்டு அர்ச்சனையைக் காண வேண்டுமென்று, கோவிலுக்குச் சென்றேன். அர்ச்சகர் வரவேற்றார். "அர்ச்சனை ஆரம்பித்துவிடலாமா?" என்று கேட்டார்.

"அவசரப்பட வேண்டாம், எல்லாமே மெதுவாய் நடக்கலாம்" என்றேன்.

"ஏய் தீக்ஷித், அம்பாள் ஸந்நிதியிலே விளக்கு எல்லாம் போடு; நைவேத்யம் என்ன சேதி? அர்ச்சனை ஆரம்பிக்கலாமா?" என்று பரிசாகரனைக் கூப்பிட்டுக் கேட்டார் அர்ச்சகர்.

"ஆரம்பிக்கலாம்" என்று தலைகுனிந்தவாறே பதில் சொல்லிக்கொண்டு, கையில் எண்ணெய்ச் சொம்பும், திரியும், கரண்டி விளக்கும் எடுத்துக்கொண்டு போன ஆஸாமியைப் பார்த்தேன். முகம் தெரியவில்லை. ஆனால், உருவமும் நிறமும் கைகால்களின் அமைப்பும் அந்தக் குறைந்த வெளிச்சத்திலும் அவரை மீண்டும் பார்க்கத் தூண்டின. தூய்மையே அறியாத அரை வேஷ்டியும் துண்டும்தான் அவர் கட்டியிருந்தார். ஆனாலும் அவருடைய அறிவுப் பொலிவையும் உடலின் அந்த அர்ச்சகர் முன்னிலையில் அந்தப் பரிசாரகரின் தோற்றமும் இருமடங்கு எடுத்துக் காட்டியது. வளர்ச்சியே இல்லாமல் கிறங்கிப்போய், உயரமில்லாமலிருந்தார் அர்ச்சகர். குச்சி குச்சியாயிருந்தன காலும் கையும். கன்னம் ஒட்டி உலர்ந்திருந்தது. புருவமே இல்லாமல் குழிவிழுந்து கிடந்தன புளியிலைக் கண்கள். பல்லெல்லாம் காவியில் கறுத்துத் தேய்ந்திருந்தது வாய். அவர் காதில் போட்டுக்கொண்டிருந்த தோடு, கொஞ்சம்கூடப் பொருந்த வில்லை. அவர் நெற்றியிலிருந்த விபூதியும் குங்குமமும்கூடக் களையிழந்து தோன்றின. அவருடைய உருவத்தின் குறைகளை, அவருடைய உயிரின் குறைகளாக, அவருடைய ஆத்மாவின் சிறுமைகளாகத்தான் காண முடிந்தது என்னால். அடுத்தபடி நடக்கப்போகும் புனிதத் திருத்தொண்டை நினைத்து, மேற்கூறிய நினைவுகள் அனைத்தையுமே, ரொம்ப முயன்று அகற்றினேன் மனத்திலிருந்து.

அர்ச்சனை ஆரம்பமாயிற்று. "ஏய் தீக்ஷித், அர்ச்சனை சொல்லு; அவாளிடம் ஏதாவது வாங்கித்தரேன்" என்றார் அர்ச்சகர். தீக்ஷித் சொல்ல ஆரம்பித்தார். புத்தகம் பார்க்கவில்லை; சுருதி சுத்தமான குரல்; ஸ்பஷ்டமான எழுத்துக்கள்; பொருள் முழுவதும் விளங்கும் ஸுகமான சொற்பிரிவு. அழுத்தமான ஓங்காரம்; பாவம் ததும்பும் பல ராகங்கள்; கமகப் பிரதானமான ஸஞ்சாரங்கள்; கச்சிதமான ஆலாபனை. கார்வையின் ரஞ்சகம் குறையாமல் ஒரு ராகத்திலிருந்து மற்றொரு ராகத்தைத் தழுவும் அழகான லாகவம். லலிதை முழுவடிவம் பெற்று நிறைந்து நிற்பதுபோலிருந்தது, கானக் கலையில் தேவியின் நாத வடிவம் பொலிவு பெறுவதை உணர முடிந்தது.

அப்படியொன்றும் 'அது' பித்து அல்ல என்று மறுநாள் பொழுது விடிந்ததும் தெரிந்துகொண்டேன். அன்றிலிருந்து தீக்ஷித் என் நண்பரானார். எப்படியென்பது தேவையில்லாத விஷயம். ஏன் என்று மட்டும் சொல்லத்தான், இந்தக் கதையே பிறக்கிறது.

என்னைப் பார்க்க ஒரு நண்பர் வந்தார். அவர் உள்ளூர்க் காரர். அவர் வந்தபோது தீக்ஷித், என் வீட்டுத் திண்ணையில்

ஆங்கிலத் தினசரியைப் படித்துக்கொண்டே, என்னிடம் பேசிக் கொண்டிருந்தார் சாதாரணமாய். வந்தவர் இதில் என்ன அபூர்வத்தைக் கண்டாரோ, தெரியவில்லை.

"இதென்ன இது? இந்தப் பித்துக்குளி தீக்ஷித், உங்களை எப்படிப் படிச்சுது! யாரோடும் சரியாகக்கூடப் பேசாதே அது?" என்றார்.

"நாம் பேசினால் அவரும் பேசுவார். எல்லோரும் நம்மைப் போலவே இருப்பார்களா?"

இதற்குள் தீக்ஷித் எழுந்து போய்விட்டார். எனக்கு வருத்தமாகத்தான் இருந்தது, வந்தவரும் என் நண்பர். "தீக்ஷித் ஒரு நல்ல மனிதர்; ஊரெல்லாம் அவரை..."

"சரி சரி; சில பேருக்குச் சாமியார் பைத்தியம் பிடிப்பது உண்டு. பித்துக்குளிகளைக் கொண்டுவந்து கூத்தடிப்பார்கள். கேட்டால், 'ஞானிகள் எல்லாம் குழந்தைகளைப் போலவும் பைத்தியம் போலவும் பிசாசு போலவும்கூட இருப்பார்கள்' என்று பதில் சொல்வார்கள். அந்தக் கட்டம் போலிருக்கிறது" என்றார் நண்பர்.

"தீக்ஷித்தைப் பிடித்து இரும்பைப் பொன்னாக்கவோ, புதையலெடுக்கவோ நான் ஏற்பாடு செய்யவில்லை. இருந்தாலும் எனக்கென்னவோ இதில் ஒரு ரஹஸ்யம் இருக்குமென்று தோன்றுகிறது. தீக்ஷித் பி.ஏ.,எம்.ஏ,படித்தவர் மாதிரித் தோன்றுகிறது அய்யா. இதற்கென்ன சொல்கிறீர்?"

"எதற்கென்ன சொல்ல வேண்டும்? படிப்பு மட்டுமா? அதுக்குத் தெரியாதது ஒண்ணுமே கிடையாதே. சங்கீதம் தெரியும், ஸம்ஸ்க்ருதம் தெரியும், சட்டம் தெரியும், சாஸ்திரம் தெரியும்..."

"ஏன் இப்படி இந்தப் பிழைப்புக்கு வந்தார்?"

"அது அந்தப் பித்தைத்தான் கேட்கணும். அல்லது ஸர்வேசு வரனைக் கேட்கணும். யார் யாரோ என்னென்னவோ செய்து பார்த்தாச்சு. தீக்ஷித் பதிலும் சொல்லவில்லை. இந்த விளக்கு அணைக்கிற வேலையையும் விடவில்லை. எத்தனையோ வருஷம் ஆகி விட்டது. இன்னிக்கு நேத்திக்குச் சமாச்சாரமில்லையே இது. ஆகவே நல்ல முற்றிப்போன பித்துக்குளி என்று ஊரில் முடிவு கட்டிவிட்டார்கள். நீங்கள் ஊருக்குப் புதிது, ஆச்சரியமா இருக்கிறது உங்களுக்கு. இதைக் கேளுங்கள் ஸார். இதுக்கு ஒரு பிள்ளை இருக்கிறான்,ராஜாப் பயல் என்றால் ராஜாப் பயலேதான். கையும் காலும் துவார பாலகர்கள் சிலை மாதிரியிருக்கும். சாட்டை சாட்டையாக விரல்கள். களை கூத்தாடும் முகம். அந்தப்

பயலுக்குக் கண் அமைப்பே அலாதி அழகு. கிடைக்காளை மாதிரி ஜம்முனு நடந்து போவான். கந்தர்வச் சாரீரம். காது கேட்டது வாய் பாடும். நல்ல மூளை, ஹைஸ்கூலில் படித்துக்கொண்டிருந்தான். வகுப்பில் அவனை முந்த ஆளில்லை எதிலுமே. ஹெட்மாஸ்டர் அவனுக்கு முழுச் சம்பளமும் இல்லாமல் பண்ணியிருந்தார். காலேஜுக்குக்கூட அது கிடைக்கும் என்றார். எவ்வளவோ சொன்னார்; பித்துக்குளி தீக்ஷித் என்ன பண்ணித்துத் தெரியுமா? படிப்பும் வேண்டாம் ஒன்றும் வேண்டாமென்று அவனை அடித்து இழுத்துக் கொண்டுபோய்க் கோவில் பரிசாரகத்தில் விட்டுவிட்டது! இதற்கென்ன சொல்கிறீர்கள்?"

"அந்தப் பையன் எங்கே இருக்கிறான் இப்போது?"

"பாமணியிலோ எங்கோ கிடக்கிறான்? வௌவாலை ஓட்டிக்கொண்டு. ஆனால், அந்தப் பயல் சும்மா இல்லை. மேளக்காரர்களோடு நெருங்கிப் பழகி, சங்கீதம் ரொம்பத் தெரிஞ்சிண்டிருக்கிறானாம். அதுவும் நம்மூர்ப் பேர்வழிகள் நல்ல ஞானஸ்தர்களின் பரம்பரையல்லவா? இந்தப் பயல் அற்புதமாய்ப் பாடுகிறானாம். தாளத்தில் அபார வேலைகள் செய்கிறானாம். மேளவழி என்றால் லயத்திற்குக் கேட்கவா வேண்டும்? அவன் பாடிக் கேட்கவில்லை நான். ஆனால், வேறொரு வேடிக்கையைப் பார்த்தேன். தீக்ஷித் பிள்ளை தவுல் அடிக்கிறானென்று யாரோ சொன்னார்கள். நான் நம்பவில்லை. போன வெள்ளிக்கிழமைதான், கேட்டுவிட்டுப் பிரமித்துப் போய்விட்டேன். அம்பாள் ஸந்நிதியிலே பெரிய நாயனக்காரன் பல்லவி வாசித்தான். இந்தப் பயல் தவுலில் பிரளயமாடுகிறான். கையில் நல்ல வேலையாகிறது. ஏதோ ஸார், இந்தப் பயலாவது கிளம்பி முன்னுக்கு வரவேண்டுமே. இதுவும் கவைக்குதவாமே போயிடும் போலிருக்கே, தவுலையும் கிவுலையும் ஏன் கட்டிண்டு அழணும்? வாய்ப்பாட்டை வாகாய் வழியாய்ப் பாடம் பண்ணி, நறுக்குன்னு பத்து உருப்படி பாடவும் நாலு ஆவர்த்தனம் ஸ்வரம் பாடவும் தயார் பண்ணிக்கொண்டால் போறுமே. பயல் பஞ்சம் பத்து வருஷம் என்பார்கள். தீக்ஷித்துக்கும் விடிஞ்சு போய்விடும். என்ன ஆகப்போறதோ? இவ்வளவு தூரம் எதற்காகச் சொன்னேன் தெரியுமா? ஆக மொத்தம், தீக்ஷித் ஒரு பித்துன்னு தெரிஞ்சுக்கணும் நீங்கள்."

"தெரிந்துகொள்வதென்ன இருக்கிறது இதில்? அவருக்கு எல்லாம் தெரியுமென்று நீங்கள் சொல்கிறீர்கள். படித்தவர் என்றும் தெரிகிறது உங்களுக்கு. இருந்தும் இப்படி இருப்பதற்கு ஏதாவது வேறு ரஹஸ்யமான காரணங்கள் இருக்கலாமென்று தெரிந்துகொண்டீர்களோ! உலகம் மனிதர்களை ஒரு பொது அளவால் அளந்துதான் மதிப்புக் கொடுக்கிறது. பொது மதிப்பில்

தான் நாமும் நமது எண்ணங்களை, அபிப்பிராயங்களைப் பெற்று வளர்த்துக்கொண்டு ஒட்டிக்கொண்டு காலத்தை ஓட்டிக் கொண்டு வருகிறோம்."

"இதில் ஏதோ ரஹஸ்யம் இருக்கிறது என்கிறீர்களா? என்னவோ ஸார், தீக்ஷித்தைப் பற்றி ஊர் அறிந்ததை உங்களுக்குச் சொன்னேன். நான் வருகிறேன்."

மறுநாள் தீக்ஷித் வந்தார். பேசிக்கொண்டிருந்தோம். நேருவின் தலைமையிலிருந்து அர்ஜெண்டைனா சங்கதிவரை, எதுவானாலும் தீக்ஷித்தின் விமர்சனம் ரொம்பத் தெளிவாய் இருக்கும். காரணகாரியத் தொடர்ச்சியோடு அலசிச் சொல்வார். அருமையான பாஷை; உயர்ந்தரகத்து நகைச்சுவை; எல்லாம் சரிதான். ஆனால், அவருடைய முகபாவம் மட்டும் எப்போதும் ஒரு சோகச் சித்திரத்துடைய முகத்தைப் போலவே இருக்கும். பீதியும் சங்கையும் அந்த முகபாவத்திற்கு நிரந்தரப் பின்னணிகளாய் நின்றன. இடையில் அவரும் சிரிப்பார். ஆனால், அது சிரிப்பாகத் தோன்றாது. பாசாங்குபோலத் தோன்றும்.

வருவார், பேசிக்கொண்டிருப்பார், பேப்பர் பார்ப்பார், போய்விடுவார். இப்படிப் பலநாள் ஆயிற்று. ஒருநாள் சொன்னார்.

"ஊரில் யாராவது எதையாவது சொல்வார்கள் ஸார். நான் உங்களோடு பழகுவதைப் பரிகாசம் செய்வார்கள். நீங்கள் என்ன நினைக்கிறீர்களோ? சில சமயம் நான் நினைப்பதுண்டு. ஒருவரோடும் பேசாமல் ஒதுங்கிக் கிடந்தேனே, உங்களோடு இவ்வளவு தூரம் எப்படிப் பழகினேன் என்று, நானே யோசிப்பது உண்டு. எப்படியோ தெரியவில்லையே."

"ஒருவரும் ஒன்றும் சொல்லவில்லை. சொன்னாலும் கவலையில்லை. நான் பெரிய பணக்காரனோ அல்லது பெரிய உத்தியோகஸ்தனோ இல்லை. பள்ளிக்கூட வாத்தியார்."

"அடே! அப்படியே சொன்னாலும் என்ன சொல்லிவிடப் போகிறார்கள்? பித்துக்குளியோட பேசுகிற பித்துக்குளி என்பார்கள்; இவ்வளவுதானே?" என்று கேட்டுவிட்டுச் சிரித்தார் தீக்ஷித்.

அந்தச் சிரிப்பு உண்டாக்கிய குளிர்ந்த நெருக்கத்தில், "நீங்கள் இந்தக் கோவில் வேலையை விட்டுவிடக்கூடாதா?" என்று கேட்டுவிட்டேன். அப்படியே அதிர்ந்து, வாடி வதங்கியதுபோல் ஆனார் அவர். சோர்வு அப்பிக்கொண்டுவிட்டது அவருடைய அழகான முகத்திலும் கண்ணிலும். ஒன்றுமே சொல்லாமல் எழுந்து போய்விட்டார். அப்புறம் ஒரு வாரம் வரவேயில்லை. நான்

போய்க் கூப்பிட்டுக்கொண்டு வந்தேன். அன்று ஞாயிற்றுக்கிழமை. பகல் முழுவதும் பேசிக்கொண்டு இருந்தோம். அன்று மாலை பெரிய கோவிலில் விடாயாற்றித் திருவிழா. கோவிந்தபுரம் பாகவதர் பாட்டுக் கச்சேரி நடக்க இருந்தது. தீக்ஷித்தைக் கூப்பிட்டேன். வருவதாகச் சொன்னார். கிளம்பிச் சென்றோம்.

கோவிலை நெருங்கும்போதே ஒலிபெருக்கி வழியாகப் பாட்டுக் காதில் விழுந்தது, ஸாவேரி வர்ணம் நடந்துகொண்டு இருந்தது. புது வெள்ளம்போல் குபுகுபுவென்று வந்தன, இரண்டாம் கால ஸ்வரங்கள். காது நிரம்பிவிட்டது. வேகமாய்ச் சென்றோம்.

கோவிலின் முன்மண்டபத்தில்தான் கச்சேரி நடந்தது. ஏகக் கூட்டம், ஜனங்கள் கோபுர வாசலில் பதுங்கிக்கொண்டு இருந்தார்கள். வெளியிலிருந்தே சுகமாய் அனுபவிக்க முடிந்தது. ஓர் இடத்தில் உட்கார்ந்தோம். அப்புறம் பாடிய ராகங்களும் கீர்த்தனைகளும் அருமையாயிருந்தன. தீக்ஷித்கூட இரண்டொரு தடவை மெய்மறந்து, ஆஹா என்றார். நின்றுகொண்டிருந்தவர்கள் எல்லாம் பரவசப்பட்டு ஆர்வத்தோடு ரஸித்தார்கள். மிருதங்கக்காரர் தனி வாசித்தார். கூட்டம் சற்றுக் கலகலத்தது. வெளியே வருகிறவர்களுக்கு வழிவிட்டுக் கோபுரவாசல் கூட்டம் அசைந்து ஒதுங்கியது. அப்பொழுதுதான் எங்களுக்குப் புதிதாய் ஒரு விஷயம் தெரிந்தது. அன்று கோவிந்தபுரம் பாகவதர் வரவில்லையாம். யாரோ உள்ளூர்ப் பையன்தான் பாடுகிறானாம். கச்சேரி ஆரம்பித்ததும் கூட்டம் கலையும் போலிருந்ததாம், கோவில் டிரஸ்டி ஒருவர் வந்து, “சற்றுத் தாமதித்துவிட்டுப் பையன் பாடுவதைக் கேட்டுவிட்டுப் பிறகு செல்லுங்கள்” என்று சொன்னாராம், ஒலிபெருக்கியில். அவன் கச்சேரி ஆரம்பித்ததும் உண்மையாகவே ஜனங்கள் ஆச்சரியப்பட்டார்களாம். வெளியே போனவர்கள் எல்லோரும் திரும்பி வந்து விட்டார்களாம். வாஸ்தவம், இளமையும் சங்கதிகளின் நயமும் நிறைந்த பாட்டுத்தான் அது. ஆரம்பத்தில் இதை நான் உணர்ந்தது உண்டு. ஆனால், வேறு நினைப்பின்றிச் செய்துவிட்ட சங்கீதத்தில் ஆழ்ந்துவிட்டேன் கேட்கத் தொடங்கிய க்ஷணத்திலிருந்தே. பக்கத்திலிருந்த தீக்ஷித்தும், கூர்மையான பார்வையோடு யோசித்துக்கொண்டிருந்தார். ஏதோ நினைவு வந்தவர்போல், திடீரென்று எழுந்து உள்ளே போனார். நானும் போனேன். தனி முடிந்துவிட்டது. பிடில்காரர் சுருதி சேர்த்துக்கொண்டு இருந்தார். மேடையில் ஸிம்ஹம்போல உட்கார்ந்திருந்தான் ஓர் அழகான வாலிபன். அவன் முகத்தில் தீக்ஷித்தின் சாயல் நன்றாகவே தெரிந்தது. நான் ஊஹித்து முடிவுக்கு வந்த கணத்திற்குள், தீக்ஷித் பாய்ந்துபோய் மேடையினருகில் நின்றுகொண்டு, அந்தப் பாடகனைத் திட்டி வைது அதட்டிக்கொண்டிருந்தார்.

“ஏலே, எழுந்திருந்து தொலைடா, பாவி, என் குடியைக் கெடுத்துவிடுவாய்ப் போல் இருக்கிறதே. படுபாவி, செத்துப்போய் விடுவாய். ஓடுடா, போய்த் தீபாராதனைத் தட்டைத் துடைத்து வை; போ . . . போடா பாவி” என்று கத்தி, அவன் கையையும் பிடித்து இழுத்துவிட்டார். அவர் முகத்தில் ருத்திரக் கோபம் பொங்கிற்று. அவன் மேடையிலிருந்து பின்புறமாய் இறங்கினான். சிலர் வந்து தீக்ஷித்தைப் பிடித்தார்கள். திமிறிக் கொண்டு நடந்தார் தீக்ஷித். பையனைக் காணோம்.

“மங்களம் பாடியாவது முடிக்கட்டுமே. பையன் யார் ஸ்வாமி? ஏன் இப்படி ஆவேசம் வந்தது மாதிரிக் கூத்தாடி விட்டீர்கள். அபாரமான வித்தை. அருமையான சாதகம் . . . ஒன்றுமே புரியவில்லையே?” என்றார் பிடில்காரர்.

“கடுமையான லயச் சுத்தம். ரொம்ப ஆசையோடு தொழில் செய்தேன் இன்றைக்கு. கூப்பிடுங்க சாமி குழந்தையை” என்றார் மிருதங்கக்காரர்.

தீக்ஷித் அழுதுகொண்டே, அவர்களைக் கும்பிட்டுக் கொண்டு சொன்னார். “ஐயா! கோடி புண்யமுண்டு, ஒன்றும் சொல்லாதீர்கள். இந்தப் பயல் என் மகன்தான். வெறும் குப்பைக்கூளம். என்னத்தையோ வாய்க்கு வந்ததைக் கத்துகிறான்” என்று தீக்ஷித் சொன்னபோது, அவர் குரலிலிருந்த வேதனை கல்லையும் உருக்கும் போலிருந்தது.

“அடே பித்துக்குளி, தோசி, துக்கிரி. துடைகாலி” இது போல் இன்னும் ஆயிரம்; தெரிந்தவர்களும் தெரியாதவர்களும் தீக்ஷித்தைப் பழித்தார்கள். சிலர் அடிக்கக்கூட வந்தார்கள்.

மௌனமாய் நடந்தோம். தீக்ஷித் தயங்கித் தயங்கித்தான் நடந்தார். கூட்டத்தை விட்டுச் சந்து பொந்துகளில் திரும்பி வீட்டுக்கு வந்தோம்.

“என்றைக்காவது ஒருநாள், உங்களிடம் சொல்லித்தான் தீர்க்க வேண்டியிருக்கும் என்று நினைத்திருந்தேன். ஆனால், அது இப்படி நேருமென்று எதிர்பார்க்கவில்லை . . .” என்றார் தீக்ஷித். அவரிடம் என்னென்னவோ கேட்க வேண்டுமென்று துடித்த எனக்கு, அவரே வழி திறந்தார். “ஆரம்பத்திலிருந்தே எனக்குப் புதிர் விளங்கவில்லை. இன்றைய காரியம் இன்னும் குழப்பிவிட்டது மனத்தை” என்றேன்.

“புழுவாகவோ பூச்சியாகவோ எப்படியாவது இந்த மண்ணில் ஒட்டிக்கொண்டு கிடந்தால் போதுமென்ற உயிராசை தான் ஸார் காரணம், நான் அப்படிச் செய்வதற்கு. புகழும் பெருமையும் பெருவாழ்வும் என் வம்சத்திற்கே ஒட்டுவதில்லை;

தங்குவதுமில்லை. பிரளயத்தில் தப்பிப் பிழைத்திருக்கிறேன். வாரி வாரிக் கொடுத்துவிட்டு நிற்கிறேன். நான் கோவிலில் பரிசாரகம் பார்க்கப் பிறக்கவில்லை. நானாக விரும்பி ஏற்றுக் கொண்ட தொழில் இது. சுடரொளிப் பரப்பான கடவுளின் சின்னத்திற்கெதிரே, சுடரை அணைத்து வாழும் வாழ்வு பாபத்தின் பிரதிபிம்பம் என்று உலகம் நம்பிக்கொண்டிருப்பதை நானும் நம்புகிறேன். சமூகக் கொள்கைக்கு ஏற்ப விளக்கணைக்கிற மனிதனும் நடையுடை பாவனைகளால் பாபத்தின் அழுக்காகவே தன்னை ஆக்கிக்கொண்டு விடுவதில் இயற்கைக்கு முரண் ஒன்றுமேயில்லை சமூகம் கடவுளை வழிபட்டுக் கடைத்தேற இந்தப் பாவத் தொழிலும் வடிவமும் இன்றியமையாதவை ஆகியிருக்கின்றன. பாவிக்கு ஆயுள் வளரும் என்ற உலக வழக்கையும் பிடித்துக்கொண்டு, இந்த இழிநிலையில் பாபியாகவாவது உயிரோடு வாழ்வோமே என்று இதைக் காத்துவருகிறேன் தெய்வ வரம்போல . . .”

தீக்ஷித் குனிந்து தரையைப் பார்த்துக்கொண்டிருந்தார். படிகம்போல் சில கண்ணீர்த் துளிகள் கீழே விழுந்து தெறித்தன. சற்றுப் பேசாமலிருந்துவிட்டு மறுபடியும் சொன்னார்:

“பிரமையோ, பைத்தியமோ; என் முடிவு அது. அந்தப் பலத்தில்தான் உயிரோடு இருக்கிறேன் இன்றைக்கு. கந்தர்வ கானம் கல்யாணம் என்று ஒரு பெயர் ஞாபகம் இருக்கிறதா, உங்களுக்கு?”

“மறக்க முடியுமா? கோவிந்தபுரம்தான் அவருடைய ஊர். ரொம்ப அல்பாயுஸில் போய்விட்டார். அடேயப்பா. என்ன பாட்டு, இப்பொழுது நினைத்தாலும் புல்லரிக்கிறது.”

“அவன் என்னுடைய தமையன். பதினைந்து வயதில் சங்கீதத்தைக் கரைகண்டான். புகழேணியின் உச்சிக்கு வந்தான். பொன்னும் மணியுமாய்ச் சன்மானம் பெற்றான். திடீரென்று செத்துப்போய்விட்டான் ஸார் எங்கள் கல்யாணம். என் தம்பி ஒருவன் இருந்தான். வீணை அவனிடம் வாயால் பேசிப் பாடும். பழைய ஓலைச் சுவடிகளைப் புரட்டிப் புரட்டி, இரண்டு வருஷங்களுக்கு முனைந்து நின்று, ரொம்பப் பிரயாசைப்பட்டு ஒரு வீண்ண செய்திருந்தான்.

வீணைக் கம்பிகளுக்கும் அவனுடைய விரல்களுக்கும் ஜன்மாந்தர உறவு என்று தோன்றும். மழை பெய்வது போலவும் ஆறு ஓடுவது போலவும் குதிரை நடப்பது போலவும் ஸிம்ஹம் கர்ஜிப்பது போலவும் ஸ்வரங்களைப் பின்னிப் பின்னி ராகபாவம் நிறைந்து, நாதக் கூட்டங்களுக்கு உருவம் தந்து எதிரே நிறுத்துவான். நான் எம்.ஏ.யில் முதல்வனாகத் தேறி,

மைசூர் ராஜாவுக்கு ஆசிரியராய் இருந்தேன். என் தம்பி அங்கே வந்தான். அரண்மனையில் வீணை வாசித்தான். ஆஸ்தான வித்வான்கள் அவனை அப்படியே ஆலிங்கனம் செய்துகொண்டு, உடம்போடு தூக்கினார்கள். உண்மையாகவே தூக்கித் தூக்கி மகிழ்ந்தார்கள். தலைவலி என்று படுத்தான். படுத்தவன்தான் போய்விட்டான் ஸார். என் தமக்கையொருத்தி இருந்தாள். அவளுடைய புருஷன் ஒரு பெரிய மஹா மஹோபாத்தியாயர். அவள் தன்னுடைய இருபதாவது வயதில் நான்கு ஸம்ஸ்க்ருத நாடகங்களும் இரண்டு மஹா காவியங்களும் எழுதினாள்; திருவனந்தபுரம் மஹாராஜா, அந்தத் தம்பதிகளை அழைத்து, மகத்தான ஸன்மானங்களைச் செய்தார். அவள் திரும்பி ஊருக்கு வரவில்லை ஸார். மதுரையிலேயே மண்ணாகிவிட்டாள். இவ்வளவும் என் தலைமுறையில் நான் கண்ட பேரிழவுகள். இதற்கு முன் என் வம்சத்தின் முன் தலைமுறைகளில் நடந்திருக்கும் கதைகளைக் கேட்டால், கல்லாய்ச் சமைந்துபோக வேண்டும் ஸார். அப்படிப்பட்ட சர்வநாசக் கதைகள். பிரளயக் கூத்தின் கதைகள்; என் தலைமுறை பிழைத்தது என்றுதான் நான் நினைத்திருந்தேன். ஆனால், ஒன்றன்பின் ஒன்றாக ஏற்பட்ட அதிர்ச்சிகளில் குலைந்து போய்விட்டேன் ஸார். பிரளயத்தில் விடுபட்டு, மீதியிருந்த உயிர்களோடு ஊரெல்லாம் சுற்றிச் சுற்றிச் செப்புக்காசும் பூச்சக்கிரக் குழியும் இல்லாமல் சொத்தைத் தொலைத்தேன் முதலில்; மனதும் ஒரு நிலைக்கு வந்தது. இங்கு வந்து யாரும் அறியாமல் புழுக்கை வாழ்வு நடத்திவருகிறேன்" தீக்ஷித் சற்று நிறுத்தினார்.

"இதைவிட்டுப் பெருவாழ்வு வாழ வழி தேடினால் என்ன ஆய்விடும்?"

"மறுபடியும் என் குடும்பமும் வம்சமும் பிரளயத்திற்குப் பலியாகும். அதைத்தான் சொல்ல வந்தேன் நான். இது எங்கள் வம்சப் பரம்பரைக்கு ஒரு சாபமாம். எங்கள் வம்சத்தின் மூல புருஷரே கொடுத்த சாபம். நாங்கள் கோவிந்த தீக்ஷிதருடைய வம்சம், அவர்தான் இப்படிச் சபித்தாராம், தம் வம்சத்தில் பிறக்கப்போகும் தலைமுறைகளை . . ."

"தஞ்சாவூர் நாயக்க மன்னர்களுக்கு மந்திரியாயிருந்து, ஏராளமான தானதர்மங்கள் செய்து, கோவில் குளமெல்லாம் வைத்து . . . திருவையாற்றிலும் பட்டீச்சுரத்திலும் லிங்க வடிவில் தெய்வமாயிருந்து, தினம் ஆறுகாலம் ராஜோபசாரமும் தேவோபாசரமும் பெறுகின்ற அதே கோவிந்த தீக்ஷிதர்தான். அவருக்கொரு மகள் இருந்தாளாம். ரதியின் மனித உருவாம் அவள். அவளுக்குச் சங்கீத ஸாஹித்யங்களில் கரையற்ற புலமை

உண்டாம். நாயக்க மன்னரின் மந்திரியாகவும் ஆசாரியனாகவும் இருந்தார் தீக்ஷிதர். அவரிடம் மன்னனுக்கு எல்லையில்லாத பயபக்தி விசுவாஸம். ஒருநாள் தீக்ஷிதரைக் காண விரும்பி, வீடு தேடி வந்தானாம் மன்னன். தீக்ஷிதருடைய மகள் மங்கள கீதத்தோடு ஹாரத்தியெடுத்து வரவேற்றாள். சரீரம், சாரீரம், சௌபாக்யம் மூன்றும் சேர்ந்து மிளிர்ந்த அவளுடைய நிறைவை உணர உணர மன்னன் மனம் விரிந்து முகம் மலர்ந்து ஸ்தம்பித்து விட்டானாம், அவ்வளவுதான். மன்னன் அரண்மனைக்குப் போனான். மங்கை மண்ணை விட்டே மாய்ந்துபோய்விட்டாள். துயரம் தீக்ஷிதரை அயர்த்தி, திடீரென்று இருபது வருஷங்கள் ஓடிவிட்டதுபோல முதுமையைப் பெருக்கிவிட்டதாம். ஆனால், விதி அவரை அதோடு விடுவதா யில்லை, அடுத்த தாக்குதலுக்கு அஸ்திவாரமிட்டது.

"அவருக்கொரு மகன், இன்று நம்மிடையே வழங்கும் கர்நாடக சங்கீதத்தின் தந்தை அவர்தான். ராஜதர்பாரில் தான் இயற்றிய சங்கீத இலக்கணத்தை அரங்கேற்றுகிறார். வீணையில் இலக்கியங்களைக் காட்டிக் காட்டித் தொடர்ந்து பல நாட்களுக்கு இசை வெள்ளம் ஓடுகிறது தர்பாரில். அந்த ஆசார்ய புத்திரனைக் கௌரவிப்பதோடு, தனது திருஷ்டிக்குப் பலியாகத் தன் மகளைப் பறிகொடுத்த ஆசார்யரைக் குளிர வைக்கவும் நினைத்து, அள்ளிவிட்டான் பரிசுகளை. பொன்னும் மணியும் பொழிந்தான். தானே தன் கையால் தாங்கி முத்துச் சிவிகையில் ஏற்றினான் தீக்ஷிதருடைய மகனை. அத்தியாயம் முடிந்தது. ராஜ திருஷ்டிக்கு மற்றொரு பலி! அடுத்த சில தினங்களில் மகனைப் பறிகொடுத்தார் கோவிந்த தீக்ஷிதர். மூர்ச்சித்து விழுந்தாராம். விழுந்தவுடன், எல்லாத் தெய்வங்களையும் ஐயனார் பிடாரி முதல் ஹரிஹரர்கள் உள்பட அத்தனை தெய்வங்களையும் அழைத்து, ஆணையிட்டுச் சொன்னாராம்: தெய்வங்களே, உங்கள் அத்தனை பேர் மேலும் ஆணை. இனி என் வம்சத்தில் வரும் எந்த ஆணுக்கும் பெண்ணுக்கும் அழகோ, கலைத் தேர்ச்சியோ, புகழோ பெருவாழ்வோ, சிறப்போ செல்வமோ எதுவும் ஒட்டவே கூடாது. ஒட்டினாலும் தங்கக்கூடாது. இது என் சாபம்" என்று. எத்தனையோ தலைமுறையில் பலித்துவிட்டது; நானும் அனுபவித்துவிட்டேன். இந்த ஸர்வநாசத்திலிருந்து தப்பி, உயிரோடு வாழ வேண்டுமென்ற ஒரே விருப்பத்தால் பாப ஜீவனம் – அழுக்கு ஜீவனம் செய்யத் துணிந்தேன்.

"உயிராசை காரணமாக, உலகம் நிலைத்து நிற்கக் காரணம் ஆகும் மூலாதார வேட்கை ஸார் இது. நான் சாக விரும்ப வில்லை. என் மனைவி மக்களும் புழுப்போலவாவது உயிர் வாழவேண்டும். நான் இதுவரை அநுபவித்திருக்கும் சுடுகாட்டு

வெப்பம்தீர, உஷ்ணம் தணிய மண்வாடைக்கு ஏங்குகிறேன். அந்தப் பிள்ளையார் குளத்து மடத்தில் ஒரு கிழவி சுருண்டு கிடக்கிறாள் பார்த்திருக்கிறீர்களா? தொண்டு கிழம். ஆடாத அவயவமே இல்லை அவளுக்கு. சருகாய்க் காய்ந்து பட்டை உரிந்துவிட்டது அவளுடைய தோல். அந்தக் கிழவியின் உயிருக்கு மண்வாடை ரொம்பப் பிடித்திருக்கிறது. இல்லாவிட்டால், அது இப்படித் துடித்துத் துடித்து இழுத்துக்கொண்டு கிடப்பானேன்? முன் தலை மண்ணில் இடிப்பதுபோல் கூனிக் குறுகிக்கொண்டு, புதையலா எடுக்கபோகிறாள்? அன்றன்று பிச்சை. ஒருநாள் கழிவது ஒரு யுகமாகயிருக்கிறது. அப்படியும் ஓர் இன்பப் பூச்சிருக்கிறது அவளுடைய உயிருக்கு. அதென்ன ஸார்? உயிராசையல்லவா? அப்படித்தான் எனக்கும் மண்வாடையின் குளிர்ச்சி மற்ற எந்த இழிவையும் அழுக்கையும் துயரத்தையும்விடப் பெரிது. பிரமையா இது?" என்று முடித்தபோது, தீக்ஷித் தெளிவு பெற்று உறுதியாய்ப் பேசினார்.

அந்த உறுதியைத் தகர்க்க முடியுமென்று தோன்றவில்லை எனக்கு. 'உயிர் கருப்பட்டியோ' என்கிறார்களே, கருமையும் கசப்பும் இனிமையில் மறைந்துவிடுகின்றனவோ?

**மார்ச், 1964**

**'தெய்வீகம்'**

●

# சம்பாத்தியம்

ஒரு தாய், அவளுடைய பிள்ளை அம்பியிடம் பேசிக்கொண்டிருக்கிறாள்:

“அம்பி. இருந்த உத்தியோகத்தையும் விட்டுவிட்டாய். மாசம் இரண்டாச்சு, டவுன் குடித்தனம். நாளொண்ணுக்கு, மனுஷா ஒத்தருக்கு என்ன செலவு ஆகும்னு யோசித்துப் பார்.., அப்பாச்சம்கூடச் சம்பாதிக்கிறான்.”

அந்த அம்பியோ, கவியை ரசித்துப் படித்துக் கொண்டிருந்தான்:

“ஆஹாஹா, பவபூதியே இப்படி அழும்படி இருந்திருக்கிறதே. ‘சிலர், நம் சிருஷ்டியையும் நம்மையும் பற்றி ஏளனமாய்ப் பிரசாரம் செய்கிறார்கள்; அவர்களுடைய அறிவைப் பற்றி என்னால் உறுதியாய் ஒன்றும் கூறமுடியாது. நாம் அவர்களுக்காக எழுதவில்லையே. நம்மோடு ஒத்த பண்புடைய ஒருவன் பிறக்கத்தான் போகிறான். காலமோ எல்லையற்றது, பூமியோ விசாலமானது...’ பாவம், பவபூதி ... இவ்வளவு பெரிய கவி ...”

“அம்பி, நீ படிக்கிறதும் ரசிக்கிறதும் எது மாதிரி இருக்குத் தெரியுமோ?” அம்மா படபடத்தாள்.

“நல்ல திறமையெல்லாம் அதிர்ஷ்ட ஹீனங்கள்தான் ...” அம்பி சிந்தித்தான்.

மறுபடியும் அம்மா ஆவலுடன் சொன்னாள்:

"அப்பாச்சத்தைப் பைத்தியம்னு எல்லாரும் சொல்றா... ஆனால், அவன் நிறையச் சம்பாதிக்கிறான்."

அம்பி சிந்தனை கலைந்து நிமிர்ந்து பார்த்துப் பேசுறான்:

"நான் சம்பாதிக்கவில்லை; ஆனால் என்னைப் பைத்தியமென்று உன்னைத் தவிர வேறு யாரும் சொல்லவில்லை. நான் அப்பாச்சம் மாதிரி ஆய்விடட்டுமா அம்மா..?"

"நீ பேசுவது உனக்குத்தான் சரியாய் இருக்கும்.., சம்பாத்தியமில்லாமல்..."

"அம்மா, நானும் ஒரு வழி ஆலோசித்துவிட்டேன்..."

"என்ன வழி? பிரமாதமாப் பாடுபட்டு உழைக்கச் சொல்கிறேனா உன்னை? அடே, ஏதாவது எழுதி அனுப்பிண்டே இரேன், இப்போதான் கதைக்குப் பதினைந்தும் இருபதும் தராளே..."

"அதைத்தான் நானும் சொன்னேன்; அப்பாச்சம் மாதிரியே ஆய்விடுகிறேன், இன்னும் கொஞ்சம் நாள்தான் பாக்கி. நீ இப்படி என்னைப் பிடுங்கிக்கொண்டே இருந்தால், கட்டாயம் அப்பாச்சம் ஆய்விடுவேன். அப்புறம் எழுதிக்கொண்டே... எழுதுவதைத் தவிர வேறொண்ணுமே செய்யாமல்..."

அம்மாவும் அம்பியும் இப்படிப் பேசிக்கொண்டிருக்கும் போதே, பக்கத்து வீட்டிலிருந்து, "ஐயோ, ஐயோ" என்று கூப்பாடு கேட்டது. போய்ப் பார்த்தால், அப்பாச்சம் விவகாரம்தான்:

அப்பாச்சத்தின் மனைவி, காலையில் அவனிடம். "வேஷ்டியையெல்லாம் துவைத்து வைத்துக்கொள்ளக்கூடாதா? உம் துவையுங்கள்" என்றாளாம். அப்பாச்சம் காலையில் துவைக்க ஆரம்பித்தவன், மாலை மணி மூன்றாகியும், நிறுத்தவில்லை. நிறுத்தச் சொல்லிப் பல தடவை சாப்பிடவும் கூப்பிட்டாளாம் மனைவி. மாமியார் மாமனார் இருவரும் கூப்பிட்டுப் பார்த்தார்களாம். ஒன்றும் பயன்படவில்லை. அப்பாச்சம் துவைத்துக்கொண்டே இருந்தான். ஆத்திரம் தாங்காமல் கத்திய மனைவி, "இப்படியெல்லாம் பண்ணி, என்னை ஏன் உயிரை வைத்துக் கொல்லவேண்டும்? ஒருவழியாகக் கொன்று விடுங்கள்..." என்றாளாம், இப்படி இரண்டு மூன்று தடவை சொன்னாளாம். கடைசியில் அப்பாச்சம் ஓடிவந்து மனைவியின் கழுத்தை நெறுக்க ஆரம்பித்துவிட்டானாம். எல்லோரும் கத்த, ஒரே கலாட்டா ஆயிட்டது. மெல்ல விடுவித்தார்கள் இருவரையும்.

அப்பாச்சம் நின்றுகொண்டிருந்தான். கொழு கொழுவென்றிருந்து, திடீரென்று மிக வேகமாய் இளைத்துக்

கொண்டுவரும் அவனுடைய சரீரம், பார்க்க ரொம்பப் பரிதாப மாய் இருந்தது. மூலைக்கச்சம் கட்டிக்கொண்டிருந்ததால் தோற்றமே ரொம்ப இழிவைக் காட்டிக்கொண்டிருந்தது. க்ஷவரம் ஆகாத அவன் முகமும், குழி விழுந்து விரிந்து நின்று சூன்யமாய்க் கிடந்த அவனுடைய கண்களும், களையற்றுக் கூச்சம் அளித்தன. கூட்டத்திலிருந்த யாரையும் அவன் பார்க்காமலில்லை. இமைத்தாலும் பாதகமில்லை. இமைக்காமல் நிலைத்துக் கிடந்த அந்த அவலக் கண்களால், அவன் ஒவ்வொருவரையும் பார்த்தான். அவனுடைய கண்களில் ஒரு சிறு மாறுதலும் இல்லை. அவை ஜடமாய் மரத்துக்கிடந்தன. ஆனால் அந்தக் கண்களுக்கு இலக்காகியும் தங்கள் கண்களுக்கு அவனை இலக்காக்கியும் விட்ட ஒவ்வொருவரும், அந்தக் குறுகிய நேரத்திற்குள் கூசிக் குறுகினர். எல்லோரும் பேச்சின்றி நின்றனர். மௌனம் சுமையாயிற்று. மெல்லக் கூட்டம் கலைய ஆரம்பித்தது. சிலர் கூட்டிக்கூட விழுங்காமல் முகத்தைச் சுளித்துக்கொண்டு, அப்பால் சென்றனர். சிலர் கண்களை இறுக மூடிக்கொண்டது போதாமல், கைகளாலும் பொத்திக்கொண்டே நகர்ந்து அப்பால் அகன்றனர். வீட்டுக்காரர்களும் தங்களை ஒளித்துக்கொண்டார்கள்.

தாயார் அம்பியைப் பார்த்தாள். அம்பி உருவே மாறிப்போய் விட்டிருந்தான்—அல்ல, மாறிக்கொண்டேயிருந்தான். அம்பியினுடைய முகம், பலவேறு கோணல்களை அடைந்து கொண்டிருந்தது. தாயாருக்கு அழுகைகூட வந்துவிட்டது, அவசரமாய் அம்பியை இழுத்துக்கொண்டு அவளும் அகன்று விட்டாள்.

வீட்டிற்கு வந்து, ‘ஐயோ, அப்பாச்சம் ...” என்றான் அம்பி.

‘இந்த அப்பாச்சம் யார்? எஸ்.எஸ்.எல்.ஸி. படித்துத் தேறினவனா? விளையாட்டுகளில் சூரனாய், எல்லாப் பந்தயங்களிலும் ஈடுபட்டு வெற்றி கண்டானே, அவனா? சுருள் கிராப்பும் தானுமாய்ச் சுர்சுர்ரென்று நீந்திக் காவேரியின் அக்கரைக்குப் போவானே, அந்த அப்பாச்சமா? பதினைந்து வருஷத்திற்குள்ளா இப்படி ஆய்விட்டிருக்கிறான்..? இப்படியா ஆய்விட்டிருக்கிறான்? இப்படி ஆயிரம் கேள்விகள் பிறந்தன, அம்பியின் கலக்கத்தில்.

“அந்த மாமாப் பாவிதான் இப்படிக் கெடுத்துவிட்டான் என் கண்ணான மாப்பிள்ளையை” என்கிறாள், அப்பாச்சத்தின் மாமியார்.

மாப்பிள்ளையின் (அப்பாச்சத்தின்) மாமா ஒருவர், பஸ் ஸ்டாண்டில் ஹோட்டல் வைத்திருந்தார். பெரிய ஹோட்டல்;

மூன்றாம் மனிதனை வைக்க வேண்டாமென்று மருமானைப் பெட்டியடியில் உட்காரவும் கணக்கெழுதவும் வைத்துக் கொண்டார். இந்தப் பதினான்கு வருஷமும், அதாவது போன வருஷம் வரையில், அந்த ஹோட்டலில் இருந்து வேலை செய்துகொண்டிருந்தான் அப்பாச்சம். ஹோட்டலில் வேலை செய்யும் பையன்கள், அரைக்கிற அம்மாமி, வெங்காயம் நறுக்கும் நாயர், மேஜை துடைக்கும் மேனன், டவரா டம்ளர், டிரைவர்கள், கண்டக்டர்கள் என்பவற்றைத் தவிர வேறு எதையுமே எந்தச் சிறு விஷயத்தையும் கவனிக்காமலேயே – கவனிக்க நேரமும் மனமும் இல்லாமலேயே – இரவும் பகலும், அங்கேயே இருந்துகொண்டு இத்தனை வருஷங்களைக் கழித்துவிட்டான் அப்பாச்சம். வெளியுலகம் மறந்தேபோய்விட்டது. மறக்குமா? மறந்து போய்விட்டது: அதுதான் ஆச்சரியம்.

காசு பணம் யதேஷ்டமாய் வந்தபிறகு, அந்த மாமாவுக்குத் தம்மைச் சமூகத்தில் உயர்த்திக்கொள்ள வேண்டுமென்று ஆசை வந்தது. நிலம் நீச்சு வாங்கினார். வீடு கட்டினார். வண்டி மாடு வாங்கினார். மாற்றிக் குதிரை வண்டி வாங்கினார். சமூகம் அவரை உணர்ந்து உயர்வும் தர ஆரம்பித்தது. அதை அதிகப்படுத்திக் கொள்ள ஆசைப்பட்டார். திடீரென்று அவருக்கு ஞானோதயம் ஏற்பட்டது. அன்ன விக்ரயம் செய்வது (சோற்றுக் கடை வைப்பது) மகாபாதகம் என்று ஸ்ம்ருதிகளும் புராணங்களும் அவருடைய காதுகளில் வந்து கதறின. அந்தக் கதறலால் விழித்துப் பிராயச்சித்த மார்க்கத்தில் இறங்கினார். சாஸ்திரிகள், பௌராணிகர்கள் போன்றோர் சிலர் அவரை ஆதரிக்க ஆரம்பித்தனர். அவர்கள் வாயிலாக, ஹோட்டல் விளம்பரமும் விருத்தியடைந்தது. இரட்டை லாபம்; புண்ணியம் பழைய பாபத்தைக் கரைத்துப் புதுப்பாவமும் ஒட்டாமல் ஆச்சாரப்பூச்சைப் பூசிவிட்டது. ஐயர்வாள் மனத்திலும் மேனியிலும். இதற்குள், பதினைந்து வருஷங்களுக்கு ஒருதரம் நேர்ந்து பூலோகத்தின் பாப மலைத்தொடர்களையெல்லாம் அழிக்கும் 'மஹா பிருஹத் கேட்டை' வந்தது. மஹா மஹா மந்தைகள் கூடினதில், மாமாவின் இரும்புப் பெட்டி இற்று விழும்படிப் பணமூட்டை சேர்ந்தது. அந்தச் சம்பிரமத்தில் நசுங்கி விண்டலாய்விட்ட நம் சாமான்களையும் யுத்த ஏற்றத்தில் விற்றுவிட்டு ஹோட்டலை நிறுத்திவிட்டார் மாமா. பெரிய பிராயச்சித்தம். பண்ணிக்கொண்டு தக்ஷிணை, சாப்பாடுகள் செய்வித்தார். சமூகத்தின் முக்கிய தூண் ஆனார். விபூதிக்கச்சாதி விபூஷணங்களுடன் அம்பலத்துக்கும் வந்துவிட்டார். ஆச்சார்ய பூஜை செய்தாரா? அப்பாச்சம் கதிதான் அதோ கதி ஆய்விட்டது. அதற்கு மாமா என்ன செய்வார்?

"படித்தவன் பிழைப்பதற்கென்ன, எத்தனையோ வழிகள் . . ?" என்றார், கேட்டதற்கு.

உடலின் அதி வளர்ச்சியும் அறிவின் அதிமந்தமும் உள்ளத்தின் உள்ளூர்ந்த தேய்வும் அப்பாச்சத்தை அவதிக்கு உள்ளாக்கின, உத்தியோகம் அவனுக்குப் பொருந்தவில்லை. அவனும் அதோடு பொருந்த முடியவில்லை. எந்த வேலையும் தெரியாது. ஹோட்டல் தொழில் சற்றுத் தெரியும்; ஆனால் உட்கார்ந்துதான் வேலை வாங்கத் தெரியுமே தவிரத் தான் வேலை செய்து பழக்கமில்லை. அவன் சதையும் தசையும் வணங்கும் நிலையில் இல்லை. சும்மா இருந்தான்; சோறு போடுமா சும்மாத் தொழில்? மனைவி எதற்குத்தான் இருக்கிறாள்? அவளுக்குப் பலமாக மாமியாரும் மாமனாரும்; கிழங்கள் தானென்றாலும் கல்லுப் போன்றவர்கள். மாப்பிள்ளையைச் சம்பாதிக்க வைப்பது தங்கள் உரிமையென்று அவர்களுக்குத் தெரியாதா? ஆரம்பித்தார்கள் சொல்வதற்கு; யோசனை கூறினார்கள்; தூண்டினார்கள். இரைந்தார்கள். கிளப்பினார்கள்; என்ன உண்டோ எல்லாம் செய்தார்கள்.

பல வழிகளில், எத்தனையோ தொழில்களில் புகுந்து புறப்பட்டான் அப்பாச்சம். ஒன்றும் முடியவில்லை. கடைசியில் உடம்பைக் கசக்கிப் பிழியச் சபதம் செய்துகொண்டு உழைக்க ஆரம்பித்தான். ஹோட்டலில் அரவை வேலை அவனை ஆட்கொண்டது. ஆமாம். ஆட்கொண்டேவிட்டது. அரைத்துக் கொண்டேயிருப்பது; காசைக்கொண்டுவந்து வீட்டில் எறிந்துகொண்டேயிருப்பது; யார் எது கேட்டாலும் பதில் கூறுவதில்லை. ஆரம்பத்தில் வீட்டார் இதைப் பொருட்படுத்தவே இல்லை. "ரோஷம் பிறந்திருக்கு இப்போதான், நன்னா ரோஷப்படட்டும். அப்போதான் காசு சேரும்" என்று சந்தோஷம் தான் கொண்டார்கள். ஆனால், நாளடைவில் அவர்களுக்கே இது என்னவோபோல் இருந்தது. அப்பாச்சமும் மனிதன் என்பது, எப்படியோ அவர்களுக்குத் தென்பட்டுவிட்டது. அவனுடைய மனைவிக்குக்கூட அதுவரை குறையாகத்தான் தென்பட்டதென்றாலும், வயதான அந்தக் கிழங்களுக்கு இது சற்றே உறுத்திற்று. ஜாடைமாடையாய் மாப்பிள்ளைக்குச் சொன்னார்கள்; "இப்படி ஒரே வழியா வேலை செய்துகொண்டே இருந்தால், உடம்பு என்னத்துக்கு ஆகும்? கறுப்பொண்ணு கறுத்துண்டு கரண்டிக் காம்பாய் இளைத்துப் போய்விட்டேளே, ஆத்துலே இருக்கும்போது அழகா ஒரு எண்ணெய், கிண்ணை . . ."

அநேகமாய் அப்பாச்சம் அவர்களை முடிக்க விடுவதில்லை. உடனே வெளியில் கிளம்பிவிடுவான். பதில் சொல்ல வேண்டி

நேர்ந்துவிட்டால், "நீங்கள்தானே வேலை செய்து சம்பாதிக்கச் சொன்னேள்? செய்யறேன் –" என்பான்.

"இப்படியா ...!" என்றால், "பின்னே எப்படி ...?" என்பான், அல்லது சில சமயம் பயமுறுத்தும்படி, உருட்டி விழித்துச் சேஷ்டை பண்ணி விரட்டிவிடுவான்.

"ஏதாவது சங்காதோஷமாயிருக்குமோ, எங்காவது பயந்துண்டிருப்பாரோ மாப்பிள்ளை ..." என்றெல்லாம் நினைத்து, மாந்திரீகனைக் கொண்டு விபூதி மந்திரித்துப் பார்த்ததில், அப்படித்தான் இருக்கவேண்டுமென்று சந்தேகம் கண்டது. அது வரவரப் பலப்பட்டுக்கொண்டும் வந்தது. பேச்சே குறைந்துவிட்டது அப்பாச்சத்திற்கு. என்ன கேட்டாலும் அவன் பதில், இதுதான். "நீங்கள் சொன்னேள், நான் செய்கிறேன் – நீங்கள் சொன்னேள், நான் செய்கிறேன்."

எண்ணெய் தேய்த்துக்கொள்ளச் சொல்லிவிட்டால் போதும். எத்தனை மணியானாலும் தேய்த்துக்கொண்டே நிற்பான்.

"என்னன்னா இது! இப்படி ..!!"

"நீங்கள் சொன்னேள் ... செய்யறேன் ..."

"இன்னிக்கு நன்னா தூங்குங்கோ ..." அப்பாச்சம் அன்று முழுதும் தூங்கிக்கொண்டேதான் இருப்பான். ரொம்பச் சிரமப்பட வேண்டும், அதை மாற்ற.

"அந்த வயிற்றெரிச்சலை, என்ன சொல்றது?" என்று பீடிகை போட்டு, சோகமும் அருவருப்பும் தோய்ந்த சிரிப்போடு, முன்பொருநாள் நடந்த விஷயத்தை, அடிக்கடி சொல்லிக் கொண்டே இருக்கிறாள் – மாமியார்க் கிழவி.

"ஆத்துலே இருந்து, அழகா, சௌகரியமா ஆம்படையாளோடே பேசிண்டு இருங்கோ ..." என்றார்களாம், ஒருநாள்.

உள்ளிருந்த மனைவி கத்தவும் மாட்டாமல் சும்மா இருக்கவும் முடியாமல் அலற, இவர்கள் குறுக்கிட்டு, அப்பாச்சத்தைப் போதும் போதும் என்று சொல்லி அனுப்பவேண்டி வந்ததாம். பேச்சு, அவ்வளவு விபரீதமாய்ப் போய்விட்டதாம். பின்னாடி கேட்டதற்குப் பழைய பதிலேதான்: "நீங்கள் சொன்னேள் – நான் செய்கிறேன்–"

பழையபடியேதான், இப்போதும் நேர்ந்திருக்கிறது. மனைவி வேஷ்டியைத் துவைக்கச் சொன்னாள். மணிக்கணக்காக – நாட்கணக்கு வந்துவிடும்போல் துவைத்துக் கொண்டே இருந்தான் அப்பாச்சம். "இப்படியே செய்து செய்து, என்னை

ஏன் உயிரோடு கொல்லவேண்டும்? ஒரு வழியாய்க் கொன்று விடுங்களேன் ...” என்றாள் மனைவி.

அப்பாச்சம் அப்படியே செய்ய ஆரம்பித்துவிட்டான்: மனைவியின் கழுத்தை நெரிக்க ஆரம்பித்துவிட்டான்.

“நீ சொன்னாய் – நான் செய்கிறேன் ...” இதனால்தான் ஐயோச் சத்தம் கிளம்பி, அம்மாவையும் அம்பியையும் மற்றவர்களையும் இழுத்தது. வந்து கூடினவர்கள் எல்லோரும், ஒன்றும் பேசாமல் வெளியேறினார்கள்.

தாயார் அம்பியிடம், அவனுடைய சம்பாத்தியத்தைப் பற்றிப் பேச்சே எடுக்கவில்லை. அவனும் அப்பாச்சம் ஆகி, அறுபது நாழியும் பேனாவும் கையுமாயிருந்துகொண்டு, “நீ சொன்னாய் – நான் செய்தேன்” என்று சொல்லும் கட்டத்திற்கு வரநேரவில்லை.

அம்பி அதிகமாய் எழுதி அநேகப் பத்திரிகைகளுக்கு அனுப்பி நிறைய ரூபாய் சம்பாதிக்காததை நினைக்கும்போதெல்லாம், தாய்க்கு அப்பாச்சத்தின் சம்பாத்தியம் நினைவுக்கு வரும்.

அம்பிக்கோ, அப்பாச்சத்தை – அடே, அவனினத்தைச் சேர்ந்த எந்த மனிதனையும் – அப்படிச் சம்பாதிக்கத் தூண்டும் சம்சாரத்தை, சமூக அமைப்பை, சூழ்நிலையை, அழித்துவிட ஆத்திரம் தோன்றும். ஆத்திரத்தை அடக்கிக்கொண்டு சிரிக்கப் பார்த்தால், சிரிப்பு வரண்டு அழுகைதான் சுரக்கும்.

O

மறுபடியும் ஒருநாள்.

அடுத்த வீட்டில் அலறல் கேட்டது; அழுகை, அலங்கோலச் சத்தம் எல்லாம் தொடர்ந்தன.

அம்பி, அவன் தாய், இன்னும் சிலர் எல்லோரும் ஓடினார்கள்.

அப்பாச்சம் நிச்சலமாய்க் கீழே கிடந்தான். மாமனார் கிழமும், மாமியார் கிழமும் அழுது வாய் அடைத்துக் கல்லாய்ச் சமைந்திருந்தன. ஒன்றும் புரியாமல் கூட்டம், கிழங்களைக் கிண்டிற்று.

ஸ்வரம்போட்டு அழுதுகொண்டே, இடையிடையில் தரவு சொல்லிக் கதையைக் கூறிற்று, பெண் கிழம்:

வழக்கம் போலவேதான். ஆனால், மகா விபரீதமாய்ப் போய்விட்டதாம்.

ஏதோ ஆத்திரத்தில் மனைவி சொன்னாளாம்: “இப்படிப் பைத்தியம் பிடித்துச் சந்தியில் நிற்பதைவிட, ஒருவழியாப்

போயிடறது தேவலை... தொலைந்துவிடுங்களேன்..." என்று அவ்வளவுதான்; அப்பாச்சம் பிணமாய் விழுந்து கிடக்கிறான்.

அப்பாச்சத்தின் மனைவி, படீர் படீரென்று முகத்தில் அறைந்துகொண்டாள். கரிய தலைமயிருக்குள்ளிருந்த அவளுடைய கண்கள் அச்சான்யமாய்ச் சுழன்றன. அவளுடைய வாயிலிருந்து, "செத்துப்போ என்றாய் – செத்துப் போய்விட்டேன்" என்ற சொற்கள் வெடித்தன, கோரமான ஸ்வரத்தில்.

இப்பொழுதெல்லாம் அம்பி சேர்ந்தாற்போல, ஒரு மணி நேரம் எழுதுவதற்குள், அவன் தாயார், "போதும், படுத்துக்கொள்" என்கிறாள்.

மார்ச், 1964
'தெய்வீகம்'

# குடும்பமும் கலியாணமும்

ராமையர் பள்ளிக்கூடத்திலிருந்து வந்தார். கோட்டைக் கழற்றிக்கொண்டே கனைத்தார். அப்படி அவர் இரண்டு தடவை கனைத்த பிறகுதான், ஜயம், ஓணான் மாதிரித் தலையை மாத்திரம் தூக்கித் திருப்பி "சத்தம் போடாமே இருங்களேன்" என்று குசுகுசுத்தாள். ஜயம், வெகு நேரமாய் அப்படியே நின்றுகொண்டிருக்கிறாள். "கால் வலிக்க நின்றுகொண்டு, மூக்குத் தேய, நெற்றிக் குங்குமம் கலைய, கதவோடு ஒட்டிக்கொண்டு இடுக்குவழியாய் என்ன பார்க்கிறாள்? வீட்டு வேலைக்காரியின் திருட்டை ஆராயும் வேலையா? அப்படி இருந்தாலும் இரண்டாங்கட்டில் என்னத்தைத் திருடப்போகிறாள், நம்ம வந்திருக்கோம், ஹூம்" என்று ராமையர் மெதுவாய் நெருங்கினார். கிட்டப்போகப் போகத்தான் தெரிந்தது அவருக்கு, கூச்சலிட்டுக்கொண்டு குழந்தைகள் விளையாடுவது. "இதுகளுக்கு வால் – வால்தானே ஒண்ணு குறைச்சல், குட்டிகளா, இதோ பாருங்க சொல்றேன்" என்று ராமையர் கதவை இடிக்கப்போனார்.

"எதுவானா, இது ஒண்ணு தெரியும்" என்று ஜயம் தடுப்பதற்குள், கதவை இடித்தேவிட்டார் ராமையர்.

கதவைத் திறந்துவிட்ட குழந்தைகள், சப்தநாடியும் ஒடுங்கி வெலவெலத்து நின்றன.

"போரும் ஊரராத்துக் குழந்தைகளையெல்லாம் கரிச்சுக் கரிச்சு, நன்னா வழக்கமாப் போச்சு, தேமேன்னு பாவம், குழந்தைகள் தன்னை

மறந்து விளையாடிண்டிருந்துதுகள், காலகண்டன் மாதிரி நடுங்க வைத்துவிட்டேள்" என்று ஐயம் கடிந்து கூறினாள்.

"போருண்டீ, என்னவோ பிரமாதப்படுத்தறே. இப்ப, இப்போ என்ன, பண்ணிவிட்டேன் அதுகளை. அதுகள், குசாலா – விளையாடட்டுமே" என்று வாத்தியாராயிருந்தாலும் தனக்கும் ஹிருதயம் இருப்பதைக் காட்டிக்கொண்டார் ராமையர்.

"ஆமாமாம், ஆதியிலிருந்தே உங்களுக்குக் குழந்தைகள் என்றால் பிடிக்காது. தலை தீபாவளியின்போது, என் தம்பியை..." என்று பழைய ஞாபகத்திற்குச் சென்றாள் ஐயம்.

"இப்ப இப்போ முக்கியம் பேசியாகவேண்டிய விஷயமோ, இது?" என்றார் ராமையர்.

"நீங்க எதுக்கெடுத்தாலும் இப்படி எரிஞ்சுவிழரேளே?"

"...யார் யாரு, நானாடீ..., ரொம்ப நிஜம்."

"இன்னிக்கு இந்தக் குழந்தைகள் விளையாடினது இருக்கே..."

"இருக்கே, இருக்கு இருக்கட்டும், நீ போய்க் காப்பி போடு."

"போட்டுத்தான் வச்சிருக்கேன்."

"அப்போ கொடுத்துட்டுச் சொல்லேன், எப்படி எப்படி விளையாடித்துகள்?"

"நீங்கள் பள்ளிக்கூடம் போனதும், வழக்கம்போல் அஞ்சாறு குழந்தைகள் வந்ததுகள். கொஞ்சநாழி, கூடத்தில் சுற்றிக் கொண்டிருந்து விட்டு, எல்லாம் இரண்டாங்கட்டில்போய் விளையாட ஆரம்பிச்சுதுகள். நான் புஸ்தகம் படிச்சுண்டு ஊஞ்சலில் படுத்துக்கொண்டிருந்தேன். கொஞ்ச நாழிக்கப்புறம், அந்தப் பக்கம் போனேன். கதவு தாழ்ப்பாள் போட்டிருந்தது. இடுக்கு வழியாய்ப் பார்த்தேன்; அப்படியே மலைத்துப்போய் விட்டேன்."

"ஏன் அப்படி?"

"சமையலும் சாப்பாடும், குழந்தையும் தூளியும் பிரமாதப்பட்டுது. காமு இருக்காளே, அவ என்னத்தையோ சுந்தரம் இலையில் போட்டுண்டிருந்தாள். போட்டுக்கொண்டே இருந்தவள் பாதியில், 'குழந்தை அழறது, அப்பப்பான்னுட்டு நகர்ந்தாள். உடனே ஒரு பையன், 'க்வாக் க்வா' என்று குழந்தை மாதிரிக் கத்தினான், என்னடாப்பான்னுட்டுப் பார்த்தேன், காமு சின்னத்தூளியிலிருந்து மரப்பாச்சி ஒண்ணை எடுத்துவந்து உட்காந்து..."

“சிரிப்பென்ன, எடுத்துவிட்டாளாக்கும்;”

“உங்கள் வீட்டில் சாப்பாடு ஆய்விட்டதோ, உங்கள் வீட்டில், உங்கள் வீட்டில் என்று விசாரித்துக்கொண்டதுகள். எல்லாம் ஆச்சு என்று கொஞ்சநேரம் படுத்துக்கொண்டிருந்ததுகள்.

“இது ஆச்சு, உடனே காமுக்குட்டி, கையிலே ரண்டு பெப்பர்மிண்டை எடுத்துக்கொண்டு, கடைக்குப் போய்விட்டு வருகிறேன் என்று கிளம்பினாள். உடனே, ஒரு பயல், அவள் கையில் பெப்பர்மிண்டைப் பார்த்துவிட்டானோ என்னவோ, அம்மா தனியாய்ப் போகக்கூடாது. நான்தான் பிள்ளையாம். கூடவரணுமோல்யோ, கூட வரேனென்று கிளம்பினான். உடனே அந்தப் பெண், பெரிய மனிஷியாட்டமா – ”

“உன்னைப் போலவா?”

“சனி பீடை, எங்கே போனாலும் கூடக்கூட வந்துண்டு. அப்பா வருவா, ஆத்துலே இரும்மா’ என்று சொல்லிக்கொண்டே, நறுக்கென்று அவன் தலையில் குட்டிவிட்டாள். அவன் அழுதுகொண்டே, ‘அப்பா வரட்டும் சொல்கிறேன்’ என்று இருந்துவிட்டான். ஒரு பெண் வந்து, ‘அம்மாமி, இவா இவா இன்னும் சாமான் வாங்கிக்கொண்டு வரவில்லை. காப்பிப்பொடி இருந்தால் கொடுங்களேன்’ என்று என்னத்தையோ வாங்கிண்டு போச்சு.”

“பொம்மனாட்டியோல்யோ, பொறுப்பா குடித்தனம் பண்ணுகிறாள்.”

“வீட்டில் நடப்பதை எல்லாம், மனப்பாடம் பண்ணினாப்போலப் பண்றதுகள்னா! எனக்கு அப்படியே எவ்வளவு ஆச்சரியமாய் இருந்தது தெரியுமோ, அப்புறம் ராத்திரிச் சாப்பாடு ஆச்சு, ராத்திரி படுத்துண்ட மாதிரியை…”

“பாயெல்லாம் போட்டுண்டா?”

“இல்லேன்னா, இஹ்ஹ்…”

“ஓகோ, சேந்து சேந்து – விழுந்து சிரிக்கிறாயே?”

“அதைப் பார்த்துட்டு, ஊஞ்சலுக்கு வந்து, அரை மணி சிரிச்சிருக்கேன்!”

“அப்புறம்”

“கொஞ்சம் படுத்துக்கொண்டிருந்துவிட்டு, எல்லாரும் எழுந்திருந்தார்கள். ராத்திரிபோய் போது விடிந்ததுபோல் வைத்துக்கொள்வது விளையாட்டு ஆனால்…”

"பின்னே?"

"அதுகளுக்கு யோசனை ஓடுகிற அழகைப் பாருங்கள். கல்யாணம் பண்ண வேண்டுமென்று பேசிக்கொண்டதுகள். உடனே வருஷங்கள் ஓடிவிட்டன. காமு கிடுகிடென்று போய்த் தூளியை அவிழ்த்தெறிந்துவிட்டு. மரப்பாச்சியை நிற்க வைத்தாள். மற்றொரு பெண்ணும் தன்னுடைய குழந்தையாயிருந்த மரப்பாச்சியையும் நிற்கவைத்தாள். அது கொஞ்சம் உயரம். அதோடு, அது கருப்பு மரப்பாச்சி. காமுவும் அந்தப் பெண்ணும் யோசித்தார்கள். எதைப் பெண்ணாக வைத்துக்கொள்வதென்று. 'பெண் கருப்பாய் இருக்கக்கூடாதுடீ' என்றான் ஒரு பையன். சரியென்று, கொஞ்சம் குள்ளமாயிருந்த மரப்பாச்சியைப் பெண்ணென்று வைத்துக்கொண்டு,"

"நம்மாத்தில் குள்ளம் யாரு, பார்ப்போமா?"

"குள்ளமாயிருந்தா என்ன குறைச்சல், எப்பப் பார்த்தாலும் என்னை ஏதாவது?"

"சும்மாச் சொன்னா, ம், அப் . . . அப்புறம்?"

"அதுக்குச் சட்டை பாவாடை தயார் செய்தார்கள். இதற்குள் பிள்ளையென்று கொண்டுபோன மரப்பாச்சியை, குழந்தைகள் சந்தேகத்தோடு திருப்பித் திருப்பிப் பார்த்ததுகள். என்னவோ, அந்த மரப்பாச்சியிலே புரியலை அதுகளுக்கு. அதற்குள் பெண்ணுக்கு அலங்காரம் செய்தவர்களுக்கும் சந்தேகம் தோன்றி, அவர்களும் யோசித்தார்கள். பிள்ளை மரப்பாச்சியைப் பார்த்துக்கொண்டிருந்த ஒரு பையன், 'டேய், இங்கே பாருடா, இதுக்குத் தலை பின்னியிருக்கு. இது பிள்ளை இல்லேடா' என்றான். பெண்ணுக்குத் தலை வழுக்கையாய் இருப்பதால் மலைத்துப்போன கோஷ்டிக்கும் சந்தேகம் தீர்ந்தது. 'இது கருப்பில்லையே, அப்படியே இருந்தாத்தான் என்ன,' இதுதான் பெண் என்று வெளுப்பைக் கொடுத்துவிட்டு மற்றதை வாங்கிக்கொண்டாள் காமு. 'அப்போ மாப்பிள்ளை சின்னதாய்ப் போய்விடுமே" என்று கவலைப்பட்டாள் ஒரு பெண். "அவள்தான் மாமியார் போல இருக்கு. என்னை உயரத்தைப் பார்த்து உங்கம்மா கவலைப்பட்டாப்பலே."

"அத...அதனாலேதான் எனக்குக் கொம்பு முளைக்கவில்லை, சரி சரி முடி. விளையாடப் போகணும்."

"மாப்பிள்ளையை நான் தூக்கி வைத்துக்கொள்கிறேன் என்றான் ஒரு பையன். ஆச்சு, உடனே கல்யாணம் ஏற்பாடாச்சு, கல்யாணம்னா எப்படி?"

உங்கள் அப்பா, பண்ணினாப்பலே, சிம்மினி விளக்கும், சிவராத்திரிச் சாப்பாடும்."

"ஏதோ, எங்களாலே முடிஞ்ச மட்டும் செய்தோம், நான் உள்ளே போகிறேன்."

"சரி, சரி கல்யாணம், எப்படி?"

"இரண்டு பையன்கள் நாங்கள்தான் சமையல்காராளாம் என்று மூலக்கச்சம் கட்டிக்கொண்டார்கள்."

"நான்தான் சாஸ்திரிகளாமென்று ஒரு பையன் மாட்டுக் கொட்டிலிலிருந்து கொஞ்சம் வைக்கோலைக் கொண்டு வந்து வைத்துக்கொண்டான். தர்ப்பையாம் அது. அதற்குள் இன்னுமொரு பையன், ஈர்க்குச்சிகளை நட்டுப் பந்தல் போட்டு ஆடாதுளைக் கொம்புகளை வாழையாகக் கட்டினான். குழந்தைகள் இரண்டு கட்சிகளாய்ப் பிரிந்துகொண்டு, சம்பந்திகள் ஆய்விட்டன. பெண்ணுக்கும் பிள்ளைக்கும் கடுதாசிகளையும் ஜிகினாப் பட்டைகளையும் கொண்டு, அவரவர்கள் அலங்காரம் செய்தார்கள்."

"இவ் . . . இவ் . . . இவ்வளவு, கவ . . . கவனமாய்ப் பார்த்துக்கொண்டிருந்தாயே, விளை . . . விளையாடக்கூட ஆசையாயிருந்துதோ?"

"ஆசையாத்தான் இருந்தது. இந்தக் காமுக்குட்டி சமத்துக்கு ஈடே கிடையாது. அவ மாதிரி..."

"ஒரு பெண், பெண் . . . வேண்டாண்டீ, பெண்ணுக்கு ஆசைப்பட்டு, முதலிலேயே பெண்ணைப் பெறாதேடீ,"

"போருமே, இந்த அசட்டுப் பரியாசம்."

"சரி சரி, பெண்ணையே பெறேன்; மேலே..."

"பெறையில் இருந்த மஞ்சளை அறைச்சுச் சந்தனமென்று ஒருசொப்பில் வைத்துக்கொண்டு, கானாவாழை இலைகளை அழகாய் அடுக்கி வெற்றிலையென்று வைத்துவிட்டாள் காமு. பெரியதாய் ஒரு கம்பை வைத்துக்கொண்டு, பீப் பீப் பீபீ என்று ஊதிக்கொண்டிருந்தான் ஒரு பையன். இன்னுமொரு பிள்ளை, டால்டா டின்னை வைத்துக்கொண்டு, டம் டம் என்று காது துளைக்க அடிக்க ஆரம்பித்துவிட்டான். பீப்பீன்னு கத்தின பிள்ளைக்கு வாயை வலிச்சிப் போச்சு. 'ஏய்! வாயை வலிக்கிறதுடா, நீ பீப்பீ ஊது, நான் மோளம் அடிக்கிறேன்' என்று மாற்றிக்கொண்டதுகள். கோடிப் பாகக் கல்யாணம் நடத்திப் பாடி, அதுகள் விளையாடினத்தைப் பார்த்தால்!"

"மனு . . . மனுஷன் வந்துபோறதுகூடத் தெரியாது."

"ஆமாம், இந்தக் கொனஷ்டையெல்லாம்."

"சரி, சரி, ஊம், அப்புறம்?"

"மத்தியானம் சாப்பாட்டுப் பந்திகூடவா, அப்படியே நடத்தணும், அதுகூட அப்படியே இருந்தது."

"அப் . . . அப்பா, அப்படியே, போயி பந்தியில் உட்காரணும் போல இருந்ததோ, உனக்கு?"

"ஆமாம், உங்களுக்கும்கூடக் கொஞ்சம் கொண்டு வரணுமென்று நினைத்தேன், திருப்திதானே. சாப்பாடெல்லாம் முடிந்தது. சம்பந்திக்குக் கோவம் வந்துடுத்தாம். இரண்டு பெண்களும் பையன்களும், சுவரோரமாய்ப் போயி, கல்யாணத்தும்போது நீங்கள் இருந்தேளே, அது மாதிரி, உம்மென்று மூஞ்சியைத் தூக்கிக்கிண்டு உட்கார்ந்திருந்த அழகு இருக்கே."

"நீ போய்ச் சமாதானம் செய்யக்கூடாதோ? உங்கம்மா வந்து, அன்னிக்கு..."

"நீங்களும் வரணும்னு பார்த்தேன். சம்பந்தியைத் தாங்கிப் பேச, உங்கள் அத்தான் ஒத்தர் வந்திருந்தாரே, ஆச்சரிய அத்தான், தேன் பொழியறாப்பலேயே பேசினாரே?"

"இல்லாட்டா, உங்கள் வீட்டுக்காரா பேசினா. அம்ருதம்தான்."

"பின்னே, பேசாமல்தான் கேட்டால் என்ன, நான் ஒருத்தி மெனக்கிட்டு, உங்கள் கிட்டவந்து—"

"பின்னே, யாருகிட்டச் சொல்லுவே? பேப்பருக்கு எழுதேன்."

"நலங்கு வெச்சுதுகள். பெண்ணையும் மாப்பிள்ளையையும், ஒரு பெண்ணும் பிள்ளையும் தூக்கிண்டுதுகள்."

"தூக்கிண்டுதுகளா, எதுக்கு?"

"ஊம் தூக்கிண்டுதுகள். அப்புறம் வந்து ஊஹூம். என்னால் சொல்லமுடியாது, சிரிப்பு வரது."

"சிரிப்பென்ன, உலகத்தில் உள்ளதுதானே."

"மரப்பாச்சி ரண்டையும் முகத்துக்கிட்ட . . . இஹ்ஹ்ஹ்."

"முகத்துக்கிட்ட ..."

"வந்து, வந்து, முகத்திலே கொண்டுபோய் இடிச்ச்ச்—"

சிரிப்புத் தாங்க முடியவில்லை ஜயத்திற்கு. சிரித்துக்கொண்டே, தலைப்புக் கீழே புரள, தளரத் தளர, சமையலறைப் பக்கம் ஓடினாள்.

இடிச்சுதுகளா, அடியே எப்படி இடிச்சிதுகள்? எங்கே, பார்ப்போமே" என்று ராமையரும் வயிறு குலுங்கச் சிரித்துக்கொண்டு, அவளைப் பின்தொடர்ந்தார்.

"கூடத்துக்குப் போங்களேன். யாராவது உம், உம்."

"வரட்டுமே, குழந்தைகளே விளையாடறதுகளாம்."

"இல்லாட்டா, நான் போகிறேன் கூடத்துக்கு."

"எங்கே, போ பார்க்கலாம், திமிர முடிஞ்சா!"

மார்ச், 1964

'தெய்வீகம்'

# ஔரங்கசீப் சிரித்தார்

ஆமாம்; அவரே தான் – ஹிந்துஸ்தானம் முழுவதையும் கட்டி ஆண்ட ஔரங்கசீப் சிரித்தார்! குழி விழுந்த கண்களுடனும் குமட்டும் உள்ளத்துடனும் டெல்லியைப் பார்த்துச் சிரித்தார், வயிறு எரிந்து சிரித்தார்! – ஏன்?

டெல்லி அப்படிச் சீர்குலைந்து சந்தியில் நின்றது. "பழைய கெடுபிடி எங்கே! அத்தும் அந்தஸ்தும் எங்கே! மட்டுமரியாதை எங்கே! கட்டுக்காவல் எங்கே! கண்ணியமும் கௌரவமும் எங்கே? நான் இறந்து பத்து வருஷமாவதற்குள் இப்படியா தவிடுபொடியாக வேண்டும் முகலாயப் பெருமிதம்?" என்று அவருடைய ஆவி கிடந்து தவித்தது.

அரியணைக்காக நடந்த ஆத்திரப் போர்களில் சிதறிய தலைகளையும் சிந்திய ரத்தத்தையும் கண்டு அவர் அங்கலாய்க்கிறாரா? அல்லது அண்ணனும் தம்பியும், தந்தையும் மகனும் ஒருவரையொருவர் சீவிக்கொண்டதைக் கண்டு விம்முகிறாரா? – அதெல்லாமில்லை. அந்த வம்சத்தில் தலைமுறை தலைமுறையாய் வரும் பழக்கம் அது. அதுதான் நீதி என்றுகூடக் கொண்டுவிட்ட கூட்டம் அது – பின் ஏன் வருந்துகிறார்?

அவருடைய பேரன் டெல்லித் தெருக்களில் கிடந்து புரள்வதையும், நூர்ஜஹானும் மும்தாஸும் இருந்த முகலாய அந்தப்புரமெனும் கந்தர்வ லோகத்தில், ஊர்பேர் தெரியாத ஊத்தைவாய்ச்சிகள் புகுந்து புறப்படுவதையும் கண்டே மனம் நொந்தார்.

திரும்பவும் கல்லறைக்குப் போவதா வேண்டாமா என்று அந்த ஆவி சற்று யோசித்து, மனம் வரவில்லை. "ஊரைச் சுற்றிப் பார்த்துவிட்டு, இதற்கொரு முடிவு தேடுவோம்" என்று கிளம்பிற்று. அரண்மனைக்குப் பக்கத்தில் இருந்த ஒரு மாளிகைக்குள்ளே சென்றது. அங்கே இருவர் உட்கார்ந்து கவலையோடு பேசிக்கொண்டிருந்தார்கள். ஒருவருக்கு அறுபது வயது, அவர் தந்தை; பெரிய வீரர். ஔரங்கசீப்பிடம் ஸேனாபதியாய் இருந்தவர். போரில் கண்ணை இழந்துவிட்டவர், சிறந்த அறிவாளி. மற்றவனுக்கு நாற்பது வயதிருக்கும், கிழவரின் மகன், அவன் ஔரங்கசீப்பின் காலத்தில் பெரிய அதிகாரியாய் இருந்தவன். நல்ல திறமையுள்ளவன். அவன் தன் தந்தைக்குக் கதை சொல்லிக்கொண்டிருந்தான்:

"அப்பா, முகலாயப் பெருமிதம் பழங்கதை ஆகிவிட்டது. ஒரே கேலிக்கூத்தாயிருக்கிறது அரசாங்கம். ஐம்பது வயதைத் தாண்டிவிட்ட மன்னன் ஜஹந்தர் ஷாவும், நாற்பதைத் தாண்டி விட்ட சிவப்பியும் அடிக்கிற கூத்து வரவர மிகவும் மட்டமாகிறது. சிவப்பி நேற்றுவரை எங்கோ மூலையில், குச்சில் கிடந்தவள். கள்ளைக் குடித்துவிட்டுக் கண்டவர்களைச் சேர்த்து வைத்துக்கொண்டு பாடிக்கொண்டிருந்தவள், இன்று முகலாய அரசியாகிவிட்டாள். அவளைச் சேர்ந்த வெறும் பயல்களும், கடைக்காரிகளும், அங்காடிக் கூடைக்காரிகளும் அரண்மனையில் குடியேறிவிட்டார்கள். மன்னருக்குப் பைத்தியம் முற்றிவிட்டது. அவரும் அவளும் தினந்தோறும் பெரிய மசூதியின் ஓடையில் ஆடையின்றிக் குளிக்கிறார்களாம். அப்படிச் செய்தால் குழந்தை பிறக்குமென்று யாரோ சொல்லிவிட்டார்கள். கண்ணறாவி தினம் நடக்கிறது. அன்றொரு நாள், ஆண் குழந்தைகளும் பெண் குழந்தைகளும் சேர்ந்து தெருவில் விளையாடிக்கொண்டிருந்தனர். உயரமாயுள்ள பாறையிலிருந்து சறுக்கிக் கீழே மணலில் விழுந்து எழுந்தார்கள். அதைப் பார்த்தார்களாம் அழகான அரசனும் அரசியும், உடனே குழந்தைகளை விரட்டிவிட்டுக், காவற்காரர்களை வைத்து ஜனநடமாட்டத்தைக் குறைத்துவிட்டுத் தாம் இருவரும் சேர்ந்து கட்டிக்கொண்டு சறுக்கி விளையாடினார்களாம்."

"மகனே, முகலாய மன்னனைப் பற்றித்தான் பேசிக் கொண்டிருக்கிறாயா நீ? நம்பவே முடியவில்லையே" என்றார் தந்தை.

"சிரிப்பதா அழுவதா என்று தெரியவில்லை எனக்கு" என்றது ஔரங்கசீப்பின் ஆவி.

"இன்னும் கேளுங்கள் அப்பா, உங்களுக்குக் கண் தெரிந்து, இவற்றை ஒருமுறை பார்த்தால், கத்தியை உருவிக்கொண்டு போய்

இருவரையும் ஒரே வீச்சில் வெட்டிவிடுவீர்கள். ஒவ்வொரு நாளும் இந்தக் கேலிக் கூத்துக்களைப் பார்க்க நேர்ந்திருக்கிறது எனக்கு. அந்தி வந்ததும் காளை மாட்டுவண்டியைப் பூட்டிக்கொண்டு, சிவப்பியுடன் கிளம்பிவிடுகிறார் மன்னர். சந்துபொந்துகளில் இருக்கும் மட்டமான வீடுகளில் தங்குகிறார். குடிக்கிறார். கும்மாளம் போடுகிறார். இரவு வெகுநேரம் கழித்துத் திரும்புகிறார். ஒருநாள் இந்தக் கூத்தின் முடிவு மிகவும் கேவலமாய்ப் போய்விட்டது. அன்று வண்டிக்காரனும் குடித்துவிட்டான் போலிருக்கிறது. இரவில் வண்டியைக் கொண்டுவந்து கொட்டிலில் போட்டுவிட்டு நினைவில்லாமல் போய்விட்டான். மறுநாள் காலை வெயில் வந்தபிறகு, அந்தக் கழுகும் ஆந்தையும் வண்டியை விட்டிறங்கிச் சென்றனவாம் அரண்மனைக்கு.

தாங்கள் இருவரும் பேசிக்கொண்டிருப்பதை அதே இடத்தில் ஆவி வடிவத்தில் இருந்துகொண்டு ஔரங்கசீப்பும் கேட்கிறார் என்பது, தந்தைக்கும் தெரியாது, மகனுக்கும் தெரியாது "இந்தச் சீர்கேட்டை மாற்ற என்ன வழி?" என்ற கவலையில் அவர்கள் பேசிக்கொண்டிருந்தார்கள். மகன் தொடர்ந்தான்:

"அப்பா, அந்தச் சிவப்பியின் மனத்தில் தோன்றும் எதுவும் உடனே நிறைவேற்றப்படுகிறது. ஒருநாள் அரண்மனையின் கூரைமேலே நின்றுகொண்டு யமுனையைப் பார்த்தாள் அவள். ஓடத்தில் ஏறிப் பலர் ஆற்றைக் கடந்து கொண்டிருந்தார்கள். உடனே அவள் மன்னரிடம், "ஓர் ஓடம் கவிழ்வதைப் பார்க்க வேண்டும் என்று எனக்கு ரொம்ப நாளாய் ஆசை" என்றாள். உடனே உத்தரவு பிறந்தது. அரண்மனை ஆட்கள் திடீரென்று ஒரு பெரிய ஓடத்தை நடு ஆற்றில் கவிழ்த்து விட்டார்கள். ஜனங்கள் திணறித் திக்குமுக்காடுவதைப் பார்த்து விழுந்து விழுந்து சிரித்தாளாம் அவள்.

"மகனே, விதி விளையாடுகிறது அவள் வடிவத்தில் வந்து. இப்படி ஆகலாமா இந்த ராஜாங்கம்? டில்லியின் தலையெழுத்து இப்படியா முடியவேண்டும்?" என்றார் தந்தை.

"அப்பா, தலைநகரம் தன் பெருமையை இழந்துவிட்டதோடு அழகையும் இழந்துவிட்டது. ஒருநாள் அவள் என்னவோ நினைத்துக்கொண்டு, டில்லியிலும் அதன் சுற்றுப்புறங்களிலும் நெடுநாளாகச் செழித்த மரங்களையெல்லாம் வெட்டிக் கழிக்க வேண்டும் என்று உத்தரவிட்டாள். அக்பரின் காலம் முதல் பாடுபட்டு வளர்த்த மரங்கள் எல்லாம் கிளைகளையும் கொம்புகளையும் இழந்து மொட்டையாய் நிற்கின்றன, டில்லியின் அழகே சிதைந்துவிட்டது" என்றான் மகன்.

"என் சாம்ராஜ்யத்தைச் சிதைத்துக் கழிப்பதற்கு அடையாளம் இந்த உத்தரவு, ஐயோ, அல்லாஹ்" என்று ஔரங்கசீப்பின் ஆவி தலையில் அடித்துக்கொண்டது.

"இந்தப் பழிகாரியைத் தொலைத்துக் கட்டவேண்டும் முதலில், இனி தாங்காது, இவள் அட்டூழியத்தை ஒழித்தேயாக வேண்டும். நான் சொன்ன ஏற்பாட்டை மந்திரியிடம் போய்ச் சொல், உடனே புறப்படு. நல்ல பாதுகாப்புடன் போ. நீ செல்லும் பல்லக்கின் முன்னும் பின்னும் நம் ஆட்களில் சிலர் வரவேண்டும். ரகசியமாக வேறு சிலர், அரண்மனை வாயிலில் உனக்குக் காவலாக நிற்கவேண்டும். பயப்படாதே, போ. தீர்மானமாய்ச் சொல்லிவிட்டுவா" என்று தன் மகனை, ஒரு செய்தியுடன் அனுப்பினார் தந்தை.

அவனும் பல்லக்கில் ஏறிப் புறப்பட்டான், அரண்மனையை நோக்கி. ஔரங்கசீப்பின் ஆவியும் அவனைத் தொடர்ந்து சென்றது.

பல்லக்குப் போகும் வழியில், யானைமீது ஒருத்தி பவனி வந்துகொண்டிருந்தாள். கூட யார் யாரோ ஊர் பேர் தெரியாத பயல்களும் வண்டிகளில் இருந்தார்கள். தெருவின் ஒரு குறுகலான இடத்தில் அந்த யானை பவனியும் பல்லக்கும் நெருங்க நேர்ந்தது.

"ஓரத்தில் ஒதுக்கித் தள்ளுங்கள், அந்தப் பல்லக்கை. பிச்சைக்காரப் பயல். நின்று போவதற்கென்ன? மோதியடித்துக் கொண்டு ஏன் வருகிறான்? ஒதுக்கித் தள்ளுங்கள், பல்லக்கை" என்று உத்தரவு பிறந்தது, யானை அம்பாமேலிருந்து.

பல்லக்கிலிருந்து எட்டிப் பார்த்தான் அவன். தெருவில் கூடைதூக்கிப் பழம் விற்றுக்கொண்டிருந்தவள் அந்தச் சிறுக்கி!

இதற்குள் அவளும் குனிந்து அவனைப் பார்த்துவிட்டாள், "சீச்சீ, அந்தக் குருடன் மகனல்லவா அவன்! பவிசு இழந்த நாய்க்குப் பல்லக்கு வேறா?" என்று கத்தினாள், யானை மீதிருந்த கூடைக்காரி.

பல்லக்கிலிருந்து கீழே குதித்தான். வாளை உருவினான், "அடி! கிழப் பன்றியே!" என்று பாய்ந்தான். அதே சமயத்தில், ஔரங்கசீப்பின் ஆவி, அவனுக்குள்ளே புகுந்துகொண்டு அவனை ஊக்கிவிட்டது.

யானைமீதிருந்து இழுத்தெறிந்தான் அவளை. பவனியுடன் வந்தவர்களில் பலர் மண்டை சிதறினர். கலகம் வலுத்தது. ஔரங்கசீப்பின் மற்றொரு பேரன், தன் படையுடன் வந்து சேர்ந்துகொண்டான். மன்னனைச் சிறைப் பிடித்துக்கொண்டு போய்க் காவலில் வைத்தார்கள். சிவப்பி தப்ப முயன்றாள்.

விடுவார்களா? அவளையும் பிடித்து அரண்மனைத் தூணில் பலரும் காணச் சங்கிலியால் கட்டிப் போட்டார்கள். புதிய மன்னன் சிங்காதனமேறினான். சிறையிலிருந்து மன்னன், தனக்கு ஆண்டவன் கொடுத்த தண்டனையை மறுக்காமல் ஏற்றுக்கொள்வதாகவும், சிவப்பியை மட்டும் தன்னுடன் சிறையிலிருக்க அனுமதிக்க வேண்டுமென்றும் கெஞ்சிக் கேட்டுக்கொண்டிருந்தான். அந்த நைப்பாசைக்காரனை விட்டு வைக்கவில்லை விதி. அவன் கொல்லப்பட்டான். சிவப்பி, மன்னர்களின் விதவைப் பெண்கள் இருக்கும் விடுதிக்கு அனுப்பப்பட்டாள். எப்பொழுதும் பாடிக்கொண்டேயிருந்தாள் அவள், ஊணும் உறக்கமும் இல்லாமல், கழிந்துபோனதை நினைத்து ஒப்பாரிக் கவிதைகளைப் பாடிக்கொண்டே கிடந்தாள் அவள்.

கண்ணில்லாக் கிழவரின் மகன் — இந்தக் கலகத்தை முன்னின்றுநடத்தியவன் — ஔரங்கசீப்பின் ஆவியால் ஊக்கப்பட்டு ஊழலை ஒழிக்கப் போரிட்ட அவன் — பொறுப்புள்ள அதிகாரி ஆக்கப்பட்டான்.

ஔரங்கசீப் சிரித்தார் — இப்போது சிரித்ததில் சற்றே நிம்மதி தொனித்தது.

சுதேசமித்திரன் – தீபாவளி மலர்: 1965<br>
'கரிச்சான் குஞ்சு கதைகள்'

## "லக்ஷப் பாட்டி"

"அம்பி! உன்னைப் பற்றி என்னென்னவோ கேள்விப்படுகிறேன் வருத்தமாயிருக்கிறது. நீ கஷ்டப்படுவதாக யாராவது சொல்வதைக் கேட்கும்போதெல்லாம், என் கண்களில் நீர் ததும்புகிறது. உனக்கு முன்பொருதரம் அரை லக்ஷம் அனுப்பினேன். உன் நிலைமைக்கு அதுவும் போதாமல் போய்விட்டதோ என்னவோ! உன்னைப் பார்த்து எவ்வளவோ காலம் ஆய்விட்டது. உடனே பார்க்க வேண்டும்போல இருக்கிறது. நீ இருக்கும் இடத்திற்கு இப்பொழுது என்னால் வரமுடியாது போல் தோன்றுகிறது. நீ பிறந்து வளர்ந்து விளையாடிய இந்த வீட்டை ஏன் மறந்துவிட்டாய்? என்னை எப்படி உன்னால் மறக்கமுடிந்தது. உடனே புறப்பட்டு வா. எனக்குத் தள்ளாமை வந்து இருபது வருஷங்களுக்கு மேல் ஆகிறது. ஒருபிடி அரிசி பொங்கித் தின்கிற நேரம் தவிர, இமைப்பொழுதுகூட வீண் போகாமல், இந்த இருபது வருஷங்களிலும் ஆயிரம் ஆயிரமாகச் சேர்த்து, லக்ஷம் லக்ஷமாய்க் குவித்துக் கட்டி வைத்திருக்கிறேன். என் ஒரே மகனுக்கும், உன்னைப் போன்ற பேரன்மார்களுக்கும், அவற்றைப் பங்கிட்டுக் கொடுக்க வேண்டுமென்று எனக்கு ஆசை. உன்னுடைய தற்போதைய நிலைமையைக் கேள்விப்பட்ட பிறகு, உனக்குச் சற்றுக் கூடுதலாகவே கொடுக்க நினைத்திருக்கிறேன். நீ உடனே வந்தால்தான் உனக்கு அதிகப் பங்கு கிடைக்கும். என் ஒரே மகன், உன் மாமன் ராமமூர்த்தி,

ரிடேர் ஆகி வந்துவிட்டால், அப்புறம் வேறு யாருக்கும் கொடுக்க எனக்கு மனசு வராது; ஆகவே உடனே புறப்பட்டு வரவும்.

இப்படிக்கு,
பாகவதர் வீட்டுப் பாட்டி சொற்படி
வீராச்சாமி,
கர்ணம், களத்தூர்

என் தாயைப் பெற்ற பாட்டியிடமிருந்து வந்த கடிதம் இது.

குதிரை ஜாக்கிகளையும், காகித ஜாக்குகளையும் நம்பி, ஏராளமாகத் தோற்றுவிட்டுச் சந்தியில் நின்ற எனக்கு இந்தக் கடிதம் எல்லையில்லாத ஆறுதலைத் தந்தது. மனவேதனையின் சுமையாலும், சூழ்நிலையின் கடுமையாலும், பைத்தியம் பிடித்துவிடும் போலிருந்த எனக்கு, இந்தக் கடிதத்தின் சொற்களில் பொங்கிவழிந்த அன்பும், அரவணைப்பும் ரொம்ப இதமாயிருந்தன. வாழ்க்கையே கசந்துபோய்க் குமட்டிவிட்டிருந்த எனக்கு இந்தப் பாட்டியின் உள்ள உறுதியும் நம்பிக்கைப் பசையும் மருந்து போலாயின. மண்ணைப் பற்றிப் பிடித்துப் படிந்திருந்த அவளுடைய வாழ்வின் அழுத்தமும் ஆழமும் என்னைச் சவால் விட்டழைத்தன. உடனே புறப்பட்டேன். ஊருக்கும் போனேன்; ஓடோடியும் அடைந்தேன் எங்கள் வீட்டை.

வீடு திறந்திருந்தது. அந்தப் பெரிய வீட்டின் கூடத்து அங்கணம் ஒன்றில், அந்தப் பழைய காலத்து ஊஞ்சற்பலகை ஆடிக் கொண்டிருந்தது. எண்ணெய் போடாததால் இரும்புக் கொத்து கிரீச்சிட்டுக் கொண்டிருந்தது. ஏற்றமும் இறக்கமுமாய், ஊஞ்சலின் நான்கு மூலைகளிலும் தைக்கப்பட்டிருந்த பித்தளைத் தகடுகளும், அவற்றின் பூவேலைகளும் பழைமையை நினைவூட்டின. அழுத்தமான பின்னல் சங்கிலிகள்; அவையும் பழையனவே. ஊஞ்சற் பலகையின் ஓரத்தில் அந்தப் பழைய தலைக்குயரக் கட்டை இருந்தது. அது முற்றிய கல்யாண முருங்கை மரத்தால் செய்யப்பட்டது. நெட்டிபோலக் கனமில்லாமலும், பஞ்சு போலச் சுகமாய் மெத்தென்றும் இருக்கும். மூன்று தலைமுறைகளின் குஞ்சுத் தலைகளும் முதிர்ந்த பஞ்சுத் தலைகளும் பட்டு வழவழயென்றாகியிருந்தது அந்தக் கட்டை. அதற்கருகில், பாட்டியின் வெள்ளி மூக்குக் கண்ணாடி, ஜபமாலை, ஜபக்கயிறு. பூவேலை செய்த திருநீற்றுமடல், பட்டுப்பை ஆகியவை இருந்தன. ஊஞ்சலுக்கு எதிரே கூடத்தின் கோடியில், பூஜை அலமாரி. அதன் ஒரு தட்டில், சிக்குப் பலகையில், பெரிய பெரிய ஓலைச்சுவடிகள். மற்றொரு தட்டில் தஞ்சாவூர் கண்ணன் படமும், இராமர் படமும், ஆஞ்சநேயர் படமும் இருந்தன.

சுவடிகள், படங்கள் யாவற்றிலும், புதிய சந்தனக் குங்குமப் பொட்டுக்களும், சம்பரத்தை பவழமல்லி போன்ற புதிய பூக்களும் பொலிந்தன. ஊஞ்சலில் பாட்டியைக் காணவில்லை. அது ஆடிக் கொண்டிருப்பதால் சற்று முன்னர்தான் அவள் எழுந்து சென்றிருக்க வேண்டுமென்று தோன்றியது. முன்பெல்லாம் எப்பொழுதும் குழந்தை குட்டிகளும், தம்பதிகளுமாய் நிறைந்திருக்கும் அந்தப் பெரிய வீட்டில், இப்பொழுது இந்தப் பாட்டி ஒருத்திதான் இருக்கிறாள் என்ற உண்மை நிலையை உணர்வதற்குள், பாட்டியில்லாமல் கிரீச்சிட்டுக் கொண்டு ஆடும் ஊஞ்சலும், அதில் பட்டுப் பட்டுத் தானும் அசைந்து கொண்டிருந்த பிடிகயிறும் வீடு முழுதும் நிறைத்துக்கொண் டிருக்கும் ஏதோ ஒரு பேரியக்கத்தை உணர்ந்து வியந்தேன். வியப்பில் விளைந்த புத்துணர்வில், கவலையும் கஷ்டமும் இன்னதென்றே அறியாத பழைய இளமைப் பருவத்தையே மீண்டும் பெற்றுவிட்டிருந்தது போலிருந்தது எனக்கு. பழைய நினைவுகளெல்லாம் வந்தன. வீட்டை ஒருமுறை நடந்து அளந்து மகிழ்ந்தேன்.

அந்த எங்கள் வீடு, பெரிய வீடு, பழைய வீடு, உயரமான வாரி. அகலமான மனை; நீளமான வால் வீச்சு. வாசலில் பெரிய திண்ணைகள். நீண்ட ரேழி. உள்ளே பெரிய கூடம். மூன்று புறங்களிலும் தாழ்வாரங்கள். நடுவில் பரந்த முற்றம். விசாலமான அறைகள். புறக்கடையில் தென்னை, மா, பலா, புளி, நாரத்தை போன்ற மரங்கள். எல்லாம் இரண்டு மூன்று தலைமுறைகள் கண்டவை. அந்த ஊர் ஒரு சிறிய கிராமம். இந்த நாட்களில்கூட பஸ்ஸில் சென்றிறங்கி மூன்று கல் நடந்துதான் போகவேண்டும். பெரியனவும், சிறியனவும் ஆகிய சில வாய்க்கால்களைத் தாண்டி, வயல் வரப்பில்தான் நடந்துபோக வேண்டும். ஊரில் மொத்தம் உள்ள வீடுகளே ஏழெட்டுத்தான். ஊரில் உள்ள குடும்பங்களும் பரம்பரையாய்ப் பெரிய சொத்துப் படைத்தவை அல்ல. பக்கத்தில் உள்ள பெரிய பணக்காரக் கிராமங்கள் இரண்டை அண்டிப் பிழைத்தவர்கள் வசித்த ஊர் அது. ஏதோ அரைவயிற்றுக் கஞ்சிக்கு வேண்டிய மாக்கணக்கு நிலமும், வெயில் மழைக்கு ஒண்டிக்கொள்ள நிழலும் தேடிக்கொண்ட குடும்பங்கள் அவை. எங்கள் பாட்டனார் குடும்பந்தான் சற்றே வசதியுள்ளது. வசதியென்று சொல்வது அந்த வீட்டை வைத்துத்தான். பஜனை செய்வதும் பக்தி பரப்புவதுமே இம்மை மறுமை இரண்டிற்கும் துணையென்று பிழைத்து வந்தவர் பாட்டனார். நல்ல ஆசாரமும் பக்தியும் நிறைந்தவர். பெரிய மனிதர்களுக்கு அவரிடம் அன்பும் மரியாதையும் உண்டு. அதுதான் அவருடைய சொத்து. ஒருமுறை எங்கள் வீட்டுக்கு வந்த பெரிய மனிதர் ஒருவர்,

"என்ன பாகவதரே, ஐந்தாறு வேலி குடித்தனக்காரரைப் போல வீடு கட்டியிருக்கிறீரே?" என்று கேட்டாராம்.

அதைக் கேட்ட என் பாட்டனார், "இருக்கட்டுமே, நான் பெரிய சம்சாரி, ஐந்தாறு குழந்தைகள் இருக்கிறார்கள். பெரிய வீடாக இருக்கட்டுமே, யார் கண்டது, இந்த வீட்டில் பிறக்கும் குழந்தைகளில் யாருக்காவது, பிற்காலத்தில் அந்த நல்வினை இருக்கலாம். நல்லவர்களான உங்களுடைய வாக்குத்தான் பலிக்கட்டுமே" என்றாராம். இது எங்கள் பாட்டி அடிக்கடி சொல்லும் ஒரு சேதி.

இன்னும் சில மாதங்களில் என் மாமன் இராணுவ உத்தியோகத்திலிருந்து ஓய்வு பெற்று வரப் போகிறார், அவர் வாங்குவதற்காக நிலமெல்லாம்கூடப் பேசிப் பார்த்து வைத்திருக்கிறாள் பாட்டி.

மாமனுக்குத் தமக்கையாராகவும், தங்கச்சிகளாகவும் ஆறு பெண்கள் உண்டு பாட்டிக்கு. சமீபத்தில் நடந்த ஒரு கல்யாணத்தில் பாட்டியைச் சுற்றி நாற்பது ஐம்பது பேர் நின்றுகொண்டு போட்டோ எடுத்துக் கொண்டார்களாம். அங்கே கூடியிருந்த பேரன் பேத்திமாரையும், கொள்ளுப் பேரர்களையும், எங்கள் பாட்டி தனித்தனியே தழுவி உச்சி மோந்து ஆசி வழங்கினாளாம். இதில் கலந்துகொள்ளாமற் போனது எனது குடும்பம் ஒன்றுதானாம். இத்தனை பெரிய குடும்பத்தில் மாறி மாறி எத்தனையோ நல்லதும் கெட்டதும் நடந்துள்ளன. "மகிழ்ச்சி பொங்கும் மணவினைகளும் நிகழ்ந்துள்ளன. தாங்கவே முடியாத கடுந்துக்கங்களும் நேர்ந்துள்ளன. பாட்டி அத்தனையிலும் கலந்து கொண்டிருக்கிறாள். தன் வயதையும் மறந்து மகிழ்ச்சியைப் பரப்பியிருக்கிறாள். துக்கங்களில் தானும் தேறிப் பிறரையும் தேற்றியிருக்கிறாள்." அவள் சொல்வாள்:

"வானத்தின் கீழே குடியிருக்கிறோம். வருவதையெல்லாம் ஏற்கத்தான் வேண்டும். நோயில்லாமல் இருக்கும்போது நிறையத் தின்கிறோம். நோய் வந்தால் வைத்தியம். அழுக்குப் படுகிறோம். குளித்து முழுகுகிறோம். மீண்டும் அழுக்கு. மறுபடியும் குளியல். ஒன்றை எதிர்பார்க்கிறோம். கிடைத்தால், ஆண்டவன் அருள். கிடைக்காவிட்டால். அதுவும் அவன் அருள்தான். இதைத் தலைப்பில் முடிந்து கொள்ளுங்கள்; ஒருபோதும் உங்களுக்குத் தோல்வியில்லை. மனம் உடையாது; உளையாது..."

அவளுடைய பேரன் ஒருவன், என் தம்பி. இருபது வயதுக் காளை, பெரிய வேலைக்குப் படித்திருந்தவன். திடீரென்று தவறிப் போய்விட்டான். எங்கள் குடும்பம் முழுவதும் அதிர்ந்து அயர்ந்து கிடந்தது. பாட்டியும் வந்தாள். இரண்டுநாள் ஆனதும், ஊருக்குப்

புறப்பட்டாள். யாரும் தடுக்கவில்லை. ஆனால் புறப்படுவதற்கு முன், டாக்டரிடம் கண்ணைக் காட்ட வேண்டுமென்றும், ஒருக்கால் அவர் தங்கியிருக்க வேண்டுமென்றால், இருந்து பார்த்துக்கொண்டுதான் போகவேண்டும் என்றும், அவள் சொன்னபோது, அவள் வயிற்றில் பிறந்தவர்களுக்குக்கூட அது பிடிக்கவில்லை. ஆனால் அதுதான் பாட்டியின் முழுமை – பக்குவம்; மூன்று தலைமுறைகளைக் கண்டு முடித்திருந்த பாட்டிக்கு வாழ்வு இன்னும் அலுக்கவில்லை. சலிக்கவுமில்லை. அவளுக்கு அழவும் தெரியும்; சிரிக்கவும் தெரியும். ஆனால் இரண்டும் அவளுக்கு இயற்கையின் பரிசு. ஆண்டுகள் ஓட ஓட முழுமை பெற்றுப் பதப்பட்டு வருகிறாள். தன் ஒரே மகன் ஓய்வு பெற்று நிலபுலன் வாங்கிக்கொண்டு பெருவாழ்வு வாழப்போவதை எதிர்பார்த்துக் காத்திருக்கிறாள். ஆயிரம் ஆயிரமாகச் சேர்த்து லக்ஷம் லக்ஷமாய்க் குவித்துக் கட்டிவைத்திருக்கிறாள்.

புறக்கடையிலிருந்து பாட்டி வந்துகொண்டிருந்தாள். அவளுடைய நடையிலும் தோற்றத்திலும் முதுமை கவிந்து விட்டிருந்தது; ஆனாலும் அவள் பெருமிதம் குறைந்துவிடவில்லை. முகப்பொலிவும், கோடுகளும், சுருக்கங்களுமாய் இருந்தாலும், இன்னமும் அகலம் குன்றாமலிருந்த நெற்றியிலிருந்த திருநீறும், அனுபவம் செறிந்த கண்களின் அறிவும், கண்ணாடி விளிம்பால் முகத்தில் பதிந்திருந்த பக்தியெழுப்பும் பள்ளங்களும் தூய வெள்ளை ஆடையும் அவளுடைய பெருமிதத்தைப் பன்மடங்கு பெருக்கிக் காட்டின.

"பாட்டீ . . ." என்றழைத்தேன் வாய் நிறைய, மனம் குளிர.

"யாரு அம்பியா, வாடா கண்ணே, வாவா, ஓடியாய்யா" என்று என்னைத் தழுவக் கையை நீட்டினாள். தழுவினாள். உச்சி மோந்தாள். ஒரு கணம் என் உடம்பையே நான் உணர முடியவில்லை. பழப்பையைக் கையில் கொடுத்துவிட்டுக் காலில் விழுந்தேன்.

"மகராசனாயிரு. இனிமே உனக்கு ஒரு குறையும் வராது. என்ன ஆனாலும் மனதை அலட்டிக் கொள்ளாதே. நம் நிலையைப் புரிந்துகொள்ளாமல் நாம் கிடந்து தவிக்கிறோமே தவிர, நம்மாலே ஒண்ணும் சாயாது; கவலையை ஒழி முதலில். விழுந்தேன் என்று சொல்லாதே. குதித்தேன் என்று சொல்லிக் கொள்." என்று சொல்லிவிட்டுக் கண்ணாடியை எடுத்துத் துடைத்துப் போட்டுக்கொண்டாள். என்னைப் பார்த்தாள். ஊஞ்சலில் என்னை உட்கார்த்திக்கொண்டு நெருங்கியமர்ந்தாள். ஆவி நிறைந்த ஊஞ்சல் அது. எத்தனை குழந்தைகளைக் கண்டிருக்கிறது. அந்தக் குழந்தைகளுடன் சேர்ந்து அவள் வாயில் தேவாரமும்

திருப்புகழும் இராமாயண பதமும் எவ்வளவு கேட்டிருக்கிறது அந்த ஊஞ்சல். பாட்டி என்னைக் கருத்தோடு பார்த்தாள். என் கண்கள் கலங்கின.

"அட அசடே. உன்னை நான் ஒன்றும் கேட்கப் போவதில்லை. நீயும் எதையும் சொல்ல வேண்டாம். இப்பொழுது ஒன்றும் குடிமுழுகிப் போய்விடவில்லை. நான் கொடுப்பதை வாங்கிக் கொள். ஆஞ்சநேயரை நினைத்துக் கொள். சஞ்சீவி மலையைக் கொண்டு வந்தது போல, உனக்கு வேண்டியதைக் கொண்டு வந்து தருவார். நான் சேர்த்ததையெல்லாம் வைத்துக்கொண்டிருந்தால் எவ்வளவோ இருக்கும் இப்போது. நிறையச் செலவளித்து விட்டேன். முதல் யுத்தம் முடிந்த வருஷம். நீ அப்பொழுது சின்னக் குழந்தை. உன் மாமிக்குப் பிள்ளைப்பேறு சமயம் லாகூரில் இருக்கிறார்கள், உன் மாமனும் மாமியும். நான் போனேன் உதவிக்காக. காலையில் எட்டரைமணிக்குள் சாப்பாடு முடித்து மாலைக்கும் எடுத்துக்கொண்டு புறப்பட வேண்டும். பம்பரம் மாதிரி வேலை செய்வேன். இராணுவ உடுப்பைப் போட்டுக் கொண்டுவந்து நிற்பான் மாமா. நெற்றியில் என் கையால் திருநீறு பூசி அனுப்புவேன். "இரும்புக் கவசம் அம்மா இது." என்று சொல்லிவிட்டுப் போவான். இரவுதான் திரும்பி வருவான். ஒரு சமயம் மூன்று நாளாகியும் அவன் வீட்டுக்கு வரவில்லை. பிள்ளைத்தாச்சியான உன் மாமி உயிரை விட்டுவிடுவாளோ என்று ஆகிவிட்டது. தெரியாத தேசம்; புரியாத பாஷை; யாரைக் கேட்பது? என்ன செய்வது, இவனுடன், வேலை பார்க்கும் மற்றொரு பையனையும் காணவில்லை. மூன்றாம் நாள் அந்தியில், ஒரு கம்பளியை எடுத்துப் போர்த்திக் கொண்டு அந்த ஊர் எல்லை வரைக்கும் போனேன். பயங்கரமான ஆற்றங்கரைக்கும் போய்விட்டேன். ஆஞ்சநேயா, ஒரு தாய்க்கு ஒரு பிள்ளை; என் வயிற்றில் பாலை வார்ப்பாயா? என்று கத்தினேன். இதோ இருக்கிறது அறுபதினாயிரத்துச் சொச்சம். சேர்க்க முடியவேயில்லை. இவ்வளவுதான் சேர்க்க முடிந்தது என்னால். இருப்பதைக் கொடுத்து விடுகிறேன். இருப்பதைக் கொண்டுபோய் என் குழந்தையை அழைத்துக் கொண்டுவா என்று கேட்டுக்கொண்டேன். நெடுக நெடுகப் போய்க் கொண்டேயிருந்தேன். இருட்டியும் விட்டது. ராமமூர்த்தி, ராமமூர்த்தி என்று பெயர் சொல்லிக் கூப்பிட்டுக்கொண்டே போனேன். அம்மா அம்மா என்று கதறிக்கொண்டு வந்து கட்டிக் கொண்டான் என் குழந்தை. அவனுடன் அந்தச் சிநேகிதனும் ஓடிவந்தான். இருவரையும் வாரித் தழுவிக்கொண்டேன். யாரோ காபூலிக்காரர்களாம் இவர்களையும் வேறு சிலரையும் பிடித்துக்கொண்டு போய்விட்டார்களாம். நடுக்காட்டில்

அம்மா, அம்மா என்று இவன் விசித்து விசித்து அழுவதைப் பார்த்துவிட்டு, சீச்சீ வெறும் குழந்தைப் பயல் அடித்து விரட்டடா என்று சொல்லி அவிழ்த்து விட்டார்களாம். அதற்குப் பிறகு முப்பத்தேழு வருஷம் வேலை பார்த்திருக்கிறான் உன் மாமா. அவன் குடும்பம், ஆண்டவன் எண்ணம் அப்படியிருந்ததால் ரொம்பப் பெருகிவிட்டது. பம்பாய், டெல்லி எங்கெல்லாமோ இருந்தான். நான் இந்த வீட்டில் இருந்தபடியே ஏராளமாகச் சேர்த்தேன். இருபது வருஷங்கள் ஓடின. நூற்றுக் கணக்கில் சம்பளம் வாங்கியது போதவில்லை. இரண்டாவது சண்டையும் வந்தது. ஆயிரம் ரூபாய் சம்பளம் வருமென்று, சண்டை நடக்கிற இடத்திற்கே போய்விட்டான். குஞ்சும் குளுவானுமாய் உன் மாமி, இங்கு வந்து என்னுடன் இரண்டு வருஷம் இருந்தாள். நல்ல சேதி வரவேண்டுமே என்று தவித்துக் கொண்டிருந்தோம். நானும் சேர்த்ததையெல்லாம் அனுப்பவேண்டியது அவசியமாகி விட்டது. ஏழெட்டு மாதங்கள் கழித்து ஊருக்கு வந்தான். இப்போது ஆயிரம் ரூபாய் சம்பளம் வாங்குகிறான். நானும் நிறையச் சேர்த்து வைத்திருக்கிறேன். இதோ பார், உனக்கு இரண்டு லக்ஷம் தருகிறேன். இனிமேல் உனக்கு வளர்ச்சிதான்." என்று சொல்லிப் பட்டுப் பையிலிருந்து இரண்டு மடிப்புகளை எடுத்துக் கொடுத்தாள். பையில் இன்னும் நிறைய மடிப்புக்கள் இருப்பதையும் பார்த்தேன். தன் ஒரே மகனுக்காக அவள் சேர்த்து வைத்திருப்பதை நான் கவர்ந்துகொள்ள விரும்பவில்லை. எனக்கு இரண்டு லட்சம் போதும் என்று திருப்தி அடைந்தேன்.

திருநீற்றில் எழுதியெழுதி லக்ஷம் தடவை ராமநாமத்தைச் சொல்லி அந்தத் திருநீற்றைத்தான் மடிப்புக்களாகச் சேர்த்து வைத்திருந்தாள் பாட்டி.

*சிவாஜி*—ஆண்டு மலர்: 1967<br>'கரிச்சான் குஞ்சு கதைகள்'

## பால் பிச்சை

"பம்பாயிலிருந்து எங்கள் கம்பெனியின் பெரிய டைரெக்டர் வந்திருக்கிறார். அவர் என் வேலைத் திறமையை மிகவும் பாராட்டினார். எனக்கு உத்தியோகத்தில் மேல் பதவி நிச்சயம் கிடைக்கும் என்று நம்பியிருந்தேன்; ஆனால் அவர் திடீரென்று என்னைக் கூப்பிட்டு, என் ஊர், தகப்பனார் பெயர் முதலிய விவரங்களை எல்லாம் கேட்டார். அவர் பேச்சும் கேட்ட விவரங்களும் எனக்கு மிகவும் ஆச்சரியமாக இருந்தன. அவர் நம் பக்கத்துக்காரர் என்று தெரிகிறது. நல்ல சிவப்பு. உயரமாக இருக்கிறார். நெருக்கமான சங்கதிகளை எல்லாம் விசாரிக்கிறார். எனக்கு ஒன்றுமே புரியவில்லை. ஒரே புதிராக இருக்கிறது. என்னால் அவர் கேட்கும் முழு விவரங்களையும் சொல்ல முடியவில்லை. அவர் பெயர் பால் பிச்சை என்பது. தமிழ்நாட்டைச் சேர்ந்த கிறிஸ்தவர் என்றுதான் இதுவரை நாங்கள் நினைத்துக்கொண்டிருந்தோம். நேரே பார்க்கும்போதும், நாம் எல்லாரும் பேசுவதுபோலவே பேசும் அவருடைய தமிழைக் கேட்கும்போதும் எனக்கு ஆச்சரியந்தான் ஏற்படுகிறது. உங்கள் பெயரைக் கேட்டதும் அவருடைய முகம் மலர்ந்ததை என்னால் மறக்கவே முடியவில்லை. அவர் உடனே உங்களைப் பார்க்க வேண்டுமாம். தந்தி கொடுக்கச் சொன்னார். நீங்கள் பயந்துவிடப் போகிறீகளே என்று கடிதம் எழுதுகிறேன். உடனே புறப்பட்டுவிட வேண்டும். தாமதிக்காமல் உடனே புறப்பட்டு வருக.

என் பிள்ளையாண்டான் இப்படிக் கடிதம் போட்டிருந்தான். ஏதோ இங்கிலீஷ் மருந்துகள் தயாரிக்கும் கம்பெனியில் உத்தியோகம் என்று பம்பாய்க்குப் போனான், ஏழெட்டு வருஷங்களுக்கு முன்னால். அதே கம்பெனி, பட்டணத்தில் ஆபீஸ் திறந்தவுடனே, இவனும் இங்கே வந்திருந்தான். ஒரு வருஷம் ஆகியிருக்கும்; அவ்வளவுதான். அதிகமான லீவுகூட எடுக்காமல் உழைக்கிறான். மேற்பதவி வருமென்று ராமு ஜோஸ்யரும் சொன்னார். அவனும் எழுதியிருந்தான். இப்போது இப்படி எழுதியிருக்கிறானே! என் வைதிக வேஷத்தைப் பார்த்துவிட்டு, அவனுக்கு மேற்பதவி கொடுக்காமல் போய்விடுவானோ இந்தப் புதிய அதிகாரி? ஆமாம். என்னைக் கூப்பிடுவானேன்? மறுபடியும் கடிதத்தைப் படித்தேன்.

"குழந்தை எழுதியிருப்பதைப் பார்த்தால், எனக்கு ஒன்றும் பயமாத் தெரியலையே; ஆமாம். அந்த அதிகாரி நம்ம ஊர், மனுஷ்யாள் விவரமெல்லாம் கேட்டதா எழுதியிருக்கானே, அதென்ன?" என்றாள் என் சம்சாரம்.

மறுபடியும் கடிதத்தைப் படித்தேன். உண்மைதான். உத்தியோகத்தைப் பற்றி ஒன்றும் பயமில்லை. அவர் பெயரை மறுபடியும் படித்தேன். என்னது? பால் பிச்சை! பால் பிச்சையாவது மோர் பிச்சையாவது! பிச்சை. ஓகோ! ஒருகால் நம் பிச்சையாக இருக்குமோ? காசிப் பாட்டி பேரன் பிச்சை.

"எதற்கும் நீங்கள் புறப்பட்டுப் போங்களேன்" என்றாள் இவள்.

புறப்பட்டேன். இரவு முழுவதும் ரெயிலில் ஒரே குழப்பமும் குருட்டு யோசனையுமாகவே இருந்தது எனக்கு. 'இந்த அதிகாரி நம்மூர்க் காசிப் பாட்டி பேரனாக இருந்துவிட்டால் என்ன செய்வது?' என்ற நினைவே, குமட்டிக் குமட்டி வந்து கொண்டிருந்தது. கடைசியில், 'இருந்துவிட்டால் என்ன? குடியா முழுகிவிடப் போகிறது? இதற்காக மண்டையைக் குழப்பிக் கொண்டு அவதிப்படுவானேன்?' என்று சாடினேன் மனத்தை. அது சற்றே ஓய்ந்து கிடந்துவிட்டு வேறு திசையில் கிளம்பியது. அது நல்ல பாதை. கவலையே தெரியாத என் இளமையின் நினைவு மிகவும் இதமாக இருந்தது.

O

அப்போது எனக்கு ஏழெட்டு வயதிருக்கும்; அதாவது நாற்பத்திரண்டு வருஷங்களுக்கு முன் நடந்த கதை. காசிப் பாட்டியின் பேரனான பிச்சைக்குப் பதினாறு பதினேழு வயது இருக்கும். எங்கள் ஊர் மிகச் சிறிய கிராமம். மொத்தம் ஐந்தாறு வீடுகளே உண்டு. வயல்வரப்புக்களில் இரண்டரை மைல் தூரம்

நடந்துபோய்க் குடவாசலில் உள்ள பள்ளிக்கூடத்தில் படித்து வந்தேன். பிச்சை ஹைஸ்கூலில் படித்து மெட்ரிகுலேஷனில் தேர்ச்சி பெற்றிருந்தான். நான் நாலாவதோ ஐந்தாவதோ படித்துக்கொண்டிருந்தேன். தினந்தோறும் என்னை அழைத்துக்கொண்டுபோய்ச் சின்னப் பள்ளிக்கூடத்தில் விட்டு, அவன் தன் பள்ளிக்குப் போவான். அவன் படிப்பு முடிந்து விட்டதனால், இப்போது நான் பக்கத்து ஊர்ப் பையன் ஒருவனுடைய துணையில் போய்க் கொண்டிருந்தேன். பிச்சைக்கும் எனக்கும் இடையேயிருந்த வயதின் வேறுபாடும் வகுப்பின் வேறுபாடும் எங்கள் இணைபிரியாத நட்புக்கு இடையூறாக இருந்ததே இல்லை. ஊரில் வேறு ஆண் குழந்தைகளே இல்லை. ஆகவே, நாங்கள் இருவரும் சம வயதுள்ளவர்கள் போலவே பழகிவிட்டோம்.

சிறு குழந்தைப் பருவத்திலேயே தந்தையை இழந்து வறுமை தாண்டவமாடும் பாட்டி வீட்டுக்கு வந்துவிட்ட என்னிடமும், வீட்டை விட்டே வெளியில் வராமல் குமைந்து கொண்டிருந்த என் தாயிடமும் பிச்சைக்கு அளவுக்கடங்காத அநுதாபம். எனக்கு மட்டுமின்றி என் வீட்டுக்கும் நண்பன் அவன். சொல்லப் போனால் ஊருக்கே அவன் உபகாரி. கடிதங்கள் எழுதுவது. கடையிலிருந்து சாமான்கள் வாங்கி வருவது முதலிய பல உதவிகளைச் செய்வான். அவனும் என்னைப்போல், பல வருஷங்களுக்கு முன் அந்தப் பாட்டி வீட்டுக்கு வந்தவன்தான். அவனுக்குத் தாய் தந்தை இருவரும் இல்லை. காசிப் பாட்டியின் மகள், பிச்சை ஆறு வயதுக் குழந்தையாக இருந்தபோது இறந்து போனாளாம். தந்தை இறந்ததே பிச்சைக்குத் தெரியாது. அவ்வளவு சின்ன வயது. என் பாட்டியும் காசிப் பாட்டியும் ஏதோ தூரத்து உறவாம் ஆனால் வாழ்வில் இருவரும் மிகவும் நெருங்கியவர்கள். பக்கத்திலுள்ள பணக்கார ஊரில் பல வீடுகளில் காரியம் செய்தே வாழ்ந்தவர்கள் இருவரும். அரைக்காசு ஒருகாசாகவே சேர்த்து நிலம் வாங்கிய உழைப்பாளிகள். காசிப் பாட்டி தன் பேரனைப் படிக்க வைத்து அவன் படிப்பு முடிவதும், அவள் படுத்த படுக்கையாய் விழுவதும் சேர்ந்து நிகழ்ந்தன. அவளுக்கு இருந்த சிறிய சொத்து சுதந்தரங்களைப் பிச்சைக்கு வைக்கப்போவதில், அவளுக்கு இருந்த மகிழ்ச்சியைவிடச் செருக்கும் சின்னத்தனமுமே முனைப்பாக நின்றன.

அவள் படுக்கையில் விழுந்தது பிச்சைக்குப் பெரிய கஷ்டமாகப் போய்விட்டது. ஓய்வும் ஒழிவும் இல்லாமல் வேலை வாங்கினாள் பாட்டி. சமைப்பது, பாத்திரம் தேய்ப்பது முதல் வீடு பெருக்கி மெழுகுவது உட்பட அவனே செய்ய வேண்டியிருந்தது. வரவரக் கிழவி நோயால் குறுகி வந்தாளே தவிர அதட்டலும்

உருட்டலும் குறையவில்லை. ஆசாரம் வேறே ஒரு கழுத்தறுப்பு. 'அதைத் தொடாதே, இதைத் தொடாதே. மடியாகப் புடைவையை வாங்கி வை. பற்றடுப்பில் தோசையை வார்க்காதே' என்றெல்லாம் ஒரே ரகளை. எழுந்து நடமாட முடியவில்லையே தவிர, வாயும் வம்பும் நாக்கு ருசியும் ஓயவில்லை. உடம்பைத் தேற்றிக் கொண்டு மறுபடியும் ராஜ்யபாரம் பண்ண வேண்டும் என்ற நினைப்பில் ஒரு நாளைக்காவது இங்கிலீஷ் மருந்தில்லாமல் காலம் தள்ளமாட்டாள். விடியற்காலை முதல் மாலை வரையில் அத்தனை வேலைகளையும் செய்த பிறகு, தினந்தோறும் குடவாசலுக்கு இரண்டரை மைல் தூரம் நடந்து போய், ஆஸ்பத்திரியில் சொல்லி மருந்து வாங்கிவர வேண்டும். ஆக, அவன் உயிரை வாங்கிக்கொண்டிருந்தாள் பாட்டி.

இந்தக் கடுங்காவல் தண்டனையிலிருந்து எப்போது வெளியேறப் போகிறோமோ என்று தவித்தான் பிச்சை. தாங்க முடியாமல் பல தடவை அழுதிருக்கிறான். "இந்தக் கிழவி செத்தால்தான் நான் பிழைப்பேன்; இல்லாவிட்டால் முன்னாடி நான் சாகவேண்டியதுதான்" என்பான், கண்ணீரும் கம்பலையுமாக. இவ்வளவும் என் ஒருவனிடந்தான் சொல்லி அழ முடியும் அவனால். ஏனென்றால், ஊரில் எங்கள் இருவரையும் தவிர, வயதான ஆண்கள் மூன்று பேர்களே இருந்தனர். கோவில் குருக்கள் ஒருவர்; பக்கத்துக் கிராமத்துப் பள்ளிக்கூட வாத்தியார் இரண்டாம் பேர்வழி; மூன்றாமவர் கணக்குப்பிள்ளை. குருக்கள் ஊமை. வாத்தியார் வெளியூர்க்காரர். கணக்குப்பிள்ளை மிக்க வயதானவர். தவிரப் பாட்டிக்கு அந்தரங்கமானவர். அவள் சாவதற்குள் ஏதாவது எழுதி வைக்க வேண்டுமென்றால், அவருடைய தயவு வேண்டும். அவர் பிச்சையை அடிக்கடி புகழ்வார். "நீ ரொம்ப நன்னாயிருக்கப்போறே கொழந்தே, ஆமாம்" என்று அவர் கூறியதைக் குறைந்தது ஆயிரம் தடவையாவது கேட்டிருப்பேன்.

ஒரு நவராத்திரி விடுமுறை. எனக்கும் போது போக வில்லை. பிச்சைக்கும் பேச்சுத்துணை வேண்டும். தினந்தோறும் அவனுடன் நானும் குடவாசல் ஆஸ்பத்திரிக்குப் போய் வந்து கொண்டிருந்தேன்; ஆனால் ஒரு நிபந்தனை விதித்திருந்தேன். அவன் அழக்கூடாது. பாட்டி கதையையெல்லாம் சொல்லக்கூடாது. ஏனென்றால், எனக்கும் அழுகை வந்துவிடுகிறது, அவன் அழும்போது. பிச்சையும் சம்மதித்தான். வழிநெடுகச் சுவாமி கதை களாகச் சொல்லிக்கொண்டே வருவான். சில சமயத்தில் நல்ல பாட்டுக்களாகப் பாடுவான். அவைகளும் சுவாமி மேலே. ஆஹா, இப்போது நினைவிலும் புல்லரிக்கிறது எனக்கு. திருப்புகழும் காவடிச் சிந்துவும் உருகி உருகிப் பாடுவான். அற்புதமான

தொண்டை அவனுக்கு. இழைவும் குழைவுமாய்ப் பாடி, மெய் மறக்கச் செய்துவிடுவான்.

அந்த ஆஸ்பத்திரியில், மிகவும் சின்னப் பெண்ணாக செக்கச் செவேலென்று ஒல்லியாய் ஒரு நர்ஸ் இருந்தாள். அவளேதான் மருந்தும் கலந்து கொடுப்பாள். அவள் நல்ல அழகு, முகத்தில் களை கூத்தாடும். கைகாலெல்லாம் கடைந்தெடுத்த பதுமை மாதிரி இருக்கும். கண்ணைக் கவர் வெள்ளை உடுப்பு, நல்ல பிடிப்பாய் அவள் உடலோடு ஒட்டிப் பொருந்தி மிகவும் நன்றாக இருக்கும். அவளை நான் என்னுடைய அந்த இளம் வயதில் பல நாள் வெகுநேரம் வைத்த கண் வாங்காமல் கிளுகிளுப்போடு பார்த்துக்கொண்டிருந்ததை நினைத்தேன். என்னையும் அறியாமல் சிரித்தேன். ரெயிலில்கூட இருப்பவர்கள் எனக்கு நானே சிரித்துக் கொள்வதைப் பார்த்துவிடப் போகிறார்களே என்று சுதாரித்துக் கொண்டேன். நீட்டி நீட்டி, ஒரு தனித் தினுசாகப் பேசுவாள். குரல் அப்படியே ஜில்லென்று மணத்துடன் தித்திப்பும் சேர்ந்து காதை நிரப்பும். அவள் மலையாளக்காரி என்று பிச்சை சொன்னான்.

பிச்சையும் நல்ல சிவப்பு. ஒல்லியாக இருந்தாலும் இளைப்பில்லாமல் அவன் உடம்பு நல்ல பாந்தமாக இருக்கும். நல்ல உயரம். நீளமான கைகளும் கால்களும், ரோஜாப் பூப் போன்ற உள்ளங்கைகளும் பாதங்களும் திரும்பத் திரும்பப் பார்த்துக்கொண்டேயிருக்கத் தூண்டும். அவனுடைய உதடுகளும், அவை திறந்தால் வரும் குரலும் உலகத்தையே மயக்கும் என்று சொன்னாளாம் அந்த நர்ஸ். அதை என்னிடம் பிச்சையே சொன்னான். “ஆமாண்டா, ஆமாண்டா” என்று நூறு தடவை கத்தினேன் நான். நான் சொல்லத் தெரியாமல் தவித்துக்கொண்டிருந்ததை, நர்ஸ் விண்டு வைத்துவிட்டாள்.

அந்த நர்ஸ் பிச்சையைக் கண்டுவிட்டால் லேசில் விடுவதில்லை. இவன் உள்ளே நுழைய வேண்டியதுதான். இரண்டு பேரும் சின்னச் சிரிப்பும் பெரிய சிரிப்புமாக மணிக்கணக்கில் பேசிக்கொண்டிருப்பார்கள். எனக்கும் நேரமாகிறதே என்று இருந்தாலும் அவசரப்படுத்தத் தோன்றியதில்லை. ஆஸ்பத்திரி, ஆற்றங்கரையில் ஓர் அடர்ந்த தோப்புக்குள் இருந்தது. அநேக நாட்கள் நாங்கள் போகும்போது டாக்டரே இருக்கமாட்டார். நர்ஸ் மட்டும் இருப்பாள். அவர் வருவதற்கு நேரமாகும் என்ற சாக்கில், நாங்கள் மூவரும் தோப்புக்குள் போய்விடுவதுண்டு. எனக்குப் புரியாமல் தமிழிலும் ஆங்கிலத்திலும் இருவரும் பேசிக்கொண்டே இருப்பார்கள். முகமெல்லாம் மலர்ந்து, இன்ப மெருகு ஏறி, இருவரும் அப்படியே தம் இருப்பையே மறந்து பொங்கித் துள்ளிப் பொலிவார்கள். நான் இருப்பதைக்கூட அவர்கள் மறந்திருக்கலாம்; ஆனால் அது எனக்கும் மகிழ்ச்சியாக

இருந்ததை என்னால் மறக்கவே முடியவில்லை. எத்தனையோ வருஷங்கள் கழிந்தபின் இந்த நினைவெல்லாம் வருகின்றன; ஆனால் அவை, இந்த நடுநிசி ரெயில் பிரயாணத்திலும் பச்சைப் பசுமையாக என் மனத்தில் பரவுகின்றன.

பிச்சைக்குத் தலையில் கட்டுக்குடுமி. வாரி முடிந்து கொண்டிருப்பான். நல்ல கறுப்புப் பட்டு மாதிரியிருக்கும், கையால் தொட்டால். அது அவிழும்போதெல்லாம், அதைத் தன் கையால் சுற்றி வளைத்து முடிபோடுவதில் அவளுக்கு அலாதி ஆசை; ஆனால் அதைச் செய்துவிட்டுப் பிறகு பரிகாசமும் செய்வாள்.

எனக்கே தெரியாமல் நவராத்திரி விடுமுறை முடிந்து விட்டது. வேண்டா வெறுப்பாகப் பள்ளிக்கூடம் போகத் தொடங்கினேன். நல்ல வேளையாக, தீபாவளிக்கு முன் சேர்ந்தாற்போல நாலைந்து நாட்களுக்கு லீவு விட்டார்கள். எனக்கு மிக்க கொண்டாட்டம். பிச்சை வெளியே கிளம்பினான். நானும் புறப்பட்டேன். அவன் சிரித்தான். நானும் ஏதோ புரிந்து விட்டதுபோலச் சிரித்தேன். ஊர் எல்லையைத் தாண்டிப் பெரிய வாய்க்கால் கரையில் போய் ஏறினோம். வரப்புகளும் கரைகளும் வழுக்கின. மழை பெய்து ஒரே உளையும் சேறுமாகக் கிடந்தது. முன்னே அவன் போய்க்கொண்டிருந்தான். பின்னால் நான் போனேன். திடீரென்று திரும்பி, “நாம் இன்றைக்குக் குடவாசலுக்குப் போகப் போவதில்லை” என்றான்.

அவன் குரலில் என்றைக்குமே இல்லாத வறட்சி தென்பட்டது. அவன் கையில், பாட்டியின் மருந்து பாட்டில் இருந்தது. ‘அப்படியென்றால், வயிறு உப்ப ஊதுகிற இந்த வாடைக்காற்றில், சேற்றிலும் சறுக்கிலும் விழுந்தடித்துக்கொண்டு வருவானேன்?’ என்று கேட்க வாயெடுத்தேன்; ஆனால் கேட்கவில்லை. அவன் அன்று என்னைக் கூப்பிடவில்லை. நர்ஸ் ஞாபகத்தில் நானாக அவனைத் தொடர்ந்தேன். அதற்காகத்தான் அவன் சிரித்திருக்கவேண்டும். எனக்கே வெட்கமாகப் போய்விட்டது. பேசாமலிருந்துவிட்டேன். பாதையை விட்டு இறங்கி, வாய்க்காலைத் தாண்டிப் புளியமரத்திடல் பக்கம் போனான். நானும் போனேன். அங்கே ஒரு சின்ன மதகும் கருங்கல் அடைப்பும் இருந்தன.

அங்கே போய் ஈரத்தைக்கூடப் பார்க்காமல் உட்கார்ந்து விட்டான். பாவம்! நிற்க முடியாமல் உட்கார்ந்தான் அவன். உடனே அடைத்திருந்த மடையைப் பிடுங்கிவிட்டது மாதிரி, ஒரே கேவலும் விம்மலும் பெருமூச்சும் பொருமலுமாக ஆரம்பித்துவிட்டான்.

“ஏண்டா என்னடா, ஏண்டா என்னடா!” என்று எத்தனை தடவை கேட்பது? அப்புறம் மெதுவாக அழுவதை நிறுத்தி,

நெஞ்சு அடைக்க, நினைவு கலங்கிக் கலங்கித் தெளிய எனக்குப் புரியும்படி சொன்னான்.

அந்த நர்ஸ், பம்பாயில் ஏதோ உத்தியோகத்துக்கு எழுதிப் போட்டாளாம், கிடைத்துவிட்டதாம். பெரிய வேலையாம். நிறையச் சம்பளமாம். அவனையும் குடுமியை எடுத்து விட்டுக் கிராப் வைத்துக்கொண்டு தன்னுடன் பம்பாய்க்கு வரவேண்டுமென்று கூப்பிடுகிறாளாம். அவனுக்கும் வேலைக்கு ஏற்பாடு செய்திருக்கிறாளாம். அப்படியே பிச்சைக்கு வேலை கிடைக்காவிட்டாலும் கவலை இல்லையாம். அவன்தான் அவளுக்கு வேண்டுமாம். அவன் வராவிட்டால் அவளும் போக மாட்டாளாம்.

"எனக்காக அத்தனை பெரிய வேலையையும் சம்பளத்தையும் விட்டுவிடுவேன் என்று சொல்லி, அப்படியே என்னைக் கட்டிக்கொண்டு அவள் அழுதபோது, என் உடம்பில் அவளுடைய கண்ணீர் சுடச்சுடச் சொட்டியதை நினைத்தால், ஐயோ நான் என்னடா பண்ணுவேன்?" என்று பிச்சை மறுபடியும் பிழியப் பிழிய அழுதான். எனக்கும் அழுகை வந்துவிட்டது.

"பாட்டியை என்னடா பண்ணுவது?" என்றேன் தழுதழுத்துக்கொண்டு.

"நாசமாப் போகட்டுமே! சின்னஞ்சிறு வயசுள்ள அவளும் நானும் வெம்பிப் புழுங்கி வீணாப்போய் அழிவதைவிட இந்தக் கிழவி தொலைஞ்சு போறது தேவலை" என்றான் பிச்சை.

"எப்படி, எங்கே, எப்போது?" என்றேன் நான். ஏதோ நாம் செய்யவேண்டிய ஏற்பாடு மாதிரி. எனக்கே அவ்வளவு வேகம்.

"நீ பேசாம இரு. உண்மையாகவே சொல்கிறேன். நீ வாயைத் திறந்து பேசாமல் இருந்தால் போதும்."

"எனக்கென்ன? நான் ஏன் பேசணும்?"

"எது நடந்தாலும் உன் வாயைத் திறக்கவேகூடாது. ஏதாவது உளறினாயோ, எங்கள் இரண்டு பேரையும் கொன்ற பாவம் உன் தலைமேலே. அதோ நிற்கிறாரே, குதிரைகளுக்கெதிரில் அந்த ஐயனார், ரொம்பப் பொல்லாதவர். அவர்மேல் ஆணை. நீ எது நடந்தாலும் வாயைத் திறக்கக்கூடாது."

"சரி, சரி. முன்னாடி சொன்னதே போதும். ஐயனாரை வேறே இழுக்கிறாய்."

இதற்குப் பிறகு ஐந்தே நிமிஷத்துக்குள் அபாரமான வேலை நடந்தது. பத்துப் புளியம் பிஞ்சுகளைப் பறித்தான். செங்கல்லைப் பொடி பண்ணிப் புளியம்பிஞ்சோடு சேர்த்துக்

கல்லாலேயே அரைத்தான். அப்புறம் ஏதேதோ இலை, கோரை, கையில் அகப்பட்டதை நசுக்கித் துணியில் வைத்துக்கொண்டு, வாய்க்கால் தண்ணீரை விட்டுச் சீராகப் பிழிந்தான். மூடியைப் போட்டு மூடினான். இருவரும் ஊருக்குத் திரும்பிவிட்டோம். அவன் தடுத்தும் விடாமல் அவன் வீட்டுக்கு நானும் போனேன். போனதும், வழக்கம்போல் சீசாவைக் குலுக்கிக்கொண்டு பாட்டியை நெருங்கினான். அது அந்தப் பயங்கரமான விஷம் உள்ளேயே நுரைத்துக்கொண்டது. எனக்கு முகம் கண் காதெல்லாம் சூடேறி ஜிவ்வென்று விறைத்துக்கொண்டது. மிகவும் சிரமப்பட்டு உதட்டைக் கடித்துக்கொண்டேன். கண்களையும் மூடிக்கொண்டேன். பயங்கரமான விஷயம் நடக்கப் போவதை எதிர்பார்த்துக் குலைநடுங்கப் பதறிக்கொண்டே நின்றேன்.

"எலே பிச்சை, இன்னிக்கு மருந்தும் வேண்டாம்; மாயமும் வேண்டாம். சனிக்கிழமை. ஏகாதசி வேறே சேர்ந்திருக்கிறது. நாளைக்குக் குடிச்சுக்கிறேன். அதை வை" என்றாள் பாட்டி.

அப்பாடா, நல்ல வேளை! பெரிய சுமையை இறக்கி வைத்ததுபோல் இருந்தது எனக்கு. என் வீட்டுக்கு ஓடி வந்துவிட்டேன். சாப்பாடும் செல்லவில்லை. இரவு முழுவதும் தூங்கவும் முடியவில்லை. கொட்டுக் கொட்டென்று மோட்டு வளையைப் பார்த்துப் பார்த்துப் புரண்டுகொண்டு கிடந்தேன். சிறிய இரவு வெளிச்சம் வீட்டை நிறைப்பதுபோல் பாவனை செய்துகொண்டு, இருட்டைக் கூடத்திலும் தாழ்வாரத்திலும் திட்டுத்திட்டாகக் காட்டிப் பயமுறுத்திக் கொண்டிருந்தது. முற்றத்தில் ஒரே இருட்டு. பார்க்கவே பயமாக இருந்தது. எனக்கு இரண்டு பக்கத்திலும் என் தாயும் பாட்டியும் அயர்ந்து தூங்குகிறார்கள். காசிப் பாட்டி அன்று மருந்து குடிக்காமல் இருந்ததில் ஏற்பட்ட திருப்தி என் மனத்தின் ஒரு மூலையை நிறைத்திருந்தது; ஆனாலும் எண்ணமெல்லாம் குழப்பம். கும்மிருட்டுக் கவிந்து கிடந்தது. காசிப் பாட்டி நிச்சயம் நிம்மதியாகத் தூங்கிக்கொண்டிருப்பாள். பிச்சைக்குத் தூக்கம் வந்திருக்குமா? நான் தூங்கவேயில்லையே!

பொழுது விடிந்தது. குளத்துக்குப் போய்ப் பல்லைத் தேய்த்துவிட்டு, விபூதி இட்டுக்கொண்டு சுவாமியை வேண்டிக் கொண்டேன். நேரே பிச்சையின் வீட்டுக்குள் நுழைந்தேன். அவன் சமையலறையில் அடுப்பை மெழுகிக் கொண்டிருந்தான்.

"பாட்டி, பாட்டி!" என்று கூப்பிட்டேன். அவள் பாயில் கிடந்தாள். என் குரலைக் கேட்டு ஓடி வந்தான் பிச்சை. சாணிக் கையைக்கூடக் கழுவாமல் என்னைப் பிடித்து இழுத்தான்.

"பாட்டி, அந்த மருந்தைக் குடிக்காதே. அது . . ." என்று நான் முடிப்பதற்குள், என் வாயை ஒரு கையால் இறுகப் பிடித்துக் கொண்டுவந்து என்னை வாசலில் தள்ளிவிட்டுக் கதவைச் சாத்திக்கொண்டான். நான் பேய் அலறுவதுபோல, "அந்த மருந்தைக் குடிக்காதே, குடிக்காதே!" என்று ஜன்னல்வழியாகக் கத்திவிட்டு ஓடிவந்தேன்.

காசிப் பாட்டி, தள்ளாமையோடு வாசலுக்கு வந்து சத்தம் போட்டாள். ஊரே கூடிவிட்டது. ஊரென்றால் நூறு பேரா, ஐம்பது பேரா? கணக்குப்பிள்ளையும் வாத்தியாரும் வாசலுக்கு வந்தார்கள். ஊமைக் குருக்கள் எழுந்திருக்கவேயில்லை. என் தாயும் என் பாட்டியும் ஆவேசம் வந்தவன்போல் குதிக்கும் என்னைப் பிடித்துக்கொண்டு நின்றார்கள். நான் உணர்ச்சியோடு நடந்த கதையைச் சொன்னேன்.

"ஒரு காலும் இருக்காது. அயோக்கியப் பயலே, பெரளியா பண்றே!" என்று அடிக்க ஓடிவந்தார் கணக்குப்பிள்ளை.

"பையன் வயதுக்குக் கற்பனை ரொம்பப் பிரமாதம்!" என்றார் வாத்தியார்.

"அப்படியென்றால் . . ." என்று நான் பேச வாயெடுத்தேன். ஓங்கி அறைந்தேவிட்டார் கணக்குப்பிள்ளை. நான் இடுப்பில் இருந்த வேஷ்டியை அவிழ்த்துக் கீழே போட்டு அதைத் தாண்டிச் சத்தியம் செய்தேன்.

என் வயதுக் குறைவினாலும், எனக்குப் பரிந்து பேச ஆள் இல்லாக் குறைவினாலும் என் மாசற்ற சத்தியம் செல்லாக்காசாக இளித்துக்கொண்டு நின்றதை இப்போது நினைத்தாலும் பரிதாபமாக இருக்கிறது. என்னை நன்கு அறிந்திருந்த என் பாட்டிக்கும் தாய்க்கும் ஆண்களின் எதிரே பேச நாணம். வாசலுக்கே வராத என் தாய் தெருவில் சிறிது நேரம் நிற்க நேர்ந்ததும், நான் அடைந்த சிறுமையும் சேர்ந்த ஆத்திரத்தில், என்னை நாலு அடி வைத்து உள்ளே இழுத்துக்கொண்டு போனார்கள். அழுதுகொண்டே உள்ளே போனேன். அன்றைக்கு நான் செய்த முடிவு, இனிப் பிச்சையின் முகத்திலேயே விழிக்கக் கூடாது என்பது. ஆனால், அதற்கு அவசியமே நேரவில்லை.

அன்று கிளம்பிச் சென்ற பிச்சை, மறுபடியும் ஊருக்கே வரவில்லை. ஊருக்கென்ன, இந்தப் பக்கத்திலேயே யாரும் கண்டதாகக் கூறவேயில்லை. காசிப் பாட்டி காலமாகி, யாரோ அநந்தர வாரிசுக்காரன் வந்து சொத்தைக் கட்டிக்கொண்டான். அந்த நிகழ்ச்சியைக் கண்ணால் கண்டவர்களில் நானும் என்

தாயும் இப்போது இருக்கிறோம். பிச்சையும் இருக்கலாம். அது இந்தப் பிச்சையா என்று தெரியட்டுமே. அதற்குள் நாம் ஏன் பதற வேண்டும் என்று தேற்றிக்கொண்டேன் மனத்தை. அந்த நிகழ்ச்சி மறந்துபோய் எத்தனையோ வருஷங்கள் ஓடிப் போய்விட்டன. என் பிள்ளையாண்டான் போட்ட கடிதத்தால், நான் பட்டணத்துக்குப் பிரயாணம் செய்கிற இந்த வேளையில், அப்படியே நினைவுக்கு வந்துவிட்டது அன்று நடந்ததெல்லாம். பிச்சைக்கும் நினைவில்லாமற் போகாது. பார்ப்போமே.

O

சற்றே கண் அயர்ந்தேன். நல்லவேளை! சூரியோதயத்துக்குள் கண் தானாகவே விழித்துக்கொண்டது. எனக்கு விவரம் தெரிந்து, நான் தூங்கும்போது சூரியன் உதித்ததில்லை. செம்பில் இருந்த நீரால் முகத்தைத் துடைத்துக்கொண்டு, மனத்துக்குள் வருத்தத்துடன் பகவானைப் பிரார்த்தித்துக்கொண்டு உட்கார்ந்திருந்தேன். பிரயாணம் முடிந்தது.

என் பிள்ளை இருக்கும் அறைக்குப் போனேன். மனத்துக்கு நிறைவில்லாமலே நீராடி, சந்தி ஜபங்களை முடித்துக்கொண்டேன். கையில் கொண்டுபோயிருந்த சத்துமாவைச் சாப்பிட்டேன். குழந்தை நிறையப் பழங்கள் வாங்கி வைத்திருந்தான். கொஞ்சம் எடுத்துக்கொண்டேன். பாக்கி இருந்ததைப் பையில் வைத்துக் கொண்டு அவனுடன் புறப்பட்டேன்.

என்னை உட்கார வைத்துவிட்டு, உள்ளே போய் நான் வந்திருப்பதைத் தெரிவித்தான். மாடிக்கு அழைத்துக்கொண்டு போகச் சொன்னாராம். நான் போய் ஓர் அறையில் உட்கார்ந்தேன். அவர் வரும்போதே, என் பிள்ளையையும் வேறு யாரோ இருந்தவர்களையும் கீழே போகச் சொல்ல உத்தரவிட்டுக் கொண்டே வந்தார். நான் எழுந்து நின்றேன். "உட்காரலாமே" என்று சொல்லிக்கொண்டு எதிரில் வந்தார். தழையத் தழையத் தட்டாடை வேஷ்டி, மிகவும் உயர்த்தியான வேஷ்டி. கைமுழுக்கச் சட்டை. முகத்தைப் பார்த்தேன்.

"என்ன சாஸ்திரிகளே, சௌக்கியமா?" என்று கேட்டார். மறக்க முடியுமா? அதே குரல்; அதே அழகு. ஒரு நிமிஷம், எனக்கு ஒன்றுமே புரியவில்லை.

"நீ... நீங்கள் நம்ம பிச்சைதானே?" என்றேன்.

"ஆமாம், ஆமாம். உன் பிச்சையேதான். நீங்கள் என்று சொல்லாதே அம்பி, நீ என்றே சொல்; அதுதான் நான் கேட்க விரும்புவது."

"பிச்சை, நீ அப்படி ஒன்றும் பெரிய தப்புச் செய்துவிடவில்லை. உன்னால் தப்புச் செய்ய முடியாதே. நான்தான் . . . போகட்டும். மருந்து தயாரிக்கும் . . . அதாவது உன் கம்பெனியைக் கேட்கிறேன்."

சிரித்துக்கொண்டே, "மருந்து தயாரிக்கப்போய் நடந்த கதையை, நீ மறக்க விரும்பினாலும் மறைக்க விரும்பினாலும் அது விடவில்லை உன்னை. ஏய் அம்பி, நீ அரிச்சந்திரன் தம்பிடா! அதை ஏன் மறக்கணும், மறைக்கணும்? ஏய், உன் பிள்ளை முகத்தைப் பார்த்தேன். நாற்பது வருஷமாகப் பார்க்காத உன் முகம் ஞாபகத்துக்கு வந்தது. தந்தி கொடுத்து உன்னை வரவழைக்க வேண்டுமென்று தடபுடல் படுத்திவிட்டேன். ஏண்டா, உன் பிள்ளை ரொம்பப் பயந்துவிட்டானோ?" என்றெல்லாம் கேட்டுக்கொண்டு, ஓடிவந்து என்னைக் கட்டிக்கொண்டான் பிச்சை. நானும் இறுகத் தழுவினேன். இரண்டு பேருக்கும் கண்ணில் ஜலம் ஆறாகப் பெருகிவிட்டது.

"ஏண்டா பிச்சை, குடவாசல் ஆஸ்பத்திரியில் மருந்து கலந்து கொடுப்பாளே ஒரு பெண் . . ."

"பார்த்தியா? உன் வாயே உன்னை ஏமாத்தறது. அவ கொடுத்ததுதான் இதெல்லாம். இதோ அவளும் வந்துடுவா. பேசாம, ஊரையெல்லாம் மறந்துட்டுப் பத்து நாளுக்கு எங்களோடேயே கிட. நீ இவ்வளவு மடிசஞ்சியாப் போகப் போறேன்னு நான் நினைக்கவே இல்லைடா."

"பிச்சை, பிள்ளைக்குட்டிகள்ளாம் நிறையக் கொடுத்திருக்காரா ஸ்வாமி?"

"ஒண்ணும் குறைவில்லை. எனக்கு மூணு பெண்கள். எல்லாரும் டாக்டர்கள். உன் பிள்ளைதான் இனிமேல் எங்களுக்கும் பிள்ளை. உனக்கு எப்படி?"

"இவன்தான் மூத்த பிள்ளை; அப்புறம் இரண்டே பெண்கள். அவர்களுக்குக் கல்யாணம் ஆகணும். அப்புறந்தான் இவன் கல்யாணம் பண்ணிப்பானாம்."

"அதெல்லாம் ஜமாய்க்கலாம் போ. கவலைப்படாதே. உன்னைப் போலவே இருக்கான் உன் பிள்ளையும். அவன் நேர்மைக்கும் நெறிக்கும் நாங்கள் ரொம்பக் கடமைப்பட்டிருக்கிறோம். அவன் இல்லையென்றால் எங்கள் கம்பெனியே திவாலாகியிருக்கும். வேணுங்கிறவன்னு ஒத்தனைப் பெரிய பதவியிலே வெச்சோம். அவன் என்னடான்னா, எங்களையே முழுங்கறதுக்குத் திட்டம் போட்டான். நல்ல சமயத்திலே. நம்ம பிள்ளையாண்டான் காப்பாத்தினான். ஏய்,

நான் சொல்றதைக் கேள். இனிமேல் இந்த எள்ளும் அக்ஷதையும் வேண்டாம். எல்லாரையும் அழைச்சிண்டு பட்டணத்துக்கு வந்துடு. நாங்கக்கூடப் பம்பாய் ஜாகையைக் காலி செஞ்சிட்டு இங்கே வந்துடலாம்னு நினைக்கிறோம்" என்று சர்வ சகஜமாகப் பேசிக்கொண்டிருந்தான் பிச்சை.

இதற்குள் அந்தப் பெண்ணும் வந்துவிட்டாள். அவள் அடியோடு மாறிப் போயிருக்கிறாளே என்று நான் நினைத்துக் கொண்டிருந்தபோதே, "என்ன அடையாளமே தெரியவில்லையே! அம்பி இவ்வளவு மாறிப் போயிருக்கானே!" என்றாள்.

எனக்குப் பழையபடி குடவாசல் ஆஸ்பத்திரித் தோப்பு நினைவுக்கு வந்தது. வாய்விட்டே சிரித்துவிட்டேன். எல்லாரும் சிரித்தோம்.

பட்டணத்திலிருந்து என் சம்சாரத்துக்குக் கடுதாசி எழுதினேன். அதில், இங்கு வந்திருப்பவன் நம் பிச்சையே என்றும், நம் வயிற்றில் பால் வார்த்துக் காக்கும் பால் பிச்சையாக வந்திருக்கிறான் என்றும் எழுதினேன்.

***கலைமகள்*: ஏப்ரல், 1969**

**'அம்மா இட்ட கட்டளை'**

•

# அம்மா தாயே!

மண்டபம் பூராவும் திடீர்னு சந்தன வாசனையும் மல்லிகை மணமும் வீசிச்சு. சிவன் கோவில் திருவாதிரைத் திருவிழாவிலே நான் கச்சேரி செஞ்சுக்கிட்டிருக்கேன்; சந்தனச்சாமி வந்திருக்கிறாரா, இல்லாட்டீ கோவில் மணமான்னு சுற்றிலும் பார்த்தேன். அவரேதான், ஒரு கோடியில் நின்னுக்கிட்டிருந்தாரு; கையெடுத்துக் கும்பிட்டேன். எல்லாரும் திரும்பினாங்க. சாமி வந்தது ஒருத்தருக்குமே தெரியாது போலிருக்கு. கூட்டமே எழுந்து நின்னுது; உக்காருங்கன்னு ஜாடை காட்டி விட்டு, மேடைக்கு முன்னாலே வந்தாரு; “அம்மா தாயே, அவ வரச் சொன்னா, இப்பத்தான் வந்தேன். நீ பாடு ...” என்றார். நான் தயங்கினேன். “சும்மா பாடுங்களேன்” என்றார். ஏதோ பாடி முடிச்சேன்.

“அம்மா தாயே, இந்த வருசம் அவரு பாடலையா? உன் புருஷன் ...”

“அவங்க நாளைக்குப் பாடறாங்க.”

“அம்மா தாயே ... அப்ப ... நான் வரேன் ...” – சாமி போய்விட்டார்.

மறுநாள் இவரு பாடினாரு. எங்க சாதிக்காரங்க அத்தனை பேரும், எங்க ஊரு, பக்கத்து ஊரு நாயனக்காரங்க, தவுல்காரங்க – எல்லாருமே வந்திருந்தாங்க. சாமியைக் காணுமேன்னு கவலையாக இருந்தது ... கச்சேரி ... ஏக அமர்க்களம். எங்க பெரியப்பாரு மஹாஞானஸ்தரு ... நட்டுவாங்கமெல்லாம் தெரிஞ்சவரு, ரொம்பக் கொண்டாடினாரு இவங்க பாட்டை. திருச்சேறை பெரிய நாயனக்காரரு வந்திருந்தாரு; ரொம்ப ஒசத்தி;

பெரிய விசயம் இது; அழுத்தமான தொழில் என்றெல்லாம் பெருமையாச் சொன்னாரு. ஜனங்க ஒரே பரவசமாகக் கேட்டாங்க. நாங்க ரண்டு பேரும், கோவில் பிரசாதங்களைத் தூக்க முடியாமல் தூக்கிக்கிட்டு, வீட்டுக்கு வந்தோம். தெருப் பூரா ஒரே மணமா வீசிச்சு. நாங்க வீட்டுக்குள்ளே அடி எடுத்து வச்சதும், பொக்குன்னு, சாமி உள்ளே நுழைஞ்சாரு. விழுந்து கும்பிட்டோம்; பலகை போட்டு உட்காரச் சொன்னோம். தள்ளாடித் தயங்கிக்கிட்டே குந்தினாரு. அவ்வளவுதான் படபடன்னு பொறிஞ்சி தள்ளிட்டாரு.

"யோவ், என்னய்யா பாட்டு இது! குளிர் சொரத்திலே நடுக்கிறாப்பலே நடுக்குது ஒரு பக்கம். பக்கவாதம் வந்தாப் போல கோணக்கோண இளுக்குது இன்னொரு பக்கம். வேர்க்க விறுவிறுக்க வெறகு பொளக்கிற கணக்குலே கிளிக்கிறே. வண்ணான் துறை கல்லு படற பாடுபடுது இரண்டு தொடையும்; அம்மா தாயே, அவ வரச் சொன்னாளேன்னு வந்தேன்; அதுக்காவ இப்படியா என்னைக் கொல்லணும்? இங்கே பாரய்யா, என் உடம்பு பூரா வலி; இதோ பாரய்யா, என் முதுகு பூரா பாளம் பாளமா வெடிச்சுக் கிடக்கு; நீ அடிச்ச அடி. அம்மா தாயே . . . யோவ், என்னய்யா இம்மாம் பெரிய குற்றத்தைச் செஞ்சுட்டுப் பேசாமெ நிக்கறே! சொல்லய்யா, நீ எத்தனை வருசம் சாதகம் பண்ணினே?"

"சாமி, என்னை மன்னிக்கணும்; எனக்கு வயசே இருபத்தஞ்சு தான்; எத்தனை வருஷம் சாதகம் பண்ணியிருக்க முடியும்? ரொம்பச் சின்ன வயசிலிருந்தே பாட்டு சொல்லிக்கொண்டேன். எங்க குருநாதன் சங்கீதக் களஞ்சியம்; தன்னிடம் உள்ள அத்தனை விஷயத்தையும் எனக்குச் சொல்லி வைத்துவிட வேண்டுமென்று ரொம்ப அவசரமாப் பாடம் சொன்னாரு. எங்கப்பாருக்கு நான் படிச்சு உத்தியோகம் பார்க்கணும்னு வேகம். நான் பி.ஏ. படித்து முடிச்ச பிறகு, அஞ்சாறு வருஷமாகத்தான் ராப்பகலாப் பாட முடிந்தது. படிக்கிறபோதெல்லாம், புதுப் பாடாந்தரம் பண்ணிச் சேர்க்கத்தான் நேரம் இருந்தது; இருந்தாலும் தினம் மூணு மணியாவது பாடாமல் இருந்ததில்லை . . ." என்றார் இவர்.

"அம்மா தாயே, யோவ், இன்னும் அதிகமாப் பாடியிருந்தா இன்னும் குத்துயிரும் கொலையுயிருமாய்ப் போயிருக்கும் எங்க அம்மாவின் உடம்பான இந்த நாதவித்தை. நல்ல வேளை; இனிமேல் நீ பாட வேண்டாமய்யா . . . பாடக் கூடாதய்யா; அம்மா தாயே, யோவ், நாரதரு தெரியுமா நாரதரு; அவரு வீணையையும் வெச்சுக்கிட்டு, வாயாலேயும் பாடிக்கிட்டு நூற்றுக்கணக்கான வருசம் சாதகம் பண்ணினாராம். ஒருநாள் அவகிட்ட போயி – எங்க அம்மா பரதேவதைகிட்ட போயி,

சங்கீதத்திலே கரையைக் கண்டுட்டேன்னாராம். அம்மா தாயே, அவ சிரிச்சுப்பிட்டு, அவரையும் அளைச்சிக்கிட்டுத் தேவலோகத்திலே ஒரு பெரிய வீட்டுக்குள்ளே போனாளாம். அங்கே என்னடான்னா, நல்ல வாலிபமாயிருந்த ஆண்களும் பெண்களுமாய் ஏராளமானவங்க; மரவட்டை மாதிரி முறுக்கிக்கிட்டும் சுருட்டிக்கிட்டும், கைகால் மொடங்கியும், உடம்பு முழுவதும் ஊமைக்காயமாய் ரத்தங்கட்டி வீங்கியும், தத்தித் தவழ்ந்துக்கிட்டும் கிடந்தாங்களாம். அம்மா தாயே, அவங்களைக் கூப்பிட்டு, 'நீங்கள்ளாம் யாரு? ஏன் இப்படிக் கிடக்கறீங்க'ன்னு கேட்டாளாம் எங்க அம்மா. அவங்கள்ளாம் கண்ணீரும் கம்பலையுமா, "அம்பிகே, பராசக்தி. நாங்க ராக தேவதைகள். நாரதருன்னு ஒரு தான்தோன்றி, தானாக என்னென்னவோ புதுசு புதுசாப் பாடறேன்னு, ரொம்ப நாளாய் எங்களை இப்படி சித்திரவதை பண்ணிக்கிட்டே இருக்காருன்னு சொல்லி அழுதாங்களாம். இது நான் சொல்லலை; புராணத்திலே இருக்காம் யோவ். யாழும் வீணையும், குழாயும் குழலும் நாம் பண்ணினோம். யாரு, ஒன்றுக்கும் பற்றாத உதவாக்கரையான நாம். ஆமாம் யோவ், மனிசங்க பண்ணினதுதான் வாத்தியங்கள்ளாம்; அதெல்லாம் வெறும் போலி – இமிடேசன், பாசாங்கு... ஒப்புக்குச் சப்பாணி, அவ்வளவுதான். நம்ம தொண்டை இருக்குது பாரய்யா, அது, நம்ம நாடி நரம்பு நாளம் ஆயிரம் சேர்ந்தது. அது தானய்யா... அம்மா தாயே... அவ கொடுத்தது. அதுதான் மூல முதல். அதைப் போயி... இப்படிக் கத்திக் கத்தி, நார்நாராய்க் கிளிச்சு, நாறவைச்சு, உலர்த்தி வெச்சுக்கிட்டு, சங்கீதமா பண்றே! யோவ், ராகமா பாடினீரு? ராகம்னா என்ன அர்த்தம்... தெரியுமா உனக்கு? அம்மா தாயே, அது அவ நிறம்; அது ஒரு முழுமை; ஒரு வட்டம்; ஒரு விரிவு; ஒரு கூர்ப்பு. விரிந்து பரந்த அகிலாண்டகோடி பிரம்மாண்டமெல்லாம் ஒரு நாத அணுவில் ஒடுங்கும் தத்துவமய்யா ராகம். எட்டுக்கால் பூச்சி உமிழ்ந்து உமிழ்ந்து கோணமெல்லாம் கட்டி இழுத்துச் சுற்றி முடித்து மறுபடியும் சுருக்கி இழுத்து ஒடுக்கும் தத்துவமய்யா ராகம். ஒன்றின் பெருக்கம் கோடி. கோடியில் ஒன்று; ஒன்றில் கோடி. ராகமூர்ச்சனையும் ஆலாவனையும், ஆதாரம் ஒன்றிலிருந்து விசிறி அடித்துப் பரவி விரிந்து ஒடுங்கினால்... அம்மா தாயே... காலமும் பரப்பும் மறந்து, மறைந்து மரத்துப்போகணும் யோவ். ஏழுசொரம்னு பொட்டைக் கணக்கைப் போட்டுக்கிட்டுத் தாவித் தாவிக் குதிக்கிறீரு; ஆ ஊன்னு அலறிப் புடைச்சு ஆகாத்தியம் அத்தனையும் பண்றீரு. அம்மா தாயே... ஏழு சொரங்கிறது ஆனா ஆவன்னா போவ். எல்லா சொரமும் ஒரே சொரங்கிறதுதான் பி.ஏ., எம்.ஏ. படிப்பு. ஏழு நிறம் ஏதுங்கணும்? எல்லாம் ஒரே வெள்ளை; வெள்ளைகூட இல்லை – அதுவே தோற்றம்தான்...

எல்லாமே ஒண்ணுதான் ... எல்லாம் அவதான். நீரு, நெருப்பு, காற்று, கருவி, காரியம் எதைச் சொன்னாலும் எல்லாம் அவதான்... அதெல்லாம் உமக்குத் தானாகவே விளங்கப்போவுது; இனிமேல் நீர் பாட வேண்டாமய்யா; பாடக்கூடாது; உம்மைப் பாட முடியாமல் செய்துவிடப் போகிறேன். இன்னும் இருபத்தோரு வருசம் களிச்சு. ஆமாம், மூவேழு இருபத்தோரு வருசம் களிச்சு, இதே திருவாதிரையன்னிக்கு, அம்மா தாயேன்னும், அவ வரச் சொன்னான்னும் சொல்லிக்கிட்டு, இது வந்து நிற்கும். அன்னிக்கு பாடப் போறே பாரு, அதுதான் பாட்டு. அன்னிக்குத்தான் எல்லாருக்குமே கண் திறக்கப் போவுது. ஏழிசையாய் இசைப் பயனாய் என்றெல்லாம் எந்த அப்பனையும் எங்க அம்மாவையும் பெரியவங்க சொன்னாங்களோ, எந்த எங்க அம்மாவுடைய பாட்டுக்குச் சேத்தியா அப்பன் தில்லையிலே தூக்கிக் காலைக் கீளே வெக்காமை ஆடிக்கிட்டே இருக்கானோ அந்தப் பாட்டு பாடப் போறீரு. அன்னிக்குத்தான் பாட்டுக் கேட்கிற போதாவது எல்லாரும் எங்கம்மாவை உணரப் போறாங்க. இன்னிக்கு இந்தச் சனங்க . . . அம்மா தாயே, எம்மாங் கூட்டம். இந்த சனங்க உங்களைக் கொண்டாடினாங்களே, அது வெறும் கூச்சல். பட்டிக்காட்டான் யானையைப் பார்த்திட்டு அடிக்கிற கூத்து இது. அறியாமை ஆடுகிற அவலக்கூத்து. அவங்களுக்குத் தெரிஞ்சதாவும் தெரியாததாவும் நீங்க எத்தையாச்சையும் கத்தறது. கையைத் தட்டுங்கய்யோவ்னு கெஞ்சறது. உடனே அவங்க 'சபாசு சபாசு'ன்னு கூச்சல் போடறது. அம்மா தாயே . . . யோவ், கோவமா; கோவிச்சுக்காதே. கொஞ்சம் சிரி. ஒட்டகத்துக்குக் கல்யாணமாம். அதிலே கழுதைக் கச்சேரியாம்; ஒண்ணுக்கொண்ணு நன்றி சொல்லிப் பாராட்டிக்கணுமே; கச்சேரி பண்ணினது, "ஆகா, என்ன அழகு; என்ன அழகு" என்று மாப்பிள்ளையைக் கொண்டாடிச்சாம். பதிலுக்குக் கல்யாணப்பிள்ளை, "ஆகா என்னா இனிமையான தொண்டை; எத்தனை இன்பமான பாட்டு"ன்னு பாராட்டிச்சாம். இதெல்லாம் வேண்டாம். உமக்கு. அம்மா தாயே, அவ வரச் சொன்னா வந்தேன்; அவ செய்யச் செய்கிறாள். செய்கிறேன். சொல்லச் சொல்கிறாள்; சொல்கிறேன். சுருதி என்பது தூய ஆகாய வெளிப் பரப்பு; தாளம் என்பது காலத்தின் விரிவு. இவை இரண்டுமே துண்டு படாத அகண்டங்கள் – எல்லையற்றவை. இவற்றில் வரையறை செய்துகொண்டு – நாமாக அறுதி வைத்துக்கொண்டு, அணுவான நம்மை அகண்டத்தோடு இணைக்க இசைக்கிறோம். அதுதான் இசை; பாட்டு; பண் எல்லாம். உருப்படிகள் இசையை ஏந்தும் கிண்ணங்களே. ராகம்தான் உயிர்நிலை இசைக்கு. ராகங்களுக்கெல்லாம் சொரூபம், அதாவது வடிவம் உண்டு. ஆண் ராகங்கள் உண்டு; பெண் ராகங்களும் உண்டு. அந்தந்த

ராகங்களை அந்தந்தக் காலங்களில் பாடினால், அவை எழுந்துவந்து நடமாடும். ஆரோசை, அமரோசை ஆரோகணம், அவரோகணம் பேச்சுமொழி அமைத்துக்கொண்டு சொரங்களை நம்ம முயற்சியாலே மூச்சுக்காற்றுடன் கலந்து குழைத்து, அததற்கும் உள்ள அளவோடும், ஆற்றலோடும், அசைத்தும், இறுக்கியும், மென்மையோடும், வன்மையோடும், நடுத்தரமாகவும் படைத்துச் சுத்தமாக வாயாலே பாடும்போது அவையெல்லாம் கதை பேசும் – நடிக்கும். காமமும் களிப்பும், கொஞ்சலும் குலாவலும், ஏங்கலும் இரங்கலும், கடுமையும் கண்டிப்பும், சிரிப்பும் கேலியும், வீரமும் கோபமும் சோகமும் சாந்தமும் இன்னும் என்னென்ன உண்டோ அத்தனை உணர்ச்சிகளையும் ராகங்களுடைய சஞ்சாரத்திலே உணர முடியும்; ஆனால், அதிலே ஓர் அருமை என்னவென்றால், ராகம் உணர்த்தும் உணர்ச்சிகள் அத்தனையுமே ஆனந்தம்; அமைதி நிறைந்த ஆனந்தம். நம்ம வாழ்க்கையில் இந்த உணர்வுகள் எல்லாம் அதது வெவ்வேறு விதமாய் வேலை செய்யும். ஒண்ணு இன்பமாய் இருக்கும்; இன்னொண்ணு துன்பமாயிருக்கும். ஒண்ணு, மனசுக்கு ரொம்பப் பிடிக்கும்; இன்னொண்ணு வேம்பாய்க் கசக்கும்; ஆனால் . . . அம்மா தாயே, ராகங்கள் தரும் உணர்ச்சிகள் அத்தனையுமே இன்பம் – பேரின்பம். அதில் சோகம்கூட அமிர்தமாய் இனிக்கும். அந்தச் சோகத்தில் திளைச்சுக்கிட்டே கிடக்கத் தோணும். இனிமேல் நீ பாடவே வேண்டாம். அறுபது நாழியும் இந்தச் சொரங்களையும், அதுகளின் கோவையாய்த் தொடுக்கும் ராகங்களையும் மனசாலேயே நினைச்சு நினைச்சுப் பாரு. ஆயிரம் பதினாயிரம் வடிவுகள், கோல வடிவுகள், நிறங்கள், நிறக்கலவைகள், நெளிந்து சுழித்தும், நேராய் நிமிர்ந்தும் ஓடும் ஒலிக்கோடுகள், கோடுகளின் எல்லைக்கு அப்பாலிருந்து, விம்மி எழுந்து விளிம்பில் பட்டுத் தெறிக்கும் அழகுத்துளிகள் எல்லாம் மனக்கண்ணில் படும்; மனக்காது அதுகளைக் கேட்கும்; மனத்தின் உள்மனம் அதுகளை உணரும். மனத்திரையில் அதுகளின் சித்திரம் பதியும்; மனசின் ஊமைக்குரல் அதுகளைப் பாடாமல் பாடும். உன் மௌன வலையில் அவ்வளவையும் எப்படியாவது பிடித்து வைத்துக்கொள்; அதுகள் தாமாகவே பிடிபடும் உனக்கு. இருபத்தொரு வருஷம் இப்படி இந்தத் தவம் பண்ணணும். அம்மா தாயே, அவ சொல்றா . . . யோவ், பண்ணுவையா, இல்லை, இப்படியே குத்தும் கொலையுமாய் . . ; போவட்டும், அதுவரைக்கும் சம்பாறிக்க முடியாதே; சோறு துணிக்கு இருக்கா? இல்லாட்டீ அம்மா தாயே . . . அவனையே தரச் சொல்லட்டுமா?"

இவரு பொறி கலங்கிப் போயி நின்னாரு. நான்தான் சொன்னேன்; "சாமி, உங்க அருளாலே, எங்களுக்கு ஒண்ணும் குறைச்சலே இல்லை. எங்களுக்கு இந்த வீடும், பத்து மா நிலமும்

இருக்குங்க; எங்க அம்மா எனக்கு நிறைய நகைகள் கொடுத்து விட்டுப் போயிருக்கிறாள். அம்மா தாயே, அவதான் உங்க ரூபத்திலே வந்து உத்தரவு போடுகிறாள். அப்படியே தவம் செய்கிறோம். சங்கீதம் எங்க குலதனம். அதிலே ஒரு பெரிய சிறப்பு வரது ரொம்பப் பெரிய விஷயம்." – நீங்க சொன்னபடியே செய்கிறோம். இப்படி நான் சொன்னதும் சாமி ரொம்ப சந்தோஷப்பட்டாரு. சொன்னாரு:

"பாவம் இந்தப் பொண்ணு நல்லாவே பாடுது. அதுவும் வழிவகையான பாட்டு; உதவுபடியான தொண்டை. நல்லவேளை, அது வெவகாரமே இல்லாமே சவ்வியமாப் பாடுது; சுதியும் லயமும் அம்மாவும் அப்பாவும் என்பாங்க. அப்பா அம்மாவுக்கு அடங்கின பாட்டு. வேணுமானா அதை உக்காத்தி வைச்சு ராகங்களைப் பாடச் சொல்லிக் கேளு. ராகங்களின் கோட்டு விளிம்புகளை உன்னிப்பாய் வெச்சுக்கிட்டு, அறுபது நாழியும், தின்ற நேரம், குடிக்கிற நேரம், கொஞ்சம் தூங்கற நேரம் போக மற்ற நேரங்களிலே நாதக்கட்டுக்களை அழகுக் கோலங்களை நினைச்சுக்கிட்டே இரும். யோவ், இப்படி வாரும்... இதை வாயிலே போட்டு முழுங்கிவிடும்" என்று அவரிடம் எதையோ வாங்கி விழுங்கியதைப் பார்த்தேன்; எல்லாம் ஒரே ஆச்சரியம். பிறகு, அவரை அணைத்துக் கொண்டு, அவர் காதில் எதையோ சொல்லி உச்சந்தலை, பின்கழுத்து இரண்டிடத்திலும் திருநீற்றால் தொட்டு அழுத்தினார் சாமி. "அம்மா தாயே, நான் வரேன். இன்னும் இருபத்தோரு வருஷம் கழிச்சு ஒரு திருவாதிரை அன்னிக்கு வருவேன்" என்று சொல்லிவிட்டுப் போய்விட்டார். அவர் சொன்னது கட்டாயம் நடக்கப்போகிறது என்பதற்கு அறிகுறியாக, அவர் சென்ற பிறகும் பல நாட்களுக்கு எங்கள் வீட்டில் சந்தனமும் மல்லிகையும் மணந்து கொண்டேயிருந்தன. அம்மா தாயே! – இந்த இரண்டு சொல்லுக்கும் இருக்கும் சக்தி எவ்வளவு! அப்படியே புல்லரிக்கிறது இதைச் சொல்லும்போது.

o

சாமி எங்கோ போய்விட்டது. அவர் வழக்கமே அப்படித்தான். எப்போதாவது வரும் எங்கள் ஊருக்கு. "அம்மா தாயே, அவ வரச் சொன்னா வந்தேன்" என்று சொல்லிக்கொண்டே வந்து சேரும்; வந்தால் சிவன் கோவில் அம்மன் சந்நிதியில் தங்கும். கோவில்காரர்களே அவருக்கு எல்லா உபசாரங்களும் செய்து விடுவார்கள். வீடுகளில் தண்ணீர்கூடக் குடிப்பதில்லை. சாமி ஒரேயொரு வெள்ளைத்துணிதான் கட்டிக்கொள்வது. அதை இரண்டு தோள்களுக்கும் அடியில், மாறுதலைப்பாய்க் கொடுத்து வாங்கிக் கழுத்துப் பின்புறத்தில் முடிந்திருப்பார். இதைத் தவிரக் கையில் பையோ பெட்டியோ ஒன்றும் கிடையாது. ஆனால்,

அவர் இருக்கும் இடத்தைச் சுற்றி, மணம் வீசிக்கொண்டே இருக்கும். அடிக்கொரு தடவை, "அம்மா தாயே!" என்பார். அந்தக் குரலில் அன்பும் அருளும் குடியிருக்கும்; "அவ வரச் சொன்னா; வந்தேன்" என்று சொல்லிக்கொண்டு, சாமி எங்கள் ஊருக்கு வந்து சில நாள் தங்கிவிட்டுப் போகும்போதெல்லாம் ஏதாவது அற்புதங்கள் நடக்கும். முன்பொரு தடவை வந்தார். சிவன் கோவில் மிகவும் இடிந்தும் இருண்டும் கிடந்ததைப் பற்றிப் பேசினார். பெரிய பண்ணை உடையாருக்கு உடம்பு சொகமில்லை; வியாபாரத்திலும் கஷ்ட நஷ்டம் என்று எல்லோரும் சொல்லிக்கொண்டிருந்த நேரம் அது. சாமியே நேரே உடையார் கிட்டே போயி, "கோவிலைக் கட்டும்யா. எல்லாம் சரியாயிடும். அம்மா தாயே யோவ், நான் சொல்லவில்லை. அவ சொல்றாள்" என்றார். கோவிலும் கட்டியாச்சு; உடையாருக்கும் உடம்பும் நல்லபடியாச்சு. தொட்டதெல்லாம் பொன்னாய்ப் பெருகவும் ஆரம்பிச்சுது. இது மாதிரி எவ்வளவோ! ஆனால் எங்களுக்கு இந்த உத்தரவு போட்டுட்டுப் போன பிறகு, இன்னும் இங்கு வரவே இல்லை. விளையாட்டுப்போல இருபது வருசமும் ஓடிப்போச்சு; இது இருபத்தோராவது வருசம்; ஆச்சு, ஐப்பசியும் பிறந்துடுச்சு; கார்த்திகை மார்கழி – உடனே திருவாதிரைதான். எங்க தவம் பலிக்கப்போவுது கட்டாயம். உலகத்துக்கே புதிசாய்ப் பாடப் போகிறார் என் வீட்டுக்காரரு. அம்மா தாயே, அந்த நாளைத்தான் எதிர்பார்த்துக்கிட்டுத் தவம் செய்கிறோம். நீங்க அவரைத்தான் பார்த்தீங்களே; எப்படி இருக்காரு? சொல்லுங்களேன்?

"அம்மா தாயே . . .அவருக்கென்ன!"

"என்னங்க இது, நீங்களும்..."

"பின்னே என்ன தங்கத்தாயி, நீங்க சொன்ன கதையைக் கேட்ட பிறகும், 'அம்மா தாயே' என்று எப்படிச் சொல்லாமல் இருக்க முடியும்? பெரிய அற்புதம் இது. நாங்கள் வெறும் பத்திரிகைக்காரர்கள்தான்; என்றாலும் இந்த நம் நாட்டின் தெய்வீகத்தில் முழு நம்பிக்கை உடையவர்கள்; அதனால்தான் உங்களைப் பற்றிக் கேள்விப்பட்டதும் ஓடிவந்தோம். எங்களில் அதோ அவர், ஒரு பெரிய சங்கீத வித்வான். விமர்சகர். இன்னொருவர் பெரிய கதையாசிரியர். மூன்றாவது பேர்வழி நல்ல ஓவியர். நான் ஆசிரியன். உங்கள் வீட்டுக்காரர் முகத்தில் ஞானக்களை வீசுகிறது. அவருடைய கண்களில் வறண்ட சூன்யமும் பாழும் இல்லை. ஒரு அற்புதமான நிறைவும் வடிவும் பொங்கி வழிகின்றன. அவருடைய நடையிலும் நிற்பதிலும் பொருத்தமில்லாத, பாந்தமேயில்லாத தொய்வும் துவட்சியும்

இல்லை. மாறாக நல்ல காம்பீர்யம் மிளிர்கிறது. மொத்தத்தில் அழகு நிறைந்த கருத்துக்களை அள்ளி வீசும் அவருடைய மௌனம் ஆயிரம் ஆயிரம் இசைக்கோலங்களை இசைப்பது போலவே இருக்கிறது..!"

"அவருடைய இருப்பிலும் அசைவிலும் ராக தேவதைகளின் அமைப்பையும் நெளிவுகளையும் காண முடிகிறது. அவருடைய முக மலர்ச்சியில் ஒய்யாரமான ஸ்வரங்களின் கமகங்களைக் காண முடிகிறதே! அம்மா தாயே, நாத பிந்து கலை முதலியவை தமது தெய்வீகச் சௌந்தர்யத்துடன் காட்சி தரும் அந்த நன்னாளை விரைவில் அருள்வாயாக." – இது சங்கீத வித்வான் சொன்னது.

"இங்கே வாருங்கள், பத்து வருஷங்களாக அவர் வரைந்திருக்கும் நூற்றுக்கணக்கான ராக சித்திரங்களைப் பாருங்கள். எத்தனை வர்ணஜாலங்கள் – கோடுகள் – படிக்கட்டுக்கள். சுழிகள் – பின்னல்கள்; இவற்றிற்கெல்லாம் என்ன பொருள் என்று விளங்கவேயில்லை. யாரோ ஒருவர் பார்த்துவிட்டு, இவையெல்லாம் இந்த இசைத்தவம் புரியும் ஞானியே படைத்துக்கொண்டுள்ள ஒரு சங்கீத பாஷை. வருகின்ற திருவாதிரைக்குப் பிறகு, இந்தச் சித்திரங்களில் உள்ள இசையழகுகளை அவரே பாடிக் காட்டுவார் என்று சொன்னார். அம்மா தாயே..."

O

பெரிய பெரிய தாள்களில் அவர் எழுதியிருந்த அந்தச் சித்திரங்களைப் பார்த்தார் ஓவியர். வைத்த கண் வாங்காமல் பயபக்தியுடன் பார்த்தார். அவற்றிலிருந்த அளவுப்பொருத்தமும், வண்ணப்பொலிவும், நிழலும், வெளிச்சமும், சமநிலையும், அழுத்தமும், கச்சிதமான கணித அமைதியும் அவரைப் பரவசப்படுத்தின. அவர் சொன்னார்:

"அம்மா தாயே, திருமதி தங்கத்தாயி அவர்களே! தங்கள் வீடு தெய்வீகத் திருத்தலம். இங்கே கலாதேவி தன் பரிபூரண கடாட்சத்தை நிறைத்திருக்கிறாள். அந்தக் காலத்தில் தாகூர், தன் உணர்ச்சிகளுக்கும் கவிதா தரிசனங்களுக்கும், சொல் வடிவம் போதவில்லை – சொல்லையும் முடமாக்குகின்றன அவை என்று வரிவடிவம் அமைத்தாராம். கோடுகளும் சுழிகளும் பட்டைகளும் புள்ளிகளுமாய் வரைந்தாராம். குவியலும் கோணலுமாய் வண்ணங்களை அப்பிச் சித்திரம் தீட்டினாராம். இவர் வரைந்திருக்கும் இந்தச் சித்திரங்கள் எல்லாம் நாதமயமானவை. நாளை வரப்போகும் திருவாதிரையன்றைக்கு, "அம்மா தாயே, அவ வரச் சொன்னா, வந்தேன்" என்று சொல்லிக்கொண்டே

சந்தனச்சாமி வரப்போகிறார். அப்போது உங்கள் வீட்டுக்காரர் இந்தச் சித்திரங்களில் காணும் கோடுகள் சுழிகள் இவற்றையும், வண்ணப்பதிவுகள் அனைத்தையும் தனது தெய்வீகக்குரலால் பாடி அம்பிகையைக் கேட்போர் எதிரே நிறுத்தப் போகிறார். பராசக்தியின் அருள் வெள்ளம் பெருகப் போகிறது நம் செந்தமிழ் நாட்டில். பொன்னிக்குக் காவிரி நிலத்திற்கு வர இருக்கும் குறையையும் இந்தக் கன்னித் தெய்வம் தீர்த்துவைக்கப் போகிறது; சென்னையில் இந்தத் தெய்வீகத் திருநிறைந்த இசை ஞானியின் புகழ் பரப்பும் தூயத் தொண்டு எங்கள் பத்திரிகைக்குத்தான் கிடைக்கப்போகிறது. அம்மா தாயே, ஓம் சாந்தி; சாந்தி; சாந்தி..."

ஆனந்த விகடன் – தீபாவளிமலர்: 1971

'அம்மா இட்ட கட்டளை'

# அம்மா

## 1

"அம்மா... உன்னிடம் ஒரு வார்த்தை சொல்லி விட்டு, அப்புறம்... அவளுடைய மாமாவையும்... என்னம்மா இது! கிட்டத்தட்ட அரைமணி நேரமாய் நான் பேசிக்கொண்டே இருக்கிறேன், அதுவும் என்னாலே எவ்வளவு முடியுமோ அவ்வளவு நிதானமாய் என் ஸ்வபாவமான படபடப்பை விட்டுவிட்டு நிறுத்தி நிதானமாய்த் தெளிவாய் எடுத்துச் சொல்கிறேன். நீயோ பதிலே சொல்லாமல், அம்மா, உலகத்திலேயே எனக்கு நீ இருப்பதுபோல் ஒரு உயர்ந்த தாய், மகனுடைய மனத்தை அறிந்து ஒத்துப்போகும் ஒரு தாயார், யாருக்குமே இருக்க முடியாதென்று, ரொம்பப் பெருமையோடு என் சிநேகிதர்களிடம் சொல்லிக் கொள்வேனே அம்மா நான், அவர்களும், ஆமாம் ஆமாம் உண்மையென்று ஒப்புக்கொள்கிறார்களே அம்மா. அப்படிப்பட்ட அம்மா நீ, ஏன் பதிலே சொல்லாமல் இருக்கிறாய்?"

"பதில் சொல்லாமல் முடியுமாடா கண்ணா, அப்படிச் சொல்லாமல்தான் இருந்துவிடுவேனா, நீ சொன்னதையெல்லாம் கேட்கிறபோது, எனக்கு ஒரு பழைய ஞாபகம் வந்தது."

"அதைத்தான் சொல்லேன், நான் சொன்னதைக் கேட்டுவிட்டாய். இதற்குப் பிறகு நீ எதைப் பேசினாலும், அந்தக் குரலிலேயே, குரலின் நெளிவுகளிலேயே, உன் அந்தரங்கத்தை என்னால் புரிந்துகொள்ள முடியும். சொல்லேன்... அம்மா சொல்லேன்."

“நீ சாப்பிட்டு முடி. அப்புறம் சொல்கிறேன். வரவர உன் சாப்பாடு மிகவும் குறைந்துவிட்டது.

“மாட்டேன் . . . நீ சொல்லாவிட்டால் மேலே சாப்பிடவே மாட்டேன்.”

“என்னடா கண்ணா, நீ இன்னும் சின்னக் குழந்தை மாதிரிப் படுத்துகிறாயே, முப்பது வயதுக்குமேல் ஆகியும், இரண்டு தாயில்லாக் குழந்தைகளுக்குத் தகப்பனாயிருந்தும் நீ இன்னும் குழந்தைமாதிரிப் படுத்துகிறாயே, நான் என்னடா செய்வேன்; உன் உடம்பு இளைத்தால் என் உயிரே இளைத்துக் களைத்துப் போகிறது. நீ சாப்பிடு. நான் சொல்வதைக் கேட்டுக்கொண்டே இன்று ஒரு பிடியாவது அதிகமாய்ச் சாப்பிட வேண்டும். இந்தா எலுமிச்சம்பழ ரசம், உனக்கு ரொம்பப் பிடிக்குமே.”

“இப்படியே . . . பதில் ஒன்றுமே சொல்லாமல் . . .”

“இதோ சொல்கிறேன், கேள். நீ உத்யோகத்துக்குப் போன புதிசில் இதே மாதிரித்தான், உனக்குச் சமைத்துப்போட நான் பட்டணத்துக்கு வந்தேன். அப்போ நீ பிரம்மச்சாரி. அப்போதெல்லாம் நீ அடிக்கடி சொல்வாயே . . . அதை நினைத்துக்கொண்டேன்.”

“என்னம்மா இது, புதிர் போடுவது மாதிரி, எத்தனையோ சொல்லியிருப்பேன் . . . எதையென்று நினைத்துக்கொள்வது.”

“கல்யாணம் ஆகாத பெண் குழந்தைகள், பாவம், சம்பாதிக்க வேண்டிய நிர்ப்பந்தத்தாலே ஆபீஸ்களுக்கு வேலைக்கு வருகிறார்கள். அந்தந்தக் குடும்பத்தில் என்ன கஷ்டமோ, வேதனையோ, அதுக்காக, இந்தப் பயல்கள், ஆபீசில் வேலை பார்க்கும் ஆட்கள், கல்யாணம் ஆனவர்கள்கூட, அந்தப் பெண் குழந்தைகளைப் படாதபாடு படுத்திப் பம்பரமாய் ஆட்டி வைக்கிறார்கள். பாவம், அந்தப் பெண்கள் அப்படியே வெட்கப்பட்டுக் கூனிக் குறுகிக் குமைந்தும் போகிறார்கள். எனக்குப் பொறுக்கவில்லை. ஒவ்வொரு சமயம், சில பையன்களை அதட்டி அடிக்கக்கூடப் போனதுண்டு என்றெல்லாம் சொல்வாயே . . . அதை நினைத்துக்கொண்டேன்.”

“அப்படி வா வழிக்கு. அபபோ இன்னும் கொஞ்சம் சாதம் போடு. ஒரு பிடி என்ன, பத்துப்பிடி அதிகமாய்ச் சாப்பிடப் போகிறேன் இன்னிக்கு. அம்மா, இப்போதும் நான் அதே கண்ணன்தான். இம்மிகூடத் தவறாத பிள்ளைதான் அம்மா. ஆனால் எனக்கென்று வந்தவளை இழந்துவிட்டு, இரண்டு குழந்தைகளோடு மூன்றாவது குழந்தையாக உன்னைப் படுத்திக் கொண்டு இந்தத் தள்ளாத வயதில் உன்னைப் பாடாப்படுத்தி

வைக்கிற கண்ணன் அம்மா நான். அது மட்டும் இல்லை. இத்தனை நாழி நான் சொன்னேனே, அந்தப் பார்வதி என்கிற பெண் அவள் அப்படி ஒரு சின்னப் பெண்ணும் இல்லை, அழகான மோகினி இல்லை. அவளுக்கு இருபத்திநாலு வயது முடிந்துவிட்டது. அவள் எட்டின மாமா உறவுக்காரர் ஒருவருடைய வீட்டில், தனியாகச் சமைத்துச் சாப்பிட்டுக்கொண்டு, வாயை வயிற்றைக் கட்டி, பஸ்ஸுக்குக் கூடச் செலவழிக்காமல் நடந்து, தன் அப்பாவுக்கு மாதா மாதம் நூறு ரூபாய் அனுப்புவதற்காகத் தன் உயிரையே விடுகிறாள். இங்கே அம்மாவும் ஐந்தாறு தம்பி தங்கைகளும் இருக்கிறார்கள். அப்பாவுக்குச் சம்பாத்யம் கிடையாதாம். ரொம்ப நல்ல பெண். சத்தியமாகச் சொல்கிறேன். இதுவரை நான் அவளை எதிரே நின்று ஏறிட்டுக்கூடப் பார்த்ததில்லை. அப்படியென்றால் அவளுடன் பேசியிருப்பேனா என்று நீயே தெரிந்துகொள். அம்மா, உன்னிடம் நான் பொய் சொன்னதுண்டா? சொல்வேனா? உன்னிடம் ஒரு வார்த்தை சொல்லிவிட அப்புறம்... அப்புறம்கூட யார் மூலம் இதை எப்படிச் சொல்வது என்பது பெரிய சங்கடமாகவே இருந்தது. நான் சாப்பிட உட்காரும் வரையில், பிறகுதான் அந்த மாமா ஞாபகம் வந்தது. உனக்குச் சம்மதமா சொல்லு. நீ என்னுடைய ஆபீசுக்கு வா. வாசலில் இருப்பவனிடம் அவளைப் பார்க்க வந்திருப்பதாகச் சொல். அவள் வருவாள். அம்மா இதுவே இப்பத்தான் தோணித்து எனக்கு. வருகிறாயா அம்மா. புறப்படு என்னுடன். நீ நேரம் கழித்துத்தானே சாப்பிடுவாய், வா ... புறப்படு."

"கண்ணா, நீ இப்படி அவசரப்படுவதை வேறு யாராவது பார்த்தாலோ அல்லது கேட்டாலோ, உன்னை நம்ப மாட்டார்கள். அதாவது நீ அந்தப் பெண்ணை இதுவரை பார்த்ததில்லை, பேசியதுமில்லை என்று யாருமே நம்பமாட்டார்கள். ஆனால் நான் நம்புகிறேன். உன்னை எனக்குத் தெரியுமேடா கண்ணா. நான் இப்போது உன்னுடன் ஆபீஸுக்கு வர வேண்டியதே இல்லை. பார்வதியை எனக்குத் தெரியும். அவள் அப்படி ஒன்றும் அழகே இல்லாத பங்கரை இல்லை. பார்க்கப் போனால் நமக்கேற்ற அழகு என்றுதான் சொல்லவேண்டும், தொடைச்சுவிட்டாப்போல பளிச்சென்றிருக்கிறாள். மூக்கும் முழியும், கையும் காலும், விரலும் வீச்சும், உடம்பும், உயரமும், பாந்தமாகவும், பக்குவமாகவும் இருக்கிறது அவளுக்கு. பாவம் கவலை. கடுமையான வேலை வேறு. அதனாலே இளைத்திருக்கிறாள். நிழலில் இருந்து நிம்மதியாய்ச் சாப்பிட்டால் குழந்தை நன்றாயிருப்பாள். நீயே தைர்யமாய்ப் போய், 'எங்கம்மா உன்னை வரச்சொன்னாள். ஆபீஸ் நேரத்திலேயே, கொஞ்சம் பர்மிஷன் வாங்கிக்கொண்டு, சுருக்கப்போ' என்று சொல். மிச்சத்தை நான் பார்த்துக்கொள்கிறேன். உன் அவசரம், உன்னைவிட எனக்கு நன்றாய்த் தெரியும்."

"என்னம்மா இது… நான் எப்படியம்மா?"

"எல்லாம் இப்படித்தான். சும்மா, நீயே தைர்யமாய்ப் போய் நான் சொன்னபடியே சொல்."

**2**

"பார்வதி, என்னம்மா இது, இன்றைக்கு நீயும் லேட்டா?"

"ஆமாம் சார்… வந்து… வந்து…"

"சரி, ஆபீஸ் வாசலில் பேசக்கூடாது. தயவுபண்ணி பத்து நிமிஷம் கழித்து, ரெக்கார்டு ரூம் பக்கம் வா. உன்னிடம் ஒரு சமாச்சாரம் சொல்லணும். அங்கே ஒருவரும் இருக்க மாட்டார்கள் – இந்த நேரத்தில்; சற்றுச் சாவகாசமாகப் பேசும்படியாகவும் இருக்கலாம். அந்தரங்கமாப் பேசணும். சந்தேகப்படாதே, பயப்படாதே. என்னைத் தெரியுமல்லவா உனக்கு. ஆமாம்… கட்டாயம் வா… முக்கியமான சேதி."

"என்ன சார், உங்களைத் தெரியாதா எனக்கு? கட்டாயம் வரேன் சார்… நான்."

**3**

"பார்வதி, இதுவரைக்கும் உன்னை நின்று பார்த்ததுண்டா? எப்போதாவது உன்னுடன் பேச முயன்றிருப்பேனா இப்படி? ஆனால் . . . என்னவோ சொல்லத் தெரியாத . . . புரியாத ஒரு ஆவல், என் தாயார் எனக்குத் தெய்வம். அவளிடம் கேட்ட பிறகுதான் உன்னைக் கண்டு பேச வேண்டுமென்று காத்திருந்தேன். இன்று எங்கம்மாவிடமும் கேட்டுவிட்டேன். எங்கம்மாவுக்கு உன்னைத் தெரியுமாமே."

"நன்னாத் தெரியும் சார். அடிக்கடி கோவிலில் சந்திப்பதுண்டு. என்னிடம் உங்கம்மாவுக்குத் தனிப்பாசம். பூவை வாங்கிக் கொடுத்துத் தலையில் வைத்துக்கொள்ளச் சொல்வார். சில சமயம் உங்கம்மாவே, என் தலை நிறைய மல்லிகைப்பூவை வைத்து, அம்மன் குங்குமத்தையும் இட்டு அனுப்புவதுண்டு. எனக்கு உங்கம்மாவிடம் தேவதா விசுவாசம் சார்."

"ரொம்ப சரி. நீ உடனே போய் எங்கம்மாவை வீட்டில் பார்க்க வேண்டுமே. உனக்கென்று ஒரு மங்களச் சேதி சொல்லுவாள் அவள்."

"என்ன சார், சிரிக்கிறீர்கள். ஆனால் உங்கள் சிரிப்பில் என்னவோ சொல்லத் தெரியவில்லையே எனக்கு. உங்கள் சிரிப்பு ரொம்ப நன்றாய் இருக்கிறது. நன்றாய் இருப்பது மட்டும் இல்லை… வேறு என்னவோ…"

“பார்வதி, இனிமேலும் தாமதிக்க வேண்டாம். அரை நாள் ஸி.எல் போட்டுவிடு. உடனே போ என் வீட்டிற்கு. என் முடிவு ரொம்ப நியாயமானது. நெறியானது. நீ உடனே கிளம்பு பார்வதி.”

“எதுக்கு சார்?”

“எதுக்கு சாரா? எது எதற்கென்று கேட்கிறாய் நீ?”

“எல்லாமேதான் சார்.”

“பார்வதி, இப்போதுதான் உன்னை நெருங்கி, உன்னை நேருக்குநேர் பார்த்துப் பேசியிருக்கிறேன். இது வந்து ... இந்த நெருக்கமும் பேச்சும், இந்த க்ஷணத்திலிருந்தே என்றைக்கும் உரிமையுடன் உள்ள நெருக்கமும் பேச்சுமாக ஆகிவிட்டது. அவ்வளவுதான்.”

“சார், எங்கள் குடும்பம், எங்கப்பா வந்து ...”

“உங்கப்பா வந்து ... வரதட்சிணை, சீர் இதெல்லாம் பேசி அதெல்லாம் எனக்குத் தெரியும். நீட்டி முழக்குவது அப்புறம் ஆகட்டும். ஆபீசில் இதற்கு மேல் பேச முடியாது. பேசத் தேவையும் இல்லை. நீ உடனே எங்கம்மாவைப் போய்ப் பார்.”

“அதைச் சொல்லவில்லை சார், இப்பொழுது உள்ள நிலையில் எங்கள் வீட்டில் சம்பாதிக்கிற ...”

“சம்பாதிக்கிறவள், உன் வீட்டில் நீ ஒருத்திதான் என்கிறாய் அவ்வளவுதானே. தப்புக்கணக்கு. இனிமேல் உங்கள் வீட்டில் சம்பாதிக்கிறவர்கள் இரண்டு பேர். நீ ஒருத்தி, நான் ஒருவன்.”

“சார், உங்கள் உத்தியோகத்திற்கும் சம்பளத்திற்கும் எங்கள் குடும்பத்தின் நிலைக்கும், இப்போது எங்கள் அப்பா கௌரவம் கண்ணியம் ஒன்றுமே இல்லாமல்”

“அதெல்லாம் எனக்குத் தெரியும். நீ இவ்வளவு தூரம் அரட்டைக் கல்லிப் பேசுவதால் நானும் சொல்கிறேன். எனக்கு இது இரண்டாம் கல்யாணம். அதனாலே . . .”

## 4

“கண்ணா சுருக்க எழுந்திரு. பார்வதியும் அவள் மாமாவும் வந்திருக்கிறார்கள்.”

“இதோ வந்தேன், வாங்கோ ... வாங்கோ, வாம்மா பார்வதி. அம்மா இரண்டு பேருக்கும் காப்பி.”

“இதோ ரெடி. நீயும் வா, பல் தேய்த்துவிட்டு.”

"என்ன சேதி மாமா, பார்வதி என்ன சொல்கிறாள். நேற்றுச் சாயங்காலம், நான் ஆபீசிலிருந்து வருவதற்குள் இவள் அங்கு உங்களுடன் வீட்டுக்கு வந்துவிட்டாள், என்ன அவசரமோ ... என்ன சொல்கிறாள்?"

"அவள் என்ன சொல்வாள்? வரப்பிரசாதம் மாதிரி ஒரே பரவசம் அவளுக்கு. உங்கம்மா அவளுக்கு ரொம்ப நாளா ஒரு தேவதை மாதிரியாம்."

"நீங்கள் பார்வதிக்கு என்ன உறவு?"

"தூரத்து உறவுதான். மாமா முறை. இருந்தாலும் நாங்கள் தலைமுறை தலைமுறையாப் பழக்கம், ரொம்ப ஒட்டுதலாய்ப் பழகின குடும்பங்கள். பார்வதியின் தகப்பன் ரொம்ப நல்லவர், சாது. அவருக்கும் நிறையச் சொத்து சுதந்திரம் இருந்தது. என்னவோ காலவித்தியாசம் எல்லாம் போய்விட்டது. அவர் உபகாரி. கொஞ்சம் தாராளமான கை. பிறத்தியார்க்குச் செய்தே நொடித்துப் போனவர். பெரிய சம்சாரி. இப்படியெல்லாம் இருக்கிறதே. அட ஒரு கல்யாணம் என்றால் குறைந்தபட்சம் இரண்டாயிரம் மூவாயிரமாவது இருந்தால்தானே ஆரம்பிக்கலாம்?"

"அதெல்லாம் எதற்கு இப்போது? பார்வதிக்கு முழுச் சம்மதம் என்று எங்கம்மா சொல்கிறாள். அது போதும் எனக்கு."

"இப்பவே பார்வதி எங்கே இருக்கிறாள் பாருங்களேன். அடுப்பங்கரையில் அதுவும் உங்க அம்மாவுக்குப் பின்னாடி ஒட்டிக்கொண்டு நிற்கிறாள். அவள் என்ன சொல்கிறாள் என்றால் ... அதாவது என்னை என்ன சொல்லச் சொல்கிறாள் என்றால், எதற்கும் அவளுடைய தகப்பனாரை ஒரு வார்த்தை கேட்டுக்கொண்டு, அந்தக் குடும்பத்தின் நிலைமையையும் நீங்கள் நன்றாகப் புரிந்துகொண்டு ... பிறகு, ஏனென்றால் இதில் வேறு எந்த ஆட்சேபணையும் கிடையாது. நேற்று சாயங்காலம் நான் போகும்போதே அம்மாவிடம் கேட்டு உங்கள் ஜாதகத்தையும் வாங்கிக்கொண்டுபோய்ப் பார்த்துவிட்டேன். எல்லாவிதத்திலும் பொருத்தம் நூற்றுக்கு நூறாயிருக்கிறது. அதனாலே ..."

"சரி, அவ்வளவுதானே, நாம் இருவரும் அவளுடைய ஊருக்குப் போய், எல்லாவற்றையும் பார்த்துக் கேட்டுக் கொண்டு வருவோம். இனிமேல் பார்வதி ஆபீஸுக்குப் போக வேண்டியதில்லை. லீவ் போட்டுவிட்டு, இங்கேயே என் வீட்டிலேயே இருக்கட்டும். நீங்கள் எப்போது புறப்பட முடியும் ஊருக்கு?"

"இன்றைக்கே நாள் நன்றாயிருக்கிறது. உங்களுக்குப் புனர்ப்பூசம். இன்று புதன். ராத்திரி பூசம் வந்துவிடுகிறது.

நாளைக்குப் பூராவும் இருக்கிறது பூசம், உங்களுக்குப் பேஷான நாள். சித்தயோகம். நாள் ரொம்பத் தரமாயிருக்கிறது. இன்றைக்கே ராத்திரி வண்டிக்குப் புறப்படுவோம்."

*(மறுநாள் காலை ரயில் பிரயாணத்திற்குப் பிறகு பார்வதியின் வீடு)*

"அண்ணா, வா. நேரே பட்டணத்திலிருந்துதானே. என்ன சேதி, சௌக்கியமா, மன்னி குழந்தைகள் எல்லோரும் சௌக்கியமா? எங்க பார்வதி தேமேன்னு பாவம்... எப்படி இருக்கிறாள்?"

"எல்லோரும் சௌக்கியம். பார்வதிக்கும், அவள் மூலமாய் உங்கள் எல்லாருக்கும் க்ஷேமம் வந்திருக்கு. கவலைப்படாதே. கிட்டா எங்கே? வெளியூரா?"

"இங்கேதான், அடுத்த தெருவிற்கு ஒரு காரியமாகப் போயிருக்கிறார் அவர். இதோ வந்துவிடுவார். நீங்க காப்பி சாப்பிடுங்கோ."

"கண்ணன் சார், இவர்தான் பார்வதியின் தாயார். பரம சாது திடீரென்று காது செவிடாகிவிட்டது. வீட்டுக்கு வந்தவர்களுக்கு உபசாரம் செய்தே உபசாரம் செய்தே ஓட்டாண்டி ஆன குடும்பம் சார் இது."

"ஏம்மா, என்கூட வந்திருக்கிறவர் யார் என்றுகூடக் கேட்கவில்லையே நீ? இவர் நம்ம பார்வதி வேலை பார்க்கிற ஆபீஸில் பெரிய அதிகாரி. பார்வதி விஷயமாகத்தான் உங்களை எல்லாம் பார்த்துப் பேசணும்ன்னு வந்திருக்கார்."

"ஆஹா அதற்கென்ன? இதோ வந்துவிடுவார் அவரும்."

"சரி, கிட்டா வரட்டும். கண்ணன் சார், கொஞ்ச நாழி இங்கேயே இருங்கள். நான் இந்தத் தெருக்கோடியில் ஒருவரைப் பார்த்துவிட்டு, உடனே வந்துவிடுகிறேன்."

"சரி, உடனே வந்துவிடுங்கள். இரைந்து பேச வேண்டி யிருக்கிறதே என்று, அங்கே ரொம்ப நேரம் இருந்துவிடாதீர். இங்கே நான் தனியாய்..."

"தனி என்ன? குழந்தைகள் இருக்கிறார்கள். பேசிக்கொண் டிருங்கள்."

## 5

"ஏய், அம்பி, உன் பெயர் என்ன? எந்த கிளாஸ் படிக்கிறாய்?"

"என் பேர் பாலு. இரண்டாவது படிக்கிறேன்."

"அதோ நிற்கிறாளே, அவள் யார்?"

"எங்க அக்கா. ஆறாவது படிக்கிறாள்."

"உன் அண்ணன் எல்லாம் எங்கே?"

"எங்கப்பாவோடு போயிருக்கானுக."

"அப்பா எங்கே போயிருக்கிறார்?"

"அடுத்த தெருவில் யாரோ பணக்காரரா செத்துப் போயிட்டாளாம். நல்லவேளை, இங்கே எங்கள் வீட்டில் சாமானே இல்லை. பணமே இல்லை. நல்லவேளையா . . . அவர் செத்துப்போனார். அப்பா சாமானெல்லாம் வாங்கிக்கொண்டு வரலாம் சாயங்காலம் போய்."

"நீ போய்ப் படி. கணக்குப்போடு போ. அதோ ஓடி வருகிறாளே என்னிடம், அவள் யார் பாலு?"

"ஏன், அவளும் எங்க வீட்டுப் பெண்தான்."

"மாமாவோடு பேசுடி நீ வந்து. நான் போய் கணக்குப் போடுகிறேன்."

"மாமா நீங்க எந்த ஊரு? யாராவது செத்துப் போயிட்டாளா? எங்கப்பாவைக் கூப்பிட வந்திருக்கேளா . . ."

"அது போகட்டும் குழந்தே. நீ பாலுவின் தங்கையாம்மா."

"இல்லை அவன்தான் எனக்குத் தம்பி."

"நீ எந்த கிளாஸ் படிக்கிறாய்?"

"நான் பள்ளிக்கூடமே போகல மாமா. எனக்குச் சட்டை பாவாடை இல்லேன்னு எங்கப்பா என்னைப் பள்ளிக்கூடம் போக வேண்டாமென்று நிறுத்திட்டார்."

"அப்படியெல்லாம் சொல்லாதே கண்ணு. இனிமேல் நீ பள்ளிக்கூடம் போகலாம்."

"ஏன் மாமா? நீங்களும் ஏன் அழணும்? வரவர யாருமே செத்துப்போறதில்லை. எங்கப்பாவுக்கும் வரும்படி இல்லை. எங்கண்ணாவுக்குப் பரிட்சைக்குக் கட்டப் பணம் வேணும்ன்னு எங்க அக்காவுக்குத் தந்தி அடிச்சிருக்கார் எங்க அப்பா. அப்பாதான் அழறார். நீங்க எதுக்கு அழணும்? அதோ எங்கப்பா வந்துவிட்டார் குளத்தங்கரையிலிருந்து."

## 6

"வாடா கண்ணா, மங்கள காரியம் என்ன ஆச்சு? காயா? பழமா?"

"பழம் பழம் பழம். அடுத்த வாரம் கல்யாணம். ஒப்பிலியப்பன் கோயிலில். அவரிடம் கொஞ்சம் பணம் கொடுத்து வந்தேன்.

இங்கே ஆகவேண்டியவற்றை நாம் செய்யவேண்டும். அம்மா பார்வதியைக் கூப்பிடு. தந்தி வந்ததா என்று கேள்."

"அம்மா, தந்தி வந்தது என்று சொல்லுங்கள்."

"இவள் என்ன செய்தாளாம் அதற்கு?"

"என்னைக் கேட்கிறாயேடா, இதோ இவள் இங்கேதானே நிற்கிறாள். கேளேன்."

"அம்மா, இவர்தான் அங்கேயே போயிருக்கிறாரே என்று நான் பேசாமல் இருந்துவிட்டேன்."

"அம்மா, லீவைக் கான்ஸல் பண்ணிவிட்டு, உடனே ஆபீசுக்குப் போகச் சொல்லு இவளை. இந்த வருஷம் ஒருவன் எஸ்.எஸ்.எல்.சி. அடுத்தவன் அடுத்த வருஷம். நாகப்பட்டணத்துப் படி மாதிரி வரிசையாய் இருக்கிறது அங்கே. இவளுக்கு அடுப்பங்கரை இல்லையென்று கண்டிப்பாய்ச் சொல்லிவிடு. குறைந்தது இன்னும் ஐந்து வருஷங்கள் வேலை பார்த்தே ஆகவேண்டும்."

"ஆமாண்டாப்பா, கட்டாயம் பார்த்துத்தான் ஆகணும். கை நிறைய வாங்கும் சம்பளத்தை விடலாமோ?"

"அம்மா அம்மா..."

"ஏண்டாப்பா கண்ணா"

"ஆக மொத்தம் நீ ரிடையர் ஆக முடியாதேம்மா."

"அசடு, அழாதேடா. எனக்கு என்னடா அப்படி வயது ஆகிவிட்டது. கண்ணான குழந்தைகளுக்குச் சமைத்துப் போட முடியாமலா வயது ஆகிவிட்டது? அசடு, அழாதேடா."

"அம்மா, உங்கள் பிள்ளை ரிடையர் ஆன பிறகும்கூட, நீங்கள் ரிடையர் ஆகமுடியாது. நாங்கள் உங்களை விடவே போவதில்லை அம்மா."

"மகராஜியாய் இரு. எழுந்திரடி அசடு. கண்ணைத் துடைத்துக்கொள். என் காலை விடு. என் கண்ணல்லவா. எழுந்திரு. ஆபீஸுக்குப் போறதுக்கு ஏற்பாடு பண்ணு."

*சிவாஜி – 37ஆம் ஆண்டு மலர்: 1971*
*'அம்மா இட்ட கட்டளை'*

●

# வித்தியாசம்

"பிள்ளைவாள், என்ன கேட்டீர்; அநுதாபத்தோடு, ஆழ்ந்த கவலையோடு, அட ... கண்ணாலே ரண்டு சொட்டுக் கண்ணீரும் சொட்டிக் கொண்டு, இந்தக் கேள்வியா கேட்டீர்! எனக்குப் பைத்தியம்தான் பிடித்ததே, இழவு, இந்தப் பிணப் பைத்தியமா பிடிக்கணும்னு உமக்குக் கவலை; பாவம், ஞானப் பைத்தியம், சாமியார்ப் பைத்தியம், பெரியவாள் பைத்தியம் இப்படி ஏதாவதொன்று எனக்குப் பிடித்திருந்தால்கூட உமக்கு இவ்வளவு கவலை வந்திராது; உடனே என்னைச் சுற்றி ஒரு கூட்டமே சேர்ந்திருப்பீர்; நான் பைத்தியம் இல்லேய்யா ... பைத்தியமில்லை; எனக்கு எங்கே திரும்பினாலும் ஒரே பிண நாற்றம்; வெந்த பிணம், அரை வேக்காட்டுப் பிணம் ... சிதறி மிதியுண்டு கிடக்கும் நிணம், சதை, தசை ... ஒரே முடை நாற்றம்; ஐயய்ய எங்கே பார்த்தாலும் பிணம்; அத்து, அந்தஸ்து, மானம், மட்டு மரியாதை எல்லாம் செத்து, மடிந்து, புதைந்து, புகைந்து ஒரே ஹதம். கலை, காவியம், பாட்டு, கூத்து எல்லாம் அழிந்துபோய் நாறிக் கிடக்கிறது; மனிதாபிமானம், மனித மதிப்பு இந்த வகையறாவே சிதறி நண்டு துண்டாய்க் கிடக்கிறதேய்யா ..! இத்தனைக்கும் இடையிலேதான் நீரும் இருக்கிறீர். உம்மைப் போல லக்ஷம், கோடி கோடிப் பேரும் இருக்கிறார்கள். எனக்கு நாற்றம் தெரிகிறது – புலனாகிறது; உங்களுக்குத் தெரியவில்லை ... இதுதான் வித்தியாசம் ... ஆனால் இதிலும் ஒரு

உண்மை இருக்கிறது. புதிது பிறக்க இந்தப் பிரளயக் கூத்தும் தேவைதான்யா . . . புரிகிறதா? பரம்பரைச் சைவமாயிற்றே . . . உமக்குப் புரியவேண்டுமே. பிணங்களுக்கு மேலேதான் அவனும் ஆடுகிறான்; அவன் பஞ்சமன்; சதாசிவன்; பெரிய வெட்டியான்யா அவன். கடைசியிலே அவனும் விழுந்து விடுகிறான். "கூத்தாடிக் கூத்தாடிப் போட்டுடைத்தானே நம்ம மாதிரி ஆளு, மண்வாடை ஆளு, நந்தவனத்து ஆண்டி" அதே கதைதான் இந்த அப்பனுக்கும். பிரம்மா, விஷ்ணு, ருத்ரன், ஈசுவரன், சதாசிவன் என்கிற இந்த அஞ்சு பிணத்தையும் போட்டு அடுக்கி, அதுக்கு மேலே ஒருத்தி கூத்தாடுகிறாளய்யா, அந்தப் பறைச்சி – சுடுகாட்டுப் பறைச்சி, அவள்தான் ராஜமாதங்கி. அந்த ஆத்தாள்தான் உலகம் பூத்தாள். ஸர்வநாசம் வந்தால்தான் சக்தி கிளம்பும்; உதயம் வரும். உலகமும் உருப்படும்."

"சாமி, வேண்டாம் . . . வேண்டாம் சாமி. இந்த வேகம் கொஞ்சம் அடக்குங்க . . . அடங்குங்க சாமி. உங்க படிப்பென்ன ஞானமென்ன, சாதுரியமென்ன, கவிபாடறபெருமை என்ன, சாமி, தயவுபண்ணிக் கொஞ்சம் பொறுமை காட்டுங்க. நல்ல காலம் வராமலா போய்விடும்."

"அடக்குவதா . . . பொறுமை காட்டுவதா? எதை அடக்குவது? எதிலே பொறுமை காட்டுவது. பிள்ளைவாள், சரவணன் செத்தான்; அவன் பிணம் நாறிக் கிடந்தது; தேவானை அவனுக்கு ரண்டாம் தாரம். அவள் ஓடிப் போய் நாலைந்து வருஷம் ஆயிடுத்து. திடீரென்று ஒரு நாள் மூத்த தாரம் வள்ளி வந்து முளைத்தாள். முட்டுக்கு மூத்தாள் என்பது பலித்துவிட்டது. சரவணத்துக்கும் மாசம் இருநூறு ரூபாய் கறாராக் கிடைத்தது. சும்மாச் சொல்லலாமா; சூரையூர் சுப்பையா இவனை முழுக்க முழுக்கப் புரிந்துகொண்டான். இந்தச் சரவணன் பால்யத்திலேயே பரம்பரை கெடாமல் நாதசுரம் வாசித்தான்; நல்ல பேர். ஒரு தவில்காரரிடம் சண்டை போட்டான்; அவர் இவன் லயத்தைப் பழித்து விட்டாராம்; அவ்வளவுதான், நாதசுரத்தை விட்டான்; தவுலை ஆரம்பித்துச் சபதம் வைத்தது போலக் கிளம்பினான்; பெரிய பெரிய ஆளையெல்லாம் விழுங்கி ஏப்பம் விட்டான் அந்த நாளில்; அவன் தலையெழுத்துப் பாரும்; தவுல்காரருக்கு நாயனக்காரருக்குக் கொடுக்கும் கௌரவத்தைத் தரவில்லையாம் யாரும். இனிமேல் வாய்ப்பாட்டுத்தான் என்றான். அசுர சாதகம் பண்ணி, அடித் தொண்டையிலிருந்து நுனித் தொண்டைவரை, வெங்கார் மாதிரிப் பாளம் பாளமாய்ப் பிளந்து பேச்சே புகை வருவதுபோல வர ஆரம்பித்தது. திரிஸ்தாயி பண்ணப் போய், திணறித் திணறிப் பேசும் நிலைக்கு வந்துவிட்டான்; ஆனால் அபார ஞானம்; தாளம், சுருதி, ஸ்வரம், கீர்த்தனைப் பாடாந்தரச்

சுத்தம் எல்லாமே நிறைந்த ஞானம் சரவணத்துக்கு. சுப்பையாவுக்கு இது புரிந்தது. புலனாயிற்று. சுப்பையா பாட்டுத்தான் தெரியுமே உமக்கு; புருஷ சங்கீதமாம் அது. புலி மாதிரிப் பாய்ந்து சிங்க கர்ஜனையிலிருந்து பூனை கத்துகிறது வரைக்கும் அத்தனை குரல்களிலும், கிறுக்கலும் கீறலும், தேசலும் மாசலுமாய்க் கத்த வேண்டியது ராக்ஷசப்பாட்டு. ஒரு கச்சேரியில் அவனுக்குக் கஞ்சிரா வாசிக்க உட்கார்ந்தான் சரவணம், சுப்பையாவுக்கு இவன் யார் என்பது பளிச்சென்று பட்டுவிட்டது. அன்றிலிருந்து ஒப்பந்தம். மாதத்திற்கு நாலு கச்சேரிக்குக் குறையாமல் தனக்கு வாசிக்க வேண்டியது; படிச் செலவைத் தவிர, வள்ளிசா இருநூறு ரூபாய் தரவேண்டியது என்று ஒப்பந்தம். இரண்டு மூன்று வருஷம் ஓடிற்று; மேக்காலம் என்று ஒரு சித்திரம் ... சித்திரவதை என்றுகூடச் சொல்வதுண்டு. சுப்பையா பிரமாதமாய் அந்தத் தொழில் செய்து ஆர்ப்பாட்டம் பண்ணும்போது, சரவணன், கஞ்சிராவைக் கீழே வைத்துவிட்டு, தாளமும் போடாமல், கையைக் கட்டிக்கொண்டே இருப்பான்; திடீரென்று, "ஆகாகா ... ரொம்பச் சரிங்கிறேன்" என்பான். அதில் கிண்டலும் கேலியும் ததும்பும். ஒருநாள் கச்சேரி முடிந்ததும், சுப்பையா வேதனையோடு முனகினானாம். அதற்குச் சரவணன், "மேலே போய் விவரமில்லாம புளுகறே நீ; கணக்கும் இல்லை; காய்தாவும் இல்லை. என்னையும் சும்மா, புருபுருன்னு கஞ்சிராவைப் பெறண்டச் சொல்றியா" என்றானாம். உடனே அவன், "நீரு நம்ம பக்கவாத்தியம் . . . அதிலேயும் மிருதங்கத்திற்கு அப்புறம் வர்ற ஆளு" என்றானாம்.

"வெறும் ஆள் இல்லேய்யா, பிணம் தூக்கற ஆளு; நீ குத்திக் கொதறிக் கொல்றையே, அந்தத் தாளப் பிணத்தையும் சுரப்பிணத்தையும் தூக்கற ஆளுதான் நான். இந்தப் பொளைப்பைவிட நிசமாவே பிணம் தூக்கிப் பொளைக்கலாம்" என்று சொல்லிவிட்டு வந்தான். காசில்லாமை, செத்துச் சுண்ணாம்பாய்ப் போய்விட்டான். அவனுக்குள்ளே இருந்த சங்கீத ஞானம் செத்துப் பிணமாயிற்று. அவன் சொன்ன உண்மை செத்துப் பிணமாயிற்று. வேறே என்னய்யா இருக்கிறது நம்மைச் சுற்றி?"

"போச்சுடா, மறுபடியும் முத்தாய்ப்பு அங்கேதானா! அழகா ஏதோ நல்ல சேதியாப் பேசிக்கிட்டிருந்தீங்க – சம்மந்தமில்லாட்டியும், உங்க மனசு ஒரு மாதிரிப் பதட்டம் குறையப் பேசறீங்களேன்னு நினைச்சேனே ..."

"நானே பிணம் தானேய்யா; எங்கம்மா பிணம் கிடந்தது. என்னை ஒரு நடைப் பிணமென்று யார் சொல்லவில்லை?

பால்காரனும், கடைக்காரனும் மற்ற கடன்காரர்களும் எல்லோருமே சொல்லிவிட்டார்களே, என்னய்யா தப்பு? இதைக் கேளுமே. பள்ளிக்கூடம் மூடியாச்சு. கோடை லீவும் வந்துவிட்டது; இந்த வருஷம் வெய்யில் யம வெய்யில். பையன்கள் கடைசியாக எழுதிய ரண்டு கட்டுரையை நான் திருத்தவில்லையென்று எவனோ போய்ச் சொன்னானாம். ஹெட்மாஸ்டர் குட்டினார்; குனிந்தேன். குனியக் குனியக் குட்டலாமாய்யா, அத்தனை நோட்டையும் அன்னிக்குள்ளே திருத்தினால்தான் சம்பளம் என்றார். இது முடியுமா? இது அவசியமா என்று கேட்டேன்; முடியணும், இது ரொம்ப அவசியம் என்றார். பிணத்தைத் தழுவி மடியில் உட்கார வைத்துக்கொள்வது போல் இருக்கிறதே இது. எப்படிச் செய்வது, எதற்காகச் செய்வது, இந்தப் பாடு, பயனற்ற உழைப்பு அவசியமா? மனிதனுடைய மூளையும் செயல் திறனும் எப்படிப்பட்ட, அபாரமான, அற்புதமான படைப்பு. அதைப் போய் இவ்வளவு அசிங்கப்படுத்துகிறீர்களே; இது நியாயமா, இப்போ என்ன குடிமுழுகியா போகும்? என்றுதானய்யா கேட்டேன்; போய்விட்டதே, என் குடி முழுகிப் போய்விட்டதே. உடனே சீட்டைக் கிழித்துவிட்டாரே.

பித்தளைக் குடம் என் வீட்டிலிருந்து அடகுக் கடைக்குக் கடைசியாகப் போன சாமான்; திரும்பவில்லை. முழுகிப் போய்விட்டது. மண் குடம் வாங்கக்கூட வக்கில்லை. என்னிடம் படித்த விசுவாசத்தால் வேளார் வீட்டுப் பையன் குடம் கொடுத்தான். அதை எடுத்துக்கொண்டு குடி தண்ணீர் கொண்டுவரக் கோயிலுக்குப் போனாள் எங்கம்மா; என்னைப் பெத்த அம்மா. ரொம்பத் தாங்கவில்லையாம் அவளுக்கு.

“ஓசத்தியாப் பெத்தேன். ஓசத்தியா வளர்த்தேன். ஓசத்தியாப் படிக்கவும் வெச்சேனே. அந்தப் பிள்ளை இப்படி வெறும் உதவாக்கரையாய் உருப்படாத் தரையாய் நடை பிணம் ஆகிவிட்டானே” என்று புலம்பிக்கொண்டே போனாளாம். என் அம்மா அறுபத்தெட்டு வயது அம்மா, அந்தப் படபடப்பு தாங்காமலோ அல்லது கோவில் மடைப்பள்ளி மணத்தால் மனமிடிந்தோ எப்படியோ விழுந்துவிட்டாள் கோயிலில். விழுந்ததும் போய்விட்டாள்; ஆமாம், ஆவி பிரிந்து அலங்கோலமாய்க் கிடந்தாள்; சிதறிய மண்குடம்; எத்தனையோ பொருள் கூறிக்கொண்டு, சில் சில்லாய்ச் சிதறிக் கிடந்த மண்குடம். இருந்த தண்ணீர் கீழே கொட்டிய மறுகணத்திலேயே ஈரம் புலர்ந்து விட்டதுபோல, ஆனால் உள்ளீரத்துடன் சிதறிக் கிடந்த சில்லுகள். நான் குடம் சுற்றி உடைப்பேனோ மாட்டேனோ; சடங்குகள் செய்யக் காசா இருக்கிறது என்னிடம்; என் அம்மா தனக்குத்தானே குடமும் உடைத்துக்கொண்டு விட்டாளோ.

பிள்ளையார் கோவில்தான்; பெரிய பிள்ளையார். மடிப்பிச்சை வாங்கும் மாரிக் கிழவி முதல் மாடிவீட்டு மைனர் வரையில் அத்தனை பேரும் அன்றாடம் போடும் உண்டியல் உடைத்தால், ஒரு காசு முதல் ஒரு ரூபா ஐந்து ரூபா நோட்டு வரை திணிந்து கிடக்கும். வாரம் தவறாமல், வட்டிக் கடை முதலாளியான வைரக் கடுக்கன் டிரஸ்டி வருவார். எண்ணிப் பார்ப்பார்; எண்ணூறு தொள்ளாயிரம் ஏறத்தாழ பரீக்ஷை மாதங்களில் ஆயிரமும் சேரும். பெரிய பிள்ளையார் பெரிய கோயில் பிராகாரம், வீதிகள் டிஸ்டெம்பர், டீலக்ஸ்கேட், காட்ரெஜ் பெட்டிகள் எல்லாம் உண்டு; ஆறு கால பூஜை, அதற்கு நைவேத்தியம் எல்லாம் உண்டு. முழு வெள்ளியால் செய்த மூஞ்சூறு வாகனம்; வெள்ளிக் கவசம், தங்கக் கவசம், வைரங்களால் ஜொலிக்கும் மூன்று பட்டையான விபூதிப் பட்டை, பெரிய பிள்ளையார், தருமகர்த்தா தாக்கீது விட்டார்; எதற்கும் பிணத்தை எடுக்கவும் பினைலால் கழுவவும், குருக்கள் கூடிக் குடம் வைத்து ஓதிக் கோவிலின் புனிதம் குலையாமல் காக்கவும், ஆள்கூலி தக்ஷிணை அத்தனைக்கும் சேர்த்து அறுபத்தைந்து ரூபாயுடன் அந்த ஆளை, அதுதான் இந்தப் பிணத்தின் மகனைக் கையோடு கொண்டுவா என்பது தாக்கீது. அப்பொழுதுதான் நான் அலைந்து திரிந்துவிட்டு, அரை ரூபாயுடன் வீட்டுக்கு வந்தேன். அரைப் பழுப்பு மட்டுமின்றி அளவிலும் அரையாகியிருந்ததை அரைக்கசைத்து, அதனாலேயே வீட்டிற்குள் அடைந்து கிடந்த என் வாழ்க்கைத் துணைநலம் தெருவில் ஓடினாள். என் குடும்ப விளக்குகளும் குலைந்து பின் தொடர்ந்தன. நானும் போய்க் கூட்டத்து மத்தியில் கூசி நின்றேன். காசில்லாக் கை பிசைந்து முறுக்கிக் கொண்டது. உயிர் ஓய்ந்து ஒடிந்து விழுந்து கொண்டிருந்தது. நான் நிற்கும் பிணம்; நடைப் பிணம். எங்கம்மா விழுந்து கிடந்த பிணம். அனாதைப் பிணம். வெகு தூரத்தில், ஆமாம். மரண வாடையிலிருந்து வெகுதூரத்தில் நின்றுகொண்டு கூப்பிட்டு வரச் சொன்னார் தர்மகர்த்தா. போனேன்; போனேனா இல்லை. உணர்ச்சியற்ற என் கட்டையை யாரோ இழுத்துக் கொண்டு போனார்கள்.

“யோவ்! என்னய்யா, என்னவோ பறிகொடுத்தது மாதிரி மலைச்சு, மரத்துப் போய் நிற்கிறாயே. மேலே ஆக வேண்டிய காரியத்தைச் செய்; கால பூஜை நின்றுவிட்டது. சாமி பட்டினி கிடக்கிறாரு. சாயங்காலம் சந்தனக்காப்பு வேறே நடந்தாகணும். பெரிய இடத்துக் கட்டளை. என்னிக்கிருந்தாலும் போய்த் தீரவேண்டிய கௌவிதானே. அறுபத்தஞ்சு ரூபா எடு முதல்லே.”

அம்மா என்று அலறி அழக்கூட வாயில்லை. அவருக்குப் பதில் கூறவா குரல் எழும்பும். மறுபடியும் வந்தேன். என் அம்மாவின் பிணம் கிடக்கிறது. அனாதைப் பிணம்.

அனாதைப் பிணத்தை எடுத்துச் சுட்டால் அடுத்த பிறவிக்கு அடுக்கடுக்காய்ப் புண்ணிய மூட்டைகள் சேருமாம். அதற்கென்று ஒரு சங்கம் வைத்து அந்தச் சங்கம் சேர்த்த பணம் பாங்கில் இருக்கிறதாம். அந்த உதவி வந்தது; ஓடோடி ஜாம் ஜாமென்று தகனம் நடந்தது. கருமாதிக்கென்று வேறு கைநிறையக் கொடுத்தார்கள். எல்லாம் சில்லரை. அப்பா! காசைப் பார்த்து எவ்வளவு நாள் ஆயிற்று, எண்ணிப் பார்த்தேன். எட்டே கால் ரூபாய். இரண்டு மூன்று நாட்களுக்கு என் குடும்பப் பசி நீங்கும். அதற்குப் பிறகு? ஆர் செத்தாலென்ன? அனாதைப் பிணம் பொசுக்கத்தான் அருமைச் சங்கம் இருக்கிறதே. அதில் ஒரு எட்டேகால் ரூபாய் . . . பிணம் விழுந்தால் காசு . . . காசு போனால் பிணம் . . . தொடர் நன்றாயிருக்கிறதே. பிள்ளைவாள், என்ன கேட்டீர்! எனக்கா பிணப் பைத்தியம்! இல்லேய்யா, இல்லை. நாற்றம் எனக்குத் தெரிகிறது; புலனாகிறது; உமக்கு இல்லை; இதுதான் வித்தியாசம்.

*கணையாழி*: நவம்பர் 1, 1972
'அம்மா இட்ட கட்டளை'

# காதல் காவியம்

“அவள் தன் பெற்றோருடனும் உற்றார் வேறு சிலருடனும் தோட்டத்தில் உட்கார்ந்திருக்கிறாள். அங்கு ஒரு வாலிபனும் ஏதோ குறையுற்றவன்போல் உட்கார்ந்திருக்கிறான்; அவன் என்னை எரித்து விடுவதுபோலப் பார்க்கிறான். அவளுடைய பெற்றோர் அவளுக்கென்று நிச்சயம் செய்திருந்த மாப்பிள்ளை அவன்தான். அவனைச் சிறிதும் பொருட்படுத்தாமல் அவள் என்னை மீண்டும் மீண்டும் ஓரக்கண்ணால் பார்த்தாள். கொஞ்சுவது போலவும் கெஞ்சுவது போலவும் இருந்தது. எனக்கோ அவளைப் பார்க்கவும் அச்சம்; இருந்தாலும், துணிந்து அவளை அணுகி, அமர்ந்து நோக்கினேன். அவள் தன் கண்களாலேயே இட்ட காதற் கட்டளைக்குப் பணிந்து, நாங்கள் முன்னமே முடிவு செய்திருந்தபடி, அன்று இரவே அவளுடன் புறப்பட்டு வெளியூர் செல்லச் சம்மதித்தேன்” என்று கூறும் காதலனுடைய – அதாவது இந்தக் காவியத் தலைவன் கூறுவதாக அமைந்த பாட்டு இது: “கொஞ்சு பார்வை; குளிர் அன்பு தோய்ந்தது; சுவர்ந்து வீசி அழைத்தது; பஞ்சுமீது கனல்பட்டதோ! மனமிரண்டும் கனன்றன. விஞ்சு காதல், மிதம் மிஞ்சுதே; அஞ்ச வேண்டியதில்லையே; அவள் ஆணை ஆட்சி இதல்லவோ; அடிமையாகி அடங்கினேன்.” இவ்வாறு சொல்லி நான் முடித்து, அடுத்த கவிதையைப் புரட்டினேன். நான் செய்த புதுமைக் காதற் காவியத்தின் அரங்கேற்றம் ஒரு பெண்ணின் தலைமையில் நடக்கிறது; நிறையப்

படித்தவள். கல்லூரி ஆசிரியருடைய மனைவி. அவரும் கூடவே இருக்கிறார்.

"விஞ்சு காதல்—ஆமாம் அந்தக் காதல் ஒரு விஞ்சு காதல்; சுற்றுப்புறம் சூழ்நிலைகளையும், பின்விளைவுகளையும் ஆராயக்கூட இடமில்லாமல், அறிவையும் அடக்கத்தையும், பண்பையும் பாங்கினையும் அனைத்தையும் விஞ்சிய காதல்; அவர்கள் இருவருடைய உள்ளத்தையும் உடலையும் மீறி, உயிருடன் கலந்து கிளர்ச்சிபெற்று விஞ்சும் மீதூர்ந்த காதல்; பழைய இலக்கியத்தில் கைமிகுந்தது என்று கூறுவார்கள். அத்தகைய விஞ்சு காதல்" என்று நயம் கூறினேன். கல்லூரி ஆசிரியர் தன் மனைவியைப் பார்த்தார்; அவளும் அவரை; இருவரும் முகம் சுளித்தனர். பெருமூச்சில் கலந்துகொண்டனர். பிறகு சகஜமாக இருப்பதுபோல் காட்டிக்கொள்ள முயன்றனர்; முடியவில்லை; இருவர் கண்களும் கலங்கியிருந்ததுபோலத் தோன்றிற்று.

"மீதியை நாளை படித்து முடிப்போமே..." என்று இருவரும் எழுந்தனர். எல்லோரும் எழுந்தனர் எனக்கு ஒன்றுமே புரிய வில்லை. என்ன நேர்ந்தது. இவர்களை எது இப்படி உறுத்தி யிருக்கும்... புரியவில்லை... அவர்கள் இருவருமே எல்லோருடனும் சகஜமாகப் பழகுவார்கள். எதைப் பற்றியும் மணிக்கணக்கில் கூச்சமின்றி மனம்விட்டுப் பேசி விவாதிக்கும் திருந்திய அறிவு செறிந்தவர்கள். அந்த ஆசிரியரும் அவருடைய அந்த இளம் மனைவியும் இன்று ஏன் இந்த நிலை அடைந்தார்கள்; இருவரையும் விடைகொடுத்து அனுப்பும்போது, அழகிய அந்த தம்பதிகளுக்கு ஏதோ தவறிழைத்துவிட்டதுபோல நான் தவித்தேன். இருவரும் நிழல்போல நடந்து சென்றார்கள். கவர்ச்சியும் கலகலப்பும் நிறைந்தவர்கள் இருவரும். அவர் நல்ல உயரம்; அதற்கேற்ற பருமன். முழுவாளிப்பும் கொண்ட கைகால்கள்; பெரிய தலை; பரந்து அகன்ற முகம். நல்ல எடுப்பான மூக்கும் கண்களும். மொத்தத்தில் கம்பீரமான தோற்றம் அவருடையது. கறுப்பு நிறம்தான் என்றாலும் மிகவும் வசீகரமானவர்.

அவர் மனைவியும் உயரம்தான்; ஆனால் கொடி போன்றவள். இருபத்திரண்டு வயதென்று மதிக்கவே முடியாது; இளமை சிந்தும் குழைவான தோற்றம். மாநிறம்தான் என்றாலும், மலரும் தளிரும் போன்ற மென்மையும் அமைப்பும், கச்சிதமான அளவும் நிறைவும் பொருந்திய சீரான உடம்பு அது. உயரமும் ஒல்லியும் சேர்ந்தால் அதற்கென்று ஒரு நீளமான முகமும், ஆவலையே தூண்டாத ஓர் அசட்டு அமைதிக்களையும் அமைந்துவிடுவதுண்டு. இந்தப் பெண்ணுக்கு அப்படி இல்லை. இவள் முகத்தில் நிறைவும் குறுகுறுப்பும் பொங்கி விளையாடும். அழைப்பும் தவழும். பொய்யான நாணம் காட்டிக் கூசிக் குறுகாமல், தூய்மையுடன்

தாராளமாக நிமிர்ந்து பழகி இவள் தரும் நெருக்கம், அளவுடன் குடித்த போதை தரும் சுகத்தைத் தந்து மகிழ்விக்கும் ஓர் அருமையான அநுபவம். எளிதில் விட்டுவிடக்கூடியதோ, அல்லது மறந்துவிடக்கூடியதோ அன்று அந்த நெருக்கம். அதை நான் இழந்துவிடுவேனோ என்ற கவலையுடன், மறுநாள் தனியே அவர்களைக் காணச் சென்றேன். கேட்டுக் கீறி ஆற்றிவிடவே சென்றேன். நல்லவேளை, இருவருமே சிரித்துக்கொண்டுதான் பேசினார்கள். வரவேற்றார்கள். ஒருவர் மாற்றி மற்றொருவராகத் தங்கள் திருமணக் கதையையும் சொன்னார்கள்.

“வீட்டுக்கு வந்து நாங்கள் ஆலோசனை செய்தோம். தங்கள் கவிதை எங்களைக் கிண்டல் செய்வதாய் நினைத்து, நாங்கள் கலங்கிவிட்ட உண்மை புரிந்தது. எங்களை மன்னித்து விடுங்கள்” என்றார் ஆசிரியர்.

“நேற்று நீங்கள், விஞ்சு காதலைப்பற்றிச் சுவையாக நயம் கூறியபோது, எங்கள் சொந்தக்கதை நினைவுக்கு வந்துவிட்டது; எங்கள் காதல் விஞ்சு காதல்; அதாவது பழனி மலையில் ஏறுவதற்காக மேலிருந்து இழுக்கும் வண்டி வைத்திருக்கிறார்களே, அந்த விஞ்சில் எங்கள் காதல், அரும்பி, மலர்ந்து, காய்த்துக் கனிந்தும்விட்டது. மேலும், உண்மையாகவே எங்கள் இருவருடைய உள்ளத்தையும் உடலையும் மீறி, உயிருடன் கலந்து கிளர்ச்சி பெற்றும் தூர்ந்த விஞ்சு காதல் அது” என்று அந்தப் பெண், சற்றே நிறுத்தித் தன் உணர்ச்சிகளைச் சமாளிக்க முயன்றாள். உடனே அவர் தொடங்கிவிட்டார்.

“அஞ்சவேண்டியதில்லையே; அவள் ஆணை ஆட்சி இதல்லவோ! அடிமையாகி அடங்கினேன்” என்று நீங்கள் படித்தபோது, எங்கள் கதை உங்களுக்குத் தெரியுமோ என்றுதான் நான் கலங்கிவிட்டேன்; ஆனால், வாழ்க்கை கற்பனையைவிடப் புதுமையானது அல்லவா..!” என்று வியப்புடன் பெருமூச்சு விட்டார் அவர். பழைய நினைவுகளில் ஆழ்ந்துவிட்டார். அவள் தொடங்கிவிட்டாள்.

“தந்தையை இளமையிலேயே இழந்த நான். என் தாயாருடன் மாமன் வீட்டில் வளர்ந்தேன். எங்களுக்கு வேறு உறவினர்கள் இல்லை. இருக்கும் இரண்டொருவர், யாழ்ப்பாணத்தில் குடியேறிவிட்டார்களாம். திருநெல்வேலியில் ஒரு சாதாரணத் தொழிலாளியாயிருந்த என் மாமனுடைய மனைவி, அவன் ஒரு வியாபாரியாக மாறி, நிறையச் சம்பாதிக்கும் காலத்தில் இறந்துபோய்விட்டாள்; ஆகவே என் தாயார்தான் குடும்பத்தை நடத்திவந்தாள். என் மாமனுக்கு அப்போது வயது முப்பத்திரண்டு. என் தாயார் மிகவும் வற்புறுத்தியும், மாமன் மறுபடியும்

ஒரு பெண்ணை மணந்துகொள்ள இணங்கவேயில்லை. பெண் கொடுக்க முன்வந்த பலருக்குப் பிடி கொடுக்காமல் பேசித் தட்டிக்கழித்துவிட்டான். அவன் வியாபாரம் பெருகி நிறைய வருமானம் வந்துகொண்டிருந்தது. என்னை உயிராய் நேசித்துப் படிக்கவும் வைத்தான். நான் கல்லூரியில் படித்துக்கொண்டிருந்தேன். எம்.ஏ.வரை படித்தபிறகு, ஐ.ஏ.எஸ் பரீக்ஷைக்கும் உட்காரவேண்டும் என்பது என் ஆசை. மாமனும் மனமொத்து, எனக்கு நான் கேட்ட ஏராளமான புத்தகங்களும் பத்திரிகைகளும் வரவழைத்துக் கொடுத்தான். ஆடையோ அணியோ என் இஷ்டப்படி எது வேண்டுமானாலும் வாங்கிக் கொள்வேன். சந்தோஷமாய்ப் பணம் கொடுப்பான். என் தோழிகள், என்னை இளவரசியென்றே அழைப்பார்கள். எப்போதும், என்னுடன் ஒரு கூட்டமே இருக்கும். நான் படிப்பதும் எழுதுவதும் என் தாயாருக்குப் பிடிக்கவேயில்லை. நான் ஹைஸ்கூல் படிக்கும் காலத்திலிருந்தே, என்னை நல்ல இடத்தில் கொடுத்துத் திருமணம் செய்யவேண்டுமென்று என் தாயார் செய்த முயற்சிகளை மாமன் விரும்பவில்லை; தடைகளும் ஏற்படுத்தினான்; எனக்கு ஒன்றும் விளங்காமலேயே என் தாய் என்னைச் சில கட்டுப்பாடுகளுக்கு உட்படுத்தினாள். வீட்டிலோ, வெளியிலோ நானும் என் மாமனும் அதிகமாய் நெருங்காமல் பார்த்துக்கொண்டாள்; இதில் அவளுக்கு ஆத்திரம் வருவதுகூட எனக்குத் தெரிந்தது; என் தாயோ சொல்லவும் முடியாமல் அடக்கவும் முடியாமல் தவித்துக்கொண்டிருந்தாள்; பிறகுதான், அவர் என்னை நேசித்த முறையில், ஏதோ மாறுபாட்டை உணர்ந்தேன் நான்; நானே ஒதுக்கம் கொடுத்துப் பழக ஆரம்பித்தேன்; நான் பி.ஏ. பரிக்ஷை எழுதுவதற்குள் என் தாயார் திடீரென்று காலமாய்விட்டாள். எனக்கு என் மாமன் நிழலைத் தவிர வேறு இடமில்லை; இதற்குள் அவன் என்னை உரிமையாக்கிக்கொள்ள நினைத்திருப்பது வெட்ட வெளிச்சமாகத் தெரிந்திருந்தது எனக்கு. பலாத்காரமாக என்னை அவன் மணமும் செய்துகொண்டுவிட்டான்; நான் ஒதுங்கியே காலம் தள்ளிக்கொண்டிருந்தேன்; இதற்குப் பிறகு ஆறுமாதத்திற்குள் அவனுக்குப் புதிது புதிதாய்ப் பணம் சேர்ந்தது போலவே புதுப்புது நோய்களும் வந்தன. கடைசியில், அம்மை கண்டு, கண் காது இரண்டையும் இழந்தான். ஏராளமான செலவு செய்து வைத்தியம் நடந்தது; செலவுதான் மிச்சம்; நோய்கள் குணமாகவில்லை. என் வெறுப்பு மறைந்து அவனை அநுதாபத்துடன் நடத்தும் மனப்பான்மை வந்துவிட்டது எனக்கு. அவனும் அடிக்கடி தான் தவறு செய்துவிட்டதாய்ச் சொல்லிச் சொல்லி அழுதான்; என்னைப் பலாத்காரமாக அடைந்ததால்தான் தனக்கு இக்கதி நேர்ந்ததென்று, ஓர் உறுதியான எண்ணமும் அவனை

வாட்டியது. நான் அவனை நெருங்குவதுமில்லை; நெருங்காமல் இருப்பதுமில்லை. ஒரு வேலைக்காரனை வைத்து என் மாமனுக்கு வேண்டிய எல்லாவற்றையும் செய்துவந்தேன்.

தன் வீடு வாசல், கடை, வியாபாரம் எல்லாவற்றையும் விற்று முப்பதினாயிரம் ரூபாய்களை எடுத்துக்கொண்டு, என்னையும் அழைத்துக்கொண்டு திருநெல்வேலியை விட்டுக் கிளம்பினான்; நேரே பழனிக்கு வந்தோம், பழனியாண்டவன் சந்நிதியில், அந்தப் பணத்தில் ஒரு பகுதியை எனக்குக் கொடுத்துவிட்டு, ஊர் ஊராய்ப் போகப் போவதாகவும், நான் என் இஷ்டப்படி வாழலாமென்றும் சொன்னான். எனக்குப் பணமே வேண்டாம் என்றும், விடுதலை கொடுத்தால் போதுமென்றும் சொன்னேன். அவன் கேட்கவில்லை. பழனி யில் மலையேறுவதற்காக 'விஞ்சு'க்குப் போனோம். அங்கு ஒரே கூட்டம். மேலே போயிருந்த 'விஞ்சு' கீழே வருவதற்குள் கூட்டம் கூடிவிட்டது. அந்தக் கூட்டம் முழுவதும் கிழவர்களும் கிழவிகளும்தான். தெலுங்கோ எதுவோ பேசுபவர்கள். என் மாமனை ஒரு பெட்டியின் ஓரத்தில் உட்காரவைத்துப் பக்கத்தில் நான் உட்கார்ந்தேன். அந்தக் கூட்டத்தில் ஒரேயொரு ஆண்பிள்ளை. அதுவும் நல்ல வாலிபமும் வலிமையும் கொண்ட ஒருவர் முண்டியடித்துக்கொண்டு ஏறினார். விஞ்சை இயக்கும் ஆள்வந்து, என்னை ஓரத்தில் உட்காரவைத்து மாமனை இடம்மாறச்செய்து, அவனுக்குப் பக்கத்தில் அந்த வாலிபரை உட்காரவைத்தான். நான் அவரைப் பார்த்தேன்; அவரும் என்னைப் பார்த்தார். மற்ற இரண்டு பெட்டிகளிலும், எங்கள் மூவருக்குப் பக்கத்திலும் இருந்த அத்தனை பேரும் தமிழ் புரியாதவர்கள்; பழுத்த கிழங்கள் வேறு. மாமனுக்குத்தான் கண்ணும் தெரியாது; காதும் கேட்காது. அந்த வாலிபரை மறுபடியும் பார்க்கவேண்டும்போல் இருந்தது; பார்த்தேன். மாமன் மலைமேல் சந்நிதியில் பணத்தோடு எனக்கு விடுதலை கொடுக்கப் போகிறானே, அதற்குப் பிறகு, நான் என்ன செய்வது, எப்படிச் செய்வது என்றெல்லாம் அந்த நிமிஷம் வரையில் நினைத்தே பார்க்காத என் மனத்தில், அந்த நினைவுகள் தோன்றிக் கிள்ள ஆரம்பித்தன.

அந்த வாலிபரைப் பார்த்துக்கொண்டே, அந்த நினைவு களைப் பரவவிட்டேன். ஒருக்கால் பார்வைக்கு நல்ல திடமாய்த் தோன்றும் அவர், உண்மையில் ஏதாவது ஊனம் – நடந்து மலையேற முடியாத ஊனம் உள்ளவராய் இருப்பாரோ என்றும் ஒரு சந்தேகம்; ஆகவே பார்த்துக்கொண்டே இருந்தேன். ஒருக்கால் அவரும் தெலுங்கு நாட்டைச் சேர்ந்தவராக இருப்பாரோ என்றும் தோன்றியது; ஆனால், அவர் என்னை நன்கு உற்றுப் பார்த்தபோது,

அவர் முகத்தில் தமிழ்க்களை வீசுவதை உணர்ந்தேன். அந்த இரண்டொரு நிமிஷங்களின், சங்கோசமே இல்லாத எங்கள் இருவருடைய பார்வைகளும் கலந்ததில், ஓர் அந்தரங்கமும் பிறந்தது. அவர் சிரித்தார் ..."

"இல்லவே இல்லை; இவள்தான் முதலில் சிரித்தாள்; ஐயா," இதற்குமேல் நான் சொல்கிறேன். இவள் சிரித்தாள்; நானும் சிரித்தேன். இதற்குள் வண்டி புறப்பட மணி அடித்தது, ஊதலும் ஊதப்பட்டது; ஆனால் புறப்படவில்லை. ஏதோ தாமதம். வண்டியில் புரியாத பாஷையில் ஒரே சத்தம். மறுபடியும் எங்கள் சிரிப்பும் பார்வையும் தொடர்ந்தன. என்னை அரைகுறையாய்ப் பார்த்துக்கொண்டே, "நடந்து மலையேற முடியாமல், ஏன் இங்கு வரவேண்டும்" என்று முனகினாள். நான் தமிழனா என்பதை உறுதி செய்துகொள்ளத்தான் வாயைப் பிடுங்கினாள். "காலும் கையும் எல்லாமே திடமாகவே இருக்கின்றன. இங்கு நீங்கள் இருப்பதைப் பார்த்துவிட்டுத்தான் வந்தேன். ஐயோ பாவம், இவர் யார்? கணவரோ..?" என்று கேட்டேன்.

"இல்லை... இல்லவே இல்லை யாரோ ஒருத்தர், கேள்வியைப் பாரேன்... கேள்வியை..." என்றாள்.

"தெரிந்துகொள்ளத்தான் கேட்டேன்; பொருத்தமே இல்லையே; பாவம்... போறாத காலமா... இல்லே......" இழுத்தேன் நான்.

"ரொம்ப வருத்தமாயிருக்கிறதோ......!" வெடித்தாள் அவள்.

"உண்மையாகவே ரொம்ப வருத்தமாய் இருக்கிறது; இந்த உன் சீரிளமைத்திறம்..." தவித்தேன் நான்.

"உண்மையிலேயே வருத்தமாயிருந்தால், இந்த உங்கள் தவிப்பு நிஜமாயிருந்தால்...... நான் சொல்கிறேன்; நான் அழியாத கன்னிதான், இவருக்குக் கண்ணும் தெரியாது, காதும் கேட்காது; தாலி கட்டியவர்தான்; தாலி கட்டியதோடு சரி...என்று இவள் தன் கதையைச் சுருக்கமாக விளக்கிக் கொண்டிருந்தாள். வண்டி மேலே இழுக்கப்பட்டது. கீழே கம்பிக் கயிறு இழுக்கப்படும் சக்கரத்தின் சத்தம் கேட்டது; மலைக்காற்றும் வேகமாய் இரைந்து வீசியது. கதையை முடித்துவிட்டு, என் இரண்டு கைகளையும் அள்ளி எடுத்துக் கண்களில் ஒத்திக்கொண்டாள். தலைகீழாகத் தொங்குவது போலிருந்த வண்டியில், சாய்ந்துகிடந்த நிலையில், அவளுடைய கண்களிலிருந்து தெறித்து விழுந்த நீர்த்துளிகள் அவள் மார்பில் பட்டுச் சிதறின. அவள் மாமன்கூடத் தன் குருட்டுக் கண்களைத் துடைத்துக்கொண்டான்; தன்னை நடுவில் வைத்துக்கொண்டு இணைந்த கைகளின் அசைவுகளும்,

கரிச்சான் குஞ்சு சிறுகதைகள்

இனம் விளங்காத தன் அக்காள் மகளின் பேச்சும் பெருமூச்சும், அந்தரத்தில் பரவிய – தன்னைத் தாண்டிப் படர்ந்து பரவிய ஸ்பரிஸ உணர்ச்சியின் அந்தரங்கமும் சேர்ந்து, அவனுக்கு எதை உணர்த்தி உறுத்தவைத்ததோ தெரியவில்லை; அவனும் தன் குருட்டுக் கண்களைத் துடைத்துக்கொண்டான். இதற்குள் ஊதல் சத்தம் கேட்டது. பாதித் தூரம் ஏறியிருந்த தொங்குவண்டி, மீண்டும் கீழே இறக்கப்பட்டது. இழுக்கும் கம்பிக்கயிற்றில் முறுக்கு விழுந்ததோ, அல்லது முறுக்கு நெகிழ்ந்ததோ தெரியவில்லை; இறக்கிவிட்டார்கள். நாங்கள் முறுக்கேறியிருந்தோம் அப்போது. இன்னும் சில நிமிஷங்கள் ஆகும் என்றார்கள்; அப்போது இவளுடைய மாமனுக்கு வலிப்பு மாதிரி ஏதோ வெட்டி இழுத்தது; மெல்ல அவரை இருவருமாகப் பிடித்துக் கீழே இறக்கிக் கிடத்தினோம்; எதிரில் நின்றிருந்த டாக்ஸியைக் கூப்பிட்டு மாமனை ஏற்றிக்கொண்டு சித்த வைத்தியசாலைக்குப் போனோம். திருமதி இல்லாமல் திண்டுக்கல்லுக்குப் பறந்தோம். டாக்டரிடம் காட்டினோம்; பிழைக்கமாட்டார் என்று தெரிந்தது. டாக்டரிடம் சில விவரங்களைச் சொன்னாள் இவள்; அவர் தக்க துணையாய் நின்றார்; மாமனைத் திண்டுக்கல்லிலேயே அடக்கம் செய்தோம். டாக்டர் சாட்சியாய்ச் சட்டப்படித் திருமணம் செய்துகொண்டோம். எங்கள் குடும்ப வாழ்க்கையும் சீராக நடக்கிறது" என்று ஆசிரியர் கதையை முடித்தார்.

*சிவாஜி*: **ஜனவரி 1, 1973**

**புதிய கதை**

•

# அக்கம், பக்கம், அண்டை, அயல்

என் எண்ணம் ஓடுகிறது. உடல் ஒருக்களித்து அசையாமல் கிடக்கிறது. ஊர்க்கோடி; ஆமாம் தெருக்கோடி; இந்தத் தெருவைத் தாண்டினால் அப்புறம் குட்டை, குளம், கோவில், மடம், நத்தம், புறம்போக்கு, வயல்வெளி; அதற்கப்புறம் ஆறு, ஆற்றங்கரை; படுகையே கிடையாது. சற்றுத் தெற்கே தள்ளிச் சுடுகாடு; இடுகாடு, நன்காடு, நல்ல பெயர்கள். அதோடு ஒட்டிச் சில சமாதிகள்; பத்தர் சமாதி, வேளார் சமாதி, இவ்வளவு இடங்களுக்கும் போக எங்கள் தெருதான் வழி. நானும் எவ்வளவோ தடவை போயிருக்கிறேன். அட எல்லோருமேதான் அங்கே போயிருக்கிறோம், எல்லோரும் அங்கேதானே போக வேண்டும்... நான், எனக்குத் தெரியாமலேயே அங்கே போய்க் கொண்டிருக்கிற நேரமோ இது... எழுந்துவிடத் தோன்றுகிறது; ஆனால் எழுந்திருக்க முடியவில்லையே. இதென்ன, என் வலது கை அசையவேயில்லையே; இடுப்பு வேஷ்டிகூட அவிழ்ந்து கிடப்பதாய்த் தெரிகிறது. இடது கை போய்ப் போய் அதை இழுக்கிறது . . . தலைப்பே அகப்படவில்லையே . . . இதென்ன, இடது கை முட்டும்போதெல்லாம் வலது தொடைக்கும் காலுக்கும் உணர்ச்சியே இல்லையே ... மரத்துப் போயிருக்குமோ . . . கட்டை விரலை மடக்கி வளைத்தால், மரத்தது கொஞ்சம் மாறுமே... அடே, கட்டை விரலை மடக்கவே முடியவில்லையே. அப்புறம் மடக்க முடியாமல் போய்விடுமென்று, எங்க அண்ணா செத்துப்போனபோது, பழந்துணியைக்

கிழித்துக் கால் கைகளை . . . கட்டை விரல்களைச் சேர்த்துக் கட்டச் சொன்னார்களே ... சரிதான் ... இந்தத் தெரு ரொம்பக் கிட்டத்தான் இருக்கிறது அங்கே போவதற்கு. சேச் சே, இதென்ன நினைவுக் கோளாறு . . . ஆமாம், நெருப்பு என்றால் வாயா வெந்துவிடும். செத்தா போய்விடப்போகிறேன்; அட, கையில் காசில்லை . . . உடம்பும் சரியில்லை; மனசில் ஒரே வெறுப்பு. அதற்காக, அவ்வளவு சுலபமாய் நானும் என்னைப் போன்றவர்களும் செத்துப்போய்விட்டால், அப்புறம் எங்கள் கஷ்டங்களை யார் அநுபவிப்பது. எந்தக் கஷ்டத்தைக் கண்டு, எதை விட்டேன் நான்? கஷ்டம் வரவரத்தானே எல்லாமே ரொம்ப ரொம்ப வேண்டியிருக்கிறது. சாப்பாடு, ருசி, தாகம், காமம், சீட்டாட்டம், எல்லாமே, கஷ்டமும் துக்கமும் வரவரத் தானே ரொம்ப வேண்டியிருக்கிறது. நன்னாப் பாடினான்; பாவிப் பயல்; ராமனையும் கிருஷ்ணனையும் இழுத்திருக்க வேண்டாம், வேண்டாம்; "தம் – மாரோ – தம், மிட் – ஜாயே – கம்" தம்மடிங்க தம் அடிங்க, துக்கமெல்லாம் அழிந்து போகும் . . . அடபாவி வாஸ்தவம்தான்; மயக்கம் நீங்க மற்றொரு மயக்கம்; வெறி, ஜோக்கர் இழவு நாலும் ஐந்தும் வந்தும் ரம்மி ஆகவில்லை. நேற்று புல் புல்லா எண்ணித் தொலைத்தேன்; ரம்மி ஆகியிருந்தால், பாக்கிப் பழிகாரனெல்லாம் நமக்குத் தொலைத்திருப்பான்களே மொத்தம் மொத்தமாய்; வெறிகொண்டு வெறும் வறட்டு இழுப்பா இழுத்தது யார் தப்பு? எல்லாருமே இப்படித்தானே. வாழ்க்கையும் இதே கதைதானே. தோற்றுப்போய்க் காசை இழக்க இழக்கத்தான் வெறியே ஏறுகிறது. அடே, நம்ம தமிழ்ப் பண்டிதர், எப்படி ஏராளமாய்த் தோற்றுவிட்டுத் திருவள்ளுவரையும் இழுத்துச் சந்தியில் நிறுத்துவாரே; அவரை என்ன பண்ணுவது? இழக்க இழக்க ஆசை அதிகமாகும் சூதாட்டத்தைப் போலத்தானாம் வாழ்க்கையும். துன்பம் உழக்க உழக்க, மண்ணாசை – மண்வாடைப் பாசம் அதிகமாகும் என்கிறாராம் திருவள்ளுவர். இப்போ என்ன புதிதாய் வந்துவிட்டது? பொன் தோய்த்த மணி பாக்கியில்லை வீட்டில் . . . பிள்ளை குட்டிகளெல்லாம் நல்ல துணிமணியில்லாமல் தவிக்கின்றன ... மணியென்றதும் நினைவுக்கு வருகிறது ... இந்தப் பெண் குழந்தைகள், நான் தொலைத்தவற்றின் இடத்தில், பிளாஸ்டிக் மணியும், கால் காசு பெறாத காக்காப் பொன் சங்கிலியும் வாங்கிப் போட்டுக் கொள்ளும் வயிற்றெரிச்சலும், மறுநாளைக்கே அது இளித்து வெளுத்து, அறுந்து தொங்கி, வீட்டுப் பிறைகளிலெல்லாம் கிடந்து இறைகின்ற அவலமும், இதை எங்கே போய்ச் சொல்வது? எங்கே போய் . . . எங்கே வந்து படுத்தேன் . . ? எதற்காக வந்தேன் . . ; ஏன் இங்கு வந்தேன் . .; நேரம் என்ன ஆகிறது . . . சாயங்காலமாகி இருட்டிக்கூட விட்டது போலிருக்கிறதே . .; வெங்கட்டா வீட்டுத் திண்ணை . . ;

வெற்றுச் சீட்டு ஆடும் கோஷ்டி. முன்னூற்றைம்பது ... அறுபது ... நானூறு ... மேலே பத்து ... இப்படிப் பெருந்தொகைகள் காதில் விழும். அதற்கென்று ஒரு சீட்டுக்கட்டு; காது மடங்கித் தொய்வு கண்டு, நமுத்து நசுங்கிய தோசைக்கட்டு; நாங்களெல்லாம் இது மாதிரிக் கட்டைத் தொடக்கூட மாட்டோம். நேற்று இரவுக்குள் மூன்று தடவை கட்டு மாற்றியாயிற்று ... மும்மூணு ஒன்பது கட்டு ..; இருபத்தேழு ரூபாய் ..; கட்டு மட்டும் ..; தலையில் எழுத்து ..; புதுக்கட்டு போட்ட பிறகும் விடியவில்லை எனக்கு ..; ஆமாம் விடியவில்லை ... நான் என் வீட்டிற்கு வந்தபோதுதான் காலைப்போது விடிந்தது ..; பாயைப் போட்டுக்கொண்டு படுத்தேன்; உடம்பு பூராவும் வலி ..; தூக்கம் வரவில்லை. குளித்து முழுகிச் சோறும் தின்றேன் ..; நல்ல மழை பெய்தது ..; மழையில் ஒழுகி என் வீட்டில் படுக்க இடமில்லை ..; எதிர்வீட்டுத் திண்ணையில் வந்து படுத்தேன் ..; மத்தியானம் பன்னிரண்டு மணிக்கு வந்து படுத்தேன் ..; ஒரே இடுப்பு வலி ..; தலையெல்லாம் கனம் ..; அடித்துப் போட்டது மாதிரி இருந்தது ..; ஜ்வரமே வந்துவிட்டது போலவும் இருந்தது ... அனத்திக்கொண்டே கிடந்தேன் ..; போர்வைகூட இல்லாமல் கூசிக் குறுகிக்கொண்டு கிடந்தேன் ..; அயர்ந்து தூங்கிவிட்டேன் போலிருக்கிறது ..; ஒருக்களித்துத்தான் கிடக்கிறேனோ இப்போதும் .. ? ஏழெட்டுப் பேர் சீட்டாடினார்களே ..; ஒரே சத்தம் அமர்க்களப்பட்டதே ..; இதோ இன்னும் பேச்சுக் குரல் கேட்கிறதே நிறைய ..; இந்த வெங்கட்டா, சுத்த தரித்திரம் ..; வாசல் லைட்டைப் போட்டால் என்ன ...? மூதேவி மாதிரி இருட்டிலேயே கிடக்கானுகளே எல்லோரும். எல்லாம் தெரிகிறது ..; ஒன்றும் தெரியவுமில்லை ..; எழுந்திருக்கவே முடியவில்லையே ... வாயும் பேச முடியவில்லையே ... பேசிப் பார்ப்போமென்றால்கூட முடியவில்லையே ..; நானா அல்லது என் பிணமா இப்படிக் கிடப்பது ..! மனசு மட்டும் ஏன் இப்படி ஒரே ஓட்டம் ... பிணத்திற்கு எண்ணமா உண்டு ..; பிணம் போகிற தெருதானே இது ..; இதோ என் இடது கண் இமைத்து மூடுகிறதே ..; இருட்டாயிருக்கிறதே; திண்ணைக்கோடி சுவர் தெரிகிறது ..; தெற்குப் பாத்த திண்ணை ..; கிழக்கு மேற்குத் தெரு, இரண்டு பக்கமும் வேலியடைத்த கொல்லைகள் ... வேலியில்லாத சந்துகள் ... இடையிடையே கூரைக்குச்சுகள் ..; முனிஸிபாலிடி லைட்டு ... இருநூறு அடிக்கு ஒன்று; இருபத்தஞ்சுகூட இருக்காது அந்த பல்பு மினுக்கு மினுக்குன்னு; மின்னல் வெட்டினால் அதுவும் போய்விடும் ... இந்த வெங்கட்டா வாசல் லைட்டைப் போட்டால்தான் என்ன ..; தரித்திரப் பயல் ..; வயிற்றைக் கட்டி வாயைக் கட்டி ... கிராமத்திலிருந்து வரும் நெல்லை நல்ல டயம் பார்த்து, ஆடி அரவட்டையில் மூட்டை ஐம்பது

ரூபாய்க்கு விற்கிறான் ..; நாணயம் பண்ணி அக்கிரம வட்டி வேறு வாங்குகிறான் ..; இவனைவிட இவன் பெண்டாட்டி வில்லாதி வில்லி ..; சிறுவாடு விற்றுச் சேர்கிற பணத்தை, ஆறு காசு வட்டிக்கு விடறா ..; கழுத்து அறுந்து விழறாப்போல சங்கிலி ..; கை ஒடிந்து விழறாப்போல வளை ..; என்ன தரித்திரம் .. ? விளக்கைப் போட்டால் என்ன ..; மொத்தத்தில் கெட்டிக்கார ஜனங்கள் ..; யாரோ பேசுகிறார்கள் ... கேட்போம் ... காது கேட்கிறது; உடம்புதான் அசையவில்லை.

“ஏய் வெங்கட்டா, என்னடா இது . . . மத்தியானம் வந்து படுத்தான் இந்த முத்து. பேச்சு மூச்சையே காணோம் ..; ஏய், விளக்கைப் போடுடா பார்ப்போம்; ஏதாவது . . .”

“ஆமாம், இது வேம்புவின் குரல்; பாவம், கஷ்ட ஜீவனம் . . . சம்சாரி . . .” நான் நினைக்கிறேன்.

“என்னவாயிருந்தால் என்ன ? இப்போதைக்கு நாம் ஏழெட்டுப் பேர் இருக்கிறோம்; இழுத்துக்கொண்டிருந்தாலும் வைத்துக் கட்டிக்கொண்டுபோய்ச் சேர்த்துவிடுவோம்; பாக்கி கொஞ்சநஞ்சம் இருந்தாலும் அங்கே போய்ச் சேர்வதற்குள் நின்றுவிடும். கவலைப்படாதே . . .”

“பாவிப் பயலே . . . பஞ்சாமிதான் இப்படிப் பேசுகிறான்; குடித்துக் குடித்துப் பூர்வீக சொத்தெல்லாம் தொலைத்துவிட்டுத் திமிரே குறையாமல் பேசுகிறவன் ...” நான் நினைக்கிறேன்; இதற்குள் மேற்கே கொட்டு முழக்கும் கேட்டது. பிணக்கொட்டு முழக்கு. ஏதோ பெரிய பல்லக்காய் இருக்கும். இவனுகள் எல்லாரும் எனக்கு வாகனமும் தூக்குகிறவர்களும் தயாராய் இருப்பதுபோல் பேசுகிறான்கள். வெங்கட்டா வீட்டுத் திண்ணையில் உயிரை விட்டால் செலவே இல்லாமல் எனக்கு நடந்துவிடும் என்கிறானுகளே . . . எல்லாமே நடந்துவிடுமா . . .

யாரோ பேசுகிறார்களே ... ஆமாம் நடேச்சு குரல் இது. வக்கீல் குமாஸ்தா ..; மஹா போக்கிரி ..; கட்சிக்காரனுக்கு கேசு ஜயிக்குமோ தோற்குமோ ... இவன் தினம் பத்தோ பதினைந்தோ சம்பாதிக்காமல் வீட்டுக்கு வரமாட்டான் ... கேட்போமே அவன் சொல்வதை . . .

“ஏய் மேற்கே வருவது யாரு தெரியுமா ? காமாச்சி”

“எந்தக் காமாச்சி ?”

“சேர்மன் செட்டியார் வெய்ப்பு . . .”

“செட்டியார் பெண்டாட்டியா ? புகையிலையைத் துப்பிவிட்டுச் சொல்லித் தொலையேன் . . .”

“பைத்தியமே, பெண்டாட்டியில்லையடா. வைப்பு ... சரி, அது நம்மைத் தாண்டிப் போகட்டும், அப்புறம் பேசிக்கொள்வோம் ...”

அதுக்கா இவ்வளவு தடபுடல் ... பத்துப் பனிரண்டு பெட்ரோமாக்ஸ் ... பெரிய பூப்பல்லக்கு ... தமுக்கு, தம்பட்டம்,
கொம்பு, கிளாரினட் ..! தாண்டிச் சென்றுவிட்டது ... 5
கண்ணைக் கூசவைத்த வெளிச்சத்தில் முழுக் கண்ணையும் திறக்க முடியாமலேயே பார்த்துக்கொண்டு கிடந்தேன். சுருட்டி எழுந்து உட்கார்ந்துகொள்ள வேண்டும் போலிருந்தது; எழுந்திருக்க முடியவில்லையே ..; அது தாண்டிச் சென்றதும் அந்த வெளிச்சத்தில் என்னைப் பார்க்கத் தோன்றியிருக்கிறது வெங்கட்டாவுக்கு. “ஏய், எழுந்திருடா, ஏய் முத்து, எழுந்திரு அஸ்தமிச்சுப் போச்சு” என்றான்; எனக்குத்தான் எப்பவோ அஸ்தமிச்சுப் போச்சே ..; என்னால் பேச முடியவில்லை ...

மறுபடியும் இருட்டு. வெங்கட்டாவுக்கு உண்மையாகக் கவலை வந்துவிட்டது போலிருக்கிறது. “எனக்குப் பயமா இருக்கிறது; முத்துவுக்கு என்னவோ ஏதோ” என்றான் அவன்.

“பயம் என்னடா, இவன் போனால் என்ன? காடெல்லாம் எலும்பாய்ப் போய்விடுமா? இதோ பார்; மகாராஜி அவள் ஜாம்னு போகிறாள் ...”

“அதுக்கும் கொடுத்துவைத்திருக்கவேண்டும் ...”

“ஆமாம், ஆப்பக்கடை காமாச்சியாகவே இருந்தால் இதெல்லாம் ஏது? சேர்மன் ...”

“வெறும் மூங்கிலும் கயிறும் விற்றுக்கொண்டிருந்தவர்தான் அவரும் ... அந்த நேரம் காலம் வரவேண்டும்; இது என்ன, மறுபடியும் மழை வந்துவிட்டதே, தெரு லைட் அணைந்துவிட்டது.”

வெங்கட்டா கவலைப்பட்டானே தவிர, லைட்டைப் போட வில்லை; என்னையும் கவனிக்கவில்லை.

கொட்டும் முழக்கும் கிழக்கே போய்த் தெற்கே திரும்பித் தேய்ந்து மறைந்துவிட்டன. தெரு விளக்கு அணைந்து அணைந்து எரிந்தது; எனக்கும் ஒருமுறை வியர்த்துவிட்டது. உடம்பை முறித்துக்கொண்டேன்; நல்லவேளை வலது காலெல்லாம் சூடு சொரணையுடன் இருந்தன. சடக்கென்று எழுந்தேன்; மளுக்கென்று இடுப்பைப் பிடித்து இழுத்தேன். தூற்றல் இருந்தது. மறுபடியும் படுத்துக் கொண்டுவிட்டேன். திண்ணையில் கூட்டமும் கலைய வில்லை. மேற்கிலிருந்து ஒரு குரல் கேட்டது. “பா ... பா ... பா ... ஙொய் ... ஙொய் ... பா” அட பாவமே சுப்பையா வருகிறார், எருமை மாட்டைத் தேடிக்கொண்டு ... இந்த மழையில் ...

பரம சாது . . . சாக்குப்பையை மடித்துத் தலைமுதல் முதுகுவரை போட்டுக்கொண்டு, வரிந்து மூலக்கச்சம் கட்டிக்கொண்டு, நொய் . . . நொய் . . . என்று மூக்கால் கத்திக்கொண்டு வருகிறார். தலையில் முண்டாசு; கையில் ஒரு சிறு கம்பும் மாட்டுத் தும்பும் வைத்துக்கொண்டிருக்கிறார். திண்ணைப் பக்கம் ஒதுங்கி நின்று குரல் கொடுத்தார். சொல்லிவைத்ததுபோல எருமையும் எதிர்க்குரல் கொடுத்தது, எதிர்த்த சந்திலிருந்து.

"சுப்பையா மாதிரி யாராலேயும் எருமையைக் கூப்பிட முடியாதுடா . . ." என்றான் வேம்பு.

"எருமையைக் கூப்பிடும் குரல்தான் சுப்பையாவுக்குத் தாரக நாமா ..." என்றான் வெங்கட்டா.

சுப்பையா மறுபடியும் குரல் கொடுத்தார். தானும் கத்திக் கொண்டே சந்திலிருந்து, ஆடாதொடை காட்டாமணிக்கிளைகள் சலசலக்க எருமை அசைந்து வந்தது தெரிந்தது.

"அவனேதான் எருமை மாடு மாதிரி ஆயிட்டானே; சூடு சொரணை இல்லாமை அவன் தோலும் தடித்துவிட்டது," என்றான் பஞ்சாமி.

"யாருடா அது, பஞ்சாமியா ... ஆச்சு, ஆறு வேலி ஆறு மாவுக்கு வந்துவிட்டது; திமிர் மட்டும் குறையவில்லை; என்னாலே அது முடியுமாடா அப்பா ..." என்றார் சுப்பையா.

தெரு விளக்கு மறுபடியும் அணைந்துவிட்டது. ஒரு மின்னல்; ஓர் இடி; மறுபடியும் மின்னல். அந்த வெளிச்சத்தில் எதிரே நின்ற மாட்டைத் தும்பால் கட்டப்போனார் சுப்பையா. திடீரென்று காற்றும் மழையும் தொடங்கின. இடியும் மின்னலும் மாறி மாறி வெடித்து வெட்டின. மாடு நகர்ந்துவிட்டது. சாரல் தாங்காமல், தட்டித் தடவி சுப்பையா திண்ணைக்கே வந்துவிட்டார்போல் இருக்கிறது. வந்தவர், உடம்பு நனைந்து துணியும் நனைந்திருந்த நிலையில், காற்றும் வீசவே, உடம்பு சிலிர்த்து ஓர் உலுப்பு உலுப்பி இருப்பாரோ என்னவோ.

"சீச்சீ, மேலே விழாதே, எருமை மாடு ..." என்று பஞ்சாமி இரைந்துகொண்டே காலையோ கையையோ நீட்டியிருக்க வேண்டும்.

"எலே, பஞ்சாமி, வறட்டு ராங்கிப்பயலே. என்னடா உதைக்கிறாய்?" என்று கத்தினார் சுப்பையா.

"சீ எருமைப் பயலே, என்னடா வர வரக் குரல் தடிக்கிறது; அக்கிலி பிக்கிலி அசடு என்று இடம் கொடுத்தால், ஏது வர வர . . ." என்று பஞ்சாமி பஞ்சமத்தை எட்டிக் கொண்டிருந்தான்.

"பஞ்சாமி, உனக்கென்னடா இன்னிக்கு; காலாலே ஏன் உதைத்தாயென்று கேட்டதற்கா இவ்வளவு? தெரியாமை உன்னிடம் வாயைக் கொடுத்துவிட்டேனே ..." என்று ஒடுங்கினார் சுப்பையா.

"ஏண்டா, ஆறு வேலி, ஆறு மான்னு பேசினையே, ஆறு குழிக்கே வரட்டுமேடா, உன்னைப்போல, தோல் மரத்துப் போய், ஊரில் யார் எது சொன்னாலும், உன் எருமை மாட்டின் மேல் மழை பெய்வது மாதிரி, அத்தனையும் தொடைத்து எறிந்து கொண்டு கிடக்கிறேனாடா. எலே, சுப்பையா நீ பேசவில்லையடா, உன்னை இடுப்பில் தூக்கி வைத்துக்கொண்டு, வெட்கமில்லாமல் சம்பாதித்துக்கொண்டு, உலக்கைக்குப் பூண் கட்டினது மாதிரி நகைகளைப் பூட்டிக்கொண்டு திரிகிறாளே உன் பெண்டாட்டி ... அந்தச் சிறுக்கி ..."

"ஐயையோ, பாவிப்பயல் பஞ்சாமி நாக்கில் நரம்பில்லாமல் பேசுகிறானே" என்று எனக்குப் பகீரென்றது. சடக்கென்று எழுந்து உட்கார்ந்தேன்.

"என்ன சொன்னே?" என்று பாய்ந்தார் சுப்பையா. ஒரு மின்னல் – நீளமான மின்னல் வெட்டிற்று. மாட்டுத் தும்பால் பஞ்சாமியின் கழுத்தைச் சுற்றி இழுத்தார். பஞ்சாமி தடாலென்று வாசற்குறட்டில் விழுந்தான். பயங்கரமான கூச்சல். வெங்கட்டா ஓடிப்போய் விளக்கைப் போட்டான். தெரு விளக்கும் எரிந்தது.

பஞ்சாமி, எனக்கு எல்லாம் தயார் என்றான். இப்போது அவனுக்கு எல்லாம் தயார் செய்யவேண்டும்.

வக்கு இல்லையென்று தெரிந்ததால், வெங்கட்டா தன் வீட்டில் நேர்ந்துவிட்டதே என்று ஏதோ நோட்டு சீட்டு எழுதி வாங்கிக்கொண்டுதான் எல்லாம் செய்தான்; ஆனாலும் "அண்டை அயலில் மண்டை வறண்ட தரித்திரங்கள்; கஷ்டம், குடியிருப்புத் தண்டம்" என்றும் அலுத்துக்கொண்டே செய்தான்.

கணையாழி: ஜூன் 1, 1973
'அம்மா இட்ட கட்டளை'

●

# படித்தவர்கள்

"ஓய், நீர் மிகவும் பொல்லாதவர். ரொம்பக் கவடு, மஹா மாயாவி, உம் பெண்ணுக்கிருந்த சங்கா தோஷத்தை மறைத்து எங்கள் தலையில் கட்டிவிட்டீர்; வைரத் தோடு போட்டுத்தான் ஆக வேண்டுமென்று நாங்கள் கேட்டபோது, "முடியாது, அதுவும் இப்ப முடியாது, மேலே மேலே கேட்டுக் கொண்டே போகும் இந்தச் சம்பந்தமே வேண்டாம்" என்று உதறிவிட்டு ஓடினீர்; அப்புறம் நீராகவே வலிய வந்தீர், புரொபசரை வேறு சிபார்சுக்கு அழைச்சிண்டு வந்தீர். அப்போதும் எங்களுக்குச் சந்தேகம்தான். ஆனால் உமது மனைவியும் இப்படி ஏதோ ஒரு காரணத்தால்தான் இறந்துபோனாள். சொன்னார்; பகவத் சங்கல்பமும் இருந்தது. சம்மதித்தோம். உமது வைரத்தோடு ஒன்றும் பெரிசில்லை எங்களுக்கு. எங்கள் பையன், எம்.ஏ. பாங்கில் வேலை, யாருக்கும் கசக்காது இந்த இடம். நான் நீயென்று போட்டி போட்டுக்கொண்டு ஜாதகம் வரும். ஏதாவது ஏற்பாடு பண்ணிப் பேசி முடித்துக்கொண்டு ஊருக்குப் புறப்படும். எங்கள் பையனுக்கு இந்த மாசமே வேறு பெண்ணைப் பார்த்துக் கல்யாணம் பண்ணப் போறோம்; ஆமாம். அது இதுன்னு லிஸ்டெல்லாம் போடக் கூடாது; ஏதோ நாங்கள் திருப்பித் தருவதை வாங்கிக்கொண்டு பேசாமே போகணும். சேச்சே, எவ்வளவு கஷ்டம், கவலை, ஓய், இந்தக் கல்யாணத்திலே என் கைக் காசு ...எவ்வளவு செலவு தெரியுமா ...தொலையட்டும்.

திருப்பிக் கொடுக்கிறதை வாங்கிக்கொண்டு பேசாமெ காதும் காதும் வைச்சாப்பிலே போய்ச் சேரும் ... ஆமாம், இல்லேன்னா ...” என்றார் சம்பந்தி.

இவ்வளவையும் கேட்டுக்கொண்டிருந்த பையனுக்கு, எம்.ஏ. படித்து வேலையும் பார்க்கிற மாப்பிள்ளைக்குத் தூக்கிவாரிப் போட்டது. அப்பாவின் அநியாயத்திற்கும் மாமனாரின் பெருமூச்சிற்கும் வெட்கப்பட்டானோ, அல்லது வேதனைப் பட்டானோ தெரியவில்லை; தன் அவ்வாவும் அம்மாவும் அவள் கொண்டுவந்தது போதாதென்று அந்த அபத்தப் பாட்டின் அபஸ்வரப் பல்லவியைப் பாடிப் பாடிக் கழுத்தையறுக்கும் தொல்லையைத் தன் மனங்கொள்ளாத அவளை, தன்னிடம்கூட அதைச் சொல்லாத – ஜாடைகூடக் காட்டாத – பெருந் தன்மைக்காரியை, அவ்வளவு சுலபமாக விட்டுவிட முடியாதே அவனால்; என்ன இருந்தாலும் அப்பாவுக்கு அடுத்த தலை முறையல்லவா? அவனுக்குத் தூக்கிவாரிப்போட்டது. தன் தனிமையைத் தீர்த்துத் தன் குறையை நிரப்பித் தன் ஏழைமை போக்கித் தோழமை வழங்கி, தன்னை முழுமைப்படுத்தி, உயிருக்கு உயிர் துணையாய் நின்று உலகையே மறந்து தன்னையும் மறந்து ஒன்றிப்போகும் இன்ப நிலைகளைத் தந்து, நினைப்பின்பப் பரவசமாய் அவற்றை நிறைத்து வைத்திருந்த அவளை, அவ்வளவு சுலபமாக விட்டுவிட முடியாதே அவனால்? என்ன இருந்தாலும் இளந்தலைமுறையல்லவா?

கருமித்தனத்தால் செலவு செய்ய மனமில்லாமல் பொறுப்பைத் தட்டிக் கழிக்கிறார் தன் மாமனார். இவள் உடம்பிற்கு அப்படியொன்றும் ஏராளமாகச் செலவழித்து வைத்தியம் பார்க்க வேண்டியதில்லை. மாந்திரீகம், பூஜை, ஹோமம் இப்படி ஏதாவது செய்தால் போதும் என்றுதான் எல்லோரும் சொல்கிறார்கள். இதைக்கூடச் செய்ய மனம் இல்லையே இவருக்கு என்றுதான் அவன் நினைத்தான். அவனென்ன படிப்பில்லாதவனா, நாகரிகம் தெரியாதவனா, அப்பாவுக்குத் தெரியாமல், தன் சொந்த சம்பாத்தியத்திலிருந்து கூட அவனால் செலவழிக்க முடியும். மெல்ல ஜாடை காட்டி மாமனாரைப் பேசாமல் இருக்கச் சொன்னான். பிறகு தனியாக அவரிடம் பேசினான். “செலவு ஆகுமே என்று யோசிச்க வேண்டாம். நான் அத்தனையும் ஒத்துக்கொள்கிறேன். கையோடு இவளை அழைத்துக்கொண்டுபோய், மந்திரவாதிகள், பூசாரிகள், ஜோஸ்யர்கள் எல்லாரையும் கேட்டு, என்னென்ன செய்ய வேண்டுமோ எல்லாம் செய்யுங்கள். அவளைப் பார்க்கும்போது எனக்குப் பயம் ஏற்படுகிறது. இதைச் சொல்லும்போது அழுகை வருகிறது. அவள் இரைந்து பேசி

நாங்கள் கேட்டதில்லை; அப்படிப்பட்டவள் ..." மாப்பிள்ளை பேசி முடிப்பதற்குள் அவளே வந்துவிட்டாள். தோற்றத்திலோ நடையுடைகளிலோ சிறுகோளாறுகூட இல்லை; ஆனால், பாந்தமான நீளமும் விரிவும் குறுக்கலும் அமைந்த அழகான கண்களில் மட்டும் ஒரு மிரட்சியும் மருட்சியும் புலப்பட்டன. சிவந்த அவளுடைய கொடி உடம்பு, இப்போது சற்றே இளைத்து வெளுத்துத் துவண்டிருக்கும் நிலையிலும் ஸௌந்தர்யம் மிகுந்து பரவியிருந்தது. ஆனால், பழைய காம்பீர்யம் மறைந்து புதிதாய் ஒரு வெறுமை – சூன்ய நிலையில் நிழல் தண்டிற்று. வந்திருக்கும் மாமனாரை உள்ளேகூட விடாமல்தான் சம்பந்தி மரியாதை நடந்திருக்கிறது; தன் மகளை அவர் அப்போதுதான் பார்க்கிறார். அவளுடைய கண்களைக் கவனித்தபோது அவருக்குச் சுரீர் என்றது. வெலவெலத்துப்போய்க் கண்ணை மூடிக்கொண்டார். அதிர்ந்து அப்படியே உட்கார்ந்திருந்தார். அதே க்ஷணத்தில், "அதோ பார். கொலைகாரன், பாவி, கொலை பாதகன்... எங்கப்பா மாதிரி இருக்கிறதே. அவர் எங்கே வந்தார்..." என்று கீச்சுக் குரலில் கத்தினாள் அவள். கத்தலில்கூட மென்மைதான் மீதூர்ந்திருந்தது. பயங்கரமில்லை. மாப்பிள்ளை அப்பால் போய் மறைந்துகொண்டான். அவன் வாடை வீசினாலே அவள் கத்துவது வழக்கம். நேரிலேயே பார்த்துவிட்டாளே என்ற பயம் அவனுக்கு. இதற்குள், "அப்பாவும் ஒரு கொலைகாரப் பாவிதானே... எங்கம்மா ரத்தம் கொட்டியே செத்தாளே... நானும்... அதுதான் சேர்ந்துகொண்டுவிட்டார்கள்" என்றாள் மறுபடியும்.

அவருக்கு உதடெல்லாம் உலர்ந்து, நாக்கெல்லாம் வறண்டு, உடம்பும் கொதிப்பேறிவிட்டது.

வீட்டு வேலைக்காரப் பெண் வந்து அவளை அழைத்துச் சென்றாள். இல்லை ... அழைத்துச் சென்றாள் என்பது சம்பிரதாய வார்த்தையே தவிர, உண்மையில் அவளை அந்த வேலைக்காரப் பெண் அதட்டி இழுத்துச் சென்றாள். அதட்டிய சொல்லும் தோரணையும் அவருடைய அடிவயிற்றைச் சுருட்டிக் கசக்கித் துவைத்தன. மாப்பிள்ளையையும் அது ஏதோ செய்யத்தான் செய்தது. அவனும் இன்னும் மரத்துவிடவில்லை.

மாமனாரும் மாப்பிள்ளையும் புறப்பட்டு வீட்டிற்கு வெளியே சென்றார்கள். ஓரிடத்தில் உட்கார்ந்து பேசினார்கள்.

"மாப்பிள்ளைக்கு நான் அதிகமாய் ஒன்றும் சொல்ல முடியாதவனாய் இருக்கிறேன்; ஆனால் ஒன்று; உங்களுக்கு அவள் பொண்டாட்டி; உங்கள் பருவம் ஒரு பிரச்சனை; நான் அதை அறியாத முட்டாள் இல்லை. நான் வயதானவன். அவள் என்னுடைய ஒரே மகள். அதுவும் இறந்த என் மனைவியின்

ஒரே மகள். மாப்பிள்ளை; உங்களுக்குக் கண்ணிலும் உடம்பிலும் கரிக்கின்றன. எனக்கோ உயிரிலேயே கரிக்கிறது. வருத்தப்பட வேண்டாம்; பயப்படவும் வேண்டாம். கூடிய சீக்கிரம் என் குழந்தை உங்கள் உயிருக்குயிரான மனைவி ஆவாள். உங்கள் இன்ப வறுமை விரைவில் நீங்கும். தயவு செய்து என்னுடன் ஒத்துழைக்கத் தீர்மானம் செய்யுங்கள். கைவிட்டுவிடத் தீர்மானிக்க வேண்டாம்...தயவு செய்யுங்கள் தயவுசெய்யுங்கள்.மந்திரவாதிக்கும் ஜோஸ்யருக்கும் பூசாரிகளுக்கும் சாஸ்திரிகளுக்கும் கொடுப்பதால் இந்தப் பிரச்சனை தீரக்கூடியதன்று. என்னை மன்னிக்க வேண்டும், இது என் கருமித்தனமென்று துடித்து நொடித்துவிடக் கூடாது. என் மகளின் பெண்மைக் கனி நேற்றுவரை உங்களுக்குச் சுவையளித்தது எப்படிப் பொய்யல்லவோ, அப்படியே இன்னமும் வற்றாத சுவைதரப் போவதும் பொய்யல்ல; உறுதி; இரட்டிப்பு உறுதி. இந்தக் கனியின் முன்பருவத்துப் பூப்பு – மணிச்சி சற்றே காலத்தை முந்திக்கொண்டது. இது இயற்கையின் பங்கு. என் மனைவி...பச்சையாகச் சொல்வதற்காக என்னை மன்னித்து விடுங்கள் மாப்பிள்ளை...என் மனைவி என்னுடைய அகால, அவசர அவசரத்தால், அபார்ஷனில் இறந்ததை இவள் பார்க்க நேர்ந்ததும், பின்னால் கண்டபடி கேட்க நேர்ந்ததும் விதியின் பங்கு; இரண்டும் சேர்ந்து, இவள் பருவம் பூத்த சில நேரங்களில் இவளை அந்தரங்கத்தில் தாக்கியிருக்கவேண்டும். இது சங்கையும் இல்லை; தோஷமும் இல்லை; அவற்றையும் பேய்ப் பிசாசுகளையும் நாமே படைத்துக்கொண்டு அவதிப்படும் அறியாமை இருளிலிருந்து இன்னுமா நாமெல்லாம் விடுதலை பெறாமல் கஷ்டப்பட வேண்டும்? அற்பத்தனத்தைவிட அறியாமை கொடியது. நான் சொல்வதைக் கேளுங்கள். அவள் விரைவில் குணமடைவாள். அவளை மெல்ல அழைத்து வரச் சொல்லுங்கள். நான் அதோ அந்த டாக்ஸி ஸ்டான்டில் நிற்கிறேன். உங்கள் தாயார் தகப்பனார்களுக்கு உட்பட்டுத்தான் நீங்கள் நடக்க வேண்டும் என்பதுதான் எனக்கும் ஆசை; ஆனால் இந்த விஷயத்தில் கொஞ்சம்...தயவுபண்ணி அவசரப்பட்டுவிடாதீர்கள்."

அவளை யாருமே அழைத்து வரவில்லை. ராஜாத்தி மாதிரி நடந்து வந்தாள். பின்னால் வேலைக்காரப் பெண் ஒரு சிறிய பெட்டியோடு வந்தாள். வேகமாய் முன்னே நடந்து வந்து, "அப்பா, இதென்ன வீட்டுக்குக்கூட வராமல் இங்கே நின்றுகொண்டு கூப்பிட்டு அனுப்பினீர்கள். இவர்கள் ஏதாவது தவறாக நடந்துகொண்டார்களா? இதைப் பொருட்படுத்தாதீர்கள். இது நம் சாபக்கேடு. எனக்கு ஒன்றுமே இல்லை. சில சமயம் என்னவோ ஆய்விடுகிறது. என் சுய அறிவு போய் விடுகிறதென்று நினைக்கிறேன். அதாவது நானே தீர்ந்துபோய் நானே அல்லாமலும் இல்லாமலும் ஏதோ கத்துவதாக இவர்கள் கூறுகிறார்கள்.

இதோ இருக்கிறாளே, வேலைக்காரப் பெண், இவள்தான் எனக்குத் துணை. இவள் இல்லாவிட்டால் நான் போயே இருப்பேன். இவளையும் என்கூட அழைத்து வருகிறேன்” என்றாள் அவள்.

டாக்ஸி டிரைவர் பெட்டியை வாங்கி உள்ளே வைத்தார். “சாமி, இது தெய்வமுங்க, தெய்வக் கோளாறு! இதை ரொம்பப் படுத்துது. சாமிக்கெல்லாம் செய்யுங்க. எல்லாம் சரியாயிடும். என்னையும் கூப்பிடுதுங்க; ஆனா நான் வர முடியுங்களா ... நீங்கள்தான் அம்மாவுக்குச் சொல்லணுங்க” என்றாள் வேலைக்காரப்பெண்.

“நாம் நேரே நம்மூருக்குப் போகவில்லை, அத்தையைப் போய் அழைத்துக்கொண்டு அப்புறம் நம்மூருக்குப் போக வேண்டும்; அதனாலே அப்போ இவளை வரவழைத்துப்போமே. அதற்குள் இவளும் இங்கே எல்லா ஏற்பாடும் செய்துவிட்டு வர சௌகரியமாயிருக்கும்” என்றார் அவர்.

“நல்லதுங்க அப்படியே செய்யுங்க. அப்போ நான் கட்டாயம் வரேனுங்க” என்றாள் வேலைக்காரி.

அவருடைய தூரத்து உறவுத் தமக்கை செய்த கைப் பக்குவத்தில் அவளுடைய உடம்பும் உள்ளமும் தெளிந்து தேறியிருந்தன.

மாப்பிள்ளை அவசரப்பட்டுத் திடீரென்று ஒருநாள் வந்து சேர்ந்தார். கடிதம்கூடப் போடவில்லையே என்று மாமனாரிடம் மெல்லிய குரலிலும் ஊமை ஜாடைகளிலும் பேசிக் கொண்டிருந்தார். அவள் உடம்பு எப்படி இருக்கிறதென்று விசாரித்தார். எப்படியோ அந்த வாடை வீட்டிற்குள் வீசிவிட்டது. அவளும் வந்துவிட்டாள். சீறினாள் ஒரே சீற்றமாய். அத்தை ஓடி வந்து அணைத்துக் கைத்தாங்கலாய் அழைத்துச்சென்று ஜில்லென்று எலுமிச்சம் பழமும் மோரும் கலந்து கொடுத்தாள். மாப்பிள்ளை ஓட்டமும் நடையுமாய்க் கிளம்பினார். மாமனார் கூடவே சென்று ஹோட்டலில் ஆகாரம் செய்வித்து உபசார வார்த்தை சொல்லி அனுப்பிவைத்தார்.

மகளிடம் வந்தார். ஒரு மாறுதலும் இல்லை. முகத்தில்கூடச் சோர்வு தெரியவில்லை. பளிச்சென்றிருந்தாள். அடுத்த வீட்டுப் பெண் குழந்தைகளுடன் சினிமாவுக்குப் புறப்பட்டாள். அவள் போன பிறகு அத்தை அவரிடம், “என்னவாயிருக்கும் இது? நீயும் பேசாமல் இருக்கிறாய்? ஆனால் எனக்கும் ஒண்ணும் தெரியலையே. இப்படியே இருந்தால் எப்படி . . . யாரையாவது கூப்பிடு . . .” என்று அநுதாபப்பட்டாள்.

“அக்கா, என்ன பதில் சொல்வதென்றே புரியவில்லை எனக்கு. நீயும் ஒரு பொம்மனாட்டி. நல்ல வேளையாக அக்கா

முறை எனக்கு. மனம் திறந்து வாய்விட்டுப் பேசப் போகிறேன். தப்பாகத் தவறாக நினைத்துக்கொண்டு, நீயாச்சு, உன் பெண்ணும் ஆச்சு என்று கிளம்பி விடாதே. எனக்கு வேறே கதியே இல்லை. நீ இனிமேல் இங்கேயே இருக்கப் போகிறாய். இருக்க வேண்டும். குழந்தையை உன் பெண் மாதிரிப் பார்த்துக்கொண்டு அவள் உடம்பைத் தேற்றிவிட்டாய். மனசிலும் அவள் சந்தோஷமாகத் தான் இருக்கிறாள் ...”

“அந்தக் குழந்தை இருக்க வேண்டிய இடத்தில் இப்படி இருக்கச் செய்ய வேண்டாமா? மாப்பிள்ளை வந்தபோது இவள் ஏன் இப்படி ஆனாள்? அந்தப் பேச்சு வந்தாலே எப்படியோ ஆகிவிடுகிறாளே ...”

“அக்கா அதையும் நீதான் மாற்றவேண்டும். அவள் எப்போதுமே சந்தோஷமாக இருக்கிறாள். அது ஒரு நல்ல அடையாளம். மெதுவாப் பேச்சுக் கொடுத்துப் பொம்மனாட்டிகள் குளிக்காமலிருப்பதும், சில சமயம் இரண்டு மூன்று மாதங்களில் ஏதோ கோளாறு நேர்ந்து குளித்துவிடுவதும் உண்டு. கொஞ்சம் அதிக நாள் ஆய்விட்டால் குறைப்பிரசவங்கள் நேர்வதுகூட உண்டு. இதெல்லாம் ரொம்பச் சகஜமான சங்கதிகள். இதுக்கெல்லாம் பயப்படக்கூடாது. அலட்டிக்கொள்ளவும் கூடாது. ஆகா ஊகுன்னு மாஞ்சும் போகக்கூடாது. உடம்பைப் பார்த்துக்கொண்டு போஷாக்கோடு இருந்துண்டு, கணவனுடனும் சகஜமாகப் பேசிக்கொண்டு கலகலப்பாகவும் இருக்க வேண்டும். இதெல்லாம் உடம்பு வாகு. பெரிய கெடுதலோ ஆபத்தோ இல்லையென்று மெல்ல மெல்லச் சொல்லிப் புரிய வைக்கணும். அப்புறம் இப்படிப் பேச்சுக் கொடுத்து, குழந்தை பிறந்து செத்துப் போவதுண்டு. செத்தே பிறப்பதும் உண்டு. இதனாலெல்லாம் தாய்க்கு ரொம்பக் கஷ்டம். பகவான் இப்படியெல்லாம் கஷ்டப்படுத்தித்தான் தாய்மையின் சந்தோஷத்தையும் தெய்வீகத்தையும் பெண்களுக்குக் கொடுக்கிறார். இதையெல்லாம் மாற்ற முடியாது. குழந்தைகள் செத்துப்போவதுகூட ஒன்றும் புதிதில்லை. அதனாலே தாயோ தந்தையோ வருத்தப்பட்டாலும், வருத்தம் நீடிப்பதில்லை. ‘குழிப்பிள்ளை குதித்து வயிற்றுக்குள் வரும்’ என்று சொல்வார்களே. இதையெல்லாம் அவள் சிரிக்கச் சிரிக்கச் சிரித்துச் சிரித்துச் செரித்துக்கொள்ளும்படி சொல்ல வேண்டும் நீ. இவ்வளவும் ஒரே நாளில், ஒரே தடவையில் உள்ளே போகாது. போனாலும் செரிக்காது. நாளடைவில் சிரிப்பும் கேலியுமாய், கல்வியும் அரட்டையுமாய்ச் சொல்லிச் சொல்லிக் குழந்தையின் மனத்தில் பட்டிருக்கும் பழம் புண், புது இடறல், சிறு சிராய்ப்பு எல்லாம் ஆறும்படிச் செய்ய வேண்டும். நான் ஆண்பிள்ளை. பெற்ற தகப்பன். என் குழந்தையிடம் போய்

இதையெல்லாம் எப்படிப் பேசி உணர்த்த முடியும்? அக்கா, இவளுடைய அம்மா அபார்ஷனில் காலமானாள். உனக்குத்தான் தெரியுமே. அதற்குப் பிறகு என் மாமியார்தான், இந்த வீட்டில் இருந்துகொண்டு, எனக்குச் சமைத்துப் போட்டாள். குழந்தையையும் வளர்க்கத் தெரியாமல் வளர்த்தாள். அவளுக்கு என்னைக் கண்டாலே பிடிக்காது எப்போதும். அதுவும் அவள் பெண்ணுக்கு அகால மரணம் ஏற்பட்டது என்னால்தான் என்று அவளுக்கு ஒரு அரைகுறையாகப் புரிந்த துணிச்சலான தீர்மானம். மறைமுகமாகக் குத்திக் கொண்டேயிருப்பாள். அவள் இல்லையென்றால் எனக்கும் பிண்டம் பெருங்காயமாய்விடும்; தாயில்லாக் குழந்தையும் கஷ்டப்படுமே என்று பொறுத்துக்கொண்டிருந்தேன். அக்கம்பக்கத்தில் உள்ளவர்களிடம் வீட்டுக்கு வருகிறவர்கள் போகிறவர்களிடமும் இந்தக் குழந்தையையும் பக்கத்தில் வைத்துக்கொண்டு, நான்தான் அவள் பெண்ணைக் கொன்றுவிட்டதாகப் புலம்புவாள். பிரம்மஹத்திக்காரன், கொலைக்காரப் பாவி என்றெல்லாம் எனக்குப் பெயர் சூட்டிப் பேசிக்கொண்டேயிருப்பாள் எப்போதும். சில சமயம் குழந்தைகூட என்னிடம் இப்படி ஏதோ சொன்னதும் உண்டு. நான் அவ்வளவாக அதைப் பெரிதுபடுத்தவில்லை. ஆனால் அக்கா, அது என் குழந்தையின் உள்ளத்தில் குத்திக் குத்தி இவ்வளவு பெரிய குழிப்புண்ணாக ஆக்கியிருக்குமென்று நான் நினைக்கவேயில்லை. பிறகு அந்தக் கிழவி செத்துப்போனதும் வேறு நாதியில்லாமல் கிடந்தோம் நானும் குழந்தையும். பெரியவள் ஆனாள்..."

"நாங்களெல்லாம்கூட வந்தோமே அப்போது, அப்போதே ஏதோ பயந்த கோளாறு மாதிரியிருந்தது அவளுக்கு..."

"பயமும் இல்லை; கோளாறுமில்லை. குழந்தையின் மனசில் இருந்த புண்ணின் வலி அது. என்னைக் கண்டால் முகத்தைச் சுளித்துக்கொண்டு ஏதோ உளறும். ஒரு கணம், அவ்வளவுதான்; அப்புறம் ஒண்ணுமே இருக்காது. அப்புறம் தீட்டுக் காலங்களில் எப்போதாவது தெரியும். கவனிக்காமல் விட்டுவிட்டேன்.

"கல்யாணம் ஆச்சு. முதல் நாள் வரை அதுவே ஓடியாடி வீட்டில் காரியம் செய்தது. அலைச்சல், சோர்வு. சீர் போதாது, நகையில் கால்பவுன் குறைச்சல், மாத்தே இல்லை என்று ஆரம்பித்துக் காபி சரியில்லை, அப்பளம் சரியாகப் பொரிபடவில்லை என்று அர்த்தமில்லாமல் ரகளை பண்ணி அந்தப் பாவிச் சம்பந்தி வேறே கூத்துக்காட்டியடித்தான். எல்லாம் சேர்ந்து குழம்பியிருந்தாள் குழந்தை. அன்றைக்கே ஆக வேண்டும் என்று சாந்தி கல்யாணத்திற்கு அவசரப்பட்டார்கள். படித்தவர்களாம் இவர்கள். வெல்வெட்டு மெத்தையும் கட்டிலும் வாங்கித் தராமல் நான் செத்துவிடப் போகிறேனே என்று சந்தேகப்பட்டார்களோ

என்னவோ, பாவிப் பயல்கள் பறந்தானுக. நடந்தது. விடியற்காலம் நாலரை மணி இருக்கும். எனக்கு அரைத்தூக்கம்; திடீரென்று வந்து என்னை எழுப்பினாள் குழந்தை. கண்ணும் மூஞ்சியும் கலங்கிக் கிடந்தது. என்னவோ என்று பதறிப்போய், "என்னடி கண்ணு..." என்றேன். "அப்பா, நீங்கள் என் அம்மாவைக் கொலை செய்யவில்லையே" என்று துடிப்புடன் கொட்டிவிட்டு ஓடினாள். புடவை தடுக்கிற்று. அப்படியே சாய்ந்தாள். ஓடிப்போய்த் தாங்கிக்கொண்டேன். மாலைபோல் துவண்டாள்; மாலை உதிராமல் அள்ளித் தூக்குவதுபோல் எடுத்துக்கொண்டு போய்ப் போட்டு ஆசுவாசப் படுத்தினேன். கண்ணீர் விட்டாள். கண்ணைத் துடைத்தேன். தடவிக் கொடுத்தேன். தட்டிக் கொடுத்தேன். ஆறு வயதுக் குழந்தை மாதிரிச் சுருட்டிக்கொண்டு தூங்கினாள். விசிறிக்கொண்டே உட்கார்ந்திருந்தேன். யாரோகூடப் பார்த்துச் சிரித்த ஞாபகம் இருக்கிறது. அன்று அவர்களுடன் புறப்பட்டுப் போனபோது மலர்ந்த முகத்தோடுதான் இருந்தாள். அந்த அசுர ஜனங்களுடன் அருமையாகப் பழகி வந்திருக்கிறாள். குளிக்காமல் இருக்கிறாள் என்று மாப்பிள்ளை எழுதினார். சந்தோஷப்பட்டேன். அபார்ஷன் என்று சேதி வந்தது. அதற்குப் பிறகுதான் இந்தக் கூத்து. அக்கா இனிமேல் நீதான் குழந்தைக்குத் தாயாய், தோழியாய், டாக்டராய், நர்ஸாய் இருந்து அவளுடைய மனப்புண்ணுக்கு வைத்தியம் செய்ய வேண்டும். மெதுவா அவளைப் பெண்மைக்கும் தாய்மைக்கும் உரியவளாகச் செய்ய வேண்டும். பேச வேண்டும். புரியவைக்க வேண்டும். நீதான் இந்தப் புண்ணியத்தைக் கட்டிக்கொள்ள வேண்டும்" என்றார் அவர். தன் மகள் அப்பொழுதே குணமடைந்து விட்டதாகவே தோன்றிற்று அவருக்கு.

சுதேசமித்திரன் – தீபாவளி மலர்: 1973<br>
'அம்மா இட்ட கட்டளை'

# புதிய நசிகேதன்

பங்களாதேசப்போருக்குப் பிறகு, வீரப்பதக்கம் பெற்று எங்களைக் காண லீவில் வந்து விட்டுச் செல்லும் என்மகனை வழியனுப்புவதற்காகச் சென்னை செண்டிரல் ஸ்டேஷனுக்குப் போயிருந்தேன்; அங்கே ஒருவர், தன்னைச் சுற்றியிருந்த தன் குடும்பத்தாரின் கூட்டத்தையும் மற்றவர்களையும் தள்ளிக்கொண்டு ஓடிவந்து என்னைக் கட்டித் தழுவினார். நான் சற்றே விழித்தேன் "என்னைத் தெரியவில்லையா, நான்தான் மூர்த்தி; பர்மா அரக்கான் போர் முனையில்......" என்றார்.

"அடே, நசிகேதனா!" என்றேன்.

"ஆமாம், போன வாரம்தான் ரிடேர் ஆனேன்; இந்தப் பாகிஸ்தான் சண்டையில் வீரவிருதும் பெற்று ஓய்வு பெறுகிறேன்; இப்போதுதான் டெல்லியிலிருந்து குடும்பத்தோடு வந்து இறங்கினேன்; நீ என்னுடன் என் வீட்டிற்கு வரவேண்டும். உன்னைப் பற்றி என் குடும்பத்தார் எல்லோருக்கும் சொல்லியிருக்கிறேன்; நீ என்ன, இத்தனை வருஷங்களாக என்னை மறந்தே விட்டாயே; இப்போ எங்கே வந்தாய்! என்ன சேதி? வா போவோம்" என்று மனங்கசிய அழைத்தான் மூர்த்தி. விலாசத்தைக் குறித்துக்கொண்டேன். மறுநாள் வருவதாக விடைபெற்றேன்.

"என்னப்பா, அவரை, நசிகேதனா!" என்று வியப்புடன் கேட்டீர்களே" என்று கேட்ட, என் பிள்ளைக்குச் சொன்ன கதைதான் இது:

பர்மாவின் அரக்கான் மலைகளிலும் காடுகளிலும் ஒன்றுக்கொன்று பலமைல்கள் இடைவெளியில் பிரிந்து கிடந்தது எங்கள் படை. மூர்க்கத்தனமாகத் தாக்கும் ஜப்பான் படைகளுக்கு ஈடுகொடுத்துக் கொண்டிருக்கிறோம். எந்த க்ஷணத்திலும் யாருக்கும் எதுவும் நேர்ந்துவிடலாம் என்ற நிலைதான். நானும் மூர்த்தியும் கிட்டத்தட்ட ஒரே சூழ்நிலையில் பிறந்து வளர்ந்தவர்கள். வறுமை தொலைந்து மீண்டும் வாழமாட்டோமா என்ற ஏக்கத்தில் மரணதேவதையுடன் உடனுறைகிறோம். ஒவ்வொரு மாதமும் ஊருக்குப் பணம் போய்ச்சேரும் விவரம் தெரியும் ஒருநாள்; அந்த ஒருநாளில், அந்த ஒரு கணத்தில் சற்றே நிம்மதி. இருவருக்குமே சதா குடும்பச்சிந்தனைதான். கௌரவமாய்த் தங்கைகளுக்குக் கல்யாணம் செய்து கொடுத்துவிட்டு, அப்பா அம்மா சம்மதத்துடன் நாங்களும் கல்யாணம் செய்துகொள்ள வேண்டும். என்ன பிரமாதம்; இதோ முடியப்போகிறது போர். ஸர்வ வல்லமையும் படைத்த பிரிட்டிஷ்காரர்களை, இந்தக் குள்ளர்களால் அசைக்கக்கூட முடியாது என்று அடிக்கடி எங்களுக்குக் கூறப்பட்டது. எங்களுக்கும் அதில் அசையாத நம்பிக்கைதான்; இருந்தாலும் மிகவும் பயங்கரமான நாட்கள். வசதிக்குறைவுகள் மட்டுமா? மலைப்பாம்புத் தொல்லை மட்டுமா? மலைக்காற்றின் விஷம் மட்டுமா? எல்லாவற்றையும் பொறுத்துக்கொண்டு விட்டோம்; ஆனால், திடீரென்று வெள்ளைக்கார அதிகாரிகள் எங்களை விபரீதமாய் நடத்தியதை, எங்களில் எவராலும் சற்றும் பொறுத்துக் கொள்ள முடியவில்லை; அந்தக் கிலி எங்களை மிகவும் அலட்டிற்று. புதிதாய் வந்த ஒரு சுழல் துப்பாக்கிப் பயிற்சி அளிப்பதற்கென்று ஒரு வெள்ளைக்கார மேஜர் வந்தான். பயிற்சி நேரத்தில் யமனைப்போலத் தோன்றுவான். எங்களை மிகவும் விரட்டுவான். கடாபுடாவென்று கத்துவான்; மற்ற நேரங்களில் பரம சாதுவாய்ச் சரளமாய்ப் பழகுவான்; எங்கள் அத்தனை பேருடைய பெயரும் அவனுக்குத் தெரியும். அவரவர்களுடைய தாய்மொழியின் ஒலியும் குரலும்கூட அவனுக்குத் தெரியும். எங்களை அவன் அன்போடு கூப்பிடுவான்; தமிழில் சில சொற்களை மிகவும் தெளிவாகச் சொல்லுவான். நாங்கள் அவனை மிக விரும்பி, மரியாதையும் காட்டினோம்.

அந்த இழவு புதிய துப்பாக்கியை இயக்குவது, மிகவும் சிரமமான வேலை. கனமும் அதிகம்; அது பின்னுக்கு உந்தி உதைக்கும் வேகமும் அதிகம். சமாளித்துச் சுடவேண்டும். சுடுகின்ற குதிரை ஸ்பிரிங் மிகவும் நுட்பமானது; ரொம்ப ஜாக்கிரதை வேண்டும். எவ்வளவு கவனமாகச் செய்தாலும் தவறு ஏற்பட்டுவிடும். ஒருநாள் பயிற்சியின்போது மூர்த்தியை மேஜர் சற்றே சினந்து கடுமையாக ஏதோ சொல்லிவிட்டான். இரண்டு நாட்களாகவே மூர்த்தி சரியாகச் செய்யவில்லையென்று

எங்களுக்கே தெரியும். மூர்த்தியும் தன் வசமிழந்து, ஏதோ முணுமுணுத்து, முகத்தைக் கோணிக் கோளாறு செய்துவிட்டான். வார்த்தை தடித்துவிடவேண்டிய நிலை. நல்லவேளையாக நேரம் முடிந்துவிட்டதும், மேஜர் வழக்கமான தமாஷ்கள் ஒன்றும் செய்யாமல் வேகமாய்ப் போய்விட்டான். பிறகு கேம்பிலும் காண்டீனிலும் இதைப் பற்றிப் பேச்சு அடிப்பட்டது; மறுநாள் பயிற்சியின்போது மேஜர் முகத்தைப் பார்த்தேன். மிகவும் தெளிவாகவும் அமைதியாகவும் இருந்தது. மூர்த்தி அநாவசியமாக மிரண்டு கலங்கியிருந்தான். நான் அவனுக்கு ஆறுதல் கூறி, "மேஜர் மறந்திருப்பான் யாவற்றையும். நீ சுபாவமாக இரு... ..." என்று தேற்றினேன். பயிற்சி நடந்துகொண்டிருந்தது. மூர்த்தியை அழைத்தான் மேஜர். துப்பாக்கி முனை தன்னைப் பார்க்கும்படிப் பிடித்துக்கொள்ளச் சொன்னான். எப்படி இயக்கவேண்டு மென்று சொல்லிக் கொடுத்துக்கொண்டே, மூர்த்தியை நிமிர்த்து நகர்த்தினான். என்ன நடந்ததென்றே தெரியாமல், இமை கொட்டும் நேரத்தில், சுடுகின்ற குதிரை ஸ்ப்ரிங் அசைந்துவிட்டதோ என்னவோ, பொறி தட்டும் வேகத்தில் குண்டுவெடித்துத் தடாலென்று மேஜர் கீழே விழுந்துவிட்டான். மூர்த்தியும் பின்னே தள்ளப்பட்டுச் சாய்ந்து விட்டான். மேஜர் ஒரே இரத்தவெள்ளத்தில் கிடந்தான். உடனே அவனை ஆம்புலன்ஸில் எடுத்துக்கொண்டு பறந்தார்கள். பல மைல்களுக்கப்பால், இரண்டு மூன்று கேம்புகள் தாண்டி மருந்து வசதி இருந்தது. அங்கே முதலுதவி அளித்துப் பிறகு, அதற்கும் அப்பால் இருந்த ஆஸ்பத்திரியில் கொண்டு சேர்ப்பார்களாம்.

மூர்த்தியை உடனே பிடித்துக் காவலில் வைத்து விட்டார்கள். கேம்பில் கைதியாய் இருப்பதுபோல் வேறு நரகமே கிடையாது. காவலுக்கிருக்கும் சிப்பாய்கூடப் பேசமாட்டான் – பேசக்கூடாது. சாப்பாடு கொண்டுவந்து எறிவார்கள். சாப்பிடா விட்டாலும் தண்டனை. மூர்த்தி கைதியாகி மூன்று நாட்கள் ஆகிவிட்டன. இன்னும் விசாரணைகூடச் செய்யவில்லை. அந்த மேஜர் பிழைத்துவிட்டானாம்; ஆனால் வாய்திறந்து பேச முடியவில்லையாம்; அவன் வாக்குமூலம் தெரிந்தபிறகுதான் விசாரணை செய்வார்களாம்.

'விசாரணையாவது மண்ணாங்கட்டியாவது, மூர்த்திக்குக் கடுமையான தண்டனை நிச்சயம். கோர்ட் மார்ஷல்; நிற்க வைத்துச் சுட்டுவிடப்போகிறார்கள். அதுவும், இந்தியா மீது இப்போதிருக்கும் ஆத்திரத்தில், சும்மாவா விடுவான் வெள்ளைக்காரன்? தீர்த்துக் கட்டிவிடுவான் என்றுதான் எல்லோரும் சொன்னார்கள். இதற்கிடையில், மூர்த்தி வேண்டுமென்றே சுட்டுவிட்டான் என்றே சிலர் குருட்டுத்தனமாகப் பேசினார்கள். மேஜர் கடுமையாகப்

பேசியிருக்கிறான், வேலையும் அதிகமாய் வாங்கிவிட்டான் இரண்டு மூன்று நாட்களாய்; ஆகவே மூர்த்தி ஆத்திரப்பட்டு விட்டான், என்பது இவர்களுடைய நம்பிக்கை. அப்படி ஒருக்காலும் ஆத்திரம்பட்டவன் என்ன செய்யப் போகிறானோ என்று திகிலாயிருந்தது எனக்கு.

நாலாவது நாள் காலையில், முதல் நாளிரவு ஸெண்ட்ரி ட்யூட்டியில் காவல் நின்ற தமிழ்ச் சிப்பாய் ஒருவன், தனிமையில் என் காதோடு, "உம் மூர்த்தி விசாரணைக்கு முந்தியே, தானே செத்துவிடலாம் என்று முடிவு செய்திருப்பான் போலிருக்கிறது; தாகம் பசியெல்லாம் மறந்துபோய்விட்டது அவனுக்கு; தூக்கமும் கிடையாது. பேயறைந்த மாதிரி, விழித்துக்கொண்டு, நிழல் மாதிரி குழம்பிப்போய் பார்க்கவே ரொம்ப பயங்கரமா யிருக்கிறான். நின்றால் நின்றபடி; குந்தினால் குந்தினபடி; கண்ணெல்லாம் பஞ்சடைஞ்சு போச்சு; கைகாலெல்லாம் துவண்டுபோய்ச் சூம்பிக்கிடக்குது, வயிறும், முதுகும் சுருங்கி மடங்கி ஒண்ணாயிடிச்சு; ஒட்டி உலர்ந்து கிடந்த முகம், உப்புசம் கண்டு வீங்கிக் கிடக்குது, பார்க்கவே முடியாத கண்றாவி..." என்று சொல்லி அழுதான்.

"அடப்பாவி, உன் தலையில் இப்படியா எழுதியிருக்கு; வயசான அப்பா, அம்மா; உலகமே தெரியாத தங்கச்சிகள் என்று இராப்பகலாய் வீட்டையே நினைத்து உருகும் உனக்கு இப்படியா வரவேண்டும்..." என்று என்னையும் அறியாமல் உரக்கக் கத்திவிட்டேன். அவன் பட்டாளத்தில் சேரவந்த கதையையும் நடந்தது நடந்தபடியே பல தடவை சொல்லியிருக்கிறான், மூர்த்தி. பந்தமும் பாசமும் அப்பிக் கிடக்கும் அந்தந்த வார்த்தைகளைக்கூட மறக்காமல் அப்படியே ஒப்பித்திருக்கிறானே பல தடவை; அவன் மனத்திற்குள் என்னென்ன தோன்றிற்றோ; வாய்விட்டுச் சொல்ல முடியாமல், தனிமையில் முட்டிமோதிக் கொண்டுவந்த உணர்ச்சிகளை யெல்லாம் வெளியில் கொட்டமுடியாமல் அப்படியே கல்லாய்ச் சமைந்துவிட்டானோ; அவனை இனி பார்க்கவே முடியாதே; ஆமாம், செத்தால் தூக்கி எறிந்துவிடுவார்கள்; அதற்குள் கேம்பைக் கலைக்க நேர்ந்தாலும் நேரலாம்; இந்த அதிர்ச்சி தாங்க முடியாமல், ஊரில் இருக்கும் அவனுடைய அப்பாவும் அம்மாவும் தங்கச்சிகளும் துடித்துத் துடித்துச் சாவார்களோ. நான் எப்படி இதைத் தாங்கப்போகிறேன்; எதிரி குண்டு வீசி நேராத ஆபத்து, இப்படி நேர்ந்துவிட்டதே...... எனக்குத் தலைசுற்றியது.

ஐந்தாறு பெண்களுக்கிடையில் பிறந்துவிட்ட ஒரே பிள்ளை மூர்த்தி. அவனுடைய தந்தை, தன் மூன்றாவது மகளுக்குக் கல்யாணம் செய்துகொடுத்ததோடு, குடும்பத்தின் கடைசிக்

குழிநிலமும், தோப்பும், புஞ்சைப்பங்கும், ஏன் காளைகளும் போய்விட்டன. இன்னும் இரண்டு பெண்களுக்குக் கல்யாணம் ஆகவேண்டும். ஒரு பெண், மூர்த்தி பட்டாளத்தில் சேர்ந்து, கல்கத்தாவுக்கு வந்தபோது திடீரென்று காலமாகிவிட்டாள். மூர்த்திக்குத் தங்கச்சிகள் மீது உயிர். அவர்கள் அந்தக் குக்கிராமத்துப் பள்ளிக்கூடத்தில் ஐந்தாவது படித்து முடித்துவிட்டதோடு சரி. இவன் மட்டும் தினந்தோறும் கால்நடையாய்க் குடவாசலுக்குப் போய்ப் படித்துக் கொண்டிருந்தான். போக மூன்று மைல்; வர மூன்று மைல். சவலைக் குழந்தையானதால் மிகவும் பூஞ்சையான உடம்பு அவனுக்கு. நாளைக்கு இந்தப் பெரிய குடும்பத்தைத் தாங்கவேண்டிய குழந்தை கால் ஓய்ந்து, கை அயர்ந்து, உடம்பு தளர, முகம் வாடி வதங்கத் தினந்தோறும் ஆறு மைல் நடந்து வருவதைப் பெற்றவளால் பொறுக்க முடியவில்லை. ஆடி பிறந்து, ஆற்றிலும் பெரிய சிறிய வாய்க்கால்களிலும் ஒரே தண்ணீர்க் காடாய்க் கிடக்கும் காலங்களில், புத்தக மூட்டையையும், டிபன் பாக்ஸையும் தலைமேல் கட்டிக்கொண்டு அவற்றைத் தாண்டிப் போகவேண்டிய கஷ்டம் வேறு உண்டு. வரப்போ கரையோ எல்லாம் ஒரே வழுக்கலும் சறுக்கலுமாய்க் கிடக்கும். தவிரவும் கும்பகோணத்துப் பள்ளிக்கூடத்தில் படிப்பு மிகவும் தரமாயிருந்ததாம். பக்கத்து ஊர்ப் பெரிய மனிதர் வீட்டுப் பையன்கள் அங்கேயே தங்கிப் படிக்கிறார்களாம்; தன் குழந்தைக்கும் அந்த உயர்ந்த படிப்பு கிடைக்கக்கூடாதா; எப்படியாவது பாடுபட்டு இவனை ஹைஸ்கூல் முடிவு வரை படிக்க வைத்துவிட்டால், என் கலி தீராதா; எனக்கும் இந்தப் பெரிய குடும்பத்துக்கும் விடியாதா... என்றெல்லாம் ஏங்கினாள் மூர்த்தியின் தாயார். பக்கத்து ஊரிலிருந்து கும்பகோணத்தில் தங்கிப் படிக்கும் பையன்களின் தகப்பனார்களான பெரிய மனிதர்கள், தம் குழந்தைகளுக்கு யாராவது வீட்டுச் சாப்பாடாகச் சமைத்துப்போட்டுப் பார்த்துக்கொண்டால் எல்லா ஒத்தாசையும் செய்வதாகச் சொல்கிறார்களாம்; யார் போய் அவர்களிடம் கேட்பது. அந்நிய புருஷர்களிடம் பேசுவது கிடக்கட்டும்; அவர்களை ஏறிட்டுப் பார்த்ததுகூடக் கிடையாதே அவள். அவ்வளவு எதற்கு; தன் கணவரிடம் எதிரே நின்று அவள் பேசியதில்லையே இதுவரை. மறைமுகமாய் நின்றுகொண்டு குழந்தைகளைச் சாக்கிட்டுக்கொண்டு, அந்தக் குழந்தைகளிடம் பேசும் பாவனையில் முணுமுணுப்பதே பெரிய சாகஸம் அவளுக்கு. இரண்டொரு தடவை மூர்த்தியின் படிப்பைப் பற்றி வற்புறுத்தினாள்; அவர் சொன்ன பதில் அதிர வைப்பதாயிருந்தது:

'ஆமாம் போ; பெரிய படிப்புப் படித்துக் கிழிக்கப் போகிறான் உன் பிள்ளை; இப்பவே மாதாமாதம் ஏழு ரூபாய் பள்ளிக்கூடச் சம்பளம் கட்டப் பிராணனே போய்விடுகிறது; சில

மாதங்களில் அபராதம் வேறு சேர்த்து அழவேண்டியிருக்கிறது. இந்த வருஷத்தோடு சரி, இவன் படிப்பு; தஞ்சாவூர் டிரயினிங் பள்ளிக்கூடத்தில் சேர்த்துவிடப் போகிறேன். செலவில்லாமல் இரண்டு வருஷம் படித்துவிட்டு வந்தால், ஏதோ பத்து ரூபாய் முழுசாய்ச் சம்பாதிப்பான். காமா சோமான்னு காலம் தள்ளிவிட்டுப் போகிறோம். இதை விட்டாளாம், கும்பகோணமாம் கொட்டையூராம்... வேலை மெனக்கெட்டவளே, கொட்டிக் கிடக்கிறதோ இங்கு..." என்றாராம்.

அவருடன் தான் வாழ்ந்த அத்தனை வருஷங்களிலும், அன்றுதான் தன் குரலைக் காட்டினாளாம் மூர்த்தியின் அம்மா:

"பயல் பஞ்சம் பத்து வருஷம்..." என்பார்கள். இப்படி ஒரேயடியாய் குறுக்கே விழுந்து பேசவேகூடாது; இன்னும் இரண்டு வருஷம்... என் குழந்தையை நான்... மடிப்பிச்சை வாங்கியாவது படிக்க வைக்கத்தான் போகிறேன்; நினைக்கிற போதே பிச்சைக்காக மாதிரி... பத்து ரூபாய்ச் சம்பளம் என்றா நினைக்கவேண்டும். பெரியவர்... என் அருமந்த மாமனார், அவனுக்கு ரொம்ப ஆசீர்வாதம் பண்ணியிருக்கிறார். அவன் நன்றாய்த்தான் இருக்கவும் போகிறான். நூறு நூறாய்ச் சம்பாதிக்கப் போகிறான். பெற்ற தகப்பனாரே, இப்படியா தடுப்பது... அச்சானியம் மாதிரி..." மிக மெல்லிய குரலில், அடக்கமும் அங்கலாய்ப்புமாய், ஆவலும் கேவலுமாய்ப் பேசினாள் அந்தத் தாய். அந்தப் புருஷன் அப்படியே ஸ்தம்பித்து நின்றுவிட்டார். அவள் குரலையே அதிகம் கேட்டிராதவர் அவர். அவள் பேசி முடித்தபோது, அவரும் தன் கண்களைத் துடைத்துக்கொண்டார். அவள் இஷ்டப்படியே செய்ய அனுமதியும் தந்தார்; ஆனால் மிகவும் வெகண்டையாகத்தான் பேசினார்:

"மகளே, உன் சமத்து; ஆமாம் அவ்வளவுதான்; இங்கே என்னிடமிருந்து காலணா எதிர்பார்க்க முடியாது; இங்கே ஒண்ணும் பண்டம் இல்லையே; இருந்தால் சரி; வடிவேலறிய வஞ்சனை இல்லை. இன்னொன்றும் சொல்லிவிடுகிறேன்; பெரிய மனிதனோ சின்ன மனிதனோ ஒரு பயலிடமும் போய் நான் எதுவும் கேட்கவும் மாட்டேன்; பல்லையும் இளிக்கமாட்டேன்; ஆமாம்; இன்னொன்றையும் இப்போதே சொல்லிவிடுகிறேன்; இந்தப் பெண் குழந்தைகளை வீட்டுக் குத்துச்செங்கல் இறங்கவிடமாட்டேன்; நீ மட்டும் வேண்டு மானால் போ; சமைத்துத்தான் போடுவாயோ, வேறே என்னதான் பண்ணுவாயோ... பிள்ளையைப் படிக்கவை; அவன் டவுன் தத்தாரியாய் ஆகிவிட்டால்... அப்புறம் எனக்குத் தெரியாது. நல்லதுக்கா இந்தப் புத்தி......"

"ராமா... ... இதென்ன கூத்து; என்னவெல்லாமோ சொல்லி ஆகிறதே; நான் போகவில்லை..." என்று தாயார் கண்ணீர் விட்டாராம். பிறகு நல்லவேளையாய் மூர்த்தியின் அத்தை வந்து மத்தியஸ்தம் செய்து, ஊரில் குடும்பத்தைத் தான் கவனித்துக்கொள்வதாகவும், மூர்த்தியின் படிப்பு முக்கியம் என்று சொல்லிக் கும்பகோணத்திற்கும் அவர்களுடன் போய், வீடு பார்த்து வைத்து, நாலைந்து பையன்களையும் சேர்த்து வைத்தாளாம். அப்படியெல்லாம் பாடுபட்டுத் தன்னைப் படிக்க வைத்த தாயாருக்கு மூர்த்தி எங்கேயோ கண்காணாத சீமையில் இருந்துகொண்டு சம்பாதித்துப் பணம் அனுப்புவதுதான் தெரியுமே தவிர, அவன் யுத்தக்களத்தில் பிணக்காட்டில் நடமாடிக்கொண்டிருக்கிறான் என்பது இன்னும் தெரியாதாம். அந்தத் தாயின் மனம் என்ன பாடுபடும்; எனக்குத் தலை சுற்றியது. ஸெண்ட்ரி டியூடியாவது எனக்கு வரக்கூடாதா... ...யாரையாவது கேட்டு, அவனைப் பார்க்க வழிதேட முடியுமா?

நடுப்பகலில், அன்று இரவு கேம்ப் கலைக்கப்பட்டு, மேலும் சற்று தூரத்திற்குச் சென்று தங்கும் கட்டளை பிறந்தது. கிளம்புவதற்கான ஏற்பாடுகள் நடந்துகொண்டிருந்தன. எனக்குக் கைகால்களே ஓடவில்லை. மாலை நாலரை அல்லது ஐந்து மணி இருக்கும். கேம்பில் பரபரப்பு. மூர்த்திக்கு முடிவு கூறப்போகிறார்களாம். நான், என் நினைவே இல்லாமல் எப்படியோ ஆகி ஊர்ந்து கொண்டிருந்தேன். எண்ணமே மறைந்துவிட்டது; மனமே மரத்துவிட்டது போன்ற ஒரு நிலை; பிறகு நானே இல்லாமல் ஆகிவிட்டதுபோல ஒரு மந்த மயக்கம் ஏற்பட்டது. அப்புறம் எனக்கு ஒன்றுமே நினைவில்லை. ஒரு தமிழ்ச் சிப்பாய் வந்து என்னைத் தூக்கி நிறுத்தி, என் உடம்பைத் துடைத்துத் தட்டிக்கொண்டே, என் கண்களையும் தேய்த்து, விரலால் இமைகளைத் திறந்து பார்க்கச் செய்துகொண்டிருந்தான். மெல்லக் கண் திறந்தேன். பழைய நினைவுகளே இல்லாத சூன்ய நிலையில் ஒருகணம் கழிந்தபிறகு, செத்துப் பிழைத்ததுபோல உணர்ந்து உடம்பின் உஷ்ணத்தையும் உணரத் தொடங்கினேன். தேய்த்துக்கொண்டேன். தமிழ்ச்சிப்பாய் கண்ணீர்த் துளிகளுடன் சொன்னான்:

"மூர்த்தி மீது ஒரு பிழையும் இல்லை; என் தவறுதான் துப்பாக்கி வெடிக்கக் காரணம்; அந்த நல்ல மனிதனை விடுதலை செய்யுங்கள்" என்று மேஜர் செய்தி அனுப்பிவிட்டான். செத்து விட்டதுபோல் – ஆனால் உயிருடன் உணர்ச்சியற்று கிடக்கும் மூர்த்திக்கு, இதை எங்களால் உணர்த்த முடியவில்லை. உன்னைக் கொண்டாவது அவனை உணர வைக்கலாம் என்று தேடினோம்.

நீயும் அதேபோலக் கிடந்தாய். எழுந்தபிறகும் எப்படியோ இருக்கிறாயே. ஓடி வா. மூர்த்தியிடம் போவோம்."

இருவரும் ஓடினோம். மூர்த்தி மூர்ச்சை தெளிந்துவிட்டான். அவனுக்கு ஏதோ ஊட்டினார்கள். குடிக்கவும் கொடுத்தார்கள்.

"அம்மா, நான் உன் வயிற்றில் அன்று பிறந்தது எனக்குத் தெரியாது. இதோ, இன்று புதிதாய்ப் பிறக்கிறேன் ..." என்று முனகினான் மூர்த்தி. ஓர் அதிகாரி மூர்த்திக்குக் கைகொடுத்துத் தூக்கித் தோளில் சாத்திக்கொண்டு வாழ்த்துக் கூறினார். எனக்கு நசிகேதன் கதை நினைவுக்கு வந்தது.

யுத்தம் முடிந்ததுமே, நான் பட்டாளத்திலிருந்து விலகி ஊருக்கு வந்துவிட்டேன். மூர்த்தி தொடர்ந்து பணியாற்றிப் பெருவாழ்வும் வாழ்கிறான்.

*(நசிகேதன் என்பவன், மூன்று நாள் யமனுடைய வீட்டில் தங்கியபின், மண்ணுலகுக்கு மீண்டும் வந்த ஒரு மனித குமாரன்.)*

**_சிவாஜி_ – ஆண்டுமலர்: 1973**

**புதிய கதை**

•

# நூறுகள்

அந்தத் தெருவுக்குள் புகுந்து அந்த வீட்டை நெருங்கிப் பந்தலையும் வாழை மரத்தையும், டியூப் லைட்டையும் பார்த்த பிறகுதான், எனக்கு ஞாபகம் வந்தது. “அடாடா, ராமய்யர் வீட்டுக் கல்யாணம் அல்லவா இன்று. காலையில் முகூர்த்தத்துக்குத்தான் போகவில்லை, சாயங்காலம் போய்க் கல்யாணமாவது விசாரித்துவிட்டு வந்திருக்கலாம். மறந்தே போய்விட்டது. இன்று காலையிலிருந்து வேறு நினைவே இல்லாமல் பணம் தேடிக்கொண்டிருக்கிறேன். என் இரண்டாவது பெண்ணைக் கோயம்புத்தூருக்கு அனுப்பியாக வேண்டும், ஆசிரியர் பயிற்சிக் கல்லூரிக்கு. நாளைக்குக் கடைசி நாள். நாளைக்காவது புறப்படாவிட்டால் மிகவும் பாடுபட்டுக் கிடைத்த இடம் பறிபோய்விடும். வீட்டில் ஒரே துக்கம். வைக்காததை வைத்து, விற்கக்கூடாததை விற்று இருநூறு ரூபாய்கள் தேற்றிவிட்டோம். காலேஜுக்கே அறுநூறு ரூபாய் கட்ட வேண்டும். பிரயாணச் செலவுக்கும் கைச்செலவுக்கும் எல்லாம் சேர்த்து இன்னும் ஐந்து நூறுகள் தோது செய்ய வேண்டும். காலையிலும் மாலையிலும் எங்கெல்லாமோ போய்ச் சுற்றிவிட்டு, அலுத்துச் சலித்துக் காரியம் ஆகாமல் வீட்டிற்குத் திரும்பி வந்துகொண்டிருந்தேன். ஏதோ ஞாபகத்தில், இந்தத் தெருவில் புகுந்தேன். கல்யாண வீட்டைப் பார்த்ததும்தான் ஞாபகம் வருகிறது; இரவு மணி பத்துப் பத்தரை இருக்குமே; இப்பொழுது போய் என்ன செய்வது? ஆனால் அப்பொழுதுதான் சாப்பாடு முடிந்திருக்கவேண்டும். இலை கொண்டு வந்து போட்ட இடத்திலிருந்து, மனிதர் கையை நக்கிக்கொண்டே நகர்ந்துகொண்டிருந்தனர்.

அவர்கள் விரட்டிய நாய்கள் வந்து ஒன்றை மற்றொன்று விரட்டிக் கொண்டிருந்தன. பந்தலுக்குள் எட்டிப் பார்த்தேன். சீட்டாட்டம் நடந்துகொண்டிருந்தது. நாலு சீட்டு, களத்தில் நிறையப் பணம் கிடந்து புரண்டது. பந்தலுக்குள்ளும் போய்விட்டேன். ராமய்யர் எதிர்ப்பட்டார்.

“என்னய்யா இது” என்றார்.

“மன்னிக்கணும். ரொம்ப அவசரமான காரியம். எங்கெல்லாமோ போய் அலைந்துவிட்டு இப்போதுதான்...”

“உள்ளே வாரும், சாப்பிடலாம்...”

“மன்னிக்கணும், எனக்குச் சாப்பாடெல்லாம் ஆகிவிட்டது.”

“சந்தனம் சர்க்கரை கொண்டுவருகிறேன், இரும்...”

“ஏழு கைதான் ஆடிண்டிருக்கு. ஒரு இடம் இருக்கிறது கடைக் கையிலே போடலாமோன்னோ...” என்று குரல் கேட்டுத் திரும்பிப் பார்த்தேன். ஆடுகிறவர்கள் நகர்ந்து இடம் விட்டு வட்டத்தை விஸ்தரித்தார்கள். கலைக்கிறவர், அந்த இடத்தில் சீட்டையும் போட்டுவிட்டார். “நூறு ரூபாய் ஷோ... என்றான் ஒருவன். அதாவது நூறு ரூபாய் காட்ட வேண்டுமாம். அவ்வளவு இருந்தால்தான் உட்கார்ந்து ஆட அனுமதிப்பார்களாம். ஐந்தும் பத்தும் வைத்துக்கொண்டு உட்கார்ந்து, சிக்கனமாக ஆடிச் சூதாட்டத்தின் விறுவிறுப்பைக் குறைத்துவிடக்கூடாதாம். நான் என் சட்டைப் பையைத் தடவினேன். இரு நூறு ரூபாய் இருப்பது நெருடிற்று. எப்படியும் நாளைக்குப் புறப்பட முடியாது. ஒரு சான்ஸ் பார்ப்போமே. அந்தப் பாக்கி நூறுகள் கிடைக்கட்டுமே. இல்லையென்றால் இருக்கும் நூறுகள் தொலையட்டுமே. இதுவரை எத்தனையோ தடவை சத்தியம் செய்திருக்கிறோம், சீட்டைத் தொடுவதில்லை என்று. நாளைக்கு நூறாவது தடவையாகச் சத்தியம் செய்துவிட்டால் போகிறது. உட்கார்ந்தேன். ஒரு நூறு ரூபாய்த்தாளை எடுத்துக்காட்டினேன். அதிகமாக இருப்பதையும் அவர்களே பார்த்துக்கொண்டார்கள்.

நல்ல முரட்டுக் கைகள், மும்முரமான ஆட்டம். நாலைந்து கலவைகள் வந்தாலே போதும், நமக்கு வேண்டிய நூறுகள் கிடைத்துவிடும்.

ஆடிக்கொண்டிருந்தேன். வருவதும் போவதுமாயிருந்தது. சீட்டை நிறையப் போட்டு ஆடினேன். பெரிய சீட்டுகள் அடி வாங்கின. ஒரு நூறு போய்விட்டது. அடுத்ததை எடுத்தேன். சற்று நிதானமாக ஆடினேன். கரைந்துகொண்டிருந்தது மெல்ல. இரவு இரண்டு மணியென்று யாரோ சொன்னது காதில் விழுந்தது.

முக்கால்வாசி முதல் முழுகிப் போய்விட்டது. ஒருக்கால் எப்போதும்போல், என்றைக்கும் ஆவதுபோல், இன்றும் யாவற்றையும் தோற்றுவிட்டு, மிக விரைவிலேயே நூறாவது தடவையாகச் சத்தியம் செய்யும்படி நேர்ந்துவிடுமோ என்று ஓர் எண்ணம் வந்தது. வீட்டு நினைவும், என் பெண்ணின் நினைவும், அவள் காலையிலும் சாயங்காலமும் பட்ட வேதனையின் நினைவும் வந்தது.

ஆடிக்கொண்டிருந்தேன். வருவதும் போவதுமாய் இருந்தது. கண்ணும் கையும் சீட்டைப் பார்த்தன. நோட்டையும் சில்லரை நாணயங்களையும் நெருடின. வீசி எறிந்தன. அள்ளிச் சேர்த்து இழுத்தன. அள்ளாமல் தோற்று ஓய்ந்தன. தொடர்ந்து நடந்தது இது.

சிறிது நேரத்தில் சீட்டாட்டக் களத்திலிருந்த கவனத்துடன் ஒன்றியிருந்த உள்ளத்தில் மற்றொரு களம் விரிந்தது. அங்கே தனியே கண்களும் காதுகளும் தோன்றிச் செயல்படத் தொடங்கியிருந்தன. அதனால் ஆட்டத்தில் சிறிதும் இடையூறும் இல்லை.

அன்று மாலையில் சுற்றியலைந்து சலித்துப்போய் வீட்டில் நுழைந்து தொப்பென்று உட்கார்ந்தேன், சாக்கு நாற்காலியில். சிறிது நேரம் கழித்துக் காப்பி கொண்டுவந்து கொடுத்தாள், என் பெண். அவள் கண்கள் கலங்கியிருந்தன. என்னைப் பார்த்தவள், மெல்லச் சமாளித்துக்கொண்டு, “அப்பா, உங்களை இப்படிக் கஷ்டப்படுத்துவதற்கென்றே நாங்கள் பிறந்திருக்கிறோமா, உங்கள் முகவாட்டமும், உடம்பின் ஓய்ச்சலும், உங்கள் நடையின் தளர்ச்சியும் எங்கள் பிறப்பையே அவமானப்படுத்துகின்றன. வேண்டாம் அப்பா, வேண்டவே வேண்டாம். இனிமேலும் நீங்கள் எங்கும் போய் அலையவேண்டாம். பெரிய உடம்பைச் சிறியதாக்கிக்கொண்டு, முகத்தின் தேஜஸ்ஸை மங்கச் செய்துகொண்டு யாரிடமும் போய்க் கடன் கேட்க வேண்டாம். அக்காவும் பி.ஏ. படித்துவிட்டு வேலையில்லாமல் இருக்கிறாளே. நானும் பி.எஸ்.ஸி. முடித்துவிட்டு, இரண்டு வருஷமாய்த் தண்டச்சோறு தின்கிறேனே. டிரெயினிங் போய்விட்டு வந்தாலாவது வேலை கிடைக்காதா, உங்கள் சிரமம் சற்றே குறையாதா என்று பார்த்தேன். வேறு காலேஜ்களில் ஆயிரம் இரண்டாயிரம் கேட்கிறார்களே. அந்தக் காலேஜில் நல்ல வேளையாக இடம் கிடைத்ததே என்று சந்தோஷப்பட்டேன். ஆனால், இங்கும் அறுநூறு ரூபாயுடன் வர வேண்டுமென்று எழுதியிருந்ததைப் படித்தவுடனே, எனக்குப் பகீர் என்றது. அப்போதே தீர்மானித்து விட்டேன். இது நடக்காதென்று. ஆரம்பத்திற்கே இப்படி இருந்தால், இன்னும் பத்து மாதம் ஹாஸ்டல் பீஸும் மற்ற செலவுகளும் ஆகுமே. எனக்கு அடுத்தவள் காலேஜில் படிப்பதை நிறுத்தினால்கூட, உங்களால் எனக்கு மாதா மாதம் அனுப்ப

முடியாது. வேண்டாம் விட்டுவிடுங்கள். இனிமேலும் உங்களைக் கஷ்டபடுத்தக்கூடாது நான்...” என்று முடித்துவிட்டாள் கதையை.

சாயங்காலம் வெளியே கிளம்பினேன். மேற்கே போய் ரங்கனைப் பார்த்து, ஏதாவது உதவி கேட்போமென்று போனேன். அவன் நல்ல பணக்காரன். ஊருக்கே பெரிய மனிதர்களான குடும்பத்தில் பிறந்தவன். நாற்பதைத் தாண்டிவிட்டான். இன்னும் பாப புண்ணியங்களைப் பற்றி நினைக்க வரவில்லை அவனுக்கு. தான தர்மங்களின் வழியே தெரியாது அவனுக்கு – என்று அவனுடைய அந்தரங்க நண்பர்களே கூறுவார்கள்: ஆனாலும் என்னுடைய இந்தச் சந்தர்ப்பம் அவனைச் சிந்திக்கத் தூண்டாதா என்ற சபலத்தில் போனேன். அவன் வீட்டில் எனக்குத் தெரிந்த நண்பர்கள் முப்பது நாற்பது பேர் கூடி, ஒரே கொம்மாளமாயிருந்தது.

“வாய்யா, வீணாப்போன கிராக்கி, வாய்யா . . .” என்ற வரவேற்புடன் நுழைந்தேன். “பாவிகளா, உங்களாலேதான் நான் வீணாப்போனேன்” என்று சொல்லியிருக்க வேண்டும். ஏனோ சொல்ல வரவில்லை எனக்கு. ஸ்வீட், காரம், காப்பி வந்தது; சாப்பிட்டேன். இன்னும் சிறிது நேரமிருந்தால், ஸோம பானம் உண்டு என்றான் ரங்கன்.

“இதெல்லாம் என்ன இன்னிக்கு . . ?” என்றேன். எல்லோரும் சிரித்தார்கள். ஒருவன் என் காதோடு, “ரங்கன் நேற்றுச் செஞ்சுரி போட்டான். அதற்காகப் பார்ட்டி” என்றான்.

“அப்படியென்றால் . . . என்றேன் புரியாமல்.

“ரங்கன், நேற்றிரவு தன் நூறாவது தோழியை . . .” என்றான் ஒருவன்.

தன் வாழ்வின் லட்சியமே நிறைவேறிவிட்டதுபோல், வெறியுடன் சிரித்தான் ரங்கன். அப்பொழுதே அங்கிருந்து நான் விடைபெற்றுப் போயிருக்கலாம். இருந்தாலும் சிறுமை விட வில்லை. ரங்கனைத் தனியே அழைத்து விவரமாகச் சொன்னேன். கடனாகக் கேட்டேன்.

“ஏகச்செலவு காலம். தாக்குப்பிடிக்க முடியவில்லை, என்னை மன்னித்துவிடுங்கள்” என்றான்.

அவன் வீட்டைவிட்டுப் புறப்பட்டுத் தெருவில் நடந்தேன். அடுத்த இரண்டு வீடுகளும் அவனுடையதுதான். அநேகமாக அந்தத் தெரு முழுவதுமே அந்தக் குடும்பத்திற்கே சொந்தம். அவர்களுடைய தகப்பனார் அப்படி வாங்கிச் சேர்த்துவிட்டுப் போயிருக்கிறார். இரண்டு வீடுகள் தள்ளிச் சீமா வீடு. அவன் ரங்கனுக்குத் தம்பி. ரைஸ் மில் வைத்திருக்கிறான். அரிசி

வியாபாரமும் நெல் வியாபாரமும் செய்கிறான். காசில் கிண்டன். கடவுள் பக்தி உள்ளவன். ஆசார அனுஷ்டானங்களுடன் இருப்பவன். உபகாரி. கடன் கொடுப்பான், வட்டி அதிகம். ஆறு மாத வட்டியை எடுத்துக்கொண்டு மீதியைத்தான் கொடுப்பான். ஆறுமாதம் தவணை, மாதா மாதம் உள்ள தவணையைக் கழுத்தில் கத்தி வைத்தாவது கறந்துவிடுவான். நான் பலமுறை அவனிடம் கடன் வாங்கியது உண்டு. தகராறு இல்லாமல் தீர்ந்ததும் உண்டு. தெருவோடு போன என்னைச் சீமாவே கூப்பிட்டான். தெருக்கோடியில் இருக்கும் கடையில் வெற்றிலைச் சீவல் போட்டுக்கொண்டு திரும்பிவந்து அவனைப் பார்ப்பதாக இருந்தேன். அவனே கூப்பிட்டதும், காரியம் பழமென்று சற்று நிம்மதியாகவே உள்ளே போனேன்; உட்கார்ந்தேன்.

சீமா, உள்ளே பார்த்துக்கொண்டு, "ஏய் ராமாஞ்சு, இலை போடு, பிரசாதமெல்லாம் சாதி" என்று உத்தரவு போட்டுவிட்டு, "பார்ட்டிக்குப் போய் வருகிறீரோ, ஹூம் கஷ்டம், நல்ல குடும்பத்தில் பிறந்து, இப்படி நாயாய் அலையவேண்டாம், உம் ஸ்நேஹிதர்! வெட்கமில்லாமல் பார்ட்டி வேறே கொடுக்கிறாரே, மஹா பாபம் ..." என்றான்.

"அதற்கென்று வரவில்லை. வேறு காரியம், அவனைப் பார்க்கலாமென்று வந்தேன். பிறகுதான் கேள்விப்பட்டேன். பாபம்தான் இது."

"சரி, வாரும், கொஞ்சம் பெருமாள் பிரசாதம் சாப்பிடும். கையைக் காலை அலம்பணுமா, தண்ணீர் கொண்டுவரச் சொல்லட்டுமா?"

"என்ன விசேஷம்..?"

"ஒண்ணுமில்லை, இன்னிக்குச் சுந்தரகாண்டம் நூறாவது பாராயணம் முடித்தேன். பெருமாளுக்கும் திருவடிக்கும் (ஆஞ்சனேயர்) அர்ச்சனை."

பிரசாதம் சாப்பிட்டேன். சீமா என் குடும்ப யோக க்ஷேமங்களை விசாரித்தான். காலம் போகிற போக்கில், என் போன்ற சம்சாரிகளின் குடும்பத்திற்குள்ள கஷ்டங்களைத் தானே சொல்லி அனுதாபப்பட்டான். நான் தயக்கத்துடன், என் பணமுடையைச் சொன்னேன். அவனுக்குப் புரியுமே என்று, வித்யா தர்மம், புண்ணியம் என்றெல்லாம் வேறு சொல்லி என்னையே அசிங்கப்படுத்திக்கொண்டேன்.

"ஐயோ... பாவம்" என்றான் சீமா.

சரி, காரியம் பலித்துவிட்டதென்று நினைத்துக்கொண்டேன். சிரித்தேன்.

சீமா, தன் கஷ்டங்களைச் சொல்கிறான்: "ஐந்நூறாவது, அறுநூறாவது, இப்போ ஒண்ணும் மூச்சுவிட முடியாது. ஏராளமாய் ஸ்டாக் பண்ணிவிட்டேன் நெல்லை. நானே எல்லா பாங்கிலும் ஓவர்டிராப்ட்; உளுந்து பயறு வேறே நிறைய வாங்கிப் போட்டிருக்கிறேன். கவர்ன்மெண்ட் அடிக்கிற கூத்தில் ஒன்றுமே புரியவில்லை. ஆடி ஆவணியில் ஏதாவது விலை ஏறினால் வெளியே எடுக்கப் போகிறேன். மேட்டூரில் ஜலமே இல்லையாம்; குறுவை என்ன ஆகப்போகிறதோ. எது எப்படிப் போனாலும் பல்லைக் கடித்துக்கொண்டுதான் இருக்கப்போகிறேன். பெருமாள் கைவிடமாட்டாரென்று பூர்ண நம்பிக்கை எனக்கு. ஐந்நூறாவது அறுநூறாவது. நூறு இருநூறுக்குக்கூட வழி இல்லை. உமக்குக் கொடுப்பதற்கு என்னய்யா தயக்கம். ரொம்ப நம்பிக்கையான புள்ளி நீர். அதுவும் தவிரப் படிப்புக்குன்னு கேட்கிறீர், ஐயோ, பாவம். ஆனால், நம்மகிட்ட வழியே இல்லை. வேற எங்காவது புரட்டிப் பாரும்" சீமா முடிக்கிறான்.

சிரித்தேன்; வாய்விட்டுச் சிரித்துவிட்டேனோ! உள்ளும் புறமும் இணைந்துவிட்டனவோ! உள்ளே நிகழ்ந்துகொண்டிருந்த களம் மறைந்து, வெளியே, கண் எதிரே இருந்த சீட்டாட்டக் களம் மட்டுமே தெரிந்தது.

"ஐயோ பாவம், சிரிக்க மாட்டீரா, என் கையை முறிக்க வேண்டுமென்றே, சின்னச் சீட்டுக்கு இவ்வளவு ரவுண்ட் வந்து, களத்தை அள்ளி வாரிவிட்டீர், சிரித்து வேறு என் வயிற்றெரிச்சலைக் கொட்டிக்கிறீரே. ஜயகாலம். சீட்டு நன்னாப் பேசறதே உமக்கு என்று பயந்துண்டு விட்டுத் தொலைத்தேன், பெரிய சீட்டை. தொலையட்டும், ஒரு களக்காயாவது கட்டும்" என்றான் ஒருவன்.

சீட்டுக்களைச் சேர்த்துக் கொசுவி, புறா விட்டுக் கலைத்துப் போட்டேன். ஆடிக்கொண்டிருந்தேன். வருவதும் போவதுமாய் இருந்தது.

"புரட்டவேண்டியதுதான்" என்று சீமாவுக்குச் சொல்கிறேன். இங்கே ஆட்டத்தில் எதிரே பந்தயம் போட்டுக்கொண்டிருந்தவன், தன் சீட்டைப் புரட்டிவிட்டான்.

"புரட்டச் சொல்லவில்லையே..." என்றேன்.

"இப்போ, சொன்னீரே..."

"ஓகோ, சொன்னேனோ? இன்னும் இரண்டு பந்தயமாவது போட்டிருப்பாய்..." என்று பேசிக்கொண்டே, குறையோடு சீட்டைக் கலைத்தேன்.

"தூக்கக் கலக்கமோ..." என்றான் ஒருவன்.

"ஆமாம், மத்தியானம் முழுக்க ஒரே அலைச்சல், தூக்கம் கண்ணைச் சுற்றுகிறது..."

"சுற்றுமய்யா, சுற்றும், நூறு நூறாகச் சுற்றிச் சுருட்டிவிட்டீர். அநேகமாக எல்லாக் கைகளும் குளோஸ். தூக்கம் கட்டாயம் கண்களைச் சுற்றுமே..." என்றான் ஒருவன்.

சட்டைப்பை கனத்திருந்தது, வெளியே துருத்திக் கொண்டிருந்தது. அவன் சொன்னது உண்மை. நிறையவே ஜெயித்திருந்தேன். ஏதோ ஞாபகத்தில், "மணி என்ன?" என்று கேட்டுவிட்டேன்.

"பதினொன்றரைதான் ஆகிறது" என்று கிண்டல் பண்ணினான் ஒருவன்.

ராமய்யர் வந்து, என்னை அவசரமாகக் கூப்பிட்டார். "ரொம்ப அவசரம்" என்றார்.

சிதறிக் கிடந்த ஐந்து ரூபாய் பத்து ரூபாய் நோட்டுக்களைப் பையில் திணித்துக் கொண்டு, ஒரு ரூபாய் நோட்டுக்களையும் சில்லரை நாணயங்களையும் அடுக்கி வைத்துவிட்டு, எழுந்து சென்றேன். ராமய்யர் பந்தலுக்கு வெளியே இருந்தார், நெருங்கிச் சென்றேன். "ஓய், உம்முடைய ஜன்மாவிலேயே இன்னிக்குத்தான் நீர் ஜெயித்திருக்கிறீர். மணி நாலு ஆகப்போகிறது. போய் உட்கார்ந்து ஒரு நாலு ஆட்டம், சும்மா பேருக்குப் பார்த்துவிட்டுப் புறப்படும் வீட்டிற்கு" என்றார்.

அதே போலச் செய்துவிட்டுக் கிளம்பினேன். ஒரே இருட்டு. எப்படியோ வீட்டுக்கு வந்து சேர்ந்தேன். வீட்டின் வாசற்கதவு திறந்திருந்தது. வெளிச்சமும் தெரிந்தது. கையில் இருந்ததை ஓரமாக எறிந்துவிட்டு, "எங்கேந்து வந்தாகிறது? விடிந்ததும் கிளம்பவேண்டுமே? குழந்தை கூடப் போகிற உத்தேசம் உண்டோன்னோ" என்றாள் மனைவி.

"விடிந்தும் விட்டது. புறப்படவேண்டியதுதான்" என்று சட்டையைக் கழற்றினேன். நோட்டும் நாணயமும் சட்டைப் பையிலிருந்து சிதறின; ஏழெட்டு நூறுகள் இருக்கும்.

*சுதேசமித்திரன்–தீபாவளி மலர்: 1974*
*'கரிச்சான் குஞ்சு கதைகள்'*

●

# அம்மா இட்ட கட்டளை

"என்னடா பாலு, உங்கப்பாவுக்குக் கடுதாசு எழுதட்டுமா, அல்லது நேரிலேயே போய் முடித்துக் கொண்டு வரட்டுமா?"

"ஸார் வேண்டாம் ஸார்..! இன்னும் நாலைந்து மாதங்கள் பொறுத்துக்கொள்ளுங்கள். அப்புறம் நானே உங்களிடம் வந்து..."

"என்னப்பா இது, எங்க அலமுவைப் பிடிக்க வில்லையா – உனக்கு? அப்படியென்றால் ஏன் இவ்வளவு நெருங்கிப் பழகினாய் எங்களுடன்? நான் ஒண்ணும் புரியாமல் தவிக்கிறேன் பாலு. அலமுவும் அழுது அழுது முகமெல்லாம் வீங்கிக் கிடக்கிறாள். எனக்கு உடனே ஒரு முடிவு தெரியணும்..."

"ஸார்! நான் அலமுவைக் கல்யாணம் செய்து கொள்ளப் போவது முக்காலும் உறுதி. நீங்கள் எனக்குச் செய்திருக்கும் உதவிகளுக்கும், என்னிடம் காட்டியிருக்கும் ஆதரவுக்கும், அத்தனைக்கும் மேலே நான் உங்கள் குடும்பத்தில் அவ்வளவு நெருங்கிப் பழக அநுமதித்ததற்கும் நான் ரொம்ப ரொம்பக் கடமைப்பட்டிருக்கிறேன். நான் என்றைக்கும் மாறவே மாட்டேன். எங்கப்பா, அம்மா நீங்கள் செய்யப்போகும் சீர் முதலியவற்றைப் பற்றிக் கவலைப்படவே மாட்டார்கள். ஆனால்... ஸார் தயவுசெய்து இன்னும் சில மாதங்கள் பொறுத்துக் கொள்ளுங்கள். அப்புறம் நானே உங்களிடம் வந்து..."

"என்னப்பா இது வேடிக்கை. போன வருஷத்திலிருந்து காத்துக்கொண்டிருக்கிறேன். ஆபீசிலும் அக்கம் பக்கத்திலும் உனக்கும்

அலமுவுக்கும் முடிச்சுப் போட்டுப் பேசுகிறார்கள்; வேறு இடத்தில் வரன் பார்ப்பதுகூடச் சிரமம்தான்; எனக்கு ஒன்றுமே புரியவில்லையே?"

"ஸார்! தயவுசெய்து என்னைத் திரும்பத் திரும்பக் கிண்டிக் கிளறாதீர்கள். இத்தனை நாட்கள் பொறுத்தீர்கள். இன்னும் சில மாதங்கள்... தை பிறக்கிற வரைக்கும் பொறுக்கக்கூடாதா? ஸார், என் கஷ்டம்..."

"அதனால்தான் நான் ரொம்ப அவசரப்படுகிறேன். நீ கால் தேய உடம்பு ஓய நடக்கிற நடையையும், உன்னுடைய எளிய சட்டைத் துணிமணிகளையும் பார்க்கிறபோது எனக்கு ரொம்பப் பரிதாபமாக இருக்கிறது. நீ ஏன் இப்படியெல்லாம் கஷ்டப்படணும்? உன் அண்ணாக்கள் நிறையச் சம்பாதிச்சுண்டு நன்னாயிருக்கிறது எனக்குத் தெரியும். நீ மட்டும் ஏன் சம்பளத்தைக்கூடச் செலவழிக்க முடியாமல் காயக் கிலேசம் பண்ணிக்கணும்? ஊரில் ஏதாவது கடன் இருக்கிறதா? அப்படி இருந்தால் சொல்லு. அதைத் தீர்த்துவிடுவோம். உனக்கே தெரியும், அலமுவிடம் எனக்கு எவ்வளவு பிரியம் என்று. பகவான் எனக்கும் ஏதோ கொடுத்திருக்கிறான். என் பையன்களும் நான் என்ன செய்தாலும் மறுக்கப்போவதில்லை. உனக்கு ஒரு கவலையும் வேண்டாம்; நானே உங்கள் ஊருக்குப் போய் விசாரித்து..."

"வேண்டாம் ஸார், நானே போய் முடிவு செய்து வருகிறேன்" என்று சொல்லிவிட்டு, பாலு மன்னார்குடிக்கு வந்தான். வந்தது முதல் அவனுக்கும் அவன் தாயாருக்கும் ஏகத் தகராறு. அவள் சம்மதிக்கவேயில்லை. அந்த வீட்டில் அந்தத் தாயார் வைத்ததுதான் சட்டம். சாயங்காலம் பாலு புறப்பட வேண்டும்.

"அம்மா, அம்மா, முடிவாய் என்ன சொல்கிறாய்?"

"நான் என்னடா சொல்லிப் பட்டணத்துக்கு அனுப்பிச்சேன்? பத்துப் பவுன் இல்லாமே இந்த வீட்டுக் குத்துச் செங்கல் ஏறக் கூடாதுன்னு சொன்னேனா இல்லையா? உன் மூத்தவனுக ஒன்பது பேரையும்விட நீ என்னடா ஒசத்தி!"

"அண்ணாவெல்லாம் வாங்கினபோது பவுன் என்ன விலை? இப்போ என்ன விலை?"

"ரொம்பச் சமர்த்து! போடா போக்கத்தவனே! அவனுக ஆரம்பத்தில் முப்பதும் முப்பத்தஞ்சும்தான் சம்பளம் வாங்கினானுக. நீ எடுத்த எடுப்பிலேயே நூற்றைம்பதும் இருநூறும் வாங்கறையே..."

"நானும் சும்மா வந்து கேட்கவில்லையே; எட்டுப் பவுன் வாங்கிண்டு வந்திருக்கேன்..."

“அதுக்குள்ளே கலியாணத்துக்கு அவசரம். வந்துவிட்டது, பாவம்... ரொம்ப வயசு ஆயிடுத்து... பேசாம உட்கார்ந்து சாப்பிட்டுவிட்டு ஊருக்குப் புறப்படு பாக்கி இரண்டு பவுனையும் வாங்கிண்டு வா; அப்புறம்தான் பேச்சு; உம், போடா...”

“அக்கிரமம், அநியாயம்” என்று சொல்லியபடியே அப்போது அங்கு வந்தார் பாலுவின் தகப்பனார். “நானும் பார்க்கிறேன். முப்பது வருஷங்களாய் நீ வெச்சதே சட்டமாய்ப் போய்விட்டது. பசங்கள் ஒவ்வொருத்தனும் உன் கையாலே பிடுங்கல் சோறு தின்னுண்டு கரியுண்டு கரியுண்டு, கச்சிப் போய், எப்போடா இந்த வீடுங்கற சென்ட்ரல் ஜெயில்லேந்து வெளியே போகப் போகிறோம்னு துடிச்சுண்டுதான் போயிருக்கானுக. பாவம், அவனவன் வாயைக் கட்டி வயிற்றைக் கட்டி இவளுக்குப் பத்துப் பவுன் கொண்டு வந்து கொடுப்பதற்கு என்ன பாடு பட்டிருப்பானுக. ஏதோ எங்கள் பெரியவா புண்ணியம் அவனுக எல்லாருமே நன்னா சாப்பாதிச்சுண்டு சௌக்கியமா இருக்கானுக. அவனுக்கு வந்த பெண்களும் ஒவ்வொண்ணும் ரத்தினம். நல்லவேளையா உன் கொடுங்கோல் நடக்கும் இந்த வீட்டில் அவர்களை விட்டுவைக்கவில்லை, நம் பசங்கள். கல்யாணப் பெண்ணுக்கு நகை பண்ணுவது மாதிரின்னா, ஒவ்வொரு நகையாப் பண்ணியாகிறது! கிழங்கு கிழங்கா வளையல் ஆச்சு; கரணை கரணையா கழுத்துத் தாங்காமெ சங்கிலி ஆச்சு; சுண்டு விரல் பருமனுக்குக் கொடி பண்ணிண்டே; இப்போ நாற்பது பவுனில் பெல்ட் ஒட்டியாணம் பண்ணியாகிறது. பரமசிவப்பத்தன் அக்கிரகாரத்திலேயே பழமும் தின்னு கொட்டையும் போட்டவன், அவன்கூட யாரிடமோ விளையாட்டாச் சொன்னானாம். வைத்தி அய்யா வீட்டு அம்மா, புதுக் கல்யாணப் பொண்ணு மாதிரி அப்படி இப்படீன்னு’ – என்ன வேண்டிக் கிடக்கு...”

“ஏன் வேண்டிக் கிடக்கலை? ஆமாம், புதுக்கல்யாணம் தான். வரப்போகிறதே, அறுபதாம் கல்யாணம்...”

“போறுண்டி. எனக்கு அது ஒண்ணுதான் குறைச்சல்...”

“போறுமே; உங்களாலே என்ன முடிஞ்சுது? உங்களுக்கு என்ன தெரியும்னேன்? என்னைக் கேட்க வேண்டாமே; ஊரைக் கேட்டால் சொல்லுமே; இந்தக் காமாட்சி இல்லேன்னா இந்த அம்மாமி வைத்தி குடும்பம் அம்பலமாப் போயிருக்கும். அவளாய் இருக்கக் கொண்டு இந்த அபார சம்சாரத்திலே நீஞ்சிக் கரைக்கு வர முடிஞ்சுது. பத்துப் பசங்களும் படிச்சு முடிச்சு வேலைக்கு போயிருக்கானுகன்னா இத்தனையும் காமாக்ஷியாலேதான்; ஆணுக்கு ஆணாய், பெண்ணுக்குப் பெண்ணாய் அவள் அப்படியே அஷ்டாவதானம் பண்ணியிருக்காள்னு, மன்னார்குடியே

சொல்லுமே. அக்கரை அய்யர் சமாதியிலிருந்து ஹரித்ரா நதிவரைக்கும் போயிருக்கு என் நெய்யும் அப்பளாமும்; இந்தக் கை மரக்கால் மரக்காலாய்த் தயிர் கடைந்த கை. கலக் கணக்கில் உளுந்து களைஞ்சு, கையாலே ஏந்திரத்தில் அரைத்து, இடித்து, அப்பளாம் இட்டே தோல் உரிஞ்ச கை இந்தக் கை. இத்தனை வருஷமா இந்தக் குடும்பம் கௌரவமா நடந்துண்டு வரதே, அதுக்கு யார் சம்பாதிச்சுப்போட்டா. நீங்களா சம்பாதிச்சேள்? இந்த உலகத்திலேயே ஒருத்தரும் செய்யாத மாதிரி என் நாட்டுப் பெண்களுக்குச் செய்யப் போகிறேன். என் கையிலே என்ன இருக்குன்னு ஒங்களுக்கே தெரியாது. உங்க பிள்ளைகளும் நாட்டுப் பெண்களும் என்னைத் தெய்வம்னு கொண்டாடும்படியாய் மணக்கப் போகிறேன். ஆச்சு, பாலு கலியாணம் ஆய்விட்டால் அப்புறம் நீங்கதான் ராஜா. நான்தான் உண்மையிலேயே ராணி. மூணு மூணரை வேலி நிலத்தை உங்கள் தமக்கை தங்கைகளுக்குக் கல்யாணம் பண்ண வாங்கின கடன்களுக்கும் கோவாபரேட்டிவ் கடனுக்கும் சேர்த்துக் குழி ஒண்ணேகால் ரூபாய்க்குச் சாட்டி விட்டுட்டு உங்கப்பா கண்ணை மூடிண்டார். நீங்களோ படுத்த படுக்கை. உடம்பெல்லாம் வெளுத்து இளைச்சுத் துரும்பாய்ப் போய்க் கிடந்தேள். பீம் சிங்கும் ராஜா டாக்டரும்கூடக் கைவிட்டுட்டா. இவ்வளவும் நான் இந்த வீட்டுக்கு வந்த மறு வருஷம். என் கையில் கிடந்த காப்பும் கொலுசும் இரட்டை வடம் சங்கிலியும் அடகு வைச்சு உங்களுக்கு வைத்தியம் பண்ணினேன்; தாலி கிடந்தால் போதும்; மற்ற நகையெல்லாம் தானே வரும்னு நினைச்சுச் செலவழிச்சேன். அடகிலிருந்து மீட்கவே முடியாமல் வட்டி முழுங்கிவிட்டது என் நகைகளை. ஜாம் ஜாம்னு நீங்க எழுந்து நடக்க ஆரம்பிச்சேள். உங்க ஆயுசு கெட்டின்னு பொதக்குடி ஜோஸ்யர் மாமா வந்து சொன்னார். அன்னிக்கு வைச்சேன் வைராக்கியம். கல்லுக் கல்லாய் நகையைத் தோத்துப்புட்டேன்; இதுக்குப் பத்துப் பங்காப் பூட்டிக்கணும்னு வைராக்கியம் வைச்சேன். நீங்க இருக்கிற தைரியத்திலே மாட்டை வாங்கிக் கட்டிண்டு குடித்தனத்தை ஆரம்பிச்சேன். பசங்க ஒவ்வொருத்தனாப் பொறந்தானுக. குடித்தனமோ துரைத்தனமோ என்பாளே. பிள்ளையாண்டானுகளை அப்படி அடக்கி ஆண்டதனாலே இன்னிக்கு அவனுக நன்னா இருக்கானுக. இல்லேன்னா தறுதலையும் தத்தாரியுமாய், சந்தியிலே நின்னிருப்பானுக. வேலைக்குப் போன புதுசில் அவன்களுக்குக் காசு பணம் அருமை தெரியணும், அம்மா கொன்னுப்பிடுவாளேன்னு பணத்தைச் சேர்த்துப் பவுனை வாங்கினாத்தான் பின்னாடி கருத்தாய்க் குடித்தனம் பண்ணுகிற வழிவகை புரியும்கிறதும் என் நோக்கம்."

"அம்மா! மானேஜர் வசதி உள்ளவர்; நான் அநேகமாய் அவர் வீட்டிலேதான் சாப்பிடுகிறேன். அறையும் கொடுத்திருக்கிறார்,

வாடகை இல்லாமல் நானும் அந்தக் குடும்பத்தில் ரொம்ப நெருங்கிப் பழகிவிட்டேன்; அவர் இப்போது மிகவும் அவசரப்படுகிறார். அவர் நிறையச் செய்வார். அதிலே வேணும்னாலும் நீ இரண்டு பவுன் வாங்கிக் கொள்ளலாம்; அந்தப் பெண் ... பாவம்...”

“சீச்சீ, வாயை மூடுடா, உன் மாமனார் பதினாயிரம் ரூபாய், கொடுத்தால்கூட அதில் ஒரு பைசா தொடமாட்டேன், தெரியுமா? எலே, நான் பிச்சை கேட்கலைடா, அதிகாரம் பண்ணிக் கேட்கிறேன். போயி, நீயே சம்பாதிச்சு மீதிப் பவுனை வாங்கிண்டு இங்கே வரணும். உங்க மானேஜரிடம் நாலைஞ்சு மாசம் பொறுத்துக்கச் சொல்லு. பாக்கி இரண்டு பவுனையும் வாங்கிண்டு வா; உடனே ஜாம் ஜாம்னு கல்யாணம்; அது மட்டுமில்லை. உடனே இந்தக் குடித்தனத்தைக் கலைச்சுட்டு, நாங்க ரெண்டு பேரும் பெங்களூருக்குப் போகப் போகிறோம். அங்கே இருக்கும் உங்க அண்ணாவும் மன்னியும் ஏழெட்டு வருஷங்களாய்க் கூப்பிடுகிறார்கள். அப்புறம் மதுரை அண்ணாவிடம். அப்புறம் பட்டணத்துக்கு வருவோம். பிறகு கல்கல்தா, நாக்பூர். ஏண்டா எங்களுக்கு இருக்கவா இடமில்லை? ஒவ்வொரு பிள்ளையிடமும் ஒரு வருஷம் இருந்தால் போதுமே. நான் வந்தால் வெறுங்கை வெங்கடம்மாவா வருவேன்னு நினைக்காதே. ஒவ்வொருவருக்கும் காசும் பணமும் நகையும் நட்டும் கொடுக்க இருக்கு என்னிடம். அப்புறம் கடைசியா ... காசிக்குப் போய் அக்கடான்னு நானும் உங்கப்பாவும் செளக்கியமா இருப்போம். எங்களுக்கென்னடா ... நாழி ஆயிடுத்து. பஸ் ஒன்பதே கால் மணிக்கு. கும்மோணமே போ. ஜனதாவிலே அவ்வளவாக் கூட்டம் இராது. புறப்படு... ஓடுடா, நான் சொன்னதையெல்லாம் தலைப்பிலே முடிஞ்சுக்கோ.”

பாலு தெளிவுடனும் உறுதியுடனும் புறப்பட்டுச் சென்றான். “காமாக்ஷி ... காமாக்ஷி” என்று கூப்பிட்டார், வைத்தி. “என்ன ஒரேயடியா உருகியாகிறது ...” என்றாள் காமாக்ஷி.

“இத்தனை வருஷமா, இப்படிப் பேசினதே இல்லையேடி நீ ...”

“நீங்களும் இன்னிக்கு நிமிர்ந்து பேசினாப்பலே, என்னிக்காவது இரைஞ்சு பேசினது உண்டா ..?” என்று கேட்டாள் காமாக்ஷி. சிரிக்கும் இருவர் கண்களும் கலந்தன.

**1975**

**‘அம்மா இட்ட கட்டளை’**

•

# பதினொன்றும் பன்னிரண்டும்

"முப்பது வருஷங்களாய்ச் சம்பாதித்திருக்கிறாய்; நாலைந்து பெண்களையும் பெற்று வைத்துக் கொண்டிருக்கிறாய்; காலணா கூடச் சேர்த்து வைத்துக்கொள்ளவில்லை. கடன்வேறு நிறைய இருக்கிறது" என்கிறாள் சாரதா. அவளையும் பெண் குழந்தைகளையும் பிறந்தமேனியாய் வைத்திருக்கிறாய். ஒரு பொன்தோய்த்த மணி இல்லையே உடம்பில்... சே, இதென்ன குடித்தனமடா வேண்டிக்கிடக்கிறது; காப்பியும் சோறும் கன்னாபின்னாத் தீனியும் தின்று வயிறு வளர்த்ததுதான் கண்ட மிச்சம் என்றால், அது சுத்த உதவாக்கரைக் குடித்தனமல்லவா? அழ அழச் சொல்வார் தன் மனிதர், சிரிக்கச் சிரிக்கப் பேசுவார் பிற மனிதர் என்று சொல்வதுண்டு; நாணா, ஒன்று மட்டும் சொல்கிறேன். தலைப்பில் முடிந்து வைத்துக்கொள். சரிந்தால் கெக்கலி கொட்டிச் சிரிக்கத்தான் ஒட்டுறவெல்லாம். ஐயோ பாவமென்று யாரும் வர மாட்டார்கள். ஆக உன்னைப் பற்றி நான் கேள்விப்பட்டதெல்லாம் நூற்றுக்கு நூறு உண்மை என்று முதலித்துவிட்டது உன் குடும்பநிலை" என்று சற்று நிறுத்தினாள், என் சிறிய தாயார். பாவம், அவள் அறுபது வயதுக்காரி; இத்தனை வேகமாகப் பேசிய படபடப்பு அவளுக்குத் தாங்கவில்லை.

அந்த இடைவெளியில், "சித்தீ, எல்லாம் இருந்தது இங்கேயும்; எங்கள் அம்மாவும் அண்ணாவும் நேற்றுவரைக்கும், கடைசிக் குழந்தை பிறந்தது வரையிலும்கூடத் தங்களால் முடிந்ததைவிட

அதிகமாகவேதான் செய்து என்னை அனுப்பியிருக்கிறார்கள். காப்பு கொலுசு தொங்கட்டான் ஒன்றும் குறைந்ததில்லை ஒரு குழந்தைக்கும். நானும் பத்துப் பன்னிரண்டு பவுனுக்குக் குறையாமல் பூட்டிண்டு வந்தவள்தான். நீங்கள் சொன்னதைக் குற்றமாக நினைத்து இதைச் சொல்லவில்லை. உங்கள் பிள்ளை செய்திருப்பதெல்லாம் உங்களுக்கும் தெரிய வேண்டும் என்றுதான் சொன்னேன். தப்பாக எடுத்துக்கொள்ள வேண்டாம். தவிரவும், இனிமேல் எனக்கு என்ன வேண்டும்? ஒன்றுமே வேண்டாம். பூவும் பொட்டும் மஞ்சளும் குங்குமமுமாய்ப் போய்ச் சேர்ந்தால் போதும் எனக்கு" என்று உள்ளிருந்து குரல் வந்தது. நல்ல வேளை, அந்தக் குரலில் கரகரப்போ, கண்ணீரின் நைப்போ இருக்கவில்லை.

"என்னடி இது; பேசாமல் இரு. நல்ல காலம் வரும். நாணாவும் நன்றாகப் படித்தவன். நாலுபேரைத் தெரிந்தவன். பேரும் புகழும் பெற்றவன்தான்; என்னவோ போதாத காலம். காசு பணம் தங்கவில்லை; நீயும் கவனிக்காமல் விட்டுவிட்டாய்; அவனோ ஊதாரி; நல்லதுக்கா வந்து தொலைந்தது இந்தச் சீட்டாட்டப் பைத்தியம். அதற்காக இப்படியா இவன் சீட்டாடிச் சீட்டாடிக் குடித்தனத்தைக் குட்டிச் சுவராக்கியிருக்க வேண்டும்? எங்கள் அக்கா இருந்திருந்தால் உங்களுக்கு இந்தக் கஷ்டம் வந்தே இருக்காது. குண்டு போட்டுச் சுட்டிருப்பாளே இவனை? என்னடா வாயைத் திறக்காமல் உட்கார்ந்திருக்கிறாய், இவ்வளவையும் கேட்டுக்கொண்டு..?"

"வாயைத் திறக்க வழியில்லை; என்ன இருக்கிறது சொல்ல? சித்தீ, ஏற்கனவே நொந்துகொண்டு இருக்கேன். சம்பளத்தைத் தவிர மேல்வரும்படி ஏதாவது வந்தால் சமாளித்துவிடலாம்; அதற்காக ஏதாவது செய்யலாம் என்று பார்த்தால், கவலையும் கடன்காரர் தொல்லையும் வீட்டில் அடிக்கடி வீசும் புயலும் சேர்ந்து என்னை வெளியில் விரட்டிவிடுகின்றன. அரட்டையும் வம்புமாய்ப் பொழுது போய்விடுகிறது..."

"பொழுது மட்டுமா போகிறது? பணமும் போகிறதே" என்று குறுக்கே பாய்ந்தான் என் சித்தியுடன் வந்திருந்த அவள் பிள்ளை பாலு.

"ஏய் பாலு..! உன்னை..." என்று இழுத்தேன்.

"சும்மா சொல்லு. ஏன் இழுக்கிறாய்? நானும் சீட்டாடுவது உண்டு. குதிரைப் பந்தயத்துக்குக்கூடப் போவதுண்டு. இதோ அம்மா எதிரேதான் இருக்கிறாள். அவளையேதான் கேளேன். குடும்ப நலன் பாதிக்கும்படி எப்போதாவது என்றைக்காவது நான் தோற்றிருக்கிறேனா ... என்று அம்மாவே சொல்லட்டுமே."

"நீ வாழ்ந்தாயாக்கும், உன்னையும்தான் இந்த இழவை யெல்லாம் விட்டுத்தொலை என்று முட்டிக்கிறேன்" என்றாள் சித்தி.

"என்றைக்காவது நஷ்டம் தாங்காமல், கஷ்டப்பட்டதுண்டா? நானோ நீயோ இல்லை யாராவது கஷ்டப்பட்டதுண்டா? எனக்கு எப்போது போகவேண்டும், எப்படி ஆடவேண்டும் என்றெல்லாம் தெரியும்; 'ஸீஸன்' பார்த்துப் போவேன். இருக்கிற 'நேச்சரை'ப் பார்த்து ஆடுவேன். கொடுத்து வைத்ததை வாங்கிக்கொண்டு வருவது மாதிரி அடித்துக்கொண்டு வருவேன்; இவனைப் போலவா?"

"எல்லா விதத்திலுமே நீ அதிருஷ்டக்காரன். ஆனால் என்னைப்போல..."

"அதெல்லாம் ஒன்றுமே இல்லை. அதற்கெல்லாம் வழி வகை, காலம், நாள், நட்சத்திரம், கிரஹம் இப்படி எவ்வளவோ இருக்கின்றன. படிப்பும், புத்திசாலித்தனமும் ஜோஸ்யத்தைக் கிண்டல் பண்ணுவதும் மட்டும் போதுமாடாப்பா..."

o

நானும் பாலுவும் காவேரிக்குப் புறப்பட்டோம். எனக்கு உள்ளூரப் பயம், வீட்டில் விட்ட இடத்திலிருந்து அவன் பேச்சைத் தொடர்வானே என்று! நான் நினைத்தபடியே வீடு தாண்டியதும் ஆரம்பித்து விட்டான்.

"நாணா, மஞ்சவயல் ஜோஸ்யரைப் பற்றிக் கேள்விப் பட்டதுண்டோ?"

"கேள்விப்பட்டிருக்கிறேன்... ஆனால்..."

"நடுவில் பேசாமல் நான் சொல்வதைக் கேட்டுக்கொண்டே வா; கடைசியில் உன் பதிலைச் சொல்லு. அடே, ஏதோ ஒரு செய்தி விவரம் தெரிந்துகொள்வதைப் போலக் கேளேன்."

"சரி, சொல்லு. நீ எதையும் அழகாய்க் கண் வைத்து, மூக்கு வைத்துப் பேசத் தெரிந்தவன். உன் அரட்டையைக் கேட்டும் அதிக நாள் ஆகிவிட்டது..."

"மஞ்சவயல் ஜோஸியருக்குப் பதினைந்து இருபது வேலி நிலம், நிறைய ரொக்கம் எல்லாம் உண்டு; அவருக்கு அண்ணன் தம்பிகளும் மூன்றுபேர் உண்டு. அவர்களுக்கும் சொத்தெல்லாம் உண்டு. அவர்களுக்கெல்லாம் நிறையக் குழந்தை குட்டிகள்; ஜோஸ்யருக்குத்தான் சந்ததியே கிடையாது. எல்லோரும் ஒன்றாய்த்தான் இருக்கிறார்கள். ஜோஸ்யர் அந்தக்காலத்து பி.ஏ.; கும்பகோணம் கல்லூரி மாணவர். பாட்ராச்சாரியார் ஸ்டூடெண்ட்,

கணக்கில் ஜீனியஸ். ராயப்பேட்டை கிருஷ்ணமாச்சாரியாரிடம் ஸம்ஸ்கிருதம் படித்தவர். அது தவிர, அவருடைய சித்தப்பா ஒருவர், நாலு சாஸ்திரம் வாசித்தவர். அவரிடமும் படித்திருக்கிறார். இன்றைக்கு – ஜோஸ்ய சம்பிரதாயமாய்க் கிடைக்கும் அத்தனை புத்தகங்களையும் பார்த்து, அபூர்வமான ஏட்டுப் பிரதிகளை யெல்லாம் வேறு ஆராய்ந்து தெரிந்துகொண்டிருக்கிறார். இவ்வளவுக்கும்மேலே, இன்றைக்கு அவர் ஸ்ரீவித்யையில் ஓர் அதாரிட்டி. நல்ல உபாசகர். அவர் முகத்தில் அம்பாள் பிரசன்னம் சுடர்விடும், தம் வீடு தேடி வருகிறவர்களுக்கு முதல்தரமான காப்பி கொடுத்துச் சாப்பாடும் போட்டு, ஜோஸ்யமும் சொல்லி, அம்பாள் பிரசாதமும் கொடுத்து அனுப்புகிறார். நம் ஜில்லாவில் உள்ள அத்தனை பெரிய மனிதர்களும் அவருடைய நண்பர்கள் என்ன, சிஷ்யர்கள் என்றே வைத்துக்கொள்ளலாம். யார் வந்தாலும் ஜாதகம் பார்த்துச் சொல்வார். விவாகப் பொருத்தம் பார்த்துச் சொல்வார். பீடா பரிகாரம் ஆகிய வழிகளைச் சொல்வார். ஆனால் தமக்கு இஷ்டமில்லையென்றால் தலைகீழாக நின்றாலும் சரி, வந்தவன் கொம்பு முளைத்தவனானாலும் சரி, ஜாதகத்தைப் பார்க்கவே மாட்டார். காரணமும் கேட்கக் கூடாது. கேட்டால் என் இஷ்டம் என்று கோபித்துக் கொள்வார். இதை நானே பலதடவைகள் நேரில் பார்த்திருக்கிறேன்.

"ஒரு சமயம் பாரு, 'ஏய் பாலு, இந்த 'ஸீஸன்' மெட்ராஸ் வேண்டாம். உனக்கு கோசாரம் சரியில்லை; ஜாக்கிரதை' என்றவர் 'பெங்களூர் போடா, ஜூலை பதினைந்துக்குமேலே! ஊருக்குப் போய்த் தேதியும் நேரமும் எழுதறேன்' என்றார். சொன்னபடியே எழுதவும் செய்தார்."

"அவர் சொன்னபடியே அடித்தும் விட்டாயோ?"

"சந்தேகம் என்ன? இந்தக் குட்டி உஷாவுக்குக் கல்யாணம் பண்ணினேனே, எப்படி? முழுக்க முழுக்கப் பெங்களூர். இல்லாவிட்டால் பி.இ. மாப்பிள்ளைக்கு எங்கே போவேன்? இதெல்லாம் எதற்காகச் சொன்னேன், தெரியுமோ?"

"தெரியும் பாலு. போதும், மேலும் விமரிசனமே வேண்டாம். விமோசனம் வேண்டும் எப்படியாவது; சித்தியிடமும் இவளிடமும் ஒன்றும் சொல்லாதே. நாளைக் காலையில் புறப்பட்டுப் போவோம். எனக்கும் இதுமாதிரி ஏதாவது ..."

"அதற்குத்தான் சொன்னேன்; ஆற்றில் போட்டதை அங்குதானே தேடி எடுக்க வேண்டும். நாமும் என்ன தேவாரம் பாடிய சுந்தரமூர்த்தியா? ஆற்றில் இட்டதைக் குளத்தில் எடுக்க."

மஞ்சவயல் ஜோஸ்யர் பார்க்கத் தகுந்தவர்தான்; ஆற்றின் கரையை அடுத்துப் படுகையும் கொல்லைகளும், தோப்பும் துரவும்,

தோட்டமும் வயல்களும் நிறைந்த வளமான ஊர். தெற்கு வடக்காய் இருபதுக்கு மேற்படாத வீடுகளே இருக்கும் கிராமம் அது; தெரு நடுவில் ஒரு பெரிய வீடு, வாசலில் ஒரு பெரிய கொட்டகை, வீட்டை நெருங்கும்போதே, பூஜை வாசனை கம்மென்று கமழ்ந்தது. ஊதுபத்தி, பன்னீர், பச்சைக் கற்பூரம், சந்தனம், குங்குமப்பூ, பலவித நன்மலர்கள், தேன் கலந்த அபிஷேக தீர்த்தம், தூபம், நெய் விளக்கு முதலியவற்றின் புண்ணிய வாசனை ஈர்க்கப் பரவசத்துடன்தான் வீட்டுக்குள் புகுந்தோம். முன்கூடத்தில் அகலமான பழங்காலத்துப் பிரம்பு ஈஸிசேரில் கம்பீரமாக வீற்றிருந்தார் ஜோஸ்யர். தாம்பூல வாசனை வீசும் சிரிப்புடன், "வாய்யா... வா..." என்று அமர்க்களமாக வரவேற்றார்.

வீடு முழுவதும் பரவி நிற்கும் தெய்வீக மணம், செல்வம் நிறைந்த பெரு வாழ்வைக் காட்டும் பெஞ்சு, நாற்காலிகள், ஊஞ்சல் பீரோக்கள், கடிகாரங்கள், படங்கள் எல்லாம் என்னை எப்படியோ ஆக்கியிருந்தன. பாலு பழக்கம் உள்ளவனாதலால், பொருந்தச் சென்று பாந்தமாய்ப் பேசிப் பந்தாவோடு அமர்ந்து விட்டான். நான் கூசிக் குறுகிச் சிரமப்பட்டுச் சம்பிரதாயமான இரண்டொரு வார்த்தைகளுடன் நமஸ்காரம் சொல்லிவிட்டு, பாலுவின் பக்கத்தில் ஒண்டிக்கொண்டு உட்கார்ந்தேன்.

"ஏண்டா பாலு, நல்ல 'சான்ஸா'மே, உனக்கு? ஜோஸ்யரைத்தான் மறந்துவிட்டாய்!" என்றார் அவர்.

"உங்களை மறப்பதா? எல்லாம் உங்கள் சொந்தம்; நானே உங்களுடையவன்தானே" என்றான் பாலு.

"நீ கெட்டிக்காரன் மட்டுமல்ல; பலே போக்கிரிடா நீ! ரொம்ப சந்தோஷம்; இவர் யார்?"

"எங்க பெரியம்மாவின் பிள்ளை. ஏதோ சம்பாதிக்கிறான். ஸம்சாரி; செலவாளி. ரொம்பக் கஷ்டப்படுகிறான். ஏகக்கடன் உபத்திரவம்" என்று சொல்லிக்கொண்டே என் ஜாதகத்தை நீட்டினான் பாலு.

விரல் விட்டுக் கணக்கும் போட்டார்.

"பெரியோர்கள் செய்த புண்ணியம். இவருக்குக் குரு பகவான் பலம் நன்றாய் அமைந்திருக்கிறது. அம்சம் அமைத்துப் பார்த்தேன்; அதிலும் குரு ரொம்ப நன்றாய் இருக்கிறார். இல்லாவிட்டால் ரொம்பக் கஷ்டம்... பெரியோர்கள் செய்த பூஜா பலன், பிழைத்துவிட்டார்; ஒரு குறைவும் வராது. இப்போது இவருக்கு, இன்னும் ஒரு வருஷம் குரு கோசாரம் வலுவாய் இருக்கிறது. நீ கூடமாட இருந்து கொஞ்சம் அடித்துக்கொடு.

பிழைத்துக் கொள்வார். பாங்கியில் போட முடியாவிட்டாலும், கடன் தீர்ந்து, கல்யாணம் கார்த்திகை பண்ணிவிடலாம். மேற்கொண்டு கிண்டிக் கேட்காதே! உடனே போய் முயற்சி செய்!" என்றார்.

எனக்கு அப்பொழுதே பல ஆயிரங்கள் வந்துவிட்டது போன்ற எண்ண நிறைவு ஏற்பட்டது. பாலுவின் துணைகூடத் தேவையில்லை என்று எனக்குப் பட்டது. அடகில் இருந்த பித்தளைகளை விற்றேன், வீட்டிலிருந்த சில ஈயங்களைப் போட்டேன். செத்த பிறகு வரும் சேமிப்பிலிருந்து கடன் வாங்கினேன்; ஆசைக் குதிரையில் அமர்ந்து கிண்டிக்குப் பிரார்த்தனை செலுத்தி, முடியும் கொடுத்துவிட்டு மொட்டை யாண்டியாய் நிற்கிறேன்; பதினொன்றில் நின்ற குரு பகவான் இப்போது பன்னிரண்டுக்கு வந்திருக்கிறாராம். பதினொன்று லாப ஸ்தானமாம்; பன்னிரண்டு இனி எதற்கு நஷ்டம் வரப்போகிறது? மானம் இருந்த தடம்கூட மறைந்து விட்டது! உயிர் இருக்கிறது, ஓய்ந்து ஒடுங்கிய உயிர் இருக்கிறது. பன்னிரண்டுக்கு வந்திருக்கும் குரு பகவானுக்கு இது போதுமோ போதாதோ ... ஜோஸ்யரிடம் போய்த்தான் கேட்டு வர வேண்டும்!

**1975**

**'அம்மா இட்ட கட்டளை'**

•

# இடம்

“அடிப் பாவி, ஐயோ என் கால் போய் விட்டதேடீ . . .” ராஜம் அலறினாள்.

“நாம் இரண்டு பேருமே மகாபாவிகள்; அரிவாள்மணை உன் காலைத்தானே சீவிற்று? இதோ என் கழுத்தையே சீவப்போகிறது” என்று கத்திக்கொண்டு, ரத்தம் சொட்டும் அரிவாள் மணையைத் தூக்கினாள் லில்லி.

லில்லி ராஜத்தின் இளைய மகள். ராஜத்திற்குப் பிள்ளைகள் இல்லை. இரண்டே பெண்கள். அவளுடைய புருஷர் பரமசாது. செட்டியார் ரொக்கக்கடை குமாஸ்தா. அந்தக் கடை பரம்பரைக் கடை. கடையின் லேவாதேவி முறையும் பழமையான சம்பிரதாயமுடையது. குமாஸ்தாவும் பழைய பாணிதான். அடக்கமானவர்; அதிர்ந்து பேசத் தெரியாதவர்; பேரேட்டுப் புலி. பைசாகூட விடாமல் வட்டி வாங்கிவிடுவார். கடன் வாங்கும் புள்ளிகளுடைய பூர்வோத்தரம், நாணயம், பெறுமானம் அத்தனையும் அவருக்கு அத்துபடி. சம்பளத்தையும் தீபாவளி இனாமையும் தவிர வேறு எந்தச் சலுகையையும் எதிர்பார்க்க மாட்டார். எளிய உடைதான்; சட்டை கிடையாது. யாருக்கும் அவர் இருக்கும் சுவடே தெரியாது. தலையைக் குனிந்துகொள்வது மட்டும் போதாதென்று, குடையால் வேறு மறைத்துக்கொண்டுதான் போவார்; வருவார். அவருடைய மிகுதியான நேரம் கடையிலேயே கழியும். இரவில் கடைக்குக் காவலும் அவர்தான்; ஆகவே அங்குதான் படுக்கை.

அநேகமாய் இரவு சாப்பாட்டிற்கு வீட்டிற்கே வரமாட்டார். காப்பிக் கிளப்பில் இட்லி தின்பார். இப்பொழுதிருக்கும் முதலாளி சிறு பையனாயிருக்கும்போதே பெரிய செட்டியார் காலமாகிவிட்டார். பள்ளத்தூரிலிருந்து மீனா ஆச்சியுடனும் மகன் சிதம்பரத்துடனும் புது முதலாளியைக் குமாஸ்தா அய்யர்தான் அழைத்து வந்தார். பத்து மடங்காய்ப் பெருகியிருந்த ரொக்கத்தைப் பைசா உள்பட ஒப்படைத்தார். புது முதலாளி ஒரு பையனுக்குத் தகப்பனாகியும் மைனர் விளையாட்டில் குறையவில்லை. மீனா ஆச்சிக்கும் அவருக்கும் அடிக்கடி சண்டை. பள்ளத்தூரிலிருந்து உறவினரை அழைத்து வந்து பஞ்சாயத்துப் பேசி, நிறைய பணம், நகை நட்டுகளுடன் பிரிந்து போய்விட்டாள். மகன் சிதம்பரமும் செட்டியாரும் தனியே இருந்தார்கள். இந்தக் குடும்பச் சண்டை காரணமாகச் சில நாட்களுக்கு முதலாளி உள்ளூரிலேயே தங்க நேர்ந்தது. அவர் சுத்த சைவம். கிளப்புச் சாப்பாடு பிடிக்கவில்லை. நம்பிக்கையான தவிசுப்பிள்ளையும் கிடைக்கவில்லை. குமாஸ்தா ஐயருடைய வீட்டுச் சாப்பாடும் நெருக்கமான சிநேகமும் ஏற்பட்டன. சில நாட்களில் இரண்டுமே மிகவும் பிடித்து விட்டன. ராஜம் அதாவது குமாஸ்தா ஐயருடைய சொகுசான மனைவி, தோற்றம், சுபாவம் எல்லாவற்றிலுமே பரவசமூட்டும் பசப்பும் குறுகுறுப்பும் நிறைந்த, வயதை அறவே மறைத்துவிட்ட சொகுசான அங்க அவயங்களின் அசைவு நிறைந்த ராஜம், விதவிதமாய்ச் சமைத்து எடுத்துக் கொண்டுபோய்ப் பரிமாறுவாள். "நாங்கள் இருவரும் உங்கள் வீட்டிற்கே வந்து சாப்பிடுகிறோமே..." என்றார் செட்டியார்.

"சுடச் சுட எடுத்துப் பரிமாறிச் சாப்பிட்டால், அந்த ருசியே தனிதான்" என்றாள் ராஜம்.

அவள் வீடு இருந்த தெரு ஊர்க் கோடி; காற்று வசதி; பக்கத்தில் குளம், தோப்புத் துரவு; ஹாயாக இருக்கலாம். அந்தத் தெருவில் ஒரு வீடு விலைக்கு வரும் சேதியைச் சொன்னாள் அந்தரங்கமாய். உடனே செட்டியார் அதை வாங்கிப் புதுப்பித்துக்கொண்டு, அங்கேயே தங்கவும் வந்துவிட்டார். "ரொம்பச் சௌகரியமா போச்சு" என்றார்கள் இருவரும். சிதம்பரத்திற்குப் பதினாறு அல்லது பதினேழு வயதிருக்கும். படிப்பு வரவில்லை. லேவாதேவிதான் குல வித்தை. படித்தா வர வேண்டும்.

ராஜத்தின் பெண் லில்லிக்குப் பதினான்கு பிறந்திருந்தது அப்போது. ஹைஸ்கூலில் படித்துக்கொண்டிருந்தாள். கொடியாடு மாதிரி நல்ல உயரம் அவள். அதற்கேற்ற பருமன். சதைப் பற்றுள்ள முன்னழகும் பின்னழகும் பொருந்தியவள். நல்ல மவுசு உண்டு அவளுடைய பெண்மைக்கு; ஆனால், கை கால்களின்

நீளமும் நெடுமையும் தரை அதிர நடக்கும் நடையும் நிமிர்வும் கரகரப்பான குரலும் சேர்ந்து அவளுடைய தோற்றத்திற்கு ஓர் ஆண்மைப் பூச்சையும் தந்திருந்தன. இந்த உயரம், நீளம், வாளிப்பு. இதெல்லாமே ராஜத்திற்கோ அவள் புருஷனுக்கோ முற்றிலும் தொடர்பே இல்லாத அம்சங்கள். ராஜம் நல்ல சிவப்பே தவிர ஒல்லி; அவள் உடலமைப்புத்தான் கவர்ச்சிமிக்கது. அவளுடைய புருஷர் மாநிறம்; சோனி. லில்லிக்கு, அவள் கவுன் போட்டுக் கொண்டு விளையாடிய காலத்திலேயே, எல்லாரிடத்திலும் ஒரு பரபரப்பை உண்டாகும் கட்டுடல். பாவாடைப் பருவத்தில் அவளைப் பார்ப்பதற்கென்றே கூட்டம் கூடும். இப்போது பகட்டான தாவணிப் பருவம்; கேட்கவா வேண்டும்; தவிர, முன்பெல்லாம் சாதாரணத் துணிதான் அவள் உடம்பை மூடியிருக்கும். இப்போது பகட்டான தாவணிகளும் விலை உயர்ந்த பாவாடைகளும் அழகூட்டுகின்றன. காதிலும் மூக்கிலும் வைரம் மின்னுகின்றது. கழுத்திலும் கையிலும் பொன் நகை நிறம் சேர்க்கிறது. வெய்யிலே படாத மேனி மினுமினுப்புடன் லில்லி, ஊரையே கலங்க அடித்துக்கொண்டிருந்தாள்.

அவள் பள்ளிக்கூடத்திற்குக் கிளம்பும்வரைக்கும் சிதம்பரம் அவள் வீட்டில்தான் இருப்பான், எப்போதும் இவனுக்கும் அவளுக்கும் கேலியும் சண்டையும்தான். ஒருவரையொருவர் ஓடிப் பிடித்துக்கொண்டேயிருப்பார்கள். சலுகையாய் வைது கொள்வார்கள். பேனா, கணக்கு நோட்டு, ஜாமிட்ரி பாக்ஸ் எதையாவது ஒளித்து வைத்துவிட்டு, அழ, அழச் செய்து கடைசியில் கொடுப்பான் சிதம்பரம். ராஜமும் செட்டியாரும் சேர்ந்து நின்று சிரித்து மகிழ்ந்து போவார்கள். செட்டியார் சிதம்பரத்தை அதட்டுவார். “பொம்மனாட்டி கொஞ்சம் பணிந்து போனால்தான் என்ன” என்று ராஜம் சொல்லும் போது, அவளுடைய கண்களில், நெளிந்து நீண்டு, கூடி விரிந்து விஷமத்தைக் கொட்டி வழியவிடும் பார்வைகள் காட்டும் ஜாலம், அடேயப்பா!

செட்டியார் வீட்டு வண்டியில்தான் லில்லி பள்ளிக்கூடம் போவாள். சிதம்பரம் வழிபார்த்து அனுப்பிவிட்டுக் குறையோடு வீட்டுக்குத் திரும்புவான். தானும் கூடப்போகாத குறை அவனுக்கு.

அசைப்பில் எப்போதாவது சிதம்பரத்தைப் பார்க்கும் செட்டியாருக்கு இந்த நாளில், அதாவது தன் வாலிபப் பருவத்தில், தனது பள்ளத்தூர் வீட்டில் இருக்கும் பெரிய பினாங்கு நிலைக் கண்ணாடியில் தன் முழு வடிவத்தையும் பார்த்துக்கொண்ட பழைய நினைவு வரும். செட்டியார் நல்ல ஆஜானுபாகு. நல்ல ஊட்டம். அப்பொழுதும் சரி, இப்பொழுதும் சரி; தன்னுடைய வாலிபத் தோற்றத்தை அப்படியே கொண்டு வளர்த்து நிற்கும்

சிதம்பரத்தைப் பார்க்கும்போது அவருக்கு நெஞ்சு நிறைய மகிழ்ச்சி பொங்கும்; கூடவே ஒரு நெகிழ்ச்சியும் தோன்றும். உடனே ஓடிப்போய் ராஜத்தைப் பார்ப்பார். அப்போது அவள் என்ன செய்துகொண்டிருந்தாலும், எங்கே இருந்தாலும் அவளைப் பார்த்துவிட்டுத்தான் மறுகாரியம். இருவரும் இரண்டு குழந்தைகளையும் பற்றிப் பேசிப் பெருமிதப்படுவார்கள். "ஒரே ஓமல்; ஊரில் இருக்கும் உருப்படாத தோசிகள். ஏகாதசிகள் எல்லாம், என் கண்ணான குழந்தைகளைக் கண்ணாலே சுட்டு எரிக்கிறதுகள். முன்பெல்லாம் செவ்வாய் வெள்ளியன்று செய்துவந்தேன். இப்போதெல்லாம் நாள் தவறினாலும் நான் சாம்பிராணி போடுவதும் சுற்றிப்போடுவதும் தவறுவதே இல்லை" என்பாள் ராஜம்.

"எனக்கும் அதே கவலைதான். அதனாலேதான் உடனே இங்கே வந்தேன். உங்களுக்கும் மெனக்கிட்டுப் போயிருக்கும் . . ." என்று நெகிழ்வார் செட்டியார்; நகராமலும் நிற்பார்.

"வீட்டு வேலைதான்; வேறென்ன. போட்டது போட்டபடி வந்தேன், நீங்க வந்ததும்" என்று சொல்லும் ராஜத்தின் புடவை மேல்தலைப்பு, கழுத்தோரத்தில் கொசுவி மடிந்து ஒதுங்கிப் பூணூல்போல் நடுமார்பில் கிடக்கும். கால் தலைப்பு இடுப்பில் தூக்கிச் செருகியிருக்கும். தான் கொடுத்த வைரநகைகளும் தங்க நகைகளும் எப்படித் தகுந்த இடத்தில் சேர்ந்து அணி செய்கின்றன என்பதைத் திருப்தியுடன் அநுபவித்த செட்டியார், இளித்துக்கொண்டே மெல்ல நகர்வார். இப்படியே ஓடிற்றுக் காலமும். நகை நட்டு, மாடு வண்டி, கன்று கறவை, பாத்திரம் பண்டம் எல்லாமே எது யாருடையது என்ற வேறுபாட்டுணர்ச்சியே இல்லாமல் காலம் ஓடிற்று. திடீரென்று செட்டியார் காலமாகிவிட்டார். செலவு அயிட்டங்கள் அதிகமாகி விட்டிருந்ததால் வருமானத்தையும் அதிமாக்குவதற்காக ஏராளமான ரூபாய்களை வெளியே விட்டிருந்தார் செட்டியார். கடையில் பேரேட்டுப் பக்கங்கள் கூடியிருந்தன. எல்லா விவரமும் ஐயருக்குத்தான் தெரியும். மீனா ஆச்சியும் எட்டிக்கூடப் பார்க்கவில்லை; ஆகவே ஐயரும் ஐயர் வீட்டு அம்மாவும் இல்லாமல் ஒண்ணுமே நடக்காது. தவிரவும் தனக்கு இவர்களைத் தவிர வேறு வேண்டியவர்களும் கிடையாதென்று சொல்லிச் சிதம்பரம் விடாப்பிடியாய்க் கட்டிக்கொண்டுவிட்டான். அடிக்கடி கோவில் குளமென்று ஊர் சுற்றிக்கொண்டிருந்தார்கள். லில்லியின் படிப்பை நிறுத்திவிட்டான் சிதம்பரம். ஆரம்பக்காலத்தில் ஊர் சுற்ற ராஜமும் துணையாகச் சென்றாள். நாள் ஆக ஆக, அவள் வீட்டை விட்டு நினைத்தபோது கிளம்ப முடியவில்லை. இவர்கள் இருவருமே போய்வர ஆரம்பித்தார்கள்.

“கூடப்பிறந்த அண்ணனைவிடச் சிதம்பரம் என் குழந்தை லில்லியிடம் உயிரையே வைத்திருக்கிறான்; என் வயிற்றில் அவன் பிறக்கவில்லையே தவிர, முழுக்க முழுக்க எனக்குப் பிள்ளை மாதிரிதான் அவன்” என்று ராஜம் வாய் ஓயாமல், வருவோர் போவோரிடமெல்லாம் சொல்லிக்கொண்டிருந்தாள். சகோதரப் பாசம் தலைக்குமேல் போய்விட்டது. சிறிது காலம் லில்லி வீட்டிற்குள்ளேயே சிறையிருந்தாள். அங்கும் சிதம்பரம்தான் பிரியாத் துணை. சிதம்பர ரகசியமாய்ப் பிரமாதமான காரியங்கள் நடந்தன. அம்பலப்புழையில் நல்ல வசதியான குடும்பத்தைச் சேர்ந்த ஒரு மாப்பிள்ளை – படித்த மாப்பிள்ளை கிடைத்தார் ராஜத்திற்கு. பொள்ளாச்சியில் ஹோட்டல் வைத்திருக்கும் அவளுடைய ஒன்றுவிட்ட அண்ணாவின் உதவியுடன், ஸ்ரீமான் சிதம்பரம் செட்டியார் அவர்களுடைய செலவான சுமார் பன்னீராயிரம் ரூபாயில் லில்லிக்கு நல்ல இடத்தில் பெரிய இடத்தில் கன்னிகாதானமும் பாணிக்கிரஹணமும் நடந்தேறின.

இங்கு உள்ளூர் மஹாஜனங்களுக்கு ராஜத்தின் சம்பந்திகளைப் பற்றிய விவரம் கிடைக்கவில்லை. கஜகர்ணம் போட்டும் சிறு துப்புக்கூடக் கிடைக்கவில்லை. நாலைந்து வருஷங்களுக்கு லில்லி, இந்தப் பக்கமே வரவில்லை. மஹாஜனங்களுக்கும் வரவர ஆர்வம் குறைந்தது மட்டுமின்றி, நல்ல எண்ணமும் வந்துவிட்டது. ‘கடலில் இருக்கும் கன்னியைக் கொள்’ என்பார்கள். எங்காவது குடியும் குடித்தனமுமாய் வாழட்டும் என்று விட்டுவிட்டார்கள். நாலைந்து வருஷம் கழித்து லில்லி வந்த போது, அவளுக்கு ராஜா மாதிரி ஒரு பிள்ளைக் குழந்தை இருந்தது. கேரளாவிலிருந்து வந்தாள். அவள் புருஷருக்கு ஏதோ டீ, ரப்பர் தோட்டத்தில் வேலையாம். பெரிய வேலையாம். அவர் வரவில்லை. லீவே கிடைக்காதாம் அவருக்கு. சிதம்பரம் தஞ்சாவூருக்கே போய்த் தன் காரில் அழைத்து வந்தான். நீண்ட நாள் கழித்து அந்தக் கூடப்பிறந்தவளைப் பார்க்கும் குதூகலமும் குஷாலும் குடிகொண்டன. சிதம்பரத் தனிமைப் பிரயாணங்கள் நடந்தன. சினிமாவுக்கெல்லாம் போனார்கள். ராஜம், வீட்டில் இருந்து குழந்தையைப் பார்த்துக் கொண்டாள். திரும்ப வெகு நேரம் ஆகும். இரவுகளில்கூடக் குழந்தையை அழாமல் பத்திரமாய்ப் பார்த்துக்கொண்டாள். லில்லிக்கு உடனே வரச்சொல்லித் தந்தி வந்தது. ஊருக்குப் போனாள்.

அவள் மறுதடவை வந்தபோது கையில் இரண்டாவது ஆண் குழந்தையுடன் வந்தாள். ராஜத்திற்கு ரொம்ப வருத்தம்; “என்னடி இது, உன் அக்காவும் தடித்தடியாய்ப் பிள்ளையாகவே பெற்றுக் கொண்டிருக்கிறாள். நீயும் அப்படியே ஆரம்பித்துவிட்டாயே” என்று வாய்விட்டே ஒருநாள் சொல்லி

விட்டாள். லில்லிக்குப் பொறுக்கவில்லை. அழுதுகொண்டு, "என்னம்மா இது, அச்சான்யம் மாதிரி..." என்று குழந்தையை வாரி மார்பில் அணைத்துக்கொண்டு, மறுபடியும் கண் கலங்கினாள்.

"போடி அசடு, வீட்டுக்கு அழகு பெண் குழந்தைதான். பெண்ணோ போத்தோ என்பார்களே, அதுக்கு அர்த்தம் எல்லாரும் சொல்வது தப்பு. பெண்ணை ஊட்டிப் போட்டி, தேய்த்துத் தடவி, உருவிப் பிடித்து, பொத்திப் போத்தி வளர்த்தால் வீடு செழிக்கும்" என்றாள் ராஜம். அவள் அநுபவஸ்தி.

லில்லிக்கு இந்தப் பேச்சு பிடிக்கவில்லை. அவள் கண்கள் குளமாகிவிட்டன. "அம்மா, உன் மாப்பிள்ளை மஹா உத்தமன்; உத்தமி பெத்த பிள்ளை. ஆயிரம் ரூபா சம்பளம் வாங்குகிறார். எங்கள் மாமனாருக்கு அம்பலப்புழையில் நிறைய ஆஸ்தி இருக்கு. ஒரே பிள்ளை இவர். உத்யோகம் வேண்டாம், என்னுடன் இரு இரு என்று அடிக்கடி மாமனார் சொல்கிறார். நான் என் மாமனார் மாமியார்களுக்கு நமஸ்காரம் பண்ணிவிட்டு, இவரிடம் வரும்போது, எனக்கு ஒரு கூச்சம் வருகிறது. நடுக்கம் வருகிறது. அழுகை அழுகையாய் வருகிறது. என்னை இவர் தழுவி அணைத்துக் கண்ணையும் துடைத்துவிட்டு, 'ஏன் அழுகிறாய்?' என்று கெஞ்சிக் கேட்கும்போது, எவ்வளவு பாடுபட்டுச் சமாளித்துக்கொள்கிறேன் தெரியுமா உனக்கு. உயிர் போய் உயிர் வருகிறது. 'அம்மா ஞாபகம், பிறந்த வீட்டுப் பிரமை, பரவாயில்லை, என் கண்ணல்லவா, போய்விட்டுவா' என்று ஆறுதல் சொல்லி, அவரே எல்லா ஏற்பாடுகளும் பண்ணி அனுப்பிவைக்கிறார் ஒவ்வொரு தடவையும். அம்மா, எனக்கு அந்த இடம் கிடைத்திருக்கவே கூடாதம்மா, கிடைத்திருக்கவே கூடாது. எங்காவது எச்சிக்கலை மாதிரி எறிந்து கிடக்கும் இடத்திற்குப் போயிருக்க வேண்டியவள் நான்" என்றாள் லில்லி.

"போறுண்டீ போறும், வாயை மூடு; சிதம்பரம் இதைக் கேட்டுக்கொண்டே வந்துவிடப்போகிறான். பன்னீராயிரம், ஆமாம் பன்னிரண்டு ஆயிரமல்லவா பேசித்து, பேசிண்டும் இருக்கு . . ." என்று ராஜம் முடிப்பதற்குள், சொன்னபடியே சிதம்பரமும் வந்துவிட்டான்.

"என்ன கோவம் இப்போ, லில்லி ஏதாவது சொன்னாளோ, ஆயிக்கும் மகளுக்குமே ஒத்துவராமை ஆயிடுச்சு இப்பல்லாம் . . ." என்றான் அவன்.

"அதெல்லாம் ஒண்ணுமில்லை . . ." ராஜம் பேசிக்கொண்டு இருந்தபோதே, விருட்டென்று கிளம்பி வாசல் திண்ணைக்குப் போய்விட்டாள் லில்லி.

அவள் வந்து ஒரு வாரத்திற்கு மேலாகியும் சிதம்பரத்துடன் நெருக்கமே காட்டாமல் வழுக்கிக் கொண்டிருந்தாள் லில்லி. அதிகமாக முகம் கொடுத்துக்கூடப் பேசவில்லை. சிரிப்புக் கிடையாது; சிங்காரமும் இல்லை.

"கைக்குழந்தைக்காரியல்லவா, அதிலும் இந்தக் குழந்தை ஒரே முசுடு; பாடாப் படுத்தறது" என்று சிதம்பரத்தின் ஏமாற்றத்தைச் சமாளிக்க முயன்றாள் ராஜம்.

இந்தத் தடவை பத்தே நாள் இருந்துவிட்டுப் போய் விட்டாள். நல்லவேளையாக மூன்றாவது குழந்தை பெண்ணாய்ப் பிறந்தது. கோமதி என்று குல தெய்வத்தின் பெயர் வைத்தார்களாம். சிதம்பரமும் ராஜமும் கேரளாவுக்கே புறப்பட்டுப் போனார்கள். சிதம்பரம் உடனே திரும்பிவிட்டான்; ராஜம் ஒரு மாதம் கழித்துத் திரும்பினாள்.

ஐந்தாறு வருஷங்கள், ஓடிவிட்டன. சிதம்பரம் ராஜத்தின் பார்வையில் இருந்தானே தவிர, அவள் பிடியில் இல்லை. கல்யாணமும் செய்துகொள்ளவில்லை. ஊரிலும் தங்குவதில்லை. அவன் முன்புபோல் இல்லை. தன்னுடன் பேசும்போதுகூடப் பந்தபாசத்துடன் அந்தரங்கமாய்ப் பேசவில்லை என்பதைப் புரிந்துகொண்டாள் ராஜம். ஒருநாள் அவனைத் தேடிக் கண்டு பிடித்து, "கோமதிக்கு உடம்பு சரில்லையாம், கட்டியோ என்று சந்தேகமாம். ஆறு வயதிற்குப் பிறகு கட்டி விழுமோ, இருந்தாலும் கவலையாக இருக்கிறது. நம்மூர்க் கட்டி வைத்தியம் மாதிரி எங்கேயும் கிடையாது; அதனாலே நாம் ரண்டு பேரும் போய் லில்லியையும் பார்த்துவிட்டுக் கோமதியை அழைத்துக் கொண்டு வந்துவிடுவோமா?" என்று கேட்டாள்.

சிதம்பரம் சிரித்துவிட்டு, "நான் வேண்டாம்; நீங்களே போய், அவங்க விட்டாங்கன்னா, குழந்தையை அழச்சுகிட்டு வாங்க" என்றான்.

தன் வயதுக்குப் பொருத்தம் இல்லாத களுக்கென்ற சிரிப்புடனும் கண் சிமிட்டலுடனும், "எந்தக் குழந்தையைச் சொல்கிறாய்? லில்லியா கோமதியா? அவங்க விட்டாங்கன்னா... என்று பொடி வைச்சு வேறே பேசறே..!" என்றாள்.

சிதம்பரம் போகவில்லை. கோமதியை எப்படியோ அழைத்து வந்துவிட்டாள் ராஜம்.

அந்தக் கோமதிக்கு இப்போது பதினைந்து வயது. ராஜத்தின் கை வருங்கால நோக்குடன் செய்த போஷாக்கால் ராஜத்தின் பிடியிலிருந்து விலகி எங்கோ சுற்றிக்கொண்டிருந்த சிதம்பரம், முன்போலவே அடிக்கடி ராஜத்தின் வீட்டில் தாராளமாய்ப்

புழங்க ஆரம்பித்திருந்தான். சாப்பாடு, பேச்சு, பொழுதுபோக்கு என்று நெருக்கமும் அதிகமாகி விட்டிருந்தது.

"சிதம்பரம், உன் மருமாளைப் பார்த்தியா? சூனா வயிறும், சுருங்கிய முன்னும், சூம்பிய பின்னுமாய் வந்தாளே, இந்த ராஜத்தின் கை உன்னையும் லில்லியையும் ஊட்டம் கொடுத்து வளர்த்த கை அப்பா, எப்படி இருக்கா பார் நிகுநிகுன்னு! மலையாளப் பேச்சும் ஜாடையும் மாறி, அசல் தஞ்சாவூர் களை வந்து, ஜம்னு நிற்கிறதைப் பாரு, டில்லி மட்டக் குதிரை மாதிரி டாக்டாக்குன்னு நடக்கிற அழகைப் பார். குழந்தை பெரியவ ஆனான்னு கடுதாசு போட்டேன்; இவ அம்மாக்காரி பதிலும் போடவில்லை; பணம் காசுகூட அனுப்பவில்லை; ஆயிரம் ரூபாய் சம்பளம், ஆஸ்தி பாஸ்தின்னு அளந்தாளே, அதுதான் போகட்டும்; இங்கே அவள் வந்துவிட்டுப்போய் எத்தனை வருஷம் ஆச்சு; எல்லாம் கசந்து போச்சு. அதி புத்திசாலி..." என்றெல்லாம் ராஜம் அடிக்கடி சிதம்பரத்திடம் சொல்லிக்கொண்டிருந்தாள்.

பல வருஷங்கள் கழித்து இப்போதுதான் குடும்பப் பாரமும் பொறுப்பும் சுமக்கும் பெரிய பெண்மணியாய் லில்லி வந்திருந்தாள், பிறந்த வீட்டிற்கு. அப்படியொன்றும் வயது அதிகம் ஆகிவிடவில்லை. அவளுக்கு உடம்பும் தளர்ந்துவிட வில்லை. முழுமை பெற்று மலர்ந்து கிடந்த பெண்மை மணக்க, வகிட்டிலும் நெற்றியிலும் இட்ட பெரிய குங்குமப் பொட்டுக்கள் இரண்டும் நிறைந்திருந்த எழில் மிக்க இல்லத்தரசியாய்ச் சுமங்கலிப் பொலிவுடன் வந்திருந்தாள். தான் வருவதைப் பற்றிக் கடிதம்கூட எழுதாமல், திடீரென்று வந்து வீட்டின் கூடத்தையும், ஊஞ்சலையும் ஈஸிசேரையும் வாசல் திண்ணையையும் நிறைத்துக்கொண்டு நின்றாள்; இருந்தாள்; சாய்ந்தாள்; கிடந்தாள்; நடமாடினாள்; பேசினாள்; சிரித்தாள்; விளையாடினாள். எல்லாரையும் கூப்பிட்டு க்ஷேமம் விசாரித்தாள். தெருக் குழந்தைகளை எல்லாம் அழைத்துத் தின்பண்டங்கள் தந்தாள்.

சிதம்பரம் ஊரில் இல்லை. தானே நேரில் அவன் வீட்டிற்குச் சென்று இதைத் தெரிந்துகொண்டு வந்தாள் லில்லி. "அம்மா, நான் இந்தத் தடவை இங்கே இரண்டு மாசமோ மூணுமாசமோ இருக்கப் போகிறேன். அவர் சீமைக்கெல்லாம் போயிருக்கிறார். திரும்பி வந்து, இங்கே பத்து நாள் இருக்கப் போகிறார். இந்தத் தடவை நான் ஊருக்குப் போவதற்குள் நம்ம சிதம்பரத்திற்கு ஒரு கல்யாணத்தைப் பண்ணி வைக்கணும்னு தீர்மானம்," என்றாள் லில்லி.

சிதம்பரம் வந்துவிட்டதைக் கேள்விப்பட்ட லில்லி, அவன் வீட்டிற்கு ஓடினாள். அவளுடைய தோற்றத்திலும் பேச்சிலும் சிரிப்பிலும் இளமையின் குறுகுறுப்புச் சேர்ந்திருந்தது. அவளுடைய

அந்த யதேச்சையில், தாராளத்தில் தன்னைப் பார்த்துச் சுவைக்கவும் தன்னுடன் பேசி மகிழவும் அவள் கொடுத்த அந்த ஊதாரித்தனமான வாய்ப்பில், இருபது வருஷங்களுக்குமுன் பிறந்த தங்கள் இருவருடைய நெருக்கத்தையே கண்டுவிட்டதாக ஒருகணம் பிரமித்துவிட்டான் சிதம்பரம்; ஆனால், மறுகணத்திலேயே அவளிடம்தான் கண்ட ஒரு முழுமையால், நிறைவால் பிரமை தெளிந்து, சுருங்கிப் பின்வாங்கினான்.

“சிதம்பரம், வாயேன் வீட்டுக்குப் போகலாம்” என்றாள் லில்லி.

“இதோ, நானே அங்கே வரத்தான் புறப்பட்டேன்; கோமதி பள்ளிக்கூடத்திலிருந்து வந்துவிட்டாளா . . ?” என்று கேட்டுக் கொண்டே கிளம்பினான் அவனும்.

லில்லியை மனத்திற்குள் ஏமாற்றம் கிள்ளிற்று. சிதம்பரம் தன்னை ‘எப்போது வந்தாய்’ என்று கேட்காத ஏமாற்றமன்று அது. அதைத் தொடர்ந்து, மனத்தில் நெரிஞ்சில் தைத்ததுபோல இருந்தது. இவன் வந்ததும் வராததுமாய் அங்கே வரத் தயாராய்ப் புறப்பட்டிருந்தானே, அது ஏன்? கோமதி வந்து விட்டாளா என்ற கேள்வியின் அவசரமும், அந்தத் தொனியின் அபஸ்வரமும் ஏன்?

இருவருமே வீட்டிற்கு வரும் வழியிலும் உள்ளே வந்த பிறகும் பேசவில்லை, பேச முடியவில்லை. முயலவும் இல்லை.

உள்ளே வந்ததும், “கோமதீ . . . கோமதீ!” என்று கூப்பிட்டான் சிதம்பரம். லில்லி மிகுந்த கூர்மையுடன் கேட்டுக்கொண்டும் பார்த்துக்கொண்டும் இருந்தாள்.

“கிணற்றடியில் இருக்கிறாள்; இதோ வந்துவிடுவாள்” என்றாள் ராஜம்.

கோமதி வந்தாள். சிரித்துக்கொண்டே வந்தாள். அவள் வருவதை, நடந்து போவதை, முழங்காலுக்கு மேல் இருந்த பாவாடையை, தன் கடமை மறந்த மேலாக்கை, கால்களை, கால்களின் ஈரம் தரையில் தோய்வதை எல்லாவற்றையுமே, பசி தீரச் சுவையூறப் பார்த்துக்கொண்டிருந்த சிதம்பரத்தின் பரவசத்தைச் சற்று அதிகப்படியாகவே உணர்ந்தாள் லில்லி. அதன் விளைவான படபடப்பை அடக்கிக்கொண்டபோது, அவளுக்குத் தன் பால்ய நினைவுகள் தோன்றிக் கலக்கின. அவளுடைய கண்ணும் காதும் மேலும் கூர்மை பெற்றன.

“கோமதி, மாமாவுக்கு மலையாளத்துப் பக்ஷணம் எல்லாம் கொண்டுபோய்க் கொடு. இதோ நான் காபி போட்டுக்கொண்டு வருகிறேன்,” என்றாள் ராஜம்.

“இதென்ன மாமா உறவு, புது உறவு, தில்லானாமோ... உறவு” என்று முணுமுணுத்துச் சூள் கொட்டினாள் லில்லி.

கையில் கொடுத்துக் கையில் வாங்கியும் காரணமே இல்லாமல் சிரித்தும் அசடு வழிய வேடிக்கை பேசியும் எல்லாப் பைத்தியக்காரக் காரியங்களும் ... அவளுக்குத் தெரியாதவைகளா, நினைவில் பதியாதவைகளா இந்த விபரீதங்கள் எல்லாம்!

சாயங்காலம் வந்தவன் இரவு சாப்பாடு ஆனபிறகும் கிளம்புவதாகத் தெரியவில்லை. லில்லிக்கு, முள்ளை இடறி மிதித்து, முள் வேலி மேல் விழுந்து, முட்புதரின் மேல் உட்கார்ந்தது போல் இருந்தது. கோமதியை நிமிண்டி நிமிண்டி அழைத்துக் கொண்டு உள்ளே போய் ஒதுக்கம் காட்டினாள். சிதம்பரம் இளித்துச் சலித்து விடைபெற்றான். மறுநாள் மத்தியானம்; மணி ஒன்று அடித்தது. எல்லோரும் சாப்பிட்டு உட்கார்ந்து இருந்தார்கள்.

“சிதம்பரம், நீ எனக்கு ஒரு ஒத்தாசை பண்ணணுமே...” என்றாள் லில்லி.

“என்ன செய்யணும், சொல்லேன்.”

“தஞ்சாவூருக்காவது, கும்பகோணத்துக்காவது போய் லெதர் சூட்கேஸ் ஒன்று வாங்கி வரவேண்டும்.”

“அதுக்கென்ன? வாயேன், போய்விட்டு வருவோம்”

“நான் வரவில்லை. தயவுபண்ணி நீ மட்டும்போய், வாங்கிக்கொண்டு நாலு நாலரை மணிக்குள்ளே வந்துவிடு.”

“சரி அப்புறம், வேறு ஏதாவது.”

“வேற ஒன்றும் வேண்டாம். சுருக்கப் புறப்படு. இப்போ கிளம்பினால்தான் நாலு மணிக்குள்...”

சிதம்பரம் கிளம்பிப்போனான்.

நேரம் ஊர்ந்துகொண்டிருந்தது. பள்ளிக்கூடத்துக்குப் புறப்பட்டாள் கோமதி. லில்லி அவளைத் தடுத்து நிறுத்தி விட்டாள். ராஜம் விழித்தாள்; பிறகு முறைத்தாள். “அவளை ஏன் நிறுத்துகிறாய்?” என்று கேட்டாள் காரமாய். “என்னவோ, குழந்தை என்னோடு இருந்தால் தேவலை போலிருக்கு” என்று சொல்லிவிட்டு, நடுக்கூடத்தில் ஜமக்காளத்தை விரித்துக் கோமதியை இறுக அணைத்துக்கொண்டு படுத்தாள் லில்லி. ராஜமும் படுத்துத் தூங்கிவிட்டாள். லில்லியின் மனத்திற்குள் ஒரே எண்ணச் சுழல்கள், இடையில் இனி ஒரு க்ஷணம்கூடக் கோமதி இந்த வீட்டில் இருக்கக்கூடாது என்று தான் செய்துள்ள முடிவை எப்படிச் சொல்வது, நிறைவேற்றுவது என்ற

யோசனை வேறு. அதைத் தொடர்ந்து வந்த தன் கணவருடைய நினைவில் அவளுக்குப் புல்லரித்தது. 'அந்த மஹா உத்தமர் . . .' என்று உதடு அசைந்தது. மூக்கு மலர்ந்தது. கண் சுரந்தது. தன் தலையில் வெந்நீர்போல் விழுந்து தெறித்த கண்ணீரைக் கண்ட கோமதியும், "அம்மா" என்று கேவி விம்மினாள். "பாட்டி விழித்துக் கொண்டுவிடுவாள்; அதற்குள் நீ உன் துணிமணிகள் எல்லாவற்றையும் சேர்த்து என் பெட்டிக்குப் பக்கத்தில் வை; நீ என்னோடு ஊருக்கு வரவேண்டும். அப்பாவையும் அந்தத் தாத்தா பாட்டியையும் பார்க்க வேண்டாமா . . ." என்றாள் லில்லி. கோமதி, தன் சாமான்களைச் சேகரித்துக்கொண்டிருந்தாள். லில்லி எழுந்து நின்றாள். ஒரு முடிவுக்கு வந்தாள். தலைவாரிப் பின்னிக்கொள்வதற்காக உட்கார்ந்தாள். ஆவலாய்த் தன் கையால் வாரிப்பின்னவந்த ராஜத்தின் கை தன்மீது படாமல் வில்லாய் வளைந்து வேறு பக்கம் போய்விட்டாள். முகம் கழுவிப் பொட்டும் இட்டுக்கொண்டாள். பூக்காரி நெருக்கமாய்த் தொடுத்து, நீளமான சரமாய் மல்லிகைப்பூ கொடுத்துப் போயிருந்தாள். அதைத் துண்டுகளாக்கக் கத்தி கித்தி ஒன்றும் தென்படவில்லை. உள்ளே போய் அரிவாள் மணையை அழுத்திக் கொண்டு பூச்சரத்தை நறுக்கப் போனாள்.

இதற்குள் ராஜமும் கூடத்தில் உட்கார்ந்து தலைவாரிக் கொள்ள ஆரம்பித்தாள்.

லில்லி அவளைப் பார்க்காமல், "அம்மா, சிதம்பரம் வந்ததும், ராத்திரி வண்டிக்கு நான் ஊருக்குப் புறப்படுகிறேன்." என்றாள்.

"என்னடி இது, தூக்கிவாரிப்போடறையே, இரண்டு மாசம் இருக்கப் போகிறேன் என்றாய்; அவரும் வரப்போகிறார் என்றாய் . . ."

"அம்மா, அவரை நீ நினைக்கவே கூடாது; அவர் மஹா உத்தமர் . . . அவரை இழுக்காதே . . . அவர் இங்கு வரக் கூடாது. இன்னொரு சேதி. கோமதியையும் அழைத்துக்கொண்டு போகிறேன். அவள் இனிமேல் இங்கு ஒரு க்ஷணம்கூட இருக்கக் கூடாது. அவளை விடமாட்டேன் இங்கே; இது "சத்தியம், சத்தியம்" என்று தரையில் கையை அறைந்தாள். "அந்த மஹா உத்தமருக்கு நாம் செய்திருக்கிற துரோகம் போறும். இனி மேலும் துரோகம் செய்தால் இடி விழும். நான் மாட்டேன், மாட்டவே மாட்டேன் . . ." என்று கத்தினாள் லில்லி.

"சீ சீ . . . நாய்க்குட்டி; பேசாமல் கிட. ஏது . . . என்ன பேசுகிறோம், யாரிடம் பேசுகிறோம், என்ற ஞானம் இருக்கா உனக்கு? ஆயிரம் ரூபா சம்பளம், அத்தனை சொத்துக்காரன் என்றெல்லாம் பீத்திக்கறாயே, இது இந்த இடம், உங்கள் அப்பன் தேடிக் கொடுத்த

இடமாடீ? கோமதியைப் பந்தோபஸ்து பண்ணப் போறையோ? இங்கே பட்ட கடன் எப்படித் தீருமடி? யார் தீர்ப்பது? எவனும் பணத்தையும் காசையும் நகையையும் நட்டையும் சும்மா கொட்ட மாட்டான். எதை எப்போ, எப்படி பந்தோபஸ்து பண்ணனும்னு இந்த ராஜத்துக்குத் தெரியும். உன்னைவிடப் பெரிய இடமாகத் தேடுவேன் அவளுக்கு; பெரிய சுத்தக்காரி... நீ பேசறையோ . . ." என்றாள் ராஜம்.

"அடிப் பாவி, நீயும் ஒரு தாயா?" என்று இரைந்து கத்திக் கொண்டு, அரிவாள் மணையைத் தூக்கி எறிந்தாள் லில்லி. அது ராஜத்தின் வலது காலில் கணுக்காலுக்குப் பக்கத்தில் சீவிவிட்டது.

"அடிப் பாவி, ஐயோ, என் கால் போய்விட்டதேடீ" என்று ராஜம் அலறினாள்.

"நாம் இரண்டு பேருமே மகாபாவிகள்; அரிவாள்மணை உன் காலைத்தானே சீவிற்று! இதோ என் கழுத்தையே சீவப் போகிறது" என்று கத்திக்கொண்டு ரத்தம் சொட்டும் அரிவாள் மணையைத் தூக்கினாள் லில்லி.

வாசலில் கார் வந்து நின்று சத்தம் கேட்டது; புதிய சூட்கேசுடன் வந்த சிதம்பரம், அதைத் தூக்கி எறிந்துவிட்டு, "என்ன இது..." என்று பாய்ந்தான்.

"அரிவாள்மணையை இடறிவிட்டேன். டாக்டரை அழைத்துக்கொண்டு வாயேன்" என்றாள் ராஜம்.

டாக்டர் வந்து கட்டுக் கட்டினார். குமாஸ்தாவும் வந்து, தன் முதலாளியின் பக்கத்தில் வணக்கமாய் நின்றார்.

"கோமதி, புது சூட்கேசில் உன் துணிமணி, நகை, நட்டு எல்லாத்தையும் எடுத்து வைத்துக்கொள். அம்மாவுடன் பத்திரமாய் ஊருக்குப் போ. சிதம்பரம், நீ போக வேண்டாம். டிரைவரை அனுப்பு; லில்லியின் அப்பாவையே, நேரே திருச்சிக்குப் போய் இவர்களை ரயில் ஏற்றிவிடச் சொல். வெட்டுக்காயம்தான் எனக்கு. சுருக்க ஆறிப்போய்விடும். உரத்த கட்டை இது. ஆனா..." என்றதுடன் சோர்ந்து சற்றே சாய்ந்தாள் ராஜம்.

**1975**

**'அம்மா இட்ட கட்டளை'**

•

# தவிப்புத் தணிய

அவனை நான் அந்த நிலையில் சந்திப்பேன் என்று எதிர்பார்க்கவேயில்லை. அவளைத் தாலி கட்டிக் கல்யாணம் செய்துகொண்ட பிறகு, என்னைத் தேடிக்கொண்டு வந்தான், ஒரு வாரத்திற்கு முன். நான் அவனைப் பார்த்து இருபது வருஷங்களுக்கு மேலாகிவிட்டது.

அதே அசட்டுக்கோலம்; மூடியபடியே கால் பார்வை பார்க்கும் மிகச்சிறிய கண்கள். பொருத்தமேயில்லாப் பொன்னிறம். சட்டை போடாத உடம்பு; அழுக்கு வேஷ்டி, பஞ்சக் கச்சம், அணுகவே அருவருப்பைத் தரும் கத்தாழை நாற்றம். அழுக்குத் துணிமூட்டை. இடுப்பைச் சுத்தி வெள்ளி அரைஞாண்; மெழுகு பூசியதுபோல் அது முழுவதும் படிந்த அழுக்கு. அதற்கு மேல் இடுப்பைச் சுற்றிலும் செருகியிருந்த கடுதாசுகள், ரூபாய் நோட்டுக்கள், சில்லரைகள், வெற்றிலை போடாமலேயே, ரத்தச் சிவப்பான உதடுகள். செக்கச் செவேலென்ற ஈறு, வெளுப்பு மாறாத பற்கள், எல்லாமிருந்தும் அழகு தொட்ட கையே இல்லாத வாய். அதே அசட்டுச் சிரிப்பு; ஆங்கில வார்த்தைகளைக் கலக்காமல் வராத அதே பேச்சு; பழைய அசட்டுப் பிச்சுவேதான். ஐம்பதை நெருங்கும் அவன் வயதுக்கேற்ப, சற்றே நரை கூடிவிட்டிருந்தது தலைமுடி. என்னைத் தேடிக்கொண்டு வந்த பிச்சு, என் பெயரைச் சொல்லி, 'அவர் இந்த ஹௌஸில் குடியிருப்பதாகப் பீப்பிள் சொன்னார்கள். அவர் இருக்கிறாரா என்று என்னிடமே கேட்டான்.

நான் சிரித்துக்கொண்டே, "என்ன பிச்சு, வா, எங்கிருந்து வருகிறாய்?" என்று கேட்டதும், "அடே, யூ பிளடிபூல் நீதானா இது? வாட், வெரிவெரி ஓல்டு மாதிரி... நாணல் மாதிரித் தலையெல்லாம் வெளுத்துப்போய்... ஏண்டா கண்ணு பேமிலி, சில்ட்ரன் எல்லாரும் சௌக்கியம்தானே! ஆமாம், உங்க மதர் டைடுன்னு கேள்விப்பட்டேன். ரீஸண்டாத்தான் தெரிஞ்சது. அவள் கொஞ்சம் பிராப்பர்ட்டி, கேஷ் எல்லாம் பிரைவேட்டாவே வெச்சிண்டிருந்தாளே, அதெல்லாம்..."

"அதெல்லாம்... ஏதோ ஒண்ணுக்குக் கால் தேறித்து. பொம்மனாட்டி வியவகாரம்தானே, ஆழும் பாழுமாய்ப் போய்விட்டது. எங்கேந்து வர்றே நீ? இலை போடச் சொல்றேன், சாப்பிடு முதல்லே... யாரடீ அங்கே... பிச்சுவுக்கு இலை போடு..."

"நத்திங் டூயிங்; மணி என்ன ஆகிறது? ஒரு மணிக்கு மேலே ஆகலை! நமக்கு எந்த ராஜா எந்தப் பட்டினம் போனாலும் பதினோரு மணிக்குள்ளே நீட்டா சாப்பிட்டாகணும்டா கண்ணு. கும்மாணத்திலேயே, ஹோட்டலில் மீல்ஸ் முடிச்சுண்டுதான் புறப்பட்டேன். இது காபி நேரம்; உங்கிட்டே நான் வந்தது, ஒரு வெரிவெரி இம்பார்ட்டண்டு மேட்டர். அதோட சீக்ரெட்டான சங்கதி..."

"அதென்னடா, அப்படியொரு சங்கதி, திடீரென்று என்னிடம் வர..?"

"நீ சமீபத்தில் டி.கே.புரம் போயிருந்தாயோ?"

"போன மாசம் போயிருந்தேன்."

"அங்கே அவளைப் பார்த்தாயோ?"

"யாரை?"

"அதாண்டா, அந்த பிளடி வுமன், நம்ம ஒய்பு..."

"எந்த ஒய்பு? மூத்த பெண்டாட்டியா, இரண்டாவதா... யாரைக் கேட்கிறாய்?"

"மூத்தாளைத்தான் பார்த்தாயா என்று கேட்கிறேன். அடுத்தவளைத்தான் நானே தேடிக்கொண்டிருக்கிறேனே பதினைந்து வருஷமாக, நீ எங்கே பார்க்க முடியும் அவளை?"

"பதினைந்து வருஷமாகத் தேடிக்கொண்டிருக்கிறாயா?"

"ஆமாண்டா... ஆமாம்; அவள் அப்ஸ்காண்டு ஆயிட்டாள். யாரோ தடிப்பயல், அவள் புத்தியைக் கெடுத்து, அவளை நம்மை விட்டுப் பிரிச்சுட்டான்; ஆனால், அவள் வெரிவெரி குட் லேடி.

நான் அவளுக்குப் போட்டிருந்த நகைகளைக்கூடக் கழட்டி வெச்சுப்பிட்டுப் போயிட்டா. ஆனால் அந்த பியூட்டிபுல் வுமனைப் பிரிஞ்சு என்னாலே இருக்கவே முடியலை. நம்ம தஞ்சாவூர் வீட்டைப் பூட்டிவிட்டு, அன்னிக்குப் புறப்பட்டவன்தான், அலைஞ்சுண்டேயிருக்கேன்; எப்படியும் டூர்தான், போயேன். ஆனால் இப்போ வேறொரு முடிவுக்கு வந்திருக்கேன். இனிமே அவளைத் தேடவே போறதில்லை. எனக்கும் வயசு ஆயிடுத்து; உடம்பும் ஓஞ்சு போயிட்டுது. அதனாலே ஒரு புது ஐடியா. அதுக்குத்தான் உன்னைக் கன்ஸல்ட் பண்ணலாம் என்று வந்தேன்."

"மறுபடியும் மூத்தாளோட சேர்ந்து குடும்பம் நடத்த நினைக்கிறாயோ..."

"ரைட்... ஆல்ரைட், நீ வெரி வெரி இண்டெலிஜெண்ட். பால்யத்திலேயே ரொம்ப சூடிகை நீ; நாணாக் கண்ணு, என் சமத்துக் கண்ணு, உன்னைக் கொண்டுதான் இந்தப் பிளானை ஸக்ஸஸ்புலா முடிக்கணும்னு வந்தேன். நீ அடிக்கடி அங்கே போகிறாயாமே! அவள் அங்கேதானே இருக்கிறாள்... நீ..."

"போன மாசம் போயிருந்தபோது அவளைப் பார்க்கவில்லை. அதற்கு முன் தடவை பார்த்த நினைவு இருக்கிறது. ஆனால் அப்பொழுதுகூட அவளுடன் பேசும் சந்தர்ப்பம் நேரவில்லை."

"நோ நோ ... நெவர் ... சிரிப்பு வரதுடா எனக்கு. நான் நம்பவே மாட்டேன்; நீயாவது அவளுடன் பேசாம வரவாவது! கண்ணு, எலே நாணா, எனக்கா காது குத்தறே? என் கல்யாணத்திற்கு முன்பும்; ஏன் அப்புறமும்கூட ... நீ அவளிடம் லவ் ... என்று ஏதோ சொல்லிக்கொண்டு சிரித்தான் பிச்சு; அதே சமயம், வீட்டுக்குள்ளிருந்தும் ஒரு சிரிப்பு நெளிந்து வந்தது.

"பிச்சு, பேத்தாதே ஏதாவது; அவள் அங்கு இல்லை இப்போது. அவளுடைய தம்பி பெரியவனாகிவிட்டான்; அதாவது வயதில் மட்டும் இல்லை. காசு பணத்திலும் நல்ல வசதி. கல்யாணம் ஆகிக் குழந்தைகளும் இருக்கின்றன. உன் மூத்தாள் தனியாகத்தான் இருந்தாள் அப்போது. அப்புறம் பட்டணத்துக்குப் போய்விட்டாளாம். அவள் பட்டணம் போய் ரொம்ப நாள் ஆகியிருக்குமே?"

"ராங் ... ராங் ... போயிருந்தது வாஸ்தவம். திரும்பி வந்துவிட்டாள். மேலத்தெருவில் சொந்தமாக ஒரு சின்ன வீட்டை வாங்கிக்கொண்டு பர்மனெண்டா ஸெட்டில் ஆயிட்டாள் என்று கேள்வி. கேள்விகூட இல்லை; நிச்சயமான சங்கதி இது. நம்ம குடியானவனிடம் இவள் நம்மைப் பற்றி விசாரித்தாளாம். இந்த வருஷம் அவன் எனக்கு நெல்லுப் பணம் கொண்டு

வந்து கொடுத்தபோது, இதையும் சொல்லி, இன்னும் ஏதேதோ சொன்னான்; எனக்கு ரொம்ப வெரி வெரி கிளாடாய் இருந்தது."

"அதையும்தான் சொல்லேன்..."

"நிலத்தைப் பற்றி, குத்தகையைப் பற்றியெல்லாம் கேட்டாளாம்; நான் ஊர்ப்பக்கம் வராததைப் பற்றி வருத்தப் பட்டாளாம். என் உடம்பு, சௌக்கியம், சாப்பாடு, தஞ்சாவூர் வீட்டில் நான் தனியாகக் கஷ்டப்படுவது எல்லாத்தையும் பற்றி விசாரித்து விசாரித்துக் கண்ணாலே ஜலம் விட்டாளாம். இதெல்லாம் சொன்ன பிறகு, அவன் இன்னுமொரு சங்கதி சொன்னான்; அவளே சொன்னதாக... அதாவது ரொம்பக் கஷ்டப்பட்டுக் கூட்டி விழுங்கிச் சொல்ல முடியாமல் சொல்லி அழுதாளாம். அதுதான் என்னை வெரி வெரி மச்சாத் திங்க் பண்ணும்படியா ஆக்கிவிட்டது. அவள் சொன்னாளாம், சாந்திக் கல்யாணத்தன்னிக்கு ராத்திரி நான் நடந்துண்ட விதம்தான், அவளை அப்படி, பயத்துடன் ஓடும்படி செய்துவிட்டதாம். அந்தப் பயம் தெளியவே ரொம்ப நாள் ஆச்சாம்; அது அப்படி ஒன்றும் பிரமாதமான சமாச்சாரம் இல்லையென்று பின்னாடி தெரிந்துகொண்டாளாம். எப்படியெல்லாமோ கெட்டலைந்து, அவதிப்பட்ட பிறகு, இன்னிக்கு நாதி இல்லாம, அவளும் நாதி இல்லாமலிருக்கிற வயிற்றெரிச்சலைச் சொல்லி அழுதாளாம். அவள் தன்னை ரொம்ப பியூராக் காப்பாத்தியிருப்பாள் என்று தெரிகிறது. எங்கிட்ட ஸிம்ப்பதியும் இருக்கு அவளுக்கு. நானும் அன்னிக்கு இருந்ததைவிட, எதிலும் சளைச்சுப் போயிடலை. உடம்பும் சரி, பணம் காசும் சரி. டேய், அவளைப் பார்த்துப் பேசி, மறுபடியும் நானும் அவளும் சேர்ந்து குடியும் குடித்தனமுமா வாழ ஏற்பாடு செய். எனக்கும் ஒரு மனிதத்துணை வேணும்டா; கண்ணு . . . நாணா, உன்னைக் கெஞ்சுகிறேன்; ஏய் இது என் உயிரோட ஏக்கம்டா..."

பிச்சுவின் அசட்டுச் சிவப்பு மூஞ்சி, மேலும் அதிகமாகச் சிவந்துவிட்டது.

ஒரே வருஷத்தில் பிச்சுவின் அப்பாவும் அம்மாவும் காலமாகிவிட்டார்கள். பிச்சுவுக்குப் படிப்பு ஏறவில்லை. ஏதோ சொத்து இருந்ததால், எல்லோரும் சேர்ந்து பட்டுவை அவனுக்குக் கல்யாணம் செய்துவைத்துவிட்டார்கள்.

பட்டுவின் தகப்பனார் ஒரு பரிசாரகர். ரொம்ப ஏழை. பிச்சுவுக்குத் தகப்பனாராகவும், அவன் சொத்துக்குக் காரியஸ்தராகவும் இருக்கலாமென்று அவருக்கு ஆசை காட்டினார்கள்.

என் அப்பாதான் இந்தக் கல்யாணத்திற்கு மிகவும் முனைந்து வேலை செய்தார். பிச்சுவின் மேல் அவருக்கிருந்த ஆசையும், அனுதாபமும்தான் இதற்குக் காரணம் என்று அவரும் சொல்லிக் கொண்டார். எல்லோரும் சொன்னார்கள்.

ஆனால் அது பொய் என்பது எனக்கும் பட்டுவுக்கும் மட்டும்தான் தெரியும். என்னை ஆடாக ஆக்கி, பட்டு என் கொடிக்கு வேலி போட்டுவிடத்தான் அவர் அப்படி முனைந்து பாடுபட்டார். அது பழைய கதை.

ஊரில் சிலர், ஒரு ஏழைப் பரிசாரகருக்கு இப்படி ஓர் அதிர்ஷ்டமா என்று முறுமுறுவென்று காய்ந்தார்கள். அவர்களில் சிலர், பிச்சுவுக்குக் காபியும், டிபனும் உபசாரம் செய்து, இல்லற இன்பம் பற்றியெல்லாம் சொல்லி வைத்தார்கள் காதோடு காதாய்.

பிச்சு நாளடைவில் கல்யாணத்திற்கு முன்பிருந்தே கற்பனை யில், அதுவும் மற்றவர்கள் தூண்டிவிட்ட, இனம் விளங்காத பருவத்தின் மோகனக் கற்பனையில் வெறியேறி நின்றானோ, என்ன இழவோ! சாந்திக் கல்யாணத்திற்கு மறுநாள் விடியற் கருக்கலில், பட்டு ஒரே கிலியும் கூச்சலுமாய்த் தன் வீட்டிற்கு ஓடிப்போய் ஓர் உள்ளில் கதவை உள்ளே தாழ்ப்பாள் போட்டுக் கொண்டுவிட்டாள். ஆண்குரலோ, ஆண் வாடையோகூட அவளை அணுகினால் ஊரே கிடுகிடுக்க ஓலமிடுவாள்.

உண்மையில் ஊரே இந்த நிகழ்ச்சியால் கலங்கிக் கண்ணீர் பெருக்கிற்று. சில மாதங்களில் எல்லாம் சரியாகிவிட்டது பட்டுவுக்கு. சகஜமாகப் பழக ஆரம்பித்திருந்தாள். இதற்குள் எங்கள் குடும்பமே அந்த ஊரைவிட்டுப் புறப்பட நேர்ந்தது. என் தகப்பனார் பல வருடங்களாக அங்குப் பள்ளிக்கூடம் நடத்தி வந்தார். அவர் ரிடையர் ஆனதும் எங்கள் சொந்த ஊருக்குப் போய்விட்டோம். இரண்டு தலைமுறைப் பழக்கம் காரணமாக, நான் அடிக்கடி அங்கே போய்விடுவேன்.

பட்டு சகஜமான நிலைக்கு வந்த பிறகும், பிச்சுவின் முகத்தில் விழிக்கக்கூட மறுத்துவிட்டாள். பிச்சுவும் அன்றிலிருந்து ஊரில் தங்கவேயில்லை. வருஷாவருஷம் வந்து குத்தகை வாங்கிக் கொண்டு போவான். அவனுக்கு ஏதோ டர்பி அதிர்ஷ்டம் அடித்ததென்றும், தஞ்சாவூரில் வீடு வாங்கியிருக்கிறான் என்றும் தெரியும்.

அவனிடம் பணம் காசு புழங்கியதால் அவனை மொய்த்துக் கொண்டிருந்தவர்களில் எவனோ ஒருவன், என்னவோ சூழ்ச்சி செய்து ஒரு நல்ல மலையாளப் பெண்ணை அவனுக்குக்

கல்யாணம் என்று பண்ணி வைத்துவிட்டான். அவனுடன் வாழ வந்த மறுவாரமே அவளும் வெளியேறிவிட்டாள். அவளைத்தான் பதினைந்து வருஷங்களாகத் தேடிப் பார்த்துவிட்டுக் கடைசியில் இந்த முடிவுக்கு வந்திருக்கிறான்.

நான் சொன்னால் பட்டு கட்டாயம் கேட்பாள் என்கிறான் பிச்சு; அவளுக்கும் அது மாதிரி ஓர் எண்ணம் இருந்தாலும் இருக்கலாம். சரி, முயன்று பார்ப்போம் என்று நினைத்தேன்.

பிச்சு கண்ணைத் துடைத்துக்கொண்டு, "நாணா, என்ன, போறயா ஊருக்கு? நீ யாருன்னு எனக்குத் தெரியும். உன் நாக்கு அசைந்தால் நாடு அசையும்னு தெரியும்டா எனக்கு. நீ கதையெல்லாம் எழுதறவன் என்பது எனக்குத் தெரியும். நான் என்ன பண்ணப் போகிறேன் இந்தப் பணத்தை. சத்தியமாகச் சொல்கிறேன். அது கிடக்கட்டும்; இது என் கடமை, என் ஆசை; எவன் கேட்க முடியும்? நீ போய் அவளைக் கேட்டு ஏற்பாடு பண்ணனும். ஊரில் இருக்கப் பிடிக்கவில்லையென்றால், தஞ்சாவூருக்கு வந்து விடட்டும்," என்றான் பிச்சு. கட்டாயம் செய்வதாக ஒப்புக்கொண்டு அவனை அனுப்பினேன்.

"நான் தஞ்சாவூரில் போய் இருந்துகொண்டு, ஒவ்வொரு நிமிஷமும் எதிர்பார்த்துக் கொண்டேயிருப்பேன்," என்று சொல்லிப்போனான் பிச்சு.

இடையில் ஏதோ காரியமாகத் திருச்சிக்குப் போனபோது ஜங்ஷனில் எதிர்பாராமல் அவளைப் பார்த்தேன். அவளை அந்த நிலையில் சந்திப்போம் என்று நான் எதிர்பார்க்கவே இல்லை. காதிலும், மூக்கிலும், கையிலும், கழுத்திலும் ஒன்றுமில்லாமல் பழம்புடவையுடன் தலைகவிழ்ந்து உட்கார்ந்து கொண்டிருந்தாள். ஆனால் அந்த நிலையிலும் அவளுடைய தனிச்சிறப்பான, ஒயில் நிறைந்த, உன்மத்தமாக்குகின்ற பெண்மை பளிச்சென்று கண்களைக் கவர்ந்து ஈர்த்தது. 'பட்டுக் குட்டிக்குத் தாழம்பூ வைத்துப் பின்ன வேண்டுமானால் குறைந்தது ஆறு பூவாவது வேண்டும்' என்று எங்கம்மா பரிகாசம் செய்வாள் முன்பு. குண்டலம் குண்டலமாய்ச் சுருண்டு படிப்படியாய்ச் சரிந்து இறங்கிப் பின் தொடைகளில் இடிக்கும் அவளுடைய கரிய அழகான கூந்தல் அப்படியே இருந்தது; ஆனால் அள்ளி முறுக்கிக் கோடாலி முடிச்சாகப் போட்டிருந்தாள். கட்டுக்கலையாமல், ஆனால் குலைந்து சிதறிக் கிடந்தது அந்த முடிச்சு – சுமை மாதிரிப் பெரிய முடிச்சு. சந்தன நிறத்து முன் கைகளை முழங்கால்களுக்கருகில் சேர்த்துத் தொங்கவிட்டுக் கிடத்தியிருந்தாள். கை விரல்கள் கணுக்கால் வரையில் நீண்டு கிடந்தன. நீண்ட மிருதுவான பூக்கள் கிடப்பதுபோல, விரல்கள்

நெருங்கிக் கூடிச்சேர்ந்திருந்த பாதங்கள் இரண்டும் சிமெண்டுத் தரையில் அழகாய் அப்பிக்கொண்டு கிடந்தன. பருமன் என்று சொல்ல முடியாத பாங்கான அளவில், கோணல் மாணல் இல்லாத நீளமும் நிமிர்வும் உள்ள நெகுநெகுப்பு நிறைந்த நெட்டுக்கு நேரான உடம்பு அவளுக்கு. எல்லாமே சந்தன நிறம். நல்ல உயரம், பூரணமான பொலிவு மிக்க பெண்மை.

அதிர்ச்சியைக் குறைப்பதற்காகக் கனைத்துக்கொண்டே மெல்லப் போய்ப் பக்கத்தில் நின்றுகொண்டு, “பட்டு, பட்டம்மா . . .” என்று கூப்பிட்டேன். நிமிர்ந்து, பார்த்தாள். சிவப்பேறி நனைந்திருந்த கண்களால் பார்த்தாள். அந்த அகலமான கண்களின் அகலமான இமை மேடுகளுக்குக் கீழே கண்களின் கோடிகளில் தெரியும் சிவப்பு ரேகைகளின் நீளத்தில், நான் கண்ட துயரம்! அம்மா!

“நீயா... நீங்களா?” என்றாள்.

“இங்கே எங்கே வந்து உட்கார்ந்திருக்கிறாய்?”

“எங்கே போவதென்று தெரியவில்லை; மதுரை, ராமேஸ்வரம் எங்கேயாவது போய்விடலாமா என்று...”

“என்னது? போய்விடுவதா?” “வண்டி வரப் போகிறது; விவரமாகச் சொல்லமுடியாது; நான் ஊரில் இருப்பது என் தம்பிக்கு அவமானமாம். சண்டை போட்டான். நானும் எதிர்த்தேன். கடைசியில் அவன் ஆளுகளை வைத்து எல்லாத்தையும் பிடுங்கிண்டு, அம்பது ரூபாயை எறிஞ்சு விரட்டிவிட்டான்” என்பதற்குள் குமுறிக்கொண்டு அழுகை பீறிட்டது.

“சரி, பேசாமல் இரு. அழாதே. இந்த வண்டி போகட்டும். அடுத்தாப்போல நம்மூருக்குப் போகும் வண்டி வரும். அதில் ஏறித் தஞ்சாவூருக்குப் போவோம்; பாவம், பிச்சு அங்கே ஒவ்வொரு நிமிஷமும் உன்னை எதிர்பார்த்துக்கொண்டு ஏங்கிக் கிடக்கிறான்.”

“நாணா, நான் இதை நம்பவேண்டுமா?”

“தஞ்சாவூர் போனதும் இது தானாகத் தெரியும்”

வெள்ளையடித்து வர்ணமெல்லாம் வைத்த பிச்சுவின் வீடு லட்சுமிகரமாக வரவேற்றது. உள்ளே போனோம். பிச்சுவுக்கு வாயெல்லாம் பல்; உடம்பெல்லாம் பூரிப்பு; புல்லரிப்பு. பெரிய வெளிச்சத்தில் கூசுவதுபோலக் கண்களைக் கூசிக் கூசி விரித்தான். கண்களில் சந்தோஷம் வழிந்து ஓடிற்று.

பட்டுவின் அருகில் வந்து, ரொம்பவும் நெருங்காமலும் எட்டி விலகாமலும் நின்றுகொண்டு, “பட்டு, பட்டம்மா... வா... வா...

வந்து விளக்கேற்று. இன்னிக்குத்தான் நாம் நியூ கப்பிள் – எல்லாம் நம்ம நாணாவின் வெரி வெரி குட் ஹெல்ப். இந்த நம் யூனியன்..." என்று அவன் முடிப்பதற்குள்,

"யூனியனா... ரீ யூனியனா..?" என்றேன்.

"அடே, போத்தும்தான்" என்றான் பிச்சு.

1975
'அம்மா இட்ட கட்டளை'

## மன்னிப்பா! கேட்கணுமா? நானா? எதற்கு?

"நான் கிட்டுவிடம் மன்னிப்புக் கேட்க மாட்டேன்; நடந்ததைச் சொல்கிறேன். முழுவதும் கேட்டுவிட்டு நீங்களே சொல்லுங்கள்," என்றேன். நான் குடியிருக்கும் வீட்டுக்குச் சொந்தக்காரரான ஜோஸ்யரிடம் வாடகை சில மாதங்களாகப் பாக்கி நிற்பதற்காகக்கூட என்னை நெருக்காதவர் அவர். பையனைக் காலேஜில் படிக்க வைப்பதற்கு நான் கஷ்டப்படுவதெல்லாம் அவருக்குத் தெரியும்; ஆகவே அவருக்கு நடந்தது நடந்தபடியே சொல்ல நினைத்தேன். சொன்னேன்:

o

ஜோஸ்யர்வாள், நான் ரொம்ப யோக்கியன் என்று சொல்லிக்கொள்ளமாட்டேன். யாரோ செலவு செய்து அழைத்துக்கொண்டு போகிறார்கள். கிடைத்தால் எனக்கும் கொஞ்சம் தருகிறார்கள் என்பதற்காக நான் அடிக்கடி குதிரைப் பந்தயத்துக்குப் போகிறேன். தப்புத்தான்; ஆனால் சபலம் விடவில்லை. போனேன். போகிறேன், போவேன் இன்னமும்.

போனவாரம் வீட்டில் நிலைமை சரியில்லை. சுத்தமாக இருந்தது வீடு. டப்பாவெல்லாம் காலி. அரிசி டின் காலி. விறகுகூட இல்லை. சம்பளம் வரவோ இன்னும் பத்துப் பன்னிரண்டு நாட்கள் இருந்தன. கிட்டுவிடம் போய்க் கெஞ்சிக் கூத்தாடினேன் ஒரு நூறு ரூபாய்க்கு. எதற்கும் அசைந்து கொடுக்கவில்லை.

மறுநாள் சாயங்காலம் கடைத்தெருப் பக்கம் போய்விட்டுப் பிள்ளையார் கோவிலிலும் அழுது முறையிட்டு வரலாமென்று கிளம்பினேன். கிட்டுவின் வண்டிக்காரன் ஓடிவந்து, "எங்க ஐயா, உங்களைக் கையோடு அழைச்சுக்கிட்டு வரச் சொல்றாங்க," என்றான்.

"நாளைக்கு வர்றேன்னு சொல்லு," என்று சொல்லிவிட்டு நகர்ந்தேன்.

"நீங்க கோவமா வரமாட்டேன்னு சொல்லுவீங்க, எல்லாம் சரியாயிடும்னு சொல்லிக் கையோட, அழைச்சுக்கிட்டு வரச் சொன்னாங்க," என்றான்.

மனதைத் திடப்படுத்திக்கொண்டு போனேன்.

"வாத்தியாரே, இந்த முப்பது ரூபாயை வீட்டில் கொடுத்து விட்டு உடனே பஸ்ஸில் கிளம்பிக் கும்பகோணம் வந்து, ரயில்வே ஸ்டேஷன் செகண்ட் கிளாஸ் வெயிட்டிங் ரூம்கிட்டே இரும். ஜனதாவிலோ அல்லது போட் மெயிலிலோ மெட்ராஸ் போகணும். நான் அங்கு வந்து உம்மைப் பார்க்கிறேன். நூறு இருநூறு என்னய்யா பிரமாதம்! நான் தருகிறேன் உமக்கு," என்றான்.

கும்பகோணம் ஸ்டேஷனில் என்னை வந்து பார்க்கும் போது கிட்டு ஒரு மாதிரியாக இருந்தான். ஐம்பது பத்து ரூபாய் நோட்டுக்களையும், சில்லரை நோட்டுக்கள் நாணயங்களையும் என்னிடம் கொடுத்து, "கணக்கு எழுதிச் செலவு செய்யும், போட்மெயில் ஸெகண்ட் கிளாஸ் டிக்கட்டுகள். வண்டி வந்ததும் என்னை எழுப்பிவிடும். இந்தாரும் இந்தப் பை. ஜாக்கிரதை," என்று சொல்லித் தோல் பையையும் என்னிடம் கொடுத்துவிட்டு, ஒரு பெஞ்சியில் போய்ப் படுத்துக்கொண்டுவிட்டான். என்னுடைய பை, அவனுடைய பை, அவன் ஆகிய மூன்றையும் பத்திரமாய்ப் பார்த்துக்கொண்டு, கொட்டுக் கொட்டென்று கண் விழித்தபடியிருந்தேன். கிட்டு குறட்டை விட்டான்; குப் குப்பென்று இழவு நாற்றம் வீசிற்று. ஒருவாறு வண்டி வந்தது. ஆனால் அவனை எழுப்பவே முடியவில்லை. அத்துடன் குழறிக் குழறிப் பேசிக்கொண்டே மீண்டும் மீண்டும் சாய்ந்தான். என் உடம்பெல்லாம் வியர்க்க விறுவிறுக்க அவனைத் தூக்கி நிறுத்தினேன். நல்லவேளை, ஒரு போர்ட்டர் வந்தான் உதவிக்கு. தூக்காத குறையாக ஏற்றிவிட்டோம். அவன் பையையே தலைக்கு வைத்தும் அவனைப் படுக்க வைத்தேன். இடமில்லை எனக்கு. காற்றாடக் கதவருகே போய் உட்கார்ந்துகொண்டேன். விழுப்புரம் தாண்டி அரை மணிக்கெல்லாம் எழுந்து உட்கார்ந்து,

"வெற்றிலைப் பெட்டியை எடுமேன்," என்றான். எனக்குத் தூக்கக் கலக்கம்; இருந்தாலும் அவனோடு நானும் வெற்றிலை போட்டுக்கொண்டு பேச்சுக் கொடுத்தேன்.

"அது சரி. நம்மூர் பஞ்சுவின் பெண்ணை உமக்குத் தெரியுமா?"

"எந்தப் பஞ்சு?"

"அடே, சமையல்காரப் பஞ்சுவைத் தெரியாதா; உமக்கு? அவனுடைய பெண்ணும் ஆறுமுகம் இருந்தானே தெரியுமா, மேளக்காரத் தெருவில்?"

"பாவம், நல்ல வித்வான்; அல்பாயுஸில் போய்விட்டான்; அவனைவிட அவனுடைய பெண்டாட்டி செல்லத்துக்கு அபார சங்கீத ஞானம். சின்னக் குட்டியாய் இருக்கும்போதே பல்லவி பாடுவாள் செல்லம்..."

"ஆமாம், அவளும் பஞ்சுவின் பெண்ணும் சேர்ந்து மியூஸிக் ஸ்கூல் நடத்துகிறார்களாம். போன தடவை ஊருக்குத் திரும்பி வரும்போது இரண்டு பேரையும் பார்த்துப் பேசிக்கொண்டிருந்தேன். அட்ரஸ்கூடக் கொடுத்தார்கள். அடுத்த தடவை வரும்போது கட்டாயம் வருகிறேன் என்று சொன்னேன். அந்த அட்ரஸை இந்த நம்ம வீட்டுச் சனியன் எடுத்துக் கிழித்தெறிந்துவிட்டது. பழைய மாம்பலம் என்று நன்றாய் ஞாபகம் இருக்கிறது. எப்படியாவது விசாரித்து அதைக் கண்டுபிடித்தாக வேண்டும் முதற்காரியமாய்..."

ஓர் ஓட்டல் மாடியில் ரூம் எடுத்தோம். குளித்துச் சாப்பிட்டு விட்டுப் புறப்படும்போது பதினோரு மணி ஆகிவிட்டது. செங்கற்பட்டில் வாங்கிய ஹிண்டு பேப்பரைப் பிரித்துப் பார்க்கக்கூட நேரமில்லை. 'டிப்ஸ்' வாங்கிக் கணக்குப் பண்ணி ஆராய்ந்து காலையிலேயே போய் 'ஜாக்பாட்' டிக்கட்டுகளை யாவது வாங்கிவிட வேண்டும் என்று என் எண்ணம். ரயிலை விட்டிறங்கியபோது, பழைய மாம்பலம் மியூஸிக் ஸ்கூல் தவிர வேறு நினைவே இல்லை கிட்டுவுக்கு. "ஓரேயடியாய் ஆயிரம் ரூபாயானாலும் நாளை ஞாயிற்றுக்கிழமை விளையாடி விடுவோம். இன்று எனக்கு நாள் சரியில்லை. சந்திராஷ்டமக் கழிவு; நாளைக்குப் பிரமாதமான நாள் வெளுத்து வாங்கி விடுவோம். பேசாமை என்னோடு வாரும் என்று என்னைத் தடுத்துவிட்டான். 'டாக்ஸி' எடுத்துக்கொண்டு சுற்றினோம் சுற்றினோம் அப்படிச் சுற்றினோம் பழைய மாம்பலத்தை; அகப்படவில்லை அந்த இடம். கடைசியாகப் பழைய மாம்பலத்தில் மேலண்டைக் கோடியில் கண்டுபிடித்துவிட்டோம். மணி இரண்டு இரண்டரையும் ஆகிவிட்டது. அது ஒரு சின்ன வீடு; நல்லவேளையாக ஒண்டிக்குடித்தனம் இல்லை. சங்கீதம் சொல்லிக் கொடுக்கப்படும்

என்று ஒரு போர்டு தொங்கியது. அழிந்தும் தேய்ந்தும், ஆனால் அதற்கான அடையாளங்களைக் காணவில்லை.

நாங்கள் இருவரும் போய்க் கூப்பிட்டதும் கதவு திறந்து எங்களை வரவேற்று முன்னறையில் உட்கார வைத்தாள் செல்லம். அங்கிருப்பது எனக்குப் பிடிக்கவில்லை. நான் வாயிற்பக்கம் வந்து விட்டேன். சற்றே காற்றாடவாவது நிற்கலாம் என்று எண்ணினேன். கிட்டத்தட்ட முக்கால் மணி ஆகிவிட்டது. கிட்டு கூப்பிட்டான்; உள்ளே போனேன். அவன் காபி சாப்பிட்டு வைத்திருந்த டவரா டம்ளர்களில் ஈக்கள் மொய்த்துக் கொண்டிருந்தன. செல்லம் அவற்றை எடுத்துக்கொண்டுபோய்க் கழுவி, எனக்குக் காபி கொண்டுவந்தாள். அந்தக் காப்பியைச் சாப்பிடாமல் இருக்க நான் மிகவும் பாடுபட வேண்டியிருந்தது. அவள்கூடப் பிடிவாதம் பிடிக்கவில்லை. கிட்டு அடம் பிடித்தான். "ஹோட்டல்களில் அக்னிஹோத்திரம் செய்தவர்கள்தான் பரிமாறுகிறார்கள்; பெரிய தீஷிதர்கள்தான் சமைக்கிறார்கள். இல்லையா வாத்தியாரே?" என்றான்.

செல்லம் சிரிக்கச் சிரிக்க, கிட்டு தன் சாமர்த்தியம் அத்தனையும் காட்டிப் பேசினான். சாதாரணமாகவே, வயதும், வாகான உடம்பும், உடையும், உடையணிந்துள்ள மாதிரியுமே செல்லத்தின் வசீகரத்தன்மையை மனத்தில் பதித்தன.

ஒரு ஆட்டோ வந்தது. நிறுத்தினேன்; கிட்டுவும் வந்து ஏறிக்கொண்டான். மாம்பலம் ஸ்டேஷன் வரையில்தான்; அங்கிருந்து டாக்ஸி பிடித்துவிட்டோம். "நேரே டவுனுக்குத் தம்புச்செட்டித் தெருவுக்குப் போய்யா..." என்றான்.

"ஏன், பஞ்சுவின் பெண் அங்கிருக்கிறாளோ..." என்று கிண்டலாய்த்தான் கேட்டேன்.

"அவள் திருவல்லிக்கேணியில் இருக்கிறாளாம். அது நாளைக்கு," என்றான் அவன் கள்ளச் சிரிப்புடன்.

தம்புச்செட்டித் தெருவில் என்னை வண்டியிலேயே நிறுத்திவிட்டு ஒரு மருந்துக் கடைக்குள் போனான். ஐந்து நிமிஷத்திற்குள் ஒரு பையனுடன் வெளியே வந்தான். இருவரும் டாக்ஸி வரை மெல்லப் பேசிக்கொண்டே வந்தனர். "ஆறு மணி, அல்லது ஆறரை அதற்கு மேல் ஆகக்கூடாது. டாக்ஸியிலேயே வா. வாத்தியாரே, வர்மாவிடம் நூறு ரூபாய் கொடும்," என்றான். கொடுத்தேன்.

மறுபடியும் டாக்ஸி புறப்பட்டது. ஓட்டலில் வந்து இறங்கினோம். இறங்கியதும் ரூமுக்குப் போகத் திரும்பினேன்.

கிட்டு வரவில்லை. "வாரும், கொஞ்சம் கடைகளுக்குப் போய்விட்டு வருவோம்" என்றான். ஜவுளிக் கடைக்குப் போய் ஆறு கஜத்தில் ஒரு பட்டுப் புடவை, ரவிக்கைத் துணிகள் வாங்கிக்கொண்டு, இன்னொரு கடையில் பூப்போட்ட உறையுடன் இரண்டு தலையணைகள் வாங்கிக்கொண்டோம். பிஸ்கட், ஸோப்பு, ஹார்லிக்ஸ், டாய்லெட் பவுடர் பெரிய டின்கள், நெஸ்காபி டின்கள் ஏதேதோ வாங்கினோம்; புதிதாய் வாங்கின ஒரு பெரிய பை நிறைந்துவிட்டது.

"டிப்ஸ் வாங்கவேண்டுமே?" என்றேன்.

"அதெல்லாம் அப்புறம். பேசாம இருமேன்," என்றான். சுமை முழுவதையும் தாங்கிக்கொண்டு, இடையிடையே பணமும் எடுத்துக் கொடுத்து வந்தேன் ஆதலால், எனக்கும் அலுப்பாகத்தான் இருந்தது. மாடியேறி ரூமுக்குச் சென்றபோது, அந்த வர்மா என்பவன் சிரித்துக்கொண்டே வரவேற்றான். "மணி ஏழு," என்றான் கிட்டுவிடம். அவசரமாய் ரூமைத் திறந்தேன். நான் தூக்கிக்கொண்டு வந்த தலையணைகளையும், கனமான பெரிய பையையும் வர்மாதான் தன் கையில் வாங்கிக் கொண்டு, நான் ரூமைத் திறக்க உதவி செய்தான். அவற்றை உள்ளே கொண்டுவந்து வைத்துவிட்டு, வெளியே போய் அவன் கொண்டுவந்திருந்த பையைக் கொண்டுவந்தான். அதுவும் பெரிய பை; புதுப்பை. அரைப்பை வரை கெட்டியாகக் கனம் தெரிந்தது உருளை மாதிரி.

"என்ன வர்மா, பாக்கிப் பணம்?" என்றான் கிட்டு.

"கொஞ்சம் அதிகமாகவே போய்விட்டது. டாக்ஸியிலே தான் வந்தேன். இன்னொரு இருபது ரூபாய் கொடுங்கள் போதும்," என்றான் வர்மா.

"வாத்தியாரே..." என்றான் கிட்டு.

"என்னிடம் இருபது ரூபாய் மிச்சம்," என்றேன்.

"சரி, என் பையை எடும்," என்றான். அதிலிருந்து வெளியே எடுக்காமலேயே கையை உள்ளே வைத்தபடியே இரண்டு பத்து ரூபாய் நோட்டுக்களை எடுத்து வர்மாவிடம் கொடுத்தனுப்பினான். உடனே என்னிடம் எட்டு நூறு ரூபாய் நோட்டுக்களும், பதினெட்டுப் பத்து ரூபாய் நோட்டுக்களும் எண்ணிக் கொடுத்தான். "பத்திரமாக வைத்துக்கொள்ளும். ஜாக்கிரதை. ரூம் பையனைக் கூப்பிட்டு இரண்டு சோடா வாங்கிவரச் சொல்லும். கைகால் கழுவிக்கொண்டு சாப்பிடப் போம்; பையனையும் அழைத்துக்கொண்டுபோய் ஒரு சாப்பாட்டை இங்கே கொண்டுவரச் சொல்லும்," என்றான்.

நான் சாப்பிட்டுவிட்டு மாடிக்கு வரும்போது கிட்டு கட்டிலில் உட்கார்ந்திருந்தான். சோடா பாட்டில்கள் காலி. மற்றதும் காலி. "இதை எடுத்துப் பையில் போட்டு, அலமாரியில் வைத்துப் பூட்டும். போய்ப் பையனை வரச்சொல்லும்," என்றான். பையனைக் காணவில்லை. நானே சாப்பாடு போட்டேன்; நிறையவே இருந்தது. கிட்டு மண்டினான் விழுந்து, தலையணைகள் பையுடன். அவனையும் தாங்கி அழைத்துக்கொண்டுபோய் டாக்ஸியில் ஏற்றி, டிரைவரிடம் விவரமாய்ப் பழைய மாம்பலம் வீடு, அடையாளம் எல்லாம் சொல்லி அனுப்பினேன்.

"நான் பார்த்துக்கொள்கிறேன். ராத்திரி பூரா உட்கார்ந்து யோசித்துக் காம்பினேஷன் பிரமாதமாய்ப் போட்டு வையும். டிக்கெட்டைப் பற்றிக் கவலை வேண்டாம். எத்தனை ஆனாலும் ரைட். நான் காலையில் வருகிறேன். பத்திரம், பத்திரம். ரூமைப் பூட்டாமல் எங்கும் – பாத்ரூமுக்குக்கூடப் போகாதீர்!" என்று புறப்பட்டான். நல்லவேளை, ஞாபகத்துடன் இருந்தான்.

காலையிலேயே போய் எண்ணூற்றிருபது ரூபாய்க்கு ஜாக்பாட் டிக்கட்டுகள் வாங்கி வந்தேன். கிட்டு ரூமிலேயே படுத்துத் தூங்கினான். நானும் கிண்டிக்குப் போய்த் திரும்பி வந்து சற்றே படுத்துக்கொண்டேன். கண் விழித்தபோது மணி பதினொன்றரை. எழுந்து, அவனையும் எழுப்பி, அலற ஸ்நானம் செய்து, கீழே போய்ச் சாப்பிட்டோம். சாப்பிட்ட பிறகு கிட்டு, ஓட்டல் வாசலில் போட்டிருந்த நாற்காலியில் உட்கார்ந்தான். "ரூமுக்குப் போய் என்னுடைய தோல் பையை எடுத்துக்கொண்டு, நீரும் உமது பை, டிக்கட்டுகள் எல்லாவற்றையும் எடுத்துக் கொண்டு வந்துவிடும். கொஞ்சம் வெளியில் போய்விட்டு, நேரே கிண்டிக்குப் போய்விடுவோம் என்றான்.

அதேபோலப் புறப்பட்டோம். திருவல்லிக்கேணிக்குப் போய் நேரே யாரையும் கேட்காமல் பஞ்சுவின் பெண்ணைக் கண்டுபிடித்துவிட்டோம். வசதியான சிறிய வீடு.

உள்ளே ஒரு ஈஸிசேரில், ஏகாந்தம் தந்த சுதந்திரத்துடன் காற்றாடச் சாய்ந்து கொண்டிருந்த சக்குவின் கவர்ச்சியால் ஈர்க்கப்பட்ட கிட்டு, "என்ன சேதி, சக்கு, சௌக்கியமா..." என்று கேட்டுக்கொண்டு நேரே உள்ளே ஓடினான். அங்கிருந்த ஒரு கிழவி எழுந்து நின்று என்னை வரவேற்றாள்.

"வாங்கோ வாங்கோ, வழி தெரிஞ்சுதா? செல்லம் சொன்னாள், நீங்கள் வந்திருப்பதாக..." என்று லாகவமாய் குதித்தெழுந்து அவனை வரவேற்றாள் சக்கு.

"அதற்குள் எப்படித் தெரிந்தது? மாம்பலத்துக்குப் போனாயா ...?"

"இல்லை; செல்லமே வந்தாள். புதுப் புடவையுடன் வந்தாள்," என்று விஷமமான கண் சிமிட்டலுடன் கொஞ்சினாள் சக்கு. அவள் குரலில் குறும்பும் குதூகலமும் கொலுவிருந்தன.

கிட்டு முறுக்கேறியிருந்தான். "இவர் ... நம்ம வாத்தியார் ..."

"தெரியுமே, நானே இவர் ஸ்டூடண்ட்தான். ஸாருக்கு என்னை ஞாபகம் இருக்கிறதோ என்னவோ?" சக்கு பேசிக் கொண்டிருக்கும்போதே நானும் நிமிர்ந்து நன்றாகப் பார்த்தேன். பார்க்கவேண்டிய பெண்தான் அவள். இளமைக் கட்டுத்தளராத பெண்; இங்கிதமாய் இனிமையுடன் அரவணைப்பும் அழைப்பும் தவழ்ந்து விளையாடும் வனப்புள்ள முகமும் ஒய்யாரமான பேச்சும் நடையும் அமைந்த பெண் சக்கு. சிணுங்காமல் பேசவே தெரியாதோ அவளுக்கு! அரைக் கணம்கூடத் தன்னை விட்டுப் பிறருடைய கண்ணும் கவனமும் வேறிடத்தில் திரும்பாதபடி பிணைத்தது அவளுடைய பெண்மை. ஆடை மறைத்திருந்த அவளுடைய அவயவங்கள் அலாதியான சோபையுடன் பொலிந்தன. அவற்றின் தொனிப்பொருளைக் குறிப்பால் உணர்த்தும் கவிதைபோல் இருந்தது அவளுடைய வெளிப்படை அழகு. விருந்திட்டுப் பசி ஆற்றின எங்களுக்கு. நான் ஏன் சங்கோசப்பட வேண்டும்? "நீ எந்த வருஷம் எஸ்.எஸ்.எல்.ஸி ..."

"நான் ஐம்பத்தேழு ஸா ..."

"சரி சரி, ஞாபகம் வந்துவிட்டது. என் கிளாஸில் நீங்கள் எட்டுப் பேர். பத்மாஸனி, வக்கீல் பெண் பேபி, சின்னப் பண்ணைக் குழந்தை ... அவள் பேரென்ன ..?"

"லலிதா ஸார் ..."

"ஆமாம், நன்றாக நினைவிருக்கிறது. நீ வந்து – நீதான் முதல் ஸீட். மகா அரட்டை ..." எனக்கு வாயெல்லாம் பல். கிட்டு திறந்த வாயை மூடவில்லை. அவளுக்கு வயது இருபத்தைந்து ஆயிற்றென்றுகூடச் சொல்ல முடியாது.

இதற்குள் அத்தை காப்பி கொண்டுவந்தாள். நான் வெற்றிலை துப்பி வாய் கொப்பளிக்க நினைத்தேன்; கிட்டுவும் எழுந்திருந்தான். எங்கள் இருவரையும் குழாயடிப் பக்கம் வழிகாட்டி அழைத்துச் சென்றாள் சக்கு. ஒரே குதியும் ஓட்டமும்தான். கதவைத் திறப்பதும், செம்பில் தண்ணீர் மொண்டு கொடுப்பதும் எல்லாமே ஒரு சிறு பெண் குழந்தையைப்

மன்னிப்பா! கேட்கணுமா? நானா? எதற்கு?

போலக் குனிந்தும் நிமிர்ந்தும், நனையாமல் தன் ஆடையைச் சரிசெய்துகொண்டும் ரொம்ப நேர்த்தியாய்ச் செய்தாள். நேர்த்தி மட்டும் அன்று. நிறையக் கண் விருந்து அளித்துக்கொண்டே செய்தாள். அவளுடைய அணுக்கத்தில் கமழ்ந்த சுகமான இளம் மணம், எங்கள் சுவாசத்துடன் கலந்து உடலின் உள்ளே ஒரு வெதுவெதுப்பையும் வெளியே ஒரு கதகதப்பையும் தந்தது. ஒரு செம்புக்கு இரண்டு மூன்று செம்புகள், அவள் தரத் தர வாங்கிச் சும்மா ஊற்றிக்கொண்டோம்.

"நேரமாய்விட்டது. அவசியமாய் உடனே கிளம்பி, ஒரு இடத்திற்குப் போகவேண்டும்..." என்று நான் கிட்டுவையும் தூண்டினேன்.

"ஆமாம். வாத்தியார் தங்கப்பாளம் வெட்டி எடுக்கப் போகிறார் கிண்டியில்! ரொம்ப அவசரம்," என்று சமர்த்தைக் கொட்டினான் கிட்டு. சக்கு, "நீங்கள் சரியாக ஏழு மணிக்குள் வந்துவிடவேண்டும். லேட் ஆனால் சங்கடம்," என்று கிட்டுவிடம் சொன்னாள்.

டாக்ஸியில் ஏறி மயிலாப்பூரில் அதே கடைக்குப் போய், அதே புடவையை வாங்கிக்கொண்டோம். நான் பணம் கொடுத்துவிட்டு, "என்னிடம் பத்து ரூபாய்தான் பாக்கி," என்றேன்.

"பரவாயில்லை, வாரும்" என்றான். கிண்டிக்குப் பறந்தோம். மணி ந லரை. ஜாக்பாட் ரேஸில் மூன்று முடிந்துவிட்டது. உள்ளே போய்ப் பார்த்தால், கிட்டு என்னை முதுகில் தட்டுகிறான். குதிக்கிறான். கொம்மாளம் போடுகிறான். மூன்று நம்பரும் எங்கள் டிக்கட்டுக்களில் உள்ளவை. அதுவரைக்கும் வந்திருந்த அதிர்ஷ்டசாலிகளின் எண்ணிக்கையும் ஐம்பத்துநான்கேதான். "வாத்தியாரே" உமக்கு ரொம்ப அதிர்ஷ்டம் காணும். குறைந்தது ஐயாயிரமாவது உமக்குக் கொடுத்துவிடுகிறேன். போதுமல்லவா, இனிமேல் யாரிடமும் போய், பெரிய உடம்பைச் சின்னதாப் பண்ணிக்கொண்டு நிற்க வேண்டாம்," என்றான்.

அடுத்த இரண்டு ரேஸ்களிலும் நான் நல்ல குதிரைகள் வைத்திருந்தேன். நிச்சயமாக மூன்றில் ஒன்று வரும்படி 'காம்பினேஷன்' போட்டிருந்தேன். ஜாக்பாட் அடித்தால், குறைந்தபட்சம் ஐம்பதினாயிரத்துக்குக் குறையாது. கட்டாயம் வந்துவிடத்தான் போகிறது. கிட்டுவோ ஐயாயிரம் என்கிறான் என் பங்கு; அடே, சரி. நாம் எங்கே போய்விட்டோம்; ரேஸ்தான் எங்கே போய்விடப்போகிறது?

நாலாவது ரேஸ் ஆரம்பமாகப் போகிறது. கிட்டுவைக் கேட்டு முப்பது ரூபாய் வாங்கிக் கொண்டுபோய் டபுள் ஆறு

டிக்கட்டுக்கள் வாங்கிவந்தேன். அவனுக்கு இஷ்டமே இல்லை. நான்தான் வற்புறுத்தினேன். நாலாவது ரேஸை அடியோடு கவிழ்த்துவிட்டார்கள். மைதானத்தில் ஏகக் கலாட்டா. ஆட்சேபணைகள், கூக்குரல். யார் கேட்பார்? வெறும் தொத்தல் குதிரையைக் கொண்டுவந்து, ஒருவனுக்கே முழுப்பணமும் என்ற கட்டத்தில் முடிந்தது. நான் இடிந்துபோய் உட்கார்ந்து விட்டேன் . . . பணம் பிறருடையதுதான் . . . என்றாலும் என் தலையிலன்றோ அடி விழுந்துவிட்டது.

ரூமுக்குப் போனோம். கிட்டு சோடா கொண்டுவரச் சொல்லிக் கதவையும் சாத்திக்கொண்டு விடாய் ஆற்றிக் கொண்டான்.

"வாத்தியாரே, பேசாமல் ரூமில் தூங்கும். நாளைக்கு ராத்திரி ஊருக்குப் போவோம். நான் நாளைக் காலையில் வருகிறேன்," என்று சொல்லிவிட்டுத் தன் செலவுக்கும் ஏதோ எடுத்துக்கொண்டு புறப்பட்டுவிட்டான்.

திங்கட்கிழமை காலையில் ஆறு மணிக்குக் கிட்டு வந்துவிட்டான். கண், மூஞ்சியெல்லாம் உப்பிக் கிடந்தது.

சாயங்காலம் ஐந்து மணிக்கே புறப்பட்டோம். கடை கண்ணிக்குப் போய்விட்டு இரவு ஏழரை மணிக்கே ரயிலேறிவிட்டோம். ஸெகண்ட் கிளாஸ்தான். காலை மூன்றரை மணிக்குக் கும்பகோணம்; உடனே டாக்ஸி.

ஊர் வந்ததும், ஏதோ சொல்ல வாயெடுத்தேன். "ராத்திரி வாருமேன்," என்றான்.

ராத்திரி போனேன். "ஏகப்பட்ட செலவு ஆகிவிட்டது. வேறு யாரிடமாவது கேட்டுப் பாரும். இல்லையென்றால், இன்னொரு வாத்தியாரையும் கையெழுத்துப் போடச் சொல்லும். பணம் தருகிறேன். இருநூறு ரூபாய்க்கு மாதம் நாலு ரூபாய் வட்டி. நாற்பது ரூபாய் முன்னாடியே எடுத்துக்கொண்டு, நூற்று அறுபது ரூபாய் தருகிறேன். மாதம் இருபது ரூபாய் வீதம் பத்து மாதத்தில் கொடும். இதுவே எனக்கு இப்போ ரொம்பக் கஷ்டம். உமக்காக . . ." என்றான்.

எப்படி இருக்கும் எனக்கு? மூன்றே நாட்களில் இரண்டாயிரம் மூவாயிரத்தை எப்படி, எதற்காகச் செலவழித்தான்? அதுவும் என் கையாலே அத்தனை ரூபாயும் நானே செலவழித்தேன். இவனுக்கு இப்போ ரொம்பக் கஷ்டமாம். என்னிடம் சொல்கிறானய்யா ஜோஸ்யர்வாள். இவனை என்ன பண்ணினால் ஆகாது? ஒரு பெரிய மனிதனுக்குத் தகுந்த காரியமா இது?

'சேசே, உன் முகத்தில் விழிப்பதும் பாவம்', என்று சொன்னேன். அவ்வளவுதான். இதில் மன்னிப்புக் கேட்க என்ன இருக்கிறது?

O

"ஐயா, வாத்தியாரே," என்றார் ஜோஸ்யர். "உம்மைக் குடிவைத்துக்கொள்வது உண்மையிலேயே தப்பு. கூடிய சீக்கிரம், எத்தனை மாசமானாலும் ஆகட்டும். நான் நிர்ப்பந்தம் செய்யமாட்டேன். என் வீட்டைக் காலி செய்துவிடும்! சேசே... நீர் ஒரு வாத்தியாரா?" என்றார் ஜோஸ்யர்.

நான் என்ன தப்பு செய்தேன்? எதற்காக ஜோஸ்யர் என் மீது கோபிக்க வேண்டும்? அதுதான் எனக்கு விளங்கவில்லை.

1975

'அம்மா இட்ட கட்டளை'

●

# பரிசா, பந்தமா?

"இங்கிலீஸ்கான்! உனக்கொரு பரிசு தரப் போகிறேன். மிகவும் சொகுசான பரிசு, இதமான பரிசு" என்றார் முகலாய பாதுஷா ஜஹாங்கீர். இதை அவர் அறிவித்த நேரம் நடுநிசி. சொன்ன இடமோ தனிமை மிக்க உள்ளறை. நூர்ஜஹானுக்கும், பாதுஷா அநுமதி தரும் வேறு இரண்டொருவருக்கும் தவிர, அங்கு யாருக்குமே செல்ல உரிமை கிடையாது. ஒரு ஆங்கிலேயனிடம் சமீபத்தில் பாதுஷாவிற்கு ஏற்பட்ட விருப்பம் காரணமாக அவன் உள்ளே இருந்தான். அவனைத்தான் பாதுஷா செல்லமாக "இங்கிலீஸ்கான்" என்று அழைத்தார். அவன் ஓரிரு மாதங்களாய் இரவில் பாதுஷாவுடன் ராஜபோகம் அநுபவித்துக் கொண்டிருக்கிறான்.

ஆனால், அவன் உள்ளம் மட்டும் எப்போதும் கிலி பிடித்ததுபோல் நடுங்கிக்கொண்டிருந்தது. தவிரவும், அவன் வந்தது இதற்காக அல்ல. இந்தியாவில் வியாபாரம் செய்யவும் தங்கியிருக்கவும் இடம் தேடி வந்தவன் அவன். அது பற்றி இன்னும் பாதுஷா ஒரு வார்த்தைகூட உறுதியாய்ச் சொல்ல வில்லை. நாட்கள் ஓடுகின்றன. அந்தக் கவலை அவனை விடவேயில்லை. ஆனாலும் அவன் ஒரு திறமையுள்ள குடிகாரன்; எத்தனை குடித்தாலும் நிதானம் இழக்காமல் ஆடுவான்; பாடுவான், பேசுவான். அவன் பேசும் துருக்கி பாஷை பாதுஷா விற்கு மிகவும் பிடித்துப் போய்விட்டிருந்தது. தனது சொந்த நாட்டை விட்டு வெளியேறி, நாடோடியாய்க் காலம் கழித்த அந்த ஆங்கிலேயன், தான் முன்பின்

அறியாத சில பிரதேசங்களில் பல நாட்கள் தங்கித் தங்கி உடற்பசி தணித்துக்கொண்ட கதைகளையும் பசி தேவதைகளைப் பற்றியும் பச்சை பச்சையாய்ச் சொன்ன கதைகள் பாதுஷாவை அவன் மீது அளவு கடந்த பிரியம் வைக்கும்படி செய்துவிட்டன. தன்னுடைய ராஜமரியாதைக்குப் பாதகம் இல்லாமல் முகம் தெரிந்த வேறு சிலருடன் பேச முடியாத பேச்சுக்களைப் பேச ஒருவன் கிடைத்திருக்கிறான். வேட்டை நாயாய் இருந்தால்கூட நிற்குமே தவிரப் பேசுமா? சிரிக்குமா? ஆடுமா? பாடுமா? ஆகப் பிரியமாய்ப் போஷித்து வளர்க்கும் ஒரு 'அன்புப் பிராணி' போல் ஆகியிருந்தான் அந்த ஆங்கிலேயன்.

ஜஹாங்கீரின் நடுநிசிக் கூத்துக்கள் ஆரம்ப நாட்களில் அவனை மருட்டி அஞ்ச வைத்ததும் உண்டு. மந்திர மாயாஜாலக் குகையொன்றில் புகுந்துவிட்டதுபோல் அவன் வியப்பில் வாய் விரிந்து நின்றிருக்கிறான் பல தடவை. வைரங்கள் பொதித்துப் பொன்னால் செய்யப்பட்ட மதுக் கிண்ணங்களும் ஜாடிகளும், உடை, நடை, தோற்றம், மொழி, நிறம் முதலியவற்றில் பலவகை களைச் சேர்ந்த பருவப் பெண் எழிலும், உயர்ந்த வகை மதுவும் மாமிசமும், தண்ணீர் பட்ட பாடாய் மணக்கும் பன்னீரும் அத்தரும் அவனை அயர வைத்தன முன்பெல்லாம். ஆனால் இப்போது அவனுக்குப் பழகிவிட்டன. பகலில் பெருமைமிக்க மன்னராய், பாபத்திற்குப் பயந்தவராய், நீதிமுறையில் மயிரிழையும் தவறாதவராய் விளங்கும் பாதுஷா, தர்பாரில் வந்து கலந்துகொள்ளும் ஒருவரும் குடித்துவிட்டு வரக்கூடாது என்று சட்டம் செய்திருந்தார்; ஆனால், இரவில் மதுவுடனும் மங்கையருடனும் தன்னையே மறந்து மயங்கிக் கிடப்பார்; மனம் தோன்றியவாறெல்லாம் பேசுவார்; எதையும் செய்வார். மயக்கத்திலும் தன் கட்டளைகள் உடனே நிறைவேற வேண்டுமென்று வற்புறுத்துவார். பணியாதவர்களைத் தானே தண்டித்து விடுவார். யாரும் நெருங்கிப் பேசவும் முடியாது, அவரிடம்.

ஆங்கிலேயன் தன் வியாபாரக் காரியங்களைப் பற்றி அவரிடம் சில தடவை சொன்னதுண்டு. இன்னும் விவரமாகச் சொல்லி உத்தரவுகள் பெற வேண்டும். அதற்கு நேரமே கிடைக்க வில்லை. அவசரப்பட்டால் அடியோடு எல்லாம் போய்விடுமோ என்று பயப்பட்டான். தனக்கு நடக்கும் உபசாரங்களை மறுத்தால்கூட அங்கிருந்து மீள முடியாதென்பதும் அவனுக்குத் தெரியும். தள்ளியும் உதைத்தும் கிள்ளியும் கீழே தள்ளியும் இவனை உபசரிப்பார் பாதுஷா. இவனைக் கண்டுவிட்டால் அவருக்கு ஒரே குஷி. மதுவை ஊற்றி ஊற்றிக் குடிக்க வைப்பார்; ஆடச்சொல்வார். பாடச்சொல்வார். வேட்டை நாயை

உபசரிப்பதற்கும் இதற்கும் வேறுபாடே கிடையாது. அவன் மெய் மறந்து இளித்துக்கொண்டு மயங்கியும் மயங்காமலும் போதையில் ஆடுவதைப் பார்ப்பதில் அளவில்லாத ஆசை இவருக்கு. அந்த அபிமானம் நிறைந்த உபசரிப்பில் ஓர் அழகான கட்டம்தான் இப்போது.

"இங்கிலீஸ்கான், உனக்கு ஒரு பரிசு தரப்போகிறேன். மிகவும் சொகுசான பரிசு. இதமான பரிசு!" என்றார் முகலாய பாதுஷா ஜஹாங்கீர்.

ஆங்கிலேயன் விழித்தான். மன்னர் விழுந்து விழுந்து சிரித்தார். வாயில் ஊற்றியிருந்த மது வெளியே தெறித்தது. அவர் கையிலிருந்த கோப்பை பேகம் நூர்ஜஹான் மீது விழுந்தது.

பேகமும் அழகு பொங்கச் சிரித்தாள். ஆங்கிலேயன் பயத்துடன் குழறிக்கொண்டே, "எனக்கு எதைக் கொடுத்தாலும் சரிதான், சூரத்தில் ஒரு கடை வைத்துக்கொள்ள..." என்று இழுத்தான்.

"அட சத், தடிப்பயலே" என்று பல்லைக் கடித்துக்கொண்டு கோப்பையை எடுத்து அவன் மேல் எறிந்தார் மன்னர்.

அவன் கதிகலங்கிப்போய் ஏதோ முனகிக்கொண்டு கெஞ்சினான்.

"வருத்தப்படாதே, உன் காரியம் வெற்றி; உன் காட்டில் தான் மழை பெய்யப் போகிறது; அதற்கான இடிதான் இது" என்று சொல்லிச் சிரித்தாள் நூர்ஜஹான்.

அவனும் ஜாடையறிந்து கொண்டு, தொங்கிய முகத்தையும் குன்றிக் கிடந்த பெரிய உடம்பையும் நிமிர்த்திக்கொண்டு சிரிக்க முயன்றான்.

"இந்தத் துரோகிப் பயலுக்கு எப்போதும் வியாபாரத்திலேதான் குறி!" என்றார் மன்னர்.

"அது அவன் தொழில்; அவன் இங்கு வந்ததும் அதற்காகவே; அதில் அவனுடைய கவனம் செல்கிறது; இது ஒரு குற்றமா?" என்று குழைவான குரலோடு கேட்டாள் பேகம்.

"அவன் கேட்பதெல்லாம் தருவதாகப் பல தடவை அழுதுவிட்டேன். இப்பொழுது வேண்டுமானாலும் ஒரு குரல் அழுது தொலைக்கிறேன். இந்தப் பயல் தலை ஏன் இப்படி அறுந்து தொங்குகிறது, அதற்காக! இங்கிலீஸ்கான், என் தந்தையைத் தெரியுமா? என் தந்தையடா. ரொம்பப் பெரியவர், அக்பர் என்றாலே அதுதான் பொருள். அவருடைய பெயரால்

ஆணையிடுகிறேன். உனக்கும் உன் இனத்தவர்களுக்கும் என்ன வேண்டுமானாலும் தரவேண்டுமென்று நான் நாளைக்கே உத்தரவு போட்டுவிடுகிறேன். போதுமா? தொலைத்துக்கொள். ஏய்! முரட்டுப் பயலே. இங்கே வா. இதையும் ஊற்றிக்கொண்டு உரத்த குரலில் உங்கள் நாட்டில் பாடும் பாட்டைப் பாடு!" என்று சொல்லிக்கொண்டே அவனைக் கரகரவென்று இழுத்து நெட்டினார் மன்னர். அவனும் குடித்தான்; பாடினான். நூர்ஜஹான் இரண்டு காதுகளையும் பொத்திக்கொண்டு அருவருப்புடன் பார்த்துக்கொண்டிருந்தாள்.

"பாதி நிசிக்கும் இந்தக் கத்தலுக்கும் மிகவும் பொருத்தம். சபாஷ். சபாஷ், கத்து, கத்து. விழிப் பிதுங்கக் கத்த வேண்டும்" என்று சுவைத்துக்கொண்டிருந்தார் மன்னர்.இடையில் அவனை ஓங்கி ஓர் அறை கொடுத்துவிட்டு ஓயச் சொன்னார். "ஏய் சைத்தான்? அந்தப் பரிசு வேண்டாமா உனக்கு?" என்று கேட்டார்.

"கொடுங்களேன். என்ன பரிசு அது? நான்தான் எதற்கும் துணிந்த கட்டையாக இருக்கிறேனே" என்றான் அவன்.

"உனக்கு என்ன இல்லை இப்போது?"

"எனக்கா? என்ன இல்லை எனக்கு! எல்லாம் இருக்கிறதே?"

"புளுகாதே! இப்போது இங்கு உனக்கு என்ன இல்லை? யோசித்துச் சொல்."

"யோசிப்பதா, யோசித்தேனே, ஒன்றும் தெரியவில்லையே, எனக்கு!"

"மண்ணைத் தெரியும் உனக்கு. மடையா! நல்லவேளை; நூர்ஜஹான் சொன்னாள்; உனக்குப் பெண் துணை இல்லாதது பெரிய குறை. அதற்காக ஒரு அழகான... ஆமாம்... மிகவும் அழகான பெண்ணை"

"எனக்கா. எனக்கு எதற்கு அதெல்லாம்."

"முட்டாள்! நான் சொல்கிறேன்; உனக்கு வேண்டும். உனக்கென்று ஒருத்தி வேண்டுமடா! உரிமையாய் நீயும் சோறு கேட்க, சுகம் கேட்க ஒருத்தி வேண்டாமா? அதற்காக..."

"எனக்கா?"

"இல்லை, உன் பிணத்தைப் புதைக்க, முட்டாள்! அவள் மிகவும் அழகான பெண்; வெள்ளைப் பிண்டமடா! வெண்ணெய்க் கட்டி அவள். டச்சுக்காரர்கள் எனக்காக அனுப்பினார்கள். எனக்குத் தேவையில்லை. என் உள்ளத்தில் இடமும் இல்லை. இருந்த இடம் யாவற்றையும் இதோ, இந்தப் பேரொளி பற்றிப்

படர்ந்து விட்டது" என்று எதிரே இருந்த நூர்ஜஹானைக் காட்டினார் மன்னர்.

அவனும் இளித்துக்கொண்டே பேகத்தைப் பார்த்தான். பேகம் அவனுடைய பார்வையின் விரிவிலிருந்து விலகிக் கூச்சம் கொண்டாள் சிறிது.

மன்னர் தொடர்ந்தார்.

"பாவம், அந்த வெள்ளைக்காரியும், வீணாகிறாள். அவளைக் கட்டிக்கொண்டு ஆனந்தமாயிரு."

மறுத்தால் மறுகணம் என்ன நடக்குமென்று தெரியும் ஆங்கிலேயனுக்கு. நடுக்கத்தையும் குழப்பத்தையும் சமாளித்துக் கொண்டு, "என்ன சொல்வதென்றே புரியவில்லை" என்றான்.

"எப்படிப் புரியும்; சைத்தான்! வாயைப் பாரேன், கண்ணைப் பாரேன், மார்பைப் பாரேன் முன்னே தள்ளிக்கொண்டு; ஏய், உன் உயரமும் பருமனும், மூஞ்சியும் மொகறையும் சைத்தான் போலவே இருக்கிறதடா! ஏய் நான் தரும் மலரை எப்படி வைத்துக்கொள்ள வேண்டும் தெரியுமா? முரட்டுத்தனத்தைக் காட்டினாயோ உன்னைக் கொன்று கழுகுகளுக்குப் போட்டு விடுவேன். எங்கே சிரி, பார்ப்போம். சீச்சீ, இளிக்காதே, இயற்கையாயிரு போதும்!" என்று அவனை நையாண்டி செய்தார் மன்னவர்.

"நேரம் ஓடுகிறதே. அவளும் அலங்காரங்களைச் சுமந்து கொண்டு எத்தனை நேரம் நிற்பாள்? அவளை அழைத்து வரட்டுமா?" என்றாள் பேகம்.

"உன் அவசரம் உனக்கு. அநேகமாக எல்லாரையும்தான் விடுவித்து விட்டாயே, என் அந்தப்புரத்துச் சிறையிலிருந்து. இவளும் இதோ விடுதலை பெறப் போகிறாள். பாக்கி யாரு? பல்லுப்போன கிழம் ஒன்றிரண்டு இருக்கும், மூலையில் எங்காவது!" என்றார் பாதுஷா கண்களைச் சிமிட்டிக்கொண்டு.

பேகமும் கம்பீரமாகச் சிரித்தாள்.

"இங்கிலீஸ்கான், இந்தப் பரிசுக்கு ஒரு நிபந்தனை. இவளையும் இழுத்துக்கொண்டு இங்கிருந்து தப்பிக் கப்பலேறிப் போய் விடலாம் என்று நினைக்காதே! அப்படிச் செய்ய நினைக்கிறாய் என்று தெரிந்தால் போதும் எனக்கு. அப்படியே அதே இடத்தில் கண்டதுண்டமாக்கிப் போடுவேன். அவளுடன் நீ இங்கேயே, இப்படியே எங்களோடு இன்பமாய் இருக்க வேண்டும்" என்றார் மன்னர்.

நிபந்தனையைக் கேட்டுத் திடுக்கிட்டான் ஆங்கிலேயன்.

பன்னீரும் அத்தரும் ஜவ்வாதும் மணக்கப் பாலேடுபோல் ஆடையணிந்து வந்தாள் அந்த டச்சுக்காரி. நல்ல உயரம்; துவளும் தந்தப் பதுமை போன்ற உருவம்.

“சைத்தான், நீ கொடுத்து வைத்த பாவி! அடே ஹிந்துஸ்தானத்தின் சக்கரவர்த்திக்கென்று வந்தவளைக் கொத்திக்கொண்டு போகிறாயடா!” என்று சிரித்துக்கொண்டே அவளை அவன் மீது தள்ளினார் மன்னர். “ஏய் முதலில் மாட்டுத் தோலால் செய்ததுபோல் இருக்கும் உன் உடையைக் களைந்தெறிந்து மெல்லிய உடையை அணிந்துகொள். பாவம், வெள்ளைக்காரியின் பூ மேனிக்கு உறுத்தப்போகிறது!” என்றார்.

காம்பும் புறவிதழும் நீக்கி, ஆய்ந்தெடுத்த ரோஜாப்பூக்களைக் கூடை கூடையாகக் கொட்டிப் பரப்பிய பஞ்சணைகள் வந்து சேர்ந்தன. நூர்ஜஹான் வெள்ளைக்காரியின் கையில் ஒரு பெரிய ஜாடியைக் கொடுத்தாள். வெள்ளைக்காரி மதுவை மூவருக்கும் ஊற்றிவிட்டுத் தானும் எடுத்துக்கொண்டாள். வழக்கப்படி நூர்ஜஹான் ருசி பார்த்துவிட்டுக் கீழே வைத்துவிட்டாள். மன்னர் இடது கையில் அந்தக் கோப்பையை எடுத்துக்கொண்டார். எல்லோரும் குடித்தார்கள்; சிறிது களித்தார்கள். மன்னர் தன்வசமிழந்துவிட்டார்; படுத்துவிட்டார். ஆங்கிலேயனும் மணப் பெண்ணும், அதற்குள் பல வருஷங்கள் பழகியவர்களைப் போல் பேசிக்கொண்டிருந்தார்கள். புதுத்தம்பதிகளைப் பார்த்துக் கொண்டேயிருந்த பேகம் எழுந்து சென்று வெளிச்சத்தைக் குறைத்துவிட்டாள்.

பரிசு இதமானதுதான். வேண்டியதுதான். பரிசாக வந்தவளுக்கும் திருப்திதான். ஆனால், அந்த ஆங்கிலேயன் இதை ஒரு பந்தமாக, அதாவது கால்கட்டாகத்தான் ஏற்க முடிந்தது. அவன் வந்த காரியம் முடியவில்லையே!

(சரித்திரத்திலிருந்து பிறந்த ஒரு சம்பவம் இது. முகலாய பாதுஷாவான ஜஹாங்கீர் சபைக்கு வந்த ஹாகின்ஸ் என்ற ஆங்கிலேயனின் அனுபவம்.)

**1975**

**‘அம்மா இட்ட கட்டளை’**

•

## நல்ல சகுனம்தானா?

"யாரது, நாராயணனா, வா வா, ரொம்ப நாளாச்சே உன்னைப் பார்த்து! என்ன இப்படி திடீர் விஜயம்?"

"மடத்திற்கு வந்திருந்தேன்."

"நீ ஏன் அங்குப் போனாய்?"

"என்னவோ, விளம்பரம் இழுத்தது, போனேன்."

"அட கஷ்டமே..."

"கஷ்டமா, அதை ஏன் கேட்கிறீர்கள்! கணுக்கால் நனையாத தேக்கக் குட்டை அலைகடல் ஆகிவிட்டது. கோழி ஏறும் குப்பை மேடு இராய கோபுரம் ஆகிவிட்டது. ஒரே போலி; பொய்; அந்தப் பாபம் தீரப் பிராயச்சித்தமாக உங்களையாவது பார்த்து விட்டுப் போகலாமே என்று வந்தேன்."

"என்னடா இது! நான் ஒருவன் பைத்தியக்காரன் ஆனது போதும். நீயாவது இந்த உலகத்தோடு ஒட்டி, வேஷமாவது போட்டு..."

"என்ன அண்ணா, இப்படிச் சொல்கிறீர்கள்? அது எதற்கு எனக்கு?"

"அப்படியானால் நீயும் ஒரு பைத்தியக்காரன் ஆகப் பார்க்கிறாயா? அந்தத் தெம்பிருந்தால் செய்யப்பா."

"இது இப்படியே நீடித்துவிடாது, அண்ணா; இந்தப் பகல் வேஷங்களும் போலிகளும் தொலைந்து,

இவற்றின் சாயம் வெளுக்கும் காலம் வரும். உண்மையான மதிப்புகளும் அளவீடுகளும் உருவாகி வருகின்றன நாட்டில்."

"ஊஹும்... எனக்கு நம்பிக்கையில்லை. ஒருக்கால் உன் வாலிப வயது காரணமாக, நம்பிக்கையோடு நீ எதிர்பார்க்கலாம். எனக்கு நம்பிக்கை இல்லவே இல்லை. உண்மையான மதிப்புகளும் அளவீடுகளும் இனி வரவே போவதில்லை என்று தோன்றுகிறது எனக்கு."

"ஏன் இப்படி ஒரேயடியாய் உங்களுக்கு ஸ்வரம் இறங்குகிறது?"

"என்னடா இது? அநேகமாய் எல்லாரும் எல்லாத் துறையிலும் பிக்மி (சிறு மனிதர்) ஆகிக்கொண்டு வருகிறார்களே. இந்த இழவு வியப்புணர்ச்சி இருக்கிறதே, இது பெரிய அபசகுனம், எதைக் கண்டாலும் ஏக ஆச்சரியப்படுகிறார்கள். ஆஹா ஊஹு என்கிறார்கள். ஆச்சரியம் என்பது அஞ்ஞானத்தின் விளைவு என்பது விளங்குகிறதோ உனக்கு?"

"சரி, அப்படியே இருக்கட்டும். இந்த அஞ்ஞானமெல்லாம் ஒழிந்துவிடாதா ஒரு நாள்? அஞ்ஞானம் சாசுவதமாய் இருக்க வேண்டுமென்று நியதி இல்லையே?"

"இல்லை, ஆனால் அஞ்ஞானத்தையே சுகமான ஞானம் என்று கொள்ளும் காலமாயிருக்கிறதே. நாலு பாட்டுத் தெரிந்தவன் நாற்கவிராஜ பண்டித, பாவல நாவலனாய் பவனி வருகிறானே ..."

"வாஸ்தவம்தான். ஆனாலும் நாற்பது பாட்டுத் தெரிந்தவன் ஒருவனாவது துணிந்து முன்வருவான் ஒரு காலத்தில். அல்லது திரும்பத் திரும்ப நாலையே கேட்டுக் கேட்டுப் புளித்துப் போன மக்களாவது, ஐந்தாவதோ பத்தாவதோ வேண்டுமென்று கேட்கவும் முன்வரலாம் ஒரு காலத்தில். இது என் நம்பிக்கை."

"வரட்டுமே. அப்பா, வரட்டும். வரவேண்டும் என்றுதானே விரும்புகிறோம் நாம்..."

இப்படி ஆரம்பித்து அவ்விருவருடைய சம்பாஷணை எப்படி வளர்ந்திருக்கும், எந்த உயரத்தில் வட்டமிட்டிருக்கும், என்று கூற வேண்டியதில்லை. வந்தவனோ வாலிபன். பிழைத்துக் கிடந்தால் புதிய பாரத நாட்டின் சரித்திரத்திற்குச் சான்றாய் நிற்கப் போகிறவன். முடிந்தால் நம் நாட்டின் சரித்திரம் உயர வழி வகுக்கும் பணியில் பங்குகொள்ள வேண்டியவன். பாரத நாடு கவிழும், சரியும் என்றெல்லாம் பேசவும் கூசுபவன்.

வரவேற்றவரோ, பாரத நாட்டின் போக்கில் நம்பிக்கை இழந்து நிற்கும் ஒரு முதியவர். ஆனால் எது வந்தாலென்ன என்று

ஒதுங்கி நிற்பவருமல்லர். புதுமையில் மாசும் மருவும் மருளும் மயக்கமும் இருப்பதைப் புரிந்துகொண்டு வருந்தும் அறிவுடையவர். பத்தொன்பதாம் நூற்றாண்டிலேயே பிறந்து வளர்ந்து, புது யுகத்தின் குரலான ஆங்கிலத்தில் ஊறி முளைத்துக் கிளைத்துச் செழித்து நிற்கும் அறிவுச்சுமையைச் சுமப்பவர். சாத்திரங்களையெல்லாம் கற்பதிலும் கற்பிப்பதிலும். வேள்வியிலும் தவத்திலும் ஈடுபட்டுக்கொண்டே நூறு வருஷங்கள் வாழ்ந்த தாத்தாவின் பேரர் அவர். வீட்டில் இருந்தபடியே ஆறாம் வயது தொடங்கி நாற்பது வயது வரை வேத சாத்திரக் கடலிலேயே திளைத்த தந்தையின் புதல்வர் அவர். ஏழாம் வயதிலிருந்து பள்ளிப் படிப்பும், வீட்டில் சாத்திரப் படிப்புமாய் இருபத்தைந்து வரை கல்வியிலேயே கழித்தவர். அவருக்கு ஆங்கிலத்தில் அருமையான எழுத்து வன்மையுண்டு. இங்கிலாந்தின் பத்திரிகைகளில் கட்டுரைகள் எழுதி ஈடில்லாத புகழ் சேர்த்திருக்கிறார். இளமையிலிருந்தே இலாகவமாய் வட மொழியைக் கையாளும் பயிற்சியோடு வளர்ந்து முதிர்ந்திருந்த கவிதை, இன்று கவித்துவம் என்பதன் எல்லையான நாடக உருவத்தில் கனிந்து நிற்கிறது. பாஸன், காளிதாஸன், பவபூதி, இவர் என்று விரல் விட்டு எண்ணுகிறார்கள் படித்தவர்கள். விரிவான ஸங்கீத ஞானம். ராகத்தையும், அதில் பாடப்படும் பாட்டையும் நினைத்து நினைத்து உருப்போட்டு ஸங்கீதம் ரஸிப்பது போல் நடிக்கும் பெரிய மனித ஸங்கீத ஞானமோ, அல்லது டிசம்பரில் விசிறி மடிப்பு அங்கவஸ்திரப் பிரகடனம் செய்யும் நவீன வாலிப சங்கத்தின் ஞானமோ அன்று. சாத்திர சம்பிரதாய சுத்தமான ஞானம். சுருதி, லயஸ்வரங்களைத் துய்க்கும் தூய இசையறிவு. அவருடைய நகைச்சுவைகூட உயர்ந்ததொரு தனிப்பாணி. பத்திரிகைத் தமிழில் கதையெழுதிக்கூடப் புகழ் பெற்றிருக்கிறார் அவர். அவரைக் கண்டு பேசிக்கொண்டிருப்பதே ஓர் உயர்ந்த அனுபவம்.

“அவருடன் இருக்கும்போதெல்லாம், தஞ்சாவூர்ப் பெரிய கோவில் விமானத்திற்குக் கீழே நிற்பது போல் உணர்கிறேன் நான்” என்பார் ஒரு பேராசிரியர். “இவர் பேச்சைக் கேட்டு இவருடைய அபிப்பிராயங்களை உணர்ந்து சிந்திக்கும் போது, கடலில் மிதக்கும் ஒரு சிறு கட்டைபோல் ஆகிறேன்” என்பார் ஒரு பெரிய பண்டிதர். அப்படிப்பட்ட ஸமுத்திரம் அறிவலை வீசிக்கொண்டிருந்தது. “ரஷ்ய நாட்டு ஸ்பூட்னக் ஒரு வெறும் வாண வேடிக்கை; உண்மையாகவே நாம் நம் முன்னோர்களுடைய அளவீடுகளையும் மதிப்புக்களையும் இழக்காமல் இருந்திருப்போமானால், இதை ஒரு வேடிக்கையாகக் கொள்ளும் அளவுக்கு நமக்கு ஞானமும், சக்தியும், தைரியமும் கம்பீரமும் இருக்க வேண்டும்” என்றார் அவர்.

வாலிபன் ஸ்தம்பித்துக் கேட்டுக்கொண்டிருந்தான். கோபுரத்திற்குக் கீழிருக்கும் பொம்மை போலானான். கடலில் மிதக்கும் துரும்பானான்.

இந்த வேளையில் ஒரு கனைப்புக் குரல் கேட்டது. காலேஜ் மாணவர் தலையிலும் முகத்திலும் மணந்து அயலாருக்குத் தலைவலி வரச்செய்யும் அந்த அதிதீவிரமான மணம் பரவிற்று, அந்தச் சூழ்நிலையில்.

"தாமரையில் உள்ள மெல்லிய மணத்தை நுகர்ந்தவர்கள் நம் முன்னோர். இந்தக் காலத்தவர்க்குத் தாமரையின் மணமே தெரியாது. இந்தத் தலைவலி மணமும் சிறுமையின் அடையாளம்தான்" என்றார் அவர்.

"வாஸ்தவம். இக்காலத்தில் தொனிப்பொருளே விளங்க வில்லையே! எல்லாவற்றையும் வெட்ட வெளிச்சமாய் சொன்னாலும் புரியாமலாகி, வெறும் வார்த்தைப் பந்தல் மயமா யிருக்கிறது இலக்கியம்" என்றான் வாலிபன். இவர்களிருவரும் பேசிக்கொண்டிருந்த இடத்தை நெருங்கி வந்தான், ஓர் பையன். இருபது வயதிருக்கலாம். சட்டையும் வேஷ்டியும் உடம்பும் ஒய்யாரமும் செல்வமிடுக்கைக் காட்டின. அவரருகே வந்த பிறகும் அவன் செருப்பைக் கழற்றாமல் அவரெதிரே இருந்த நாற்காலியில் பொதீரென்று வந்து உட்கார்ந்தான். அவர் ஒரு பிரம்பு ஈஸி சேரில் அமர்ந்திருந்தார். அவருடன் பேசிக்கொண்டிருந்த வாலிபனோ, வணக்கமே உருவாக அவரெதிரே வெறுந்தரையில் உட்கார்ந்திருந்தான். ஆனால் அந்தப் பையன் இதையெல்லாம் கவனிக்கவில்லை. அவன் வந்து நாற்காலியில் உட்கார்ந்த பிறகுதான் அவர், "வாப்பா, நீ யார்?" என்று விசாரித்தார்.

அந்தப் பையன் ஒரு பெரிய கிராமத்தின் பெயரைச் சொல்லித் தன் தகப்பனார் பெயரையும் சொன்னான்.

"ஓகோ, அவர் பையனா நீ?" என்று அவர் அவனைக் கேட்ட போது, அந்தப் பையன் கால்மேல் காலைப் போட்டுக்கொண்டு ஆட்டத் தொடங்கியிருந்தான். அவர் அதைக் கவனித்தாரா இல்லையா என்பதும் தெரியவில்லை. 'என்ன சேதி? எல்லாரும் ஸௌக்கியம்தானே? உனக்குத்தானே ஸீமந்தம் நடந்தது; நான்கூட வந்திருந்தேனே?"

"அது நடந்து ஒரு வருஷம் ஆச்சே ... எனக்குத்தான் ஸீமந்தம் நடந்தது ..."

"ரொம்ப சரி; பிள்ளைக் குழந்தைதானே?"

"ஆமாம்."

"நீ இப்போ என்ன செய்துகொண்டிருக்கிறாய்? படிக்கிறாயா?"

"இல்லை; நான் இப்போ படிக்கவில்லை; படித்து என்ன செய்யப் போகிறேன்? இப்போதுதான் நமக்கெல்லாம் மதிப்பே இல்லையே..."

"என்ன படித்திருக்கிறாய்"

"எஸ்.எஸ்.எல்.ஸி.தான்"

"பாஸ் பண்ணியிருக்கிறாயோ?"

"இல்லை; நான் பரீக்ஷைக்கே போகவில்லை."

"ஏன் அப்படி விட்டாய்? வந்து..." என்று அவர் இந்தக் கேள்வியை இழுக்கும்போது, சங்கடப்பட்டார். தன்னெதிரேயுள்ள சிறுபிள்ளைக்கு எப்படி உணர்த்துவது என்று ஆலோசித்தாரோ என்னவோ? பெரிய மனிதன் வீட்டுப் பிள்ளையாயிற்றே என்று யோசித்தாளோ என்னவோ?

அவன் ஆரம்பித்தான்:

"அப்பா உங்களிடம் ஒரு விஷயம் சொல்லச் சொன்னார்."

"என்ன விஷயம்?"

"நீங்கள் நிலத்தைச் சிறுகச் சிறுகவாவது விற்றுத் தீர்த்துவிடப் போவதாகச் சொன்னீர்களாம்..."

"ஆமாம்; வேறு வழி? ஒரு குடியானவனை மாற்ற, "எவிக்ஷன்" உத்தரவு வாங்கக்கூட முடியவில்லை."

"அப்படி விற்றுவிட்டு என்ன பண்ணுவது? பத்து வேலியும் பதினைந்து வேலியும் ஒரு பெரிய சொத்தில்லை; அப்படியாவது ஏகபோகக் கிராமமா? அதுவுமில்லை; பணத்தை ஒளிக்கவும் முடியாது; ரொம்ப வருஷத்திற்கு முன்னாடியே பிடித்து ஏதாவது செய்திருந்தாலும், அந்தூர் "இவர்" மாதிரி..."

"அந்தூர் 'இவர்' என்ன பண்ணினார்?"

"அவர் பெரிய ஆள்; துண்டு துண்டாய் நிறைய விற்றார்; பாளமாய்த் தங்கம் வாங்கி இரும்புப் பெட்டிக்குள் இரும்புப் பெட்டியில் வைத்து அமுக்கிவிட்டார்."

"அடே, ஏது. பெரிய ஆள்தான்; நமக்கு அப்படிப் பெரிய சொத்தில்லையே, இரண்டுங்கெட்ட நிலையில் இருப்பதுதானே பெரிய சங்கடம்? வழி சொல்லு."

“வழி இருக்கிறது; அப்பா அதைச் சொல்லத்தான் என்னை அனுப்பினார்.”

“அப்படியென்றால் உடனே அதைச் சொல்; அதே கவலை எனக்கு” என்றார் அவர் நிமிர்ந்து உட்கார்ந்து; அவர் முகத்தில் முன்பிருந்த கடுகடுப்பைக் காணவில்லை.

“நீங்களெல்லாம் ரொம்பப் பயப்படுகிறீர்கள்; உங்களுக்கு ஒன்றுமே தெரியவுமில்லை; இப்போ இந்த ‘எவிக்ஷன்’ சங்கதி இருக்கிறதல்லவா ...”

இப்படித் தொடங்கிய பையனை அவர் மறுக்கவே இல்லை; அனுமதிக்கவும் செய்தார். வாலிபன் அயர்ந்தே போய்விட்டான்; அந்தப் பெரிய மனிதன் பிள்ளையோ வெற்றிலைப் பெட்டியைத் திறந்து வைத்துக்கொண்டு நீட்டி முழக்கிப் பேசினார்.

“குத்தகை மாற்ற நாங்களெல்லாம் செய்ததைச் சொல்கிறேன்; அதை உடனே செய்யுங்கள். எவனையாவது ஒரு ஆளைக் கையிலே போட்டுக்கொள்ளவேண்டும், அடே, ஒரு நூறோ நூற்றைம்பதோ அவன் கையில் வைக்கணும்; தெரிந்ததா? யாரை விலக்கவேணுமோ அந்தப் பயல் பேராலே ஒரு குத்தகைச் சீட்டு – கையெழுத்து இவன் போட வேண்டும்; அவன் பெயரை இவன் போடவேண்டும் தெரிகிறதா? அதில் ஐம்பது அறுபது கலம் நெல்பாக்கி நிற்கிறது, அவனையும் தூக்கி வண்டியில் போட்டுக்கொண்டு ‘ரெவின்யூ’ கோர்ட்டுக்குப் போகிறோம். அங்கே குத்தகை பாக்கி என்பது பெரிய ஆயுதம்.

விசாரணை; “ஏண்டா ஐயாகிட்டே பயிர்ச்செலவு பண்ணினையா” “ஆமாங்க” “குத்தகை பாக்கி நிற்கிறதே ஏராளமாய்?” “ஆமாங்க” “இப்போ உடனேயே கட்டுவையா” “அம்மாம் பெரிய தொகைக்கு எங்கே போவேங்க, ஏளை பாளை” “அப்படியானால் நிலத்தை விட்டுவிடு” “சரிங்க’ ‘அப்புறம் பாக்கியைக் கேட்பாங்களே?’ ‘தொலைஞ்சு போ’ தள்ளிக் கொடுக்கிறாங்கோ.”

“ஆக சீட்டில் கண்ட ஆளுக்கு “எவிக்ஷன் டிகிரி” வாங்கியாச்சு. மேற்கொண்டு பண்ணை வைக்கிறேன் என்று ஆரம்பிக்க வேண்டும், அவன் ஏதாவது “கடாபுடா”ன்னு ஆரம்பிப்பான். கோர்ட் டிகிரி இருக்கு, வாலாட்ட முடியாது.”

இதைச் சொல்லி முடித்தான் பையன்.

“அப்படியா? சரி சரி, ரொம்பச் சரி” என்றார் அவர். கண்ணனிடமிருந்து கீதோபதேசம் கேட்ட அர்ச்சுனனைப் போல வியப்புற்றார் அவர். கீழே உட்கார்ந்திருந்த வாலிபனுக்குத் தலைசுற்றியது.

"இப்படியே பண்ணி இரண்டு வருஷமாய்ப் பதினைந்து, இருபது வேலி பிடுங்கிப் பண்ணை வைத்தோம்."

"பண்ணை வைத்தாலும்..."

"பேசாமெ இருங்கோளேன், பண்ணையை அவன் ஒப்புக் கொள்ளாமல் இருக்க முடியவே முடியாது. நாமும் விவசாயிங்கறது வறது. நேரே உழுகிறவன் யார்? ஏர் பிடிக்கிறவன் மட்டுமில்லையே? அதில் ஏகக்கோளாறு இருக்கிறது, வரட்டுமே..."

"பண்ணையாள் சட்டப்படி..."

"அதென்ன பெரிய சட்டம்? சட்டு ஆள்களா இரண்டு பேரைப் பிடித்துக் காசுபணத்தைக் கொடுத்து நோட்டெழுதி அதிலே மாட்டிக்க வைத்துக்கொண்டால் போச்சு, பிடியாள் பிடித்து நடுவது, அறுப்பது; அதெல்லாம் கொஞ்சம் தடபுடல் செய்யணும் பயப்பட்டால் முடியுமா?"

"சரி, இந்த இழவு, ஸீலிங் ஷாக் அடிக்கிறதே..."

"மெட்ராஸிலே இப்போதைக்கு 'ஸீலிங்' வராது, அதற்கு ஆள் இருக்கிறது உள்ளேயே, முடிந்த வரைக்கும் முட்டுக்கட்டை போடவோ, உருப்படாம பண்ணவோ, உளவு தெரிந்து நமக்குத் தோது சொல்லவோ எல்லாத்திற்கும் ஆள் இருக்கிறது. வரட்டுமே. நாமும் கடைசிவரைக்கும் ஆனமட்டும் பார்த்துவிட்டுத் தானே விடப்போகிறோம். அடே, பெரிய மிராசுதார்களுக்குக் கரும்பும் ஆலையும் வழிகாட்டினால் நமக்கும் ஒரு வழி ஏற்படும், பயப்படாதீர்கள்; கடைசியாய் நிலத்தை என்ன பண்ண முடியும் இவனுகளாலே? யாருக்கென்று கொடுக்கப் போகிறான் நிலத்தை? யார் வாங்கி எங்கிருந்து முதல் போட்டுச் சாகுபடி பண்ணப்போகிறான்? அதெல்லாம் இப்போதைக்கு இல்லை. நீங்கள் பேசாம இருங்கோ. நான் சொன்னாப்போல குடியானவனிடமிருந்து நிலத்தைப் பிடுங்கி பண்ணை வையுங்கள். ஒருத்தரும் ஒண்ணும் பேச முடியாது; சரி... நேரமாய்விட்டது; நான் வருகிறேன். மாயவரம் போய்விட்டு மதராஸ் போகணும்."

"என்ன விசேஷமோ?"

"ஒண்ணுமில்லை; கார் ஒண்ணு வாங்கவேணும் என் தம்பிக்குப் புதிதாய்..." என்று கிளம்பிச் சென்றான் அந்தப் பையன். மழை பெய்து ஓய்ந்தது போலிருந்தது; அவர் ஆழ்ந்த சிந்தனையில் இருந்தார். அந்த வாலிபன் அவரைப் பார்த்துப் பார்த்துச் சிந்தித்துக்கொண்டிருந்தான். ஒரு சிறு பிள்ளைக்கு இவ்வளவு இடம் கொடுத்து அவன் கூறிய ஆலோசனைகளைக் கேட்டுச் சிந்தனையும் செய்துகொண்டிருந்த அவருடைய நிலை அவனுக்கு விளங்கவில்லை. விளங்கவில்லையா – இல்லை,

விளங்கிற்று; பொருந்தாமல் உறுத்திற்று. அவர் பேசலானார்
"இந்த வயிற்றெரிச்சலைப் பாரேன். காலத்தின் விபரீதத்திற்கு
இது ஓர் அபசகுனம்."

"எதைச் சொல்கிறீர்கள்? அவன் வாழ்வைக் குலைக்கிறானே!"

"என்னடா இது?"

"இல்லவே இல்லை; நீங்கள் இதன் மறுபுறத்தைப் பார்த்தால்…"

"சிவப்பு அட்டை போட்ட புத்தகங்களை, அவை மலிவாய்
வருவதற்கு முன்பே நான் படித்தவன், நாராயணா இதுவும் இந்தச்
சிறு மனிதர்களின் பொய்க் கற்பனை; இன்று நான் சொல்வது…"

"மன்னிக்க வேண்டும், அண்ணா; நீங்களும் லௌகீக
வாடையில் குளிர்ந்து நடுங்குகிறீர்கள்."

"இருக்கட்டுமே; இது தவறல்ல; மனிதன் வாழ்வதும்
ஓர் உண்மை; கலையழகு பொருந்திய உண்மை. வாழ்வியல்
ஓர் அழியாத உண்மை; அதிலும் இன்று சில மனிதர்களின்
சிறுமையால் மாசு படிகிறது, மதிப்பறியாத இன்றைய தத்துவ
வறுமையின் விபரீதம்தான் இந்தக் கலக்கம். உன் பருவம் என்னைப்
புரிந்துகொள்ள முடியாமல் உன்னைத் தடுக்கலாம். ஆனால்…"

அந்த வாலிபன் விழித்தான். நிலபுலம், காசு பணம் என்று
வரும்போது அவரும் ஆடுகிறார்; குழம்பிக் கலங்குகிறார். கோபுரமே
ஆடுகிறதா? கடலே கலங்குகிறதா? இது நாட்டின் வளர்ச்சிக்கான
நல்ல சகுனமல்லவே என்று தவித்தான்.

"அண்ணா, உங்களிடமிருந்து உண்மையாகவே விளக்கம்
பெற வந்தேன் நான்; உங்களை ஆராய முற்படுகிறேனே தவிர,
அதற்கான தெம்பில்லாத சோனி நான்; சொல்லுங்கள்…என்றான்.

அவர் சொல்லி முடிக்கிறார்:

"எங்கள் பெரியவர்கள் எங்களுக்கு நிறைய வித்தையைக்
கொடுத்தார்கள்; பண்பாட்டைக் கொடுத்தார்கள்; உண்மைதான்;
உடல் உழைப்பைக் கற்றுக் கொடுக்கவில்லை அவர்கள்;
யாரையும் போய் அண்டிப் பிழைக்க முடியாத மானத்தையும்
கௌரவத்தையும் கொடுத்தார்கள். நியாயமோ, அநியாயமோ,
தலைமுறை தலைமுறையாய் இந்தக் கிராமத்தையும்
நிலத்தையும், தோப்புத் துறவுகளையும், சாய்மானம் போட்ட
திண்ணையையும், ஊஞ்சலையும், காற்றுப் பந்தலையும்
விட்டுப் பிரியாமலேயே வாழ்ந்துகொண்டு வருகிறோம். உதவி
செய்கிறோம். சும்மா இல்லையே? யோசனை சொல்கிறோம். உதவி
செய்கிறோம். வரி கொடுக்கிறோம். தாசில்தாரும், கலெக்டரும்

சொன்னபடியெல்லாம் கேட்டு, நிதியென்றும் நிவாரணமென்றும் அவர்கள் கேட்டபோதெல்லாம் பணமும் கொடுத்து வருகிறோம். எங்களைக் கண்டாலேயே பிடிக்காமல் போகும்படியாக நாங்கள் ஏதாவது கொடுமை செய்ததுண்டா? எத்தனை தாக்குதலுக்கு இலக்கானோம் நாங்கள்? குடியானவர்களுக்கும் எங்களுக்கும் இருந்த உறவு ஆண்டை – அடிமை உறவாகவா இருந்தது! ஒரு அத்து மட்டு, மரியாதையெல்லாம் உயர்ந்த நாகரீகப் பண்புகள் அல்லவா? அதைக் கொடுத்தார்கள்; அறுபது நாற்பதென்ற அடி விழுந்தது, சமாளித்தோம்; இப்போது அடியோடு எல்லாமே போய்விடுமோ என்று அதிர்ந்து கிடக்கிறோம்.

"இது என்ன ஜனநாயக நியாயமோ தெரியவில்லையே! கன்னாபின்னாவென்று சட்ட திட்டங்கள் வந்ததில் உறவெல்லாம் அறுந்துபோய்க் கசப்பு மேலிட்டு, ஒருவரை மற்றவர் எப்படி ஏமாற்றலாம் என்று பார்க்கும் நிலையும் வந்துவிட்டதே. இதெல்லாம் நல்லதா? இதைச் சொன்னால் பிற்போக்குவாதி, பழமை விரும்பி என்றெல்லாம் பட்டம் கட்டுகிறார்கள். மற்றவனைக் காட்டி, "அவன் ரஷ்யாவைக் காப்பியடிக்கிறான்; காலம் கடந்துவிட்ட கார்ல் மார்க்ஸைக் கட்டிக்கொண்டு அழுகிறான்; சொந்தமான செயல் திறமையோ கொள்கை வளமோ இல்லையென்று சொன்னானே இந்தக் கெட்டிக்காரன்; இவன் அதே வழியிலும், அதைவிடப் பொருத்தமில்லாத வழியிலும் போகிறானே, இதை யார் சொல்வது? நான் சொல்கிறேன், இவன் புத்திசாலி இல்லை; நாட்டை ஆளவோ செல்வத்தைப் பெருக்கவோ சரியான வழியை இவன் தெரிந்துகொள்ளவே இல்லை. அடித்துப் பேச ஆளில்லாமல் வளவளன்னு பேசுகிறான்; கல்லிலும் முள்ளிலும் போய் விழுந்துவிட்டு, காயத்தைத் துடைத்துக்கொண்டே, "விழவில்லை; சும்மா குதித்துப் பார்த்தேன்" என்று அசடு வழிகிறான்; அப்புறம் விழுந்தால்தான் குதிக்க வருமென்று ஜம்பம் அடிக்கிறான்; இவன் பல விவஹாரங்களிலும், வியாபாரங்களிலும், திட்டங்களிலும் பல கோடிக்கணக்கான ரூபாய்களை இழந்தது பொய்யா? போலி கௌரவத்திற்காக உலகத்திலுள்ள நாடுகளில் மூலை முடுக்குகளில் எல்லாம் இவன் கோடிக்கணக்கான ரூபாய்களைப் பயனின்றிச் செலவழிக்கவில்லையா? நேற்றைக்குச் சமாசாரம் என்ன?

"தேசீய உடைமையாக்கிய ஒரு பெரிய தொழில் சந்தியில் நிற்கிறதே, ஏக ஊழல்; இதைச் சொன்னால் நான் பிற்போக்காளன், நிலத்திமிங்கிலம், கொள்ளையடிக்கும் காணியாட்சிக்காரன் என்றெல்லாம் பட்டம் கட்டிக்கொள்கிறேன். எங்களுக்கு உரிமையில்லையா? அறிவு விவேகமில்லையா? சொத்தோடு பிறந்தது குற்றமா அல்லது பாவமா? கீழே இருக்கிறவனை

மேலே கொண்டுவர, மேலே இருக்கிறவனைக் குழிதோண்டிப் புதைக்கச் சொல்கிறது உன் புதுப் பொருளாதாரத் தத்துவம்! அனுபவசாத்தியம் என்ன; உண்மைநிலை என்ன என்றெல்லாம் பார்க்காமலேயே கூச்சல் போடவேண்டியது. கிளிப்பிள்ளை மாதிரி அதுகூட இல்லை மடைவாய்த் தவளைமாதிரி, ஒருவன் சொல்வதைப் பலர் முறை வைத்து அழவேண்டியது. நிலப்பசி நீங்கவேண்டும், உழுபவனுக்கு நில உரிமை வேண்டும். இடையில் உள்ளவன் ஒழிக – அல்லது இருப்பதை விட்டுவிட்டு ஓடுக, அப்படி இப்படியென்று கோஷம் போடவேண்டியது. இதெல்லாம் சிறு மனிதர் செய்யும் கூத்துடா, நாராயணா, சிறு மனிதர் செய்யும் கூத்து. உண்மையான மதிப்புகளும், அளவீடுகளும் இருந்தால் இந்தக் கூத்து நடக்குமா? நாங்களெல்லாம் என்ன காட்டுமிராண்டிகளா? அல்லது மண்ணுரிமையாலும் பொன்னுரிமையாலும் மனிதக் கூட்டங்களைக் காலின் கீழ் துவைக்கும் பிரபு வர்க்கத்தைச் சேர்ந்தவர்களா? நாங்கள் பாரதப் பண்பாட்டிற்கு எவ்வளவோ நலம் சேர்த்திருக்கிறோம்; சேர்த்துக் கொண்டிருக்கிறோம்; சேர்க்கவும் போகிறோம். எங்களை அலைக்கழிப்பது நல்லதா? எங்கள் வாழ்வைக் குலைக்கலாமா?" என்று குரலை உயர்த்திக் கூறி முடித்தார் அவர்.

அந்த வாலிபனும் அயர்ந்து போய்த்தான் உட்கார்ந்திருந்தான். "கோபுரம் ஆடுவதும் ஸமுத்திரம் கலங்குவதும் நல்ல சகுனமாகாது" என்று அவன் உள்ளம் ஒலித்தது.

**1975**

**'அம்மா இட்ட கட்டளை'**

•

## பேசாத காரணம்

சூரியன் மறைந்து கிடந்தான்; மப்பும் மந்தாரமுமாக இருந்தது; இரவு வந்துவிடவில்லையே தவிர இருட்டிவிட்டது. இலேசாக ஆரம்பித்த தூறல் மழையாக விழத் தொடங்கியிருந்தது. திண்ணையில் சீட்டாட்டத்தை முடிக்கவேண்டிய நிர்ப்பந்தத்தால் முடித்துவிட்டுத் திண்ணையில் ஏழெட்டுபேர்கள் நெருக்கமாய்ச் சாய்ந்தும் படுத்தும் அரட்டை அடித்துக் கொண்டிருந்தோம்.

ஊரில் இருக்கும் ஒரு சின்னப் பணக்காரர் நடுப்பண்ணை ராசு. ஏழெட்டு வேலி நிலம் உண்டு அவருக்கு; சொந்தப் பண்ணை; பாக்கி இருக்கிற நாலைந்து பேர்களும் பத்து மா பதினைந்து மாவுக்கு மேல் நிலம் இல்லாதவர்கள்; அவர்களுடைய பூர்வீகச் சொத்துக்களெல்லாம் இப்போது கைம்மாறிக்கிடந்தன. குடியானத் தெரு நல்ல ஏற்றம், அநேகமாய் எல்லோருமே நிலபுலம் வாங்கி விட்டார்கள். அக்கரைத் தெரு ராவுத்தர்களிலும் சிலர் எங்கள் ஊர் நிலங்களை வாங்கிவிட்டார்கள். இந்த நிலையில் நடுப்பண்ணை ராசுவைத் தவிர மற்றவர்கள் எல்லாருக்குமே, மாவுக்கு 'எட்டு மேனியென்று குடியானவர்கள் பார்த்து மனம் வைத்து அளந்தால்தான் உண்டு; ஆகவே யாருக்கும் எதையும் பேச அதிகாரம் இல்லாமல் போய்விட்டது. இந்த அழகில் ஊரில் ஒற்றுமையும் கிடையாது; அடிக்கடி சண்டை சச்சரவுகள். எந்தப் பக்கம் வலுக்கிறதோ, அதைப் பார்த்துச் சாஸ்திரிகள் சேர்ந்துகொள்வார். ஊரில் அவர் ஒரு பெரும் புள்ளி.

எதிர்ப்பக்கத்தில் ராசு சேர்வான். இருவருமே நேரிடையாக எதிர்த்துக்கொள்ளமாட்டார்கள்; ஆனால் ஒருவரையொருவர் எப்போது கவிழ்க்கலாம், காலை வாரிவிடலாம் என்ற திட்டம் போட்டுக்கொண்டே வேலை செய்வார்கள்; ராசுவுக்குப் பல கெட்ட பெயர்கள் உண்டு ஊரில்; அவற்றுள் பல வருஷங்களாய் நிலைத்துவிட்ட கதை ஒன்றில் இப்போது மிக முக்கியமான கட்டம். இதில் ராசுவைத் திக்குமுக்காடச் செய்து, ஊரில் அவன் கொட்டத்தை அடக்கிவிடுவதாகச் சாஸ்திரிகள் பிரமாதமாக வேலை செய்கிறார் என்பது எங்களுக்குத் தெரியும்; ராசு எங்களிடம் வந்து, கூடக் கலந்து அரட்டை அடிப்பதுமில்லை; எங்களை மதிப்பதும் இல்லை. ஆகவே, சாஸ்திரிகளுக்கு மறைமுகமாக எங்கள் ஆதரவு உண்டு; அவரும் அவ்வப்போது எங்களிடம் வந்து, திண்ணையில் உட்கார்ந்து அரட்டையில் கலந்துகொள்வார். ராசுவுக்கு இதுவும் தெரியும். ஆகவே அவன் எங்கள் மேல் இன்னும் அதிகமாக ஆத்திரப்பட்டுக் கொண்டிருந்தான். "ஆச்சு, இன்னும் ஒரு மாசத்தில் ராசுவை என் காலில் விழ வைக்கிறேன் . . ." என்று சாஸ்திரிகள் கறுவிக்கொண்டிருந்தார்.

நாங்கள் சீட்டாடிவிட்டுப் பேசிக்கொண்டிருந்தோம். தெருக்கோடியிலிருந்து, சாஸ்திரிகள் தாழங்குடையைப் பிடித்துக்கொண்டு வந்தார்; வந்தவர் எங்களைப் பார்த்துவிட்டு நின்றார்.

"ராசுவோட பெரிய பிள்ளை சமாச்சாரம் தெரியுமா?" என்று கேட்டார் கூடகமாக.

"ஆமாம்; கேள்விப்பட்டேன். இத்தனை வருஷமா இல்லாம, இப்பத்தான் ரோஷம் வந்ததோ அவனுக்கு; அப்பாவைக் கன்னா பின்னாவென்று கேட்டானாமே..!"

"அடிதடி ஆகியிருக்கணும்; நல்ல வேளையாய் நான் இருந்தேனோ பிழைத்ததோ? 'நன்னாயிருக்காதுடா, ஊரில் பெரிய மனுஷன் உங்கப்பன். நீயும் வயசு வந்த பிள்ளை. எத்தனையோ வருஷங்களாய் நிலைத்துப் போன சங்கதி. இன்னிக்குக் கீறியாத்தி, விட்டுத் தொலைத்துவிட முடியுமா? ஏதோ தலையெழுத்து . . . தொந்தம் வந்துவிட்டது. செஞ்ச வரையில் சரின்னு நீயும் சாச்சாப்பிலே போய்விடு' என்று சமாதானம் பண்ணினேன்" என்று கண்ணைச் சிமிட்டிக்கொண்டு சிரித்தார் சாஸ்திரிகள்.

"உங்களுக்குத்தான் தெரியுமே, சமயத்தில் எப்படிக் குத்த வேண்டும் என்று . . ."

"பின்னே விடுவேனா? என் பிள்ளையைப் பற்றி ராசு பெரிய புரளி பண்ணிவிட்டானே."

"ஆமாம்... நல்ல வேளையாய், அந்தக் குடும்பமே ஊரை விட்டுக் கிளம்பிற்றோ, பிழைத்தீர்கள்..."

"அடேடே, காலமே கெட்டுக் கிடக்கிறது. அங்கங்கே அப்படி அப்படித்தான். எங்கே எது வாழுகிறது? அக்குணி வீட்டுக்கு அடிக்கடி இந்த ராசு போவதும் வருவதுமாயிருந்த காலம் இன்னும் யாருக்கும் மறந்திருக்காது. தவிர, இது மாத்திரம் இல்லை. இன்னும் பல தொடிசுகள் உண்டு இந்த ராசுப் பயலுக்கு. என் காதிலும் விழுந்திருக்கிறது; கண்ணிலும் பட்டிருக்கிறது. எல்லாருக்கும் தெரியும்."

"இப்போ, சொந்தப் பிள்ளையே கேட்டுட்டானே, முகத்தைக் கொண்டுபோய் எங்கே வெச்சுக்கறது?"

"உத்தியோகத்துக்குப் போய்விட்டால் அவனுகளுக்கு இதெல்லாம் எங்கே தெரியப் போகிறது என்று ராசு நினைத்தான்."

"இரண்டு பிள்ளைகளையும் உத்தியோகத்துக்கு இவன் அனுப்பிய நோக்கமே அதுதானே? இவனாவது பட்டணத்திலே இருக்கான்; சின்னவன் பம்பாயில்லேன்னா இருக்கான்."

"பம்பாயிலே இருந்தால் என்ன? கல்கத்தாவிலே இருந்தால் என்ன? சட்டையும் கிட்டையும்தான் மாறுமே தவிர, மற்றது மாறாதுடா; சின்னவனுக்கும் இந்தப் பங்கு விற்ற சேதி தெரியும். அதோடு அக்குணி பெண் என்ற பெயரில் நிற்கிறதே ஒரு குதிரை."

"தலையிலே எழுத்து . . . கஷ்டம்; ராசு கோவில் குருக்களை அடிக்கப் போய்விட்டான். தெரியுமோ உங்களுக்கு? அன்னிக்கு நீங்கள் ஊரில் இல்லை."

"என்ன சமாச்சாரம் அது; நேற்றைக்குத்தான் கேள்விப் பட்டேன்; புதிதாய் வந்த பையன் அந்தக் குருக்கள் – அவன் சாது ஆச்சே."

"அதனால்தான் வந்தது விபரீதம். ராசு ஏதோ அர்ச்சனை பண்ணக் கொடுத்தானாம்; நாழி ஆகிவிட்டது. ராசு கோயிலுக்குப் போகவில்லை. அக்குணி மாமா பெண் அந்தப் பக்கமாய்ப் போயிருக்கிறாள்; குருக்கள் அவளிடம் பிரசாதத்தைக் கொடுத்து, 'அப்பா அர்ச்சனைக்குக் கொடுத்தார். இதைக் கொண்டு போ' என்று கொடுத்தாராம். 'எங்கப்பாவா?' என்று விழித்தாளாம் அவள். 'ஆமாம், நடுப் பண்ணை அய்யர்வாள்தானே, உங்கப்பா?' என்றானாம் அவன்."

"அடே, அசடே, அதுவும் சரிதான். சோனிப் பயல் அக்குணி; பெண்ணோ குதிரை மாதிரி இருக்கு; அக்குணி பெண் என்று நம்ப முடியாதே."

“ராசு போய்க் கத்தினானாம். நாங்கள் போனதும் பேசாமல் போய்விட்டான்.”

“பின்னே, பேச வாய் ஏது? மானங்கெட்டவன்...”

“அது சரி, பம்பாயில் இருக்கிற ராசு பிள்ளை பற்றி ஏதோ சொன்னீர்களே?”

“ஆமாம், அக்குணி பெண் கல்யாணத்துக்கும் ராசுதான் செலவழிக்கப் போகிறான் என்று அவனுக்குச் சேதி எட்டியிருக்கு. என் தங்கை பிள்ளையும் பம்பாயிலேதானே இருக்கிறான்; அவன் வந்தான்; அரைசல் புரைசலாய் விசாரித்தான் என்னிடம்; நானும் பட்டுக்காமல் எல்லா விவரங்களையும் சொல்லிவிட்டு, ‘எலே, இது பெரிய இடத்துச் சமாசாரம்; நமக்கேன் வம்பு? நீ போய் அவனிடம் ஒன்றும் சொல்லி வைக்காதே’ என்றும் சொல்லி வைத்தேன்; அவனா விடுவான்? மஹா புத்திசாலி அந்தப் பயல், ஓடுகிற பாம்புக்குக் காலை எண்ணுவான். இதை விடுவானா..?”

“சரி,நன்னா விசிறி மூட்டிவிட்டாச்சு;இனிமேல் அணையாது.”

“சரி, நாழியாகிவிட்டது. மழையும் சற்று விட்டிருக்கிறது” என்று சாஸ்திரிகள் புறப்பட்டார். இதற்குள் ஒரு நாளும் அந்தத் திண்ணைப் பக்கமே எட்டிப் பார்க்காத ராசு,“என்ன சாஸ்திரிகளே, கண்ணிலேயே காணோமே?” என்று கேட்டுக்கொண்டே வந்தான். அவனுடன் அக்குணி மாமாவும் வந்தார். இருவரும் சாஸ்திரிகளை, “அஞ்சே நிமிஷம், ரொம்ப முக்கியமான சமாசாரம்” என்று கைப்பிடியாக அழைத்துக்கொண்டு போனார்கள்.

ராசு வீட்டுக்கூடத்தில் போய் சாஸ்திரிகள் உட்கார்ந்தார். உடனே, கடுமையும் கெஞ்சலும் கலந்த குரலில் ராசு சொன்னான்: “சாஸ்திரிகளே, நீர் இன்று தபாலில் போட்ட கவர், இதோ என்னிடம் வந்துவிட்டது; அதாவது நீர் பட்டணத்துக்கு, அக்குணிப் பெண்ணுக்குப் பார்த்திருக்கும் மாப்பிள்ளை வீட்டாருக்குப் போட்ட கடிதம், முத்திரை போடாமல் என்னிடம் வந்துவிட்டது. அக்கரைத் தபால் ஆபீசிலிருந்து. அதில் எழுதி இருப்பதைப் படித்தேன். நீர் கேட்கும் எதையும், நான் கொடுக்கத் தயார். இந்தக் கல்யாணத்தைக் கெடுத்து விடாதீர்; இது நான் ரொம்ப யோசித்துச் சொல்வது. இதோ இப்பவே முடிவு தெரிய வேண்டும். மறுத்துப் பதில் பேசினீரானால், கைகால் ஒடிந்து – கட்டை முளைத்து வீட்டோடு கிடப்பீரோ, அல்லது தாங்காமல் செத்துத்தான் போய்விடுவீரோ தெரியாது. இரண்டில் ஒன்று உடனே தெரியவேண்டும்.”

“ராசு...” என்றார் சாஸ்திரிகள்.

"ராசு ரொம்பப் பொல்லாதவன்; ஆனால் மயிரிழையில் கட்டுப்படுவான். என்ன சொல்கிறீர்? இன்றோடு நம்முடைய விவகாரம் முடிய வேண்டும். இன்று முதல் நாம் இருவரும் பிரிக்க முடியாத சிநேகிதர்களாய் மாற வேண்டும். அல்லது நம் இருவரில் ஒருவர் நாளைக் காலை விடிவதைப் பார்க்கக்கூடாது. ஆனால் அநேகமாய் அது நீராகத்தான் இருப்பீர். வெளியில் மழை சோ என்று பெய்கிறது. கும்மிருட்டு. ஜாக்கிரதை!" ராசுவின் குரலில் கடுமை மட்டும் மிஞ்சியிருந்தது. அக்குணி மாமாவையும் வெளியே அனுப்பிக் கதவைத் தாழ்ப்பாள் போட்டான் ராசு.

சற்று நேரத்துக்கெல்லாம் சாஸ்திரிகள், ராசுவின் ஆள் துணை வர வீட்டுக்கு வந்து சேர்ந்தார். மறுநாள் காலை வெளியூருக்குப் புறப்பட்டுப் போனார். இரண்டு நாட்கள் கழித்துத் திரும்பி வந்தார். மாலைப் போதோடு புறப்பட்டுத் தெருவோடு போனவர் சீட்டாட்டத் திண்ணையில் உட்கார்ந்தார். நாங்கள் யாருமே அவருடன் முகம் கொடுத்துப் பேசவில்லை. ராசுவுக்கு எதிரியாய் இருந்த ஒருவரும் அவனுடன் சேர்ந்துவிட்டாரே, ஏற்கனவே வலுவுள்ள சாஸ்திரிகள் கை இன்னும் வலுத்துவிட்டதே என்ற வருத்தம்தான் காரணம்.

1975

'அம்மா இட்ட கட்டளை'

# தேச காலம்

சீதையைத் தேடி அலுத்துச் சலித்து அயர்ந்து கிடந்தனர் வானர வீரர் அனைவரும். அலைந்து திரிந்ததில் கிடைத்த அநுபவங்களிடையே சில இன்பங்களும் உண்டு; என்றாலும் பசியும் பட்டினியும் துயரமுமே மிகுதியாகக் கிடைத்தவை. சுக்கிரீவ மகாராசர் கொடுத்திருந்த கெடுவும், அதாவது ஒரு மாதமும் கடந்துவிட்டது, மேலும் மாதங்கள் கடந்துவிட்டன. இளவரசான அங்கதனைச் சுற்றிச் சூழ்ந்து அவன் மனத்தையும் குழப்பிக் கலைத்து விட்டிருந்தனர் வானரர். அவன் அநுமன் காதில் விழ வேண்டுமென்றே பேசியதுபோலக் கண்டபடி பேசிக்கொண்டிருந்தான், நேரம் காலம்கூடப் பார்க்காமல். ஒரு சமயம் அநுமனுக்கும் சற்றே கோபம் வந்துவிட்டது. சுருக்கமாகவும் சுருக்கென்று தைக்கும் வகையிலும் அறிவுரை கூறி, “தேசகால உணர்வே சற்றும் இல்லாமல் பேசக்கூடாது இளவரசே! தாரை மைந்தனே, தன்னை இழப்பவன் எதற்கும் தகுதி பெறமாட்டான்” என்று முடித்தார்.

“இதென்ன, புதிதாய் இரண்டாவது பட்டமா, தாரை மைந்தன் என்பது? ஆனால் அதுதான் பொருத்தமான பட்டம் எனக்கு. நான் இளவரசனே அல்லன். சுக்கிரீவன் மனமுவந்து என்னை இளவரசு ஆக்கவில்லை. ராமன் சொன்னதற்காகவே இதைச் செய்தான். எனக்கு அவன் சிற்றப்பனே அல்லன், எனக்குப் பெரும் பகைவன் அவன். அவனுக்கு எப்போதும் தன்னலமே குறி. இந்த நெருக்கடி நேரத்திலும் அவனுடைய இன்ப வாழ்க்கைக்கு என்ன

குறை? இங்கே காட்டில் கல்லிலும் முள்ளிலும் அலைந்து தேடித் திகைத்து நிற்கும் நமக்கு அல்லவா ஆபத்து வந்திருக்கிறது?

"மயக்கத்திலிருந்து எழுந்தான், உடனே நாட்டில் அவசர நிலை, நெருக்கடி நிலை, போர் நிலை என்று ஆணை பிறந்தது, பறந்தது. ஒரு மாதம் என்பது ஒரு யுக நீளமா? அதற்குள் பூமி முழுவதும் சுற்றிச் சீதையைத் தேடிச் செய்தி கொண்டுவர வேண்டுமாம், சேதியை என்ன, சீதையையே கொண்டு வந்தாலும் உங்கள் மகாராசருக்கு மகிழ்ச்சிதான். இல்லாவிட்டால் சிரச்சேதமாம்! இதென்ன கிள்ளுக்கீரையா எங்கள் உயிர்? ஏன், இங்குள்ள பெரியவர்கள் சொல்லட்டுமே, நமது உயிர்களெல்லாம் விலையற்ற வெட்டிப் பூண்டுகளா?

"நானாவது" ஒண்டிக்கட்டை. மகாராசர் அவசர நிலையின் பெயரால், ஹேமைக்கும் எனக்கும் நடக்க இருந்த திருமணத்தைக் கூடத் தடை செய்துவிட்டார். இது அரண்மனைக் கல்யாணமாம். மிகவும் பெரிதாகச் சிறப்பாகக் கொண்டாட வேண்டிய விழாவாம், ஆகவே நெருக்கடிக் காலத்தில் முடியாதாம். இப்படி அவர் காரணம் கூறியது எத்தனை பெரிய வஞ்சனை! ஆனால் அதுவும் நல்லதுதான். போகட்டும், நானாவது ஒண்டிக்கட்டை. நீங்களெல்லாம் மனைவி மக்களுடன் குடியும் குடித்தனமுமாய் இருக்கிறீர்களே! சீதையைப் பற்றிய செய்திகூடக் கிடைக்கவில்லையே. வெறும் கையும் வாயுமாய் அங்கே போனால், உடனே சிரச்சேதக் கட்டளை வருமே. வாயைத் திறக்க முடியுமா? அதிகாரம் தூள் பறக்குமே. அங்கே போய்க் கொடுங்கோன்மையில் சாவதைவிட, இங்கேயே இப்படியே பட்டினி கிடந்து உயிரை விடுவது எவ்வளவோ மேலானது. நான் இந்த முடிவுக்கு வந்துவிட்டேன். இதோ இந்த இடத்திலேயே நீட்டப் போகிறேன் காலை. கிடந்த கிடையிலேயே கட்டையாகவும் போகிறேன்."

அங்கதன் இப்படிப் பேசி ஓய்ந்து அயர்ந்து படுத்தான் வெறுந்தரையில். வானர வீரர்களும் ஒவ்வொருவராக வந்து படுகாடாய்ச் சாய்ந்துவிட்டார்கள்.

அந்தப் பெரிய கூட்டத்தின் நடுவில் கிடந்தாலும் அங்கதன் ஒரு தனிமையை உணர்ந்தான். இந்தத் தனிமை அவனை ஏழையாக்கியது. இந்தத் தனிமையும் ஏழைமையும் வாலி இறந்த பிறகு இவனைப் பற்றிக்கொண்டவை. சுக்கிரீவன் முடி சூட்டிக்கொண்டபோதும். இவனுக்கு இளவரசுப் பட்டம் கட்டியபோதும் பல சம்பிரதாயச் சடங்குகள் நடந்தன. அப்போதெல்லாம் அங்கதன் நிழல் போல நடமாடிக்கொண்டு, மற்றவர்கள் செய்யச் சொன்னதையெல்லாம் பொம்மையைப் போலச் செய்தானே தவிர, அவனுக்கொன்றுமே பிடிக்கவில்லை.

பெரிய கூட்டம். வாலி இருந்தபோது அவனை வாழ்த்திப் பிழைத்த வாய்களும் கும்பிட்ட கைகளும் இப்போது சுக்கிரீவனை வாழ்த்தின; கும்பிட்டன. அந்தக் கூட்டமும் அங்கதனைக் கவனிக்கவில்லை. விருந்தையும் விருந்துக்குப் பின் சேர இருக்கும் மதுபான கோஷ்டியையும் நினைத்திருந்த கூட்டம் அது.

சுக்கிரீவனுக்கோ,'எப்போது இந்த நீண்ட சடங்குகள் முடியும்? கூட்டம் எப்போது கலையும்? எப்போது அந்தப்புரத்துக்குள் புகுவோம்? நீண்ட நெடுங்காலமாகத் தன்னை வாட்டும் தாகமும் பசியும், ஐம்புலன்களுக்கும் ஏற்பட்டுள்ள தாகமும் பசியும் தணிவது எப்போது?' என்ற நினைவுதான். ஆகவே அவனும் அங்கதனைக் கவனிக்கவில்லை.

ராமபிரானோ, தம் தோழனும் உடன்பிறப்பும் ஆகி விட்டிருந்த சுக்கிரீவன், எல்லாப் பசியும் தீர்ந்து, இன்பம் பெறப் போவதைப் பற்றிய நினைவுடனும், அதுவும் தன் வீரத்தால், தான் அளித்தது என்ற ஆத்மத் திருப்தியால் பொங்கி வழிந்த சிறப்புடைய செருக்குடனும் நின்றிருந்தார். அவரும் அங்கதனைக் கவனிக்கவில்லை.

லக்ஷ்மணர் அந்தக் கூட்டத்தையே கண்ணெடுத்தும் பாராமல் ராமனுக்குப்பின் நின்றிருந்தார். அவர் எங்கே அங்கதனைப் பார்க்கப் போகிறார்?

அங்கதன் எதிலும் ஆர்வமில்லாமலும் யாரையும் பார்க்க விரும்பாத ஏக்கத்துடனும் தனிமைப்பட்டுத் தடுமாறிக் கொண்டிருந்ததைப் பெண்கள் கூட்டத்திலிருந்து அவன் தாயான தாரையும் சிறிய தாயான ருமையும் பார்த்துத் துணுக்குற்றனர். இருவரும் தம் அருகில் இருந்த ஹேமையை அழைத்துக் காட்டினர்; ஹேமை அங்கதனைப் பார்த்தாள். ஒட்டும் இரண்டு உள்ளங்களும் ஒன்றையொன்று தட்டிய அழைப்பின் விசையால் அங்கதன் நிமிர்ந்து அவளைப் பார்த்தான். அவனுடைய தனிமையின் அவலம் தணிந்தது. ஹேமையின் பார்வையும், கனிவும் அவனுடைய ஏழைமையை விரட்டின. அவளுடைய தோழமை ஒன்றே இப்போதெல்லாம் அங்கதனுக்கு இருக்கும் ஒரே ஆறுதல். அவள் அவனுக்கு இரண்டாவது உள்ளமாகியிருந்தாள். அவள் ருமையின் அண்ணன் மகள். இருவருக்கும் அன்பு வளர்ந்து மனங்கலந்தும், திருமணம் தடைப்பட்டுக்கொண்டே வந்தது. அடுத்த விழா அந்தத் திருமணந்தான் என்று எல்லாருமே முடிவு செய்திருந்தார்கள். வாலிக்குப் பிறகு உலகமே தனக்குப் பகையாகி விட்டதென்ற பிரமையால் வந்த தனிமைத் துயரில் கலங்கிய அங்கதனுக்கு அவளே எல்லாமாகி இருந்தாள்.

ஒருவாறு எல்லாம் முடிந்து அங்கதன் கூட்டத்தை விட்டுத் தனியே சென்றான்; ஹேமை அவனைத் தொடர்ந்தாள். தாரையும் ருமையும் நிம்மதியாக உள்ளே சென்றார்கள்.

ஊருக்கு வெளியே தனிமையை நாடிச் சென்ற அங்கதனைச் சந்தித்தாள் ஹேமை. அங்கதனும் சற்றே தெளிந்த முகத்துடன் இருந்தான். அவள் கேட்டாள்:

"இதென்ன இவ்வளவு குழப்பம் உங்கள் முகத்தில்? கோழைத்தனமும் வழிகிறதே? இதனால் என்ன பயன் விளையப்போகிறது? நான் எத்தனை சொன்னாலும், உறுதியும் ஊக்கமும், தெளிவும், தீர்மானமும் வரவில்லையே உங்களுக்கு! இனி நான் தனியே நின்று சொல்வதால் மட்டும் உங்களை மாற்ற முடியுமென்று தோன்றவில்லை; எப்படியாவது என்னையே உங்களுக்குள் திணித்துக்கொண்டு, நான் என்ற தனிமையே இல்லாமல், உங்களுடன் கலந்துவிட்டால்தான் நீங்கள் நிலை கொள்வீர்களென்று தோன்றுகிறது; அப்படித்தானா?" அவள் குரலில் இருந்த பிணைப்பின் அழுத்தம், அவள் அப்படியே மறைந்துபோய், அங்கதனுடைய உடலுக்குள், உணர்வுக்குள், உயிருக்குள், உடலாக உணர்வாக உயிராகக் கலந்துவிட்டாளோ எனத் தோன்றியது.

"ஹேமே! நான் கோழை அல்லன், வாலியின் மகன். அந்த நினைவுதான் என்னை எப்படியெல்லாமோ ஆட்டி வைக்கிறது. என் தந்தை எனக்குக் கூறிய அந்தக் கடைசி வார்த்தையை நினைத்து நினைத்துப் பார்க்கிறேன். அதன் கருத்து எல்லையே இல்லாமல் விரிந்துகொண்டே போகிறது. 'காலத்தைத் தெரிந்து கொள். இடத்தையும் தெரிந்துகொள்' என்றார். இவை இரண்டுக்கும் எப்படி எல்லையே இல்லையோ, அப்படித்தானிருக்கிறது அவர் சொன்னதும். நீ விரும்புவது வரும்போது பொறுத்துக்கொள். விரும்பாதது வரும்போதும் பொறு; இரண்டைப் பற்றியும் அலட்டிக்கொள்ளாமல் இரு. இன்பத்தையும் துன்பத்தையும் தாங்கிக்கொண்டு சிற்றப்பனுக்கு அடங்கினவனாக இரு' என்றார்.

"இருக்க வேண்டியதுதானே? பின் எதற்கு இந்த வீண் குழப்பம்?"

"இருக்கிறேன்; இன்னமும் இருப்பேன்; இந்தச் சிற்றப்பனை எப்படி நம்புவது? அயோத்தி மனிதர்கள், நாளைக்கே தங்கள் காரியம் முடிந்ததும் ஓடப்போகிறவர்கள். எனக்கு இளவரசுப் பட்டம் தர இவன் யார்? அதுவும் ராமன் சொன்ன பிறகுதானே தந்தான்? அரசு என்னுடையது. ஏன், கிஷ்கிந்தையில் இருக்கும் பெரியவர்கள்தாம் சொல்லட்டுமே?"

தேச காலம்

“ஒரு பெரியவரும் சொல்லமாட்டார்கள். எல்லாரும் இதோ வாய் கிழிய வாழ்த்தினார்கள் புதிய அரசரை. கலகப் பேச்சுக்கள் எல்லாமே வெறும் வாய்ப் பந்தல் என்று அன்றைக்கே சொன்னேன்; வயிறும் வாயும் வேறு வேறு. காலத்துக்கு எல்லை இல்லை என்பது தத்துவமாயிருக்கலாம். ஆனால், நேற்று, இன்று, நாளை என்பன கண்கூடான எல்லைகள். இடம் என்பதும் காலம் என்பதும் ஒன்றே என்பதும் ஒரு முடிவு. கிஷ்கிந்தை, அயோத்தி என்பன வெவ்வேறானவை என்பதே அநுபவம். ஆகவே நம்மைச் சுற்றியுள்ள தேச காலங்களை உணர்வதே ஆக்கத்துக்குத் துணைபுரியும். மகாராசருக்கு அடங்கிய இளவரசு நீங்கள் என்பதுதான் காலதேசங்கள் வகுத்துள்ள முடிவு. துடிப்புகள், நொடிப்புகள் எல்லாவற்றையும் உதறிவிட்டு...”

“எல்லாவற்றையும் உதறிவிட்டுச் சிற்றப்பாவுடன் ஒட்டிக்கொண்டு கிடக்கவேண்டும்...”

“ஆமாம், தேசகாலங்கள் அப்படி” என்றாள் ஹேமை.

சாகத் துணிந்து, இளவரசைப் பின்பற்றித் தாமும் சாகத் துணிந்து நெருங்கிக் கூட்டமாய்க் கிடந்த வானரர்களுடன் கிடந்தும், தான் மட்டும் தனி என்ற உணர்வும் சேர்ந்து, சோர்ந்து கிடந்த அங்கதன் செவியில் ஹேமையின் அழுத்தமான குரல், ‘ஆமாம், தேசகாலங்கள் அப்படி...’ என்ற குரல் கணீரென்று கேட்டது. கூடவே ‘சிற்றப்பாவுடன் ஒட்டிக்கொண்டு கிடக்க வேண்டும்’ என்ற தன் குரலும் மீண்டும் ஒலித்தது. ‘காட்டில் ஒய்ந்து கிடந்த இடம் ஊருக்கு வெளியே ஹேமையுடன் பேசிய இடமாகிவிட்டது. பட்டாபிஷேகத்தன்று அவள் கூறியதை இப்போதும் கேட்கிறேன். நிகழ் காலம் இறந்த காலம் ஆகிவிட்டது. நல்ல தேசகாலங்கள் இவை!’ என்று வியப்புடன் நினைத்தவன், வாய்விட்டே கூறினான்: “தேச காலங்கள், ஆமாம் தேசகாலங்கள்” என்று கூறினான்.

அங்கதன் குரல் கேட்டும், அவன் படுத்திருந்த நிலைமாறிச் சாய்ந்து நிமிர்ந்து உட்கார்ந்திருந்த நிலையைக் கண்டும் எழுச்சி பெற்ற வானரர் சிலர் புதிய கட்சியொன்றை உருவாக்கினர்.

“இளவரசே, பெரிய ராசா வாலிக்குப் பிறகு ஆளும் உரிமை தங்களுக்கும் உண்டு, தேச காலங்களைப் பற்றிச் சிந்தித்துச் செயல்பட நமக்கும் தெரியக்கூடாதா? இந்த மனிதர்கள் ராமனும் அவன் தம்பியும் நாளைக்கே போகிறவர்கள்தாமே? நம் இனம், நம் நாடு இவற்றைப் பற்றி நாம்தாமே கவலைப்பட முடியும்? கவலைப்படவும் வேண்டும். இந்தக் காட்டிலேயே நாம் ஏன் ஒரு தனியரசு நிறுவக்கூடாது? நம்மில் ஆற்றலுக்குப் பஞ்சமா, அறிவுக்குத்தான் பஞ்சமா என்று ஆணித்தரமாகக் கேட்கிறேன்.

அவசரத்தின், நெருக்கடியின் நியாய அநியாயங்களைப் பற்றிய ஆராய்ச்சியில் நேரம் கழிப்பதைவிட, நம்மை நாமே அழித்துக்கொள்வதைவிட ஒரு புதுவழி தேடுவோமே. பெரியவர்களுக்கும் இதை எடுத்துக் கூறி இந்த வழிக்குக் கொண்டு வரவும் முயல்வோம். வாழ்க எம் இளவரசு! வெல்க வெல்க எம் தனியரசு!" என்று முடித்தார் ஒருவர். பலரும் இதை ஏற்று ஒலி எழுப்பினார்கள்.

அங்கதன் எழுந்து நின்றான். தோள்களைத் தட்டிக் கொண்டு உயர எழும்பித் தாவினான்.

"நல்லது; அப்படியே செய்வோம்; அதற்கான திட்டங்களை வகுப்போம். நான் உங்களில் ஒருவன்; இளவரசு என்ற தனிமை வேண்டாம் எனக்கு. கொடுங்கோன்மையை எதிர்ப்போம்" என்று அங்கதன் பேசிக்கொண்டிருக்கும்போது அநுமான் அங்கு வந்தார். ஒரே குழப்பம். பெரியவர் ஜாம்பவான் முதல் அங்கதன் வரை அனைவருமே கையற்றுக் கிடக்கிறார்களே என்று சிந்தித்துச் சிந்தித்துத் தேம்பியிருந்த நிலையில், இப்படியொரு கலகம் உருவாவதைக் கண்டு கலங்கினார். ஜாம்பவானைத் தனியே அழைத்துப் போய், விரைவாகச் சென்று திரும்பவேண்டுமென்று அவரை எங்கோ அனுப்பிவிட்டு, மீண்டும் அங்கதனிடம் சென்று உருக்கமாகப் பேசினார்:

"இளவரசே, நீ உன் தாயின் அறிவும் தந்தையின் ஆற்றலும் ஒருங்கே பெற்றுள்ளாய். இந்த அரசு மட்டுமின்றி வேறு பல அரசுகளையும் இணைத்து ஆளும் வல்லமை உனக்கு உண்டு. அந்தக் காலமும் விரைவில் வரும். ஆனால் சுடக்குடிக்காதே. நீ கலகக்கொடி உயர்த்தும் காலமா இது? அதற்கேற்ற இடமா இது? இங்கே இப்போது உன்னைத் தூண்டிவிட்டார்களே, இவர்கள் அத்தனை பேரும் நேற்று வரை, உன் தந்தை வாலிக்குத் தாளம் போட்டு ஆடிக்கொண்டிருந்தார்கள். இன்று சுக்கிரீவனிடம் மண்டியிட்டு அவன் தரும் எச்சிலையும் மிச்சத்தையும் தின்று குடித்து வாழ்கின்றவர்களும் இவர்களே. இவர்கள் மண் குதிரைகள். நாளைக்கே போய் அவன் காலில் விழுந்துவிடுவார்கள். உன்னை நிச்சயமாகச் சுக்கிரீவன் நேசிக்கிறான். அவன் நல்லவன். இவ்வளவு கடுமையாய் ஆணையிட்டது கொடுங்கோன்மையாலன்று. காரியத்தின் அவசியத்தைக் கருதி இட்ட ஆணை இது. இதில் உள்ள அவசரத்தையும் நெருக்கடியையும் நீ உணர்வாய். ஆகவே சற்று..."

அநுமான் முடிப்பதற்குள் பொறுக்கவில்லை அங்கதனுக்கு.

"அநுமானே நீர் பெரியவர்; தர்மம் மிக அறிந்தவர். யாரையோ கொண்டு வந்து என் தந்தையைக் கொல்லச் செய்து என்

சிற்றப்பனுக்கு அரசு கொடுத்தீர். அப்புறம் அவன் கேட்ட எல்லா இன்பங்களையும் தந்தீர். இப்போதும் அவன் செய்வதற்கெல்லாம் பொருத்தம் காண்கிறீர். உமது தர்மம் எனக்கு விளங்கவில்லை. நான் தாரையின் மகன் என்பதை அழுத்தந்திருத்தமாகக் கூறுகிறீர் புதியது போல. ஐயா, என்னைத் தனியே விடும். நான் என் உயிரை விடுவதற்குக்கூடத் தடை செய்யாதீர்."

"உன் தனிமை உன்னை ஏழையாக்கும்; ஏழைமை உன்னை நிலை குலைக்கும்; அதற்கு மருந்து என்ன தெரியுமா? தோழமை கொள். அதற்கு வழிதான் தேசகாலத்தோடு ஒத்துப்போவது. இதுதான் பெரிய அரசியல் முதல் தனி மனிதன் வாழ்வு வரை நலமும் இன்பமும் தருவது" என்று சொல்லிக்கொண்டே சுற்றுமுற்றும் பார்த்தார் அநுமான். ஜாம்பவானை எதிர்பார்த்துத் தவித்தார். அவர் தவிப்புத் தீர ஜாம்பவானும் ஹேமையும் வந்து சேர்ந்தனர். ஹேமை அங்கதனை அணுகிச் சென்றாள். துள்ளி எழுந்தான் அங்கதன்.

"என் ஹேமை ... ஹேமைதானா?" வியந்தான் அங்கதன்.

"நானேதான். பெரியவர் அழைத்து வந்தார். இதென்ன அலங்கோலம்!" என்று கனிந்து குழைந்தாள். அவன் கையைப் பிடித்து மெல்ல அழைத்துக்கொண்டு அப்பால் சென்றாள். சிறிது நேரத்திற்குள் அவர்கள் இருவருமே சிரித்துக்கொண்டே திரும்பினர்.

ஜாம்பவான் பெரிய மலைபோல் தான் சுமந்து வந்த மூட்டையைப் பிரித்துப் பழங்களை வாரிவாரி இறைத்தார். வானரர்கள் துள்ளி எழுந்து பழங்களைத் தின்று மகிழ்ந்தனர்.

"சுக்கிரீவ மகாராசா வாழ்க!" என்று இனிமையாகக் குரல் கொடுத்தாள் ஹேமை. எல்லாரும் சேர்ந்து எழுப்பிய கோஷம் காட்டில் எதிரொலித்தது. வானரர்கள் வெற்றி காண விரைந்தனர் மீண்டும். ஜாம்பவான் ஹேமையைக் கொண்டு போய்விடக் கிளம்பினார்.

குறிப்பு: – *(கதையில் ஹேமை என்ற பாத்திரம் புதுப்படைப்பு; மற்ற விவரங்கள், உணர்ச்சி வெளியீடுகள் யாவும் வால்மீகி வாக்கில் உள்ளவையே.)*

*கலைமகள்*: பிப்ரவரி 1, 1976
'கரிச்சான் குஞ்சு கதைகள்'

# சட்டம் சாத்திரம் சம்பிரதாயம்

ருக்கு சாயங்காலம்தான் மெட்ராஸிலிருந்து வந்தாளாம். இப்போது இறந்துவிட்டாள்.

அவள் அடிக்கடி ஊருக்குப் போவாள்; வருவாள். ஸீஸனுக்குக் குத்தாலம் போவாள். ‘தென்காசியில் இருக்கும் அண்ணா வரச்சொல்லி எழுதியிருந்தான். போய்விட்டு வந்தேன்’ என்பாள். அவளாகவே, அதாவது அவளிடம் பேசப் போகிற எங்கள் வீட்டுக்காரிகளிடம் அவர்கள் கேட்காமலேயே, சொல்லுவாள். அடிக்கடி திருச்சி போய் விட்டு வருவாள்; அயர்ந்து ஓய்ந்து பழம் பிழிந்தது போல வருவாள். ஆனால் அந்த அயர்விலும் ஓய்ச்சலிலும்கூட அழகு பொங்க ஜில்லென்று வந்து இறங்குவாள்.

ஒவ்வொரு பிரயாணத்துக்கும் ஒவ்வொரு காரணம் சொல்லுவாள்.

அதெல்லாம் அப்படியே எங்கள் காதுகளிலும் விழுந்தே தீரும். உடனே நாங்கள் யாரும் நம்பி விடுவதில்லை என்பது மட்டுமில்லை; அவள் வெளியூர் போயிருந்தபோது எந்தப் பெரிய வீட்டு மைனர் ஊரில் காணப்படவில்லை என்பதைச் சொல்லி, நடந்ததையெல்லாம் நேரில் பார்த்தது மாதிரியே பேசி ரசித்துத் தீர்ப்போம் என்பதும் அவளுக்குத் தெரியும். மேலும் காரில் அல்லது டாக்ஸியில் அல்லது ரயிலில் இந்தத் தேதியில் இந்த நேரத்தில் ருக்குவையும் இன்னாரையும் தான் பார்த்ததைச் சொல்லி நிரூபிக்கும் ஆட்களும் எங்களுக்குள் உண்டு என்பதும் அவளுக்குத் தெரியும்.

தெருவிலிருக்கும் பெண்களுக்கு இது மிகவும் சுவையான வம்புப் பேச்சாயிருக்கும். நீண்ட நேரம் பேசுவார்கள். ஆனால் கடைசியில், 'அவள் எக்கேடும் கெட்டுப் போகட்டும். நமக்கேன் தலையெழுத்தா? அவளைப் பற்றிப் பேசுவதுகூடப் பாவம்,' என்று முடித்துவிட்டுக் கலைவார்கள்.

ருக்குவுக்குப் பிச்சு பிடுங்கல் கிடையாது. ஒரேயொரு மகள். இப்போது பதினாறு பதினேழு வயதாயிருக்கும். நாலைந்து வருஷங்களாகச் சென்னையில் ஹாஸ்டலில் தங்கிப் படிக்கிறாள். இப்போது காலேஜ் படிப்பென்று கேள்வி. ருக்குவின் புருஷனுக்குப் புத்தி சுவாதீனம் இல்லை. ஒரு காலத்தில் சொத்து சுதந்திரம் இருந்ததாம் அவனுக்கும். வீட்டில் பின்புறத்தில் இருக்கும் அறையை விட்டு அவன் வெளியில் வருவதே இல்லை. ருக்கு ஊரில் இல்லாதபோதெல்லாம் அவனுக்கு ஹோட்டல் சாப்பாடு வரும்.

தெருப் பெண்கள் எல்லாருக்குமே ருக்கு நல்ல சிநேகிதி. எல்லா வகையிலும் எல்லாருக்கும் ஒத்தாசையும் செய்வாள். பணம் காசு கொடுப்பாள் கடனாக. பண்டங்கள் கொடுப்பாள், கரண்டிகளிலும் தம்ளர்களிலும். வாங்கினவர்கள் மறந்து விட்டாலும் அவள் கேட்பதில்லை. அதனால் தெருப் பெண்கள் எல்லாருக்கும் அவளிடம் சிநேகிதம் மாதிரி உண்டு.

ருக்கு செத்துக் கிடக்கிறாள். பெண்கள்கூட யாரும் போகவில்லை ருக்குவின் வீட்டிற்கு.

வழக்கம்போலப் பால்காரன் வந்தான். மணியடித்தான். எல்லாரும்போய்ப் பால் வாங்கினார்கள். சின்னத் தெருதான் அது. பால் வாங்கும்போது அந்த வீட்டையே பார்த்துக் கொண்டும், கண்ணாலும் ஜாடைமாடையாகவும் பேசிக் கொண்டும் வாங்கினார்கள். பால்காரன் அந்த வீட்டில் போய் ஓங்கி மணி அடித்தான். எதிர்த்த வீட்டுப் பெண், அவனிடம் நெருங்கிக் குனிந்து, "அவங்க வீட்டில் ..." என்று ஏதோ சொல்லி முடிப்பதற்குள், ருக்குவின் வேலைக்காரப் பெண் வந்து பால்காரனை அனுப்பிவிட்டாள்.

ஆச்சு, எல்லோருடைய வீட்டிலும் காப்பிக் கடை ஓய்ந்தது. குளிக்கக் கிளம்ப வேண்டிய நேரம். நல்ல வேளையாய் அன்று ஞாயிற்றுக்கிழமை. சமையல் சாப்பாடுகளுக்குப் பறக்க வேண்டிய அவசியமில்லை. எல்லா வீட்டுத் திண்ணைகளிலும் சிறியோரும் பெரியோர்களுமாய் ஆண்களும் பெண்களும் கூடி நின்றனர்.

போது ஊர்ந்தது, காலை மணி எட்டு எட்டரை ஆயிற்று. அந்த வீட்டு வாசலில், இரண்டு பேர், மூன்று பேர்

என்று ஆரம்பித்து ஐந்தாறு பேர் என்று சேர்ந்துவிட்டனர். எல்லாம் ஆண்கள். எல்லோரும் திண்ணையில் கூடி நிற்கும் தெருக்காரர்களைப் பார்த்துப் பார்த்து வியப்பதும் சிரிப்பதுமாய் ஏதோ பேசிக்கொண்டார்கள். ருக்குவின் வீட்டிற்கு அடுத்த வீடுகளில், இரு புறமும் உள்ள வீடுகளில் இருப்பவர்கள் அவளுடைய புருஷன்வழி உறவினர்கள். அந்த வீடுகளில், வேறு குடியிருப்பவர்களும் இருக்கிறார்கள். ஒரு வீட்டில் பள்ளிக்கூட வாத்தியார். மற்றொரு வீட்டில் ஒரு தாலுகா குமாஸ்தா.

எதிர்ச்சரகில் ஒரு மாடி வீடு. பக்கத்துக் கிராமத்தில் நிறைய நிலம் உள்ள பெரிய மிராசுதார் இருந்தார். அவருடைய பிள்ளைகளில் மூன்று பேர் பெங்களூரிலும் பம்பாயிலும் பெரிய உத்தியோகம் பார்க்கிறார்கள். உள்ளூரில் இருக்கும் பிள்ளை, பக்கத்து வீட்டில் தனியே இருந்தான். சொத்து நிர்வாகம் அப்பா செய்தார். இவன் சொந்தமாக அடகுக்கடை வைத்து நிறையச் சம்பாதித்துக் கொண்டிருந்தான். பக்கத்து வீட்டை வாங்கி வசதியாகக் கட்டிக்கொண்டு வாழ்ந்தான். அவன் ஒரு மைனர். வயது முப்பதுக்கு மேலிருக்கும். ரொம்ப ஜாலியாக வாழ்பவன். அதனால்தான் அவனுக்கு மைனர் பட்டம். கம்பிகேட் போட்ட அவன் வீட்டுத் திண்ணையில் யாருமே நிற்கவில்லை. மைனர் வெற்றிலை போட்டுக்கொண்டு அடிக்கடி புகையிலை துப்பவும் வாய் கொப்பளிக்கவும் வாசலில் வந்து நிற்பதுண்டு. எப்போதும் கிழக்கேயும் மேற்கேயும் குழாயடியையும் குளித்துவிட்டு வரும் புடவைகளையும் மேலாக்குகளையும் பார்த்துக்கொண்டே நிற்பான். அவன்கூட இன்று வாசலுக்கு வரவில்லை. உள்ளே கம்பிக்கு மேல் காற்றுப் பந்தல் போட்டுத் தூண் நிறுத்தி ஸீலிங் ஃபேன் போட்டிருந்த முற்றத்திலேயே ஈஸிசேரில் படுத்துக்கொண்டு தெருவைப் பார்த்துக்கொண்டிருந்தான்.

ருக்குவின் வீட்டு வாசலில் கூடியிருந்த நாலைந்து பேர்களில் ஒருவரான விசு என்பவர், சற்றே நகர்ந்து, மைனர் வீட்டு வாசலுக்கு வந்தார். மைனரைக் கூப்பிட்டார்.

“என்ன மைனர் சார், எல்லாரும்தான் உள்ளே ஒளிந்து கொண்டு விட்டார்கள். நீங்களுமா? ... மேலே ஆக வேண்டியதை நாம்தான் செய்தாகணும். நம்ம டியூட்டி சார் ... வாங்க, உம் ... கிளம்புங்க ...” என்று பாதி விளையாட்டாகவும் பாதி உண்மையிலேயே அழுத்தமாகவும் சற்றே சினந்து கூப்பிட்டார்.

“அப்பா இருப்பார், இரைய வேண்டாம். இதோ வருகிறேன். அங்கே வரத்தான் ஏற்பாடு செய்துகொண்டிருந்தேன்” என்று அவனும் வெளியில் வந்து, அந்தச் சிறு கூட்டத்தில் கலந்தும் கலவாமலும் நின்றான்.

விசு, அடுத்த வீட்டு வாசலில் நின்றுகொண்டு, 'வாத்தியாரே, மனுஷ்யச் சகாயம் எல்லாருக்கும் வேண்டும். ஸோஷல் சர்வீஸ் பள்ளிக்கூடப் பாடம் மட்டுமில்லை. பிராக்டிகலாகவும் செய்யணும். நான் அடுத்த தெருக்காரன், சேதி கேட்டு வந்திருக்கிறேன், நீங்களெல்லாம் செய்ய வேண்டிய காரியம் இது. நெய்பர்ஹுட் . . . வாருமய்யா வெளியே, ஒண்ணும் ஒட்டிக்காது. வாரும் சும்மா," என்றார்.

வாத்தியாரும் யாராவது வந்து கூப்பிடக் காத்திருந்தவர் மாதிரி, உடனே வந்துவிட்டார்.

"நான் வந்து கூப்பிடாவிட்டால், வெளியே எட்டிக்கூடப் பார்த்திருக்க மாட்டீரோ?" என்று இரைந்து சிரித்தார் விசு.

அந்தச் சிறு கூட்டமும் சிரித்தது. எதிரேயும் பக்கத்திலேயும் திண்ணைகளில் குறடுகளில் இருந்தவர்களும் சிரித்தார்கள்.

"விசு சார், எங்கிருந்தாலும் கலகலப்புத்தான்," என்றார் வாத்தியார்.

"ரொம்பப் பிளெய்ன், ஃபிராங்க், ஆபத்து," என்றார் மைனர்.

"பின்னே என்னய்யா? ஒளிவு மறைவும் ரகசியமும் சும்மா ஏமாத்து வித்தை. உம்மையும் என்னையும் ருக்குவையும் இங்கேயோ ஊரிலேயோ ஒருத்தர்க்கும் தெரியாதென்றா நினைக்கிறீர்? நம்முடைய ஒவ்வொரு மூமெண்டும் வாட்ச்ட். ஆமாம், குளோஸ்லி வாட்ச்ட். அப்புறம் எதை எதுக்காக மறைக்கணும்? இப்போ பாருமே, கொஞ்ச நேரத்தில் ஊரையே கூட்டி, சட்டம், சாத்திரம், சம்பிரதாயம் ஒன்றுமே துளியும் குறையாமல் நடத்தப் போகிறேன், நம்ம ருக்குவுக்கு. சரி, என் வண்டி ஸர்வீசுக்குப் போயிருக்கிறது. உம்ம வண்டியை ஷெட்டிலிருந்து வெளியே எடுக்கப் போகிறீரா? இல்லே, டாக்சிக்கு ஆள் அனுப்பட்டுமா? ரொம்ப வேலை பாக்கியிருக்கு" என்று மைனரைக் கேட்டார் விசு.

அவன் சாவியை நீட்டினான். விசு காரில் கிளம்பினார். போகும்போது, "இதோ அஞ்சே நிமிஷத்தில் வந்துவிடுவேன். நீங்கள் எல்லோரும் இங்கேயே இருக்கவேண்டும். எங்கே போனாலும் விடமாட்டேன். இன்னும் யாராவது வந்தாலும் வாசலிலேயே நிறுத்தி வைத்துக்கொள்ளுங்கள். நான் திரும்பி வந்த பிறகு பாக்கியெல்லாம்," என்று சொல்லிவிட்டுப் போனார்.

"எங்கே போகிறார் வேகமாய்?"

"யாரையாவது கூப்பிடப் போகிறாரோ?"

"அஞ்சு நிமிஷம் என்கிறாரே?"

“டாக்டர் யாரையாவது அழைத்து வருவாரென்று நினைக்கிறேன்.”

“இனிமேல் எதற்கய்யா டாக்டர்?”

“இனிமேல்தான் அவசியம் வேணும்.”

“என்ன சொல்வார், டாக்டரிடம் போய்?”

“எதையும் சொல்வார். கூசாமல் துணிந்து சொல்வார் எதையும். விசு சொன்னால், டாக்டர்களும் எதுவும் செய்வார்கள்.”

“மனுஷனுக்குக் காசு, தண்ணீர் பட்டபாடு...”

“தன் காசு மட்டுமில்லை, மற்றவன் காசையும் அப்படித்தான் வாரி இறைப்பார்.”

“ஆமாம்; பதினைந்து வேலி நிலமும், முப்பது நாற்பது ரூபா ரொக்கமும் ஏராளமான நகைகளும் வைத்துவிட்டுப் போனார் விசுவின் தகப்பனார். இவர் கிட்டே இப்போ என்ன இருக்கோ, ஈசுவரனுக்குத்தான் வெளிச்சம்.”

“என்ன இருக்கோ இல்லையோ, இவர் இருக்கிறவரைக்கும் இந்தத் தர்பார் குறையாது. மூணு நாலு பண்ணைகளின் பையன்கள், இவருக்குச் சகாக்கள்...”

“பண்ணையென்று சொன்னதும் நினைவு வருகிறது. உண்மையாகவே ஒளிவு மறைவோ, பயமோ, சங்கோசமோ இல்லாத ஆள் இந்த விசு. பாபநாசம் சுவாமிகள், பண்ணைக்கு வந்திருந்தபோது, ஏகக் கூட்டம். ஆற்றங்கரையிலிருந்து வபனம் ஆகி, ஸ்னானம் பண்ணிவிட்டுச் சுவாமிகள் சாக்ஷாத் கைலாச பதி மாதிரி பளீர்னு வருகிறார். எல்லாரும் அப்படியே தெருவில் வெறுந்தரையில் விழுந்து விழுந்து நமஸ்காரம் செய்தார்கள். நின்று நின்று வருகிறார் சுவாமிகள். பண்ணை முதலாளி நல்ல இளவட்டம் அல்லவா, ‘விசு சார், விழுந்து நமஸ்காரம் செய்யும். இதுவரையில் உள்ள பாபமெல்லாம் போகட்டும்,’ என்று சிரித்தார். ‘முதல்லே நீங்கள், அப்புறம் நான். சேர்ந்தே பாபத்தையும் பண்ணினோம், பண்ணவும் போகிறோம். இதையும் சேர்ந்தே செய்வோமே’ என்றார் விசு. இதற்குள் பெரியவர் அதிவேகமாய் நடந்து வந்துவிட்டார் பக்கத்தில். கட்டாயம் இது அவர் காதிலும் பட்டிருக்கும் . . .”

“ஐயய்யோ... ரொம்ப அக்கிரமம்!”

“எங்களுக்கெல்லாம், அப்படியே என்னவோபோல் ஆய்விட்டது...”

கார் பறந்துகொண்டுவந்தது. இரண்டு டாக்டர்கள் வந்தார்கள். ஒருவர் கவர்ன்மெண்ட் டாக்டர்.

மூவரும் உள்ளே போனார்கள். வேலைக்காரப் பெண்ணைக் கேட்டுச் சில விவரங்களைத் தெரிந்துகொண்டார்கள். பத்தே நிமிஷம். மூவரும் ரொம்பக் கலகலப்பாகச் சிரித்துக்கொண்டே வெளியில் வந்தார்கள். விசு ஏதோ காகிதத்தை வாங்கிச் சட்டைப் பையில் வைத்துக்கொண்டார்.

டாக்டர்களைக் கொண்டுபோய் விட்டுவிட்டுத் திரும்பும் போது வயதான பாட்டிகள் இருவரையும் சாஸ்திரிகள் இருவரையும் அழைத்துக்கொண்டு வந்தார்.

"அப்பாடா, சட்டம் கச்சிதமாக முடிந்துவிட்டது. இனிமேல் சாஸ்திரச் சம்பிரதாயங்கள் ஒரு குறையும் இல்லாமல் நடக்க வேண்டும்" என்று சொல்லிக்கொண்டே விசு வந்து, கூட்டத்தில் சேர்ந்துகொண்டார்.

அப்போது சாஸ்திரிகள் வந்து, "சில்லறைகள் வேண்டுமே!" என்றார்.

"சில்லறைப் பேச்சோ சத்தமோ கேட்கக்கூடாது. சில்லறை களுக்கு ஏகக் கிராக்கி ஊரில். ரூபாய் நோட்டாகவே வீசுங்காணும்," என்று சொல்லிவிட்டு, மைனரைப் பார்த்து, "மைனர் சார், நம்ம ஷேர் இதுவரையில் ரொம்ப ஓடிப் போய்விட்டது. இனிமேல் உம்முடைய ஷேர். வைதீகக் காரியம். மகா புண்ணியம் உம் . . . உதறும் பையை. நாம் இரண்டு பேர்தான், இன்னிக்கு இங்கே இருக்கிறோம், நம்ம ருக்குவுக்குச் செய்ய . . ." என்றார்.

கூட்டத்தில் ஒரே சிரிப்பு. மைனரும் சிரித்துக்கொண்டே ரூபாய் நோட்டுக் கட்டை வரவழைத்தார்.

புத்தி சுவாதீனமில்லாத கணவனைச் செம்பும் கையுமாக இழுத்துக்கொண்டு சாஸ்திரிகள் ஆற்றங்கரைக்குப் புறப்பட்டார்.

"நல்லவேளை, ரயிலிலேயே போகாமல், வீட்டுக்கு வந்து போயிருக்கிறது பிராணன். டாக்டர் ஆச்சரியப்படுகிறார்," என்றார் விசு.

காதுகளைத் தீட்டிக்கொண்டு கூட்டம் நெருங்கி வந்தது தான் மிச்சம். விசுவிடமிருந்து விவரமொன்றும் கிடைக்க வில்லை. மைனரும் விசுவும் தனித்துக்கொண்டார்கள். "ஹெவி லோட். பாவி குட்டிச்சுவராய் அடித்துக்கொண்டுவிட்டாள் உடம்பை . . .ருக்கு மெட்ராஸ் போய் நாலு நாள் இருக்குமா? போறபோது நன்றாகத்தானே இருந்தாள்?" என்று கேட்டார் விசு.

"வெரி ஃபைன் . . . நாங்க சாத்தனூர் டாம் போய்விட்டுப் போன வாரம்தானே திரும்பினோம்? ஆகா, என்ன சுகமான டிரிப் தெரியுமோ? புதன்கிழமை காலையில் கடைக்கு வந்தாள்.

எண்ணூறு ரூபாய்க்குக் குறையாமல் ஆயிரம்வரை வேண்டும் என்று கேட்டாள். தீபாவளிக்குப் பிறகு திருப்பித் தருவதாகச் சொன்னாள் ...”

“என்ன அர்ஜென்ஸி அப்படி?”

“அவள் டாட்டர் சம்பந்தமாய் ஏதோ டிரபிள் போலிருக்கு. ரொம்ப அவசரப்பட்டாள்.”

“ஐயய்யோ, பணமே இல்லையே என்று நீர் மூக்கால் அழுதிருப்பீர் ...”

“விசு, என்னை என்னவென்று நினைக்கிறீர்? ஆயிரம் ரூபாய் கொடுத்தனுப்பினேன். என்ன நினைத்தாளோ, வழக்கமே இல்லாமல் அன்று நோட்டுச் சீட்டு எல்லாம் உடனே எழுதி அனுப்பச் சொன்னாள். அப்புறம் சாயங்காலம் வக்கீல் ராஜு டாக்ஸியில் அழைத்துக்கொண்டு போனதாகக் கேள்விப்பட்டேன்.”

“அந்த ராஸ்கல் செய்த வேலைதான் இது,” என்று விசு முடிப்பதற்குள், கையில் புகையும் சிகரெட்டுடன் இடுப்பில் லுங்கியுடன் ராஜு சைக்கிளில் வேகமாக வந்தான்.

சைக்கிளை உதைத்தெறிவதுபோல் தள்ளிவிட்டு ஓடி வந்து, விசுவின் கைகள் இரண்டையும் சேர்த்துப் பிடித்துக்கொண்டு, பெண்டாட்டியைப் பறிகொடுத்தவனைத் துக்கம் கேட்பது போல அழுது புலம்பினான்: “விசு சார், நான் பெரிய தப்புப் பண்ணிவிட்டேன். ப்ளண்டர், ஐ மீன், அவளைத் தனியாக மெட்ராசுக்கு அனுப்பியது பெரிய தவறு. ஆனால், அவள் ரொம்பப் பிடிவாதம் செய்துவிட்டாள், நான் வர வேண்டாம் என்று. ஐ மீன், எனக்கும் டிக்கட் வாங்கியே விட்டிருந்தேன். வாட் எ டிராஜடி! போச்சு, போச்சு, எல்லாமே போச்சு. ஐ ஹேவ் லாஸ்ட் சார்ம் இன் லைஃப் ... எப்படிச் சாக முடிந்தது அவளால்? ஓ வாட் எ ஷாக்! எங்கே இருக்கிறாள் அவள்?” என்று விசுவையும் இழுத்துக்கொண்டு உள்ளே ஓடினான்.

மைனரும் விழித்தான். விசுவுக்கும் ஆச்சரியம். இவனும் போகவில்லையா அவளுடன்? அப்போ என்ன நடந்திருக்கும்? யாருக்குமே தெரியாதோ?

*குமுதம்*: **செப்டம்பர், 1976**

**‘கரிச்சான் குஞ்சு கதைகள்’**

•

## அந்தப் பயங்கர இரவுகள்

கங்கைக்கரையிலும், யமுனைக்கரையிலும், பஞ்சாபிலும் இன்னும் அப்பால் மலைச் சரிவுகளிலும் எங்கும் எப்போதும் சிந்திச் சிதறிக்கொண்டிருந்த மனித ரத்தத்தால் சிவந்து கிடந்தது நமது பாரத பூமி. கோதாவரி, கிருஷ்ணா, காவேரி நதிக்கரைகளும் இரத்தக் கறை படிந்து கிடந்தன. குற்றுயிரும் கொலையுயிருமாய்க் கிடக்கும் மிகப் பெரியதோர் கறவைப் பசுவைப் போலக் கிடந்தாள் பாரதத் தாய். அந்தக் கோமாதவைச் சுற்றிச் சுற்றி விண்ணில் பறந்தும், மூக்கு வியர்த்து அருகில் வந்தும் வட்டமிட்டுச் சூழ்ந்தும் கொத்தும் கழுகுகள் போல், ஐரோப்பியர்களும் ஆப்கானியர்களும் மராட்டியரும், அன்னையின் உடலைக் குதறிக் கொண்டிருந்தனர். எங்கே திரும்பினாலும் அராஜக வீச்சமும், முறைகேட்டின் முறை நாற்றமும் சூழ்நிலையைத் தூய்மை கெடச் செய்து விட்டிருந்தன.

ஹிந்துஸ்தான் முழுவதற்கும் தானே பாதுஷா, சக்கரவர்த்தியென்று பட்டம் கட்டிக் கொண்டு, வெட்கம் இல்லாமல் டெல்லியில் போலி தர்பார் நடத்திக்கொண்டிருந்தார் ஷா ஆலம். தன் போலித்தனத்தைக் காத்துக் கொள்ளவும், தன்னைச் சுற்றியிருந்த கவைக்கு உதவாத ராஜபரிவாரத்தைப் பராமரிக்கவும் அவர் அரண்மனையிலிருந்த தங்கத் தாம்பாளங்களையும் கிண்ணங்களையும் பிறரைக் கொண்டு உருக்கி விற்று, ஒன்றுக்குப் பாதி அவர்கள் விழுங்கியது போக மிச்சம் வருவதைச் செலவு செய்து வந்தார்.

அவருக்குக் கப்பம் செலுத்துவதாகப் பாசாங்கு செய்து கொண்டிருந்த நவாபுகள், ராஜப்பிரதிநிதிகள் எல்லோரும் தனிக்கொடி உயர்த்தித் தாமும் அழிந்து, தமக்குப் பதவி தந்த டெல்லியரசும் பாழாகும் செயல்களில் ஈடுபட்டனர். ஹிந்துஸ்தானத்தின் வகையான பகுதிகள் எங்கிருந்தோ வந்த ஐரோப்பியர்களுக்குப் பேரிரையாக மாறிக்கொண்டிருந்தன. ஆப்கானியர் மராட்டியரை முறியடித்து முந்த முயன்றனர். அவர்களைத் தொலைத்துக்கட்டி விட்டுச் சத்திரபதி சிவாஜியின் கனவான அகண்ட ஹிந்து ஸாம்ராஜ்யம் காணப்போவதாகப் பேசிக்கொண்டு கிளம்பிய மராட்டியர்கள், சின்னச்சுயநலம், மண்ணாசை, பெண்ணாசை, பொன்னாசைகளில் வெறி கொண்டு மயங்கிக் கிடந்தார்கள். பாதுஷா வங்கத்தை வெள்ளையருக்குத் தாரை வார்த்துக் கொடுத்து விட்டார்.

முகலாயப் பேரரசெனும் பகலோன் மறைந்துவிட்ட அந்திநேரம். அயல்நாட்டரசு எனும் இருள்மிக்க இரவு இன்னும் கவியாத காலம் பிரதோஷ காலம் என்பார்கள். குற்றம் மிகுந்த நேரமாம்: பேய் பிசாசுகளும் நோய் நொடிகளும் வலிமை மிகுந்து வாட்டும் நேரம்.

டெல்லியில் ஹோலிப் பண்டிகையை ஒட்டி நடக்கும் வழக்கமான கேளிக்கைகள் நடந்தன. அவற்றுள் ஒன்றாக, ஆனந்தராவ் நார்ஸீ என்பவர், நாட்டின் நிலை கண்டு துயருற்று, ஒரு வேடிக்கை நடத்திக் காட்டினார். ஊரே கூடி நின்று அதைக் கண்டுகளித்து ஆரவாரம் செய்தது. பாதுஷாவும் தன் அரண்மனை உப்பரிகையிலிருந்து அதைப் பார்த்துச் சுவைத்தார். விழுந்து விழுந்து சிரித்தார்; ஒரு பெரிய கூட்டம் ஊர்வலமாக வந்தது; தாரை, தம்பட்டம், எக்காளம், சங்கு, அதிர்வேட்டு எல்லாம் ஒலிக்க நாட்டுப்புறத்து ஆட்கள் சிலம்பம் விளையாடிக் கொண்டுவர, குடைகளும் வெள்ளிப் பிரம்பும் போன்ற ராஜ மரியாதைகளைத் தூக்கிக் கொண்டு பலர்வர, ஒரு கட்டிலை நான்கு பேர் தூக்கிக் கொண்டு வந்தார்கள். கட்டிலில், மெத்தை, தலையணை, திண்டு எல்லாம் போட்டுக்கொண்டு ஒருவன் சாய்ந்துகிடந்தான்; அவன் பாதுஷாவைப் போல ஆடையணிகள் அணிந்துகொண்டிருந்தான். நரைத்த தாடியும் மீசையும் பொய்யாய்ப் போலியாய் ஒட்டிக் கொண்டிருந்தான். அவன் மடியில் பாதுஷாவின் மகனைப் போல் வேடமணிந்த ஓர் பையன் கிடந்தான். இதைப் பார்த்துத்தான் பாதுஷா அப்படி விழுந்து விழுந்து சிரித்தாராம். இதைக் கேள்விப்பட்ட ஆனந்தராவ் நார்ஸீக்கு ஆத்திரமும் கோபமும் வந்தது. இதைப் பார்த்ததும் ஷாஆலம் ஏதாவது செய்துகொண்டு

இறந்துவிடுவார்; அல்லது டெல்லியை விட்டாவது ஓடிவிடுவார் என்று எதிர்பார்த்தார்களாம்.

பாதுஷா எங்கே ஓடுவார்? யாரை நம்புவார்? இவர் நம்பியிருந்த மராட்டியர்கள், ஸிந்தியாவும் ஹோல்காரும் தமக்குள் போரிட்டு இருவருமே மங்கிக் கிடந்த நேரம்; அல்லது மீண்டும் பாயப் பதுங்கியிருந்த நேரம். பாதுஷாவை அனாதையாக விட்டுவிட்டார்கள். அப்போது இவரையும் இவர் பட்டத்தையும் பாதுகாப்பதாகச் சொல்லிக் கொண்டு குலாம் காதர் என்பவன் ஒரு படையுடன் வந்தான். மிகவும் மரியாதையாய்ப் பெரிய ராஜவிசுவாஸத்துடன் பாதுஷாவுக்குத் தொண்டு செய்ய வந்த அடிமை என்று சொல்லிக்கொண்டான். செய்தி அனுப்பினான். அரண்மனைக்கு அவனுடைய படை டெல்லியை வளைத்துக்கொண்டது. அப்போது பகல் மறையும் நேரம். பாதுஷா தொழுகைக்குத் தயார் செய்துகொண்டிருந்தார். குலாம்காதர் வந்துள்ள செய்தி அவரைக் குலுக்கியது. படைவந்துள்ள செய்தி கேட்டதும் அரண்மனையதிகாரிகள் என்று சொல்லிக்கொண்ட சிலர், தம் கையில் அகப்பட்ட நகைநட்டுக்கள், பாத்திரம், பண்டங்களைச் சுருட்டிக் கொண்டு ஓடிப் போய் விட்டார்கள், அவர்கள் புத்திசாலிகள். மராட்டியார் தெற்கிலிருந்து வந்து சேர்வதற்குள் டெல்லி கொள்ளைப் போய்விடும் என்பதைப் புரிந்துகொண்டவர்கள். மேலும் வங்கத்தை விழுங்கியுள்ள பிரிட்டிஷ் மலைப்பாம்பு, அதை ஜீர்ணம் செய்துகொண்டு அசைந்து நகர இன்னும் சில காலம் ஆகும் என்பதையும் கணித்து வைத்திருந்தவர்கள். அவர்கள் போவதைப் பார்த்துச் சிரித்துக்கொண்டே நின்றார் பாதுஷா. அவர் படித்திருந்த தத்துவஞானம் அவரைச் சிரிக்க வைத்தது. இதற்குள் அவருடைய அந்தப்புரத்தைச் சேர்ந்த மங்கையரும், அலிகளும், பாதுஷாவின் வாரிசான ஆண், பெண் ஸந்ததிகளும் அழுது புலம்பிக்கொண்டு அவரைச் சூழ்ந்துநின்றனர். “அமைதியாய் இருங்கள். அல்லாஹ் அமைதி தருக” என்று அவர் அனைவருக்கும் சமாதானம் கூறினார்.

குலாம்காதிர் அன்றிரவே பாதுஷாவைக் கண்டு தன் படையுடன் தீவட்டி சலாம் செய்ய விரும்புவதாக அரண்மனை அதிகாரி ஒருவர் வந்து சொன்னார்.

“எக்காரணம் கொண்டும் படையை அரண்மனைக்குள் அழைத்து வரக்கூடாது. வேண்டுமென்றால் நாளைக் காலையில் ஆயுதம் இல்லாத இரண்டே பேருடன் தானும் ஆயுதம்

இல்லாமல் வந்து பாதுஷாவைப் பார்த்தால் போதும். பாதுஷா உரிய முறையில் மரியாதை செய்வார்" என்று சொல்லியனுப்பினார். ஆனால் அவன் இரவில் வரமாட்டானென்ற நம்பிக்கை தோன்றவில்லை.

பாதுஷா தன்னைச் சுற்றிப் பார்த்தார். உருப்படியாய்த் தனக்கு உதவும் ஒருவருமே இல்லை. அவலமும் அவமானமும் அவருக்குப் புதிது இல்லை. அவற்றின் நிழலும் சோர்வும் அவருடைய தோற்றத்திலேயே ஊறிவிட்டிருந்தன. நல்ல உயரமும் ரோஜா நிறமும் உயர்ந்த ராஜசரீர லக்ஷணங்களும் கொண்டவர் அவர்; ஆனால் கூனிக் குறுகி வாடி வதங்கியே தான் நிற்பார்; நடப்பார்; இருப்பார்; கிடப்பார். நிறையப் படித்தவர் பல மொழிகளைக் கற்றவர். சுவைமிக்க கவிதைகளை எழுதிக் குவித்திருந்தார். பல குழந்தைகளின் பாசமுள்ள தந்தை அவர். உடனிருப்பவர்களாகவும், பணியாளர்களாகவும் ஏராளமானவர்கள் தன்னைச் சூழ வாழ்ந்தவர். இரக்கமுள்ள எசமானார். ஈகைக் குணமுடையவர். ஆனால் மிகவும் சஞ்சலமான உள்ளம் அவருக்கு. எதையும் தானாகச் சிந்தித்து முடிவு செய்யத் தெரியாமலேயே வாழ்ந்துவிட்ட முதியவர். சிற்றின்பங்களில் தீராத சபலம் கொண்டே நரைத்துத் திரைத்தவர்கள்; ஆகவே தராதரம் இல்லாமல் எல்லோர்க்கும் கட்டுப்பட்டவர் ஆகிவிட்டிருந்தார். ஆனால் அத்தனை பேருக்கும் அவர்கள் கேட்டதையெல்லாம் கொடுக்கவும் அவரால் முடியவில்லை; ஆகவே எல்லோரும் அவரிடம் அதிருப்தியும் கொண்டிருந்தனர். அவரிடம் இருந்த எச்சம் மிச்சங்களைச் சுருட்டிக்கொண்டு போகக் காத்திருந்தவர்களைப் போல எல்லோரும் போய்விட்டார்கள். அவரும் அந்தப்புரமும் தான் மிச்சம். என்ன வருமோ என்று கலங்கி நடுங்கிக்கொண்டிருந்தனர். இதற்குள் அரண்மனைப் படைவீரர்களால் வளைத்துக்கொள்ளப்பட்ட செய்தி வந்தது. அலிகளும் வேறு சிலரும் அடிக்கப்பட்டனர். இரவில் எரியும் விளக்குகள் அணைக்கப்பட்டு அரண்மனையும் சுற்றுப் புறமும் இருள் சூழ்ந்தது. நல்ல பொழுதாய் விடியுமா என்று கவலைப்பட்டுக்கொண்டே ஐந்து வயதுள்ள குழந்தையா யிருக்கும் பாதுஷாவின் கடைசிக் குழந்தை உட்பட அனைவரும் விழித்திருந்தனர். காலை விடிந்ததுமே ஐம்பது பேருடன் குலாம்காதிர் அந்தப்புரத்திற்குள் நுழைந்துவிட்டான். அந்த அவமரியாதை தாங்காமல் அஞ்சிக் குலைந்தனர், அங்கிருந்த மாதரசியர். உடனே பாதுஷா அந்த ஐம்பது பேருக்கும் வாளும் பட்டமும் தந்து, அவர்களைத் தமது காவலாக நியமித்தார். குலாம் காதரைத் தனது முதன்மந்திரியாக நியமித்தார். தர்பாருக்கு வந்து மேலே ஆகவேண்டியதைப் பேசிக்கொள்வோமென்று

சொல்லி அவனைத் தாஜா பண்ணி வெளியே அனுப்பி வைத்தார் பாதுஷா.

நண்பகலில் தர்பார்; கூடிற்று குலாமும் வந்தான்; ஆனால் பெரிய திட்டத்துடன் வந்தான். முகலாய வம்சத்தின் மருமகளாய் வந்து, கணவனை இழந்து தனியே இருக்கும் ஒருத்தி தான் சொல்லும் ஒருவனைப் பாதுஷாவாகச் செய்தால் பத்து லக்ஷம் ரூபாய் தருவதாகக் கூறி முன் பணமும் அனுப்பியிருந்தாள். அதை நிறைவேற்றவே வந்தான் அவன். பாதுஷாவிடம் சென்று, உடனே தனக்கு நிறையப் பணம் வேண்டுமென்றும், அதைக் கொண்டு படையைப் பலப்படுத்தி மராட்டியர்களை முறியடிக்கப் போவதாகவும் சொன்னான். நிறையப் பணம் தந்ததால், தான் தன் பெயருக்கு ஏற்ப, உண்மையான குலாமாகவே – அடிமையாகவே சேவை செய்வதாகவும் கூறினான்.

பாதுஷா அசடு வழியச் சிரித்தார். தான் முடி சூடிய மன்னனாய் இருந்தும், ஒரு பக்கீர் – ஓட்டாண்டி என்று சொல்லிச் சிரித்தார். குலாமுக்குப் பொறுக்கவில்லை. "பக்கீருக்கு சிம்மாசனம் ஒரு கேடா!" என்று கத்திக் கொண்டே மன்னனைப் பிடித்து இழுத்தான். அதே நேரத்தில் ஆயிரக் கணக்கான போர் வீரர்கள் திடுதிடுமென்று உள்ளே புகுந்தனர். எல்லோரையும் வளைத்துக்கொண்டு அடித்தனர்; உதைத்தனர்; ஒரு உதவாக் கரையைத் தூக்கிச் சிம்மாசனத்தில் உட்காரவைத்தான் குலாம். பாதுஷாவைக் கயிற்றினால் கட்டினர். இளவரசர்களையும், இளவரசியரையும், பிறமாதரையும் தூண்களுடன் சேர்த்து கட்டிவிட்டு, அரண்மனை முழுவதும் தேடினார்கள் எங்காவது பொன் இருக்குமென்று. ஒரு மண்ணும் அகப்படவில்லை. குலாமின் கோபம் மிகுந்தது. பெண்களை அவமானப்படுத்தினான். பாதுஷாவின் மக்களான அக்பரும் சுலைமானும் வாள்களை எடுத்துக்கொண்டு பாதுஷாவிடம் வந்து, "ஒரே வழிதான் உண்டு மானத்துடன் சாக; நாங்களிருவரும் இந்த மனித மிருகங்களுடன் போரிட்டாவது மடிகிறோம்; அனுமதி அளியுங்கள்" என்றனர்.

பாதுஷாவும் அரசியும் அவர்கள் கையைப் பிடித்துத் தடுத்தனர். "இறைவன் தீர்ப்பிலிருந்து யாரும் விடுபட முடியாது. தீயவிதியைத் தடுக்கவும் முடியாது. இப்போது நம்மிடம் ஒன்றுமில்லை." என்று கத்தினார் ஷாஆலம்.

சுலைமான் வாளை எறிந்துவிட்டுச் சிலையாய் நின்றான்; அக்பரோ வாளால் தன்னையே மாய்த்துக்கொள்ளத் தன் கழுத்தருகில் கொண்டு போனான். பொன் ஒன்றும் கிடைக்காத கோபத்துடன் வந்த குலாம், அவனை உதைத்துக் கீழே தள்ளிவிட்டு

அவனையும் கட்டச் சொன்னான். பாதுஷா குலாமைப் பிடித்திழுத்துத் தன் மார்புடன் அவன் முகத்தை வைத்துக்கொண்டு, அவன் காதில் சொன்னார். "இருபது லக்ஷம் ரூபாய் தருகிறேன். எங்களை விட்டுவிடு. எவனையோ உட்கார வைத்திருக்கிறாயே சிம்மாசனத்தில். அவன் தகுதியற்றவன். இன்னும் நிறையத் தருகிறேன். எப்படியாவது அவனை விரட்டி விடு. என் முதன் மந்திரியாய் இருந்து என்னைக் கௌரவப்படுத்து".

எல்லோரையும் அவிழ்த்துவிட்டனர். அன்றைய அவமானக்கூத்து ஓய்ந்தது. பாதுஷா கொடுத்ததை எண்ணிப் பார்க்க பையைப் பிரித்தான் குலாம். பல தங்க நாணயங்கள்; நகைகள். சந்தேகத்துடன் நிமிர்ந்து பார்த்தான் பாதுஷாவை. "நான் சொன்னதற்கு அதிகமாகவே தேரும் வெளியே சென்று விற்றுப்பார்" என்றார்.

உடனடியாக விலை கொடுத்து அவற்றை வாங்கக் கூடியவர்கள் பலர் பாதுஷாவுக்கு மிகவும் வேண்டியவர்கள் ஊரில் இருந்ததும் உண்மைதானே. அவமானத்தின் எல்லையைக் கண்டபின் அரண்மனையில் யாருக்குமே உயிர் வாழ்வதான எண்ணமே இருக்கவில்லை. பிரளயம் நேர்ந்ததைப் போன்ற பேரதிர்ச்சியில் எல்லோருமே அசையாமல் ஆடாமல் கிடந்தனர். எல்லோருடைய உயிரோட்டமும் தேங்கித் தேய்ந்துவிட்ட நிலையில் இரவு மெல்ல நகர்ந்தது. பிரளயம் வந்து நீங்கிவிட்ட மாதிரியும் உணர்ந்தனர்; ஆனால் பிரளயம் நீங்கிவிடவில்லை. மறுநாள் காலையில் குலாம் சீறிக்கொண்டு வந்தான். பாதுஷாவை நீ நான் என்று பேசினான்; அவன் கையில் ஒரு கடிதம் இருந்தது. அது இரகசியமாகப் பாதுஷா எழுதிய கடிதமாம். உடனே உதவி கேட்டு மராட்டியருக்கு இதை எழுதினாராம். குதிரையில் ஏறி ஒருவன் புறப்படும்போது பிடித்தானாம் குலாம். குதித்தான் ஒரேயடியடியாய் "உன்னை நம்ப முடியாது; நீ பேடி; புளுகன். போக்கிரி உன்னை என்ன செய்கிறேன் பார்" என்று கத்திவிட்டு அவர் தாடியைப் பிடித்து உலுக்கி அவர் வாளையும் பிடுங்கிக்கொண்டு, "ஏய், வா இங்கே" என்று புதிய மன்னனை அழைத்துச் சிம்மாசனத்தில் உட்காரவைத்தான். தானும் வணக்கமும் மரியாதையும் செலுத்தித் தன் படைத் தலைவர்களையும் வணக்கம் செலுத்தச் சொன்னான். முரசுகள் ஒலித்தன. வாத்தியங்கள் முழங்கின. வெடிகள் வெடித்தன. புதிய சக்கரவர்த்தி முடி சூடிக்கொண்டு விட்டார். நகர மாதர்க்கு இந்தச் செய்தி பறையறைந்து அறிவிக்கப்பட்டது.

ஷாஆலமும், அவருடைய மைந்தர்களும் மோதி மஹாலில் சிறை வைக்கப்பட்டனர். அந்தப்புரத்திலிருந்து யாரும் வெளியேறாமல் காவல் போடப்பட்டது. எல்லோரும் மூன்று

நாட்கள் பட்டினி போடப்பட்டனர். குடிக்கத் தண்ணீரும் கொடுக்கக் கூடாதென்ற கடுமையான கட்டளை பிறந்தது. அரசிளங்குமரரான அக்பரையும் சுலைமானையும் கட்டிப் போட்டுச் சவுக்கால் அடிக்கும்படி உத்திரவிட்டான் குலாம்.

“ஐயா, தயவுசெய்து அவர்களைத் துன்புறுத்தல் வேண்டாம்; என்னை எதுவேண்டுமானாலும் செய்யுங்கள்” என்று கெஞ்சினார் பாதுஷா.

“இந்த உளறுவாய்க் கிழவனைக் கீழே தள்ளி இவன் கண்களைப் பிடுங்குங்கள்” என்றான் குலாம்.

“வேண்டாம் ஐயா. அது மட்டும் செய்யாதீர்கள், கடந்த அறுபது ஆண்டுகளாகத் தினந்தோறும் திருக்குர்–ஆன் ஓதி ஓதி மங்கியிருக்கும் இந்த முதிய கண்களை ஒன்றும் செய்யாதீர்” என்றார் பாதுஷா; எழுபது வயதுக்கிழவர்.

ஐந்தாறு முரட்டு மலைவாசிகள் பாதுஷாவின் மீது பாய்ந்து, கீழே தள்ளி, அடித்தும் குத்தியும் புரட்டி எடுத்தனர்; அயர்ந்து அவர் மல்லாந்ததும் அவர்கள் ஆளுக்கொரு ஊசியை எடுத்து அவர் கண்களில் குத்தினார்கள். முக்கிமுனகும் அவரை அசையாமல் அமுக்கிப் பிடித்துக்கொண்டிருந்தனர் அந்த முரடர்கள்; கண்களில் குருதி பீறிட்டது.

“ஏய் கிழக் கழுதே, இப்பொழுது எதைப் பார்க்கிறாய் நீ?” என்றான் குலாம்.

“அல்லாஹ்! உனக்கும் நடுவில் புனிதமான திரு–குர்–ஆன் கிடப்பதைத் தான் பார்க்கிறேன்” என்றார் பாதுஷா.

அந்த இரவு மோதி மஹாலில், முத்துக்களின் மஹால் என்ற பெயருடைய அரண்மனையில் அத்தனை பேருடைய கண்ணீர் முத்துக்களும் உதிர்ந்தன என்று சொன்னால் அது அலங்காரமாகலாம்; ஆனால் அத்தனை பேருடைய கண்களிலிருந்தும் இரத்தக்கண்ணீர் மழை பொழிந்தது; பாதுஷாவின் கண்கள் இரத்தத்தையே உகுத்தன. ஊசிகள் செய்த புண் அவருடைய கண்களை இரத்தக் குளம்புகளாகிவிட்டது. ஒரே அழுகைக் குரல். இது பொறுக்கவில்லை குலாமுக்கு. உடனே ஆட்களை ஏவி குரலெடுத்து அழுகிறவர்களின் தலையையே சீவி எறியக் கட்டளையிட்டான். அழுகுரல் இரத்தக் கறைகளில் மறைந்தன.

மறுநாள் காலை, புதிய மன்னன் காதைப் பிடித்து இழுத்துக்கொண்டே “ஓய் பக்கத்! உனக்கொரு வேடிக்கை காட்டுகிறேன் பார்” என்று சொல்லி அழைத்து வந்தான்

பாதுஷா. பன்றிபோல் முடங்கிக் கிடந்தார். அவர் ஆடையெல்லாம் ஒரே இரத்தக் கறை, பசியாலும் தாகத்தாலும் உலர்ந்து ஒட்டிக் கிடந்த பெண்களும், குழந்தைகளும். இளவரசர் இருவரும் பிணங்களைப் போலத் தரையோடு தரையாய்க் கிடந்தனர்.

"ஏய் கிழவா, எங்கே புதைத்து வைத்திருக்கிறாய் பொக்கிஷத்தை; உடனே எனக்குப் பொன் வேண்டும். தராவிட்டால் உன்னை இறந்தோர் இருக்கும் இடத்திற்கு அனுப்பி விடுகிறேன்" என்று அதட்டினான்.

"நான் உன் கைக்குள் இருக்கிறேன். ஒரேயடியாய் என் தலையை வெட்டி விடு. சித்திரவதை செய்யாதே" என்றார் பாதுஷா.

அவர் முடிப்பதற்குள் அவர் மீது பாய்ந்து அவரைப் புரட்டி மார்பில் உட்கார்ந்து கொண்டான். இருவர் பாதுஷாவின் கையையும் காலையும் பிடித்துக்கொண்டனர். குலாம் தன் ஆள்காட்டி விரலையும் கட்டை விரலையும் அவருடைய புண்ணாகிக் குதறிக் கிடந்த கண்களில் விட்டுக்குடைந்து விழிகளை வெளியே எடுப்பதுபோலக் கிழித்தான். அவன் முகத்தில் வெறி தணிந்ததைப் போன்ற ஒரு மலர்ச்சி பரவிற்று. ஆட்களை அனுப்பி அவசரமாக ஓர் ஓவியனை வரவழைத்தான்.

"இதோ பார், இப்படியே இந்தக் கிழக் கழுகு பாதுஷாவின் மார்பில் உட்கார்ந்து கொண்டு இவனுடைய விழிகளை நான் பிடுங்குவதுபோலவே ஒரு சித்திரம் தீட்டு" என்று உத்திரவிட்டான்.

அன்று முழுவதும் அரண்மனையில் ஓர் இடம் விடாமல் பொன் தேடினான். சுவர்களை இடித்தும், பெட்டி பேழைகளை உடைத்தும், மேடைகளைத் தகர்த்தும் தேடினான். ஒன்றுமே கிடைக்கவில்லை. அந்தப்புரத்துப் பெண்கள், அலிகள் முதலியவர்களைக் கூட்டி வைத்து அடித்தான்; எண்ணெய்யைக் காய்ச்சி அவர்கள் உள்ளங்களில் ஊற்றிக் கேட்டான், இரவு வந்தது. பசியும் தாகமும். அவர்கள் அனைவரையும் கொன்றிருக்கலாமே; சாவும் குலாமுக்கு அஞ்சி அந்தப் பக்கம் தீயும் காட்டவில்லை. அந்த இரவும் கழிந்து மறு நாளையும் அவர்கள் காண நேர்ந்தது. தெய்வ சம்மதமாயிருந்தது. குலாம் வந்தான். பாதுஷாவின் அருகில் வந்து அவர் தாடியைப் பிடித்து உலுக்கி. "உன் தவறுகளுக்காக, உன்னை மட்டுமின்றி, உன்னைச் சேர்ந்த எல்லோரையுமே துன்புறுத்த நேர்கிறது. இன்னும் நீ பொன்னை ஒளித்து வைத்திருக்கும் இடத்தை மறைக்கிறாய். உன்னை அங்கம் அங்கமாகப் பிய்த்துத் தோரணம் போல் தொங்கவிடத்தான் நினைக்கிறேன். ஆனால் கடவுள் பெயரால் உன் உயிரை விட்டு வைக்கிறேன்" என்றான் குலாம்.

அவனைப் பார்க்க முடியவில்லையே என்று ஏங்குகிற வரைப் போலத்தான் முகத்தை அவன் குரல் வந்த திசையில் தூக்க முடியாமல் தூக்கித் திருப்பி அமைதியுடன் சிரித்தார் பாதுஷா.

அந்தச் சிரிப்பு மறைவதற்குள், யாரோ வந்து குலாமிடம், பாதுஷாவின் குழந்தைகள் மூன்று வயதும், ஐந்து வயதும் உள்ள ஆண் குழந்தைகள் இரண்டும் தொண்டை ஒட்டி உலர்ந்து இறந்துவிட்டதாகக் கூறிய செய்தி ஷாஆலம் காதிலும் விழுந்தது. உடனே குலாம், "அவை இரண்டும் கிடக்கும் இடத்திலேயே அவற்றைக் குழி வெட்டிப் புதையுங்கள்" என்று உத்தரவிட்டு வெளியே நடந்தான்.

அந்தக் குழந்தைகளின் தாய்மார் பால் ஊர்ந்து ஊர்ந்து இடையில் சோர்ந்தது; போய் மீண்டும் வளர்ந்து அவை கிடக்குமிடத்தை அடைய முயன்று கொண்டிருந்தான். இளவரசுகளான அக்பரும் சுலைமானும் அந்தத் தாயை எப்படியோ தூக்கித் தள்ளாடி தள்ளாடிக் குழந்தையிடம் கொண்டு வந்து சேர்த்துவிட்டு, பாதுஷாவை தூக்கி வரச் சொல்வதற்குள் சோர்ந்து கீழே விழுந்து விட்டனர். அரசியின் பெருமூச்சையும் இளவரசுகளின் முனகல்களையும் குறிவைத்துக்கொண்டு, கைகளால் துழாவிக்கொண்டே பாதுஷா நகர்ந்து வந்தார்.

மராட்டியர்கள் டெல்லிக்கு மிக அருகில் வந்துவிட்ட செய்தி கேட்டுக் குலாம் காதிர் குதிரையேறிப் பறந்தான். படைத் தலைவர்களும் ஓடினார்கள். சிறைக்காவல் செய்த சிலர் உள்ளத்தில் மறைந்து கிடந்த மனிதத் தன்மை துளிர்விட்டது. மிச்சமிருந்த பாதுஷாவின் குடும்பத்திற்கு முதலில் குடிக்கத் தண்ணீர் கொண்டு வந்து ஊற்றினார்கள் – மறுபடியும் அந்தப் பயங்கர இரவுகள் வரமாட்டா என்ற நம்பிக்கையில்லாமலேயே நடுங்கிக் கொண்டிருந்தார் ஷாஆலம்.

**_சிவாஜி_ – ஆண்டுமலர்: 1977**

**புதிய கதை**

•

# முழுமை

"மிஸ்டர் ஜான் சாரியினுடைய இங்கிலீஷைக் கேட்ட பிறகு நாமெல்லாம் பேசுவதோ, சொல்லித் தருவதோ இங்கிலீஷே இல்லையென்று தோன்றுகிறது."

"இனிமேல் இங்கிலீஷில் பேசுவதற்கே வெட்கமா இருக்கும் என்று நினைக்கிறேன்."

"வார்த்தைகளை உச்சரிக்கவே தெரியாமல் கொலை செய்திருக்கிறோம், இத்தனை நாள்."

"இடியம் என்கிறது என்னவென்றே தெரியாமல், அந்த, வாசனையே இல்லாமல், நாமும் பேசுகிறோம், சொல்லியும் கொடுக்கிறோம். இந்த மொழி நமக்கு வரவில்லையென்றால், பேசாமல் அடியோடு விட்டுவிடலாம். அதைச் சிதைத்துக் குலைக்கக்கூடாது நாம்."

இந்தத் தோரணையில் பேசிக்கொண்டிருந்த நாலைந்து பேர்களும் வாலிபர்கள். இந்த வயதில் தம் குறையை ஒப்புக்கொண்டு பேசும் அவர்களுடைய இயல்பு, பக்கத்துக் கம்பார்ட்மெண்டில் நீட்டிப் படுத்துக்கொண்டிருந்த ஒரு முதியவரை வியப்பில் ஆழ்த்தியது. அது ஒரு பாஸஞ்சர் வண்டி. திருச்சி யிலிருந்து இரவு பதினொரு மணிக்குப் புறப்படும் ரெயில். அதிகக் கூட்டம் இல்லை. ஆளுக்கொரு பலகை தனியே கிடைக்கும். தாராளமாய் வண்டி புறப்படுவதற்கு ஒரு மணிக்கு முன்பே வந்து அவரவர்கள் படுத்துக் கிடந்தனர்.

வாலிபர்களின் பேச்சைக் கேட்ட முதியவர் எழுந்து வந்து அவர்களுடன் உட்கார்ந்துகொண்டார்; "நீங்கள் எல்லோருமே ஆசிரியர்களோ" என்று கேட்டார்.

"ஆமாம் ஸார், நாங்கள் பி.டி. ஆசிரியர்கள். மூன்று வாரங்கள் இங்கிலீஷ் டீச்சிங் கேம்ப் நடந்தது இங்கே. பயிற்சி முடிந்து வருகிறோம்."

"ரொம்பச் சரி நானும் எல்.டி.தான். சமீபத்தில்தான் ரிடையர் ஆனேன். யாரோ சாரி என்று பேசிக் கொண்டீர்களே, அவர் யார்?"

"அவர்தாம் எங்களுக்கு இங்கிலீஷ் கற்றுக் கொடுத்தவர். அவர் பெயர் ஜான் சாரி; தென்னிந்தியர்தாம். லண்டனில் சிறப்புப் பயிற்சி பெற்று வந்திருக்கிறார். அவர் லண்டனில் தெரிந்து கொண்டதைவிட அதிகமாக டெல்லியில் தம் தகப்பனாரிடம் ஆங்கில மொழியின் நுட்பங்களைத் தெரிந்து கொண்டதாகச் சொல்கிறார்."

"சரி, அது நம் தஞ்சாவூர் மாவட்டத்து ஆங்கிலம். அதிலும் மன்னார்குடி 'ஃபிண்ட்லே' காலேஜ் வாசனையில் ஊறிய இங்கிலீஷ். ஆர்.வி. சாரியின் பாஷைக்குக் கேட்கவா வேண்டும்?"

"எங்களுக்குப் பாடம் எடுத்தவர் ஆர்.வி. சாரி இல்லை ஸார்; ஜான் சாரி."

"அந்த ஜான் சாரியின் தகப்பனார்தாம் இந்த ஆர்.வி. சாரி. நான்கு ஆண்டுகளுக்கு முன் தாமாகவே ரிடையர் பண்ணிக் கொண்டு போனார். அவருடன் வேலை செய்த பெருமை உண்டு எனக்கு. அவர் பள்ளிக்கூடத்தை விட்ட கதை மிகவும் விசித்திரமான கதை."

மேரி என்று ஓர் ஆபீஸர் வந்தாள். அவளுக்கு ஆங்கிலத்தில்தான் மிகவும் அக்கறை; உங்களுக்குத்தான் தெரியுமே; அதிகாரிகளின் அக்கறை எதில் என்று தெரிந்துகொண்டு, தங்கள் பள்ளிக்கு அவர்கள் வரும்போது அவர்களைத் திருப்தியடையச் செய்வதுதான் தலைமையாசிரியர்கள் கற்க வேண்டிய முதற் கலை. விஞ்ஞானத்தில் அக்கறை காட்டும் அதிகாரியானால், இன்ஸ்பெக்ஷன் நாட்களில் பள்ளிக்கூடத்து 'லாபரட்டரி' எல்லாம் ஒட்டடை அடைத்து, தூசி தும்பட்டையில்லாமல் தட்டிக் கொட்டித் துடைத்து அமர்க்களப்படும். சரித்திரம் பூகோளம் ஆகியவற்றில் ஆர்வம் காட்டும் அதிகாரியானால் அதற்குத் தகுந்தபடி ஆடவேண்டும். சாரியைக் காட்டி இந்த மேரியை ஆச்சரியத்தில் அயரவைத்துவிடலாம் என்று நிம்மதியாக இருந்தார் எங்கள் தலைமையாசிரியர்.

இன்ஸ்பெக்ஷனும் வந்தது. சாரியின் பதினோராம் வகுப்பு ஆங்கிலப் பாடம். மேரியுடன் தலைமையாசிரியர் அந்த வகுப்பில் நுழைந்தார். பியூன் நாற்காலியுடன் வந்து அதை உள்ளே கொண்டுபோய்ப் போட்டான். ஆபீஸர் உள்ளே வரும்போது, மாணவர்கள் எழுந்து வணக்கம் சொன்னார்கள். சாரியும் வணக்கம் தெரிவித்து மாணாக்கர்களை உட்காரச் சொன்னார். கையில் புத்தகத்துடன் நின்று பாடம் நடத்தத் தொடங்கினார். அதிகாரியை அவர் கவனித்துப் பார்க்கவில்லை. முழு ஈடுபாட்டுடன் அவர் பாடம் நடத்தினார். அதிகாரி அவரை உற்றும் கூர்ந்தும் உணர்ச்சி பொங்கவும் பார்த்ததையும், தயங்கித் தயங்கி நின்று சங்கோசத்துடன் நாற்காலியில் பட்டும் படாமல் உட்கார்ந்ததையும், உட்கார்ந்த பிறகும் சிறிது நேரம் சொஸ்தமான நிலையில்லாமல் ஏதோ அசௌகரியம் நேர்ந்ததுபோல் இருந்ததையும் தலைமையாசிரியர் கவனித்தார். அவருக்கு ஒன்றும் புரியவில்லை. ஆனால் சாரி எதையுமே கவனிக்காமல், மாணவர்களைக் கேட்பதும் பதில் வாங்குவது மாய்ப் பாடம் நடத்திக் கொண்டிருந்தார். பாடத்தில், 'இல் அட் ஈஸ்' என்ற தொடர் வந்தது. அதைப் பல வகையில் உபயோகித்து வாக்கியங்கள் சொல்லி 'அட் ஹோம்' என்பதையும் சொல்லி, இரண்டுக்கும் உள்ள எதிரிடையான பொருளையும் விளக்கிக் காண்பித்தார். பாடத்தோடு பாடமாய், "ஆங்கிலத்தில் பெரும் புலமையுள்ள அதிகாரி நம்முன் இருக்கிறார். அதற்காக நான் சிறிதுகூட அசௌகரியப்பட்டுக்கொள்ளவில்லை. மிகவும் சகஜமாகவே இருக்கிறேன். நீங்களும் அப்படித்தான் இருக்க வேண்டும்" என்று அந்தத் தொடர்களை அழகாக உபயோகித்துக் காட்டினார்.

இதற்குள், தன் மனநிலையை மெல்லச் சமாளித்துக் கொண்டு, சகஜ நிலைக்கு வந்திருந்தாள் அதிகாரி. ஆனால் அவள் மனம் அங்கு இருக்கவில்லை; தேச காலங்களை மறந்து, இன்பத்தை அப்பிக்கொண்டு, கிளர்ச்சிபெற வைத்துக்கொண்டிருந்தது அவளுடைய மனம். அந்தக் கிளர்ச்சியில் அவள் புடைபெயர்ந்து எங்கேயோ, எத்தனையோ காலத்துக்குமுன் போய்விட்டிருந்தாள்.

அவள் காதுகளில், கால் நூற்றாண்டுக்கு முன் திருவனந்தபுரத்து லாட்ஜ் ஒன்றில் அவள் கேட்ட ஆங்கிலம் ஒலித்தது; தன் பதினாறு வயசுப் பருவத்தில், லாட்ஜின் அறைக் கட்டிலுக்கருகில் சிறு நாற்காலியில் தான் உட்கார்ந்திருக்க, இருபத்தெட்டு வயசுள்ள ஓர் ஆசிரியர், கட்டிலில் சாய்ந்து உட்கார்ந்துகொண்டு அவளுக்கு ஆங்கிலப் பாடம் நடத்திக் கொண்டிருக்கிறார். நெற்றியை நிறைத்து அழகூட்டும் ஒற்றைச் சிவப்பு நாமம். மத்தாப்பாய்ப் பூத்துச் சொரியும் வைரக்கடுக்கன்கள்.

கட்டுக்குடுமி. தோள்வரை மடக்கிவிட்ட முழுக்கைச் சட்டை. அந்த ஆசிரியர் அவளுடைய முதுகை, முகத்தை, மார்பைக்கூடத் தொட்டுத் தொட்டுக் கொஞ்சிக் குலவிக்கொண்டே போதித்த ஆங்கிலத்தைக் கேட்டுக்கொண்டிருந்தாள். அதே குரல்; அதே உச்சரிப்பு; அந்த அந்நிய பாஷையில் அவருக்கு இருந்த அதே அக்கறையும் ஆர்வமும்; தாய்மொழியைப்போல, தண்ணீர் பட்டபாடாய்ச் சரளமாய்ப் பேசும் லாகவம்; ஒரு வாரம், ஏழே நாட்கள். இரண்டென்பது மறைந்து ஒன்றிவிட்ட நிலையில் நினைத்தபோதெல்லாம் நெருடி நெருடிக் கற்பித்ததை, சுவைத்துச் சுவைத்துப் புகட்டிய ஆங்கிலத்தை, மீண்டும் கேட்டுக்கொண்டே, காலத்தில் மிதந்துகொண்டிருந்தாள் அவள்.

அவளுடைய முக மலர்ச்சியையும் உடம்பின் பரவசத்தையும் பார்த்த தலைமையாசிரியருக்கு மிகுந்த திருப்தி. 'பள்ளியைப் பற்றி இனிக் கவலையில்லை. வேறு குறைகள் இருந்தாலும் சமாளித்துவிடலாம்' என்று மகிழ்ந்து கொண்டிருந்தார் அவர். ஆனால் ஆபீசருடைய பரவசம் வேறு ஏதோ ஒன்றால், அவள் பெற்று மகிழ்ந்த பெரிய லாபத்தால் விளைந்ததென்பது அவருக்குத் தெரியாது. சாரிக்கும் அப்போது தெரியாது. பின்னால்தான் தெரியும். இப்போதும் எனக்கு மட்டுந்தான் தெரியும். அதுவும் சாரி சொல்லித்தான் தெரியும். ஆதியோடந்தம் அவரே சொன்னார்.

o

இருபத்தைந்து வருஷங்களுக்கு முன்பு அவர் ஒரு கம்பெனிக்குப் புத்தகம் எழுதிக் கொடுப்பதற்காகத் திருவனந்தபுரம் போயிருந்தார். ஒரு லாட்ஜில் தங்கினார். ஒரு நாள் மாலை நேரம், புழுக்கம் தாங்காமல், குளித்துவிட்டுக் காற்றாடப் போவோம் என்று கிளம்பினார். அப்போது அங்கே சந்திரலேகா படம் ஓடிக்கொண்டிருந்தது. இரவுச் சாப்பாட்டை அறைக்குக் கொண்டு வைக்கச் சொல்லிவிட்டுத் தியேட்டருக்குப் போய்விட்டார். திரும்பி வந்து அறையைத் திறக்கும்போது, சாப்பாட்டை வைத்துக்கொண்டு ஒரு சிறு பெண் நின்றிருந்தாள். அவருக்கு எப்படியோ ஆய்விட்டது. "என்ன இது? நீ யார்?" என்றெல்லாம் கேட்டபடியே கைகால் கழுவிக்கொண்டு வந்தார். அதற்குள் அந்தப் பெண் தயாராய் இலைபோட்டுத் துடைத்துப் பரிமாறிக்கொண்டிருந்தாள். சின்னப் பெண்; படிக்கும் பெண்ணைப்போல் இருந்தது. தமிழும் பேசிற்று; இடையில் இரண்டோர் ஆங்கில வார்த்தையும் இருந்தன. மலையாளச் சமையல்; சாரிக்குப் பிடிக்கவில்லை. ருசிக்காமல், "கஷ்டம், கஷ்டம்" என்று தலையில் போட்டுக்கொண்டார். அந்தப் பெண், தான் பேசிய ஆங்கிலத்தில் தப்பு இருந்ததால் தான் அவர் அப்படிச்

செய்கிறார் என்று நினைத்துக்கொண்டு, "இந்த பாஷை வரதில்லை எனக்கு; அதனால் தானாக்கும் இந்தக் கஷ்டம்" என்று அழவே தொடங்கிவிட்டதாம்.

சாப்பிட்டுக் கை அலம்பினார். கட்டிலில் உட்கார்ந்தார். அந்தப் பெண் துண்டை எடுத்து அவருடைய கைகால்களைத் துடைத்துவிட்டாள்.

"நீ சாப்பிட்டாயா?" என்று கேட்டார்.

"ஓ! ஞான் எப்பவோ" என்று ஜாடை காட்டிச் சிரித்தாள்.

மங்கலாயிருந்த மின்வெளிச்சம் அதிகமாயிற்று. நிமிர்ந்து பார்த்தார். "இரவு நேரம் வோல்டேஜ் அதிகமாகிறது" என்று சொல்லிக்கொண்டே அவளையும் பார்த்தார். பருவத்தின் முன்வாசலில் பதுமைபோல் நின்ற அவள், அவர் மனத்தை நிறைத்தாள். அநாவசியமான அலங்காரம் எதுவுமே இல்லை அவள் உடம்பில். ஆனால் மலர்ந்த பூவைப்போலப் புதுமையும் பொலிவும் பூண்டிருந்தாள். சாதாரணமான எளிய புடவையும் ரவிக்கையுந்தான்.

சட்டையைக் கழற்றினார் சாரி; பனியனையும் கழற்றி விட்டார். மிகவும் குறைவான வாடகை உள்ள அறை அது. மின்விசிறி கிடையாது. 'அப்பாடா' என்று கட்டிலில் சாய்ந்தார். தலையணையை எடுத்து முதுகுப்புறம் வைத்தாள் அவள், கீழே கிடந்த தென்னை விசிறியை எடுத்து விசிறினாள். யார், எப்போது அறைக் கதவைச் சாத்தித் தாழ்ப்பாள் போட்டார்களென்று தெரியவில்லை. அதிகமான வெளிச்சத்தில் அந்தப் பெண்ணைப் பார்க்கக் கூசுவதுபோல், வெளிச்சத்தைக் கையால் மறைத்துக் கொண்டே, "நீ வீட்டுக்குப் போகவேண்டாமா?" என்று கேட்டார்.

அவள் கண்கலங்கி, மூக்கு மலர, உதடு துடிக்க நின்றாள். விரைவாகத் திரும்பி விளக்கை அணைத்துவிட்டாள். அவளை இழுத்துப் பக்கத்தில் உட்கார வைத்துக்கொண்டு, "ஆமாம், இந்த பாஷை வராததால்தான் இந்தக் கஷ்டம் என்று அழுதாயே, அது என்ன சமாச்சாரம் பெண்ணே?" என்று விசாரித்தார்.

"என் பெயர் பார்வதி. ஹைஸ்கூலில் கடைசி வருஷம் படிக்கிறேன். எனக்கு ஆங்கிலத்தில் மார்க் இல்லை. அதனால் ஸெலெக்ஷன் கிடைத்தில்லையாக்கும். அடுத்த வாரக் கடைசியில் ஒரு பரீட்சை உண்டு. அதில் மார்க்கு வந்தால் எஸ்.எஸ்.எல்.ஸி. எழுதலாம். நான் எப்படி மார்க் வாங்க முடியும்? ஆக எனக்குப் படிப்பு முடிஞ்சு போச்சு. என் ஆசையிலும் மண் விழுந்தாச்சு. என்னோட அப்பன் ஒரு வெறும் உதவாக்கரையாக்கும். படிப்பும் வாண்டாம்; மண்ணும் வாண்டாம், நீ இனி

சம்பாதிக்கணுமாக்கும்னு நிர்ப்பந்தமா இங்கே கொண்டுவந்து விட்டான். நான் அதை மனசார ரொம்ப வெறுத்து, முன் ஒரு தினம் வந்து, உடனே ஓடிப் போய் ஆயிற்று. ஒரு ஆபத்தும் வந்திட்டில்லை அன்னிக்கு. இன்னிக்கு வந்தது ரெண்டாம் முறை. இப்போ உங்களைப் பார்த்ததும் ஒருவிதமாய்ச் சமாதானம் உண்டு. தங்கியும் ஆயிற்று. கேட்டுதோ ? உங்க மனசுக்கும் பிரியமாயிட்டிருந்தா ...” என்று அவள் சொல்லிக்கொண்டிருந்த போது, சிநேகம் வளர்ந்து நெருக்கம் மிகுந்துவிட்டிருந்த நிலை.

மறுநாள் காலை, அவள் சுருக்கவே எழுந்துவிட்டாள். அவர் மிகவும் அயர்ந்து தூங்கிக் கொண்டிருந்தார். அவள் போய் நீராடிவிட்டு, உடை மாற்றிக்கொண்டு காபியும் வாங்கி வந்திருந்தாள், அப்போதும் அவர் எழுந்திருக்கவில்லை. அவள் பழமையான பூபாளத்தில் நாராயணீயம் பாடிக் கொண்டிருந்தாள். மலையாளத்துக்கே உரிய லலிதமான பாணி! அழகான உச்சரிப்பு. சாரி விழித்துக்கொண்டு பளபளவென்று நிற்கும் அவளைப் பார்த்துக்கொண்டே வந்து உட்கார்ந்தார்; “என்னை எழுப்பக்கூடாதோ ?” என்றார்.

“நல்ல லட்சணமாயிட்டிருந்ததாக்கும் உங்கள் உறக்கம்; ஓ! எம்மட்டுச் சுந்தர ரூபம் ... ஏன், எதுக்கு எழுப்பட்டும் ஞான் ? இதோ காபி ரெடி. குளிக்கும் முன்னே பூக்கள் ரஸிப்பது உண்டுதானே ?”

காபி குடித்துக்கொண்டே, “பார்வதி, நான் இங்கே இன்னும் ஒருவாரம் இருப்பேன்; அதற்குள் உனக்கு நிறைய இங்கிலீஷ் கற்பிக்க முடியும். உன் வகுப்புப் பாடம் முழுதுமே எனக்கு அத்துப்படியானது. எனக்கு இந்த ஒரு நாளில் நீ என்னென்னவோ கற்பித்துவிட்டாய்,தெரிகிறதா ?” என்றார். கரைத்துப் புகட்டினார், அந்த ஒரு வாரம். ஏழு நாட்களே. இருபத்தைந்து வருஷங்களுக்கு முன்னால் கடந்த அந்த நாட்களை நினைத்துப் பரவசப்பட்டுக் கொண்டிருந்தாள் ஆபீஸர்.

வகுப்பு நேரம் முடிந்து மணி அடித்தது. அந்த மணியோசை அவளை நிகழ்காலத்துக்கு மீட்டுக்கொண்டு வந்தது. சாரி, கரும்பலகையில் அன்று நடத்திய பாடத்தின் சாரத்தை, தொடர்களை, அவற்றின் இலக்கண அமைதியை எழுதி முடித்தார். ஆபீஸரை அழைக்கத் தலைமையாசிரியரும் நாற்காலியைத் தூக்கப் பியூனும் தயாராயினர்.

ஆபீஸருடைய கண்கள் எழில் நிறைந்து விரிந்து நனைந்து இமைத்து விழித்தன. அவள் மனம் சில்லிட்டுக் குளிர்ச்சி பெற்றிருந்தது; உடம்பு பறப்பதுபோல் லேசாகிவிட்டிருந்தது. பதியமாட்டாமல் செருப்புக்கு மேலேயே துவண்டன, அவள் பாதங்கள். மெல்ல எழுந்து, மரியாதையுடன் நின்றிருந்த சாரியைத்

தாண்டும்போது, சற்றே நெருங்கிச் சின்ன சிரிப்புடன், கவிதை கமழும் ஆங்கிலத்தில் அவள் இசைத்தாள்.

"ஆரம்பத்தில் க்ஷணகாலம் என்னை அசௌகரியப்பட வைத்தீர்கள். அதுவும் இன்பமயமான அசௌகரியந்தான். ஆனால் உடனேயே நான் மிகவும் சகஜமாய் உணர்ந்தேன். மேலும், அப்போது காலம் ஓடாமல் ஸ்தம்பித்து நின்றுவிட்டதுபோலத் தோன்றிற்று. பிறகு, இறந்த காலம் நிகழ்காலத் தாயின் மடியில் பூத்துத் தவழ்வதையும் கண்டேன். வாழ்க்கை கற்பனைக் கதையைவிட அபூர்வமானதுதான் என் குருநாதரே!"

சாரி, அப்போதுதான் அவளை உற்றுப் பார்த்தார். உடனே புரிந்தும்விட்டது. ஆனால் கொஞ்சங்கூடத் தன் கம்பீரம் குறையாமல், "அப்படியா? மிகவும் சந்தோஷம். நான் இப்போதும் ரொம்பச் சகஜமாகவே உணர்கிறேன். கூடவே மகிழ்கிறேன்" என்றார்.

அன்று மாலையே தன்னை வந்து சந்திக்கும்படி செய்தி வந்தது ஆபீஸரிடமிருந்து. சாரியும் சென்றார், அதிகாரி தங்கியிருந்த பயணிகள் மாளிகைக்கு. உள்ளே போகும்போதே சொன்னார்: "நானே வருவதாகத்தான் நினைத்தேன். எல்லாம் ரொம்பச் சரி; பார்வதி எப்படி மேரி ஆனாள்? நான் எழுதிய கடிதங்களும் அனுப்பிய பணமும் திரும்பி வந்துகொண்டே இருந்தன. அதிர்ச்சி, ஏமாற்றம் துயரம் எல்லாம் அநுபவித்தேன். நான் திருவனந்தபுரத்திலிருந்து இங்கு வந்த சில நாட்களில் என் முதல் மனைவி படுத்த படுக்கையாய்க் கிடந்த என் நோயாளி மனைவி இறந்துவிட்டாள். நான் அங்கு வரும்போதே, ஏன் திருமணம் ஆன நாளிலிருந்தே நோயாளிதான் அவள். என் பார்வதியும் பாராமுகமானாள்; பிறகு இந்த இருபத்தைந்து வருஷங்களாக என் பிரம்மச்சரியம் மிகவும் பத்திரமாகவே இருந்து வந்திருக்கிறது. திருவனந்தபுரம் லாட்ஜில் நடத்திய நம் ஏழு நாள் இல்லறமும் பெற்ற சுகமும் இந்தப் பிரம்மசரிய வாழ்க்கையில், நினைவாலேயே நிறைவு தந்து குறை நீக்கிவிட்டன. என் மனமும் வேறு எங்கும் எதையும் பசித்துக் கேட்கவில்லை. இப்போது மீண்டும் நான் பெறும் நிறைவு எனக்கு மிகவும் பாந்தமாகவும் சாந்தமாகவுமே படுகிறதே! இதில் ஆச்சரியமோ அசௌகரியமோகூடத் தோன்றாத சகஜ நிலையும் இருக்கிறதே! பார்வதி, அழுகிறாயா? என்ன இது?" என்று பரபரப்புடன், பயணிகள் மாளிகையின் அறையில், கட்டிலில் சாய்ந்திருந்த மேரியை அணுகிச் சென்ற பிறகுதான், அவளுடைய முகத்தைத் தொட்டும் விட்ட பிறகுதான், சாரி சுற்றுமுற்றும் பார்த்தார். யாரும் இல்லை. ஆபீஸர் தனியாகத்தான் இருந்தாள். பியூனையும்

கேம்ப் கிளார்க்கையும் மறுநாள் வந்தால் போதுமென்று சொல்லி அனுப்பிவிட்டிருந்தாள். தாழிட்ட சாந்தம் நிறைந்த அறைதான்.

"நான் அழவில்லையே! மகிழ்ச்சியின் வெளியீடுதான்" என்று சொல்லிக்கொண்டே, கட்டிலை விட்டிறங்கி அருகில் இருந்த சிறு நாற்காலியில் தான் உட்கார்ந்துகொண்டு அவரைக் கட்டிலில் சாய்ந்து உட்கார வைத்தாள். "இலை போட்டுப் பரிமாறட்டுமா?" என்று கேட்டாள்.

இருவருமே வாய்விட்டுச் சிரித்துக்கொண்டார்கள். பரிசமே தேவைப்படாத, உடம்போடு உடம்பு பட்டாலும் படா விட்டாலும் ஈர்த்து இணைக்கும் அந்தரங்கம் கமழ்ந்து பரவியது; இடைவெளியும் குறைந்துவிட்டது. பார்வதி, அழுகிறாயா?" என்று அவர் கேட்ட குரலில், அந்த ஒருமையில், அவள் மீண்டும் பதினாறு வயதுக் கன்னியானாள். புல்லரித்து வேர்த்தாள். தன் உடம்பில் சிலுவைக்குறி செய்துகொண்டு, சற்றே கண்ணை மூடிக் கர்த்தரைத் தொழுதாள். அன்னை மேரியை நினைத்து ஜபம் செய்தாள். பின் நாற்காலியை இன்னும் சற்று நெருக்கமாக இழுத்துக்கொண்டாள். கட்டிலில் உட்கார்ந்திருந்த சாரியின் கால் தன் மேல் பட இருந்தாள்.

அவர் கண் கலங்காவிட்டாலும் கலகலவென்று பேச முடியாமல், நிலைத்துவிட்ட கண்களால் என்னவெல்லாமோ கேட்டுக்கொண்டிருந்தார் அவளை. அவள் சொன்னாள் நிறுத்தி, நிதானமாய்த் தேர்ந்தெடுத்த ஆங்கிலச் சொற்களால் சொன்னாள்:

"அதே வருஷம் எஸ்.எஸ்.எல்.ஸி. பாஸ் ஆனேன். இங்கிலீஷில் நிறைய மார்க்கு வாங்கினேன்; ஆனால் ..." என்று தொடர முடியாமல் கலங்கித் தழுதழுத்து நிறுத்திப் பிறகு தொடர்ந்தாள். "இங்கிலீஷில் நிறைய மார்க்கு வாங்கினேன். ஆனால் அப்போதைய நம் இல்லறம் எனக்குள் மார்க்காகியிருந்தது. அதற்குப் பிறகு நான் எந்த லாட்ஜுக்கும் போகவில்லை; அப்பன் செத்துப் போனான். அண்டை அயலார் என்னைத் துரத்தினர்; துப்பினர். நான் சாக விரும்பவில்லை; ஸார், உங்கள் ஆண்மையின் நினைவும் உங்கள் ஆளுமையும் எனக்குத் துணையாக எப்போதும் என்னுடன் இருப்பதாகவே காட்டின. பக்கத்து ஊருக்குப் போய் வயது முதிர்ந்த ஒரு பாதிரியாரிடம் பாவமன்னிப்புக் கேட்டேன். 'தந்தையே! என்னைக் காப்பாற்றும்' என்று கண்ணீர்விட்டேன். கர்த்தரே என்னைத் தம்மிடம் அனுப்பியிருப்பதாகச் சொல்லி உருகினார் அந்தப் பாதிரியார். எனக்குச் சரணம் தந்தார். மேரி ஆனேன். ராஜாவைப் போலக் குழந்தை பிறந்தான். பாதிரியார் பேருதவி செய்தார். குழந்தையை வளர்க்க நல்ல ஏற்பாடுகளைச் செய்து என்னைக் காலேஜில் சேர்த்தார். குழந்தைக்கு ஜான் சாரி என்று

பெயர் சூட்டினார். நாகர்கோயிலில்தான் படித்தேன். பட்டம் வாங்கினேன். டிரெயினிங் முடித்தேன். உத்தியோகம் கிடைத்தது. உயர்ந்துகொண்டும் வந்தது. நீங்கள் சொன்னமாதிரி அது ஏழு நாள் இல்லறமென்று நான் நினைக்கவில்லை. ஏழு 'வருஷங்களாகவே நினைத்தேன்; ஸார், நான் ஒரு நிமிஷங்கூட உங்களை மறந்ததில்லை. நான் பாராமுகம் ஆகவில்லை. என் குருநாதரே, உங்கள் புனிதவாழ்வில் குறுக்கிட விரும்பாமல் ஒதுங்கிக்கொள்வதாக நினைத்துத் தவம் இருந்தேன். வேறு வித்தியாசமான எண்ணம் இல்லை. இதோ பாருங்கள் நம்முடைய மகனை' என்று சொல்லித் தன் பெட்டியிலிருந்து ஒரு போட்டோவை எடுத்துக் கொடுத்தாள். தம்மை இளமையுடன் கண்ணாடியில் பார்ப்பதுபோல் இருந்ததாம் சாரிக்கு. அவள் தொடர்ந்தாள்:

"அவன் சென்னையில் படித்தான். ஆரம்பக் கல்வி முதல் அவனுக்கு ஆங்கிலத்தில் அதிக அக்கறையும் தேர்ச்சியும் ஏற்படச் செய்தேன். எம்.ஏ. முதல் வகுப்பில் தேறினான். சிறப்பாக ஆங்கிலம் கற்றுத் தேற லண்டனுக்கு அனுப்பினேன். திரும்பி வந்து டெல்லிச் சர்வகலாசாலையில் இருக்கிறான். நானும் அடுத்த மாதம் முதல் மத்திய அரசின் கல்வி இலாக்காவுக்குப் போகிறேன். மாற்றல் தேடிக்கொண்டு. உங்களுக்கு இங்கே பந்தம் ஒன்றும் இல்லையென்று சொன்னீர்கள். உங்கள் மனைவி பற்றிய செய்தி எனக்கும் துயரத்தையே தருகிறது. ஆனால், அதுவும் வேடம் மாறி வந்த ஆசிநலமே எனக் கருதுகிறேன். விரைவில் இந்தப் பள்ளியிலிருந்து ஓய்வு பெற்றுக்கொண்டு டெல்லிக்கே வருகிறீர்கள். கண்ணுக்குத் தெரியாவிட்டாலும் எப்போதுமே என்னுடன் இருந்த என் வாழ்க்கைத்துணையை, இனி நான் எப்பொழுதும் பார்த்துக்கொண்டிருப்பேன். நம் மகனும் என்னை முழுத்தாய்மையுடன் கண்டு, தானும் முழுமை பெறுவான்" என்று முடித்தாளாம் ஆபீஸர்.

"நானும் முழுமை பெறுவேன்" என்றாராம் சாரி.

ரிடையர் ஆகி டெல்லிக்குச் சென்றார். சந்தோஷமாகவும் இருக்கிறார்; அடிக்கடி எனக்குக் கடிதம் எழுதுகிறார். அவர் கரைத்துப் புகட்டிய இங்கிலீஷ்தான் இந்த ஜான்சாரியின் இங்கிலீஷ். இவ்வாறு கூறிக் கதையை முடித்தார், முதிய ஆசிரியர்.

*கலைமகள்*: மார்ச் 1, 1978

# “சொரணை”

“வாம்மா . . . வா, நீ, வேந்தங்குடி . . .”

“ஆமாம் வேந்தங்குடிதான்”

“உம் பேரு...”

“நீலா .. ; சுவாமிக்கு மறந்துபோச்சா”

“ராதே கிருஷ்ணா, அதெல்லாமில்லை”

ஞாபகம் வந்துடுத்து ... நன்னா நினைவிருக்கு ... மேலத்தெரு நீலா, ஜவுளிக்கடை கிட்டாவோடு நம்ம பஜனைக்கெல்லாம் தவறாமல் வருவாயே . . .”

“நமஸ்காரம் பண்றேன் சுவாமி . . .”

“மகராஜியா இரு. ராதே கிருஷ்ணா, அம்மா சௌக்கியமா? எங்கேந்து வராப்பலே? கூட யாராவது ...”

“இல்லே சுவாமி, தனியாத்தான் வந்தேன் ...”

“அப்படியா, ரொம்ப சந்தோஷம். என் அட்ரஸ் இந்த வீட்டு விலாசம் எப்படி ... ஆனால் அங்கே அநேகமா உங்க எல்லாருக்குமே தெரியுமே...”

“மாம்பலம்னு தெரியும் . . . தெருப்பேரும் நினைவில் இருந்தது ...”

“அப்புறம் என்ன ... வாயில் இருக்கிறது வழி என்பார்கள்.”

“கேட்டுத் தெரிந்துகொண்டே வந்தேன்; சரியா கண்டுபிடிச்சுட்டேனே ...”

"கேட்கணுமா உன் கெட்டிக்காரத்தனத்திற்கு..."

"கொஞ்சம் புஷ்பம் பழம் வாங்கிக்கொண்டு வந்தேன்... உள்ளே போய்..."

"ஆகா, தாராளமாப் போறது ... ஆனால் உள்ளே ஒருத்தரும் இல்லை; அவள் பிரசவத்திற்காக ஊருக்குப் போயிருக்கிறாள். இந்தத் தடவை ரொம்பத் தள்ளாமை அவளுக்கும். அதனாலே முன்னாடியே போய்விட்டாள். மாசம் ஆறோ ஏழோதான் ஆறது. முன்னாடியே போய்விட்டாள். இந்தப் பசங்க. அதான் என் பிள்ளைகள் மூணுபேரும் சினிமாவுக்குப் போயிட்டானுக. சரி, என்ன சாப்பிடுகிறாய், காபியா, ஹார்லிக்ஸா..."

"ஒண்ணுமே வேண்டாம். மைலாப்பூரில் என் உறவுக்காரர் வீட்டில்தான் தங்கியிருக்கிறேன். நான் பட்டணத்துக்கு வந்து மூணுநாள் ஆயிடுத்து. இன்னிக்கு ராத்திரி வண்டிக்கு டிக்கட்டும் வாங்கிவிட்டேன். ஒன்பதரை மணிக்குத்தானே புறப்படுகிறது ரயில். அவசியம் உங்களைப் பார்த்துப் பேசிவிட்டுப் போகணும்னுதான் வந்தேன். மிகவும் முக்கியமான அந்தரங்கமான சமாச்சாரம். நீங்கள்தான் எப்படியாவது இதை நல்லபடியாக..."

"ராதே, கிருஷ்ணா, இப்பவே மணி ஆறு, ஆறரை இருக்கும். இங்கேந்து மைலாப்பூர் போய்... என் வண்டி இருந்தாலும் பரவாயில்லை... பசங்க எடுத்துண்டு போயிருக்கானுக."

"அதெல்லாம் ஒண்ணும் கஷ்டமில்லை சுவாமீ. ஒண்டி ஆள் மூட்டையா முடிச்சா... ரிஸர்வேஷன் டிக்கட் ..."

"ரொம்பப் புழுக்கமாயிருக்கிறது. பெரிய மழை வேறு வரும்போல் இருக்கிறதே... இப்படி அவசரமாய்..."

"சுவாமி, அப்படியே உட்காருங்கள். நான் கொஞ்சம் விஸ்தாரமாகவே விவரங்கள் சொல்லவேண்டும்."

"இதோ வந்துவிட்டேன். ஒரு நிமிஷம்" என்று முன்புறம் போய்க் கதவைப் பூட்டிச் சாவியையும் எடுத்துக்கொண்டு உள்ளே வந்தார் சுவாமி. அவளை நடு அறைக்கு அழைத்துச் சென்று உட்கார வைத்துவிட்டு, மின்விசிறியையும் சுற்றிவிட்டபின், "இதோ வந்துட்டேன் ..." என்று சமையலறைக்குச் சென்றார். அங்கே அவர் பரபரப்பாய் ஏதோ செய்தார். பாத்திரச் சத்தம் கேட்டது.

நீலாவுக்கு என்னவோ போல் இருந்தது. தானே உள்ளேபோய் அவர் இஷ்டப்படி, காபியோ எதுவோ கலந்து அவருக்கும் கொடுத்துத் தானும் சாப்பிட்டால் என்ன?' என்ற எண்ணம் ஓடிற்று; குழிவான – நீண்ட பிரம்பு நாற்காலியில் சாய்ந்து

உட்கார்ந்திருந்தவள் எழுந்துநிற்கக் காலை இழுத்து ஊன்றினாள்; என்னவோ தோன்றிற்று; உட்கார்ந்தே இருந்துவிட்டாள்.

அவர் பெயர் சாது ராதே சுவாமி; குடும்பஸ்தர். நாற்பத்தைந்து வயதைத் தாண்டிவிட்டிருந்தார். தாடி மீசை கிடையாது. குறைந்தபக்ஷம் ஒரு பஞ்சக்கச்சம்கூடக் கிடையாது; கிராப்புத் தலைதான்; தளதளவென்ற புஷ்டி மிகுந்த தேகம்; தங்க நிறம்; தங்கச் சங்கிலியும் நவரத்தின மாலையும் அவருடைய பெரிய கழுத்திற்கும் விரிந்த மார்புக்கும் பொருந்தி, ஆடியசைந்து அழகு செய்தன. மிக இனிய கௌளை சாரீரம் அவருக்கு. வண்டு மாதிரிக் கீழ் ஷட்ஜம் வரை பாவிநிற்கும் கார்வைத் தொண்டை; ஒரு கட்டை சுருதியில் தம்பூராவும் இழைந்து பாடுவார்; பஜனையில் அஷ்டபதி தரங்கம், சித்தர் பாட்டு, பட்டினத்தார், தாயுமானவர் பாட்டுக்கள் எல்லாம் பாடுவார். கர்நாடக சுத்தமான ராக ஆலாபனை செய்வார். பஜனைக்கிடையில் உருக்கமாகப் பேசவும் செய்வார். அப்படியே தெய்வீகச் சூழ்நிலை உருவாகிக் கூட்டம் முழுவதும் பரவசமாகிவிடும். அகில இந்தியாவிலும் அவர் பஜனை செய்யாத ஊரே கிடையாது. அடிக்கடி விமானப் பிரயாணங்கள் செய்து பக்தியை வளர்க்கும் திருத்தொண்டர். ஆயிரக்கணக்கில் வருமானம் உள்ளவர். கார் உண்டு. அவர் இருப்பது அவருடைய சொந்த வீடு.

அவரால் ஏதோ, ஒரு முக்கியமான அந்தரங்கமான காரியம் ஆகவேண்டுமென்று அவரைத் தேடி வந்திருக்கும் வேந்தங்குடி நீலா என்ற இளம்பெண்ணுக்கு வயது இருபத்தைந்துக்குள்தான் இருக்கும். நல்ல வளர்ச்சியும் நளினமும் நயமுள்ள மேடு பள்ளங்களும் அமைந்த சிவந்த மேனி அவளுக்கு. வசதியான குடும்பங்களுக்கே உரிய அலாதியான அமைப்பு அது; முக வசீகரமும் துணிவும், முனகலே இல்லாத முழுக்குரலும், நின்றாலும் நடந்தாலும் உட்கார்ந்தாலும் இயல்பாகவே இணைந்து மிளிரும் கம்பீரமும் கொண்ட பெண் அவள். அதிக நகைகள் இல்லாமலேயே பளிச்சென்று தெரியும் கைகளும் கழுத்தும் அவளுடைய பெண்மையின் முழுமையை வற்புறுத்தின. மூக்கில் ஒன்றுமில்லை. காதிலும் சிறிய வெள்ளைத் தோடுதான். வைரமில்லை. பழைய புடவையும் ரவிக்கையும்தான்; பட்டின் விலை ஒரேயடியாய் உச்சாணிக்கு ஏறாமலிருந்த காலத்துப் பட்டுப் புடவைதான். ஆகவே உடலின் சுத்தமான ஜரிகைக் கரையும், தலைப்பின் பட்டைக் கரைகளும் பளபளவென்றிருந்தன. அரக்கில் கருப்புப் பார்டர். அதற்கேற்ப அதியோ ஆடம்பரமோ இல்லாத ரவிக்கை. முக்கால் முதுகையும் முழங்கைக்குச் சற்றே மேல்வரையிலும் மறைத்த பழைய பாணி ரவிக்கைதான். நெற்றியில் குங்குமம்தான்; செழுமையான கூந்தலின், நேர்வகிட்டுப் பின்னல், அகலமாய்ப்

பின்இடுப்பின் கீழே புரண்டது. அவளுடைய நீளவாகான முகத்தில் நிலவிய முதிர்ச்சிக்களையும் அவளுடைய பின்முன் மேடுகளும் அடிவயிற்றுச் சரிவும், கல்யாணமாகிக் கணவனுடன் வாழும் தோன்றின.

விளிம்பில் பால்நுரை வழிய, டவரா டம்ளரில் காபியோ எதுவோ கொண்டுவந்து, அவள் கையில் கொடுத்துவிட்டு, அவளுக்கு எதிரில் நாற்காலியை இழுத்துப்போட்டுகொண்டு "ராதே கிருஷ்ணா" என்று அவர் உட்கார்ந்தபோது, பெரிய கடியாரம் ஒருமுறை ஒலித்தது. அதன் இரண்டு முள்களும் இணைந்திருந்தன.

நீலா, கடியாரத்தைப் பார்த்துக்கொண்டே, "ஆறரை அடித்துவிட்டதா" என்று கேட்டுவிட்டு, "சுவாமி, அபசாரம், நீங்கள் ஏன் சிரமப்பட்டுக் காபியெல்லாம்..." என்று கேட்டாள்.

"பரவாயில்லை; சாப்பிடு. உங்கள் வீடுகளில், நான் எத்தனை நாள், என்னவெல்லாம் சாப்பிட்டிருப்பேன். சரி என்ன சமாசாரம்; கிட்டாவிடமிருந்து கடிதமே வருவதில்லை. அவரும் வரவில்லை; ஆனால் அடிக்கடி மெட்ராஸ் வருவதாகத் தெரிகிறது..."

"சுவாமி, உங்களுக்கு எத்தனை மாதமாய் வட்டி பாக்கி? உங்கள் அசல் எவ்வளவு?"

"நீலா, நீ கேட்பதைப் பார்த்தால்!"

"ஊம் ஊராப் போயி, பகவந் நாம பஜனை பண்ணிச் சம்பாதிச்ச பணத்தைப் போய் அவரிடம் கொடுத்தீர்கள். இதைத் தவிரப் பட்டுப் புடவைகளாகப் பட்டு வேஷ்டிகளாக வேறு விற்கக் கொடுத்தீர்கள். அவர்..."

"அவர் பிஸினஸ் நன்னா நடப்பதாகத்தானே கேள்விப் பட்டேன்."

"அவர் பிஸினஸ் படுத்துவிடவில்லை. ஆனால் கட்டுக் கடங்காத செலவு, வீண் செலவு அவருக்கு நிறைய ஆகிறது; அதனாலே கவலைப்பட்டேன். நீங்க அதுக்காகப் பயப்பட வேண்டாம் சுவாமி..."

"நீர்வாளத்தையும் கொடுத்துவிட்டு, பயப்படவும் வேண்டாம் என்கிறாயே நீலா...ராதே கிருஷ்ணா, நம்ம பணமாய் இருந்தால், பகவான் நமக்குத் திருப்பிக் கொடுப்பான். கிட்டா மிகவும் நல்லவர். உன்னுடன் இன்னொரு பெண் வருவாளே, அவள். ஆமாம் ஹம்ஸா அவள் சௌக்கியமா?"

“ஹம்ஸாவின் பெயர் மட்டும் உங்களுக்கு மறக்கவில்லையே”

“மறக்குமா; உங்கள் இரண்டுபேரையும், கிட்டா தானே அழைத்துக்கொண்டு வருவார் எல்லா இடத்திற்கும், உங்கள் ஜில்லாவில் எங்கு நம்ம பஜனை நடந்தாலும், உங்கள் இரண்டு பேரையும் கிட்டாதானே அழைத்துக்கொண்டு வருவார்...”

“எங்கள் இருவரையும் அழைத்துக்கொண்டுதானே கிட்டா வருவார், எல்லா இடத்திற்கும் . . . என்று சொல்லுங்கள் சுவாமி.”

“உன் பேச்சின் அழகும் அலாதிதான் நீலா; அந்த ஹம்ஸா”

“ஹம்ஸாவையும் அவள் தாயாரையும் அழைத்துக் கொண்டு பம்பாய்க்குப் போய் முப்பதினாயிரம் ரூபா செலவழித்து, அவளைப் பெரிய ஆபீஸருக்குக் கல்யாணம் செய்து வைத்துவிட்டுத் திரும்பினார் உங்கள் கிட்டா. ஹம்ஸாவுக்கும் அப்பா இல்லையல்லவா. கிட்டா அவளுக்குத் தாய்மாமன் என்று சொல்லிக்கொண்டாராம். எங்கம்மா போய்க் கிட்டாவைப் பார்த்து, என் சங்கதி என்னவென்று கேட்டாள். “ஆகட்டும், ஜமாய்த்துவிடுவோம்” என்று பிரமாதமாகப் பேசினார்; நாங்களும் நம்பிவிட்டோம். நிம்மதியாகப் பழகிக்கொண் டிருந்தோம்; உங்கள் பஜனைக்குப் பதிலாக க்ஷேத்திராடனம் செய்துகொண்டிருந்தோம். திருவனந்தபுரம், வைக்கம், திருச்சூர், குருவாயூர்கூடப் போனோம். திருப்பதியும் உண்டு. அதிக அலைச்சல். கண்ட ஊர் ஜலம். கண்ட சாப்பாடு. இரவு கண்விழிப்பு. ஒரு தடவை சுற்றிவிட்டுத் திரும்பியபோது நான் மிகவும் இருமிக்கொண்டிருந்தேன். மறுநாள் கோழையைத் துப்பியபோது, அதில் சிவப்புத் தெரிந்தது. பக்கத்தில் கிட்டாவும் இருந்தார். நூறு ரூபாய் பணம் எடுத்துக் கொடுத்து மறுநாளே தஞ்சாவூருக்குப் போய் டாக்டரிடம் காட்டச் சொல்லிவிட்டுக் கிட்டா போய்விட்டார். மறுநாள் அம்மாவும் நானும் பஸ்ஸில் போய் இறங்கும்போது அவரும் காரில் வந்து சேர்ந்தார். டாக்டரிடம் போனோம். அவன் ஒரு வெறும் கத்துக்குட்டி. டி.பி. யாயிருக்கும் மோன்னு சந்தேகப்படறதாகச் சொன்னானாம், ஊருக்கு வந்தோம். நாலுநாள் எங்கம்மா சித்தரத்தைக் கஷாயம் போட்டுக் கொடுத்தாள். இருமலெல்லாம் பறந்து போயிடுத்து. சுருக்கச் சுருக்க வாரத்தில் மூணுமுறை எண்ணெய் தேய்த்துக் கொண்டேன். உடம்பு பழையபடி தேறிவிட்டது; ஆனால் அதற்குப் பிறகு, உங்கள் கிட்டா எட்டிக்கூடப் பார்க்கவில்லை.”

“ராதே கிருஷ்ணா, என் கிட்டாவா? எப்படி? கிட்டா ஒரு பக்தர்; பக்தி காரியங்கள், ஸத்ஸங்கமெல்லாம் அவருக்குப் பிடிக்கும் அவ்வளவுதான்; அவர் உங்கள் கிட்டாதான் நீலா; சரி, அப்புறம் என்ன ஆச்சு?”

“கண்ணில் அகப்படுவதே இல்லை; கண்டாலும் மெல்லத் தப்பித்து விடுவது. இப்படியே இருந்தது. நான்தான் எங்கம்மாவை வற்புறுத்தி, எப்படியாவது அவரைப் பார்த்து, மேலே ஆகவேண்டியதற்கு ஏற்பாடு செய்ய நிர்ப்பந்தம் பண்ணுன்னு அனுப்பினேன். ஆயிரம் ரூபாயை, வெறும் ஆயிரம் ரூபாயைக் கொடுத்து, இவ்வளவுதான் முடியும்; பிஸ்னஸில் ரொம்பக் கஷ்ட நஷ்டம். இனிமேல் உங்களுக்கும் எனக்கும் எந்தச் சம்பந்தமும் கிடையாது. முதல்லே போய் நீலாவுக்கு நல்ல வைத்தியம் பண்ணுங்கோன்னு சொல்லிவிட்டுப் பரபரன்னு போயிட்டாராம். இவ்வளவும் கோவிலில் நடந்திருக்கு. தேமேன்னு பாவம் எங்கம்மா கலங்கிப்போய் நின்னாளாம். இதற்குள் சற்றுத்தூரம் போனவர் திரும்பிவந்து, மறுபடியும் தன்னைத் தேடி வருவதோ மற்றதோ நேர்ந்தால் அநாவசியமாய் மானம் போய்விடும் என்று வேறு பயமுறுத்திவிட்டுப் போனாராம். அப்பவும், முதல்லே போய் வைத்தியம் பாருங்கோன்னு சொல்லிவிட்டுப் போனாராம். நான் பட்டணத்துக்கு வந்ததே அதுக்காகத்தான். பெரிய டாக்டரைப் பார்த்து எல்லா டெஸ்டும் பண்ணி, விவரமா ஸர்டிபிகேட்டும் வாங்கியாச்சு” என்று சொல்லி, ஒரு கவரில் வைத்திருந்த தாள்களையும் எடுத்துக் கொடுத்தாள் நீலா.

சுவாமியும் அவற்றைப் பார்த்துவிட்டுத் திருப்பிக் கொடுத்துக் கொண்டே, “அந்த வியாதியெல்லாம் நமக்கேன் வரும்? நாமெல்லாம் பகவானை நம்பறவாளாச்சே” என்றார்.

வெளியே இடியும் மின்னலுமாய் வானம் குமுறிற்று. இதுவரை அதிகக் குமுறல் இல்லாமல் பேசிக்கொண்டிருந்த நீலா, “சுவாமி, ஹம்ஸாவுக்கு அத்தனை ரூபாய் அள்ளிக் கொடுத்த கை, என்னை மட்டும் ஏன் வஞ்சிக்க வேண்டும்? நானும் அதை நம்பித்தானே, அப்பப்போ, ஹம்ஸாவைப் பார்த்துப் பார்த்து, அந்த அளவுக்கு, அளந்து அளந்துதானே நெருக்கம் கொண்டேன். இரட்டைக்குதிரை ஸாரெட் என்று பேர் வைத்து ஊர் கேலி செய்ததைக்கூடக் கண்டும் காணாமல் இருந்தோமே; அவளைக் கொண்டுபோய் ஓசத்தியா மணக்க வெச்சுட்டு, என்னை மட்டும் ஏன் கீழே தீத்தித் தொடைச்சு இப்படி நாறவைக்கணும்;” என்று சற்றே குமுறினாள்.

அவள் பேசிக்கொண்டே அந்தப் பெரிய பிரம்பு நாற்காலியின் முதுகையும் பள்ளத்தையும் விட்டுப் பிரிந்து, விளிம்பில் தொத்திக்கொண்டு, கால்களைத் தன்னையும் அறியாமல் முன்புறம் நீட்டி நீட்டி ஊன்றிக்கொண்டு உட்கார்ந்திருந்தாள். அவளுக்கெதிரில் சின்னதொரு ஸ்டூல் சேரில் உட்கார்ந்திருந்த சுவாமியும், அதன் வழுக்கும் விளிம்புக்கு வந்துவிட்டிருந்தார்.

நீலாவின் பட்டுப் புடவையின் பார்டர், மின்விசிறியின் காற்றில் மெல்ல எழுந்து மடங்கி, எழுந்து, ஜரிகைப் பளபளப்போடு நெளிந்து, சுவாமியின் புஷ்டியான காலின் ஆடுசதையில் தொட்டுத் தொட்டு வருடியது. சுவாமிகளிடம் தன் சிக்கலான பிரச்சனையைக் கூறியபின், முடிவையும், விளைவையும் பற்றிய யோசனையில் ஆழ்ந்து, சற்றே மெய்மறந்த நிலையில், தன் புடவைத் தலைப்பு மெல்ல ஒதுங்கி வழுக்கி நழுவியதை நிச்சயமாக அவள் உணர்ந்திருக்க முடியாது. சுவாமி, மிகுந்த நெருக்கத்தில், நீலாவின் பெருமூச்சுக்களை முகப்பவுடரின் மணத்துடன் நுகரும் நெருக்கத்தில், அவளுடைய பெண்மையின் முழுமையை உணர்ந்துணர்ந்து வசமிழந்து கொண்டிருந்தார். அடிக்கடி அவர் கூறும், 'ராதே கிருஷ்ணா'வைக்கூட மறந்து விட்டிருந்தார்.

வெளியே வானம், இடி மின்னல்களுடன் மழை பொழியத் தொடங்கியிருந்தது.

விளிம்பில் ஒட்டிக்கொண்டிருந்த இருவரும் ஒரே சமயத்தில் கனம் சரிந்து தடுமாறியபோது, சுவாமியின் முழங்கால் தன் முழங்காலில் இடித்த அதிர்ச்சியில், சரேலென்று கால்களை இழுத்துக்கொண்டு, பிரம்பு நாற்காலியின் பள்ளத்தில் இருத்தி உட்கார்ந்து முதுகைப் பின்னே சாய்த்தபோது, புடவைத் தலைப்பு முற்றிலுமே நழுவிவிட்டதை அள்ளிக்கொண்ட நீலா, நெருப்பைத் தொட்டுவிட்டவளைப்போல உதறிக்கொண்டு உறிஞ்சினாள். நிச்சயமாக அவள் பெண்மை மரத்துவிட்டவள் இல்லை. கிட்டாவின் உதவியோடு, ஹம்ஸாவைப் போலத் தானும் ஓர் உயர்ந்த மனைவியின் ஸ்தானத்தை அடையத்துடிக்கும் குடும்பப் பெண்ணின் சொரணை இருந்ததே அவளுக்கு. அப்படிப்பட்ட ஓர் அந்தஸ்து தன் பிறப்புரிமை என்றுகூட வாதாடுவாளோ! மறுபடியும் பழைய கம்பீரம் குடிகொண்ட முகத்துடன் நிமிர்ந்து உட்கார்ந்தாள் நாற்காலியில். புடவைத் தலைப்பும் அவளுடைய பெருமிதம்போல் உடலோடு ஒட்டிப் போர்த்து நிறைவு கொண்டது.

சுவாமி கொஞ்சம்கூடக் குனிவோ கூச்சமோ இல்லாமல் இளித்தார். இளிப்பைச் சிரிப்பாகக் காட்டமுயன்று தோற்றும் விட்டார்.

நீலா, அது இளிப்போ சிரிப்போ எதுவாயினும், அதை அவருடைய பக்தி பாவனையாகவே பரிசுத்தமானதாகவே கொள்ளும் அளவுக்குத் தன் நம்பிக்கையைக் காட்டிச் சுவாமி சமாளித்துக்கொண்டாவது நிமிர்ந்திருக்க நேரம் சமைத்தாள், தன் கம்பீரத்தால்.

“சரி, கிட்டா இப்போது என்ன செய்கிறார், என்ன சொல்கிறார்?” என்ற குரலுடன் விழிப்புற்றார் சுவாமி.

“அவர் செய்வதைப் பற்றி எனக்கு நிறையவே தெரியும்; அதை உங்களிடம் என்னால் விளக்கமுடியாது. விளக்கவும் கூடாது. அது அவர் வந்த வழி. அவருக்குப் புதிய இடங்கள், பழக்கங்கள் ஏற்பட்டிருக்கு. அவர் சொல்வதைச் சொல்லத்தான், உங்களிடம் வந்தேன். என் கல்யாணம் பற்றி அவர் ஒன்றும் செய்யமுடியாதாம். கண்டிப்பாய்த் தன்னிடமிருந்து காலணாக்கூடப் பெயராதென்று திட்டவட்டமாய்க் கூறுகிறார். எனக்கென்ன வேறு வழி இருக்கிறது. மெல்லவும் முடியவில்லை; துப்பவும் முடியவில்லை. வேறொரு குண்டையும் போட்டுவிட்டார். ஹம்ஸா சங்கதி தனியாம். நான் வந்து... நான் வந்து... வேறு யாரிடமோ” மேலே சொல்லமுடியாமல் அவள் தொண்டை அடைத்தது. இமைகள் மூடிக்கொண்டன. மூடிக்கிடந்த . . . மூடிய நிலையில் மெல்லப் பூவிதழ்போலச் சற்றே துடித்த அகலமான அவளுடைய அழகான இமைகளின் சரிவில் சுவாமியின் விழிகள் சென்று மோதின: “நீலா, தைரியமாயிரு. இங்கே பார் . . . தைரியமாயிருக்கணும்... நீ எவ்வளவு கெட்டிக்காரி ... கெட்டின்னா தைரியம்னு அர்த்தம்” என்று சொல்லிக்கொண்டிருந்தார் சுவாமி. அவருடைய விழிகள், நீலாவின் இமைச்சரிவில் சென்று சென்று மோதித் திரும்பிய அவருடைய விழிகள், அவள் உடம்பு முழுவதையும் மொய்த்து மொய்த்து மோதியதில் அவர் நிலைகுலைந்தார். நீலா அவரை நிமிரச் செய்துவிட்டதாக நினைத்திருந்தது பொய். “நீலா, இங்கே பார், தைரியமாய் இருக்கணும் . . . என்னைப் பார்” என்ற நிலைகுலைந்த அவருடைய குரல், அவளைத் தொட்டு விடுவாரோ என்ற எல்லையில் நின்றது. அதிர்ந்து கண் திறந்த நீலா நடுங்கினாள். சுவாமியின் குலைந்தநிலை அவளை எழுந்து நிற்கவைத்தது; எழுந்து நின்றவளை உரசும் நெருக்கத்தில் அவர் நின்றிருந்ததால், அவளால் அடி பெயர்க்கவும் முடியவில்லை. மீண்டும் நாற்காலியில் புதைத்து உட்காரவும் அவளுக்கு மனம் வரவில்லை. மனிதக் கண்யம் அப்படி அங்கே மறைந்துவிட்டிருந்தது.

“சுவாமி ...” என்று, மெல்லத்தான் வாய் திறந்தாள்! ஆனால், அவள் பெற விரும்பியது அதட்டும் குரல், கிடைத்தது சாந்தமான அழைப்பு.

இருந்த இடத்தைவிட்டு இம்மிகூட நகராமல், “நீலா, நீ ஊருக்குப் போய் அம்மாவை அழைத்துக்கொண்டு, மெட்ராசுக்கே வந்துவிடு. தாம்பரத்திற்கு அந்தண்டை அருமையான பிளாட் வாங்கி, அழகான கட்டிடம் ஒண்ணு கட்டியிருக்கேன். ஆசிரமம் ஸத்ஸங்கம் மாதிரி ஏதாவது அங்கே

ஆரம்பிக்கலாம்னு நினைச்சுத்தான் கட்டினேன்; ஆனால் அதற்கு வேறு இடம் பார்த்துக்கொள்வேன். நீ அங்கே இருக்கலாம். கிட்டா செய்யாவிட்டால் என்ன; நான் உன்னை ஸர்வாபரண பூஷிதையாப் பண்ணி, ஸத்யபாமை மாதிரி . . .”

“அம்மா, அம்மா ...” என்று அலறினாள் அவள்.

திடீரென்று மின்சாரம் நின்றுபோய் விளக்கு அணைந்தது. நின்றபடியே பிரம்பு நாற்காலியில் விழுந்து புதைந்த நீலாவின் மீது சுவாமியின் வியர்த்த சுமை கனத்தது.

பளீரென்று நீளமாய் வெட்டிய மின்னல் வெளிச்சம், அந்த அறைக்குள் தெறித்த ஒரு கணத்தில், அவரைத் தன் இரு கைகளாலும் எதிரே தள்ளினாள். விகாரமாயிருந்த அவர் முகத்தில் தூவென்று துப்பினாள்.

மீண்டும் மிக விரைவில் விளக்கு எரிந்தது. சுவாமி ஏதோ பிதற்றத் தொடங்குவதற்குள், “தூத்தூ, மட்டம் மட்டம்; எங்களை இரையாக மட்டுமே தின்னாத ஆண் விலங்குகளே கிடையாதோ?” என்று மீண்டும் துப்பிவிட்டுத் துள்ளி அவரைக் கடந்தாள் நீலா. அவர் சாவியைக் கொண்டுவந்து, பூட்டைத் திறந்து கதவைத் தள்ளினார். உள்ளே போய்விட்டார். நீலா தன் புடவைத்தலைப்பை இழுத்துப் போர்த்துக்கொண்டு, தூற்றலோடு நனைந்துகொண்டே மைலாப்பூருக்குப் பஸ்ஸைப் பிடிக்க ஓடினாள்.

**1981**

**‘கரிச்சான் குஞ்சு கதைகள்’**

●

# நீல ஊமத்தை

"ஆத்தா, ரண்டிலே ஒண்ணு தெரியணும்; ஒண்ணு, நான் நீலத்தைக் கட்டிக்க நீ சம்மதிக்கணும். இல்லாட்டீ நான் போயிடனும் . . . அப்படீன்னா, எங்கேயாணும் ஓடித்தான் போவேனோ, இல்லை, உசிரைத்தான் விடுவேனோ தெரியாது . . ."

"எலே, இதென்னடாது, எனக்கே புரியலையே, நிமிர்ந்து பார்த்துப் பேசமாட்டே? என்னெல்லாமோ பேசறையே. இதுக்காகவா நான் உசிரைக் கையிலே பிடிச்சுக்கிட்டு, ஊமத்தம்புகையும் கையுமாய் இந்த மண்ணோட ஒட்டிக்கிட்டுக் கெடக்கேன். ஊரிலே உள்ளவங்க, பங்காளிங்களும் ஒறவுக்காரங்களும் நம்ம ரெண்டு பேரையும், கண்டும் காணாமலும் கரிச்சுக் கொட்டறாங்கடா. எவனோ உன்னைக் கெடுத்துப்புட்டான். இல்லாட்டா நீ . . . இந்த ஆட்டம் ஆட மாட்டே . . ."

"ஆத்தா, அதெல்லாம் ஏன் வீணா மத்தவங்களை இழுக்கணும்? எனக்கே தெரியுதே, உனக்கு நல்ல எண்ணமே இல்லேன்னு. அந்தப் பொண்ணு நீலத்தின் பேச்சை எடுத்தா உனக்கு ஏன் இப்படி எரியுது? நீ சேர்த்து வெச்சிருக்கிற எல்லாத்தையும் எவனோ அடிச்சுப் புடுங்க வராப்புலே பேசறையே. என் இஷ்டம்னு ஒண்ணுமே கிடையாதா? எனக்கு நீயும் வேணாம்; தவிர, உன்னுதூன்னு இருக்கிற எதுவுமே வேணாம். வேலையை மாத்திக்கிட்டு எங்கேயானும் போறேன். அப்போ என்ன பண்ணுவே?"

“எலே, உனக்கு விவரம் புரிஞ்சப்பறம் நான் உன்னைத் தொட்டு அடிச்சதில்லை; அதுக்கு அவசியமும் நேந்துக்கலை . . . இன்னிக்கு என் கையாலே, ஆமாம். உன்னை ஊட்டிப் போட்டி, பூசிப்போத்தித் தடவித் தேச்சு வளர்த்த அதே கையாலே உன்னை அடிக்கப்போறேன் ...”

என்று படபடப்போடு சொல்லிவிட்டு எழுந்தாள் கிழவி.

நரைத்துத் திரைத்து ஒட்டி உலர்ந்து, எலும்பும் தோலுமாய் இருந்த அவள், வேகமாய் எழுந்தபோது இருமல் வந்துவிட்டது. தொடர்ந்து இருமிக் கேவியதில் அவளுடைய கண்கள் குத்திட்டு நின்றன. இந்த இழுப்பும் இரைப்பும் நீண்ட காலமாகவே இருப்பவை.

அவளுக்கு இரைப்பு கடுமை ஆயிற்று. அந்த இரைப்புக்கு இடையிலேயே, “எலே . . . அதை எடு. மாடத்திலே நெருப்புப் பொட்டி...” என்று கையை நீட்டி ஜாடை காட்டினாள். அவனும் உடனே அவளுடைய வைத்திய சாமான்களை எடுத்துக் கொடுத்தான். பாதி எரிந்த சந்தன வில்லையொன்றை எடுத்துக் கொளுத்தி, ஒரு சிறிய கல்லில் வைத்து, அதன்மீது வேறு ஒரு டப்பியிலிருந்து சிறிது ஏதோ தூளை எடுத்துப் போட்டாள். ஒரு துளை மட்டும் போட்டிருந்த கொட்டாங்கச்சி ஒன்றால் அதை மூடிப் புகையை வாயால் இழுத்து விழுங்கினாள். இவ்வாறு இரண்டு தடவை இழுத்தபின் அதை நகர்த்தி, “எலே, நீயும் ரொம்பக் கத்தியிருக்கே, உனக்கும் தொண்டை சரியாகத்தான் இல்லை. இந்தா, கொஞ்சமா இழு” என்றாள். அவன் சிறிது புகை இழுத்துவிட்டுச் சந்தன வில்லையை அணைத்தான். கிழவியின் இரைப்பு அடங்கச் சிறிது நேரம் ஆயிற்று. மெல்லக் கேட்டாள்:

“எலே, ஏதாவது தப்புத்தண்டா நடந்து போச்சோ? அந்தப் பொண்ணைத் தொட்டுத் தொலைச்சுப்பிட்டையோ? இல்லாட்டீ இப்படி ஆட மாட்டே நீ...”

“அந்த மட்டுக்குத் தைரியமும் தெம்பும் இருந்தாத்தான் தேவலையே ... உங்கிட்டு வந்து, இப்படி மன்னாடிக்கிட்டா நிப்பேன்? நீதான் என்னை ஒண்ணுக்கும் லாயக்கில்லாமெ, தைரியம், தெம்பு, திடம், திண்ணம் ஒண்ணுமே இல்லாமெ, ஆத்தா பேரனாகவே வளத்து ஆம்பிளைத்தனமே இல்லாமெ ஆக்கி வெச்சிருக்கையே ...”

“என்ன என்ன? எலே, என்ன சொன்னே?” என்று மலைத்து மாய்ந்தே போனாள் கிழவி. உண்மையாகவே அவளுக்கு ஒன்றும் புரியத்தான் இல்லை. ‘இந்தப் பய, இவனை நான் வளத்ததிலேயே குற்றம் சாட்டுகிறானே! இவனுக்கு நான் என்ன குறை வச்சேன்?

வேலிக் கணக்காக நிலம் இருக்கிற மிராசுதாரு வீட்டுப் பிள்ளை கணக்கால்ல இவனை வளர்த்தேன்; வாசிக்க வைச்சேன்.

'வேலையும் வாங்கிக் கொடுத்திருக்கேன். இவன் ஏன் இப்படிக் குறைப்பட்டுக்கிறான். என்னவோ இவனைக் கெடுத்துப் புட்டாப்லே அலுத்துக்கிறான்; சலிச்சுக்கிறான் ...' என்று அந்தக் கிழவிக்கு ஆற்றாமை பிய்த்துக்கொண்டது.

அவள் அவனுடைய தாய்க்குத் தாய் – பாட்டி. ஆறு வயதில் தாயை இழந்த பேரக் குழந்தை அவன். அப்பனைத் தெரியாது; அவ்வளவு இளமையில் அப்பனை இழந்தவன். அவனுக்குப் பாட்டிதான் எல்லா உறவும். ஆத்தா, ஆத்தா என்று அவன் அத்தனை காலமும் அழைத்த குரலின் குழைவும், அது கேட்டு உருகிய பரிவும் அந்தச் சிறு குச்சி வீட்டின் மூலைமுடுக்குகளில் எல்லாம் அன்பையும் பாசத்தையும் அப்பிமெழுகியிருந்தன. அவனுக்கு இப்போது இருப்பத்தைந்து வயது. கிழவிக்கு அறுபது எப்போதோ தாண்டிவிட்டது.

அவளுடைய புருஷன் அந்த ஊர்ப் பெரிய பள்ளிக்கூடத்தில் சேவகராய் இருந்தார். அரசாங்கப் பரீட்சைக்கு உட்காரத் தேர்ந்தெடுக்காத காரணத்தால் கோபித்துக்கொண்டு சில மாணவர்கள், வெங்காய வெடி மருந்தை நிறைய வைத்துக்கட்டி விளையாட்டாக எறிய, அதனால் பள்ளிக்கூடக் கட்டடமே எரிந்துவிடுமோ என்று அஞ்சிய நிலையில், தன் உயிரையே பணயமாக வைத்துத் தீயை அணைத்த அவருடைய உண்மைச் சேவகத்தை மெச்சிய பள்ளிக்கூட முதலாளி முதலியார், அந்தச் சேவகர் இறந்த பிறகும், அவர் மனைவியான ஆத்தாவிற்கு மாதம் முப்பது ரூபாய் கொடுத்து வந்தார். இன்றும் அது கிடைக்கிறது.

தன் பேரனை ஆளாக்கிப் படிக்க வைத்தாள் கிழவி. முதலியார் வீட்டில் வேலை செய்தாள். சாப்பாட்டுக்குப் பஞ்சம் இல்லை. முதலியார் சிபாரிசில் உள்ளூர் பேங்கில் சின்ன சம்பளத்தில் வேலையும் கிடைத்தது. அந்தப் பேங்கை ஒரு பெரிய பேங்க் இணைத்துக்கொண்டது. அது தேச உடமையானதும் இன்று அவள் பேரன் பெரிய சம்பளம் வாங்குகிறான். போட்டி மேல் போட்டியாய்ப் பெண் வரும். அந்தக் குச்சு வீட்டைச் சற்றே நன்றாகக் கட்டி, நல்ல இடத்துப் பெண்ணாய்ப் பார்த்துப் பேரனுக்குக் கட்டிவைத்துவிடவேண்டும் என்பது அவள் ஆசை. அவனும் அவள் கிழித்த கோட்டைத் தாண்டாதவன்தான்! இந்த வயதிலும் கோழிக்குஞ்சுபோல் அவளுடைய அரவணைப்பையே நாடுகிறவன். இப்போது சில நாட்களாகத்தான் இப்படி மாறியிருக்கிறான்.

இன்றைக்கு மிகவும் முற்றித் தடித்துவிட்டன அவனுடைய உணர்ச்சியும் வார்த்தைகளும். கிழவிக்கு ஒன்றுமே புரியவில்லை. கோவிலுக்கு, சினிமாவுக்குக்கூடத் தனியே போகமாட்டான். தெருவில் நடக்கும்போதுகூட ஆத்தாவை இடித்துக்கொண்டே தான் நடப்பான். அவனுக்கு வேஷ்டி சட்டையெல்லாம் கூடக் கிழவிதான் வாங்கித்தரவேண்டும். அப்படிப்பட்டவன் இப்போது அவள் பிடியிலிருந்து விலகிவிட்டிருந்ததோடு அவளை எதிர்த்துப் பேசவும், தன் எண்ணத்திற்கு அவளை இசைய வைப்பதற்காக வாதாடவும் துணிந்தால் எப்படிப் பொறுக்கும்? கோபம் வந்தது. முதல் தடவையாய் அவன் அந்தப் பெண்ணைப் பற்றிச் சொன்னபோதே, அவனை மிகவும் கண்டித்தாள். அந்தப் பேச்சையே எடுக்கக்கூடாது என்று தடுத்திருந்தாள். அவனும் சில நாள் பேசாமல் இருந்தான். அதைப் பற்றி மட்டுமல்ல; வேறு எதைப் பற்றியுமே கிழவியோடு பேசுவதில்லை. தன்னிடம் பயந்துகொண்டு தன் பேரன் திருந்தி விட்டதாகவும், அந்தப் பெண்ணையும் மறந்துவிட்டதாகவும் நினைத்தாள் அவள். அவன், அவளிடம் பயந்தது உண்மை; ஆனால் நீலத்தை மறக்கவில்லை. தன்னையுமறியாமல் பாட்டியை மிகவும் வெறுக்கத் தொடங்கியிருந்தான். அந்த வெறுப்பைத்தான் ஒதுக்கியும் ஒதுங்கியும் வெளியிட்டுக் கொண்டிருந்தான். தாங்க முடியாமற்போன நிலையில் ஒருநாள், இதைக் கீறி ஆற்ற நினைத்தான்; இப்படிக் கொட்டினான்.

“ஆத்தா, ரண்டிலே ஒண்ணு தெரியணும்; ஒண்ணு நான் நீலத்தைக் கட்டிக்க நீ சம்மதிக்கணும். இல்லாட்டீ, நான் போயிடணும். அப்படீன்னா, எங்கேயானும் . . .”

“எலே, அவ அழகிலே மயங்கிப் போயி, தடுமாறித்தானே இப்படி எல்லாம் தட்டுக்கிட்டுப் பேசறே . . . இன்னும் ஒழியலையா? அந்த ஆசை. நீ உருப்படமாட்டே, உருப்படவே மாட்டே. உன்னை நல்லா ஆட்டுது பேய். ஏண்டா, எங்கிட்டக் குழைஞ்சுக் கூத்தாடிக்கிட்டே அன்னிக்கு ஒருநாள், இதை நீ சொன்னீல்ல, அப்போ நான் என்னடா சொன்னேன்?”

“உக்கும், சொன்னே . . . அன்னக்காவடி, ராப்பட்டினி, அரதைப் பழசு, தரித்திரியின்னு அலுத்துக்கிட்டே ஒரேயடியா. அதோட விட்டையா – அது நெருப்புப்பூ, மோகினிப் பிசாசு அப்படி இப்படீன்னு வேறே என்னைப் பயமுறுத்தினே. உண்மையிலே உனக்குத்தான் பயம் – எங்கே நம்ம பேரன் நம்மை விட்டுட்டுட்டுப் போயிடுவானோன்னு. அதுக்காவ என்னைப் பயமுறுத்தினே. அது வெறும் பொண்ணு மட்டும் இல்லை ஆத்தா, தெய்வம், மஹாலட்சுமி. அது முகம் அப்படி

பூகணக்கா மலர்ந்து... என்ன வசீகரம்! ஏழையா இருந்தா என்ன? இப்போ நமக்கு என்ன இல்லை? நான் இத்தனை ரூபா சம்பாதிக்கப்போறேன்னு, நீயோ நானோ கனவாவது கண்டிருப்போமா? பணக்காரச் சம்பந்திங்க வருவாங்க, நிறையத் தருவாங்கன்னு எதையாவது பைத்தியக்காரத்தனமா மனசிலே வச்சிக்கிட்டு, என் வாழ்வைக் கொலைச்சுடாதே. ஆத்தா, என் நெஞ்சு இனிமேல் தாங்காது. வெடிச்சுடுமோன்னு பயமா இருக்கு ஆத்தா ..." என்று முடிக்கும்போது அழுதுவிட்டான் அவன்.

கிழவி அவனை இழுத்துத் தன் மடிமீது போட்டுக்கொண்டாள். சற்றே அழுது ஓய்ந்தபின், அவன் எழுந்து நகர்ந்து உட்கார்ந்து கொண்டான். தன் ஆத்தா மனம் மாறிவிட்டதுபோல் உணர்ந்தான். அவள் சொல்லப்போவதை, ஆவலுடன் கேட்கும் பாவனையில் அடங்கி ஒடுங்கி நின்றான். அவனால் ஆத்தாளை மீறவே முடியாது.

"எலே, நீ நல்லா இருக்கணும்கிறது தவிர, வேறே எனக்கு என்னடா ஆசை? ஆனா, இதெல்லாம் நல்லதுக்கு இல்லே. நாம ரண்டு பேரும் எங்கேயோ போய்க்கிட்டிருக்கம் இப்போ. நான் சொல்றது இப்போ தெரியாது. பின்னாலே தெரியும்போது ரொம்பக் கட்டமாயிருக்கும். ராசு இருக்கானே, அதாண்டா, அந்தப் பெண்ணுக்கு அப்பன் ராசு, அவன் நம் ஊர்க்காரன், நம்மைச் சேர்ந்தவன்தான். எங்கேயோ பட்டணம் பக்கம் பொளைக்கப் போனான். அங்கேயே கல்யாணமும் கட்டிக்கிட்டான்னு கேள்வி. பொஞ்சாதி செத்துப் போயிடுச்சுன்னு சொல்றான். இந்த நீலம் அவ பெத்த பெண்ணுன்னும் சொல்றான். வெவரம் தெரிஞ்சவங்க யாரும் இல்லை. அதுவும் தவிர, அன்னிக்கே சொன்னேன். இப்பவும் கண்டிப்பா சொல்றேன். அந்தப் பொண்ணு மேலே ஆசை வைக்காதே விட்டுடு, விட்டுடு. இத்தனை நெறமும், யம்மாடி, உருக்கி வார்த்த பொன்னும்பாங்க, இது அதை விடல்ல பளீர்னு சொலிக்குது – இத்தனை நெறமும் அழகும் வாகும் வாளிப்பும் நமக்கு ஒத்துக்காது – நம்ம உடம்புக்கு இதை சீர்ணிக்க முடியாதுடா. நமக்குன்னா என்னைச் சொல்லலை. வாணாள் முழுக்க நானா அதை வச்சுண்டு வாழப் போறேன். இன்னிக்கெல்லாம் இருந்தால் இன்னும் ஒரு வருசம், அதிகமாப் போனா ரண்டு வருசத்துக்கு மேலே தாங்காது என் உசிர். இழுப்பும் இரைப்பும் இந்த நீல ஊமத்தம்பூத்தூள் பலத்திலே இதுவரைக்கும் கட்டுப்பட்டது; இனிமேல் கட்டுப்படாது. வாணாள் முழுக்க அந்த நெருப்புப் பூவை வச்சுண்டு வாழப் போறவன் நீ! உனக்கு ஒத்துக்காது இந்தப் பாரா சாரி உடம்பும் அழகும். நீ ரொம்பப் பூஞ்சை. சின்னப் புள்ளையா இருந்தப்போ கணையும் இழுப்பும், இரைப்பும் இளைப்புமாய்க் கிடந்து தேறிய உடம்பு. எலே, ஒரு பெரிய ஆளு, ஆசானுபாகுவா திடகாத்திரமான ஆளு

ஆள வேண்டிய பொண்ணுடா நீலம். பைத்தியக்காரா, என் பேரன் சந்தோசமாயிருக்கிறதைக் கெடுக்கிற சன்மமுன்னா நினைச்சே என்னை. என் உசிரையே உன் மேலே வெச்சிருக்கேன். வேணாம், வெசப் பரீட்சை பண்ணாதே. காசு பணம்னு நான் சொன்னதெல்லாம், சும்மா வெறும் பேச்சுக்குச் சொன்னது. நல்ல பொண்ணாப் பார்த்தும் வச்சிருக்கேன். உனக்கும் தெரியும். அதை இப்போ சொல்லப்படாதுன்னு இருக்கேன். மொதல்லே இதை மறந்துட்டு மனசை நிம்மதியா வச்சிக்க; அலையவிடாதே. வீணா கெட்டுப் போவாதே. என்னடா, அப்படிப் பார்க்கிறே ஒரு மாதிரியா? நல்லாயில்லையே உன் பார்வை, குத்தறது மாதிரி..."

அவன் குத்திட்டுத்தான் பார்த்தான். குத்திய அந்தக் கண்களில் குரோதம் பொங்கிற்று. வெறுப்பு வழிந்தது. அந்த உணர்ச்சிகள், அவன் முகத்தையே அலங்கோலப்படுத்தின. ஒன்றுமே பேசாமல் வெளியேறிவிட்டான்.

அன்றிலிருந்து அவனுக்கும் கிழவிக்கும் இடையில் சுவர் எடுத்ததுபோல் ஆகிவிட்டது. பேச்சு வார்த்தைகூட இல்லை. அவன் அதிகமாக வீட்டில் தங்குவதே இல்லை. இரவு, நேரம் கழித்து வருவான். கிழவி வீட்டில் இருக்கிறாளா இல்லையா என்பதைக்கூட அவன் கவனிப்பதில்லை. கிழவியும் பையனும் முன்னுக்கு வந்து விட்டதைக் கண்டு பொருமிக் கொண்டிருந்தவர்களுக்கு, இது நல்ல திருப்தியைத் தந்திருக்க வேண்டும். அவர்கள் ஜாடை மாடையாகப் பேசியதில் கிழவி மிகவும் ஆழ்ந்த துயரடைந்தாள். ஆத்திரப்பட்டு, ஒரு நாள் ராசுவிடம் போய் ஏதோ இரைந்தாள். அப்போது ராசுவும் ஏதோ கடுமையாகப் பேசிவிட்டான். அன்று தெருவில் உள்ள வேறு சிலரும் அவளை எக்கச்சக்கமாய் இசைகேடாய்ப் பேசிவிட்டார்கள். பேரன் சந்தோஷமாய் இருப்பதைக்கூடப் பொறுக்காத கொடுமைக்காரி என்று பழித்துப் பட்டம் கட்டிவிட்டார்கள். தான் வாழ்ந்துள்ள இத்தனை வருஷங்களிலும் அவள் தெருவில் இரைந்து பேசியதுகூடக் கிடையாது. அவளையும் யாரும் இதுவரை ஏறிட்டுப் பார்த்து இரைந்து பேசியதில்லை.

தெருவே கூடித் தன்னைப் பழித்து அவமானப்படுத்தி விட்டது என்று எண்ணியெண்ணிக் குமைந்தாள் கிழவி. இழுப்பும் இரைப்பும் மிகுந்தன. புகை விழுங்கக்கூட முடியவில்லையோ, அல்லது வேண்டாமென்றுதான் விட்டாளோ? தீப்பெட்டியும் கல்லும் தூள் டப்பாவும் விடிவிளக்கின் அருகிலேயே கிடந்தன. தனிமையிலேயே இறந்து கிடந்தாள் இரவில்.

வழக்கம்போல் இரவு நேரம் கழித்து வீட்டுக்கு வந்தான் பேரன். அவள் கிடந்த கிடையிலிருந்து ஒருவாறு ஊகித்தறிந்து

அருகில் சென்றான். அதிர்ச்சியுடன் அந்த உடலை அணுகினான். இரண்டொரு முறை கண்ணை மூடி மூடித் திறந்தான். கண்ணீரே வரவில்லை. ஒரு மாதிரியான அச்சம் வந்து சூழ்ந்தது. நிமிர்ந்து குச்சு வீட்டின் கூரையைப் பார்த்தான். குச்சில் தானும் தன் ஆத்தாளும் வெகுதூரம் பிரிந்து போய்விட்டிருப்பதை உணர்ந்தான். ஒன்றுமே பேச முடியாமல் வாய் அடைத்து விட்டது. மனத்திற்குள் ஒரே புழுக்கம். அந்தப் புழுக்கத்தின் இடையே ஏதேதோ எண்ண அரிப்புக்கள். யாரையோ எதிர் மறுத்துரைப்பது போல், தன் இரண்டு உள்ளங்கைகளையும் வேண்டாம், இல்லை என்றெல்லாம் பொருள்படும் வகையில் அசைத்து ஆட்டினான். கஷ்டப்பட்டும் ஒட்டிக் கொண்ட உதடுகளைப் பிரிக்க முடியவில்லை. மிரண்டு விழித்தான். அவன் உள்ளுக்குள்ளிருந்து குரல் வந்தது: 'இல்லை; இல்லவேயில்லை. நான் என் ஆத்தாவைக் கொல்லவே இல்லை; இது பொய். பெரிய அபாண்டம்' என்று கேட்டது குரல். 'ஆ'வென்று அலறினான் வாய்விட்டு. அண்டை அயலார்கள் ஓடி வந்தனர்.

கிழவிக்குச் சம்பிரமமாகவே எல்லாம் செய்தனர். முன் யோசனையோடு ராசு, பங்காளிகளில் ஒருவரைக் கொண்டு கொள்ளி போடச் சொன்னான். பேரனும் அதிகம் ஆத்தாவின் உடலை அணுகிப் பார்க்கவில்லை. அவனை எல்லோரும் தேற்றித் தெம்பும் ஊட்டினர். காரியம் முடிவதற்குள் வீட்டில் கல்யாணப் பேச்சு நிறைந்தது.

நீலம் என்ற நீலாயதாச்சியைத் தன் மனம் மகிழக் கட்டிக் கொண்டான் பேரன். ராசு வீடு கட்டும் வேலையில் மும்முரமாக ஈடுபட்டான். கிழவி சாகவேண்டுமென்று காத்திருந்து செய்வதுபோல எல்லாம் நடந்தன. இந்த விரைவும் வீச்சும் பேரன் மனத்திற்கே என்னவோபோல் பட்டது. இதைப்பற்றி நினைத்துப் பார்த்தபோது, ஆமாம் ...' என்று ஒப்புக் கொள்வதுபோல் அவன் முகம் சுளித்து, அதை வெளியே காட்டிக்கொள்ளாமல் கசப்பை விழுங்குவதுபோல விழுங்கிக்கொண்டான். அந்தக் கசப்பும் மனத்தின் உள்ஆழத்திற்குப் போய்விட்டது.

குச்சு வீட்டை இடித்துவிட்டார்கள். அஸ்திவாரம் பறித்திருந்தார்கள். தன் வீட்டுப்பக்கம் போகாமலேயே இருந்துவிட்டான் அவனும்.

ஆறு மாதத்தில் வீடு கட்டி முடிந்தது. கிழவிக்கு வருஷம் முடிந்து திதி கொடுத்த பிறகு, புது வீட்டுக்குப் போகலாம் என்று தீர்மானித்தனர். தன் மருமகன் தன் வீட்டோடு இருந்து சந்தோசமாயிருப்பதில் ராசுவுக்கும் பெருமை. நீலம் தன் புருஷனுடைய ஆசையையும் மோகத்தையும் மிகவும் விரும்பி ஈடு கொடுத்தாள்; அடம் பிடிக்கும் குழந்தை ஆனான் அவன்.

நீலமே அஞ்சினாள்; ஒதுங்கினாள். கடைசியில் அருவருக்கவும் நேர்ந்துவிட்டது.

துரும்பாய் இளைத்து வரும் தன் மாப்பிள்ளை மழைக் காலத்தில், தும்மலும் இருமலுமாய், இழுப்பும் இரைப்புமாய்த் திணறுவதைப் பார்த்துக் கலங்கினான். டாக்டரிடம் போவதையும் விரும்பவில்லை. புதுவீட்டுக்குப் போவதற்குள் நீலத்திற்கு வளைகாப்பு வந்தது.

புதுவீட்டின் கொல்லைப்பக்கம் சென்று எதையோ தேடிக்கொண்டிருந்தான் பேரன். அவன் ஆத்தாள் ஒரு நீல ஊமத்தம் செடியைக் கண்ணைக் காப்பது போல் காத்து வந்தது அவனுக்கு நினைவு வந்ததால், அதைத்தான் அங்குச் சென்று தேடினான். கொல்லை முழுவதும் கொத்திச் சீர் செய்து வேலி எடுத்திருந்தது; வாழை போடுவதற்கு ஏற்பாடு செய்திருந்தான் ராசு. மழைக்காலம் முடிந்து விட்டதே. எங்கேயாவது ஒரு செடி, நீல ஊமத்தைச் செடி முளைக்காதா என்று ஏங்கினான் மருமகன்.

அன்று வளைகாப்பு. ஆத்தாவின் பழைய பெட்டியைக் குடைந்து கொண்டிருந்தான் பேரன். அவள் ஊமத்தை விதைகள் எடுத்து வைத்திருக்கும் வழக்கம் உண்டு. கிடைக்கவில்லை.

1981
'கரிச்சான் குஞ்சு கதைகள்'

•

# கதவு திறந்தே இருக்கும்

திசை மாறிச் சுவடும் விட்டுப் போயிருந்த அவள், தன் பிறந்த வீட்டிற்குச் சென்றாள்.

பிறந்த வீட்டுக் கதவு அவளுக்கு அடைக்கப் பட்டது. கூடப் பிறந்த ஒரே அண்ணன், அவளை ஏறிட்டுக்கூடப் பார்க்க மறுத்துவிட்டான். சென்னையில் தன்னை வந்து பார்த்துவிட்டுச் சென்ற அப்பா, அதே ஏக்கத்தில் இறந்துவிட்டாராம். உத்தமரான கணவரை விட்டுவிட்டு, ஓர் ஊர்சுற்றிப் போக்கிரியுடன் ஓடிவந்துவிட்ட தன்னைப் பற்றிப் புலம்பிக்கொண்டே செத்தாராம் அப்பா . . . நல்லவேளை இரவுநேரத்தில் அவள் அந்த வீட்டுக்குச் சென்றாள். "திண்ணையிலேயே இரவைக் கழித்துவிட்டு, விடியற்காலையே ஊர்விழித்து எழுவதற்குள் போய்விடு" என்று சொல்லிக்கொண்டே, வாசற்கதவைச் சாத்திக் கொண்ட அண்ணன், ரேழியில் நின்றுகொண்டே, "செலவுக்கு வேணுமானால், ஏதாவது பணம் தரட்டுமா?" என்று கேட்டான். அவள் பதிலே சொல்லவில்லை. மறுபடியும் அவன், கண்டிப்பான குரலில், "காலையில் நாலரை மணிக்கு ரயில் இருக்கிறது, பேசாமல் போய்விடு. ஊர் சிரிக்க வைத்துவிடாதே..." என்று சொல்லிவிட்டுக் கதவை வேகமாகச் சாத்திக்கொண்டான். இரண்டு மூன்று தாழ்ப்பாள்களையும் அவன் அடித்து அடித்துப் போட்டது அவள் காதில் விழுந்தது. வாசல் விளக்கையும் அணைத்துவிட்டான். இருள் சூழ்ந்தது. அந்த ஒருகணத்தில், திண்ணை, குறடு, விளக்கு, ஜன்னல், கதவு, தான் கொண்டுவந்திருந்த பெட்டி, படுக்கை, பைகள் யாவுமே இருளில் மறைந்து

இல்லாதனபோல் ஆகிவிட்டதை உணர்ந்தபோது, தானும் இல்லாதவளைப் போல் ஆகிவிட்ட நினைவில் சற்றே லயித்தாள். ஈயோ கொசுவோ முகத்தில் பட்டவுடன், தன்னிச்சையாக முகத்தைத் தொட்ட கையும், அரித்த முகமும் அந்த லயத்தைக் கெடுத்துவிட்டன. இருட்டில் துழாவிப் பெட்டிப் படுக்கைகளைத் தொட்டு இழுத்தாள். ஏதோ நினைவில் சாத்தியிருந்த கதவருகே தட்டுத்தடுமாறிச்சென்றாள். கதவையும் தொட்டாள். தொட்டாளே தவிரத் தட்டவில்லை. தட்டிப் பயனில்லை. திறக்காது. அது அடைத்துத் தாழ்ப்பாள் போடப்பட்டிருக்கிறது. கதவைவிட்டு நகர்ந்து நின்றாள். பிறந்த வீட்டுக் கதவுதான் அது. ஆனால் அவளுக்கு அது அடைக்கப்பட்டுவிட்டது. அப்போது அவளுக்குத் தன் கணவர், கடைசியாகச் சொன்னது நினைவுக்கு வந்தது. அப்பா சொன்னது நூற்றுக்கு நூறு உண்மை, அவர்... என் கணவர் உத்தமர்தான்; "தவறு செய்துவிட்ட மகளுக்கும், பெற்ற பாசத்தால் பிறந்த வீட்டுக் கதவு திறந்தேயிருப்பதுபோல, உனக்கு என் வீட்டுக் கதவு திறந்தே இருக்கும்..." என்று சொன்னாரே, கடைசியாக. நான் ஏன் அதை மறந்தேன்? தவறு செய்துவிட்டேன். ஆமா, முதலிலும் தவறுசெய்தேன், இப்பொழுதும் தவறுதான் செய்துவிட்டேன். இங்கு வந்திருக்கக் கூடாது என்று நினைத்துக்கொண்டாள். உடனே அசுரபலம் வந்து விட்டது அவளுக்கு. வண்டியில் கொண்டுவந்த அத்தனை சாமான்களையும் தூக்கிக்கொண்டு, அப்பொழுதே ரயில்வே ஸ்டேஷனுக்கு வந்துவிட்டாள். சின்ன ஸ்டேஷன் அது. எல்லாமே, போர்ட்டர், ஸ்டேஷன் மாஸ்டர், நாய்கள், வாதாமரம், முடங்கிக்கிடந்த இரண்டொரு பிரயாணிகள் எல்லாமே சிறிய வெளிச்சத்தில் ஆழ்ந்த தூக்கத்தில் இருந்ததும் நல்லதாயிற்று. தான் கொண்டு வந்தவற்றையெல்லாம் பொத்தென்று கீழே போட்டாள். தானும் பொத்தென்று விழுவதுபோல் உட்கார்ந்தாள். உடம்பு முழுவதும் வியர்த்துக் கொட்டியிருந்தது. தலைப்பால் முகத்தைத் துடைத்துக்கொண்டாள். இன்னும் எத்தனை நேரம் இருக்கிறது ரயில் வருவதற்கு? இடது கை மணிக்கட்டை உயர்த்தினாள். கடியாரத்தில் மணி பார்க்க, பழக்கம் விரைவில் மறப்பதில்லை. ஆனால், அவள் கையில் கடியாரம் இல்லை. அதை விற்ற பணத்தில்தான் இந்தப் பிரயாணங்களே நடக்கின்றன. டிக்கட் கவுண்டரை அணுகி டிக்கட் வாங்கினாள். அழுகை வந்தது. சிரிக்கப் பார்த்தாள். முடியவில்லை; கண்ணைத் துடைத்துக் கொண்டாள். தலை நிமிர்த்தி ரூமில் இருக்கும் கடியாரத்தைப் பார்த்தாள். மணி ஒன்று முப்பது. இன்னும் மூன்று மணி நேரம் காத்திருக்க வேண்டும். தூக்கமா வரும், துக்கம்தான் வந்தது.

துக்கமென்றால் சாதாரணத் துக்கமா அவளுடைய துக்கம்! அவளுக்கு நிச்சயமாக, அங்கே அவள் கணவருடைய வீட்டுக்

கதவு திறந்தேதான் இருக்கும்; ஆனால், அவள் அங்கே திரும்ப வேண்டிவரும் என்று சற்றும் எதிர்பார்க்கவேயில்லை. அதுவும் இவ்வளவு விரைவில், உறவை முறித்துக்கொண்டு. ஆமாம், அவருடைய உறவை மட்டுமின்றி, உறுதியான அவருடைய அன்பு வேலியையும் முறித்துக்கொண்டுபோய் ஆறுமாதங்கள்கூட ஆகவில்லையே... இவ்வளவு விரைவில் அங்கேயே திரும்ப வேண்டிவரும் என்று சற்றும் அவள் எதிர்பார்க்கவேயில்லை.

அவளுடைய கணவர் ஒரு பெரிய அதிகாரி. ஒரு பழைய பெரிய பரம்பரையைச் சேர்ந்தவர். நல்ல சொத்தும் இருந்தது. கை நிறையச் சம்பளமும் வருகிறது. நாற்பது வயது ஆகிறது. ஆனால், அவர் முகத்தில், அந்த வயது தெரியாது. இருபத்தைந்து வயதிற்குள்ள யௌவன அழகு ததும்பும் முகம். அடர்த்தியாய்ச் சுருள்சுருளாய்க் கன்னங்கரேலென்ற கிராப்புத்தலை. ஆழ்ந்த அறிவை, மேதாவிலாசத்தையும் காட்டும் அகலமான நெற்றி. ஞானக்களை சொட்டும் அழகான பெரிய கண்கள். அந்த முகத்தில் விவேகாநந்தருடைய சாயை பொலியும்; ஆனால், உற்றுப் பார்த்தால் ஒருவகையான பெண்மையும் அந்த முகத்தில் நிழலாடுவதை உணரலாம். சிவப்பு நிறம், ஒல்லியும் இல்லை, பருமனும் இல்லை. உயரமும் இல்லை, குள்ளமும் இல்லை... மாலை நேரங்களில் வேஷ்டியுடன் முழுக்கைச் சட்டை போட்டுக் கொண்டு நடந்தே ஊர் முழுதும் சுற்றுவார். தனியாகத்தான். நிதானமாக நடப்பார். ஊடுருவும் தன் அகன்ற கண்களால் யாவற்றையும் அளந்து, கவனித்துக் கணித்துக்கொண்டே போவார். யாருடனும் பேசமாட்டார். ஊருக்குத் தென்புறத்தில் புதிதாக அமைந்த இந்திரா நகரில் ஒரு பெரிய பங்களாதான் அவர் வீடு. பங்களாவைச் சுற்றிப் பெரிய தோட்டம். தோட்டத்தின் ஒரு பகுதியில் மிக உயர்ந்த மூலிகைச் செடிகளை மிகவும் பந்தோபஸ்துடனும் ஓரளவு ரகசியமாகவும் அவர் வளர்த்து வருவதாகவும், ஏதோ மருந்துகள் செய்வதாகவும், அதற்கு ஒரு நாட்டு வைத்தியர் உதவி செய்கிறார் என்றும் ஊரில் பேசிக் கொண்டார்கள்.

எங்கள் பகுதிப் பெண்கள் பள்ளிக்கூடத்தின் ஆண்டு விழாவில்தான், அவருடைய மனைவியைப் பார்க்கும் வாய்ப்பு பொதுமக்களுக்குக் கிடைத்தது. மயங்கவைக்கும் பேரழகி அல்லள் அவள்; ஆனால், வசீகரமும் கண்களை அழைத்து விருந்தளிக்கும் அங்க அமைப்பும் கொண்டவள். நடை, உடை, பாவனைகளிலும், பார்வையிலும், பேச்சிலும் ஆண்களைச் சுண்டி ஈர்க்கும் ஒரு பூரிப்பான முழுப்பெண்மை இருந்தது அவளிடம். வயதும் குறைவு, இருபதைத் தாண்டியிருக்கும் அவ்வளவுதான். அவருக்கும் இவளுக்கும் இடையே எவ்வளவு பெருத்த வேறுபாடு;

எத்தனை தூரத்து இடைவெளி! ஜோடிப் பொருத்தமே இல்லையே. தாங்குமா இது? பொது மக்கள் கவலைப்பட்டு ஏங்கினர். ஏதாவது மேற்கொண்டும் விவரங்கள் கிடைக்காதா என்று ஏங்கினர். கோவிலில், கடைகண்ணிகளில், திருவிழாவில், தேரில், சினிமாக் கொட்டகைகளில் எங்குமே அவர்களிருவரையும் சேர்ந்தே பார்த்திராத பொதுமக்களிடையே என்னென்னவோ பேசிக்கொள்ளப்பட்டது. ஊகத்தாலும் ஒற்றாலும் அரையும் குறையுமாய், பொய்யும் மெய்யுமாய்த் தாங்கள் அறிந்துவிட்டதாக அவர்கள் பலவற்றை உறுதி செய்துவிட்டார்கள் ஊரில்.

அந்த அதிகாரி உத்யோக விஷயமாய் அடிக்கடி அயலூருக்குச் செல்லும்போதெல்லாம், நாகைராஜ் என்பவன் அவருடைய பங்களாவில் தென்படுவது, இவர்களுக்கு ஒரு நல்ல ஆதாரமாகி விட்டது.

நாகைராஜ் ஒரு சிங்கப்பூர் சாமான் வியாபாரி. அவனிடம் ஒருவர், ஓர் உயர்ந்த காரில் வாரா வாரம் வந்து அயல்நாட்டுப் பொருள்களைக் கொடுத்துவிட்டுப் போவார். இவன் அவற்றை விற்பான். அழகாக உடையணிந்து மிகவும் நாகரிகமான பாணியில், உயர்ந்த உத்யோகஸ்தர்கள், செல்வமுடையவர்கள் ஆகியோர் வீடுகளில் தாராளமாகப் பழகுவான். பெயர், உடை, பேச்சு எதைக் கொண்டும் அவனைப் பற்றிய எந்த விவரமும், தெரிந்து கொள்ள முடியாது. இந்தியப் பொதுமக்களுக்கு, சிறப்பாக நம் தமிழ்நாட்டுப் பொதுமக்களுக்கு அவசியம் தெரிந்தே ஆகவேண்டிய சாதி, மதம் இரண்டும் அறவே தெரிந்துகொள்ள முடியாது. அவன் அழகு நிறைந்த வாலிபன். இந்தியா சுதந்திரம் பெற்ற பிறகு பிறந்தவன். ஆகவே சுதந்திர இந்தியக் குடிமகன். சாதிமத அழுக்கே தெரியாமல் வெளுத்தவன். பழமை பண்பாடு போன்ற அசட்டுத்தனங்களே ஒட்டாத புதிய தலைமுறையின் தோன்றல், அயல் நாட்டுத் தொழில் நுட்பத்திறனைக் காட்டும் புதுப்புதுப் பொருள்களை யெல்லாம் கொண்டுவந்து காட்டி, விற்றுப் புதிய இந்தியாவின் தொழிலைப் பேணிவளர்க்கும் புண்ணியத் தொண்டன் அவன்.

அந்த அதிகாரிக்குப் பணப்பஞ்சம் இல்லை. தன் மனைவி விஷயத்தில் செலவழிப்பதில் அவர் மனத்தில் ஆசைப் பஞ்சமும் இல்லை. அவளை நல்ல உடைகளை உடுக்கச் செய்தும், நிறைய நகைகள் அணியச் செய்தும், கட்டுக்கட்டாகப் பூச்சூடச் செய்தும், தன் கண்களால் அவள் அழகை மொண்டு மொண்டு குடிப்பவர் அவர். நாகைராஜை அவர்தான் அறிமுகம் செய்துவைத்தார் அவளுக்கு. அவன் விற்கும் பொருள்களை வாங்கி, அவள் மகிழ்ந்தாள். அவளுக்குத் தன்னால் கிடைக்க வேண்டியதை, அந்தப் பொருள்களைப் பெறுவதால், இன்னும் கொஞ்ச காலம் மறப்பாள் என்ற எண்ணம்தான் இதற்குக் காரணம்.

ஊரில் முக்கியமான இடங்களில் பலரும் பார்க்கத் தவறாத சுவர்களில், விரஸமான சொற்கோவைகளில் அந்த அதிகாரி, அவருடைய மனைவி, நாகைராஜ் ஆகிய மூவரையும் பற்றிச் சுவர்களில் எழுதப்பட்டன. அதிகாரியின் கண்ணிலும் பட்டன. ஆபீஸில் கசமுசவெனப் பேசப்பட்டது. அந்த அளவுக்கு அது முற்றும் என்று அவர் எதிர்பார்த்திருப்பாரா? கேம்புக்காகப் புறப்பட்டவர் பங்களாவுக்குத் திரும்பினார். நாகைராஜ் தன்னுடன் அவள் புறப்பட்டு வருவதற்கான ஏற்பாடுகளைச் சொல்வதையும் செய்வதையும் அவருடைய காதும் கண்ணும் கனலாய் ஏற்றன. வழக்கம்போல் மிகவும் நாசூக்காக ராஜ் புறப்பட்டான். சிரித்தான், அந்தச் சிரிப்பு அவரைச் சுட்டது.

அவள் தன் அறையில் இருந்தாள். மிகமிகச் சாதாரணமாகவே இருந்தாள். அவர் அந்த அறைக்குச் சென்றார். அவருடைய மனத்தில் ஊமைக் காயமாக அடி விழுந்திருந்தது. அவர் வெளிப்படையாக வருந்தவில்லை. தன் மனைவியின் அறையில் புதிய புதிய உயர்ந்த துணிகளையும் அலங்காரச் சாதனங்களையும், கைக்கு அடக்கமான டிரான்ஸிஸ்டர் டேப் ரிகார்டர்களையும் பார்த்தார். பக்கத்தில் திறந்து வைக்கப்பட்டிருந்த பெரிய தோல் பெட்டி – உள்ளே சிவப்புப் பட்டுத்துணி ஒட்டப்பட்டிருந்த பெட்டி – பெட்டியாகத் தோன்றவில்லை அவருக்கு; ரத்தம் தோய்ந்த பெரிய வாயைப் பிளந்துகொண்டிருக்கும் ஏதோ ஒரு பயங்கரமான ஐந்துபோலத் தெரிந்தது. அறை முழுவதும் பரவி வீசிய மணத்தையும் மோந்தார். ஆனால் அது நல்ல வாசனையாகத் தோன்றவில்லை அவருக்கு. உயிரையே குமட்டும் துர்வாசனையாய்த் துன்புறுத்திற்று. இவையெல்லாம் சேர்ந்து அவளை அவரிடமிருந்து பிரித்து வேறு எங்கோ கொண்டுபோய்ச் சேர்த்துவிட்ட உண்மையைப் புலப்படுத்தின. ஆனால், அதில் உள்ள நியாயத்தையும் அந்த உண்மை வலியுறுத்திற்று.

அந்த அறையைவிட்டு வெளியே வரும்போது, “சரி…ரொம்பச் சரி” என்று சொல்லிக்கொண்டே வந்தார். அறைக்கு வெளியே கூடத்தில் வந்தார். ஊஞ்சலில் உட்கார்ந்தார். அது ஆடி அசைந்தது. அப்போது அவருக்கு, அந்த ஊசல் ஆட்டம் ஏற்கவில்லை. அவர் ஆடாத அசையாத ஒரு முடிவுக்கு வரவேண்டியவர்.

மனைவியை மெல்லிய குரலில் பெயர் சொல்லி அழைத்தார். அவள் பெட்டியில் சாமான்களை வைத்துப் பூட்டிவிட்டு வந்தாள்.

“நிதானமாய், பலதடவை யோசித்து முடிவு செய். நானே, இத்தனை வருஷங்களும் யோசித்துத் தயங்கித் தயங்கித்தான் இல்லற வாழ்க்கை வாழ முடிவு செய்திருக்கிறேன். அதற்கு உன் தந்தையாரின் வற்புறுத்தலும் ஒரு காரணம். அவர் என்னையும்

வற்புறுத்துகிறார்; உன்னையும் வற்புறுத்துகிறார். நான் இயற்கையை எதிர்ப்பதற்கு மாறாக, அதை நமக்கு அநுகூலமாக்கிக் கொள்ள முடியுமென்ற துணிவுடன் சம்மதிக்கிறேன்; நீயும், நன்றாக யோசித்து முடிவு செய்; ஏன் இவ்வளவு சொல்கிறேன் என்றால், நாளைக்கு எனக்கு ஏமாற்றம் நேர்ந்தால், என்னைவிட உனக்குத்தான் அது பெரிய வேதனையாகும் என்றெல்லாம் நிறைய உனக்குச் சொன்னேன். நமது திருமணத்திற்கு முன்பு; நினைவிருக்கிறதா உனக்கு? நாம் தம்பதிகளாகி இன்னும் இரண்டு வருஷங்கள்கூட ஆகவில்லை. ஆராய்ச்சி ஒன்றில் ஈடுபட்டிருப்பதனால் தாமதம்; வெற்றி நெருங்கிக்கொண்டும் இருக்கிறது. நல்லவேளையாக, என் பிரமச்சரியம் சீக்கிரம் முடிந்து போனாலும் போகலாம். நம் இன்ப உலகம் விரைவில் நமக்குத் திறக்கும்... ஆனால் நீ..."

"அப்பா உங்களைப் பற்றிச் சொன்னதெல்லாம் நீங்கள் பெரிய தத்துவ உணர்வு நிறைந்தவர் என்பதுதான். அந்தத் தத்துவ உணர்வின் முதிர்ச்சியான விவேகத்தால் தாங்கள் அப்படியெல்லாம் பேசுகிறீர்கள் என்றுதான் நினைத்து, நான் சம்மதித்தேன். சிற்றின்பமே பெரிதென நினைப்பது அவிவேகம் என்று நீங்கள் கூறுவதாகப் புரிந்துகொண்டேன். உடல் இன்பத்தை அறவே மறந்துவிட நேரும் என்று நான் எதிர்பார்க்கவே இல்லை. ஆண்மையை அடக்கியாளும் பிரம்மச்சரியம் விரும்பி வாழ்ந்திருக்கிறீர்கள் முப்பத்தெட்டு வருஷங்கள். அந்தக் கட்டுப்பாட்டுக்குப் பின் புதிய கட்டுப்பாடுகளுடன் நாம் பெற இருக்கும் இன்பம் கந்தர்வ சுகம் போன்றது என்று நினைத்து உங்களை மணந்து கொண்டேன். ஆனால் நீங்கள் வேறு திசையில் செல்கிறீர்கள் என்பது பின்னால்தான் தெரிந்துகொண்டேன். நீங்கள் ரகசியமாக வளர்த்துவரும் மூலிகைச் செடிகளின் ஆராய்ச்சியில், நாட்டு வைத்தியர் உதவியுடன் வெற்றிபெற்று, ஆண்மை பெறும் திசையில் செல்லும் உங்கள் பொறுமை என் உடலுக்கு இல்லை. அதனால்தான் என்னையுமறியாமல், திசைமாறிச் சுவடும் விட்டுப்போய்விட்டிருக்கிறேன். இது என் பிழையாக இருக்கலாம், ஆனால், நிச்சயமாக இது நான் உங்களுக்குச் செய்யும் துரோகம் இல்லை, அவன் அறிமுகமும் உங்களால்தான் நேர்ந்தது எனக்கு..."

"நீ அவசரப்பட்டிருக்கிறாயோ என்று சந்தேகிக்கிறேன். அவனுடன் போய் வாழ முடிவு செய்துவிட்டாயா?"

இதோ புறப்பட்டுக் கொண்டேயிருக்கிறேன் என்று சொல்லிவிட்டுத் தான் அணிந்திருந்த நகைகளையெல்லாம் ஒவ்வொன்றாகக் கழற்றி வைத்தாள் அவள்.

"மேடம்..." என்று அழைத்தார் அவர். அவள் நிமிர்ந்து பார்த்தாள். "இவை தங்களிடமே இருக்கலாம்; எனக்கு ஆக்ஷேபணையே இல்லை" என்றார் அவர்.

அவளும் நெகிழ்ந்தாள். மீண்டும் அவளை மரியாதையுடன், "மேடம்" என்றழைத்துத் தழுதழுத்த குரலில் அவர் சொன்னார்.

"மேடம், ஒரு ஜெண்டில்மேன் இவற்றைத் தங்களுக்குப் பூட்டிக் கண்ணாரத் தங்கள் அங்கங்களின் அழகைக் கண்டு கண்டு மகிழ்ந்து கொண்டேயிருந்திருக்கிறான். ஆபீஸ் காரியமாக வெளியிடங்களுக்குப் போனபோதெல்லாம், ஸதா ஸர்வகாலம் தங்கள் மேனியழகை நினைத்து நினைத்துப் பரவசமாகியிருக்கிறான். அவன் தங்களை நகைகள் இல்லாமல் பார்க்க மனம் ஸஹிக்கமாட்டான். அவனை மேலும் வேதனைப்படுத்தாமலிருக்கத் தாங்கள் செய்யும் பேருதவி இது. பிளீஸ், அந்த நகைகளை அங்கங்கே இருக்க விடுங்கள். இறுதியாகத் தரிசனம் தந்துவிட்டுப் புறப்படுங்கள். கண்ணீர் வருவதற்குள் என் எதிரே நில்லுங்கள் மேடம். கண்ணீர்த் திரையில்லாமல் என் அழகு தேவதையைப் பார்த்துவிடுகிறேன்" என்றார் அவர். ஆனால், பெட்டியுடன் அவள் அவர் எதிரே வந்தபோது, அவருக்கு நன்றாகக் கண்தெரியவில்லை, கண்ணீருடன் மனப்புண்ணில் பீறிட்ட குருதியும் சேர்ந்து கண்ணை மறைத்துவிட்டது.

அவள் தயங்கித் தயங்கி நின்று அசைந்து திரும்பிப் பார்த்துக் கொண்டே வெளியேறினாள்.

"மேடம்... பிளீஸ் மேடம் ஒரு வார்த்தை. அவன் கடத்தல்காரனுடைய கையாள். அவர்கள் வியாபாரம் அறவே ஒழியும் காலம் விரைவில் வருகிறது. தங்களை அவன் கடைசிவரை வைத்துக் காப்பாற்றுவான் என்ற தங்கள் நம்பிக்கை சிதறிவிடும். அப்படி ஏதேனும் நேர்ந்தால், இந்த வீட்டுக் கதவு எப்போதும் திறந்தே இருக்கும். தவறிப் போகும் மகளுக்கு அவள் தந்தை வீட்டுக்கதவு எப்போதும் திறந்திருப்பதுபோல," என்று சொல்லிவிட்டு விடைகொடுத்தார் அவர்.

அவள் ரயில் ஏறி, அவன் வீட்டுக்குச் சென்றாள்.

பிறந்த வீட்டுக் கதவு அடைக்கப்பட்டது அவளுக்கு, அந்த 'ஜெண்டில் மேன்' வீட்டுக் கதவு திறந்தேதான் இருந்தது.

**1981**

**'கரிச்சான் குஞ்சு கதைகள்'**

•

# பெரியவாள் சொன்ன சிறுகதை

நான்சென்றபஸ்,காஞ்சீபுரத்தின் எல்லையைத் தாண்டிச் சென்றுகொண்டிருந்தது. சித்திரை மாதத்து வெய்யில்; நடுப்பகல் கடந்துவிட்டது; இரண்டு அல்லது இரண்டரை மணியிருக்கும். சாலையை அடுத்த ஒரு தோப்பு; அவ்வளவாகப் பசுமை இல்லை. நடமாட்டம் இல்லாத தோப்பு அது; பண்படுத்தப்படாத கட்டாந்தரை. அடர்த்தியே இல்லாத மரங்கள் அங்கொன்றும் இங்கொன்றுமாய் நின்றன. இடையிடையே பல புற்றுக்கள். சாலையோரத்தில் ஒரு சைக்கிள் ரிக்ஷா இருந்தது. அதில் பட்டுக் குடை சாத்தி வைக்கப்பட்டிருந்தது.

"சுவாமியாரவங்க இந்தத் தோப்புக்குள்ளாரத் தான் இருக்கிறாங்க போலிருக்குது . . ." என்று சொல்லிக் கையெடுத்துக் கும்பிட்ட கண்டக்டர், 'ஹோல்ட்ஆன்' போட்டான். நான் இறங்கினேன்; கண்டக்டர் மறுபடியும் வணங்கிவிட்டு, 'ரைட்' கொடுத்துவிட்டான். பையிலிருந்த தேங்காயை எடுத்துக்கொண்டு, சட்டையைக் கழற்றிப் பையில் திணித்துக்கொண்டு, மேல்வேஷ்டியை இடுப்பில் சுற்றிக்கொண்டு நான்கு புறமும் பார்த்தேன்; பெரியவாள் இருக்கிற இடமே தெரியவில்லை. இதற்குள் ஒருவர் ஓடி வந்தார். வரும்போதே, 'பேசவேண்டாமென்று' ஜாடை காட்டினார். நானும் பேசக்கூடாதென்றுதான் நின்றிருந்தேன்; வந்தவர், "பெரியவாளுக்கு உடம்பு சரியாயில்லை, பின் தலையில் ஒரு புண், சிரமபரிஹாரம் ஆகிறது. ராத்திரி காஞ்சீபுரம் வந்துவிடலாம். நாளைக் காலையில்

அங்கே தரிசனம் செய்துகொள்வதுதான் உசிதம்" என்று திட்டம் கூறிக்கொண்டிருந்தார்.

'எரிந்துபோன கயிற்றுத்துண்டு, அதன் இழையும் முறுக்கும்கூடக் கலையாமல் கிடந்தாலும், அதைக்கொண்டு எதையுமே கட்ட முடியாது; அதுபோல் உடலும் உலக வாழ்வும் பெரியவாளை ஒன்றுமே செய்வதில்லை. அவர் ஜீவன் முக்தர். தலையில் புண் என்று நாம் நினைக்கிறோம்; நமது பார்வையில் அது பெரியவாளுக்கு வேதனை தருமோ என்று அஞ்சுவது உண்மைதானே! என்று நினைத்துக்கொண்டிருந்தேன்; இதற்குள் சற்றுத் தூரத்திலிருந்து விரல் நொடித்த சத்தம் கேட்டுத் திரும்பினேன். பெரியவாள் சைகை செய்து அழைத்த அழைப்பு, என் ஆத்மாவைக் குளிர்வித்தது; உடல் புல்லரித்தது.

சொல்லுக்கு அடங்காத ஒரு தூய்மைமிகு மெய்ப்பொருளை விளக்க முற்பட்டு, விள்ளாது முடியும் உபநிடதத்தைச் சொல்லித் தரையில் விழுந்து வணங்கினேன். உடம்பெல்லாம் தூசி; உடையெல்லாம் துரும்பும் சருகும்; பெரியவாள் எதிரில் இருக்கிறோம் என்பதை உணர்ந்தும் உடம்பு முழுதும் சென்று தூசிகளைத் தட்டும் கைகளை என்னால் தடுக்க முடியவில்லை.

காவியுடையெல்லாம் ஒட்டிக்கொண்டிருந்த சருகுகளும் தூசியும் துரும்புகளும் அப்படியே இருக்கப் புற்றின் மேல் வைத்துப் படுத்திருந்த கழுத்திலெல்லாம் மண் படிந்திருக்க, எழுந்து புற்றின் மேலேயே சாய்ந்து, கமண்டலத்திலிருந்து நீரெடுத்துக் கண்களைத் துடைத்துக்கொண்ட பெரியவாளோ, எந்த நினைவுமில்லாமல் நிஷ்டை கூடியதுபோல் நான் ஓதிய உபநிடதப் பொருளில் ஆழ்ந்துவிட்டார்கள்.

'இவை யாவுமே ஒரே முழுமைதான்; முழுமையிலிருந்து முழுமை மீதூர்கிறது; முழுமையின் நிறைவைப் பெற்றுப் பின் மிச்சப்படுகிறது' என்று தொடங்கி 'ஈசாவாஸ்யம்' என்ற இனிய உபநிடதக் காவியத்தை மெல்ல இசைத்துக் கொண்டிருந்தேன்.

சிறிது நேரம் சென்றது. ஆனந்தமயமாய்க் கனிந்தார் குருமணி. மேடான இடத்தில் வைக்கப்பட்டிருந்த தேங்காய், தன்னிச்சையாக உருண்டோடி, அந்தத் தூய திருவடிகளைத் தீண்டியது. வெப்பம் கலந்த வறட்சிக் காற்றும் வீசியது. எதிரே நான் ஒருவனும் நின்றேன், அஞ்ஞான வடிவமாய். எல்லாமாகச் சேர்ந்து, அந்த மெய்ஞ்ஞான வடிவத்தின் தூய சமாதியைக் கலைத்துவிட்டன.

"இங்கே நீ..! எங்கிருந்து?"

"வேலூரில் ஒரு கல்யாணம், வந்தேன்! அப்படியே பெரியவாளையும்..!"

“ஆக, மடத்துக்கு வரும் நினைவில்லை!” ஒரு மோகனப் புன்னகை பூத்தார் குருநாதர்.

“என்ன செய்வேன், பிழைப்பு என்னை அடிமையாக்கி வைத்திருக்கிறது.”

“வேதமெல்லாம் நினைவிருக்கிறதா? சாஸ்திரம் – வேதாந்தம் வாசித்தாயோ நீ?”

“முறையாகப் படிக்க முடியவில்லை!”

“நீ உபந்யாஸங்களில் வேதாந்தமெல்லாம் சொல்கிறாயாமே? அநியாய வேதாந்தமோ?”

“அதென்னது? அநியாய வேதாந்தம்...”

“உனக்குப் புரியவில்லையா? நியாயம் என்றால் தர்க்க சாஸ்திரம், அந்த ரீதியில் இல்லாத வேதாந்தம்தானே, நீ சொல்வதெல்லாம்?” என்று மீண்டும் பிறவிப் பிணியறுக்கும் புன்னகை. மெய் மறந்தேன்.

பெரியவாளுடைய ஏகாந்த உரையாடல் பற்றிப் பெரிய பெரிய மேதைகளெல்லாம் ஆச்சரியப்பட்டுக்கொள்கிறார்கள். இனிமேல் இப்படிப் பேசும் ஒரு தெய்வம் உண்டா என்று சொல்கிறார்கள்; நம் ஆசார்யாளுடைய பேச்சின் சுவை, ஓர் ஆரா அமுதம். பழமொழிகளும் உபமானங்களும், உபகதைகளும் எல்லாமே மணி மணியாக வருமே அவர்கள் பேச்சில்; ஆனால் சிறுகதை சொல்வதிலும் அவர்கள் அதியற்புதமான உத்தியைக் கையாளுவார்கள் என்று நான் எதிர்பார்க்கவேயில்லை. பிரம்ம ஞானிகளுக்கு எல்லாக் கலைகளிலும் வல்லமை விளங்கும் என்ற தத்துவம், அன்று எனக்கு விளங்கியது. பகல் மூன்று மணிக்கு ஆரம்பித்த சம்பாஷணை, வெய்யில் தாழ்ந்து செக்கர் வானம் தென்படும்வரை நடந்திருக்கிறது; பொழுது போனதே தெரியவில்லை. துவைதம், அத்வைதம், விசிஷ்டாத்வைதம் என்றெல்லாம் பரந்து விரிந்து, ஆங்கிலச் சொல்லாராய்ச்சிகூட நடந்தது.

பல தடவை என்னை உட்காரச் சொல்லி அவர்கள் வற்புறுத்தியதும், நான் நின்றுகொண்டேயிருந்ததும் நினைவிருக்கிறது. ஆனால், உட்கார்ந்தது எப்போது என்பது நினைவில்லை.

‘இராமாயணத்தில் அத்வைத அநுபவம்’ என்ற தலைப்பில், நான் செய்த உபந்யாஸத்தைப் பற்றிச் சொல்லிக் கொண்டிருந்தேன். அப்போது, மடத்தைச் சேர்ந்த ஒருவர், மெல்ல – ஜாடைமாடையாகப் பிரயாணம் தொடரவேண்டுமென்று காட்டிய சைகைகள், என்னை நினைவுக்கு மீட்டுக்கொண்டு

வந்தன போலும். அப்போதுதான் அந்தி நெருங்கிக்கொண்டிருப்பதை உணர்ந்தேன். முதல் அத்தியாயம் என்னை வெட்கச் செய்தது; உதறிக்கொண்டு எழுந்து நின்றேன்.

'உட்கார்ந்துகொள்' என்றார்கள். நான் மெல்ல இராமாயணத்தைப் பற்றிய ஒரு புஸ்தகத்தையும் அதன் ஆசிரியரைப் பற்றியும் பிரஸ்தாபித்தேன். அந்த நூல்தான் இராமாயணத்தைப் புதிய நோக்கில் ஆராயத் தூண்டிற்று என்றும் சொன்னேன்: அந்த நூல் திருச்சி உ.வே.ஏ.வி. கோபாலாச்சாரியார் எழுதிய ஒரு வடமொழி நூல்; இதைத் தொடர்ந்து, அந்த ஸ்வாமியைப் பற்றித் திரும்பிற்று சம்பாஷணை. இனி வருவதெல்லாம் எழுத்துக்கெழுத்து பெரியவாள் சொன்னது:

'ஆகா, கோபாலாச்சாரியாருடைய பெருமையே அலாதிதான். பெரிய பண்டிதர் அவர். நல்ல மேதாவி, மஹா ரஸிகர்; அதிலும் அத்வைத ரஸாநுபவத்தில் அவருக்கு நிகர் அவரேதான். அவரும் அவருடைய குடும்பத்தைச் சேர்ந்தவர்களும், நம்ம மடத்துக்கு அடிக்கடி வருவார்கள். எல்லோருக்குமே என்னிடம் பிரீதி உண்டு; எல்லாம் சரிதான்; ஆனால்...' என்று நிறுத்திவிட்டார்கள் ஆசார்யாள். மௌனமாகத் தலையையும் கவிழ்ந்து கொண்டார்கள், தீவிரமான ஆர்வத்தோடு கேட்டுக்கொண்டிருந்தேன் நான்.

திடீரென்று நிறுத்திய அதிர்ச்சியில் நானும், 'ஆனால் என்ன..?

ஆனால் என்ன..?' என்றேன் பரபரப்போடு.

'என்னிடம் பிரீதி உண்டு; அவர் மிகுந்த ஞானம் படைத்தவர்; எல்லாம் சரிதான்; ஆனால் அவர் என்னை அஞ்ஞானி என்று சொல்லிவிட்டார்' என்று பெரியவாள் சொல்லி நிறுத்தியபோது, நான் அதிர்ந்தேன். துடிதுடித்தேன். ஆனால், அவர்கள் கம்பீரமாகவே இதைச் சொல்லிவிட்டு, அதைவிடக் கம்பீரமாகவே என்னைப் பார்த்தார்கள்; என் கண்கள் குழம்பின. 'அப்படியா! அவரா?' என்றேன்.

'அவரே, சாக்ஷாத் கோபாலாச்சார்யாரே சொன்னார், நான் அஞ்ஞானி என்று அழுத்தம் திருத்தமாய்.'

'அபசாரம், அபசாரம்; எனக்கு ஒன்றுமே புரியவில்லை; அவர் இப்படி அபசாரப்படவே மாட்டார்; இதில் ஏதோ . . .'

'பதறாதே...'

'எப்படிப் பதறாமல் இருப்பது? பெரியவாள்தானா இதைச் சொல்வது? நான்தானா இதைக் கேட்பது? ஒரே பிரமையாக இருக்கிறதே; விவரமாக . . .' என்று பதற்றத்துடன் இழுத்தேன்.

‘சொல்லாமலா இருப்பேன், கேள்; அவருக்கு எப்போதுமே அத்வைத சாஸ்திரத்திலும் சித்தாந்தத்திலும் ஈடுபாடு அதிகம்; அதற்காக அவரைக் குறைகூறுகிறவர்களும் பலர் உண்டு. அவர் அதை லக்ஷ்யம் செய்வதேயில்லை; ஆனால் ஒரு வேடிக்கை. அத்வைதத்தைக் கண்டனம் செய்து பேசுகிறவர்களும் எழுதுகிறவர்களும் அவரிடம் ஆலோசனை கேட்பதுண்டு. அவரும் நுட்பமான தர்க்கவாதங்களைச் சொல்லித் தருவா?’

‘அத்வைதத்தை மறுக்கவா?’

‘ஆமாம், அதனால் என்ன?’ தர்க்கத்தின் சர்க்கஸ்வித்தை அது. ஆனாலும் அவர் பெரிய சபைகளில்கூட அத்வைதத்தைச் சிலாகிப்பார்; அநுபவிப்பார். கிட்டத்தட்ட முப்பத்தைந்து வருஷங்கள் அத்வைத ஆராய்ச்சி செய்தவர் அவர்; பெரிய செல்வமுண்டு; வருமானமும் உண்டு. ஏராளமான பேரன் பேத்திகள்; அவருடைய பேரன்கூட ஒரு ஜட்ஜ்; உனக்குத் தெரியுமே! மடத்துக்கு அடிக்கடி வருவதுண்டே?’

‘நன்றாய்த் தெரியுமே!’

‘கோபாலாச்சாரியாருக்கு வயது ரொம்ப ஆகிவிட்டது. உடம்பு குணமில்லாமல் படுத்த படுக்கையாகக் கிடந்தார். பேரனும் மற்றவர்களும் எவ்வளோ சொல்லியும் அவர் மருந்து சாப்பிட மறுத்துவிட்டார். அவர்களும் என்னென்னவோ செய்து பார்த்தார்கள். பயனில்லை. இந்த வெறும் பூத உடலுக்கு – பிராரப்தமான சரீரத்துக்குக் கவலைப்படுவதெல்லாம் வெறும் பிரமை. சுத்தப் பைத்தியக்காரத்தனமல்லவா? எப்பவுமே அழிந்து கொண்டே இருப்பதல்லவா இதெல்லாம்?

‘சாந்தி மயமாய், சாசுவதமாய்ப் பரம மங்களமாய், ஒப்பற்றதாய் ஒருபொருளாய் விளங்கும் அதை உணர உணர ஒரே ஆனந்தம் பொங்குகிறது. எனக்கு மருந்தும் வேண்டாம், மாயமும் வேண்டாம். மாயை, மாயை வெறும் மாயை’ என்றெல்லாம் சொல்லிக்கொண்டு, வைத்தியம் செய்துகொள்ளாமல் பிடிவாதம் பிடித்தார் அவர். வீட்டில் எல்லாருக்கும் ஏக வருத்தம். கடைசியில் அவருடைய பேரன் என்னிடம் வந்து வருத்தப்பட்டுக் கொண்டார். நான் சொன்னால் பெரியவர் கேட்பாரென்று அவர் எண்ணம். நான் அவருக்குச் சொல்லியனுப்ப வேண்டும் என்று மிகவும் அவா அவருக்கு. உடனே நானும் நம் மடத்திலிருந்து ஸ்ரீமுகமும் பிரசாதமும் கொடுத்து ஒருவரை அனுப்பினேன். அவர் போனபோது, கிழவர், உபநிஷத்தின் வாக்கியங்களையும் பாஷ்ய வாக்கியங்களையும் வாய்விட்டுச் சொல்லிச் சொல்லி மகிழ்ந்து கொண்டிருந்தாராம்; ஆனால் உடம்பு மட்டும் மிகவும் இளைத்துப்

படுக்கையில் இருந்தாராம். பேரன் பேத்திகளெல்லாம் வந்து சூழ்ந்து, மடத்திலிருந்து பிரஸாதம் வந்திருப்பதைச் சொன்னதும், துள்ளிக்கொண்டு குதித்தெழுந்தாராம் அவர். 'ப்ரஸாதமென்றால் தெளிவு – மாசின்மை என்று பொருள். இன்று என் மனத்தில் நிலவும் தெளிவு ஆச்சார்யப் பிரஸாதத்தாலேதானே?' என்றாராம். மேலும் 'என்ன ஆச்சரியம்! ஆச்சார்யாளுடைய பாஷ்யாமிருத வெள்ளத்தில்தான் திளைத்துக்கொண்டிருக்கிறேன் நான். ஆகா, என்ன ஸத்திய ஒளி, மனத்தையும் மாய்த்து இரண்டற லயமாகும் வழியைக் காட்டும் இன்பமயமான சாஸ்திரம்' என்று கொண்டாடினாராம். ஸ்ரீமுகம் வந்திருப்பதைச் சொல்லவே இரைந்து படிக்கச் சொல்லிக் கேட்டாராம்; சிரித்தாராம்.

'குழந்தைகளெல்லாம், 'தாத்தா! நாங்கள் சொல்லித்தான் நீங்கள் கேட்கவில்லை, இப்போ ரியவாளே நீங்கள் வைத்தியம் செய்துகொள்ள வேண்டும், மருந்தும் சாப்பிட்டு ஆகவேண்டு மென்று எழுதியனுப்பியிருக்கிறார்கள், இதோ இங்கேயே டாக்டரும் இருக்கிறார். இந்தாருங்கள், இதைச் சாப்பிடுங்கள் முதலில்' என்று நிர்ப்பந்தப்படுத்தினார்களாம். 'மாயை, மாயை, அஞ்ஞானம் அஞ்ஞானம் என்று காதைப் பொத்திக்கொண்டாராம் பெரியவர். நாங்கள் எல்லாம் அஞ்ஞானிகள், இருக்கட்டும், பெரியவா கூடவா?' என்றார்களாம் குழந்தைகள்.

அதற்கு அவர் சொன்னாராம்: 'பைத்தியம், பைத்தியம், ஐயோ, மாயை, அஞ்ஞானம் இதெல்லாம் உங்களுடன் கூடவே இருக்கிறதல்லவா! உங்களோடுகூடத்தானே பெரியவாளும் ஆடிப்பாடி வாழ்வதாக நீங்கள் நினைக்கிறீர்கள். அந்த அளவுக்கு அவாளையும் இந்த அஞ்ஞானம் கெட்டியாய்ப் பிடித்துக்கொண்டுவிட்டது. அவ்வளவுதான் கதை' என்றாராம்!

இதைச் சொல்லிவிட்டுச் சிரிக்காமல் சிரித்த பெரியவாள், சிறந்த சிறுகதைச் சிற்பியாகவும் விளங்குவதைக் கண்டு வியந்தேன், வணங்கினேன்.

1981

'கரிச்சான் குஞ்சு கதைகள்'

•

# கண் தெரிந்துவிட்டால்...

**1**

'யார் இந்தப் பெண்? தடவிக்கொண்டே நடக்கிறாளே ஏன்?'

'இவள்தான் கௌரி, கண் தெரியாத பெண்ணென்று முன்னே நான் சொன்னேனே?'

'ரொம்பச் சமத்தென்று சொன்னாயே?'

'சமத்தென்றால் சாதாரணச் சமத்தா? ஈசுவரன் கண்ணை மறைத்துவிட்டாரே தவிர... ஆஹா, கௌரி செய்யாத காரியம் உண்டோ? அரிவாள் மணையில் உட்கார்ந்து அழகா... அவளாய்க் கறி நறுக்குவாள், அநாயாசமாய் விளக்கேற்றிக் கொண்டுபோய்த் திண்ணை மாடத்தில் கிழக்குமுக மாய் வைப்பாள்... இதெல்லாமேன், இதைக் கேள்: இந்தத் தெருவில் இன்னார் வீட்டுக்குப் போகவேண்டு மென்றால் நேரே அந்த வீட்டு வாசலில்தான் ஏறுவாள்!'

'ஆ...அப்படியா? பாவம், இந்தப் பெண் கன்னி கழியணுமே? ஐயோ, பளபளன்னு, வாட்டசாட்டமா, பட்டத்தரசிமாதிரி இருக்காளே..! கண் போகணுமா?'

'உலகத்திலே என்னவெல்லாமோ அற்புதம் நடக்கிறதாமே, எப்படியாவது கௌரிக்குக் கண் தெரிந்துவிடக்கூடாதா?'

‘ரொம்ப ஏழையோ?’

‘ஆமாம். இந்தப் பெண்ணின் தாயார், ஒரு வீட்டில் சமைத்துப் போட்டுக்கொண்டிருக்கிறாள், அவள் என்ன பண்ணுவாள், பாவம்?’

‘வாஸ்தவம்தானே. நல்லபடியாய் இருந்தாலுமே ஏழைப் பெண்ணுக்குக் கல்யாணம் ஆகவேண்டுமே என்று கவலைதான்! கண் பார்வையும் இல்லாத பெண்ணுக்கு, எப்படி ஆகும் கல்யாணம்? ஆனால், குத்துவிளக்கேற்றினது மாதிரி இவ்வளவு அழகாயிருக்கிறாளே? என்ன சோதனை?’

## 2

‘கௌரி, கதவைச் சாத்திக்கொள், நான் வரேன்...’

‘அம்மா, மாடி வீட்டுக்குப் புதிதாய் வந்திருப்பது யாரம்மா?’

‘லக்ஷ்மிக்கு அத்தை, ஏன்? உன்னை எதாவது கேட்டாளோ.’

‘அதெல்லாமில்லை, நான் வரும்போது என்னைப் பற்றிப் பேசிக்கொண்டிருந்தனர்.’

‘ஏன் அழுகிறாய்; என்ன சொன்னாள் உன்னை?’

‘ஒன்றுமில்லை அம்மா, அது சரி அம்மா. ஊரில் எல்லோரும் ஒருமுகமா, நான் அழகு என்று சொல்கிறார்களே, அது வாஸ்தவமா?’

‘கௌரி என் வேதனையைக் கிளறுகிறாயே? ராஜாத்தி மாதிரி உன்னைப் பெற்றுவிட்டு...’

‘எனக்கும் அழுகை அழுகையா வருகிறது அம்மா, கண் இல்லாவிட்டாலும் என் அழகு குறையவில்லை என்று தானேம்மா இதற்கு அர்த்தம்? அழகுக்கும் கண் பார்வைக்கும் சம்பந்தமே இல்லையோன்னோ, பின்னே ஏன் எனக்குக் கல்யாணம் ஆக இவ்வளவு கஷ்டம். இந்த மனுஷாள் மனசு ரொம்ப விபரீதமாப் போகிறதே அம்மா . . .?’

‘கௌரி... கௌரி...’

‘ஸ்வாமி இருக்காரம்மா, வருத்தப்படாதே... நீ போய்விட்டு வா அம்மா...’

‘கௌரி... கௌரி...’

‘யார், அம்மா...’

‘சுருக்கக் கதவைத் திற, கௌரி…’

‘என்னம்மா, இன்றைக்கு, இத்தனை சுருக்கா வந்துவிட்டாய்?’

‘கௌரி ஸ்வாமி இருக்காரென்று சொன்னையே நீ! உண்மையாக அவர் இருக்காரடி கண்ணே, உன் கஷ்டமும் என் கஷ்டமும் விடியப் போகுதடீ …

‘என்னம்மா அப்படி? மாப்பிள்ளையைக் கண்டுபிடித்து விட்டாயோ?’

‘எல்லோரும் உன்னைத் தேடிக்கொண்டு நம்மிடம் வரப்போகிறார்கள். வேணுமானால் பார்..!

‘எனக்கு ஒன்றுமே தெரியவில்லையே அம்மா..!’

‘திருச்சினாப்பள்ளிகிட்டே தர்மத்துக்குக் கண் வைத்தியம் செய்கிறார்களாம். பெரிய, பெரிய கெட்டிக்கார டாக்டரெல்லாம் வந்திருக்கிறார்களாம், எத்தனை நாள் ஆயிருந்தாலும் கண் தெரியும்படி பண்ணிவிடுவாளாம், இதோ பார், முதலாளியிடமிருந்து இருபது ரூபா வாங்கிக்கொண்டு வந்துவிட்டேன், நாளைக்கே நாம் கிளம்பி…’

‘அம்மா… அம்மா… அப்படின்னா, எனக்குக் கண் முன்னைப் போலவே தெரிஞ்சுடப் போறதா? மறுபடியுமா! பூவெல்லாத்தையும் பார்ப்பேனா? நிலாப்பூச்சிகூட விளையாடலாமே… உம்? அம்மா… செக்கச் செவேல்னு பத்தப் பத்த மருதாணி இட்டுண்டு, ஜம்னு குடத்தை எடுத்துண்டு, சலசலன்னு ஓடற ஆத்தங்கரையிலே ஜோரா குளிப்பேன்…’

‘இதெல்லாம் போகட்டும் அம்மா, அப்பா பூஜை பண்ணின அந்தக் கோதண்டராமர் படத்தைப் பார்ப்பேனா அம்மா, எத்தனை நாள் ஆச்சு, ராம லக்ஷ்மணாளையும் சீதையையும் பார்த்து? அம்மா, திருச்சினாப்பள்ளியிலேர்ந்து வரும்போதே, நிறையப் பூ வாங்கிண்டு வந்து படத்துக்குச் சாத்தி…’

‘ஆகட்டுமே, ஆஞ்சநேயருக்கு வடைமாலை சாத்துவோம், சக்கரைப் பொங்கல் பண்ணி நைவேத்தியம் பண்ணுவோம்… எப்படியாவது கண் தெரிந்துவிட்டால்…’

### 3

‘அம்மா ரயிலில் ஏறினதும் எனக்குப் பழைய ஞாபகம் வருகிறதம்மா, அப்பா இருக்கும்போது ஒரு தடவை ராமேசுவரம் போனோமே..?’

'ஆமாம், அப்புறம் நாம் ரயிலிலேயே போகலையோன்னோ ?'

'அம்மா கடகடன்னு சத்தம் கேட்டுக்கொண்டேயிருந்ததே, காவேரிப் பாலம்தானே ?'

'ஆமாம் தாண்டி ஆய்விட்டதே.'

'கரை ரெண்டும் மோதிண்டு போறதோன்னோம்மா ஜலம் ?'

'இல்லாமல் எங்கே போகும் ?'

'நான்தான் பாவி. கண்ணுக்குக் குளுமையாய்ப் பார்க்க முடியவில்லை...'

'அதனாலென்ன இப்போ ? ஊருக்குப் போகும்போது நன்னாப் பார்க்கலாம் கௌரி...'

'பார்ப்பேனா அம்மா ? இந்த இழவு இருட்டும் கருப்பும் தொலையுமா ?'

## 4

'நமஸ்காரம் பண்றேன் டாக்டர்வாள்... எனக்குக் கண்ணைக் கொடுத்தேளானால் கோடிப் புண்ணியம் உண்டு, பெண்ணாய்ப் பிறந்துவிட்டேன்...'

'ஆமாம் டாக்டர்வாள், கன்னி கழிந்து நாலு பேர் வாயில் அகப்படாமல் நல்லபேர் எடுக்கனும்... ஏழு வயதில் மகமாயி பூட்டிக் குழந்தையின் கண் மறைஞ்சுடுத்து, அம்மன் அநுக்ரஹம், உயிர்ப்பிச்சையாவது கொடுத்தாள். உங்கள் புண்யத்தில் கண் தெரிந்துவிட்டால்...'

'அம்மா, ஐயோ பாவம், நானும் ரொம்ப வருத்தப்படறேன்... என்ன செய்வது ? வைசூரியாலே கண் போயிருந்தால் வைத்தியம் பண்ணுவதில்லை ! பண்ணினாலும் பிரயோஜனமில்லை, மன்னிக்கனும்... நா வரட்டுமா ?'

**1981**

**'கரிச்சான் குஞ்சு கதைகள்'**

●

## ஆண்கள்

"பெண்களுக்கு, அதிலும் வயதே ஆகாத சின்னப் பெண்களுக்கு நம் பள்ளிக்கூடத்தில் வேலை கொடுத்ததால், எனக்கு மிகவும் கசப்பான அநுபவங்கள் நேர்ந்திருக்கின்றன. இப்பொழுதெல்லாம் ஆசிரியர்களில் பெரும்பாலோர் வாலிபர்களாகவே இருக்கிறார்கள். இந்தத் தலைமுறை ஆசிரியர்களிடம், முன் தலைமுறையின் பொறுப்பு உணர்ச்சியையோ, கௌரவமான போக்கையோ எதிர்பார்ப்பதற்கில்லை; மற்ற பள்ளிக்கூடங்களில் இருப்பதைவிட நம் பள்ளிக்கூடத்தின் கண்யம் உயர்ந்துதான் இருக்கிறது. மேலும் இந்தக் காலத்து மாணவர்கள் கொஞ்சம் பிஞ்சில் பழுத்த வெம்பல்களாகத்தான் இருக்கிறார்கள். ஆகவே நான் எச்சரிக்கையாக இருக்க வேண்டியிருக்கிறது.

வேறு எந்த ஆண்பிள்ளையைத் தாங்கள் சிபாரிசு செய்தாலும் எனக்குச் சிறிதும் ஆக்ஷேபணை இல்லை. முழுச் சம்மதமே. தயவு செய்து, இந்தப் பெண்ணைத்தான் நான் பள்ளியில் வேலைக்கு அமர்த்த வேண்டுமென்று என்னை மீண்டும் வற்புறுத்தமாட்டீர்கள் என்று நம்புகிறேன்."

– தலைமை ஆசிரியரிடமிருந்து வந்த இந்தக் கடிதத்தைப் படித்த அந்தப் பள்ளியின் தாளாளர், அதைக் கசக்கி எறிந்தார். தாண்டிக் குதித்தார்.

என்னையும் ஒரு வாத்தின்னு நினைத்து விட்டாரோ இவர், எங்க தாத்தா சொத்தில் கால்வாசி – கிட்டத்தட்ட பத்து வேலி நிலத்தை முழுங்கியிருக்கிறது இந்தப் பள்ளிக்கூடம். நம்ம இஷ்டப்பட்டவங்களுக்கு – ரொம்ப வேண்டியவங்களுக்குக்கூட ஒரு வேலை போட்டுத்தர முடியா

விட்டால் இந்த 'கரெஸ்பாண்டு' வேலையும் வேண்டாம்... இந்தப் பள்ளிக்கூடத்தையே இழுத்து மூடிவிட்டால்தான் என்ன..? அவரு உனக்கு வேலை கொடுக்கிறாரா இல்லையான்னுதான் பார்க்கிறேனே... நாளைக்கு நானே பள்ளிக்கூடத்துக்கு வருகிறேன், நீயும் வந்துவிடு, அங்கேயே அப்போதே உனக்கு ஆர்டரும் போட்டுத் தரேன். என் மூஞ்சியிலே கரியைப் பூசற இந்தக் கடுதாசை... அவரு உங்கிட்டவே கொடுத்து, எங்கிட்டே அனுப்பிச்சிருக்காரே... அவருக்கு ஏதாவது..?"

அந்தப் பெண்ணுக்கே, அது ஆச்சரியமாகவும் அநியாயமாகவும்தான் பட்டது.

"அப்படியா சேதி? இந்தக் கவரை ஒட்டி என்னிடம் கொடுத்தபோது, சிரித்துச் சிரித்து மழுப்பி, குழையக் குழையப் பேசி, என்னைப் பார்த்துப் பார்த்து சந்தோஷப்பட்டுக்கிட்டே கொடுத்தாரே..." இதைக் கொண்டுபோய்க் கொடுத்து அவரைப் பார். அப்புறம் பார்ப்போம்" என்றும் சொன்னாரே. அப்போ, அவரு சிரித்து என்னை ஏமாத்தியிருக்கார்..." என்று இரைந்தே பேசி இரைந்தே சிரிக்கவும் செய்தாள் அந்தப் பெண். சிரிக்கும்போது அவள் உடம்பு முழுவதுமே குலுங்கிற்று.

அவள் ஆசிரியைப் பயிற்சி பெற்று முடித்திருந்தாள். அப்படியென்றால் குறைந்தபட்சம் பதினெட்டு வயதாவது ஆகியிருக்க வேண்டும் அவளுக்கு, சிலுகையாய், ஒற்றை நாடியாய் – அதிக உயரமும் இல்லாமல்தான் இருந்தாளே தவிர – இவ்வளவையும் மாயமாய் மறைக்கும் ஒரு நிறைவும் இருந்தது. மலர்ச்சியும் கவர்ச்சியும் இசைந்து கமழ்ந்தாள். கண்கள் முகத்தை நிறைத்துப் பெரிதாக்கிக்கொண்டு ஓடின. காதுகளில் வளையங்கள். புடவைக்குப் பதிலாகப் பாவாடை கட்டிக்கொண்டு தாவணியும் போட்டுக்கொண்டால் ஒரு மாணவிதான் அவள். புடவைத் தலைப்பை இழுத்து மூடிக்கொள்ளும் பழக்கம்கூட அவளுக்கு வந்திருக்கவில்லை. இருபுறத்தையும் விட்டு நடுவில் வந்த தலைப்பை அவள் வெகுநேரம் கவனித்ததாகவே தெரியவில்லை.

அவளுடைய சிரிப்பும் குரலும், குனிதலும் நிமிர்தலும், கைகளை அசைத்தலும், கண்களை ஒட்டியதும் அந்தத் தாளாளரை என்னவோ செய்தன. அந்தப் பெண்ணை அவரால் பார்த்துக்கொண்டு சும்மா இருக்கவும் முடியவில்லை.

"அம்மா, உன் பேரென்ன... தங்கமணி! இப்படி இந்த நாற்காலியில் உட்காரேன்! நீ வேலைக்குச் சேர்ந்த பிறகுதானே நான் உனக்கு 'கரஸ்பாண்டு' ஆகப் போகிறேன்? தவிரவும் நீ நமக்கு ரொம்ப வேண்டிய இடத்துப் பொண்ணு. உங்க அப்பாவும் நானும் ரொம்ப நாள் சிநேகிதம். உனக்குக் கட்டாயம் வேலை

போட்டுத் தரேன் நான். கவலைப்படாதே . . . என்கிட்டே தாராளமாகவே பழகு நீ. என் பொண்ணு மாதிரி நீ . . . வாம்மா, வா, இப்படி வந்து இந்த நாற்காலியில் ‘ஜம்’முனு உட்கார்ந்து கொள் ...”

– அவர் பேசிக்கொண்டிருக்கும்போதே அவள், அவர் காட்டிய நாற்காலியையும் தாண்டி வந்து அவருக்குப் பக்கத்தில் இருக்கும் நாற்காலியில் வந்து ‘தொப்’பென்று உட்கார்ந்து கொண்டு, “இனிமே நான் எதுக்குங்க கவலைப்படணும்? நீங்க இவ்வளவு பாசமா பிரியமாப் பேசிப் பக்கத்திலேயும் உட்கார வெச்சிக்கிட்டீங்களே? நான் எல்லாப் பரீக்ஷையிலும் நல்ல மார்க்கெல்லாம் வாங்கியிருக்கேன். நல்லா பாடம் நடத்துவேன் ...” என்றெல்லாம் அவள் பேசிய நேரத்தில், அவர் மீது இடிக்காத குறைதான்.

அந்த மணம் வீட்டிற்குள்ளேயும் சென்று வீசியதோ என்னவோ, அவருடைய சம்சாரம் தூக்க முடியாத தன் உடம்பைத் தூக்கிக்கொண்டு முன்கட்டுக்கு வந்து சேர்ந்தாள்.

அவள் வரும் முக்கலையும் முனகலையும் கேட்டு முகம் சுளித்த தாளாளர், வேண்டா வெறுப்பாய் எழுந்து நின்று சற்றே நகர்ந்தார்.

திரும்பிப் பார்த்த தங்கமணி, உட்கார்ந்தபடியே கண் மலர அவளைப் பார்த்து, “உங்க வீட்டு அம்மாவா ..?” என்று கேட்டுவிட்டு, “வாங்கம்மா ... நான்தான் தங்கமணி... ஓரத்தூரு சுப்பையாப்பிள்ளை மவதான் நான் ... ஐயா பள்ளிக்கூடத்திலே டீச்சர் வேலைக்கு வரப்போறேன் . . . அதான் ஐயாகிட்ட ...” என்றாள்.

“அய்யாகிட்டே பேசிக்கிட்டிருந்ததெல்லாம் ரொம்பச் சரிதான் ... ஆனா, நாளைக்கு டீச்சரம்மாவா வரப்போற நீ, இங்கே அவருகிட்டே இப்படியா ..?” என்று திணறிற்று அந்தம்மாள் குரல்.

“கமலம், போறும் . . . நீ உள்ளே போ. எதையாவது துப்புக்கெட்டாப்பலே பேசிக்கிட்டிருக்காதே... தேமேன்னு பாவம், இது சின்னப் பொண்ணு ...” என்று கெஞ்சினார் அவர்.

அந்தம்மாள் உடனே, “எல்லோருமே சின்னப் பொண்ணுங்களாத்தான் வராங்க இப்பல்லாம்... எல்லாம் காலம் அடிக்கிற கூத்து ...” என்று முனகிக்கொண்டே போனாள்.

தங்கமணி, “அம்மா என்ன சொல்றாங்க?” என்று கேட்டு வைத்தாள்.

“அவ எதையாவது பேத்திக்கிட்டிருப்பா . . . படிப்பில்லாத சன்மந்தானே! ஒரு இழவும் தெரியாது. நீ ஒண்ணும் வித்தியாசமா ...”

"இதுலே வித்தியாசத்துக்கு என்னங்க இருக்கு? அப்ப... நான் வீட்டுக்குப் போறேன்... நாளைக்குப் பத்து மணிக்கு..."

"ஆமாம். சரியா பத்து மணிக்குப் பள்ளிக்கூடம் ஆரம்பிக்கிற டயத்துக்கு வந்துடு. நானும் வரேன், நாளைக்கே வேலைக்குச் சேரும் தோதோடு வரலாம் நீ" என்றார் தாளாளர்.

மறுநாளே தங்கமணி அவருடைய பள்ளிக்கூடத்தில் ஆறாம் வகுப்பு ஆசிரியை ஆகிவிட்டாள். அந்தப் பள்ளியில் சில பெண் குழந்தைகளும் வகுப்புக்கு நாலைந்து பேர் இருந்தார்கள், இருபது பேர் ஆண்பிள்ளை ஆசிரியர்கள். கங்கா டீச்சர் என்ற வயது முதிர்ந்த ஆசிரியை ஒருத்தி, இன்னும் இரண்டொரு வருஷங்களில் ஓய்வுபெற இருந்தாள். ஒரு பெண் துணையும் உண்டு என்று தாளாளர் சொல்லியிருந்தார். ஆனால் தங்கமணி, இந்தத் துணையை நாடவேயில்லை.

கேலியும் விளையாட்டுமாய்ப் பேசும் அளவுக்கு ஆசிரியர்கள் பலருடன் பழகினாள் தங்கமணி. ஆசிரியர்களின் அறைக்கும் போய் உட்காருவாள். பாடங்கள் சம்பந்தமாக அவர்களுடன் பேசுவாள். அவர்களும் இவள் கேட்டதற்கு அதிகமாகவே விஷயங்களை விளக்குவார்கள். அவள் அங்கு இருந்தால் ஒரே கலகலப்பும் குதூகலமும் நிறைந்து வழியும் அங்கே. அவள் போனதும் எல்லாருமே ஏதோ ஏமாற்றம் அடைந்தவர்களைப் போலச் சோர்வு அடைவார்கள்.

தலைமையாசிரியர் அறைக்கு அவள் எப்போது போனாலும் வரவேற்புக் கிடைத்தது. அவள் போக வேண்டிய வகுப்பு நேரத்து மணி அடித்த பிறகும் தலைமையாசிரியர் அவளுடன் சிரித்துப் பேசிக்கொண்டிருப்பார்.

அழகான, மெல்லிய, சிறிய, முழுமை நிறைந்த அவளுடைய தோற்றத்தை வைத்து ஆசிரியர்கள் அவளுக்கு, 'சின்னிப் பாப்பா' என்று பெயர் வைத்தார்கள். அந்தப் பெயர் மெல்ல மெல்லப் பள்ளிக்கூடம் முழுவதுமே பரவிவிட்டது. பதினோராம் வகுப்பில் படிக்கும் மாணவர்களில் சிலர், பள்ளிக்கூடத்திற்கு வெளியில், அவளைப் பார்க்க நேரும்போது ஆசையும் ஆர்வமும் பொங்க மறைவில் "சின்னிப் பாப்பா..!" என்று அழைத்து அவளும் திரும்பிப் பார்க்கும்போது, ஆனந்தம் கொள்ளப் பழகிவிட்டார்கள்.

கங்கா டீச்சர் ஒரு நாள் தங்கமணியிடம் இதமாக எடுத்துச் சொல்லி, இப்படியெல்லாம் பழகக்கூடாதென்று புத்தி சொன்ன போது, "இப்போ என்ன அப்படி தப்பாப் பழகுகிறேன்? வித்தியாசமாப் பழகவே இல்லையே நான்... நீங்கதான் ஏதோ தப்பா நினைக்கிறீங்க டீச்சர்!" என்றாள் தங்கமணி.

அவள் உண்மையாகவே கவடுசூது ஒன்றும் இல்லாமல்தான் பழகுகிறாளா, அல்லது வேறுவிதமாகவா என்று அந்தக் கங்காவுக்கும் புரியவில்லை.

சில மாதங்கள் சென்றன. ஊரில் மிகவும் பெரிய பணக்காரர் ஒருவருடைய மகன், பதினோராம் வகுப்பில் படித்துக் கொண்டிருந்தான். கையில் எப்போதும் நிறையக் காசு நடமாட்டம். பெயர் சின்னத்தம்பி.

அந்த மைனர், சின்னிப் பாப்பாவுக்கு வேண்டியவன் ஆனான். அவளும் மைனரும் பார்த்துச் சிரித்துக்கொள்வதில் ஆரம்பித்துப் பேசிக்கொண்டிருக்கும் அளவுக்கு வளர்ந்து, ஓரிடத்தில் சந்தித்து நேரம் போவது தெரியாமல் போது போக்குவதும் சினிமாவுக்குப் போவதும் சகஜமாயிற்று.

இவர்கள் இருவரையும் இணைத்து எழுதும் பல சுவர் இலக்கியங்கள் தோன்றின. தலைமையாசிரியர் மைனரைக் கூப்பிட்டுக் கண்டித்தார். தங்கமணியைக் கூப்பிட்டுத் தன் அறையில் வைத்துக்கொண்டு, கதவையும் தாழ்ப்பாள் போட்டுக் கொண்டு உபதேசம் செய்ய ஆரம்பித்தார். கடைசியில், “சின்னிப் பாப்பா, சின்னிப் பாப்பா... எவ்வளவு அழகான பெயர்..!” என்றார்.

ஹெட்மாஸ்டரைத் தங்கமணி எப்படியோ பார்த்தாள்.

“சின்னிப் பாப்பா, நான் உனக்கு ஒரு யோசனை சொல்லப் போகிறேன். அதைக் கேட்டுக்கொண்டு, சமத்தாய் நான் சொல்கிறபடி ...” இப்படிப் பேசிக்கொண்டிருந்தவருடைய கண்கள் என்னவோ போலச் சுழன்று குழித்துச் சிமிட்டின. அவருடைய கைகள் மேஜை மீது பரபரத்துக்கொண்டு, பேப்பர் வெய்ட்டையும் பேனா ஸ்டாண்டையும் இடறிக் கொண்டுவந்து மேஜை ஓரத்தில் ஊன்றியிருந்த தங்கமணியின் கைகளை நாடி வந்து தடுமாறின.

“என்ன சார் இதெல்லாம்... ஐயய்ய, எனக்குக் குமட்டுகிறது” என்று கிளம்பிய தங்கமணி, தாழ்ப்பாளை இழுக்க முடியாமல் இழுத்துத் தள்ளிக் கையில் ரத்தம் கசியக் கதவைப் ‘படால்’ என்று திறந்துகொண்டு வெளியே வந்தாள். அதிவேகமாய் வெளியேறிய தங்கமணியை எல்லா வகுப்புகளிலிருந்தும் எல்லா மாணவர்களும், ஆசிரியர்களும் பார்த்தார்கள். உடனே அவள் சிரித்துக்கொண்டும் கையை ஊதிக்கொண்டும் நடந்தாள்.

அடுத்த சில வாரங்கள், தலைமை ஆசிரியர் அவளை ஏறிட்டுக்கூடப் பார்க்கவில்லை; ஆசிரியர்களும் முன்போல நீண்ட நேரம் நெருக்கம் கொண்டு அளவளாவக் கூசினார்கள்.

பொங்கல் விடுமுறை வந்தது. அரை ஆண்டுத் தேர்வில் மைனர் மார்க்கே வாங்கவில்லையென்று, அவனைத் தலைமை ஆசிரியர் கண்டித்தார்.

மார்க்கு இல்லையென்று அவன் அப்பாவுக்குச் சொல்லி யனுப்பினார் ஹெட்மாஸ்டர். தன் மகன் படிப்பைப் பற்றி எப்போதுமே கவலைப்பட்டதில்லை அவர். ஆனால் அவர் கேள்விப்பட்ட மற்றொரு சங்கதிக்காகத் தன் மகனைப் பார்க்க நினைத்ததுண்டு. தங்கமணியும் சின்னத்தம்பியும் சென்னைக்குப் போகப் போவதாகக் கேள்விப்பட்டிருந்தார். அவர் மகனை இரண்டு மூன்று நாட்களாக வீட்டிலேயே பார்க்க முடியவில்லை.

ஒருநாள் தங்கமணி, அந்தப் பையனைத் தேடிக்கொண்டு வீட்டுக்கே வந்துவிட்டாள். அவளைப் பார்த்ததும், அவளுக்குப் புத்தி சொல்ல நினைத்து, அவளை அழைத்துக் கொண்டு மாடிக்குப் போனார் அவர். அவர்கள் இருவரும் பேசிக்கொண்டிருந்தபோது, வெளியில் போய்விட்டு வீட்டிற்கு வந்த சின்னத்தம்பியும் மாடிக்குப் போனான். தன் அப்பாவுக்குத் தெரியாமல் முதுகுப்புறத்தில் சற்றுத் தூரத்தில் நின்று சாடை செய்தான். தன் எதிரே உட்கார்ந்திருக்கும் பெண்ணை உற்றும் கூர்ந்தும் உருகியும் உணர்வு மழுங்கியும் பார்த்துக்கொண்டிருந்த அவருக்குத் தன் மகன் வந்ததும் தூரத்தில் நின்று சாடைகள் காட்டியதும் தெரியாது.

'உடனே கீழே இறங்கி வந்துவிடு' என்று பொருள்பட அவன் சாடை காட்டிவிட்டுச் சந்தடியில்லாமல் கீழே இறங்கிப் போய்விட்டான்.

தங்கமணி திரும்பிப் பார்த்தபோது, அவர் திருட்டுத்தனமான பார்வையுடன், "நல்லாத்தான் இருக்கே நீ... வெள்ளரிப்பிஞ்சு கணக்கா, பசுமையா, இளமையா, தளதளன்னு அடேயப்பா, அப்படியே 'வெடுக்'குன்னு கடிச்சுத் திங்கறாப்பலேதான் இருக்கே நீ... சின்னத்தம்பி கிடக்கான் சின்னப் பய, அவனுக்கு வயசு பத்தாது... வேலையை விட்டுத் தொலைச்சுப்புட்டு, நம்ம வீட்டுக்கே வந்துடு நீ... என்ன கண்ணு, சின்னிப் பாப்பா..." என்று முனகி வழிந்து சிந்தினார் அவர்.

அதிர்ந்துபோனாள் தங்கமணி, "அடே, சே! இந்த ஆம்பிள்ளைங்க அத்தனை பேருமே இப்படித்தானா?" என்று பொரிந்துவிட்டு, மைனருக்காகக்கூடக் காத்து நிற்காமல் வெளியேறிவிட்டாள்.

1981

'கரிச்சான் குஞ்சு கதைகள்'

•

# மானுடம் வென்றதம்மா

ஆயிரக்கணக்கான ஆண்டுகட்கு முன் நடந்த கதை இது. கங்கைக் கரையில் ஒரு பாழ் மண்டபம். அங்கே பல துறவிகளும் வெறும் பிச்சைக்காரர்களும் கூடியிருந்தனர். அந்தக் கூட்டத்தில் ஆண்களும் உண்டு; பெண்களும் உண்டு. போர்க்களத்திற்குச் சென்று வீரத்துடன் போர் செய்து கை, காலிழந்த முடவர்களும் கண்ணில் வாளோ அம்போ தைத்துப் புண்பட்டுவிட்ட குருடர்களும் பிச்சைக்காரக் கூட்டத்தில் சேர்ந்திருந்தனர். பெருமழையாலும் வெள்ளத்தாலும் மழையின்மையாலும் வெய்யிற் கொடுமையாலும் வேளாண்மை கெட்டுக் கடன் தொல்லைகள் சூழ்ந்து அதனால் நிலம் நீச்சு வீடு வாசல்களைவிட்டு வந்தவர்களும் அந்தக் கூட்டத்தில் இருந்தனர். இரவின் வரவை எதிர்பார்த்து அந்தி மாலைக் குழப்பத்துடன் தாங்களும் மனங்குழம்பித் திரும்பி வந்து அவர்கள் கூடும் இடம் அது. பகல் முழுவதும் நகர்ப்புறத்தில் பிச்சையெடுத்த களைப்புத் தீரப் படுத்துறங்கும் இடம் அது. உறக்கம் என்ற பெருமகிழ்வுப் போதில், அனைத்தையுமே மறந்து அவர்கள் அநுபவிக்கும் துறக்கம், அதாவது சுவர்க்கம், அந்த இடம்.

உறங்கப் போகுமுன், அந்தக் கூட்டத்திலுள்ள படித்த துறவிகள், கதையும் புராணமும் தத்துவமும் வேதாந்தமும் பேசுவார்கள். பாட்டுப் பாடியும் விரிவுரை செய்தும் அவர்கள் நிகழ்த்தும் காலக்ஷேபம் தினசரி நிகழ்ச்சி. புரிந்தும் புரியாமலும் அதைக் கேட்டுவிட்டுத்தான் அனைவரும் தூங்குவார்கள். விடிந்ததும் அவரவர்கள் புறப்பட்டு விடுவார்கள்.

அந்தக் கூட்டத்தில் புதியவளான ஒரு பெண் துறவி வந்து சேர்ந்திருந்தாள். அவள் நடுத்தர வயதுடையவள். அசைப்பில் பார்த்தால் குறைந்த வயதுடையவள் என்றுகூடத் தோன்றும். இளைத்திருந்தாலும் எடுப்பான தோற்றமுடையவள். இனிய குரல், இதமான பேச்சு, இங்கிதமறிந்து உதவும் செயற்பாங்கு. அவள் அதிகமாகப் பேசுவதில்லை. இரவு நேரத்துக் காலக்ஷேபங்களில், எதிர்த்தும் விளக்கம் வேண்டியும் மற்றவர்கள் கேள்விகள் கேட்கும்போது தானும் கலந்துகொள்வாள். அவளுடைய கேள்விகளுக்கு, நல்ல படிப்பும் சொல்வன்மையும் படைத்த துறவிகள் நேரான சீரிய விடை கூறத் தெரியாமல் தவிப்பார்கள். புதிய பெண் துறவி, ஜனகனைப் பற்றி அவ்வளவாக அக்கறை காட்டாமல் இருந்ததைப் பார்த்த அவர்கள் அவளைத் தூண்டினர். அவளும் தங்களுடன் சேர்ந்து கொண்டாடினால்தான், அவர்களுக்கு மனம் நிறையும். ஆனால், அவள் ஜனகனைக் கொண்டாட மறுத்தாள். அத்துடன், அந்த மன்னனுடைய கொள்கையையும் மறுத்தாள். "அது வெறும் பொய், பித்தலாட்டம், அதைப் பரப்பிக் கொண்டாடவைக்கும் நாகரிக மாந்தரின் கபட நாடகமும் அப்படித்தான். இதெல்லாம் – பாமர மக்களை – பெரும்பான்மையான மக்களைத் தலை தூக்கவிடாமல் செய்யும் தந்திரங்கள். தமக்குக் கிடைத்துள்ள இடம் பொருள் ஏவல்களைக் காப்பாற்றிக்கொண்டு மேலும் வளர்த்துக்கொள்ள அவர்கள் வகுத்துள்ள திட்டம் இது. அவர்கள் வைத்துள்ள, சட்டங்களை நிலைநாட்டிக் கொள்ளும் வழி இது" என்றெல்லாம் விளக்கிச் சொன்னாள்.

முடவர்களையும் குருடர்களையும் முன்னே அழைத்துத் தாம் அங்கஹீனம் அடைந்த கதையைக் கூறச் செய்தாள். அவர்கள் தங்கள் வீரப்போரின் வியப்பான செய்தியைச் சொல்லி, இறுதியில் விதியின் விளையாட்டால் தங்கள் கையுங் காலும் கண்ணும் பிறவும் போரில் இழந்த கதையையும் சொன்னார்கள்.

"நீங்களெல்லாம் நல்ல நிலையில் இருந்திருந்தால், எங்கு எப்படியிருப்பீர்கள்?" என்று கேட்டாள் பெண் துறவி.

'அரண்மனைச் சேவகமும் அரசாங்க ஆதரவும் பெற்று நகரத்தில் மகிழ்ந்திருப்போம்' என்றனர் அங்கஹீனர்கள்.

"அந்த மகிழ்ச்சிக்குப் பதிலாகத்தான், மெய்ஞ்ஞானத்தால் விளையும் ஆனந்த வெள்ளத்தைக் காட்டியிருக்கிறது, நம் அரசாங்கம்" என்றாள் அவள்.

மேலும் சொன்னாள்:

பிச்சைக்காரர்கள் என்பவர்கள், தலைமுறை தலைமுறையாய்ப் பிறந்து வருபவர்கள் அல்லர். இங்கே நாம் இத்தனை பேர்

இருக்கிறோம். எல்லோருக்குமே எப்போதாவது ஒரு காலத்தில், தாய், தந்தை, தம்பி, அண்ணன் என்ற உறவு முறையோரும் உற்றார்களும் பங்கு மனைகளும் பணம், காசு, நகை நட்டுக்கள், தாழி, பானை தட்டுமுட்டுக்களும் இருந்திருக்கும். நாம் இத்தனை பேரும் இதே பாழ்மண்டபத்திலா பிறந்து வளர்ந்தோம்? இன்று ஏன் இப்படி இங்கே கூடியிருக்கிறோம் தெரியுமா? என்பது போல் கேள்வி கேட்டு, அவர்கள் இதுவரை கொண்டிருந்த முடிவுகளைச் சிதறவிட்டு வேடிக்கை பார்ப்பாள். காலக்ஷேபம் கேட்கும் அத்தனை பேரும் வியப்புடன் இவளைப் பார்ப்பார்கள். முடிவுகளைச் சிதறவிட்டு, அதனால் கலங்கி விழிக்கும் துறவிகள், கேள்விக்குறிகளைப் போலத் தங்கள் தலைகளைத் தொங்கவிட்டுக் கொண்டிருக்கும்போது, 'நீங்கள் சொன்னதை இப்படித் திருப்பிப் பாருங்கள்' என்று புதிய கருத்துக்களை வெளியிடுவாள் அந்தப் புதிய துறவி.

'அதுவும் பொருத்தமாகத்தான் படுகிறது' என்பார் ஒருவர்.

'அதுதான் முற்றிலும் பொருத்தம்' என்பார் மற்றொருவர்.

'எதற்கும் நாம் மறுபடியும் சர்ச்சை செய்து ஆராயவேண்டும்' என்று இழுப்பார் ஒருவர்.

எப்படியும் அந்தப் பெண் கூறுவதுதான் பொருத்தமென்று, கேட்பவர்கள் அனைவருடைய முடிவும் இருக்கும். இதற்குக் காரணம், அவள் சொன்னது அவர்களுக்கு நன்றாக விளங்கி யதோ அல்லது அவர்கள் சிந்தித்துப் பார்த்ததோ அல்ல. ஆனால் அந்தப் பெண் துறவியின் தோற்றம், பேச்சு, செயல் அனைத்துமே அவர்களை ஆட்கொண்டிருந்தது அந்த அளவுக்கு.

ஒருநாள் இரவுப் பேச்சில், அந்த நாட்டின் அரசனான ஜனகனைப் பற்றிய செய்திகள் வந்தன. அடிக்கடி, அந்த அரசனைப் பற்றித் துறவிகள் வியந்து பேசுவதுண்டு. அந்த ஜனகன் ஒரு ராஜயோகி; ஆத்மஞான வள்ளல். மெய்யறிவுக்கு ஒரு புகலிடம். இந்த உடலுடன், உயிருடன் வாழ்ந்துகொண்டே, வீடுபெற்றுவிட்ட 'ஜீவன் முக்தன்' ஜனகன். பெரிய பெரிய முனிவர்களும் ஞானிகளும் அவனுடன் மெய்ஞ்ஞானம் பேசி வாதாடித் தோற்றுப் போய்விட்டார்கள். அவனுடைய பற்றற்ற வாழ்க்கையைப் பற்றி, உலகமெல்லாம் வியந்து பாராட்டுகிறது. மனிதர்களாகப் பிறந்திருக்கும் அனைவருமே, மெய்ஞ்ஞானத்தால், மேலான பதவி பெறலாம். ஜீவன் முக்தியும் அடையலாம். இந்த உலகத்தில் இருந்தபடியே இந்த உலகத்தின் துன்பங்களை ஒழித்து, இன்ப வெள்ளத்தில் மூழ்கித் திளைக்கலாம் என்பதற்கு ஜனக மகாராஜாவின் வாழக்கையே ஒரு எடுத்துக்காட்டு என்றெல்லாம் கொண்டாடினார்கள்.

படித்த பெரிய துறவிகளின் இந்தக் கருத்துப் பெரும்பாலான பிச்சைக்காரர்களைக் கவர்ந்ததும் உண்மையே. அந்தக் கவர்ச்சியின் உடனடியான விளைவாக, அவர்கள் தங்களுடைய வறுமைத் துயரை மறக்க முடிந்தது. பஞ்சத்தை மறக்க முடிந்தது. கண்ணீரைத் தடுக்க முடிந்தது. முறிந்து விழும் மனத்தைத் தூக்கி நிறுத்த முடிந்தது.

"நம்மை ஏமாற்றுகிறார்கள். நம் துயரங்களுக்குக் காரணமாகப் பழம் பிறப்பை இழுத்து ஊழ்வினையென்று வற்புறுத்திக் காட்டினார்கள். அதே மூச்சில் துயரமே கிடையாது, அது ஒரு மனத் தோற்றமென்றும் கூறி, மெய்ஞ்ஞான மயக்க மருந்தை ஊட்டிவிட்டார்கள். நாம் எழுச்சியிழந்து குனிந்துவிட்டோம். மீண்டும் நாம் நிமிர, வழி என்ன? இதை நீங்கள் சிந்தித்தது உண்டா?" என்று கேட்டாள் பெண் துறவி.

ஜனகனைப் பலமுறை நேரில் கண்டுள்ள ஒரு பெரியவர், அவளுக்கு விடைகூற முன்வந்தார். "அம்மா உலகத்தில் எதுவுமே நிலையானது இல்லை. உடல், உயிர், பொருள் யாவுமே அழிந்துவிடக் கூடியவைதாம். ஆகவே அழியும்வரை வாழத்தானே வழி வேண்டும். மனத்தை அதற்குப் பக்குவப் படுத்திவிட்டால் எல்லாம் ஒன்றாகும். மெய்ஞ்ஞானம் அங்கே தான் தளிர்காட்டுகிறது. அரசனுக்கும் ஆண்டிக்கும் ஒரே முடிவுதான்; ஆகவே அரசன் மகிழ வேண்டியதில்லை; ஆண்டியும் அழ வேண்டியதில்லை. அரசனுக்கு அரியணை இருந்தால், ஆண்டிக்குச் சத்திரத் திண்ணை இருக்கிறது. அரசனுக்குத் தங்க வட்டில் என்றால், ஆண்டிக்குத் திருவோடு; இருவரும் எப்படியோ வயிற்றை நிரப்பிக்கொண்டுதான் இருக்கிறார்கள். என்ன வந்துவிட்டது இதில்? வேறுபாடு எங்கே இருக்கிறது? அரசனுக்கும் பற்று உதவாது. ஆண்டிக்கும் அது கூடாது; ஆகவே அரசன் மகிழ்வதில்லை; ஆண்டியும் ஏங்காமல் இருக்க வேண்டும்; ஏக்கம் கொண்டால்தானே, நிமிர வழி தேட வேண்டும். நிமிர்ந்தாலும் குனிந்தாலும் ஒரே நிலையென்று அவர்கள் போதித்ததை, நாங்களும் ஏற்பதில் தவறென்ன?" என்றார் அவர்.

"நீங்கள் போதித்து அவர்கள் ஏற்றுக்கொண்டிருந்தால் தவறு நேர்ந்திருக்காது; அங்கிருந்து இங்கு வருவதால்தான் தவறு நேர்ந்துவிட்டது" என்றாள் அவள். பெரியவர் மீண்டும் அவளிடம் கூறினார்:

'அம்மா, ஜனகனுக்கு இருப்பதைப் போன்ற பற்றற்ற மனம் துறவிகளுக்கு வரவில்லையே! சமீபத்தில் நடந்த செய்தியொன்று கூறுகிறேன் கேள். கடந்த மழைக் காலத்தில், யோக சித்திகள் பெற்ற ஒரு பெரிய துறவி, சில துறவிச் சீடர்களுடன் ஜனகன் அரண்மனையில் வந்து தங்கினார். ஜனகன் அந்தத் துறவியிடம்

பழமையான தத்துவ இரகசியங்கள் இருப்பதை அறிந்து, அவரிடம் பாடம் கேட்கத் தொடங்கினான். துறவிகள் இரவு நேரத்தில் அரண்மனையில் தங்கினார்களே தவிர, பகற்பொழுது முழுவதும் நகரத்திற்கு வெளியிலிருந்த ஒரு சோலையில் அமைத்திருந்த ஆசிரமத்தில் இருப்பார்கள்; அங்குதான் பாடம் நடக்கும். ஒருநாள் ஜனகன் நேரம் கழித்து வந்தான். பாடமும் நேரம் கழித்தே ஆரம்பமாயிற்று. குருவும் சீடர்களும் மிகுந்த நேரம் காத்திருந்தனர். இதில் சீடர்களுக்குச் சற்று மன வருத்தம். ஜனகன் ஒரு அரசனாயிருப்பதாலும் நான்கு மாதங்களுக்கு உபசாரம் செய்வதாலும் அவனிடத்தில் குருவுக்குத் தனியான பாசமும் பரிவும் பயமும்கூட இருப்பதனால் காத்திருந்தார் என்று தமக்குள் ஒருஜாடையாய்ப் பேசிக்கொண்டார்கள். தன் சீடர்களின் உள்ளக்குமுறலின் வேகத்தையும் அவர்கள் அணிந்திருந்த காவியை அது எள்ளி நகையாடுவதையும் பார்த்துத் தானும் சிரித்துக்கொண்ட குரு, உடனே பாடத்தைத் தொடங்கவில்லை. குருவும் துறவிகளும் நகரத்தையும் ஆசிரமத்தையும் இணைக்கும் பாதையைப் பார்த்துக்கொண்டே இருந்தார்கள். கோலத்தால் மட்டும் துறவிகளாயிருந்த இவர்களுக்கும் ஜனகனுக்கும் உள்ள ஏற்றத்தாழ்வை இவர்களே உணரும்படி செய்ய வேண்டுமென்று நினைத்துக்கொண்டிருந்தார் குரு. சிறிது நேரத்திற்கெல்லாம் ஜனகன் வந்தான். ஓடோடியும் வந்தான். பன்முறை வணங்கித் தான் தாமதித்து வந்ததைப் பொறுத்தருளுமாறு கேட்டுக் கொண்டான். பாடம் தொடர்ந்தது. குருநாதர் தம் யோக சக்தியால் மிதிலை நகரம் தீப்பற்றியெரிவது போன்ற ஒரு தோற்றத்தை உண்டாக்கிவிட்டு, "அதோ பாருங்கள்" என்றார். அனைவரும் திரும்பினர். துறவியின் பரபரப்புடன் எழுந்து, ஐயோ, என் புதிய காவித் துணி என்றும், என் மூட்டை என்றும் கத்திக்கொண்டு விழுந்தடித்துக்கொண்டு ஓடினார்கள். ஜனகன் மிக்க அமைதி யுடன் இருந்த இடத்திலேயே ஆடாமல், அசையாமல் இருந்தான். பெரியவர் சிரித்துக்கொண்டே, சீடர்களை அழைத்தார். தோற்றமும் மறைந்தது. மிதிலை எரியவில்லை. சீடர்கள் திரும்பி வந்து அமர்ந்து குன்றிக் கிடந்தார்கள். குருநாதர் ஜனகனைக் கேட்டார்;

"அரசரே, மிதிலை எரிகின்றபோதும், நீங்கள் துளிக்கூடப் பரபரப்புக் காட்டவில்லையே? ஏன்?" அரசர் பணிவுடன் கூறிய விடை, உலகமெலாம் புகழும் பெருமை படைத்துவிட்டது. இந்த விடை, இனி எக்காலத்திலும் அழியாது நிலைபெற்றாலும் ஆச்சரியமில்லை; அரசர் கூறினார்:

"மிதிலை எரிந்தால் என்ன? என்னுடையதொன்றும் எரியவில்லையே?" "ஆகா, என்ன தூய மனநிலை. பற்றொழித்துப் பண்பட்ட மனநிலை! பொன்னும் மணியும் பட்டும் பீதாம்பரமும்

மனைவியரும் மக்களும் வயலும் தோட்டமும் பிரபுக்களும் குடிமக்களும் படைகளும் பாழாகுமே என்ற ஓர் எண்ணம்கூடத் தோன்றவில்லை பேரரசருக்கு. கந்தைக் கோமணமும் காவித் துணியும் போய்விடும் என்று பதறிய துறவிகள் நிலையையும் பார்" என்று முடித்தார். பெண் துறவிக்குக் கதை சொன்ன பெரியவர், சத்திரத்து ஆண்டி.

அவள் சிரித்தாள்! "ஜனகனைப்போல் நடிப்பில் வெற்றி பெறாத துறவிகளை இழித்துக் கூறாதீர்கள் பெரியவரே! அவர்கள்தாம் உண்மை மனிதர்கள்; தம் மனிதத்தன்மையை மறைத்து நடிப்பதில் வசதி படைத்தவர்களே வெல்வார்கள். மிதிலை எரிந்தால் என்னுடையதொன்றும் எரியவில்லையே என்ற ஜனகனுடைய விடையில், என்ன மறைந்திருக்கிறது தெரியுமா? அனைத்தும் எரிந்து சாம்பலான பிறகும், நினைத்த மாத்திரத்தில் முன்னிலும் அதிகமாக, அழகாக, தக்க பாதுகாப்புடன் யாவற்றையும் படைக்க முடியும் என்ற மன்னருடைய வசதியால் வந்த செருக்கு அதில் மறைந்து கிடக்கிறது. இடம், பொருள், ஏவல் வசதிகளின் திரையில் மறைந்து கிடக்கும் இந்தப் போலி மனிதத்தன்மை புரிகிறதா உங்களுக்கு? துறவிகளுக்குப் புதிய துணி கிடைக்க வேண்டுமென்றால், பிறர் தயவும் தர்ம புத்தியும் வேண்டும். அத்துடன் தான் செய்யும் அறத்தைப் பறைசாற்றும் நேரமும் வரவேண்டும் வசதி படைத்தவர்களுக்கு! அப்போதுதான் துறவிகளுக்குப் புதிய துணி கிடைக்கும்" என்றாள்.

"அதனாலென்ன? நமக்கும் ஏதோ கிடைக்கிறதல்லவா?"

"உண்மை; பெரியவரே! மனிதத்தன்மை மறைவது இங்கேதான். பொருள் தேடி, அறம் செய்து, இன்பங்கள் துய்த்து, மேலும் மேலும் பொருள் தேடிப் பெருக்கி முழுவாழ்வு வாழ்ந்து இன்பத்தில் மகிழ்வதென்பது, உலகில் அனைவருக்குமே கிடைக்குமா? வறுமையிலும் பஞ்சத்திலும் பற்றாக்குறையிலும் பாதிவாழ்விலும் உழல்கின்றவர்களுக்கு இது நல்ல மருந்து. எப்படியோ இன்பம்தான் நோக்கம் என்றால், இது சுலபமான வழி; பார்ப்போமே என்பது பெரும்பான்மையான மக்களின் ஆவல். இந்த ஆவலில் பற்றுவதற்கு ஒன்றுமே இல்லாதவர்கள் கூட, இதைப் பற்ற முயல்கிறார்கள். மனிதத்தன்மை மறையத் தொடங்குகிறது. இந்த வழி நிலைத்துவிட்டால், மக்கள், உணர்வும் ஊக்கமும் காட்டி, உழைப்பை உறுதுணையாகக் கொண்டு, உயர்ந்து நிமிர விரும்பி, எழுச்சியும் கிளர்ச்சியும் கொள்ள மாட்டார்கள். அமைதி நிலவும். ஆட்சியும் ஓங்கும் என்பது உயர்ந்த வட்டாரத்து முடிவு என்றாள் அவள்.

“அம்மா, ஜனகனை ஒரு சாதாரண மனிதனாக நினைத்துக் கொண்டு, நீ வாதம் செய்கிறாய், அவனைச் சென்று பார். உன் சொல் வன்மையும் தத்துவ வாதமும் அவனுக்கு மிகவும் பிடிக்கும். உன்னை அவன் வாதத்தில் வென்று, வேதாந்தமும் போதித்து அனுப்புவான், ஏழை எளியவர்களிடத்தில் பேரன்பு கொண்டு, அவர்களுக்குப் பல வகையிலும் உதவிகள் செய்துவரும் நீ வேதாந்தியாக மாறினால், நாட்டுக்கு நல்ல பயனுண்டு” என்றார் அவர்.

“கட்டாயம் போகப் போகிறேன். நாளைக் காலையிலேயே அரசரைச் சென்று காண்பேன். ஆனால் அரசரும் ஒரு சாதாரண மனிதர்தான் என்பதைக் காட்டி, நான் அவரை வென்று வந்த செய்தியையும் நீங்கள் கேட்கப் போகிறீர்கள். அவர், தம் மானிடத் தன்மையை மறைத்துக்கொண்டு நடிப்பதை அம்பலப்படுத்துவதே என் நோக்கம்” என்றாள் அவள்.

அவளும் ஒரு சிற்றரசன் குலத்தில் பிறந்தவள்தான். ஆனால், அதில் ஒட்டாமல் பிரிந்து வந்து, மக்கள் வாழ்வின் துயரங்களை உணர்ந்து, அவற்றை நீக்கும் வழிதேடித் துறவுபூண்டாள். பல நகரங்களிலும் துறவுக்கோலத்துடன் அலைந்து திரிந்தவள். பொதுமக்களும் பிச்சைக்காரர்களும் அவளை நன்கு அறிவர். அவள் பெயர் சுலபை. எளியவள் என்பது அதன் பொருள். அது அவளுக்குக் காரணத்தால் அமைந்த பெயர். துயருற்றவர்களுக்கு அவள் உதவி எளிதில் கிடைத்தது. கூப்பிட்ட உடனே ஓடி வருகின்ற எளிமை அவளுக்கு இருந்தது. சத்திரம், சாவடி, பாழ்மண்டபம், படித்துறை, பாதையோரத்து மரநிழல் போன்ற இடங்களில் எளியவர்களுடன் வாழ்ந்ததால் அவளும் எளியவள். அவள் அனைவர்க்குமே அனைத்திற்குமே சுலபமாகக் கிடைப்பவள் என்ற பொருளில், பொதுமக்கள், பிச்சைக்காரர்கள் எல்லோருமே அவளைச் சுலபை என்ற பெயரால் அழைத்தனர். அவள் இப்பொழுது சில காலமாக மிதிலையில் சுற்றிக்கொண்டு இருக்கிறாள். பல பேரிடம் பல விஷயங்களில் வாதம்கூடச் செய்திருக்கிறாள், நகரத்தில். ஜனகனும் அவளைப் பற்றி நிறையக் கேள்விப்பட்டிருந்தான்.

அரண்மனை வாயில்காப்போர் வந்து சுலபை மன்னனைக் காண விரும்புகிறாள் என்பதை அறிவித்தபோது, மன்னன் அதை மறுக்கவில்லை. ஆனால், எதிர்பாராத இந்தச் சந்திப்பு நேராமல் இருந்திருக்கலாம் என்று நினைத்தான், ஒருகணம். மறுகணத்தில் அவளைக் காணச் சித்தமானான். தத்துவ விவாதமானால், அதில் அவனுக்கு மிகவும் சுவை உண்டு.

சுலபை மன்னனைக் காண வந்தாள். அவள் மிக முயன்று தன்னை அழகுபடுத்திக்கொண்டு வரவில்லை. ஆயினும்

பளிச்சென்று வந்தாள். இயற்கையிலேயே அழகுடைய பெண் அவள். நிறமும் நிறைவும் நேர்த்தியும் பொலியும் அவயவங்களுடன் வந்தாள். அப்போது மன்னனும் வேறு சிலரும் இருந்தனர். விரைவாகப் புகுந்து, நிமிர்ந்து நடந்து வந்து, நேரே அரசன் எதிரே நின்றாள். ஜனகன் நிலைகுலையவில்லையென்றாலும், நெஞ்சம் அதிர்ந்தது அவனுக்கு. ஒரு பெண் தன்னருகில் வந்து, தன்னைக் குறிவைத்துப் பார்ப்பதை உணர்வதே, அவனை என்னவோ செய்தது. திடப்படுத்திக்கொண்டு, அவளைப் பார்க்கத் தொடங்கினான். ஏற இறங்கத் தன்னை அரசர் கூர்ந்து பார்க்கத் தூண்டி வென்றும் விட்ட சுலபை, அதே லாகவத்துடன் அவருடைய கண்களைத் தன் கண்களால் தூக்கிப் பார்த்துத் தன் பார்வையாலேயே அவற்றை ஆடாமல் தடுத்தாள். அந்தப் பார்வை வழியிலேயே அரசருக்குள் தன்னைச் செலுத்தினாள். அரசருடன் அங்கே இருந்தவர்கள் ஒன்றுமறியாமல் மரம்போல நிற்க, இங்கே ஒரு பெண், கண் வழியே ஓர் ஆணின் உடலுக்கு உள்ளே புகுந்து நிறைகின்ற அற்புதம் நிகழ்ந்துகொண்டிருந்தது.

ஜனகன், தன்னைத் தனக்குள்ளிருந்து அரைகுறையாய் விடுவித்துக்கொண்டு, திணறி விழித்தான். தடுமாற்றத்துடன், அந்தப் பெண்ணைப் பார்த்துக் கேட்டான். பால் வேறுபாடு காணாத, காணக்கூடாத வேதாந்தி, அந்தப் பெண்ணைப் பார்த்துத்தான் கேட்டான்.

“பெண்ணே, எனக்கே தெரியாமல், என்னையும் வென்று, எனக்குள் புகுந்து என்னை ஏன் கலக்குகிறாய்? நீ யார், எங்கிருந்து வந்தாய்? ஏன் வந்தாய்?”

அந்தப் பெண் சதங்கையைக் குலுக்குவதுபோலச் சிரித்தாள். சிரிப்பினிடையே, “இதோ இங்கே தெரியும் யாவும் ஆத்மப் பொருள்; அதுவே, அதுவே. வேறு கிடையாது, ஆத்மா; ஆத்மா; ஆணும் பெண்ணும் விருப்பும் வெறுப்பும் எல்லாமே பொய்; போலித் தோற்றமே இல்லாத மாயையின் தான்தோன்றித் தனம்” என்று சொல்லிக்கொண்டே மீண்டும் சிரித்தாள். அவள் எங்கிருந்து சிரிக்கிறாள்! பேசுகிறாள்! தனக்குள்ளிருந்தே சிரிப்பொலி கேட்பது போலிருந்தது ஜனகனுக்கு.

சுலபை மேலும் பேசினாள்: “மன்னவரே, மனத்தை அனைத்திலிருந்தும் அகற்றி, மனத்திலிருந்து அனைத்தையும் அகற்றிவிட்டதாக நடித்துக்கொண்டிருக்கும் மன்னவரே, தாங்கள் பேசும் மொழியே தங்கள் பொய்யான நிலையைக் காட்டுகின்றதே. தனக்குள்ளே எல்லாவற்றையும் கண்டும் எல்லாவற்றிலும் தன்னையும் கண்டும் இந்தக் காட்சியாலேயே தன்னளவில் சூன்யமாய் – யாதுமில்லாப் பெருவெளியாய்ச்

சிதம்பரமாய் விட்ட தாங்கள், ரகசியம் அறிய விரும்பி, என்னை யாரென்று கேட்பது பொருளற்ற செயல். அகண்டப் பிரகாசத் தத்துவத்தில் நான் எங்கிருந்தும் எங்கும் வர முடியாது. அடுத்த படி பொருத்தமேயில்லாத பேதைமைப் பேச்சொன்று சொன்னீர்கள். 'எனக்கே தெரியாமல், என்னுள் புகுந்து . . .' என்று. இரண்டென்றும் இரண்டாவதென்றும் வேறொன்றும் ஒன்றும் கிடையாதென்றும் ஆயிரம் பேருக்கு உபதேசம் செய்திருக்கிறீர்கள். தாங்கள் கூறிய சொற்களில் ஒன்றுக்குமே, உங்கள் நிலை உண்மையாய் இருந்தால், பொருளே கிடையாது. தனித் தனிச் சொற்களே பொருள் குறிக்காமல் தடுமாறும்போது, அவை தொடர்ந்த சொற்றொடரும் வெறும் ஒலியே தவிர, அதற்குப் பொருள் கிடையாது. ஆகையால், நீங்கள் கலங்கியதுதான் உண்மை. நான் ஒரு சாதாரண மானிடப் பெண்; தாங்களும் ஒரு சாதாரண ஆண். இந்தக் கலக்கம்தான், தங்களுடைய வேஷத்தைக் கலைத்தது. இதுதான் என் வெற்றி. அதை மறைத்து நடிக்காதீர்கள், நாட்டைக் கெடுக்காதீர்கள். மானிடத்தை வளர்க்க முற்படுங்கள்" என்று சொல்லிவிட்டுச் சிரித்தாள் அவள்.

சொடுக்கும் மிடுக்கும் நிறைந்த அவளுடைய சொல்லாடலில் சுவை மிக்க இசைப்பாவின் பண்ணழகு பதிந்திருந்தது. மை தீட்டிப் பல ஆண்டுகள் கழிந்துவிட்ட அவளுடைய இமையோரங்கள் கருத்து அழகைக் கொட்டின. தாம்பூலமே தின்னாத அவளுடைய இதழ்களில் சிவப்புப் பரந்து, சில்லென்று, தேன் சுரந்து, அழைப்பும் தவழ்ந்தது. அவளுடைய முகம் முழுவதிலும் பெண்மையின் பொல்லாத வசீகரம் பூத்துப் பொலிந்தது.

ஜனகன் இன்னும் அவளுடைய முகத்தைத்தான் பார்த்துக் கொண்டிருந்தான். அதுவும் தனக்குள் அவளைப் பார்ப்பது போன்ற பிரமையும் இருந்தது அவனுக்கு. அவளை எப்படி வெல்வதென்ற பிரச்சினையே எழவில்லை. அவளிடமிருந்து தன்னை எப்படி விடுவித்துக்கொள்வதென்பதே பிரச்சினை. முதற் காரியமாக அவளிடமிருந்து, தன் மனத்தை மீட்கப் பெரிதும் முயன்று, தன் கண்களைப் பெயர்த்தெடுத்தான். பெயர்த்த கனத்திலும் விரைவிலும் அவை ஈர்க்கப்பட்டுத் தாழ்ந்தன. உருண்டு விழுந்தன. எழுந்து தள்ளாடின. திரும்ப முடியாமல் தவித்தன. வன்மையுடன் இழுத்தான். இவ்வளவும் ஆன பிறகு, அடுத்த குரலில் பேசினான்:

"நாணம் பெண்களுக்குக் காவல்; நீ எங்கும் பிச்சை வாங்கி உண்டு திரிவதிலிருந்தும் அனைவருக்கும் சுலபையாய் இருந்து வருவதினாலும் உன் நாணத்தை அறிகிறேன். அது போகட்டும். இத்தனை பேருக்கெதிரில் என்னைக் கவர முற்பட்டாய்; இது

மிகவும் தகாத செயல். அரசன் படைபலத்தாலே பிறரை அடக்கி வெல்கிறான்; ஞானிகள் தவத்தாலும் பற்றற்ற வாழ்வாலும் அனைவரையும் பொறுக்கினார்கள். பெண்கள் அழகாலே ஆண்களை அடிமை கொள்கிறார்கள்; ஆனால் அதற்கும் வரைமுறை வேண்டாமா? யாருமில்லாத, சூன்யமான பாழிடங்களில் இருக்க வேண்டியவள் நீ, இங்கே வந்து…" அரசன் ஏனோ தொடர முடியாமல் நிறுத்தினான். அவன் சொல்லிவந்த சொற்களில், அவளுக்குப் பிடிகொடுத்து விட்டானோ?

ஆமாம். அழுத்தமான பிடிகொடுத்துவிட்டான் அவளுக்கு. அவள் பிடித்துக்கொண்டாள். சொன்னாள்;

"அரசே, நான் தங்களைப் பாழிடங்களில் எதிர்கொள்ள முடியுமா? தவிர தங்களை நான் என்றைக்கும் அடிமைப் படுத்தவும் நினைக்கவில்லை. தாங்களும் சாதாரண மனிதரே; தாங்கள் நடித்து வரும் மெய்ஞ்ஞானம் ஒரு நாடகம். அதை அம்பலப்படுத்தவே உம்மைக் கவர்ந்தேன். துன்ப வாடையே வீசாத அரண்மனை வாழ்விற்கும் இன்பமே காண முடியாத வறிய வாழ்க்கைக்கும் ஒரு பொய்யான ஒப்புமையை, வெறும் சொற்களால் வாய்ப்பந்தல் போட்டுக் காட்டி, மனித குலத்தின் பெரும்பான்மையை ஏமாற்றிவருகிறது இந்த நாடகம். இதை விளக்கிக் கூற முயன்றுவருகிறேன். மனிதர்கள் மனிதர்களாக இருந்தால்தான் நல்வாழ்வு எல்லார்க்கும் அமையும். மானிடத்தைப் புதைக்கும் ஞானம் பொய் ஞானம்; மெய்ஞானம் ஆகாது. தங்களுக்கு இது தோல்வியில்லை; கபடத்தின் தோல்விதான் இது. எனக்கு இது வெற்றியில்லை; இது பரவுவது மானிடத்தின் வெற்றி. நான் வருகிறேன். உங்கள் வேஷம் கலையட்டும்" என்று புறப்பட்டாள் சுலபை.

1981
'கரிச்சான் குஞ்சு கதைகள்'

## அடுத்த தடவைக்கு அது!

அந்த லேடி டாக்டர் அவனுக்குப் பதில் சொல்லாமல் அலட்சியமாய் இருக்கும் அளவுக்கு அவன் ஏழையில்லை; அவள் கேட்கும் தொகையைச் சுணங்காமலும் முகம் களிக்காமலும் எண்ணிக் கொடுப்பவன்; அந்த நர்ஸிங் ஹோமில் இருக்கும் நர்சுகள், ஆயாக்கள், வேலைக்காரிகள் எல்லோருக்கும் நிறையவே பணம் கொடுப்பவன்; அவன் அந்த இடத்திற்குப் புதியவனும் இல்லை; இதற்கு முன் பல தடவை நாட்கணக்கில், வாரக்கணக்கில், ஏன் மாதக் கணக்கில்கூடத் தங்கியிருந்த நோயாளிகளைக் கொண்டுவந்து சேர்த்தவன். அந்த நோயாளிகளும் அவனுக்கு வேண்டியவர்களோ சொந்தக்காரர்களோ இல்லை; சொந்த மனைவிகளை – தாலிகட்டிய – வீட்டுக் குடித்தனமான தன் பாரியைகளையே வைத்தியத்திற்குக் கொண்டுவந்து சேர்த்துப் பணம் தருபவன்.

இப்போது சேர்க்கப்பட்டு இருப்பவளும் இவனுடைய மனைவிதான். ரொம்ப நாளாகிவிட்டது அவள் படுத்த படுக்கையாகி. அவளுடைய நிலைமையைப் பற்றி டாக்டரிடம் கேட்பதற்காக அவள் எதிரே உட்கார்ந்திருக்கிறான். இதற்கு முன்னால் இதே மாதிரி இரண்டு தடவை தன் மனைவிகளைப் பற்றிக் கடைசியாகக் கேட்டுத் தெரிந்துகொண்டு, அவர்களுடைய உயிர் பிரிவதற்கு முன்பே வெளியில் சென்று மேலே ஆகவேண்டிய காரியங்களை அவன் கவனித்ததுண்டு. இந்தத்

தடவை, இந்த மனைவியைப் பற்றி மட்டும் ஏனோ அவனுக்கு மிகுந்த கவலையும் தடுமாற்றமும் ஏற்பட்டுவிட்டிருந்தன.

டாக்டர் அவனுக்குப் பதிலே சொல்லாமல் அவனை வெறித்துப் பார்த்துக்கொண்டிருந்தாள். அறையில் யாரும் இல்லை. வயதான நர்சு ஒருத்தி. அவள்தான் முன்பெல்லாம் இவனுக்கு விவரம் சொல்வது வழக்கம். அவளும் இவனை ஏறிட்டுக்கூடப் பார்க்காமல் அறையைவிட்டு வெளியே சென்றுவிட்டாள். இன்னும் டாக்டர் வாயைத் திறக்கவில்லை. அவள் பார்த்த பார்வை இவனுக்கு எப்படியோ இருந்தது. இவன் மறுபடியும் ஏதாவது கேட்கட்டும் என்று டாக்டர் எதிர்பார்க்கிறாளோ!

"மீனா பிழைத்துவிடுவாளா டாக்டர்?" என்று கேட்டான்.

"ஏன் பிழைத்துவிடுவாளோ என்று பயப்படுகிறீர்களோ? நீங்கள் மனிதர்தானா? எனக்குச் சகிக்கவில்லை. போய் விடுங்கள்... போய்... பெரிய பூப்பல்லக்கு, வாணவேடிக்கை எல்லாம் ஏற்பாடு செய்யுங்கள். இனிமேலும் ஒருதடவை..."

லேடி டாக்டருடைய குரலில் வெறுப்பும் அருவருப்பும் ததும்பின. அவள் இத்தனை நேரம் பதில் சொல்லாமல் ஆழமாகச் சிந்தனை செய்துகொண்டிருந்தது, இப்படித் தன் வெறுப்பைக் கொட்டிவிடக்கூடாது என்பதற்குத்தான். அழுத்தமாக அவன் மனத்தில் படும்படி எப்படிச் சொல்வது என்று அவள் யோசித்தது, நடுவில் அறுந்து போய்விட்டது. இப்படி வெறுப்பைக் கொட்டிய பிறகு அதை எப்படிச் சொல்வது என்பது அவளுக்குப் புரியவில்லை. அவன் உடனே எழுந்துபோய்விடாமல், முகத்தைத் தொங்கபோட்டுக்கொண்டு, "டாக்டர், நான்... நான்... எனக்கும்..." என்று தழுதழுத்தபோது பிடி கிடைத்தது. சொன்னாள்:

"நான் சற்றுக் கடுமையாகப் பேசிவிட்டேன். மன்னித்துக் கொள்ளுங்கள். உங்களையும் நான் ஒரு நோயாளியைப் போல் அனுதாபத்துடன்தான் அணுகவேண்டுமே தவிர, உங்களை வெறுத்துப் பயனில்லை. உங்கள் மனைவிகள் மூன்று பேரையும்... இறுதி யாத்திரைக்கு முன்... அந்தரங்கமாகக் கேட்டு, விவரம் தெரிந்துகொள்ளும் துர்பாக்கியம் என் தலையில் எழுதியிருந்திருக்கிறது. உங்கள் பசி மிகவும் கோரமானது; அதுவும் இயற்கையே என்று என் மருத்துவ அறிவு கூறுகிறது. ஆனாலும், அது சற்று அதிகமாய் இருப்பதுதான் உங்களுடைய நோய். உங்களிடம் நிறைய பணம் இருக்கிறது. வசதி இல்லாதவர்கள் வயிற்றில் பெண்களும் பிறந்துவிடுகிறார்கள்; மலிவாகக் கிடைக்கும் சரக்காகவும் ஆகிவிடுகிறார்கள் உங்களுக்கு. ஆனால் இதோடு போதும்; இந்த வியாபாரத்தை நிறுத்திவிடுங்கள்.

எனக்குச் சொல்லத் தெரியவில்லை. உங்கள் ஆண்மையில் ஏதோ விஷம் இருக்கிறது. அதற்கு வைத்தியம் செய்துகொள்ள முயன்று பாருங்கள். உங்கள் வயது நாற்பதுதான் இருக்கும். மிகவும் பயங்கரமான வயது உங்களுடையது. நானும் ஒரு பெண்தானே. என் மனம் சுழல்கிறது. சம்பிரதாயம் எங்களைக் கைவிட்டுவிட்டது. இரையாகிக்கொண்டேயிருக்கிறோம். தயவுசெய்து நீங்கள் மணம் செய்துகொள்ள வேண்டாம். மறுபடியும் என் தங்கை ஒருத்தி உங்கள் விஷம் தீண்டி இறப்பதை என்னால் நினைக்கக்கூட முடியவில்லை. மன்னியுங்கள். நான் ஆழமான சோகத்துடன் புகைந்துகொண்டே இதையெல்லாம் சொல்கிறேன். வயது முதிர்ந்த உங்கள் தாயாருக்கு இதயம் என்று ஒன்று இருப்பதாக நினைக்கவில்லை நான். உங்கள் குலம் விளங்கவேண்டும் என்றால், வேறு யாருடைய குழந்தையையாவது எடுத்து வளர்த்து ஆளாக்குங்கள். என் மேல் வருத்தமா..?"

இப்படி முடிக்கும்போது டாக்டரின் குரலில் உருக்கமும் அனுதாபமும் கசிந்தன.

"ஏன் இப்படி ஆகிறது? நான் என்னதான் செய்வது? சொல்லுங்களம்மா. நீங்களும் டாக்டர்தானே?" அவன் கண்ணீரோடு கெஞ்சினான்.

"ஏன் இப்படி ஆகிறதென்று எனக்குத் தெரியவில்லை. ஆனால் என்ன ஆகிறதென்று தெரிகிறது. உங்கள் கைப்பட்ட பெண்கள், குருத்து வாடி அழுகிப்போகும் வாழைமரம்போல் ஆகிவிடுகிறார்கள். இதற்கு மேலும் என்னை எதுவும் கேட்காதீர்கள். பெண்ணாய்ப் பிறந்த அந்த என் சகோதரிகளை நினைத்தால்..." டாக்டர் கண்ணிலும் நீர் துளிர்த்தது.

குருத்து வாடி அழுகிப்போகும் வாழை மரம்போல் ஆகிவிடுகிறார்கள். வாழை மரம்... வாழை... டாக்டர் அறையிலிருந்து வெளியே வந்து, வேகமாகத் தன் வீட்டுக்குத் திரும்பிச் செல்லும் அவனுடைய நெஞ்சு முழுதிலும், வாழை மரம், வாழை மரம் என்று ஒரு பெயரொலி ஒலித்து ஒலித்துத் தாக்கிற்று. டாக்டர் முடிவாகத்தான் சொல்லிவிட்டாள்.

உள்ளே கிடக்கும் மனைவியைப் பார்க்காமலேயே கிளம்பியிருந்தான் அவன். தடைப்பட்டு நின்று உள்ளே போனான். வேதனை குறையத் தூக்க மாத்திரைகள் கொடுத்திருந்ததால், உயிர் இல்லாதது போலவே ஒட்டி உலர்ந்து, கந்தல் துணி கசங்கிக் கிடப்பதுபோல் கிடந்த மனைவியைப் பார்த்தான். அவளருகே செல்லக் கூசிற்று அவனுக்கு. நெஞ்சில் டமாரம் அடிப்பது மாதிரி வாழை மரம், வாழை மரம் என்று ஒலிக்கிறது.

மூன்றாவது கல்யாணம் விருத்திக்கு வராது என்ற சாத்திர சம்பிரதாயத்தால், ஜாதகம் பார்த்து, நல்ல வேளையில் வாழைமரத்தைக் கொண்டுவந்து, தூணோடு கட்டிவைத்து, ஓமம்வளர்த்துத் தாலிகட்டிப் பஞ்சாங்கக்கார அய்யர் சொன்ன சடங்குகளைச் செய்து, கெட்ட கிரகங்களை எல்லாம் அனுகூலமாக்கிக்கொள்ளவும், நிறைய தட்சிணைகள் கொடுத்துக் கல்யாணச்சடங்கு முடிந்ததும், வாழை மரத்தை வெட்டிச் சாய்த்ததும், தெருவில் குப்பைத் தொட்டியருகே எறிந்த அந்த வாழை மரம் கிடந்த கிடையும் அவன் நினைவிற்கு வந்தன.

தொடர்ந்து, தன் தாயார் கிழவி, தூணில் கட்டியிருந்த வாழை மரத்திலிருந்து, மஞ்சள் கயிற்றைக் கழற்றாமலேயே சாமர்த்தியமாய்த் தாலியை மட்டும் மெல்ல உருவி எடுத்த காட்சியும் அவன் கண்முன்னே மீண்டும் நடந்தது. இதற்கு முன் இறந்துபோன மனைவிகள் இருவரின் தாலிகளைச் சிதையில் கிடந்த கழுத்தை அசைத்துத் தூக்கிக் கழற்றிய கோரமும் நினைவுக்கு வந்துவிட்டது. அவன் தன்னையும் அறியாமல் ஐயோ! ஐயோ! என்று கத்திவிட்டான். அங்கிருந்த நர்ஸ், “அவுங்களைப்போயி ஒண்ணும் தொந்தரவு செஞ்சிடாதீங்க” என்றாள். வெளியே வந்தான். மிகவும் விரைவாக வீட்டை நோக்கி நடந்தான்.

“பொண்ணு பாத்துட்டீங்களா இல்லையா? இல்லாட்டி இப்பவே அதுக்கான ஏற்பாடுகளைப் பண்ணுங்க.”

“பொண்ணுக்கு என்ன சாமி. நான் வாயைத் தெறந்தாப் போதும், நான் நீன்னு முந்திக்கிட்டு ஓடி வருவாங்க போட்டி போட்டுக்கிட்டு. அததுங்க சோத்துக்கும் துணிக்கும் பறக்குதுங்க கெடந்து, குதிருகுதிராப் பொண்ணை வச்சுக்கிட்டு முளிக்கிறாங்க பொண்ணுகளைப் பெத்தவங்க. ஆனா – ரண்டாச்சு, மூணும் ஆயிடுச்சு. புதுசாப் பண்றதும் இப்படியே ஆயிட்டா, அப்புறம் ரொம்ப இதால்ல போயிடும்.”

“எதாப் போயிடும்; என்னம்மா நீங்க, உங்க மகன் என்ன கிளமா, கட்டையா, இல்லே ஏளையா பாளையா; இல்லே ஆளுதான் பர்சனாலிடிலே கம்மியா. கெரகக் கோளாறு, படுத்துது. நீங்க ஏன் கவலைப்படறீங்க. உங்க மகன் சாதகத்திலே இருக்கிற தோசமெல்லாம் இத்தோட சரியாப் போச்சு. இனிமே இந்த ராகு, கேது, செவ்வா இவங்களுக்குப் பவர் இல்லே. பல்லைப் புடுங்கியாச்சு. இனிமே உங்களுக்கு வரப்போற மருமவ ஒரு தலைவலி காச்சல்னுகூடப் படுக்கமாட்டா. உங்க மவன் மனசுக்குப் புடிச்சாப்பலே நல்ல பொண்ணுப் பாருங்க. அடுத்த மாசம் பொறந்ததுமே – நான் கொஞ்சம் செலவு ஆகிற மாதிரிக்

கெரகங்களுக்குச் செய்ய வேண்டியதைச் சொல்கிறேன். அதைச் செஞ்சுப்புட்டு, உடனே காதும் காதும் வெச்சாப்பலே மருமவளை வீட்டுக்கு அளைச்சிட்டு வரலாம். ஆசுபத்திரியிலே நல்லாக் கேட்டுட்டீங்களா. டாக்டரம்மாகூடச் சொல்ல வேணாம். வயசான நரசம்மா இருக்காங்களே, அவங்க ரொம்ப அனுபவம் உள்ளவங்க. ரொம்ப கரெக்டாச் சொல்லிவிடுவாங்க."

"எதுக்குச் சாமி மத்தவங்களைப் போயிக் கேக்கணும். எனக்கேதான் நல்லா அனுபவப்பட்டுப் போச்சே. இதுக்கு முன்னே மூத்தாளுங்க ரண்டு பேருக்கும் வந்தப்பவே, அதே மாதிரித்தான் இவளுக்கும் வந்திருக்கு, தேறாதுன்னு தோணினப்பறம்தான் ஒங்களைக் கூட்டிவர ஆள் அனுப்பினேன்."

"சரி, பொண்ணைப் பாருங்க. இந்தத் தடவை ஒரு பெரிய காரியம் செஞ்சிட்டு, அப்புறம் ஜாம் ஜாம்னு கல்யாணம் நடத்துவோம். நான் சொல்றதும் ஒரு கல்யாணம்தான். வாழையை வெட்டிச் சாய்ச்சோமே, அதுமாதிரிச் செய்யாம எருக்கை நட்டுத் தாலி கட்டிக் கல்யாணமும் செஞ்சு அப்படியே விட்டுட்டா . . . அடுத்துச் செய்யற கல்யாணம் ஆயிரங்காலத்துக்கு நெலைக்கும். இது பெரிய பெரிய ரிஷிங்க செய்த சாத்திரத்திலே சொன்னது புதுப்பொண்ணு கல்லு மாதிரி இருப்பா."

"சாமி, உங்க வாய் பலிக்கணும். முடிவாக் கேட்டுக்கிட்டு வரத்தான், இவனை ஆசுபத்திரிக்கு அனுப்பியிருக்கேன். நானும் எங்கக் குலதெய்வங்களுக்கெல்லாம் பணமும் மஞ்சளும் முடிஞ்சுவைச்சு வேண்டிக்கிட்டேன் – எல்லாக் காரியமும் நல்லா முடியணும்னு. ஆனா இந்தத் தடவை இவன் முன்னே மாதிரி இல்லை. ரொம்ப அலுத்துக்கிறான்; அலட்டிக்கிறான்; நொந்துக்கிறான். காசைத் தண்ணியாச் செலவழிச்சு வைத்தியம் பார்க்கிறான்! மூத்தாளுங்களுக்கு இவ்வளவு செலவு ஆவலை. அப்போ வரவு – செலவெல்லாம் நானே வெச்சுக்கிட்டிருந்தேன். இப்போ எல்லாமே இவன் கிட்டே இருக்குது. காசு கெடந்து துள்ளுது. ஆனா, அதுக்காவ இவனுக்கு எங்கிட்டே பயம் இல்லாமப் போயிடலை இன்னும். சாமி, நான் வளர்த்த பிள்ளை இது. இவன் அப்பா சாவும்போது இவனுக்கு எட்டு வயசு. இந்த முப்பது முப்பத்திரண்டு வருசமா இவன் நான் கிளிச்ச கோட்டைத் தாண்டினதில்லே. இவனை நான் அதிகமாப் படிக்கவும் வைக்கலை. படிச்சு உத்யோகம் பார்த்துச் சாப்பிடற மாதிரி இவனை வைக்கலையே இவன் தாத்தாவும் அப்பாரும். கடைத்தெருவுலே இருக்கிற மூணு கடை வாடகை, இதே தெருவுலே இருக்கிற ரண்டு வீட்டு வாடகை . . . கிராமத்திலேயும் நெலமும் தோப்பும் இருக்கு . . . இவனுக்கப்புறம் இத்தனையையும் ஆள,

ஒங்களை கூப்பிட்டு திதி திவம்சனு கொடுக்க ஒரு மொளை – சந்ததி வேணுமே சாமி. மூணு மூதேவிங்களும் இப்படி வெறுங்கட்டையாச் செத்தா, போற வழிதான் என்ன ...?"

"நீங்க கவலையே படாதீங்க, உங்க மகன் இதுக்குச் சம்மதிச்சா . . ."

"ஒரு தடவை நான் முளிச்சுப் பாத்தால் போதும், சொன்னதை அப்படியே செய்வான் என் மகன்."

"சரி, அப்படியானா எருக்குக் கல்யாணம் பண்ணி ..."

பஞ்சாங்கக்கார அய்யர் பேசி முடிக்கும்போது, அவன் வீட்டிற்குள் நுழைந்தான். எருக்குக் கல்யாணம் என்ற வார்த்தை அவனை என்னவோ செய்தது. "எருக்கும் வேண்டாம்; ஒரு இழவும் வேண்டாம். ஊமத்தஞ்செடியைக் கொண்டுவாங்க ஐயரே" என்றான்.

"ஊமத்தையா . . . சாத்திரங்களில் அப்படி எதுவும் சொன்னதாத் தெரியல . . . சம்பிரதாயத்திலே அப்படி உண்டான்னு கேட்டுப் பார்க்கிறேன்; இருந்தா ... அடுத்த தடவை அதையும் செய்துவிடுவோம்; கவலைப்படாதீங்க" என்றார் ஐயர்.

**1981**

**'கரிச்சான் குஞ்சு கதைகள்'**

●

## யாரும் தூங்கவில்லை

எழும்பூரில் இரவு பத்தரை மணிக்குப் புறப்படும் ஒரு பார்சல் பாசஞ்சர் வண்டி, என்னைப் பொறுத்தவரையில் மிகவும் வசதியான ரயில். அதில் பாண்டிச்சேரிக்கு என்று ஒரு வண்டி கோக்கப்படுகிறது. சென்னையில் பகல் முழுதும் புகழும் பொருளும் தேடிப் பல் இளித்து ஏமாந்து, அலைந்து திரிந்து அலுத்தபிறகு, இந்த வண்டியில் ஏறிப் படுத்துக்கொண்டால், தூக்கம் வந்தால் தூங்கலாம், தூங்காமல் படுத்தும் கிடக்கலாம். காலையில் ஆறுமணிக்குப் பாண்டிச்சேரியில் போய் இறங்கலாம். அநேகமாய்க் கூட்டமே இருக்காது. வண்டி புறப்படும்போது கொஞ்சம் கூட்டம் சேர்ந்தாலும், செங்கல்பட்டுப் போவதற்குள் வண்டி காலி ஆகிவிடும்.

ஒருநாள், அந்த வண்டியில், பெட்டிகள் கொண்டுவரப்பட்டதும் போய் ஏறி, இடம்பிடித்து, ஒரு ஜன்னல் ஓரமாய் உட்கார்ந்தேன். வெற்றிலை போட்டுத் துப்ப வசதி வேண்டுமே. வண்டியில் இன்னும் விளக்கு எரியவில்லை. எனக்குப் பிறகு ஒரு வாலிபன் வந்து ஏறினான். அவனைக் கொண்டு விடுவதற்கு இரண்டுபேர் வந்தார்கள். அட்டைப் பெட்டிகளும், சூட்கேசும் கூடைகளுமாய்க் கொண்டுவந்து மேலே ஒருபுறம் உள்ள பலகையில் வைத்துத் தள்ளி அசைத்து அழுத்திப் பத்திரப்படுத் தினார்கள்.

வண்டியில் விளக்கு எரிவதுமாதிரிப் பாசாங்கு செய்தது. விசிறியும் மிகவும் சிரமப்பட்டு மெல்ல அசைந்தது. இருட்டும் போகவில்லை. புழுக்கமும்

தீரவில்லை. அந்த வாலிபனைக் கொண்டுவிட வந்தவர்கள் இறங்குவதற்குள், இரண்டு பெண்களும், ஓர் ஆண்பிள்ளையும் வந்து ஏறினார்கள். அந்த ஆண்பிள்ளை கை சிவக்கத் தூக்கி வந்த பெட்டி, கூடை முதலியவற்றை மற்றொருபுறத்துப் பலகையில் திணித்தார். பெண்கள் தூக்கிக்கொண்டுவந்த பை, மூட்டை போன்ற சாமான்களையும் வாங்கி மேலே அடக்கம் செய்தார் நடுத்தர வயதுள்ளவர். பேண்ட் – ஸ்லாக் ஆசாமி. தான் தூக்கிவந்த கனமான, பழைய காலத்து ஸ்டீல் டிரங்கை அலாக்காகத் தூக்கி மேலே வைத்தார். நல்ல பலசாலி. நீளவாகு. சதைப்பற்றும் குறைவில்லை.

கன்னம் மட்டும் ஒட்டிக் கிடந்திராவிட்டால், அவருடைய முகத்தின் கடுகடுப்பு அவ்வளவு பச்சையாகத் தெரிந்திராது. மிகவும் கடுகடுத்தார். ஏனோ; சாமான்களை ஒன்று, இரண்டு என்று தொட்டுத் தொட்டு எண்ணிக்கொண்டிருந்தவர், பெண்களில் சற்றே வயதில் குறைந்தவளாகத் தோன்றிய பெண்ணை, ஏன் அப்படி ஆத்திரத்தோடும் சிடுசிடுப்புடனும் பார்த்தாரோ தெரியவில்லை. அந்தப் பெண் அவருடைய இந்தக் கடுகடுப்பைத் துளிக்கூடப் பொருட்படுத்தாமல், தன் பிடிவாதம் வெற்றி பெற்றதை நினைத்துக் கர்வத்துடன் சிரிப்பவளைப்போல, சிறிதும் அலட்டிக்கொள்ளாமல் ஒய்யாரமாகவே நின்று கொண்டிருந்தாள்.

மேலே வைத்த ஒரு கூடையிலிருந்து பெட்ஷீட் மாதிரி ஒரு துணியை எடுத்து, அப்போதும் நின்றுகொண்டே இருந்த சற்றுப் பெரியவளாய்த் தோன்றிய பெண்ணின் தோளைத் தொட்டுப் போட்டுவிட்டு, அவளை இடித்துக் கொண்டபடியே நின்று, மறுபடியும் சாமான்களை எண்ணிப் பார்த்தார். "எட்டு ... சரிதானே . . . எட்டுத்தானே கண்ணம்மா?" என்று கேட்டார்.

பெண்கள் இருவரில் யாருமே பதில் சொல்லவில்லை. மொத்தம் எட்டுச் சாமான்கள். சரியா இருக்குதுல்ல? யாராவது பதில் சொல்லி அழுங்களேன்" என்றார் ஆத்திரத்தோடு.

உட்காரும் பலகை இரண்டிலும், ஜன்னலை ஒட்டி நானும் அந்த வாலிபனும் எதிரும் புதிருமாய் உட்கார்ந்திருந்தோம். அந்த மூன்று பேரும் இன்னும் உட்கார்ந்தபாடில்லை. வண்டியின் விளக்குகள் பெட்ரூம் விளக்கு அளவுக்குத்தான் வெளிச்சம் தந்தன. பெண்கள் இருவரில் சிறியவள் அவருடைய மகள் என்றும், மற்றொருத்தி மனைவி என்றும் இதற்குள் புரிந்து விட்டிருந்தது. பெண்கள் இருவரும் எந்தப் பக்கம் எப்படி உட்காருவது என்று யோசித்துக் கொண்டிருந்தார்களோ என்னவோ ... அதனால்தான் அவர் கேட்டதற்கும் பதில் சொல்லவில்லையோ என்னவோ ...

"எல்லாம் சரியாகத்தான் இருக்கும், அலட்டிக்காம இப்படி வந்து உக்காருங்களேன்" என்று வெடித்தாள் மனைவி. ஜன்னல் ஓரமாய், எனக்கும், எதிரிலிருந்த பையனுக்கும் இடையில் ஒதுங்கி அப்பாவுக்கு வழிவிட்டாள் மகள். அவர் என் பக்கத்தில் உட்கார்ந்தார். அவருக்குப் பக்கத்தில் மனைவி; அடுத்து மகள். பையன் இருந்த பலகையில் யாரும் இல்லை. வண்டி புறப்பட மணி அடித்தது.

பையனைக் கொண்டுவந்துவிட்டவர்கள், "சோமு ஜாக்கிரதை... தூங்கிக் கீங்கிப் போயிடாதே. வீட்டுலே போயித் தூங்கிக்கலாம். அதான் நெறையப் புத்தகங்கள் வாங்கி வெச்சிருக்கையே... படிச்சுக்கிட்டே உட்காந்திரு. பத்திரம், பத்திரம்" என்று சொல்லிவிட்டுப் போனார்கள்.

அவனுக்குப் பக்கத்தில் தமிழ் வார இதழ்கள் அடுக்கியிருந்தன. ஒன்றை எடுத்துப் பிரித்து அந்த அரைகுறை வெளிச்சத்தில் புரட்டிக் கொண்டிருந்தான். அவன் ரொம்ப சாதுவாய் இருந்தான். கிருதா மீசைகள் இல்லை. தலைபடிய வாரியிருந்தது. தலைவலி வாசனை ஒன்றும் வீசவில்லை. குறைந்தபட்சம், வண்டி புறப்பட்டதும் சிகரெட்டு பெட்டியையாவது எடுத்திருக்கலாம். அதுவுமில்லை. அவன் வீட்டிலிருந்து கிளம்பியபோது பெரியவர்கள் இட்டுவிட்ட திருநீறுகூட இன்னும் புருவத்திற் கிடையில் அழியாமலிருந்தது. கால்சட்டையும் ஸ்லாக்கும் போட்டுக்கொண்டிருந்தான். ஓர் இருபத்தைந்து வயது வாலிபனை இப்படிப் பார்ப்பது எனக்கு எப்படியோ இருந்தது.

ரயில் புறப்பட்டதும் இரண்டு மூன்றுபேர் தொத்திக்கொண்டு ஏறி, உள்ளே வந்து, பையன் இருந்த பலகையை அப்பிவிட்டார்கள்.

வண்டி மாம்பலத்தில் நின்றது. ரயில் ஓடிவந்ததால் சற்றே அதிகமாயிருந்த மஞ்சள் வெளிச்சம் பொட்டென்று மறைந்தது. பையன் படிப்பை நிறுத்திவிட்டு நிமிர்ந்தான். கண்ணம்மா... அதுதான் அந்தப் பெண்ணின் பெயர் என்பது தெரிந்துவிட்டிருந்தது அதற்குள். அவள் அவருடைய மூத்த தாரத்தின் மகள் என்றும், இன்னொருத்தி இரண்டாம் தாரமென்றும், திருமணம் சமீபத்தில்தான் நடந்தது என்றும் நானே விசாரித்துத் தெரிந்துகொண்டிருந்தேன்.

அவன் படிக்க முடியாமல் நிமிர்ந்ததும் கண்ணம்மா எதற்காகவோ சிரித்தாள். பையனுடைய பார்வை அவளுடைய முகத்தை நோக்கிப் போய்விட்டுச் சட்டென்று திரும்பி வந்து அவனுடைய மடியிலேயே புகுந்துகொண்டது. நான் மட்டும் அந்தப் பெண்ணை நன்றாகவே பார்த்தேன். எதற்கும் இருக்கட்டுமென்று ஒரு சிரிப்பும் சிரித்து வைத்தேன்.

சற்றே பொறுமை இழந்தவர்போலக் காணப்பட்ட அப்பாக்காரர், எதிர்ப்பலகையில் உள்ளவர்களைப் பார்த்து, நீங்கள்ளாம் ...” என்று ஆரம்பித்தார். அவர்களுக்கு அந்தக் கேள்வி மிகவும் பழக்கமானதுபோல் இருந்தது. அவர்களும் சிரித்துக்கொண்டே, “பயப்படாதீங்க . . . சத்தே நேரம் பொறுங்க . . . நாங்கள்ளாம் தாம்பரம் தாண்டியதும் பொக்குப் பொக்குனு எறங்கிடுவம். வண்டி பூராவும் உங்களுக்குத்தான் அதுக்கப்பாலே ... செங்கப்பட்டுக்கு அப்பாலே. சாமானுங்களைக் கவனமாப் பாத்துக்கிட்டு படுத்துத் தூங்குங்க” என்றார்கள்.

செங்கற்பட்டு தாண்டும்போது மணி பன்னிரண்டுக்கு மேலே ஆகிவிட்டது. இப்போது எதிர்ப்பலகையில் பையன் மட்டுமே இருந்தான். நான் எழுந்திருந்து வெற்றிலையைத் துப்பிவிட்டு அங்கே படுத்துக்கொள்ளத் தயாரானேன்.

“நீங்க வேணா மேலே ஏறிப் படுங்களேன். நல்ல நிம்மதியாத் தூங்கலாம். சாமான்களை அப்படியே ஒரு பக்கமா ஒதுக்கி வைக்கெறேனே ...” என்றார் அவர்.

“நல்லா இருக்குது போங்க. அவங்களைப் போயி வயசானவங்க ... பேசாமதான் இருங்களேன்” என்றாள் மனைவி.

“ஆமாம், என்னாலே மேலே ஏற முடியாது. தவிர நான் ராத்திரியிலே இரண்டு தடவை அந்தப் பக்கம் போக வரவேண்டி இருக்கும். ஒவ்வொரு தடவையும் ஏறி இறங்கறதுன்னா . . . நான் இதுக்காகவேதான் ரயில்லே வரேன் என்றேன்.

கீழும் மேலும் பார்த்த அவருடைய கண்களில் சங்கடம் தெரிந்தது.

“பையன். எப்படியும் தூங்கப் போவதில்லை. நிறைய சாமான்களை அவன் பார்த்துக்கொள்ள வேண்டும். ஆகவே இருக்கும் இடத்திலேயே இருப்பான், நான் இங்குப் படுத்துக்கொள்கிறேன்” என்று சிரித்துக்கொண்டே சொன்னேன். சாதாரணமாகத்தான் சிரித்தேன். கண்ணம்மாவும் சிரித்தாள். அப்பாவின் மூஞ்சி இத்தனூண்டுக்குச் சிறுத்துவிட்டது. அந்தச் சிறுகலிலும் அசடு வழிந்ததும் தெரிந்தது. மனைவியின் முகமும் தொங்கிற்று.

நெறையத்தான் எடம் இருக்குதே. சித்தெ பேசாம வாங்களேன்” என்றாள் அவள். அந்தச் சொற்களிலும், அவளுடைய குரலிலும் கோபம், தாபம், வெறுப்பு, வேதனை, இன்னும் என்னென்னவோ ததும்பிக்கொண்டு வந்தன.

கண்ணம்மா எழுந்து போய், நான் இருந்த இடத்தில் அமர்ந்தாள். ஜன்னல் ஓரம். எதிர் ஓரத்தில் இருந்த அந்தப்

பையன் தன் கால்களை ஒட்ட ஒடித்து மடக்கிக்கொண்டு, குறுகிக் குனிந்து பத்திரிகை புரட்டிக்கொண்டிருந்தான்.

வண்டி போகும்போது எரியும் விளக்கு வண்டி நின்றதும் மறையும். அந்த ரயிலோ நிற்காத இடமே இல்லை. அதாவது கையைக் காட்டினால்கூட நின்று அவர்களையும் ஏற்றிக்கொண்டு போகும் வேகம்தான் அதற்கு இருப்பது. திண்டிவனம் வருவதற்குள் விளக்கு அறவே அவிந்துவிட்டது.

நான் அவர்களுக்கு முதுகைக் காட்டிக்கொண்டு ஒருக்களித்துப் படுத்துக் கொண்டிருந்தேன். முடியவில்லை. இடத்திற்குக் காற்று வேண்டியிருந்ததால், மறுபடியும் உருண்டு அவர்களுக்குத் தெரிய முகத்தை வைத்துக்கொண்டு படுத்துக் கொண்டேன். தூங்கவும் முயன்றேன்.

அவருடைய மனைவி பெட்ஷீட்டைக் கீழே விரித்துப் பலகைகளுக்கு நடுவில் படுத்துவிட்டிருந்தாள். அவரும் பலகையில் படுத்துக்கொண்டார். அவர் நீளத்திற்கு அது போதவில்லை. அவர் மகள் மேல் படும் அளவுக்குத் தலையைக் கொண்டு போனவர் தலை அவள் மேல் இடிக்காமல் நகர்த்திக் கொண்டார். அவருடைய கால்கள் நீண்டு ஜன்னலுக்குமேல் போய்விட்டிருந்தன.

எங்கள் கம்பார்ட்மெண்டில் விளக்குப் போனது போனதுதான். அடுத்த பகுதியின் அரைகுறை வெளிச்சம் எங்கள் பக்கமாய் எட்டிப் பார்த்துக்கொண்டிருந்தது.

வண்டி போகும்; நிற்கும்.

எனக்கு அரைக்கால் தூக்கம். அமட்டுவதும் விழிப்பதுமாய் இருந்தேன். ஒருமுறை எழுந்து தட்டுத்தடுமாறிக் கொண்டு போய்விட்டு வந்தேன். படுத்துக் கண்ணை மூடினேன்.

மேலே படுத்துக்கொண்டிருந்த அவருடைய கைகள், தொங்குவதுபோல் தொங்கி, ஆடி அசைந்து ஏதோ விஷமம் செய்திருக்க வேண்டும். இல்லாவிட்டால், அயர்ந்து தூங்கி கொண்டிருந்த அவருடைய மனைவி, அப்படி எரிந்து விழுந்திருக்கமாட்டாள்... ஒரு தடவை... இரண்டு தடவை, பிறகு அந்த மறுப்பும் சிறு சிணுங்கலும் கேட்கவில்லை. தப்புத்தான்; அதாவது என் கண்ணில், அந்த இருட்டில் இதெல்லாம் பட்டிருக்கக்கூடாது. என் கண்களும் இதைக் கண்டுகொண்டிருக்கக்கூடாதுதான்.

வயதானவன் என்பதால், கண்ட சலுகைகளைக் கேட்கலாமா என்ன? எதிர்த்துப் பயன் இல்லை என்று அவள் பேசாமல் அதை அனுமதித்திருக்க வேண்டும். விஷமம் தொடர்ந்தது.

கரிச்சான் குஞ்சு சிறுகதைகள்

அது எனக்குத் தெரியாத புதுமை இல்லையே; நானும் கிழவனாகவே பிறந்துவிடவில்லையே. நானும் தூங்குகிறேன் அவரும் தூங்குகிறார் என்பதுதான் நாங்கள் ஐந்துபேரும் நம்ப வேண்டியிருந்த நிர்ப்பந்தம். இருக்கட்டுமே. இதில் எனக்கென்ன நஷ்டம்.

இதுவும் ஒருவகைச் சந்தோஷம்தானே. ஆனால் . . .

அந்த இளவட்டங்கள் இரண்டும் கொட்டுக்கொட்டென்று இமைக்காமல் உட்கார்ந்துகொண்டிருக்குமே, அதுகள் இரண்டும் இதைக் கவனிக்காமல் இருக்குமா ? இப்படி ஒரு கவலை எனக்கு.

அவன் சாதுதான். இந்தக் காலத்துப் பிள்ளையாய் இல்லை அவன். அருமையான பத்திரிகைகளை ஒன்றுக்கு நான்காய் அடுக்கி வைத்துக் கொண்டிருக்கிறானே தவிரப் பிரயோசனமே இல்லையே.

வண்டி புறப்பட்டதும் எழுந்து நின்று, முன்னாலும் பின்னாலும், பக்கத்திலும் இருப்பவர்களை இடித்து உரசிக் கொண்டு, மேலே இருக்கும் சூட்கேசை எடுத்துக் கீழே வைத்துத் திறந்து, கைலியை எடுத்துக்கொண்டு, அந்தப் பக்கமாகப் போய்க் கட்டிக்கொண்டு திரும்பி வந்து, பேண்டை மடித்துப் பெட்டியில் வைத்துப் பூட்டி, மறுபடியும் இடித்தலும் உரசலுமாய் மேலே தூக்கி வைத்துவிட்டு உட்காரப் போகிறான் என்று எதிர்பார்த்தேன். பெரிய ஏமாற்றம்.

இவன் அதெல்லாம் ஒன்றுமே செய்யவில்லை. இருக்கும் இடத்திலேயே ஒடுங்கி ஒதுங்கிக் கிடக்கிறானே ! அவனுக்கெதிரில் ஜம்மென்று – சுயேச்சையாய் – சற்று முன்னுக்கே வந்து, அவனையே பார்த்துக்கொண்டிருக்கும் அந்தப் பெண் கண்ணம்மா – அகலம், நீளம், கூர்மை, கோணல், பாய்ச்சல், ஓட்டம், ஒயில், தளுக்கு எல்லாம் நிறைந்திருக்கும் கண்களோடு அவனையே பார்த்துக்கொண்டிருக்கும் அந்தப் பெண் – மிகவும் அழுத்தக்காரியாகத்தான் இருக்கவேண்டும். ஏன் சின்னம்மாவுடனோ, அப்பனுடனோ இத்தனை நேரமும் ஒரு வார்த்தைகூட அவள் பேசவேயில்லையே. நெஞ்சழுத்தம் மட்டுமில்லை; உடம்பும் அழுத்தம்தான் அவளுக்கு. நான் சொல்வதற்கென்ன . . . வயசானவன்.

உயரமும் இல்லை; குள்ளமும் இல்லை. பருமனும் இல்லை நோஞ்சானும் இல்லை. நெட்டுக்கு நேராய்ச் செடில் மாதிரிக் கடைந்தெடுத்த கணக்கில் ஏற்ற இறக்கங்களுடன் அமைச்சலான பெண் அவள். அவளுடைய புடவையும் சட்டையும் உடம்பைக் கச்சிதமாகக் கவ்வியிருந்தன. பார்த்துவிட்டு உடனே திரும்ப

முடியாமல் மறுபடியும் பார்க்க அழைக்கும் தூண்டல் நிறைந்த உடல் அமைப்பு அவளுக்கு.

நிறம் தெரியாமல் பருவம் பொங்கி நிற்கும் தோற்றமும் முன்னும் பின்னுமாய் உட்கார்ந்தாலும், நின்றாலும் அந்த இடத்தையே நிறைக்கும் முழுப் பெண்மை அது.

அவளுக்கு நிச்சயமாகத் திருமணம் ஆகியிருக்க முடியாது. நான் இதையும் அந்த அப்பாவிடம் கேட்டுத் தெரிந்து கொண்டிருக்கலாம். அதற்கு அவசியமே இல்லை. அவள் இன்னும் கட்டுக்குள் அடங்கிவிடவில்லை என்பதை அவளுடைய முகமும் உடம்பும், நெளிப்பும் நொடிப்பும் கண்வீச்சும் சிரிப்பும் அறிவித்த வண்ணமிருந்தன.

வண்டி திண்டிவனத்தைத் தாண்டி, ஏதோ ஒரு எக்ஸ்பிரஸ் ரயிலுக்கு வழிவிட்டு ஒதுங்கி எங்கோ நிற்கிறது. தூங்காமல் தூங்கிக்கொண்டிருந்த எனக்கு ஏகக் கவலை.

எதிரும் புதிருமாய் உட்கார்ந்து கொண்டிருக்கும் அந்த இளவட்டங்களின் நெருக்கம் – வெளிச்சம் இல்லாத நெருக்கம் – சும்மா இருக்காதே. காலடியில் நடக்கும் அப்பனுடைய விஷமத்தை அந்தப் பொல்லாத கன்னியும் அவளுடைய கால் இடிக்காமல் மேலும் ஒடுக்க இடமில்லாமல், தன் கால்களில் படும் அவளுடைய புடவையைப் பார்த்துக்கொண்டிருக்கும் வாலிபமும் உணராமல் இருக்க முடியாதே என்றெல்லாம் ஏகக் கவலை எனக்கு.

மெதுவாகக் கவனித்தேன். அவள் அடிக்கடி அப்பனைப் பார்ப்பதும், பல்லைக் கடித்துக்கொண்டு முக்குவதும் தெரிந்தது. அதற்குப் பிறகு என் கண்ணும் காதும் வேறு எதையுமே செய்யவில்லை.

நின்ற வண்டி புறப்பட்டது. கண்ணம்மா மிகவும் மென்மையான சிரிப்பில் தொடங்கி, மெல்லிய குரலில் "பாவம், இப்படிக் கழுத்தைத் தொங்கப் போட்டுக்கிட்டே இருந்தா, ரொம்ப நோவும்; சுளுக்கிக்கிட்டு அப்பறம் நிமுரவே முடியாமப் போனாலும் போயிடுமே. நிமுந்து பாக்கலாம். ஒருத்தரும் ஒண்ணும் செஞ்சுட மாட்டாங்க . . ." என்று சிரித்துக்கொண்டே முடித்தாள். பையன் சிரித்ததும் கேட்டது; எனக்கும் உள்ளெல்லாம் சிலீர் என்றது.

"அம்மாடி! மலையையே நிமுத்துப்புட்டேன்! பாண்டிச்சேரியிலே எந்தத் தெரு?" – கண்ணம்மாவின் குரலில் கனிவு பளிச்சிட்டது.

“ஒங்களுக்கு . . ?” பையன் தேறிவிட்டான் ஒருவாறு.

“நான் பாரதி வீதி, காமாட்சியம்மன் கோயிலண்டை . . .”

“பார்த்த முகமாவே இருக்குது.”

“எனக்குந்தான் . . .”

“பாவம், என்னவெல்லாமோ பத்திரிகையுங்கள்ளாம் வாங்கி வெச்சுக்கிட்டிருந்தும் படிக்க முடியலை . . .” என்று அவள் பேசி முடிந்ததும் என்ன நடந்திருக்கும்! ஏதோ ஒரு மாதிரி . . . கசமுசவென்ற மெல்லிய ஒலிகள், ஓசைகள் . . . எழுந்திருப்பதும், அசைவதும், தள்ளுவது போலவும், மறுபடியும் உட்காருவதும், எழுந்து நிற்பதும் . . . என்ன நடந்திருக்கும்!

நான் எழுந்து உட்காருவதும் உசிதமில்லை அந்த வேளையில். எனக்கு ஒரே பரபரப்பு. அவன் ஏதோ சொல்லி எதையோ காட்டியிருக்க வேண்டும். கண்ணம்மா ஆத்திரத்தோடு, ரொம்ப அழுத்தமாய், “அவங்க எல்லாருமே, மூணு பேரும் நல்லாத் தூங்கறாங்க. சும்மா, தைரியமா இருக்கலாம். நாளைக்குச் சாயந்திரம் நான் காமாட்சியம்மன் கோயிலுக்கு வருவேன்; கட்டாயம் வரணும்” என்றாள்.

அப்பன்காரன் அப்போதுதான் விழித்துக்கொண்டவன் போல வாரிச்சுருட்டிக்கொண்டு எழுந்து உட்கார்ந்தான். நானும் எழுந்தேன்.

பையன் மறுபடியும் குனிந்த தலை, ஒட்டி மடித்து முடக்கிய கால்கள் ஆகிவிட்டான். கண்ணம்மா என்னைப் பார்த்துச் சிரித்தவள், அப்பனைத் திரும்பிக்கூடப் பார்க்கவில்லை.

“இந்தப் பெட்டி விழுப்புரத்தில் வேறு ரொம்ப நேரம் கிடக்க வேண்டும். பாண்டிச்சேரி வண்டி புறப்படுவதற்கு முன்னாடி, மறக்காமல் வந்து இதைக் கோத்துக்கொண்டு போகவேண்டும். இன்னும் கொஞ்ச நேரம் படுத்துக் கொள்ளலாமே” என்று பொதுவாகச் சொல்லிவைத்தேன். அவர் படுத்துக்கொள்ளவில்லை.

**1981**

**‘கரிச்சான் குஞ்சு கதைகள்’**

•

## தலைச்சன் பிள்ளை

"என் வேஷ்டியைக் காணோமே... எங்கே அது? ஏண்டி..."

"என்ன இழவு இரைச்சல் இது, எதையாவது எடுத்துக் கட்டிக் கொள்ளுங்களேன்."

"ஐயோ.., என் வேஷ்டி எங்கேடீ..."

"இப்போ நான் வரணும் அங்கே, அவ்வளவு தானே?"

(ஒரு வேஷ்டியை எடுத்துக் கொடுத்துக் கொண்டே)

"இதைக் கட்டிக் கொண்டால் என்னவாம்?"

"அந்த நல்ல வேஷ்டி எங்கே..?"

"ஏன், அது இல்லாவிட்டால் நடக்காதோ? அதைக் கிட்டாவுக்கு எடுத்துக் கொடுத்தேன் – நான்தான் கொடுத்தேன், ஸ்கூலுக்கு இன்ஸ்பெக்டர் வராராம்."

"அதுக்கு என் வேஷ்டிதான் கிடைச்சதோ?"

"பேசாமே, இதைக் கட்டிக் கொண்டு சாப்பிட வாங்கோ, சாதமெல்லாம் ஆறிப்போகிறது. காலமே சமைத்தது..."

(முன்கட்டின் உள்ளிருந்து வயதான குரல்)

"ஏம்மா காமு, அங்கே என்ன..."

"பார்த்தேளா, உங்களப்பா வேறே கவனிக்கிறார், சுருக்க வாங்கோ..."

“ஹ ஹ் ஹ ஹ் ஹா... ஹ், (இது வரதனுக்கு முத்திரை. இந்த சிரிப்புத்தான் வரதன்) கிழவர் தூங்கி விழித்துக்கொண்டும் ஆய்விட்டதா?”

“சாப்பிட வாங்களேன், தோதகம் பண்றேளே ஹூம்.”

(சாப்பிடும்போது)

“ஏன்னா, கடலூர் பாங்க் வேலையை ஏன் விட்டு வந்தேள்?”

“ஹ ஹ்... ஹா...”

“போன ஞாயிற்றுக்கிழமை வந்தபோதுகூட வேலை சுலபமா இருக்குன்னேளே...”

“சோறு..?”

“கிளப்பு ரொம்ப சுகமாயிருக்குன்னு சொன்னேளே.”

“சே, சிதம்பரத்திலும் இருந்துவிட்டு, கடலூரில் மனுஷன் இருப்பனோ?”

“அங்கே இருக்கிறவா அத்தனைபேரும்... நீங்க நன்னா கண்டேள் . . . ஹூம் . . .”

“ஹ ஹ் ஹா... தனியா... அங்கே...”

“நினைச்சுண்டா ரயிலில் வந்து விடலாமே...”

“நீங்களெல்லாம் மட்டும் இங்கேயே...”

“பின்னே? உங்களை நம்பி ஜாகையைக் கடலூருக்கு மாற்ற வேண்டியதுதான் . . . ஆஹா . . .”

“ஹ ஹ் ஹ ஹா . . . நான் ஜாகையை மாற்றச் சொல்ல வில்லையே . . .”

“அது வாஸ்தவம், இந்த வயசான காலத்திலேகூட உங்கப்பா சம்பாதிக்கிறார், பாவம், நீங்க இப்படி...”

“ஹ ஹ் ஹ ஹ் ஹா... காமு... ஹ...”

“சிரிக்காதெங்களேன்... வக்கீலுக்கும் படிச்சுட்டு, இப்படிச் சந்தியிலே...”

“காமு, அது சரி... இன்னும் கொஞ்சம்...”

“என்ன...”

“உம்...” (விரலால் காட்ட)

“கூட்டா வேணும்? ஒண்ணு புடிச்சதாயிருந்தா அதையேயா...”

“உம்... கொஞ்சம் போடு...”

“குழந்தைகளுக்கு ரண்டாந்தரம் சாப்பாட்டுக்காக வெச்சிருக்கேன்னா, ஒரு ஸ்பூன்தான் போடுவேன். உம் சுருக்க சாப்பிடணும்.”

“ஹ ஹ்... காமு ரொம்ப நன்னாருக்குடீ இது, எப்படிப் பண்றது இது?”

“சரி, சாப்பிடுங்கோ சுருக்க...”

“போறும் எனக்கு, எழுந்திருக்கப் போறேன்...”

“மோர் சாதம்..?”

“எனக்கு வேண்டாம், வயிறு ரொம்பிப் போச்சு...”

“ஐயோ, சொன்னத்தைக் கேளுங்கோ உடம்புக்காகாது, மோர் சாப்பிடாவிட்டால் வயிறு கிடந்து இறையும்...”

“எனக்கு வேண்டாம்...”

“இந்தாங்கோ, வெறும் மோரையாவது குடிச்சுட்டுப் போங்கோ, புளிக்காத மோரு, புண்யமுண்டு உங்களுக்கு...”

“சரி கொடு...” (குடித்துவிட்டு) காமு, வந்து...”

(முன்கட்டு அறையிலிருந்து)

“காமு, கொஞ்சம் தீர்த்தம் வேணும், இன்னுமா அவன் சாப்பிடவில்லை...” ஹாஸ்யம் பண்றானோ..?”

“இதோ, தீர்த்தம் கொண்டு வருகிறேன்...”

“ஹ ஹ் ஹ் ஹா... கிழவர் இங்கே வரமாட்டார், நானிருக்கேனே... கிழவர் இன்னும் என்னை விசாரிக்கவில்லை கடலூர் விஷயமாக... ஹ் ஹ்... அது ஒண்ணு பாக்கியிருக்கு ஹ் ஹ்.”

(காமு தீர்த்தம் எடுத்துக்கொண்டு)

“ஐயோ, சிரிக்காமை இருங்களேன்...”

(முன்கட்டில்)

“என்ன அங்கே சிரிக்கிறான் அந்த பிருகஸ்பதி... உம்?”

(காமுவும் மெல்லச் சிரிக்கிறாள்)

“சிரிக்கத்தானே பிறந்தான் அவன்? கக்ஷி நடத்துடான்னா என் கிட்ட சிரிப்பான், கக்ஷிக்காரனிடமும் சிரிப்பான்... கோர்ட்டிலே போயும் சிரிப்பான்...”

"டிபன் என்ன பண்ணட்டும் உங்களுக்கு?"

"வெறும் காபியே போறுமே . . . காமு, அவனைக் கேட்டையோ . . . எதுக்காக விட்டானாம் கடலூர் பாங்க்உத்யோகத்தை . . ?"

"தனியா இருக்கப் பிடிக்கலையாம் . . . சோறு நன்னால்லையாம் . . . சொல்லிவிட்டுச் சிரிக்கிறார் . . ."

"சிரிப்பான் . . . இந்தச் சிரிப்புத்தானே இவனைக் கெடுத்தது ..." முன்னே ஒருநாள் ஸப்ஜட்ஜ் ஒரு கேசில் சொன்னார். "இந்த விஷயத்தில் புத்தி வேலை செய்யலை . . . குழம்புகிறது . . . பாக்கியை இன்னொரு நாளைக்குப் பார்ப்போமே . . ." என்று சொல்லிவிட்டுக் கிளம்பியும் விட்டார். அவர் காதில் விழும்படியாகவே இந்தப் பிராக்ஞன் சொல்றான்; "கொண்டுவந்த சரக்குத் தீர்ந்து விட்டதாக்கும் . . ." அப்படீன்னு . . . கோபம் பொங்க ஆனால் சிரித்துக்கொண்டு பார்த்தார் அவர்.

"சரளமாப் பழகுவதின் கோளாறு . . ." என்றார்.

"சும்மா ஜோக்தானே சார்" என்று சொல்லிக்கொண்டு சிரிக்கிறான் இவன். ஆச்சு, அப்புறம் நம்பர்க் கட்டு சமாசாரத்தையே விட்டுவிட்டான். அதுக்கப்புறம் இந்தக் கடலூர் உத்யோகம் ஏழாவது, உத்யோகம் ஆச்சு, அதையும் விட்டுவிட்டான் . . ."

(திரும்பி வந்த காமுவிடம் கிழவரைக் காட்டிக்கொண்டு . . ."

"இந்த வயசிலும் எவ்வளவு ஞாபக சக்தியய்யா உமக்கு? அதனால்தானே எந்தக் கக்ஷிக்காரனும் உம்மே விடாமை சுத்தறானுக. ஹஹ்ஹஹ் . . . ஹா"

(கிழவரே வந்துவிடுகிறார்)

"சிரிக்காதேடா வரதா, ஆச்சு, உன் பிள்ளைகள் வக்கீல் பண்ணப் போறானுகள், அப்பவும் நீ இப்படியே சிரிச்சிண்டேதான் நிக்கப் போறே . . ."

(எங்கோ பார்த்துக்கொண்டே)

"ஹஹ்ஹஹஹா . . . அவனுகள் வாரிக்கட்டி அரித்துக் கொட்டி சம்பாதிக்கப்போற பணத்தை நீரே வாங்கிச் செலவு செய்யுமய்யா, நமக்கு வேண்டாம் அந்தப் பெருமை . . . ஹஹஹ . . . ஹ."

"போடா போ . . . எதுக்கெடுத்தாலும் சிரிப்பு . . . ஒண்ணுக்கும் லாயக்கில்லாமை. சற்றே படுத்துக் கொண்டிரு, பயங்க வர நேரமாச்சு ..."

(கிழவர் சென்றபின்; பரிதாபமாய்)

"பாவம், வயசானவர். இன்னும் சம்பாதிச்சுத்தான் ஆகணும்னு இருக்கு; நீங்களோ . . ."

"காமு, நம்ம தோப்பில் பெரிய மாமரம் ஒண்ணு இருக்கு. ரொம்ப நாளா, நம்ம பெரியவர் குழந்தையாக இருந்த நாளிலிருந்து இருக்கிறது அது. இன்னிக்கும் அது குலுங்கக் குலுங்கக் காய்க்கிறது; அதுக்குப் பக்கத்திலே சின்ன மரம் ஒண்ணு . . ."

"போறும் போறும் . . . கதை போறும் . . . நான் போறேன் . . ."

காமு, இங்கே வாயேன். பெரியவர் டேபிளில் நாலு புது நாவல் புத்தகம் கிடக்கிறது. ரண்டு எடுத்துண்டு வாயேன்; நான் சின்ன உள்ளே இருக்கிறேன் . . ."

"இங்கேயே இருங்கோ, கொண்டுவந்து கொடுத்துட்டு நான் போய்க் காரியம் செய்யணும்."

"ஹ ஹ் . . . ஹா . . . வெள்ளீயமே பண்ணலாம். புஸ்தகத்தை அங்கே கொண்டுவா."

(புத்தகம் கொண்டுவந்து தந்தபிறகு)

"சரி, அடுத்தபடி என்ன பிளான் போட்டிருக்கேள் . . ."

"நீதான் சொல்லேன் . . ."

"மறுபடியும் கொஞ்சம் கொஞ்சமா 'ப்ராக்டிஸ்' ஆரம்பிச்சுடுங்களேன்னா . . ."

"போடீ, சுத்த மட்டத் தொழில், பொய்யும் புனைசுருட்டும் . . . சே, பித்தலாட்டத் தொழில்னா இது . . ."

"பின்னே என்னதான் பண்ணப் போறேள் . . ."

"ஹ ஹ . . . வாத்யார் டிரயினிங் போறேன், கிழவர் கிட்டே சொல்லிப் பணம் வாங்கித் தாயேன் . . ."

"போறும் பையன்கள் உருப்பட்டாப் போலேதான். பள்ளிக்கூடத்திலேயும் போய்ச் சிரிச்சுக் கூத்தடிக்கவா? உங்களாலே அதெல்லாம் முடியாதுன்னா, பேசாமை . . ."

"பேசாமை சாப்பிட்டுவிட்டுப் படிச்சுண்டே . . ."

"படிச்சுண்டென்ன, படுத்துண்டேயிருங்களேன் . . ."

"ஹ ஹ் ஹ . . . நீதான் சொல்லேன் ஏதாவது . . ."

"உள்ளூரிலேயே கோவாபரேடிவ் ஸ்டோர்லே மானேஜரா இருங்களேன் . . . அப்பாவும் ஒரு டைரக்டர்தான் . . ."

"போறும் எனக்கு. இனிமே முகம் தெரிஞ்சவனிடம், அதுவும் நம்ம பெரியவருக்குத் தெரிஞ்ச இடத்திலே அண்டவே கூடாது. நான் மாட்டவே மாட்டேன் . . . சுத்த இவனுக . . ."

(வாசல் கதவு இடிக்கப்படுகிறது)

"அம்மா... அம்மா..."

"இதோ வந்துட்டேன், குழந்தைகளெல்லாம் வந்துடுத்தே, மணி ஒண்ணு ஆயிடுத்து..."

(குழந்தைகள் சாப்பாடு)

"அம்மா, எங்க வாத்யார், உங்கப்பா ஊருக்கு வந்துட்டாராமேடா என்று கேட்டாரம்மா. இல்லே சார், லீவுலே வந்திருப்பார்னு சொன்னேன்."

"ஹ ஹ் ஹ ஹ் . . . ஆமாம், லீவுலேதான் வந்திருக்கேன்னு சொல்லு... எலே கிட்டா, சுருக்க சாப்பிட்டுவிட்டு, அடுத்தாத்துலே போய்ப் பழைய பத்திரிகைகள் ஏதாவது வாங்கிக்கொண்டு வாடா . . ."

"ஆகட்டும்... ஆகட்டும்..."

"நான் சின்ன உள்ளே இருக்கேன். அங்கேயே கொண்டா என்னடா... பதில்..."

"ஆகட்டும்..."

(கிட்டா சாப்பிட்ட உடனே பள்ளிக்கூடத்திற்குக் கிளம்பி விடுகிறான்)

"எலே, என்னடாது, பள்ளிக்கூடத்துக்கே கிளம்பிட்டே . . ."

"பின்னே, எங்கே போகணுமாம்."

"அடுத்த வீட்டுலே போய்ப் பழைய பத்திரிகைகள் ஏதாவது வாங்கிண்டு வாடான்னேனே..."

"அதெல்லாம் தரமாட்டா அங்கே..."

"தருவாடா போடா..."

"தரமாட்டாங்கறேனே..."

"எலே . . . போடாங்கறேன்..."

"வேறே வேலை இருந்தாத்தானே..."

"இங்கே வாடா இங்கே, நீ என்ன புதுசா சொல்றது நமக்கு வேலை இல்லேன்னு . . . ஹ ஹ... ஹா, காலிப் பயலே . . . போடா, போய் வாங்கிண்டு வா..."

“முடியாது முடியாது...”

(ஓடுகிறான்)

“இங்கே வாடா...”

(ஓடுகிறவனைப் பிடிக்கப் போனதில் பையன் விழுகிறான்; ரத்தக் காயம். இன்னொரு பிள்ளை அம்மாவிடம் ஓடி)

“அம்மா அம்மா, அப்பா கிட்டாவைப் பிடித்துத் தள்ளி, கிட்டாவுக்குக் காயம்... ஒரே ரத்தம்...”

(காமு ஓடி வருகிறாள்)

“ஹ ஹ ஹ ஹ ... ஹா ... சுத்த முரட்டுப் பயல்” தொட்டேன், விழுந்துவிட்டான்; காமு ஒரு துணிகொண்டு வாயேன் ... துடைப்போம்...”

“ஏண்டா... ஏண்டா...”

(கிழவர் ஓடி வருகிறார்)

“ஹ ஹ ஹ... ஹா...”

“அடே அடி முட்டாள், குழந்தையை...”

“ஹ ஹ ஹ . . . ஹாஷ், சரி ஹ ஹ... ஹா”

“நெருப்பா எரியறபோதும், இங்கே சிரிப்புத்தான். புத்தி வரத்தான் போறதோ... இல்லே என்...”

“காமு, பேசாதே . . . போறான் போ . . . எல்லாம் என் துரதிர்ஷ்டம் . . . போய்க் குழந்தையை எடு . . .”

“ஹஹ... ஹஹா... எலே கிட்டா, எழுந்திருடா பெரிய அடிதடி கேஸ் மாதிரி நடிக்கிறையே. இவாளும் கேஸ் ஜோடிக்கிறா ... திருட்டுப்பயலே எழுந்திருடா...”

“சகிக்கலையே எனக்கு, நான் தொலையணும் . . .”

(அடுத்த வீட்டு அம்மாமி வருகிறாள் கையில் கரண்டியுடன். காப்பிப்பொடி முடை, பாவம்)

“என்னடி காமு, என்ன ஆத்திரம்?”

“வாங்கோ மாமி . . . வந்து . . .”

“என்ன ரகளை . . . யாரை இப்படி நொந்துண்டு பேசறே நீ... நீ இல்லாட்டா இந்தக் குடும்பமே இல்லேடீ. உன் மாமனாரும் உன் மாமியார் போன குறையே தெரியாமை இருக்கார்... அப்படியெல்லாம் சொல்லாதே . . .”

“அம்மாமி, எனக்கு வாச்சிருக்கே . . . (தயங்கி) அதான் மாமி, தலைச்சன் பிள்ளை . . . அதைத்தான் . . .”

“காமு எனக்கும் புரியறது . . . அசடே, அப்படியெல்லாம் . . . குழந்தைகள்தான் இருக்கேடி ரத்னம் ரத்னமா அதுக்கென்ன, வரதன் செல்லமா வளர்ந்தவன்! நான் அப்புறம் வரேன் . . .”

அந்த அம்மாமி வாசற்படி தாண்டியதைக் காமுவின் கண்கள் பார்த்துக் கொண்டிருந்தனவே தவிர, அவள் அறிவு அதை உணரவில்லை. அவள் மனதில் வேறு ஏதோ நினைவு ஓடிக்கொண்டிருந்தது. அம்மாமி தன்னைப் புரிந்துகொண்ட மாதிரியே, வேறு யார் அங்கே புரிந்துகொண்டிருக்க முடியும்? அதன் விளைவுகள் எப்படி என்றெல்லாம் யோசனைகள் எழுந்தன. குழந்தைகளுக்குப் புரியாது, கணவர் சிரித்து விடுவார் . . .

கிழவர் முன்கட்டு அறைக்குச் சென்றதால் நிலையில்லை அவளுக்கு. திரும்பி அவர் நின்றிருந்த இடத்தைப் பார்க்க நினைத்தாள்; திரும்பும்பொழுது கண்களில் ஜலம் ஏறிவிட்டது; துடைத்துக் கொள்ளாமலேயே பார்த்தாள். கிழவருடைய முகம் மலர்ந்திருந்தது; அனுபவம் பதித்திருந்த அவருடைய முகத்து ரேகைகளில் திருப்தியும் அமைதியும் ஒளிர்ந்து மிளிர்ந்தன. சிரித்துக்கொண்டே குனிந்த காமு நாணிக் குமைந்தாள். ஏதோ புத்தகத்தைப் புரட்டிக் கொண்டிருந்த வரதன் “ஹ ஹ . . . ஹ” என்று சிரித்தான். விரலால் தன் கண்ணீரை ஒத்தி உதறினார் கிழவர்.

“வரதன் கொடுத்து வைத்தவன்” என்று கொண்டார்.

**1981**

**‘கரிச்சான் குஞ்சு கதைகள்’**

●

# பாவம்தான் இருந்தாலும் . . .

ரயில் வண்டியிலிருந்து இறங்குகிறவர்களுக்குக் கூட இடம் விடாமல் நெருக்கி இடித்து மோதிக்கொண்டு ஏறுகிறது கூட்டம். ஆண் பெண் என்றுகூடப் பார்க்கவில்லை யாரும். ஒரே கூச்சல்.

"அடடே, எறங்கிறவங்களை விடுங்க அய்யா கார்டு ஊதிப்புட்டாரு."

"அடடே . . . வயசானவரு அய்யா ..."

"அட யோவ் யோவ் . . . பொம்பளைன்னு கூடப் பார்க்காமே மோதுறீங்களே."

"அடே . . . போங்கய்யா . . . இதுதான் இங்கே தொங்கிட்டு நிக்கறமே . . . சின்னப் பொண்ணுங்களையும் பொம்பளைங்களையும் அணைச்சுக்கிட்டு, இந்தப் பொட்டியிலே தான் ஏறனுமாங்காட்டீ ..."

கூட்டத்தின் நடுவில் அலமுவும் அவளுடைய அத்தை சேதுவும் திக்கு முக்காடினார்கள். கையிலிருந்து துணி மூட்டையைக் காலுக்கிடையில் போட்டு விட்டுத் தன் அண்ணன் மகள் அலமுவை அணைத்துப் பொத்திக் கொண்டு நிற்கப் பார்த்தாள். சேது. அது முடியுமா அந்தக் கூட்டத்தில்? அலமுவின் முகம் முழுவதும் வியர்வை; முன் வகிட்டுக் கூந்தல் பிரித்துச் சரிந்து நெற்றியில் ஒட்டிக்கொண்டது. நெற்றியில் இட்டுக் கொண்டிருந்த கறுப்புச் சாந்து கரைத்து புருவத்திற்குக் கீழே குறிக்கப் பார்த்தது; தலையைக் கோதிக் கொள்ளக் கூடக் கையை

அசைத்துத் தூக்க முடியாமல் தவித்தாள். ஆண்பிள்ளைகளுக்கு நடுவில் அவ்வளவு நெருக்கமாய் நிற்கக் கூசிற்று அவளுக்கு. வேறு வழியில்லாமல் நடுங்கிக் கொண்டு கலவரத்துடன் நின்று கொண்டிருந்தாள். குழியைச் சுற்றிச் சுற்றி வரும் பளிங்குக் கோலிகளைப் போல அவன் விழிகள் நாலாபுறமும் பரவிப் பாய்ந்து ஓடின. ஏற்கனவே அகலமான நீண்ட கண்கள்: இயற்கையாகவே மிரட்சியும் மதர்ப்பும் உடைய விழிகள். இந்தக் கலவரம் வேறு சேர்த்ததால் அவளுடைய பார்வை மிகவும் அழகைப் பரப்பி, அவளையும் அறியாமல் அந்தக் கூட்டம் – அப்பால் பலகைகளில் நெருக்கமாய் உட்கார்ந்திருந்த கூட்டம் – அனைத்தையும் போதையில் ஆழ்த்திக் கொண்டிருந்தது. தலை நிறைய சாதிப் பூ. அதன் மணம் வேறு வண்டி முழுவதும் பரவிற்று. சூதுவாது தெரியாத கிராமத்துச் சூழ்நிலையில் வளர்ந்து வாளித்திருந்த பெண்மை அது. ஊருக்குப் போவதால் பெட்டியிலிருந்து எடுத்துக் கட்டியிருந்த கரைப்பட்டுப் புடவையும் பட்டு ரவிக்கையும் மொட மொடவென்று உடம்பைக் கவ்வாமல் அவளுடைய வாளிப்பை அதிகப்படுத்தியும் காட்டின. மூக்கிலும் காதிலும் சம்பிரதாயமான சிவப்புக் கல் நகைகள். கைகள் நிறையணு வளையல்கள். பொன்னும் வைரமும் இல்லையே என்று ஏங்காத – திருப்தி குடிகொண்டு விளங்கும் எடுப்பான முகம் அவளுக்கு.

அலமு திடீரென்று அத்தையையும் இடித்து நகர்த்திக் குனிந்தாள். நிமிர்ந்த போது அவள் கண்களில் நீர் ஊற்றம் கண்டிருந்தது.

உள்ளே பக்கத்துப் பலகையில் தொத்திக் கொண்டு உட்கார்ந்திருந்தான் கடமலை. அவனுக்குப் பரமனூர். அவ்வூர் ஐயாவுச் செட்டியார் ஜவுளிக் கடையில் இருக்கிறான். அதிகப் படிப்பில்லை என்றாலும் நாகரிகத்தின் உயர்ந்த பல அம்சங்களை அறிந்திருப்பவன். அவனுக்கு ஆத்திரம் வந்தது. பெண்களுக்கு இடம் விடாததோடு குறும்பும் செய்கிறார்களே என்று எண்ணி ஆத்திரப்பட்டான்.

“என்னடி அலமு ? ஏன் அலுவதே ? என்று பதறினான் சேது.”

யாரோ ஒருவன் தன் காலை மிதித்து முழங்கால் வரை என்று சொல்வதை விட உயிரையே விட்டு விடலாம் என்று குமைத்து கிடந்த அலமு, மெல்லத் தன் தலையைத் திருப்பினாள். சேதுவும் திருப்பினாள் முகத்தை. கோளறான் கண்ணும் சிரிப்பும் சட்டையும் பட்டு மல் வேட்டியுமாய், சுருட்டுப் புகையைக் கக்கிக் கொண்டிருந்த ஒரு மிருகத்தைத் தன் ஜாடையால் காட்டினாள் அலமு. துக்கம் அவள் நெஞ்சை அடைத்தது.

கடமலைக்கும் இது கண்ணில் பட்டது. "ஏய்யா. . . பட்டு வேட்டிக்காரரே, நீரு ஆணோடே பெண்ணோடே பொறந்தவரு தானே? இல்லே பல பட்டடையா? ஒங்களையெல்லாம். . ." என்றான் இரைத்து.

"நீ சும்மா இருந்துக்கப்பா . . . பெரிய தருமாசாரல்ல . . . பல்லு பத்தரம் . . ." என்றான் அந்தக்காலி.

"அண்ணே ஒங்களைத்தானே. . . கொடை வெச்சிருக்கிற அண்ணே, கொஞ்சம் நகர்ந்து இப்படி வந்து என் இடத்துலே இருங்க... அந்தப் பொம்பளைங்க இப்படி வந்து நிக்கட்டும். என் பல்லைப் பத்திக் கவலைப் படறாரு இவரு. பார்ப்பம் . . ." என்று எழுந்து நின்று நகர்ந்து சென்றான் கடமலை. அவனுக்கு இருக்கும் வேகத்தில் கலகம் வரும்போலிருந்தது. இதற்குள் சேதுவும் அலமுவும் கொஞ்சம் நகர்ந்து அவ்வளவாக ஆண்களை இடிக்காமல் நிற்க முயன்றார்கள். கிரகணம் விலகிய பிறகு வெளிவரும் நிலவைப் போல் அலமு ஒருவிதமான தனி அழகோடு கடமலையைப் பார்த்தாள். "அத்தே . . . எதுக்கு வீணாகச் சண்டேன்னு அவரை இந்தப் பக்கம் வரச் சொல்லு" என்றாள் அலமு.

சட்டென்று அவனைத் திரும்பிப் பார்த்த கடமலை கொஞ்சம் மலைத்து நின்று விட்டான். அவள் மேலிருந்து தன் பார்வையைப் பெயர்த்து எடுக்க முயன்றும் அவனால் முடியவில்லை. அலமுவின் முக மலர்ச்சியும் – கரிய நிறத்துக் கன்னம் கூடச் சிவந்து குழித்தும் ஒரு கணம் அவனை மெய் மறக்கச் செய்துவிட்டன. உதறிக் கொண்டு குனிந்துத் திரும்பி, "அதுவும் சரிதான். இவருகிட்டே சண்டைக்குப் போயி என்னாத்தைப் பண்ண" என்று சிரித்தாள்.

சேது மெல்லக் குனிந்து அவிழ்ந்து விடும் போல் ஆகியிருந்த மூட்டையைச் சரி செய்து கொண்டிருந்தான். சந்தர்ப்பம் ஆசிரியனாயிருந்து போதிக்க அலமுவும் கடமலையும் மாறி மாறிப் பார்த்துக்கொண்டு என்னவெல்லாமோ படித்துக் கொண்டார்கள்.

அலமு கூட்டி விழுங்கினாள். சேலைத் தலைப்பைச் சரி செய்து கொண்டாள். தலையைக் கோதிக் கொண்டாள். ஒரு ஸ்டேஷனில் ரயில் நின்றதும் கூட்டமும் கொஞ்சம் குறைந்தது.

"தம்பீ, நீ இப்படி வந்துடு" என்று கடமலைக்கு இடம் செய்து கொடுத்தாள் சேது.

தம்பீ என்று அவள் தன்னைக் கூப்பிட்டதில் அவனுக்கு ஏக சந்தோஷம். சென்று உட்கார்ந்தான். "நீங்க எந்த ஊரில் எறங்கணும்" என்று கேட்டான்.

“ரெட்டிப்பாளையம்...” என்றாள் சேது.

“அடே, ரெட்டிப்பாளையமா?” என்று கண்களை விரித்து ஆச்சரியப்பட்டான். அவனும் அதே ஊருக்குத்தான் போகிறான். தன் மாமன் வீட்டுக்குப் பெண் பார்ப்பதற்காகப் போகிறான். ஆனால் அதைச் சொல்லாமல் தானும் அங்கு தான் இறங்க வேண்டும் என்றான்.

“யார் வூட்டுக்கு?”

“அண்ணாமலைப் பிள்ளை தான் எங்க மாமன். அவரு வீட்டுக்கு...”

“அட மேலத் தெரு தானே... தம்பி, நீ அவரு தங்கச்சி... சிவகாமி மவனா..? நாங்க ரெண்டு பேரும் ரொம்பத் தோழிங்க அந்தக் காலத்துலே பாவம். உங்கப்பாரு கருமாதிக்கு நான் வந்திருந்தேன்... உங்க அம்மா போனதுக்கு வரமுடியாமப் பூட்டுது. நீ மவராசனா அவங்க ரெண்டு பேருடைய ஆயுசையும் சேர்த்து வாளணும் தம்பி” என்றாள் சேது.

வண்டியிலிருந்து இறங்கிச் சென்றனர். அவன் மேலத் தெருவுக்குப் போனான். அத்தையும் மருமவளும் சற்றுத் தள்ளி மேட்டுத் தெருவுக்குப் போனார்கள். அலமுவுக்குத் தலைகால் புரியாத பரவசம்.

அன்று மாலை சேது கடமலையின் மாமன் வீட்டுக்கு வந்தாள்.

“கடமலை சொன்னான். நீயும் அலமுவும் அதே வண்டியிலேதான் வந்தீங்களாம். ரொம்பக் கூட்டமாமே” என்றார் மாமன்.

“ரொம்பக் கயிட்டமாய் போயிடுச்சு; உங்க மருமவன் தங்கக் கம்பி. உங்க மாதிரியே ரொம்ப நல்ல குணம்...”

“ஊருலே கொஞ்சம் நிலபுலன்லாம் உண்டு. சொந்த விவசாயம், தூரத்து உறவுக்கார அம்மா ஒண்ணுதான் சமைச்சுப் போடுது... சவுளிக் கடையிலே இருக்கான்... வியாபாரத்தைப் பத்தி நுணுக்கமா எல்லாம் தெரியும் இவனுக்கு. கொஞ்சம் ரொக்கம் சேர்த்திருக்கான். நானும் கொஞ்சம் போட்டுத் தனியா ஒரு கடை வெச்சுக் குடுக்கணும். நம்மூரு ரெட்டியார் எஸ்டேட்டுக்குப் புதுசா ஒரு ஏசண்டு வந்திருக்காருல்ல... அவரு மவளைப் பார்த்திருக்கேன்; சாதகம் சகுனம் எல்லாம் சரியா இருக்கு... இன்னும் கொஞ்ச நேரத்துலே புறப்பட்டுப் போவணும்...”

கீழே குனிந்து மெதுவாய்ச் சிரித்தான் கடமலை. அவன் இன்னும் மாமனிடம் தன் எண்ணத்தைச் சொல்லவில்லை.

சேது, கடமலையைப் பார்த்துக் கொண்டே, "எங்கைக்குப் பொறப்படணுமுன்னு கேக்கப்படாது. ஆனா."

"இப்பவே கொளம்பியா ஆயிடுச்சு... கடமலைக்குத் தாயி தொவப்பன் இருந்துட்டா அது வேறே தினுசு; நாளைக்கு என்னை ஒண்ணும் சொல்லிவிடக் கூடாதேன்னுட்டு. நம்பள்ளே வளக்கமில்லேன்னாலும்... முதல்லே பொண்ணைப் பார்க்கட்டுமேன்னு தான் இவனை இங்கே வரவளைச்சேன்!"

"வித்தியாசமா நினைச்சுக்காதீங்க ... நான் சொல்ல வேண்டியதைச் சொல்லிப்பிடறேன்."

"என்ன சொல்லப் போறே நீ..."

"கடமலையை ரயில்லை தான் பார்த்தேன். ரொம்ப நல்ல புள்ளே அது. மறுபடியும் பார்க்கணுமுன்னு தோணித்து. அலமுவும் போய்ப் பாருன்னு துடிச்சா. இங்கே வந்ததும் நல்லதாப் போச்சு; அந்தப் புள்ளைக்கு அதுவும் தாயில்லாப் புள்ளைக்குத் தீம்பு வந்தா அதைத் தடுக்கணும் எப்படியாவது..."

"தீம்பா ...வெளக்கமாச் சொல்லும்மா...நாம ஒத்தருக்கொத்தர் ரொம்ப வேண்டியவங்க இல்லையா."

"சொல்றேன் ... ஆண்டவன் ஆணையா ... உட்டேன் உட்டேன் ... எங்க அலமுவுக்காகப் பேசலை – சத்தியமா ... இந்தத் தங்கமான புள்ளே கடமலைக்காக ... ஏசண்டை யாமவளுக்குக் காக்கா வலிப்பு. ரொம்ப நாளா என்னவெல்லாமோ செஞ்சும் குணப்படலை. இதை எப்படி நான் சொல்லாமை இருக்க முடியும்; பாவம் தானோ என்னவோ என் வயத்திலே பொறக்கலேன்னாலும் எங்க அண்ணன் தாயில்லாப் பொண்ணை வளத்து – அது வெளங்கறதைப் பார்க்காமப் பூட்டாரு ... எங்கிட்டை ஒப்படைச்சாரு. அந்த அம்மன் சிலையை ... என் கண்ணே படுமோன்னு பயப்படறேன் . . . அப்படிப் பெரிய செடில்காவடி மாதிரி நிக்குது அந்தப் பொண்ணு ... சிலைன்னா சிலை – அகிலாண்டேசுவரி சிலையா இருக்கா எங்க அலமு. அவ நல்லா இருக்கணும். இப்படி இருக்க நான் இன்னொரு கன்னிப் பொண்ணு கண்ணாலத்தை நிறுத்தற பாவத்தைப் பண்றேன் ... ஆனா ஒரு விதத்துலே பார்த்தா இது புண்ணியம் மாதிரியும் தோணுது. இப்பவே தம்பியை – அதான் கடமலையை ஊருக்கு அனுச்சிருங்க..." என்று சொல்லிப் பிழியப் பிழிய அழுதுவிட்டாள் சேது.

"அப்படியா. . ." திகைத்தார் மாமன். சேதுவின் வீட்டிலும் இதைக் கேட்டு, "அப்படியா –" என்று அலமு திகைத்தாள். திகைப்பு தெளிந்து பேசிக்கொண்டிருந்த போது அத்தைக்கு அலமுவின்

அந்தரங்கம் நன்கு புலப்பட்டது. "இப்போ கடமலை ஊருக்குப் போகட்டும். கொஞ்சநாள் விட்டு மாமனிடமே போய்ப் பேசி முடித்துக் கொள்ளலாம்..." என்றாள் சேது.

"நானும் உங்க கிட்டே இந்த இடம் வேண்டாம் என்று சொல்லத்தான் நினைத்திருந்தேன்" என்று கடமலை சொன்னான் மாமனிடம். "திருட்டுப் பயடா நீ" என்றார் மாமன்.

மறுநாள் காலை ஏசண்டு ஐயாவிடம் போய்ப் பேசி ஒரு விதமாகப் பேசி கல்யாணத்தை மறுத்து விட்டு சந்தோஷமாய் வீடு திரும்பிய மாமன், சேதுவுக்கு ஆள் விட்டார்.

பெண்ணின் மனப் பொருத்தம் இருக்கிறது. இருந்தாலும் தெய்வ சம்மதம் வேண்டும். மாரியம்மன் சந்நிதியில் பூ வைத்துப் பார்த்துவிடுவதென்று தீர்மானித்தார்கள். சாதிப் பூவும் ரோஜா இதழும் கட்டி வைத்து எடுத்துப் பார்த்த போது, இவர்கள் முடிவுக்கேற்ப சாதிப் பூவே கிடைத்தது. ரயிலில் கமிழ்ந்த அலமுவின் சாதி மணத்தை நினைத்துக் கொண்டான் கடமலை.

*அமுதசுரபி*: 1983<br>புதிய கதை

•

# அன்று புதிதாய்ப் பிறந்தான்

பர்மாவின் அரக்கான் மலையிலும் காடுகளிலும் எங்கள் படை பல 'கேம்பு'களாகப் பிரிந்து கிடந்தது. ஒரு கேம்புக்கும் இன்னொன்றுக்கும் இடையே பல மைல் இடைவெளி. மூர்க்கத்தனமாகத் தாக்கும் ஜப்பான் படைகளுக்கும், இந்திய தேசிய ராணுவத்திற்கும் ஈடுகொடுத்துக்கொண்டிருக்கிறோம். இடையிடையே இ.தே. ராக்காரர்கள் எங்களுக்கு ஆசையூட்டியும், கூலிப்பட்டாளமென்று இகழ்ந்தும், வீரமூட்டியும் பெரிய பெரிய விளம்பரப் பலகைகளில் எழுதிக் காட்டுவார்கள். அவற்றைப் பார்த்துப் படித்தது தெரிந்தால்கூட, எங்கள் படையின் வெள்ளைக்கார அதிகாரிகள் மிகக் கடுமையாக எச்சரிப்பார்கள். எந்தக் கணத்திலும் யாருக்கும் எதுவும் நேர்ந்துவிடலாம் என்ற நிலை ... தமிழ் பேசும் சிப்பாய்களும் சிறு அதிகாரிகளும் சிலர் எங்களில் உண்டு. அவர்களுக்கு இடையில் தாய்மொழி சொந்தம் தந்த நட்பு ஓர் ஆறுதல். மூர்த்தி என்பவன் எனக்கு அத்யந்த நண்பனானான். தூரத்து உறவு கூட உண்டென்பது எங்களை மேலும் பிணைத்துப் பிணித்தது. நாங்கள் இருவரும் ஒரே சூழ்நிலையில் பிறந்து வளர்ந்தவர்கள். நிச்சயமாகப் பிழைப்புக்காக – சம்பளத்திற்காக மட்டுமே பட்டாளத்தில் சேர்ந்தவர்கள். யுத்தம் முடியும்; எங்கள் 'ரேங்க்' உயரும்; வறுமை தொலைந்து வாழமாட்டோமா என்ற ஏக்கமே உயிராய் மரண தேவதையுடன் கூடவே காலம் தள்ளுகிறோம். ஒவ்வொரு மாதமும் ஒருநாள் ஊருக்குப் பணம் போய்ச் சேரும் விவரம் தெரியும்.

அந்த ஒரு நாளில் – அந்த ஒரு கணத்தில் சற்றே நிம்மதி. எங்கள் இருவருக்குமே எப்போதும் குடும்ப சிந்தனைதான். கௌரவமாய் தங்கைகளுக்குக் கல்யாணம் செய்து கொடுத்துவிட்டு, அப்பா – அம்மா சம்மதத்துடன் நாங்களும் கல்யாணம் செய்துகொள்ள வேண்டும். என்ன பிரமாதம்? இதோ யுத்தம் முடிந்துவிடப் போகிறது. "ஸர்வ வல்லமையும் படைத்த – சூரியனே அஸ்தமிக்காத பிரிட்டிஷ் சாம்ராஜ்யத்தை இந்தக் குள்ளர்களால் அசைக்கக் கூட முடியாது. தங்கள் தாய் நாட்டுக்கும், தின்ற எங்கள் உப்புக்கும் துரோகம் செய்த இந்த இ.தே.ரா. தத்தாரிகளை உயிரோடு பிடித்துப்போய் சித்திரவதை செய்யப்போகிறது பிரிட்டிஷ் தர்மம். உங்கள் காந்திக்கே அடங்காத பிடாரி இந்த வங்காளி. உருப்படவா போகிறான்..." என்றெல்லாம் எங்களுக்கு அடிக்கடி ஞானோபதேசம் நடக்கும். கொஞ்சம் கசக்கும்; வெள்ளைக்காரர்கள் கண்ணில் படாமல் முகம் சுளிப்போம். சோற்றுப்பை கிழிந்துவிடக்கூடாதே?

மிகவும் பயங்கரமான நாட்கள். வசதிக் குறைவுகள் மட்டுமா? மலைப்பாம்புத் தொல்லை மட்டுமா? மலைக் காற்றின் விஷவேகம் மட்டுமா? எல்லாவற்றையும் பொறுத்துக்கொண்டு விட்டோம். ஆனால், திடீரென்று வெள்ளைக்கார அதிகாரிகள் எங்களிடம் காட்டிய கடுமையையும், எங்களை விபரீதமாய் நடத்தியதையும் பொறுத்துக்கொள்ள முடியவில்லை. அந்த கிலி எங்களை மிகவும் அலட்டிற்று. புதிதாய் வந்த ஒரு சுழல் துப்பாக்கியில் பயிற்சியளிப்பதற்காக – அதற்கென்றே ஒரு வெள்ளைக்கார மேஜர் வந்தான். பயிற்சி நேரத்தில் யமன் போலவே இருப்பான். ரொம்ப விரட்டுவான். 'கடாபுடா'வென்று கத்துவான். பயிற்சி நேரம் முடிந்ததும் பரம சாதுவாய் மிகவும் சரளமாகப் பழகுவான். எங்கள் பிரிவில் உள்ள அனைவரின் பெயரும் அவனுக்குத் தெரியும்; அவர்களுடைய தாய்மொழியின் ஒலியும் குரலும்கூடத் தெரியும் அவனுக்கு! எங்களை அன்போடு கூப்பிடுவான். சில தமிழ்ச் சொற்களைத் தெளிவாக உச்சரிப்பான்.

அந்த இழவு – புதியவகைத் துப்பாக்கியை இயக்குவது கொஞ்சம் கடினம். கனம் அதிகம். அது பின்னுக்கு உந்தி உதைக்கும் வேகமும் அதிகம். சமாளித்துச் சுட வேண்டும். குதிரை ஸ்ப்ரிங் மிகவும் நுட்பமானது. மிக ஜாக்கிரதையாக இருக்க வேண்டும். ஒருநாள் பயிற்சியின்போது மேஜர் மூர்த்தியைச் சற்றே சினந்து கடுமையாக ஏதோ சொல்லிவிட்டான். மூர்த்தி சரியாகக் கற்றுக்கொள்ளவில்லை என்பது எங்களுக்கும் தெரியும். மூர்த்தியும் தன்வசம் இழந்து, ஏதோ முணுமுணுத்து, முகத்தைக் கோணி ஏதோ கோளாறு செய்துவிட்டான். வார்த்தை தடித்துவிட

வேண்டிய நிலை. நல்லவேளையாகப் பயிற்சி நேரம். அப்போது முடிந்துவிட்டது. மேஜர் வழக்கமாக தமாஷ் பேர் வழியாக ஒன்றும் செய்யாமல் வேகமாய் போய்விட்டான்.

பிறகு கேம்பிலும் கேண்டீனிலும் இதைப்பற்றிப் பேச்சு அடிப்பட்டது. மறுநாள் பயிற்சியின்போது மேஜரின் முகத்தைப் பார்த்தேன். மிகவும் தெளிவாகவும் அமைதியாகவும் தான் இருந்தது. மூர்த்தி அநாவசியமாக மிகவும் மிரண்டு கலங்கியிருந்தான். "மேஜர் அதையெல்லாம் மறந்தேயிருப்பான். நீ சுபாவமாக இரு" என்று ஆற்றினேன்.

பயிற்சி நடந்துகொண்டிருந்தது. மூர்த்தியின் முறை வந்தது. துப்பாக்கியின் முனையைத் தன்னைப் பார்க்கப் பிடித்துக்கொள்ளச் செய்து, குதிரை ஸ்ப்ரிங்கை எப்படி விழிப்புடன் கையாள வேண்டும் என்று சொல்லிக்கொடுத்துக்கொண்டே, மூர்த்தியை நிமிரச் செய்து முன்னே விலக்கி நகர்த்தினான் மேஜர். என்ன நடந்தது என்றே தெரியாமல், இமை கொட்டும் நேரத்திற்குள், பொறி தட்டும் வேகத்தில் வெடித்து மேஜர் தடாலென்று கீழே விழுந்தான். இரத்த வெள்ளம். மூர்த்தியும் பின்னால் போய் மல்லாந்து விழுந்தான். மேஜரை ஆம்புலன்ஸில் ஏற்றிக்கொண்டு பறந்தார்கள். பல மைல்களுக்குப்பால் இரண்டு கேம்புகள் தாண்டி மருத்துவ வசதி இருந்தது. அங்கே முதலுதவி அளித்துப் பிறகு அதற்கும் அப்பால் இருந்த ஆஸ்பத்திரியில் சேர்ப்பார்களாம்.

மூர்த்தியைப் பிடித்துக் காவலில் வைத்துவிட்டார்கள். கேம்பில் கைதியாய் இருப்பதுபோல் வேறு நரகமே கிடையாது. காவலுக்கு இருக்கும் சிப்பாய்கூடப் பேசமாட்டான். பேசவும் கூடாது. சாப்பாடு கொண்டுவந்து எறிவார்கள். சாப்பிடா விட்டாலும் தண்டனை. மூன்று நாட்கள் ஓடிவிட்டன. இன்னும் ஆரம்ப விசாரணைகூடச் செய்யவில்லை. ஆனால் மேஜர் பிழைத்துவிட்டானாம். வாய் திறந்து பேச முடியவில்லையாம். அவன் வாக்குமூலம் தெரிந்த பிறகுதான் விசாரணை நடக்குமாம்.

'விசாரணையாவது மண்ணாவது! கடுமையான தண்டனை நிச்சயம். கோர்ட் மார்ஷல்; நிற்க வைத்துச் சுட்டுவிடுவார்கள்; அதுவும் இந்தியர் மேல் இப்போதிருக்கும் ஆத்திரத்தில் சும்மா விடுவானா வெள்ளைக்ககாரன்? காங்கிரசும் – மகாத்மா காந்தியும் ரொம்பத் தொல்லை தருகிறார்களாம்' என்றெல்லாம் பேசிக்கொண்டார்கள். மூர்த்தி வேண்டுமென்றே சுட்டுவிட்டான் என்று வெள்ளைக்கார அதிகாரிகள் குருட்டுத்தனமாக அதையே சொல்லிக் கொண்டிருக்கிறார்களாம். அப்படி ஒருகாலும் இருக்காது. ஆண்டவன் என்ன நினைத்திருக்கிறானோ என்று நான் திகிலடைந்து குலைந்தேன்.

நாலாவது நாள் காலையில், முதல் நாள் இரவில் 'ஸெண்ட்ரி' ட்யூட்டியில் காவல் நின்ற தமிழ்ச் சிப்பாய் ஒருவன் தனிமையில் என் காதோடு, "உன் மூர்த்தி விசாரணைக்கு முந்தியே தானே செத்துவிடலாம் என்று முடிவு செய்திருப்பான் போல் தோன்றுகிறது. அவனுக்குத் தாகம் பசியெல்லாம் மறந்துபோய் விட்டது! தூக்கமும் கிடையாது. விழித்துக்கொண்டே இருக்கிறான். பேயறைந்தது மாதிரி; நிழல் மாதிரிக் குழம்பிப்போய் ... பார்க்கவே பயங்கரமாயிருக்கிறது. நின்றால் நின்றபடி – குந்தினால் குந்தினபடி. கண்ணெல்லாம் பஞ்சடைந்து போயிற்று. கை – காலெல்லாம் துவண்டு தொங்கிச் சூம்பிக் கிடக்குது. வயிறும், முதுகும் சுருண்டு மடங்கி ஒண்ணாயிடிச்சு. ஒட்டி உலர்ந்து கிடந்த மூஞ்சி மட்டும் உப்புசம் கண்டு வீங்கிக் கிடக்குது. நடைப்பிணமாகி விட்டான் ... பாவம்! கண்றாவி..." என்று அழுதான்.

'அடபாவி, உன் தலையில் இப்படியா எழுதியிருக்கு? வயசான அப்பா, அம்மா, உலகமே தெரியாத தங்கச்சிகள் என்று இராப்பகலாய் வீட்டையே நினைத்து உருகுவாயே... உனக்கு இப்படியா வரவேண்டும்? குடும்பக் கதைகளையும், பட்டாளத்தில் சேரவந்த கதையையும் நடந்தது நடந்த படியே... பந்தமும் பாசமும் அப்பிக்கிடக்கும் அந்தந்த வார்த்தைகளைக்கூட அப்படியே ஒப்பிதது ஒப்பித்து விம்முவாயே... பாவி மூர்த்தி, உன் மனதில் என்னென்ன தோன்றிற்றோ... அந்த மரணத்தனிமையில் வாய்விட்டும் அரற்ற முடியாமல், முட்டி மோதிக்கொண்டு வந்த உணர்ச்சிகளையெல்லாம் வெளியில் கொட்டமுடியாமல், கல்லாய்ச் சமைந்துவிட்டாயோடா! உன்னை நான் பார்க்கக்கூட முடியாதே... ஆமாம்; நீ செத்தால் – செத்த பெருச்சாளியைப்போல உன்னைத் தூக்கி எறிந்துவிடுவார்களே ... அதற்குள் இந்தக் கேம்பைக் கலைத்துக்கொண்டு போக நேர்ந்தாலும் நேருமே... ஊரில் உன் அப்பா – அம்மா – தங்கச்சிகள் துடிதுடித்துச் சாவார்களே செய்தி தெரிந்து ... என்னாலேயே தாங்கமுடிய வில்லையே... எதிரியின் குண்டுபட்டு நேராத ஆபத்து இப்படி நேர்ந்துவிட்டதே...' – எனக்குத் தலைசுற்றியது.

ஐந்தாறு பெண்களுக்கிடையில் பிறந்துவிட்ட ஒரே பிள்ளை மூர்த்தி. அவனுடைய அப்பா, தன் மூன்றாவது பெண்ணுக்குக் கல்யாணம் செய்ததோடு, குடும்பத்தின் கடைசிக் குழிநிலமும், புஞ்சைப் பங்கும் போய்விட்டன. தங்கைகள் இருவர். இவன் தினந்தோறும் குடவாசலுக்கு கால்நடையாய்ப் போய் ஹைஸ்கூலில் படித்து வந்தான். போக மூன்று மைல், திரும்ப மூன்று மைல். கட்டுச்சோறு தான். சவலைக் குழந்தை. மிகவும் பூஞ்சை. நாளைக்கு இந்தப் பெரிய குடும்பத்தை – பெரிய பாரத்தைச் சுமக்க வேண்டிய பிள்ளைக் குழந்தை. கால் ஓய்ந்து உடம்பு அயர்ந்து

தளர, முகம் வாடி வதங்கத் தினந்தோறும் ஆறு மைல் நடந்து தேய்வதைப் பெற்றவளால் பொறுத்துக் கொள்ள முடியவில்லை.

ஆடி பிறந்து ஆற்றில் தண்ணீர் வந்து, ஊரை நான்கு புறத்திலும் சூழ்ந்திருந்த பெரிய சிறிய வாய்க்கால்களிலும் ஒரே தண்ணீர்க் காடாயிருக்கும். புத்தக மூட்டையையும், சோற்று மூட்டையையும் தலைமேல் கட்டிக்கொண்டு அவற்றைத் தாண்ட வேண்டும். கும்பகோணத்துப் பள்ளிக்கூடத்தில் படிப்பு மிகவும் தரமாய் இருந்ததாம். ஏழைக் குழந்தைகளுக்குச் சம்பளச்சலுகைகூடத் தருவார்களாம். பக்கத்து ஊர்ப் பெரியமனிதர்கள் வீட்டுப் பையன்கள் அங்கேயே தங்கிப் படிக்கிறார்களாம்... 'தன் குழந்தைக்கும் அந்த உயர்ந்த படிப்பு கிடைக்கக்கூடாதா? எப்படியாவது பாடுபட்டு இவனை ஹைஸ்கூலில் முடிவுவரை படிக்க வைத்துவிட்டால், என் கலி தீராதா?' என்றெல்லாம் ஏங்கினாள் மூர்த்தியின் தாயார்.

பக்கத்து ஊரிலிருந்து கும்பகோணத்திலேயே தங்கிப் படிக்கும் பையன்களின் தகப்பனார்கள். தம் குழந்தைகளுக்கு யாராவது வீட்டுச் சாப்பாடாகச் சமைத்துப் போட்டுப் பார்த்துக்கொண்டால் எல்லா ஒத்தாசையும் செய்வதாகச் சொல்கிறார்களாம். அவர்களிடம் யார் போய்க் கேட்பது? அந்நிய புருஷர்களிடம் பேசுவது கிடக்கட்டும்... அவர்களை ஏறிட்டுப் பார்த்ததுகூடக் கிடையாதே மூர்த்தியின் அம்மா! அவ்வளவு எதற்கு? அப்பாவிடமே எதிரே நின்று அவள் இது வரை பேசியதே இல்லையே... மறைமுகமாய் நின்றுகொண்டு குழந்தைகளைச் சாக்கிட்டுக் கொண்டு, அவர்களிடம் பேசும் பாவனையில் முணுமுணுப்பதே பெரிய சாகசம் அம்மாவுக்கு! அந்தமாதிரி இரண்டொரு தடவை மூர்த்தியின் படிப்பைப் பற்றி வற்புறுத்தினாள். அவர் சொன்ன பதில் அவளை அதிர வைப்பதாயிருந்தது.

"ஆமாம் போ... பெரிய படிப்புப் படித்துக் கிழிக்கப் போகிறான் உன் பிள்ளை! இப்பவே மாசாமாசம் ஏழு ரூபாய் பள்ளிக்கூடச் சம்பளம் கட்டப் பிராணனே போய்வருகிறது. சில மாசம் அபராதம் வேறு சேர்த்து அழவேண்டியிருக்கிறது. இந்த வருஷத்தோடு இவன் படிப்பு சரி. தஞ்சாவூர் வாத்தியார் டிரெயினிங்கில் சேர்த்துவிடப் போகிறேன். செலவில்லாமல் ரெண்டு வருஷம் படித்துவிட்டு வந்தால், ஏதோ பத்துப் பதினைஞ்சு ரூபா சொளை சொளையாச் சம்பளம் வரும். காமா சோமான்னு காலம் தள்ளிவிட்டுப் போகிறோம். இதை விட்டாளாம் – கும்பகோணமாம் கொட்டையூராம்! போடி வேலை மெனக்கெட்டவளே... கொட்டிக் கிடக்கிறதோ இங்கே..." என்றாராம்.

அவருடன் தான் வாழ்ந்த அத்தனை வருஷங்களிலும் அன்றுதான் தன் குரலைக் காட்டினாளாம் அம்மா: "பயல் பஞ்சம் பத்து வருஷம் என்பார்கள். இப்படி ஒரேயடியாய் குறுக்கே விழுந்து பேசக்கூடாது. இன்னும் மூணே வருஷம்... என் குழந்தையை நான் மடிப்பிச்சை வாங்கியாவது படிக்க வைக்கத்தான் போகிறேன். நினைக்கிறபோதே பிச்சைக்காக மாதிரி பத்துப்பதினைஞ்சு சம்பளம் என்றுதானா நினைக்கனும்? பெரியவர் – எங்க மாமனார் இந்த அருமந்தப் பேரனுக்கு ரொம்ப நிறைய ஆசிர்வாதம் பண்ணியிருக்கார். அவன் நன்னாத்தான் இருக்கப்போறான்; நூறு நூறாச் சம்பாதிக்கப் போறான் . . . அச்சானியம் மாதிரி பெத்த தகப்பனாரே தடுக்கப்படாதே" – மெல்லிய குரலில் அடக்கமும் அங்கலாய்ப்புமாய், ஆவலும் கேவலுமாய்ப் பேசினாள் அம்மா. அந்தக் குரலையே அதிகம் கேட்டிராத அப்பாவே தன் கண்களைத் துடைத்துக் கொண்டாராம். அனுமதியும் தந்தாராம். ஆனால் வெகண்டையாகத்தான் பேசினாராம்.

"மகளே, உன் சமர்த்து! என்னிடமிருந்து காலணா – செப்புக் காசுகூட எதிர்பார்க்க முடியாது. இங்கே பண்டம் இல்லையேடி அம்மா... இன்னொண்ணும் இப்பவே சொல்றேன் – நறுவிசாச் சொல்றேன். பெரிய மனுசனோ சின்ன மனுசனோ, பக்கத்து ஊரில் ஒரு பயலிடமும் போய் எதுவும் கேட்கமாட்டேன்; பல்லையும் இளிக்கமாட்டேன் எவன் கிட்டேயும். ஆமாம்; அப்புறம் இன்னுமொண்ணு . . . இந்தப் பெண் குழந்தைகளை இந்த வீட்டுக் குத்துச்செங்கல் இறங்க விடமாட்டேன். நீ மட்டும் போ . . . சமைத்துத்தான் போடுவையோ – வேறே என்னதான் பண்ணுவையோ . . . பிள்ளையைப் படிக்க வை! அவன் கிளப்புக்குப் போய் காப்பி சாப்பிடுவான் – டவுன் தத்தாரியா அலைவான்... அப்புறம் எனக்குத் தெரியாது. ஆமாம்; சொல்லிப்புட்டேன்" என்று விட்டேத்தியாய்ப் பேசினார் அப்பா.

"ராமா . . . ராமா . . . இதென்ன கூத்து! என்னவெல்லாமோ சொல்லியாகிறதே . . . நான் போகவில்லை . . . என் பிள்ளை கரண்டியாபீசுக்கே போகட்டும்" என்று கண்ணீர் விட்டாள் அம்மா. பிறகு மூர்த்தியின் அத்தை வந்து வீட்டைப் பார்த்துக் கொள்வதாக ஏற்பாடு ஆயிற்று. அத்தையே கும்பகோணத்தில் மாதம் மூணு ரூபாய் வாடகைக்கு ஜாகை பார்த்து, நாலைந்து பையன்களையும் சாப்பாட்டுக்கு ஏற்பாடு பண்ணி விட்டு வந்தாளாம். "அண்ணா உனக்கு இப்பத் தெரியாது. குழந்தை சம்பாதிக்கிறபோது தெரியும்... அப்போ எனக்கா குடுக்கப்போறே அள்ளி அள்ளி . . .? அவன் படிக்கணும்" என்று அத்தைதான் பொறுப்பு ஏற்றுக்கொண்டாள்.

பத்துப் பையன்கள் சேர்ந்துவிட்டார்கள். ஊரில் குடும்பச் செலவுக்கும் அவ்வப்போது அஞ்சும் பத்தும் போய்ச் சேரும் அளவுக்குக் கும்பகோணத்து வருமானம் கட்டுப்படி ஆயிற்றாம்.

அப்படியெல்லாம் பாடுபட்டுத் தன்னைப் படிக்க வைத்த தாயாருக்கு, மூர்த்தி எங்கேயோ கண்காணாச் சீமையில் இருந்துகொண்டு சம்பாதித்துப் பணம் அனுப்புவதுதான் தெரியுமே தவிர, பிணக்காட்டில் நடமாடிக்கொண்டிருக்கிறான் என்பது இன்னும் தெரியாதாம் ... இப்போது இவன் யமன் வாய்க்குள்ளேயே சிக்கிவிட்டது தெரியுமா? எனக்குத் தலை சுற்றியது. 'ஸெண்ட்ரி ட்யூட்டி'யாவது எனக்கு வரக் கூடாதா? யாரையாவது கேட்டு அவனைப் பார்க்கவாவது வழிதேட முடியுமா?

நடுப்பகலில், அன்று இரவு கேம்ப் கலைக்கப்பட்டு வேறு இடத்திற்குப் பெயரும் கட்டளை பிறந்தது. எனக்கு கை கால்களே ஓடவில்லை. போக இருப்பது யுத்தம் நடக்கும் இடம். எங்கள் பிரிவு போரிட வேண்டும்.

மாலை ஐந்து மணி. பரபரப்பு. மூர்த்திக்குத் தீர்ப்பு கூறப்போகிறார்களாம். என் நினைவே ஸ்தம்பித்துவிட்டது. மனமே மரத்துவிட்டது. மூர்த்தியைச் சுட்டுவிடப் போகிறார்கள் என்றுதான் எல்லாரும் ஊகம் செய்து கூறினார்கள். நான் யார் கண்ணிலும் படக்கூடாதென்று எங்கோ போய்க்கிடந்தேன். நானே இல்லாமல் ஆகிவிட்டது போன்ற ஒரு மயக்கம். சுருண்ட ஞாபகம் இருக்கிறது. அப்புறம் ஒரு நினைவுமில்லை. ஒரு தமிழ்ச் சிப்பாய் வந்து என்னைத் தூக்கி நிறுத்தி, என் உடம்பைத் தட்டித் துடைத்து, என் கண்களையும் தேய்த்து விரலால் இமைகளைத் திறந்து கொண்டிருந்தான். மெல்லக் கண்ணைத் திறந்தேன். நினைவும் வந்தது. எதிரை நிற்பவனை உற்றுப் பார்த்தேன். குழறிக் குழறி, "மூர்த்தியைச் சுட்டுவிட்டார்களா?" என்று கேட்டேன். அவனும் கண்ணீருடன், "மூர்த்திமேல் ஒரு தப்பும் இல்லை. என் தவறுதான் துப்பாக்கி வெடிக்கக் காரணம். அந்த நல்ல மனிதனை விடுதலை செய்யுங்கள்" என்று மேஜர் செய்தி அனுப்பிவிட்டான். ஆனால், செத்துவிட்டதுபோல் – ஆனால், உயிருடன் உணர்ச்சியற்றுக் கிடக்கும் மூர்த்திக்கு இதை எங்களால் ஆனமட்டும் முயன்றும் தெரிவித்து உணர்த்த முடியவில்லை. உன்னைக் கொண்டாவது அவனைத் தேற்றி தெரிவிக்கலாம் என்று உன்னைத் தேடி வந்தால் நீயும் அதேபோலக் கிடக்கிறாயே...! வா... ஓடிவா, மூர்த்தியிடம் போவோம்" என்றான்.

இதற்குள் மூர்த்தி சற்றே தெளிந்துவிட்டிருந்தான். ஏதோ ஊட்டினார்கள். குடிக்கவும் கொடுத்தார்கள். மிரண்டு மிரண்டு

புரண்டு புரண்டு படுத்தவனை நாங்கள் இருவரும் தூக்கினோம். என் மார்பில் சாய்த்து உட்காரவைத்துக் கொண்டேன். அதிகாரி ஒருவர் வந்து, "மூர்த்தி, சந்தோஷப்படு... ராணுவச் சட்டத்தையும் மன்னித்துவிடு! உன்னை விடுதலை செய்கிறோம். இடையில் நேர்ந்ததை மறந்துவிடு" என்று அன்புடன் எடுத்துச் சொன்னார்.

"அம்மா... அம்மா... உன் வயிற்றில் நான் அன்று பிறந்தது எனக்குத் தெரியாது. இதோ இன்று புதிதாய்ப் பிறக்கிறேன்" என்று முனகினான் மூர்த்தி.

அந்த வெள்ளைக்கார அதிகாரி குனிந்து ஆர்வமாய், "அவன் என்ன சொல்கிறான்?" என்று தழுதழுத்துக் கேட்டார். நான் மொழிபெயர்த்துச் சொன்னேன். அவர் கண்களிலிருந்து நீர் துளிர்த்தது. வாழ்த்துக் கூறினார்.

(பின்குறிப்பு: கேப்டன் பதவிக்கு உயர்ந்து பின் ஓய்வு பெற்ற ஒருவருடைய குறிப்புக்களில் ஒன்று தந்த கதை.)

●

1989
'தெளிவு'

# திரிசங்கு

'மாதக் கணக்காய் . . . வருஷக்கணக்காய் . . . ஏன் தலைமுறை தலைமுறையாக வாதாடிய பிறகும், நீங்கள் பழைமை பழைமையென்று அந்தச் சிறைக்குள்ளேயே பதுங்கிக் கொள்கிறீர்களே அப்பா?'

"அது சிறை அன்று தம்பி; அதுதான் மனித வாழ்வின் கவசம். அகிலத்தையும் வியாபித்துள்ள, அனைத்தையும் அடைந்து, அனைத்தையும் துய்த்து வரும் மனிதனுடைய ஆத்மா என்பது, ஏதோ அப்படியே கருவிலிருந்து வெளிப்பட்டுவிடுவதாக நினைத்துப் பேசுவது வெறும் அபத்தம்; ஆத்மா – அதாவது மனித வாழ்வென்பது எத்தனையோ கண்டங்களுக்குத் தப்பி, கோரங்களுக்கு இரையாகிவிடாமல் தொடர்ந்து வளர்ந்து வரும் ஒரு பிரக்ஞை; அது மனிதனுடைய நீண்ட காலத் தவத்தின் சித்தி; அதன் விரிவுதான் பழைமை. அதுதான் கவசம் நமக்கு."

"எது? இந்தச் சம்பிரதாயக் கந்தலா கவசம்? நம்கூடப் பிறந்த அறியாமையால், நாமே ஏற்படுத்திக்கொண்ட, கண்மூடித்தனமான பழக்கவழக்கங்களும், கூட்டம் சேர்ந்து செய்து கொண்ட ஒப்பந்தங்களும், நாமே வளர்த்த தொடர்புகளும், அசட்டுச் சாக்குப் போக்குகளுமா நமக்குக் கவசம்?"

"இவை இல்லையென்றால், இதுவரை ஆயிரம் ஆயிரம் ஆண்டுகளாய் நேர்ந்துள்ள இயற்கையின் மகாக் கோபங்களும், போர்களும், புரட்சிகளும். பஞ்சமும், நோயும் கொலைகளும், காசுகளும் மனிதனைக் கிழித்து நார்நாராய்ப்

போட்டிருக்கும். நீ கசப்புடன் – கடுப்புடன் அடுக்கினாயே கண்மூடித்தனம் அப்படி இப்படியென்று... அவைதான் நம்மைக் காத்து நிற்கின்றன."

"இதை உடைத்து எறிந்தால்தான் எங்களுக்குத் தூக்கம் வரும்."

"இதை உடைத்துவிட்டால் வாழ்வில் உப்பும் சப்பும் இருக்காது. வெறும் கேலிக்கூத்தாய் அபத்த நாடகம் ஆகிவிடும் வாழ்வு; ஒருவரை ஒருவர் புரிந்துகொண்டும் சார்ந்தும் வாழும் கூட்டு வாழ்வும் இருக்காது. நாளை, நேற்று, இன்று சொந்த இடம், வேற்றிடம், கிழக்கு, மேற்கு என்றெல்லாம் உள்ள தொடர்ச்சியான ஞாபகங்கள் எல்லாமே பொய்தான்; என்றாலும் மெய்யாக வைத்துக்கொண்டு மலர்ந்து, வாடாமல் இருக்கும் வாழ்வுப் பூ, வாடிக் கசங்கி, மணமும் இழந்து அழுகி நாறினாலும் நாறும். விபரீதமான நிலை இது."

"சும்மா ஏன் பூச்சாண்டி காட்டுகிறீர்கள். நாங்கள் இந்தத் தலைமுறையைச் சேர்ந்தவர்கள் ... இப்போதே எதெதையோ உடைத்துவிட்டோம்...ஒன்றும் குடிமுழுகிப்போய்விடவில்லையே?"

"எதெதையோ உடைக்கிறோம் என்று போய், நீங்களே உடைந்துபோய், மூஞ்சியே தெரியாமல் மூளியாகி, உங்கள் மண்ணிலேயே வேற்றாட்களாய், திரிசங்கு மாதிரி அந்தரத்தில் தொங்குகிறீர்கள் . . ."

"ஒரு பெரிய குறிக்கோள் சிதறிப் போய்விட்ட தோல்வியே திரிசங்கு. ஆனாலும் வானத்தில் திரிசங்குவைச் சார்ந்தும் ஒரு புதிய உலகம் விரிந்தது; நாங்களும் புதிய உலகம் படைக்கத்தான், பழைமையால் தலைகீழாகத் தள்ளப்படுகிறோம்."

"தம்பி, தம்பி! பழைமை உங்களைத் தலைக் குப்புறத் தள்ளவில்லை; நீங்களே கவிழ்கிறீர்கள். வாழ்வின் சாரத்தை, நீண்டகாலத் தவத்தின் சித்தியை ஒழித்துவிட்டுச் சக்கையாய் வாழ்வதை, வெறும் இருத்தலை விரும்பிக் கவிழ்கிறீர்கள் இப்படி; ஆனால் திரிசங்குவைத் தள்ளிவிட ஒரு சக்தி இருந்தது. அவனை அப்படியே அந்தரத்தில் நிறுத்தவும் ஒரு சக்தி தேவைப்பட்டது என்பதை மறந்துவிடக்கூடாது. சாபம், பாவம் என்ற சொற்களின் அர்த்தத்தில் மனித வாழ்வின் ஆயிரம் ஆயிரம் ஆண்டுகளின் சோதனைகள் அடங்கியிருக்கின்றன. இப்போது உங்களைக் காலை வாரிவிடும் குழம்பிய சிந்தனைப் போலிகளால் உங்களை மீண்டும் உங்கள் மண்ணில் ஊன்றி நிற்கவைக்க முடியாது . . ."

"அப்பா ... இது பெரிய அநியாயம். உங்கள் நிகழ்காலத்திற்கே துரோகம் செய்கிறீர்களே ... உங்கள் படிப்பு, பார்த்த உத்தியோகம், மாறிய நடை உடை பாவனைகள் . . ."

"அடே ... இவ்வளவிற்கும் நான் என்னை இழந்து விடவில்லையே ... என் மூஞ்சியில் மூளி விழவில்லையே."

"அதாவது, பொய்யான சம்பிரதாய முகமூடியால் மூஞ்சியை மறைத்துக் கொண்டீர்கள்."

"பைத்தியமே! அவை பொய்களே அல்ல; அவை பொய்களே என்று வைத்துக்கொண்டாலும், நம் வாழ்விற்குப் பொருள் ஊட்டவும், மதிப்பு ஏற்படுத்தவும், மிகமிக அவசியமானவை அவை. மறைந்துவிட்டால் எல்லாமே அறுந்து உதிர்ந்து தொங்கும். வாழ்வுக்கு ஆதாரமே இல்லாமல் ஆகிவிடும்."

"பழைய தொடர்புகள்தான் வாழ்வுக்கு ஆதாரம் என்றால், எனக்கு வேண்டவே வேண்டாம் அது."

"விபரீதம்தான் ... தம்பி! ஒருகணம் ... ஒரே ஒரு கற்பனை செய்துப்பார். உன்னை இந்த உலகம் புரிந்துகொள்ளவும் தெரிந்து கொள்ளவும் மறுக்கிறது. நீ இன்னாரென்பதை உலகம் மறந்து விடுகிறது என்று ... நினைத்துப்பார் ... அப்போது தெரியும் இந்த விபரீதம்."

"மீனா ... மீனா ... தூங்கிவிட்டாயா? அதற்குள்ளேயா! மணி ... பத்துப் பத்தரைதானே இருக்கும்..."

"இனிமேல் ... நாளைக் காலையில் தான் பத்தும் பத்தரையும், மணி ... பனிரண்டு பத்து ... அப்பாவும் பிள்ளையும் பேசிக்கொள்ள ஆரம்பித்துவிட்டால் இந்த வீட்டில் காலமும் நின்றுவிடுகிறது; இன்னைக்கு நீங்க திணறிப்போயிட்டீங்களே அப்பாகிட்டே ..."

"அப்பா மிகவும் பயப்படுகிறார்; உண்மைகளைக் காணக் கூசுகிறார்; புதுமையை நினைத்து மிரளுகிறார். அவர் சொல்கிற படியே – இன்றுவரை இருந்து வந்த பழைய தொடர்புகள் ... ஒப்பந்தங்கள் – ஒப்புக்கொண்டும் ஒட்டிக்கொண்டும் வாழ்கிற சம்பந்தங்கள் எல்லாமே அறுந்துபோனாலும் ... பிரமாதமாய் என்ன ஆகிவிடும்?"

"யோசித்து வைத்துக்கொள்ளுங்கள். நாளைக்கும் ராத்திரி வரும்; அப்பாவுடன் கத்தலாம். அலட்டிக்கொள்ளாமல் போய்த் தூங்குங்கள். நாளைக்குப் பள்ளிக்கூடம் உண்டு; வீட்டிலும் தொண்டைச் சேதம் பண்ணிக்கிட்டு அங்கேயும் போய் ... நிம்மதியாத் தூங்குங்க போயி..."

"மீனா, காப்பி ... கொண்டு வாயேன் சுருக்க."

"ஐயய்யோ, யார் இது ... யாரோ முகம் தெரியாத ஆசாமி ..."

“மீனா, விளையாடாதே... ராத்திரி முழுவதும் நான் தூங்கவில்லை. தலை, கை, கால் எல்லாம் ஒரே வலி...”

“யாரையா நீ? துணிச்சலாய் உள்ளே வந்து...”

“மீனா என்னடி இது? சமயம் தெரியாமல் விளையாடு கிறாயே?”

“ஐயய்யோ, மாமா... ஐயோ அவரும் மார்க்கெட்டுக்குப் போயிருக்காரே ...யாராவது வாருங்களேன் ...எவனோ ஒருத்தன் ...”

“என்னடி மீனா, உனக்கு உடம்பு கிடம்பு சரி இல்லையா? ஏன் இப்படிச் சத்தம் போட்டு ஊரைக் கூட்டுகிறாய்? ஐயய்யோ, யார் யாரோ ஓடி வருகிறார்களே, நம் வீட்டிற்குள் . . .”

“பிடியுங்கள் தடியனை... என்ன துணிச்சல்... உள்ளே வந்து . . .”

“ஐயய்யோ! ஐயா, பக்கத்து வீட்டுக்காரரே, உமக்குமா என்னைத் தெரியவில்லை.”

“அடேடே, உறவுகூடக் கொண்டாடுவான்போல் இருக்கிறதே!”

அம்மாவை வீட்டுக்காரி மாதிரி நினைத்துத்தானே என்னடீன்னு . . . டீ போட்டானாம்...”

“நாலு வையுங்களேன் தடிப்பயல்...”

“ஐயய்யோ, எங்கப்பாவையும் காணுமே... அடியே மீனா என்னை எதற்காகப் பழிவாங்குகிறாய் . . . நான் ஓடிப்போய்விட்டு அப்புறம்...”

“நல்லவேளை, தானாகவே ஓடிப்போய்விட்டது பைத்தியம்; வரவர ஊரில் பைத்தியங்கள் அதிகமாகின்றன.”

“கிருஷ்ணய்யரே, ஒரு காபி சாப்பிட்டேன்; மத்தியானம் சில்லரை கொண்டுவந்து தருகிறேன்.”

“ஓய், நீர் யார் ஐயா; முன்னே பின்னே தெரியாமல் கடன் சொல்ல வருகிறீர்? அதுவும் காப்பி சாப்பிட்ட பிறகு...”

“என்ன இது? ஓய் கிருஷ்ணய்யரே விளையாடுகிறீரா? என்னைத் தெரியாதா உமக்கு?”

“யார் அய்யா நீர்? இழவு காலை வேளையில்? பைத்தியமா? போக்கிரியா? ஏய் நாயர், இந்த ஆளைப் பார் கொஞ்சம், நாலு வெச்சு...”

“கிருஷ்ணய்யரே, இது அடுக்காது; என்னைப் பாருங்களேன் நான் கந்தசாமி, பி.ஏ.பி.எட். ஹைஸ்கூல் வாத்தியார்; என்னையா

தெரியவில்லை? போது விடிந்தால், போது சாய்ந்தால் உமது ஹோட்டலில் சாப்பிடுகிறேன்..!”

“ஐயய்ய, பாவம் அழ ஆரம்பித்துவிட்டதே பித்துக்குளி... நாயர் இதை வெளியில் அழைத்துக்கொண்டு போய்விடேன்...”

“இது இங்கேயும் வந்துவிட்டதா? வெளியூர்ப் பைத்தியம் போல் இருக்கிறது. காலையில் அங்கே...”

“எங்கே...”

“வாத்தியார் கந்தசாமி வீட்டில்...”

“நான்தான் கந்தசாமி வாத்தியார் என்று என்னிடம் சொல்லிற்று இந்தப் பித்து. நல்லவேளை; ஒரு காபிதான் நஷ்டம் எனக்கு; அதோ ஓடுகிறதே . . . எங்கேயோ வைத்ததை எடுக்கப் போவதுபோல் பித்து.”

“ஸார்... ஸார்...”

“யார்... வாங்க... என்ன வேண்டும்?”

“யார் என்று கேட்கிறீர்களே சார்? ரொம்ப ‘பிஸி’யா இருக்கிறீர்கள்போல் தோன்றுகிறது...”

“ஆமாம்; எங்களுக்கெல்லாம் பெரிய தலைவலி; புதுக் கல்வித் திட்டம் வந்திருக்கிறது. புதிய ஒன்பதாவது நிலை, பத்தாவது நிலைகளுக்குப் பாடத்திட்டம் பற்றி...”

“ஸார், ரொம்ப ஆச்சரியம்; நீங்களும் எல்லாவற்றையும் தமிழிலேயே சொல்லிப் பழகிக்கொள்கிறீர்களா? பத்தாவது நிலை, பாடத்திட்டம்...”

“சரி, நீங்கள் வந்த காரியம், நீங்கள் யார்; என்ன வேண்டும்?”

“என்னை நன்றாகப் பாருங்களேன்...”

“உங்களைப் பார்த்துவிட்டுத்தான் அய்யா சொல்கிறேன். எனக்கு மிகவும் அவசரம். நேரமே இல்லை. தயவு செய்து சுருக்கச் சொல்லுங்கள் . . . என்ன வேண்டும்?”

“ஸார், ரொம்பச் சங்கடத்தில் இருக்கிறேன். முதல்லே என் மனைவிக்குத்தான் உடம்பு சரியில்லையோ என்று நினைத்தேன். இப்போது பார்த்தால், எல்லாருக்குமே எதோ விபரீதமாக . . .”

“யார் அய்யா நீர் . . . என்னவெல்லாமோ பேசிக்கொண்டு? உமது பிள்ளைகள் பள்ளிக்கூடத்தில் படிக்கிறார்களா? டி.ஸி. வேண்டுமா? எது வேண்டுமானாலும் பத்து மணிக்கு அங்கே வாரும்.”

“ஹெட்மாஸ்டர் ஸார்! எனக்கு ஏது பிள்ளைகள்? உங்களுக்கும் என்னைத் தெரியவில்லையா?”

“உம்மை எப்படித் தெரியும் எனக்கு? குழப்பாமல் விஷயத்தைச் சொல்லும்; கல்வித் திட்ட மாறுதலால் ஏற்கெனவே நான் குழம்பிக் கிடக்கிறேன்...”

“எனக்கு உலகமே குழம்பிவிட்டது ஸார்; நான் நானே இல்லையாமே! கந்தசாமி, பி.ஏ.பி.ஏட்., உயிர் போகாமலேயே செத்துப்போய்விட்டான் ஸார்; நான்தான் ஸார் அந்தக் கந்தசாமி.”

“நான்ஸென்ஸ் ... யார் அங்கே, ஏய், ராமு! கந்தசாமி செத்துப் போய்விட்டாராமே; இந்த ஆசாமி ஏதோ உளறுகிறார் ... நீ வேகமாய் சைக்கிளில் போய் விசாரித்துக்கொண்டுவா. டி.ஈ.ஓ. வேறே வருகிறார் இன்றைக்கு. லீவு விட்டுத் தொலைக்கிற மாதிரி, இது என்ன கஷ்டம் . . .”

“கஷ்டமா; பிரளயம் ஸார்... சர்வ நாசம்... குடி முழுகிப்போகிற ஆபத்து ஸார்...”

“ஓய்! அழாமல், குளறாமல் ஒழுங்காய்ச் சொல்லும்; கந்தசாமி எப்போ, எங்கே, எப்படிச் செத்தார்? நீர் யார்? அதைச் சொல்லும் முதலில் . . .”

“என்னைத் தெரியவில்லையா? ஐய்யோ மீனா, அப்பா, நான் எங்காவது போய் முட்டிக்கொண்டு சாகட்டுமா? ஐயய்யோ . . .”

“என்னங்க ... என்ன; ஏன்? ஏன் இப்படி ஐயோன்னு கத்தினீங்க தூக்கத்தில்? ரொம்ப விகாரமாக இருந்ததே குரல்? மெது... வா . . . பதறாமே எழுந்திருந்து உட்காருங்க; ஐய்யோ அழுதிருக்கீங்களே; கண்ணைத் தொடைக்கிறேன் காண்பியுங்கள்; கெட்ட கனவு ஏதாவது கண்டீங்களா என்ன?”

**1989**

**‘தெளிவு’**

•

# தெளிவு

‘ஊசவம் . . . ஊகும் சரியாயில்லை; மனசு சரியாயில்லை. நல்லதுக்கு இல்லை இது... மாலையில் கோவிலுக்கும் போகவேண்டும். சொற்பொழிவு இருக்கிறது. அது சம்பந்தமாக ஏதாவது யோசிக்க வேண்டுமே... முடியவில்லை . . . மனசு அலை பாய்கிறது . . . பாய்கிற அலையும் நன்றாயில்லை . . . ஊசவம் . . . கூடாது . . . கூடாது . . . சிவபெருமானே . . . முருகா . . .’ என்று தவித்தார் புலவர் சம்பந்தம்.

‘முதலியார் வீட்டுக் கல்யாணம், நல்ல சாப்பாடு . . . அடேயப்பா என்ன ருசியான சமையல் கும்பகோணம் மணி பிரதர்ஸ் சமையலாம்... ஏவ்... ஏவ்... ஏப்பம் வந்தது. நல்ல கூட்டம். அக்கிரகாரத்தில் ஒருவர் வீட்டிலும் அன்று அடுப்பே மூட்டியிருக்க மாட்டார்களோ . . . அத்தனைபேரும் . . . அதிலும் பெண்களின் கூட்டம்’ என்று நினைத்துக்கொண்டார். போச்சு... மறுபடியும் வேண்டாத நினைவு . . . ‘ஆமாம் உண்மையாகவே ஆண்களைவிடப் பெண்கள் கூட்டம்தான் அதிகமா . . . அல்லது என் கண்ணில் பட்டதுதான் அப்படியோ . . . சேச்சே . . . கூடாது . . . மறுபடியும் சாப்பாட்டு நினைவு! இன்று அவர் இரண்டு வயிறு சாப்பிட்டிருக்கிறார்! வீட்டில் அவர் ருசி பார்த்துச் சாப்பிட்டுச் சில வருஷங்கள் ஓடிவிட்டன. மனைவி இல்லை. உடல்நலமில்லாத தாயார்தான் சமைக்கவேண்டும் வீட்டில்! ஏதோ ஆக்கிப்போடுவாள் அவ்வளவுதான்; வேறு வழி இல்லை . . .’

“தம்பீ சம்பந்தம், இனிமேலும் என்னால் முடியாது. நீ மறுபடியும் கல்யாணம் செய்துகொள்வதைத்தவிர வேறு வழி இல்லை. செய்யறதைச் சுருக்கச் செய் . . . என் வண்டி இன்னும் வெகுகாலம் ஓடாது” என்று சொல்லிக்கொண்டே சம்பந்தம் படுத்துத் தவித்துப் புரண்டுகொண்டு கிடந்த அறைக்கு வந்தாள் அவருடைய அம்மா.

புலவர் இன்னும் அதிக வேதனைப்பட்டார். எழுந்து போய் ஜன்னலருகே நாற்காலியைப் போட்டுக்கொண்டு உட்கார்ந்தார். ராசுப்பிள்ளை மகள் சிவகாமி ... இது அவளுடைய இளமைக்காலப் பெயர். அதை ருஷ்யச் செல்வி என்று மாற்றிவிட்டிருந்தார் ராசுப்பிள்ளை! அவர் புலவருக்கு உறவுக்காரர்தான். சைவ உணவு விடுதி நடத்திக்கொண்டிருந்தார் ஆரம்பத்தில். பிறகு அதை மிலிடேரி ஓட்டல் ஆக்கினார். அரசியல் பண்ணினார். அழிந்துபோனார்; ஏக நஷ்டம் ஓட்டலில். அகாலத்தில் செத்தும்போனார். சிவகாமி ... பாவம் ... மிகவும் கஷ்டப்பட்டாள். பள்ளிப் படிப்பைக்கூட முடிக்க இயலாமல் பத்தாவதோடு நிறுத்திவிட்டாள். ஊர்க்காரர்கள் ஏதேதோ வம்பு பேசியதும் உண்டு. ஐந்தாறு வருஷங்களுக்கு முன் புலவரின் மனைவி காலமானபோது, கருமாதி முடிந்ததுமே யாரோ சிலர் வந்து, “சிவகாமியைத் திருமணம் செய்துகொள்ள வேண்டும் என்றும், உறவுமுறை என்றும், நொடித்த குடும்பத்திற்கு ஒத்தாசையாக இருக்குமென்றும்” புலவர் சம்பந்தத்தை வற்புறுத்தினார்கள். அவள் கெட்டு அலைவதாகக் கேள்விப்பட்டிருந்த புலவர் மறுத்து விட்டார். அப்புறம் சிவகாமி, அவர் கண்ணிலேயே படவில்லை. இவரும் தேடித் தெரிந்துகொள்ள முயலவும் இல்லை. அந்தச் சிவகாமிதான் இப்போது தெருவோடு போய்க்கொண்டிருந்தாள். புலவர் உற்றுப் பார்த்தார். ஓடிப்போய்த் தெரு வாசலில் நின்று அவள் உருவம் மறையும்வரை பார்த்துக்கொண்டிருந்தார். பசியோடு பார்த்துக்கொண்டிருந்தார். அவள் மறைந்ததும் உள்ளே வந்தார். இருப்புக் கொள்ளவில்லை. அவளைத் தொடர்ந்து போய், இருக்குமிடம் தெரிந்துகொண்டால் என்ன என்று மனம் பறந்தது. புறப்பட வேண்டியவர்தான். ஆனால் சற்றே யோசித்துப் பார்த்துத் தயங்கி நின்றார்; அறையிலேயே உலாவினார். அப்போது மீண்டும் அங்கே வந்த அம்மா, “தம்பீ, ஏன் பதிலே சொல்லமாட்டேங்கறே. உனக்கு என்ன அப்படி வயதா ஆகிவிட்டது. வந்த ஆவணிக்குத்தான் நாப்பது முடியறது. நீ சரின்னா எத்தனையோ பேருங்க பொண் குடுக்கக் காத்திருக்காங்க. இன்னும் நீ பேசாமை இருக்கிறது சரியில்லை.” என்று சொல்லிவிட்டுப் போனாள். “அடே, பழைய சிவகாமியா இது! என்ன ஒசரம், ஒய்யாரம், அங்கபாரம்... அப்போ . . . தப்புச் செய்துவிட்டோமோ . . . யாரோ சொல்வதைக் கேட்டு ... தீர

விசாரிக்காமல் . . . வேண்டாமென்று சொல்லிவிட்டது தப்போ. சேச்சே . . . துப்பியதை மறுபடியும் . . .” புலவர் மனம் கிடந்து பொருமிற்று. குழம்பியது. குடைந்தது . . . தாங்கமுடியவில்லை. சாயங்காலம் கோவிலுக்குப் போகவேண்டும் . . . சொற்பொழிவு ஓந்திரியார் அறக்கட்டளை ஆண்டுவிழா, எல்லாம் சரிதான். ஆனால் இப்போது இருக்கும் மனநிலையில் அவருக்கு எதுவுமே பிடிக்கவில்லை. வீட்டை விட்டுப் புறப்பட்டார். மாலை மணி ஐந்து இருக்கும். யார் கண்ணிலும் படாமல் எங்காவது போய்விடலாமா என்ற அளவுக்கு அவர் மனநிலை கலங்கிக் குழம்பிவிட்டது.

வாணக்காரத் தெருவிலிருந்து நேரே நடந்தார், வழியில் யாரையும் பார்த்துப் பேசக்கூடாதென்று சபதம் செய்தது போலப் போனார் தெருவோடு. யானை வாகன மண்டபத்தைத் தாண்டி கிழக்கே போனார். சுயநினைவே இல்லை போல் ஆகியிருந்தார். திருப்பாற்கடல் குளக்கரைப் பக்கம் திரும்பினார். பாதையில் வண்டிக்காரர்கள் போகமுடியாமல் கற்கள் நட்டிருப்பதைக்கூட மறந்துவிட்டார். நல்லவேளை, கல் இடித்த பிறகு, விழாமல் சமாளித்துக்கொண்டார். அந்த மூலையில் இருக்கும் சிறு குடிசையில் ஒரு சாமியார் இருந்தார். அவர் பழைய காலத்தில் பெரிய தவிசுப்பிள்ளை. இப்போது வெள்ளித் தாடியும் மீசையும் காவியுடையும் திருநீற்றுப்பூச்சுமாய் இருப்பவர். தேவாரமும் திருவாசகமும் அருட்பாவும் நிறையக் கேட்ட காது அவருக்கு. இந்த எண்பதாவது வயதிலும் கணீரென்று சுருதி சுத்தமாக ராகபாவமும் தாளக்கட்டும் சேர்ந்து மிளிரப் பாடுவார். புலவர் சம்பந்தத்துக்கு அவர் ஒரு குரு மாதிரி. திருமுறைப் பாடல்களை முறைப்படிப் பாடக் கற்பித்தவர். புலவர் குளக்கரையில் திரும்புவதைப் பார்த்த அவர், “கோவிலுக்கா? அங்கே இன்னும் நேரம் ஆவுமே” என்று கேட்டார்:

“சாமியா . . . வணக்கம் . . . சும்மா ஆற்றில் கொஞ்ச நேரம் உட்கார்ந்திருக்கத்தான்” என்றார் புலவர்.

“அதுவும் சரிதான் . . . ஏன், என்னமோ மாதிரி இருக்குது மொகம். ஒடம்பு சொகமில்லையோ?” என்றார் சாமியார். புலவருக்குச் சுரீர் என்றது. “அதெல்லாம் ஒன்றுமில்லை” என்றார்.

“நான் பந்தலடிப் பக்கம் போய்விட்டு நேரே கோயிலுக்கே வந்துவிடுகிறேன்” என்று சொல்லி நகர்ந்தார் சாமியார்.

புலவர் கூட்டி விழுங்கப் பார்த்து முடியாமல் துப்பினார். தன் நெஞ்சு மிகவும் அசிங்கப்பட்டுவிட்டது போன்ற உணர்வு வந்தது சற்று. “கோவில், அருள் நெறிக்கூட்டம் . . . திருமுறை . . . நானோ . . .” என்று சலிப்புடன் முணுமுணுத்துக் கொண்டார்.

குளக்கரை – குளம் – படிக்கட்டு – போகும் வழி எல்லாமே மிகவும் அசிங்கமாயிருந்தன. இது எப்போதும் உள்ளதுதான்; மெதுவாக அடியெடுத்து நகர்ந்த புலவருக்கு, இன்று இது அதிகமாக உறுத்திற்று. "என் மனசை விடவா ..." என்று நினைத்துக் கூசினார் சிறிது.

ஆற்றில் இறங்கினார். பாமணி ஆற்றின் அந்த இடத்து மணற்பரப்பு, மாலை வேளைகளில் உட்கார்ந்து பொழுது போக்கும் அளவுக்கு அப்படியொரு அழகோ அமைப்போ உடையதன்று. குண்டும் குழியுமாய், சிறு தேக்கமும் பாசியுமாய், கல்லும் கண்ணாடித் துண்டுகளும், கந்தலும் கசங்கிய காகிதங்களுமாய், சாக்கடை காய்ந்தது மாதிரிதான் இருக்கும். சற்றுக் கிழக்கே மணலோடு நடந்துபோய், ஓரளவு சுத்தமாய் இருந்த இடத்தில் உட்கார்ந்தார். உட்கார்ந்தபோது மடியிலிருந்து நழுவி விழுந்த திருநீற்றுப்பையைக் குனிந்து எடுத்துக் கண்ணில் ஒத்திக்கொண்டார். "சிவ சிவ" என்றார்.

'சரி, மனசில் கொஞ்சம் தெளிவு ஏற்படட்டும்! இங்கிருந்தே அக்கரைக்குப் போய், யார் வீட்டிலாவது அனுட்டானம் செய்துகொண்டு கோவிலுக்குப் போகிறேன்' என்று மனத்திற்குள் சொல்லிக்கொண்டார், உட்கார்ந்தார். மேல்மணலை அகற்றி உள்மணலைக் குவித்து மேல்துண்டைப் போட்டுக்கொண்டு, சற்றே சாய்ந்து படுத்துக்கொண்டார். கண்களை மூடினார். திறந்தார். கைகளைக் கோத்தார். பிசைந்தார். கைகளை மார்பின் மீது வைத்து அழுத்தினார். கைகளை உதறினார் மறுபடியும். நெற்றியை வருடினார். முன்தலையைக் கோதினார். தலையை முழுதும் தடவினார். சற்று நேரத்தில் இந்தச் செயல்களும் ஓய்ந்துவிட்டன. ஆனால் மனத்திற்குள்ளே கைகளும் விரல்களும் முளைத்து, மிகவும் வேகமாய் இயங்கவும் தொடங்கி, அங்கே இருந்த புண்ணைச் சொறிந்து கீறிப் பிளந்துகொண்டிருந்தன.

புலவர் சம்பந்தம், பள்ளிக்கூடத்தில் தமிழ்ப் பண்டிதரா யிருந்தவர். சைவ மடங்களின் தொடர்புள்ள பரம்பரையில் வந்தவர். பேச்சுத் திறனும் இனிய குரலில் பாடும் திறமையும் உடையவர். பக்திப் பரவசமூட்டும் சொற்பொழிவுகள் செய்ய ஆரம்பித்தார். பேரும் புகழும் பெருகின. வருமானமும் நிறைய வந்தது. வேலையை விட்டுவிட்டார். சொற்பொழிவே தொழிலாகிவிட்டது. ஒரு குறையுமில்லை. ஆனால் மனைவியை இழந்தார். குழந்தை குட்டிகளும் இல்லை. ஐந்தாறு வருஷங்கள் ஓடிவிட்டன. பேர், புகழ், வருமானம் எல்லாம் மனத்தை நிறைத்தன. ஆனாலும் இதுபோல் சில சமயம் அவர் கலங்குவதுண்டு, உடனே சிந்தித்துத் தெளிவும் பெற்றுவிடுவார். ஆனாலும் அவர் மனத்தில் அடிக்கடி சுந்தரர் வரலாறு இடங்கொண்டு இப்படி

ஆட்டிவைத்துக்கொண்டிருந்தது. இன்று அதன் உக்கிரம், சற்று அதிகமாயிருந்தது.

ஆற்றில் சாய்ந்து கிடந்த புலவர் நெளிந்தார். சுருண்டார். 'கோவில், அருள்நெறிக் கூட்டம், திருமுறை – பக்திச் சொற்பொழிவு – சரிதாண்டா புலவா, நீ உன்னுடைய மனத்திற்கு என்ன பதில் சொல்லப்போகிறாய்! அன்று ஒரு நாள் – கோவிலில், பெரியபுராணச் சொற்பொழிவின் இறுதி நாள் – பாராட்டு, பணமுடிப்பு, ஊர்வலம். கூட்டத்தில் ஒருவன் பேசினான் … புலவர் ஐயாவுக்கு இறைவனுடைய நல்லருள் மிக நன்றாகவே வாய்த்துவிட்டது. இவரைக் கண்டு ஓரளவு எனக்குப் பொறாமைகூட தோன்றுகிறது. தயவுசெய்து, இப்படிச் சொல்லும் என்னை மன்னிக்க வேண்டுமென்று இங்குக் கூடியுள்ள ஆத்திகப் பெருமக்களை – மெய்யன்பர்களை – அடியார்களை – அடியார்க்கு அடியார்களைப் பணிவன்புடன் கேட்டுக்கொள்கிறேன். பெண்டாட்டி பிள்ளைகுட்டிகள் – பணம் காசு என்று அல்லும் பகலும் அதே நினைவால் உழல்கிறோம் நாம். இவருக்கு அப்படியொரு பிக்கலும் பிடுங்கலும் இல்லாமல் ஆக்கிவைத்திருக்கும் எம்மை ஆளுடைய ஆண்டவன் சிவபெருமான் இவர்மீது அருளைச் சொரிந்துவிட்டிருக்கிறான் என்றே தோன்றுகிறது. நிச்சயமாக இது இவர் பெற்ற தனி அருளே ஆகும் . . . என்று பேசினான் ஒருவன். அடே . . . ப் பசங்களா! அவனவனுக பொண்டாட்டி போறாதுன்னு ......ட்டி தேடறானுக … நான் அருள் பெற்றவனாமே . . . அயோக்கியப் பயல்கள் … போங்கடா போக்கத்த பயல்களா நான் இளிச்சவாயனா … ஏய் புலவா . . . நீ மட்டும் யோக்கியனோ . . . இப்ப இப்படித் தோணாது; அன்னிக்கு அப்படியே மகிழ்ந்து போயிட்டையேடா… நன்றி கூறும்போது நீ என்ன சொன்னே . . ! உண்மையாகவே இதை நான் ஆண்டவன் அருளாகவே கொள்வேன்; போது விடிந்தால் போது சாய்ந்தால், அவன் அருளையே நினைத்து அவன் தாள் வாழ்த்தி வணங்கி, அவனுடைய பெருமைகளையே பேசிக்கொண்டு பணிசெய்து கிடப்பேன் … என்றாயே வெட்கம் இல்லாமல், மனமாரச் சொன்னாயா … புலவர் மீண்டும் நெளிந்தார் சுருண்டார். உள்ளங்கால் முதல் உச்சி மண்டை வரையில் ஏதோ பாய்ந்து முடக்குவதுபோல் பட்டது; உதறிக்கொண்டு எழுந்து உட்கார்ந்தார். மேறகே பார்த்தார்; செக்கர் படர ஆரம்பித்திருந்தது. அன்று பகல் மிகவும் நீண்டுவிட்டதோ; கிழக்கே பார்த்தார். பத்துப் பனிரண்டடி தூரத்தில், ஊற்றுப் போட்டு இரைத்துக் கொண்டிருந்தாள் ஒரு பெண்; முகம் தெரியவில்லை. நெட்டுக்கு நேர்குனிந்த நீள உடம்பு; சிவகாமிதானோ என்று இவர் நினைப்பதற்குள் நிமிர்ந்தாள். அவளேதான். புலவருக்கு மிகவும் சந்தோஷமாயிருந்தது. கவனித்துப் பார்த்தார். வேறு யாருமே

இல்லை. தனியே அவள் ஊற்று நீர் எடுத்துக்கொண்டிருந்தாள். குடத்தை இடுப்பில் வைத்துக்கொண்டு கையில் ஊற்றுப் பட்டையுடன், மணலிலேயே தெற்கே நகர்ந்தாள். ‘சரிதான் . . . இந்தத் தெருவில்தான் இருக்கிறாளோ . . .’ என்று முடிவு செய்துகொண்டே எழுந்த புலவர், அந்தத் திசையில் தானும் போனார். அவள் புகுந்த வீட்டுக்குள்ளும் புகுந்தார். குடத்தை உள்ளே வைத்துவிட்டுக் கொல்லைக் கதவைத் தாழ்ப்பாள்போட அவள் வருவதற்கும் இவர் நுழைவதற்கும் சரியாய் இருந்தது. மேலே இடிக்காமல் ஒதுங்கி அவளைத் தாண்டிக்கொண்டு உள்முற்றத்துக்குப் போய்விட்டார் இவர். சிவகாமிக்கு முதலில் ஒன்றும் புரியவில்லை; தாழ்ப்பாள் போட்டபோது புரிந்துவிட்டது. உள்ளே வந்தாள், முற்றத்தில் நிற்கும் புலவரைப் பார்த்தாள்; அவர் முகம் வெளுத்துப் பேயறைந்ததுபோல் இருந்தது. நாக்குழற தண்ணி . . . தாகம் . . .’ என்றார்.

“பாவம் . . . வாங் . . . தாகத்துக்குத் தண்ணி குடுக்காத பாவியில்லே நான். சொம்பு சொம்பாக் குடிங்க. ஆனா . . . நீங்க இப்படிப் படுகுழிலே விழணுங்களா . . . வாங்க இப்படி உட்காருங்க . . .” என்று நிமிர்ந்து பேசி, ஒரு பழைய நாற்காலியைக் கொண்டு வந்து, வாசலுக்கு நேரே போட்டாள். தயங்கும் புலவரை வற்புறுத்தி அதில் உட்காரவும் சொன்னாள். அவரும் வந்து – ஓரத்தில் பட்டும் படாமலும் இருந்தார். வாசற்கதவைத் திறக்கப் போனாள் அவள். பயந்துகொண்டே எழுந்து நின்ற புலவர் கைகளைக் சுவப்பிக்கொண்டு, “வேண்டாம். வேண்டாம் . . . நான் இப்படியே கொல்லை வழியாக . . .” என்றார்.

“ஒண்ணும் பயப்படாதீங்க. ஊரைக் கூட்டிவிடமாட்டேன். வாசல் திண்ணை மாடத்தில் விளக்கேற்றிவிட்டு வருகிறேன். இருட்டிப் போயிடுச்சில்ல . . . நீங்க . . . கலவரப்படாமை குந்துங்க . . .” என்று விளக்கேற்றி வைத்துவிட்டு உள்ளே வந்தாள் சிவகாமி.

புலவர் வாயடைத்துக் கை கால்கள் உதற உட்கார்ந்திருந்தார். பக்கத்து வீடுகள் ஊரில் பெரிய மனிதர்களான சிலருடையவை என்று நினைத்ததும் அவருக்கு வியர்த்துவிட்டது.

சொன்னபடியே சொம்பில் தண்ணீர் கொண்டுவந்து வைத்தாள் சிவகாமி. நடுங்கும் கையால் சொம்பிலிருந்து டம்ளருக்கு ஊற்றினார். வாயிலும் ஊற்றிக்கொண்டார் அவர். மெல்ல வாயைத் திறந்து, “சிவகாமி . . . நான் . . . வந்து . . . வந்து . . .” என்று தடுமாறினார்.

“அதான் வந்துட்டீங்களே . . . நீங்க ஒண்ணுமே சொல்ல வேணாம், எனக்கு இதெல்லாம் ரொம்ப நல்லாவே புரியும். பாவம் உங்கமேலே பரிதாபம்தான் எனக்கு . . . நீங்களும் மனுச

ஜன்மந்தானே. புலவர் அய்யா, நீங்கள்ளாம் நினைச்சதுமாதிரி நான் அண்ணைக்கும் கெட்டு அலையலே. இண்ணிக்கும் கெட்டலையலே. ஊருலே உலகத்துலே எல்லாரும் அரசியல் பண்ணிச் சொத்துச் சேர்ப்பாங்க. எங்கப்பாரு அரசியல் பண்ணி அழிஞ்சாரு ... எங்கப்பாரு மிட்டாய்க் கடைக்குச் சரக்குப் போட்டுக் கொடுத்த சுப்பையரு மவனோட அரவணெப்புலே பத்திரமாயிருக்கேன்; நான் கான்வெண்டு ஸ்கூல்லே படிச்சேன்ல, எங்க மதர் ஸுபீரியருங்க எனக்குத் தஞ்சாவூர்லே வேலை கொடுத்தாங்க. போயி ரெண்டு வருடம் இருந்தேன். அவங்க வேறே மாதிரியா ஏதோ யோசனை சொன்னாங்க; புடிக்காமை வந்தேன். இவரு ஏத்துக்கிட்டாரு ... இவரு கைவண்டியில் மிட்டாய் வியாபாரம் பண்றாரு; சௌக்கியமாகவே இருக்கேன் ... பாவம் ... நீங்க வீணா ... தடுமாறி ... போவட்டும். நீங்க பயமில்லாமை தெருவோடே நிமிர்ந்து தெளிவோட போங்க! “மட்டூர் குழல் மங்கையர் வலைப்பட்டு ...” அப்புறம் ... “சூர்வேல் விழிமங்கையர் ...” அநுபூதி அலங்காரமெல்லாம் நீங்க தெனப்படிப் பாராயணம் செய்யறவங்க ... அந்தப் பாட்டுங்களை வாய்விட்டுச் சொல்லிக்கிட்டே போங்க . . .” என்று அவருக்கு வழிகாட்டினாள் சிவகாமி.

**1989**

**‘தெளிவு’**

•

# பானுமதி

பாரதயுத்தத்தின் முடிவுநெருங்கிவிட்டிருந்தது. பூமித் தாயின் பெரும்பான்மையான பாரம் குறைந்தது. எங்கும் ஆந்தை அலறல்கள்; நடுநிசியின் அமைதியைக் குலைத்த அவலக் குரல்களும், புண்பட்டுக் கிடந்தவர்களின் முக்கலும் முனகலும் அந்த அசுபப் பறவை இனத்தின் கோர ஒலிகளால் சிறிதே மறைந்தன.

அஸ்தினாபுரத்தின் சூழ்நிலையும் சுற்றுப்புறமும் நன்காடாக மாறிக் கிடந்தன. அரண்மனை நிலையை எதற்கு எப்படி ஒப்பிடுவது? எங்கும் மௌனம், இயக்கம் ஓய்ந்து விட்டது. நடமாடுபவர்களும் நிழல்கள்போல ஊர்ந்தனர். வீட்டின் தலைவன் யமனுடன் போராடும்போது அந்த வீட்டில் உள்ளவர்களின் காரியங்கள் எப்படி நடக்குமோ அதேபோலவே அரண்மனைக் காரியங்கள் நடைபெற்றன.

திருதராட்டிரன் – முதிர்ந்த குருடன் – இருளையே துணை கொண்டு வாழ்ந்தவன் – யாவுமே இருண்டுபோகக் கொத்துக் கொத்தாய்க் குலை குலையாகப் பறிகொடுத்துவிட்டு, ஊழிக்காலத்துப் பேரிழவைக் கேட்டுக் கேட்டுப் பாழானவன், தான் செய்துள்ள மகாபாதகங்களின் இருள் மனத்தில் அப்பி அச்சுறுத்தக் கிலி கொண்டு தவிப்பவன், ஒரு மூலையில் கிடந்தான்; வெறுப்புக் கொப்புளிக்கும் முகச் சுருக்கங்கள் கறுத்துச் சாம்பின

தலையை அசைப்பதும், இரண்டு கைகளையும் சூன்யத்தில் விரிப்பதும் துழாவி உதறுவதுமாய் இரவைக் கழித்தான். காந்தாரி வந்துபோய் எவ்வளவோ நேரம் கழிந்துவிட்டது. அவன் வந்து பார்க்கும்போதெல்லாம் அதிகமாய்ப் பேசவேமாட்டாள். இவன்தான் புலம்புவான். கடைசியில் அவளுடைய சோக மௌனம் கலைந்து துயர இசை வெளிப்படும்போது, திரும்பத் திரும்ப அதன் பல்லவி மட்டுமே துளிர்க்கும்.

"தருமம் உள்ள இடத்தில் வெற்றி சேரும்" என்பதே அது. இன்று அவள் துயர இசையில் அநுபல்லவியும் இலையாய் முற்றிச் சரணங்களும் தழைத்துவிட்டன.

"தோற்றுவிட்டோம்; இனி நாம் ஒன்று' என்று சொல்லி மிச்சம் மீதியையும் எரித்துப் பொசுக்காமல் காப்பாற்றலாம் – அதர்மம் பீஷ்மரையும் துரோணரையும் நம் வம்சத்துப் பூண்டு புழுக்களையும் விழுங்கியது போதும்" என்று துரியோதனனுக்கு எடுத்துச் சொல்லியும் அவன் கேட்கவில்லையாம்.

அவன் மனைவி பானுமதியிடம் சொல்லியாவது தடுக்க முயன்றாளாம். அவள் கொண்டிருந்த கோலமும், பேய் அறைந்ததுபோல் இருக்கும் அவள் முகமும் வெறித்தும் குறியில்லாமலும் மருண்டு மங்கி உருளும் அவளுடைய கண்களும் பார்க்கவே என்னவோபோல் இருக்கின்றனவென்று எல்லாரும் சொன்னார்களாம்.

ஓர் இழைகூடப் பொன்னும் மணியும் அணியாமலும் கூந்தலைப் பின்னல் அலங்காரம் இல்லாமல் அள்ளிச் செருகியும் இருந்தாள் பானுமதி.

காந்தாரி அவளிடம் பேசச் சென்றதுமே, "இனி என்ன இருக்கிறது அழிவதற்கு; போர் முடிந்துவிட்டதே? ஊழி முடிந்து விட்டதே" என்று மிகுந்த அமைதியுடன் சொல்லிக் கொண்டே அப்பால் அகன்றுவிட்டாளாம். இவ்வளவையும் கண்ணீரும் பெருமூச்சுமாய்க் கொட்டிவிட்டுக் கடைசியில், "நூறு பெற்றும் நாம் சுகப்படவில்லை" என்று சற்றே இரைந்து சொல்லிக்கொண்டே போனாள் காந்தாரி. திருதராட்டிரன் அதையே நினைத்துக் கொண்டிருந்தான். அவனுக்கு ஊனக் கண்கள் இல்லையே தவிர, ஞானக் கண் உண்டு. விதுரரும் ஸஞ்ஜயனும் அவனுடைய கண்களாகவே இருந்து வந்தனர். அவனுக்குத் தருமமும் நன்கு விளங்கும்.

ஆனால் அடிக்கடி அவனுடைய ஞானக் கண்ணுக்குக் காமாலை வந்துவிடும். அது அவனுடைய புத்திரப் பாசத்தின்

விளைவு. ஆகவே அது அடிக்கடி பத்தியம் தவறித் தீராத நெடுநாள் நோயாகிவிட்டிருக்கிறது.

காலை இள வெளிச்சம் கிழக்கே தோன்றிற்று. திருதராட்டிரன் மனத்தின் இருண்ட பகுதியின் ஒரு துளியில் சிறு கீற்றாக ஓர் ஒளி வெட்டிற்று – மின்னலின் விரைவுடன், 'கிருஷ்ணன் – கிருஷ்ணன் அந்த மாயாவி நினைத்தால் – பீஷ்மர் இன்னும் ஒடுங்க வில்லை – துணை ஆவார். என் மகன் ஒருவனாவது உயிருடன் இருக்கட்டுமே . . .' எழுந்து நின்றான். துவண்ட உடலை நிமிர்த்துக்கொண்டான். உடனே மகனைப் பார்க்க வேண்டுமே?

"யார் அங்கே? துரியோதனனை" என்று அவன் முடிப்பதற்குள், அங்கிருந்த அரண்மனைச் சேவகன், "யாரை, குருகுலத்துச் சக்கரவர்த்திப் பிரான் அவர்களையா?" என்று வணங்கி நிமிர்ந்து ராஜகுலத்து மரியாதையை நினைவுறுத்துகிற தோரணையில் கேட்டான்.

திருதராட்டிரனுக்குச் சுருக்கென்றது. அவன் அப்படியொரு ராஜ மரியாதையை அநுபவித்ததே இல்லை. எப்பொழுதையும்விட இப்போது அது அதிகமாய் உறுத்திற்று அவனுக்கு. ஆத்திரத்துடன், "ஆமாம், அவனைத்தான், என் மகனை நான் உடனே பார்க்க வேண்டும்; ஓடிச்சென்று அவன் போருக்குப் போவதற்கு முன் என்னை வந்து பார்க்கச் சொல்" என்று கட்டளையிட்டார். குரல்கூடக் கஷ்டப்பட்டுத்தான் எழுச்சி பெற்றது. ஆனால், என்ன தோன்றிற்றோ, "வேண்டாம் நீ போ" என்று தடுத்துவிட்டார்.

"துரியோதனனுக்கு இன்னுமா புத்தி வந்திருக்காது?" ஆளான் ஆள் அந்தக் கர்ணனே போய்விட்டான். பீமன் இவனை விடவேமாட்டான், பாவிகள் . . . அதெல்லாம் முடியாது. இன்று எப்படியும் சமாதானம்தான். தருமபுத்திரன் – எனக்கும், 'தான் புத்திரனே' என்று பல தடவை அவன் சொல்லிச் சொல்லி வணங்கியிருக்கிறான். அவனுக்கு இந்த உலகத்தில் பகைவனே கிடையாதே; (அஜாத சத்துரு) தருமபுத்திரன் என் பேச்சைக் கேட்டான்?" என்று சிந்தித்து ஒரு முடிவுக்கு வந்தான் திருதராட்டிரன்.

O

திருதராட்டிரன் காண விரும்பிய அந்த நன்மகன், போர்க் கோலத்துடன் புறப்பட்டு நேரே பானுமதியின் அந்தப்புரம் நோக்கி விரைந்தான். அங்கே முன்புறத்தில் முடங்கிக் கிடந்த துதிப் பாடகர் – (பாணர் சம்பிரதாயத்தை) ஒட்டி எழுந்து நின்று, ஏதோ பாடினார். அதில் ஜீவனே இருக்கவில்லை.

வெறுப்புடன் அதை நிறுத்தும்படி கத்திவிட்டு உள்ளே நுழைந்தான். வழக்கமாக வரவேற்று மங்கள ஆரத்தி எடுக்கும் பணிப் பெண்கள் முகத்தைக் கவிழ்த்துக்கொண்டு, ஏறிட்டுக்கூடப் பார்க்காமல் ஒதுங்கி ஒளிந்தனர். அவர்கள் முகம் அறுந்து தொங்கியதைக் கண்ட அந்த வீரன், "பீடைகள், ஏன் இப்படித் துக்கம் கொண்டாடுகின்றன?" என்று இரைந்துவிட்டு, 'என் வீரத்தில் என் கைகளே நம்பிக்கை இழந்துவிடும்போல் இருக்கிறதே?" என்று நினைத்தபோது, அவன் முகத்தில் நிழல் தண்டிற்று; "பானுமதி ..." என்று குரலை இழுத்து நீட்டி, உள்ளே போனான்.

"வாருங்கள் ..." என்று தழுதழுத்தாள் பானுமதி.

"இது என்ன கோலம் பானு? ஓகோ, என் வெற்றிக்காக நோன்பா? நீ மனமார நினைத்தால் போதாதா? இப்படி... ஆனால் நகைகளால் மறைந்திருந்த உன் உடம்பின் அழகு... அதிலும் இப்போது உபவாஸத்தால் இளைத்திருக்கும் உன்... இப்படி வா..."

ஒதுங்கி ஓசிந்து விலகிக்கொண்டே, "யார் அங்கே? மாலதி ..." என்று பணிப்பெண்ணைக் கூப்பிட்டாள் அவள்.

"நோன்பின் தடையா? பயப்படாதே! தூரவே நிற்கிறேன்" என்று சொல்லும்போது அவன், அவளை நெருங்கியே நகர்ந்தான். அவள் உடம்பில் மேய்ந்து மொய்த்தன அவன் கண்கள்.

"இத்தனை சீக்கிரமாக ... போருக்கு அப்பாவிடம் அநுமதி பெற்றுவிட்டீர்களா?"

"அதெல்லாம் அப்புறம் பானு ... மங்களமானது; அதைக் காதைவிட்டுக் கணம்கூடக் கழற்றக்கூடாது என்பார்களே. அந்தக் கர்ணத் தாடங்கத்தைக்கூட (காதோலை)..."

"எதை? எதை எதை?"

"கர்ணத் தாடங்கத்தை."

"மறுபடியும் சொல்லுங்களேன்" என்றாள் பானுமதி. அப்போது பாதி மூடிய அவள் கண்கள் பரவசம் காட்டப் பெருமூச்சு விட்டாள். அந்த நகையின் பெயரில், பின் பகுதி அந்தத் தாடங்கம் என்பது அவள் காதில் படவே இல்லை; அவள் மனம் – பெயரை மீதிவைத்துப் போய்விட்ட கர்ணன் நினைவுக்கு, நினைப்பின்பப் பரவசமும் நெடுமூச்சுமே கைம்மாறாக அர்ப்பணம் செய்துகொண்டிருந்தது.

"என்ன பானுமதி, எங்கே போகிறது உன் ஞாபகம்?" என்று நெருக்கம் காட்டினான் அவன்.

அவள் ஒதுங்கி, "சற்று இருப்பீர்களாம்" என்று உள்ளே போய்க் கையில் பூர்ணக் கும்பத்துடன் வந்தவள் அவன் நெற்றியில் திலகம் இட ஆரம்பித்தாள்.

"அதற்குள்ளாகவா . . . எனக்கு விடை தருகிறாய்?"

"ஏன் இப்படி அலுத்துக்கொள்ள வேண்டும்? போர் முழக்கம் கேட்கிறதே அதோ..."

"பானு . . . மேலே போய் . . . உப்பரிகைமேல் சற்று நேரம் . . ."

"உப்பரிகை மேலேயா?"

"ஏன், சிரமமாய் இருக்குமே என்று யோசிக்கிறாயா? என்னைப் பிடித்துக்கொண்டே ஏறி வருவாயாம்! ஏன், நானே உன்னைத் தூக்கிக்கொண்டு..."

"வேண்டாம், வேண்டாம். வாருங்கள்." பானுமதி முதலில் ஓடினாள்; அவன் இரண்டு படிகள் கீழே இருந்தான்.

"கொஞ்சம் சிரித்து விளையாடிவிட்டுப் போவோம் என்று வந்தால், தப்பி ஓடவே பார்க்கிறாயே. என்னால் உன்னைப் பிடிக்கவே முடியாதோ?" என்று கேட்டுக்கொண்டே பாய்ந்து இடுப்புப் புடைவையை எட்டிப் பிடிக்க முயன்றான். அவள் குனிந்து தப்பமுயன்றாள்; அவன் கைப்பிடி தவறி அவளுடைய மாங்கல்யக் கயிற்றில் விழுந்துவிட்டது. "ஐயோ" என்று நெருப்பைத் தொட்டதுபோல் கையை உதறினான்.

திரும்பிப் பார்த்த பானுமதி, அழகு பொங்கச் சிரித்தாள். சத்தம் இல்லாமல். அவனோ, தான் நாடிவந்ததை அடைந்துவிட்டதுபோல் அவளை அணுகினான்.

அப்படிச் சிரித்தவள், அடுத்த கணத்தில் கண்களில் மலமலவென்று நீர் சொரிய நின்றாள். துரியோதனன் நிலை குலைந்தான்.

"நல்லவேளை, சிரித்தாயே என்று பார்த்தேன்; அதற்குள் அழுகிறாய்; இதென்ன! இன்று யுத்தத்துக்குப் போகும் எனக்கென்று மிகவும் பாடுபட்டுத் தெரிந்துகொண்டாயா இதெல்லாம்?" குரல் தடித்து அவள் கையை வலுவாகப் பற்றினான். அவன் முகம் எல்லாம் சிவந்துபோய் நரம்புகள் புடைத்துக்கொண்டன. அது காமமும் கோபமும் ஆற்றாமையும் அடிபட்ட வேகமும் கலந்து கிளர்ந்த ஆத்திரம் என்று அவளுக்கும்

தெரிந்தது. இப்போது அவள் அவன் இரும்புப்பிடியில் இருந்து திமிரவில்லை; இறுக அணைத்துக்கொண்டு அவளுடைய நெற்றியை, கண்களை, கன்னத்தைத் துடைத்தான் வெறும் கையால்; கூந்தலைக் கோதினான். அவள் முகத்தில் எத்தகைய உணர்ச்சியும் இல்லை என்பதைத் தெரிந்துகொண்ட பிறகும் அவன் அதைக் கண்டுகொள்ளாதவன் போலவே அவளைப் பலவாறு தொடர்ந்து ஸ்பர்சித்தான். அப்படி மெய் தீண்டியதற்கு ஒரு பதில் கிடைக்குமே! அதையும் ஸ்பர்சத்தால்தான் கேட்டுணர முடியும். அவனுக்கு அந்தப் பதிலும் கிடைக்கவில்லை. அவனிடம் தன் வெறும் உடலை ஒப்படைத்துவிட்டு வெகுதூரத்து வெட்ட வெளியைப் பார்த்துக்கொண்டே தன்னிடமிருந்து வெளியே போய்விட்டாள் பானுமதி. அந்த வெகு தூரத்தில் யாருடனோ பேசுவதுபோன்று குரல் இல்லாமல் பேசிக்கொண்டும் இருந்தாள்!

உதடுகள் மெல்ல அசைந்து ஈரம் தேடின; 'அன்றும் இங்குதான் இருந்தேன். இந்த நினைவில்தான் எத்தனை சுகம். அவர் விடைபெற வந்தார். வெற்றி பெறுங்கள் என்றேன். என்னைக் குளிரவும் குளிர்ந்தும் பார்த்தார். நானும்தான். யாரோவாமே அவர்? எப்படி அது முடியும்? இந்த ஆண்மையும் அழகும் . . . அப்படி எடுப்பான ஒரு . . . பாழாய்ப் போனவன் . . . சல்லியனாம் – கில்லியன் – சனியன் அவன் ஏன் இவருக்கு வாய்க்கவேண்டும்? எல்லாம் என் துரதிஷ்டம் . . . ஆமாம் . . . கட்டாயம் . . . என் துரதிஷ்டம்தான்?

பானுமதி மீண்டு தன் உடம்புக்கு வந்தாள். காலை வெயில் – காற்றும் இல்லை. இறுகத் தழுவிய ஆண் வாடை கலந்த புழுக்கம் – வேர்வை இரண்டு உடல்களிலும் ஊறுகிறது; கசகசப்பில் துரியோதனனைப் பார்த்தாள்; தன்னிடம் அவன் எதையோ எதிர்பார்க்கிறான். உரிமையுடன்தானே எதிர்பார்க்கிறான்? தான் ஏதோ அவனுக்குத் துரோகம் செய்வதாகத் தோன்றிற்று. கர்ணன் வீரமரணம் அடைந்த செய்தி கேட்டபிறகு, அவள் நினைவு அவளுக்கு அடங்காமல், துரியோதனனைத் தவிக்க வைத்துக்கொண்டிருக்கிறது.

அவள் எத்தகைய பாவமும் செய்யவில்லை என்பது இருவருக்குமே தெரியும். ஆனாலும் இந்த உள்ளச் சிக்கலுக்கு என்ன பதில் சொல்வாள்! இப்போது – தன்னிடம் இறுதி விடைபெற வந்துள்ள தன் நாயகன் – சக்கரவர்த்திக்குச் சொல்லும் பதில்தானே – தனக்கும், நாளை உலகுக்கும் . . . யோசித்தாள். சொல்லித் தீர்த்துவிட வேண்டும். கீறி ஆற்றிவிட வேண்டும்.

தெளிவு வேண்டி நினைவுகளைச் சேர்த்து யோசித்தாள். என் நினைவில் அவர் இடம்பெற்றது உண்மை. மிக நெருங்கிப் பழகும் வாய்ப்புக்களால் நான் அவரை நினைக்காமல் இருக்க நேர்ந்ததே இல்லை. இப்போது அவர் இல்லை. அதனால் ஏதோ ஒரு வெறுமை – சூன்யம் நிறைந்துவிட்டதுபோல் இருக்கிறது. அந்த இடத்தை வேறு யாராலும் நிரப்பமுடியாது – சூன்யம் நிலைத்துவிடுமோ என்ற நினைவுதான், என்னை இப்படி ஆக்கியிருக்கிறது ...' அந்தரங்கமான போராட்டம் முடிந்தது. அவள் மேலாடைத் தலைப்பால் முகத்தை வருடித் துடைத்துக் கொண்டாள். இந்தக் கால இடைவெளி மிகக் குறைவுதான். ஆயினும் அந்தச் சிறு நேரமும் விடியாத இரவாய் நீண்டுவிட்ட சோர்வு தோன்றியது இருவருக்குமே.

அவளுடைய தோளை நெருடிக்கொண்டே, "பதில் சொல்லமாட்டாயா? முதலில் சிரித்தாய். பிறகு அழுதாய். இப்போது காய்ந்த கட்டை போல்...மௌனம். மரத்துவிட்டாயா? எனக்கு ஒன்றும் புரியவில்லையே? ஏன் சிரித்தாய், சொல்லேன்?" என்று தோள்களை இறுத்திக் குலுக்கினான்.

"தாவிப்பிடிக்கப் பார்த்தீர்களே, அந்த நேரத்தில் எனக்கு அந்த நினைவு ... அன்றைக்கொரு நாள் ..."

"ஐ ... அந்தச் சதுரங்க ஆட்ட நினைவா? அவன் ... கர்ணன் அநியாயமாய் ... போய்விட்டானே ... கர்ணன் மட்டுமே இப்போது இருந்தால்கூடப் போதும் ..."

பானுமதி துவண்டாள். அவள் கண்களில் மீண்டும் கண்ணீர். மார்பு எழுந்து துடித்து அடங்கும் பெருமூச்சு. துரியோதனனுக்குப் பொறுக்கவில்லை. அவளைத் தன் இரண்டு கைகளாலும் அப்பால் தள்ளி, "சொல் ... உடனே சொல் ... ஏன் சிரித்தாய் அப்போது?" என்றான்.

"அப்போது ... நீங்கள் தாவிப்பிடிக்கப் பார்த்தீர்களே ... அப்போது ..."

"ஓ ... உன்னைப் பிடித்தேனே ... பயந்தே போனேன் பானு, கை எங்கே பற்றியது பார்த்தாயா ... அபசகுனம் போல ... கர்ணனும் போய்விட்டான்."

"ஆமாம் ... அவரும் போய்விட்டார் ... என்னை இப்படி ஆக்கிவிட்டு" என்று வெறுப்புடன் தன் இரண்டு கைகளாலும் தன்னையே – தலை முதல் கால் வரை சுட்டிக்காண்பித்தாள்.

"பானுமதீ..." என்று குரல் வெடித்து நீட்டிய துரியோதனன், ஒன்றுமே சொல்லப் பிடிக்காமல், சொல்லி முடிக்காமல் படி இறங்கச் சென்றான்.

"இதைக் கேளுங்கள்... மனத்தளவில்..." என்று அவள் சொல்லத் தொடங்கியதை அவனும் கேட்கவில்லை. "ஆமாம் போ. இனி யாருக்கு எதை நான் விளக்கிச் சொல்ல வேண்டும்?" என்று முணுமுணுத்துக்கொண்டு அவளும் அதை முடிக்கவில்லை.

1989

'தெளிவு'

## எட்டுக்குடி ஞானி

அகலம், நீளம் இரண்டிலுமே பெரிய வீடு அது. திண்ணை, ஆளோடி, ரேழி, கூடம், தாவாரம், இரண்டாங்கட்டு, மூணாம் கட்டு, கடைசியில் மாட்டுக்கொட்டில், கிணற்றடி, கூடம், தாவாரம் என்ற முன்கட்டில்; பெரிய சமையலறையிலும் ஒரு கிணறு. திண்ணையிலிருந்து ஆரம்பித்து மாட்டுக்கொட்டில் கிணற்றடி வரையில் குடித்தனங்கள் நடக்கின்றன.

பெரிய மிராசுதாரின் பழைய காலத்து ஓட்டு வீடு. வடக்குப் பார்த்த வீடு. இப்போது இரண்டு, மூன்று கைகள் மாறி ஹாஜி ராவுத்தர் கைக்கு வந்திருக்கிறது. மாதா மாதம் குமாஸ்தா வாடகை வசூல் செய்ய வருவார். வாசலில் சிறிய ஓட்டுத் திண்ணையில் உட்கார்ந்துகொண்டு ஒவ்வொருவராகக் கூப்பிடுவார். பெயர் எல்லாம் கிடையாது. திண்ணைக்குடி, கூடத்துக்குடி, தாவாரத்துக்குடி, இரண்டாங்கட்டு என்றுதான் கூப்பிடுவார்.

கூடத்துக் குடியும் தாவாரத்துக் குடியும் மாதச் சம்பளம் பெறுபவை. ஆகவே, சிரமம் இல்லாமல் வாடகை வசூலாகிவிடும். மற்றவை இழுபறியாய் இருக்கும். அது மாதிரியான வேளைகளில் கூடம், தாவாரம் போய், 'டீச்சரம்மா' என்ற பெயர் வரும் குமாஸ்தாவின் வாயில். டீச்சரம்மா குடியில் ஒரு கிழவர். காது மந்தம். கண் பார்வை குறைவு. நூல்

கட்டிய கண்ணாடியும் கைத்தடியுமாக அந்தக் கிழவர், 'செத்தேன் பிழைத்தேன்' என்று மெல்லத் தட்டுத் தடுமாறி எதிர்த்த வீட்டுத் திண்ணைக்குப் போய்விடுவார் காலையில். பிறகு, அதேபோல் வந்து பகல் ஒரு மணிக்கு, தானே எடுத்துப் போட்டுக்கொண்டு சாப்பிடுவார். கதவைச் சாத்திக்கொண்டு மறுபடியும் எதிர்த்த வீடு. சாயங்காலம் கிளம்பி மடம், குளம், கோயில்.

அந்த எட்டுக்குடி வீட்டிலுள்ள அத்தனை பேரும் – ஆண், பெண், குழந்தை அத்தனை பேரும் – கிழவருக்கு மரியாதை தருவார்கள். குமாஸ்தாகூட, "கிழவர் எங்கே காணும்? பாவம், அவரு எப்படி இங்கே இருப்பாரு..? ரொம்பப் படிச்சவரு மாதிரித் தோணுதே ..." என்று அனுதாபப்படுவதுண்டு.

கிழவர் அதிகமாகப் பேசுவதில்லை; வாய் ஏதோ முணுமுணுப்பது போல் இருந்தாலும், சத்தம் வெளிவருவதில்லை. டமாரச் செவிடு இல்லை. ஒரு காது அரையளவு கேட்கிறது. ஒரு கண் 'கேடராக்ட் ஆபரேஷன்' ஆகி ஓரளவு தெரிகிறது. மற்றொரு கண் 'ஆபரேஷன்' ஆகவேண்டும். வழியில்லை. ஏராளமான புத்தகங்கள் இருந்தன அவரிடம். வைக்க இடம் இல்லாமல் சாக்கில் கட்டிக் கொல்லைக்கட்டில் பரண்மேல் போட்டிருந்தார்கள். கோடையிலும் விடாமல் பெய்து அருள் செய்த மழையில் அவ்வளவும் கரையான் பிடித்துவிட்டது. ஏராளமான நஷ்டம், அவற்றை அப்புறப்படுத்திக் குப்பையில் கொட்டியபோது, பிரமை பிடித்தது மாதிரி அலறித் தீர்த்தார். புரண்டு புரண்டு அழுதார். அன்று முதல் அவருக்கு வாயும் மூடிவிட்டது. கையில் தடியோடு, கண்ணாடியை – அது நழுவாத நேரமே இல்லை – தூக்கித் தூக்கி வைத்துக்கொண்டு, தெருவில் ஓரமாக நடந்து போவார். அந்தத் தெருவிலும், ஏன் அந்த ஊர் முழுவதுமே அவருக்குத் தெரிந்தவர்கள் நிறைய உண்டு. அடையாளம் கண்டுகொள்ளும் ஆர்வம் யாருக்குமில்லை. இவருக்கும்தான், தெருவில் அவர் போகும்போது எதையோ தேடுவது போல, மேலும் கீழும், பக்கவாட்டிலும் பார்த்துக்கொண்டே போவார், கூட்டம் அதிகமாயிருக்கும் இடங்களில் நின்று நிதானித்து, ஒரு கையால் துழாவுவதுபோல் செய்துகொண்டே போவார்.

ஒருநாள் இப்படித் தெருவோடு போய்க்கொண்டிருந்தபோது, நடுவயதுள்ள ஒருவர், அவர் கையைப் பிடித்து ஓரமாய் அழைத்துச் சென்று, என்னவெல்லாமோ கேட்டார். கிழவர் பதிலே சொல்லவில்லை. "ஐயோ ..! கஷ்டம் ... நீரும் இப்படி ஆவீரா ..? எப்பப் பார்த்தாலும், எங்கே பார்த்தாலும் தேடறது மாதிரி இருக்கே, உம்மைப் பார்த்தால் ... என்னத்தை அப்படித் தேடறீர்?" என்று கேட்டார்.

"ஆமாம்...என்னைத்தான் தேடறேன்..; என்னை எங்கேயோ... தொலைச்சுப்புட்டேன்... காணும்... தேடறேன்..."

"நலிந்த எழுத்தாளர்களுக்கு ஏதோ உதவி செய்கிறதாமே தமிழ்நாடு அரசு..? அதுக்கு எழுதினீரா? நான் எழுதி ஏற்பாடு பண்றேன். இப்படியே என்னோடு வாரும் என் வீட்டுக்கு..." என்றார் நடுவயதுக்காரர்.

"யாரது..? என்னது..? என்னையே காணுமே... தேடறேன்... தேடறேன்... கிடைக்கலையே..." என்றார் எட்டுக்குடி ஞானி.

**1989**
'தெளிவு'

•

# பேச்சு... பேச்சு...
## எல்லாம் பேச்சு

"உண்மை தவறி நடப்பவர் தம்மை உதைத்து நசுக்கிடுவான். அருள் வண்மையினால் அவன் மாத்திரம் பொய்கள் மலைமலையாய் உரைப்பான்."

பாரதப் போர் முடிந்துவிட்டது. பூ பாரம் மிகமிகக் குறைந்துவிட்டது. அதர்மத்தை அழிக்க நடந்த போரில், தர்மத்தின் பக்கத்திலும் அழிவுக்குக் குறைவில்லை. காலம் ஸத்தியத்தையும் தர்மத்தையும் பெரும் சோதனைக்கு உட்படுத்திற்று. பொய் மெய் ஆயிற்று. தர்மம், அதர்மம் என்று காட்டப்பட்டது. அதர்மம் தர்மம் என்று விளக்கப்பட்டது. ஆக்கமும் அழிவும் ஒன்றே. அழிவின்றி ஆக்கமோ, ஆக்கத்திற்கு அடிப்படையாகாத அழிவோ இல்லை என்கிற தத்துவோபதேசங்கள் பிறந்தன. புரிந்ததோ புரியவில்லையோ, புரிந்தாக வேண்டுமென்று வற்புறுத்தப்பட்டது. ஏற்றுக்கொள்ளவும் பட்டது. வேதம் ஓதுபவர்களும் தவத்தில் உள்ளவர்களும் வாளும் வில்லும் எடுத்து நின்றனர். முனிவர்களில் சிறந்தவர் பெரிய அளவு அரசியலில் ஈடுபட்டனர். ஒரே அழிவு; ஸர்வநாசம். லக்ஷக்கணக்கில், இல்லையில்லை கோடிக்கணக்கில் படை வீரர்களும், வீரத் தலைவர்களும் அரசர்களும், அரசிளங்குமாரர்களும், ராஜ வம்சத்துக்கான முளைகளும் யானைகளும், குதிரைகளும் அழிந்தன. ஒரே பிணக்காடு; நரிகளும் நாய்களும் காக்கை கழுகுகளும் மனித மாமிசம்

தின்று கொழுத்துக் கிடந்து அலைந்தன. பறந்தன, குரைத்தன, கத்தின, ஊளையிட்டன. மீண்டும் மனித வாழ்வு மலர்வதற்குத் தர்மம் முளைத்துத் தளிர்த்துத் தழைப்பதற்கு இத்தனை அழிவு வேண்டுமோ; வேண்டித்தான் இருந்தது. இறைவன் தானே நேரில் நின்று செயற்பட்டு நடத்திய பெரிய கொலைக் கூத்து இது. அவனுடைய கருவியாய் இருந்து கொன்று குவித்தவர்கள், அதாவது வென்றவர்கள், இதை வெற்றியாக நினைத்துக் கொண்டாட முடியாமல், அவர்களும் கொத்து கொத்தாய்க் குலை குலையாய்ப் பறிகொடுத்துவிட்ட பெருந்துயரத்தில் கண்ணீர் வடித்துக் கொண்டிருந்தனர். தோற்றவர்கள் என்று வேறு யாருமே இல்லை. வென்றவர்களே தோற்றவர்கள். அவர்களும் எண்ணிக்கையில் மிகமிகக் குறைந்தவர்கள். பாண்டவர்களின் வம்சம் என்று பெயர் சொல்ல ஒரேயொரு கர்ப்பம்; அதற்கும் ஆயிரம் ஆபத்துக்கள். பாலாரிஷ்டம் என்பதைக் கருநிலையிலேயே பெற்றுக் குலைந்த சிறு உயிர் ஒன்று. அது தரையில் பட்டு மண்ணைத் தொட்டுப் பிறகு வளர்ந்து தன் வம்ச வரலாற்றை அறியத்தான் போகிறதோ! இல்லையோ!

பரந்தலையாய், அகன்று நீண்டு கிடந்த போர்க்களத்திலிருந்து, சிதைந்த சில உறுப்புகளை மேலும் சிதைத்துப் பறவைகளும் விலங்குகளும் எடுத்தும் ஈர்த்தும் சென்று தின்றதால் எங்கும் சிதறிக் கிடந்த உடற்சிதைவுகளின் முடைநாற்றம் இன்னும் அடங்கினபாடில்லை. உடல்களை மலைமலையாகக் குவித்துச் சந்தன மரங்களையும், கருங்காலி மரங்களையும், அகிற்கட்டைகளையும் போட்டு மூடிக் குங்கிலியமும் சேர்த்து எரிக்கச் சொல்லிய அரசாங்கக் கட்டளையின்படி பல நாட்கள் எரித்த பிறகும், அந்தச் சாம்பல் மலைகளையும், எலும்புக் குன்றுகளையும், ஆயிரக்கணக்கான ஆட்கள் கங்கையில் கொண்டுபோய்க் கொட்டிய பிறகும், குருக்ஷேத்திரப் பரப்பு முழுவதுமே ஒரு பெரிய மஹாஸ்மசானம்போல் ஆகியிருந்தது.

தர்ம புத்திரனும் மற்ற தம்பியரும் குருடனான திருதராஷ்டிரனும் கண்களைத் துணியால் மறைத்துக் கட்டிக் கொண்டு தானும் உலகத்தைக் காணாத குருடியாகி இருந்த காந்தாரியும் துயரங்களையும் விபத்துக்களையும் தவிர வேறு எதையுமே அறியாத குந்தியும், துயரங்களும், ஆபத்துக்களும் போதாவென்று, மான ஹானியையும் அனுபவித்து இன்று இறுதியாகத் தன் வயிற்றில் பிறந்த வம்ச ரத்தினங்களையும் இழந்து, சொட்டச் சொட்ட நிற்கும் பாஞ்சாலியும் கங்கைக் கரைக்கு வந்தனர். அன்று கௌரவ சபையில் அவிழ்த்துவிட்ட தன் கூந்தலை முடித்துக்கொள்ள இத்தனை பெரிய பிரளயம் – பேரழிவு – மிகப்பெரும் இழவு நேர்ந்துவிட்டதை நினைத்தபோது,

தன் கூந்தலை முடித்துக்கொள்ளாமலேயேகூட இருந்திருக்கலாமோ என்று எண்ணத் தொடங்கியிருந்தாள் அவள். தனது ஒரு கூந்தலை முடியவேண்டி இன்று பல லக்ஷக்கணக்கான ராஜகுமாரிகளின், சுந்தரிகளின், இளம் பெண்களின் கூந்தல்கள் அவிழ்ந்து தொங்கி, அவர்களுடைய உள்ளத்தீயின் புகைகளாய்த் தோன்றும் அவலத்தைப் பார்த்தாள். கூசிக் குறுகினாள். கண்மூடிப் பெருமூச்சும் எறிந்தாள் பாஞ்சாலி. இரண்டு கண்களும் இல்லாத திருதராஷ்டிரனுக்குத் தாமே கண்களாயிருந்து, உலகத்தையும் உலக நிகழ்ச்சிகளையும், நீதிநெறிகளின் நிலைகளையும், நேர இருக்கும் அழிவையும், அவனுக்குச் சொல்லிச் சொல்லி அவனுடைய அகக் கண்களை திறக்கப் பலமுறை பலவாறு முயன்று தோற்றுவிட்ட ஸஞ்ஜயனும், விதுரனும் கல்லாய்ச் சமைந்து நின்றனர்.

கங்கைக் கரையில் யாவும் கலங்கியபோதும் தான் கலங்காமலும் கல் ஆகாமலும், வரிசைக்கிரமமாக ஒன்றும் விடாமல் காட்சிகளையும் அலங்காரங்களையும், ஜோடனைகளையும் விழிப்புணர்வுடன் நடத்திக் காட்டுவதோடு, வசனங்களையும் ரகசியமாக எடுத்துரைக்கும் நாடக நிர்வாகி போலக் கண்ணன் என்னும் அந்தக் கருந்தெய்வமும், கூடவே இருந்தது. அவனுடைய அந்தரங்கத் துணைவனைப் போல, உதவியாளனைப் போலக் காலத்தின் வடிவால், காலத்தின் கணக்குகளை எழுதும் எழுத்தின் வடிவாய், எழுத்துச் சுவடிகளைச் சேர்த்தும், பிரித்தும் தொகுத்தும் சீர் செய்யும் கணக்காயன் வடிவாய் வியாஸரும் உடனிருந்தார்.

கங்கைக் கரை நெடுக, கண்ணுக்கெட்டியவரை மட்டுமன்றி, அதற்கு அப்பால்வரை மனித உருவங்கள் மிகச்சிறிய வடிவில் தெரியும் அத்தனைத் தொலைவுக்கு ஒரே தலைகள். ஆண்கள் அதிகம் இல்லை – அதிகமென்ன, ஆண் மக்களின் பூண்டே அற்றுப் போயிருந்ததே. ஒரே பெண் தலைகள். சிறிய குழந்தைகளின் தலைகள். அத்தனை முகங்களிலும் சாவின் நிழல். அத்தனை கண்களிலும் கண்ணீர். அத்தனை உடல்களிலும் மரணச் சோர்வு. அத்தனை உள்ளங்களிலும் துயரச் சுமை. தீட்டுப்போகத் தீர்த்தமாடவும், எள்ளும் ஜலமும் இறைத்துச் சிறந்த உயிர்களின் லட்சக்கணக்கான உயிர்களின் தாபத்தையும், தாகத்தையும் தீர்க்கவும் கூடியிருக்கும் கூட்டம்.

திருதராஷ்டிரன் தர்ப்பணத்தை முடித்துவிட்டு ஈரத்துணியுடன் கீழே விழுந்து, புரண்டு அழுது துடித்துக்கொண்டிருந்தான். தருமன் ஸாங்கோபாங்கமாய், ஒவ்வொரு பெயராய்ச் சொல்லிச் சொல்லி எள்ளும் ஜலமும் விட்டதில், அவனுடைய உள்ளங்கை வெடித்துப் புண்ணாகிவிட்டிருந்தது. இறந்தவர்களுக்குத்

தண்ணீர் கொடுக்கும்போது கண்ணீர்விடக்கூடாதென்பது சாத்திரம். எத்தனை துயரமிருந்தாலும் மனத்தில் தேக்கிக்கொண்டு சிரத்தையோடு கொடுத்தல் வேண்டும். தருமன் தாங்கமுடியாத வேதனையுடன் எல்லாம் செய்துகொண்டிருந்தான். அப்போது அன்னை குந்திதேவி அவனை நெருங்கி வந்து, கர்ணனுக்கும் சேர்த்துத் தர்ப்பணம் செய்யச் சொன்னாள். "அவனுக்கு நான் ஏன் செய்யவேண்டும்?" என்று தருமன் கேட்டு முடிப்பதற்குள், "உனக்கு மூத்த தமையன், உனக்கு முன் என் வயிற்றில் பிறந்த உன் அண்ணன் அவன்" என்றாள். சுருக்கமாக வரலாற்றையும் சொல்லிவிட்டு மூர்ச்சையாய்விட்டாள். அதிர்ச்சி தருமனை நிலைகுலைத்தது. ஒடிந்து விழுந்துகிடந்த தன் மனத்தை மிகவும் பாடுபட்டுத் தூக்கி நிறுத்தி, விவேகத்தால் கட்டியிருந்த தைரியக் கட்டெல்லாம் அறுந்து தெறித்தன.

"நான் செய்துள்ள பாபங்கள் இமயமலைபோல் என் தலையில் பாரமாகி, என் கழுத்தை இறுக்கி, நெரித்துக் கொண்டிருக்கின்றன. அண்ணனைக் கொன்ற இந்தப் புதிய பாபத்தின் விந்தியச் சுமையையும் ஏற்றுகிறாயே; தாயே, இதென்ன சோதனை. இந்தப் பரமபாரமான ரகசியத்தை இந்த க்ஷணம் வரை உள்ளே வைத்துக்கொண்டு உன்னால் எப்படித் தாங்க முடிந்தது? ஸ்திரீ ஜாதியின் உள்ளத்திற்கு இத்தனை வலிமையா? அம்மா, உன் மருமகள் பாஞ்சாலியின் மனத்தைவிட வன்மையும், ஆழமும் கொண்டதா உன் மனம்? இந்த மண்ணுலகில் இனியும் பெண்களின் மனத்திற்கு இந்த இயல்பு இருந்தால் பூமி தாங்காது தாயே. இனி இந்த உலகில், பெண்கள் மனதில் எந்த ரகசியமும் நிலைத்து நிற்கக்கூடாது; உங்கள் இயல்பால் உலகம் கண்ட இந்த ஸர்வநாசம் போதும்; இனியும் பெண்களுக்கு இந்த இயல்பு வேண்டாம்" – என்று கடிந்தான் தருமன்.

எல்லாம் முடிந்தன. கங்கைக் கரைக்கு வந்து கிட்டத்தட்ட ஒரு மாதம் ஆகிவிட்டது. நீளமாய்க் காத்த அந்தத் தீட்டும் தீர்ந்து அழிந்தது. விரதங்களாலும் உபவாசங்களாலும் உடல்களும் சுத்தமாகிவிட்டன. அனைவருடைய உள்ளங்களும் தாபமடங்கித் தணிவுற்றுக் கலக்கம் அகன்று தெளிந்துவிட்டன. ஆனால், தருமனுடைய உள்ளம் மட்டும், தாபம் அடங்காமலும் தணியாமலும், கலக்கம் தெளியாமலும் தவித்தது; சஞ்சலப்பட்டது. தான் செய்துள்ள பெரும் பாபங்களுக்குக் கழுவாயே கிடையாது; எந்தப் பிராயச்சித்தமும் தன்னைத் தூய்மைப்படுத்த முடியாது என்ற எண்ணம்தான் வளர்ந்தது. யாரோ சொன்னார்கள் பீஷ்மர் எல்லாவற்றிற்கும் சமாதானம் சொல்லப் போகிறாராம்; குற்றுயிரும் குலையுயிருமாய் அவரை ஆக்கிய பாபி நான்;

அவருடைய மார்பில் கிடந்து வளர்ந்த பிள்ளை நான். அவரை நான் போய்ப் பார்ப்பதென்பது நடக்கவே நடக்காது. அவர் வேண்டுமானால் யாவற்றையும் மறந்து மேலே ஆகவேண்டியதைப் பார் என்று சொல்லலாம்; எந்த முகத்துடன் நான் அவரைக் காண்பேன். பீமன் துரியோதனனைக் கொல்ல, அர்ஜுனன் சைகை செய்தான். இடுப்பிற்குக் கீழே, தொடையில் அடித்து நொறுக்கிக் கீழே தள்ளி, அவனுடைய தலையைக் காலால் உதைத்த அந்தக் கோரம் ஒருபுறம் நிற்க, அந்தக் கதாயுத்தத்திலும் வதத்திலும் பிரத்தியக்ஷமாய் நடந்த முறை கெட்ட செயல்களை இடித்துக் காட்டிப் பேசினாளே, பெரியம்மா காந்தாரி. அது நியாயம்தானே, இத்தனை துக்கத்திலும் அவள் குரலில் எத்தனை ஆத்திரமும் அழுத்தமும் இருந்தன. துரியோதனன் போர் நடந்த பதினெட்டு நாட்களிலும் காலையில் போய், நடந்ததெல்லாம் சொல்லி, வணங்கி ஆசீ கூறக் கேட்பானாம்; அவளும், "எங்குத் தர்மம் இருக்கிறதோ, அங்குதான் ஜெயமும் உண்டு" என்று சொல்லியனுப்புவாளாம்; அப்படியானால்' ஜயித்தது யார்? காந்தாரிக்கே அந்தச் சந்தேகம் வந்துவிட்டதோ; அல்லது இது ஜயமே இல்லையோ. க்ஷத்திரிய தர்மம் அவர்களையெல்லாம் சொர்க்கத்தில் கொண்டுபோய்ச் சேர்த்துவிட்டு, எங்களை . . . என்னை இப்படி இந்த நரகத்தில் தள்ளிவிட்டதோ. ஜயித்தது யார்? ஜயத்தின் பொருள் என்ன? இரண்டு பக்கத்திலும் பொறுமை இழந்ததுண்டு. ஆத்திரம் வந்ததுண்டு. வெறி ஏறியதுண்டு. வீரம் வீறிட்டுக் கிளம்பியதுண்டு, தூதுகள் பயனற்றுப் போனதுண்டு. தொன்மையான சமாதான முறைகள் வீணானதுண்டு. தவிர்க்க முடியாமல் யுத்தம் நேர்ந்ததுண்டு. ஆனால் இது என்ன சண்டை; யாருக்கும் யாருக்கும்? எதிரிகள் யார்? நம்மை நாமே அழித்துக்கொண்டுவிட்டோமே; இத்தனை பாபங்களையும் நியாயமாக்க எத்தனை பேச்சுக்கள். அடேயப்பா, தம்பியர் பேசிய பேச்சுக்கள், இந்தப் பாஞ்சாலி பேசிய பேச்சுக்கள். எல்லோரையும் எல்லாவற்றையும் மயங்க வைக்கும் இந்தக் கண்ணன் பேசிய பேச்சுக்கள்; துரியோதனனும் கர்ணனும் பேசிய பேச்சுக்கள், ஏன், நானே எவ்வளவு பேசியிருக்கிறேன். ஸஞ்ஜய விதூரர்களின் பேச்சுக்கள், எல்லாப் பேச்சுக்களும் நச்சுக் காற்றாய்ப் பரவி நாசத்தை விளைவித்து விட்டனவே. இன்னமும் எல்லோரும் பேசிக்கொண்டுதானே இருக்கிறோம். இனிமேல் நான் பேசக்கூடாது. பேசமாட்டேன்; மௌனமே நல்ல தவம்; மனப்போரில் வாங்கும் அடி, உதை, குத்து, வெட்டு யாவற்றையும் வாய்ப் பேசாமல் வாங்கித் தாங்கிக்கொண் டிருப்பதுதான் பெருந்தவம். நான் முனிவேடம் பூண்டு; சேச்சே இதென்ன வேடிக்கை. வேடம் பூணுதல் இல்லை; முனியே ஆகி மௌனமாகி விடுகிறேன். நாடு, முடி, அரசு எல்லாம் அர்ஜுனன்

பாடு, பீமன் பாடு, என் தீச்செயலே இந்த நாசத்திற்கு மூலம். நடுவும் முடிவும் என் தீச்செயலின் விளைவே, நான் மஹாபாவி.

தர்மபுத்திரா, உன் வார்த்தையை நம்பி மோசம் போய்விட்டேனடா, என் மகன் அசுவத்தாமா உண்மையிலேயே இறந்துவிட்டானா ... இல்லையே? ஐயோ, இது என் குருநாதரான துரோணரின் குரல்! தழுதழுப்போடு அவர் என்னை இப்படிக் கேட்பது என்னைக் கொல்கிறதே! எத்தகைய வஞ்சகன் நான் ...

"மஹாபாபியே, இதென்னடா வீரம், பெயர் மட்டும் தருமன் என்று வைத்துக்கொண்டால் போதுமா?" இது என் மனம் சாட்டை கொண்டடித்துக் கேட்டது; என் வீரமா அது, பேராசை. பச்சைக் குழந்தையான அபிமன்யுவைச் சக்கிரவியூகத்திற்குள் அனுப்பியது பேராசைதானே ... அப்புறம் அவர்கள் பலர் சேர்ந்து ஒருவனான குழந்தையைக் கொன்றார்களென்று பேசினாயே வெட்கமில்லாமல் ... பேச்சா அது ... அவனவனுக்குத் தன் முதுகும் தெரிவதில்லை. தன் குற்றமும் தெரிவதில்லை ... பாஞ்சாலி நீறு பூத்த நெருப்பாய் மிகவும் அமைதியுற்றவளைப் போல் இருக்கிறாள். நாளைக்கு எப்படிக் கனலாய்க் கனன்று சுட்டெரிக்கப் போகிறாளோ, வனவாஸத்தின் போதும் விராட நகரத்திலும், பின்னர் போருக்கு இடைப்பட்ட நாட்களிலும் அவள் சுட்ட சூடுகள் மறக்குமா. பச்சைக் குழந்தை உத்தரைக்கு யார் என்ன ஆறுதல் கூறமுடியும்; ஆனால் அதற்கும் ஏதாவது பேசுவோம், நரம்பில்லாத நாக்குத்தான் இருக்கிறதே. அர்ஜுனன் சுபத்திரை முகத்தில் எப்படி விழிப்பான். பலராமருக்கு எதையாவது சொல்லிக் கண்ணன் சமாளித்து விடுவான், வேண்டாம் – வேண்டவே வேண்டாம். எனக்கு எந்தப் பொல்லாப்பும் வேண்டாம். நான் யாருடனும் சேரப்போவதில்லை. தர்மத்தைப் பற்றிக் கண்டபடி திரித்துப்பேசி, என்னையும் என் மனஸ்ஸாக்ஷியையும் அழித்து விட்டார்கள். என் மனத்தின் முன்னே எவ்வளவு உயர்ந்து நின்றேன்; நேர்மையிலும் நெறியிலும் எவ்வளவு வளர்ந்தேன். என் தர்மக்கொடியை எப்படி உயர்த்தினேன்; இன்று எனக்கு நானே எவ்வளவு தாழ்ந்து விட்டேன். என் தர்மக்கொடி தரையில் புரண்டு புரள்கிறதே. எத்தனைப் பழங்கதைகள் – நொண்டிச்சமாதானங்கள். இவற்றைக் கேட்டுக்கொண்டு செய்தவற்றையெல்லாம், ஆம் செய்துள்ளவற்றையெல்லாம் நியாயப்படுத்திக்கொண்டு, அவ்வப்போது தனக்கென்று ஒன்றைக் கொண்டு, தன்னை முற்றிலும் அந்நியப்படுத்திக் கொண்டு உயர்ந்துவிட்டதுபோல் நடிக்கவேண்டுமா. ஆனால் இந்தக் கதைகள் நல்ல பழங்கள் மொந்தைகள் தேள் கொட்டுவது போலப் புளித்தாலும், ஆயாஸங்களைப் போக்கி மெய்மறக்க வைத்து மகிழ்ச்சியூட்டுவன.

எதற்குத்தான் கதைகள் இல்லை; இனிமேல் எந்தக் கதையும் வேண்டாம். இப்படியே இங்கிருந்தே புறப்பட்டுக் காட்டிற்குப் போய் அலைந்து திரிந்து, பட்டினி கிடந்து, வாய்விட்டுப் பேசாமல் உள்ளுக்குள்ளேயே பாபங்களை நினைந்து நினைந்து, மருகிக் காய்ந்து உயிர் ஓய்ந்து மறைந்து போவேன். இனி நான் வாழ்ந்து என் முன்னே என்னை உயர்த்திக்காட்ட முடியாது. எனக்கு உள்ளிருந்துகொண்டு என்னை இழித்தும் இடித்தும் கண்டித்துக் கொண்டேயிருக்கும் குரலை அடக்க முடியாமல் நரகவேதனை அடைந்துகொண்டே மற்றவர்களுக்கு மிகவும் உயர்ந்தவன்போல் நடித்துக் காட்டவேண்டும்! அவர்களெல்லாம் என் காலில் விழுந்து வணங்குவார்கள். என் காலில் என் பாபங்களின் முத்திரை பதிந்துவிட்டதே. நான் தர்மம் தவறாதவனாயிருந்தால், என் கால் நகங்கள் இப்படி ஆகியிருக்குமா ...

தருமன் குனிந்து தன் கால்களைப் பார்த்தான். அழகான அந்தக் கால் விரல்களின் பவழம் போன்ற நகங்கள் தீய்ந்து கருகிப் போயிருந்தன. பெரியம்மா காந்தாரி, தன் கண்களை மறைத்துக் கட்டியிருந்ததைச் சற்றே ஓர் இழை விலக்கி என் கால்களைப் பார்த்தாள். உடனே என் நகங்கள் இப்படி ஆகிவிட்டன. அப்பொழுதே என் உடம்பு முழுவதுமே கருகி அழிந்திருக்கக் கூடாதா? இப்படிக் கங்கைக் கரையில் உட்கார்ந்துகொண்டு செத்துப் போனவர்களையெல்லாம் பெயர் சொல்லி அழைத்து எள்ளும் ஜலமும் ஊற்றிப் பிண்டங்கள் தந்து சிரார்த்தங்கள் செய்யவேண்டுமா நான்?

அப்படி நான் அழைத்த அந்தப் பிரேத ஆவிகள் எல்லாம் என்னைச் சூழ்ந்து கொண்டிருப்பது போலவும் என்னைக் குத்திக் குதற வருவது போலவும் தோன்றுகிறதே. எங்குத் திரும்பினாலும் தெரிந்த முகங்களும் தெரியாத முகங்களுமாய்த் தோன்றி என்னைப் பயமுறுத்துகின்றனவே. போடா போ, தருமா நீ தருமனா! உனக்கு அஜாதசத்ரு; பகைவனே இல்லாதவன் என்று பட்டம் கொடுத்தது யார்? வாழைக் குலைகளை இத்தனை லக்ஷம் வாழைக் குலைகளைக்கூட வெட்டிச் சாய்த்திருக்க முடியாதே. அதைவிட எளிதாய்க் கொன்று குவித்திருக்கிறேனே. அவர்கள் யார்? பகைவர் இல்லை – உற்றார் உறவினர்களைத்தான் கொன்றிருக்கிறேன். உலகமே எனக்குப் பகையா? இல்லை, எனக்கே நான் பகை. தர்மத்திற்கு நான் பகை. என்னை ராஜமரியாதை களுடன் நகரத்திற்குள் அழைத்துப்போக ஏற்பாடு நடக்கிறது.

அதே மங்கள வாத்தியங்கள் முழங்குகின்றன. எல்லாம் என்னை நெருங்கி வருகின்றனவே. நேற்று நடந்த சடங்கை நினைக்கவே கூசுகிறது எனக்கு. என்ன ஏமாற்று வித்தை – யாரை ஏமாற்றுகிறோம். சுபஸ்வீகாரமாம். அசுபத்தைவிட்டு நீங்கிச்

சுபத்தை ஏற்றுக்கொள்வதாமே; புதுத்துணியைப் புறவுடல் அணிகிறது. சந்தனத்தையும் மஞ்சள் குங்குமத்தையும் பூசிக்கொண்டு விட்டால் அசுபம் நீங்கிச் சுபம் வந்து சேர்ந்துவிடுமோ! அவனவனுக்கும் உள்ளே ஓர் ஆள் இல்லை? அவனை மறைக்கத் தெம்புண்டா யாருக்காவது? அடக்கஷ்டமே, எல்லோரும் கூடிவருகிறார்களே, நிறையப் பேசுவார்களே. பேசிப் பேசி எதையும் மழுப்புவார்களே. என் புத்தியையும் மழுக்குவார்களே.

தருமன் ஒதுங்கிச் சென்று நின்றான். வியாசரையும், தம்பியரையும் முன்னால் போகச் சொல்லிவிட்டு மெல்லப் பின் தங்கியே தருமனை அணுகிச் சென்றான் கண்ணன்.

தருமன் தன் காதுகளைப் பொத்திக்கொண்டு, மிகவும் அடக்கமாய் வியாசரை வணங்கி எழுந்து, எல்லோரையும் பார்த்தான். வேண்டா வெறுப்பாய் வாயைத் திறந்து, "யாரும் எதையும் நீட்டி முழக்கிப் பேசவேண்டாம். இதுதான் என் கடைசிச் சொற்கள். நான் துறந்துவிட்டேன் யாவற்றையும். சொற்கள் தன் வலுவையும் பொருளையும் குறிகளையும் இழந்து விட்டன. என்னை அவை மிகவும் மருளவைத்து விட்டன. மிரளவும் வைத்து விட்டன. யாரும் பேசாதீர்! நான் பேச்சை விட்டொழிக்கிறேன். அர்ஜுனன் முடிசூடுவான். தர்மம் விதைக்கப்பட்டுத் தழைக்கட்டும். கண்ணன் துணை உண்டு. போதும் . . ." மேலே முடிக்காமல் திரும்பிக்கொண்டு, தன் முதுகு பார்க்கும் அவர்களையெல்லாம் திரும்பிப்போகுமாறு சைகை காட்டினான்.

எல்லோரும் திகைத்தும் வகையற்றும் வருந்தினர்; கண்ணன் மட்டும் வாய்விட்டுச் சிரித்து, "அடிக்கடி வரும் பைத்தியம்தான் இது; பழைய பைத்தியம். இந்தப் பாண்டவர்கள் ஐவருக்குமே வரும் பைத்தியம்தான் இது; ஏன், இது சில வேளைகளில் பாஞ்சாலிக்கும் வருவதுண்டு. இவர்களை வைத்துக்கொண்டு காலத்தைப் புதிது செய்யும் என் பொறிதான் வேடிக்கை" என்றான் கண்ணன்.

"இந்தப் பித்தம் தெளிய மருந்து உன்னிடம்தானே இருக்கிறது கண்ணா; அதுவும், இவர்களுக்குக் கைகண்டதும் உனக்கு கைவந்ததுமான மருந்து என்றார் வியாசர்.

"தருமனுக்கு அந்த மருந்து அலுத்துவிட்டதாம். புதிய மருந்துக்கு நான் எங்கே போவேன்!" என்றான் கண்ணன்.

"தர்மபுத்திரா, பேச்சை இகழ்கிறாயே. இது என்ன விபரீதம்! பேச்சுத்தான் பெரிது. அதுதான் பிரஹ்மம். அதாவது ஆகப் பெரியது. உயர்வற உயர்ந்தது. குழந்தாய் வேதங்களும்

வேதாந்தங்களும் இதிஹாஸ புராணங்களும் மற்றுமுள்ள உரைகள் விரிவுரைகளும் எல்லாமே பேச்சுத்தான். எங்கும் பரந்து எல்லை ஒன்றில்லாமல் விளங்கும் வெளியில் நிறைந்திருப்பதும், உணர்வாய், உணர்ச்சியாய் வெளிப்பட்டு யாவற்றையும் நிறைக்கும் பிரக்ஞையாயிருப்பதும் பேச்சுத்தான். புறப்படு முடிசூட, காலம் தாழ்த்தாதே" என்றார் வியாசர்.

தருமன் மெல்லத் திரும்பி அனைவரையும் பார்த்தான். வாய் திறக்காமல்தான் இருந்தான். ஆனால் அவனுக்குள்ளே சொற்கள் அலையலையாய் எழுந்து புரண்டன. சொற்களை அறவே நீக்கித்தான் சிந்திக்க முயன்றான். ஆயினும் எண்ணமெல்லாம் சொற்களாகவே எழுந்தன. நெகிழ்ச்சியோடு கண்களை மூடிக்கொண்டு, தனக்குள் கேட்கும் சொற்களைக் கேட்க முனைந்தான்.

அதற்குள் கண்ணன் தூண்ட, சற்றே உரத்தும் விரைந்தும் வியாசர் தொடர்ந்தார். தடுமாறும் கண்களைத் திறந்துகொண்டு வியாசர் கூறுவதைக் கேட்டுக்கொண்டு நின்றான். அப்பொழுது அவன் உள்ளத்தில் சொற்கள் ஒலிக்கவில்லை போலும்.

"தர்மபுத்திரா, நீ யார்? நீயும் ஒரு சொல். உன்னை நீயே குற்றம் சாட்டிக்கொண்டு, விசாரணையும் செய்து தீர்ப்பும் அளித்துக்கொண்டாயே, அவை யாவும் சொல்லே. முன்பெல்லாம், உன்னையே நீ கண்டு பயந்து அடங்கி, உன்னிடமிருந்தே உனக்குப் பாராட்டும் பரிசும் கிடைக்கும் வகையில் நீதி நெறிகளையும், மதிப்பீடுகளையும் வகுத்துக்கொண்டாயே, அவையெல்லாம் என்ன? சொற்களே, இப்போது, உன் கண்காணிப்பில் நீயே தாழ்ந்துவிட்டதுபோலத் தடுமாறுகிறாயே, கூனிக் குறுகிக் கூசுகிறாயே, நீ இழந்தது என்ன? மதிப்பீடுகள்தாமே? அவையும் சொல்லே. காலம் தாழ்த்தாதே. எதையும் நீ இழக்கமாட்டாய்; புறப்படு முடிசூட. அராஜகம், எங்கும் எப்போதும் எதையும் உருப்படவிடாது. ஹஸ்தினாபுரத்து அரண்மனை வாசலில், அறிவுடையோர் அந்தணர் கூட்டம் உன்னை வாழ்த்தி வரவேற்கக் காத்திருக்கிறது. நமக்கெல்லாம் முன்பே, நம் செயல்களையும், நிகழ்காலத்தையும் கடந்துபோன காலத்தையும் பற்றி நிறையப் பேசித் தர்க்கம் செய்து, வருங்காலத்தைப் பற்றியும் முடிவு செய்துவிட்டார்கள். அவர்கள் உன்னைக் காணவும், கண்டு பேசவும், பேசி வாழ்த்தவும், வாழ்த்தி அறிவுரை கூறவும் கூட்டமாய்க் கூடி நிற்கிறார்கள். புறப்படு முடிசூட."

ராஜ மரியாதைகளுடன் நகரப் பிரவேசம் நடந்தது. அறிவுடையோர் அந்தணர் கூட்டம் தர்மனை வரவேற்றது. அந்தப் பெருங்கூட்டத்திடையிலிருந்து மிகவும் கம்பீரமான இனிய

குரலில், நிறுத்தி நிதானமாகத் தெளிவாக ஒரு பேச்சு கேட்டது. அந்தக் குரல் ஒலித்த உடனேயே, எல்லோரும் அமைதியும் கவனமும் கொண்டு அதைக் கேட்டனர். அப்படிக் கேட்குமாறு அந்தப் பேச்சு எல்லோரையும் வசப்படுத்தியது.

"தர்மபுத்திரா, உன்னை நீயே ஏமாற்றிக்கொள்ளாதே. ஒரு மாத காலமாய் நீ தேர்ந்து எடுத்த முடிவை, அதற்குள் எப்படி மாற்றிக்கொண்டாய்? தாயாதி பங்காளிகளையும், உற்றார் உறவினர்களையும், உன் வம்சத்தினர்களையும் லக்ஷக் கணக்கில் ஆண்மக்களை அழித்த பாபி நீ; கொடிய பாதகம். உன்னைப் பிரம்மஹத்திகள் சூழ்ந்துள்ளன. நீ அதர்ம புத்திரன் ஆகிவிட்டாய்; முடிசூட உனக்குத் தகுதியே இல்லை. முடிந்து மடிந்துபோக வேண்டியவன் நீ. இங்கே கூடியிருக்கும் இத்தனை அறிவுடையோரும் அந்தணரும், இந்த உண்மையை எடுத்துக்கூற அஞ்சியும் மனம் வராமலும், என்னைக் கொண்டு இதைச் சொல்ல வைக்கின்றனர். திரும்பிப் போ! போய்ப் பட்டினி கிடந்து உயிரை விடு! உன் மீதும், உன்னைச் சூழ்ந்தும் உள்ள மகா பாதகங்களும் பிரம்மஹத்திகளும் உன்னோடு அழியட்டும். இது நீ எடுத்திருந்த நல்ல முடிவு. ஏன் இதை மாற்றுகிறாய். இந்த உலகம் இனிமேலாவது ரத்த வெறி இல்லாமல் வாழட்டும் போ! போய்விடு!" என்று பேசிய உருவம், அறிவொளி வீசும் முகமும் துறவொளி வீசும் வேடமும் கொண்டிருந்தது. இந்தப் பேச்சைக்கேட்ட கூட்டம் அப்படியே அயர்ந்து சமைந்து நின்றது. முகத்தையும், மார்பையும், குரல்வளையையும் தடவிப்பார்த்துத் தான் பேசவில்லை என்பதை உணர்ந்தும், தானே பேசியது போலவும் தனக்குள்ளிருந்தே, உரக்கக் கூவி உரைத்தது போலவும் இருந்தது தர்மனுக்கு.

தர்மனையே பார்த்துக்கொண்டிருந்த கண்ணன் வாய் திறக்கவில்லை. தர்மனை நிலைகுலையாமல் இருக்கச் செய்யும் முயற்சியில் கண்ணன் தன்னை மறந்தானோ!

விக்கித்து வெல வெலத்துப்போய் நின்ற வியாசர் மெல்லச் சமாளித்துக்கொண்டு, உடம்பை ஒருமுறை சிலிர்த்துக்கொண்டு, "இது வெறும் பேச்சு வெறும் பேச்செல்லாமே இப்படி அழகாகவும் கம்பீரமாகவும் வசீகரமாகவும் அனைவரையும் அதட்டி மருட்டி அடக்குவதுமாகவே இருக்கும். இந்த வேஷதாரி, இப்படி அழகாகப் பேசியே, அதர்மத்திற்குத் துணை நின்று, அதைப் பரப்புகிறவன். இவனையும் இந்த வெறும் பேச்சையும் நம்பவேண்டாம்" என்றார்.

வெடிப்பாய்ச் சிரித்த அந்த வேஷதாரி, "கண்ணன் பெரிய அழகன். கீதையும் ஒரு வெறும் பேச்சுதானே" என்றான்.

அப்போதுதான் கண்ணன் அவனை ஒரு பார்வை பார்த்துவிட்டுக் கூட்டத்தையும் ஒரு சுற்றுப் பார்த்தான்.

அறிவுடையோர் அந்தணர் அந்த அழகிய பேச்சாளனை ஆத்திரத்துடனும் ஹூம் ஹூம் என்ற கர்ஜனையுடனும் பார்த்து வேகப்பட்டார்கள். அவர்களுடைய வேகம் அவனைக் கீழே தள்ளித் தேய்த்தது.

"நல்லவேளை தக்க தருணத்தில், கலியின் இந்தக் கருவைத் தேய்த்துவிட்டீர்கள். கலி தோன்ற இன்னும் வேளை வரவில்லை" என்றான் கண்ணன்.

1989

'தெளிவு'

# பருவம் பாழ்க்கிறது

"இயற்கையின் படைப்பில் மிகச் சிறந்த பிராணி அற்புதமான 'ஸ்பெஸி' மனிதனே; ஆகவே மனிதனுடைய கற்பனை எந்த உயரத்தில் பறந்தாலும் மனிதத்தனத்தைவிட்டு அகல்வதில்லை, அதாவது யுக்திகளுக்கும் புத்திக்கும் ஒவ்வாத அளவற்ற ஆற்றலும் அறிவும் கொண்ட ஏதோ ஒன்றைச் சொல்லும்போதுகூட மனிதனுடைய கற்பனை, மனித முத்திரை பெறத் தவறுவதில்லை! இன்று நான் பேச வந்திருப்பது இலக்கியம் பற்றி; கடவுள் என்பது மனிதன் கடவுளை ஏன் உண்டாக்கிக் கொண்டான் என்பது ஒரு விந்தையான செய்தி; இன்று அதை நான் விளக்கி அளக்கப் போவதில்லை; அடுத்த பேச்சில் அதைச் செய்வேன். இன்று நான் கடவுளை மனிதன் எப்படிப் படைத்தான் என்று கூறுவேன்; கடவுளை மனிதன் தன் மாதிரியே படைத்துள்ளான். பெண்டாட்டி, வைப்பாட்டி, பிள்ளைகுட்டிகள், பட்டம் பதவி, வீடுவாசல், ஆட்சி அதிகாரம், காமம், வெகுளி எல்லாம் தந்து படைத்திருக்கிறான் மனிதன்" என்று, இதே தோரணையில் பேசினார் கண்ணனார்.

சொற்பொழிவின் முடிவில் நிமிர்ந்து பார்த்தேன் அவரை; தம்முடைய ஆழமான சிந்தனையைத் தெளிவாய் குழந்தைகளும் புரிந்துகொள்ளும் வகையில் சொல்லிவிட்ட பெருமிதம் பரவி மிகவும் மலர்ந்திருந்தது அவருடைய முகம்; அனைவரையும் ஒப்புக்கொள்ளவைத்து வென்றுவிட்ட பொலிவு பூத்திருந்தது; மிடுக்குடன் வீற்றிருந்தார். பார்த்தேன் பார்த்தேன்; பார்த்துக்கொண்டேயிருந்தேன். என்

புத்தி (புத்திரி), கண்ணனாருடைய சித்தாந்தத்தைச் (புத்திரனை-மகனை) சுயம்வரத்தில் மணந்து இணைந்துவிட்டது. புத்தியின் உறுப்புகள் விம்மிப் புடைபெயர்ந்தன; அந்தக் காதலர்களின் மகளாய் அறிவு பிறந்தது; வளர்ந்தது; ஆமாம் விடுவிடுவென்று திடுதிடுவென்று வளர்ந்து வந்தது. மனிதனுடைய இன்றைய வளர்ந்த வாழ்முறையும் கலைகளும் மற்ற யாவுமே அவன் பயின்று முயன்றவற்றின் முடிவான பயன்களே. கலையுணர்வு வளரக் கற்பனைகளே ஊற்றுச் சுரப்புக்கள். மனித மனத்தின் பேராற்றல்; அதன் படைப்புத்தான் கடவுளெல்லாம்; அதுவும் எதற்காக மனிதனுக்கு இன்பம் தருவதற்காகவேதான். இன்பம் என்பது மனப்போக்கைப் பொறுத்தது; அலுப்புக்கண்டால் அவன் இன்பம் பெற வேறு ஒன்றை நாடலாம்; நாடுவான்; அது அவன் உரிமை; புதிதாய்ப் படைத்துக்கொள்வான்; புதியது படைக்கப் பழையதை அழித்துத்தான் ஆகவேண்டுமென்றால் அதைத் தவிர்க்கவும் இயலாது; தவிர்க்கவும் வேண்டாம்; கண்ணனார் வேடிக்கையாகச் சொல்வார் இதை "அடே! குழந்தை விளையாடுகிறது; வீட்டிலே தன் கவனத்தைக் கவர்ந்த செய்திகளில், தனக்குப் புரிந்த தனக்குப் பிடித்த சிலவற்றைத் தன் விளையாட்டுக்கு வைத்துக்கொள்கிறது; மரப்பாச்சியிலும் மண், பிளாஸ்டிக், ரப்பர் பொம்மைகளிலும் உயிரைக் கற்பனை செய்துகொண்டு பொழுதுபோக விளையாடுகிறது. மணலை அரிசியென்றும் முழு உண்மை உணர்வுடனும் மரச்செப்பில் போட்டுச் சோறாக்குகிறது. இதெல்லாம் சற்று நேரத்திற்குத்தான் அலுப்புத்தட்டும் வரையில்தான். திடீரென்று எல்லாம் மறைந்துவிடுகிறது. அடுத்த விளையாட்டுக்குத் தயார் ஆகிறது; அல்லது அம்மாவைத் தேடிக்கொண்டு கிளம்பிவிடுகிறது குழந்தை... புரிந்துகொள்ளுங்கள்... கடவுள், பூ, புகை, பூசை, படைப்புப் பண்டங்கள், பலி கொடுப்பது, தீ, தீயில் அதையே போடுவது இதெல்லாம் என்ன... வெறும் கற்பனை விளையாட்டுகள்... மனித மனத்திருப்திக்காக"

அறிவு முழுவளர்ச்சிப் பெற்று பருவவாசலில் நின்று போதை பரப்புகிறாள். நானே பார்த்து அவளுக்கும் நல்ல இடத்தில் திருமணம் முடிக்க வேண்டுமென்று தீர்மானித்தேன்.

சில மாதங்களாகக் கண்ணனார் சொற்பொழிவுகள் செய்வதில்லை; ஏதோ ஒரு வியாபாரம் தொடங்க முனைந்து நிற்கிறார் என்று கேள்விப்பட்டேன். மார்கழி மாதத்தில் தொடக்க விழா என்று எங்கோ சந்தித்தபோது, கண்ணனாரே சொல்லியிருந்தார். பிறகு, அவரைச் சந்திக்கும் வாய்ப்பும் நேரவில்லை. மார்கழியில் அது நடக்கவில்லை. காரணம் தெரியவில்லை. ஆனால், யாரோ சொன்ன காரணத்தை, நான்

நம்பவில்லை. ஆனால் சொன்னவர்களோ, நம்பும் வகையில் அதை வற்புறுத்திக் கூறினார்கள். “மார்கழி மாதமாம், மார்கழிப் பீடை என்பதும் உண்டாம். தவிரவும், கண்ணனார் ஜாதகப் படிதை பிறந்த பிறகுதான் நல்ல காலமாம்” இருக்கவே இருக்காது; எனக்குத் தெரியும். இதெல்லாம் பற்றிக் கண்ணனார் மிகவும் வேடிக்கையாகக் கிண்டல் செய்வாரே. “வானகத்தில் ஊர்ந்து திரியும் அவற்றிற்கும் மண்ணகத்து மாந்தர்க்கும் என்ன தொடர்பு, குழந்தை நிலவில் தவழ்ந்து அம்புலிமாமாவைத் தன்னுடன் விளையாட அழைக்கும் அழகுதான் இதுவும். அந்தக் கால மனிதக் குழந்தையின் அறியாமையால் வந்த அழகான விளையாட்டு, சோதிடமும் நாளும் கிழமையும். சந்திரன் ஒரு சுற்றுலா மையமாகப் போகும் இந்தக் காலத்தில், இது நன்கு புரிய வேண்டும் என்பாரே; ஆகவே கால தாமதத்திற்கு வேறு காரணம் இருக்கவேண்டும் என்று நினைத்துக்கொண்டேன். தை பிறந்தது. கண்ணனார் தொழில் தொடங்கினார். புதுக்கணக்கு விழாவாக வந்தது அது; எல்லோரையும் அழைத்தார்; சென்றேன். அங்கு வரும் கூட்டத்தில், என் அருமைப் பேத்தி அறிவுக்கு நல்ல மணமகன் கிடைப்பான் என்பது என் நோக்கம். விழாவின் வெளி நடவடிக்கைகளில் பழமையின் வண்ணமும் அக்கறையும் தெரிந்தன. புதுமையின் மணம் பரவவில்லை. சுற்றுமுற்றும் பார்த்தேன். புதுமை தென்படவே இல்லை.

“தாத்தா, இந்த விழாவில் புதுமை வரும், உனக்கேற்ற நல்ல துணை; உலகமே வாழ்த்தப் புதுமையுடன் நீ சேர்ந்து வாழ்வாய்! என்றீர்களே; காணோமே” என்று அறிவு ஏங்கித் தவித்தது.

“அம்மா அறிவே, பழமைக்கு உன்னைக் கட்டிக்கொடுக்க இங்கே சதி நடக்கும்போல் இருக்கிறது” என்றேன் ஐயப்பாட்டுடன்.

வருவோரும் போவோருமாய் ஏராளமான கூட்டம். சந்தனம், பூ, பழம், பாக்கு வெற்றிலை யாவும் கிடந்து இரைந்தன. சுற்றும் முற்றும் கண்விட்டேன்; பேச்சுக்களைச் செவிப்படுத்தினேன்; சூழ்நிலையை மோந்தேன். என் புத்தி மகள் வரித்துக் கட்டிக்கொண்ட கண்ணனார் வழித்தோன்றலான சித்தாந்தத்தைக் காணவே இல்லை. என் அறிவுக்குத் தாயாகி மகிழ்வித்த என் புத்தியையும் காணவில்லை. ஒரு படத்துக்குக் கீழே—படம் மறையும்படி கணக்கு நோட்டுகளை அடுக்கிவைத்து, அதன்மேல் சந்தனத்தைச் சொரிந்து, குங்குமமும் அப்பி வைத்திருந்தது. பக்கத்தில் கொண்டையில் பூவும், நெற்றியிலும் வாய்களிலும் குங்குமுமாய்க் குத்துவிளக்கு சிரித்துக்கொண்டிருந்தது. பக்கத்தில் சூடம் எரிந்து கரித்த தட்டும், சாம்பிராணி புகைந்து தணிந்து அவிந்த தூபக்காலும் என் முகத்தில் கரி பூசின. ஊதுபத்திகள் என் உள்ளம்போல் புகைந்துகொண்டிருந்தன.

*அந்தப் பழமை, நான் கண்ணனாருடன் சேர்ந்து வெறுத்த பழமை, சித்தாந்தமும் புத்தியும் போட்டி போட்டுக்கொண்டு வெறுத்துவிரட்டிய பழமை, என் பேத்தி அறிவை வட்டமிட்டு நெருங்கிச் சீண்டிக் கொண்டிருந்தான், மானம் கெட்டவன், பாவம், அறிவு அஞ்சி நாணிக்குமைந்து என்னோடு ஒட்டிக்கொண்டது, புத்திக்கும் அறிவுக்கும் பைத்தியம் பிடித்துவிட்டது. ஆக முடிவில் அறிவின் பருவம் வீண்.*

மஞ்சு: முகில்1 துளிர் 4
புதிய கதை

# பின்னிணைப்புக்கள்

## நேர்காணல்

## 'இலக்கியத்தால் மனித மனங்களைப் பண்படுத்த முடியும்'

புகழ்பெற்ற சிறுகதை எழுத்தாளரான கரிச்சான் குஞ்சு, தஞ்சை மாவட்டம் நன்னிலம் வட்டம் சேதனீபுரத்தில் பிறந்தார். பெங்களூர் வேதப் பாடசாலையில் பழைய குருகுலக் கல்வி முறையில் எட்டாண்டுக் காலம் அடிப்படை வேதக்கல்வி பயின்றார். தம் 16ஆம் வயதில் கும்பகோணம் திரும்பிய பிறகே, அவர் தமிழ் கற்கத் தொடங்கினார். பிற்பாடு மதுரை – ராமேஸ்வரத் தேவஸ்தானப் பாடசாலையில், ஐந்தாண்டுக் காலம் தமிழும் வட மொழியும் பயின்று, இரு மொழிகளிலுமே வித்வான் பட்டம் பெற்றார். கிட்டத்தட்ட முப்பதாண்டுகள் சென்னை, கும்பகோணம், மன்னார்குடியில் தமிழ்ப் பண்டித ராகப் பணியாற்றினார். சில காலம் வடமொழி, ஹிந்தி ஆசிரியராகவும் இருந்துள்ளார்.

வடமொழியில் 'பாரத்வாஜம்' எனப்படும் 'கரிக் குருவி'யின் தமிழ்ப்பெயர் 'கரிச்சான்.' இப்பெயரில் கு.ப. ராஜகோபாலன் எழுதிக்கொண்டிருந்தார். கு.ப.ரா.மீது ஆழ்ந்த மதிப்பு வைத்திருந்த ஆர். நாராயணசாமி, தம்மைக் கரிச்சானின் குஞ்சு எனக் குறிப்பிட்டுக்கொண்டார். இப்பெயரிலேயே, கு.ப.ரா.வின் மறைவுக்கான அஞ்சலிக் குறிப்பையும் எழுதினார். 'அன்றிரவே', 'கரிச்சான் குஞ்சு கதைகள்', 'தெளிவு', 'கழுகு', 'பசித்த மானிடம்' போன்ற பல அற்புதப் படைப்புகள் 'கரிச்சான் குஞ்சு' என்ற இந்தப் புனைபெயரிலேயே வெளிவந்துள்ளன. கு.ப.ரா.வுடனான தம் தொடர்பைப் பின்சொற்களில் நெகிழ்ச்சியுடன் கரிச்சான் குஞ்சு நினைவுகூர்கிறார். 'கு.ப.ரா.தான் என்னை எழுதத் தூண்டினார். வளமான தூண்டுதலும் விஷயச்செறிவும் தரவல்லதாக நம்மைச் சூழ்ந்திருக்கும் உண்மையான நடப்பு வாழ்வை அதன் நுண்ணதிர்வுகளுடன் புனைகதைகள் பிரதிபலிக்க வேண்டும்

என்றார்.' கரிச்சான் குஞ்சுவின் யதார்த்தக் கருத்தியல், நடைத்திறன், உயிரோட்டமானதும் நம்பகமானதுமான பாத்திரப்படைப்பு ஆகியவை உயரிய மதிப்பைப் பெற்றன.

தமிழாசிரியராக அவர் பணியாற்றிய கும்பகோணம், மன்னார்குடி, திருச்சி ஆகிய ஊர்களே அவரது மண்மணம் வீசும் யதார்த்தமான சிறுகதைகள் மற்றும் நாவலின் புனைகளங்களாயின. அவர் புனைகதைகளை வாசிப்பவர்கள், குறிப்பாக அவர் நாவலில், தமக்கு நன்கு பழக்கப்பட்ட இடங்களில், பரிச்சயமான மனிதர்களுடனேயே தாம் பயணிப்பதாக உணர்வார்கள். பசித்த மானுடத்தின் ஆசிரியருக்கு, வாசகர்களுக்கு ஈர்ப்பு ஏற்படுத்தும் முறையில், தம் பாத்திரங் களின் கதையைச் சொல்லும் புனைவுத்திறன் கூடிவந்திருக்கிறது. கதைப்போக்குடன் ஃப்ராடிய நுட்பங்களை வண்ணம்கூட்டி இணைப்பதிலும் அவர் கைதேர்ந்தவராயுள்ளார். மகத்தான சிந்தனையாளராகவும் சீர்திருத்தவாதியாகவும் தம் சிறுகதைகளில் அவர் வெளிப்பட்டுள்ளார். தம்மைச் சுற்றி நிகழும் சமூக வாழ்வின் பல அவலங்களையும் ஆஷாடபூதித்தனத்தையும் ஆழ்ந்தகன்ற நோக்குடன் அம்பலப்படுத்தியுள்ளார். விழுமியங்களை உயர்த்திப் பிடிக்கும் அவர், மரபடிப்படையிலும் மதப்பெயராலும் புழங்கும் மூடநம்பிக்கைகளைக் கடுமையாக விமர்சிக்கிறார்.

கரிச்சான் குஞ்சுவின் கதைகளைப் படிக்கும் மிக எளிய வாசகன் கூட, அவரின் கதைக் கருவாலும் நடைச்சிறப்பாலும் பெரிதும் ஈர்க்கப்பட்டுவிடுவான். பாரதி நூற்றாண்டு விழாவையொட்டி அவர் எழுதிய 'பாரதி தேடியதும் கண்டதும்' என்ற நூல், தமிழ் வாசகர்களிடையே பெரும் வரவேற்பைப் பெற்றது. தமிழ் வார இதழ் ஒன்றில், 'இது மிகவும் அரிய ஒரு தலைசிறந்த நூல்' எனத் தம் மதிப்புரையில் க.நா.சு. இந்நூலைக் கவனப்படுத்தினார். கரிச்சான் குஞ்சுவின் நாற்பதாண்டுக் கால நாடக இயக்கம், 'கழுகு' என்ற நூலாகத் தொகுக்கப்பட்டுள்ளது. இது ஆகச்சிறந்த இலக்கியமாக விளங்குவதோடு, அவரின் பல்வேறு காலப் பன்முக நோக்குகளையும் வெளிப்படுத்துகிறது. அண்மையில் (1990) அவர் எழுதிய, கு.ப.ரா.வை மீளப் படிக்கத் தூண்டும் நம்பகமான வாழ்க்கை வரலாற்று ஆவணமாக விளங்கும் 'கு.ப.ரா.' என்ற உணர்வுப்பெருக்கும் இயல்பான நடைநலமும் செறிந்த விமர்சன நூலும், இப்போது அவர் நூற்பட்டியலில் சேர்ந்திருக்கிறது. 'இந்தியத் தத்துவத்தில் நிலைத்திருப்பனவும் அழிந்தனவும்' என்ற நூல் (தேவி பிரசாத் சட்டோபாத்தியாவின் மாபெரும் படைப்பு), கரிச்சான் குஞ்சுவைப் பரவலாகக் கவனப்படுத்திய மொழிபெயர்ப்பாகும். இந்த ஆழமான தத்துவ

நூலைச் சிறப்பாக ஆங்கிலத்திலிருந்து தமிழுக்கு வெற்றிகரமாகக் கொண்டுவந்த கரிச்சான் குஞ்சு, தாம் முறையான ஆங்கிலக்கல்வி கற்றவரில்லை என்பதைத் தன்னடக்கமாக ஒப்புக்கொள்கிறார்! தம்மைச் சூழ்ந்திருந்த ஆங்கில ஆசிரியர்களுடனும், தி. ஜானகிராமன் முதலிய நண்பர்களுடனுமான தொடர்ச்சியான உரையாடல்களின் மூலமே ஆங்கிலப்புலமையைக் கரிச்சான் குஞ்சு வளர்த்துக்கொண்டதாக அறிகிறோம்.

'புதுச்சேரி பிரெஞ்சு இன்ஸ்டிட்யூட் ஆஃப் இண்டாலஜி'யில் மொழிபெயர்ப்புப் பணியில் இருந்த ஐந்தாண்டுக் காலத்தில் (1977–1982), தமிழில் ஓர் அகராதியைத் தொகுத்துள்ளார். ஒரு புதிய தேவாரப் பதிப்பு வெளிவரவும் உதவியுள்ளார். உபநிடதப் பிழிவாக எழுதிய கட்டுரைகளில், உபநிடத ஞானப் பரப்புமீது ஒளிபாய்ச்சியுள்ளார். சாகித்திய அகாதெமி விருது பெற்ற எம்.வி. வெங்கட்ராம் என்ற புகழ்பெற்ற *மணிக்கொடி* எழுத்தாளரின் ஆசிரியப் பொறுப்பில் வந்த *தேனீ* என்ற இலக்கிய இதழின் இணையாசிரியராகப் பணியாற்றியுள்ளார். கும்பகோணத்தில் வசிக்கும் இந்த 71 வயதான (1990) தமிழ் – வடமொழி எழுத்தாள அறிஞர், தம் எழுத்துப்பணியின் பின்புலம் மற்றும் தம் இலக்கியக்கொள்கை குறித்து விரிவாக ஆங்கிலப் பேராசிரியர் முனைவர் அயோத்தி அவர்களுக்கு நேர்முகம் அளித்தார். 1990இல், *தி நியூ இந்தியன் எக்ஸ்பிரஸ்* நாளிதழில் வெளிவந்த ஆங்கில நேர்காணல், கமலா கிருஷ்ணமூர்த்தியாலும், கல்யாணராமனாலும் இங்கே தமிழ்ப்படுத்தப்பட்டுள்ளது.

**எழுத்துலகிற்குள் நீங்கள் எவ்வாறு நுழைந்தீர்கள்?**

நான் மதுரையில் வித்வான் பட்டத்திற்காகப் பயின்றபோது, பிரேம்சந்த் போன்றோரின் ஆக்கங்களை, ஹிந்தியில் நேரடியாகப் படித்து மகிழ்வேன். த.நா. குமாரசாமியின் மொழிபெயர்ப்பு களையும் படிப்பேன். அப்போது ('ஏகாங்கி' என்ற புனைபெயரில்) நான் எழுதிய 'மலர்ச்சி' என்ற சிறுகதை, *கலைமகளில்* வெளிவந்தது. சில பெண்களின் பாலியல் உந்துதல்களை வெளிப்படையாகப் பேசிய கதை அது. பின்னர் என் நண்பன் தி. ஜானகிராமன் தந்த *மணிக்கொடி* எழுத்தாளர்களின் சில சிறுகதைகளால் நான் ஈர்க்கப்பட்டுச் சுயமாக எழுதுவதில் ஈடுபட்டேன். கு.ப.ரா. வுடன் எனக்கு ஏற்பட்ட தொடர்பும் அவர் எனக்களித்த தொடர்ச்சியான ஊக்கமும் *கிராம ஊழியன், கலா மோகினி* போன்ற பத்திரிகைகளில் என் கதைகள் வெளிவர உதவின. பிரபலப் பத்திரிகைகளாக அன்றிருந்த *கலைமகள், சிந்தனை, அமுதசுரபி, குமுதம், ஆனந்த விகடன்* போன்ற பத்திரிகைகளும் என் கதைகளை வெளியிட்டன.

எழுதத் தொடங்கியபோது, உங்கள் மனத்திலிருந்த நோக்கம் என்ன?

என் எண்ணங்களையும் கருத்துகளையும் வாசகர்களுடன் பகிர்ந்துகொள்ளவே கதைகள் எழுதினேன். வெற்றிகரமான ஒரு கருத்துப் பரிமாற்றம், எப்போதும் எனக்கு மகிழ்ச்சியையும் சிலிர்ப்பையும் அளிக்கிறது.

நீங்கள் சிறுகதை, நாவல், நாடகம் புனைந்துள்ளீர்கள். இவற்றுள் எந்த வகைமையைப் பெரிதும் ஆர்வமூட்டுவதாக அல்லது உங்கள் கலை நோக்குக்கு மிகப்பொருந்துவதாகக் கருதுகிறீர்கள்?

முழுதிருப்தியளிப்பதால், சிறுகதைகளிலேயே எனக்குப் பேரார்வமுள்ளது.

இதை நீங்கள் இன்னும் கொஞ்சம் விளக்கிக் கூறமுடியுமா?

விரிந்தும் ஆழ்ந்தும் என்னை வெளிப்படுத்திக்கொள்ளச் சிறுகதைகள் போதிய இடம் அளிக்கின்றன. வேறுபட்ட பல கருக்களைச் சிறுகதைகளில் என்னால் நன்றாகக் கையாள முடிந்துள்ளது.

உங்கள் படைப்புகளிலேயே உங்களுக்கு மிகவும் பிடித்தமானது எது? ஏன்?

என் சிறுகதைகளே எனக்குப் பிடித்தமானவை. குறிப்பாக, 'அன்றிரவே' தொகுப்பிலுள்ள கதைகள். அவற்றை என் முப்பது வயதிற்குள்ளேயே நான் எழுதி முடித்துவிட்டேன்!

உங்களைக் கவர்ந்திழுத்த படைப்பாளிகளின் அல்லது உங்கள்மீது செல்வாக்குச் செலுத்தியவர்களின் பெயர்களைச் சொல்ல முடியுமா?

மணிக்கொடி எழுத்தாளர்களே என்னைக் கவர்ந்தவர்கள்; அவர்களே என்னை வழிநடத்தியவர்கள்.

உங்கள் 'பசித்த மானிடம்' நாவல், உங்களைக் கவனிக்க வைத்து, உங்கள்மீது பெரும் நம்பிக்கையை ஏற்படுத்தியது. அப்படியிருந்தும், நீங்கள் ஏன் தொடர்ந்து நாவல்கள் எழுதவில்லை?

பசித்த மானிடத்திற்குப் பிறகு, இரண்டு குறுநாவல்கள் எழுதியிருக்கிறேன். இப்போது அவை பதிப்பகத்தாரிடம் இருக்கின்றன. விரைவில் அவை வெளியிடப்படலாம் என்று நம்புகிறேன்.

உங்கள் நாவலின் பின்புலம் என்ன?

என் நாவல் மாந்தர்கள் அனைவரும், எனக்கு நெருக்கமானவர்கள். உண்மையில் நான், அத்தகையோரைப் பார்த்திருப்பதுடன், அவர்களைப் பற்றி நிறையக் கேட்டுமுள்ளேன்.

ஃப்ராய்டை முழுவதுமாக நான் ஏற்பதில்லை. ஆனாலும், பண வெறியும் வலுவான காம வெறியும் இவற்றுடன் இணைந்த பிற பல வெறிகளும் மனித குலத்தை அடக்கி வழிதவறச் செய்வதாய் உணர்கிறேன்.

**உங்கள் நாவலின் கதாநாயகன் கணேசனை, உங்கள் நோக்கைப் பிரதிபலிக்கும் பாத்திரமாக நினைக்கிறேன்...**

ஆம். அப்படித்தான். அதைவிட அதிகமாகவே கூறலாம். காமவெறி பிடித்த அழகனான கணேசன், தொழுநோயாளி ஆனவுடனே, சமூகம் அவனைப் புறக்கணித்துவிடுகிறது. வாழ்வில் தனக்கு ஏற்பட்ட மிகப்பெரிய வீழ்ச்சியை அவனால் தாங்கிக்கொள்ளவே முடிவதில்லை. அது உளரீதியாக அவனுக்கு அதிர்வளித்துப் பின் அவன் கண்களைத் திறந்து விடுகிறது. அதன் விளைவாகத் தன்னைத் தனக்குள் ஒடுக்கிக் கொண்டு, ஓர் அக ஜீவியாகி, நீண்ட தியானத்திற்குள் மூழ்கி, விழிப்பு தூக்கம் கனவு ஆகிய சாதாரண முந்நிலைகளைக் கடந்து, மேலான பிரக்ஞையின் அடியாழத்திற்குள் செல்கிறான். இப்பரிணாமத்தைக் கணேசனின் படைப்பில் கொண்டு வந்திருக்கிறேன்.

**தமிழ்ப் புனைவிலக்கியம் விமர்சனத்தின் இன்றைய செல்கதி பற்றி நீங்கள் என்ன நினைக்கிறீர்கள்?**

நிகழ்காலத்தில் அசோகமித்திரன், பாலகுமாரன், சுஜாதா, மாலன், பிரபஞ்சன் முதலானவர்கள் நன்றாகவே எழுதிக் கொண்டிருக்கிறார்கள். அசோகமித்திரனும் பாலகுமாரனும் நுணுக்கமான விவரங்களுடன் எழுதுகிறார்கள். அற்புத நிகழ்வான சுஜாதா, எனக்குப் பிரமிப்பூட்டுகிறார்! க.நா.சு.வுக்குப்பின் பெரிய விமர்சகர் யாரும் வரவில்லை என நினைக்கிறேன். தமிழில் விமர்சனம் மாறவுமில்லை; வளரவுமில்லை. சிறந்த விமர்சகனும் நீதிபதியும் காலமே!

**உங்களைப் போன்ற ஓர் எழுத்தாளருக்குச் சமூகப் பொறுப்பு இருக்க வேண்டுமெனக் கருதுகிறீர்களா?**

ஆம். கண்டிப்பாகச் சமூகப் பொறுப்பு வேண்டும். 'மனித மனங்களைப் பண்படுத்தி, நேர்வழியில் சிந்தனையைத் தூண்டி இயக்க, இலக்கியத்தால் முடியும்!'

**உங்களுக்கு இரண்டு தலைமுறை வாசகர்களைத் தெரியும். இக்காலத் தலைமுறை, நாவலை வாசிக்கும் நோக்கிலும் போக்கிலும், குறிப்பிடத்தக்க மாற்றம் ஏதும் உங்களுக்குப் புலப்படுகிறதா?**

ஆழமான கருத்துகளையும் செழுமையான எண்ணங்களையும் கொண்ட ஆக்கங்களில் இன்றைய தலைமுறை வாசகர்கள்

ஆர்வம் காட்டுவதில்லை. உயர்சிந்தனைகளுக்கு அவர்கள் ஊக்கமளிப்பதில்லை. அவர்கள் தனிவிதமான காதல் கதைகள் என்று விளம்பரப்படுத்தப்படும் முழு ஆபாசங்களையே விரும்புகிறார்கள்.

இளந்தலைமுறை எழுத்தாளர்களுக்கு நீங்கள் என்ன அறிவுரை கூற விரும்புகிறீர்கள்?

இத்தலைமுறை எழுத்தாளர்கள், உயர்சிந்தனைகளுக்குள் மக்களைத் தம் எழுத்துவழி இழுத்துவர வேண்டும் என்பதுதான் என் அறிவுரை.

வடமொழி இலக்கியங்களிலும் வேதங்களிலும் உங்களுக்குள்ள ஆழ்ந்த புலமை, ஒரு படைப்பாளியாக, உங்களுக்கு எந்த வகையில் உதவுகிறது?

இந்தியப் பண்பாட்டையும் மரபையும் புரிந்துகொள்ளவும் மதிப்பிடவும் விமர்சிக்கவும் என் வடமொழி அறிவு எனக்குத் துணையாகிறது.

தமிழில்: கமலா கிருஷ்ணமூர்த்தி – கல்யாணராமன்

நன்றி: *தி நியூ இந்தியன் எக்ஸ்பிரஸ்* (1990).

கரிச்சான் குஞ்சுவை நேர்கண்டவர்: முனைவர் அயோத்தி. (பேராசிரியர் அயோத்தியிடமிருந்து இந்த நேர்காணலைப் பெற்றுத் தந்தவர் ராணிதிலக்)

# அன்றிரவே தொகுப்பின் முன்னுரை

## ஆதவன்

கரிச்சான் குஞ்சு எம்.வி. வெங்கட்ராம், தி. ஜானகிராமன் ஆகியோர் கு.ப.ரா.விடம் இலக்கியப் பாடம் கேட்ட கதையையும், தமது இலக்கிய குருவின் இறுதி நேரத்தில் அவருடன் இருந்ததையும் 'சிறிது வெளிச்சம்' நூலின் முன்னுரையில் சிட்டி குறிப்பிட்டிருக்கிறார். இதே நூலுக்கு 'வழிகாட்டி' என்ற தலைப்பில் கட்டுரை வழங்கியுள்ள தி. ஜானகிராமன், கு.ப.ரா.வின் இறுதி நாட்களின்போது அச்சத்தினாலும் ஏக்கத்தினாலும் தானும் கரிச்சான் குஞ்சுவும் சேர்ந்து அழுதுகொண்டிருந்ததை எழுதியிருக்கிறார். இப்போது தி.ஜா.வும் மறைந்துவிட்டார். கு.ப.ரா.வின் சீடர்களிடையே, இன்னும் ஓரளவு எழுதிக்கொண்டிருப்பவர்களாக, கரிச்சான் குஞ்சுவும் எம்.வி.வி.யும்தான் நம்மிடையே எஞ்சியிருக்கிறார்கள்.

கரிச்சான்குஞ்சுவின் இலக்கியப் பாணி மட்டுமல்ல, புனை பெயரும்கூட, ஒரு விதத்தில், கு.ப.ரா. வின் உபயம்தான். சிறுகதை தவிர பிற விஷயங்கள் எழுதும்போது கு.ப.ரா 'கரிச்சான்' என்ற புனைபெயரை உபயோகித்து வந்தார். கு.ப.ரா.வின் மறைவுக்குப் பின், அவரைப் பற்றிய அவருடைய இந்தச் சீடரின் கட்டுரை *கலா மோகினி* இதழில் 'கரிச்சான் குஞ்சு' என்ற புனை பெயரின் கீழ் வெளியிடப்பட்டது. இந்தப் புனை பெயரை இவருக்குச் சூட்டினவர் *கலா மோகினி* ஆசிரியர் சாலிவாஹனன். நாராயணஸ்வாமி (பி. 1919) கரிச்சான் குஞ்சு ஆன கதை இதுதான்.

வேதம் படித்து, ஸம்ஸ்கிருதத்தில் மூழ்கியிருந்த இவரைத் தமிழுக்கு அழைத்துவந்தவர் தி. ஜானகிராமன். கு. ப. ரா.வுக்கு இவரை அறிமுகம் செய்தவரும் அவர்தான். கு. ப. ரா. இருந்தபோது அவர் வீட்டு மாடியில் ஜானகிராமன் ராகம் போட்டுப் பாட,

கரிச்சான் குஞ்சு வடமொழிக் காவியங்கள், உபநிஷத்துகள் ஆகியவற்றைச் சொல்வாராம். பாரதி, தி. ஜா ஆகியோர் ஒரு கட்டத்துக்குப் பிறகு உதறிவிட்டு வந்த பள்ளி ஆசிரியர் வேலையைக் கரிச்சான்குஞ்சு வாழ்க்கை நிர்ப்பந்தங்கள் காரணமாய் – 57 வயது வரை பார்த்தார். இவ்வேலை அவருடைய கற்பனையை வறளச் செய்யாமலிருந்தது நம் அதிர்ஷ்டம். *கலைமகள், கிராம ஊழியன், கலா மோகினி, சிவாஜி, சிந்தனை, சந்திரோதயம், ஹிந்துஸ்தான், தினமணி சுடர்* ஆகிய பத்திரிகைகளில் வெளிவந்த இவருடைய சிறுகதைகள் சிலவற்றின் தொகுப்பே இந்நூல்.

இத்தொகுதியிலுள்ள 'விஷ வேகம்' என்ற சிறுகதையில் ஒரு வாக்கியம்: 'உள்ளே எத்தனை வேகமிருந்தாலென்ன? அதை வெளியில் காண்பிப்பார்களா, பெரியோர்கள்!' இது கரிச்சான் குஞ்சுவின் எழுத்துக்கும் பொருந்தும். உள்ளேயிருக்கிற வேகத்தைத் தடபுடலாக வெளியில் காண்பிக்காத அழுத்தமான ஆசாமி இவர். அதே சமயத்தில் உள்ளடக்கம், செய்முறைச் சம்பிரதாயம் ஆகியவை தொடர்பான எவ்விதத் தளைகளுக்கும் தன்னை ஆட்படுத்திக்கொள்ளாத சுதந்திர மனிதர். பக்குவமான வாசகர்கள் நல்ல எழுத்தாளர் ஒருவரிடம் நாடுகிற சங்கதிகள் யாவும் இவர் எழுத்தில் உண்டு. மெத்தப் படித்த பண்டிதர் இவர் என்று இவரை ஓரளவு அறிந்த நான் அறிவேன். ஆனால் இந்தக் கதைகளைப் படிக்கிற யாரும் அவரை அவ்வாறு அறிந்து கொள்ள முடியாது. அறிவை ஒளித்துக்கொண்டு எப்போதும் எளியதொரு வியப்பையும் குறுகுறுப்பையும் வாழ்க்கையின்பால் சுமந்து திரிய ஒரு முதிர்ச்சி வேண்டும். "காக்கை குருவி எங்கள் ஜாதி" என்று பாடின பாரதியின் முதிர்ச்சியும் இத்தகைய "அறிவை உதைத்தெறிகிற" முதிர்ச்சிதான், இந்த முதிர்ச்சியே இக்கதைத் தொகுதியின் பலம்.

இவருடைய சன்னமான தொனி, தேர்ந்த அழகியல் உணர்வு, வாழ்வின் கணங்களை விமரிசகனாக அன்றி திறந்த குழந்தை உள்ளத்துடன் ரசிக்கும் பாங்கு, ஆகியவற்றுக்கு மிகச்சிறந்த உதாரணமாக 'பித்தப் பசி' என்ற கதையைக் குறிப்பிடலாம். பெண்ணுரிமைப் பிரசாரக்காரர்கள் யாராவது இதே கதையை எழுதியிருந்தால் ராஜுவை ஒரு வில்லனாகத் தீட்டியிருப்பார்கள்; அல்லது பத்மாவை ஒரு சொற்பொழிவு ஆற்றுமாறு செய்திருப்பார்கள்; அல்லது பத்மாவின் சார்பில் தாமே ஒரு சொற்பொழிவு ஆற்றியிருப்பார்கள். ஆனால் இவர் இத்தகைய நாடக பாணிகளை நாசூக்காகத் தவிர்த்திருக்கிறார். ஆமாம், இந்தத் தவிர்த்தல் நாசூக்காகவும் இயல்பாகவும் அவர் கதையில் அமைந்திருக்கிறது. அது அடிக்கோடிடப்பட

வில்லை என்பது முக்கியமானது. ஆசிரியர் ஒதுக்கமாகப் புற நிகழ்ச்சிகளை மட்டுமே விவரித்து அழுத்தமானதொரு சூழலை உருவாக்கும் இந்த நாச்சுரலிஸ பாணியை இன்றைய எழுத்தாளர்கள் பலரும் கையாளுகிறார்கள். எல்லாரும் இதில் வெற்றி பெற்றதாகச் சொல்ல முடியாது. கரிச்சான் குஞ்சுவின் இந்தக் கதையில் நாச்சுரலிஸ பாணி மிக இயல்பாகவும் உயிரோட்டத்துடனும் அமைந்திருக்கிறது. பண்பட்ட ரசனையே இச்சோதனையின் அடிப்படை.

நான் குறிப்பிட விரும்பும் இன்னொரு கதை 'ரத்தச்சுவை'. அடாவடி முறைகள் மூலம் ஊரை ஏய்த்துப் பணம் பண்ணும் அயோக்கியர்கள் பட்டைப்பட்டையாக விபூதி இட்டுக்கொண்டு, ஜபதபங்கள், பூஜைகள் செய்வதன் மூலம் நல்ல மனிதர்களாகப் பெயர் வாங்கிவிட முடிகிறது. இதேபோல, தனது முரட்டுச் செயல்களால் ஊரையே கிடுகிடுக்கவைக்கும் குரங்குக்கு, 'ஹனுமானின் அவதாரம்' என்ற மூட நம்பிக்கையின் பின்னே புகலிடம் கிடைக்கிறது; புனிதபீடம் கிடைக்கிறது. இந்த இரண்டு நிகழ்ச்சிகளையும் சமூக விமரிசனத் தளத்தில் இணைத்து அருமையான சிறுகதையொன்றை உருவாக்கியிருக்கிறார் ஆசிரியர். 'பித்தப் பசி'யைப் போல இதில் தூய நாச்சுரலிஸம் இல்லை. ஆனால் இதிலுள்ள சமூக விமரிசனம் நுட்பமானது. ஆழம் கலை அழகும் நிரம்பியது. தி. ஜானகிராமனின் பல சிறுகதைகளில் பொய்ம்மையும் போலி அனுஷ்டானங்களும் தர்மத்தின் உச்சமாகக் கௌரவம் பெறும் அவலத்துக்கெதிரான கோபச்சிரிப்பு இழையோடக் காணலாம். அதே பாணிதான் இதுவும்.

'குபேர தரிசனம்', 'யார் சமத்து', 'உயிராசை' ஆகிய கதைகளையும் – அவை பகுத்தறிவை நோக்கி எறியும் கேள்விகளுக்காக – நான் ரசித்தேன். வாழ்வியக்கத்தினூடே அவ்வப்போது நம் சிந்தனையில் இடறும் ஒரு அமானுஷிகத் தன்மை தர்க்க அறிவைச் சீண்டும் 'அற்புதங்கள்' – இக்கதைகளில் இடம்பெற்றுள்ளன. நியூட்டன், ஐன்ஸ்டீன் போன்ற விஞ்ஞானிகளும்கூடப் பிரபஞ்சத்தைப் பற்றிய தம் அறிவு அதிகமாக அதிகமாக, தம் அறியாமை பற்றிய உணர்வும் அதிகரிப்பதாய் உணர்வதாகக் கூறியுள்ளதை இங்கே நாம் நினைவுபடுத்திக்கொள்ள வேண்டும். இந்தப் பக்குவமான அறியாமைப் பிரக்ஞையே இக்கதைகளின் உந்துசக்தி. ஆனால் நம்மூர் அமெச்சூர் அறிவாளிகள் சிலருக்கு இக்கதைகளை ரசிக்க முடியாமல் போகலாம்.

ஒரு எழுத்தாளனின் எல்லாக் கதைகளையும் எல்லா வாசகர்களும் ரசிக்க வேண்டுமென்று கட்டாயமில்லை. அத்தகைய வீரவழிபாட்டை, நுட்பமான ஒரு இலக்கியாசிரியன்

ரசிப்பவனுமில்லை. கரிச்சான்குஞ்சுவின் இத்தொகுதியில் எந்த ஒரு வாசகனும் தன் பிரத்தியேகமான ருசிக்கேற்ற சில கதைகளையாவது கண்டுகொள்ள முடியும். அவருடைய இலக்கியப் பார்வையின் பெருந்தன்மையையும் பரந்த தளத்தையும் இது காட்டுகிறது. எல்லாச் சாராருடனும் உரையாடத் தெரிந்த ஞானி அவர். அவர் தொடர்ந்து எழுத வேண்டும். நம் போன்ற வாசகர்களை இலக்கிய இன்பத்தில் ஆழ்த்தியபடி இருக்க வேண்டும். இதுவே என் பிரார்த்தனை.

*புதுடில்லி*
*5–8–83*

# கரிச்சான் கதைககளின் பிரசுரவிவரம் 1955 – 2016

| வ. எண் | கதைத் தொகுதி | கதைகள் எண்ணிக்கை | பதிப்பித்த ஆண்டு | பதிப்பகம் |
|---|---|---|---|---|
| *1* | காதல் கல்பம் (அ) எளிய வாழ்க்கை முதலிய கதைகள் | *16* | *1955* | தமிழ்ச்சுடர் நிலையம் சென்னை |
| *2* | வம்ச ரத்தினம் | *12* | பிப் *1964* | மனோன்மணி புத்தக நிலையம், சென்னை |
| *3* | குபேர தரிசனம் | *12* | மார்ச் *1964* | மனோன்மணி புத்தக நிலையம், சென்னை |
| *4* | தெய்வீகம் | *13* | மார்ச் *1964* | மனோன்மணி புத்தக நிலையம், சென்னை |
| *5* | அம்மா இட்ட கட்டளை | *15* | ஜூன் *1975* | வானதி பதிப்பகம், சென்னை |
| *6* | கரிச்சான் குஞ்சு கதைகள் | *21* | *1981* | ஸ்டார் பிரசுரம், சென்னை |
| *7* | அன்றிரவே | *13* | ஆகஸ்ட் *1983* | நர்மதா பதிப்பகம், சென்னை |
| *8* | தெளிவு | *20* | டிசம்பர் *1989* | வானதி பதிப்பகம், சென்னை |
| *9* | எது நிற்கும்? (தேர்ந்தெடுத்த கதைகள்) | *22* | சனவரி *2016* | காலச்சுவடு பதிப்பகம் சென்னை |

| 1. காதல் கல்பம் (அ) எளிய வாழ்க்கை முதலிய கதைகள் | | | | |
|---|---|---|---|---|
| **வ. எண்** | **கதைத் தொகுதி** | **கதைத் தலைப்பு** | **ஆண்டு** | **பதிப்பகம்** |
| 1 | எளிய வாழ்க்கை முதலிய கதைகள் அல்லது காதல் கல்பம்! | குசமேட்டுச்சோதி | மு.ப. 1955 | தமிழ்ச்சுடர் நிலையம் சென்னை – 5 |
| 2 | | தெய்வீகம் | | |
| 3 | | காதல் கல்பம்! | | |
| 4 | | குடும்பச்சிதைவு | | |
| 5 | | பாவம் வெறும் வெகுளி | | |
| 6 | | விஷவேகம் | | |
| 7 | | காதம்பரி | | |
| 8 | | செல்லாக்காசு | | |
| 9 | | பெண்சாதி | | |
| 10 | | உறவுமுள் | | |
| 11 | | மருந்தோ உண்டோ? | | |
| 12 | | பித்தப் பசி | | |
| 13 | | ராஜ வம்சத்து மகள் | | |
| 14 | | ரத்தச்சுவை | | |
| 15 | | பிஞ்சுகளா இவை? | | |
| 16 | | குபேச தரிசனம் | | |
| **2. வம்ச ரத்தினம்** | | | | |
| 1 | வம்ச ரத்தினம் | ராஜ வம்சத்து மண் | பிப்ரவரி 1964 | மனோன்மணி புத்தக நிலையம் சென்னை |
| 2 | | ரத்தச் சுவை | | |
| 3 | | பிஞ்சுகளா இவை | | |
| 4 | | தங்கக் கழுகு | | |
| 5 | | டீ ஸார் | | |
| 6 | | சித்திரம் | | |
| 7 | | வாழ வைத்த கனவு | | |
| 8 | | உயிர்ப்போர் | | |
| 9 | | அண்ணிக்குத் தெரியுமா | | |
| 10 | | பேனாவும் ஏதுக்கடி | | |
| 11 | | வாயில்லா ஜீவன்கள் | | |
| 12 | | குபேர தரிசனம் | | |

| 3. குபேர தரிசனம் | | | | |
|---|---|---|---|---|
| வ. எண் | கதைத் தொகுதி | கதைத் தலைப்பு | ஆண்டு | பதிப்பகம் |
| 1 | தெய்வீகம் | ராஜ வம்சத்து மண் | மார்ச் 1964 | மனோன்மணி புத்தக நிலையம் சென்னை |
| 2 | | ரத்தச் சுவை | | |
| 3 | | பிஞ்சுகளா இவை | | |
| 4 | | தங்கக் கழுகு | | |
| 5 | | டீ ஸார் | | |
| 6 | | சித்திரம் | | |
| 7 | | வாழ வைத்த கனவு | | |
| 8 | | உயிர்ப்போர் | | |
| 9 | | அண்ணிக்குத் தெரியுமா | | |
| 10 | | பேனாவும் ஏதுக்கடி | | |
| 11 | | வாயில்லா ஜீவன்கள் | | |
| 12 | | குபேர தரிசனம் | | |

| 4. தெய்வீகம் | | | | |
|---|---|---|---|---|
| 1 | தெய்வீகம் | கணவதியும் கணபதிப்பும் | மார்ச் 1964 | மனோன்மணி புத்தக நிலையம் சென்னை |
| 2 | | ஏது நிற்கும் | | |
| 3 | | ரசவாதம் டோய் | | |
| 4 | | உயிராசை | | |
| 5 | | நஷ்ட ஈடு | | |
| 6 | | சுவாமியும் ஸ்வாமியும் | | |
| 7 | | சம்பாத்தியம் | | |
| 8 | | யார் சமத்து | | |
| 9 | | ஒட்டாத செருப்பு | | |
| 10 | | கண்திறப்பு | | |
| 11 | | அன்றிரவே | | |
| 12 | | குடும்பமும் கலியாணமும் | | |
| 13 | | தெய்வீகம் | | |

## 5. அம்மா இட்ட கட்டளை

| வ. எண் | கதைத் தொகுதி | கதைத் தலைப்பு | ஆண்டு | பதிப்பகம் |
|---|---|---|---|---|
| 1 | அம்மா இட்ட கட்டளை | அம்மா இட்ட கட்டளை | ஜூன் 1975 | வானதி பதிப்பகம் சென்னை |
| 2 | | வித்தியாசம் | | |
| 3 | | பதினொன்றும் பன்னிரண்டும் | | |
| 4 | | அக்கம் பக்கம், அண்டை, அயல் | | |
| 5 | | பால் பிச்சை | | |
| 6 | | படித்தவர்கள் | | |
| 7 | | இடம் | | |
| 8 | | அம்மா தாயே! | | |
| 9 | | தவிப்பு தணிய | | |
| 10 | | மன்னிப்பா! கேட்கணுமா? நானா? எதற்கு? | | |
| 11 | | இளவரசு | | |
| 12 | | அம்மா | | |
| 13 | | பரிசா, பந்தமா? | | |
| 14 | | நல்ல சகுனம்தானா? | | |
| 15 | | பேசாத காரணம் | | |

## 6. கரிச்சான் குஞ்சு கதைகள்

| வ. எண் | கதைத் தொகுதி | கதைத் தலைப்பு | ஆண்டு | பதிப்பகம் |
|---|---|---|---|---|
| 1 | கரிச்சான் குஞ்சு கதைகள் | சொரணை | 1981 | ஸ்டார் பிரசுரம் |
| 2 | | நீல ஊமத்தை | | |
| 3 | | சட்டம் சாத்திரம் சம்பிரதாயம் | | |
| 4 | | கதவு திறந்தே இருக்கும் | | |
| 5 | | பெரியவாள் சொன்ன சிறு கதை | | |
| 6 | | கண் தெரிந்துவிட்டால் | | |
| 7 | | ஔரங்கசீப் சிரித்தார் | | |

| வ. எண் | கதைத் தொகுதி | கதைத் தலைப்பு | ஆண்டு | பதிப்பகம் |
|---|---|---|---|---|
| *8* | | நூறுகள் | | |
| *9* | | ஆண்கள் | | |
| *10* | | மானுடம் வென்றத்தம்மா | | |
| *11* | | லகஷப் பாட்டி | | |
| *12* | | தேச காலம் | | |
| *13* | | முழுமை | | |
| *14* | | அடுத்த தடவைக்கு அது! | | |
| *15* | | யாரும் தூங்கவில்லை | | |
| *16* | | தலைச்சன் பிள்ளை | | |
| *17* | | குடும்பச் சிதைவு | | |
| *18* | | பெண்சாதி | | |
| *19* | | ஒட்டாத செருப்பு | | |
| *20* | | எது நிற்கும்? | | |
| *21* | | தெய்வீகம் | | |

**7. அன்றிரவே**

| வ. எண் | கதைத் தொகுதி | கதைத் தலைப்பு | ஆண்டு | பதிப்பகம் |
|---|---|---|---|---|
| *1* | அன்றிரவே | பிஞ்சுகளா இவை! | ஆக. *1983* | நர்மதா பதிப்பகம் |
| *2* | | பித்தப் பசி | | |
| *3* | | அன்றிரவே! | | |
| *4* | | யார் சமத்து | | |
| *5* | | விஷவேகம் | | |
| *6* | | அண்ணிக்குத் தெரியுமா? | | |
| *7* | | நஷ்ட ஈடு | | |
| *8* | | உறவு முள் | | |
| *9* | | உயிராசை | | |
| *10* | | வம்சரத்தினம் | | |
| *11* | | காதம்பரி | | |
| *12* | | கண் திறப்பு | | |
| *13* | | ஞானோதயம் | | |

## 8. தெளிவு

| வ. எண் | கதைத் தொகுதி | கதைத் தலைப்பு | ஆண்டு | பதிப்பகம் |
|---|---|---|---|---|
| 1 | | அன்று புதிதாய்ப் பிறந்தான் | | |
| 2 | | இளவரசு | | |
| 3 | | பேசாத காரணம் | | |
| 4 | | திரிசங்கு | | |
| 5 | | நல்ல சகுனம்தானா? | | |
| 6 | | பரிசா, பந்தமா? | | |
| 7 | | இடம் | | |
| 8 | | தெளிவு | | |
| 9 | | பானுமதி | | |
| 10 | | வைத்தது சட்டம் | | |
| 11 | | வித்தியாசம் | டிசம்பர் 1989 | வானதி பதிப்பகம் சென்னை |
| 12 | தெளிவு | பதினொன்றும் பன்னிரண்டும் | | |
| 13 | | அக்கம், பக்கம், அண்டை, அயல் | | |
| 14 | | எட்டுக்குடி ஞானி | | |
| 15 | | அம்மாதாயே! | | |
| 16 | | பேச்சு... பேச்சு... எல்லாம் பேச்சு | | |
| 17 | | தவிப்பு தணிய | | |
| 17 | | பால்பிச்சை | | |
| 19 | | மன்னிப்பா! கேட்கணுமா? நானா? எதற்கு? | | |
| 20 | | அம்மா | | |

## 9. எது நிற்கும் (தேர்ந்தெடுத்த கதைகள்)

| 1 | | குசமேட்டுச் சோதி | | |
|---|---|---|---|---|
| 2 | | காதல் கல்பம் | | |
| 3 | | குடும்பச் சிதைவு | | |
| 4 | | விஷவேகம் | | |

| வ. எண் | கதைத் தொகுதி | கதைத் தலைப்பு | ஆண்டு | பதிப்பகம் |
|---|---|---|---|---|
| 5 | எது நிற்கும்? (தேர்ந்தெடுத்த சிறுகதைகள்) | காதம்பரி | சனவரி 2016 | காலச்சுவடு பதிப்பகம் |
| 6 | | பெண்சாதி | | |
| 7 | | உறவு முள் | | |
| 8 | | மருந்து உண்டா? | | |
| 9 | | ரத்தச் சுவை | | |
| 10 | | குபேர தரிசனம் | | |
| 11 | | படித்தவர்கள் | | |
| 12 | | இடம் | | |
| 13 | | இளவரசு | | |
| 14 | | தங்கக் கழுகு | | |
| 15 | | வாயில்லாச் சீவன்கள் | | |
| 16 | | எது நிற்கும்? | | |
| 17 | | ராசாவம் டோய் | | |
| 17 | | உயிராசை | | |
| 19 | | யார் சமத்து? | | |
| 20 | | ஒட்டாத செருப்பு | | |
| 21 | | சட்டம் சாத்திரம் சம்பிரதாயம் | | |
| 22 | | மானுடம் வென்றதம்மா | | |

குறிப்பு

1. இதுவரை வெளியான அவருடைய கதைத்தொகுதிகளின் பட்டியல் இது.
2. ஏற்கெனவே ஒரு தொகுதியில் வெளிவந்த கதை, மற்றொரு தொகுதியில் இடம்பெற்றுள்ளது.
3. மொத்த கதைகளின் எண்ணிக்கை – 74
4. புதிய கதைகள் – 25

# கரிச்சான் குஞ்சு கதைகள்

## (காலவரிசை)

| வ.எண் | கதைத் தலைப்பு | வெளியான இதழ் | ஆண்டு | தொகுப்பு |
|---|---|---|---|---|
| 1 | விஷவேகம் | கிராம ஊழியன் | 01–10–1943 | காதல்கல்பம் |
| 2 | சிருஷ்டி கர்த்தா | கிராம ஊழியன் | 01–11–1943 | புதிய கதை |
| 3 | யாருக்குக் கவலை? | கிராம ஊழியன் | 01–07–1944 | புதிய கதை |
| 4 | அஞ்ஞானம் | கிராம ஊழயன் | 16–07–1944 | புதிய கதை |
| 5 | உபாசனை | கிராம ஊழியன் | 16–08–1944 | புதிய கதை |
| 6 | தீர்ப்பு | கலாமோகினி | 01–12–1944 | புதிய கதை |
| 7 | ரகசிய மனிதன் | கிராம ஊழியன் | 16–12–1944 | புதிய கதை |
| 8 | சஞ்சீவினி | கிராம ஊழியன் ஆண்டு மலர் | 1944 | புதிய கதை |
| 9 | ரயிலில் போனபோது | சிவாஜி | 21–01–1945 | புதிய கதை |
| 10 | மாக கவி | கலைமகள் | 01–03–1945 | புதிய கதை |
| 11 | மனஸ்ஸாஷி | சிவாஜி | 04–03–1945 | புதிய கதை |
| 12 | பிரளயம் | கலாமோகினி | 12–06–1945 | புதிய கதை |

| வ.எண் | கதைத் தலைப்பு | வெளியான இதழ் | ஆண்டு | தொகுப்பு |
|---|---|---|---|---|
| 13 | சித்திரம் | சந்திரோதயம் | 22–07–1945 | குபேர தரிசனம் |
| 14 | மன்மதன் | கலாமோகினி | 01–11–1945 | புதிய கதை |
| 15 | தண்டனை | சந்திரோதயம் | 15–12–1945 | புதிய கதை |
| 16 | சின்னத்தனம் | கலாமோகினி | 01–05–1946 | புதிய கதை |
| 17 | தெய்வீகம் | சந்திரோதயம் | 15–07–1946 | காதல் கல்பம் |
| 18 | டீ ஸார் | சந்திரோதயம் | 30–09–1946 | குபேர தரிசனம் |
| 19 | உயிர்ப்போர் | சந்திரோதயம் | 30–11–1946 | குபேர தரிசனம் |
| 20 | கண்திறப்பு | கலைமகள் | 01–05–1947 | தெய்வீகம் |
| 21 | செல்லாக்காசு | வசந்தம் | 01–12–1947 | காதல் கல்பம் |
| 22 | முளையிலே அழிந்தது | சிந்தனை | 01–12—1947 | புதிய கதை |
| 23 | பித்தப் பசி | தேனீ | 01–03–1948 | காதல் கல்பம் |
| 24 | எது நிற்கும்? | சிந்தனை | 01–10–1948 | தெய்வீகம் |
| 25 | வந்த பெண் | அமுதசுரபி | 01–12–1948 | புதிய கதை |

| வ.எண் | கதைத் தலைப்பு | வெளியான இதழ் | ஆண்டு | தொகுப்பு |
|---|---|---|---|---|
| 26 | சுருதி சேர்ந்தது | அமுதசுரபி | 01–07–1949 | புதிய கதை |
| 27 | யார் சமத்து? | சிந்தனை | 01–08–1949 | தெய்வீகம் |
| 28 | காதல் கல்பம்! | சிவாஜி | 05–11–1950 | காதல் கல்பம் |
| 29 | குபேர தரிசனம் | கலைமகள் | 01–04–1951 | காதல் கல்பம் |
| 30 | ராஜ வம்சத்து மண் | சிவாஜி | 12–10–1952 | காதல் கல்பம் |
| 31 | இளவரசு | கலைமகள் | 01–09–1954 | அம்மா இட்ட கட்டளை |
| 32 | ஞானோதயம் | சிவாஜி | 17–10–1954 | அன்றிரவே |
| 33 | சாமியும் ஸ்வாமியும் | சுதேசமித்திரன் | 02–01–1955 | தெய்வீகம் |
| 34 | அன்றிரவே | சுதேசமித்திரன் | 15–05–1955 | தெய்வீகம் |
| 35 | ஒட்டாத செருப்பு | சுதேசமித்திரன் | 13–11–1955 | தெய்வீகம் |
| 36 | குசமேட்டுச் சோதி | | 1955 | காதல் கல்பம் |
| 37 | குடும்பச் சிதைவு | | 1955 | காதல் கல்பம் |
| 38 | பாவம் வெறும் வெகுளி | | 1955 | காதல் கல்பம் |
| 39 | காதம்பரி | | 1955 | காதல் கல்பம் |

| வ.எண் | கதைத் தலைப்பு | வெளியான இதழ் | ஆண்டு | தொகுப்பு |
|---|---|---|---|---|
| 40 | பெண்சாதி | | 1955 | காதல் கல்பம் |
| 41 | உறவு முள் | | 1955 | காதல் கல்பம் |
| 42 | மருந்து உண்டோ? | | 1955 | காதல் கல்பம் |
| 43 | ரத்தச் சுவை | | 1955 | காதல் கல்பம் |
| 44 | பிஞ்சுகளா இவை! | | 1955 | காதல் கல்பம் |
| 45 | நஷ்ட ஈடு | சுதேசமித்திரன் | 30–06–1957 | தெய்வீகம் |
| 46 | நடந்ததென்ன? | சுதேசமித்திரன் | 03–07–1957 | புதிய கதை |
| 47 | தங்கக் கழுகு | சுதேசமித்திரன் | 14–07–1957 | குபேர தரிசனம் |
| 48 | பிரதாப முதலியார் | சுதேசமித்திரன் | 26–10–1958 | புதிய கதை |
| 49 | மங்கள ஸ்னானம் | சுதேசமித்திரன் | 01–11–1958 | புதிய கதை |
| 50 | வம்ச ரத்தினம் | சுதேசமித்திரன் | 31–10–1959 | வம்ச ரத்தினம் |
| 51 | அண்ணிக்குத் தெரியுமா? | | 1964 | குபேர தரிசனம் |
| 52 | பேனாவும் ஏதுக்கடி? | | 1964 | குபேர தரிசனம் |

| வ.எண் | கதைத் தலைப்பு | வெளியான இதழ் | ஆண்டு | தொகுப்பு |
|---|---|---|---|---|
| 53 | வாயில்லாச் சீவன்கள் | | 1964 | குபேர தரிசனம் |
| 54 | கணவதியும் கணபதியும் | | 1964 | தெய்வீகம் |
| 55 | ராசாவாம்டோய்.. | | 1964 | தெய்வீகம் |
| 56 | உயிராசை | | 1964 | தெய்வீகம் |
| 57 | சம்பாத்தியம் | | 1964 | தெய்வீகம் |
| 58 | குடும்பமும் கலியாணமும் | | 1964 | தெய்வீகம் |
| 59 | ஔரங்கசீப் சிரித்தார் | சுதேசமித்திரன் | 01–11–1965 | கரிச்சான் குஞ்சு கதைகள் |
| 60 | "லக்ஷுப் பாட்டி" | சிவாஜி ஆண்டு மலர் | 1967 | கரிச்சான் குஞ்சு கதைகள் |
| 61 | பால்பிச்சை | கலைமகள் | 01–04–1969 | அம்மா இட்ட கட்டளை |
| 62 | அம்மா தாயே! | ஆனந்த விகடன் | 01–11–1971 | அம்மா இட்ட கட்டளை |
| 63 | அம்மா | சிவாஜி ஆண்டு மலர் | 1971 | அம்மா இட்ட கட்டளை |
| 64 | வித்தியாசம் | கணையாழி | 01–11–1972 | அம்மா இட்ட கட்டளை |
| 65 | காதல் காவியம் | சிவாஜி | 01–01–1973 | புதிய கதை |
| 66 | அக்கம், பக்கம், அண்டை, அயல் | கணையாழி | 01–06–1973 | அம்மா இட்ட கட்டளை |
| 67 | படித்தவர்கள் | சுதேசமித்திரன் | 01–11–1973 | அம்மா இட்ட கட்டளை |

| வ.எண் | கதைத் தலைப்பு | வெளியான இதழ் | ஆண்டு | தொகுப்பு |
|---|---|---|---|---|
| 68 | புதிய நசிகேதன் | சிவாஜி ஆண்டு மலர் | 1973 | புதிய கதை |
| 69 | நூறுகள் | சுதேசமித்திரன் | 01–11–1974 | கரிச்சான் குஞ்சு கதைகள் |
| 70 | அம்மா இட்ட கட்டளை | | 1975 | அம்மா இட்ட கட்டளை |
| 71 | பதினொன்றும் பன்னிரெண்டும் | | 1975 | அம்மா இட்ட கட்டளை |
| 72 | இடம் | | 1975 | அம்மா இட்ட கட்டளை |
| 73 | தவிப்புத் தணிய | | 1975 | அம்மா இட்ட கட்டளை |
| 74 | மன்னிப்பா! கேட்கணுமா? நானா? எதற்கு? | | 1975 | அம்மா இட்ட கட்டளை |
| 75 | பரிசா, பந்தமா? | | 1975 | அம்மா இட்ட கட்டளை |
| 76 | நல்ல சகுனம்தானா? | | 1975 | அம்மா இட்ட கட்டளை |
| 77 | பேசாத காரணம் | | 1975 | அம்மா இட்ட கட்டளை |
| 78 | தேச காலம் | கலைமகள் | 01–02–1976 | கரிச்சான் குஞ்சு கதைகள் |
| 79 | சட்டம் சாத்திரம் சம்பிரதாயம் | குமுதம் | 01–09–1976 | கரிச்சான் குஞ்சு கதைகள் |
| 80 | அந்தப் பயங்கர இரவுகள் | சிவாஜி ஆண்டு மலர் | 1977 | புதிய கதை |
| 81 | முழுமை | கலைமகள் | 01–03–1978 | கரிச்சான் குஞ்சு கதைகள் |
| 82 | “சொரணை” | | 1981 | கரிச்சான் குஞ்சு கதைகள் |
| 83 | நீல ஊமத்தை | | 1981 | கரிச்சான் குஞ்சு கதைகள் |

| வ.எண் | கதைத் தலைப்பு | வெளியான இதழ் | ஆண்டு | தொகுப்பு |
|---|---|---|---|---|
| 84 | கதவு திறந்தே இருக்கும் | | 1981 | கரிச்சான் குஞ்சு கதைகள் |
| 85 | பெரியவாள் சொன்ன சிறுகதை | | 1981 | கரிச்சான் குஞ்சு கதைகள் |
| 86 | கண் தெரிந்துவிட்டால்... | | 1981 | கரிச்சான் குஞ்சு கதைகள் |
| 87 | ஆண்கள் | | 1981 | கரிச்சான் குஞ்சு கதைகள் |
| 88 | மானுடம் வென்றதம்மா | | 1981 | கரிச்சான் குஞ்சு கதைகள் |
| 89 | அடுத்த தடவைக்கு அது! | | 1981 | கரிச்சான் குஞ்சு கதைகள் |
| 90 | யாரும் தூங்கவில்லை | | 1981 | கரிச்சான் குஞ்சு கதைகள் |
| 91 | தலைச்சான் பிள்ளை | | 1981 | கரிச்சான் குஞ்சு கதைகள் |
| 92 | பாவம்தான் இருந்தாலும்... | அமுதசுரபி | 1983 | புதிய கதை |
| 93 | அன்று புதிதாய்ப் பிறந்தான் | | 1989 | தெளிவு |
| 94 | திரிசங்கு | | 1989 | தெளிவு |
| 95 | தெளிவு | | 1989 | தெளிவு |
| 96 | பானுமதி | | 1989 | தெளிவு |
| 97 | எட்டுக்குடி ஞானி... | | 1989 | தெளிவு |
| 98 | பேச்சு... பேச்சு... எல்லாம் பேச்சு... | | 1989 | தெளிவு |
| 99 | பருவம் பாழ்க்கிறது | மஞ்சு, முகில் 1, துளிர் 4 | | புதிய கதை |

# தலைப்பகராதி

அக்கம், பக்கம்,
அண்டை, அயல் – 599
அஞ்ஞானம் – 79
அடுத்த தடவைக்கு அது! – 773
அண்ணிக்குத் தெரியுமா? – 475
அந்தப் பயங்கர இரவுகள் – 705
அம்மா – 577
அம்மா இட்ட கட்டளை – 629
அம்மா தாயே! – 568
அன்றிரவே! – 327
அன்று புதிதாய்ப் பிறந்தான் – 801
ஆண்கள் – 757
இடம் – 640
இளவரசு – 298
உபாசனை – 85
உயிர்ப் போர் – 195
உயிராசை – 518
உறவு முள் – 394
எட்டுக்குடி ஞானி – 830
எது நிற்கும்? – 232
ஒட்டாத செருப்பு – 337
ஔரங்கசீப் சிரித்தார் – 544
கண் திறப்பு – 206
கண் தெரிந்துவிட்டால் . . . – 753
கணவதியும் கணபதியும் – 502
கதவு திறந்தே இருக்கும் – 740
காதம்பரி – 376
காதல் கல்பம்! – 264
காதல் காவியம் – 592
குசமேட்டுச் சோதி – 346
குடும்பச் சிதைவு – 360
குடும்பமும் கலியாணமும் – 537
குபேர தரிசனம் – 272
சஞ்சீவினி – 103
சட்டம் சாத்திரம் சம்பிரதாயம் – 698
சம்பாத்தியம் – 529
சாமியும் ஸ்வாமியும் – 319
சித்திரம் – 144
சிருஷ்டி கர்த்தா – 67
சின்னத்தனம் – 169
சுருதி சேர்ந்தது! – 250
செல்லாக்காசு – 211
“சொரணை” – 723
ஞானோதயம் – 305
டீ ஸார் – 186
தங்கக் கழுகு – 436
தண்டனை – 160

| | |
|---|---|
| தலைச்சன் பிள்ளை | – 787 |
| தவிப்புத் தணிய | – 652 |
| திரிசங்கு | – 809 |
| தீர்ப்பு | – 92 |
| தெய்வீகம் | – 178 |
| தெளிவு | – 815 |
| தேச காலம் | – 691 |
| நடந்ததென்ன? | – 445 |
| நல்ல சகுனம்தானா? | – 676 |
| நஷ்டாடு | – 431 |
| நீல ஊமத்தை | – 732 |
| நூறுகள் | – 622 |
| படித்தவர்கள் | – 606 |
| பதினொன்றும் பன்னிரண்டும் | – 634 |
| பரிசா, பந்தமா? | – 670 |
| பருவம் பாழ்க்கிறது | – 844 |
| பால் பிச்சை | – 556 |
| பாவம் வெறும் வெகுளி | – 369 |
| பாவம்தான் இருந்தாலும் ... | – 795 |
| பானுமதி | – 822 |
| பிஞ்சுகளா இவை! | – 424 |
| பித்தப் பசி | – 224 |
| பிரதாப முதலியார் | – 454 |
| பிரளயம் | – 138 |
| புதிய நசிகேதன் | – 614 |
| பெண்சாதி | – 389 |
| பெரியவாள் சொன்ன சிறுகதை | – 747 |
| பேச்சு... பேச்சு... எல்லாம் பேச்சு | – 833 |
| பேசாத காரணம் | – 686 |
| பேனாவும் ஏதுக்கடி | – 482 |
| மங்கள ஸ்னானம் | – 459 |
| மருந்து உண்டா? | – 407 |
| மன்மதன் | – 152 |
| மன்னிப்பா! கேட்கணுமா? நானா? எதற்கு? | – 660 |
| மனஸ்ஸாக்ஷி | – 130 |
| மாக கவி | – 123 |
| மானுடம் வென்றதம்மா | – 763 |
| முழுமை | – 714 |
| முளையிலே அழிந்தது | – 216 |
| யார் சமத்து? | – 256 |
| யாருக்குக் கவலை? | – 73 |
| யாரும் தூங்கவில்லை | – 779 |
| ரகசிய மனிதன் | – 98 |
| ரத்தச் சுவை | – 417 |
| ரயிலில் போனபோது | – 116 |
| ராசாவாம்டோய்... | – 510 |
| ராஜ வம்சத்து மண் | – 286 |
| "லக்ஷ்மிப் பாட்டி" | – 549 |
| வந்த பெண் | – 240 |
| வம்சரத்தினம் | – 466 |
| வாயில்லாச் சீவன்கள் | – 491 |
| வித்தியாசம் | – 586 |
| விஷ வேகம் | – 61 |

## கரிச்சான் குஞ்சுவின் பிற நூல்கள்

(காலச்சுவடு வெளியீடு)

### பசித்த மானிடம்

(கிளாசிக் நாவல்)

ரூ. 340

தமிழில் அதிகம் பேசப்பட்ட நாவல்களில் ஒன்றான 'பசித்த மானிடம்' காமம், பணம், அதிகாரம் என மனிதனின் பல்வேறு பசிகள் பற்றிப் பேசுகிறது. எவ்வளவு தீனி போட்டாலும் அடங்காத அந்தப் பசிகள் ஒரு கட்டத்திற்குப் பின் வேகமடங்கி வெறுமையை நோக்கிச் செல்லும் பயணத்தையும் கரிச்சான் குஞ்சு காட்டுகிறார். நவீனத் தமிழ் இலக்கியத்தில் ஓரினப் புணர்ச்சியைக் கையாண்ட முதல் பிரதியான இந்நாவல் நுட்பமான பல விஷயங்களை லாவகமாகக் கையாள்கிறது. முட்டிமோதி வாழ்க்கையில் மேலேவரும் மனிதர்கள், பல்வேறு இன்பங்களையும் துய்த்தபின் கடைசியில் அடைவது என்ன என்னும் கேள்வியை வலுவாக எழுப்புகிறது இப்படைப்பு.

## எது நிற்கும்?

(தொ–ர்): அரவிந்தன்

(கிளாசிக் சிறுகதைகள்)

ரூ. 250

தமிழ்ச் சமூகத்திடமிருந்து அங்கீகாரமோ ஊக்கமோ கிடைக்காதபோதும் பெரும் உத்வேகத்துடனும் படைப்பூக்கத்துடனும் செயல்பட்ட முன்னோடிகளில் ஒருவர் கரிச்சான் குஞ்சு என்கிற ஆர். நாராயணசாமி.

'பசித்த மானுடம்' என்னும் நாவலுக்காகவே மிகுதியும் நினைவுகூரப்படும் கரிச்சான் குஞ்சு சிறுகதைகளிலும் குறிப்பிடத்தக்க பங்களிப்பைச் செலுத்தியிருக்கிறார். மரபில் அழுத்தமாகக் காலூன்றி நிற்கும் இவர், நவீன வாழ்வை மரபின் கண் கொண்டும் மரபை நவீன அறிவின் கண் கொண்டும் பார்ப்பதன் தடயங்கள் இவரது சிறுகதைகள்.

தத்துவ விசாரம், சமூக விமர்சனம், வாழ்வின் புதிர்கள் குறித்த குழப்பமும் வியப்பும், பழமைக்கும் நவீனத்துவத்திற்கும் இடையிலான ஊடாட்டம் எனப் பல்வேறு தளங்களில் வெளிப்படும் கரிச்சான் குஞ்சுவின் சிறுகதைகள் தமிழ் இலக்கியத்தின் முக்கியமான பரிமாணங்களில் ஒன்று.

இந்தப் பரிமாணத்தின் பல்வேறு கூறுகளைப் பிரதிநிதித்துவப்படுத்தும் சுவடுகளைத் தொகுக்கும் முயற்சியே இந்தத் தொகுப்பு.

## சுகவாசிகள்

(குறுநாவல்கள்)

ரூ. 160

காமம், சுயநலம் என்ற இரண்டு குணாம்சங்களில் வாழும் மனிதர்களின் கதைகள் கொண்ட குறுநாவல்கள் இவை. தனிமனித காமம் எவ்வாறு ஒவ்வொருவரின் வாழ்வை, அவர்களின் தனிப்பட்ட வாழ்வைச் சீரழிக்கிறது என்பது விரிவாகக் கூறப்பட்டுள்ளது. தனக்கென ஒன்று கிடைக்கும்போது, ஒவ்வொருவரும் எவ்வாறு தடம் மாறுகிறாரென்றும் கூறுகிறது இன்னொரு குறுநாவலான, 'ஒரு மாதிரியான கூட்டம்'. இரண்டு குறுநாவல்களுக்கும் பொதுவான அம்சம் ஒன்று உண்டு; அது சுயநலத்திற்காக அழிதல்.

ராணிதிலக்